நவீன இந்தியாவின் சிற்பிகள்

ராமச்சந்திர குஹா

1958ல் டெஹ்ராதூனில் பிறந்தவர். பெங்களூரில் தற்சமயம் வசித்து வருகிறார். ஓஸ்லோ, ஸ்டான் ஃபோர்ட், யேல் பல்கலைக்கழகங்களிலும் இந்திய அறிவியல் கழகத்திலும் பாடங்கள் நடத்தியுள்ளார். வரலாறு, அரசியல், சுற்றுச்சூழல், கிரிக்கெட் என்று பல துறைகளில் எழுதி வருகிறார். குஹாவின் படைப்புகள் இருபதுக்கும் அதிகமான மொழிகளில் மொழிபெயர்க்கப்பட்டுள்ளன.

நவீன இந்தியாவின் சிற்பிகள்

தொகுப்பாசிரியர்

ராமச்சந்திர குஹா

தமிழில்: வி. கிருஷ்ணமூர்த்தி

கிழக்கு

நவீன இந்தியாவின் சிற்பிகள்
Naveena Indiavin Sirpigal
Edited and Introduced by Ramachandra Guha ©

Originally Published in English as 'Makers of Modern India'

First Edition: October 2014
528 Pages
Printed in India.

ISBN: 978-93-5135-181-8
Title No: Kizhakku 766

Kizhakku Pathippagam
177/103, First Floor,
Ambal's Building, Lloyds Road,
Royapettah, Chennai 600 014.
Ph: +91-44-4200-9603

Email : support@nhm.in
Website : www.nhm.in

Kizhakku Pathippagam is an imprint of New Horizon Media Private Limited

சுயநலமற்ற நூலகத்தினருக்கும்
ஆவணக் காப்பாளர்களுக்கும்.
குறிப்பாக டாக்டர். என். பாலகிருஷ்ணன்
(நேரு மெமோரியல் மியூஸியம் அண்ட் லைப்ரரி)

உள்ளே

பகுதி 3: தேசத்தை வளர்த்தெடுத்தல்

பகுதி 4: ஜனநாயகம்-விவாதமும் விளக்கமும்

பகுதி 5: வலுவாக்கப்பட்ட பாரம்பரியம்

இந்தியாவினூடாகச் சிந்தித்தல்

~

I

நவீன இந்தியா என்றதும் நம் மனத்தில் சட்டென்று தோன்றும் விஷயம் என்னவென்றால், அதன் வரலாற்றைப் படைத்தவர்களே அதிக நம்பகத்தன்மை கொண்டவகையில் அதை எழுதியவர்களாகவும் இருக்கிறார்கள். நம் தேசத்தின் தலையாய அரசியல் தலைவர்களே அதன் முக்கிய அரசியல் சிந்தனையாளர்களாகவும் இருந்தனர். அதிலும் மோகன்தாஸ் காந்தி, ஜவாஹர்லால் நேரு, பி.ஆர். அம்பேத்கர் ஆகிய மும்மூர்த்திகளின் விஷயத்தில் இந்தக் கூற்று மிக மிகச் சரியானது.

தேசியவாதத்தின் பிதாமகரான காந்தி அவர்களில் முதலாமவர். 1920களுக்கும் 1940களுக்கும் இடைப்பட்ட காலகட்டத்தில் பிரிட்டிஷ் காலனி ஆதிக் கத்துக்கு எதிராக தேசம் முழுவதும் மாபெரும் எழுச்சியை உருவாக்கினார்.

நவீன இந்தியாவின் சிற்பியான ஜவாஹர்லால் நேரு இரண்டாமவர். இந்திய தேசம் பிறந்த ஆகஸ்ட் 1947 முதல் 1964 மே மாதம் அவர் இறக்கும்வரை இந்தியாவின் பிரதமராக இருந்தார்.

மூன்றாமவர், இந்தியாவின் ஒடுக்கப்பட்ட சாதியினரின் மாபெரும் தலைவர் அம்பேத்கர். சுதந்தர இந்தியாவின் முதல் சட்ட அமைச்சர் என்றவகையில் அவருடைய மேற்பார்வையில் இந்திய அரசியல் சாசனம் உருவாக்கப் பட்டது. அது 1950ம் ஆண்டு ஜனவரி 26ந் தேதி முதல் அமலுக்கு வந்தது.

இம்மூன்று தலைவர்களும் போராட்டங்களில் ஈடுபடுதல், ஒடுக்குமுறைக்கு ஆளாகுதல், தலைமை தாங்குதல், நிர்வாகப் பொறுப்பேற்றல் எனப் பல நெருக்கடி மிகுந்த பணிகளைச் செய்தனர்; எனினும் தாங்கள் கண்ட மற்றும் வடிவமைத்த உலகைப்பற்றி விரிவாக எழுதியுமிருக்கிறார்கள்.

1958 முதல் 1994வரை மத்திய அரசு வெளியிட்ட 'மகாத்மா காந்தியடிகளின் படைப்புகள்' என்ற திரட்டில் 90க்கும் மேற்பட்ட தொகுதிகள் உள்ளன! நேருவின் பெயரில் தொடங்கப்பட்ட அறக்கட்டளை 'நேருவின் தேர்ந் தெடுத்த படைப்புகள்' என்ற தலைப்பில் 50 தொகுதிகளை இதுவரை வெளி

யிட்டுள்ளது. 1980களில் மகாராஷ்டிரா அரசு அம்பேத்கரின் கட்டுரைகளைப் பதினாறு தொகுதிகளாக வெளியிட்டுள்ளது. ஒவ்வொரு தொகுதியும் ஆயிரம் பக்கங்களுக்கு மேலிருக்கும்!

மேற்குறிப்பிட்ட நூல்களில் காணப்படுபவை பெரும்பாலும் சாதாரணக் கடிதங்களோ கட்டுரைகளோ பேச்சுக்களோதான். ஆனால் தேசிய உணர்வு, மக்களாட்சி, மதம், பண்பு, சமூகநீதி ஆகிய பல்வேறு விஷயங்களைப் பற்றிய நீளமான கட்டுரைகளும் அதில் அடங்கும். பொதுவாகவே இந்தியர்கள், குறிப்பாக இந்திய எழுத்தாளர்கள், நீட்டி முழக்கி அல்லது சுற்றி வளைத்துத்தான் எழுதுவார்கள். ஆனால், மேற்குறிப்பிட்ட நூல்களைப் பொறுத்தவரையில் அதிக அளவில் எழுதியதென்பது தரத்தை எந்த வகையிலும் நீர்த்துப்போகச் செய்திருக்கவே இல்லை.

மேற்சொன்ன மூன்று தலைவர்களைத் தவிர, வேறு பல இந்திய அரசியல் தலைவர்களும் சீர்திருத்தவாதிகளும் தீவிரமாக எழுத்துப் பணியில் ஈடு பட்டிருக்கிறார்கள். தங்களுடைய குறுகிய வட்டத்துக்குள்ளாக, அவர்கள் வாழ்ந்த காலகட்டத்தில் மட்டுமல்லாமல் இன்றைய காலகட்டத்திலும் பெரும் செல்வாக்கு செலுத்தும் விஷயங்களை எழுதிவந்திருக்கிறார்கள்.

இந்திய அரசியல் தலைவர்களில் பலர் சுயமான சிந்தனைப்போக்கு கொண்ட வர்கள். இது ஒரு அசாதாரணமான விஷயம்தான். ஆனால், இது அபூர்வமான, நமக்குமட்டுமே உரிய ஒன்றல்ல. ஏனெனில் வேறு பல நாடுகளிலும் அவை உருவாகக் காரணமாக இருந்த செயல்வீரர்களும் போராளிகளும் எழுத்தாளர் களாகவும் வாதத்திறமை கொண்டவர்களாகவுமே இருந்திருக்கிறார்கள்.

அமெரிக்கர்களின் முதல் தலைமுறை தேசியவாதிகளான மாடிஸன், ஹாமில் டன், ஜெஃபர்ஸன், ஃபிராங்க்ளின் போன்ற தலைவர்கள் எல்லாருமே போராட்டக்காரர்களாக இருந்ததோடு சிந்தனையாளர்களாகவும் இருந்தனர். இவர்களைப்போலவே கியூபாவில் ஹோஸே மார்த்தி, செனகலின் லியோனார்டு செங்கோர், கானாவின் க்வாமே என்க்ரூமா ஆகியோரும் தத்தம் நாடுகளில் நடைபெற்ற விடுதலைப் போராட்டங்களில் பங்கெடுத்ததோடு மேதைமை நிறைந்த படைப்புகளை எழுதவும் செய்தனர்.

புதிதாகப் பிறக்கும்போதும் நெருக்கடியில் மூழ்கும்போதும் செயல்திறனும் சிந்தனைத்திறனும் ஒருங்கே பெற்ற தலைவர்களை உருவாக்கும் குணம் கொண்டவையாக தேசங்கள் இருக்கின்றன. கடந்த நூற்றாண்டின் நாற்பது களில் பிரிட்டன் மற்றும் ஃப்ரான்ஸை நாஜி ஜெர்மனி அழித்துவிடும் என்ற அபாயம் ஏற்பட்டது. அப்போது அந்த நாடுகளின் தேசப்பற்று மிகுந்த தலை வர்கள் ஜெர்மனிக்கெதிரான போராட்டத்துக்குத் தலைமை வகித்ததோடு, அந்தப் போராட்டத்தைப்பற்றி மக்களின் மனதில் பதியும்படியாக எழுதவும் செய்தனர்.

இரண்டாம் உலகப் போருக்கு முன்பும் அதன் பின்னரும் வின்ஸ்டன் சர்ச்சில் எழுதிய புத்தகங்கள் அவருக்கு இலக்கியத்துக்கான நோபல் பரிசைத் தேடித்

தந்தன. அதேபோல ஃப்ரான்ஸின் முடிசூடா மன்னராகத் திகழ்ந்த சார்ல்ஸ் தெகால் 1940களுக்கும் 1950களுக்குமிடையில் தமது கட்டுரைகள் மூலம் ஃபிரெஞ்ச் மக்களிடையே விழிப்புணர்வை ஏற்படுத்தினார். ஃப்ரான்ஸ் என்றால் என்ன... ஃப்ரெஞ்சுக்காரராக இருப்பதென்றால் என்ன என்பது தொடர்பாகப் புதிய அர்த்தங்களை அவருடைய படைப்புகள் உருவாக்கிக் காட்டின.

அரசியல் தலைவராகவும் எழுத்தாளராகவும் இருக்கும் நபர்கள் உருவாக இன்னொரு காரணம்: ஆட்சி முறையிலே ஏற்படும் புரட்சிகர மாற்றம். இதற்கான சிறந்த உதாரணம் ரஷ்யாவிலும் சீனாவிலும் நிகழ்ந்த புரட்சிகளின் தலைவர்களான லெனினும் மாசேதுங்கும்தான். இவர்களிருவரும் செயல் வீரர்கள் மட்டுமல்ல; அரசியல், பொருளாதார விஷயங்களைப்பற்றி மக்கள் மனத்தில் பதியும்படி எழுதவும் செய்தார்கள். அவற்றை அந்நாட்டு மக்கள் படிக்கவேண்டும் என்ற நிலையும் இருந்தது. மற்ற நாடுகளிலும் இவர் களுடைய கட்டுரைகள் மக்களின் கவனத்தை ஈர்த்தன.

மற்ற நாடுகளில் நிலைமை எப்படியிருந்தாலும், இந்தியா விசேஷமான தேசம் என்பதுதான் எனது அபிப்பிராயம். இந்த விசேஷ அம்சம் மூன்று வகைப்படும். முதலாவது, செயல்வீரர்-சிந்தனையாளர் என்ற இந்த இரட்டைத் திறமை கொண்டவர்களின் பாரம்பரியம் மற்ற நாடுகளைவிட இந்தியாவில் நீண்ட நெடுங்காலமாகவே இருந்துவந்திருக்கிறது.

பதினெட்டாம் நூற்றாண்டின் கடைசிப் பகுதியில் அமெரிக்க ஐக்கிய நாட்டை நிறுவிய தலைவர்களுக்கு மக்களாட்சி, நாடு, தேசம், என்பவற்றைப் பற்றி வசீகரமான கருத்துகளிருந்தன. ஆனால் அவர்களுக்குப் பின்வந்த தலை வர்கள் நாட்டை ஆளவோ நிர்வாகம் செய்யவோ சில நேரங்களில் நிர்வாகச் சீர்கேடு செய்யவோ மட்டுமே செய்துவந்தனர். வேறு சிந்தனையாளர்களும் அறிஞர்களும் வெளியிட்ட கருத்துகளையேதான் தங்களுடைய அபிப்பி ராயங்களாக வெளியிட்டனர்.

இதற்கு மாறாக, நம் தேசத்தில் பத்தொன்பதாம் நூற்றாண்டின் தொடக்கம் முதல் இருபதாம் நூற்றாண்டின் இறுதிவரை இந்தியாவின் செல்வாக்கு மிகுந்த அரசியல் சிந்தனையாளர்களில் பெரும்பாலானவர்கள் அதிகத் தாக்கம் ஏற்படுத்திய அரசியல் தலைவர்களாகவும் திகழ்ந்தனர். அரசியல்ரீதியாக இந்தியா ஒரு தனி நாடாக உருத்திரள்வதற்கு வெகுமுன்பாகவும், சுதந்தரப் போராட்டம் நடைபெற்றுக்கொண்டிருந்தபோதும், நாடு சுதந்தரமடைந்த சில பத்தாண்டுகளிலும்கூட இந்தியச் சமூகம், அரசியல்பற்றி விரிவாகவும், அனைவருடைய கவனத்தைக் கவரும் வகையிலும் எழுதப்பட்டிருக் கின்றன. அவையெல்லாம் அரசியலில் தங்களை முழுவதாக அர்ப்பணித்துக் கொண்ட தலைவர்கள் எழுதியவையே.

இரண்டாவதாக, மற்ற நாடுகளைவிட இந்தியாவில் அரசியல் சிந்தனையாளர் களின் தாக்கம் பல காலம் நீடித்தது. உதாரணமாக, லெனினின் கருத்துகள்

எழுபது ஆண்டுகளுக்கு, அதாவது, சோவியத் யூனியன் உருவான நாளில் ஆரம்பித்து அது சிதறிப் போகும்வரை மட்டுமே நீடித்தன. மாவோவின் தாக்கமோ இன்னும் குறைவான காலமே நீடித்தது. அதாவது, 1949-ல் சீனப் புரட்சி வெற்றி பெற்ற நாள் முதல் 1970களில் தெங் ஸியோ பிங் தன்னுடைய தலைவரின் கருத்துகளைக் கைகழுவிய நாள்வரையிலான முப்பது ஆண்டு களுக்கு மட்டுமே நீடித்தது.

மேற்கு ஐரோப்பாவை எடுத்துக்கொண்டால், பிரிட்டிஷ் ஏகாதிபத்தியத்தை நியாயப்படுத்தி வின்ஸ்டன் சர்ச்சில் உணர்ச்சிபூர்வமாகப் பேசியதையும் எழுதியதையும் 1950களுக்குப் பிறகு யாருமே திரும்பிப் பார்க்கவில்லை. 'ஃபிரான்ஸின் பெருமை'பற்றி சார்ல்ஸ் தெ கால் பேசியதெல்லாம் ஐரோப்பிய யூனியன் என்ற கருத்தாக்கம் நிலைபெற்ற பிறகு நீர்த்துப்போய் (அதிர்ஷ்டவசமாக?), கட்டுக்குள் கொண்டுவரப்பட்டுவிட்டது என்றே சொல்லலாம். இதற்கு நேர்மாறாக, பத்தொன்பதாம் நூற்றாண்டிலும், இருபதாம் நூற்றாண்டின் முதற்பகுதிகளிலும் இந்திய சிந்தனையாளர்கள் பேசியது இன்றைய இந்தியாவுக்கும் பொருந்துவதாக இருப்பதைக் காணமுடியும். இந்தப் புத்தகம் அதைத்தான் விவரித்துக் கூறப்போகிறது.

மூன்றாவது விசேஷ அம்சம் என்னவென்றால், இந்திய அரசியல் வரலாற்றில் பலதரப்பட்ட கருத்துகளைக்கொண்ட சிந்தனையாளர்கள் வாழ்ந்து வந்தனர். மாவோவும் லெனினும் கேள்விகளுக்கும் விமர்சனத்துக்கும் அப்பாற்பட்டவர் களாக அவர்களுடைய நாடுகளில் மதிக்கப்பட்டதுபோல் காந்தியோ நேருவோ இந்தியாவில் ஒருநாளும் விமர்சனங்களுக்கு அப்பாற்பட்ட புனிதர்களாக மதிக்கப்பட்டிருக்கவில்லை. காந்தியும் நேருவும் சொன்னதைப் பின்பற்றிய வர்களுக்கு இணையாகவே அவர்களுடைய கருத்துகளை எதிர்த்தவர்களும் அதிக எண்ணிக்கையிலிருந்தனர். மேலும், இந்திய அரசியல்வாதிகளும் சமூகச் சீர்திருத்தவாதிகளும் பல்வேறு விஷயங்களைப்பற்றி விரிவாக விவாதித் துள்ளனர். ஆனால், மற்றெந்த நாட்டிலும் இப்படியான ஒரு அம்சத்தைப் பார்க்க முடியவில்லை. இந்திய சிந்தனையாளர்களிடையே இப்படியான பன்முகத் தன்மையும் ஆழமும் இருப்பதற்கு, இந்தியச் சமூகம் தன்னளவிலேயே அப்படியான ஒரு பன்முகத்தன்மையைக் கொண்டிருப்பதுதான் காரணம்.

II

உலகிலேயே மிகவும் ஆர்வத்தைத் தூண்டும் நாடு இந்தியா என்பது எனது நீண்ட நாளைய கருத்து. இந்தியக் குடிமகன் என்ற ஒருபக்கச் சார்பு நிலை யிலல்ல; நடுநிலையான வரலாற்றறிஞர் என்ற நிலையில் நான் வெளிப் படுத்தும் கருத்து இது. இந்தியா மிகுந்த சலிப்பை ஏற்படுத்தக்கூடிய, உயர்வு, தாழ்வு பார்க்கக்கூடிய, இழிவான நாடு என்றெல்லாம்கூட வர்ணிக்கலாம். என்னதான் சொன்னாலும் அது இப்போதும் அனைவரையும் வசீகரிக்கும் நாடாகவே திகழ்கிறது.

முதலாவதாக, அது பிரம்மாண்டமானது; உலக மக்கள் தொகையில் ஆறில் ஒரு பங்கு இங்கு வசிக்கின்றனர். இதன் நிலப்பரப்பு நம்ப முடியாத

அளவுக்கு வேறுபாடுகளைக் கொண்டது. இங்கு மதம், மொழி, சாதி, சமூகம், தட்பவெப்பநிலை, தொழில்நுட்பம், உடுக்கும் உடை, உணவுப்பழக்கம் ஆகிய அனைத்தும் இடத்துக்கு இடம் வேறுபடுகின்றன.

இந்த வேறுபாடுகள் அனைத்தையும் தாண்டி இந்தியாவை எது சுவாரசிய மானதாக ஆக்குகிறதென்றால், இங்கு ஒரே நேரத்தில் ஐந்து பெரும் மாற்றங்கள் நிகழ்ந்துகொண்டிருக்கின்றன என்பதுதான்.

ஒரு காலத்தில் விவசாயம்தான் இந்தியப் பொருளாதாரத்தின் ஆதாரமாக இருந்தது. இன்று தொழில், சேவைத்துறைகளை இந்தியா நம்பியிருக்கிறது. அன்று இந்தியாவின் பெரும்பாலான மக்கள் கிராமங்களில் வசித்து வந்தனர். இன்று அவர்கள் நகரங்களிலும் சிற்றூர்களிலும் வசிக்கின்றனர். முன்பு ஐரோப்பியர்களின் ஆட்சியின் கீழ் இருந்த இந்தியா, இன்று ஒரு முழு சுதந்தர நாடாக விளங்குகிறது. அன்று இந்தியா நிலவுடைமைச் சமூகமாக, கீழ் படிதல் மிகுந்த சமூகமாக இருந்தது. இன்று மக்கள் ஆட்சியில் பங்குகொள் கின்றனர். அதிகாரத்தில் இருப்பவர்களை எதிர்க்கவும் செய்கின்றனர். அன்று சமூகத்தின் கட்டுப்பாட்டிலும் குடும்பத்தலைவனின் கட்டுப்பாட்டிலும் மக்கள் வாழ்ந்தனர். இன்று தனி மனித உரிமைகள் முன்னிலைக்கு வந்திருக் கின்றன. முன்பு சமூகரீதியாக ஒடுக்கப்பட்ட பெண்கள், கீழ்ச்சாதி மக்களின் உரிமைகள் முன்னிலைபெற ஆரம்பித்திருக்கின்றன.

ஒரே நேரத்தில் இந்தியாவில் ஐந்து வெவ்வேறான புரட்சிகள் வெடித்தன. அவற்றை நகர்ப்புறப் புரட்சி, தொழிற்புரட்சி, தேசியப் புரட்சி, மக்களாட்சிக் கான புரட்சி, சமூக நீதிப் புரட்சி என வகைப்படுத்தலாம். இங்கு நாம் கவனிக்கவேண்டியது 'ஒரே நேரத்தில்' என்ற வார்த்தையைத்தான். ஏனெனில் ஐரோப்பாவிலும் வட அமெரிக்காவிலும் இந்தப் புரட்சிகள் ஒன்றன்பின் ஒன்றாகத்தான் நிகழ்ந்தன. உதாரணமாக, அமெரிக்கா பதினெட்டாம் நூற்றாண்டில் பிரிட்டிஷ் ஆட்சியிலிருந்து விடுபட்டது. ஆனால் அதன் நகரங் களும் தொழில்களும் வளர்ச்சியடைந்தது பத்தொன்பதாம் நூற்றாண்டில் தான். பெண்களுக்கும், ஆஃப்ரிக்க-அமெரிக்கர்களுக்கும் (அதாவது கறுப்பர் களுக்கும்) இருபதாம் நூற்றாண்டில் வாக்குரிமை அளிக்கப்பட்ட பின்தான் அமெரிக்கா ஒரு ஜனநாயக நாடாக மாறியது.

பல நாடுகளைத் தன்னுள் கொண்ட ஐரோப்பியக் கண்டத்திலும், இம்மாதிரி யான புரட்சிகள் நிகழ்ந்தன என்றாலும் அவை ஒவ்வொரு நாட்டிலும் வெவ்வேறு சமயங்களில் வெடித்தன. இந்த நாடுகளிலெல்லாம் ஜனநாயகப் புரட்சி நடக்கும் முன்பே தேசியப் புரட்சி வெடித்தது. அதாவது, ஒரு குறிப் பிட்ட பிரதேசத்தில் வாழ்ந்து வந்த மக்கள் தங்களுடைய ஆட்சியாளர்களைத் தேர்ந்தெடுக்கும் உரிமையைப் பெறும் முன்பே ஒரு கொடியின் கீழ்கொண்டு வரப்பட்டு பொதுவான நாணயமுறை அறிமுகப்படுத்தப்பட்டுவிட்டது.

அமெரிக்காவைவிட மூன்று மடங்கு மக்கள்தொகை இந்தியாவிலிருக்கிறது. ஐரோப்பாவைப்போல இங்கும் பல பிரதான மொழிகள் பேசப்படுகின்றன என்றாலும் ஒரு முக்கியமான வித்தியாசம் உண்டு. ஒவ்வொரு இந்திய

மொழிக்கும் தனித்தனியான எழுத்துவடிவம் உள்ளது. அமெரிக்கா மற்றும் ஐரோப்பாவைவிட இங்கு பல்வேறு மதங்கள் உள்ளன. ஒரேநேரத்தில் இந்தியா ஒரு தேசமாகவும் ஜனநாயக நாடாகவும் உருவெடுத்தது. இதற்கு மாறாக, மேற்கு ஐரோப்பாவிலும், அமெரிக்காவிலும் 'நாடு' என்ற எண்ணம் வளர்ந்து, வேர்பிடித்து வெகு நாட்களுக்குப் பின்னர்தான் 'ஜனநாயகம்' என்ற எண்ணம் அங்கு உருவெடுத்தது. ஏன், நம்முடைய ஆசிய அண்டைநாடான மாபெரும் சீனாவிலும்கூட, ஒற்றைக் கட்சி ஆட்சி குடிமக்களை அடக்கி ஆண்டுகொண்டிருப்பதன் மூலமாகவே தேசியம் என்ற கருத்தாக்கம் அங்கு நிலைநிறுத்தப்பட்டிருக்கிறது.

அதேசமயம் தொழிற்புரட்சிகளும் தேசியவாதப் புரட்சிகளும் உலகின் பிற பகுதிகளைப்போலவே இந்தியாவிலும் பெருங்குழப்பங்களையும் கிளர்ச்சி களையும் உருவாக்க அனைத்து வாய்ப்புகளும் இருந்தன. ஆனால், இந்தியா வில் அவை அரசுக்கெதிரான ஆயுதம் தாங்கிய போராட்டங்களாகவோ பிரிவினைவாத இயக்கங்களாகவோ ஒருபக்கம் உருவெடுத்தன. இன்னொரு புறம் தெருவில் இறங்கிப் போராடுதல், நீதிமன்றப் போராட்டங்கள், ஊடகப் பிரசாரங்கள், நாடாளுமன்ற விவாதங்கள் என்ற வடிவிலேயே முன்னெடுக்கப்பட்டன. அதாவது ஒரு மக்களாட்சி அனுமதிக்கவும் ஊக்கு விக்கவும் செய்யும் அரசியல் முறைகளைப் பின்பற்றியோ மேடைப் பிரசங் கங்கள் மூலமோதான் மக்கள் தங்களிடையே நிலவிய கருத்து வேற்றுமை களை வெளிப்படுத்தினர்.

அகன்ற பரப்பு, அதன் பலதரப்பட்ட குடிமக்கள், ஒரே சமயத்தில் நடந்த ஐந்து மாபெரும் பெரும் புரட்சிகள் இவையனைத்தும் சேர்ந்துதான் மற்றவர்களு டைய கவனத்தைத் தன்பக்கம் இழுக்கும் நாடாக இந்தியாவை மாற்றியுள்ளன.

இந்தப் புத்தகத்தில் இடம் பெற்றிருப்பவர்கள் மேற்சொன்ன புரட்சிகள் நிகழ்ந்த நேரத்திலேயே வாழ்ந்தனர். அவற்றை வழிநடத்திச் சென்றனர். அல்லது திருத்தியமைக்க முயன்றனர். அவை தங்களையும், தங்களுடைய கூட்டாளிகளையும் எந்த அளவுக்குப் பாதித்தன என்பதைப்பற்றி விரிவாக எழுதவும் செய்தனர். அவர்களுடைய கட்டுரைகள் இந்தப் புரட்சிகள் ஒவ்வொன்றையும் ஆழமாக அலசி ஆராய்ந்தன. நாட்டின் பொருளாதார வளர்ச்சிக்கு உதவும் வகையில் நகரங்கள், கிராமங்கள் ஆகியவற்றின் தேவை களை எப்படி ஒன்றிணைப்பது, வெவ்வேறு மதங்களுக்கிடையேயுள்ள வேறுபாடுகளை நீக்கி தேச ஒற்றுமையை எப்படி வளர்ப்பது, பெண்கள், தாழ்ந்த சாதிக்காரர்கள் ஆகியோருடைய உரிமைகளை எப்படிப் பாது காப்பது, தனிமனித சுதந்தரத்துக்கும், சமூக சமத்துவத்துக்குமிடையே உள்ள முரண்பாடுகளை எப்படி நீக்குவதுபோன்ற பல விஷயங்களைப்பற்றி விரி வாக ஆராய்ந்தனர்.

இந்தப் போராளி-சிந்தனையாளர்களில் பலரும் உள்முகமாக மட்டு மல்லாமல் வெளிப்புறமாகவும் சிந்தித்தனர். இந்தியர்களிடையே ஒற்று மையை எப்படி வளர்ப்பது, அதன் ஜனநாயகக் கொள்கைகளை எப்படிப்

பலப்படுத்துவது என்பதைப்பற்றி மட்டுமல்லாமல், உலகளவில் அது எப்படி மற்ற நாடுகளுடன் உறவை ஸ்தாபித்துக்கொள்ளலாம் என்பதைப் பற்றியும் சிந்தித்தனர்.

இந்தப் புத்தகத்தில் இடம்பெறும் ஆண்களும் பெண்களும் ஒரே குரலில் பேசுபவர்கள் அல்ல. அவர்களுடைய பார்வைகள் சில நேரங்களில் ஒத்துப் போகிறவையாக இருக்கின்றன. பல நேரங்களில் ஒன்றுக்கொன்று மறுதலிப் பவையாகவும் இருக்கின்றன. இருப்பினும் அவையெல்லாமே விழிப்பு உணர்வை ஊட்டுபவையாகவே இருக்கின்றன. நேற்றும் சரி... இன்றும் சரி... அவர்களுடைய எழுத்துகள் வெறும் கல்விப்புல முக்கியத்துவம் கொண்ட வையாக மட்டுமே இருக்கவில்லை. இந்தியக் குடியரசை உருவாக்குவதிலும் வளர்த்தெடுப்பதிலும் அழுத்தமான செல்வாக்கைச் செலுத்திவருகின்றன.

நவீனத்துவத்துடனான இந்தியத் துணைக்கண்டத்தின் முதல் (மற்றும் ஒருவகையில் திணிக்கப்பட்ட) சந்திப்பில் ஆரம்பித்து, சுதந்தரப் போராட்டத் தின் பல்வேறு கட்டங்களினூடாக, உலகிலேயே மிகப் பெரிய குடியரசின் அறுபது ஆண்டு அனுபவம்வரையில் இந்தப் புத்தகத்தில் நாம் வாசிக்க விருக்கும் கட்டுரைகளும் பேச்சுகளும் நம்மைக் கைபிடித்து அழைத்துச் செலவிருக்கின்றன. அவற்றினூடாக 200 ஆண்டுகால இந்திய வரலாற்றைப் பார்க்கவிருக்கிறோம். உலகின் மிகவும் சுவாரசியமான தேசத்தின் அதி முக்கியமான அந்தத் தருணங்களை அவற்றை வடிவமைத்த மனிதர்களின் வார்த்தைகளிலேயே கேட்கவிருக்கிறோம்.

III

இந்த நூல் ஒட்டு மொத்தமாகப் பத்தொன்பது பேர்களைப் பற்றிப் பேசுகிறது. ராம்மோகன் ராயிடமிருந்து ஆரம்பிக்கிறது. மேலை நாடுகளிலிருந்து இந்தியா சந்தித்த சவால்களைப்பற்றி ஆழமாகச் சிந்தித்த முதல் நபர் இவராகத்தான் இருக்கக்கூடும். முதன் முதலாக பிரிட்டிஷ் ஆட்சியின் கீழ்வந்த வங்காள மாநிலத்தில் பிறந்த ராம்மோகன் ராய், அந்நியரின் வருகையை இந்தியச் சமூகத்தில் அன்று பின்பற்றப்பட்டுவந்த பழக்கவழக்கங்களை மறுபரிசீலனை செய்வதற்குக் கிடைத்த நல்ல வாய்ப்பு என நம்பினர். ஒருபக்கம் தனது மதத்தில் தான் கண்ட அவலங்களையும் அநீதிகளையும் நீக்க விரும்பினர். கூடவே இங்கிலாந்து பிரஜைகளுக்கு அனுமதிக்கப்பட்ட ஜனநாயக உரிமைகளை, வெள்ளையர்கள் அதிகமாக இருக்கும் கிழக்கிந்தியக் கம்பெனி, தனது காலனிகளிலுள்ள குடிமக்களுக்கும் அளிக்கவேண்டுமெனவும் விரும்பினர். இந்த இரு விஷயங்களிலும் ராய் முன்வைத்த அணுகுமுறையையேதான் அவருக்குப் பின்னர் வந்த சீர்திருத்தவாதிகளும் செயல்வீரர்களும் பின்பற்றினர்.

ராம்மோகனுக்குப் பிறகு நாம் வேறு ஐந்து சிந்தனையாளர்களைச் சந்திக்கப் போகிறோம். அவர்கள் பத்தொன்பதாம் நூற்றாண்டின் இறுதியிலும் இருபதாம் நூற்றாண்டின் தொடக்கத்திலும் இந்திய வரலாற்றில் முக்கியப் பங்காற்றி யவர்கள். 1857-ல் காலனி ஆதிக்கத்துக்கு எதிராக ஒரு புரட்சி எழுந்தது. இதனைத் தொடங்கி வைத்தது அன்றைய பிரிட்டிஷ் ராணுவத்தில் பணிபுரிந்து

கொண்டிருந்த சிப்பாய்கள். அவர்களுடன் சொற்ப விவசாயிகளும் மற்றவர்களும் கைகோர்த்தனர். இந்தக் கலகத்தை அடக்கியபின் இந்தியாவை ஆளும் பொறுப்பை கிழக்கிந்திய கம்பெனியிடமிருந்து பிரிட்டிஷ் அரசு நேரடியாக எடுத்துக்கொண்டது. 1885-ல் நகரங்களில் வாழ்ந்துவந்த, படித்த காலனிய பிரமுகர்கள் இந்திய தேசிய காங்கிரஸை நிறுவினர்.

ஆட்சியாளர்களுக்கும் மக்களுக்குமிடையே ஒரு பாலமாகத் திகழ காங்கிரஸ் கட்சி முயன்றது. முகுல் கேசவனின் பொருத்தமான வார்த்தைகளில் சொல்வதானால் 'தேசியவாதத்துக்கான நோவாவின் படகு போல்' திகழ விரும்பியது. ஊழிப் பெருவெள்ளத்தில் இருந்து காப்பாற்ற அனைத்து உயிரினங்களில் இருந்தும் ஒரு ஜோடியை நோவா தன் படகில் ஏற்றிக்கொண்டதுபோல் மொழி, மதம், பிரதேசம், சாதி மற்றும் ஆண்/பெண் வேறுபாடின்றி அனைத்து இந்தியர்களையும் தனது உறுப்பினர்களாக்கிக்கொள்ள காங்கிரஸ் கட்சி முயற்சித்தது. இந்த முயற்சியில் அது கணிசமான வெற்றியைப் பெற்றது. ஆனால், முழு வெற்றியடையவில்லை. படித்தவர்களும் லட்சியவாதத்தால் உந்தப்பெற்றவர்களும் மட்டுமே அதில் சேர்ந்தனர். மற்றவர்களோ காங்கிரஸ் கட்சி சமூகத்தில் ஒரு குறிப்பிட்ட சாரார், மேட்டுக்குடியினர் ஆகியோரின் நலன் சார்ந்து மட்டுமே செயல்படும்; மற்றவர்களுக்கு, குறிப்பாக நலிவடைந்த பிரிவினருக்கு எதிராக இருக்கும் என்று நினைத்தனர்.

இந்த நூலின் இரண்டாம் பகுதியில் இடம்பெறும் ஐந்து சிந்தனையார்களில் இருவர் காங்கிரஸ் கட்சியின் நீண்டநாள் உறுப்பினர்கள். இருவர் அதற்கு எதிரானவர்கள் (ஐந்தாவது நபர் ஒரு நாத்திகர்). இந்த ஐவரும் இந்தியா பிரிட்டிஷ் ஆட்சியிலிருந்து நல்லமுறையில் எப்படி விடுபடலாமென்பதையும், இந்தியர்களிடையே காணப்பட்ட வேறுபாடுகளையும் பிளவுகளையும் எப்படிப் போக்கலாம் என்பதையும்பற்றிய தமது சுயமான, தனித்தன்மைமிகுந்த கருத்துகளை மக்கள் முன்வைத்தனர்.

காந்தியின் வாழ்க்கை, செயல்பாடுகள் ஆகியவற்றையொட்டி எழுந்த விவாதங்களை அடியொற்றி நூலின் மூன்றாம் பகுதி வடிவமைக்கப்பட்டுள்ளது. இருபதாண்டுகளுக்கு மேலாகத் தென் ஆஃப்ரிக்காவில் வசித்துவந்த காந்தி 1915-ல் பிரிட்டிஷ் இந்தியாவுக்குத் திரும்பினார். 1920வாக்கில் இந்திய தேசிய காங்கிரஸின் தலைவராக அனைவரும் அவரை ஏற்றுக்கொண்டனர். இதன் பிறகு அவர் பிரிட்டிஷ் ஆட்சிக்கெதிராக மூன்று பெரும் போராட்டங்களை நடத்தினர். பற்பல சமூக சீர்திருத்த நடவடிக்கைகளையும் தொடங்கிவைத்தார். வளர்ந்து வரும் இந்தியா எதிர்கொள்ளும் பிரச்னைகள், அதன் வருங்கால வளர்ச்சிப்பாதை ஆகியவற்றைப்பற்றி இடையறாது எழுதினார்.

தனது வாழ்நாளிலேயே 'தேசப்பிதா' என்றழைக்கப்பட்ட மகாத்மா காந்தி இந்தியாவின் எதிர்காலம் தொடர்பான அனைத்துப் போராட்டங்களுக்கும் உருவும் உயிரும் கொடுத்து தேசத்தின் 'தாய்' ஆகவும் இருந்தார். அவரைப் போல் விமர்சனங்களை வெளிப்படையாக ஏற்றுக்கொண்ட ஒரு நவீன

அரசியல் தலைவரை நாம் பார்க்கவேமுடியாது. அவருடைய தினசரி நடவடிக்கைகள் எந்தவித ஒளிவுமறைவும் இல்லாமலிருந்தன. தன்னுடைய போராட்டத் திட்டங்களைத் தனது எதிராளிகளுக்கு முன்னதாகவே அறிவித்துவிடுவார். இந்த எதிராளிகள் எப்போதும் பிரிட்டிஷ் ஆட்சியாளர்களாக மட்டும் இருக்கவில்லை. அவரை விமர்சித்த இந்தியர்களில் அவருடைய வார்த்தைகளை முழுவதுமாகப் பின்பற்ற முடியாமல்போன அவருடைய சக போராளிகளும் அவருடைய அரசியல் எதிராளிகளும் அடங்குவார்கள்.

வாழ்நாள் முழுவதும் காந்தி தனது நண்பர்களுடனும் எதிரிகளுடனும் ஏதாவது ஒரு விஷயத்தைக் குறித்து விவாதித்துக்கொண்டே இருந்தார். அந்த விவாதங்கள் அவருடைய வார்த்தைகள் மூலமாகவும் அவருடன் பிரதானமாக உரையாடியவர்களுடைய வார்த்தைகள் மூலமாகவும் இங்கு இடம் பெற்றிருக்கின்றன. மூன்றாம் பகுதியில் இடம் பெற்றுள்ள சிற்பிகளில் இருவர் காந்தியின் விமர்சனபூர்வ ஆராதகர்கள். மற்றவர்கள் அவருடைய அரசியல் எதிரிகள்.

இந்தியா சுதந்தரம் பெற்றதிலிருந்து அதன் பிரதமராக இருந்த ஜவாஹர்லால் நேருவும் மகாத்மா காந்தியைப்போலவே நவீன இந்தியாவின் உருவாக்கத்தில் பெரும் பங்காற்றியவர். இவருடைய அரசியல் நடவடிக்கைகள் நான்காம் பகுதியில் விவரிக்கப்பட்டுள்ளன.

1957-ல் கனடா நாட்டைச் சேர்ந்த ஓர் அறிஞர் நேருவைப்பற்றி இவ்வாறு எழுதினார்: 'நெப்போலியனுக்குப் பிறகு தனது நாட்டின் வரலாற்றில் மாபெரும் பங்கு வகித்தவர் நேரு மட்டும்தான். நெப்போலியனைப் போலவே நேருவும் நாட்டு மக்களின் இதயத்தில் அழியா இடத்தைப் பிடித்துவிட்டிருக்கிறார்.

இந்திய மக்களைப் பொறுத்தவரை ஜார்ஜ் வாஷிங்டன், ஆப்ரஹாம் லிங்கன், ரூஸ்வெல்ட், ஐஸனோவர் ஆகிய நால்வரையும் ஒருங்கேசேர்த்து உருவாக்கப்பட்டவர் நேரு'.

நவீன அரசியல் தலைவர்களில் சர்ச்சில் உள்பட ஒருவர்கூட நேரு அளவுக்குச் சிந்திக்கும் அரசியல்வாதியாக இருந்ததில்லை. சர்ச்சிலைப்போல நேருவும் வரலாற்றில் மிகுந்த ஆர்வம்கொண்டிருந்தார். அதேநேரம், சர்ச்சிலைப் போலல்லாமல் அரசியல் கருத்துகளிலும் அரசியல் கொள்கைகளிலும் நேருவுக்கு மிகுந்த ஆர்வமிருந்தது (அதனால்தான் அவர் அறிவுஜீவிகளுடன் நெருங்கிப் பழகவிரும்பினார்).

1958-ல் இ.எம்.ஃபார்ஸ்டர் என்ற பிரிட்டிஷ் எழுத்தாளர் ஃப்ரஞ்ச் தத்துவஞானி வால்டர் உலகில் மீண்டும் பிறந்து மனித குலத்தின் வருங்காலத்தைப்பற்றி ஒரு கடிதம் எழுதுவதாகக் கற்பனை செய்தார். ஆனால், அந்தக் கடிதத்தை யாருக்கு அனுப்பவேண்டுமென 'வால்டேரு'க்குத் தெரியவில்லை. அவரைப் பொறுத்தவரை 'அந்தக் கடிதத்தைப்பெறத் தகுதியுள்ள ஒற்றை அரசர்கூட இருந்திருக்கவில்லை.' ஃபாஸ்டரும் வால்டரும் உலகை

அலசிப்பார்த்தனர். அவர்கள் பார்த்த அரசர்கள் (எலிசபெத் மகாராணியார் வசீகரமானவர், மதிப்புக்குரியவர்; ஆனால், அவர் தத்துவவாதி அல்ல;) எல்லாம் இதமானவர்களாக இருந்தனரே தவிர அவர்களின் கல்வித் தகுதி மிக மிக மோசமாகவே இருந்தது. சீருடை அணிந்த ராணுவ ஆட்சியாளர்களும்கூட முடியாட்சி மன்னர்களைப்போலவே கல்வி கேள்விகளில் ஆர்வ மற்றவர்களாகவே இருந்தனர். உயிருடன் இருந்த தளபதிகளான பாகிஸ்தானின் அயூப் கானுக்கோ யுகோஸ்லாவியாவின் டிடோவுக்கோ கடிதம் எழுதும் அளவுக்கு வால்டர் தன்னைக் கீழிறக்கிக்கொள்ளவும் முடியாது. வால்டர் மூலமாகப் பேசிய ஃபாஸ்டர் சட்டென்று ஒரு தீர்மானத்துக்கு வந்தார். 'ஒரே ஒரு தேசத்தின் தலைவர்தான் எனது கடிதத்தை ஆர்வத்துடன் வரவேற்பார். அவர்தான் இந்திய ஜனாதிபதி [sic] நேரு' என்ற முடிவுக்கு வந்தார். மகிழ்ச்சி மிகுதியால் ஆரவாரம் செய்தபடியே பேனாவைக் கையிலெடுத்தார்.

மகாத்மா காந்தியைப்போலவே நேருவின் கருத்துகளும் சர்ச்சைகளைக் கிளப்பின. நான்காம் பகுதியில் இடம்பெற்றுள்ள ஐந்து சிற்பிகளில் ஒருவர் நேருவை வாழ்நாள் முழுவதும் எதிர்த்தவர்; இன்னொருவர் அவருடைய ஆராதகர். மற்றவர்கள் அவருடைய சக தோழர்கள், நண்பர்கள் ஆவார்கள். சுதந்தரப் போராட்ட சமயத்தில் இவர்கள் அனைவரும் காங்கிரஸ் கட்சியின் உறுப்பினர்கள் என்றவகையில் ஒரே காரணத்துக்காக ஒரே சிறையில் அடைக் கப்பட்டவர்கள். சுதந்தரத்துக்குப் பிறகு அரசை வழிநடத்திச் செல்வது எப்படி என்பதுபற்றி அவர்களிடையே எழுந்த மாற்றுக் கருத்துகளின் அடிப்படையில் தத்தமது பாதைகளில் தனியே சென்றனர்.

நேருவின் நண்பராக இருந்து அரசியல் எதிரிகளாக ஆன மூவரில் ஒருவர் சோஷலிஸ இடதுசாரியாக இருந்தார். இரண்டாமவர் அரசின் பொருளாதாரக் கட்டுப்பாடுகளை எதிர்த்து தாராளவாத அல்லது கட்டற்ற சந்தைப் பொருளா தாரத்தை முன்வைத்த வலதுசாரிக் கட்சியை ஸ்தாபித்தார். மூன்றாமவர் கட்சி அரசியலையே துறந்து அதற்குப் பதிலாக கிராம சபாக்களை அமைத்து மக்களுக்குச் சேவை செய்யலாமெனத் தீர்மானித்தார். நேருவைப்போல இவர்களும் அரசியல்வாதிகளாக மட்டுமல்லாமல் சிறந்த சிந்தனையாளர் களாகவும் திகழ்ந்தனர். அவர்களுடைய எழுத்துகளில் அவர்களுடைய கொள்கைகளின் தெளிவான வாதங்களும் அழுத்தமான நம்பிக்கையும் விரிவாகவே முன்வைக்கப்பட்டிருக்கின்றன.

முதல் பகுதியைப்போலவே நூலின் கடைசிப் பகுதியும் ஒரே ஒரு நபரைப் பற்றி மட்டுமே பேசுகிறது. ஆனால், இவர் ராம்மோகன் ராய் போன்று பல ருக்கும் தெரிந்தவர் அல்ல. இவர் யாரென்று வெளிநாட்டினருக்குத் தெரியவே தெரியாது; படிப்பறிவு பெற்றுள்ள இந்தியர்களுக்குக்கூட இவரைப்பற்றி அதிகம் தெரியாது. ஆனால் இங்கு தரப்பட்டுள்ள அவருடைய கட்டுரைகளை வாசித்தால், இந்திய அரசியலின் 'கடைசி நவீனத்துவவாதி' அவர் என்பதும் அவருடைய கருத்துகள் இன்றைக்கும் பொருத்தமானவையாக ஆர்வத்தைத் தூண்டுபவையாக இருக்கின்றன என்பதும் நமக்குப் புரியும்.

IV

இந்தப் பத்தொன்பது சிந்தனையாளர்கள் எந்த அடிப்படையில் தேர்ந் தெடுக்கப்பட்டுள்ளனர்? யாரை அல்லது எதை நான் விட்டுவிட்டேன்?

இந்தப் புத்தகத்தில் இடம்பெறாத முக்கிய அரசியல் கொள்கை மார்க்சியம். மாஸ்கோவில் இருந்த புரட்சியாளர்கள் சிலர் 1920-ம் ஆண்டில் இந்திய 'கம்யூனிஸ்ட் கட்சி'யைத் தொடங்கியதாக அறிவித்தனர். ஆனால், அது இந்தியாவில் 1925 முதல்தான் உண்மையில் செயல்படத் தொடங்கியது. அன்றிலிருந்து மார்க்சியம் ஏதோ ஒரு வடிவில் இந்திய அரசியலில் அழுத்தமாகக் காலூன்றிவிட்டிருக்கிறது. இரண்டு உலகப் போர்களுக்கிடையிலான காலகட்டத்தில் காங்கிரஸ் கட்சியைக் கடுமையாக விமர்சித்து வந்தவர்களில் மார்க்சிஸ்டுகளும் இருந்தனர். '1947, ஆகஸ்டில் இந்தியா பெற்ற அரசியல் சுதந்தரம் என்பது மேட்டுக்குடிகளுக்கிடையே நடைபெற்ற அதிகாரப் பரிமாற்றம் மட்டும்தான்; வெள்ளைத் தோல் ஆட்சி யாளர்களுக்குப் பதிலாக இந்தியா தற்போது அவர்களுடைய ஏஜெண்ட் களான 'பழுப்புத்தோல்' ஆட்சியாளர்களின் கீழ்வந்துவிட்டது; இந்திய சுதந் தரம் என்பது வெறும் கண்துடைப்பே' என்று சொல்லி அதை நிராகரித்தனர்

1948-ம் ஆண்டு இந்திய கம்யூனிஸ்ட் கட்சி பச்சிளம்குழந்தையாக இருந்த இந்திய அரசுக்கெதிராக ஆயுதக் கிளர்ச்சியைத் தொடங்கியது. அதை ஒடுக்க அரசுக்கு மூன்றாண்டுகள் பிடித்தது. கடைசியில் இந்தப் புரட்சியாளர்கள் தலைமறைவுப் போராட்டத்தைக் கைவிட்டு இந்திய அரசியல் சாசனத்துக் குட்பட்டுப் போராட முன்வந்தனர். இந்த மனமாற்றத்தில் ரஷ்யாவுக்கும் அதன் அதிபர் ஜோஸஃப் ஸ்டாலினுக்கும் கொஞ்சம் பங்குண்டு. முன்னாள் பிரிட்டிஷ் காலனிகளுடன் நட்புறவை வைத்துக்கொள்ளவேண்டும் என்ற விருப்பம் அவருக்கு இருந்ததுதான் இதற்குக் காரணம்.

1950களில் இந்தியக் கம்யூனிஸ்ட் கட்சி இந்தியாவில் நடத்தப்பட்ட பொதுத்தேர்தல்களில் பங்கெடுத்தது. ஒருசில இடங்களில் ஜெயித்தது. 1960களின் முதற்பகுதியில் இந்தக் கட்சி இரண்டாகப் பிளந்தது. தனியாகப் போன இந்திய மார்க்சிஸ்ட்-கம்யூனிஸ்ட் கட்சி ரஷ்யாவுடனும் சீனாவுடனும் நெருங்கிய உறவை ஏற்படுத்திக்கொள்ள விரும்பியது. ஆனால் தாய்க்கட்சி யான இந்திய கம்யூனிஸ்ட் கட்சி ரஷ்யாவுடன் மட்டுமே உறவை ஏற்படுத்திக் கொண்டது. 1960களின் கடைசியில் மார்க்சிஸ்ட் கட்சியும் இரண்டாகப் பிளந்தது. அவற்றுள் ஒன்று இந்திய அரசின் சட்டதிட்டங்களுக்குட்பட்டுப் போராட ஆரம்பித்தது. மற்ற கட்சியோ ஆயுதப் புரட்சி மூலம் இந்திய அரசைக் கவிழ்க்க முயன்றது. மாவோயிஸ்ட் சீனாவைத் தங்களுடைய லட்சிய வடிவமாக எடுத்துக்கொண்டது. அவர்களுடைய அரசியல் கோஷமே 'சீனாவின் சேர்மன்தான் நம்முடைய சேர்மன்' என்பதுதான்!

வட வங்காளத்தில் நக்ஸல்பாரி என்ற கிராமத்தில் இந்தப் போராட்டம் தொடங்கியதால் இந்திய மாவோயிஸ்டுகள் 'நக்ஸலைட்டுகள்' என அழைக்கப்படுகின்றனர். 1960களின் கடைசி வருஷங்களிலிருந்து அவர்கள்

இந்தியாவின் மத்திய, கிழக்குப் பகுதிகளில் தீவிரமாகச் செயல்பட்டுக் கொண்டிருக்கிறார்கள். கடந்த பத்தாண்டுகளில் அவர்களுடைய ஆதிக்கம் வெகுவாக அதிகரித்துள்ளது. காவல் நிலையங்களைத் தாக்குவது, அரசு அதிகாரிகளின் தலையை வெட்டுவதுபோன்ற நடவடிக்கைகளில் ஈடுபட்டுள்ள அவர்கள் ஆயுதப்புரட்சியின் மூலம் ஆட்சியைக் கைப்பற்றுவதையே தங்களுடைய லட்சியமாகக்கொண்டிருக்கின்றனர். இதற்கிடையில் இந்திய கம்யூனிஸ்ட் கட்சியினரும் இந்திய மார்க்சிஸ்ட் கம்யூனிஸ்ட் கட்சியினரும் மேட்டுக்குடி ஜனநாயகத்துக்குள் மிகுந்த தர்மசங்கடத்துடன் செயல்பட்டுவருகின்றனர். அவர்கள் தேர்தல்களில் பங்கெடுக்கின்றனர். ஓரிரு மாநிலங்களில் ஆட்சியும் செய்கின்றனர். இருப்பினும் அவர்களுடைய ஒரே இலக்கு இந்தியாவை ஒரே ஒரு கட்சி - அதாவது அவர்களுடைய கட்சி மட்டுமே - சர்வாதிகாரத்துடன் ஆளவேண்டும் என்பதுதான்.

இந்திய அரசியலில் கணிசமான தாக்கத்தைச் செலுத்தி வருவதோடு மார்க்சிஸ்ட் கொள்கைகள் அதன் பல வடிவங்களில் இந்திய அறிவுஜீவிகளிடையே மிகுந்த செல்வாக்குடன் திகழ்கின்றன. இந்தத் தாக்கம் கடந்த நூற்றாண்டில் மட்டுமல்ல, இந்த நூற்றாண்டிலும் தொடரும் என்பது உறுதி. இந்திய மக்களிடையே காணப்படும் ஏற்றத்தாழ்வுகள்தான் மக்களை மார்க்சியம் பக்கம்கொண்டுசெல்கிறது. ஆனால், கம்யூனிஸ்ட் நாடுகளில் நடக்கும் பயங்கரங்களையும் தவறுகளையும்பற்றிப் போதுமான அளவுக்குத் தெரியவில்லை அல்லது தெரிந்தும் தெரியாததுபோல் கண்களை மூடிக் கொண்டுவிடுகிறார்கள் என்பதையும் சொல்லத்தான்வேண்டும்.

இந்தப் புத்தகத்தில் இந்திய மார்க்சிஸ்ட் தலைவர் யாரையும் நான் உட்படுத்தாததற்கு ஒரே ஒரு காரணம்: அவர்களுடைய சிந்தனைகள் பெரிதும் வெளிநாட்டிலிருந்து இறக்குமதி செய்யப்பட்டவை என்பதுதான். ஆண்டனி பாரேல் சொல்வதுபோல், 'இந்தியாவை கார்ல் மார்க்ஸின் பாதையில் கொண்டு செல்லவேண்டுமென்றுதான் இந்திய மார்க்சிஸ்டுகள் விரும்புகிறார்களேதவிர, மார்க்சிஸ்ட் கொள்கைகளை இந்தியாவுக்கேற்பத் திருத்தியமைக்கவேண்டுமென்று விரும்பவில்லை!' அதாவது இந்திய மண்ணில் ரஷ்ய அல்லது சீன மாடலை ஸ்தாபிப்பதுதான் இவர்களுடைய நோக்கமாக இருக்கிறது.

இதன் காரணமாக இந்திய கம்யூனிஸ சிந்தனையாளர்களினால் எந்தப் புதிய பங்களிப்பும் சாத்தியப்பட்டிருக்கவில்லை. மார்க்ஸ், ஏங்கல்ஸ், லெனின், மாவோ ஆகியோரின் கருத்துகளை விரிவாக்கியோ ஆழப்படுத்தியோ அவர்கள் எதுவும் செய்திருக்கவுமில்லை.

நேரடியாக இல்லையென்றாலும் மார்க்சிஸ்ட் தலைவர்களும் மார்க்சியமும் 'இல்லாமலே இருப்பை உணர்த்துவண்ணம்' இடம்பெற்றிருக்கின்றன. அவர்களுடைய எழுத்துகளும் சகாப்தங்களும் இந்தப் புத்தகத்தில் இடம்பெற்றுள்ள சிந்தனையாளர்களின் எண்ணங்கள்மீது கணிசமான தாக்கத்தைச் செலுத்தியுள்ளன. இந்தச் சிந்தனையாளர்கள் இந்திய சமூகத்தில் நிலவிய

வேறுபாடுகளைக் கூடுதல் ஜனநாயகரீதியில் போக்குவதற்கோ கட்டுப் படுத்துவதற்கோ முயற்சி செய்தனர்.

இந்தப் புத்தகத்தில் வேறு சிலரை உட்படுத்தாதற்கான காரணத்தையும் நான் விளக்கியாகவேண்டும். இந்தியச் சுதந்தரப் போராட்டத்தின் மிக முக்கிய மான இரு தலைவர்கள் இதில் இடம் பெறவில்லை: நேதாஜி சுபாஷ் சந்திர போஸ், வல்லப்பாய் படேல். இந்திய வரலாற்றின் முக்கிய காலகட்டமான 1930-1940களில் பிரிட்டிஷ் ஆதிக்கத்தை எதிர்ப்பதில் ஏராளமான இந்திய இளைஞர்களுக்கு போஸ் உந்துசக்தியாக விளங்கினார். சர்தார் படேல் 1947க்கு முன் காங்கிரஸ் கட்சியை வளர்ப்பதில் ஈடுபட்டிருந்தார். சுதந்தரத்தைத் தொடர்ந்த காலகட்டத்தில் இந்தியாவை வலுவாக ஒருங்கிணைத்தார். இவ்விருவருமே பொருட்படுத்தவேண்டிய பெரிய தலைவர்கள்தான். அதிலும் குறிப்பாக படேல் மிகவும் முக்கியமானவர்தான். என்றாலும் இவர்கள் வெளிப்படுத்திய கருத்துகளில் சுயத்தன்மை கொஞ்சம் குறைவு. இவர்கள் இருவருமே ஆதி முதல் அந்தம்வரை செயல்வீரர்கள் மட்டுமே. அவர்களுடைய எழுத்துகளும் பேச்சுக்களும் ஒற்றைபடையானதாகவோ அதிக முக்கியத்துவமற்றவையாகவோ இருக்கின்றன.

இவர்களிருவரையும்போலவே இந்திராகாந்தியும் ஒரு செயல்வீரர் என்று தான் பெயரெடுத்திருந்தார். 1966 முதல் 1977வரையிலும், பின்னர் 1980 முதல் 1984வரையிலும் அவர் இந்தியப் பிரதமராகப் பணியாற்றியபோது இந்திய வரலாற்றின்மீது அவர் செலுத்திய தாக்கம் மிகப் பெரியதாக இருந்தது. அவருடைய செயல்களில் பலவும் விவாதத்துக்குரியனவாக இருந்தன. (பங்களாதேஷ்) யுத்தத்துக்குத் தலைமை தாங்கியவர் என்றும் ஏழை களுக்காகப் பாடுபட்டவர் என்றும் ஒரு சிலர் அவரைத் தெய்வமாகப் புகழ் கிறார்கள். வேறு சிலரோ அவருடைய சர்வாதிகாரப் போக்கையும் போலி வாக்குறுதிகள் தந்து மக்களிடையே செல்வாக்குப்பெற முயற்சித்தவர் என்றும் குற்றம் சாட்டுகின்றனர். அவருடைய மேடைப் பேச்சுகளும் கட்டுரைகளும் அவருடைய அலுவலகத்திலிருந்தவர்கள் எழுதிக் கொடுத் தவை. இந்த விஷயத்தில் (மேலும், வேறு பலவற்றிலும்கூட) இந்திராகாந்தி தனது தந்தை ஜவாஹர்லால் நேருவிடமிருந்து வேறுபடுகிறார். நேரு பிரதமராவதற்கு முன்பே பல புத்தகங்களை எழுதி வெளியிட்டிருந்தார். பிரதமர் என்ற நிலையில் அவர் எழுதியவையும் பேசியவையும் அவரால் தயாரிக்கப்பட்டவையே.

எழுத்துகளுக்காகப் புகழப்படும் வேறு சிலரையும் இந்தப் புத்தகத்தில் நான் சேர்த்திருக்கவில்லை. இவர்களில் ஒருவர் முதலில் புரட்சியாளராக இருந்து பின்னர் ஆன்மிகவாதியாக மாறிய அரவிந்தகோஷ்; இன்னொருவர் தத்துவ ஞானியாக இருந்து அரசியலில் ஈடுபட்ட சர்வேபள்ளி ராதாகிருஷ்ணன். இருவரும் எண்ணற்ற கட்டுரைகளை எழுதியுள்ளனர். ராதாகிருஷ்ணன் இந்து மதத்தைத் தற்காலத்துக்கேற்ப மாற்றியமைக்க விரும்பினார். அரவிந்தர் பழங்கால இந்தியக் கருத்துகள், பழக்கவழக்கங்கள் ஆகியவற்றின் அடிப் படையில் இலக்கியத்தையும் அரசியலையும் ஆன்மிகமயமாக்க விரும்பினார்.

இவ்விருவர்களுடைய வாழ்நாளிலேயே ஆங்கிலத்தில் புலமை பெற்றிருந்த பல இந்தியர்கள் இவர்களுடைய எழுத்துகளை ஆராதித்தனர். எனினும், இவர்களுடைய செல்வாக்கு நடுத்தர வர்க்க மக்களைத் தாண்டிச் செல்லவில்லை. இவர்களுடைய மறைவுக்குப் பிறகு அந்தச் செல்வாக்கு நீடிக்கவும் இல்லை.

ஸ்வாமி விவேகானந்தர், ஸ்வாமி தயானந்த ஸரஸ்வதி போன்ற ஆன்மிகவாதிகளையும் நான் இந்தப் புத்தகத்தில் உட்படுத்தவில்லை. இவர்களிருவரும் மேலை நாடுகளின்மூலம் இந்து மதம் சந்தித்த சவால்களை முறியடிக்கும் பொருட்டு இந்தியர்களிடையே நிலவிய சாதி வேற்றுமைகளைப்போக்கி ஒற்றை சமூகமாக ஆக்க முயற்சி செய்தனர். இருவருக்கும் மக்களிடையே நல்ல செல்வாக்கிருந்தது (ராதாகிருஷ்ணனுக்கும் அரவிந்தருக்கும் இருந்ததுபோல்). ஆனால், அது இப்போது மங்கிவிட்டது. இந்து சமயத்தின் நல்லிணக்கமும் உரையாடலுக்கான திறந்த மனமும் கொண்ட ஓர் அணுகுமுறையைப் பின்பற்றியபடியே இவ்விருவருடைய சமூகச் சீர்திருத்தக் கருத்துகளை எடுத்துக்கொண்டு (அதை மேலும் செழுமைப்படுத்தி) ஒருவகையில் மகாத்மா காந்தி இவர்களை ஓரங்கட்டிவிட்டார் என்றே சொல்லலாம்.

ஸ்வாமி விவேகானந்தரும் மகாத்மா காந்தியும் சாதி அமைப்பைச் சீர்திருத்துவதன் மூலம் இந்து மதத்தைக் காப்பாற்ற முயன்றனர். ஆனால், வேறு சிலரோ 'சாதி' என்ற கருத்தாக்கத்தை அடியோடு எதிர்த்தனர். இவர்களுள் முக்கியமானவரான பி.ஆர். அம்பேத்கர் இந்தப் புத்தகத்தில் இடம் பெற்றுள்ளார். ஆனால், வேறு இருவர் இடம் பெறவில்லை. அவர்களில் ஒருவர் தமிழகத்து அயோத்திதாசர். தீண்டத்தகாதவராகப் பிறந்த இவர் பின்னர் புத்த மதத்தைத் தழுவினார். இவர் ஒரு சிறந்த செயல்வீரரும்கூட. மற்றொருவர் நாராயணகுரு. தனது பேச்சுகளாலும் செயல்களாலும் மக்களைக் கவர்ந்த இவர் கேரள மாநிலத்தில் தாழ்ந்த சாதிக்காரர்களை ஓரணியில் திரட்டினார். கிராமங்களில் வாழும் ஏழை மக்களுக்குப் படிப்பு வசதியும் மருத்துவ வசதியும் தந்த கேரள மாநில அரசின் புகழ் பெற்ற பணிகளுக்குப் பின்னணியில் நாராயண குருவின் சீர்திருத்தச் செயல்பாடுகள் இருக்கின்றன.

எனக்கு மிகவும் பிடித்த இந்தியர்களில் ஒருவரான தாதாபாய் நௌரோஜியை இந்தப் புத்தகத்தில் உட்படுத்தாததில் எனக்கு வருத்தம்தான். அவர் ஒரு வணிகர், சமூகச் சீர்திருத்தவாதி, எழுத்தாளர், காங்கிரஸ் கட்சியின் நிறுவனர்களில் ஒருவர். பிரிட்டிஷ் நாடாளுமன்றத்தின் முதல் ஆசிய உறுப்பினர் (1890களில்). இந்தியர்களின் உரிமைகளுக்காகப் பிரிட்டிஷாருடன் இடையறாது போராடியவர். ஆரம்பகாலங்களில் காந்தியின் மீது செல்வாக்கு செலுத்திய நௌரோஜி பல புத்தகங்களை எழுதியுள்ளார். அவற்றில் ஒன்று 'வறுமையும் பிரிட்டிஷாரின் தீய ஆட்சியும்' (Poverty and un British Rule) என்ற புத்தகம். இந்தியாவின் பொருளாதார வளர்ச்சியை மேம்படுத்துவதற்குப்பதிலாக அதன் செல்வத்தைக் கொள்ளையடிப்பதிலேயே கவனம் செலுத்திய பிரிட்டிஷ் அரசைக் குறைகூறியது இந்தப் புத்தகம். இது வெளியிடப்பட்டபோது, மக்கள் அதனை ஆர்வத்துடன் வாசித்தனர். அதில் சொல்லப்பட்ட கருத்துகள் இன்றைய

பின்-காலனிய சூழலில் பொருந்தாததாக இருக்கலாம். ஆனால், நௌரோஜி அவருடைய காலத்தின் முக்கிய நபராக இருந்தார்.

காலனி ஆதிக்கத்துக்கு எதிரான போராட்டங்களின் விளைவாகப் பல இந்திய மொழிகளில் சிறந்த புத்தகங்கள் வெளியாகியுள்ளன. அவற்றில் ஒருசில மட்டுமே இங்கு மொழிபெயர்த்துத் தரப்பட்டுள்ளன. வேறு பலவற்றை விட்டுவிடவேண்டியதாயிற்று. இடமின்மைதான் இதற்குக் காரணம். இரண்டாவதாக, இந்தப் புத்தகம் அரசியல், சமூகச் சீர்திருத்தம் ஆகிய விஷயங்களைப்பற்றி மட்டும்தான் பேசப்போகிறது.

இந்தப் புத்தகத்தில் இடம் பெற்றுள்ளவர்களைத்தவிர பல்வேறு இந்திய மொழிகளில் ஆக்கபூர்வமாக எழுதிய பலர் இருந்திருக்கின்றனர். கவிதைகள், கதைகள் மூலம் அவர்கள் தங்களுடைய வித்தியாசமான கருத்துகளை வெளிப்படுத்தினார்கள். மக்களைப் புதிய வழியில் சிந்திக்கத் தூண்டினார்கள். நவீன எண்ணங்களை வளர்த்தெடுத்தனர். தனி நபர் மற்றும் தனிப்பட்ட உறவுகள் ஆகியவற்றுக்கு அதிக முக்கியத்துவம் தந்தனர்.

நாட்டின் கலாசார வாழ்வில் இந்த எழுத்தாளர்கள் கொண்டுவந்த மாற்றங்கள் முக்கியமானவை. நீண்ட காலம் நிலைத்து நின்றவையும்கூட. ஆனால் இவையனைத்துமே இந்தப் புத்தகத்தில் நான் சொல்ல விரும்பும் விஷயத்துக்கு அப்பாற்பட்டவையென்பதால் அந்த எழுத்தாளர்களை இங்கு உட்படுத்தவில்லை.

இந்தியக் குடியரசில் இருபத்தியெட்டு மாநிலங்கள் உள்ளன. ஒவ்வொன்றிலும் அரசியல், கலாசாரம், சமூகம் ஆகியவற்றைப்பற்றி விரிவாக எழுதிய பல புரட்சிகர சிந்தனையாளர்கள், சீர்திருத்தவாதிகள் வாழ்ந்து வந்துள்ளனர். ஆனால், எல்லா மாநிலங்களிலும் வாழும் மக்களுடைய மொழி மற்றும் பிராந்திய உணர்வுகளை இந்தப் புத்தகத்தால் திருப்திப்படுத்தமுடியாது. இந்தப் புத்தகத்தின் வரவேற்புபற்றி நான் சொல்லக்கூடிய ஒரு நிச்சயமான விஷயம் என்னவென்றால், ஒவ்வொரு பிராந்தியத்தைச் சார்ந்த அல்லது மொழியைப் பேசும் மக்களுக்கும் அவர்களுடைய மனதைக் கவர்ந்த சிலரை இதில் உட்படுத்தவில்லை என்ற மனக்குறை நிச்சயமாக இருக்கும். அப்படியொரு நிலை வரும்பட்சத்தில், நவீன வங்காளத்தின் சிற்பிகள், நவீனத் தமிழகத்தின் சிற்பிகள் என ஒவ்வொரு மாநிலத்தினரும் தமக்கான புத்தகங்களை எழுத முன்வரவேண்டும்.

சொல்லப்பட்ட மற்றும் சொல்லப்படாத விடுபடல்கள் பல இருந்த நிலையிலும் இந்தப் புத்தகம் பலதரப்பட்ட விஷயங்களை விவாதிக்கிறது. இந்தியாவின் கிழக்கு, மேற்கு, வடக்கு, தெற்கு என அனைத்துப் பகுதிகளில் பிறந்தவர்களும் இதில் இடம்பெற்றிருக்கிறார்கள். அவர்களுடைய சொந்த மாநிலம் நீங்கலாக இந்தியாவின் பல பாகங்களுக்கும் பயணம் செய்திருக்கிறார்கள். குஜராத்தி, இந்தி, வங்காளி, உருது, தமிழ், மராத்தி, ஆங்கிலம் எனப் பல்வேறு மொழிகளில் தங்கள் எண்ணங்களை வெளியிட்டுள்ளனர். அவர்கள் வெவ்வேறு சாதிகளில் பிறந்தவர்கள். அவர்களுடைய

மத, அரசியல் சிந்தனைகள் வேறுபட்டவை. இவர்களில் மூவர் முஸ்லிம்கள். இந்துக்களிடையே பிராமணர்களும், பனியாக்களும், சூத்திரர்களும், முன்பு தீண்டப்படாதவர்களாக நடத்தப்பட்டவர்களும் உள்ளனர். இவர்களில் நான்கு பேர்களாவது இந்து மதத்தைப்போலவே கிறிஸ்துவ மதக் கொள்கைகளாலும் கவரப்பட்டவர்கள். ஒருவர் இந்துவாகப் பிறந்தார். ஆனால் பவுத்தராக இறந்தார். வேறொருவர் கிறிஸ்துவ மத பாதிரியராக இருந்தவர். ஆனால் இந்தியாவின் ஆதிவாசிகளாலும், பின்னர் புத்த மதத்தாலும் கவரப்பட்டு கிறிஸ்துவ மதத்தை விட்டு விலகினார். சிலர் நாத்திகர்களாக வாழ்ந்தவர்கள். அவர்கள் ஒருநாளும் இறைவனை வணங்கியதில்லை. ஆலயங்களுக்குள் காலடி எடுத்து வைத்ததில்லை. மசூதிக்கோ தேவாலயத்துக்கோகூடப் போனதில்லை. பெண்மணிகள் இருவர்தான். ஆனால், ஆறு ஆண்கள் ஆண்-பெண் சமத்துவத்துக்காகத் தீவிரமாக போராடியவர்கள்.

அரசியல்ரீதியாகப் பார்த்தால் இரண்டு பேர் பழைமை அல்லது வலது சாரி சிந்தனையாளர்கள். குறைந்தது ஆறு பேராவது தாராளவாத சிந்தனையாளர்கள். அதேஅளவுக்கு சோஷலிஸ்டுகள். அப்பறம், எந்த முத்திரையும் குத்த முடியாத காந்தியும் இந்தப் புத்தகத்தில் இடம்பெற்றிருக்கிறார். வேண்டுமானால் அவரை ஒரேநேரத்தில் சோஷலிஸ்டாகவும், பழைமைவாதியாகவும், தாராள வாதியாகவும் இருந்தவர் என்று முத்திரை குத்திக்கொள்ளலாம்.

இங்கே இடம்பெற்றுள்ளவர்களும் அவர்களுடைய கொள்கைகளும் எப்படி வெவ்வேறாக இருக்கின்றனவோ, அதைப்போலவேதான் புத்தகத்தில் பேசப்பட்டிருக்கும் விஷயங்களும் பரந்துபட்டிருக்கின்றன.

இந்தப் புத்தகத்தில் இனம், மதம், சாதி, பாலினம், சமூகம், மொழி, தேசிய உணர்வு, காலனி ஆதிக்கம், குடியரசு, பொருளாதார முன்னேற்றம், வன்முறை, அஹிம்சை என மக்களுடைய வாழ்வில் இடம்பெறும் அனைத்து முக்கியமான விஷயங்களும் விரிவாக ஆராயப்பட்டுள்ளன.

அந்தவகையில், இந்தப் புத்தகத்தை அமெரிக்க அரசியல் வரலாறுபற்றி ரிச்சர்ட் ஹோஃப்ஸ்டேட்டர் (Richard Hofstadter) எழுதிய அற்புதமான புத்தகத்துடன் ஒப்பிடும்படி ஒருவரைத் தூண்டலாம். அதில் இடம் பெற்றிருந்த அரசியல்வாதிகள் அனைவரும் ஆண்கள்; கிறிஸ்துவ மதத்தைச் சேர்ந்தவர்கள். ஆங்கில மொழி பேசுபவர்கள். ஆனால், இந்தப் புத்தகத்தில் நாம் காணவுள்ள பரந்துபட்ட தன்மைக்கு சிந்தனையாள-செயல்வீரர்களுடைய தனித்தன்மை வாய்ந்த வித்தியாசமான அனுபவங்களே காரணம். அதுமட்டுமல்லாமல் அவர்களுடைய சொந்த மண்ணான இந்தியாவின் பன்முகத்தன்மையும் ஒரு முக்கிய காரணமே. சமூகவியல்ரீதியாகப் பார்த்தால் இந்தியாவில் மதம், மொழி, பிராந்தியம் என மூன்று முக்கியமான வித்தியாசங்கள் உள்ளன. அதேசமயம் சாதி, பாலினம், வர்க்கம் ஆகியவற்றின் அடிப்படையில் மூன்று முக்கிய வேற்றுமைகளும் காணப்படுகின்றன.

இந்த ஆறு வித்தியாசங்கள் மற்றும் வேறுபாடுகளின் அடிப்படையில் இந்தியச் சிந்தனையாளர்களுடைய சமூகப் பின்னணிகளும் வாழ்க்கை

அனுபவங்களும் வேறுபட்டிருக்கின்றன. இந்த வேறுபாடுகள் அவர்களுடைய எழுத்துகளிலும் அவர்களுடைய அரசியல் நடவடிக்கைகளிலும் கூடப் பிரதிபலித்தன.

இந்தப் புத்தகத்தில் விவரிக்கப்பட்டுள்ள இந்தியர்கள் அனைவரும் அசாதாரணமான வாழ்க்கையை வாழ்ந்திருக்கின்றனர். கடல் கடந்து வெளிநாடுகளுக்குச் சென்று அதன் மூலம் சாதியைக் கை கழுவினர். பிரிட்டிஷ் அரசை எதிர்த்தனர். அதனால் சிறையில் அடைக்கப்பட்டனர். பின்னர் அவர்கள் தங்களுக்குள்ளேயே சண்டை போட்டுக்கொண்டதன் விளைவாக ஆதாயங்களை இழந்தனர். அல்லது பதவியிழந்தனர். நெருக்கடி மிகுந்த நாட்களில் வாழ்ந்த அவர்கள் ஒன்று அதைத் தீர்த்துவைத்தனர். அல்லது கூடுதல் நெருக்கடிகளை ஏற்படுத்தினார்கள்.

இன்றைய கடைகளில் கிடைக்கக்கூடிய புத்தகங்களில் ஆரம்பித்து மிகச் சிறந்த நூலகத்தில்கூடக் காணக்கிடைக்காத துண்டுப்பிரசுரங்கள்வரையிலுமான இந்தச் சிந்தனையாளர்-செயல்வீரர்களின் கட்டுரைகளையும் பேச்சுகளையும் வாசித்தபோது எனக்கு ஒரு விஷயம் புரிந்தது. இவர்கள் தங்களுடைய எண்ணங்களை மிகத் தெளிவாக வெளிப்படுத்தியுள்ளனர். இந்தப் பத்தொன்பது பேரும் தத்தம் தாய்மொழியில் புலமை மிகுந்தவர்கள். அவர்களில் ஆறு பேராவது ஆங்கிலத்தைக் கரைத்துக் குடித்தவர்கள். அவர்களுள் ஒருவர் இலக்கியத்துக்கான நோபல் பரிசை வென்றவர்! மற்றவர்கள் ஆக்ஸ்ஃபோர்டு, கேம்பிரிட்ஜ், கொலம்பியா, லண்டன், விஸ்கான்ஸின், பெர்லின் போன்ற உலகப் புகழ்பெற்ற பல்கலைக்கழகங்களில் படித்தவர்கள். அவர்கள் விரும்பியிருந்தால் பத்திரிகைத் தொழிலிலும்கூடப் பிரகாசித்திருக்கலாம். பார்க்கப்போனால், அவர்களில் பெரும்பாலோர் தங்களுடைய சமூக, அரசியல் போராட்டங்களுக்கு உதவும் பொருட்டுச் சொந்தமாகப் பத்திரிகைகளையும் நடத்திவந்தனர்.

இந்த 19 சிற்பிகளுடைய அனுபவங்கள் முக்கியமானவையாகவும் விறுவிறுப்பானவையாகவும் இருக்கின்றன. தாங்கள் பார்த்ததையும் தங்களுடைய அனுபவங்களையும் மிகச் சிறப்பான முறையில் எழுதியிருக்கின்றனர். அந்தவகையில் நாம் மிகப் பெரிய அதிர்ஷ்டசாலிகள்தான். தங்கள் எண்ணங்களை வெளிப்படுத்த அவர்கள் பயன்படுத்திய மொழிநடை வழக்கமானவற்றிலிருந்து வேறுபட்டிருக்கலாம். ஆனால், அவர்கள் தங்களுடைய கருத்துகளை அனைவருக்கும் புரியும்படியாகவும் சுற்றி வளைக்காமலும் ஒளிவு மறைவின்றியும் வெளிப்படுத்தியுள்ளனர்.

அரசியல் சார்புடையவர்கள் இங்கு இடம் பெற்றுள்ளவர்களில் தங்களுக்குப் பிடித்த ஏதேனும் தலைவருடைய (தலைவியின்) பேச்சுகளுக்கும் எழுத்துகளுக்கும் மட்டும் அதிக முக்கியத்துவம் கொடுக்கக்கூடும். என்னைப் பொறுத்தவரையில் இந்தப் புத்தகத்தில் இடம்பெறச் செய்திருக்கும் ஒவ்வொரு தலைவரையும் அவர்களுடைய வாழ்க்கையையும் பரந்துவிரிந்த ஜனநாயகபூர்வமான உரையாடல், எதிர்வாதம் ஆகியவற்றுக்கான முகாந்தர

மாகவே பார்க்கிறேன். தனித்தனியாகப் பார்த்தால் இவர்களுடைய எழுத்துகள் ஏதாவது ஒரு அரசியல் சித்தாந்தம் அல்லது கட்சிக்கு ஆதரவாகவே இருப்பதுபோல் தோன்றலாம். ஆனால் அனைத்தையும் சேர்த்துப் பார்க்கும்போது இவை இந்திய அரசியல் பாரம்பரியத்தின் ஆழத்துக்கும் வலுவுக்கும் சாட்சியமாக இருக்கின்றன.

V

1989-ல் பெர்லின் சுவர் தரைமட்டமாக்கப்பட்ட பின்னர், சர்வாதிகார ஆட்சிக்கும் மக்களாட்சிக்குமிடையேயுள்ள வேறுபாடுகளைப்பற்றி ஏராளமான புத்தகங்கள் வெளிவந்தன. அவற்றுள் சில மேலை நாடுகளின் கொள்கைகள் மற்றவற்றைவிடச் சிறந்தவையாக இருப்பதால் அவையே வெற்றி பெறும் என்று முழங்கின. வேறு சில புத்தகங்களோ ஃபாசிஸம், மார்க்சிஸம்-லெனினிஸம் என்ற இரு சர்வாதிகாரக் கொள்கைகளுமே மேலை நாடுகளில் உருவானவைதான் என்றும், இருபதாம் நூற்றாண்டில் அந்த நாடுகளின் அறிவுஜீவிகள்மேல் இவ்விரு கொள்கைகளும் பெருந்தாக்கத்தைச் செலுத்தின என்றும் தெரிவித்தன.

சமீப காலங்களில் இஸ்லாமிய அடிப்படைவாதத்தை ஆதரித்தபடி மேற்கத்திய மதிப்பீடுகளை எதிர்க்கும் வகையிலான புத்தகங்கள் தீவிர அரசியல் புத்தகங்களின் சந்தையை ஆக்கிரமித்துவிட்டிருக்கின்றன. ‘மதச் சார்பற்ற ஏகாதிபத்திய ஆட்சி’தான் (Secular Totalitarianism) ஜனநாயகத்துக்குப் பெரும் அச்சுறுத்தல் என்று சொல்லியபடி இந்த இஸ்லாமியப் அடிப்படைவாதம் முன்னிலைக்கு வந்துவிட்டிருக்கிறது. ஆனால் இங்கும்கூட இவ்விஷயத்தைப்பற்றிய புத்தகங்களின் ‘தொனிகள்’ வேறுபடுகின்றன. ஒரு சில புத்தகங்கள் இஸ்லாம் பழைமையை விரும்பும் மதமென்றும் இக்காலத்துக்கு ஒவ்வாதென்றும் நிராகரிக்கின்றன. ஆனால், வேறு சில புத்தகங்கள் இத்தனை ஆக்ரோஷமாக வாதிடாமல் எதிர்த்தரப்பு வாதங்களைப் புரிந்துகொள்ள முயற்சி செய்கின்றன. சாதாரண முஸ்லிம்களை மதத் தீவிரவாதிகளின் பிடியிலிருந்து விடுவித்து, அவர்களை ஜனநாயகத்தில் நம்பிக்கையுள்ளவர்களாக மாற்ற அவை பாடுபடுகின்றன.

இரும்புத்திரை தகர்க்கப்பட்டதன் பின்னர் வெளிவந்த புத்தகங்கள் மேலை நாடுகளின் ஜனநாயகக் கொள்கைகளை உள்நாட்டு மற்றும் வெளிநாட்டு எதிரிகளிடமிருந்து தற்காத்துக்கொள்ள முயன்றன. பனிப்போர் காலகட்டத்தில் சோவியத் ரஷ்யா மேலை நாடுகளைத் தீவிரமாக எதிர்த்து வந்தது. ஜனநாயக முதலாளித்துவ நாடுகளிலேயே வசித்து வந்த அபாயகரமான அல்லது தவறாக வழிநடத்தப்பட்ட சக பயணிகள் கம்யூனிஸ்ட் நாடுகளுக்குச் சாதகமாகச் செயல்பட்டனர்.

இஸ்லாமிஸத்தைப் பொறுத்தவரையிலும் இதைப்போலவே எதிரிகள் உள்ளும்புறமுமாக எங்குமிருக்கின்றனர். அதேநேரம் ஜிஹாத் புனிதப் போரில் ஈடுபட்டுள்ள போராளிகள் மேலைநாடுகளையும் அவற்றுடன் தொடர்புள்ள அனைத்தையும் அழித்துத் தாங்களே உலகை ஆளவேண்டு

மென்று விரும்புகின்றனர். மறுபக்கம் மேற்கு ஐரோப்பா, வட அமெரிக்க நாடுகளில் குடியேறியுள்ள முஸ்லிம்கள் தாங்கள் வசிக்கும் நாட்டு மக்களுடன் இணைந்து வாழாமல் தனியான குடியிருப்புகளில் வாழ்கின்றனர்.

ஆனால், கணிசமான அளவில் வெளியாகும் (தொடர்ந்து மேலும் அதிகரித்து வரும்) இந்த மாதிரியான புத்தகங்கள் பெருமளவுக்கு இந்தியாவை ஒதுக்கி வைத்துவிட்டன. ஒருசிலவற்றில் இந்தியாவைப்பற்றி ஒருசில இடங்களில் சொல்லப்பட்டிருக்கிறது. வேறுசிலவற்றில் அதுகூட இல்லை. பார்க்கப் போனால், மேலை நாடுகள் தாங்கள் பின்பற்றிவந்திருக்கும் கொள்கைகளை இந்தியாவின் பரப்பு, வேறுபாடுகள், அதன் வரலாறு, நீண்ட நாளைய அரசியல் அனுபவங்கள் ஆகியவற்றின் அடிப்படையில் மாற்றியமைத்துக் கொண்டிருக்கலாம். ஆனால் இந்த எதிர்பார்ப்பு பொய்த்துப்போனது. கடந்த அறுபதாண்டுகளாக, ஒற்றைக்கட்சியால் ஆளப்படும், உலகிலேயே அதிக மக்கள் தொகையுள்ள சீனாவைத் தன் அண்டை நாடாகக் கொண்டிருக்கிறது. அதனுடன் அதிகம் பிரச்னைகளில்லாமல் ஒருவழியாக சமாதானமாக வாழ இந்தியா கற்றுக்கொண்டுவிட்டது. இந்தியாவின் மற்ற அண்டைநாடுகளிலும் சர்வாதிகார ராணுவ ஆட்சிகளோ மன்னராட்சிகளோதான் தொடர்கின்றன. இதே காலயளவில், இந்துக்கள் பெரும்பான்மையாக வாழும் இந்தியாவில் அவர்களுக்குச் சமமாகவே, கணிசமான அளவில் முஸ்லிம்களும் வாழ்கின்றனர். வரலாற்றாசிரியர் டபிள்.யூ.ஸி.ஸ்மித் ஐம்பது ஆண்டுகளுக்கு முன்பு எழுதியதுபோல நவீன, பின்-காலனிய இந்தியாவில் மட்டுமே பெரும் எண்ணிக்கையிலுள்ள முஸ்லிம்கள் ஆட்சி அதிகாரத்தில் இல்லாமல் சாதாரணக் குடிமக்களாக வாழ்கின்றனர். இங்குதான் மிக அதிக எண்ணிக்கையிலான பிறருடன் அவர்கள் சக குடிமகனாக வாழ்கின்றனர். உலகிலேயே இந்தநிலை இந்தியாவில் மட்டுமே, சரித்திரத்தில் முதல் முறையாக நிலவுகிறது!

1957களில் அதுதான் உண்மை நிலையாக இருந்தது. ஆனால், இப்போது ஒருசில மேற்கு ஐரோப்பிய நாடுகளிலும்கூட சிறுபான்மையினரில் அதிக எண்ணிக்கை கொண்டவர்களாக முஸ்லிம்கள் வசிக்கின்றனர். அப்படியாக ஜனநாயகத்துக்கு இடது மற்றும் வலதுசாரிகளிடமிருந்து எழும் சவால்களை எப்படிச் சமாளிக்கவேண்டும் என்பதற்கும், பல்வேறு மதங்களைச் சார்ந்த குடிமக்கள் எப்படி ஒற்றுமையாக வாழவேண்டும் என்பதற்கும் இந்தியா ஒரு சிறந்த உதாரணமாக விளங்குகிறது. இருப்பினும், அரசியல், குடியுரிமை ஆகியவைபற்றி இன்று உலகளவில் நடைபெற்றுக்கொண்டிருக்கும் விவாதங்களில் இந்தியா இடம்பெறாதது வியப்பையே அளிக்கிறது.

இந்திய அரசியல் சிந்தனைகளைப்பற்றிய புத்தகங்கள் அதிக எண்ணிக்கையில் வெளிவராததால்தான் ஜனநாயகம் மற்றும் சர்வாதிகாரம்பற்றி நடந்து வரும் விவாதங்களில் இந்தியா அதிகம் பேசப்படுவதில்லை எனக் கூறலாம். இந்தக் குறையை நீக்கும் பொருட்டு தெற்காசியாவில் காலம் காலமாக நடத்தப்பட்டு வரும் அறிவுபூர்வமான விவாதங்களைப்பற்றி

இந்தியப் பொருளாதார நிபுணர் அமர்த்தியா சென் ஒரு நூலை எழுதியுள்ளார். அவர் சொல்வது இதுதான்:

'இந்தத்துணைக்கண்டத்தில் இருந்த விஞ்ஞானிகள், தத்துவ ஞானிகளிடையே ஒரு பொருளைப்பற்றிப் பகுத்தறிவுடன் ஆழமாகச் சிந்திக்கும் வழக்கம் பல நூற்றாண்டுகளாகவே இருந்து வந்திருக்கிறது. மதம், ஆன்மிகம் போன்றவைபோலவே இந்த விஞ்ஞானபூர்வ மரபும் மிகுந்த செல்வாக்குடன் இருந்துவந்திருக்கிறது. நவீன இந்தியாவுடன் தொடர்புபடுத்திப் பேசப்படும் மதச்சார்பின்மை, ஜனநாயகம் ஆகியவற்றைப் பண்டைய, மத்திய கால இந்தியாவை ஆண்ட அரசர்கள்கூடப் பின்பற்றியிருக்கின்றனர்.'

இந்தியாவைப்பற்றியோ வேறு ஏதேனும் ஒரு கலாசாரத்தைப்பற்றியோ பேசும்போது தொலைதூர (பழங்கால) மற்றும் அண்டைய (சமகால) பாரம்பரியங்களினுடைய வேறுபாடுகளை அறிந்திருக்கவேண்டும். தொலைதூர என்பதன் மூலம் மறைந்துபோன அரசுகள் மற்றும் சாம்ராஜ்ஜியங்களைக் குறிப்பிடுகிறேன். அண்டைய என்பதன் மூலம் இன்றைய அரசியல், சமூக அமைப்புகளை வடிவமைத்த பாரம்பரியங்களைக் குறிப்பிடுகிறேன். அமர்த்தியா சென் பெரிதும் பழங்கால காலச் சிந்தனையாளர்களிடமே (தாகூர் நீங்கலாக) அதிகக் கவனம் செலுத்தினார். அந்தப் பழங்காலச் சிந்தனைகளின் அடிப்படையில்தான் நவீன இந்திய அரசியல் சட்டமும் கொள்கைகளும் உருவாக்கப்பட்டன என்று சென் சொல்கிறார். ஆனால் இதற்குப் போதுமான சாட்சியங்கள் இல்லை.

கடந்த இரு நூற்றாண்டுகளில் நடைபெற்ற விவாதங்களில் பேசப்பட்ட விஷயங்களையும் அதில் பங்கெடுத்தவர்களைப்பற்றியும்தான் எனது இந்தப் புத்தகம் பேசுகிறது. இதில் இடம்பெற்றுள்ளவர்களைத் தேர்ந்தெடுக்க இரண்டு காரணங்கள்: ஒன்று, அடிப்படையில் நான் நவீன இந்தியாவின் வரலாற்றாசிரியர்; இரண்டாவது, எப்போதோ வாழ்ந்த அரசர்களைவிடச் சமீப காலத்தில் வாழ்ந்த நபர்கள்தான் நவீன இந்தியாவை உருவாக்கியிருக்கின்றனர்.

இந்திய வரலாற்றில் ஆர்வமுள்ளவர்களுக்காகவே இந்தப் புத்தகம் எழுதப்பட்டிருக்கிறது. இயற்கைக்கு மாறான இந்த தேசமும் அதன் ஜனநாயகமும் எப்படிக் கொண்டுவரப்பட்டன என்பதை முழுமையாகத் தெரிந்துகொள்ளும் ஆர்வம் அவர்களுக்கு இருக்கக்கூடும்.

இந்தியாவின் கணிசமான பரப்பளவு, அதன் பன்முகத்தன்மை ஆகியவற்றின் அடிப்படையில் இந்தப் புத்தகத்தில் இடம்பெற்றிருக்கும் விஷயங்கள் இருபத்தியொன்றாம் நூற்றாண்டுக்குப் பொருத்தமான அரசியல் அமைப்பைத் தேடுபவர்களுக்கு இந்தியாவையும் கவனத்தில் கொள்ள வேண்டிய தேசமாக ஆக்கும் என்றும் நம்புகிறேன்.

பகுதி 1

மெல்லத்
திறக்கும்
இந்திய மனது

அறிமுகவுரை

~

இந்தியாவில் பிரிட்டிஷாரின் ஆட்சிபற்றி கார்ல் மார்க்ஸ் இவ்வாறு எழுதினார்: 'பிரிட்டன், இந்துஸ்தானில் ஒரு சமூகப் புரட்சியைத் தொடங்கிவைத்துள்ளது. ஆனால் தனது கொடூர நலன்களைப் பூர்த்தி செய்யத்தான் அது அப்படிச் செய்தது. மேலும் அதை மிகவும் மடத்தனமான முறையில் நடைமுறைப்படுத்தியது. இப்போது பிரச்னை அதுவல்ல. ஆசியாவின் சமூக அமைப்பில் ஒரு அடிப்படையான, புரட்சிகரமான மாற்றத்தைக்கொண்டு வராமலேயே மனித இனம் தனது குறிக்கோள்களை அடையமுடியுமா? இதற்குப் பதில் 'முடியாது' என்றிருந்தால் இங்கிலாந்து வேறு எந்தத் தவறுகள் செய்திருந்தாலும், அது தன்னையறியாமலேயே அந்தச் சமூகப் புரட்சியைக்கொண்டுவர உதவியிருக்கிறது.'

தங்கம், மசாலாப் பொருட்கள், ஜவுளி ஆகியவற்றின் மீதான பேராசையே ஆங்கிலேயர்கள் இந்தியாவுக்கு வருவதற்கான காரணம். இந்தியாவுக்கு வந்த மற்ற ஐரோப்பிய நாடுகளும் இவற்றின்மேல்தான் ஒரு கண் வைத்திருந்தன. இதைத்தவிர கிறிஸ்துவத்துக்கு ஆள் பிடிப்பதும் சிலருடைய நோக்கமாக இருந்தது. போர்த்துக்கீசியர்கள் பதினைந்தாம் நூற்றாண்டின் இறுதியில் இந்தியாவின் மேற்குக் கரைப்பக்கம் வந்தனர். அவர்களைத் தொடர்ந்து டச்சுக்காரர்கள், ஃபிரெஞ்சுக்காரர்கள், ஆங்கிலேயர்கள் இந்தியாவுக்கு வந்தனர். பதினெட்டாம் நூற்றாண்டில் இந்த ஐரோப்பிய வியாபாரிகளின் கவனம் இந்தியாவின் கிழக்கு பாகத்தில், குறிப்பாக வங்காள மாநிலத்தில், குவிந்தது. அங்குதான் ஜவுளித் தொழில் நல்ல வளர்ச்சியடைந்திருந்தது. அரிசியும் சீனியும் வெடிமருந்து மூலப் பொருளும் தாராளமாகக் கிடைத்தன.

அன்று வங்காளம் ஒரு முஸ்லிம் இளவரசரின் கீழ் இருந்தது. அவர் தில்லி மொகலாயர்களின்கீழ் இருந்தார். 1757-ல் நடந்த போரில் பிரிட்டிஷ் கிழக்கிந்திய கம்பெனியின் படைகள் இந்த இளவரசரைத் தோற்கடித்தன. இதற்கு இரண்டு வருடங்களுக்குப் பிறகு தில்லி மொகலாய அரசு வங்காளத்தின் அரசியல் பொருளாதார அதிகாரத்தை பிரிட்டிஷ் அரசுக்குக் கைமாற்றிக் கொடுத்தது. அன்றிலிருந்து நிலவரி வசூலிப்பது, வியாபாரத்தைக்

கட்டுப்படுத்துவது, சட்டங்களை இயற்றுவது, சிவில் மற்றும் ராணுவ நிர்வாகம் ஆகிய அனைத்தும் கம்பெனியின் பொறுப்பாக மாறிவிட்டன.

வங்காளத்தை அடித்தளமாக வைத்துக்கொண்டு நாளடைவில் பிரிட்டிஷார் இந்தியாவின் மற்ற பாகங்களையும் கைப்பற்றினர். பதினெட்டாம் நூற்றாண்டின் இறுதியில் அவர்கள் மைசூர் மன்னர் திப்பு சுல்தானைத் தோற்கடித்துத் தென்னிந்தியாவிலும் காலடி எடுத்துவைத்தனர். 1818-ல் மராட்டியப் பேரரசர்களை வென்று மேற்கு இந்தியாவிலும் தங்கள் ஆட்சியை ஸ்தாபித்தனர். 1840களில் பஞ்சாபில் சீக்கியர்களைத் தோற்கடித்ததன் பலனாக அநேகமாக வட இந்தியா முழுவதும் பிரிட்டிஷாரின் கட்டுப்பாட்டில் வந்தது. இப்படி, பத்தொன்பதாம் நூற்றாண்டின் முதற்பகுதிக்குள் இந்தியா முழுவதையும் கிழக்கிந்திய கம்பெனி நேரடியாகவோ அந்தந்த சமஸ்தானங்களின் மகாராஜாக்கள் அல்லது நவாபுகளுடன் செய்து கொண்ட ஒப்பந்தங்கள் மூலமாகவோ தனது கட்டுப்பாட்டில்கொண்டு வந்துவிட்டது.

பிரிட்டிஷார் தமது உள்ளூர் பிரதிநிதிகளின் வலைப்பின்னல் மூலமாக தங்கள் ஆட்சியை நடத்தவும் பலப்படுத்திக்கொள்ளவும் செய்தனர். தாங்கள் எண்ணிக்கையில் குறைவாக இருந்தாலும் ஐரோப்பியர்கள் தங்களுடைய வியாபாரத்தை உள்ளூர் வியாபாரிகளுடைய உதவியின் மூலம் ஒருங்கிணைத்தனர். இந்திய வீரர்கள் மூலம் தங்களுடைய ராணுவத்தை நிரப்பிக்கொண்டனர். அலுவலக வேலைக்கு இந்திய குமாஸ்தாக்களைப் பயன்படுத்திக்கொண்டனர். வரிகளை வசூலிக்க இந்திய அதிகாரிகளையும் கிராமத் தலையாரிகளையும் பயன்படுத்திக்கொண்டனர்.

அயர்லாந்தில் செய்ததைப்போல் 1793-ல் பிரிட்டிஷார் நிரந்தரத் தீர்வு (Permanent settlement) என்ற நிலச்சீர்திருத்த முறையைக் கிழக்கிந்தியாவில் அறிமுகப்படுத்தினர். அதன்படி, ஜமீந்தார் என்ற புதிய வர்க்கத்தை உருவாக்கி நில வரியை வசூலித்துக்கொடுக்கும் பொறுப்பை அவர்களிடம் ஒப்படைத்தனர். இந்த முறையின் பின்விளைவுகளைப்பற்றி வரலாற்றறிஞர்கள் நிறையவே எழுதியிருக்கின்றனர். பொதுவான கருத்து என்னவென்றால், சுயநலமே உருவான, ஒரு சோம்பேறிக் கூட்டத்தை இந்தத் திட்டம் உருவாக்கியது. உண்மையாகவே பாடுபட்டு நிலத்தை உழுதவர்களுக்கு எந்தப் பலனும் கிடைக்காமல் போனதால், விவசாயத்தை மேம்படுத்தும் உந்துதலை அவர்கள் இழந்துவிட்டனர். இதனால் வங்காளத்திலும் அதன் அண்டைப் பிரதேசங்களிலும் விவசாயத்தில் தேக்கமேற்பட்டது. இதற்கு மாறாக, மேற்கு இந்தியாவிலும் தென்னிந்தியாவிலும் கிழக்கிந்திய கம்பெனி நிலத்தை உழுது, பயிரிட்டவர்களுடனேயே நேரடியாகத் தொடர்பு வைத்துக்கொண்டிருந்ததால் அங்கு கிராமப் பொருளாதாரம் வளர்ச்சியடைந்தது.

பிரிட்டிஷ் ஆட்சியில் வங்காளத்தின் நகர்ப்புற வாழ்க்கை முறையில் மாற்றங்கள் ஏற்பட்டன. அன்றுவரை தலைநகராக இருந்த மூர்ஷீதாபாத்துக்கு முக்கியத்துவம் குறைந்து, புதிதாக உருவான கல்கத்தா நகரம் வளம்பெற்றது. ஹூக்ளி நதிக்கரையில் அமைந்திருந்த இந்த நகரம் வெகுவிரைவிலேயே

செழிப்பானதுறைமுகமாகவும் நிர்வாக மையமாகவும் மாறியது. நிரந்தரத் தீர்வு முறையினால் நன்மையடைந்த கிராமத்து ஜமீன்தார்கள் சாரைசாரையாக இப்போது கல்கத்தாவில் வீடுகள் கட்டிக்கொண்டு குடியேறினர். தங்களுடைய நிலங்களை எப்போதாவது மட்டுமே போய்ப் பார்த்துவிட்டு வந்தனர்.

1820 வாக்கில் கல்கத்தாவின் மக்கள் தொகை 2,50,000ஆக இருந்தது. அங்கு வெள்ளையர் டவுனும் (White Town), கறுப்பர் டவுனும் (Black Town) இருந்தன. அந்தந்த இடங்களில் வெள்ளையர்களும் பணக்கார இந்தியர்களும் கணிசமான பணியாளர்களைக் கொண்ட பெரிய பங்களாக்களில் வசித்து வந்தனர். இவ்விரு டவுன்களுக்கிடையில் இருந்த இடத்தில் தாறுமாறான வீடுகள், குடிசைகள், ஷெட்டுகள், தெருக்கள், சந்துகள், குறுகிய பாதைகள், சாக்கடைகள், தண்ணீர்த் தொட்டிகள் அமைந்திருந்தன. மேட்டுக்குடியினரின் வீடுகளில் வேலை பார்த்து வந்தவர்களும் கைவினைத் தொழிலாளிகளும் இங்குதான் வசித்து வந்தனர்.

பிரிட்டிஷார் வங்காளத்தில் அறிமுகப்படுத்திய அச்சடிக்கும் இயந்திரமும் இதற்குமுன்பு அமலாக்கப்பட்ட நிரந்தரத் தீர்வு முறையைப்போலவே முக்கியத்துவம் வாய்ந்ததாக இருந்தது.

1778- ‘வங்காளி மொழி இலக்கணம்’ என்ற தலைப்பில் நத்தானியேல் ஹால் ஹெட் (Nathaniel Halhead) எழுதிய புத்தகம்தான் வங்காளத்தில் முதன் முதலாக அச்சடிக்கப்பட்டது என்று வரலாறாசிரியர் பி.எஸ். கேசவன் குறிப்பிட்டிருக்கிறார்.

இருபது வருடங்களுக்கு பிறகு வில்லியம் காரே (William Carey) என்ற பாதிரியார் ஸெராம்பூரிலிருந்த தனது மிஷனுக்கு அச்சடிக்கும் இயந்தி ரத்தைக்கொண்டுவந்தார். முதல் முப்பது வருடங்களில் நாற்பதுக்கும் மேற் பட்ட இந்திய மற்றும் ஐரோப்பிய மொழிகளில் மொத்தம் இரண்டு லட்சத் துக்கும் மேலான புத்தகங்கள் வெளியிடப்பட்டதாகச் சொல்லப்படுகிறது. இதன்பிறகு, ஸெராம்பூரைப்போலவே வேறு சில அச்சடிக்கும் நிலையங்கள் மதம், தத்துவம், இலக்கணம் தொடர்பான புத்தகங்களையும் அகராதி களையும் அச்சடித்து வெளியிட்டன.

அதிக அளவில் வெளிவந்த இந்தப் புத்தகங்களை வங்காளிகளும் பிரிட்டி ஷாரும் விரும்பிப் படித்தனர். புத்தகங்களும் செய்தித்தாள்களும் பத்தொன்ப தாம் நூற்றாண்டின் முற்பகுதியில் மக்கள் வாழ்வில் முக்கிய இடம்பெற்று விட்டன. இவற்றை வாசித்ததன் விளைவாக இந்தியர்கள் தங்களுடைய புனித நூல்கள்பற்றி மட்டுமல்லாமல் மேலைநாட்டு அறிவியல், தத்துவம் ஆகியவைபற்றியும் அறிந்துகொண்டனர். தாங்கள் பெற்ற இந்த அறிவைத் தங்களுடைய வாரிசுகளும் பெறவேண்டுமென விரும்பினர். இதன் காரணமாகவே 1817-ல் ‘கல்கத்தா ஸ்கூல் புக் சொஸைட்டி’ தொடங்கப் பட்டது. வங்காளி இந்துகளும் முஸ்லிம்களும் ஐரோப்பியர்களும் இந்த அமைப்பில் உறுப்பினர்களாக இருந்தனர். முதல் நான்காண்டுகளில் இந்த சொஸைட்டி ஆறு மொழிகளில் 1,25,000 பிரதிகளை அச்சிட்டது.

பிரிட்டிஷ் ஆதிக்கத்திலிருந்த வங்காளத்தில் வளர்ந்துவந்த சமூக உணர்வுக்கு இந்த சொஸைட்டி ஒரு எடுத்துக்காட்டு. இந்து மற்றும் முஸ்லிம் நடுத்தர வர்க்கத்தைச் சேர்ந்த ஒரு சிலர் தமது புனித நூல்களைப் படித்துப் புத்துணர்ச்சி பெற்று தமது மதத்தைப் பலப்படுத்த முனைந்தனர். கோவில், மசூதிகளைப் புதியதாக நிறுவினர். அல்லது ஏற்கெனவே இருந்தவற்றைப் புதுப்பித்தனர். திருவிழாக்களைத் தீவிரத்துடன் கொண்டாடினர். வேறு சிலரோ மதச்சார் பற்ற நடவடிக்கைகளில் ஈடுபட்டனர். உ-ம்: பள்ளிக்கூடங்களை ஸ்தாபித் தல், செய்தித்தாள்களைத் தொடங்குதல், பொது விஷயங்களை விவாதிக்கச் சங்கங்களை (Discussion Societies) நிறுவுதல் ஆகியன.

இந்த இரண்டாவது பிரிவினர் புதிய ஆட்சியாளர்களின் செயல்களால் உத்வேகம் பெற்றிருந்தனர். மேலைநாடுகளிலிருந்து வந்திருந்த கிறிஸ்துவ மிஷனரிகள் இவர்களுக்குப் பெருத்த சவாலாக இருந்தனர். இந்த மிஷனரிகள் இந்துக்களின் உருவ வழிபாட்டையும், சாதி வேறுபாடுகளையும் கடுமையாக விமர்சித்தனர். இந்து மதமும் இஸ்லாமும் தனி மனிதனின் உரிமைகளைப்பற்றி ஏன் கவலைப்படுவதில்லையென ஃபிரான்ஸைச் சேர்ந்த ஓர் அமைப்பு கேள்வி எழுப்பியது.

இந்தப் புத்தகத்தில் நாம் முதலாகக் காணப்போகும் நவீன இந்தியாவின் சிற்பியான ராம்மோகன் ராய் இந்த இரு கேள்விகளுக்கும் விடையளித்தார். இந்திய சமூகத்தைச் சீர்திருத்தியதிலும் அதற்குப் புத்துணர்வு கொடுத்ததி லும் அவர் மிகவும் முக்கியமானவர். 'சரித்திரத்தால் பிரக்ஞைபூர்வமாகத் தேர்ந்தெடுக்கப்பட்ட கருவி' என்று கார்ல் மார்க்ஸ் பிரிட்டனைப் பற்றிச் சொன்னார். அது ராம்மோகன் ராய்க்கும் பொருந்தும்.

அத்தியாயம் 1

முதல் சீர்திருத்தவாதி

ராம்மோகன் ராய்

~

சமீபகாலத் தில் வெளியிடப்பட்ட ராம்மோகன் ராயின் வாழ்க்கை வரலாற்றுப் புத்தகத்தின் துணைத்தலைப்பு ‘நவீன இந்தியாவின் தந்தை’ என்றிருந்தது. இந்த மிகைப்படுத்தலை நாம் மன்னித்துவிடலாம். இந்திய பாரம்பரிய சமூகக் கட்டமைப்புகளுக்கும் வாழ்க்கை முறைகளுக்கும் நவீனத்துவத்தின் மூலமாக உருவான சவால்களைத் தீவிரமாக எதிர்கொண்ட முதல் நபர் ராம்மோகன் ராய்தான் என்பதில் எந்த சந்தேகமும் இல்லை. சாதி, மதம், உறவுகள் என எந்தவொரு சங்கிலியாலும் பிணைக்கப்படாத சிந்தனைப்போக்கையும் செயல்பாடுகளையும்கொண்ட முதல் இந்தியர்களில் இவரும் ஒருவர்.

ராதா நகர் என்ற கிராமத்தில் 1772-ல் ஒரு வைஷ்ணவ குடும்பத்தில் பிறந்தவர் ராம்மோகன் ராய். ஓரளவுக்கு நல்ல நிலையிலிருந்த நிலவுடமையாளர்களான இவரது குடும்பத்தினர்

பல தலைமுறைகளாக மொகலாயர்கள் ஆட்சியில் வருவாய்த்துறையில் பணிபுரிந்து வந்தனர். இளம் வயதிலேயே ராம்மோகனுக்கு இரு மனைவிகள் இருந்தனர். அக்காலத்தில் மேல் சாதிக்காரர்களிடையே பால்ய விவாகமும் இருதார மணமும் இயல்பான சம்பவங்கள்தான். சிறுவயதில் ராம்மோகன் வங்காளி மற்றும் பாரசீக மொழிகளைக் கற்றார். பின்னர் அரபி மொழி பயில்வதற்காக பாட்னாவுக்கு அனுப்பப்பட்டார். அங்கு அவருடைய ஆசிரியர்கள் யூக்ளிட், அரிஸ்டாட்டில் ஆகியோரைப்பற்றி மொழிபெயர்ப்பு நூல்கள் வாயிலாகக் கற்றுக் கொடுத்தனர். இப்படியாக ஒவ்வொரு இடமாகச் சென்று நடமாடும் பல்கலைக்கழகங்களில் படித்தவர் கடைசியாக பனாரஸ் சென்று அங்குள்ள பண்டிதர்களிடம் சம்ஸ்கிருதத்தையும் கற்றார்.

ராம்மோகன் ராய்* இப்படியாக ஊர் ஊராகச் சென்று படித்திருக்கிறார் என்பதைப் பின்னர் வந்த ஆய்வாளர்கள் மறுக்கிறார்கள். ஆனால், அவர்களும் ராய் ஒரு சிறந்த பன்மொழிப் புலவர் என்பதை ஒப்புக்கொள்கின்றனர்.

---

* இவருடைய இயற்பெயர் ராம்மோகன் ராய் என்பதுதான். மொகலாய மன்னர்கள் இவருக்கு அளித்த பட்டம் ‘ராஜா’. இந்த மக்களாட்சி காலகட்டத்தில் அந்த ராஜா பட்டத்தை நாம் நீக்கிவிடலாம். இதனால்தான் அந்தப் பட்டத்தை நான் இந்தப் புத்தகத்தில் பயன்படுத்தவில்லை.

ஒருவேளை அவர் இந்த மொழிகளை வேறு எங்கும் செல்லாமல் வங்காள மாநிலத்திலேயே கற்றிருக்கலாம். அவர் எங்கு படித்தாலும் சரி, பல விஷயங்களைக் கற்றுக்கொண்டதன் பலனாக ராய் சம்பிரதாய இந்து மதக் கொள்கைகளை ஏற்றுக்கொள்ள மறுத்தார். தன்னைச் சுற்றிலும் நடந்த நிகழ்வுகளைப் பார்த்தபின் அவருடைய இந்த எதிர்ப்புணர்வு அதிகமானது. அவருடைய மூத்த சகோதரன் இறந்தபோது அவருடைய மனைவி அதே சிதையில் வலுக்கட்டாயமாக உடன்கட்டையேற வைக்கப்பட்டார். ராய் இதைக் கண்டு பெரும் அதிர்ச்சியடைந்தார்.

படிப்பு முடிந்தபின் ராம்மோகன் ராய் கிழக்கிந்திய கம்பெனியின் கீழ் வங்காளத்தின் பல இடங்களில் பணிபுரிந்தார். பின்னர் 1815-ம் ஆண்டில் (வாட்டர்லூ யுத்தம் நடந்தவருடம்) அவர் கல்கத்தாவில் நிரந்தரமாகக் குடியேறினார். இதற்குள்ளேயே அவர் எண்ணற்ற புத்தகங்களை எழுதி வெளியிட்டிருந்தார். பாரசீக மொழியில் எழுதப்பட்டு, அரபு மொழியில் முன்னுரையுடன் கூடிய இவருடைய முதற்புத்தகம் உருவ வழிபாட்டைக் கடுமையாக விமர்சித்தது.

கல்கத்தாவில் குடியேறியபின் ராய் சமூக, இலக்கியப் பணிகளில் தன்னைக் கூடுதலாக ஈடுபடுத்திக்கொண்டார். உபநிஷத்துகளை சம்ஸ்கிருதத்திலிருந்து வங்காளத்துக்கு மொழிபெயர்த்தார். சதி வழக்கத்தை எதிர்த்து ஆங்கிலத்தில் ஒரு சிறு கட்டுரையை எழுதி வெளியிட்டார். இந்துப் பெண்களின் உரிமைகள் குறித்து பழைமைவாதிகளுடன் விவாதம் நடத்தினார். தங்களுடைய மதம்தான் உயர்ந்தது என்ற கிறிஸ்துவ மதபோதகர்களின் வாதத்தை மறுத்தார். 1815-ம் ஆண்டில் அவர் 'ஆத்மிய ஸபா' (நண்பர்களின் சங்கம்) என்ற அமைப்பைத் தொடங்கினார். எல்லா மதங்களிலும் இருந்த பொதுவான கருத்துகளை இந்தச் சங்கம் கண்டுபிடிக்க முயன்றது.

'ஒருவனே தேவன்; அவன் எங்குமுள்ளான்; அவன்தான் பூஜிக்கத் தகுந்தவன்; அவன் ஒன்றே; அவனை வெவ்வேறாகப் பார்க்கமுடியாது' என்ற கருத்தை ராய் நம்பினார். இந்த உண்மையைத்தான் வேதங்களும், பைபிளும், குரானும் போதிக்கின்றன என்றார். மதங்களிடையே புரிந்துணர்வை வளர்க்கும் பொருட்டு அவர் யேசு கிறிஸ்துவின் போதனைகளைப்பற்றி ஒரு புத்தகம் எழுதினார். முகம்மது நபியைப்பற்றி ஒரு புத்தகத்தை எழுதத் தொடங்கினார்.

பழைமையிலூறிய இந்துக்கள் ராயையும் அவருடைய ஆதரவாளர்களையும் வெகுவாகத் திட்டினர். அவர்கள் பாவம் செய்த நாத்திகர்கள் என்றும், புதுமை மோகம் அவர்கள் கண்களை மூடிவிட்டது என்றும் கேலி செய்தனர். அதேசமயம் இந்தியாவிலிருந்த ஐரோப்பியக் கிறிஸ்துவர்களும் அவருடைய கருத்துகளை எதிர்த்தனர். ராய் மத மாற்றத்தை எதிர்த்தார். யேசு கிறிஸ்துவை அவர் வெகுவாகப் பாராட்டினாலும் அவரை ஒரு தெய்வமாக ஏற்றுக் கொள்ளவில்லை என விமர்சித்தனர்.

1816-ஆம் ஆண்டில் ராம்மோகன் ராய் ஆண் குழந்தைகளுக்கான பள்ளிக் கூடத்தைத் தொடங்கினார். இதில் ஆங்கிலம்தான் கற்பிக்கும் மொழியாக

இருந்தது. 1821-ம் ஆண்டில் அவர் வங்காளி மொழியில் ஒரு வாராந்திரச் செய்தித்தாளைத் தொடங்கினார். இந்திய மொழிகளிலேயே முதன் முதலாக வெளியிடப்பட்ட செய்தித்தாள்களில் இதுவும் ஒன்று. பின்னர் ஒரு பாரசீக மொழிச் செய்தித்தாளையும் ராய் தொடங்கினார். இதில் பிரசுரிக்கப்பட்ட அனைத்தையும் வங்காளப் பத்திரிகையில் செய்ததைப்போலவே ராம் மோகன் ராய்தான் எழுதியிருந்தார். 1828-ல் அவர் பிரம்ம சமாஜம் (கடவுள் சபை) என்ற அமைப்பை நிறுவினார். வேதங்களில் சொல்லப்பட்டுள்ளபடி ஒரே ஒரு தெய்வத்தை மட்டும் வழிபடுவதுதான் இந்த சமாஜத்தின் லட்சிய மாக இருந்தது.

1829-ம் ஆண்டில் 'சதி' சட்டபூர்வமாக ஒழிக்கப்பட்டபோது அந்த நற்செய லுக்கான பாராட்டு முழுவதும் அன்றைய கவர்னர் ஜெனரல் வில்லியம் பென்டிங்குக்கே தரப்பட்டது. ஆனால், அன்றைய நடப்புகளைக் கூர்மை யாகக் கவனித்துக்கொண்டிருந்த ஒரு பெண்மணி 'இந்தச் சதி ஒழிப்புச் சட்டத்துக்கு இந்து தத்துவஞானி ராம்மோகன் ராயின் அங்கீகரிக்கப்படாத அதேநேரம் வலுவான ஆதரவு இல்லாமலிருந்தால் அதனை அமல்படுத்தி யிருக்கமுடியாது' என்று கருத்துத் தெரிவித்தார். 'சதி' என்ற பழக்கம் மதரீதி யான கடமையே அல்ல என்றும் இந்து சாஸ்திரங்கள் அதனைப்பற்றி உயர் வாக ஒன்றுமே சொல்லவில்லை என்றும் ராம்மோகன் ராய் சுட்டிக் காட்டினார்.

1820களில் ராய் தனது கருத்துகளை அவருடைய வங்காளி மொழிப் பத்திரிகையான 'ஸங்பாத் கௌமுதி' (அறிவுமதி) என்ற பத்திரிகை மூலம் மக்களிடையே பரப்பினார். இந்தப் பத்திரிக்கை வங்காளிகளிடையே ஏற்படுத்திய தாக்கத்தை வரலாற்றாசிரியர் ஏ.எஃப்.சலாவுத்தீன் அகமது இரண்டு சமகால வாக்குமூலங்களை உதாரணமாகச் சொல்லி விளக்குகிறார்.

1921 டிசம்பரில் ஆங்கிலேயர்களால் (ஆங்கிலேயர்களுக்காக) வெளியிடப் பட்ட 'கல்கத்தா ஜர்னல்' என்ற பத்திரிகை 'ராயின் செய்தித்தாள் இந்தியாவின் தார்மிக, அறிவுசார்ந்த மாற்றங்களுக்கு வழிவகுக்கும்' என்று எழுதியது. அரசியல்,மத சுதந்தரத்துக்காகப் போராடுதல், லஞ்ச ஊழல், சர்வாதிகாரம் ஆகியவற்றை எதிர்த்தல், பிராமணர்களுடைய உருவ வழிபாட்டையும் எதிர்த்துப் பரிதாபகரமான நிலைக்குத் தள்ளிவிடப்பட்ட இந்துக்களை விழிப்பு உணர்வு அடையச் செய்தல் எனச் செயல்படும் 'ஸங்பாத் கௌமுதி' பத்திரிகையை 'இந்தியாவின் மார்னிங் க்ரானிக்கள்' என்று சொல்லலாம் என ஒரு லண்டன் பத்திரிகை வர்ணித்தது.

ராம்மோகன் ராய் அயல்நாட்டு அரசியல் நிலைமைகளிலும் மிகுந்த ஆர்வத்தைக் காட்டினார். ஸ்பெயினின் பிடியிலிருந்து தென் அமெரிக்க நாடுகள் விடுதலையடைய உதவிய போராட்டங்களை வரவேற்றார். ஸ்பெயினிலேயே சர்வாதிகார அரசருக்கெதிராகப் போராடிய தாராளவாத எதிர்க்கட்சிக்கு ஆதரவளித்தார். பிரிட்டனில் கத்தோலிக்கர்களின் சுதந் தரத்துக்கு ஆதரவளித்தார்.

இந்த உலகக் கண்ணோட்டம்தான் ராயை மற்ற சிந்தனையாளர்களிடமிருந்து வேறுபடுத்திக் காண்பித்தது. சி.ஏ.பாலே சமீபத்தில் சொல்லிக்காட்டியது போல், தேசங்களைக் கடந்த மனித குல மேன்மைக்கான தேடலின் ஓர் அங்கமாக இந்தியச் சுதந்தரத்தைப் பார்த்த முதல் இந்தியராக இருந்தார்.

1830-ல் பெரிதும் பலவீனப்பட்டுப் போயிருந்த தில்லி முதலாயச் சக்கரவர்த்தி தனது சம்பளத்தையும் மற்ற சௌகரியங்களையும் அதிகரிக்கவேண்டுமென பிரிட்டிஷ் மன்னரிடம் கோரிக்கை சமர்ப்பிக்க ராம்மோகன் ராயைத் தூது அனுப்பினார். 1831 ஏப்ரலில் இங்கிலாந்து வந்தடைந்த ராய் அடுத்த இரண்டு வருடங்களுக்கு அங்கேயே தங்கினார். கிழக்கிந்திய கம்பெனியின் அதிகாரிகளைச் சந்தித்தார்; நாடாளுமன்ற உறுப்பினர்களுடன் உரையாடினார். பிரிட்டிஷ் அரசரைச் சந்திக்க அனுமதி கிடைத்தது; இந்தியப் பொருளாதாரம் மற்றும் சட்டம்பற்றி புத்தகங்களை எழுதினார். பிரிட்டிஷ் சோஷலிஸ்டுகளுடனும், பயன்பாட்டுவாதிகளுடனும் (Utilitarians) கருத்துப் பரிமாற்றம் செய்துகொண்டனர். இடையில் பாரிஸுக்கு விஜயம் செய்தார். ராம்மோகன் ராயின் வாழ்க்கை வரலாற்றை எழுதிய ஸோஃபியா டாப்ஸன் கலெட் (Sophia Dobs Collet) சொன்னதுபோல 'ராம்மோகன் இங்கிலாந்தை இந்தியாவுக்கு அறிமுகப்படுத்தியதுபோல இப்போது இந்தியாவை இங்கிலாந்துக்கு அறிமுகப்படுத்தினார்.' நிலம் இருந்தால்தான் வாக்களிக்க முடியும் என்பதுபோன்ற கெடுபிடிகள் நீக்கப்பட்டுக் கூடுதல் பிரிட்டிஷ் ஆண் பிரஜைகளுக்கு வாக்குரிமை அளிப்பதற்கான சட்டம் இயற்றப்பட்டதையும் இவர் இங்கிலாந்திலிருந்தபோது ஆர்வத்துடன் கவனித்தார்.

பல மாதங்கள் பொறுமையாக நிறையப் பேரைச் சந்தித்துப் பேசியதன் விளைவாக பிரிட்டிஷ் அரசு மொகலாயச் சக்ரவர்த்தியின் வருடாந்திர மானியத்தை 30,000 பவுண்டு அதிகரித்துக் கொடுத்தது.

ஆனால், இதன்பிறகு ராய் முகல் சக்ரவர்த்தியையோ தனது சொந்த மாநிலத்தையோ பார்க்கமுடிந்திருக்கவில்லை. பிரிட்டனில் பிரிஸ்டல் நகரிலிருந்த தனது நண்பர்களைப் பார்க்கச் செல்லும் வழியில் நோய்வாய்ப்பட்டு 1933-ம் ஆண்டு செப்டம்பர் 27-ம் தேதி காலமானார். அவரது உடல் பிரிட்டனிலேயே புதைக்கப்பட்டது (அன்று இங்கிலாந்தில் உடலை எரியூட்டும் வசதிகள் இருந்திருக்கவில்லை). அவருடைய கல்லறையிலுள்ள கற்பலகையில் ராயின் பரந்த அறிவு, மொழிப்புலமை, பல்வேறு மதக்கடவுளர்களிடையே ஒற்றுமை என்ற நம்பிக்கை ஆகியவை பாராட்டி எழுதப்பட்டிருந்தன. இதைத் தவிர கீழ்க்கண்ட வாசகங்களும் அந்தப் பலகையில் காணப்படுகின்றன.

'சமுதாயரீதியிலும் ஒழுக்கரீதியிலும் பவுதிக நிலையிலும் இந்தியா மேம்பாடடைய அவர் (ராய்) எடுத்த இடையறாத (சோர்வடையாத) முயற்சிகளும், உருவ வழிபாடு, சதி வழக்கம் ஆகியவற்றை ஒழிக்க அவர் எடுத்த தீவிர நடவடிக்கைகளும், மனிதநலன், இறைவனின் பெருமை ஆகியவற்றை உயர்த்திப்பிடிக்க அவர் எடுத்த முயற்சிகளும் அவருடைய நாட்டு மக்களின் இதயத்தில் நன்றியுடன் என்றென்றும் நிலைத்து நிற்கும்.'

அவை அப்படி இருந்தாகவும்வேண்டும். ஏனெனில் கீழே கொடுக்கப் பட்டுள்ள கட்டுரைச் சுருக்கங்கள் சுட்டிக்காட்டுவதுபோல ராம்மோகன் ராயை 'நவீன இந்தியாவின் தந்தை' என்று அழைப்பது சிறிது மிகைதான் என்றாலும் அவர்தான் அனைவராலும் ஒப்புக்கொள்ளப்பட்ட இந்தியாவின் ஒப்பற்ற முதல் நவீன சிந்தனையாளர். அவருடைய கட்டுரைகளும் செயல் பாடுகளும் இல்லாதிருந்தால் நவீனத்துவத்துடனான இந்தியாவின் சந்திப்பு மிகவும் இப்போது இருந்ததைவிட வலி நிறைந்ததாகவும் குழப்பமான தாகவும் இருந்திருக்கும்.

ஆண்பெண் சமத்துவம்

(1815-ம் ஆண்டில் ராம்மோகன் ராய் வங்காளி மொழியில் ஒரு சிறு கட்டுரையை எழுதி வெளியிட்டார். அதில் அவர் இந்து விதவைகள் தங்களுடைய மறைந்துபோன கணவர்களுடைய சிதையிலேயே உடன் கட்டையேறக் கட்டாயப்படுத்துவதை எதிர்த்தார். அதே வருடம் அவர் ஆங்கிலத்தில் 'விதவைகளை உயிருடன் எரிப்பதை ஆதரிப்பவர்களுக்கும் எதிர்ப்பவர்களுக்குமிடையில் ஒரு சர்ச்சை' என்ற தலைப்பில் ஒரு சிறிய கட்டுரையை எழுதினார். கீழே கொடுக்கப்பட்டுள்ள பகுதிகள் இந்தக் கட்டுரையிலிருந்து எடுக்கப்பட்டவை. இதில் ராய் உபயோகிக்கும் 'நீங்கள்' என்ற சொல் உடன்கட்டை ஏறுவதை ஆதரிப்பவர்களையும், பொதுவாக இந்துக் குடும்பங்களின் தலைவர்களையும் குறிப்பிடும்.)

உடல் ரீதியாக, பெண்கள் ஆண்களைவிடப் பலம் குறைந்தவர்கள். இதைக் காரணம் காட்டி ஆண்கள் பெண்களுக்கு இயல்பாகக் கிடைக்கவேண்டிய பல விஷயங்களை மறுக்கிறார்கள். இதன்பிறகு, பெண்களுக்கு இவற்றைப் பெறுவது முடியாத செயல் என்று கூறுகிறார்கள். இதை நாம் கவனமாகப் பரிசோதித்தால் நீங்கள் சொல்வது சரியல்ல; இது பெண்களுக்கு இழைக்கப் படும் அநீதி என்பது தெரியவரும். அவர்களால் விஷயங்களை எளிதில் புரிந்து கொள்ள முடியாதென்று சொல்கிறீர்கள். ஆனால் அதற்கான சந்தர்ப்பத்தை அவர்களுக்கு எப்போது அளித்தீர்கள்? அப்படி அளிக்காதபோது அவர்களுக்குப் புரிந்துகொள்ளும் திறன் இல்லையென்று எப்படிக் குற்றம்சாட்ட முடியும்? ஒரு மனிதனுக்கு எழுதப் படிக்கச் சொல்லிக் கொடுத்து, அவர்களுடைய அறிவை வளர்த்துக்கொள்ள சந்தர்ப்பம் கொடுத்த பின்னரும் அவர்களால் அதனைப் புரிந்துகொள்ளவோ, மனதில் தக்க வைத்துக்கொள்ள முடியவில்லையென்றால் அப்போது அவர்களைக் குற்றம் சொல்லலாம். ஆனால் பெண்களுக்குக் கல்வியே புகட்டாமல், வேறு வித்தைகளையும் கற்றுக் கொடுக்காமல் அவர்கள் ஆண்களைவிட ஒரு படி குறைந்தவர்கள் என்று சொல்வது நீதியல்ல.

இரண்டாவது, பெண்களுக்கு மனத் திடம் போதாதென்று சொல்கிறீர்கள். இது எனக்கு ஆச்சரியமூட்டுகிறது. காரணம் ஓர் ஆண் மரணத்தைக்கண்டு

பயப்படுகிறான். ஆனால் ஒரு பெண்ணோ அவளுடைய இறந்துபோன கணவனுடைய சிதையிலேயே தனது உயிரையும் துறக்கத் தயங்குவதில்லை. இப்படி இருந்தும் அவளுக்கு மனத்திடம் போதாதென்று சொல்கிறீர்கள்.

மூன்றாவதாக, நம்பகத்தன்மை என்ற விஷயத்தை எடுத்துக்கொள்வோம். ஆண், பெண் இருபாலருமே நடந்துகொள்ளும்விதத்தை உன்னிப்பாகப் பார்த்தால், யார் தங்களுடைய நண்பர்களைக் காட்டிக்கொடுக்கிறார்கள் என்பது தெரியவரும். ஒவ்வொரு கிராமத்திலும் ஆண்களை ஏமாற்றிய பெண்களையும் பெண்களை ஏமாற்றிய ஆண்களையும் பட்டியலிட்டுப் பார்த்தால், பெண்களால் ஏமாற்றப்பட்ட ஆண்களின் எண்ணிக்கையைவிட ஆண்களால் ஏமாற்றப்பட்ட பெண்களின் எண்ணிக்கை பத்துமடங்கு அதிகமாக இருக்கும்.

ஆண்களுக்கு பொதுவாக எழுதப் படிக்கத் தெரியும்; பொது விஷயங்களை நிர்வகிக்கத் தெரியும். ஆகவே, பெண்கள் அவ்வப்போது செய்யும் தவறுகளைச் சுட்டிக்காட்டிக்கொண்டிருக்க முடிகிறது. ஆனால் பெண்களுக்கெதிராகத் தாங்கள் செய்யும் எதையுமே குற்றமென்று அவர்கள் கருதுவதில்லை. இருப்பினும் பெண்களிடமுள்ள ஒரு குறையைச்சுட்டிக்காட்டிக் காண்பித்தாகவேண்டும். தங்களைப்போலவே மற்றவர்களும் நல்லவர்கள் எனக் கருதி அவர்களை எளிதில் நம்பிவிடுகின்றனர். அதன் பிறகு கஷ்டப்படுகின்றனர். ஒருசிலர் கணவனுடன் உடன்கட்டையேறுமளவுக்கு இது போய்விடுகிறது.

நான்காவதாக, பெண்கள் இச்சைகளுக்கு அடிமை என்று சொல்லப்படுகிறது. இது சரிதானா என்பதை இரு பாலினரின் திருமணப் பழக்கவழக்கங்களிலிருந்தே நாம் தெரிந்துகொள்ளலாம்.

ஆண் இரண்டு மூன்று பெண்களைத் திருமணம் செய்துகொள்ளலாம். சில நேரங்களில் பத்துக்கு மேற்பட்டவர்களைக்கூடத் திருமணம் செய்துகொள்ளலாம். ஆனால் ஒரு பெண், ஒரு ஆணைத்தான் திருமணம் செய்துகொள்கிறாள். அவன் இறந்தவுடன் தனது இகலோக வாழ்க்கையையும் சுகபோகங்களையும் துறந்துவிட்டு அவனுடன் உடன்கட்டை ஏறுகிறாள். அல்லது மீதியிருக்கும் வாழ்நாளை ஒரு சன்னியாசினியைப்போலச் செலவழிக்கிறாள். அப்படியானால் இச்சைகளுக்கு அடிமையாக இருப்பது யார்?

ஐந்தாவதாக, பெண்களுக்கு ஒழுக்க அறிவு (Virtuous Knowledge) இல்லையென்று சொல்வது அவர்களுக்கு இழைக்கப்படும் அநீதியாகும். அவர்கள் எத்தனை வேதனையையும் அவமானத்தையும் வெறுப்பையும் உடல்நலக் குறைவையும் பொறுமையாகச் சகித்துக்கொள்கிறார் என்பதைக் கவனித்துப் பாருங்கள். குலின் பிராமண வகுப்பில் பிறந்த எத்தனையோ பேர் பணத்துக்காகப் பத்து அல்லது பதினைந்து பெண்களைத் திருமணம் செய்துகொள்கிறார்கள். ஆனால் திருமணத்துக்குப் பிறகு அந்த மனைவிகளில் பலரையும் தம் வாழ்நாளில் மூன்று அல்லது நான்கு தடவைகள் மட்டுமே

திரும்பிப் பார்க்கிறார்கள். ஆனால் இந்தப் பெண்மணிகளோ தங்களுடைய கணவர்களைப் பார்க்காதபோதும், அவர்களிடமிருந்து ஒருவிதமான உதவி யையும் கிடைக்காதபோதும், தங்களுடைய பெற்றோர், சகோதரர்களின் ஆதரவில் வாழும்போதும், பலவிதமான கஷ்டங்களை அனுபவிக்கும் போதும்கூட அவர்கள் பரிசுத்தமான வாழ்க்கையையே வாழ்கிறார்கள்.

திருமணமாகிக் கணவர் வீட்டுக்கு வரும் பெண்கள் அனுபவிக்கும் கஷ்டங் களுக்கு அளவேயில்லை. திருமண நேரத்தில் மனைவி தன் கணவனின் பாதி அம்சமாகக் கருதப்படுகிறாள். ஆனால் அதன்பிறகு அவள் விலங்குகளைவிட மோசமாக நடத்தப்படுகிறாள். கணவனின் வீட்டில் அவளை அடிமைபோல் வேலை வாங்குகிறார்கள். குளிரோ மழையோ அதிகாலையிலேயே வீட்டைச் சுத்தம் செய்வது, பாத்திரங்களைத் தேய்த்துக் கழுவுவது, பகலும், இரவும் சமைப்பது, தனது கணவன், மாமனார், மாமியார், மைத்துனன்கள், அவர்களுடைய நண்பர்கள், வேறு உறவினர்கள் ஆகிய அனைவருக்கும் உணவு பரிமாறுவது (மற்றவர்களைவிட இந்துக்களில்தான் உறவினர்கள் விருந்தாளியாக நீண்ட நாட்கள் ஒரு வீட்டில் தங்குகிறார்கள்; இதனால் சகோதரர்களுக்கிடையில் அடிக்கடி சண்டையும் ஏற்படுவதுண்டு) உணவைத் தயாரிக்கும்போதும், பின்னர் பரிமாறும்போதும், அந்தப் பெண்கள் மிகச் சிறிய தவறு செய்தாலும் அவர்களுடைய கணவர்கள், மாமியார்கள், கணவரின் இளைய சகோதரர்கள் அனைவரும் அவளை என்னமாய் அவமானப்படுத்துகிறார்கள். குடும்பத்திலுள்ள ஆண்கள் அனைவரும் வயிறுமுட்டச் சாப்பிட்டபிறகு என்ன மிச்சம் இருக்கிறதோ அதைத்தான் அவள் சாப்பிட முடியும். அது அவளுக்குப் போதுமானதாக இருந்தாலும், இல்லையென்றாலும் அதைத்தான் சாப்பிட்டாகவேண்டும். மதிய வேளைகளில் பெண்கள் நதிகளிலிருந்தோ, குளங்களிலிருந்தோ தண்ணீர்கொண்டு வருகிறார்கள். இரவில் அனைவருடைய படுக்கை களையும் அவள் தயார் செய்யவேண்டும். இந்த வேலைகளில் அவர்கள் ஏதாவது தவறு செய்தால் அவர்களுக்கு அடியும் உதையும்தான் கிடைக்கும். கணவனுக்குச் சற்றுப் பணம் கிடைத்தால்போதும். அவனுடைய மனைவிக்குத் தெரிந்தே அவன் ஊர் மேயப் போய்விடுகிறான். கிட்டத்தட்ட ஒருமாதம் கழித்துத்தான் தன் வீட்டுக்குத் திரும்புவான். கணவன் ஏழையாக இருந்தால், அவள் பல கஷ்டங்களை அனுபவிக்கிறாள். அவன் பணக் காரனாக இருந்தாலோ அவள் வேறுவிதமாகக் கஷ்டப்படுகிறாள். இவற் றைச் சகித்துக்கொள்ள அவளுடைய ஒழுக்க குணங்கள்தான் உதவுகின்றன. ஒரு ஆண் தனது இரண்டு அல்லது மூன்று மனைவிகளை ஒரே வீட்டில் வசிக்கவைத்தால் அவர்களுடைய மனக்கஷ்டங்கள் மேலும் அதிகரிக் கின்றன. அவர்கள் அடிக்கடிச் சண்டைப் போட்டுக்கொள்ளத் தொடங்கு கின்றனர். இந்தத் துர்பாக்கியமான நிலையையும் அந்தப் பெண்கள் ஒழுக்கத் துடனே சகித்துக் கொள்கின்றனர். சில சமயம் கணவன் ஒரு மனைவியை மட்டும் கூடுதலாக நேசிக்கிறான்; மற்றவர்களிடம் குரூரமாக நடந்துகொள் கிறான். கீழ்மட்ட மக்களிடையேயும், நல்ல சகவாசமில்லாத ஒருசில மேல்

தட்டுக்காரர்களுக்கிடையேயும், மனைவி ஒரு சிறிய தவறைச் செய்திருந்தாலும், அல்லது அவள் மீது சிறு சந்தேகம் ஏற்பட்டாலும் அவளைத் திருடி என முத்திரை குத்திவிடுகிறார்கள். இதையும்கூட அந்தப் பெண் பெரிய மனது பண்ணிச் சகித்துக்கொண்டுவிடுகிறாள். கணவனுடைய கொடுமையைத் தாங்க முடியாமல் அவன் மனைவி அவனை விட்டுத் தனியாக வாழ முயற்சி செய்தால், அவள் கணவன் தன் அதிகாரத்தை உபயோகித்து அவளை மீண்டும் தன் வீட்டுக்குக் கொண்டுவந்துவிடுகிறான். அதன்பின் வீட்டை விட்டுப் போனதற்குப் பழிவாங்கும் பொருட்டு அவளைப் பல விதங்களிலும் கொடுமைப்படுத்துகிறான். சில சமயங்களில் அவளை யாருக்கும் தெரியாமல் கொன்றும்விடுகிறான்.

இவையனைத்தும், தினசரிச் சம்பவங்கள். அவற்றை யாராலும் மறுக்க முடியாது. என்னுடைய வருத்தமெல்லாம் இதுதான். பெண்கள் இப்படி மற்றவர்களை அண்டி வாழ்ந்துகொண்டு, அனைத்துக் கஷ்டங்களையும் அனுபவிக்கும்போது அவள் மீது யாரும் இரக்கப்படுவதில்லை. அப்படிச் செய்திருந்தால் அவளை உடன்கட்டையேறக் கட்டாயப்படுத்துவதைத் தடுத்திருக்கலாம்.

பத்திரிகைச் சுதந்தரம்

(1824-ம் ஆண்டில் கிழக்கிந்திய கம்பெனியின் கட்டுப்பாட்டிலிருந்த வங்காள மாநில அரசு அவசரச் சட்டம் மூலம் பத்திரிகைகள்மேல் கட்டுப்பாடுகளை விதித்தது. அதன்படி, செய்தித்தாள்கள், பத்திரிகைகள் அரசிடமிருந்து லைசென்ஸ் பெற்றே வெளியிடவேண்டும். இந்த லைசென்ஸை தருவதும் ரத்து செய்வதும் அரசின் தீர்மானத்தைப் பொறுத்தது. இந்தக் கட்டுப்பாட்டை எதிர்த்து ராம்மோகன் ராய் ஒரு விண்ணப்பமனுவைத் தயாரித்தார். சில முக்கியமான வங்காளிகள் அதில் கையெழுத்திட்டிருந்தனர். இதனை ராய் அரசுக்கு அனுப்பிவைத்தார். அரசின் கொள்கையைப் பலமாக விமர்சித்து எழுதப்பட்ட இந்த விண்ணப்பத்தின் பணிவான தொனி குறிப்பிடத்தக்கது)

மாட்சிமை பொருந்திய தங்களுக்கு, கிறிஸ்தவ மத போதகர்களுடைய கட்டுரைகளிலிருந்தும் வேறு பல வழிகளிலும் ஒரு விஷயம் தெரியவந்திருக்கும். அச்சுக்கலை கல்கத்தா வாழ் இந்தியர்களுக்குத் தெரிந்தபிறகு வங்காளி மொழியில் பல படைப்புகள் அச்சடிக்கப்பட்டு, விநியோகிக்கப்பட்டுள்ளன. இதன் மூலம் இந்தியர்களுக்குப் பல விஷயங்களைப்பற்றிச் சுதந்தரமாகச் சர்ச்சை செய்யமுடிந்தது. தங்களுடைய அறிவை வளர்த்துக் கொள்ள முடிந்தது. அவர்களது மனது விசாலமானது, அவர்களுடைய நிலைமை மேம்பட்டது.

இந்தநிலை உருவாக வங்காளி (2), பாரசீகம் (2) ஆகிய மொழிகளில் நான்கு செய்தித்தாள்கள் நிறுவப்பட்டதுதான் காரணம். இவற்றின் நோக்கம்

வங்காள மாநிலத்திலோ நாட்டின் வேறு பகுதியிலோ என்ன நடக்கின்றன; இங்கிலாந்திலோ அல்லது உலகின் வேறிடங்களிலோ குறிப்பிடத்தகுந்த சம்பவங்கள் என்ன நடக்கின்றன எனக் கிராமப்புறங்களில் வாழ்பவர் களுக்கு எடுத்துச் சொல்வதுதான்.

இப்படி நாட்டு நடப்புகளை அறிந்துகொள்வதால் ஏற்படும் நன்மைகளைப் புரிந்துகொண்டு மற்ற நகரங்களிலும், மாவட்டங்களிலும் இம்மாதிரியான செய்தித்தாள்களைத் தொடங்க அரசு ஆதரவளிக்குமென்றும், அதன் மூலம் உள்ளூரில் நடக்கும் நிகழ்வுகளைப்பற்றிய உண்மையான செய்திகள் கல்கத்தாவில் உள்ள மாட்சிமை பொருந்திய அரசுக்குக் கிடைக்குமென்று தான் நாங்கள் (இந்த விண்ணப்பத்தைச் சமர்ப்பிப்பவர்கள்) நம்பிக் கொண்டிருந்தோம். ஆனால் துரதிஷ்டவசமாக, நாங்கள் எதிர்பார்த்ததற்கு மாறாக மேதகு கவர்னர் ஜெனரல் மாநிலத்தில் இந்திய மொழிகளில் வெளியிடப்படும் அனைத்துப் பத்திரிகைகள் மீதும் கடுமையான கட்டுப் பாடுகளை விதித்து, ஓர் அவசரச் சட்டத்தைப் பிறப்பித்திருக்கிறார். இதன்படி அரசின் லைசன்ஸ் பெற்றபிறகுதான் பத்திரிகைகளை நடத்தமுடியும். அச்சடித்து வந்துள்ள ஏதேனும் விஷயம் தகுதியற்றது என்று கருதினால் முன்பு தந்த லைசன்ஸை அரசு ரத்துசெய்துவிட முடியும்.

சமூகத்தில் நல்லநிலையிலுள்ள, மற்றவர்களால் மதிக்கப்படும் இந்தியர்கள் தங்களாகவே ஒரு பிரமாணப் பத்திரத்தில் கையெழுத்திட்டு ஒரு பத்திரி கையைத் தொடங்குவதற்கு விரும்பமாட்டார்கள். ஏனெனில் அப்படி ஏராளமான உறுதிமொழிகள், வாக்குமூலங்கள் தந்தால்தான் ஒரு பத்திரி கையை நடத்த முடியுமென்பதைத் தங்களுடைய அந்தஸ்த்துக்குக் கீழானது என்றும் சக மனிதர்கள் மத்தியில் மரியாதையைக் குறைத்துவிடும் என்றும் கருதுவார்கள்.

கீழை நாட்டு உன்னத மொழிகளிலுள்ளவற்றை பெரு வழக்கு மொழிகளுக்கு மொழிபெயர்த்துச் சொல்வதன்மூலமும் வெளிநாட்டுப் பத்திரிகைகளில் வந்துள்ளவற்றைப் பிரசுரிப்பதன் மூலமும் இந்தியர்களுடைய அறிவு வளரும். அவர்களுடைய மனது விசாலமாகும். ஆனால் மேற்சொன்ன சட்டம் அமலுக்கு வந்தால் இது முற்றிலும் நின்றுவிடும். அதைப்போலவே பிரிட்டிஷ் சட்டங்களையும் பழக்கவழக்கங்களையும் நன்கறிந்துள்ள இந்தியர்கள் பிரிட்டிஷ் அரசு ஸ்தாபித்துள்ள சிறந்த நிர்வாக முறையைப் பற்றியும் மக்களுக்குப் பாரபட்சமின்றி நீதி வழங்குவதற்காக அவர்கள் பின்பற்றும் முறைகளைப்பற்றியும் மற்ற இந்தியர்களுக்கு எடுத்துச்சொல் வதும் இனிமேல் தடைப்பட்டுவிடும்.

இதைத்தவிர, இந்த மாபெரும் நாட்டில் அரசு அதிகாரிகள் செய்யும் தவறு களையும், மக்களுக்கு இழைக்கப்படும் அநீதிகளையும் அரசின் கவனத்துக்கு கொண்டு வருவதையும் இந்த அவசரச் சட்டம் தடுத்துவிடும். மாட்சிமைப் பொருந்திய பிரிட்டிஷ் அரசின் டொமினியன்களில் வசிக்கும் பிரஜைகள் எப்படி வாழ்கிறார்கள் என்பதுபற்றியும், உள்ளூர் அதிகாரிகள் அவர்களை

எப்படி நடத்துகிறார்கள் என்பதுபற்றியும் இனிமேல் பிரிட்டனிலுள்ள மாட்சிமை பொருந்திய அரசுக்குத் தெரிவிக்கவும்முடியாது. காரணம், உள்ளூர் பத்திரிகைகளில் இந்தியாவைப்பற்றி வெளியாகியுள்ள செய்திகளை மொழிபெயர்த்து இந்தியாவிலேயே அச்சடிக்கப்படும் ஆங்கிலச் செய்தித் தாள்களில் இடம்பெறச்செய்து அந்தச் செய்திகளை இங்கிலாந்திலுள்ள அரசுக்கு அனுப்புவதோ இந்தியர்கள் ஆங்கில மொழிப்பத்திரிகைகளை இந்தியாவில் தொடங்கவோ இனிமேல் முடியாது.

பிரிட்டிஷ் அரசு இந்தியாவில் காலடி எடுத்துவைத்த நாள் முதல் இந்த விலைமதிப்பற்ற உரிமை இந்தியப் பிரஜைகளுக்கு எந்தக் கட்டுப்பாடு மின்றி அளிக்கப்பட்டு வந்திருக்கிறது. ஆனால், இப்போது அவர்களிட மிருந்து அது பறித்தெடுக்கப்பட்டுவிட்டது. இந்த உரிமையை இந்தியர்கள் இதுநாள்வரை துஷ்பிரயோகம் செய்ததாக யாரும் குற்றம்சாட்டமுடியாது. இதன் விளைவாக கல்கத்தாவாசிகள் இறைவனருளால் பிரிட்டிஷ் சாம் ராஜ்யக் குடையின்கீழ் வாழ்கிறோமென்றும், மாட்சிமை பொருந்திய இங்கிலாந்து அரசும், பிரிட்டிஷ் பாராளுமன்றமும் தங்களுடைய நன்மை யாகவே சட்டங்களை இயக்குகின்றனர் என்றும் இங்கிலாந்திலுள்ள பிரிட்டிஷ் பிரஜைகள் அனுபவிக்கும் அனைத்து சமூக மற்றும் மதரீதியான உரிமைகளைத் தாங்களும் அனுபவிக்கிறோமென்றும் பெருமிதப்பட்டுக் கொள்ளமுடியாது.

தங்களுடைய பிரஜைகளை இருளில் முடக்கிவைத்திருக்கும்வரையிலேயே அவர்களிடமிருந்து கூடுதல் நன்மைகளை அறுவடை செய்யமுடியும் என்று ஒருசில ஆசியக் கண்ட அரசர்கள் பின்பற்றிவரும் கொள்கையை பிரிட்டிஷ் அரசும் பின்பற்றாது என உங்களுடைய கடந்தகாலச் செயல்பாடுகள் தெரிவிக்கின்றன. வரலாற்றுத் தாள்களைப் புரட்டிப் பார்த்தால், அந்த அணுகு முறை குறுகியகால நலன்களை இலக்காகக் கொண்டது; அதைப் பின்பற்று பவர்கள், எதிர்பார்க்கும் பலனை அது ஒருபோதும் அடைந்தது கிடையாது. மாறாக எதிர்மறையான விளைவுகளே ஏற்பட்டுள்ளன என்பதைப் புரிந்து கொள்ளமுடியும். மேலும் அடங்கிக் கிடந்த அப்பாவி மக்கள் வாய்ப்புக் கிடைத்ததும் அந்த ஆட்சியாளர்களை எதிர்த்துக் கிளர்ச்சி செய்திருக்கிறார்கள். அவர்களுக்கெதிராக காட்டுமிராண்டித்தனமான அடக்குமுறை அவிழ்த்து விடப்பட்டது. ஆனால் இயல்பிலேயே அமைதியான வாழ்க்கையை விரும்பும் மக்கள் நல்ல அரசாங்கத்தின் கீழ் வாழும்போது அந்த அரசிட மிருந்து நீதிபூர்வமான, கட்டுப்பாடுகள் குறைந்த ஆட்சியை அனுப விப்பார்கள். அதன்மூலம் எந்த அளவுக்கு விழிப்பு உணர்வு பெறுவார்களோ அந்த அளவுக்கு அந்த அரசுடன் மிகுந்த நெருக்கத்தை உணர்வார்கள். அந்த ஆட்சியின்கீழ் வாழ்வதைத் தங்களுடைய அதிர்ஷ்டமெனக் கருதுவார்கள்.

மனித இனத்தின் பலவீனங்களை நன்கு அறிந்திருப்பதோடு இந்த உலகின் நிரந்தர எஜமானர்மீது மரியாதையும் உள்ள ஒவ்வொரு நல்ல அரசரும், ஒரு மாபெரும் சாம்ராஜ்யத்தை ஆளும்போது, எந்தத் தவறும் செய்யாமலிருக்க வேண்டுமென்ற மாபெரும் பொறுப்பை உணர்ந்தவராக இருக்கவேண்டும்.

அந்தவகையில் எந்தவொரு குடிமகனும் தனது குறைகளை உடனுக்குடனே தனக்குத் தெரிவிப்பதற்கான வழிவகைகளைச் செய்து கொடுக்க அவர் தயாராக இருக்கவேண்டும். இந்த முக்கியமான நோக்கத்தை நிறைவேற்ற ஒரே வழி, எந்தவிதக் கட்டுப்பாடுகளுமின்றி செய்திகளை வெளியிட சுதந்தரம் வழங்குவதுதான். அந்த சுதந்தரத்தை யாரேனும் தவறாகப் பயன் படுத்தினாலோ அரசைப்பற்றித் தவறாகப் பிரசாரம் செய்தாலோ அவர் களைத் தண்டிக்க நம் நாட்டில் தேவையான சட்டங்கள் உள்ளன. தங்க ளுடைய மதிப்பு மரியாதையைக் காப்பாற்றிக்கொள்ள மக்கள் இதே சட்டங் களைத்தான் நம்புகிறார்கள்.

தயைகூர்ந்து இந்த விண்ணப்பத்தைத் தாங்கள் வாசித்து நடவடிக்கை எடுக்கவேண்டும். மேற்சொன்ன அவசரச் சட்டத்தை அமல்படுத்தக்கூடாது. மேன்மைப் பொருந்திய பிரிட்டிஷ் ஆட்சியின் கீழ் எங்களுடைய முன் னோர்கள் அனுபவித்துவந்த அதே சமூக, மத உரிமைகளை இந்தத் தலைமுறை யிலுள்ள இந்தியர்களும் அனுபவிக்கவேண்டும் என்று நாங்கள் தாழ்மையாகக் கேட்டுக் கொள்கிறோம். பிரிட்டிஷ் அரசின் கருணையையும் நம்பிக்கையை யும் இழக்கும்வகையில் எதையும் செய்துவிடவில்லை என நம்புகிறோம்.

இப்படிக்கு,
சந்திரகுமார் தாகூர்
துவாரகா நாத் தாகூர்
ராம்மோகன் ராய்
ஹரிசந்திர கோஷ்
கௌரி சரண் பானர்ஜி
பிரஸன்னகுமார் தாகூர்

01.03: (மேற்சொன்ன கோரிக்கையை கவர்னர் ஜெனரல் ஏற்க மறுத்து விட்டதால், ராம்மோகன் ராய் இங்கிலாந்து அரசருக்கு நேரடியாக ஒரு கோரிக்கை மனுவை அனுப்பி வைத்தார். இந்த இரண்டாவது மனுவின் தொனி மிகவும் ஆய்வுபூர்வமானதாக இருந்தது. பத்திரிகை சுதந்தரம் ஏன் பாதுகாக்கப்படவேண்டும் என்பதற்கான தார்மிக, அரசியல் காரணங்களைப் பட்டியலிட்டது. ஓர் இந்தியர் பிரிட்டிஷ் அரசருக்கு நேரடியாக அனுப்பி வைத்த முதல் கோரிக்கை இதுவாக இருக்கலாம்).

...துரதிஷ்டவசமாக ஆசியாக் கண்டத்தை ஆள்பவர்களில் தங்களுடைய செயல்பாடுகளைப்பற்றித் தீர்ப்பளிக்கத் தங்கள் பிரஜைகளுக்கு அதிகாரத்தைக் கொடுத்த அரசர்கள் குறைவாகவே இருக்கிறார்கள். ஆனால், வெறுப்பிலும் கொடூரத்திலும் ஈடுபடாமல் அப்படிச் செய்தவர்கள் தமது வாழ்நாள் காலத்திலேயே மக்களால் கூடுதலாக நேசிக்கவும் மதிக்கவும்பட்டனர்.

மரணத்துக்குப் பின்னும் அந்த ஆட்சியாளர்கள் தங்களுடைய பிரஜைகளின் மனத்தில் வாழ்கின்றனர். மாறாக, வெறுப்பின் வழியில் சர்வாதிகாரிகளாக ஆட்சிபுரிந்தவர்கள் மனதார வெறுக்கப்பட்டனர். தமது எதிராளிகளிட மிருந்தும், கொலையாளிகளிடமிருந்தும் மிகுந்த சிரமப்பட்டே தப்பிக்க

முடிந்தது. மக்கள் அவர்களை மறந்து விடுகின்றனர் அல்லது துச்சமாக மதிக்கின்றனர்.

இஷ்டம்போல நடக்கவிடாமல் தடுக்கக்கூடிய பத்திரிகை சுதந்தரத்தை விரும்பாத ஆட்சியாளர்கள், எந்தவொரு தீங்கும் விளையாதபோதிலும்கூட அது சில சந்தர்ப்பங்களில் அரசுக்கெதிராக உபயோகிக்கப்படலாமென்று ஒரு கற்பனையான பயத்தை எழுப்பி உலகை நம்ப வைக்கிறார்கள். அவசர காலத்தில் உபயோகிக்கவேண்டிவரும் கட்டுப்பாடுகளை சாதாரண நாட்களில் பயன்படுத்துவது முற்றிலும் அநியாயமானது என்பதைச் சொல்லத் தேவையே இல்லை. ஆனால் இதுவரையிலும், எங்குமே பத்திரிகைச் சுதந்தரம் புரட்சியைத் தூண்டிவிட்டதில்லை. ஏனெனில் உள்ளூர் அதிகாரிகளின் நடவடிக்கைகள் தொடர்பான புகார்களை பத்திரிகைகள் வாயிலாக மேல் மட்டத்துக்குத் தெரியப்படுத்துவதன் மூலம் அரசு தலையிட்டு அந்தக் குறைகள் நிவர்த்தி செய்யப்பட்டுவிடும். அதனால் ஒரு புரட்சி அல்லது அரசுக்கெதிராகப் போராடத் தூண்டும் காரணங்கள் இல்லாமல் போய்விடுகின்றன. மாறாக, பத்திரிகை சுதந்தரம் இல்லாத இடங்களில், மக்களுடைய குறைகள் கேட்கப்படாமலும் தீர்க்கப்படாமலும் இருப்பதால் ஏராளமான புரட்சிகள் வெடித்துள்ளன. அவற்றைப் பலம் பிரயோகித்து அடக்க முயன்றாலும் அரசுக்கெதிராகப் போராட மக்கள் தயாராக இருந்தனர்.

சர்வாதிகார ஆட்சிகள்தான் தங்களுடைய அடக்குமுறைச் செயல்பாடுகளை அம்பலப்படுத்தும் பத்திரிகைகளின் சுதந்தரத்தை ஒடுக்க முயற்சிப்பார்கள். இப்படிச் செய்வதற்கு அவர்கள் சொல்லும் காரணம் இதுதான்: மக்களுடைய அறிவு வளர்வது அதிகாரவர்க்கத்துக்கு நல்லதல்ல. ஏனெனில் மக்கள் விஷய ஞானம் பெற்றுவிட்டால், ஒன்று சேர்ந்து போராடினால் ஒரு சிலரின் கைகளில் குவிந்துகிடக்கும் அதிகாரத்தைக் கவிழ்த்துவிடலாம் என்ற உண்மையைத் தெரிந்துகொண்டுவிடுவார்கள்.

இந்த வாதம் தவறு. வரலாறு கற்றுக் கொடுக்கும் பாடத்தை அவர்கள் மறந்துவிடுகின்றனர். உலகில் எந்த நாட்டில் மிகக் குறைவான நாகரிக முன்னேற்றம் ஏற்பட்டிருக்கிறதோ அங்கு அராஜகமும் கிளர்ச்சியும்தான் நிலவுகின்றன. மேலும், அறிவு முதிர்ச்சியடைந்த மக்கள் வசிக்கும் நாடுகளில் மக்களின் உரிமைகளைக் கண்ணுக்குக் கண்ணாகப் பாதுகாத்த அரசுக்கு எதிராக இப்படிப்பட்ட புரட்சிகள் நடப்பது மிக மிக அரிது. எந்த நாட்டுக் குடிமக்களும் அரசின் இருப்புக்கு எதிராக அல்ல, அது தனது அதிகாரங்களைத் துஷ்பிரயோகம் செய்வதால் மட்டுமே எதிர்த்துப் போராடுகிறார்கள். சமீபத்தில் அமெரிக்காவுக்கும் கனடாவுக்குமிடையே நடந்த யுத்தத்தின்போது, மேலே சொன்னது எவ்வளவு சரியெனப் புரிந்தது. பிரிட்டிஷ் அரசின் கீழ் தங்களுடைய உரிமைகள் பாதுகாக்கப்பட்டன, புகார்கள் நிவர்த்தி செய்யப்பட்டன என்ற காரணத்தால், கனடா நாட்டு மக்கள் அமெரிக்கா தங்களை அவர்கள் பக்கம் இழுக்கும் முயற்சிகளைப் பலமாக எதிர்த்தனர். பார்க்கப்போனால் மக்கள் எவ்வளவுக்கெவ்வளவு விஷய

ஞானமுள்ளவர்கள் ஆகிறார்களோ, அவ்வளவுக்கவ்வளவு அவர்கள் தங்களுடைய ஆட்சியாளர்களுக்கெதிராகப் போராடமாட்டார்கள் என்று உறுதியாகச் சொல்லலாம். அதாவது அந்த அரசு நீதியுடனும் கருணையுடனும் நடக்கும்வரையிலும் தங்களுடைய உரிமைகளைப் பறிக்காமல் இருக்கும்வரையிலும் மக்கள் அதை எதிர்க்கவேமாட்டார்கள்.

ஆகவே ஆள்பவர்கள், குடிமக்கள் இருவருக்குமே பத்திரிகைச் சுதந்தரம் நிலவுவது நன்மையே தரும். அதேசமயம் பத்திரிகைகளைக் கட்டுப்படுத்துவதற்காக இங்கிலாந்தில் இயற்றப்பட்ட சட்டம் இந்தியாவில் நிலவும் வித்தியாசமான நிலைமையை மனத்தில்கொண்டு முக்கியமான இரு விஷயங்களில் மாற்றம் செய்யப்படவேண்டும். முதலாவது பரவலான பாதுகாப்பு கருதியும், இந்திய-பிரிட்டிஷ் நட்புறவை நிலைநிறுத்தவும் இங்கிலாந்துக்கெதிராக இந்தியர்களின் மனதில் வெறுப்புணர்வை விதைக்க முயற்சி செய்யும் மனிதர்களுக்கு உரிய தண்டனை கொடுப்பது அவசியமாகும். இரண்டாவதாக, அண்டை நாடுகளுக்கு அல்லது நட்பு நாடுகளுக்கிடையே போரைத் தூண்டி விடுபவர்களுக்கெதிராகவும் நடவடிக்கை எடுக்க வேண்டும். இப்படிப்பட்ட சந்தர்ப்பங்கள் இந்தியாவில் இதுவரை எழவில்லை. எனினும், பத்திரிகைச் சுதந்தரத்தைக் கட்டுப்படுத்தவேண்டிய அவசியம் வருமேயானால், சட்டப்படிக் கொடுக்கப்படவுள்ள எந்தத் தண்டனையையும் ஏற்றுக்கொள்ள மாட்சிமை பொருந்திய அரசின் விசுவாசமுள்ள பிரஜைகள் தயாராக இருக்கிறார்கள்.

ஆனால், நாட்டின் இன்றைய நிலையில் அரசின் நோக்கம் என்னவாக இருந்தாலும் பல்வேறு தேவையில்லாத கட்டுப்பாடுகளை விதித்து, மக்கள் நீண்ட நாட்களாக அனுபவித்து வரும் உரிமைகளைப் பறித்துக்கொள்ளும் அநீதியையும், உண்மையை நசுக்கி, தவறு செய்பவர்களைப் பாதுகாத்து அடக்குமுறையை ஊக்குவிப்பதையும் நாங்கள் பணிவுடன் எதிர்க்கிறோம்.

பத்திரிகைகள் வாயிலாக உண்மையை வெளியிடுவதும், மக்கள் தங்கள் உணர்ச்சிகளை வெளியிடுவதும் அரசுக்கெதிரான நடவடிக்கைகளாக ஆகிவிடாது. இந்தியர்கள் எந்தவித சந்தேகத்துக்கும் இடமில்லாத வகையில் பிரிட்டிஷ் அரசு மீதான தங்கள் விசுவாசத்தையும் நெருக்கத்தையும் காட்டியுள்ளார்கள். அதன் பிறகும் மக்கள் நல்வாழ்வுக்கு அவசியமான பேச்சு சுதந்தரம் என்ற இந்த விலைமதிப்பற்ற உரிமையை இந்தியர்களுக்குக் கொடுக்கக்கூடாதெனத் தாங்களும், தங்களுடைய அதிகாரிகளும் தீர்மானித்தால், தாங்கள் மேலும் கடினமான சில நிபந்தனைகளைக்கொண்டு வரலாம்; கூடுதல் கடுமையான தண்டனை கொடுக்கலாம். ஆனால் தனிப்பட்ட அதிகாரிகளின் இஷ்டப்படி, ஒரு விசாரணையும் நடத்தாமல், குற்றம் சாட்டப்பட்டவரின் விளக்கத்தைப் பெறாமல், சட்டத்தில் சொல்லப்பட்ட நடவடிக்கைகளைப் பின்பற்றாமல், யாரையும் தண்டிக்கக்கூடாது. தண்டனைகள் பிரிட்டனில் நிலவும் சட்டதிட்டங்களுக்கு உட்பட்டே செய்யவேண்டும். அப்போதுதான் மக்களுக்கு நீதி கிடைக்கும்.

இதற்கு முன்பு, இந்தியாவை ஆண்டுவந்த மொகலாய மன்னர்கள் சர்வாதிகாரமுறையைக் கையாண்டனர். குரூரமாகவும் தன்னிச்சையுடனும் நடந்து கொண்டனர். இருப்பினும், அவர்களில் புத்திசாலித்தனமும் நேர்மையும் கொண்ட ஒரு சிலர் தங்களுடைய நவாபுகள் அல்லது தளபதிகளின் இடத்தில் அக்பர் நவீஸ், கூஃபா நவீஸ் என இரண்டு பணியாளர்களைத் தங்கச் செய்திருந்தனர். என்ன நடந்ததோ அதை அப்படியே பதிப்பிப்பது அக்பர்நவீஸின் பணி. அதாவது ஒரு செய்தியாளர்போல் அவர் செயல்படவேண்டும். குறிப்பிடத்தகுந்த நிகழ்வுகள் பற்றி ரகசியமாகத் தனிப்பட்ட முறையில் செய்தி அனுப்புவது கூஃபா நவீஸின் பணி. நவாபுகளும் தளபதிகளும் மொகலாய மன்னர்களுடைய உற்ற உறவினர்களாகவோ நண்பர்களாகவோ இருந்தாலும்கூட அவர்களுடைய ஆட்சி பற்றி அவர்கள் சொல்வதையெல்லாம் நம்ப மொகலாய சக்கரவர்த்தி தயாராக இருக்கவில்லை. ஏதேனும் ஒரு நவாப் தவறு செய்தாலோ அல்லது கீழதிகாரிகள் செய்த தவறுகளைக் கவனிக்காமல் விட்டு விட்டாலோ அவர்களை மொகலாய மன்னர் தண்டிக்கவும் செய்தார். அதாவது தங்களுடைய ஆட்சி எவ்வளவு மோசமாக இருந்தாலும் இந்தியாவைப்போன்ற வளம் மிகுந்த நாட்டில், பேராசையைத் தூண்டிவிட்டுக் கெட்ட வழியில் கொண்டு செல்லும் பல விஷயங்கள் இருக்கும் நாட்டில் அதிகாரங்களைத் துஷ்பிரயோகம் செய்பவர்களைத் தடுப்பது மிக அவசியம் என்பதை அவர்கள் உணர்ந்திருந்தனர்.

இந்தியா இப்போதும் செல்வம் மிகுந்த நாடாகத் திகழ்கிறது. அதன் மக்கள் இப்போதும் தங்களுடைய விருப்பங்களை நிறைவேற்றிக்கொள்ளக் குறுக்கு வழிகளைப் பின்பற்றுபவர்களாகவே இருக்கிறார்கள். தன்னிஷ்டம்போல ஆட்சிபுரிந்த அரசுகளுக்குக் கீழ் பல ஆண்டுகளாக வாழ்ந்து வந்ததன் விளைவாக அவர்களுக்கும் இந்த நோய் பிடித்துவிட்டது.

இன்று இந்தியாவை ஆள்பவர்கள் தங்களுடைய பிறந்தநாட்டில் பின்பற்றப்பட்டு வந்த உயரிய கொள்கைகளை இங்கும் அறிமுகப்படுத்தியிருந்தால், நீண்ட கால இந்திய வாசத்தினாலும் பேராசையைத் தூண்டிவிடும் விஷயங்களாலும் மயங்கியிருக்கமாட்டார்கள். ஆனால் பிரிட்டிஷ் சாம்ராஜ்ய அரசு வெகுதூரத்திலிருந்து செயல்படுகிறது. தகவல்தொடர்பு முறைகளும் இங்கிருக்கும் ஆட்சியாளர்களின் கட்டுப்பாட்டில்தான் உள்ளன. ஆகவே அவர்கள் இந்தத் தொலைதூர தேசத்தில் என்னவிதமான வாழ்க்கையை வாழ்கிறோம் என்பது பற்றியோ இந்தப் பகுதி மக்கள் என்ன சொல்கிறார்கள் என்பதுபற்றியோ அவர்கள் கவலைப்படுவதேயில்லை. எனவே,

இம்மாதிரியான அளவற்ற அதிகாரத்தைத் துஷ்பிரயோகம் செய்யாமலிருக்கச் சில கட்டுப்பாடுகள் மிக அவசியம் என்று தங்களுடைய விசுவாசமுள்ள பிரஜைகள் கருதுகின்றனர்.

இந்தியர்கள் தங்களுடைய குறைகளை கிழக்கிந்திய கம்பெனியின் டைரக்டர்கள்முன் சமர்ப்பித்து நிவாரணம் பெறலாமே என ஒருவர் கேட்

கலாம். ஆனால் இந்தியர்களுக்கு இந்த முறையைப்பற்றி ஒன்றும் தெரியாது. இங்கிலாந்தில் அவர்களுக்கு நண்பர்களும் இல்லை. இங்கிலாந்து பற்றியும் எதுவும் தெரியவும் செய்யாது. ஆகவே தங்களுடைய முயற்சிகள் எந்த அளவுக்கு வெற்றி பெறும் என்பதுபற்றி அவர்களால் நிச்சயமாகச் சொல்ல முடியாது. ஏனெனில் அவர்களுடைய மனுக்களை மேலிடத்துக்கு அனுப்பு வதற்கு உள்ளூர் அரசு சம்மதிக்கவேண்டும். அப்படிச் செய்யும்போது, அந்த உள்ளூர் அரசு மனுவில் சொல்லப்பட்டுள்ள குற்றச்சாட்டை மறுதலிக்கும்மு கமாகத் தங்கள் கருத்துகளையும் எழுதி அனுப்புவார்கள். இவை என்னவாக இருக்குமென்பது மனுதாரர்களுக்குத் தெரியவே தெரியாது. இந்தியர்கள் தங்கள் மனுக்களை அனுப்புவதற்கு உள்ளூர் அதிகாரிகள் எந்த உற்சாகமும் காட்டமாட்டார்கள். இதுவே பெரும் தடையாக இருக்கும். விளைவு? வங்காளத்திலிருந்து ஒரு மனுகூட பிரிட்டிஷ் அரசுக்கு இதுவரை அனுப்பப் படவில்லை.

கடைசியாக, தங்களுடைய விசுவாசம் மிகுந்த பிரஜைகள் மாட்சிமை பொருந்திய தாங்களை வேண்டிக்கொள்வது இதுதான். மேற்குறிப்பிட்ட சட்டத்தையும் விதிமுறைகளையும் வாபஸ் வாங்கவேண்டும். இரண்டாவ தாக, எந்தவொரு அதிகாரியும் சட்டத்தைக் கையில் எடுத்துக்கொண்டோ அல்லது தங்களைப் போல் சர்வ வல்லமை படைத்தவராகக் கருதிக் கொண்டோ தங்களுடைய விசுவாசமான பிரஜைகளின் உரிமைகளையும் வசதிகளையும் சுருக்கவோ அழித்துவிடவோ அரசின் அதிகாரங்களை துஷ்பிரயோகம் செய்வதைத் தடுக்கவேண்டும். இதற்காக உங்கள் பாது காப்பைக் கோருகிறோம். இதன் பொருட்டுத் தாங்கள் கொண்டுவரும் எந்தச் சட்டத்தையும் ஏற்றுக்கொள்வோம்.

இரண்டாவதாக, தாங்களுடைய பிரஜைகள் தங்களுடைய எண்ணங்களையும் கருத்துகளையும் பத்திரிகைகள் மூலம் வெளிப்படுத்துவது தொடர்பாக இத்தனை நாட்களாக அனுபவித்து வந்த உரிமைகளை உறுதிப்படுத்துமாறு பணிவுடன் கேட்டுக்கொள்கிறோம். தேவை என்று தாங்கள் கருதக்கூடிய சட்டரீதியான கட்டுப்பாடுகளுக்கு உட்பட்டதாகவே அந்த சுதந்தரம் இருக் கலாம் அல்லது தாங்கள் விரும்பினால் தங்களுடைய கீழில்வாழும் பல்லாயி ரக்கணக்கான மக்களுடைய உண்மை நிலைமை என்ன என்பதை அறிய அறிவார்ந்த சுதந்தரமாகச் செயல்படக்கூடிய கனவான்களைக் கொண்ட ஒரு கமிஷனை நியமிக்கலாம்.

மேதகு தங்களுடைய விசுவாசமான பிரஜைகள் உலகின் ஒரு கோடியிலிருந்து வேண்டிக்கொள்வது இதுதான்: கடைக்கோடி மக்களையும் தந்தையின் அன்போடு நடத்தும் குணமுடைய தங்களிடம் அதே கருணையை எதிர் பார்த்துக் கேட்கிறோம் எங்களுடைய பரிதாபகரமான நிலைமையைப் புறக்கணிக்காதீர்கள். ஐரோப்பாவுக்கு விடுதலை வாங்கிக் கொடுத்தவர் என்று நற்பெயரெடுத்த தாங்களுடைய நல்லாட்சியின் கீழ் பெரும் புகழ் அடைந்த தேசத்தின் மரியாதையின்பேரில் கேட்கிறோம் தங்களுடைய

பிரஜைகள் வலுக்கட்டாயமாக அடக்கி ஆளப்படுவதை அனுமதிக்காதீர்கள். தங்களுடைய மாட்சிமை பொருந்திய வெண் கொற்றக் கொடையின் கடைக்கண் பார்வைக்காக உலகமே காத்து நிற்கிறது. அப்படியான ஒரு நிலையில் இந்திய பூர்வகுடிகளை அடக்குமுறைக்கும் அவமானத்துக்கும் ஆளாக்கக்கூடாது என்றுவேண்டிக்கொள்கிறோம்.

நவீனக் கல்வியின் அவசியம்

(1823-ம் ஆண்டில் கவர்னர் ஜனரலுக்கு எழுதப்பட்ட இந்தக் கடிதம் இந்தியாவில் நவீனக் கல்விமுறையை அறிமுகப்படுத்தவேண்டுமென வற்புறுத்துகிறது)

மகாகணம் பொருந்திய வில்லியம் பிட் அவர்கள் சமூகத்துக்கு,

மைலார்ட்!

பொதுவான சில விஷயங்களைப்பற்றிய தங்களுடைய கருத்துகளை அரசின்முன் வைக்க இந்திய பிரஜைகள் தயங்குகிறார்கள். ஆனால், ஒரு சில விஷயங்களில் மௌனமாக இருப்பதும் குற்றமாகும். இந்தியாவை இன்று ஆள்பவர்கள் பல ஆயிரம் மைல்களுக்கு அப்பாலிருந்து இங்குவந்துள்ளார்கள். அவர்களுக்கு இந்தியர்களின் மொழி, இலக்கியம், பழக்கவழக்கங்கள், எண்ணங்கள் மிகவும் புதியவை, புதிரானவை. இந்தப் பகுதி மக்கள் ஒரு விஷயத்தை எப்படி எடுத்துக்கொள்வார்களோ அதை அந்நிய ஆட்சியாளர்களால் எளிதில் தெரிந்துகொள்ளமுடியாது. அவர்களுக்கு இங்குள்ள நிலைமையைப்பற்றிச் சரியாக எடுத்துச் சொல்லவில்லை என்றால் நாம் பெரும் தவறு செய்தவர்களாவோம். எங்களது கடமையில் தவறிவிட்டோம் என ஆட்சியாளர்களும் எங்களைக் குற்றம் சொல்வார்கள். ஏனெனில் நாம் நம் நாட்டைப்பற்றிய சரியான விவரங்களை ஆட்சியாளர்களுக்கு அறிவித்தால்தான் நமக்கு நன்மை பயக்கும் நடவடிக்கைகளை அவர்களால் எடுக்க முடியும். நாட்டின் முன்னேற்றத்துக்கு உதவும் வகையில் நமக்குத் தெரிந்த உள்ளூர் நிலவரங்களைப்பற்றி அவர்களிடம் சொல்லவேண்டும்.

கல்கத்தாவில் ஸ்தாபிக்கப்பட்டுள்ள ஒரு புதிய பள்ளிக்கூடம் இந்தியர்களின் இப்போதையக் கல்வி முறையை மேம்படுத்த நினைக்கும் பிரிட்டிஷ் அரசின் வரவேற்கத்தக்க விருப்பத்தையே சுட்டிக்காட்டிக்கொண்டிருக்கிறது. இந்தப் பள்ளிக்கூடம் திறக்கப்பட்டபோது, இந்தியாவைப்பற்றிய பாடங்களைக் கற்பிக்க ஒரு பெரிய தொகையை ஒவ்வொரு ஆண்டும் ஒதுக்கவேண்டும் என்று இங்கிலாந்து அரசு உத்தரவிட்டுள்ளதாக அறிகிறோம்.

இந்திய மாணவர்களுக்கு கணிதம், தத்துவம், வேதியியல், உடற்கூறியல் மற்றும் அதைப்போன்ற மற்ற உபயோகமுள்ள பாடங்களைக் கற்பிக்கும்

பொருட்டு ஐரோப்பிய ஆசிரியர்களை நியமிப்பதற்காகத் தொகை செலவழிக்கப்படுமென மனதார நம்பினோம். இந்தக் கல்வித் துறைகள் ஐரோப்பிய நாடுகளில் முழுமைக்கு மிக அருகில் கொண்டுசெல்லப்பட்டுள்ளன. அந்நாடுகளின் குடிமக்களை உலகின் பிற பகுதிகளில் இருப்பவர்களைவிட மேலே கொண்டுசென்றுள்ளன.

இந்தியாவின் வளரும் தலைமுறைக்கும் இதுபோன்ற கல்வி தரப்பட்டு, அறிவொளி பரப்பப்படும் என்று மகிழ்ச்சியுடன் எதிர்பார்த்தோம். நாங்கள் அரசுக்கு இது தொடர்பாக ஏற்கெனவே நன்றி சொல்லிவிட்டிருக்கிறோம். மேற்குலகிலேயே அதிக விழிப்பு உணர்வும் மிகுந்த தாராள மனமும் கொண்ட தேசத்துக்கு, நவீன ஐரோப்பாவின் அறிவியல், கலை தொடர்பான அறிவை ஆசியாவிலும் ஊன்றச் செய்யும்படியான உத்வேகத்தை அளித்த சர்வ வல்லமை பொருந்திய இறைவனுக்கு நன்றி செலுத்தினோம்.

ஆனால், இந்தியர்களுக்கு ஏற்கெனவே தெரிந்ததையே கற்பிக்கும் பொருட்டு இந்து பண்டிட்டுகளின் பொறுப்பில் ஒரு சமஸ்கிருதப் பள்ளிக்கூடத்தை அரசு தொடங்கப்போவதாக இப்போது அறிகிறோம். இந்தப் பள்ளிக்கூடங்கள் (பேக்கன் பிரவுபின் காலத்துக்கு முன்பாக ஐரோப்பாவில் இருந்தவற்றைப்போன்றவை) இளம் வயதினரின் மனங்களில் சமஸ்கிருத இலக்கணம் தத்துவம் தொடர்பான பெரும் சுமையைத்தான் ஏற்றப்போகின்றன. அவற்றால், அவர்களுக்கோ சமூகத்துக்கோ யாதொரு பயனுமில்லை. இரண்டாயிரம் ஆண்டுகளுக்கு முன்பே தெரிந்த விஷயங்களையும் அவற்றைப்பற்றிப் பின்னர் வந்துள்ள கவைக்குதவாத வெற்று நுட்பங்களையும் விளக்கங்களையும்தான் மாணவர்கள் கற்கப்போகிறார்கள்.

சமஸ்கிருதம் ஒரு கடினமான மொழி. அதை நன்கு கற்றுக்கொள்ள வாழ்நாள் முழுவதும் செலவழிக்கவேண்டும். மக்களிடையே அறிவைப் பரப்புவதற்குத் தடையாக நிற்கிறது அது. அதனைக் கஷ்டப்பட்டுப் படிப்பதால் கிடைக்கும் பலனும் மிக மிகக் குறைவு. ஆனால் இந்தமொழியை அதில் புதைந்துள்ள விலை மதிப்பு மிகுந்த விஷயங்களுக்காகவாவது மாணவர்களுக்குக் கற்பிக்கவேண்டுமென்று நினைத்தால், அதற்குப் புதிய சமஸ்கிருதப் பள்ளிகளை ஸ்தாபிப்பதைவிட வேறு எளிய வழிகள் உள்ளன. ஏனெனில், இந்தியாவின் எல்லா பாகங்களிலும் தற்போது ஸ்தாபிக்கப்படவுள்ள புதிய பள்ளிகள் கற்பிக்கப்போகும் சமஸ்கிருதத்தையும், மற்ற இலக்கியங்களையும் கற்பிக்க ஏராளமான பேராசிரியர்கள் இருக்கின்றனர். ஆகவே இந்த மொழியை அறிந்துள்ள அந்தப் பேராசிரியர்களுக்குப் பண உதவி செய்தால் அவர்கள் இந்தப் பணியைக் கூடுதல் உற்சாகத்துடன் செய்வார்கள்.

இந்தப் பிரஜைகளின் அறிவை விசாலப்படுத்துவதற்கும் அவர்களுடைய தற்போதைய நிலையை உயர்த்துவதற்காகவும்தான் ஆங்கிலேய அரச தொகை ஒதுக்கியிருக்கிறதென்பதால், இப்போது அரசு வகுத்திருக்கும் திட்டத்தை நிறைவேற்றினால் மேற்சொன்ன நோக்கம் நிறைவேறாதென்பதையும் தாழ்மையாகச் சொல்லிக் கொள்கிறோம். இளம் வயதினர்

சமஸ்கிருத இலக்கணத்தைக் கற்பதிலேயே தங்களுடைய பொன்னான நேரத்தைச் செலவழித்தால் அதனால் அவர்களுடைய நிலையில் ஒரு முன்னேற்றமும் ஏற்படாது. உதாரணமாக 'காத்' என்றால், 'உண்பது' என்று பொருள். 'காததி' என்றால் அவன் உண்கிறான்/அவள் உண்கிறாள்/அது உண்கிறது' என்று பொருள். இங்கு ஒரு கேள்வி எழுகிறது. 'காததி' என்ற சொல் 'அவன்', 'அவள்', 'அது' என்ற எல்லாவற்றையும் குறிக்கிறதா அல்லது இவை ஒவ்வொன்றையும் குறிக்க வெவ்வேறு வார்த்தைகள் உள்ளனவா? ஆங்கிலத்தை எடுத்துக்கொண்டால் Eats என்பதில் Eat என்பதில் என்ன அர்த்தம் இருக்கிறது? s என்பதில் என்ன அர்த்தம் பொதிந்திருக்கிறது? இரண்டும் சேர்த்துச் சொல்வதால் அந்த அர்த்தம் வருகிறதா? தனித்தனியாகச் சொல்வதால் வருகிறதா?

இதைப்போலவே வேதாந்தத்தைப் படிப்பதாலும் மாணவர்களின் நிலைமை மேம்படப் போவதில்லை. உதாரணமாக ஆத்மா இறைவனின் எந்த அளவுக்கு இணைந்திருக்கிறது. இறைவனுடன் அதன் தொடர்பு என்ன என்பவற்றைத் தெரிந்துகொண்டு என்ன ஆகப்போகிறது. அதுபோலவே, நாம் காண்பதொன்றும் உண்மையல்ல. மாயையே. தந்தை, சகோதரர்கள் என யாரும் இல்லை. ஆகவே அவர்களிடம் அன்பு செலுத்தத் தேவையில்லை. அதனால் இந்த உலகை விட்டு எத்தனை சீக்கிரம் போகிறோமோ அத் தனையும் நல்லது. இதுபோன்ற வேதாந்தக் கொள்கைகளைப் படிப்பதால் சமூகத்தில் அவர்களுடைய நிலை உயராது. மேலும் ஆட்டினைக் கொல்லும் ஒருவன் வேதங்களிலிருந்து எந்தச் சில வரிகளை ஓதினால் அவன் பாவ மற்றவனாவான் என்பதையோ, வேதங்களின் தன்மை, அதைப் படிப்பதில் என்ன பயன் என்பதையோ தெரிந்துகொள்வதால் அவனுக்கு ஒரு பிரயோ சனமும் இருக்காது.

அதைப்போலவே இந்தப் பிரபஞ்சத்திலுள்ள பொருட்கள் எத்தனை வகை களாகப் பிரிக்கப்பட்டிருக்கின்றன. ஆத்மாவுக்கும் உடலுக்கும் இடையே என்னவிதமான தொடர்புள்ளது. காதுக்கும் கண்ணுக்கும் இடையே என்ன தொடர்பு என்பதைப்பற்றிப் பேசுவதால் ஒரு பலனுமில்லை.

மேற்சொன்ன கற்பிதமான விஷயங்களைப் படிக்கச் சொல்லி ஊக்குவிப்பது எப்படிப்பட்டது என்பதை நன்கு அறிந்துகொள்ளவேண்டுமானால், பேக்கன் பிரபுவுக்கு முன்னால் அறிவியல் இலக்கியம் என்ன நிலையில் இருந்தது, அவருடைய வருகைக்குப் பின் எப்படி மாறியது என்பதை ஒப் பிட்டுப் பார்த்தால்போதும்.

பிரிட்டிஷ் மக்களுடைய அறிவு வளரவேண்டாமென அரசு கருதியிருந்தால், பழைய கல்வி முறைக்குப் பதிலாக பேக்கனிய கல்வியை அது அமல்படுத் தியிருக்காது. அதுபோலவே, சமஸ்கிருதக் கல்வியை ஊக்குவிப்பதென்பது இந்த நாட்டுமக்களை அறியாமையில் தொடர்ந்து மூழ்கடிக்கவே செய்யும். அதுதான் பிரிட்டிஷ் நாடாளுமன்றத்தின் நோக்கமா? இந்த அறியாமையைப் போக்கி, மக்களை மேம்பாடடையச் செய்வதுதான் பிரிட்டிஷ் அரசின் குறிக்

கோள் என்றால், கணிதம், தத்துவம், வேதியியல், உடற்கூறியல், போன்ற பல்வேறு உபயோகமுள்ள விஷயங்களைக் கற்பிக்கவேண்டும். இதற்காக ஐரோப்பாவில் படித்தவர்களை வேலைக்கமர்த்தவேண்டும்.

புதிதாகத் தொடங்கப்படவுள்ள கல்லூரிக்குப் புத்தகங்கள் மேசைகள், நாற்காலிகள், மற்ற உபகரணங்கள் ஆகிய அனைத்தையும் கொடுக்கவேண்டும்.

மாட்சிமை தாங்கிய பிரிட்டிஷ் அரசும், நாடாளுமன்றமும் இங்கிலாந்திலிருந்து வெகு தூரத்திலிருக்கும் இந்திய நாட்டை மிகக் கவனத்துடன் பார்த்துக் கொள்கின்றன. அதன் பிரஜைகளின் நன்மைக்காகப் பாடுபடுகின்றன. இந்த விஷயத்தைத் தங்களுடைய கவனத்துக்குக்கொண்டு வருவதன் மூலம் நான் இந்தப் பிரிட்டிஷ் அரசுக்கும், எனது சக இந்தியப் பிரஜைகளுக்கும் எனது கடமையை நிறைவேற்றியவனாவேன். எனவே, நான் கூடுதல் சுதந்தரம் எடுத்துக்கொண்டு இந்த விஷயங்களைத் தங்களுக்கு எடுத்துச் சொன்னதைத் தாங்கள் மன்னித்தருள்வீர்கள் என்று நம்புகிறேன்.

இப்படிக்கு
ராம்மோகன் ராய்
கல்கத்தா

பகுதி 2

சீர்திருத்தவாதிகளும் புரட்சியாளர்களும்

அறிமுகவுரை

~

இந்தியாவில் பிரிட்டிஷ் ஆட்சிக்கு எந்த எதிர்ப்பும் இல்லாமல் இருந்திருக்கவில்லை. 1770களுக்கும் 1850களுக்குமிடையே, அதாவது ஏறக்குறைய ஒரு நூற்றாண்டுக் காலத்தில் இந்திய ஸம்ஸ்தான மன்னர்களும், அவர்களுடைய ராணுவங்களும் வெளிப்படுத்திய இந்த எதிர்ப்பை பிரிட்டிஷ் அரசு தமது ராணுவத்தின் உதவியுடன்தான் முறியடிக்க வேண்டியிருந்தது. இவற்றைத் தவிர, இந்திய மதத் தலைவர்களும், விவசாயிகளும், ஆதிவாசிகளும் நிலம் மற்றும் இயற்கை வளம் தொடர்பாகவும் மதப் பழக்கவழக்கங்கள் தொடர்பாகவும் இருந்த பிரிட்டிஷ் ஆட்சியின் கொள்கைகளுக்கு எதிராகச் சிறிய அளவில் ஏராளமான கலகங்கள் நடத்தியதவண்ணமிருந்தனர்.

ஆனால் இந்த எதிர்ப்புக்கெல்லாம் நாடு தழுவிய போராட்டங்களாக இல்லாமல் ஒரு சில பிரதேசங்களில் மட்டுமே காணப்பட்டதால், இவற்றால் பிரிட்டிஷ் ஆட்சிக்கு எந்தவித அபாயமும் நேரவில்லை. ஆனால் பிரிட்டிஷ் அரசையே குலுக்கிய ஒரு புரட்சி 1857ம் ஆண்டு முற்பகுதியில் தொடங்கியது. இதனை ஒருசாரார் (பெரும்பாலும் பிரிட்டிஷ் எழுத்தாளர்கள்) 'சிப்பாய் கலகம்' என்றும், வேறொரு சாரர் (இந்திய எழுத்தாளர்கள்) 'இந்தியாவின் முதல் சுதந்தரப் போர்' என்றும், வர்ணிக்கின்றனர். ஆனால் இந்தப் புரட்சி முதலாவது வருணனையைவிட வெகுவாக மேலானது. எனினும் இரண்டாவதைவிடக் கொஞ்சம் குறைவானதுதான். கிழக்கிந்திய கம்பெனியில் வேலை பார்த்து வந்த சிப்பாய்களின் அதிருப்தியில் தொடங்கியது இந்தப் புரட்சி. அதில் காலனி ஆட்சியின் விவசாயக் கொள்கையில் அதிருப்தியடைந்த விவசாயிகளும் சேர்ந்துகொண்டனர். கிறிஸ்துவப் பாதிரிகளின் அகம்பாவமும் அரசாங்கமே இந்தியர்களை கிறிஸ்துவ மதத்துக்கு மாற்ற முயற்சிக்கிறது என்ற பயமும் இந்த அதிருப்திக்குத் தூபமிட்டன. கம்பெனி ஆட்சியினால் அதிகாரமும் பதவியும் பறிக்கப்பட்ட ஸம்ஸ்தான மன்னர்களும் நிலப்பிரபுக்களும் இந்தப் புரட்சி நெருப்பை மேலும் விசிறிவிட்டனர்.

ஆனால், இந்தப் புரட்சியில் பங்கெடுத்தவர்களுக்குத் தாங்களனைவரும் இந்தியர்கள் என்ற உணர்வோ சுதந்தரம் என்ற நவீனச் சிந்தனையோ இல்லாமலிருந்தது. அந்தப் புரட்சி வெற்றி பெற்றிருந்தாலும்கூட, அதன் விளைவாக ஒரு புதிய இந்திய அரசு உருவாகியிருக்காது. பதிலாக, பிரிட்டி

ஷாரின் வருகைக்கு முன் இந்தியாவிலிருந்த ஆட்சிமுறையே திரும்பிவந் திருக்கலாம். அதாவது டில்லியில் எந்தவிதப் பெரிய அதிகாரமும் இல்லாத ஒரு மொகலாய மன்னரும் பிராந்தியங்களில் அவர்களுடைய நவாபுகளும் தளபதிகளும் ஆட்சி புரிய ஆரம்பித்திருக்கலாம். புரட்சியாளர்கள் வெற்றி பெற்றிருந்தால், சண்டைகள் கொஞ்சம் குறைந்துபோயிருக்கலாம். பொருளா தாரம் பரிதாபமான நிலையிலேயே இருந்திருக்கும். அவ்வளவுதான், நாட்டில் அமைதியோ வளர்ச்சியோ ஏற்பட்டிருக்காது.

இருப்பினும், இந்தப் புரட்சிக்கு மக்களிடையே பெரும் ஆதரவு இருந்தது. இதன் தாக்கம் இந்தியாவின் பல இடங்களில் காணப்பட்டது. கல்கத்தா, தில்லி நகரங்களுக்கு அருகில் அமைந்திருந்த ராணுவ முகாம்களிலிருந்து தொடங்கிய இந்தப் புரட்சி விரைவிலேயே கிராமப்புறங்களுக்கும் பரவியது. எல்லா இடங்களிலும் மக்கள் அதற்கு ஆதரவு அளித்தனர். புரட்சி யாளர்களுக்கும், பிரிட்டிஷ் அரசர்களுக்கு விசுவாசமாக இருந்த சிப்பாய் களுக்குமிடையே கடுமையான போர் மூண்டது. இந்தியாவின் வடக்கு, மத்திய, கிழக்குப் பகுதிகளில பல இடங்களுக்கு இந்தப் புரட்சி பரவியது. விவரிக்க முடியாத அளவுக்கு இருதரப்பினரும் அக்கிராமங்களில் ஈடுபட்டனர். ஆயிரக்கணக்கானவர்கள் மரித்தனர். அதற்கும் மேலானவர்கள் பட்டினி, வியாதிகள் மூலமும் உயிரிழந்தனர்.

1858-ம் ஆண்டின் நடுவில்தான் கிழக்கிந்திய கம்பெனியால் இந்தப் புரட்சியை ஒருவாறாக அடக்க முடிந்தது. வயதான காரணத்தால் உடல் ரீதியாகவும், மனரீதியாகவும் தளர்ந்துபோயிருந்த மொகலாயச் சக்கரவர்த்தி பஹதூர்ஷா ஸஃபர் புரட்சியாளர்களுக்கு உதவி செய்ததாகத் தெரியவந்தது. கிழக்கிந்தியக் கம்பெனி இவரை ரங்கூனுக்கு நாடு கடத்தியது. இந்தியாவை ஆளும் பொறுப்பை மத்திம வயதும் கூடுதல் அதிகாரமும் கொண்ட லண்டன் மகாராணி விக்டோரியா ஏற்றுக்கொண்டார். இந்தியர்கள் கிழக் கிந்திய கம்பெனிக்குப் பதிலாக பிரிட்டிஷ் சாம்ராஜ்யத்தின் பிரஜைகளாக ஆனார்கள். அரசு நிர்வாகம் பெருமளவில் திருத்தியமைக்கப்பட்டது. ஒரு நிரந்தர சிவில் சர்வீஸ் ஏற்படுத்தப்பட்டது. மாவட்ட அளவில் அதன் அதிகாரிகள் மாஜிஸ்ட்ரேட்டுகளாகவும் வரி வசூலிப்பவர்களாகவும் செயல் பட்டனர். மத்திய அரசிலும், மாநில அரசுகளிலும் அவர்கள் நிதி, உள்துறை, கல்வி, பொதுப்பணி ஆகிய துறைகளின் செயல்பாடுகளை மேற்பார்வை செய்தனர். ராணுவமும் திருத்தியமைக்கப்பட்டது. பின்னொரு காலத்தில் ஏதேனும் புரட்சி வெடித்தால் ராணுவத்தை உடனுக்குடன் அனுப்பும் வகையில் நாடு முழுவதும் ரயில் பாதைகள் போடப்பட்டன.

இந்த 1857 போராட்டம் வரலாற்றறிஞர்கள் மற்றும் பொது மக்களுடைய கவனத்தைத் தொடர்ந்து ஈர்த்துக்கொண்டிருக்கிறது. இது நடந்து 150 ஆண்டு களுக்குப் பிறகு இப்போதும் இதனைப்பற்றிய புத்தகங்கள் வெளிவந்து கொண்டிருக்கின்றன. போராட்டத்தின்போது அடைந்த வெற்றி, தோல்வி களைப்பற்றியும், அதில் பங்கெடுத்த இரு தரப்பு நாயகர்கள் வில்லன்கள் பற்றியும் தொடர்ந்து புத்தகங்கள் எழுதப்பட்டுக் கொண்டிருக்கின்றன.

ஆனால், அதே 1857-ம் ஆண்டிலேயே மேற்சொன்ன போராட்டத்தைவிட முக்கியத்துவம் வாய்ந்த வேறொரு சம்பவம் இந்தியாவில் நிகழ்ந்ததை அநேகமாக மறந்துவிட்டோம். அதுதான் இந்தியாவில் முதன் முதலாகப் பல்கலைக்கழகங்கள் தொடங்கப்பட்ட விஷயம்.

முதல் சுதந்தரப் போராட்டம்/கலகம் நடந்த அதே ஆண்டிலேயே கல்கத்தா, பம்பாய், மதராஸ் ஆகிய இடங்களில் தொடங்கப்பட்ட இந்தப் பல்கலைக் கழகங்கள்தான் நவீன இந்தியாவை உருவாக்க உதவின. சமூகவியல் நிபுணர் ஆந்த்ரே பெத்தெய்ல் (Andre' Betteill) சுட்டிக்காட்டியிருப்பதுபோல 'பல நூற்றாண்டுகளாகப் பழைமையில் மூழ்கியிருந்த, ஏற்றத்தாழ்வுகள் நிலவி யிருந்த ஒரு சமூகத்தில் அறிவுரீதியாகவும் அமைப்புரீதியாகவும் இந்தப் பல்கலைக்கழகங்கள் மக்கள் முன்னேற்றத்திற்கான புதிய சந்தர்ப்பங்களை ஏற்படுத்திக்கொடுத்தன.'' இதுவரை சாதி, மதம், உறவுமுறை ஆகியவை மட்டும் பெரும் பங்கு வகித்த ஒரு சமூகத்தில் ஆண்/பெண் அல்லது மத, இன வேறுபாடில்லாமல் அனைவருக்கும் பயனளிக்கும்விதத்தில் அமைந் திருந்தன இந்தப் பல்கலைக்கழகங்கள். மேற்சொன்ன வேறுபாடுகள் சமூகத்திலிருந்து முழுவதாக நீங்கிவிடவில்லையெனினும் அவற்றைப்பற்றி மக்கள் கேள்வி எழுப்பத் தொடங்கினர்.

பிரிட்டிஷாரின் கட்டுப்பாட்டிலிருந்த வங்காளம், பம்பாய், மதராஸ் ஆகிய மூன்று முக்கிய இடங்கள் ஒவ்வொன்றும் பரப்பில் ஒரு பெரிய ஐரோப்பிய நாட்டுக்குச் சமமாக இருந்தது. அவற்றில் வாழ்ந்திருந்த மக்கள் பல்வகைப் பட்டவர்களாக இருந்தனர். மேற்சொன்ன மூன்று பல்கலைக்கழகங்கள் இந்த மாகாணங்களின் தலைநகரங்களில் நிறுவப்பட்டன. இதன்பின்னர் அன்றைய உ.பி.யில்- (United Princes) அலகாபாத்திலும், பஞ்சாப் மாகாணத்தின் அன்றைய தலைநகரான லாகூரிலும் பல்கலைக்கழகங்கள் நிறுவப்பட்டன. சிற்றூர்களில் கல்லூரிகள் தொடங்கப்பட்டு அவை அந்தந்தப் பல்கலைக் கழகங்களுடன் இணைக்கப்பட்டன. தங்களுடைய பாடதிட்டங்களை அந் தந்தப் பல்கலைக்கழகங்களே நிச்சயித்துக் கொண்டன. இவையே மாணவர் களுக்குப் பட்டங்களையும் அளித்தன.

இந்தப் பல்கலைக்கழகங்களில் அனைத்துப் பிரிவு மக்களும் சேர்ந்து படிக் கலாமென்றிருந்தாலும் முதல் சில ஆண்டுகளுக்கு பெரும்பாலும் பிரா மணர்கள்தான் இங்கு உற்சாகத்துடன் சேர்ந்து படித்தனர். எழுத்தர்களாகவும், அறிவுஜீவிகளாகவும், பிரிட்டிஷாருக்கு முன்பிருந்த ஆட்சியாளர்களுக்கு ஆலோசகர்களாகவும் பணிபுரிந்த இந்து சமூகத்தின் உயர் சாதியான பிரா மணர்கள் இப்போது தங்களுடைய புதிய எஜமானர்களுக்குக் கீழேயும் அதே பணிகளைச் செய்ய முன்வந்தனர்.

இந்தியாவில் மேற்குப் பகுதியில் அன்று நிறுவிய நிலைமையை ஆய்வு செய்த சமூக-வரலாற்றில் நிபுணர் ரவீந்தர் குமார் சொல்கிறார். 'மொத்த மக்கள்தொகையில் பிராமணர்கள் ஐந்து சதவிகிதம்தான் இருந்தனர் என்றாலும் 1860களின் காலயளவில் பல்கலைக்கழக மாணவர்களில் எண்பது

சதவிகிதம் பேர் பிராமணர்களாக இருந்தனர். அவர்கள் நவீனக் கல்விக்குத் திசைமாறியதில் இதற்கு இரண்டு காரணங்களைச் சொல்லலாம். முதலாவது, அறிவுத் தேடலில் அவர்களுடைய இயல்பான ஆர்வம்; இரண்டாவது பிரிட்டிஷ் ஆட்சியின் குமாஸ்தாக்கள், ஆசிரியர்கள், வரி வருவாய் வசூலிப்பவர்கள், நீதியரசர்கள் ஆகிய பதவிகள் கிடைப்பதற்கு இந்தப் படிப்பு உதவும். கல்வி நிலையங்களில் அதிகம் பேர் சேர்ந்து படித்ததைத் தொடர்ந்து அடுத்த கட்டமாக அரசு வேலைகளிலும் பிராமணர்களே பெருமளவில் இடம் பிடித்தனர். உதாரணமாக, 1886-87ல் அன்றைய பம்பாய் அரசின் கீழ் பணி புரிந்த 384 அதிகாரிகளில் 328 பேர் இந்துக்களாக இருந்தனர். இவர்களில் 211 பேர் பிராமணர்கள். இவர்களிலும்கூட, ஒரு பெரும் எண்ணிக்கை பம்பாய் மாகாணத்தின் மேற்குப் பகுதியிலிருந்து வந்த 'சித்பவன் பிராமணர்'களாக இருந்தனர்.

இந்தப் பிராமணர்களில் சிலர் பிரிட்டிஷ் அரசுக்கு விசுவாசமாக இருப்பதே போதுமென்றிருந்தபோது, மற்றவர்கள் வேறுவிதமாகச் சிந்தித்தனர். இவர்கள் பல்கலைக்கழகங்களில் எட்மண்ட் பர்க், ஜான்ஸ் ஸ்டுவேர்ட் மில், ஜெர்மி பெந்தம் போன்ற வேறு பல ஐரோப்பிய சிந்தனையாளர்களைப் பற்றிப் படித்ததன் விளைவாக இந்தியாவை ஆங்கிலேயர்களுக்குப் பதிலாக இந்தியர்களே ஆளவேண்டும்; இந்தியாவுக்கான சட்டங்களை இந்தியர்கள் இயற்றவேண்டும் என்ற எண்ணங்கள் அவர்களிடம் எழுந்தன.

வரலாற்றாசிரியர் பி.ஆர். நந்தா சொல்வதுபோல, சித்பவன் பிராமணர்கள் வன்முறைப் பாதையில் செல்லாமல் தங்களுடைய நாட்டை ஆள்வதில் இந்தியர்களுக்குக் கூடுதல் பிரதிநிதித்துவம் வேண்டுமென்று சிந்தித்தனர். அதற்கு அவர்களுக்குக் கிடைத்த மேலைநாட்டுக் கல்விக்குத்தான் நன்றி சொல்லவேண்டும். அன்று பம்பாய் மாகாண கவர்னராக இருந்த ரிச்சர்ட் டெம்பிள் (Richard Temple) இதையே அதிகம் உணர்ச்சிவசப்படாமல் எழுதினார்: 'மேற்கு இந்தியாவின் சித்பவன் பிராமணர்களிடம் இருப்பது போன்ற சோர்வே இல்லாத, மிகுந்த வீச்சை உடைய, நம்மால் திருப்திப் படுத்தவே முடியாத வகையிலான தேசிய, அரசியல் லட்சிய தாகத்தை இந்தியாவில் வேறு எங்குமே நான் இதுவரை கண்டதில்லை.'

சீர்திருத்த மனம் கொண்ட, மேலை நாட்டுக் கல்வி பெற்ற இந்தியர்கள் தத்தம் நகரங்களிலும் மாகாணங்களிலும் சங்கங்களை அடைந்தனர். அந்தச் சமயத்தில்தான் ஆலன் ஆக்டேவியன் ஹ்யூம் என்ற தொலைநோக்குப் பார்வைகொண்ட ஆங்கிலேயர் இந்தச் சங்கங்களையெல்லாம் இணைத்து தேசிய அளவில் ஓர் அமைப்பை நிறுவலாம் என்று யோசனை கூறினார். டிசம்பர் 1885-ல் நாடு முழுவதிலுமிருந்து சுமார் 80 படித்த இந்தியர்கள் 'இந்தியன் நேஷனல் யூனியன்' என்ற அமைப்பை நிறுவினார்கள். பின்னர் இதன் பெயர் 'இந்தியன் நேஷனல் காங்கிரஸ்' என மாற்றப்பட்டது.

இந்த காங்கிரஸின் கூட்டத்தில் பேசிய ஒருவர் இவ்வாறு கூறினார்: 'நமக்கிடையில் தாய்மொழி, சமூகப் பழக்கவழக்கங்கள், நடை, உடை,

பாவனைகள் ஆகியவை வேறுபட்டாலும் நாம் இந்தியர் என்ற தேசிய உணர்வு நம்முள்ளே இருக்கிறது.'' மற்றொரு பேச்சாளர் சொன்னார்: 'முன்பைப்போலல்லாமல், இனிமேல் நாம் இந்திய நாடு, தேசிய நம்பிக்கை, தேசிய எதிர்பார்ப்புகள் ஆகியவற்றைப்பற்றி ஆழமாகப் பேசலாம்.''

மேற்சொன்ன குறிக்கோள்கள் ஆத்மார்த்தமானதாகவே இருந்திருக்கக்கூடும். ஆனால், தேசத்தை உருவாக்கும் பெரிய பணியில் அனைவரையும் உள்ளடக்கியதாக இருந்திருக்கவில்லை என்பதே உண்மை. அதன் முதல் கூட்டத்துக்கு வந்த பிரதிநிதிகளில் இருவர்தான் முஸ்லிம்கள்; எதிர்பார்த்ததுபோலவே, பிராமணர்களின் எண்ணிக்கை மக்கள்தொகையில் அவர்களின் விகிதாசாரத்தைவிட அதிக அளவிலேயே இருந்தது. ராஜபுத்திரர், பனியா, காயஸ்தா போன்ற வேறு உயர்ந்த சாதிகளைச் சேர்ந்தவர்களுடைய எண்ணிக்கைகளும் குறைவாகவே இருந்தது. கூட்டத்துக்கு வந்திருந்தவர்களில் நான்கு பேர்தான் விவசாயிகளின் பிரதிநிதிகள். தீண்டப்படாதவர்கள் யாருமே இந்தக் கூட்டத்துக்கு வந்ததாகத் தெரியவில்லை. இருப்பினும், இந்தக் காரணத்துக்காகவே ஒரு குறிப்பிட்ட மதம் அல்லது சாதியின் நலனுக்கு மட்டுமே முக்கியத்துவம் கொடுக்கப்பட்டது என்று சொல்லிவிடமுடியாது. பார்க்கப் போனால், அந்த ஆண்டுக்கூட்டத்தில் இடம் பெற்ற பேச்சுகளும் விவாதங்களும் பரந்த மனப்பான்மைகொண்டதாகவும் அனைவருடைய நலனையும் உள்ளடக்கியதாகவுமே இருந்தன. இதன்பிறகு இந்திய தேசிய காங்கிரஸின் ஆண்டுக் கூட்டங்கள் இந்தியாவில் பல்வேறு இடங்களில் நடத்தப்பட்டன.

1857 சிப்பாய் புரட்சி, பல்கலைக்கழக உருவாக்கம், இந்திய தேசிய காங்கிரஸின் தோற்றம் ஆகிய மூன்று நிகழ்வுகள்தான் புத்தகத்தின் இரண்டாம் பகுதியின் முக்கிய அம்சங்கள். இதில் இடம்பெற்றுள்ள ஐந்து 'சிற்பிகளும்' இந்த முக்கிய நிகழ்வுகள் நிகழ்ந்த காலத்திலேயே வாழ்ந்தனர். இந்தச் சம்பவங்களின் பின்னணியில்தான் அவர்கள் தங்களுடைய கட்டுரைகளையும் எழுதியுள்ளனர்.

இந்தச் சிற்பிகளில் நான்குபேர் இந்தியாவின் மேற்கு பாகத்தைச் சேர்ந்தவர்கள்; மராத்தியைத் தாய்மொழியாகக் கொண்டவர்கள். அவர்களில் இருவர் பிராமணர்கள். இருவர் வேறு சாதியைச் சேர்ந்தவர்கள். பல ஆண்டுகளாகவே இந்தியாவின் மேற்கு பாகத்தில் வாழ்ந்துவந்த வெவ்வேறு சாதியைச் சேர்ந்த மக்களிடையே ஒற்றுமையின்மை நிலவிற்று. மாவீரன் சிவாஜிக்கு (1630-80) முடிசூட்ட உள்ளூர் பிராமணர்கள் மறுத்தனர். மராத்தா சாதியைச் சேர்ந்த சிவாஜி க்ஷத்திரியர் அல்ல; சூத்திரர் என்பதுதான் இதற்கு அவர்கள் சொன்ன காரணம். வட இந்தியாவிலிருந்த பிராமண புரோகிதர்கள் சிவாஜியின் முடிசூட்டு விழாவை நடத்திக் கொடுத்தனர். ஆனால், தாங்கள் இப்படி அவமானப்படுத்தப்பட்டதை சிவாஜியின் வாரிசுகள் மறக்கவே இல்லை.

சிவாஜிக்குப் பிறகு, பிரிட்டிஷாரின் வருகைக்கு முன்பு, மகாராஷ்டிராவை ஆண்டு வந்த பேஷ்வாக்களும் பிராமணர்கள்தான். அவர்களுடைய ஆட்சிக்

காலத்தில் அவர்களுடைய சாதியினருக்கே அரசியல் மற்றும் பொருளாதார விஷயங்களில் சிறப்புக் கவனம் செலுத்தப்பட்டது.

ஆனால், இந்த சாதி வேற்றுமைகளையும் தாண்டி மகாராஷ்டிரா மக்கள் தமது மண்ணை நேசித்தனர். சிவாஜி காலம் தொட்டே மகாராஷ்டிர மக்கள் தில்லி மொகலாயர்களுக்கு எதிர்ப்புத் தெரிவித்து வந்திருந்தனர். மத்திய காலத்தில் மகாராஷ்டிராவின் பக்தி இயக்கம் மிகச் சிறந்த கவிஞர்களை உருவாக்கியது. சாதிய ஏற்றத்தாழ்வுகளை ஒழிக்கும்வகையில் இறைவன் முன் அனைவரும் சமம் என்ற கருத்தை முன்வைத்தார்கள். வங்காளத்தைப்போல மகாராஷ்டிராவில் ஜமீந்தாரி முறை அமல்படுத்தப்படாததால், விவசாயப் பொருளாதாரம் வெகுவாக வளர்ச்சியடைந்தது. விவசாயிகள் உற்சாகத்துடன் நவீன விவசாயமுறைகளைப் பின்பற்றினர். எல்லாவற்றுக்கும் மேலாக பம்பாய் நகரம் ஒரு முக்கியமான வியாபார, கலாசார மையமாக வளர்ந்தது. அது பிராந்திய உணர்வுமிகுந்த சுய பெருமிதம் கொண்ட நடுத்தரவர்க்கம் ஒன்றை உருவாக்கியது.

பம்பாய் மட்டுமல்லாமல் பேஷ்வாக்களின் தலைநகரமாக இருந்த பூனாவிலும் பெயர் பெற்ற கல்லூரிகளும் விழிப்புணர்வோடு செயல்பட் செய்தித்தாள்களும் தொடங்கப்பட்டன.

சுருங்கச் சொன்னால், வங்காள மாநிலம் பத்தொன்பதாம் நூற்றாண்டின் தொடக்கத்தில் எப்படியிருந்ததோ, அதைப்போலவேதான் மகாராஷ்டிரா 19-ம் நூற்றாண்டின் இறுதியிலிருந்தது. நவீனத்துவத்தையும் அந்நிய ஆட்சியையும் எதிர்கொள்ளத் தயாரான இந்தியர்களின் விமர்சனபூர்வமான சிந்தனை மற்றும் சமூகச் சீர்திருத்தவாதிகளின் உற்பத்தி மையமாக ஆகியிருந்தது.

அத்தியாயம் 02

முஸ்லிம் நவீனத்துவர்

சையது அகமது கான்

சையது அகமது கான் தனது இளம் வயதில் ராம்மோகன் ராயை மொகலாய அரசரின் தர்பாரில் பலமுறை சந்தித்திருக்கிறார் என்று அகமது கானின் வாழ்க்கை வரலாற்றை எழுதியவர் குறிப்பிட்டுள்ளார். இது நடந்திருக்க வாய்ப்பு உண்டு. ஏனெனில் கானின் குடும்பமும் தில்லி மொகலாயச் சக்கர வர்த்தியின் குடும்பமும் மிக நெருக்கமாக இருந்தன. அதே சக்கரவர்த்தியின் கீழேதான் ராம்மோகன் ராயும் பணிபுரிந்து வந்தார். இந்தச் சந்திப்புகள் 1828-லோ 1829-லோ நடந்திருக்கலாம். அதாவது, சக்கரவர்த்தியின் வேண்டு கோளுக்கிணங்க ராய் லண்டன் போகும்முன் அவரைச் சந்திக்க வந்தபோது ராயை கான் சந்தித்திருக்கலாம். இந்து சீர்திருத்தவாதியான ராம்மோகன் ராயுடனான இத்தகைய (மேலோட்டமான) சந்திப்புகள் இந்திய இஸ்லாமின் முதல் சீர்திருத்தவாதியான சையது கான்மீது செல்வாக்குச் செலுத்தி யிருக்குமா? சுவாரசியமான யூகம்தான்.

சையது அகமது கான் 1817-ல் தில்லியில் பிறந்தார். அவருடைய தாத்தா ஒரு மொகலாயச் சக்கரவர்த்தியின் அமைச்சராகக் குறுகிய காலத்துக்குப் பணி யாற்றியவர். இவருடைய குடும்பம் பழைமைவாதத்தில் ஊறியது அல்ல. இசைக் கலைஞர்களுக்கும் சூஃபிகளுக்கும் புரவலராக இருந்தது. ஒரு வேளை மது அருந்துவதையும்கூட அவர்கள் அனுமதித்திருக்கலாம். கானின் முன்னோர்களில் சிலர் சிறந்த கணிதமேதைகளாகத் திகழ்ந்தனர்.

ஆரம்பத்தில் தன் தாயிடமிருந்து கற்ற சையது அகமது பின்னர் பள்ளியில் சேர்ந்து படிப்பைத் தொடர்ந்தார். அந்தக் காலத்தில் அரசவையிலும் நகரத் திலும் பேசப்பட்டு வந்த உருது மொழியில் கற்றார். அரபு, பாரசீக மொழி களும் கற்றார். தனது இருபதாம் வயதில், குடும்ப வழக்கத்துக்கு மாறாக சையது அகமது கிழக்கிந்திய கம்பெனியில் வேலைக்குச் சேர்ந்தார். மொக லாய அரசர்களின் விசுவாசிகளாக இருந்த இவருடைய குடும்பத்தினருக்கு இவர் இப்படிச் செய்தது பிடிக்கவில்லை. ஆனால் பிற்காலத்தில் யார் கைக்கு அதிகாரம் சென்று சேரும் என்பதைத் தெளிவாகப் புரிந்துகொண்டிருந்ததால் சையது அகமது கிழக்கு இந்திய கம்பெனியில் வேலை தேடிக்கொண்டார். முதலில் குமாஸ்தாவாகவும், பின்னர் நீதிபதியாகவும் அவர் வட இந்தியா வில் பல இடங்களில் பணிபுரிந்தார். கிழக்கிந்திய கம்பெனியின் அதிகாரப் படிகளில் நிதானமாக மேலேறினார்.

ராம்மோகன் ராயைப்போலவே சையது கானும் ஆங்கிலலேயர்களுடன் வைத்திருந்த நட்புறவின் மூலமாக ஆங்கில மொழியில் புலமை பெற்றார். ராயைப்போலவே பல மொழிகளில் கட்டுரைகளை எழுதினார். அவர் முதலில் எழுதிய புத்தகம் தில்லியின் அகழாய்வு வரலாற்றைப்பற்றியதாக இருந்தது. அடுத்தாற்போல, ஆரம்பகட்ட இஸ்லாமின் கருத்துகளில் இருந்த முரண்பாடுகளைப்பற்றிய ஆய்வாக இருந்தது. மொகலாய மன்னர் அக்பரின் ஆட்சியைப்பற்றி அபுல் ஃபஸல் எழுதிய அற்புதப் படைப்பான 'அயினி அக்பரி' நூலை வெளியிட்டார்.

1857-ம் ஆண்டு சிப்பாய்ப் புரட்சியின்போது சையது அகமது அன்றைய உ.பி.(United Provinces)யிலிருந்த பிஜ்னோரில் பணிபுரிந்து வந்தார். அமைதியான ஆனால் அழுத்தமான முறையில் எஜமானர்களின் பக்கம் சேர்ந்து செயல்பட்டார். பல வெள்ளையரின் குடும்பங்கள் பாதுகாப்பான இடத்துக்குச் செல்ல உதவினார். இந்தப் புரட்சி அவருக்குக் கவலையை அளித்தது. முக்கியமாக, சக முஸ்லிம்கள் மீது இந்தப் புரட்சியின் தாக்கம் என்னவாக இருக்குமென்பதை எண்ணிக் கவலைப்பட்டார். அவர் எழுதி வெளியிட்ட ஒரு புத்தகத்தில் இந்தப் புரட்சியை பிரிட்டிஷாருக்கு எதிராக இருந்த முஸ்லிம்கள்தான் திட்டமிட்டு வழிநடத்திச் சென்றனர் என்ற கருத்தை மறுத்தார். முஸ்லிம்களைப்போலவே இந்துக்களும் பெருமளவில் இந்தப் புரட்சியில் பங்கெடுத்ததையும், இந்துக்களைவிட அதிக அளவில் முஸ்லிம்கள் பிரிட்டிஷ் அரசுக்கு விசுவாசமாக இருந்ததையும் சுட்டிக் காட்டினார். அதைப்போலவே புரட்சியாளர்களை ரஷ்யா அல்லது பாரசீகம்தான் தூண்டிவிட்டதென்று சொல்லப்பட்டதையும் மறுத்தார். இந்தியர்களின் இந்த எதிர்ப்பு ஒரு கலகமோ பிரிட்டிஷ் அரசை ஒழிக்க வேண்டுமென்ற முடிவுடன் நடத்தப்பட்ட போராட்டமோ அல்ல என்று அவர் கருதினார். மாறாக, கிறிஸ்துவ பாதிரிகளின் அகம்பாவ மனோபாவம், சட்டமன்றத்தில் இந்தியர்களுக்கு இடம்தரப்படாத நிலை ஆகியவற்றை எதிர்த்து நடத்தப்பட்டதுதான் இந்தப் புரட்சி என்பதுதான் சையது அகமதின் வாதமாக இருந்தது.

1857 புரட்சியைப்பற்றிய புத்தகத்தைத் தொடர்ந்து சையது அகமது மற்றுமொரு நூலையும் எழுதி வெளியிட்டார். 'இந்தியாவின் விசுவாசமுள்ள முகமதியர்கள்' (லாயல் மொகமதன்ஸ் ஆஃப் இந்தியா) என்ற தலைப்பே அந்தப் புத்தகத்தின் உள்ளடகத்தைத் தெளிவாகக் காட்டியது. புரட்சி காலத்தில் முஸ்லிம் அதிகாரிகளும் சாதாரண முஸ்லிம்களும் எந்த அளவுக்கு விசுவாசமாக நடந்துகொண்டார்கள் என்பதைப் பட்டியலிட்டது இந்த நூல். சையது அகமதின் அபிப்பிராயத்தில் முஸ்லிம்கள் தமது வாழ்க்கையில் முன்னேறுவதற்கு நவீனக் கல்விதான் உதவும். முஸ்லிம்கள் பழைமை விரும்பிகள். அரசுக்கு எதிரானவர்கள் என்ற தவறான எண்ணங்களைப்போக்க இந்தக் கல்வி உதவும். அதுவே பிரிட்டிஷ் ஆட்சியில் கிடைத்த சந்தர்ப்பங்களைப் பயன்படுத்தி இந்துக்கள் முன்னேறிய மாதிரியே

முஸ்லிம்களும் முன்னேற உதவும் என்று எடுத்துச் சொன்னார். 1864-ம் ஆண்டில் சையது அகமது, சயிண்டிஃபிக் சொசைட்டி ஃபார் முஸ்லிம்ஸ் என்பதை நிறுவினார். இதன் உறுப்பினர்கள் அறிவியல், வரலாறு, பொருளாதாரம் ஆகிய விஷயங்களை ஆங்கிலத்திலும் மொழிபெயர்த்தும் படித்தனர். இரண்டு வருடங்களுக்குப் பின்னர் இந்த சொஸைட்டி ஒரு பத்திரிகையையும் தொடங்கியது. சையது அகமதுதான் அதன் ஆசிரியராகப் பணியாற்றினார். அதிலிருந்த பெரும்பாலான கட்டுரைகளையும் அவரேதான் எழுதினார்.

கானின் மேற்சொன்ன செயல்பாடுகள் அனைத்தும் ராம்மோகன் ராயின் செயல்பாடுகளை அப்படியே ஒத்திருந்தன என்பது குறிப்பிடத்தக்கது. இது ஒரு எதேச்சையான சம்பவம் எனச் சொல்லிவிடமுடியாது. தன்னுடைய சிறு வயதில் ராயைச் சந்தித்திருக்கிறார் என்று அகமதுதின் வாழ்க்கை வரலாற்றை எழுதிய அல்டாஃப் ஹுசைன் ஹாலி சொல்கிறார்: '1857 புரட்சிக்குப் பிறகு முஸ்லிம்களின் எதிர்காலம் பிரகாசமாக இருக்கவேண்டுமென்றால் இரண்டு விஷயங்கள் தேவை. ஒன்று மேல்நாட்டு கல்வி; இரண்டாவது பிரிட்டிஷாருடன் நெருங்கிப் பழகி அவர்களை நன்கு புரிந்துகொள்ளும் திறமை. இவையிரண்டும் இல்லையேல் முஸ்லிம்கள் முன்னேறுவதும் மரியாதையைத் தக்கவைத்துக்கொள்வதும் கடினம். இந்தியாவில் அவர்களுக்கு உரிய மரியாதையும் மதிப்பும் கிடைக்காது.' 1925ம் ஆண்டு டிசம்பரில் ராம்மோகன் ராயும் இதே கருத்தைத்தான் வெளிப்படுத்தினார். 'நாம் எவ்வளவுக்கெவ்வளவு ஐரோப்பியர்களுடன் நெருங்கிப் பழகுகிறேமோ அவ்வளவுக்கவ்வளவு இலக்கிய, சமூக, அரசியல்ரீதியாக நம்மால் முன்னேற முடியும். மேற்சொன்னபடிச் செய்து தற்போது நல்ல நிலைமையிலிருப்பவர்களுடன் துரதிஷ்டவசமாக அப்படிப்பட்ட சந்தர்ப்பங்கள் கிடைக்காதவர்களை ஒப்பிட்டுப் பார்க்கும்போது நான் சொல்வது தெளிவாக விளங்கும்...''

1869-ம் ஆண்டு ஏப்ரல் மாதத்தில் கான் இங்கிலாந்துக்குச் சென்றார். ராம்மோகன் ராயைப்போலவே இவருக்கும் அப்போது 57 வயதே ஆகியிருந்தது. லண்டன் வாழ் முக்கியஸ்தர்களைச் சந்தித்தார். ராய் செய்ததுபோலவே ஆங்கிலேயர்களுக்காக ஆங்கிலத்தில் புத்தகங்களை எழுதி வெளியிட்டார். முஹம்மது நபியைப்பற்றி எழுதப்பட்டிருந்த இந்தப் புத்தகத்தில், இஸ்லாம் வாள்கொண்டு பரப்பப்பட்ட மதம் என்ற தவறான எண்ணத்தைப் போக்க முயற்சித்தார். ராயைப்போலவே, ஆட்சியாளர்களின் தேசத்தைப் பற்றிக் கூடுதலாகத் தெரிந்துகொள்ளவேண்டும். தன்னுடைய சமூகத்தின் அதாவது இந்திய முஸ்லிம்களுடைய பிரச்னைகளையும் எதிர்பார்ப்புகளையும் பிரிட்டிஷாரின் கவனத்துக்குக்கொண்டு செல்லவேண்டும் என்பதுதான் சையது கானின் பிரிட்டிஷ் பயணத்தின் முக்கிய நோக்கங்களாக இருந்தன.

தனது இங்கிலாந்துப் பயணத்தின்போதுதான் நவீனக் கல்வி பெற விரும்பும் முஸ்லிம்களுக்காக இந்தியாவில் ஒரு கல்லூரியைத் தொடங்கவேண்டுமென சையது அகமது தீர்மானித்தார். 1870ம் ஆண்டு அக்டோபரில் தாயகம் திரும்பிய அவர் இதற்காக நிதி சேகரிக்கத் தொடங்கினார். உ.பி. மட்டு

மல்லாமல் அன்றைய பஞ்சாப் மாகாணத்தின் தலைநகர் லாகூருக்கும், உலகிலேயே பெரிய பணக்காரரெனப் பெயரெடுத்திருந்த நிஜாம் ஆண்டுவந்த ஹைதராபாத்துக்கும் விஜயம் செய்தார். பல்லாயிரக்கணக்கான மைல்கள் பயணம் செய்து பற்பல இடங்களில் உரையாற்றினார். இதன் பலனாக அவருக்குத் தேவையான பணம் கிடைத்தது. 1875ம் ஆண்டு மே மாதம் 24ம் தேதி அலிகர் நகரில் 'முகமதன் ஆங்கிலோ-ஓரியண்டல் கல்லூரி'' நிறுவப்பட்டது. மூன்றாண்டுகளுக்குப் பின் அங்கு வகுப்புகள் தொடங்கின.

இதற்குப் பின்னரும் கான் தொடர்ந்து இந்தியாவின் பல இடங்களுக்குச் சென்று தனது கல்லூரிக்குத் தேவையான பணத்தைச் சேகரித்தார். தங்கள் வாரிசுகளை அங்கு படிக்க அனுப்பவேண்டுமென முஸ்லிம் குடும்பங்களிடம் சையது அகமது வேண்டுகோள் விடுத்தார். 1893ம் ஆண்டில் நிகழ்த்திய ஒரு பிரசங்கத்தில் கல்வியறிவைப் பொறுத்தவரை இந்துக்களுக்கும் முஸ்லிம்களுக்கு இடையே மிகப் பெரிய இடைவெளி இருக்கிறதென எச்சரித்தார். உதாரணமாக வங்காளத்தின் மக்கள் தொகையில் 45 சதவிகிதம் பேர் முஸ்லிம்களாக இருந்தாலும் முப்பது பட்டதாரிகளில் ஒருவர்தான் முஸ்லீமாக இருந்தார். அதேபோல மதராஸ் மாகாணத்தில் முஸ்லிம்கள் மக்கள் தொகையில் 7 சதவிகிதமாக இருந்தாலும் அவர்களுள் ஒரு சதவிகிதம் பேர்தான் பட்டதாரிகளாக இருந்தனர்.

சையது அகமதின் முயற்சிகளின் பலனாக அவருடைய சொந்த உ.பி. மாகாணத்தில் நிலைமை வித்தியாசமாக இருந்தது. அங்கு மக்கள் தொகையில் முஸ்லிம்கள் 11.2 சதவிகிதமாக இருந்தாலும் மொத்தம் பட்டதாரிகளில் 17.25 சதவிகிதம் பேர் முஸ்லிம்களாக இருந்தனர்.

விக்டோரியா மகாராணியின் 75வது ஆண்டு கொண்டாட்டம் நடந்த 1897ல் சையது கான் காலமானார். 1920-ல் அவர் நிறுவிய கல்லூரியின் பெயர் 'அலிகர் முஸ்லிம் பல்கலைக்கழகம்' என மாற்றப்பட்டது. 90 வருடங்களுக்கு மேலாக ஆன நிலையிலும் இந்தியாவில் இருக்கும் இஸ்லாமிய இளைஞர்களின் விருப்பத்துக்குரிய பல்கலைக்கழகமாக இருந்து வருகிறது. இப்போது அதில் மருத்துவம், சட்டம், பொறியியல் எனப் பலதுறைகள் உள்ளன. அதன் வரலாற்றுத்துறை அறிஞர்களிடையே நல்ல பெயரைப் பெற்றுவிட்டது.

சையது அகமது கான் பிற்கால மக்களுக்கு விட்டுச்சென்ற சொத்து இந்தப் பல்கலைக்கழகம்தான். இவருடைய அறிவுசார்ந்த எண்ணங்களையும் கருத்துகளையும் கீழே தரப்பட்டுள்ள கட்டுரைச் சுருக்கங்கள் நமக்குத் தெளிவாக எடுத்துக்காட்டுகின்றன.

முஸ்லிம்களுக்குக் கல்வியறிவு

(1882-ல் இந்தியாவின் அன்றைய வைஸ்ராய் ரிப்பன் பிரபு இந்தியாவின் ஆரம்ப மற்றும் இடைநிலைக்கல்வியின் நிலையை ஆராய சிவில் சர்வீஸ்

பணியாளரும் அறிஞருமான டபிள்யூ.டபிள்யூ.ஹண்டரின் தலைமையில் ஒரு கமிஷனை நியமித்தார். இந்த கமிஷனிடம் சையது அகமது கான் கொடுத்த வாக்குமூலத்திலிருந்து சிலபகுதிகள் கீழே தரப்படுகின்றன. இங்கு ‘எங்கள் நாடு’ என்ற சொல் இந்திய முஸ்லிம்களைக் குறிக்கிறது. ‘முஸ்லிம்’ என்ற சொல்லுக்குப் பதிலாகப் பழைய சொல்லான ‘முஹம்மதியர்கள்’ என்ற சொல்லை உபயோகிப்பதும் குறிப்பிடத்தக்கது)

கேள்வி: *ஆரம்ப, இடைநிலை, உயர்நிலை மற்றும் கல்லூரி கல்விகளில் ஆங்கில வழிக் கல்வி தருவது இந்தியாவுக்கு நன்மையளிக்குமா? பொதுமக்களுடைய தினசரி வாழ்க்கைக்கு இது பயனுள்ளதாக இருக்குமென நினைக்கிறீர்களா? அப்படியானால் எத்தனையாவது வகுப்புவரை ஆங்கிலக் கல்வி அளிக்கவேண்டும்?*

விடை: *இதைப்பற்றித் தனது அறிக்கையை அரசு 1854ல் வெளியிட்டது. அதாவது முப்பதாண்டுகளுக்கு முன்பு. அதன் பிறகு இந்தியாவில் பல மாற்றங்கள் ஏற்பட்டுள்ளன. வெகு தூரத்திலிருக்கும் மாகாணங்களை ரயில் வேக்கள் இணைத்துவிட்டன. மக்களிடையேயான பரிமாற்றங்கள் எளிதாக்கப் பட்டுவிட்டன. நாடு முழுவதும் தந்தி மூலம் செய்தியனுப்பும் வசதியும் வந்துவிட்டது. இதனால் தூரப் பிரதேசங்களில் வசிக்கும் மக்கள் அக்கம் பக்கத்தில் இருப்பவர்களுடன் பேசிக்கொள்வதுபோல் பேசிக்கொள்ள முடிகிறது. இதன் விளைவாக வியாபார உலகில் புதிய ரத்தம் பாய்ச்சப் பட்டுள்ளது. ஒவ்வொரு தொழில்துறையிலும் புத்துணர்ச்சியை ஊட்டியுள்ளது.*

1854-ம் ஆண்டில் மேற்சொன்ன அறிக்கை வெளியிடப்பட்ட நேரத்தில் இந்தியாவின் நிலைமையைக் கணக்கிலெடுத்துப் பார்த்தால், இந்தியர்களின் உடனடித் தேவைகளைப் பூர்த்திசெய்துகொள்ள உள்ளூர் (தாய்)மொழி மூலம் கல்வி கற்றால் போதும் என்றுதான் நினைத்திருப்போம். ஆனால் இன்று நிலைமை மாறிவிட்டிருக்கிறது. தாய்மொழி மூலம் மட்டும் படித்தால் போதாதன்ற நிலைமை ஏற்பட்டுவிட்டது. ஏனெனில் இம்மாதிரியான கல்வி நமது சொந்த அன்றாடப் பிரச்னைகளைத் தீர்க்க மட்டுமே உதவும். அதற்கு ஆரம்ப மற்றும் இடைநிலைப் பள்ளிகளுக்குத் தேவைப்படும் அளவுக்கான தரத்தில் படித்தாலே போதும். உயர் தரம் என்பதெல்லாம் தேவைப் பட்டிருக்கவில்லை. தேசத்திலும் அப்படியான ஒன்று தேவைப்பட்டிருக்க வில்லை.

இன்று, தங்களுடைய தினசரி உபயோகத்துக்கும் நாட்டின் பிரச்னைகளைத் தீர்க்கவும் ஆங்கில மொழிக் கல்வி மிக மிக அவசியம். நான் சொல்வது எத்தனை சரியென்பதைக் கோட்பாட்டுரீதியாகச் சிரமமெடுத்து நியாயப் படுத்தவேண்டிய அவசியமே இல்லை. ஏனென்றால், நடைமுறையில் எத்தனையோ உதாரணங்களை நாம் ஒவ்வொருநாளும் பார்த்துக்கொண்டு தானிருக்கிறோம். ஒரு சாதாரணக் கடை உடைமையாளருக்கு ஆங்கிலம் தெரியவில்லை என்றாலோ ஆங்கிலம் தெரிந்த ஒருவர் அவருடைய கடையில் இல்லையென்றாலோ அது தனது வியாபாரத்தைக் கடுமையாகப்

பாதிக்குமென அவர் நினைக்கிறார். அதைப்போலவே வீடு வீடாகச் சென்று விற்பனை நடத்துபவர்களும், தாங்கள் விற்கும் பொருட்களின் ஆங்கிலப் பெயர்களையாவது தெரிந்துகொள்ளவும், அவற்றின் விலையை ஆங்கிலத்தில் சொல்லவும் விரும்புகிறார்கள். ஒரு மருந்துக்கடைக்குச் செல்லும் ஒருவருக்கு ஆங்கிலம் தெரியவில்லை என்றாலோ ஆங்கிலம் தெரிந்த ஒருவர் அவருடன் செல்லவில்லையென்றாலோ அவர் என்ன செய்வ தென்று தெரியாமல் முழிக்கிறார்.

இப்போது ஊர், ஊராகப் பயணம் செய்யும் வசதிகள் பெருகிவிட்டன. ஆகவே பயணிகள் தங்களுடைய பயணத் திட்டங்களை அறிவிக்கத் தந்தி அனுப்புகிறார்கள். அல்லது அவர்களுக்குத் தந்திகள் வருகின்றன. இச்சம யத்தில் அவர்களுக்கு ஆங்கில மொழி தெரியாதது ஒரு பெரும் தடையாக இருக்கிறது. சில மாதங்களுக்கு முன் மதிப்புக்குரிய உள்ளூர் கனவான் ஒரு வரின் மனைவி ரயிலில் வேறொரு இடத்துக்குச் சென்றார். தனது மனைவி போய்ச்சேரவேண்டிய ஊரிலிருந்த தனது உறவினருக்குத் தன் மனைவியை ஸ்டேஷனிலிருந்து வீட்டுக்கு அழைத்துச் செல்லும்படிக் கேட்டுக்கொண்டு ஒரு தந்தி கொடுத்தார். அந்த மனைவியோ பர்தா அணிபவர். அந்தத் தந்தி உறவினருக்குச் சரியான நேரத்தில் போய்ச் சேர்ந்தது. ஆனால் துரதிஷ்டவ சமாக அந்த உறவினருக்கு ஆங்கிலம் தெரியாததால் அது தெரிந்த ஒருவரைத் தேடிக்கொண்டிருந்தார். ஆனால், ரயில் வண்டியோ அதற்குள் ஸ்டேஷனுக்கு வந்துவிட்டது. அந்தப் பெண்மணி வேறு வழியின்றி ரயிலிலிருந்து இறங்கி உறவினருக்காகக் காத்துக்கிடக்கவேண்டியதாயிற்று. அதாவது, கடந்த முப்பது வருடங்களில் நிலைமை வெகுவாக மாறிவிட்டது. ஆகவே தாய் மொழியைப்போலவே ஆங்கிலத்தையும் ஒருவர் கற்றாகவேண்டுமென்ற நிலைமை இப்போது நிலவுகிறது.

கேள்வி: அரசு அல்லது பிற கல்வி மையங்களில் மேல்நாட்டு அறிவியலை யும் இலக்கியத்தையும் படித்ததால் மக்கள் பயன் அடைந்துள்ளார்களா? முஹம்மதியர்களுக்கும் மற்றவர்களைப்போல இதனால் நன்மை ஏற் பட்டதா? இல்லையென்றால் இதற்கென்ன காரணம்?

விடை: இந்தியாவிலுள்ள பலதரப்பட்ட மக்களில் முஹம்மதியர்கள்தான் ஐரோப்பிய அறிவியல் மற்றும் இலக்கியங்களில் இருந்து குறைவான நன்மையைப் பெற்றிருப்பவர்கள். மேலை நாட்டு அறிவியலும் இலக்கிய மும் போதிக்கப்படும் கிறிஸ்துவ மிஷனரிகள் நடத்தும் கல்வி நிறுவனங்கள் மற்றும் அரசுக் கல்லூரிகள் வெளியிடும் அறிக்கையைப் பார்த்தால், இவற்றி லிருந்து நன்மை பெறும் முஹம்மதியர்களுடைய எண்ணிக்கை மிக மிகக் குறைவு என்பது தெரியவருகிறது.

முஹம்மதியர்களின் இந்த நிலைமைக்கான காரணங்களைக் கண்டுபிடிக்க நானே பல வருடங்களாக முயன்றிருக்கின்றேன். 1871ம் ஆண்டில் எனது முயற்சிகளின் பலனாக ஒரு குழு அமைக்கப்பட்டது. அரசு தொடங்கி வைத்த திட்டங்களை முஸ்லிம்கள் ஏன் முழுமையாகப் பயன்படுத்திக்கொள்ள

வில்லை என்பதையும், அவர்களிடையே கல்வியறிவை எப்படி வளர்க் கலாம் என்பதையும் ஆராய்வதுதான் இந்தக் குழுவின் நோக்கம். இதனைப் பற்றிச் சரியான விவரங்களை அறிந்துகொள்ள மேற்சொன்ன குழு முஹம்மதி யர்களுக்கான கல்வி முறையைப்பற்றிக் கல்வியறிவு பெற்ற முஹம் மதியர்கள் எழுதிய மூன்று சிறந்த கட்டுரைகளுக்குப் பரிசு வழங்கத் தீர்மா னித்தது. மொத்தம் 32 கட்டுரைகள் வந்து சேர்ந்தன. அவற்றில் சொல்லப் பட்டிருந்த கருத்துகளைச் சமூகத்தில் நல்ல நிலையிலிருந்த படித்த முஸல் மானிகள் விரிவாக ஆராய்ந்தனர். முஹம்மதியர்களுக்கு நவீனக் கல்விமுறை மீது மிகுந்த அதிருப்தி இருந்தது. எனவே, அரசு கல்வி அமைப்பு மீதான அவர்களுடைய வெறுப்பு தற்செயலானதல்ல.

பாக்தாத் நகரை கலீஃபாக்கள் ஆண்டுவந்தபோது தர்க்க சாஸ்திரம், தத்துவம், வானசாஸ்திரம், பூமியியல் ஆகிய கிரேக்க அறிவியல் விஷயங்கள் அரபி மொழியில் மொழிபெயர்க்கப்பட்டு மாணவர்களுக்குக் கற்பிக்கப்பட்டன. முஹம்மதியர்கள் இதனை முழுமனதாக ஏற்றுக்கொண்டனர். நாளடைவில் இந்த விஷயங்கள் சிற்சில மாற்றங்களுடன் முஹம்மதியர்களுடைய மத நூல் களிலும் இடம் பெற்றன. இதன் விளைவாக இந்த விஷயங்கள் இஸ்லாம் மதத்தின் பிரிக்க முடியாத ஒரு பாகமாக ஏற்றுக்கொள்ளப்பட்டன. அதைப் போலவே சரித்திர முக்கியத்துவம் வாய்ந்த சில அந்நிய மற்றும் உள்நாட்டு பாரம்பரிய அம்சங்களும் இஸ்லாமிய மதக் கோட்பாடுகளைப்போலவே ஏற்றுக்கொள்ளப்பட்டன.

ஐரோப்பியக் கல்விகள் தற்கால ஆய்வுகளின் அடிப்படையில் உருவாக்கப் பட்டவை. அவை மேற்கூறப்பட்ட ஆசியமயமாக்கப்பட்ட கிரேக்கக் கோட்பாடுகளில் இருந்து முற்றிலும் வேறுபட்டிருந்தன. இப்போது ஆங்கில மொழியில் கற்பிக்கப்படும் தர்க்க சாஸ்திரம், தத்துவம் போன்ற விஷயங்கள் இஸ்லாமியக் கொள்கைகளுக்கு எதிரானவை என்று முஹம்மதியர்கள் நிஜமாகவே நம்புகிறார்கள். ஆகவே புவியியல், வானசாஸ்திரம் போன்ற நவீன அறிவியல் விஷயங்கள் இஸ்லாம் மதத்துக்கு முற்றிலும் எதிரானவை என முஸ்லிம்கள் அன்றும் கருதினார்கள். இப்போதும் அவ்வாறே கருது கின்றனர். அதைப்போலவே தங்களுடைய பாரம்பரிய நம்பிக்கைக்கு மாறாக இருக்கும் வரலாற்றுக்கும் இஸ்லாமியர்கள் அதிக மரியாதை தருவதில்லை. இலக்கியத்தைப் பொறுத்தவரை அது இயற்றப்பட்ட நாட்டின் மதத்தைச் சார்ந்தேதான் இருக்குமென்பதால் முஹம்மதியர்கள் இதையும் ஒதுக்கிவைத் தனர்.

அதாவது, ஆங்கில மொழியைக் கற்கும் முஸல்மான்கள் அனைவரும் கிறிஸ்துவர்களாக மாறிவிடப்போகிறார்கள் என்று கருதுமளவுக்கு முஸல்மான்கள் எதிர்ப்பு வளர்ந்திருந்தது. இதன் காரணமாகவே அவர்கள் அரசுக் கல்வி மையங்களில் இருந்து சற்று ஒதுங்கியே இருந்தனர். ஆங்கிலம் கற்பதை மிகக் கடுமையாக விமர்சிக்கும் முஸல்மான்கள் இன்றும் உள்ளனர். அதனைக் கற்பவர்களும் ஆங்கில அறிவைப் பரப்ப முயற்சி செய்பவர்களும்

கிறிஸ்துவர்கள் என முத்திரைக் குத்தப்படுகிறார்கள். ஆனால் நல்லகாலமாக, இந்த எதிர்ப்பு சமீப காலங்களில் குறைந்துள்ளது. சுருக்கத்தில், முஹம்மதி யர்கள் ஐரோப்பிய இலக்கியத்தையும் அறிவியலையும் படிக்காததற்கு முக்கிய காரணம் மேற்சொல்லப்பட்டதுதான்.

கேள்வி: *நீங்கள் இப்போது சுட்டிக்காட்டிய காரணங்களை எப்படிப் போக்கலாமென்பதற்கு யோசனைகள் சொல்ல முடியுமா?*

விடை: முஹம்மதியர்களை ஆங்கிலக் கல்வியின் பலனைப் பெற முடியாமல் விலக்கி வைத்திருக்கும் காரணங்களை அரசால் சரிசெய்யவேமுடியாது. தமது மத நம்பிக்கை சார்ந்து சரியாகவோ தவறாகவோ அவர்கள் வைத்துக் கொண்டிருக்கும் இந்தப் பிழையான கருத்துகளை அரசால் நீக்கிவிட முடியாது. இப்படிச் செய்ய ஒரே ஒரு வழிதான் இருக்கிறது. ஆங்கிலக் கல்வி பெறுவதால் கிடைக்கவுள்ள நன்மைகளைப்பற்றி முஹம்மதியர்களே தமது சமூகத்தினருக்கு எடுத்துச் சொல்லவேண்டும். ஆங்கிலக் கல்வி பெறுவது அவர்களுடைய மதக் கொள்கைக்கு எதிரானதல்ல என்று புரிய வைக்க வேண்டும். இவர்கள் படித்த அரபுமயமாக்கப்பட்ட கிரேக்க அறிவியல் கோட்பாடுகளுக்கும் இஸ்லாமியக் கொள்கைகளுக்குமிடையே எந்தவித மான தொடர்பும் இல்லை. நவீன ஐரோப்பிய கல்வியானது அந்த கிரேக்க அறிவியல் கருத்துகளைத்தான் இன்று மறுதலிக்கின்றன. இஸ்லாத்தை அல்ல என்று அவர்களிடம் தெளிவாக எடுத்துச் சொல்லவேண்டும். இப்படிச் செய்ய முயற்சிக்கும் முஹம்மதியர்கள் படு மோசமாக வசைபாடப்படலாம். இவர்கள் நாத்திகர்கள் என்றோ இஸ்லாமியர்களே இல்லையென்றோ அல்லது நாஸரெத்தினர் (கிறிஸ்தவர்கள்) என்றோ விமர்சிக்கப்படலாம். ஆனால் முஹம்மதியர்கள் தங்களுடைய தவறான கருத்துகளையும் எதிர்ப்பு களையும், கைவிட்டு வெளியே வரவேண்டுமானால் வேறு சில முஹம்ம தியர்கள் இம்மாதிரியான தடைகளை நேரிடவும், குற்றச்சாட்டுக்களைத் தாக்கிக்கொள்ளவும் தயாராக இருக்கவேண்டும். எல்லாச் சீர்திருத்தவாதி களுக்கும் அடிப்படைவாதம் இதுபோன்ற எதிர்ப்பைக் காட்டவே செய்யும்.

தன்னுடைய மதத்தின் சக ஜீவிகளின் நலனுக்காக இம்மாதிரியான கசப்பான சீர்திருத்தப் பணிகளில் தம்மை அர்ப்பணித்த ஒருசிலருடைய முயற்சிகளில் நானும் பங்குகொண்டிருந்தேன். இதற்காக (Mohammedan Social Reformer) 'முஹம்மதிய சமூகச் சீர்திருத்தம்' என்ற ஒரு இதழ் தொடங்கப் பட்டது. இதில் விஷய ஞானமுள்ள முஹம்மதிய அறிஞர்கள் கல்வி, சமூகச் சீர்திருத்தம் ஆகியவற்றைப்பற்றிக் கட்டுரைகள் எழுதினார்கள். பழைமை யில் ஊறிய மதவெறி பிடித்த முஹம்மதியர்களின் எதிர்ப்பையும்மீறி வட இந்தியாவில் பல இடங்களில் முஹம்மதியர்கள் இந்தியக் குடிமக்கள் என்ற நிலையில் தங்களுடைய கடமைகளைப் புரிந்துகொள்ளவும், உலக அறிவைப் பெருக்கிக்கொள்ளவும்வேண்டியதன் அவசியத்தைப்பற்றி சொற் பொழிவாற்றினர். இம்மாதிரியான முக்கியமான பணிகளை மேற்கொள்ளும் போது தாங்கள் எதிர்கொள்ள நேரிடும் எதிர்ப்புகளைப்பற்றியும், சாதாரண மக்களிடையே தங்களுடைய செல்வாக்கு சரியக்கூடுமென்பதையும்,

அவர்கள் நன்கு உணர்ந்திருந்தனர். அம்மாதிரியான நிலைமையை எதிர் கொள்ளத் தயாராகவுமிருந்தனர். அறியாமையும் மதவெறியும் இணைந்து தங்களுடைய பாதையில் வைத்த தடைக்கற்களை அவர்கள் பொருட் படுத்தாமல் கருமமே கண்ணாகத் தமது பணியைத் தொடர்ந்து செய்து வந்தனர்.

இவையனைத்தின் பலனாக முஹம்மதியர்கள் இப்போது உண்மை நிலைமையைப் புரிந்துகொண்டு தங்களுடைய தவறுகளைத் திருத்திக் கொள்ள முன்வருகிறார்கள் என்பதை அறிய மகிழ்ச்சியாக இருக்கிறது. ஆங்கிலம் கற்பிக்கும் கல்வி நிறுவனங்களில் படிக்கும் முஹம்மதிய மாணவர்களுடைய எண்ணிக்கை பத்து வருடங்களுக்கு முன்பிருந்ததைவிட இப்போது அதிகமாக இருக்கிறது. அலிகரிலுள்ள முஹம்மதிய ஆங்கிலேய ஓரியண்டல் கல்லூரியில் இப்போது 225 முஸ்லிம் மாணவர்கள் படிக் கின்றனர். இவர்களில் பெரும்பாலோர் உயர்வர்கத்தைச் சேர்ந்தவர்கள். தங்களுடைய மதம், மொழி, இலக்கியம் ஆகியவற்றோடு ஐரோப்பிய அறிவியலையும் இலக்கியத்தையும் கற்பதற்காக இந்தியாவின் பலநாடு களிலிருந்து இங்கு வந்துள்ளனர். இதுவரை வெளிப்படுத்திக்கொண்டிருந்த எதிர்ப்பை முஸல்மான்கள் இப்போது எல்லா இடங்களிலும் கைவிட்டு விட்டார்கள். மாறுபட்ட சிந்தனைகளுக்கும் நவீன வாழ்க்கைமுறைக்கும் பழகிக்கொண்டு வருகிறார்கள்.

காலமே மிகச் சிறந்த சீர்திருத்தவாதி (மருத்துவர்) என்பதில் சந்தேகமே இல்லை. அதேசமயம் நான் மேலே சுட்டிக்காட்டியபடிக் கடந்த பன்னி ரண்டு வருடங்களாக முன்னெடுக்கப்பட்ட முயற்சிகள் பெருமளவுக்கு நிலைமையை மாற்றியமைத்திருக்கின்றன எனக் கூறலாம். இதன் அர்த்தம், முஸ்லிம்களின் பிரச்னைகளுக்கான தீர்வு முஸ்லிம்கள் வசமே உள்ளது. அவர்களுடைய முயற்சிகளால் மட்டுமே அவற்றைக் களையமுடியும் என்பதுதான்.

ஒரு நவீன பாடத்திட்டம்

(1884ம் ஆண்டு கல்கத்தாவிலிருந்த முஹம்மதிய இலக்கியக் குழு (Mohammed Literary Society)வில் பேசிய பேச்சின் சுருக்கம் இது. கல்வி பற்றி மேலும் கூறுகையில் சக முஸ்லிம்கள் என்னென்ன விஷயங்களைப் படிக்கவேண்டுமென சையது அகமது கான் இங்கு ஒரு பட்டியல் தருகிறார்)

நமது சொஸைட்டி இனிமேல் என்ன செய்யவேண்டுமெனச் சொல்ல விரும்புகிறேன். நிர்வாக கமிட்டியில் இருக்கும் உங்கள் முன்னால் மிக முக்கியமான, கடினமான பணி ஒன்று இருக்கிறது. எம்மாதிரியான புத்தகங் களை மொழிபெயர்த்து வெளியிடவேண்டுமென்பதுபற்றிய உங்களுடைய

அபிப்பிராயத்தை நீங்கள் சொல்லவேண்டும். எனது நாட்டினரைப் பார்க்கும் போது என்ன தோன்றுகிறதென்றால், அவர்களுக்குக் கடந்த கால உலக வரலாற்றைப்பற்றிப் பெரிதாக ஒன்றும் தெரியவில்லை. எனவே, வருங் காலத்துக்கு என்ன செய்யவேண்டுமென்றும் தெரியாமல் இருக்கிறார்கள். குழந்தைகள்போல் தவழ ஆரம்பித்த நாடுகள் காலப்போக்கில் எப்படி வலிமை மிகுந்த நாடுகளாக வளர்ந்திருக்கின்றன; உலகில் முதலிடத்தைப் பிடிக்க அவை என்ன செய்தன என்பதைப்பற்றியெல்லாம் அவர்கள் அறிந்திருக்கவில்லை. இந்த நாடுகளின் வரலாறுகளிலிருந்து ஒரு பாடமும் படிக்கவில்லை. அந்த அனுபவத்திலிருந்து ஒன்றும் தெரிந்துகொள்ள வில்லை. ஒரு காலத்தில் செல்வத்திலும், நாகரிகத்திலும், வலிமையிலும் உச் சத்தில் இருந்த நாடுகள் எப்படிப் படிப்படியாக வீழ்ச்சியடைந்துவிட்டன அல்லது காலத்துக்கு ஏற்ப தன்னைப் புதுப்பித்துக்கொள்ளாமல் தேங்கி விட்டன என்பதைப்பற்றியெல்லாம் அவர்களுக்கு ஒன்றும் தெரியவில்லை.

1856-ம் ஆண்டில் மாட்சிமை பொருந்திய பிரிட்டிஷ் சாம்ராஜ்யம் எத்தனை வலிமையானது என்பதை இந்திய மக்கள் அறிந்திருந்தால், அதனைக் கவிழ்க்கத் தாங்கள் எடுக்கும் முயற்சிகள் வீணாகிப் போய்விடுமென்பதையும் அந்த ராணுவ வீரர்கள் உணர்ந்திருப்பார்கள். 1857-ன் துரதிஷ்ட சம்பவங்கள் நிச்சயம் நடந்திருக்காது.

மேற்கூறிய காரணங்களுக்காகவே நம் நாட்டு மக்கள் முன்னேறவேண்டு மானால், அவர்கள் பழங்கால, நவீன கால வரலாறுகளை அறிந்திருக்க வேண்டும். இந்தியர்களே எழுதியுள்ள எத்தனையோ வரலாற்றுப் புத்த கங்கள் நம்மிடையே உள்ளன. ஆனால் மனித நாகரிகத்தையும் ஒழுக்கத் தையும் மேம்படுத்துவதற்குத் தேவையான எதுவும் அவற்றில் இல்லை. அந்தப் புத்தகங்கள் எழுதப்பட்ட காலத்தில் நாட்டை ஆண்டவர்களுடைய கருத்துகளைத்தான் அவை பிரதிபலிக்கின்றன. அவற்றில் பெரும்பாலான பகுதிகள் ஆட்சியாளர்களைப் புகழ்ந்து எழுதப்பட்டவையே. ஏனெனில் உண்மையை எழுதினால் கொல்லப்பட்டுவிடுவார்கள் அல்லது துன்புறுத்தப் படுவார்கள். இதன் விளைவாக அன்றைய ஆட்சியாளர்களுடைய சர்வாதி காரப் போக்கைப்பற்றியோ அவர்களுடைய தீய குணங்களைப்பற்றியோ நமக்கு இப்போது ஒன்றுமே தெரியாமல் போய்விட்டது. மேற்சொன்ன விஷயங்களைப்பற்றி நாட்டு மக்களுக்கு ஒன்றுமே தெரியாதவாறு ஆட்சியா ளர்களும் பார்த்துக்கொண்டனர். முன்னாள் மதராஸ் மாகாண கவர்னரும் முன்னாள் நிர்வாக கௌன்சில் உறுப்பினருமான ஸர். சார்ல்ஸ் டிராவிலியன் (Charles Trevelyan) பாக்தாத்தின் அபாசைட் காலிஃபாக்களின் ஆட்சிக் காலத்தில் கிரேக்க இலக்கியங்கள் அரபு நாட்டினர் மீது செலுத்திய தாக்கம், கோர்டோவாவின் ஓமிசேட் காலிஃபாக்களின் காலம், ஐரோப்பாவில் அரபு இலக்கியங்கள் ஏற்படுத்திய தாக்கம் ஆகியவை பற்றி எழுதப்பட்ட சிறந்த கட்டுரைக்கு ரூ. 500 பரிசளிக்கப்படும் என அறிவித்துள்ளார். இது ஒரு போற்றத்தக்க நடவடிக்கை. இதற்காக நாடு ஸர்.சார்ல்ஸ் டிராவிலியனுக்கு நன்றி சொல்லவேண்டும். பற்பல வரலாற்றுப் புத்தகங்களைப் பொதுக்

கல்வித் துறையினர் பள்ளி மாணவர்களுக்காக மொழிபெயர்த்துள்ளனர். ஆனால், என்னைப் பொறுத்தவரையில், இந்த மொழிபெயர்ப்புகளில் இந்தியர்களுக்குப் பயன் தரக்கூடிய மதிப்பீடுகளோ ஒழுக்கங்களோ பல வீனங்கள் பற்றிய விவரங்களோ இடம்பெறவில்லை. ஆதிகாலத்தில் வாழ்ந் திருந்த மக்களினங்கள், அவர்களுடைய கலை, அறிவியல் வளர்ச்சி, வாழ்க்கை முறை, அரசு முறை, அவர்களுடைய நல்ல/தீய குணங்கள் ஆகிய அனைத்தையும் மிகச் சிறந்த முறையில் விவரிக்கும் ஒரு புத்தகத்தை எம். ரோலின் (M.Rollin) எழுதியிருக்கிறார். இதனை வயது வித்தியாசமின்றி அனைவரும் வாசிக்கலாம். இந்தியர்களுடைய எண்ண ஓட்டங்களை முறைப்படுத்த இது பயனுள்ளதாக இருக்கும். இது புராதன நாடுகளைப் பற்றி எழுதப்பட்ட புத்தகம். கலைகளிலும் அறிவியலிலும் உலகிலேயே சிறந்தவர்கள் கிரேக்கர்கள்தான் என இந்தியர்கள் உறுதியாக நம்புகிறார்கள். கிரேக்கத்தின் திறமையை நான் குறைத்து மதிப்பிட விரும்பவில்லை. ராணு வம், சட்டங்கள், கலை, அறிவியல் தொடர்பான விஷயங்களில் அவர்கள் கொண்டுவந்த மாற்றங்கள் அனைத்தும் உன்னதமானவை என்று ரோலின் சொல்வதை நாம் ஒப்புக்கொள்ளத்தான்வேண்டும். அவர்களுடைய காலத் திலும் பின்னரும் கிரேக்கர்கள் 'உலகின் ஆசிரியர்'களாக இருந்தனர் என்று கூடச் சொல்லலாம்.

ஆனால், அதே கிரேக்கர்கள் முன்பொரு காலத்தில் எத்தனை காட்டுமிராண்டி களாக இருந்தார்கள்? இப்போதைய நிலைக்கு அவர்கள் தங்களை எப்படி உயர்த்திக்கொண்டனர்? பண்டைய கிரேக்க நாட்டை மிஞ்சும்வகையில் இன்றைய ஐரோப்பா எப்படி இத்தனை வளம் மிக்கதாக இருக்கிறது. இவைபற்றியெல்லாம் நாம் இதுவரை ஒன்றும் அறிந்திருக்கவில்லை.

இனி, இயற்கை அறிவியலுக்கு (இயற்பியல்) வருவோம். மாவட்ட நிர் வாகம் பற்றித் தெரிந்தவர்களுக்கு ஒரு விஷயம் தெரியவந்திருக்கும். அதாவது, நமது நாட்டு நிலங்களின் உற்பத்தித்திறன் குறைந்து கொண்டே வருகிறது. இதை நாம் உடனடியாகச் சரி செய்யவில்லையென்றால், அது இந்தியாவின் நிதி நிலைமையை வெகுவாகப் பாதிக்கும். இந்த நிலைமை வர முக்கியமான காரணம் இதுதான்: நிலத்தை உழும் முறைகளைப் பற்றியோ நில வளத்தை மேம்படுத்தும் நவீன வழிகளைப்பற்றியோ இந்தியர்களுக்கு ஒன்றும் தெரியாது. இதைத் தெரிந்துகொள்ளவேண்டு மென்றால், இயற்கை அறிவியல் பற்றித் தெரிந்திருக்கவேண்டும். பொது வாக உலகிலுள்ள பொருட்களின் தன்மையைப்பற்றியும் நாம் அறிந்திருக்க வேண்டும். அப்போதுதான் அவற்றை எப்படிப் பயன்படுத்திக்கொள்வ தென்பது தெரியவரும். உதாரணமாக, நீராவி ஒன்றுக்கும் உபயோகமற்றது என்றுதான் இதுவரை நினைத்திருந்தோம். ஆனால், இதன் பயன்பாடுகளை இயற்பியல் தெளிவாக எடுத்துச்சொல்கிறது. நாம் ரூர்க்கி நகருக்குச் சென் றால், அங்கு நீராவி எத்தனைவிதமான இயந்திரங்களை இயக்கமுடிகிறதென் பதையும் நாம் பார்க்கலாம் (உ.பி. மாநிலத்திலுள்ள ரூர்க்கியில் வாய்க் கால்கள் அதிக எண்ணிக்கையிலுள்ளன. இந்தியாவிலேயே பழைமையான

ஒரு பொறியியல் கல்லூரியும் இங்கு செயல்பட்டு வருகிறது). இந்த இயந்திரங்கள் நமக்கு மிகப் பெரியதாகத் தோன்றினாலும் இங்கிலாந்திலுள்ளவற்றுடன் ஒப்பிடும்போது இவை மிக மிகச் சிறியவை. ஆகவே, இயற்பியல்பற்றிய புத்தகங்களை ஆங்கிலத்திலிருந்து மொழிபெயர்த்துத் தனித்தனி நூல்களாக வெளியிடவேண்டுமெனக் கேட்டுக் கொள்கிறேன். (உதா: நீராவி, நீரின் குணங்கள், மின்சக்தி)

அடுத்ததாக, நமது மக்கள் அவசியமாகக் கற்கவேண்டியது பொருளாதாரக் கொள்கைகளை. இவற்றைப்பற்றி நமது முன்னோர்கள் நிறையவே எழுதியிருக்கிறார்கள். ஆனால், அவை ஒன்றுமே இப்போது நம்மிடமில்லை. அப்படியே இருந்தாலும்கூட, இன்றைய தேதியில் அந்தப் பழைய அறிவை உபயோகமற்றது என்று சொல்லும் அளவுக்கு ஐரோப்பியர்கள் நம்மைவிட எவ்வளவோ முன்னேறியுள்ளனர்.

இந்தப் பொருளாதார அறிவின்மை காரணமாக, இந்தியர்களுக்கு தங்களுடைய நாடு எப்படி ஆளப்படுகிறதென்பதே தெரியாது. அரசு தங்களுக்காகத்தான் வரிகளை வசூலிக்கிறது; அரசுக்காக அல்ல என்பது அவர்களுக்குத் தெரியாது. வசூலிக்கப்படும் வரிப்பணமெல்லாம் சுடச்சுட அப்படியே கப்பலில் ஏற்றி இங்கிலாந்துக்குக்கொண்டு செல்லப்படுகிறது என்றுதான் நம்மில் பலர் நினைத்துக்கொண்டிருக்கிறார்கள். இப்படி நினைக்கக் காரணம் அவர்கள் பொருளாதாரக் கொள்கைகளை அறிந்திருக்கவில்லை என்பதுதான். தேசத்தின் வளமான வாழ்வை இந்த அறியாமை பாதிக்குமென்பதை அவர்கள் உணரவில்லை. தங்கள் தேசத்தின் பொருளாதாரத்தை எப்படி நிர்வகிக்கலாம்; தங்களிடமுள்ள செல்வத்தை எப்படிப் பன்மடங்கு பெருக்கலாம். பிற நாடுகளில் முதலீடு செய்து அவர்களை எப்படி மேம்படுத்தலாம் என்பதைப்பற்றியெல்லாம் ஒன்றுமே அறியமாட்டார்கள். ஆகவேதான், ஜான் ஸ்டூவர்ட் மில் எழுதிய 'பொருளாதாரம்' என்ற புத்தகத்தை மொழிபெயர்த்து சிறுசிறு தொகுதிகளாக வெளியிடவேண்டுமென்று கூறுகிறேன். இந்தப் புத்தகம் மிகப் பெரியது. ஆனால், இப்படிப் பெரிய அளவிலிருந்தால்தான் அந்த விஷயத்துக்கு மரியாதை செய்ததுபோல் இருக்கும். இதில் சொல்லப்பட்டுள்ள சில விஷயங்கள் இங்கிலாந்துக்கும் ஐரோப்பாவுக்கும் மட்டுமே பொருந்துவதாகவும் இந்தியாவுக்குப் பொருந்தாமலும் இருக்கலாம். ஆனால், ஐரோப்பாவில் என்ன நடக்கிறது என்பது நமக்குத் தெரியவேண்டுமானால், இந்த விஷயங்களைப்பற்றி நாம் படித்தேயாகவேண்டும்.

இந்தியாவின் இரு கண்கள்

(1883-ம் ஆண்டு ஜனவரி மாதத்தில் சையது அகமதுகான் பாட்னாவில் பேசும்போது, இந்துக்களுக்கும் முஸ்லிம்களுக்கும் இடையே சுமூகமான உறவு நிலவவேண்டியதன் அவசியத்தை வலியுறுத்தினார். இந்தப் பேச்சின் சுருக்கம் கீழே தரப்படுகிறது)

நண்பர்களே! இந்தியாவில் இந்துக்கள் என்ற பெயரிலும் முஸ்லிம்கள் என்ற பெயரிலும் அறியப்படும் இருவரும் சமுதாயங்கள் வாழ்கின்றன. மனித உடலில் எப்படி முக்கியமான உடலுறுப்புகள் உள்ளனவோ அதைப்போல இந்த இரு சமுதாயங்களும் இந்தியாவின் முக்கிய உறுப்புகளாக உள்ளன.

ஒருவர் எந்த மதத்தைச் சார்ந்திருக்கிறார் என்பது அவருடைய சொந்த விருப்பத்தைப் பொறுத்தது. இதற்கும் அந்த இரு மதத்தினரின் நட்புறவுக்கும் வெளி நிலைமைகளுக்கும் எந்த சம்பந்தமும் இல்லை.

யாரோ சொன்ன மாதிரி ஒரு மனிதனுக்குள்ளேயே இரண்டு விஷயங்கள் அடங்கியுள்ளன. ஒன்று அவனுடைய மதம்; இது அவன் வணங்கும் கடவுளைப் பொறுத்தது. இரண்டாவது, அவன் தனது சக குடிமக்களிடம் காண்பிக்கவேண்டிய தார்மிக உணர்வு. ஆகவே கடவுளுக்குத் தரவேண்டியதை அவருக்குக் கொடுத்துவிடுங்கள். சமூகத்தில் உங்களுடைய பங்கைப்பற்றி மட்டும் சிந்தியுங்கள்.

இந்து மதத்தைப் பின்பற்றும் அநேகம் பேர் இந்தியாவுக்குக் குடிபெயர்ந்து வந்ததைப்போலவே நாங்களும் இங்கு வந்தோம். அந்த இந்துக்களுக்குத் தாங்கள் எங்கிருந்து வந்தோம் என்பதையோ, இங்கு வரும் முன் கடந்து வந்த நாடுகளையோ நினைவு வைத்துக்கொள்ளமுடியவில்லை. இந்தியாதான் தமது சொந்த நாடு எனத் தீர்மானித்தனர். இந்த நாடு இமயமலைக்கும் விந்திய மலைக்கும் இடையிலிருக்கிறதென நம்பினர். நாங்களும் எங்களுடைய சொந்த நாட்டை விட்டுவிட்டு வந்து நூற்றுக்கணக்கான ஆண்டுகள் ஆகிவிட்டன. அந்த நாட்டின் தட்ப வெப்பநிலையையோ அதன் இயற்கை அழகையோ அங்கு அறுவடை செய்யப்பட்ட பயிர்களையோ அங்கு விளைந்த ருசிமிக்க பழங்களையோ ஏன் அந்தப் புனிதப் பாலைவனங்களின் ஆசிகளையோகூட மறந்துவிட்டோம். இந்தியாவை எங்கள் தாயகமாக ஏற்றுக்கொண்டுவிட்டோம். எங்களுக்கு முன்னர் இங்கு வந்தவர்களைப் போல நாங்களும் இங்கு நிரந்தரமாகக் குடியேறிவிட்டோம். அதாவது, இந்தியாவை நாங்களிருவருமே எங்களுடைய தாயகமாகக் கருதுகிறோம். இருவருமே இந்தியக் காற்றை சுவாசிக்கிறோம்; புனித கங்கை மற்றும் யமுனையின் நீரைப் பயன்படுத்துகிறோம். இந்திய மண்ணில் விளைந்த பொருளையே உண்கிறோம். ஒன்றாகவே வாழ்ந்து ஒன்றாகவே மரிக்கிறோம். இத்தனை ஆண்டுகளாக இந்தியாவிலேயே வசித்து வந்ததால் இருவரின் ரத்தமும் மாறிவிட்டிருக்கின்றன. எம் இருவரின் நிறமும் ஒரே மாதிரியாகிவிட்டிருக்கிறது. இருவரின் முகமும் மாற்றமடைந்து ஒரே மாதிரியாகிவிட்டிருக்கிறது. இந்துக்களும் முஸஸ்மான்களும் ஒருவர் மற்றவரிடமிருந்து பல விஷயங்களைக் கற்றுக்கொண்டுள்ளோம். நாங்கள் நெருங்கிப் பழகியதன் விளைவாக உருது என்ற ஒரு புது மொழியையே உருவாக்கியுள்ளோம். அது அவர்களுடையவோ எங்களுடையவோ மொழியல்ல. அதாவது, நமது மதக்கோட்பாடுகளை ஒருபுறம் ஒதுக்கிவைத்துவிட்டு இருவருமே இந்திய மண்ணில்தான் வாழ்கிறோம் என்பதை உணர்ந்தால் நம்மிரு

வருடைய நாடும் ஒன்றே என்பதையும் உணர்வோம். நாம் இருவரும் பரஸ்பரம் நேசித்து, ஒத்துழைத்து, புரிந்துகொண்டு வாழ்ந்தாலே நாமும் நம் நாடும் முன்னேற முடியும். நம்மிடையே ஒற்றுமையின்மை நிலவினாலோ ஒருவரையொருவர் வெறுத்தாலோ அது நம்முடைய அழிவுக்கே காரண மாகும். இதைப் புரிந்துகொள்ளாமல் மக்களிடையே வேற்றுமை விஷத்தை விதைப்பவர்களைக்கண்டால் பரிதாபமாக இருக்கிறது. ஏனெனில், அவர்கள் தாங்கள் தோண்டிய குழியிலேயே விழுவார்கள். நான் பலமுறை சொன்ன தையே இப்போதும் சொல்கிறேன். இந்துக்கள், முஸ்லிம்கள் என்ற இரு அழகான கண்களைக்கொண்ட ஒரு மணப்பெண்ணைப் போலிருக்கிறது இந்தியா. இந்தக் கண்கள் ஒன்றுக்கொன்று சண்டைபோட்டுக்கொண்டால், அந்த மணப்பெண் குருபியாகிவிடுவாள். ஒரு கண் மற்ற கண்ணை அழித்து விட்டால் அவளுக்கு ஒரு கண்ணே இல்லாமல் போய்விடும். ஆகவே, இந்துஸ்தானின் குடிமக்களே! இந்த மணப்பெண் நல்ல கண்ணுடன் இருக்க வேண்டுமா மாறுகண்ணுடன் இருக்க வேண்டுமா என்பது உங்கள் கையில் தானிருக்கிறது.

இந்து முஸ்லிம்களை மட்டும் ஏன் தனியாகக் குறிப்பிடவேண்டும்? சண்டை போடுவது மனித இயற்கை. இந்துக்களுக்குள்ளும் முஸ்மான்களுக்குள்ளும் சண்டைகள் நடக்கத்தான் செய்கின்றன. இவ்வளவு ஏன் சகோதரர்களுக் கிடையில், பெற்றோர்களுக்கிடையில் அவர்களுடைய குழந்தைகளுக்கு மிடையில்கூட, இம்மாதிரியான கருத்து வேற்றுமைகள் எழுகின்றன. ஆனால் நிரந்தரமாகச் சண்டை போட ஆரம்பித்தால், நாடு, குடும்பம் ஆகியவை ஆட்டம் கண்டுவிட்டன என்று அர்த்தம். தங்களுடைய தவறுக்கு வருந்தி தங்களுக்கிடையே மீண்டும் நல்லுறவை ஏற்படுத்திக்கொண்டு, அது மறுபடியும் முறிந்து போகாமல் பார்த்துக்கொள்ளும் மனிதர்கள் உண்மையி லேயே மேன் மக்கள்தான். இறைவா! இந்திய மக்களை இந்த வழியிலேயே சிந்திக்கச் செய்!

அரசியலும் ஒற்றுமையின்மையும்

(மேலே கொடுக்கப்பட்ட பிரசங்கம் நிகழ்த்தப்பட்ட இரண்டு வருடங்கள் கழித்து இந்திய தேசிய காங்கிரஸ் நிறுவப்பட்டது. ஆரம்ப முதலே சையது அகமது காங்கிரஸைச் சந்தேகக் கண்களோடுதான் பார்த்தார். ஏனெனில், அந்தக் கட்சி இந்தியர்களை பிரிட்டிஷாரிடமிருந்து அந்நியப்படுத்தி, இந்தியர்களுக்கிடையே வேற்றுமைகளையும் போட்டியையும் தூண்டிவிடு மென்று நினைத்தார். காங்கிரஸ் கட்சியின் நடவடிக்கைகள், இந்து-முஸ்லிம் உறவுகளைப்பற்றி அவர் அதுவரைகொண்டிருந்த கருத்துகளைத் தலைகீழாக மாற்றிவிட்டன. மீரட்டில் 1888-ம் ஆண்டு மார்ச் மாதம் முஸ்லிம்களுக்கு முன் நிகழ்த்திய இந்தப் பிரசங்கத்தில் சையது இதைப்பற்றிக் குறிப்பிடுகிறார். பிராந்தியப் பகைமையும் இதில் வெளிப்

படுவதைப் பார்க்கமுடியும். தில்லியில் பிறந்து உ.பி.யில் வசித்து வந்த கானுக்கு காங்கிரஸில் பெரும்பான்மையாக இருந்த வங்காளிகளோடு சேர்ந்து செயல்படுவதில் தயக்கங்கள் இருந்தது. இந்தப் பிரசங்கத்தின் சுருக்கம் கீழே தரப்படுகிறது)

நான் இன்று பேசவுள்ள விஷயத்தை ஏன் தேர்ந்தெடுத்தேன் என்பதை உங்களுக்கு முதலில் விளக்கவேண்டும். பல வருடங்களாகவே நமது வங்காளி நண்பர்கள் அரசியல் விஷயங்களில் மிகுந்த ஈடுபாடு காட்டி வருவதை அறிவீர்கள். மூன்று வருடங்களுக்கு முன்பு அவர்கள் ஒரு மாபெரும் அமைப்பை நிறுவி, இந்தியாவின் பல இடங்களில் அதன் கூட்டங்களை நடத்திவருகின்றனர். அந்த அமைப்புக்கு அவர்கள் தேசிய காங்கிரஸ் என்று பெயரிட்டுள்ளனர். நாமும், நமது முஸ்லிம் சமுதாயமும் இதை அதிகம் பொருட்படுத்தவில்லை. மேற்குறிப்பிட்ட வங்காளிகள் தங்களுடைய கல்வி அறிவையும் திறமையையும் பயன்படுத்தி வெகுவாக முன்னேறிவிட்டோம் என்று சொல்வது சரியாக இருந்தால் நாம் மகிழ்ச்சியடைவோம். அவர்கள் கல்வியறிவில் நம்மைவிட முன் வரிசையிலிருக்கலாம். ஆனால், அவர்கள் ஒரு உயர்ந்த நிலையை அடைந்துவிட்டதாகச் சொன்னதை நாம் ஒருபோதும் ஒப்புக்கொண்டதில்லை. மேலும் நான் எனது கட்டுரைகளிலோ பேச்சுக்களிலோ அல்லது மற்றவர்களுடன் பேசும்போதோ அவர்கள் (வங்காளிகள்) செய்ததையோ செய்யவிரும்பியதையோ ஒருநாளும் தடுத்து நிறுத்த முயற்சி செய்ததில்லை. முன்னேறவிரும்பும் ஒருவரையுமே நான் தடுக்க விரும்பியது இல்லை. அப்படி முன்னேறுவதற்கான தகுதிகள் அவர்களிடமிருந்தால், அந்த அளவுக்கு அவர்கள் தங்களை உயர்த்திக்கொண்டிருந்தால் அதற்குக் குறுக்கே நான் வந்ததே இல்லை. ஆனால் நமது வங்காளி நண்பர்கள் நமது முஸ்லிம் சமுதாயத்தின் நடவடிக்கைகளில் தேவையில்லாமல் குறுக்கிடுகிறார்கள். ஆகவே இவர்களுடைய குறுக்கீடு எப்படிப்பட்டது? அவர்களுடைய செயல்பாடுகளின் விளைவாக நிகழவுள்ள தீமைகளிலிருந்து முஸ்லிம் சமுதாயத்தைக் காப்பாற்றுவதெப்படி என்பதையெல்லாம் விளக்குவது என் கடமையாகும். இதைச் சொல்லும்போது நான் என்னவோ நமது வங்காளி நண்பர்களுடன் கச்சைக்கட்டிக்கொண்டு யுத்தம் செய்யப் போவதாக நினைக்கவேண்டாம். இது தவறு. தங்களுடைய நலனுக்கு உகந்தது எது என்பதை முஸ்லிம்களைப் புரிந்துகொள்ளச் செய்வது எனது கடமை. அதே சமயம் வங்காளிகள் சொல்வதைக் கேட்டு நடந்தால் விளையக்கூடிய தீமைகளையும் சுட்டிக்காட்டவேண்டியது என் கடமை என்றுதான் நினைக்கிறேன். எனக்கு வேறு ஒரு நோக்கமுமில்லை.

நண்பர்களே! நான் இப்போது சொல்லப்போவது முஸ்லிம்களுக்கு மட்டுமல்ல; சில தவறான எண்ணங்களின் அடிப்படையில் காங்கிரஸில் சேர்ந்திருக்கும் இந்து நண்பர்களுக்கும் பயனுள்ளதாக இருக்கும். அவர்களும் கடைசியில் வருந்தத்தான் செய்வார்கள். ஆனால் அதற்கான சந்தர்ப்பம் எழாது. ஏனெனில் காங்கிரஸின் யோசனைகள் அனைத்தும் நிறைவேற்றப் படமாட்டாது. இந்துக்கள் இரு தவறான எண்ணங்களின் அடிப்படையில்

தான் காங்கிரஸில் சேர்ந்துள்ளார்கள். ஒன்று அவர்களும் இந்துக்கள், வங்காளிகளும் இந்துக்கள். ஆகவே வங்காளிகளின் செல்வாக்குப் பரவி வருவதால் தங்களுக்கு எந்தத் தீங்கும் நேராது என நினைக்கின்றனர். இரண்டாவது, காங்கிரஸில் சேர்ந்து இந்துக்களுடைய பலத்தை அதிகரிப் பதன் மூலம் அவர்கள் தங்களுடைய மதச் சடங்குகளுக்கு எதிராகவுள்ள முஸ்லிம்களின் மதச் சடங்குகளையும் அப்படியே முஸ்லிம்களையும் வேரோடு அழித்துவிடலாமென்றும் நினைக்கிறார்கள். எல்லா இந்துக்களும் இப்படி நினைக்கவில்லை. ஆனால், ஒருசில இந்துக்கள் இப்படி நினைக் கிறார்கள். இந்துக்கள் தங்களுடைய மத ஆசாரங்களைப் பாதுகாக்க மேற்சொன்ன வழியைப் பின்பற்றினால் ஒன்றும் நடக்காது என்று அந்தச் சில இந்து நண்பர்களிடம் வெளிப்படையாகச் சொல்லிக்கொள்ள விரும்புகி றேன். அவர்கள் வெற்றிபெற ஒரே ஒரு வழிதான் இருக்கிறது. முஸ்லிம் களுடன் நட்புறவை ஏற்படுத்திக்கொள்வது; அவர்களுடன் ஒற்றுமையாக வாழ்வது, பலம் பிரயோகிப்பதால் ஒரு பயனுமில்லை. அவர்களுடைய எதிர்ப்பும் வெறுப்பும் அதிகமாக ஆக அது அவர்களுக்கே தீங்காக முடியும்.

உதாரணமாக அலிகரை எடுத்துக்கொள்வோம். அங்கு முஹம்மதியர்களும் இந்துக்களும் ஒற்றுமையுடன் வாழ்கின்றனர். தொடர்ச்சியாக மூன்றாண்டு களுக்கு தசராவும் முஹரமும் ஒரே தேதியில் வந்தன. அங்கு என்ன நடந்த தென யாருக்கும் தெரியாது. பசுவதைக்கெதிரான போராட்டம் தீவிரமான போதுதான் பசுக்களைக் கொல்வது வெகுவாக அதிகரித்தது. இரு மதத்தின ருக்கு இடையேயும் வெறுப்புணர்வு அதிகரித்தது. இது இந்திய மக்கள் அனைவருக்கும் நன்கு தெரியும். நட்பு, பாசம் இவற்றால் மட்டுமே சாதிக்க முடிந்ததை வலுக்கட்டாயத்தின் மூலம் செய்யவேமுடியாது.

இந்த மாகாணங்களிலுள்ள இந்துக்களின் நிலைமையைப்பற்றி நான் இப்போது சொன்னதெல்லாம் உண்மையாக இருந்தால் அவர்களுடைய நிலைமை முஹம்மதியர்களுடைய நிலைமையை ஒத்திருந்தால், இந்துக்கள் முஸ்லிம்களுடனான நட்புறவைத் தொடரவேண்டும். வங்காளத்தில் வாழ் பவர்கள் எதை விரும்புகிறார்களோ அதைச் செய்துகொள்ளட்டும். அவர்களுக்கு எது விருப்பமில்லையோ அதைச் செய்யாமல் இருந்து கொள்ளட்டும். அவர்களுடைய மனநிலையோ பொதுவான வாழ்க்கை நிலையோ இந்தியாவின் மற்ற பாகங்களில் உள்ளவர்களுடன் ஒத்துப்போவ தில்லை. அப்படியானால், இந்த தேசத்தின் மக்களுக்கும் அவர்களுக்கும் என்ன தொடர்பு இருக்கிறது? வங்காளத்தைப் பொறுத்தவரை தென் வங்காளத்தில் வங்காளிகளைவிட முஹம்மதியர்கள் அதிக எண்ணிக்கையில் இருக்கின்றனர். இவர்களுக்கு தேசிய காங்கிரஸ் கட்சியைப்பற்றி ஒன்றுமே தெரியாது. மேல்தட்டு முஸ்லிம் குடும்பங்களிலிருந்து எவரும் அதில் பங்கெடுக்கவில்லை. அந்தப் பிரதேசத்தில் வாழும் சாதாரண வங்காளி களுக்கும்கூட என்ன நடக்கிறதென்பது தெரியாது. வங்காளத்தில் முஹம் மதியர்களின் எண்ணிக்கை அதிகமாக இருப்பதால் இந்த (இந்து) வங்காளிகள் தாங்கள் விரும்புவதை அடைய ஏதாவது போராட்டத்தில்

ஈடுபட்டால் அவர்களுக்குத் தங்களுடைய சொந்த இடத்திலேயேகூடப் பாதுகாப்பாக வாழ முடியாத நிலையே ஏற்படும். இந்த தேசத்தில் இரு வேறுபட்ட நாட்டு மக்கள் வாழ்கிறார்கள். ஒரே கிணற்றிலிருந்து நீரை இறைத்துக் குடிக்கிறார்கள். ஒரே காற்றைச் சுவாசிக்கிறார்கள். இந்த நிலையில் காங்கிரஸ் இப்போது முன்வைக்கும் யோசனைகள் நம் நாட்டுக்கு ஒத்துவராது. இந்த இரு சமுதாயங்களுக்கிடையே வேற்றுமையை வளர்ப்பது நாட்டின், நகரத்தின் அமைதியைக் குலைக்கும். அது யாருக்குமே நல்லதல்ல.

இந்த நீண்ட முகவுரைக்குப் பின் அரசியல் விஷயங்களில் என் (இஸ்லாமிய சமூகத்து) மக்கள் மட்டுமல்லாமல் நம் தேசத்து மக்கள் அனைவரும் எப்படி நடந்துகொள்ளவேண்டுமென்பதை இப்போது கூறவிரும்புகிறேன். இந்தியா எதிர்கொள்ளும் அரசியல் பிரச்னைகளை, ஒவ்வொன்றாகப் பட்டிய லிடுகிறேன்.

முதற்கேள்வி: இந்திய சாம்ராஜ்யத்தையும் அதன் நிர்வாகத்தையும் யார் கையில் ஒப்படைப்பது? இங்குள்ள ஆங்கிலேயர்களும் ஆங்கில ராணு வமும் தங்களுடைய ஆயுதங்களையும், வெடி மருந்துகளையும் எடுத்துக் கொண்டு இந்தியாவிலிருந்து முழுதாக வெளியேறிவிடுகிறார்கள் என வைத்துக் கொள்வோம். அப்போது இந்தியாவை யார் ஆள்வார்கள்? இரு நாட்டு மக்களான இந்துக்களும் முஸ்லிம்களும் ஒரே சிம்மாசனத்தில் அமர்ந்து சம அதிகாரத்துடன் ஆளமுடியுமா? நிச்சயமாகமுடியாது. அவர் களுள் ஒரு மதத்தினர் மற்றவரைப் பின்னுக்குத் தள்ளிவிட்டு ஆட்சிபுரிய வேண்டும். இரு மதத்தினரும் ஒரேதட்டில் இருப்பார்கள் என்பது கனவிலும் நடக்காத விஷயம். அதேசமயம் முஹம்மதியர்களின் எண்ணிக்கை இந்துக் களைவிடக் குறைவாக இருந்தாலும், உயர் கல்வி பெற்றவர்களுடைய எண்ணிக்கை அதைவிடக் குறைவாக இருந்தாலும் அதற்காக அவர்களை பலவீனமானவர்கள் என ஒதுக்கித் தள்ளிவிடமுடியாது. அவர்களுக்குச் சமூகத்தில் அந்தஸ்தில்லையென்று நினைக்கக்கூடாது. தங்களுடைய தேவை களைப் பிறர் உதவியின்றித் தாங்களாகவே நிறைவேற்றிக்கொள்ள முடியக் கூடும். ஆனால் அப்படிச் செய்ய முடியவில்லையென்றால், வடமேற்கி லுள்ள எமது பத்தன் (Pathan) நண்பர்கள் மலைப்பிரதேசங்களிலிருந்து வெட்டுக்கிளிக்கூட்டம் புயலாக வருவதுபோல் சமவெளிப் பிரதேசங் களுக்கு இறங்கிவருவார்கள். விளைவு? அவர்கள் வசிக்கும் வடமேற்கு எல்லைப் பிரதேசத்தில் இருந்து வங்காளத்தின் கடைக்கோடிவரை ரத்த ஆறுதான் ஓடும்.

ஆங்கிலேயர்களுக்குப் பிறகு இந்தியாவை யார் ஆளப்போகிறார்கள் என்பது இறைவனின் சித்தத்தால் தீர்மானிக்கப்படும். ஆனால் ஒரு சமுதாயம் மற்றவர்களைப் பின்னுக்குத்தள்ளி அவர்களைக் கீழடங்கச் செய்யாதவரை நாட்டில் அமைதி நிலவாது. இதற்கு யாராலும் மறுக்கமுடியாத சான்றுகள் நிறையவே உள்ளன.

இந்தியாவில் பிரிட்டிஷார் இல்லையென்றும் ஒரு மதத்தைச் சேர்ந்தவர்கள் மற்றவர்களை அடக்கியாள்கிறார்கள் என்றும் வைத்துக்கொள்வோம். அதாவது, இந்துக்கள் முஸ்லிம்களை அடக்கி ஆள்கிறார்கள் என்றோ முஸ்லிம்கள் இந்துக்களை அடக்கி ஆள்கிறார்கள் என்றோ வைத்துக் கொள்வோம். அடுத்த நிமிடமே ஃபிரான்ஸ், ஜெர்மனி, போர்த்துகல் அல்லது ரஷ்யாவைச் சேர்ந்தவர்கள் இந்தியாவைத் தாக்குவார்கள். பீரங்கி களும் பிற ஆயுதங்களும் தாங்கிய அவர்களுடைய கப்பல்கள் இந்தியாவைச் சுற்றி வளைக்கும். அந்த நேரத்தில் இந்தியாவை யார் காப்பாற்றுவார்கள்? இந்துக்களோ முஸ்லிம்களோ ராஜபுத்திரர்களோ பத்தான்களோ இதைச் செய்யமுடியாது. அப்படியானால் இதன் விளைவு என்னவாக இருக்கும்? வெளிநாட்டினர் இந்தியாவை ஆள்வார்கள். ஏனெனில் இந்தியாவை அந்நியர்கள் யாராவது தாக்கினால் இந்தியாவிலுள்ள ஒருவருக்கும் அவர் களை எதிர்க்கப் பலம் கிடையாது. இதன் விளைவாக இந்திய வம்சா வளியைச் சேராத வெளிநாட்டினர் இந்தியாவில் தங்களுடைய ஆட்சியை ஸ்தாபிப்பார்கள். அந்த நிலை எழுந்தால், எந்த ஐரோப்பிய நாடு நம்மை ஆளவேண்டுமென தயவுசெய்து தீர்மானித்துச் சொல்லுங்கள். ஜெர்மனி தனது மக்கள் மீது வரிகளைச் சுமத்தி அவர்களைப் பிழிந்துகொண்டிருக் கிறது. அங்கு ராணுவ சேவை மிக, மிகக் கடினமான ஒன்று. ஒருவேளை ஃபிரான்ஸ் வரவேண்டுமென்று விரும்புகிறீர்களோ? நிச்சயம் இருக்காது. அதற்கு பதிலாக நீங்கள் ரஷ்ய ஆட்சியை விரும்புவீர்கள் என்றே நினைக்கி றேன்? ஏனெனில் அவர்கள் இந்தியாவுக்கும் முஹம்மதியர்களுக்கும் நெருங்கிய நண்பர்கள். இந்துக்களும் அவர்களுடைய கீழில் மகிழ்ச்சியுடன் வாழ்வார்கள். பிரிட்டிஷ் ஆட்சி காலத்தில் இந்துக்கள் சேர்த்துவைத்திருக்கும் சொத்து சுகங்களை ரஷ்யர்கள் கருணையுள்ளத்துடன் பாதுகாத்துத் தருவார்கள் (அவையில் சிரிப்பொலி).

இப்படிப்பட்ட வலிமை மிக்க ஐரோப்பிய நாடுகளைப்பற்றி அனை வருக்கும் கொஞ்சமாவது தெரியும். அந்த ஐரோப்பிய நாடுகளே பிரிட்டிஷ் ஆட்சியைவிடத் தங்களுடைய ஆட்சி மிக மோசமானதென்று ஒப்புக்கொள் வார்கள். ஆகவே இந்தியாவின் அமைதிக்கும் அதன் முன்னேற்றத்துக்கும் பிரிட்டிஷ் அரசே இந்தியாவில் பல ஆண்டுகளுக்குத் தொடரவேண்டும். இன்னும் சொல்லப்போனால், அந்த பிரிட்டிஷாரே நம்நாட்டை நிரந்தரமாக ஆளவேண்டும்!

அத்தியாயம் 3

விவசாயப் புரட்சியாளர்

ஜோதிராவ் ஃபுலே

~

ஸையது அகமது கான் முஸ்லிம்களை நவீனமயமாக்குவதற்காகப் பாடு பட்டதற்குப் பின்னால் இந்துக்களுடனான ஒருவகையான போட்டி மனப் பான்மை காரணமாக இருந்தது. இந்துக்கள் பெருமளவில் மேலைநாட்டுக் கல்வியைப் பயின்று பிரிட்டிஷாரின் ஆட்சி காலத்தில் கொண்டுவரப்பட்ட பள்ளிக்கூடங்கள், கல்லூரிகள், அலுவலகங்கள், நீதிமன்றங்கள், தொழிற் சாலைகள் போன்ற நிறுவனங்களில் நல்ல வேலைகளில் சேர்ந்திருந்தனர்.

நாம் அடுத்ததாக பார்க்கப்போகும் சிற்பியோ, பிரிட்டிஷ் காலகட்டத்தில் பொதுவாக இந்துக்கள் பெற்ற மேலாதிக்கத்தை அல்லாமல், இந்துக்களில் மேல் சாதியினரின் ஆதிக்கத்தை எதிர்த்துப் போராடுவதில் அதிக கவனம் செலுத்தினார்.

ஜோதிராவ் ஃபுலே 1827-ல் அதாவது, அவருடைய சொந்த ஊரான மஹாராஷ் டிரத்தில் கிழக்கிந்திய கம்பெனி கால் பதித்துச் சில ஆண்டுகள் கழித்துப் பிறந்தார். பரம்பரை பரம்பரையாக பழங்களையும் காய்கறிகளையும் பயிரிட்டுவந்த 'மாலி' சாதியில் பிறந்தார். அன்றைய பேஷ்வாக்கள் இவரு டைய முன்னோர்களுக்கு மான்யமாகக் கொடுத்திருந்த முப்பத்தைந்து ஏக்கர் நிலத்தில் அரசவைக்குத் தேவையான பூக்களை உற்பத்தி செய்து கொடுத்து வந்தனர். அப்படியாக ஃபுலே குடும்பத்தினரை ஏழைகள் எனச் சொல்ல முடியாது. அதேசமயம் அவர்கள் பணக்காரர்களுமல்ல.

ஜோதிராவ் (இன்று பூனே என்றழைக்கப்படும்) பூனாவில் ஸ்காட் கிறிஸ்துவ மிஷனரிகள் நடத்திய பள்ளியில் படித்தார். அங்கு தீண்டத்தகாத வர்கள் உட்பட அனைத்து சாதியினருடனும் ஒன்றாகப் படித்தார். அகமது நகரில் அமெரிக்க மிஷனரிகள் பெண்களுக்காக நடத்தி வந்த ஒரு பள்ளிக் கூடத்தை இளம் வயதில் சென்று பார்த்தார். இது அவர் மனத்தில் ஓர் அழுத் தமான தாக்கத்தை ஏற்படுத்தியது. தாழ்ந்த சாதிப் பெண்களுக்காக தானே ஒரு பள்ளியைத் தொடங்க இந்த அனுபவங்கள் அவரைத் தூண்டின. அவருக்கு அப்போது வெறும் இருபது வயதுதான் ஆகியிருந்தது. பின்னர் வேறு சில பள்ளிகளையும் தொடங்கினார். அந்தப் பள்ளிகளில் 'மாங்கு, 'மகர்' என்ற இரு தீண்டத்தகாத சாதிகளைச் சேர்ந்த குழந்தைகள் சேர்க்கப் பட்டனர்.

சுய கல்வி பெற்ற ஜோதிராவ், இளம் வயதிலேயே அமெரிக்கச் சிந்தனை யாளர் தாமஸ் பெய்னின் (Thomas Paine) எண்ணங்களால் கவரப்பட்ட தாகத் தெரிகிறது. சாதியின் பெயரால் மக்களிடையே நிலவிய ஏற்றத்தாழ்வு களைப்பற்றி 1855-ல் ஒரு நாடகம் எழுதினார் (அன்று புத்தகப் பதிப்பு, வெளியீட்டுத் தொழில் ஆகியவை பெரிதும் பிராமண ஆதிக்கத்திலேயே இருந்ததால் இந்த நாடகம் ஜோதிராவின் மரணத்துக்கு பின்தான் வெளி வந்தது)

இதனிடையில் இந்தியாவின் கீழ்ச்சாதிக்காரர்களுடைய அடிமைத்தளையை அறுத்தெறியவும் பிராமணர்களின் ஆதிக்கத்தைத் தகர்க்கவும் பகுத்தறிவு அணுகுமுறைகொண்ட மேலைநாட்டுக் கல்வி முக்கிய பங்காற்ற முடியு மென்று ஃபுலே உறுதியாக நம்பினார்.

ஃபுலேயின் ஆசிரியர்கள் அவரை கிறிஸ்துவ மதத்துக்கு மாற்ற முயற்சி செய்தாலும் அவர் அதற்குச் சம்மதிக்கவில்லை. ராம்மோகன் ராயைப் போலவே மிஷனரிகளுடனான நெருங்கிய தொடர்பு இவரையும் பழைமை வாத இந்து மதக் கொள்கைகளை விமர்சனபூர்வமாக அணுகவைத்தது. மேலும் ராம்மோகன் ராயைப்போலவே இவரும் **'தெய்வம் ஒன்றே, அவர்தான் ஒட்டு மொத்த சமூகத்துக்கும் வாழும் நீதியைக் கற்றுக் கொடுக்கிறார்'** என்ற கொள்கையை உடையவராக இருந்தார்.

1860களிலிருந்து ஃபுலே பள்ளிகள் நடத்துவதிலிருந்து விலகி விதவை மறுமணம் போன்ற சமூகச் சீர்திருத்த விஷயங்களில் கவனம் செலுத்தத் தொடங்கினார். அதே சமயம் பூனாவைச் சுற்றிலும் இருந்த தொழிற்சாலை களுக்கு கனரகப் பொருட்களை விற்றுவந்தார். சாலைகள், பாலங்கள் அமைக்கும் கான்டிராக்டராகவும் இருந்தார். இவற்றிலிருந்து கிடைத்த வருமானத்தை சமூக சேவைக்காகச் செலவழித்தார்.

1870 காலயளவில், ஃபுலே மகாராஷ்டிராவில் முக்கியப் பிரமுகராக மாறிவிட்டிருந்தார். இந்தியாவின் மேற்குப்பகுதியில் சமூக, பொருளாதார, அரசியல் மற்றும் ஆன்மிக விஷயங்களில் பிராமணர்களுக்கு இருந்த ஆதிக்கத்தை எதிர்த்துப் பல படைப்புகளை வெளியிட்டார். இது அவருக்கு மேலும் புகழைத் தேடித்தந்தது.

இந்தப் படைப்புகளில் சில ஒரு சமூகச் சீர்திருத்தவாதிக்கும் அவருடைய எதிராளிக்குமிடையில் நடந்த உரையாடல் வடிவில் எழுதப்பட்டுள்ளன. இந்து புராண, இதிகாஸங்களை புதிய கோணத்தில் மறு வாசிப்பு செய்து எழுதினார். பிராமணர்கள் எப்போதும் விவசாயிகளையும் தொழிலாளி களையும் ஏமாற்றிப் பிழைப்பவர்கள், அவர்களை அடக்கி ஆள்பவர்கள் என்றெல்லாம் வர்ணித்தார். அதைப்போலவே, ஃபுலே சிவாஜியின் வாழ்க்கை வரலாற்றையும் புதிய கோணத்தில் எழுதினார். வரலாற்றறி ஞர்கள் சொல்வதுபோல சிவாஜியின் வெற்றிக்கு பிராமண அமைச்சர்களும் ஆலோசகர்களும் காரணமல்ல; மாறாக விவசாயத் தொழிலாளிகளடங்கிய ராணுவமே காரணம் என்று எழுதினார்.

1873ல் ஃபுலே 'ஸத்ய சோதக் ஸமாஜ்' (உண்மையைத் தேடுபவர்களின் சங்கம்) என்ற அமைப்பை நிறுவினார். இதில் உறுப்பினராக விரும்பும் ஒருவருக்கு வேறு ஐம்பது பேரின் சாட்சியும் ஆதரவும் இருக்கவேண்டும். பொதுவாக அன்றைய காலகட்டத்து சீர்திருத்தவாதிகள் சொன்னதுபோலவே, மது அருந்தக்கூடாது என்பதுபோன்ற விதிகளும் உண்டு. வேறு சில நிபந் தனைகள் மிகவும் முற்போக்கானவையாக இருந்தன. உதாரணமாக, இந்த ஸமாஜத்தின் உறுப்பினர்கள் பெண்களிடையேயும் தாழ்ந்த சாதிக்காரர் களிடையேயும் கல்வியறிவைப் பரப்பவேண்டும் என்று ஒரு விதி இடம்பெற்றிருந்தது. பிராமண புரோகிதர்கள் இல்லாமலேயே நடத்தப் பட்ட திருமணங்களை இந்த சமாஜம் ஊக்குவித்தது.

ஃபுலேவின் சாதனைகளையும் அந்தஸ்தையும் அங்கீகரிக்கும்வகையில் பூனா நகராட்சியில் உறுப்பினராக நியமிக்கப்பட்டார். இதற்குப் பிரதிபலனாக ஃபுலே, இந்தியாவின் பல்வேறு அதிகார மையங்களிடையே ஒருவித சம நிலையைக்கொண்டுவர முயன்ற பிரிட்டிஷ் அரசை நேச சக்தியாகப் பார்த் தார். விவசாயத்தில் ஈடுபட்ட சாதிகள்தான் இந்தியச் சமூகத்தின் உண்மை யான பிரதிநிதிகள், அவர்கள்தான் இந்திய வரலாற்றின் அச்சாணிகள். பிராமணர்களுக்கு இதில் ஒரு பங்குமில்லை என்ற உண்மைகளை பிரிட்டிஷ் அரசு ஏற்றுக்கொள்ளச் செய்துவிட முடியும் என்று ஃபுலே நம்பினார்.

ஃபுலேவின் யோசனைக்கிணங்க ஸத்ய சோதக் ஸமாஜ் சூத்திரர்கள் என்ற ழைக்கப்பட்ட தொழிலாளிகளுக்கும் விவசாயிகளுக்கும் நன்மை விளை விக்கக்கூடிய கொள்கைகளை அரசு ஊக்குவிக்கவேண்டுமென்று பிரசாரம் நடத்தியது. அந்த ஸமாஜத்தின் முதல் ஆண்டறிக்கை குறிப்பிடுவதுபோல் 'பிராமணர்கள், பட்கள், ஜோஷிகள், புரோகிதர்கள் மற்றும் அதுபோன்ற பிரிவினரின் பிடியிலிருந்து சூத்திரர்களை விடுவிக்கும் நோக்கத்துடனே இந்த ஸமாஜம் தொடங்கப்பட்டது. பல்லாயிரம் வருடங்களாக இந்த பிரா மணர்கள் தந்திரமாக எழுதப்பட்ட புத்தகங்களை வைத்து சூத்திரர்களை ஏமாற்றிவந்துள்ளனர். இந்த நிலையை மாற்றி சூத்திரர்கள் நல்ல கல்வி யையும் அறிவுரைகளையும் பெற்றுத் தங்களுடைய உரிமைகளைப்பற்றி முழுவதாக அறிந்துகொள்ளவேண்டும். மதத்தில் இருந்தும் சுய லாபத்தை மனத்தில் வைத்து பிராமணர்கள் உருவாக்கியுள்ள பொய்யான புத்தகங்களில் இருந்தும் விடுபடவேண்டும் என்ற நோக்கங்களுடன்தான் இந்த ஸமாஜம் தொடங்கப்பட்டது.' தந்திரசாலிகளான ஆரியர்களிடமிருந்து (மேல் சாதியினர்) ஒன்றும் அறியாத சூத்திரர்களை விடுவிக்கும் தலையாய பொறுப்பு பிரிட்டிஷாருக்கு உண்டு என்று ஃபுலே நம்பினார்.

ஜோதிராவ் ஃபுலே ஒரு சிறந்த சமூகப் போராளியாகவும் சிறந்த எழுத்தாள ராகவும் இருந்தார். 1890-ல் இறப்பதற்கு முன்பாக ஏராளமான கட்டுரைகள், பாடல்கள், நாடோடிப் பாட்டுக்கள், நாடகங்கள் ஆகியவற்றை இயற்றி யுள்ளார். இவற்றுள் இரண்டு கட்டுரைகள் இங்கு சுருக்கித் தரப்படுகின்றன. அதில் முதலாவது ஆட்சியாளர்களின் மொழியிலும் இரண்டாவது அவரது

தாய்மொழியிலும் எழுதப்பட்டுள்ளன. இரண்டாவது கட்டுரையின் தொகுப் பாசிரியரான ஜி.பி.தேஷ்பாண்டே, 'ஜோதிராவின் மராத்திய உரைநடை யின் வலிமையையும் கனத்தையும் மொழிபெயர்ப்பது சாத்தியமே இல்லை' என்று குறிப்பிட்டிருக்கிறார். இது மிகவும் தன்னடக்கமான கூற்றே. தேஷ் பண்டே மற்றும் சக ஆசிரியர்களின் மூலம் ஆங்கிலத்துக்கு மொழிபெயர்க் கப்பட்டிருப்பதில் ஜோதிராவின் உரைநடையின் வலிமையும் அடர்த்தியும் அப்படியொன்றும் கை நழுவிப் போயிருக்கவில்லை.

மக்களுக்குக் கல்வி புகட்டுதல்

(1882ம் ஆண்டில் பிரிட்டிஷ் அரசின் 'கல்வி கமிஷனின்' முன் ஃபுலே பதிவு செய்த சாட்சி மொழி கீழே சுருக்கமாகத் தரப்படுகிறது. இதே கமிஷனின் முன்புதான் சையது அகமது கானும் சாட்சியம் அளித்தார். கானைப்போல ஃபுலேவும் தனது சமூகத்தினர் அதாவது மேற்குப் பகுதி இந்தியாவின் விவசாயப் பெருமக்கள் முன்னேறவேண்டுமானால் நவீனக் கல்வி அவர்களுக்கு அவசியம் என்று நம்பினார். ராம்மோகன் ராயின் கருத்துகள்தான் சையது கானின் எண்ணங்களுக்கு வடிவம் கொடுத்தன. நவீனக் கல்வியறிவுதான் இந்துக்களை பிரிட்டிஷாருக்குச் சமமாக உயர்த்துமென்று ராய் நம்பினார். அதே கல்விதான் முஸ்லிம்களை இந்துக்களின் அளவுக்கு உயர்த்துமென சையது அகமது கான் நம்பினார். ஃபுலேயோ அந்தக் கல்விதான் பிராமணரல்லாதாரை பிராமணர்களுக்குச் சமமாக உயர்த்துமென்று கருதினார். இந்தக் கருத்து ஒற்றுமை குறிப்பிடத் தக்கது)

பல வருடங்களுக்கு முன் பிராமணர்களுடைய மதச் சடங்குகளை அம்பலப் படுத்தி மராத்தி மொழியில் எழுதிய ஒரு சிற்றறிக்கையை வெளியிட்டேன். அதில் இன்றையக் கல்வித் திட்டத்தைப்பற்றியும், உயர் கல்விக்கு ஒதுக்கப் படும் தொகை எப்படி பிராமணர்களுக்கும் மற்ற உயர் சாதிக்காரர்களுக்கு மட்டுமே பயன்படுகிறது. எப்படி மற்றவர்கள் அறியாமையிலும் வறுமையி லும் தவிக்கிறார்கள் என்பதுபற்றியும் குறிப்பிட்டிருந்தேன். அதில் சொல்லப் பட்டிருந்த கருத்துகளை ஆங்கிலத்தில் மொழிபெயர்த்து அந்தச் சிற்றறிக் கையின் முகவுரையில் சேர்த்திருந்தேன். அதிலிருந்து சில பகுதிகள் சுருக்க மாகக் கீழே தரப்படுகின்றன.

நாம் இன்று காணும் குழப்பங்களுக்குக் காரணம் அரசாங்கம்தான் என்று நினைக்கிறேன். சாதாரண மக்களின் கல்வியைப் புறக்கணித்து, உயர் கல்வி க்குப் பெரிய அளவில் தொகையை ஒதுக்கி, அரசு கூடுதல் சௌகரியங்கள் செய்து கொடுத்திருக்கிறது. இதற்கு என்னதான் நோக்கம் இருந்தாலும் இப்படிச் செய்தது எளிய மக்களுக்குச் செய்த நியாயமாகாது என்பதை அனை வரும் ஒப்புக்கொள்ளவேண்டும். பிரிட்டிஷ் இந்திய அரசின் வருவாயில் பெரும்பகுதி விவசாயிகளின் கடின உழைப்பிலிருந்துதான் கிடைக்கிறது.

சமூகத்தில் பணக்கார அல்லது மேல்தட்டுக் குடும்பங்களிலிருந்து அரசுக்குக் கிடைக்கும் வருமானம் சொற்பமே. ஒரு ஆங்கிலேய கனவான் சொன்னது போல், பிரிட்டிஷ் அரசின் பணமானது உபரியாகக் கிடைத்த லாபம் அல்ல. அது முதலீட்டில் இருந்து சுரண்டப்படுகிறது. செல்வந்தர்களின் ஆடம்பரங்களின் மீது விதிக்கப்படும் வரி அல்ல. ஏழை எளியவர்களின் அடிப்படைத் தேவைகள்மீது விதிக்கப்படும் வரியில் இருந்து உறிஞ்சப்படுகிறது. பிரிட்டிஷ் அரசுக்குக் கிடைக்கும் வருவாயானது பாவத்தின் மூலமாகவும் கண்ணீரின் மூலமாகவும் கிடைக்கிறது.

இப்படிக் கிடைத்த வருவாயில் பெரும்பங்கை மேல்தட்டுக்காரர்களின் கல்விக்காக (ஏனென்றால் அவர்கள்தான் அந்தக் கல்வியின் பலனை அடைந்துவருகிறார்கள்) அரசு செலவிடுவது நீதிக்கும் சமத்துவத்துக்கும் புறம்பானது. உயர் வர்க்கத்தினருக்குக் கல்வியை வழங்கினால், அவர்கள் மற்றவர்களுக்குப் பணம் வாங்காமலேயே கல்வி புகட்டுவார்கள்; மேல் தட்டு மனிதர்களின் மனத்தில் படிக்கும் ஆர்வத்தைத் தூண்டிவிட்டால் அதன் விளைவாக மக்கள் நல்ல நடத்தையுள்ளவர்களாக வாழ்வார்கள். அரசிடம் கூடுதல் விசுவாசமுள்ளவர்களாக இருப்பார்கள். தாங்கள் பெற்ற அறிவை சக மனிதர்களுக்குப் புகட்டுவார்கள் என்றெல்லாம் அரசு நம்புகிறது.

மேலைநாடுகளில் எழுத்தறிவினால் விளைந்துள்ள வியப்பூட்டும் மாற்றங்களைக் கண்கூடாகப் பார்த்தவர்கள் அதைப்போலவே இந்தியாவிலுள்ள மேல் தட்டு மனிதர்களுக்கு (மட்டும்) உயர்கல்வி அளிப்பதன் மூலம் இந்தியாவில் வாழும் இருபது கோடி மக்களின் கஷ்டங்களுக்குத் தீர்வு கண்டுவிட முடியும் என்று சொல்கிறார்கள். இந்திய பல்கலைகழகங்களில் இருக்கும் என் அன்பான நண்பர்களைப் பார்த்து நான் ஒன்று கேட்கிறேன். உங்களுடைய சொந்த அனுபவத்திலிருந்து ஏதேனும் ஒரே ஒரு உதாரணத்தை எடுத்துக்காட்டி இந்த நம்பிக்கை சரிதான் என்று நிரூபிக்க முடியுமா? நீங்கள் எத்தனையோ பணக்காரக் குழந்தைகளுக்குப் படிப்புச் சொல்லிக் கொடுத்திருக்கிறீர்கள். அவர்களை நல்ல நிலைக்கு உயர்த்தியிருக்கிறீர்கள். ஆனால் இந்த மாணவர்கள் தமது சக இந்தியர்களின் வாழ்க்கைத் தரத்தை மேம்படுத்த என்ன செய்திருக்கிறார்கள்? துரதிஷ்டசாலியான அல்லது அறியாமையில் இருக்கும் தேசத்தின் சக மனிதர்களுக்குத் தங்களுடைய வீடுகளிலோ வேறு எங்கேயோ பள்ளிக்கூடங்களைத் திறந்திருக்கிறார்களா? அல்லது தாங்கள் பெற்ற கல்வியைத் தமக்கு மட்டுமேயான பரிசு போல் கருதி, அறியாமையும் அசிங்கமும் நிறைந்தவர்களுடன் பகிர்ந்து கொண்டால் கெட்டுப்போவிடும் என்று பொத்தி வைத்துக்கொண்டுள்ளார்களா? சமூகத்தை மேம்படுத்தவேண்டும், பிறர் நலத்துக்காகப் பாடுபடவேண்டும் என்று அவர்கள் எப்போதாவது நினைத்ததுண்டா? மேல்தட்டு மக்களுக்குக் கல்வியறிவு புகட்டினால் சமூகத்துக்குத் தானாகவே நன்மை கிடைக்குமென்று சொல்வதற்கு என்ன ஆதாரமிருக்கிறது?

அரசு பின்பற்றி வரும் இந்த உயர்கல்விக் கொள்கையினால் ஏற்படும் ஒரு முக்கியமான விளைவு அரசுப் பணிகளில், உயர்ந்த பதவிகளில் எல்லாம்

பிராமணர்கள்தான் ஆதிக்கம் செலுத்துகின்றனர். விவசாயிகளின் நலம்தான் முக்கியமென்று இந்த அரசு கருதினால், சமூகத்தில் காணப்படும் பல தீய விஷயங்களை ஒழிக்கவேண்டுமென்றால், பிராமண ஆதிக்கத்தைப் படிப் படியாகக் குறைத்து, மற்ற சாதிக்காரர்களையும் அரசுப் பணியில் நியமிக்கவேண்டும். பார்க்கப்போனால், உயர்கல்விக்கு இத்தனை முக்கியத் துவம் கொடுக்காமல் பாமர மக்களுடைய கல்வியில் கவனம் செலுத்தினால் நல்ல தகுதிபெற்ற, ஒருவேளை மற்றவர்களைவிடச் சிறந்த மாணவர்களை உருவாக்கமுடியும்.

பிராமணர்கள் எப்படி எனது சூத்திர சகோதரர்களை ஏமாற்றியிருக்கின்றனர் என்பதை விளக்குவது மட்டுமல்ல, அரசு இதுவரை பின்பற்றி வந்துள்ள உயர்கல்வி முறையின் குறைபாடுகளை அரசுக்குச் சுட்டிக்காட்டுவதும்தான் இந்தக் கட்டுரையின் நோக்கம். இனிமேலாவது அரசு தனது தவறை உணர்ந்து கொண்டு, மேல் சாதிக்கண்ணாடி அணிந்துகொண்டு பேசும் நபர்களை நம்பு வதை நிறுத்தவேண்டும். என் சூத்திர சகோதரர்களை பாம்புபோல் இறுக்கிப் பிடித்திருக்கும் பிராமணர்களின் பிடியிலிருந்து விடுவிக்கும் பொறுப்பை அரசு தன் கையில் எடுத்துக்கொள்ளவேண்டும். அதே சமயம் கல்வியறிவு பெற்ற சூத்திர சகோதரர்கள் செய்யவேண்டியது இதுதான்: தம் இனத்தைச் சேர்ந்த மற்றவர்களின் நிலைமைப்பற்றி அரசுக்கு எடுத்துச்சொல்லி, அவர் களைப் பிராமணர்களுடைய பிடியிலிருந்து விடுவிக்கத் தங்களாலானதைச் செய்யவேண்டும். ஒவ்வொரு கிராமத்திலும் சூத்திரர்களுக்கான பள்ளிக் கூடங்களைத் தொடங்கவேண்டும். அவற்றில் பிராமண ஆசிரியர்கள் வேண்டவேவேண்டாம்! சூத்திரர்கள்தான் நம் நாட்டின் உயிர்நாடி. ஆகவே அரசு பிராமணர்களைத் தவிர்த்துவிட்டு சூத்திரர்கள் மேல்தான் கவனம் செலுத்தவேண்டும். அவர்களுடைய பொருளாதார, அரசியல் பிரச்னை களைத் தீர்க்கவேண்டும். அவர்கள் மகிழ்ச்சியுடனும் திருப்தியுடனுமிருந் தால் அவர்கள் பிரிட்டிஷ் அரசுக்கு என்றென்றும் விசுவாசமாக இருப்பார்கள் என்பதில் சந்தேகமில்லை.

(அடுத்ததாக ஒவ்வொருகட்டத்திலும் கல்வியின் தரத்தை உயர்த்த அரசு என்ன செய்யவேண்டுமென்பதைப்பற்றி ஃபுலே பேசுகிறார்)

ஆரம்பக் கல்வி

பம்பாய் மாகாணத்திலுள்ள சொற்ப அரசுப் பள்ளிகளில் கற்றுத்தரப்படும் கல்வியின் தரம் திருப்திகரமாக இல்லை என்பதைச் சொல்லிக்கொள்ள விரும்புகிறேன். மாணவர்களுடைய எதிர்கால வாழ்க்கைக்கு உபயோக முள்ள கல்வி போதிக்கப்படவில்லை. இந்தக் கல்வி முறையை மேம்படுத் தினால், சமூகத்தின் அனைத்துத் தேவைகளையும் பூர்த்தி செய்ய முடியும். ஆகவே இப்போதுள்ள ஆசிரிய நியமன முறையையும் பாடத்திட்டத்தையும் முழுவதாகத் திருத்தியமைக்கவேண்டும்.

(அ) இப்போது ஆரம்பப் பள்ளிக்கூடங்களில் வேலைபார்க்கும் ஆசிரியர்களில் பெரும்பாலானவர்கள் பிராமணர்கள்தான். அவர்களில் ஒரு சிலர் மட்டுமே முறையாக ஆசிரியர் பயிற்சி பெற்றுள்ளவர்கள். மற்றவர்களுக்கு எந்தப் பயிற்சியும் கிடையாது. அவர்களுடைய மாதச் சம்பளம் பத்து ரூபாய்க்குமேல் இல்லை. இலக்குகள் எதையும் அவர்கள் பூர்த்தி செய்வதுமில்லை. அவர்களுக்குத் தற்போதைய நாட்டு நடப்பைப்பற்றி ஒன்றும் தெரியாது. இப்படிப்பட்ட ஆசிரியர்களிடம் கற்கும் மாணவர்கள் தேவையில்லாத பழக்கவழக்கங்களை கற்றுக்கொள்கிறார்கள். தமது முன்னோர்களின் குலத்தொழிலில் இருந்து அல்லது வேறு கடினமான சுதந்தரமான பணிகளில் இருந்து தப்பிக்கும் நோக்கிலேயே அவர்கள் அரசு பணியைப் பெற முனைகிறார்கள்.

ஆரம்பக் கல்வி ஆசிரியர்களை விவசாயக் குடும்பங்களிலிருந்தே தேர்ந்தெடுத்துப் பயிற்சியளிக்கவேண்டும். ஏனெனில் அவர்கள்தான் மாணவர்களுடன் தயக்கமின்றிப் பழகுவார்கள். மாணவர்களின் தேவைகளையும் விருப்பங்களையும் புரிந்துகொள்வார்கள். மத ஆசார எண்ணங்களினால் பீடிக்கப்பட்ட பிராமணர்கள் ஆசிரியர்களாக இருந்தால், அவர்கள் மாணவர்களிடமிருந்துத் தள்ளியே நிற்பார்கள். பிராமணரல்லாத ஆசிரியர்களை நியமிப்பதில் வேறொரு நன்மையுண்டு. பாமர மக்கள் இவர்கள் சொல்வதைக்கேட்டு நடப்பார்கள். தேவைப்பட்டால் அவர்கள் கலப்பையை எடுத்து உழுவதற்கோ உளியைப் பிடித்து தச்சுவேலை செய்வதற்கோ தயங்கமாட்டார்கள். சமூகத்தின் அடித்தட்டு மக்களுடன் நெருங்கிப் பழகுவார்கள்.

இந்த ஆசிரியர்களுக்கு வழக்கமான விஷயங்களைத் தவிர விவசாயம், சுத்தம், சுகாதாரம் ஆகியவற்றைப்பற்றியும் கற்பிக்கவேண்டும். கற்பிப்பதில் மோசமாக இருக்கும் பயிற்சிபெறாத ஆசிரியர்களுக்குப் பதிலாக திறமையுள்ள, பயிற்சிபெற்ற ஆசிரியர்களை நியமிக்கவேண்டும். திறமையுள்ள ஆசிரியர்கள் கிடைப்பதற்கும் அவர்களுடைய நிலைமையை மேம்படுத்துவதற்கும், அவர்களுடைய சம்பளம் பன்னிரண்டு ரூபாய்க்குக் குறையாமல் இருக்கவேண்டும். பெரிய கிராமங்களில் அது பதினைந்து முதல் இருபது ரூபாயாக இருக்கவேண்டும். ஆசிரியர் வேலையைத் தவிர அவர்களைக் கிராமக் கணக்கு வழக்குகளைப் பார்க்கவோ ஆவணப் பதிவாளர்களாகவோ கிராம அஞ்சல் அதிகாரிகளாகவோ பத்திர விற்பனையாளர்களாகவோ நியமித்தால் அந்தக் கிராமத்தில் அவர்களுடைய அந்தஸ்து உயரும். கிராம மக்களும் தங்களுடைய தேவைகளுக்கு அவர்களை நாடிச் செல்வார்கள். அதிக அளவில் மாணவர்கள் தேர்ச்சி பெறும் பள்ளிகளின் ஆசிரியர்களுக்கு ஊக்கத்தொகை அளிக்கலாம்.

(ஆ) மாணவர்களுடைய பாடத்திட்டத்தில் எழுதுவது, வாசிப்பது, கணிதம் ஆகிய விஷயங்களையும் பொதுவரலாறு, பூகோளம், இலக்கணம், விவசாயம், சுத்தம், சுகாதாரம் நன்னடத்தை ஆகியவற்றையும் உட்படுத்தவேண்டும். கிராமப்பள்ளிகளில் கற்பிக்கப்படும் பாடங்களின் எண்ணிக்கை

நகர்ப்புறங்களைவிடக் குறைவாக இருக்கலாம்; ஆனால், அவை மாணவர் களுக்கு உபயோகமுள்ளதாக இருக்கவேண்டும். விவசாயத்தைக் கற்பிக்கும் போது மாணவர்களை ஒரு மாதிரிப் பண்ணைக்கு (Model Farm) கூட்டிச் சென்று நேரடியாகப் பாடம் கற்பிப்பது பயனுள்ளதாக இருக்கும். இப்போது உபயோகிக்கப்படும் பாடப்புத்தகங்கள் பழைய விஷயங்களையே கற்பிப்ப தால் அவற்றைத் திருத்தி எழுதவேண்டும். தொழில்நுட்பமும் உபயோக முள்ள வேறு சில விஷயங்களும் கற்பிக்கப்படவேண்டும்.

(இ) ஆரம்பக் கல்விக்கூடங்களை மேற்பார்வை செய்வதிலும் குறைபாடு களிருக்கின்றன. உதவி ஆய்வாளர்கள் வருடத்துக்கொரு முறை மட்டும் பள்ளிக்குச் சென்று சோதனை செய்வதால் ஒரு பலனும் இல்லை. அனைத்துப் பள்ளிகளுக்கும் மூன்று மாதங்களுக்கு ஒரு முறையாவது முன்னறிவிப்பில்லாமல் சென்று சோதனை செய்யவேண்டும். இந்தச் சோதனைகளைச் செய்ய கிராம அல்லது மாவட்ட அதிகாரிகளை மட்டும் நம்பியிருக்கமுடியாது. ஏனெனில், அவர்களுக்கு ஏற்கெனவே தலைக்குமேல் வேலையிருக்கிறது. ஆகவே, இந்த ஆய்வுக்கு நேரம் கிடைக்காது. அப்படியே கிடைத்தாலும், அவர்களுடைய பரிசோதனை மேலேழுந்த வாரியாகவும் அரைகுறையாகவும்தான் இருக்கும். ஆகவே, அவ்வப்போது ஒரு ஐரோப்பிய ஆய்வாளர் இந்தப் பள்ளிகளுக்குச் சென்று வருவது நல்லது. இதன்மூலம் ஆசிரியர்களுடைய செயல்பாடுகளையும் கட்டுப்பாட்டில் வைத்திருக்க முடியும்.

(ஈ) ஆரம்பப் பள்ளிகளின் எண்ணிக்கையை உயர்த்தவேண்டும். அதற்காகக் கீழ்க்கண்டவற்றைச் செய்யவேண்டும்.

(1) பயிற்சி பெற்ற ஆசிரியர்களால் நடத்தப்படும் அல்லது பயிற்சி பெற்றவர் களை நியமித்து இப்போதைய பாரம்பரியப் பள்ளிகளுக்குக் கூடுதல் உதவித் தொகையைக் கொடுக்கவேண்டும்.

(2) அந்தந்த இடங்களில் வசூலிக்கப்படும் உள்ளூர் வரிகளிலிருந்து பாதித் தொகையை ஆரம்பக் கல்விக்கு ஒதுக்கலாம்.

(3) நகராட்சிகள் தங்களுடைய அதிகாரவரம்பிலுள்ள ஆரம்பப் பள்ளிகளை தாங்களே நடத்தவேண்டுமென்று ஒரு சட்டம் இயற்றவேண்டும்.

(4) மத்திய, மாநில அரசுகள் தாராளமாக உதவித் தொகையை ஒதுக்க வேண்டும்.

உயர்கல்வி: உயர்கல்விக்குப் பெருமளவில் தொகை ஒதுக்கப்பட்டிருந்த போதிலும் பாமர மக்களின் தேவைகள் புறக்கணிக்கப்பட்டுவிட்டன என்ற புகார் பல நாட்களையே சொல்லப்பட்டு வந்திருக்கிறது. ஓரளவுக்கு இது உண்மைதான்.ஆனால் உயர்கல்வி பெற்ற யாரும் இதை ஒப்புக்கொள்ள மாட்டார்கள். இருப்பினும் உயர்கல்விக்கு இப்போது ஒதுக்கப்படும் தொகை நிறுத்தப்படவேண்டுமென மக்கள் நலவிரும்பிகள் யாருமே சொல்லமாட்டார்கள். சமூகத்தின் ஒரு பகுதி மக்கள் பின்தங்கியிருப்பதால்,

அவர்களுடைய முன்னேற்றத்துக்கு அரசு பாடுபடவேண்டுமென்பதே மக்களுடைய வேண்டுகோள். இந்தியாவில் கல்வி இன்னமும் ஆரம்ப நிலையில் தானிருக்கிறது. ஆகவே, அரசு உயர் கல்விக்காக ஒதுக்கும் தொகையை நிறுத்திவிட்டால் அது மக்களிடையே கல்வியறிவு பரவுவதைக் கடுமையாக பாதிக்கும். மேல்தட்டைச் சேர்ந்த பிராமணர்கள், செல்வந்தர்கள் ஆகியோரிடையே கல்வி மீது ஆர்வம் உருவாகிவிட்டிருக்கிறது. ஆகவே இவர்களுடைய கல்விக்கு அரசு தரும் உதவிகளைப் படிப்படியாக விலக்கிக் கொண்டுவிடலாம். ஆனால் நடுத்தர, கீழ்மட்ட மக்களிடையே உயர் கல்வியறிவு இனியும் முழுவதாகப் பரவவில்லை. எனவே அவர்களுக்காகச் செலவிடப்படும் தொகையை நிறுத்தினால் அந்த மக்கள் மிகவும் கஷ்டப் படுவார்கள். அந்த சாதிகளைச் சேர்ந்த மாணவர்கள் தங்கள் விருப்பத்துக் கெதிராக உபயோகமற்ற பள்ளிகளுக்குச் செல்வார்கள். இதனால் கல்வி முறையே பாதிக்கப்படும். அதேசமயம் கல்வியைத் தனியார்களிடம் ஒப் படைக்கவும்முடியாது. இனிவரும் பல ஆண்டுகளுக்கு அது மத்திய, மாநில அரசுகளின் பொறுப்பில்தான் இருக்கவேண்டும். உயர் கல்வியும் ஆரம்பக் கல்வியும் அரசின் கவனிப்பிலேயே இருப்பதுதான் மக்களுக்கு நல்லது.

கல்வித்துறையிலிருந்து அரசு பின்வாங்கினால் மக்களிடையே கல்வியறிவை எளிதில் பரப்பமுடியாது. அதுமட்டுமல்ல, இந்தியாவில் பல்வேறு மதங் களைச் சேர்ந்த மக்கள் வசிப்பதால் அவர்கள் பெறும் கல்வி நடுநிலைமை யோடு இருக்கவேண்டும். கல்வியைத் தனியார்களுக்கு விட்டுக்கொடுத்தால் அது தனது நடுநிலைமையை இழந்துவிடும். மேலும், கல்விக்கான பண ஒதுக்கீட்டை நிறுத்தினால் செல்வந்தர்களின் குடும்பங்கள் தன்னம்பிக்கை யுடன் ஓரளவுக்குத் தங்கள் சொந்தக் காலிலேயே நிற்க முன்வருவார்கள் என்பது உண்மைதான். அதேசமயம், கல்விமுறை சீரழிந்துபோகும். மேல் தட்டு மக்களின் தன்னம்பிக்கை இந்தப் பின்னடைவைச் சரிசெய்யப் பல வருடங்கள் எடுத்துக்கொள்ளும்.

இனி, படிப்பறிவு பெற்ற இந்தியர்களுக்கான வேலை வாய்ப்புகளைப் பற்றிப் பேசுவோம். இப்போதும் கல்வியறிவு பெற்றவர்கள்- பெரும்பாலும் பிராமண மற்றும் உயர் சாதிக்காரர்கள் - அரசு வேலைக்குப் போகத்தான் விரும்புகிறார்கள். ஆனால் படிப்பறிவு பெற்ற அனைவருக்கும் அரசு வேலை கிடைக்காது. அவர்கள் பெற்ற கல்வி தொழில் நுட்பம் சார்ந்த தாகவோ, நடைமுறைக்குப் பயன்படும்படியாகவோ இல்லை என்பதால் அவர்கள் வேறு வேலைக்குப் போகவும்முடியாது. இதன் காரணமாகத்தான் கல்வியறிவு பெற்றவர்களுக்கு வேலை வாய்ப்புகள் மிகக் குறைவாக இருக் கின்றன என்ற புகார் எழுந்திருக்கிறது. ஒரு கோணத்திலிருந்து பார்த்தால் இந்தப் புகார் சரியெனத் தோன்றும். ஆனால், கல்வியறிவு பெற்றவர்களுக்காக வேறு பல வேலை வாய்ப்புகளும் உள்ளன. அவர்கள் அவற்றைப் பயன் படுத்திக்கொள்ளலாம்.

இந்தியாவின் மாபெரும் பரப்பை ஒப்பிடும்போது, கல்வியறிவு பெற்றவர் களின் எண்ணிக்கை மிகமிகக் குறைவுதான். ஆனால், கூடிய விரைவிலேயே

வேலை வாய்ப்புகளின் எண்ணிக்கை நூறு மடங்கு அதிகரிக்கலாம். ஆகவே படித்தவர்கள் அரசு வேலையை மட்டும் நம்பியிராமல் வேறு பல வேலைகளுக்கும் செல்லலாம்.

முடிவாக, பெண்களின் ஆரம்பக் கல்விக்குக் கூடுதல் தொகையை ஒதுக்க வேண்டுமெனக் கல்வி கமிஷனைக் கேட்டுக் கொள்கிறேன்.

பூனா

ஜோதிராவ் கோவிந்தராவ் ஃபுலே

19 அக்டோபர் 1882

வணிகர், விவசாயி, நகராட்சி உறுப்பினர்

பேட் ஜுனா காஞ்சா

விவசாயிகளின் நிலைமை

(1883-ல் 'விவசாயியின் சாட்டை' என்ற தலைப்பில் மராத்திய மொழியில் ஒரு புத்தகத்தை ஃபுலே எழுதி வெளியிட்டார். இதில் இந்திய விவசாயிகளின் பரிதாபமான நிலைமையைப்பற்றியும், ஏழ்மையைப்பற்றியும் விரிவாக எழுதியிருந்தார். இந்தப் புத்தகத்திலிருந்து மூன்று பகுதிகள் சுருக்கித் தரப்படுகின்றன. இதில் முதலாவது, ஒரு விவசாயியின் தினசரி வாழ்க்கை, அவர் படும் கஷ்டங்கள் ஆகியவை விவரிக்கப்படுகின்றன)

ஒருநாள் ஒரு விவசாயி ஜில்லா கலெக்டர் தங்கியிருந்த கூடாரத்திலிருந்து தனது கிராமத்துக்குப் பற்களைக் கடித்தவாறே கோபத்துடன் நடந்து சென்று கொண்டிருந்தார். அவருக்கு வயது நாற்பதிருக்கும். மிகவும் தளர்ந்து காணப்பட்டார். அவர் தன் தலையில் ஒரு வெள்ளைத் தலைப்பாகையைச் சுற்றியிருந்தார். அரைக்கை கதர்ச் சட்டையையும் அறுந்து போன காலணிகளையும் அணிந்திருந்தார். காலணிகளின் பின்பாகம் நல்ல நிலையிலிருந்தாலும் நான்கைந்து இடங்களில் அறுந்திருந்ததால் அவர் நடையே ஒருமாதிரியாக இருந்தது. அவருடைய தாடியும் மீசையும் முன் வரிசைப் பற்களை மறைத்திருந்தன. பரந்த நெற்றி, பெரிய கண்கள், சிவப்பு நிறம், சற்றே உருண்ட முகம்... பார்க்க நன்றாக இருந்தார்.

பிற்பகல் இரண்டு மணியளவில் தனது வீட்டையடைந்த அவர் சமையலறைக்குச்சென்று சுவர் ஆணியிலிருந்து ஒரு பாயை எடுத்துத் தரையில் விரித்தார். ஒரு கம்பளியை மடித்துத் தலையணையாக வைத்துக்கொண்டார். பின்னர் ஒரு கைகுட்டையால் கண்களை மறைத்துக்கொண்டு உறங்கச் சென்றார். ஆனால் அவருக்கு உறக்கம் வரவில்லை. கலெக்டரைச் சந்தித்தைப்பற்றியே நினைத்துக்கொண்டிருந்தார். 'நான் அவரைப் பார்க்கப் போனபோது அவர் தனது காலை உணவைச் சாப்பிட்டு முடிக்கவில்லை. நான் அவரிடம் சொன்ன எதையும் அவர் கேட்கவே இல்லை. நான் அரசுக்குக் கட்ட

வேண்டிய பணத்துக்குச் சிறிது காலாவகசம் கேட்டேன். அவர் அதற்கு அனுமதிக்கவில்லை.' அந்த விவசாயிக்கு உறக்கம் வரவில்லை. நெஞ்சில் கைவைத்துக்கொண்டு பைத்தியம் பிடித்தவரைப்போல தனக்குள்ளேயே பேசிக்கொண்டார்.

'மத்தவங்க மாதிரி நானும் அந்த மேல் சாதி வேலைக்காரங்களுக்கு லஞ்சம் கொடுக்காததாலே அவங்க அந்த வெள்ளைக்கார ஆபீசர்கிட்டே கோள்மூட்டி நான் கொடுக்கவேண்டிய வரித்தொகையை இரட்டிப்பாக்கிட்டாங்க. அந்த வருஷம் மழைவேற சரியாப் பொய்யாம நிலம், தோட்டம், எல்லாம் வறண்ட போயிடுச்சு. எங்கப்பாவும், திடீர்னு இறந்திட்டாரு. அந்தச் சடங் குக்காக நிறையச் செலவாச்சு. அதனாலே முதல் வருஷம் வரிக் கட்டறதுக்காக என்னோட தோட்டத்தை எனக்குக் கடன் கொடுத்தவர்கிட்டே பணயம் வெச் சேன். அதுக்கப்புறம் அவரு நான் கொடுக்கவேண்டிய வட்டித் தொகையை மூணு, நாலு மடங்காக ஏத்திட்டாரு. கடைசிலே என்னோட தோட்டத்தையே அவர் எடுத்துக்கிட்டாரு. கடன் கொடுத்தவரோட மாமா கலெக்டராபிசிலே கிளார்க்கா இருக்காரு. அவருடைய ஒரு சகோதரன் கலெக்டரோட செக் ரட்டரியா இருக்காரு. மச்சினன் ஒரு முன்சீப். மாமனார் தாலுக்கா போலீஸ் அதிகாரி. பார்க்கப்போனா இங்கே சர்க்கார் ஆபீசிலே வேலை பார்க்கற முக்கால்வாசிப் பேர் அவரோட சாதியைச் சேர்ந்தவங்கதான். அதனாலே அவர்கிட்டே ஏதாவது சண்டை போட்டா அவங்க எம்மேலே பாய்ஞ்சிடு வாங்க. சின்னச் சின்ன விஷயத்துக்காக என்னை ஒண்ணுமே இல்லாமப் பண்ணிடுவாங்க.

'ரண்டாவது வருசம் என் பொண்டாட்டிகிட்டே இருந்த கொஞ்சநஞ்சம் நகை, நட்டுக்களை வித்து வரி கட்டினேன். அதுக்கப்புறம் வருசா வருசம் உள்ளூர் மார்வாடிங்க, குஜராத்திங்க கிட்டேர்ந்து கடன் வாங்கி வரி கட்டினேன். இப்ப அவங்க எல்லாரும் என்மேலே கேசு போட்டிருக்காங்க. அதெல்லாம் கோர்ட்டிலே இருக்கு. நான் கோர்ட்டு அதிகாரிகள், பியூன்கள், குமாஸ்தாக்கள், வக்கீல்கள்னு அத்தனை பேருக்கும் லஞ்சம் கொடுத்துக் கொடுத்து இப்போ என்ன செய்யறதுன்னு தெரியாம முழிச்சிட்டிருக்கேன்.

'இந்த அதிகாரிகள்லே சில பேர் லஞ்சம் வாங்கமாட்டாங்க. ஆனா அவங்களாலே ஒரு பிரயோசனமுமில்லை. அவங்க ஒண்ணும் பண்ணமாட் டேங்கறாங்க. என்னைப்போல ஏழை விவசாயிகளைப் பத்தி அவங்க கவலைப்படறதே கிடையாது. இவங்க பேரெச் சோல்லி இந்த வக்கீலுங்க எங்ககிட்டேர்ந்து பணம் வாங்கறாங்க. எங்களைக் கஷ்டப்படுத்தறாங்க. அவங்க சொல்றபடி நாங்க கேட்கலேன்னா கடன் கொடுத்தவங்க எங்களுக் கெதிராக வாங்கிட்டு வர்ற ஆர்டர் படிதான் நடக்கவேண்டியிருக்கு. இப்போ இவங்க ஒருத்தர்கூட என்னை அவங்க பக்கம் அண்டவிடறதில்லை. போன வருசம் கலியாணம் பண்ணிக் கொடுத்த என்னோட மகளுக்கு நான் போட்ட நகைகளை வித்துத்தான் போன வருச வரித் தொகையைக் கட்டினேன். இப்போ, என்னோட சம்பந்தி என் மகளை அவங்க வீட்டிலேர்ந்து வெளி யேத்திட்டாரு. என்னோட கஷ்டத்தைத் தீர்த்துக்கறதுக்காக அவளோட

நகைகளை வித்தேன். இப்போ அவளோட வாழ்க்கையே வீணாப் போயிடுச்சு. என்ன துரதிஷ்டம் பாருங்க! இந்த வருசத்து வரியை எப்படிக் கட்டப்போறேன்! கிணத்திலேர்ந்து தண்ணி இறைக்கறதுக்குப் புதுசா தோல் பை வாங்கக்கூடப் பணமில்லே. பழசெல்லாம் கிழிஞ்சுப்போச்சு. கரும்புப் பயிர் தண்ணியில்லாம வாடிக்கிட்டிருக்கு. சோளப்பயிரும் வீணாயிடுச்சு. மாட்டுத் தீவனம், புல்லு, வைக்கோலு எல்லாம் தீரப்போகுது.

'வயல்லே வேலை செய்யற காளைகளுக்குச் சரியானபடி தீவனம் கொடுக் காததாலே அதுகல்லாம் ரொம்ப நோஞ்சானா ஆயிடுச்சு. வீட்டில பெண்க ளோட துணிகளையெல்லாம் கிழிஞ்சு நார், நாரா ஆயிடுச்சு. கல்யாணத்தின் போது வாங்கின பழைய போர்வையாலேதான் உடம்பை மறைச்சுக்கிறாங்க. குழந்தைங்க அரை நிர்வாணமா இருக்கறதாலே மத்தவங்களைப் பார்க்க வெக்கப்படறாங்க. வீட்டிலே இருந்த தானியங்கள்லாம் கிட்டத்தட்ட தீர்ந்து போனதால நாங்கள் சக்கர வள்ளிக் கிழங்கைத்தான் (Sweet Radish) சாப்பிட்டு வர்றோம். எங்கம்மா சாகக்கிடக்கறாங்க. ஆனா அவங்களுக்கு நல்ல சாப்பாடு கொடுக்க முடியல. என்னோட காளை மாடுகளை வித்துட்டா எப்படி நிலத்தை உழுவேன்? எனக்கு எழுதப் படிக்கத் தெரியாது. அதனாலெ என்னாலே வியாபாரம் ஒண்ணும் ஆரம்பிக்கமுடியாது. நான் எங்க ஊரை விட்டுட்டுப் போகலாம்னா என்னோட பசியை ஆத்தறதுக்கு வேறே ஒரு வேலையும் எனக்குத் தெரியாது. நான் விஷம் குடிச்சுச் செத்துப்போய்ட்டா என்னோட பெரிய குழந்தைகளுக்கு ஓடம்புல பலமிருக்கிறதாலே அவங்க எப்படியாவது பிழைச்சுப்பாங்க. ஆனா என்னோட வயசான அம்மா, பொண்டாட்டி, சின்னக் குழந்தைகள் இவங்களை யார் பார்த்துப்பாங்க? யார்கிட்டே போய் உதவி கேப்பாங்க? எங்கே போய் பிச்சையெடுப்பாங்க?''

இப்படியெல்லாம் புலம்பிப் பெருமூச்சுவிட்ட நமது விவசாயி அழுது கொண்டே உறங்கப்போனார். ஈரமான என் கண்களைத் துடைத்துக்கொண்டு நான் வெளியே வந்தேன். சுற்றுமுற்றும் பார்த்தேன். அந்த விவசாயியின் வீடு ஒரு ஓட்டுக் கட்டிடம் என்று தெரிந்தது. அதன் ஒரு பக்கத்தில் ஒரு மாட்டுத் தொழுவம் இருந்தது. அங்கிருந்த வயதான காளைகள் அசைபோட்டுக் கொண்டிருந்தன. ஒரு மூலையில் காலி டின்கள் குவிக்கப்பட்டிருந்தன. வெளியே முற்றத்தில் ஒரு பழைய கட்டை வண்டி இருந்தது. அதன்மேல் ஒரு அறுந்துபோன கூடை. வீட்டுக்கு இடது பக்கம் சதுர வடிவிலான ஒரு மேடை... அதன் மேல்பாகத்தில் தண்ணீர் பிடித்து வைப்பதற்கான இடம். அங்கு நீர் நிரப்பிய சில மண் குடங்கள். அதன் அருகிலேயே ஒரு ஓடு வேய்ந்த குளிக்கும் இடம். அதன் மூன்று பக்கங்களிலும் குட்டைச் சுவர்கள். இந்த இடத்துக்கு வெளியில் பூச்சிகளும் புழுக்களும் மிதக்கும் தண்ணீர் தேங்கியிருந்தது. அதற்கப்பால் ஒரு மரத்தடியில் அரை நிர்வாணமாக, உடல் முழுவதும் அழுக்குப் படிந்த குழந்தைகள் ஆடிக்கொண்டிருந்தனர். அவர்கள் மூக்கில் சளி வழிந்துகொண்டிருந்தது; உடல் முழுவதும் வியர்வை நாற்றம். ஒரு பெண் குழந்தை கடை முதலாளியாக நடித்துக்கொண்டிருந்தது. விதைகளாலான ஒரு 'சலங்கை'யைக் காலில் கட்டிக்கொண்டிருந்த அவள்

சாராயம் 'விற்று'க்கொண்டிருந்தாள். வேறுபல குழந்தைகள் கூழாங்கற்களையும் விதைகளையும் பணமாக அவளுக்குக் கொடுத்தனர். அவர்கள் குடித்துத் தடுமாறுபவர்கள்போல நடித்து, ஒருவர்மேல் ஒருவர் விழுந்து அங்குமிங்கும் நடமாடிக்கொண்டிருந்தனர்.

இந்த விவசாயிகள் வீட்டுக்கருகில் மரத்தால் செய்யப்பட்ட உத்திரக்கட்டைகளும் தூண்களும் உள்ள ஒரு மாட்டுத் தொழுவமிருக்கிறது. அதில் சமீபத்தில் கிடாரி கன்றை ஈன்ற ஒரு எருமை படுத்திருந்தது. தொழுவத்தின் சுவர் முழுவதும் பூச்சிகள் நிறைந்திருந்தன. தலையைச் சீவும்போது உதிர்ந்த தலைமுடிகள் கூரையிலிருந்து இடுக்குகளில் ஒட்டிக்கொண்டிருந்தன. இதற்குப் பக்கத்தில் ஒரு கோழிக் கூண்டும் இருந்தது.

இதற்கு அப்பால் குப்பை மலையாகக் குவிந்திருந்தது. அதிலேயே குழந்தைகள் தங்களுடைய காலைக் கடன்களையும் நடத்தியிருந்ததால் அந்தப் பிரதேசம் முழுவதும் ஈக்கள் மயமாக இருந்தது. இதற்குப் பக்கத்தில் குவித்து வைத்திருந்த புல்லும் வைக்கோலும் தீர்ந்துவிட்டதால் இலைகள் மட்டுமே அங்கு காணப்பட்டன. இன்னொரு மூலையில் வரட்டிகள் அடுக்கி வைக்கப்பட்டிருந்தன. இதற்கருகில் மரத்துக்கடியில் சில உடைந்த விவசாயக் கருவிகள் காணப்பட்டன. ஓர் ஊமத்தைச் செடி அங்கு முளைத்திருந்தது. இப்போதுதான் குட்டி போட்ட தெரு நாய் அங்கு படுத்துக்கொண்டு வருவோர் போவோர்களைப் பார்த்து உறுமிக்கொண்டிருந்தது. அதற்கப்பால் ஒன்றுக்கும் உபயோகமில்லாத மாட்டு தீவனம் இரைந்துகிடக்கும் இடத்தில் ஒரு இளம் பெண் முழங்கால் அளவுச் சாணியில் நின்றுகொண்டு அதைக் கால்களால் பதப்படுத்திக்கொண்டு இருந்தாள்.

சமையலறையின் தரை மேடும் பள்ளமுமாக இருந்தது. மாவரைத்த தூசியும் கறிகாய்களைக் கழுவிய மிச்சமும் எங்கும் பரவியிருந்தன. அழுகிப்போன வெங்காயம் ஒரு மூலையில் குவிந்திருந்தது. இவற்றிலிருந்து ஒருவித துர்நாற்றம் எழுந்தது.

அறையின் நடுவில் ஒரு தொண்டு கிழவி முனகிக்கொண்டே படுத்திருந்தாள். பக்கத்தில் அவளுக்கான ஒரு தட்டில் உணவு இருந்தது. பருப்புத் தண்ணீரில் ஊறவைத்த 'பாக்ரி'... தவிர ஒரு கூஜாவில் தண்ணீர். அங்கிருந்த தொட்டிலில் ஒரு குழந்தை உரக்க அழுதுகொண்டிருந்தது.

இவற்றைத் தவிர குழந்தைகள் சிறுநீர் கழித்த அடையாளமும் அவர்களுடைய மலத்தை நீக்கிச் சுத்தம் செய்ய உபயோகித்த சாம்பலும் அங்கு காணப்பட்டன. வெற்றிலைச் சாறைத் துப்பியதால் சுவர் மூலைகளெல்லாம் சிவப்பாக இருந்தன. வீட்டின் ஒரு மூலையில் ஒரு பெரிய திரிகை இயந்திரம் இருந்தது. அதை மூன்று நான்குபேர் சேர்ந்துதான் சுற்றமுடியும். இன்னுமொரு மூலையில் ஒரு பெரிய உரலும் உலக்கையுமிருந்தன. கதவுக்குப் பக்கத்தில் பெருக்கித் தள்ளப்பட்ட குப்பை துடைப்பத்துக்கு அடியில் குமிந்திருந்தது. அதற்குமேல் குழந்தையைத் துடைக்க உபயோகித்த ஒரு கிழிசல் துணி இருந்தது.

அடுப்புக்குப் பக்கத்தில் ஒரு அழுக்குப் பிடித்த வாணலியும் பால் காய்ச்சும் பாத்திரமும் இருந்தன. அதற்குப் பக்கத்திலேயே பூனை, தான் அசுத்தம் செய்த இடத்தைச் சாம்பலால் மூடி வைத்திருந்தது. சுவர் முழுவதும் மூட்டைப் பூச்சிகளை நசுக்கியதால் ஏற்பட்ட ரத்தக்கறை காணப்பட்டது. அதன்மேல் பூச்சிகள் உட்கார்ந்திருந்தன. அங்கிருந்த ஒரு ஷெல்ஃபில் ஒரு எண்ணெய்ப் பாத்திரம், பற்பொடி, கொம்புச் சீப்பு, விரிசல் விழுந்த முகம் பார்க்கும் கண்ணாடி, இரவில் உபயோகிப்பதற்காக மூன்று நான்கு கல் விளக்குகள் அனைத்தும் வைக்கப்பட்டிருந்தன. அங்கிருந்து எண்ணெய்க் கறை தரைவரை பரவியிருந்தது. இந்தக் கறையெல்லாம் ஒருவேளை ஆண்டுக் கொருமுறை துடைத்து நீக்கப்படலாம். வேறொரு அலமாரியில் ஒரு பாத்தி ரத்தில் மாவு வைக்கப்பட்டிருந்தது. அதற்குப் பக்கத்திலேயே பழையதாகிப் போன பாக்ரியும் இருந்தது. மூன்றாவது அலமாரியில் பச்சை மிளகாய், உள்ளிப்பூண்டு, கொத்தமல்லி, மாம்பழங்கள் உள்ள கூடைகள் ஆகியவை இருந்தன. மாம்பழங்கள்மேல் ஈக்கள், உட்கார்ந்து அவற்றைச் சாப்பிட்டுக் கொண்டிருந்தன. நான்காவது அலமாரியில் அறுந்த காலணிகள் குமித்து வைக்கப்பட்டிருந்தன. இவற்றுக்குப் பக்கத்தில் ஒரு சாணைக்கல் இருந்தது.

சுவரில் ஒரு ஆணியிலிருந்து பழைய, கிழிந்துபோன போர்வைகளும் இன்னு மொரு ஆணியிலிருந்து மெத்தை விரிப்புகளும் தொங்குகின்றன. தலையை உயர்த்திப் பார்த்தால் கூரை ஓடுகள் மூன்று, நான்கு வருடங்களாக மாற்றப் படவே இல்லை என்பதைத் தெரிந்துகொள்ளலாம். வீட்டில் ஓரிடத்திலாவது காற்று உள்ளே வருவதற்கு ஜன்னல்கள் இல்லை. உத்திரக்கட்டைகளும் தூண்களும் புகைபடிந்து கறுப்பாக இருக்கின்றன. கிடைத்த இடங்களில் எல்லாம் சிலந்திகள் மிக அழகான, வேலைப்பாடமைந்த வலைகளைப் பின்னியுள்ளன. அவற்றில் ஆயிரக்கணக்கான சிறு சிலந்திகள் ஓடி விளை யாடிக்கொண்டிருக்கின்றன. கூரையில் அடிப்பாகத்தில் உத்திரக்கட்டைகள், தூண்கள் அனைத்திலும் பூச்சிகள், சிலந்திகள் ஆகியவற்றின் ‘எலும்புக் கூடுகள்’ ஒட்டிக்கொண்டிருக்கின்றன. மரப்பாகங்களில் எலிப் புழுக்கையும் கரப்பான் பூச்சிகளின் மலம் கலந்த தூசியும் படர்ந்திருக்கின்றன. நேர மில்லாததால் அந்தத் தூசியைப் பல வருஷங்களாகச் சுத்தம் செய்யவில்லை.

திடீரென, வெளியிலுள்ள சூடு காரணமாக தூசி மேலே எழுந்து வீடு முழு வதும் பரவுகிறது. அதேசமயம் கூரையிலிருக்கும் ஓட்டை வழியாக வெளியி லிருந்து வரும் காற்று உள்ளே வந்து தூங்கிக்கொண்டிருந்த விவசாயியின் வாயில் புகுந்துவிடுகிறது. இவர் இருமிக் கொண்டே விழித்தெழுகிறார். தூசி அவரை வெகுவாகப் பாதித்ததால் அவர் கிட்டத்தட்ட மயக்கமடையும் நிலைக்கு வந்துவிட்டார். பின்னர் முனக ஆரம்பித்தார். கை, கால்களை அங்கு மிங்கும் ஆட்டத் தொடங்கினார். அவருடைய வயதான உடல் நலமில்லாத தாய், தட்டுத் தடுமாறி அவரருகில் வந்து அவர் தலைக்கடியில் ஒரு கம்பளி யைச் சுருட்டி வைத்தார். பிறகு அவர் தாடையை மடித்துக்கொண்டு அவர் கண்களையே உற்று நோக்கிக்கொண்டு, ‘கடவுளே! தயவு செஞ்சு கண்ணைத் திற. துர் தேவதைகள் உன்னைப் படுத்தக்கூடாதுங்கறதுக்காக தெய்வத்துக்கு

எத்தனையோ தடவை காணிக்கை கொடுத்திருக்கேன். சில சமயம் உனக்கே தெரியாது! வீட்டிலிருந்த தானியத்தை வித்து உனக்காகப் பூஜை பண்ணச் சொல்லிப் பிரமாணங்ககிட்டே கேட்டுக்கிட்டேன். நெறயப் பிரமாணப் பெண்களுக்கு சாப்பாடும் போட்டிருக்கேன். குழந்தே! உங்கிட்டச் சொல்லாமலேயே உனக்காக நிறைய செலவழிச்சிருக்கேன், தெய்வம் உன்னைக் காப்பாத்தணும்கறத்துக்காக. அந்தத் தெய்வம் உன்னைத் தவணை முறையிலே வரியைக் கட்ட அனுமதிக்கலாம்னு கலெக்டரைச் சொல்ல வெச்சிருக்கலாமே? ஏ, திருட்டுப் பிரமாணர்களா! என் மகன் பிறந்ததி லேர்ந்து எனக்குக் கெடுதல் வரும்னு சொல்லி என்னைப் பயமுறுத்திக் கிட்டிருந்தீங்க. உங்களிடம் இருந்த நல்ல குணங்கள் எல்லாம் எங்கே போச்சு? சாமி பேரைச் சொல்லியே நீங்க என்னை ஏமாத்திட்டீங்க; அந்தப் பணத்தை உபயோகிச்சு நான் என் மகனைக் குணப்படுத்தியிருப்பேன்!'

(இதுவரை பொதுவாக சாதிகள், அவற்றுக்கிடையேயுள்ள ஏற்றத் தாழ்வுகள், விவசாயிகளின் பரிதாபநிலை ஆகியவற்றைப்பற்றி யெல்லாம் பேசி ஃபுலே இப்போது விவசாயிகளின் பரிதாப நிலைக்கான காரணங்களையும் விவரிக்கிறார்)

இனி, நாம் விவசாயிகளின் இப்போதைய நிலைமையைப் பார்க்கலாம். இந்த பிராமண தேசத்தை தாராள குணமும் கருணையும் நிறைந்த பிரிட்டிஷ் அரசு ஆட்சிபுரியத் தொடங்கிய பின், ஆங்கிலேயர் பசு, காளை, கன்றுக்குட்டி ஆகியவற்றை முறையான எந்தவிதச் சடங்குமின்றிக் கொன்று தின்னத் தொடங்கியுள்ளனர். இதனால் விவசாயிக்கு உறுதுணையாக இருந்த உயிரினங்கள் குறைந்துகொண்டே வருகின்றன. இதைத் தவிர மழை பெய்யாததால் பஞ்சம் தலைவிரித்தாடியது. கன்று, காலிகளுக்குப் போது மான தீவனம் கிடைக்காததால் அவை மடியத் தொடங்கின. இரண்டவதாக வனத்துறையின் சட்டதிட்டங்கள் காரணமாகவும் மேய்ச்சல் இடம் அதிகம் இல்லாததாலும் கன்று, காலிகளுக்கு ஆகாரம் கொடுக்க முடியவில்லை. இதனால் அவற்றுக்குப் பல்வேறு வியாதிகள் பிடிபட்டன. ஆயிரக்கணக் கானவை இறந்தன.

அடுத்ததாக, வயலில் உழுவதற்கும் வேறு வேலைகள் செய்வதற்கும் காளைகள் இல்லாததால் விவசாயிகளுக்குத் தங்களது நிலங்களைச் சரியான படி பார்த்துக்கொள்ள முடியவில்லை. இதனால் விளைச்சல் குறைந்தது.

தவிரவும், இந்த அரசு மிகத் தந்திரமாகத் தனது பிராமண குமாஸ்தாக்களின் உதவியுடன் முப்பது ஆண்டுகளுக்கொரு முறை நில சர்வே நடத்தி தங்களிஷ்டம்போல வரிவிதிக்கத் தொடங்கினார்கள். இதனாலேயே தங் களிடமிருந்து அதிக வரி வசூலிக்கப்படுமென பயந்து விவசாயிகள் தங்கள் நிலங்களை உழவே இல்லை. இதன் விளைவாகப் பல்லாயிரக்கணக்கான விவசாயிகளுக்குப் போதுமான உணவு கிடைக்கவில்லை. இதன் காரணமாக அவர்களுடைய உடல்நலம் பாதிக்கப்பட்டது. தொற்றுநோய்கள் நாடெங் கும் பரவின. ஆயிரக்கணக்கான விவசாயிகள் இறந்தனர். வெந்தப் புண்ணில்

வேலைப் பாய்ச்சுவதுபோல நாட்டில் பெரும் வறட்சி நிலவியது. ஆயிரக் கணக்கான விவசாயிகள் பட்டினியால் இறக்க நேர்ந்தது.

நிலைமை இப்படி இருந்தாலும்கூட விவசாயிகளின் எண்ணிக்கை அதி கரித்துக்கொண்டே இருந்ததால் நிலம் இடைவெளியில்லாமல் பலதடவை உழப்பட்டது. இதனால் நிலங்களின் வளம் குறைந்தது. அதேசமயம் தானியங்களும், பஞ்சு, தோல், கம்பளிப் பொருட்கள் ஆகியவையும் அதிக அளவில்வெளிநாடுகளுக்கு ஏற்றுமதி செய்யப்பட்டன. ஆனால் சரியான விவரங்கள் இல்லாததாலோ வேறு என்ன காரணத்தாலோ, வெள்ளைக்கார எஞ்சினியர்களும் டாக்டர்களும், மற்ற தொழிலாளர்களும் பெருமளவு வளங்களை வீணாக்கிவிட்டனர். இதனால் பெரும்பாலான நிலங்கள் தரிசாகி விட்டன. இந்த வெள்ளைக்கார எஞ்சினியர்கள் வெள்ளைக்கார டாக்டர் களுடன் கைக்கோர்த்துக்கொண்டு கொள்ளை லாபம் சம்பாதிக்க குறுக்கு வழி களைக் கைக்கொள்கிறார்கள். தங்கள் நாட்டுப் பொருட்களை இந்தியாவில் விற்கிறார்கள். நமது மக்களின் பணத்தை வீணடிக்கிறார்கள். இங்குள்ள கட்டடங்களுக்குத் தங்களுடைய பெயர்களை வைக்கிறார்கள். பின்னர் இந்தக் கட்டடங்களும் இங்குள்ள மக்களும் அழிந்துபோனால் அந்த வெள்ளைக் காரர்களுக்கு என்ன கவலை? வேண்டிய அளவுக்குப் பணம் பண்ணி விட்டார்கள். பெயரும் சம்பாதித்துவிட்டார்கள். அவர்களுக்கு அதுபோதும்.

ஒரு வருடம் மழையில்லை என்றால் விளைச்சலுமிருக்காது. சில சமயங் களில் உழவுக்குத் தேவையான காளைமாடுகள் இருக்காது. வேறு சமயங் களில் புதிய விதை வாங்க, சரியான சமயத்தில் கடன் கிடைக்காது. அப்போது விவசாயிகள் பழைய விதைகளைத்தான் உபயோகிக்கவேண்டியிருக்கும். இவற்றின் விளைவாகவும் விளைச்சல் மிகவும் பாதிக்கப்பட்டது. சரியான விளைச்சல் இல்லையென்று உள்ளூர் பிராமணர்களிடம் தன்னுடைய நிலைமையைப்பற்றிச் சொல்வற்காகச் சென்றால், அந்தப் பிராமணர் குளித்துவிட்டு, பட்டை பட்டையாய் விபூதியைப் பூசிக்கொண்டு பூஜை செய்துகொண்டிருப்பார். வேறொரு பிராமணர் ஒரு பழைய, அழுக்கடைந்த புத்தகத்தை வாசித்துக்கொண்டிருப்பார். மூன்றாமவர் பெண்களைப்பற்றிக் கற்பனை செய்துகொண்டு, ருத்ராக்ஷ மாலையை உருட்டிக்கொண்டிருப்பார். விவசாயியின் காலடி ஓசையைக் கேட்டுக் கண் திறக்கும் அவர் 'யாரது?' எனக் கேட்பார். 'ஐயா! நான்தான், ஒரு விவசாயி' என மற்றவர் பதிலளிப்பார். பிரா மணர் சொல்வார். 'நீ ஏன் பூஜை சமயத்தில் இங்கே வந்திருக்கே? காய்கறி ஏதாவதுகொண்டு வந்திருந்தா குழந்தைகளைத் தொடாமல் உள்ளே கொடுத் திட்டுப் போயிடு. மதியம் ஆபீசுக்கு வா, உனக்குத் தேவையான பணத்துக்கு ஒரு மனுவைக்கொடு. நானே ஆபீசர்கிட்டே பேசறேன். நீ இப்போ வீட்டுக்குப் போ!''

இதன் பிறகு அந்த விவசாயி நேரே கலெக்டருடைய கூடாரத்துக்குச் செல்கிறார். அங்குள்ள காவல்காரர்களுக்கும் மற்றவர்களுக்கும் சலாம் செய்துவிட்டு, கூடார வாசலிலிருந்து சற்றுத் தள்ளியே நிற்கிறார். உள்ளே

அவர் காண்பது என்ன? ஒரு வெள்ளைக்கார ஆபீசர் மொகலாய பாணியில் பிரமாதமாக உடை உடுத்திக்கொண்டு, வெல்வெட் தரை விரிப்பின்மேல் நிற்கிறார். லாவண்டர் சென்டின் மணம் கமகமவென அடிக்கிறது. துரை சாப் பிட்டுக்கொண்டிருக்கிறார். வேறொருவர் ஒரு கட்டியில் படுத்துக்கொண்டு ஒரு புத்தகத்தை வாசித்துக்கொண்டிருக்கிறார். தன்னைச்சுற்றிலும் நடப்பதை அவர் கவனிக்கவேயில்லை. கூடாரத்திலிருக்கும் சிப்பாய்கள் அங்கு நிற்கும் விவசாயியை விரட்டி அடிக்கிறார்கள். ஆகவே அவருக்குத் தன்னுடைய கஷ்டங்களைப்பற்றி அந்த வெள்ளைக்கார ஆபீசர்களிடம் சொல்ல முடிவ தில்லை. சுருக்கத்தில், சுகபோகத்தில் திளைக்கும் வெள்ளைக்கார ஆபீசர் களிடம் நமது விவசாயிகள் வாயைத் திறக்கமுடியாது. அதேசமயம் பணத்தி லேயே குறியாக இருந்து, தங்களுடைய சாதியையும் பரிசுத்தத்தையும்பற்றி டம்பமடித்துக்கொண்டிருக்கும் கறுப்பு ஆபீசர்களிடமும் எதுவும் சொல்ல முடியாதது. இந்த ஆபீசர்களுக்கும் அந்த விவசாயிக்கும் இடையில் இத்தனை வேறுபாடுகளிலிருக்கும்போது அவர்கள் எப்படி விவசாயிகளின் நிலங்களை ஒழுங்காக சர்வே செய்வார்கள்? எப்படி நிவாரணம் அளிப்பார்கள்?

ஆனால் ஒன்றும் அறியாத விவசாயிகள் வரி கட்டுவதற்காகக் கடன் வாங் கினால் இந்தப் பூசாரிகள் அவர்களை வழிமறித்து, ஆசீர்வாதம் செய்து, பணத் தைப் பிடுங்கிக் கொள்கிறார்கள். நல்ல மழைபெய்து விளைச்சல் நன்றாக இருந்தால் அதைக் காட்டுப் பன்றிகளும் வேறு மிருகங்களும் தின்று அழித்து விடும். ஆனால் இந்தப் பாவப்பட்ட விவசாயிகளுக்குத் துப்பாக்கி லைஸன்ஸ் கொடுக்கப்படாததால் அவர்களால் அந்தக் காட்டுமிருகங்களை விரட்டி ஓட்டமுடியாது. அவை தின்றதுபோக மிச்சமிருந்த விளைச்சலை பிராமணர்களும் கடன் கொடுத்த மார்வாடிகளும், குஜராத்தி வியாபாரிகளும் பிற தரகர்களும் தங்களாலானதைப் பிடுங்கிக்கொண்டு போய்விடுகிறார்கள். இவர்கள் மட்டுமல்ல, வியாபாரிகள் வீட்டில் சமையல் வேலை செய்யும் குஜராத்தி பிராமணர்களும்கூட விவசாயிகளிடமிருந்து சிறிதளவு வெல்லத் தைக் கேட்டு வாங்கிக் கொள்கிறார்கள். அதுபோகட்டும்.

ஒருவழியாக நமது விவசாயச் சந்தையிலிருந்து திரும்பி வந்து, நகரத்துக்குள் நுழையும்போதே கிராமத் தலையாரியும் சில ரௌடிகளும் இவரிடமிருந்து 'பாட்டில்கள்' கேட்கிறார்கள். அவர் அதற்கு ஒப்புக்கொள்ளவில்லை என்றால் அவருக்குச் சம்மனோ அதைப்போல ஒரு நோட்டீஸோ கிடைக்கும். என்ன நீதிபூர்வமான அரசு இது! என்னே ஒரு அறிவு?

ஒரு காலத்தில் இந்த நாட்டின் தென்கோடியிலிருந்து வட கோடிவரை ஒருவர் ஒரு பயமுமின்றி தங்கத்தைக்கொண்டு செல்லலாம். அவரை யாரும் தடுத்து நிறுத்தமாட்டார்கள். ஆனால் இப்போதோ? செல்வத்தின் அதிபதியான லஷ்மியும்கூடத் தன் பிறந்த வீடான கடலுக்கே போய்விட்டாள். காரணம் அவளுக்கு நமது விவசாயியின் வீட்டின் உண்ண உணவும் உடுத்த உடையும் கிடைப்பதில்லை. ஏனெனில் விவசாயிக்கே கல்வியறிவோ உடைகளோ இல்லை. அந்தக் கடலுக்கப்பாலுள்ள ஆங்கிலேயர்கள் தங்களுடைய சோம்

பேறித்தனத்தை உதறி எறிந்துவிட்டுக் கடுமையாக உழைக்கிறார்கள். பெண்களை வயது வித்தியாசமின்றித் தங்களுக்குச் சமமாக நடத்துகிறார்கள். இதன் காரணமாக அந்தப் பெண்கள் வீட்டு வேலைகளை மட்டுமே செய்து முடங்குவதில்லை.

ஆனால் அந்த வெள்ளைக்காரர்கள் விவசாயிகளிடம் இனிக்க, இனிக்கப் பேசி, தங்களுக்கு வேண்டியப் பணத்தை எடுத்துக் கொள்கிறார்கள். ஆனால் அவர்களுக்குக் கல்வி புகட்டுவதை மட்டும் தவிர்த்து விடுகிறார்கள். இதற்குக் காரணமும் இருக்கிறது. விவசாயிகள் கல்வியறிவு பெற்றுவிட்டால் அவர்கள் மற்றவர்கள் சொல்வதைக் கேட்கமாட்டார்கள். தாங்கள் இழந்த செல்வத்தைத் திரும்பப் பெற்றுவிடுவார்கள் என்று வெள்ளையர்கள் பயப்படுகிறார்கள். இப்படி நடந்துவிட்டால் ஆங்கிலேயர்கள் பாடு திண்டாட்டமாகிவிடும். அவர்கள் அமெரிக்காவுக்குப் போய், இரவும் பகலும் கடுமையாக உழைத்து தங்கள் வயிற்றை நிரப்பிக்கொள்ளவேண்டிய சூழ்நிலை ஏற்படும்.

(பிரிட்டிஷ் ஆட்சியாளர்களுக்கு எழுதப்பட்ட கீழ்க்கண்ட சிறு கட்டுரையில் ஃபுலே விவசாயத்தைச் சீர்திருத்துவதற்கான தனது யோசனைகளைக் கூறுகிறார்)

பிரிட்டிஷாரின் கோடைகாலத் தலைநகரான சிம்லாவுக்குச் சென்று சற்று ஓய்வெடுத்துக் கொள்வேன். அதன்பின் நமது விவசாயிகளின் பரிதாப நிலைமையைப்பற்றி நம் காருண்ய ஆளுநரின் முன்னிலையில் கடலுக்கப் பாலிருக்கும் நம் பிரிட்டிஷ் அரசுக்கு ஒருவேண்டுகோள் விடுக்கப் போகிறேன்.

சட்டத்தைப் பெரிதும் மதிக்கும் நமது நல்ல அரசு பணத்தின் மீதான பேரா சையை விட்டுவிட்டு விவசாயிகள் எப்படி வாழ்கிறார்கள் என்பதைக் கண்காணிக்கவேண்டும். அவர்களுடைய நடத்தை சரியில்லாமலிருந்து அதனால் அவர்களுடைய உடல்நலம் பாதிக்கப்பட்டாலோ அவர்கள் திருட்டுபோன்ற ஈனமான செயல்களில் ஈடுபட்டாலோ அரசாங்கம் உடனுக் குடன் நடவடிக்கை எடுக்கவேண்டும். இல்லையேல் அவர்கள் தங்களைத் திருத்திக்கொள்ளமாட்டார்கள்.

விவசாயிகள் ஒன்றுக்கு மேற்பட்ட திருமணம் செய்துகொள்ளக்கூடாது. அவர்களுடைய குழந்தைகளுக்கும் சிறு வயதிலேயே திருமணம் செய்து வைக்கக்கூடாது என்று சட்டமியற்றவேண்டும். இல்லையேல் இவர் களுக்குப் பிறக்கும் குழந்தைகளின் உடல்நலம் கெட்டுவிடும்.

வெள்ளைக்காரர்களுக்கு உண்மைநிலை தெரியாததால் அளவுக்கு அதிகமான பிராமணர்கள் பணிகளில் நியமிக்கப்பட்டுள்ளனர். இதனால் அவர்கள் வயலில் போய் உழைக்கத் தேவையில்லை. அவர்களுடைய மனைவிகள் தங்களிடமுள்ள பொருள்களை மார்க்கெட்டில் விற்று வயிற்றைக் கழுவத் தேவையில்லை. மேலும், விவசாயிகள் எழுதப் படிக்கத் தெரியாதவர்களாக

இருப்பதால் இந்த பிராமணர்கள் சாதி வேற்றுமைகளையும் மக்களிடையே யுள்ள ஏற்றத்தாழ்வுகளையும் தங்களுக்குச் சாதகமாகப் பயன்படுத்திக் கொள்கிறார்கள். அரசுப் பணியிலுள்ள பிராமணர்கள், புராணக் கதைகள் சொல்லும் பௌராணிகர்கள், பள்ளி ஆசிரியர்கள் ஆகியோர் இந்த வேறுபாடு களும் ஏற்றத்தாழ்வுகளும் எப்போதும் நிலையாக இருக்கும்படியாகப் பார்த்துக் கொள்கின்றனர்.

ஆகவே விவசாயிகளின் குழந்தைகள் அரசுப் பணியில் உட்காரத் தகுதி பெறும்வரை பிராமணர்களைக் குறைந்த எண்ணிக்கையில் மட்டுமே அரசுப் பணியில் நியமிக்கவேண்டும். மீதமுள்ள இடங்களை முஸல்மான்களுக்கோ பிராமணரல்லாத இந்துக்களுக்கோ பிரிட்டிஷாருக்கோதான் கொடுக்க வேண்டும். இப்படிச் செய்தால்தான் விவசாயிகளின் வாரிசுகள் கல்வியறிவு பெறுவதை பிராமணர்கள் தடுக்கமாட்டார்கள்.

பெரும்பாலான அரசுத் துறைகளில் பிராமணர்களே பெருமளவில் வேலை செய்துகொண்டிருந்ததால் அவர்கள் பின்பற்றிய தந்திரங்கள் பிரிட்டி ஷாருக்குத் தெரியாமலேயே போய்விட்டது. இதன் விளைவாக பிராமணர்கள் மற்றவர்களைவிட அதிக எண்ணிக்கையில் கல்வியறிவு பெற்றனர். செல்வந் தர்கள் ஆனார்கள். அதேசமயம் விவசாயிகள் ஏழைகளாயினர். கடைசியில் தங்கள் சொத்துக்களையும் இழந்தனர். ஒருசிலர் பிராமணர்களுக்கு எதிராகப் போராடி தம் உயிரையும் இழந்தனர். தவிரவும், பிராமணர்கள் தங்களுடைய மதக் கொள்கைகளை மிகத் தந்திரமாக இந்த விவசாயிகளின் மனத்தில் ஆழப் பதித்துவிட்டனர். இதன் காரணமாக, பிராமணர்கள் சொற்படித் தாங்கள் செய்த கொலைக் குற்றங்களையும்கூட இவர்கள் தாங்களே செய்ததாக ஒப்புக் கொண்டால் தங்களுக்குப் புண்ணியம் கிடைக்குமென்று நினைக்கிறார்கள். இதனால் போலீஸ், நீதித்துறைகளின் நேரம் விரயமாகிறது.

ஆகவே விவசாயிகளின் குழந்தைகளுக்குப் பாடம் சொல்லிக் கொடுக்க அவர்களுடைய சாதியிலிருந்தே ஆசிரியர்கள் வரவேண்டும். அவர்களுக்குக் கலப்பைப் பிடிக்கவும், களை எடுக்கவும் அதுபோன்ற மற்ற வேலை களையும் செய்யத் தெரிந்திருக்கவேண்டும். விவசாயிகளுடைய குழந்தைகள் இம்மாதிரியான பள்ளிக்கூடங்களுக்குத்தான் அனுப்பப்படவேண்டும் என்ற ஒரு சட்டம் இயற்றப்படவேண்டும். முதல் சில ஆண்டுகளுக்கு இந்த மாணவர்களுடைய பாடதிட்டங்கள் சற்றே எளிதாக இருக்கவேண்டும். பிரா மணர்கள் பெற்றுள்ள பட்டங்களுக்குச் சமமாக இவர்களுக்கும் பட்டங்கள் அளிக்கவேண்டும். விவசாயிகளின் குழந்தைகள் படிப்பில் கவனம் செலுத்த வேண்டுமானால், பிற சாதியினர் தங்கள் வீட்டுத் திருமணங்களுக்கு விவசாயி களை வலுக்கட்டாயமாகப் பயன்படுத்துவதைத் தடுக்கவேண்டும்.

எழுத்தறிவு பெற்ற, தகுதியுள்ள தலையாரிகள் (பாட்டீல்கள்) ஒவ்வொரு கிராமத்திலுமிருந்தால் அங்குள்ள பிராமணக் கணக்காயர்கள் (குல்கர்ணிகள்) விவசாயிகளைத் தங்களுக்குள் சண்டை போடும்படியும் ஒருவருக்கெதிராக மற்றவர்களை வழக்குப் பதிவு செய்யும்படியும் தூண்டிவிடமுடியாது. இது

அரசுக்கும் நல்லதுதான். ஏனெனில் விவசாயிகள் தங்களுடைய வரியை உரிய நேரத்தில் கட்டிவிடுவார்கள். போலீஸ், நீதித்துறைகளில் ஆட்குறைப்பும் நடத்தலாம்.

மேலும் அரசு வேலைகளில் பிராமணர்களை நியமிப்பதில்லையென அரசு முடிவெடுக்கவேண்டும். தகுதியுள்ள விவசாயிகளுக்குப் பயிற்சி அளித்து அவர்களை எல்லாப் பெரிய, சிறிய வேலைகளிலும் நியமிக்கவேண்டும். இப்படிச் செய்யாவிட்டால் விவசாயிகளின் இப்போதைய நிலையே தொடரும். அரசின் வருமானம் ஒருபோதும் அதிகாரிக்காது.

நிற்க, தரிசாகிக்கொண்டு வரும் நிலங்களை மேம்படுத்த நான் இப்போது சில யோசனைகளைச் சொல்லப்போகிறேன்.

நமது காருண்ய சர்க்கார் அனைத்து விவசாயிகளுக்கும் கல்வியறிவு தர எல்லா ஏற்பாடுகளையும் செய்யவேண்டும். ஐரோப்பிய நிலங்களில் உபயோகிக்கப் படும் இயந்திரங்களை நமது விவசாயிகளும் பயன்படுத்தும் நிலை வரும் வரை முஸல்மான்களும் வெள்ளைக்காரர்களும் பசுக்களையும் காளை களையும் கொன்று தின்பதற்குப் பதிலாக ஆட்டு மாமிசத்தை உண்ண வேண்டும். அல்லது காளை, பசுக்களை வெளிநாட்டிலிருந்து இறக்குமதி செய்து இங்கே கசாப்பு செய்து சாப்பிடட்டும். இப்படிச் செய்யவில்லை என்றால் நிலத்தில் வேலை செய்யத் தேவையான காளைகளும் பசுக்களும் இங்கு இருக்காது. இயற்கை உரமும் போதிய அளவில் கிடைக்காது. இதன் விளைவாக விவசாயிகளுக்கும் அரசுக்கும் நஷ்டம் ஏற்படும்.

கோடை மழையின்போது இலை, தழை, புல், பூ, மரித்துப்போன புழு, பூச்சிகள், மிருகங்கள் ஆகியவற்றின் 'சத்து' நீரில் அடித்துச் செய்யப்படுகிறது. இதைத் தடுக்க அரசு வேலையிலுள்ள சிப்பாய்களையும், போலிஸ்காரர் களையும், சிறிய அணைக்கட்டுக்களையும் குட்டைகளையும் கட்டுவதற்கு உபயோகிக்கவேண்டும். இப்படிச் செய்வதால் நிலம் வளம்பெறும். மழைநீர் நிலத்துக்குள்ளேயே உறிஞ்சப்படும். மிச்சமுள்ள நீர் நதிகளில் சென்று கலக்கும். மேலும், திறந்தவெளியில் வேலை செய்ததன் விளைவாக நமது சிப்பாய்களின் ஆரோக்கியமும் மேம்படும். நமது அரசின்கீழ் இரண்டு லட்சம் ராணுவ சிப்பாய்களும் போலீஸ்காரர்களும் பணிபுரிகின்றனர். ஒவ்வொரு நாளும் இவர்கள் செய்யும் வேலையும் மதிப்பு ஒரு நாளைக்கு ஒரு அணா என்று கணக்கிட்டாலும் அரசின் வருமானம் இருபத்தைந்து லட்சம் ரூபாயாக உயரும்.

இதைப்போல, மலைகளிலும் பள்ளத்தாக்குகளிலும் அரசு ஏரிகளைத் தோண்டவேண்டும். இதன் பயனாக மலையடிவாரங்களில் உள்ள அணைக் கட்டுகளில் தண்ணீர் நிரம்பும். கிணறுகளில் நீர் மட்டமும் உயரம். பழம், பூ, கறிகாய்கள் ஆகியவற்றைப் பயிரிடலாம். விவசாயிகளுக்கும் அரசுக்கும் இதனால் நன்மை கிடைக்கும். இந்த அணைக்கட்டுகளையும் குட்டை களையும் எப்போதும் நல்ல நிலையில் பராமரிக்கவேண்டும். குறிப்பாகக் காயல் பிரதேசங்களில் (Backwaters) தமது அதிகார வரம்பிலுள்ள நிலங்கள்

அனைத்தையும் நீர்நிலை நிபுணர்கள் சர்வே செய்து நிலத்தடி நீரின் அளவைக் கணக்கிடவேண்டும். ஒன்றுக்கு மேற்பட்ட இடத்திலிருந்து தண்ணீரை எடுத்து உபயோகிக்கவேண்டும் என்றிருந்தால் அவற்றை அந்தந்த நகரின் வரைபடங்களில் தெளிவாக அடையாளப்படுத்தவேண்டும். அரசின் உதவி யில்லாமல் தங்களுடைய நிலத்தில் தாங்களே கிணறு தோண்டிக் கொள்பவர் களுக்கு அரசு ஊக்கத்தொகை அளிக்கவேண்டும். முன்னைப்போலவே விவசாயிகளே ஆறுகளிலிருந்தும் ஏரிகளிலிருந்தும் அடிமண்ணை எடுத்துப் போக அரசு அனுமதிக்கவேண்டும். இப்போது 'வனப்பிரதேசம்' எனக் குறிப் பிடப்பட்டுள்ள மேய்ச்சல் நிலங்களை கிராமத்தாருக்கே திருப்பிக் கொடுக்க வேண்டும். ஆனால் அரசுக்குச் சொந்தமான இடங்களில் உழுவதையோ அங்கிருந்து விறகு சேகரிப்பதையோ அனுமதிக்கக்கூடாது. கட்டுமானப் பணிகளுக்காக மரங்களை வெட்டுவதையும் தடுக்கக்கூடாது. கிராம மக்களை அடக்கியாளும் வனத்துறையை ஒழித்துவிடவேண்டும்.

அரசு தனது கருவூலத்திலிருந்து பணத்தை எடுத்து உயர் ரக ஆடுகளை வெளி நாடுகளிலிருந்து இறக்குமதி செய்யவேண்டும். அவற்றை இங்கு வளர்க்கும் போது அவற்றின் புழுக்கையை உரமாகப் பயன்படுத்தலாம். இந்த ஆடுகளின் கம்பளி ரோமம் விவசாயிகளுக்கு நல்ல வருமானத்தை ஈட்டித்தரும். தங்க ளுடைய நிலங்களை காட்டு மிருகங்களிலிருந்து காப்பாற்றிக்கொள்வதற்காக விவசாயிகளுக்கு துப்பாக்கி லைசென்ஸ் கொடுக்கவேண்டாமென்று அரசு நினைத்தால் அந்த நிலங்களைப் பாதுகாக்கும் பொறுப்பை நம்முடைய காவல்துறையிடம் ஒப்படைக்கலாம். அப்படியும் காட்டு மிருகங்களின் நஷ்டம் ஏற்பட்டால் அந்தத் தொகையை அரசு கஜனாவிலிருந்தோ அல்லது உயரதிகாரிகளின் சம்பளத்திலிருந்து பிடித்தோ நஷ்ட ஈடாகக் கொடுக்க வேண்டும். இதற்கான ஒரு சட்டம் இயற்றப்படாதவரை விவசாயிகள் தங்கள் நிலத்தில் கவலையின்றி வேலை செய்யமுடியாது.

எழுத்தறிவற்ற சூத்திர சாதி விவசாயிகளின் நிலைமையை மேம்படுத்தவும் தனது வருமானத்தை அதிகரிக்கவும் அரசு விரும்பினால் அது செய்யவேண்டி யது இதுதான்: விவசாயிகளுக்கிடையே விளைச்சல் தொடர்பாகவும் விவசாய முறைகள் தொடர்பாகவும் போட்டிகள் வைத்து அவர்களில் சிறந்த விவசாயிகளுக்குப் பரிசுகள் கொடுக்கலாம். மூன்று வருடங்களுக்கொரு முறை அவர்களுடைய விளைச்சலின் சராசரி அளவைக் கணக்கிட்டு அவர் களுக்கு ஏதாவது விருது கொடுக்கலாம். விவசாயிகளுடைய படித்த குழந்தை கள் தங்கள் நிலத்தை நல்ல நிலைமையில் வைத்துப் பராமரிப்ப தோடல்லாமல் இரும்பு மற்றும் தச்சு வேலைகளையும் கற்றுக்கொண்டு அவற்றில் தேர்வுகள் எழுதினால், அரசாங்கமே அவர்களை வெளிநாடு களுக்குக்கொண்டுபோய் அங்குள்ள விவசாயப் பள்ளிகளைப் பார்வையிடச் செய்யவேண்டும். இதனால் நமது விவசாயிகள் தங்களுடைய விவசாய முறைகளை மேம்படுத்திக்கொண்டு வளமடைவார்கள்.

சூத்திரர்களும், அதிசூத்திரர்களும் (தீண்டத்தகாதவர்கள்) அவர்களுடைய குடும்பங்களும் முதலாளிகளின் நிலங்களில் ராப்பகலாக இடைவெளியில்

லாமல் அடிமைகளைப்போல உழைக்கின்றனர். வரிகளையும் மற்ற தொகைகளையும் அரசுக்கே செலுத்துகிறார்கள். ஆனால் நமது அரசோ அவர்களுடைய குழந்தைகளுக்குக் கல்வியறிவைப் புகட்டவில்லை. அப்படிச் செய்திருந்தால் விவசாய முறைகளைப்பற்றிய புத்தகங்களையோ செய்தித்தாள்களிலோ வரும் அறிக்கைகளை அவர்கள் வாசித்துப் பலனடைந்து இருப்பார்கள். நமது லட்சக்கணக்கான விவசாயிகள் தேவையான உடையும் உணவுமில்லாமல் இருக்கும்போது, நமது விவசாயிகளைப் பாதுகாப்பதற்காக நியமிக்கப்பட்ட ராணுவம், போலீஸ், நிதி ஆகிய துறைகளில் உள்ளவர்களுக்கு நமது அரசு சம்பளம், ஓய்வூதியம் என்ற பெயரில் பணத்தை வாரிக்கொடுக்கிறது. இதை நாம் என்னவென்று சொல்வது! அரசு பணியிலிருந்தபோது மாதம் முப்பது அல்லது முப்பத்தைந்து ரூபாய் கொழுத்த சம்பளம் வாங்கியவர்களுக்கு அரசு ஒவ்வொரு மாதமும் பெருந்தொகையை ஓய்வூதியமாகக் கொடுக்கிறது. வேலையிலிருக்கும்போதே இந்தப் பணியாளர்களுக்குப் பார்வை குறைவு. உடல் நலமும் சரியாக இருப்பதில்லை. ஆனால் அவர்கள் பிரிட்டிஷ் டாக்டர்களை எப்படியோ ஏமாற்றி ஓய்வூதியம் வாங்கிவிடுகிறார்கள். வெள்ளைக்காரர்கள் இங்கிலாந்துக்குச் சென்றுவிடுகிறார்கள்.

இந்தியப் பணியாளர்களில் ஒரு சிலருக்கு, ஏசு கிறிஸ்துவே அவர்களை உயிர்தெழச் செய்ததுபோல, திடீரென இளமை திரும்புகிறது. அவர்கள் தங்கள் மீசைக்குக் கறுப்புச்சாயம் அடித்துக்கொண்டு நகர சபைகளிலோ பெரிய தனியார் கம்பெனிகளிலோ வேலை தேடிக் கொள்கிறார்கள். ஆயிரக்கணக்கில் சம்பாதிக்கிறார்கள்.

நமது அரசு விழிப்புடனிருந்து ராணுவத்தினர், கட்டுமானப் பணியாளர்கள், இரும்பு-பணியாளர்கள், தச்சர்கள் போன்றவர்களின் சம்பளத்த்தை மாற்றாமல், மற்ற ஊழியர்களின் பென்ஷன்களையும் தேவையின்றி அதிகரிக்கப்பட்ட சம்பளத்தையும் படிப்படியாகக் குறைக்கவேண்டும்.

மேற்சொல்லப்பட்ட நடவடிக்கைகளைப்பற்றி அரசு சிந்தித்துச் செயல்பட்டாலொழிய அரசின் அஸ்திவாரம் பலமடைய முடியாது; விவசாயிகளின் ஏழ்மை நிலை மாறாது; அவர்களின் பட்டினிக்கு ஒரு தீர்வு கிடைக்காது.

அத்தியாயம் 4 கோகலே

சமூகச்சீர்திருத்தவாதி

கோபால கிருஷ்ண கோகலே

~

'பூனா ஸர்வ ஜனிக் ஸபா' என்ற அமைப்பு 1870-ல் பூனாவில் நிறுவப் பட்டது. இதன் எதிர்வினையாகவே ஜோதிராவ் ஃபுலே தனது ஸத்ய சோதக் ஸமாஜத்தை நிறுவினார். அறிஞரும் வழக்கறிஞரும் சமூகச் சீர்திருத்தவாதியு மான மகாதேவ கோவிந்த ரானடே ஸர்வ ஜனிக் ஸபாவை நிறுவினார். ஸர்வ ஜனிக் என்ற பெயருக்கேற்ப அனைத்து மக்களின் நலவாழ்வுதான் இதன் நோக்கமாக இருந்தது. ஆனால் அதற்குத் தலைமை வகித்தவர்கள் பெரும் பாலும் பிராமணர்களாகவே இருந்தனர். ரானடேயும் அவருடைய முக்கிய சீடர் கோபாலகிருஷ்ண கோகலேயும் பிராமணர்கள்தான்.

கடலோர மகாராஷ்டிர கிராமத்தில் காவல்துறை உதவி ஆய்வாளரின் மகனாக 1866-ம் ஆண்டில் கோகலே பிறந்தார். ஆரம்ப காலத்தில் கிராமப் பள்ளியில் படித்த இவர் மாநிலத்தின் உள் பகுதியில் இருந்த கோலாப்பூரில் மெட்ரி குலேஷன்வரை படித்தார். அதன் பின்னர் பூனா டெக்கன் கல்லூரியிலும் பின்னர் பம்பாய் எல்ஃபின்ஸ்டன் கல்லூரியிலும் படித்து பி.ஏ. பட்டம் பெற்றார். இதன் பிறகு தனது படிப்புக்காக அவருடைய குடும்பம் வாங்கிய கடனை அடைக்கும் பொருட்டு மாணவர்களுக்குச் சிறப்பு வகுப்புகள் எடுத்தார்.

1884-ம் ஆண்டில் இளம் பிராமண சீர்திருத்தவாதிகளான கோபால் கணேஷ் அகார்க்கர், பாலகங்காதர திலகர் இருவரும் டெக்கன் கல்விக்குழுவை (Deccan Education Society) நிறுவினர். இதற்கடுத்த ஆண்டில் இந்தக் குழு நடத்தி வந்த ஒரு பள்ளியில் கோகலே ஆசிரியராக வேலைக்கு அமர்ந்தார். 1889ம் ஆண்டில் பூனா ஸர்வஜனிக்ஸபா வெளியிட்டு வந்த காலாண்டு இதழின் ஆசிரியராக கோகலே நியமிக்கப்பட்டார். அதே ஆண்டில் கோகலே இந்திய தேசிய காங்கிரசின் முதல் மாநாட்டில் பங்கெடுத்தார். அடுத்த ஆண்டு அவர் பூனா ஃபெர்கூஸன் கல்லூரியில் ஆசிரியராகச் சேர்ந்து அடுத்த இருபது ஆண்டுகளுக்கு அங்கேயே தொடர்ந்து பணியாற்றினார். அங்கு அவர் ஆங்கில இலக்கியம், கணிதம், பொருளாதாரம் ஆகிய விஷயங்களைக் கற்பித்தார். இதே காலயளவில் கோகலே எட்மண்ட்பர்க், ஜான்ஸ்டூவர்ட் மில் போன்ற அரசியல் சிந்தனையாளர்கள், எழுத்தாளர்களால் கவரப்பட்டார்.

முப்பது வயதாகும் முன்பே கோகலே காங்கிரஸ் கட்சியின் மகாநாடுகளில் தவறாமல் பங்கெடுத்தார். உதாரணமாக, கல்கத்தாவில் 1890-ல் நடந்த கூட்டத்தில் அவர் உப்பு வரியை எதிர்த்து உரையாற்றினார். 1897-ம் ஆண்டில் அதாவது தன் முப்பதாவது வயதில் கோகலே தனது முதல் லண்டன் பயணத்தை மேற்கொண்டார். இதன் பிறகு அவர் பலமுறை லண்டனுக்குச் சென்றார். அங்கு அவர் வழக்கமாக நேஷனல் லிபரல் கிளப்பில்தான் தங்குவார்.

தனது முதல் லண்டன் விஜயத்தின்போது, பிரிட்டிஷ் அரசு நியமித்திருந்த ஒரு கமிஷன் முன்பாக இந்தியாவில் நிலவிய வறுமை, பஞ்சம் ஆகியவற்றைப் பற்றி சாட்சியம் அளித்தார். ஹேஸ்டிங்ஸ் நகரில் பேசும்போது, பிரிட்டனை பிரம்மாண்டமான ராட்சதனுக்கும் இந்தியாவை ஒரு குள்ளனுக்கும் ஒப்பிட்டு 'முக்கால்வாசி நன்மைகளையும் பிரிட்டன் எடுத்துக்கொண்டுவிட மிச்ச மிருந்ததுதான் குள்ளனுக்குக் கிடைத்தது' என்றார்.

நாளடைவில் இந்திய அரசியலில் கோகலே பிரபல நபராக மாறினார். 1899-ம் ஆண்டில் பம்பாய் சட்டமன்றத்துக்கும் இரண்டாண்டுகளுக்குப் பிறகு இம்பீரியல் கௌன்ஸிலுக்கும் தேர்ந்தெடுக்கப்பட்டார். 1902-க்கும் 1906-க்கு மிடையே அவர் பூனா நகர சபைத் தலைவராகவும் பணியாற்றினார். அதே சமயம் அவர் பெர்கூஸன் கல்லூரியில் தனது ஆசிரியப் பணியைத் தொடர்ந்தார்.

சிறந்த ஆசிரியராக மட்டுமல்லாமல் சிறந்த பேச்சாளராகவும் கோகலே திகழ்ந்தார். அவருடைய பேச்சுகள் தகவல்பூர்வமாகவும் வாதங்கள் நுட்ப மாகவும் இருந்தன. குறிப்பாக, அவர் விவசாயிகளின் மீது சுமத்தப்பட்ட வரிகள், சாதி, மதம், பாலினம் என்று வேறுபாடில்லாமல் அனைவருக்கும் இலவசமாகக் கட்டாயக் கல்வி அளிப்பது, அதற்கென கூடுதல் தரத்தில் சிறந்த, பள்ளிகளைத் திறப்பது ஆகிய விஷயங்களில் கூடுதல் கவனம் செலுத்தினார். இம்பீரியல் கௌன்ஸிலில் இந்தியர்களுக்குக் கூடுதல் இடங்கள் ஒதுக்கப்படவேண்டுமென்றும், பிரிட்டிஷ் இந்திய அரசின் நிதி நிலை அறிக்கைகள் பொதுமக்களுடைய பரிசோதனைக்கு உட்படுத்தப்பட்டு மக்களுடைய கருத்துகளுக்கிணங்க திருத்தி எழுதப்படவேண்டுமென்றும் கோகலே விரும்பினார்.

காங்கிரஸ் கட்சியின் உறுப்பினர் என்ற நிலையில் கோகலே இந்தியாவின் பல இடங்களுக்குச் சென்று அவற்றைப்பற்றிய விவரங்களை அறிந்துகொண்டார். தென் ஆஃப்ரிக்காவுக்குச் சென்றபோது அங்குள்ள இந்தியர்களின் நிலை மையைத் தெரிந்துகொண்டார். இதன் விளைவாக அவருடைய அறிவு மேலும் விசாலமானது.

1905-ம் ஆண்டில் கோகலே 'இந்திய சேவையாளர்கள் சங்கம் (servants of India Society) என்ற அமைப்பை நிறுவினார். அதன் உறுப்பினர்கள் வளர்ந்து வரும் தங்களுடைய நாட்டுக்குச் சேவைபுரியத் தங்களை அர்ப்பணித்துக் கொண்டனர். சாதி, இனம் என்ற வேறுபாடில்லாமல் அனைத்து இந்தியர் களுடைய முன்னேற்றத்துக்காகப் பாடுபடவேண்டுமென்பதே இதன் பிரதான நோக்கமாக இருந்தது.

அதே வருடம் கோகலே மீண்டும் லண்டனுக்குச் சென்றார். கேம்பிரிட்ஜ் பல்கலைக்கழகத்தில் அவருடைய உரையைக் கேட்ட ஜான் மேநார்டு கீன்ஸ் (John Maynard Keyned) 'கோகலே உணர்வுபூர்வமானவர்தான். ஆனால், அவருடைய உணர்ச்சிகள் அவருடைய சிந்தையால் கட்டுப்படுத்தப்பட்டு வழிநடத்தப்படுவதாக இருக்கின்றன. வழக்கமான அரசியல் போராளிகளிடம் காணப்படும் எந்தவொரு எதிர்மறையான அம்சமும் இவரிடம் இல்லை' என்று கருத்துத் தெரிவித்தார்.

1905-ல் கோகலே பனாரஸில் கூடிய காங்கிரஸ் மாநாட்டுக்குத் தலைமை தாங்கினார். காங்கிரஸ் கட்சியின் உறுப்பினர் என்ற நிலையில் கோகலே முஸ்லிம்களுடன் நெருங்கிப் பழக அதிக முயற்சிகள் எடுத்துக்கொண்டார். சாதி, இன வேறுபாடுகளுக்கு அப்பாற்பட்டவராக இருந்தார். இருப்பினும், அவர் பிரிட்டிஷாருக்குச் சாதகமாகச் செயல்படுகிறார் என பால கங்காதர திலகர் போன்றவர்கள் எண்ணினார்கள். அரசியல் 'தீவிரவாதிகள்' அவரை 'மிதவாதி'யாகக் கருதினார்கள். ஆனால், மிதவாதிகள் அவரைத் தீவிரவாதியாகவே பார்த்தனர். ஹார்டின்ஜ் பிரபு என்ற வைஸ்ராய் 'இந்தியாவில் பிரிட்டிஷ் ஆட்சிக்கு மிகமிக ஆபத்தான எதிரி கோகலே' என வர்ணித்தார்.

1914-ம் ஆண்டில் பிரிட்டிஷ் அரசு அவருக்குக் கொடுக்க விரும்பிய 'சர்' பட்டத்தை நிராகரித்தார். அடுத்த ஆண்டு தனது ஐம்பதாவது வயதுக்குள்ளேயே காலமானார்.

அதற்குள்ளாகவே பிரிட்டிஷ் காலனியாக இருந்த இந்தியாவுக்கு கோகலே கணிசமான பங்களிப்பை ஆற்றியிருக்கிறார். தன்னுடைய நண்பர்களுக்குச் சிறந்த வழிகாட்டியாக இருந்திருக்கிறார். கோகலேயின் சேவைகளைக் குறிப்பிட்டு, அவரது வாழ்க்கை வரலாற்றை எழுதிய பி.ஆர். நந்தா சொல்கிறார்: 'கோகலே பிரிட்டிஷ் ஆட்சியை வெறுத்தார். ஆனால், அதற்காக அவர் இந்தியாவின் அனைத்துப் பிரச்னைகளுக்கும் பிரிட்டனைக் குறைக் கூறவில்லை. இந்தியா தனது சமூக, பொருளாதார நிலையை உயர்த்திக்கொள்ள வேண்டுமென்றும், அந்நியர் ஆட்சியிலிருந்து இந்தியா விடுபடவேண்டுமென்றும் விரும்பினார். பிரிட்டிஷ் ஆட்சியுடனான போராட்டத்தை மதச்சார்பற்ற, நவீன, ஜனநாயக இந்தியாவை உருவாக்குவதற்கான வாய்ப்பாக மாற்றிக்கொள்ள விரும்பினார்.

தாழ்த்தப்பட்டோரின் வாழ்க்கைத் தரத்தை உயர்த்துதல்

(1903ம் ஆண்டில் கோகலே (இன்றைய கர்நாடக மாநிலத்திலுள்ள) கார்வாட் நகரில் நடந்த சமூக மகாநாட்டில் உரையாற்றினார். அதிலிருந்து

சில பகுதிகள் இங்கு தரப்படுகின்றன. இந்த உரையில் இந்தியச் சமூகத்தின் அடித்தட்டில் வாழும் மக்களுடைய பரிதாபகரமான நிலையை வெளிச்சம் போட்டுக் காண்பிக்கிறார் கோகலே)

தலைவரவர்களே! நண்பர்களே! நான் பேசுவதற்காகத் தரப்பட்டுள்ள விஷயம் இதுதான்: 'தேசிய அளவிலும் தனிப்பட்ட முறையிலும் இந்தியாவில் தாழ்த்தப்பட்ட மக்களின் நிலைமை மிக மோசமாக இருக்கிறது. இவர்களுடைய சமூக அந்தஸ்தை உயர்த்துவது தமது கடமையென நாட்டு நலன் விரும்பும் ஒவ்வொருவரும் உணரவேண்டும். அடித்தட்டு மக்கள் தங்களுடைய சுயகௌரவத்தை உயர்த்திக்கொள்ளவும் கல்வியறிவு, வேலை ஆகியவற்றைப் பெறவும் நாம் வழிவகுக்கவேண்டும்.

சாதாரணமாக, நான் கடுமையான வார்த்தைகளை உபயோகிப்பவன் அல்ல. இருந்தும் இந்தத் தீர்மானம் இன்னமும் கடுமையான நடையில் எழுதப்பட்டிருக்கவேண்டும் என்று சொல்ல விரும்புகிறேன். தாழ்த்தப்பட்ட மக்களின் - அவர்களை அப்படிக் கூப்பிடுவதே எனக்கு வேதனையளிக்கிறது - நிலைமை மேற்குறிப்பிட்ட தீர்மானம் சொல்வதுபோலத் திருப்திகரமாக இல்லையென்பது மட்டுல்ல. இது நமது சமூக அமைப்புக்கே களங்கம் கற்பிக்கிறது. அவ்வளவு மோசமாக இருக்கிறது அவர்களுடைய நிலைமை. இவர்களுக்கெதிரான நமது படித்த மக்களின் மனப்பான்மையும் மிகவும் வேதனையளிக்கிறது. அவர்களை அவமானப்படுத்துவதாக இருக்கிறது.

இந்த விஷயத்தைப்பற்றி நான் ஒரு பழமைவாதி என்ற நிலையில் பேச விரும்பவில்லை. நீதி, மனித இனம், தேசிய நலன் ஆகிய கண்ணோட்டங்களிலிருந்து சில பொதுவான கருத்துகளை மட்டும் கூற விரும்புகிறேன்.

நம்மைப்போலவே உடலமைப்பும், சிந்திக்கும் திறனும், மற்றவர்களுக்காக இரக்கப்படும் இதயமும் கொண்ட அந்த மனிதர்களை என்றென்றைக்குமாகத் தாழ்ந்த நிலையில், அடிமைகளாக, தங்களுடைய வாழ்க்கைத் தரத்தை ஒருபோதும் உயர்த்திக்கொள்ள முடியாத அளவுக்கு அவர்களுடைய பாதையில் நிரந்தரமாகத் தடைக்கற்களை வைத்திருப்பது நீதியிலும் - நியாயத்திலும் நம்பிக்கை கொண்ட நமக்கு மிகுந்த அதிர்ச்சியளிக்கிறது. நாம் நம்மை அவர்களுடைய இடத்தில் வைத்துப் பார்த்தால்தான் நாம் செய்வது எத்தனை அநீதி என்பது புரியவரும். ஒரு பூனையோ நாயையோ அல்லது வேறு எந்த மிருகத்தையோ நாம் தொடலாம். நமக்கு ஒன்றும் நேராது. ஆனால் இந்த மனிதர்களைத் தொட்டாலே அது தீட்டாகிவிடுவோம்!

தாழ்த்தப்பட்ட மக்களும் தங்களுடைய இந்த நிலைக்குப் பழக்கப்பட்டுவிட்டதால், மற்றவர்கள் தங்களை இம்மாதிரி நடத்துவது சரியல்ல என்று அவர்களுக்குத் தோன்றுவதே இல்லை. இதுதான் தங்களுடைய தலைவிதி என்று நினைத்து அவர்களும் அதற்கு எதிர்ப்புத் தெரிவிப்பதில்லை.

சுமார் ஏழு அல்லது எட்டு ஆண்டுக்கு முன்பு இந்து யூனியன் கிளப் சார்பில் பம்பாயில் நடத்தப்பட்ட கூட்டத்தில் மறைந்த திரு. ரானடே பேசியதை

நினைவுகூர்கிறேன். தென் ஆஃப்ரிக்காவில் இந்தியர்களுக்கு இழைக்கப்படும் அநீதிகளைப்பற்றி இந்திய மக்கள் கொதித்தெழுந்த சமயம் அது. நமது நண்பர் திரு. காந்தி தென் ஆஃப்ரிக்காவிலிருந்து இங்கு வந்தபோது நோட்டால், கேப் காலனி, டிரான்ஸ்வால் ஆகிய இடங்களில் இந்தியர்கள் எவ்வளவு மோசமாக நடத்தப்படுகின்றனர் என்பதை விரிவாக எடுத்துச் சொன்னார். இந்தியர்கள் நடைபாதைகளில் நடந்து செல்லக்கூடாது, புகை வண்டிகளில் முதல் வகுப்பில் பயணம் செய்யக்கூடாது. ஹோட்டல்களுக்குச் செல்லக்கூடாது, இத்யாதி. இதைக் கேட்ட இந்தியர்கள் கோபமடைந்தனர். ஒரு பிரிட்டிஷ் காலனியிலேயே இந்தியர்கள் இவ்வாறு நடத்தப்பட்டால் நாமும் பிரிட்டிஷ் பிரஜைகள்தான் என்று எப்படிச் சொல்லிக்கொள்ள முடியும்? திரு. ரானடேயும் நம்மைப் போலவே மனதொடிந்து போயிருந்தார். அவர் பல வருடங்களாக திரு. காந்திக்கு ஆலோசகராக இருந்திருக்கிறார். அவருடன் கடிதப்போக்கும் வைத்துக்கொண்டிருக்கிறார். மனிதர்கள் உணர்ச்சிவசப்படும்போது அவர் களைச் சரியான பாதையில் திருப்பிவிடுவதற்கும், நிகழ்வுகளைச் சரியான கோணத்தில் பார்ப்பதற்கும் திரு. ரானடேயால் முடியும். ஆகவேதான் ஆஃப்ரிக் காவில் இந்தியர்கள் நடத்தப்படும் விதத்தைப்பற்றி இந்தியர்கள் மிக ஆக்ரோஷத்துடன் விவாதித்துக்கொண்டிருந்தபோது, ரானடே ஒரே ஒரு கேள்வி தான் கேட்டார். 'நாம் சரியாக நடந்துகொள்கிறோமோ?' அவருடைய பேச்சின் தலைப்பு எனக்குச் சரியாக நினைவில்லை. அது '(விமர்சன) விளக்கை உங்கள் பக்கமே திருப்பிக் கொள்ளுங்கள்'' என்றிருந்ததென நினைக்கிறேன். அவருடைய பேச்சு மிக அருமையாக இருந்தது. நான் இதுவரை கேட்டதி லேயே மிக முக்கியமானதாக இருந்தது.

தனக்கே உரிய பாணியில் ரானடே தனது பேச்சைத் தொடங்கினார். தென் ஆஃப்ரிக்காவில் இந்தியர்கள் நடத்திவரும் போராட்டத்துக்குத் தன்னுடைய ஆதரவினைத் தெரிவித்த அவர் சக இந்தியர்கள் வெளிநாடுகளில் படும் பாட்டைப்பற்றி இந்தியர்கள் நன்கு அறிந்திருப்பதில் மகிழ்ச்சி தெரிவித்தார். உறைந்து கிடந்த இந்திய நரம்புகளில் உயிரின் துடிப்பு மீண்டும் தென்படு வதை இது காண்பிக்கிறது என்று குறிப்பிட்ட அவர் பார்வையாளர்களிடம் ஒரு கேள்வி கேட்டார். 'நமது அன்பையும் கருணையையும் அயல்நாட்டு க்குச் சென்றிருக்கும் இந்தியர்கள்மீது மட்டுமேதான் காட்டவேண்டுமா? நசுக்கப்பட்ட, நீதி கிடைக்காத அனைத்து மக்களுக்காகவும் நாம் இப்படி இரக்கப்படுவோமா? வெளிநாட்டினரைக் குறை கூறுவது எளிது. ஆனால் அப்படிச் செய்பவர்கள் தங்களை சுய பரிசோதனை செய்து. தாங்கள் குற்ற மற்றவர்கள் தானா என்று தங்களைத் தாங்களே கேட்டுக்கொள்ளவேண்டும்.''

இதன்பின்னர், இந்தியாவில் பல இடங்களில் தாழ்த்தப்பட்ட மக்கள் எவ்வாறு நடத்தப்படுகிறார்கள் என்பதை திரு. ரானடே விவரித்தார். அவரது பேச்சை கேட்ட அனைவரும் தங்களுடைய நடத்தையில் வெட்கமடைந்தனர். வேதனையடைந்தனர். கோபம் கொண்டனர். தொடர்ந்து பேசிய ரானடே 'நம் நாட்டிலேயே நடக்கும் இந்த அநீதிகளைக் கண்டும் காணாமல் இருக்கும் நாம் தென் ஆஃப்ரிக்காவைக் குறை கூறுவது சரிதானா?'' என்று கேட்டார். அனைத்து

மக்களுக்கும் நீதி கிடைக்கவேண்டுமென்பதே தமது குறிக்கோளாக இருக்கவேண்டும் என்பதுதான் திரு. ரானடேயின் வாதமாக இருந்தது.

அடுத்தபடியாக, நாம் பேசப்போவது மனித இனம் மற்றும் மனிதத் தன்மை ஆகியவற்றைப்பற்றித்தான். இந்தியர்களிடையே சாதிகள் இருக்கின்றன; மேலை நாடுகளில் பொருளாதாரரீதியாக ஏற்றத்தாழ்வுகள் இருக்கின்றன. இவ்விரண்டுக்குமிடையே அதிகம் வேற்றுமைகளில்லை என்று நம்மில் சிலர் சொல்கிறார்கள். சற்று ஆலோசித்தால் இந்த வாதம் தவறென்பது புரியும். இந்தியாவில் சாதிகளை அழிக்கவே முடியாது. அவை நிரந்தரமாகத் தொடரும். ஆனால் பிரிட்டனில் மக்களிடைய காணப்படும் சமூக ஏற்றத்தாழ்வுகள் அப்படியல்ல. (பிரிட்டிஷ் அரசில் அன்று Secretary of State for Colonies என்ற உயர் பதவி வகித்த) திரு. ஜோஸப் சேம்பர்ஸன் காலணி தயாரிப்பாளராகத்தான் தனது வாழ்வைத் தொடங்கினார். அவரே காலணிகளைத் தயாரிக்கவில்லையென்றாலும், அதுதான் அவருடைய தொழிலாக இருந்தது. இன்று திரு. சேம்பர்ஸன் பிரிட்டிஷ் அரசருடன் சமமாக உட்கார்ந்து உணவு உண்ணுகிறார். நாட்டின் உயர்மட்ட மக்களுடன் சமமாகப் பழகுகிறார். இந்தியாவின் ஒரு காலணி தயாரிப்பாளர், அவர் எவ்வளவுதான் திறமையாளராக இருந்தாலும், சமூகத்தில் இப்படி உயர்ந்து வந்திருக்க முடியுமா? சமூகத்தின் கட்டுக் கோப்பை நிலைநிறுத்த சாதிகள் உதவுகின்றன. ஆனால் அவை சமூக முன்னேற்றத்துக்குத் தடையாக நிற்கின்றன என்று புகழ் பெற்ற எழுத்தாளர் கூறியிருக்கிறார். இது சரியென்றே நினைக்கிறேன். ஆயிரமாண்டுகளுக்கு முன் எங்கிருந்தீர்களோ அங்கேயே இப்போதும் நிற்க விரும்பினால் நீங்கள் சாதி வழக்கத்தை ஒரு மாற்றமுமின்றி அப்படியே தொடரலாம். ஆனால் நீங்கள் இதுநாள்வரை சிக்கியிருந்த சேற்றுக்குழியிலிருந்து தப்பித்து வெளியே வர விரும்பினால், சாதிகளை ஒழித்தே ஆகவேண்டும். பண்டைய நாட்களில் சிலர் தாங்கள் மற்றவர்களிடமிருந்து வித்தியாசமான வர்கள். தங்களுக்கென்று சில விசேஷ உரிமைகள் இருக்கின்றன என்று கருதினார்கள். ஆனால், மக்கள் அனைவரும் சமம் என்பதைத் தனது தாரக மந்திரமாக ஏற்றுக்கொண்டுவிட்டது இன்றைய சமூகம்.

நமது தாழ்த்தப்பட்ட சகோதரர்களின் பரிதாபநிலையை மாற்றியமைப்பது தான் நமது முதல் கடமை என்பதை உணர்ந்து நாம் செயல்படவேண்டும்.

நண்பர்களே! கடைசியாக நமது சொந்த நாட்டின் முன்னேற்றத்தைப்பற்றிப் பேசலாம். ஆயிரக்கணக்கான இந்தியர்கள் காட்டுமிராண்டித்தனம், ஏழ்மை, அறியாமை ஆகியவற்றின் பிடியில் அகப்பட்டுக்கொண்டிருக்கும்போது நம்மால் எப்படி நமது தேசியக் குறிக்கோள்களை அடைய முடியும்? நாட்டிலுள்ள தாழ்த்தப்பட்டவர்களைத் தார்மிகரீதியாகவும் அறிவுரீதி யாகவும் படிப்படியாக உயர்த்தவில்லை என்றால் அவர்களுடன் எப்படி கருத்துப் பரிமாற்றம் செய்துகொள்ள முடியும்? எப்படி நமது எதிர்பார்ப்பு களைப் பங்கிட்டுக்கொள்வார்கள்? எப்படி நமது முயற்சிகளில் ஒத்துழைப்

பார்கள்? இந்த நிலை தொடர்ந்தால் நம் நாட்டை மேம்படுத்தும் முயற்சியில் இந்தத் தாழ்த்தப்பட்டவர்களால் முழு மூச்சில் பங்கெடுக்கமுடியாது. அதற்கான சக்தி அவர்களிடமில்லை. நம் நாட்டின் சீரிய சிந்தனையாளரும் நாட்டு நடப்பை நன்கறிந்தவருமான ஸ்வாமி விவேகானந்தருக்கும்கூட இதே கருத்தைச் சொல்லியிருக்கிறார். நமது கடமைகளை நிறைவேற்றி, நமது தேசத்துக்கு நம்மால் ஆனதைச் செய்து முடிக்கவேண்டுமானால், அடித்தட்டு மக்கள் உட்பட சமூகத்தில் அனைத்து மக்களுடைய ஒத்துழைப்பும் உதவியும் நமக்குத் தேவை. இல்லையேல் நம் நாட்டின் வருங்காலம் இருண்டு தானிருக்கும். மேலும், இந்த அடித்தட்டு மக்கள் இந்து மதத்தைச் சேர்ந் தவர்கள் எனும்போது, ஏன் அவர்களை மட்டும் நம்மிலிருந்து வேறுபடுத்தி வைக்கிறோம்? அவர் கிறிஸ்துவர்களாக மதம்மாறி, கோட்டும் சூட்டும் அணிந்து வந்தால் அவர்களுடன் கை குலுக்குகிறோம். அவர்களுக்கு மரியாதை கொடுக்கிறோம். இப்படிச் செய்வது நமது கலாசாரத்துக்கு இழுக்கு விளைவிக்காதா? இப்படிச் செய்வது சரிதான் என்று விஷயம் தெரிந்த யாரும் சொல்லமாட்டார்கள். அதேசமயம் நமது முயற்சிகளின் விளைவாக இந்த அடித்தட்டு மக்களின் நிலைமை கண்மூடிக் கண் திறப்பதற்குள் உயர்ந்து விடுமென்றோ அவர்கள் மற்றவர்களுக்குச் சமமாக ஆகிவிடுவார்கள் என்றோ நாம் எதிர்பார்க்கவும்முடியாது.

இம்மாதிரியான பணி மிக மெதுவாகத்தான் முன்னேறும், இந்த மக்களுக்குக் கல்வியறிவைப் புகட்டி, அவர்களை நல்ல வேலைகளில் அமர்த்த நாம் கடுமையாகப் பாடுபடவேண்டும். இன்றைய இந்தியாவில் இதைவிட முக்கியமான, புனிதமான கடமை வேறொன்றும் இல்லை. இந்த அடித்தட்டு மக்களின் பரிதாபமான நிலைமையைச் சீரமைக்க நமது படித்த இளைஞர்களின் சேவை மனப்பான்மையைத் தூண்டிவிடவேண்டும். தன்னலமின்றி இந்தப் பணியில் தங்களை அர்ப்பணித்துக்கொள்ள அவர்களைத் தூண்டிவிடுவதைத் தவிர, முக்கியமான சீர்திருத்தம் வேறொன்றுமில்லை. ஒவ்வொரு ஆண்டும் நமது பல்கலைக்கழகங்களிலிருந்து படித்துப் பட்டம் பெற்று வெளிவரும் மாணவர்களில் குறைந்தது ஒரு சதவிகிதம் பேராவது அடித்தட்டு மக்களுடைய வாழ்க்கைத் தரத்தை உயர்த்தும் இந்தப் புனிதப் பணியில் தங்களை அர்ப்பணித்துக்கொள்ளலாமே? முதியோர்களும் நடுத்தர வயதினரும் தங்கள் வாழ்க்கைப் பாதையை ஏற்கெனவே அமைத்துக்கொண்டுவிட்டனர். ஆகவே தங்களது எதிர்காலத்தைப்பற்றி இன்னமும் முடிவெடுக்காத இளைஞர்கள் ஒரு நல்ல நோக்கத்துக்காகத் தங்களை அர்ப்பணித்துக்கொள்ளவேண்டுமென்று இளம் வயதினருக்கு ஒருவேண்டுகோள் விடுக்கிறேன். எல்லாவற்றுக்கும் மேலாக இன்று நமது நாட்டுக்குத் தேவை தியாக மனப்பான்மை கொண்ட இளைஞர் சமுதாயம். நாட்டில் துன்பம் அனுபவிக்கும் அடித்தட்டு மக்களைத் தார்மீகரீதியாகவும் அறிவுரீதியாகவும் உயர்த்தி, அவர்களுடைய நலம் பேணுவதைவிடச் சிறந்த பணி வேறொன்றும் இருக்கமுடியாது.

இந்து - முஸ்லிம் ஒத்துழைப்பு

(1906-ல் காங்கிரஸிலிருந்து வேறுபட்டு முஸ்லிம் லீக் தனிக்கட்சியாக ஆரம்பிக்கப்பட்டது. மூன்று வருடங்களுக்குப் பிறகு பொதுத்தேர்தல்களில் முஸ்லிம்களுக்குத் தனித்தொகுதிகள் அனுமதிக்கப்பட்டன. இதன்படி சட்டமன்றங்களில் முஸ்லிம்களே தேர்ந்தெடுத்த முஸ்லிம் உறுப்பினர்களுக்குத் தனி இடங்கள் ஒதுக்கப்பட்டன. இந்தியர்களிடையே வேற்றுமையை வளர்க்கும் இந்தச் சம்பவத்தின் பின்னணியில், இந்துக்களுக்கும் முஸ்லிம்களுக்கும் இடையே உறவு வலுப்படவேண்டும் என கோகலே வாதாடினார். 1905 ஜூலை மாதத்தில் அவர் மராத்தி மொழியில், நிகழ்த்திய பிரசங்கத்தைப்பற்றிய ஒரு செய்தியிலிருந்து சில பகுதிகள் கீழே தரப்படுகின்றன)

இந்து, முஸ்லிம் சமுதாயங்களின் கடந்த கால வரலாற்றையும், இரு மதங்களும் உலக முன்னேற்றத்துக்குச் செய்துள்ள பணிகளையும், சுருக்கமாக விவரித்த பின்னர் திரு. கோகலே இன்றைய இந்தியாவில் இவ்விரு மதங்களுக்குமுள்ள இடத்தைப்பற்றிப் பேசத் தொடங்கினார். இந்தியாவின் மொத்த மக்கள் தொகையில் ஐந்தில் ஒரு பங்காக உள்ள முஸ்லிம்கள் இந்தியாவின் பல மாகாணங்களில் வசித்து வருகின்றனர். ஒவ்வொரு இடத்திலும் அவர்களுடைய எண்ணிக்கை வெவ்வேறு விகிதாசாரத்தில் இருக்கிறது. பஞ்சாப் மற்றும் கிழக்கு வங்காள மாகாணங்களில் அவர்கள் பெரும்பான்மையினராக இருக்கின்றனர். (பஞ்சாபில் பாதிக்கும் மேலாக, கிழக்கு வங்காளத்தில் அறுபது சதவிகிதம்) பம்பாய் மாகாணத்தில் அவர்கள் எண்ணிக்கை இருபது சதவிகிதம் மட்டுமே. மேற்கு வங்காளத்தில் 17 முதல் 20 சதவிகிதம். மதராஸ் மாகாணத்தில் ஆறு சதவிகிதம்; மத்திய மாகாணங்களில் (Central Provinces) ஐந்து சதவிகிதத்துக்கும் குறைவாக. இனரீதியாகப் பார்த்தால் பெரும்பாலான முஹம்மதியர்களுக்கும் இந்துக்களுக்குமிடையே ஒரு வித்தியாசமுமில்லை. ஆனால் தங்களுடைய வாழ்வில் மதம் முக்கியப் பங்கு வகிக்கிறதென்பதையும், அது தங்களுடைய இனத்தின் குணங்களையே பெருமளவில் மாற்றிவிடுகிற உண்மையையும் முஸ்லிம்கள் அறிந்திருந்தனர்.

எண்ணிக்கை, செல்வச் செழிப்பு, கல்வியறிவு, பொதுச் சமூக வாழ்க்கை ஆகியவற்றைப் பொறுத்தவரையில் இந்துக்கள்தான் முஸ்லிம்களைவிட ஒருபடி மேலாக இருக்கின்றனர். இன்றைய தேசிய விழிப்புணர்ச்சிக்கு அவர்கள் முஸ்லிம்களைவிடக் கூடுதலாகவே பாடுபட்டிருக்கின்றனர். ஆனால் இந்தப் பணியில் இந்துக்களுக்கு சாதி ஒரு தடையாக இருக்கிறது. மேலும் இந்துக்கள் சாத்விக சுபாவமுள்ளவர்களாகவும் தானாக முன்கையெடுத்து ஒன்றையும் செய்யும் சுபாவமில்லாதவர்களாகவும் இருக்கின்றனர்.

ஆனால் முஹம்மதியர்களிடையே சமூகரீதியாக அதிகம் வேறுபாடுகளோ ஏற்றத்தாழ்வுகளோ இல்லாமல் அனைவரும் சமமாகக் கருதப்படுகின்றனர்.

அவர்களிடையே நெருங்கிய உறவு நிலவுகிறது. அதேசமயம் அவர்கள் உணர்ச்சிவசப்பட்டு அடுத்த நிமிஷமே செயலிலிறங்கிவிடுவார்கள். இரு மதங்களைச் சேர்ந்தவர்களும் ஒருவரையொருவர் எதிரியாகப் பார்க்கிறார்கள் என்பது வருந்தத்தக்கது. சாதாரண நாட்களில் நட்புறவுடன் வாழும் இவர்கள் ஒரு சிறிய விஷயத்துக்குக்கூட உணர்ச்சிவசப்பட்டு வன்முறையில் இறங்கி விடுகின்றனர். இது நிறுத்தப்படவேண்டும். ஆனால் அத்தனை எளிதல்ல. ஆனால், மதங்களிடையே நல்லிணக்கத்தை வளர்ப்பது கடினமாகத் தோன்றினாலும் அது தீர்வு காண முடியாத பிரச்னையல்ல. உதாரணமாக, ஐரோப்பிய நாடுகளில் கத்தோலிக்கர்களுக்கும் பிராட்டஸ்டண்டுகளுக்கும் இடையே இருநூறு வருடங்களாகக் கடுமையான எதிர்ப்புணர்வு இருந்து வந்தது. ஆனால் கடைசியில் பிரச்னை சுமுகமாகத் தீர்க்கப்பட்டது. இதைப் போலக் கல்வியறிவு வளர்ச்சி, மக்கள் தேவைகளை உடனடியாகப் பூர்த்தி செய்து கொடுப்பது, வளர்ந்து வரும் தேசிய உணர்வு, சொந்த நாட்டின் மீதுகொண்டிருந்த மதிப்பு மற்றும் மரியாதை ஆகிய அனைத்தும் சேர்ந்து இந்துக்களுக்கும் முஸ்லிம்களுக்கும் இடையே நிலவும் எதிர்ப்புணர்வைப் போக்கமுடியும். இது உடனடியாக நிகழ்ந்துவிடாது. இது தொடர்பாக மக்கள் எடுக்கும் முயற்சிகள் தோல்வியடையலாம். ஆனால் நமது குறிக்கோளை அடைந்தே தீருவோம். நமது முயற்சிகளில் வெற்றியடைவோம் என அனை வரும் உறுதி பூண்டு, நமது பிரச்னைகளைத் தைரியமாக எதிர்கொள்ள வேண்டும். பொது விஷயங்களைப் பொறுத்தவரையில் இரு சமுதாயங் களும் மனப்பூர்வமாக ஒத்துழைக்கவேண்டும். அந்த நட்புறவு நீடித்திருக்க வேண்டும். இந்தக் குறிக்கோளை அடையும்வரை வளரும் இந்தியாவின் எதிர்காலம் பிரகாசமாக இருக்காது.

இந்துக்களும் முஸ்லிம்களும் பரஸ்பரம் எத்தனைதான் வெறுப்புணர்வு கொண்டிருந்தாலும் இந்த உண்மையை மறுக்கவோ மறைக்கவோமுடியாது. மேற்சொன்ன ஒத்துழைப்பை விரும்பியவர்கள் அவ்வப்போது, இரு மதங்களிடையே எழுந்த வாதப்பிரதிவாதங்களில் பங்கெடுக்காமல் சற்றுத் தள்ளியே நின்றனர். என்ன நடந்தாலும் உணர்ச்சி வசப்படாமல் தங்களைக் கட்டுப்படுத்திக்கொண்டு மற்றவர்களுக்குத் தங்களாலான அறிவுரைகளை வழங்கினார்கள்.

இந்த விஷயத்தில் இந்துக்களுக்குத்தான் பொறுப்பு அதிகமாக இருக்கிறது என்று திரு.கோகலே கருதுகிறார். ஏனெனில் அவர்கள் மற்றவர்களைவிடக் கூடுதல் கல்வியறிவு பெற்றிருப்பதால் அவர்கள் மற்றவர்களுடைய தேவை களைப் புரிந்துகொள்ளும் நிலையிலிருக்கின்றனர். மேலும் முஹம்மதியர் களின் நன்மைக்காக அவர்களுடைய கல்வியறிவைப் பரப்புவதிலும் மற்ற விஷயங்களிலும் இந்துக்கள் கவனம் செலுத்தினால், முஹம்மதியர் களுடனான உறவை மேம்படுத்தும் முயற்சிகள் வெற்றியடையும். உடனடி யாக இல்லையென்றாலும், நாளடைவில் இம்மாதிரியான நற்பணிகளை முஸ்லிம்கள் நிச்சயமாக வரவேற்பார்கள். இதனால் வேறொரு நன்மையும் விளையக்கூடும். இரு மதத்தினருக்குமிடையே இன்று நிலவும் நம்பிக்கை

யின்மையும் சந்தேகங்களும் பிறரிடமிருந்து தனித்து நிற்கும் மனப்பான் மையும் நீங்கும். ஒருவர் மற்றவர் மீது வைத்துள்ள நம்பிக்கையும் ஒத்து ழைப்பும் வளரும்.

நாட்டில் நிலவிய பொதுவான நிலைமையைப்பற்றிப் பேசிய பின் திரு.கோகலே கடந்த ஆறு மாதங்களாக இந்தியாவை வாட்டிக்கொண்டிருக்கும் ஒரு பிரச்னைபற்றிக் குறிப்பிட்டார். சமீபத்தில் அறிமுகப்படுத்தப்பட்ட புதிய சீர்திருத்தங்களைப்பற்றி மக்களிடையே பரவியுள்ள தவறான அபிப்பிராயங்கள் தான் இந்தப் பிரச்னைகளுக்கு காரணம் என மிகத் தெளிவாக விளக்கினார். நீண்ட காலமாக முக்கியமான சிறுபான்மையினருக்குத் தேர்தல்களில் தனித் தொகுதிகள்வேண்டுமென்று அவர் பல ஆண்டுகளாகவே சொல்லிவருகிறார். ஆனால் இதற்காக அவர்களுக்கு ஒதுக்கப்பட்ட எல்லாத் தொகுதிகளிலும் சிறு பான்மையினரைத் தேர்ந்தெடுக்காமல் பொதுத் தேர்தல்களில் காணப்பட்ட குறைபாடுகளையும், உறுப்பினர்களுடைய எண்ணிக்கையிலுள்ள வித்தியாசங் களையும் சரிசெய்யத் தேவையான அளவுக்கு மட்டும் முஹம்மதியர்களுக்குத் தனித் தொகுதிகளை அனுமதித்தால் போதும் என்பதுதான் திரு. கோகலேவின் வாதம். மேலும், முஹம்மதியகளைத் தவிர மற்றச் சிறுபான்மையினருக்கும் தேவையானால், அதே மாதிரித் தனித்தொகுதிகள் அனுமதிக்கப்படவேண்டு மென்றும் திரு.கோகலே வாதித்தார். அவர் வேறொரு யோசனையையும் மக்கள்முன் வைத்தார். நாட்டின் நல்ல வருங்காலத்துக்காகவும், மக்களுடைய நன்மைக்காகவும் முதலில் பிரதேச வாரியாகத் தேர்தல்களை நடத்தலாம். சாதி மற்றும் இன வேறுபாடின்றி அனைத்து மக்களும் இந்தத் தேர்தலில் பங்கெடுக்க வேண்டும். இதன் பின்னர், முழுவதாகப் பிரதிநிதித்துவம் கிடைக்காத சிறுபான்மையின மக்களுக்காகத் தேர்தல்கள் நடத்தப்படலாம்.

தனது சாதிதான் முக்கியமானது. அதற்குரிய பிரதிநிதித்துவம் கிடைக்க வேண்டும் என்று யாரேனும் வாதித்தால் அந்தவேண்டுகோளை நாம் கனி வுடன் பரிசீலிக்கவேண்டும். ஆனால் யாராவது தனது சாதிதான் மிக முக்கிய மானது. ஆகவே அதற்குத் தேவைக்கும் மேலாகத் தொகுதிகளை ஒதுக்க வேண்டும் எனக் கேட்டால், இதன் பொருள் மற்ற சாதிகள் தங்களைவிடத் தாழ்ந்தவர்கள். ஆகவே அவர்களுக்கு உரியதைவிடக் குறைவாகத் தொகுதிகளை ஒதுக்கினால் போதும் என்பதுதான். இந்த வாதத்தை மற்ற சாதிகளைச் சேர்ந்தவர்கள் ஏற்றுக்கொள்ள மாட்டார்கள். பிரிட்டிஷ் அரசாங்கம் தனது அனைத்துப் பிரஜைகளையும் சமமாகவே நடத்துகிறதென்று குறிப்பிட்ட திரு. கோகலே ஒரு குறிப்பிட்ட சமுதாயத்தின் ஆதரவை மட்டும் தேடிப் போகு மளவுக்கு பிரிட்டிஷ் அரசு பலவீனமாக ஆகிவிடாது என்று நம்பிக்கை தெரி வித்தார். முஹம்மதியர்கள் இந்தியாவில் ஐந்நூறு வருடங்களுக்கு ஆண்டிருக் கிறார்கள் என சொல்லப்படுகிறது. ஆனால் முஹம்மதியர்களுக்கு முன்பும், அவர்களுக்குப் பிறகும் இந்துக்கள் இந்தியாவைப் பல நூற்றாண்டுகளாக ஆண்டு வந்திருக்கின்றனர் என்பதை மறந்துவிடக்கூடாது. பிரிட்டிஷார் இந்தியாவுக்கு வரும் முன்பு முஹம்மதியர்களின் பலம் மிகக் குறைந்துவிட்டி ருந்தது. ஏறக்குறைய இந்தியா முழுவதையும் இந்துக்கள்தான் ஆண்டுவந்தனர்.

இன்னுமொரு வாதமும் நம்முன் வைக்கப்படுகிறது. மற்ற நாடுகளில் - சில சுதந்தர நாடுகள் உட்பட - முஹம்மதியர்கள் பெருமளவில் வசிக்கின்றனர். இதன் காரணமாக முஸ்லிம்களுக்கு சிறப்பிடம் கொடுக்கப்படவேண்டும் என்பதுதான் அந்த வாதம். மற்ற நாடுகளில் நிலைமை எப்படியிருந்தாலும், இந்திய அரசு தனது பிரஜைகளுக்கு அளிக்கவுள்ள பிரதிநிதித்துவத்தை இது எப்படிப் பாதிக்கும் எனப் புரியவில்லை என்றார். அதாவது இந்தியாவை நேசிக்கும் மக்களைவிட அதை நேசிக்காதவர்களுக்குச் சிறப்பு உரிமைகள் வழங்கப்படவேண்டுமென இவர்கள் விரும்புகிறார்களா? அப்படியானால், இதே காரணத்துக்காக இந்தியக் கிறிஸ்துவர்களும் புத்த மதத்தினரும்கூட இப்படிக் கேட்கலாமே?

கடைசியாக, முஹம்மதியர்கள் பிரிட்டிஷ் அரசுக்கு மற்றவர்களைவிடக் கூடுதலாக விசுவாசமாக நடந்துகொண்டிருக்கிறார்கள். எனவே, வரலாறுரீதியாக இந்தக் கோரிக்கை ஒப்புக்கொள்ளக் கூடியதல்ல. கடந்த இரண்டு, மூன்று ஆண்டுகளில் பிரிட்டிஷ் அரசு முஸ்லிம் எழுத்தாளர்களுக்கும் பேச்சாளர்களுக்கும் எதிராகவும் நடவடிக்கை எடுத்திருக்கிறது (இவர்களுடைய எண்ணிக்கை மிகச் சிறியது என்பதையும் ஒப்புக்கொள்ளவேண்டும்.)

மேதகு ஆகா கான் அவர்கள் சமீபத்தில் நிகழ்த்திய ஒரு உரையைக் குறிப்பிட்டுப் பேசுகையில் அந்தப் பேச்சின் சில பகுதிகளை வாசித்தபின் தான் ஆச்சரியப்பட்டதாகவும், ஆகா கானைப் போன்ற நன்கு படித்த, பரந்த மனப்பான்மையுள்ள ஒருவர், இப்படிப்பட்ட தவறான எண்ணங்களைக்கொண்டிருப்பதைக்கண்டு வருத்தமடைந்ததாகவும் திரு. கோகலே கூறினார். முஹம்மதியர்களுக்குக் கூடுதல் சலுகைகள் தரப்படாவிட்டால், அதைப் பார்த்து இந்துக்கள் மிக்க மகிழ்ச்சியடைவார்கள் என்றும், முஸ்லிம்களுக்கு எதிராகத் தாங்கள் வெற்றி பெற்றுவிட்டதாக நினைப்பார்கள் என்றும் ஆகா கான் கூறியுள்ளார். இந்த விஷயத்தில் இந்துக்கள் என்ன நினைக்கிறார்கள் என்பதைப்பற்றி ஆகா கானுக்கு ஒன்றுமே தெரியவில்லையென கோகலே அபிப்பிராயப்பட்டார். ஆகா கான் சொன்னதுபோல இந்துக்கள் மகிழ்ச்சியடைவோ தாங்கள் வெற்றியடைந்ததாக நினைக்கவே செய்யவில்லை. மாறாக, அவர்களிடையே கோப உணர்ச்சிதான் நிலவுகிறது. இந்தக் கோப உணர்ச்சி நாளுக்கு நாள் வலுப்பெற்றும் வருகிறது. பிரிட்டிஷ் அரசு அனைவரையும் சமமாக நடத்தவில்லையென்றும், முஹம்மதியர்கள் பக்கம்தான் அதிகம் சாய்கிறது என்றும்தான் இந்துக்கள் நினைக்கிறனர்.

முஹம்மதியர்களுக்குக் கூடுதல் சலுகைகள் அளிக்கப்படவில்லை என்றால் அரசியல் அதிகாரங்கள் இந்துக்களின் கையில்தான் இருக்குமென்றும், திரு. ஆகா கான் பேசியுள்ளார். இந்த வரிகளைப் படித்த தனது கண்களையே தன்னால் நம்ப முடியவில்லை என்று குறிப்பிட்டார் கோகலே. தேர்ந்தெடுக்கப்பட்டுள்ள இந்துக்கள் பெரும்பான்மையாக இருக்கும் கௌன்சில்களிடம் பிரிட்டிஷ் அரசு நாட்டின் நிர்வாகத்தை ஏற்பித்துவிடும் என்று நினைக்கிறாரா ஆகா கான்? என்று கோகலே கேட்டார். இல்லவே இல்லை. இந்தக் கௌன்சில்கள் திருத்தியமைக்கப்பட்ட பிறகும் நிர்வாக அதிகாரம் அரசு

அதிகாரிகளின் கையில்தான் இருக்கும். கௌன்சில்களை விஸ்மதரிப்பதும் தேர்ந்தெடுக்கப்பட்ட உறுப்பினர்களின் எண்ணிக்கையை அதிகரிப்பதும் முக்கியமான விஷயங்கள்தான். ஆனால் அதன் மூலம் ஒரு குறிப்பிட்ட சமுதாயம் அனைத்து அதிகாரங்களையும் கைப்பற்றிவிடுமென்று சொல்வது சரியல்ல. தான் முன்பு பலதடவை சுட்டிக்காட்டியிருப்பதுபோல சட்ட மன்றங்களைத் திருத்தியமைப்பதுதான் பிரதான நோக்கமே. அவற்றின் உறுப்பினர்களுக்கு நிர்வாக விஷயங்களைப்பற்றிச் சர்ச்சை நடத்தும் அதிகாரத்தை வழங்கவேண்டும். இந்த அதிகாரத்தைச் சரியாகப் பிரயோகித்தால் இப்போது திரைமறைவில் நடத்தப்படும் நிர்வாகத்துக்குப் பதிலாக, வெளிச்சத்தில், மக்களுக்கு நன்கு தெரியும் வகையில் அது நடத்தப்படும். இதற்கு உறுப்பினர்களுடைய திறமை, பொறுப்புணர்வு, பொது விஷயங்களில் அவர்களுடைய ஈடுபாடு ஆகியவை முக்கியமானவை. எத்தனை பேர் ஒரு குறிப்பிட்ட சமுதாயத்திலிருந்து தேர்ந்தெடுக்கப்பட்டனர் என்பது முக்கியமல்ல. ஒன்றிரண்டு பேர் கூடுதலாகவோ குறைவாகவோ இருந்தாலும் அதனால் ஒன்றும் ஆகிவிடாது. அரசு இவ்விஷயத்தில் ஒரு இறுதியான முடிவை உடனே எடுக்கும்; மக்களுக்கிடையே நிலவும் மனக்கசப்பு நாளடைவில் மாறி, இரு சமுதாயங்களுக்கு இடையில் நல்ல உறவு ஸ்தாபிக்கப்படும் என்று திரு. கோகலே உறுதியாக நம்பினார். புதிய சட்டமன்றங்கள் தங்கள் பணிகளைச் செய்யத் தொடங்கியபின் சமுதாய, மத அடிப்படையில் சிந்திக்கத் தேவையில்லை. அனைவருடைய நலனுக்காகப் பாடுபடுபவர்களையே மக்கள் விரும்புவார்கள் என்பதை அனைவரும் உணர்ந்துகொள்வார்கள். இப்போதுள்ளதைப்போன்ற சர்ச்சைகள் அவ்வப்போது எழும். அவற்றைத் தவிர்க்க முடியாதுதான். ஆனால், மனக்கசப்பை வளர்க்கும் வாசகங்களை உபயோகிக்காமலிருந்தால்தான் தேச ஒற்றுமைக்கு ஏற்படும் இடர்பாடுகளைத் தவிர்க்க முடியும். தேச நலனைக் காக்கும் பொறுப்பு அவர்கள் அனைவருக்கும் தரப்பட்டிருக்கிறது. தங்கள்மீது மக்கள் வைத்துள்ள நம்பிக்கைக்கு எந்த அளவுக்கு நேர்மையாக நடந்துகொள்கிறார்கள் என்பதை வைத்தே உலகம் அவர்களை மதிப்பிடும்.

சேவை செய்ய வாரீர்!

(1914ம் ஆண்டில் சென்னை பச்சையப்பன் கல்லூரியில் கோகலே நிகழ்த்திய உரையின் சுருக்கம் கீழே தரப்படுகிறது. இந்த உரையில், மாணவர்கள் நாட்டு நலனுக்காகச் சேவை செய்யவேண்டுமென, கோகலே வேண்டுகோள் விடுத்தார். நாட்டு மக்களுக்குச் சேவை செய்யவேண்டுமென்று பொதுவாகச் சொன்னாரே தவிர, தான் நிறுவிய மக்கள் சேவையாளர் குழுவில் சேர்ந்து பணிபுரியவேண்டுமென்று சொல்லவில்லை.)

நண்பர்களே! நம் நாட்டினரிடையே உயர் கல்வியைப் பரப்பும் நோக்கத்துடன் ஆசிரியர் பணியை இருபதாண்டுகளுக்கு முன் ஏற்றுக்கொண்டேன். என்னைப்

போல ஆசிரியர்களாக இருந்த வேறு பலரும் மக்கள் உயர் கல்வி பெற்றால் நாட்டின் வருங்காலம் பிரகாசமாக இருக்குமென்றும், எந்த அரசுமே பொதுக் கல்விப் பிரச்னையைத் தனியாகத் தீர்க்க முடியாதென்றும் கருதினார்கள். அக்காரணத்துக்காகத்தான் நானும் இருபதாண்டுகளுக்கு முன்னர் அவர்களைப்போல ஒரு ஆசிரியரானேன். இப்போது நான் அந்தப் பணியிலிருந்து ஒய்வு பெற்றுவிட்டாலும், மாணவர்களின் நலன், அவர்கள் இன்று எதிர்கொள்ளும் பிரச்னைகள், நாளை எதிர்கொள்ளவுள்ள பிரச்னைகள் ஆகியவற்றைப்பற்றி முன்பைப்போலவே இப்போதும் படித்துக்கொண்டிருக்கிறேன். கடந்த இருபதாண்டுகளில் பெரும்பாலான நாட்களை மாணவர்களுடன்தான் செலவழித்திருக்கிறேன். எனது மகிழ்ச்சியான நாட்களில் சிலவற்றை அவர்களுடன்தான் பங்கு போட்டுக்கொண்டிருக்கிறேன். நான் அவர்களுக்காக என்னாலானதைச் செய்தேன். நம் நாட்டின் எதிர்காலம் அவர்கள் கையில்தான் இருக்கிறது எனத் தீவிரமாக நம்புகிறேன். ஆகவே மாணவர்களைச் சந்திக்கும் சந்தர்ப்பங்களில் எல்லாம் மிகவும் மகிழ்ச்சியடைகிறேன். இந்தக் கல்லூரி மாணவர்களைச் சந்திக்கச் சந்தர்ப்பம் கிடைத்ததை மனதார வரவேற்கிறேன்.

நண்பர்களே! கல்லூரி மாணவர்களாகிய நீங்கள் உங்களுடைய கடமைகளைப்பற்றி நன்கு அறிந்திருப்பீர்கள் என நம்புகிறேன். நமது பல்கலைக்கழகங்களும் கல்லூரிகளும் (அவற்றில் மிகப் பழைமையானதும்கூட) தொடங்கப்பட்டு அதிக நாட்கள் ஆகவில்லை என்பது உண்மைதான். மேலைநாட்டிலுள்ள மிகப் பழைமையான கல்விக்கூடங்களில் காணப்படும் கல்விப் பாரம்பரியம் நம் நாட்டில் இல்லையென்பதும் உண்மைதான். அந்தப் பாரம்பரியம் மேலை நாட்டு மாணவர்களுடைய மனதிலும் எண்ண ஓட்டங்களிலும் ஒரு பெரும் தாக்கத்தை ஏற்படுத்தியுள்ளது. அப்படிப்பட்ட பாரம்பரியம் நமது கல்விக்கூடங்களில் இன்னும் வளரவில்லை. அதேசமயம் நீங்கள் பெற விரும்பும் இந்தக் கல்லூரிப் படிப்பு வேறு யாருக்கும் கிடைக்காத ஒன்று என்பதாலேயே நீங்கள் மற்றவர்களிடமிருந்து வேறுபட்டு நிற்கிறீர்கள். உங்களிடம் ஒரு முக்கியப் பொறுப்பு ஒப்படைக்கப்பட்டிருக்கிறது. உங்களுடைய குறிக்கோள்களும் விருப்பங்களும் வித்தியாசமானதாக உள்ளன. இந்த வேற்றுமைகளை நீங்கள் சரியாகப் புரிந்துகொண்டாலே மேலை நாட்டுக் கல்வியை இந்தியாவில் அறிமுகப்படுத்தியதன் நோக்கம் நிறைவேறும்.

ஒரு விஷயத்தை இப்போதே உங்களிடம் சொல்லிவிடுகிறேன். உலகம் முழுவதும் பல்லைக்கழகங்களை நிறுவியதன் நோக்கமே அவை உயர்ந்த, தரம் வாய்ந்த ஆராய்ச்சிகளில் ஈடுபட்டு, சிறந்த அறிஞர்களை உருவாக்க வேண்டும் என்பதுதான். இது நம் நாட்டில் உடனடியாக, பெருமளவில் நடக்குமா என்று சந்தேகப்படுகிறேன். இதற்கான காரணங்கள் இவைதான்: இதற்கேற்ற சூழ்நிலை நம் நாட்டில் மெதுவாகத்தான் உருவாகும். இதனை நடைமுறைப்படுத்த நேரமும் நம்மிடம் இல்லை; நமது நூலகங்கள், பரிசோதனைக்கூடங்களின் தரம் மிக மோசமாக உள்ளது. ஆகவே அடுத்த சில வருடங்களுக்காவது நம் நாட்டில் உயர்ந்த தரம் கொண்ட கல்வியை எதிர்பார்க்கமுடியாது என்ற உண்மையை ஒப்புக்கொண்டே ஆகவேண்டும்.

அதேசமயம் உபயோகமுள்ள வேறு சில வேலைகள் நமக்காகக் காத்திருக்கின்றன. நமது படித்த மாணவர்கள் அந்தப் படிப்பறிவை நாட்டு நலனுக்காகப் பயன்படுத்தலாம். நீங்கள் பெற்ற கல்வியறிவை உங்களுடைய வாழ்வின் புதிய அம்சமாகக் கருதி அது உங்களுக்கு நன்மையையே விளைவிக்கும் என்று எடுத்துக் கொள்ளுங்கள். கல்லூரியை விட்டு வந்தவுடனேயே உங்களுடைய படிப்பு முடிந்துவிட்டதாக நினைக்கக்கூடாது. ஏனெனில் மற்றவர்களிடையே கல்வியறிவை பரப்புவது உங்களுடைய புனிதமான கடமை. அதை மகிழ்ச்சியுடன் ஏற்றுக்கொள்ளுங்கள்.

கல்லூரியிலிருந்து வெளியே வந்தவுடனேயே உங்கள் படிப்பை மறந்துவிடுகிறீர்கள் என்பதுதான் உங்கள் மீது கூறப்படும் புகார். இது சரியும்கூட. இந்தப் புகாரைப் போக்க நீங்கள் முயற்சி செய்யவேண்டும். அதைச் செய்தால் உங்கள் நடை, உடை, பாவனைகளில் முன்பைவிடச் சிறந்த மாற்றங்கள் வரும். கல்லூரியை விட்டவுடன் தொடங்கிய வாழ்க்கையை வசதிகளை நீங்கள் மேலும் சிறப்பாகப் பயன்படுத்திக் கொள்வீர்கள்.

வேறு சில வழிகளிலும்கூட நீங்கள் மற்றவர்களுக்கு உதவி புரியலாம். எங்கு திரும்பினாலும் நிறைவேற்றவேண்டிய கடமைகள் நமக்காகக் காத்திருக்கின்றன. இந்தப் பழம் பெரும் நாட்டில் நாம் செய்யவேண்டியது எத்தனையோ இருக்கிறது. இதில் ஏதாவது ஒன்றை மட்டும் செய்யலாம், மற்றதை விட்டுவிடலாம் என்று நான் சொல்லவில்லை. உங்களுடைய பொறுப்புகளைச் சுட்டிக்காட்ட மட்டும் விரும்புகிறேன். உடனடியாக நிறைவேற்றப்பட வேண்டிய கடமைகள் நிறைய உள்ளன. அறியாமையிலும் குருட்டு நம்பிக்கையிலும் மூழ்கியுள்ள அநேகமாயிரம் மக்களுக்காக சேவை புரிவது அவற்றில் ஒன்று. சமூகத்தின் கீழ்மட்டத்திலுள்ள இவர்களுடைய வாழ்க்கைத் தரத்தை உயர்த்தவேண்டும். நமது பெண்மணிகளுக்கு அவர்களுக்குரிய அந்தஸ்து அளிக்கப்படவேண்டும். பெண்களுக்குக் கல்வியறிவு தேவையில்லை என்று சொல்லி அவர்கள் ஒரு மூலையில் ஒதுக்கி வைக்கப்பட்டுள்ளனர். இது எந்த நாட்டுக்கும் நல்லதல்ல. மத அனுஷ்டானங்களைப் பொறுத்தவரையில் பல விஷயங்களை அர்த்தம் புரியாமலேயே தொடர்ந்து கொண்டிருக்கிறோம். இந்த நிலையைச் சரிசெய்யவேண்டும். இவற்றைத் தவிர,அரசியல்ரீதியாகவும் நாம் பின்தங்கியிருக்கிறோம். ஆகவே இந்த விஷயத்தில் ஆர்வமுள்ளவர்கள் இதை மாற்றக் கடினமாக உழைக்கவேண்டியிருக்கிறது. கடைசியாக நாம் நாட்டின் தொழில்முன்னேற்றத்தில் நாம் கவனம் செலுத்தவேண்டும்.

மேற்சொன்ன அனைத்துப் பணிகளையும் அனைவராலும் செய்ய முடியாதென்பது உண்மைதான். ஆகவே, இவற்றில் ஏதாவது ஒன்றிலாவது ஒருசிலர் ஆர்வம் காண்பிக்கவேண்டும் என்றுதான் எதிர்பார்க்கிறேன். கல்லூரிப் படிப்பை முடித்து புதிய வாழ்க்கை தொடங்கவுள்ள நீங்கள் உங்கள் கடமைகளை நன்குணர்ந்து செயல்படவேண்டும்.

இம்மாதிரியான விஷயங்களில் உங்களால் மற்றவர்களிடமிருந்து வித்தியாசமாக நடந்துக்கொள்ள முடியவில்லை என்றாலும் வேறொரு விஷயத்தில்

உங்கள் திறமையைக் காண்பிக்கலாம். உயர்கல்வி பெற்ற காரணத்தாலே உங்கள் கடமையையும் பொறுப்புகளையும் உங்களால் மேலும் சிறப்பாக நிறைவேற்ற முடியும் என்ற உண்மையை வெளியுலகுக்குத் தெரியப்படுத்த வேண்டும். பிரபலமாக இருப்பவர்கள்தான் உண்மையாகவே பயனுள்ள வாழ்க்கை வாழ்கிறார்கள் என்று நம்மில் பலர் நினைக்கிறார்கள். ஒன்றி ரண்டு பேர்தான் அப்படி வாழ்கிறார்கள், மற்றவர்களுடைய வாழ்க்கை வீண் என்றுதான் கருதுகிறோம். இந்தக் கருத்து தவறு. ஒரு நாட்டின் சராசரி மனிதர்கள்தான் அதனை மகத்தானதாக ஆக்குகிறார்கள்.

ஏழு வருடங்களுக்கு முன்பு எனக்கு இங்கிலாந்து போக சந்தர்ப்பம் கிடைத்தது. அங்கு பெயர் பெற்ற அரசியல் தலைவர்கள், புகழ்பெற்ற ராணுவ ஜெனரல்கள், அறிவாளிகள் செல்வந்தர்கள் என்று பலர் இருந்தனர். ஆனால் அங்கு என்னைக் கவர்ந்தது வேறொரு விஷயம்: அங்குள்ள சராசரி மனிதர்கள்தான் உண்மையான வாழ்க்கை நடத்தினார்கள். தங்களுடைய பொறுப்புகளை நம்மைவிட நன்றாக உணர்ந்துகொண்டிருந்தனர். சமூக சேவையில் நம்மைவிடக் கூடுதலாகத் தங்களை ஈடுபடுத்திக்கொள்கின்றனர். ஒரு நாட்டின் சராசரி மக்களின் வாழும் முறை, எண்ணங்கள், செயல்பாடுகள் ஆகியவைதான் அதற்கு வலிமையூட்டுகின்றன. உங்களுடைய ஆய்வுத் திறனும் புத்திக் கூர்மையும் உலகை அறிந்துகொள்ள பெரிதாக உதவாது. ஆனால் நீங்கள் பெற்ற கல்வியின் உதவியால் உங்களால் இப்போதைவிடக் கூடுதல் ஈடுபாடுடன், கூடுதல் சிறப்பாக வாழ முடியும். நீங்கள் இதைச் செய்தால் உங்களுக்குப் பின் வருபவர்களுக்கு நீங்கள் ஒரு சிறந்த உதாரண மாகிவிடுவீர்கள். நாட்டின் தார்மிக வலிமை பன்மடங்கு அதிகரிக்கும். ஆகவே, நான் உங்களைக் கேட்டுக்கொள்வதெல்லாம் இதுதான்: உங்களுடைய அறிவுத் தேடலைத் தொடருங்கள்; உங்களுடைய சகோதரர் களுக்குச் சேவை புரியுங்கள்; நீங்களே தேர்ந்தெடுத்த ஏதேனும் ஒரு வழியில் மேலும் சிறப்பாக கடமையுணர்வு கொண்டவர்களாக, கூடுதல் ஈடுபாடுடன் வாழுங்கள். இவற்றின் வழியாக சக குடிமக்களுக்குச் சேவை செய்யுங்கள்.

அத்தியாயம் 05

தீவிர தேசியவாதி

பாலகங்காதர திலகர்

~

இருபதாம் நூற்றாண்டின் முதல் பத்தாண்டுகளில் இந்திய தேசிய காங்கிரஸில் 'மிதவாதிகள்' என்றும் 'தீவிரவாதிகள்' என்றும் இரு பிரிவுகள் செயல்பட்டு வந்தன. கோபாலகிருஷ்ண கோகலே முதல் பிரிவின் பிரதிநிதியாக இருந்தார். கோகலேவைப்போலவே சித்பவன் பிராமணரும் ரத்னகிரியைச் சேர்ந்தவரும் பூனா நகர்வாசியுமான பால கங்காதர திலகர் இரண்டாவது பிரிவின் முக்கியப் பிரதிநிதியாக இருந்தார்.

திலகர் 1856-ல் பிறந்தார். சிறு நிலப்பிரபுவாக இருந்த அவருடைய தந்தை ஆசிரியராகப் பணிபுரிந்து வந்தார். திலகருடைய பத்தாம் வயதில் அவருடைய குடும்பம் பூனாவுக்குக் குடியேறியது. அங்கு அவர் பள்ளிப் படிப்பை முடித்துவிட்டு, டெக்கன் கல்லூரியில் படித்து, முதல் வகுப்பில் உயர்ந்த மதிப்பெண்களுடன் பட்டம் பெற்றார். தாய்மொழியான மராத்தியைத் தவிர சமஸ்கிருதத்திலும் ஆங்கிலத்திலும் நல்ல தேர்ச்சி பெற்றிருந்தார். 1880-ல் திலகர் பள்ளி ஆசிரியராக வேலையில் அமர்ந்தார். அடுத்த ஆண்டில் தனது நண்பர் கோபால் கணேஷ் அகார்க்கருடன் சேர்ந்து மராத்தியிலும் ஆங்கிலத்திலும் இரண்டு செய்தித்தாள்களைத் தொடங்கினார். பிரிட்டிஷ் அரசை எதிர்த்து அவர்கள் எழுதி வெளியிட்ட கட்டுரைகள் அனைவருடைய கவனத்தையும் ஈர்த்தன. மான நஷ்ட வழக்குகள் பலவும் அவர்களுக்கு எதிராகப் போடப்பட்டன. 1882-ல் திலகருக்கும் அகார்க்கருக்கும் அன்றைய கோலாப்பூர் திவானை அவமதித்த வழக்கில் நான்கு மாதச் சிறைத்தண்டனை அளிக்கப்பட்டது.

1884-ல் இவர்களிருவரும் டெக்கான் கல்விக்குழுவை (Deccan Education Society) நிறுவினர். ஆறு வருடங்களுக்குப் பிறகு திலகர் இந்தக் குழுவிலிருந்து விலகி, நேரடியாக அரசியலில் ஈடுபட்டார். சமூகத்தில் ஆணுக்கும் பெண்ணுக்கும் கொடுக்கப்படவேண்டிய முக்கியத்துவத்தைப்பற்றி திலகருக்கும் அகார்க்கருக்கும் கருத்து வேறுபாடு எழுந்தது. அகார்க்கர் (கோகலேயும்) இந்துப் பெண்மணிகளுக்கு தற்காலக் கல்வி தேவை என வாதிட்டார். ஆனால் திலகரோ பெண்கள் குடும்பத்தைப் பார்த்துக் கொள்ளவேண்டும். ஆகவே அவர்கள் தம் கணவன், குழந்தைகள் ஆகியோரின் நலனைப் பேணுபவர்களாகமட்டும் இருந்தால் போதும் என்ற கருத்தைக்கொண்டிருந்தார். 1880களில் திலகர் பசுவதைத் தடை இயக்கத்தில்

பங்கெடுத்தார். முஸ்லிம்கள் பசு மாமிசம் உண்பது இந்துக்களின் மனத்தைப் புண்படுத்துவதால் அந்த வழக்கத்தைத் தடை செய்யவேண்டுமென்று இந்த இயக்கம் சொன்னது.

திலகர் எழுதிய முக்கியமான புத்தகம் ரிக் வேதத்தைப்பற்றியதாக இருந்தது. ரிக் வேதம் மிகப் புராதனமானது; உலக மக்கள், குறிப்பாக ஐரோப்பியர்கள், காட்டுமிராண்டிகளாகத் திரிந்துகொண்டிருந்த காலத்திலேயே இந்துக்கள் கலாசாரரீதியாக முன்னேறியிருந்தனர்; உலக ஞானம் பெற்றிருந்தனர். இந்த உண்மைகளை எடுத்துச் சொல்வதுதான் திலகர் எழுதிய புத்தகத்தின் நோக்கமாக இருந்தது.

1893-ல் பழம்பெரும் இந்து மதக் கொள்கைகளை மக்களிடையே பரப்பும் பொருட்டு திலகர் ஒரு புதியவழியைக் கண்டுபிடித்தார். அதுவரை வீடுகளிலும் கோவில்களிலும் மட்டுமே கொண்டாடப்பட்டு வந்த விநாயகச் சதுர்த்தி விழாவை கிராமங்களிலும் நகரங்களிலும் வசிக்கும் மக்கள் அனைவரும் ஒன்றுசேர்ந்து கொண்டாடும் ஒரு மாபெரும் விழாவாக மாற்றினார். இதன் முக்கிய அம்சம் இளைஞர்கள் விநாயகர் விக்ரஹத்தைத் தெருக்களில் ஊர்வல மாக எடுத்துச் செல்வதுதான். மாவீரன் சிவாஜியின் நினைவையும் வெற்றி களையும் போற்றும் மற்றொரு விழாவையும் திலகர் தொடங்கி வைத்தார்.

கோகலேயைவிட திலகர் பிரிட்டிஷ் ஆட்சியை மிகக் கடுமையாக எதிர்த்தார். இந்தியா மற்றும் இந்தியர்களின் அழிவுக்குக் காரணமே பிரிட்டிஷ் ஆட்சிதான் என்பது அவருடைய கருத்தாக இருந்தது. ஆசியாவும் ஆசிய மக்களும் வாழ்நாள் முழுவதும் அந்நியரின் அடிமைகளாகத்தான் இருப்பார்கள் என்ற வாதத்தை நிராகரித்தார். 1897-ல் பிரிட்டிஷ் அரசுக்கெதிராக மக்களைத் தூண்டிவிட்ட குற்றத்துக்காக திலகருக்கு பதினெட்டு மாதச்சிறைத் தண்டனை அளிக்கப்பட்டது. சிறையிலிருந்து விடுதலையான பிறகு திலகர் தென்னிந் தியாவுக்கும் சிலோன் (ஸ்ரீலங்கா) மற்றும் பர்மா (மியான்மர்) ஆகிய வெளிநாடுகளுக்கும் சென்றார். இந்தப் பயணங்களின் விளைவாக இந்திய உபகண்டத்தில் மக்கள் பின்பற்றி வந்த சமூகப் பழக்கவழக்கங்களில் இந்து மதக் கொள்கைகளே மையமாக உள்ளது என்ற முடிவுக்கு வந்தார். அவர் 1900ம் ஆண்டில் விநாயக சதுர்த்தி விழாவில் பேசும்போது இந்து மதம் மற்ற மதங்களைவிட எவ்வளவோ மேலானது என்ற கருத்தை வெளியிட்டார்.

அடுத்த ஆண்டில் அன்றைய வைஸ்ராய் கர்ஸன் பிரபு ‘இந்திய தேசிய காங்கிரஸின் ஆண்டுக் கூட்டங்கள் வெறும் சடங்குகளாக மாறிவிட்டன, உயிரற்ற பேச்சுக்கள்தான் அடங்கு இடம் பெறுகின்றன. அதன் தலைவர்கள் விவரமானவர்கள்தான் ஆனால், செயல் திறம் இல்லாதவர்கள். காங்கிரஸ் கட்சி அமைதியான முறையில் மறைந்துபோவதற்கு என்னாலானதைச் செய்வேன்’ என்று மகிழ்ச்சி பொங்கப் பேசினார். இந்தக் கருத்துகள் தவறு என்பதை நிரூபிக்கும் முயற்சிகளில் திலகர் பெரும் பங்கு வகித்தார். இந்த முயற்சிகள் வெற்றி பெறுவதில் கர்ஸன் பிரபுவின் (மறைமுகமாக) செயல்பாடுகளே காரணமாக அமைந்தன. 1905-ல் வங்காள மாகாணத்தில் கிழக்குப்

பகுதியிலிருந்த முஸ்லிம்களை காங்கிரஸ் கட்சி நடத்தி வந்த போராட்டங்களிலிருந்து பிரிப்பதற்காக வங்காளத்தை இரண்டாகப் பிரித்தார். இதை எதிர்த்துப் போராட்டம் நடத்தப்பட்ட நேரத்தில்தான் சுதேசி இயக்கம் தலைதூக்கியது. இவ்விரு போராட்டங்களிலும் திலகர் பெருமளவில் பங்கெடுத்தார். இந்தியத் தொழில்களை முன்னேறும் பொருட்டு இந்தியாவுக்குள் இறக்குமதி செய்யப்படும் பொருட்கள்மீது பத்து சதவிகித வரி சுமத்தப்படவேண்டுமென திலகர் சொன்னார். இதைத் தவிர, தேசிய ஒற்றுமையை வளர்க்கும் பொருட்டு இந்தியாவுக்கு ஒரு பொதுவான மொழிவேண்டுமென்றும் கருதினார்.

கோகலே போன்ற மிதவாதிகள் இளைஞர்கள் மக்களுக்குச் சேவை புரிய வேண்டுமென்று அறிவுரை கூறினர். ஆனால், திலகரோ அவர்கள் பிரிட்டிஷ் ஆட்சிக்கெதிராகப் போராடவேண்டுமென்றும் தேவைப்பட்டால் சிறை செல்லவும் தயாராக இருக்கவேண்டும் என்றும் கேட்டுக்கொண்டார். கோகலேவின் கட்டுரைகள் மிதமான மென்மையான நடையில் எழுதப்பட்டிருந்த போது திலகரின் கட்டுரைகளில் குத்தலும் கேலியும் கடுமையும் கலந்திருந்தன. 1897-ல் ஆற்றிய உரையில் 'கடவுள் இந்தியாவை பிரிட்டிஷாருக்குச் செப்பேடுகளில் சாஸனம் செய்து தந்துவிடவில்லை' என்று குறிப்பிட்டார். 1906-ல் கல்கத்தாவில் பேசியபோது 'நாட்டுப்பற்றே ஒருவரது தலையாய கடமை. அதன் பின்வருவது மதப்பற்று' என்று சொன்னார். வரலாற்றுப் பழைமையிலும் கலாசாரச் செழுமையிலும் இந்தியாவுக்குச் சமமான சிறந்த நாடு வேறெதுமில்லை என்று முழங்கிய அவர் 'இறைவனுக்குப் பிடித்த நாடு இந்தியாதான்'' என்று சொன்னார்.

1908-ல் திலகர் தேசத்துரோகம் செய்ததாகவும், இந்தியர்களுக்கும் பிரிட்டிஷ் அரசுக்குமிடையில் பகை உணர்ச்சியைத் தூண்டிவிட்டதாகவும் குற்றம் சாட்டப்பட்டார். பம்பாயிலிருந்து வழக்கறிஞர் முஹம்மது அலி ஜின்னா திலகருக்காக வாதாடினார். திலகர் எழுதியிருந்த கட்டுரைகளில் காணப்பட்ட வரிகளே அவருக்கெதிராக இருந்ததால் அவர் தரப்பு தற்காப்பு வாதங்கள் எடுபடவில்லை. ஆறு வருடம் சிறைத் தண்டனை அளிக்கப்பட்டு பர்மாவுக்கு நாடு கடத்தப்பட்டார். இதைக் கேள்விப்பட்ட பம்பாய் மில் தொழிலாளிகள் உடனடியாக வேலை நிறுத்தம் செய்தனர். இதன் விளைவாக எழுபது மில்கள் முழுவதாகப் பாதிக்கப்பட்டன. பர்மாவில் மாண்டலே சிறையில் அடைக்கப்பட்டிருந்த சமயத்தில்தான் பகவத்கீதையின் பொருள் பற்றிய மாபெரும் நூலை திலகர் எழுதினார். இப்போதும்கூட இதனை வாசிப்பவர்கள்மேல் இந்த நூல் பெரும் தாக்கத்தை ஏற்படுத்திவருகிறது.

1914-ல் திலகர் விடுதலை செய்யப்பட்டார். அப்போது அவருடைய ஆரோக்கிய நிலை மிகவும் பாதிக்கப்பட்டிருந்ததோடு அவருடைய பிரிட்டிஷ் எதிர்ப்புக் குரலும் சற்றே மட்டுப்பட்டிருந்தது. ஒரு காலத்தில் 'சுயராஜ்யம் எனது பிறப்புரிமை. நான் அதை அடைந்தே தீருவேன்' என்று முழக்கமிட்ட திலகர் இப்போது இந்தியாவுக்கு முழுச் சுதந்தரத்துக்குப் பதிலாக டொமினியன் அந்தஸ்து கிடைத்தாலும் போதும் என்று இறங்கி வந்தார்.* இப்படிப்

பேசினாலும் திலகர் தொடர்ந்து அரசியலில் ஈடுபட்டார். 1916-ம் ஆண்டில் ஹோம் ரூல் லீக் (Home Rule League) என்ற இயக்கத்தைத் தொடங்கினார். அதே ஆண்டில் அவருக்கெதிராக மீண்டுமொரு தேசத் துரோகக் குற்றம் சாட்டப்பட்டது. முன்புபோலவே ஜின்னாதான் இப்போதும் திலகருக்காக வாதாடினார். இந்த முறை வழக்கில் வெற்றிபெற்று திலகர் விடுவிக்கப்பட்டார்.

திலகர் ஒரு தீவிரவாதியாகவே அதே சமயம் மக்கள் ஆதரவுள்ள தலைவ ராகவும் விளங்கினார். தேசிய இயக்கத்தில் பங்குகொள்ள அவர் இந்திய இளைஞர்களை ஊக்குவித்தார். அவருடைய பேச்சுக்களில் காணப்பட்ட 'இந்து தொனி'யின் காரணமாக ஒருவேளை இந்திய முஸ்லிம்கள் இந்த லீகிலிருந்து சற்றுத் தள்ளியே நின்றிருக்கலாம்.

அரசியல் சுதந்தரம்தான் மற்றெல்லாவற்றையும்விட முக்கியமானது என்ற கருத்தை திலகர் தனது வாழ்நாள் முழுவதும் வலியுறுத்தினார். 1916-ல் அவர் ஆற்றிய ஒவ்வொரு உரையிலும் இந்தக் கருத்து வெளிப்படுகிறது. இந்த உரையில் கோகலேவின் சில கருத்துகளை திலகர் எதிர்க்கவும் செய்துள்ளார். 'நமக்கு சுயராஜ்யம் கிடைக்காதவரையில் பெண்களுக்குக் கல்விவேண்டும். நாட்டில் தொழில் முன்னேற்றம்வேண்டும் என்று சொல்வதில் அர்த்த மில்லை. அதிகாரம்தான் நமக்குத் தேவை. அதிகாரமுள்ளவர்களிடம்தான் ஞானமும் செயல்திறனும் இருக்கும். அதிகாரம் இல்லாமல் எதையும் சாதிக்க முடியாது'' என்பது அவருடைய உறுதியான கருத்து.

பாலகங்காதர திலகர் ஆகஸ்ட் 1920- ல் பம்பாயில் மரணமடைந்தார்.

தேவை - ஒரு தேசியத் தலைவர்

(சுதேசி இயக்கம் சூடுபிடித்து வந்த சமயத்தில் எழுதப்பட்ட இந்தக் கட்டுரையில் பிரிட்டிஷ் ஆட்சியை எதிர்க்கும் இந்திய தேச பக்தர்களுக்கு மராத்திய வீரன் சிவாஜி எப்படி ஒரு முன்னுதாரணமாக இருக்க முடியும் என்பதை திலகர் விளக்குகிறார்.)

சிலரைத் தெய்வமாக மதித்துக் கொண்டாடுவது (Hero Worship) மனித இயல்பே. அப்படி மக்களிடையே உத்வேகத்தைத் தூண்டும் சுதேசித் தலை வரின் தேவை நமக்கு இப்போது இருக்கிறது. அப்படிப் பார்த்தால் இந்திய வரலாற்றில் மாவீரன் சிவாஜி மட்டுமே இப்படிப்பட்ட தலைவராகத் திகழ்கிறார்.

சிவாஜி பிறந்த சமயத்தில் இந்தியா அந்நியர் ஆட்சியிலிருந்து தன்னை விடுவித்துக்கொள்ள பெரும்பாடுபட்டுக்கொண்டிருந்தது. ஆனால், இறைவன் இந்தியாவின் பக்கம்தான் இருக்கிறான் என்பதை சிவாஜி தனது வீர சாகசங்களாலும் தியாகங்களாலும் நிரூபித்தார். அன்று இந்துகளுக்கும் முஸ்லிம்களுக்குமிடையே வேற்றுமைகள் இருந்தன. முஹம்மதியர்களின்

மத உணர்வுகளைப் பெரிதும் மதித்த சிவாஜிக்கு மக்களால் பொறுக்க முடியாத அளவுக்கு மோசமாகிப்போன மொகலாய ஆட்சியை எதிர்த்து போராடுவதைத் தவிர வேறு வழியில்லாமல் இருந்தது.

தங்களுடைய அதிகாரங்களை இழந்து, பிரிட்டிஷாரால் ஆளப்பட்டு வரும் இந்துக்களும் முஸ்லிம்களும், அந்நிய ஆட்சியின் சர்வாதிகாரப் போக்கை எதிர்த்து நின்ற சிவாஜியைப்போன்ற ஒருவரைத் தங்களுடைய உதாரண புருஷராக ஏற்றுக்கொள்ளவேண்டும். ஆனால் இதற்காக சிவாஜி பின்பற்றிய (போர்) முறைகளையே இன்றைய தலைமுறையினரும் பின்பற்றவேண்டு மென்று நான் சொல்லவில்லை. சிவாஜியின் வாழ்க்கையில் இடம் பெற்ற ஒவ்வொரு நிகழ்வையும் நாம் அப்படியே நகல் எடுக்கவேண்டுமென்று யாரும் சொல்லமாட்டார்கள். ஆனால் சிவாஜி புரிந்த வீரச்செயல்களுக்குத் தூண்டுகோலாக இருந்த அதே தேசிய உணர்வைத்தான் இன்றைய தலை முறை தங்களுடைய லட்சியமாக மனத்தில் இருத்திக்கொள்ளவேண்டும்.

எந்தவொரு பொய் பிரசாரங்களாலும் இந்த விஷயத்தைப் பின்னுக்குத் தள்ளிவிடமுடியாது. நமது முஹம்மதிய நண்பர்களும் இம்மாதிரியான தந்திரங்களால் ஏமாற்றப்படமாட்டார்கள் என நம்புகிறேன். இங்கிலாந்து மக்கள் அவர்களுடைய நெல்ஸனைக் கொண்டாடுவதையோ ஃப்ரான்ஸ் மக்கள் நெப்போலியனைக் கொண்டாடுவதையோ ஆங்கிலோ இந்திய எழுத்தாளர்கள் எதிர்ப்பார்களா? அப்படிக் கொண்டாடினால் இரு நாட்டுக்கு மிடையே இடைவெளி உருவாகிவிடுமென்றோ இரு நாட்டு மக்களிடயே நிலவும் நல்லுறவு தகர்ந்து வருமென்றோ சொல்வார்களா? நிச்சயமாக மாட்டார்கள். ஆனால் இம்மாதிரியான அறிவுரையைத்தான் இந்த ஆங்கிலேயர்கள் நமக்குத் தருகின்றனர். இம்மாதிரியான ஏமாற்றுவித்தை களைப்பற்றி நாம் நன்றாகவே அறிந்துகொண்டுவிட்டிருக்கிறோம். அவர்கள் சொல்வதையெல்லாம் வேத வாக்காக நாம் எடுத்துக்கொள்ளமாட்டோம் என்பதை அறிந்திருந்தும்கூட ஆங்கிலேயர்கள் இம்மாதிரியான தந்திரங் களைப் பின்பற்றுகின்றனர். சிவாஜி விழாவைக் கொண்டாடுவது முஹம் மதியர்களுக்கு எரிச்சலூட்டுவதற்காகவோ அவர்களைத் தனிமைப்படுத்து வதற்கோ அல்ல. காலம் மாறிவிட்டது. முன்பே சொன்னபடி இன்று இந்தியர் களின் அரசியல் நிலைப்பாட்டைப் பொறுத்தவரையில் இந்துக்களும் முஸ்லிம்களும் ஒரேதட்டில்தான் இருக்கிறார்கள். ஆதலால் நாம் அனைவருமே சிவாஜியின் வாழ்க்கையிலிருந்து சில பாடங்களைக் கற்றுக்கொள்ளலாமே? இந்தக் கேள்விக்கு விடை 'கற்றுக்கொள்ளலாம்' என்றிருந்தால் சிவாஜி ஒரு மராட்டியர் மட்டுமே என்ற வாதம் வலுவிழந்துவிடும். அவர் ஒரு தேசியத் தலைவராக மாறிவிட்டார். வேண்டுமானால் அக்பருக்கோ இந்தியாவின் புராதன வரலாற்றிலிருந்து ஏதாவது ஒரு தலைவருக்கோ இம்மாதிரியான விழாக்கள் எடுக்கலாம். அந்த விழாக்களுக்கு அதற்கான முக்கியத்துவம் நிச்சயம் கிடைக்கும். ஆனால் சிவாஜிக்கென்று இந்தியா முழுவதும் ஒரு தனியிடம் உள்ளது. இதனை நாம் ஒருபோதும் மறக்கக்கூடாது. இந்த விழாவின் முக்கியத்துவத்தைப் புறக்கணிக்கவோ திரிக்கவோ கூடாது.

ஐரோப்பியர்களாக இருந்தாலும் இந்தியர்களாக இருந்தாலும் தலைவர்கள் அல்லது உதாரண புருஷர்கள் என்று அழைக்கப்படுபவர்கள் தாங்கள் வசிக்கும் காலத்திற்கேற்றவாறே செயல்படுகின்றனர். ஆகவே நாம் அவர்களை மதிப்பீடு செய்யும்போது அவர்கள் வாழ்ந்திருந்த காலத்தின் சிறப்பம்சங்களையும் கணக்கிலெடுத்துக்கொள்ளவேண்டும்.

மேற்சொன்னவற்றை நாம் ஒப்புக்கொண்டால் சிவாஜியின் செயல்பாடுகளில் எதையும் நாம் குறை சொல்லமுடியாது. இந்த விஷயத்தைப்பற்றிக் கூடுதல் விவாதம் தேவையில்லை. அவருடைய செயல்கள் மட்டுமல்லாமல் அவருடைய உணர்வுகளும் அவருக்குத் தூண்டுக்கோலாக இருந்து அவரை ஒரு மாபெரும் தேசியத் தலைவராக ஆக்கியிருக்கின்றன. முக்கியமான சந்தர்ப்பங்களில் சிவாஜியைப்போன்ற பெரிய உதாரண புருஷர்கள் நமக்களித்த மன வலிமையும் மன உறுதியும் என்றென்றும் தொடரவேண்டும். அவற்றை நாம் இழந்து விடக்கூடாது என்பதைத்தான் சிவாஜியின் வாழ்க்கை விளக்குகிறது. இந்தப் பாடத்தைத்தான் இந்துக்களும் முஸ்லிம்களும் கற்றுக்கொள்ளவேண்டும். சிவாஜி விழாக்கள் இதைத்தான் எடுத்துக் கூறுகின்றன. இந்த விழாக்கள் இந்துக்களை முஹம்மதியர்களுடனோ பிரிட்டிஷாருடனோ போராடத் தூண்டும் என்று சொல்வது உண்மைக்குப் புறம்பானது. சிவாஜியைப்போல இன்னொரு தலைவர் இந்தியாவில் எங்கு வேண்டுமானாலும் பிறக்கலாம். ஏன், அவர் முஹம்மதியராகக்கூட இருக்கலாம். இந்த விஷயத்தை இந்தக் கோணத்தில் பார்ப்பதுதான் சரியாக இருக்கும். இங்குள்ள ஆங்கிலேயே எழுத்தாளர்கள் இந்த உண்மை நிலையிலிருந்து நமது கவனத்தைத் திருப்பும் முயற்சியில் வெற்றியடைவார்கள் என நான் நம்பவில்லை.

நாட்டுக்குத் தேவை - தீவிர தேசியவாதம்

(1905-07ம் ஆண்டுகளில் நடந்து வந்த சுதேசிய இயக்கத்தின் போதுதான் இந்திய தேசிய காங்கிரஸ் கட்சியில் ‘மிதவாதிகள்’ என்றும் ‘தீவிரவாதிகள்’ என்றும் இரு கோஷ்டிகள் தோன்றின. 1907 ஜனவரியில் கல்கத்தாவில் நிகழ்த்திய இந்த உரையில் திலகர் தீவிரவாதத்தை ஆதரித்துப் பேசினார். இந்த உரையில் திலகர் தனது சக பூனாவாசியும் அரசியல் போட்டியாளருமான கோபாலகிருஷ்ண கோகலேவைக் கேலி செய்து பேசியிருப்பது குறிப்பிடத்தக்கது)

சமீபகாலத்தில் நமது அரசியலில் இரண்டு புதிய வார்த்தைகள் இடம் பெற்றுள்ளன. ‘தீவிரவாதிகள்’, ‘மிதவாதிகள்’. இந்த வார்த்தைகளின் பொருள் காலத்துக்கேற்ப மாறும். நேற்றைய தீவிரவாதிகள் இன்று மிதவாதிகளாக மாறியதுபோல, இன்றைய தீவிரவாதிகள் நாளை மிதவாதிகளாக மாறலாம். காங்கிரஸ் கட்சி தொடங்கப்பட்ட சமயத்தில் தாதாபாய் நௌ

ரோஜி தனது கருத்துகளைத் தெரிவித்தபோது தீவிரவாதி என்று முத்திரைப் படுத்தப்பட்டார். ஆனால், இன்று அவை மிதவாதக் கருத்துகளாகக் கருதப் படுகின்றன. அதாவது, தீவிரவாதம் என்ற வார்த்தை மக்கள் எப்படி முன்னேறிக்கொண்டிருக்கிறார்கள் என்பதை நமக்குத் தெரியப்படுத்துகிறது. நாம் இன்று தீவிரவாதிகளாக இருக்கிறோம். ஆனால் நாளை நமது வாரிசுகள் நம்மை மிதவாதிகள் என்றும் தங்களைத் தீவிரவாதிகள் என்றும் அடையாளப் படுத்திக்கொள்வார்கள். ஒவ்வொரு அரசியல் கட்சியும் தீவிரவாதக் கட்சியா கத்தான் தொடங்குகிறது. ஆனால் பின்னர், மிதவாதக் கட்சியாக மாறிவிடு கிறது. அரசியலில் என்னவேண்டுமானாலும் நடக்கும். ஆயிரமாண்டு களுக்குப் பின்னர் என்ன நடக்கும் என்பதை இப்போது நம்மால் சொல்ல முடியாது. ஒருவேளை இந்த நீண்ட கால அளவில் வெள்ளையரின் இனமே முழுவதுமே அழிந்துவிடலாம். ஆகவே நாம் இன்றைய நிலைமையைப் புரிந்துகொண்டு அதனை எதிர்கொள்ள என்ன செய்யவேண்டுமென்பதைப் பற்றி மட்டுமே யோசிக்கவேண்டும்.

எனக்குத் தரப்பட்டுள்ள நேரம் குறைவாதலால் மிக விரிவாகப் பேசமுடியாது. ஆனால் ஒன்று மட்டும் நிச்சயம். இந்த அரசு நமக்குவேண்டாம். ஒரு மாபெரும் அரசியல் அறிஞர் கூறியதுபோல ஒரு நாடு வேறொரு நாட்டை ஒருபோதும் வெற்றிகரமாக ஆளமுடியாது. இந்த அடிப்படை உண்மையைப்பற்றி யாதொரு கருத்து வேற்றுமையுமில்லை. இந்த பிரிட்டிஷ் அரசு நம் நாட்டை ஒன்றுமில்லாமல் ஆக்கிவிட்டது. தொடக்கத்தில் நமக்கு ஒன்றும் புரியவில்லை. ஒன்றும் தெரியவுமில்லை. பிரிட்டிஷ் அரசு செய்வதெல்லாம் நமது நன்மைக்கே என்றும், தைமூர், செங்கிஸ்கான்போன்ற கொடுங்கோலர் களிடமிருந்தும், வெளிநாட்டு ஆக்கிரமிப்புக்களிலிருந்தும் நம்மைக் காப் பாற்றவும், நமக்கிடையேயுள்ள வேறுபாடுகளைத் தீர்க்கவும் இந்த அரசு ஆகாயத்திலிருந்து குதித்து வந்திருக்கிறது என்றும்தான் நினைத்தோம். இது நமக்குச்சிறிது காலத்துக்கு மகிழ்ச்சியை அளித்தது. ஆனால் பின்னர்தான் குட்டு வெளிப்பட்டது. தாதாபாய் நௌரோஜி சொன்னதுபோல நாம் ஒருவரோ டொருவர் சண்டைப் போட்டுக்கொண்டு இருந்ததை பிரிட்டிஷார் தடுத்து நிறுத்தியதன் காரணம் அவர்கள் நம் அனைவரையும் அடக்கியாளலாம் என்பதுதான். இந்தியாவைச் சூறையாடுவதற்காகவேதான் பிரிட்டிஷ் அரசு நிறுவப்பட்டது என்ற உண்மையை இப்போது உணர்ந்து வருகிறோம். இந்தச் சூழ்ச்சியை நாம் இதற்கு முன்பே தெரிந்துகொள்ளவில்லை என்பதுதான் எனக்கு வருத்தத்தை அளிக்கிறது. அரசின் உத்தேசங்கள் நல்லதாக இருக்கக்கூடும் என நம்பினோம். ஆனால் அரசியலில் நல்ல உத்தேசங்கள் என்பதே கிடையாது. சுயநலத்தை மறைக்கத்தான் அந்த வார்த்தை உபயோகப் படுகிறது. தனது சுயநலத்தை மறைத்துக்கொண்டு அரசு காட்டிய 'நல்ல உத்தேசங்களை'ப் பார்த்து ஏமாந்து போனோம். இதுதான் அன்றிருந்த நிலைமை. ஆனால் விரைவிலேயே நம்முன் ஒரு மாற்றம் வந்தது. ஆங்கிலக் கல்வி, வளர்ந்து வரும் ஏழ்மை, நம்மை ஆள்பவர்களைப்பற்றிக் கூடுதலாகத் தெரிந்து கொண்ட உண்மை ஆகிய அனைத்தும் நமது கண்களையும் நம்

தலைவர்களுடைய கண்களையும் திறந்துவிட்டன. குறிப்பாக, பிரிட்டிஷ் அரசு நம் நாட்டைக் கொள்ளையடிப்பதைச் சுட்டிக்காட்டி, இந்தக் கொள்ளை தொடருமேயானால் நம் நாடு பேரழிவை நேரிடும் என்று முதன் முதலாக எச்சரித்தது சமீபத்தில் நடந்த காங்கிரஸ் கட்சியின் மாநாட்டுக்குத் தலைமை வகித்த தாதாபாய் நௌரோஜிதான். இந்தப் பேரழிவு வந்தே தீரும் என்று அவர் உறுதியாக நம்பியதால்தான் அவர் உடனேயே இங்கிலாந்துக்குச் சென்றார். நமக்கு இழைக்கப்படும் அநீதியைப் பிரிட்டிஷ் மக்களுக்கு எடுத்துச் சொல்வதற்காக அங்கேயே இருபது வருடங்கள் தங்கவும் செய்தார். அங்கு அவர் கடுமையாக உழைத்தார். ஆட்சியாளர்களுடனும் பாராளுமன்ற உறுப்பினர்களுடனும் பேச்சு வார்த்தைகள் நடத்தினார். இவற்றின் முடிவு என்னவாக இருந்தது? தனது எண்பத்தி இரண்டாவது வயதில் இந்தியாவுக்குத் திரும்பி வந்த நௌரோஜி பெருத்த ஏமாற்றமடைந்ததாக அறிவித்தார்.

ஆனால் எனது நண்பர் திரு. கோகலே நௌரோஜியைப்போல ஏமாற்ற மடையவில்லை. அதற்கு அவர் இன்னுமொரு எண்பதாண்டுகள் காத்தி ருக்கத் தயாராக இருக்கிறார். அவர் என்னைவிட வயதில் சிறியவர். ஒரு வருடத்தில் மட்டும் நடத்திய பேச்சுவார்த்தைகள் ஏமாற்றத்தையளிக்காது என்பது எனக்குத் தெரியும். எண்பது வருடங்களுக்குப் பிறகு திரு. நௌ ரோஜி ஏமாற்றமடைந்தார் என்றால், கோகலே இருபது வருடங்கள் கழித்தா வது ஏமாற்றமடையமாட்டார் என்று எப்படிச் சொல்ல முடியும்?

பிரிட்டனில் சாதாரணமக்களுக்குச் சாதகமாக செயல்படும் லிபரல் (தாராள வாதக்) கொள்கைகள்* மீண்டும் தலைத்தூக்குகின்றன என்று சொல்லப்படு கிறது. ஆனால் அது எத்தனை நாளைக்குத் தொடரும்? அடுத்த ஆண்டில் லிபரல் கட்சி பதவியில்லாமல் போகலாம். அப்படியானால் அதற்குப்பின் லிபரல் கட்சி மீண்டும் ஆட்சிக்கு வரும்வரை நாம் காத்திருக்கவேண்டுமா? அப்படியே அவர்கள் பதவிக்கு வந்தாலும் அவர்களால் என்ன செய்ய முடியும்? காங்கிரஸ் கட்சியை நிறுவிய எ.ஓ.ஹ்யூம் 1893-ல் சொன்னதை உங்களுக்கு நினைவூட்ட விரும்புகிறேன். 'லிபரலோ கன்சர்வேட்டிவோ யார் ஆட்சி புரிந்தாலும் அவர்கள் தாமாக வந்து நீங்கள் கேட்டதைத் தந்துவிட மாட்டார்கள்.'' லிபரல் கட்சி அரசு என்றால் அதன் பொருள் அவர்களுடைய அரசு தாராளமாகச் செயல்படும். அதன் உறுப்பினர்கள் தாராளமயக் கொள்கைகளைப் பின்பற்றுவார்கள் என்பதுதான். ஏனெனில், அவர்கள் தங்களுடைய அரசை அப்படி நடத்திச் செல்ல விரும்புகிறார்கள். அவர்கள் இங்கிலாந்தில் அப்படியிருக்கலாம். ஆனால் இந்தியாவுக்கு வந்தவுடனேயே அவர்கள் பழமைவாதிகளாக மாறிவிடுவதைப் பார்த்திருக்கிறேன். ஆட்சியா ளர்களில் பலரும் மாணவர்களாக இருக்கும்போது தாராளமயக் கொள்கை களைப் பின்பற்றுபவர்களாக இருப்பார்கள். ஆனால் இந்தியாவில் வசிக்கும் ஆங்கிலேயப் பெண்மணிகளுடன் தொடர்பு கொண்டபின் அவர்கள் தங்கள்

* பிரிட்டனில் அப்போதுதான் ஆட்சிக்கு வந்த லிபரல் கட்சி இந்தியாவின் பிரச்னைகளைக் கனிவோடு கவனிக்கும் என்று மிதவாதிகள் நம்பினார்கள்.

கருத்துகளை மாற்றிக்கொள்கின்றனர். இந்தியாவிலிருந்து திரும்பிப் போகும் போது அவர்கள் பழமைவாதிகளாக மாறிவிடுகிறார்கள். உலகில் எல்லா இடங்களிலும் இப்படித்தான் நடக்கிறது. ஒரு நாட்டு மக்களுக்கு அவர்களுக் குரிய உரிமைகளையும் அதிகாரங்களையும் விட்டுத்தரவேண்டுமென ஒரு அரசியல் தத்துவஞானி ஒப்புக்கொண்டாலும்கூட அதற்கு அதிகாரத்திலிருப் பவர்கள் ஒப்புக்கொள்வார்களா? இதைச் செய்யும்படி நாம் யாரையும் கட்டாயப்படுத்தவும்முடியாது.

கல்கத்தாவில் நடைபெற்ற ஒரு கூட்டத்தில் ஜான் மார்லியை இந்தியாவுக்கான அமைச்சராக நியமித்திருப்பதை பேச்சாளர்கள் வரவேற்றார்கள் என்ற செய்தியை வாசித்து எனக்குச் சிரிப்புதான் வந்தது. கூட்டத்தில் பேசியவர்கள் லிபரல் கட்சித் தலைவர் கிளாட்ஸ்டனைப் (W.E. Gladstone)பற்றி மார்லி எழுதியுள்ள புத்தகத்திலிருந்து சில வரிகளை வாசித்தார்கள். அவர் அப்படிச் சொன்னார், இப்படிப் பேசினார், அவர் முப்பது வருடங்களுக்கு முன்பு ஏதோ ஒரு செய்தித்தாளின் ஆசிரியராக இருந்தார் என்றெல்லாம் சொன்னார்கள், ... இங்கு நான் குறிப்பிடும் நபர்களிடம் பெரும் மதிப்பு வைத்திருக்கிறேன். ஆனால் நான் சொல்வது இதுதான். ஒரு அரசியல் தத்துவஞானிக்கும், அரசியல் நிபுணர் அல்லது ராஜதந்திரிக்கும் (Statesman) இடையேயுள்ள வித்தியாசத்தை மறந்துவிடுகிறோம். அரசியல் தத்துவஞானி தற்போதைய நிலைமை எப்படி இருக்கிறது, மக்களுடைய எந்தமாதிரியான தேவைகளை ஏற்றுக்கொள்ளலாம், எது சரி, எது தவறு என்பதையெல்லாம் கணக்கிலெடுத்துக்கொள்ளவேண்டும். இந்தியர்கள்மேல் அக்கறை கொண்ட ஆங்கிலோ இந்தியர்கள் இருக்கத்தான் செய்கிறார்கள். ஆங்கிலோ இந்திய அதிகார வர்க்கத்தின் தலைவராக செகரட்டரி ஆஃப் ஸ்டேட் இருக்கிறார். ஆனால், அவர் அந்த அதிகார வர்க்கத்தைமீறி எதுவும் செய்துவிடமுடியாது. இந்தியாவில் பணிபுரியும் இந்த அதிகாரிகள் தனக்கு எதிராக இருந்தால் செக்ரட்டரி அவர்களை ஓதுக்கிவைத்துவிட்டு உங்களுடைய உரிமைகளை உங்களுக்குத் தந்து விடுவாரென எதிர்பார்க்கிறீர்களா? இதைச் செய்ய அவருக்கு அதிகாரம் இருக்கிறதா? அவர் அப்படிச் செய்தால் அவரை அந்த பதவியில் விட்டு வைப்பார்களா?

ஆகவே நீங்கள் செய்யவேண்டியதெல்லாம் இதுதான். நாடாளுமன்றத் தேர்தலில் உங்களுக்குச் சாதகமாகவுள்ள உறுப்பினர்கள் தேர்ந்தெடுக்கப் படும் பொருட்டு பிரிட்டனில் உள்ள அனைத்து வாக்காளர்களையும் உங்கள் வழிக்குக்கொண்டு வரவேண்டும். இதன்பிறகு பாராளுமன்றத் தேர்தலில் லிபரல் கட்சிக்குப் பெரும்பான்மை கிடைக்கவேண்டும், அவர்கள் உங்க ளுக்குச்சாதகமாகச் செயல்படவேண்டும். திரு. மார்லியைப்போல ஒரு நல்ல மனிதரை அவர்கள் செக்ரட்டரியாக நியமிக்கவேண்டும். இதையெல்லாம் செய்த பிறகுதான் நீங்கள் விரும்புவது உங்களுக்குக் கிடைக்கக் கூடும். இந்தச் சிக்கலான நிலைமையை லிபரல்களும் நன்கு புரிந்துகொண்டுள்ளனர்.

இதற்கெல்லாம் முதற்படியாக, பிரிட்டனிலுள்ள அனைத்து வாக்காளர் களையும் உங்கள் பேச்சுக்களால் கவரவேண்டும். அப்படிச் செய்யும்போது

அவர்களுடைய சொந்த நலன்கள் பாதிக்கப்படும்வகையில் எதுவும் நீங்கள் செய்யாமல் பார்த்துக்கொள்ளவேண்டும். ஒரு தத்துவார்த்தப் பேருரையைக் கேட்டுவிட்டு தனது நலன்களைத் தியாகம் செய்துவிடும் அளவுக்கு மனிதர்கள் அப்படியொன்றும் முட்டாள்கள் அல்ல. பிரசங்கம் அருமையாக இருந்தது. ஆனால், என் சுய நலனை விட்டுக்கொடுக்கமாட்டேன் என்றுதான் அவர்கள் சொல்வார்கள்.

உங்களுக்கு இப்போது ஒரு கதை சொல்லப்போகிறேன். பிரிட்டனில் பல இடங்களில் உரை நிகழ்த்திய என் நண்பரொருவர் இந்தியாவின் பிரச்னைகளைப்பற்றி ஓரிடத்தில் பேசிக்கொண்டிருந்தபோது ஒரு பார்வையாளர் 'இந்தியாவின் ஜனத்தொகை எவ்வளவு?' என்று கேட்டார். பேச்சாளர் 'முப்பது கோடி' என்று பதில் அளித்தபோது 'அப்படியானால் நீங்கள் ஒன்றுக்குமே லாயக்கில்லை' என்று கேள்வி கேட்டவர் சொன்னாராம். பிரிட்டனிலுள்ளவர்கள் இந்தக் கோணத்தில்தான் நமது பிரச்னைகளைப் பார்க்கிறார்கள். நீங்கள் லேபர் கட்சியின் ஆதரவுக்காகக் காத்துக்கொண்டிருக்கிறீர்கள். இதன் உறுப்பினர்களுக்கு அவர்களுக்கான பிரச்னைகள் பல இருக்கின்றன. ஆகவே அவர்களிடமிருந்து உங்களுக்கு ஒரு உதவியும் கிடைக்காது. பார்க்கப்போனால், அவர்கள் உங்களை மேலும் மோசமாகத்தான் நடத்துவார்கள். ஏனெனில் அவர்கள் உற்பத்தி செய்யும் பொருள்களை இந்தியாவுக்கு ஏற்றுமதி செய்துதான் அவர்கள் பிழைக்கிறார்கள். இதுதான் உண்மை நிலைமை. இதனை அனைவரும் புரிந்துகொள்ளவேண்டும்.

திரு. கோகலேயைப்போன்ற இளம் வயதினர் இம்மாதிரியான நிலைமையைக் கண்டு ஏமாற்றமடையமாட்டார்கள். ஆனால் அவருடன் லண்டன் சென்ற லாலா லஜ்பத் ராய்க்கும் மற்றவர்களுக்கும் ஏமாற்றமாகத்தான் இருக்கிறது.

இப்படி நண்பர்களின் பெயர்களைச் சொல்வதற்குக் காரணம் இருக்கிறது. அவர்கள் அனைவரும் என் நண்பர்கள்தான். பெயர்களைச் சொல்லவில்லையென்றால் உண்மை நிலைமையை உங்களிடம் சரியாக விளக்கமுடியாது.

நிலைமை இப்படியிருக்கும்போது, நாம் மேற்கொள்ளும் முயற்சிகள் அனைத்தும் விழலுக்கிறைத்த நீராகிவிடும் என்று லிபரல் கட்சி கருதுகிறது. பிரிட்டிஷ் வாக்காளர்கள் உங்கள் குரலுக்குச் செவி சாய்ப்பது, அந்நாட்டுப் பாராளுமன்ற உறுப்பினர்கள் இந்தியாவுக்குச் சாதகமான நடவடிக்கைகள் எடுக்க அவர்களைத் தூண்டுவது, அவர்களும் இம்மாதிரியான ஒரு மந்திரி சபையை அமைப்பது, இதன் பின்னர் பாராளுமன்றம், லிபரல் கட்சி, மந்திரி சபை ஆகிய மூவரும் ஒன்று சேர்ந்து தங்களுடைய அதிகாரிகளைத் தங்கள் விருப்பத்துக்கேற்ப நடந்துகொள்ள வேண்டுகோள் விடுப்பது - இதெல்லாம் ஒருபோதும் நடக்காது.

புதிய கட்சிக்கும் பழைய கட்சிக்கும் இடையுள்ள வித்தியாசங்களை இப்போது புரிந்துகொண்டிருப்பீர்கள். அதிகாரவர்க்கத்துக்கு வேண்டுகோள் விடுப்பதால் ஒரு பிரயோசனமுமில்லை. இவ்விஷயத்தில் இரு கட்சிகளுமே ஒரே மாதிரியாகத்தான் செயல்படுகின்றன. இந்த நிலைமையில் நமது குறிக்

கோளை அடைய நாம் வேறு ஏதாவது மாற்றுத் தீர்வு இருக்கிறதா என்று பரிசோதிக்கவேண்டும். அப்படி ஒன்று இருக்கிறது. அதனை உபயோகித்து நாம் வெற்றி பெறுவோம். நாம் ஒன்றும் செய்யாமலிருக்கப் போவதில்லை. நாம் மனதொடிந்து போகவில்லை. நம்பிக்கை இழக்கவில்லை. நமது குறிக்கோளை நமது முயற்சியிலேயே அடைவோம் என்ற உறுதியான நம்பிக்கையே இந்தப் புதிய கட்சிக்கு வடிவம் கொடுத்திருக்கிறது.

ஆள்பவர்கள் தங்களுடைய மக்களுக்கு வேண்டியதைச் செய்து கொடுப்பதால் தங்களுடைய சாம்ராஜ்யத்தை இழக்கப்போவதில்லை. வரலாற்றில் அந்த மாதிரி ஒரு சம்பவமும் நிகழ்ந்ததுமில்லை. சாம்ராஜ்யங்கள் வீழ்வதற்குக் காரணம் ஆடம்பர வாழ்வு, அதிகாரவர்க்கம் செய்யும் தவறுகள், அளவுக்கு மீறிய நம்பிக்கை அல்லது வேறு காரணங்களே ஆகும்.

1858-ல் பிரிட்டிஷ் மகாராணியின் அறிவிப்பு வெளியிடப்பட்டபோது காங்கிரஸ் கட்சி நிறுவப்படவே இல்லை. நீங்கள் பொறுமையிழந்து காணப்பட்டதால் பிரிட்டிஷ் அரசு உங்களைச் சமதானப்படுத்த விரும்பியது. அதனால்தான், நீங்கள் கேட்காமலேயே, எந்தவிதமான போராட்டாமுமில்லாமலேயே மகாராணியின் அறிவிப்பு வெளியிடப்பட்டது. இது நமக்குத் திருப்தியளிக்கிறது. உங்களுக்கு நம்பிக்கையூட்டும் வகையில் அந்த அறிவிப்பு இருக்கவேண்டுமென அரசி பெரிதும் விரும்பினார். இந்த முடிவுக்குக் காரணம் மக்களுடைய போராட்டங்களல்ல. ஏனெனில் 1858-க்குப் பிறகுதான் அவை தொடங்கின. விளைவு? அந்த அறிவிப்பு காகிதத்தில் மட்டுமே இருக்கிறது. அந்த அறிவிப்பை வெளியிடத் தேவைப்பட்ட சூழல் மறைந்துவிட்ட நிலையில் அரசியின் அறிவிப்பை நடைமுறைப்படுத்தும்படி வறுபுறுத்த முடியாமல் போனது. அதிகார வர்க்கத்தின் கை ஓங்கி நின்றது. அவர்களே ஏற்படுத்திக்கொண்ட நிர்வாக முறையில் பலனாக அரசியின் அறிவிப்பு நடைமுறைப்படுத்த முடியாமற்போனது. திரு. மார்லி அதை இப்போது நடைமுறைப்படுத்துவாரா?

அரசியின் அறிவிப்பு என்ன சொல்கிறதென்பது முக்கியமல்ல. மார்லி அதை நடைமுறைப்படுத்துவதற்கு நாம் என்ன செய்யவேண்டுமென்பதுதான் கேள்வி. இந்தக் கேள்வியை நாம் கேட்டே ஆகவேண்டும். அவர்கள் மறுக்க முடியாத அளவுக்கு நமது வேண்டுகோள் இருக்கவேண்டும். உரிமையோடு கேட்பதற்கும் விண்ணப்பிப்பதற்கும் நிறைய வித்தியாசங்கள் உள்ளன. அந்நியர்கள் ஆட்சி உங்கள் தொழில்களை முழுவதாக நசித்துவிட்டது. உங்கள் செல்வம் நாட்டுக்கு வெளியேகொண்டு செல்லப்படுகிறது. ஒரு சாதாரண மனிதனைவிடத் தாழ்ந்த மட்டத்துக்குப் போய்க்கொண்டிருக்கிறீர்கள். இந்த நிலைமையில் உங்கள் குறிக்கோளை அடைய வேறு ஏதாவது வழி இருக்கிறதா? இருக்கிறது. அது விண்ணப்பிப்பதல்ல, மாறாகப் புறக்கணிப்பது. நீங்கள் போராடத் தயாராகுங்கள். உங்களுடைய பலத்தைச் சரியான முறையில் பயன்படுத்துங்கள். அப்படிச் செய்யும்போது, அவர்களால் உங்கள் வேண்டுகோளை நிராகரிக்கமுடியாது.

மகாபாரதக் கதையில் ஸ்ரீகிருஷ்ணன் சமாதானத் தூதராக அனுப்பப்படுகிறார். அதே சமயம் இந்தச் சமாதான முயற்சி தோல்வியடைந்தால் ஏற்படவுள்ள நிலைமையைச் சமாளிக்கப் பாண்டவர்களும் கௌரவர்களும் தங்களைத் தயார்ப்படுத்திக் கொள்கிறார்கள். இதுதான் அரசியல். இதேமாதிரி உங்களுடையவேண்டுகோள் நிராகரிக்கப்பட்டால் நீங்களும் போரிடத் தயாராக இருக்கிறீர்களா? தயாரென்றால் முதலில் உங்களுடையவேண்டுகோள் நிராகரிக்கப்படாமல் பார்த்துக் கொள்ளுங்கள். ஒருவேளை நீங்கள் தயார் நிலையில் இல்லையென்றால் உங்கள்வேண்டுகோள் என்றென்றைக்குமாக நிராகரிக்கப்படும். நம்மிடம் ஆயுதங்கள் இல்லை. அதற்குத் தேவையுமில்லை. புறக்கணிப்பு என்ற அரசியல் ஆயுதம் மற்றெல்லா ஆயுதங்களையும்விட சக்தி வாய்ந்தது. இந்த பிரிட்டிஷ் அரசு நமது ஆதரவுடன் நடைபெறுகிறது. அரசுப் பணிகளின் கீழ்மட்டங்களில் இந்தியர்கள்தான் இருக்கின்றனர். அரசு நிர்வாகம் நமது ஒத்துழைப்புடன்தான் செயல்படுகிறது. ஆனால் பிரிட்டிஷாரோ இந்த ஒத்துழைப்பின் முக்கியத்துவத்தை நம்மிடமிருந்தே மறைத்து வைக்கின்றனர். பார்க்கப்போனால், இந்நாட்டின் நிர்வாகத்தைப் பிறர் உதவியின்றி நாமே நடத்திச் செல்லலாம். அது முழுவதாக நமது கட்டுப்பாட்டிலேயே இருக்கவேண்டுமென்பதுதான் முக்கியமானது.

எனது வீட்டை ஆக்கிரமித்துக் குடியேறியுள்ள அந்நியரை அங்கிருந்து வெளியேற்றினால் மட்டும் போதாது, என் வீட்டின் சாவியும் என்னிடம் இருக்கவேண்டும். நமது குறிக்கோள் சுயாட்சி, அதாவது நமது நாட்டின் நிர்வாகம் நம் கையிலேதான் இருக்கவேண்டும். நாம் வெறும் கிளார்க்குகளாக மட்டுமிருந்து வெளியாட்கள் நம்மை அடக்கி ஆள்வதற்கு இடம் கொடுக்கக்கூடாது. பிரிட்டிஷ் அரசு தனது சொந்த பலத்தால் நம்மை ஆள வில்லை. மாறாக நமது ஒத்துழைப்பின் அவசியத்தை நம்மிடமிருந்து மறைத்து விட்டுத்தான் அது நம்மை ஆள்கிறது. இந்தியாவில் தங்களுடைய எண்ணிக்கை மிகமிகக் குறைவானதென்று ஒவ்வொரு பிரிட்டிஷ்காரருக்கும் தெரியும். அதேசமயம் நாம் சக்தியற்றவர்கள், அவர்கள்தான் பலசாலிகள் என்று நம்மை நம்ப வைப்பது அவர்களுடைய தலையாய பொறுப்பு என்பதையும் அறிவார்கள். இதுதான் அரசியல்.

இம்மாதிரியான தந்திரங்களைப் பின்பற்றித்தான் பிரிட்டிஷார் நம்மைப் பல நாட்களாக ஏமாற்றியிருக்கிறார்கள். நமது புதிய கட்சி உங்களிடம் கேட்டுக்கொள்வது இதுதான். உங்கள் வருங்காலம் உங்கள் கையில்தான் என்பதை உணர்ந்து கொள்ளுங்கள். நீங்கள் சுதந்தரப் பறவைகளாக இருக்கவேண்டுமென நினைத்தால் அப்படியே இருப்பீர்கள். மாறாக உங்களுக்குச் சுதந்தரம்வேண்டாமென்றால், நீங்கள் வாழ்நாள் முழுவதும் அடிமையாகவே இருப்பீர்கள். உங்களில் பலர் ஆயுதங்களை உபயோகிக்கவே வேண்டாமென நினைப்பீர்கள். ஆங்கிலேயரின் ஆட்சியை நேரடியாக எதிர்க்கும் சக்தி உங்களிடம் இல்லாமல் இருக்கலாம். குறைந்தபட்சம் அரசுக்கு ஒத்துழைக்காமல் இருந்து இந்த அந்நிய அரசு உங்களை ஆள்வதை எதிர்க்க முடியாமலா இருக்கிறது?

புறக்கணிப்புதான் ஒரு அரசியல் ஆயுதம். வரி வசூலிப்பதிலும், அமைதியை நிலைநாட்டுவதிலும் நாம் அவர்களுடன் ஒத்துழைக்கமாட்டோம். நீதி மன்றங்களைச் செயல்படவிடமாட்டோம். நாம் நம்முடைய நீதிமன்றங் களை நிறுவிக்கொள்வோம். காலப்போக்கில் நாம் வரிகளைச் செலுத்தமாட் டோம். நீங்கள் ஒற்றுமையாக இருந்து இதனைச் செய்வீர்களா? அப்படிச் செய்தால் நாளைக்கே சுதந்தர மனிதர்கள் ஆகிவிடுவீர்கள்.

இன்று இங்கு பேசிய சிலர் தமக்கு முழு ரொட்டி கிடைக்காவிட்டாலும் பாதியாவது கிடைத்தால்போதும் என்று சொன்னார்கள். ஆனால் எனக்கு முழு ரொட்டி அதுவும் உடனடியாக கிடைத்தாகவேண்டும். அப்படிக் கிடைக்க வில்லையென்றால், நான் பொறுமையாக இருப்பேன். ஆனால், எனக்குக் கிடைக்கும் பாதி ரொட்டியைப் பெற்றுக்கொண்டு, மறு பாதிக்காகப் போராடுவேன். நீங்களும் இப்படித்தான் நினைக்கவேண்டும். இந்தச் சுதந்தரச் சங்கை நாம் ஏதோ திடீரென முழங்கவில்லை. பல நாட்கள் ஆலோசித்தபின்தான் இப்படிச் செய்கிறோம். முதலில் இப்படிச் செய்வதற் கான காரணங்களைத் தெரிந்துகொள்ளுங்கள். பின்னர் அவற்றைத் தர்க்கரீதி யாக ஆராய்ந்து பார்த்து உங்களுடைய முடிவுக்கு வலிமையூட்டுங்கள். நீங்கள் கண்ணை மூடிக்கொண்டு எங்களைப் பின்பற்றவேண்டுமென்று நாங்கள் சொல்லவில்லை. இந்தப் பிரச்னையைப்பற்றி நீங்களே சிந்தித்துப் பாருங்கள். எங்களுடைய அறிவுரையை ஏற்றுக்கொண்டால் நமக்கு விடிவு காலம் வருமென்பதில் சந்தேகமில்லை. இதுதான் புதிய கட்சியின் அறிவுரை. நம்முடைய கொள்கைகளுக்கு முழுதாக அங்கீகாரம் கிடைக்கவில்லை. பழைய கருத்துகளை நம்மால் அத்தனை எளிதில் விட்டுவிடவும்முடியாது. நாங்கள் காங்கிரஸ் கட்சியை அழிக்க விரும்பவில்லை. ஆகவே இருவரும் பொதுவான முடிவை எடுத்தோம். இதன் விளைவாக எங்களுடைய கொள்கைகள் ஓரளவுக்காவது அங்கீகரிக்கப்பட்டுவிட்டன. ஆனால் இதன் பொருள் இப்போது நிலவும் நிலைமை நாம் முழுவதாக ஏற்றுக்கொண்டு விட்டோம் என்பதல்ல. அடுத்த ஆண்டில் ஓரடி முன்னால் வைப்போம். படிப்படியாக சில வருடங்களுக்குள்ளாகவே நம் கொள்கைகள் அங்கீகரிக் கப்படும். நமக்குப் பின் வரும் தலைமுறைகள் நம்மை ‘மிதவாதிகள்’ என்று வர்ணிக்கலாம்.

இப்படித்தான் ஒரு நாடு முன்னேறுகிறது. நாட்டுணர்வு முன்னேறுகிறது. இதுதான் இப்போது நடந்துகொண்டிருக்கும் போராட்டங்களிலிருந்து நாம் கற்றுக்கொள்ளும் பாடம் - முன்னேற்றம்பற்றிய பாடம். கூடுமானவரை, பிறர் உதவியின்றி நீங்களே உங்கள் குறிக்கோள்களை நிறைவேற்றிக்கொள்ள உதவும் பாடம். இந்தப் பாடம் எத்தனை வலிமை வாய்ந்தது என்பதை நீங்கள் உணர்ந்தால், மேலே சொல்லப்பட்ட வாதங்கள் சரிதான் என நீங்கள் நினைத்தால், இப்போது உங்களைக் கஷ்டத்தில் ஆழ்த்திக்கொண்டிருக்கும் அந்நியர் ஆட்சியிலிருந்து உங்களை விடுவித்துக்கொள்ள முடியும்.

அத்தியாயம் 6

விளிம்புநிலைப் பெண்ணியவாதி

தாராபாய் ஷிண்டே

~

இந்த நூலை வாசிப்பவர்களில் ஒருசிலர், 'தங்களுக்குப் பிடித்த ஒரு சிலரை நான் விட்டுவிட்டேன்' என்று புகார் கூறுவார்கள் என்று இந்த நூலின் முன்னுரையிலேயே குறிப்பிட்டிருந்தேன். இப்படி விட்டுவிடுவது சர்ச்சைக் குரியதாவதைப்போலவே சிலரை உட்படுத்தியிருப்பதும் சர்ச்சைக்குரியதாகி விடும். இந்த அத்தியாயத்தில் நாம் பார்க்கப் போகும் ஒரு நபரைப்பற்றி அவருடைய வாழ்நாளிலேயே யாருக்கும் தெரியவில்லை. இப்போதும் அப்படித்தான். ஆனால் அவர் வாழ்வும் எழுதிய கட்டுரைகளும் நாம் கட்டாயம் அறிந்திருக்கவேண்டியவை. அவர் ஒரே ஒரு புத்தகத்தைத்தான் எழுதி வெளியிட்டார். அதில் அடங்கியுள்ள இலக்கியச் சுவையும் அரசியல் தொனியும்தான் அவரை இந்தப் புத்தகத்தில் உட்படுத்தியதற்கானப் பிரதான காரணங்கள். அதில் விவாதிக்கப்பட்டுள்ள விஷயங்கள் பல நூற்றாண்டு களாக நம் நாட்டில் காணப்பட்டு வந்த நிலைமையை விவரிக்கின்றன. இந்தியச் சமூகத்தைப்பற்றிய, இதுவரை இல்லாத அளவுக்கு, வலுவான கருத்துகளை இந்தப் புத்தகத்தில் நாம் பார்க்கலாம்.

தாராபாய் ஷிண்டேவின் பிறப்பு, வளர்ப்புபற்றி நமக்கு அதிகமாக ஒன்றும் தெரியாது. 1830களில் பிறந்த அவர் இருபதாம் நூற்றாண்டின் ஆரம்ப காலம்வரை வாழ்ந்தார். 1882-ல் அவர் தனது காலத்தில் மகாராஷ்டிராவிலும் இந்தியாவிலும் உள்ள ஆண்கள், பெண்களின் நிலைமையை ஒப்பிட்டு எழுதிய ஒரு சிறு புத்தகம் அவரை வெளியுலகுக்குத் தெரியப்படுத்தியது. ஒரு இளம் வயது பிராமண விதவை தனக்குப் பிறந்த குழந்தையைக் கொன்ற அல்லது கொல்வதற்குத் தூண்டப்பட்ட சம்பவம் இவரை இந்தப் புத்தகத்தை எழுதத் தூண்டியிருக்கலாம். இந்தக் குற்றத்துக்காக அந்த விதவைக்கு மரண தண்டனை விதிக்கப்பட்டது (மேல் முறையீட்டில் அது ஆயுள் தண்டனை யாகக் குறைக்கப்பட்டது).

தாராபாய் மகாராஷ்டிராவில் புல்தானா நகரில் மராத்திக் குடும்பத்தில் பிறந்தார். அவருடைய குடும்பத்துக்குச் சிறிதளவு நிலமிருந்தது. அவருடைய தந்தை புல்தானா கலெக்டர் ஆபீஸில் ஒரு முதுநிலை குமாஸ்தாவாகப் பணியாற்றி வந்தார். அவர் ஜோதிராவ் ஃபுலே நிறுவிய ஸத்யசோதக் ஸமாஜத்தின் உறுப்பினராக இருந்தார். எனினும் அதன் நடவடிக்கைகளில் எவ்வளவு ஈடுபட்டாரென்பது தெரியவில்லை. தாராபாய் வசித்த இடத்தில்

பெண்களுக்கென தனியாகப் பள்ளிக்கூடம் இல்லாததால் அவர் வீட்டிலேயே படித்திருக்கலாம். அவருக்கு மராத்தி மொழி எழுதவும் வாசிக்கவும் தெரியும். கொஞ்சம் ஆங்கிலமும் தெரிந்திருக்கலாம். மிகச்சிறு வயதிலேயே அவருக்குத் திருமணமாகிவிட்டது. ஆனால், அவருடைய கணவர் தாரா பாயின் வீட்டிலேயே வசித்து வந்ததால் பிற திருமணமான பெண்களைப் போல் தாராபாய்க்கு அதிக சிரமம் பட நேர்ந்திருக்கவில்லை.

இந்தியாவின் மற்ற இடங்களைப்போலல்லாமல் மகாராஷ்டிராவில் நெடுங்காலமாகப் பெண்கள் பொது வாழ்வில் ஈடுபட்டிருந்தனர். அரச குடும்பத்தில் பிறந்த பெண்கள் நாட்டை ஆண்டு வந்த தங்களுடைய உறவினர்களின் அரசியல் ஆலோசகர்களாகத் திகழ்ந்தனர். சில சமயங்களில் நாட்டை ஆளவேண்டிய இளவரசர்களுக்கு உரிய வயதாகும்வரை அவர் களுடைய தாய் அவர்களுக்குப் பதிலாக ஆட்சி செய்திருக்கின்றனர். பெண்கள் பக்தி காவியமும் இயற்றி இருக்கின்றனர். பிராமணர்களின் மகள்கள் எழுத்தறிவு பெற்றிருந்தனர். பத்தொன்பதாம் நூற்றாண்டின் கடைசியில் ஒரு சில பிராமணப் பெண்கள் மருத்துவர்களாகவும் பள்ளி ஆசிரியர்களாகவும் பணிபுரிந்தனர். பெண்கள் விடுதலைக்காகவும் இவர்கள் போராடினார்கள். 1877-ல் பிராமணக் குடும்பப் பெண்களுக்கென்றே ஒரு மராத்தி இதழ் தொடங்கப்பட்டது. ஆனால், மராத்தி இனப் பெண்களிடம் கல்வியறிவு அதிகம் வளரவில்லை. ஆண்களின் ஆதிக்க மனோபாவத்தை எதிர்த்து தாராபாய் முன்வைத்த விமர்சனங்கள் அசாதாரணமானவையாக இருந்தன. பத்தொன்பதாம் நூற்றாண்டு வாக்கில் விதவை மறுமணம், இளம் பெண்களுக்குக் கல்வி, சதி ஒழிப்பு ஆகியவற்றுக்காகப் பெண்கள் குரல் கொடுத்தனர். இந்த முயற்சிகளையெல்லாம் ஆத்மார்த்தமானவையாக இருந்தன. இவற்றை நிச்சயமாக 'பெண்களின் முன்னேற்றத்துக்கான' குரலாகக் கூறலாம். ஆனால் தாராபாய் ஷிண்டே இவற்றுடன் நிற்கவில்லை. அவருடைய குறிக்கோள் இதைவிடத் தீவிரமானதாக இருந்தது. உதரணமாக ஆண்-பெண் சமத்துவத்தை அவர் அழுத்தமாக வலியுறுத்தினார். அக்கா லத்தில் காணப்பட்ட சமூக அமைப்பையும் ஆணாதிகத்தையும் தாராபாய்க்கு முன்புவரை யாரும் இத்தனை நேரடியாக எதிர்த்துப் பேசியதில்லை.

தாராபாயின் நூலை ஆங்கிலத்தில் மொழிபெயர்த்த ரோஸலிண்ட் ஓ ஹின்லன் என்ற பிரிட்டிஷ் வரலாற்று அறிஞர்தான் ஜோதிராவ் ஃபுலேயின் வாழ்க்கை வரலாற்றையும் எழுதியுள்ளார். ஜோதிராவும் தாராபாயும் ஒருவரையொருவர் சந்தித்தார்களா என்பது தெரியவில்லை. எனினும் தாராபாய்பற்றி ஜோதிராவ் அறிந்திருந்தார். அவருடைய கட்டுரைகளைப் பாராட்டியிருக்கிறார். ஃபுலேவைப் பொறுத்தவரை சனாதன பிராமண மதம் கீழ்ச்சாதி மக்களை அடக்கி, ஒதுக்கி வைத்தது. ஏனென்றால், அது பிராமணர் களால் உருவாக்கப்பட்டது. இந்தச் சமூக அமைப்பு பெண்களை அடக்கி, ஒதுக்கி வைத்தது. ஏனென்றால் அது ஆண்களால் உருவாக்கப்பட்டது என்பது தாராவின் வாதமாக இருந்தது. தாராபாயை சிரஞ்சீவினி, என் அருமை மகள் என்று ஃபுலே வர்ணித்தார். தாராபாயின் புத்தகத்தை அனைவரும்

வாசிக்கவேண்டுமென்றும், அதன் பின்னர் ஆண்கள் பெண்களை அடக்கி வைத்திருக்கிறார்கள் என்ற குற்றச்சாட்டுக்குச் சரியான பதிலளிக்கவேண்டு மென்றும் ஃபுலே கேட்டுக்கொண்டார்.

ஃபுலேவைப்போல தாராபாயும் மராத்தி மொழியில் நல்ல புலமை பெற்றி ருந்தார். அன்றைய சமூகத்திலிருந்த பெரிய மனிதர்களுக்கெதிராக கேலியும் அங்கதமும் நிறைந்த கட்டுரைகளை எழுதினார். இவற்றின் ஆங்கில மொழி பெயர்ப்பே மிக அற்புதமாக இருக்கிறதென்றால் அவை முதலில் எழுதப் பட்ட மராத்தியில் இன்னும் அழகாக இருந்திருக்கவேண்டும்.

ஆண் - பெண் ஓர் ஒப்பீடு

(தாராபாய் ஷிண்டே எழுதி வெளியிட்ட ஒரே ஒரு புத்தகம் ஐம்பத்தி இரண்டு பக்கங்களைக்கொண்டிருந்தது. அது பூனாவில் அச்சடிக்கப்பட்டி ருந்தது. அதன் விலை ஒன்பது அணாக்கள். இன்றைய ஐம்பது பைசாவுக்குச் சற்று அதிகம். கீழே கொடுக்கப்பட்டுள்ள பகுதிகளுக்கு விளக்கம் தேவை யில்லை. ஆனால் ஒரு விஷயத்தை நாம் கவனிக்கவேண்டும்: இந்து இதிகா ஸங்களில் வரும் ஸன்யாசிகளையும் கடவுள்களையும் எப்போதுமே அழகிய பெண்களைத் தேடி அலைந்தவர்களாகப் பார்க்கும் பெண்ணியப் பார்வை அவரிடம் இருந்தது)

ஒரு பெண்ணின் பெற்றோர் அவளை என்றென்றைக்குமாக உங்களுக்குத் தாரை வார்த்துக் கொடுக்கின்றனர். அவளை உங்களிடம் ஒப்படைத்தபின் தங்கள் கைகளைக் கழுவிக் கொள்கின்றனர். அவர்களைப் பொறுத்தவரை விஷயம் அத்தோடு முடிந்துவிட்டது. பிறந்த நாள் முதல் அவளுடைய பெற்றோர் அவளுக்கு வேண்டியதெல்லாம் செய்து தந்திருக்கின்றனர். அவள் பெரியவளாக ஆகும்வரை தங்களால் இயன்றவரை அவள்மேல் அன்பையும் பாசத்தையும் கொட்டுகின்றனர். அவளுக்கு ஒரு நல்ல வாழ்வையும் மகிழ்ச்சியையும் அளிக்கக் கூடிய ஓரிடத்தைப் படாதபாடு பட்டுத் தேடு கின்றனர். அவளுடைய மாமியார், மாமனாரின் மனம் கோணாமல் நடந்து கொள்வாள் என்றும், அவர்கள் அவளை நன்றாக நடத்துவார்கள் என்றும் நம்புகின்றார்கள். அவளுக்கு அதிருஷ்டமிருந்தால் எல்லாமே சரியாக நடக்கும். அப்படி இல்லையென்றாலோ? அவளுடைய பெற்றோர்கள் அவளை கண்ணுக்கு கண்ணாக, உயிருக்கு உயிராகப் பார்த்துக்கொள்வார்கள். அவளை அவர்கள் ஒரு சிறு அடிகூட அடித்திருக்கமாட்டார்கள். அப்படி யிருக்க, நீங்கள் அவளை முதுகில் ஓங்கியடித்தால் அவள் எவ்வளவு துன்பப்படுவாள்? அவளுடைய பெற்றோர் என்ன பாடுபடுவார்கள்? இந்தக் கசப்பான உண்மையைப்பற்றி எழுதினால் அது ராமாயணத்தைப்போல பெரிய புத்தகமாகிவிடும். அவளை நீங்கள் நன்றாக நடத்துகிறீர்கள் என்றால் அது வெறும் வெளிவேஷம் மட்டுமே. உடலின் மேற்பகுதியில் வேலைப்

பாடமைந்த ஒரு பட்டுத் துணியை அணிந்திருக்கும் ஒருவர் இடுப்புக்குக் கீழே ஒரு பழைய, கிழிந்த கம்பளியை அணிந்திருந்தால் எப்படி இருக்கும்? உங்கள் மனைவிக்குத் தங்க நகைகள் சூட்டி அழகு பார்க்கலாம். அவளுக் கென மணிகளாலான வீட்டைக் கட்டலாம். ஆனால் நீங்கள் அவளிடம் அன்பும் பாசமும் செலுத்தவில்லையென்றால் அவள் வாழ்நாள் முழுவதும் கஷ்டப்பட்டுக்கொண்டிருப்பாள். இதை வார்த்தைகளால் விவரிக்க முடியாது. அனுபவித்தால்தான் புரியும்.

கடின உழைப்பு, பசி, தாகம், அடி, உதை ஆகிய அனைத்தையும் தனது வாழ்நாள் முழுவதும் தாங்கிக்கொள்ளும் பெண் உங்களிடமிருந்து ஒரே ஒரு அன்பான வார்த்தையை மட்டும்தான் கேட்க விரும்புகிறாள். நீங்கள் வெளியே போய் சம்பாதிக்கிறீர்கள் என்பது உண்மைதான். அவளோ? வீட்டு வேலை முழுவதையும் அவள்தான் செய்கிறாள், நீங்கள் சொல்வதைக் கேட்டு நடக்கிறாள். அவளை அறியாமையில் ஆழ்த்தி விட்டிருக்கிறீர்கள். எலும்புகள் வலுவிழந்து ரத்தம் சுண்டிப் போகும்வரை கழுத்தை நெரிக்கும் வேலைகளைச் செய்கிறாள். ஆனால் அப்போதும்கூட அவள் உங்கள் முகத்தையேதான் பார்த்துக்கொண்டிருக்கிறாள். அவள் செய்வதை நீங்கள் கண்களாலேயே பாராட்டி, ஒரு சிறிய புன்முறுவல் பூத்தால்போதும். அவள் எத்தனை சந்தோஷப்படுகிறாள். முன்பைப் போல கடினமான வேலைகளை மீண்டும் செய்யவும் கூடுதல் வேலை களைச் செய்யவும் உங்களுடைய சிறிய புன்முறுவல் அவளைத் தூண்டு கிறது. 'கணவனின் பாராட்டு மனைவிக்கு அமிர்தம் போன்றது' என்று சொல்வதுண்டு. தானே தைத்த ஏதோ ஒன்றை உங்களிடம்கொண்டு வந்து காட்டுகிறாள். அல்லது ருசியான உணவைத் தயாரித்திருக்கிறாள் என்று வைத்துக்கொள்வோம். நீங்கள் அவளிடம் 'அட, என்ன இது? இதை நீயேதான் செஞ்சியா? இனிமே இந்த மாதிரியெல்லாம் கஷ்டப்படாதே! உனக்கு முதுகு வலிக்கும், கண்கள் பாதிக்கப்படும். அப்புறம் நம்ம குழந்தைகள்தான் கஷ்டப்படுவாங்க. நீ டாக்டர்கிட்டே அடிக்கடி போகவேண்டியிருக்கும். உடம்பைப் பார்த்துக்கொள்' என்கிறீர்கள். அல்லது நீங்கள் உங்கள் நண்பர்களுடன் இருக்கிறீர்களென வைத்துக் கொள்வோம். நீங்கள் அவர்களிடம் 'நான் ரொம்பக் கொடுத்து வெச்சவன்! வீட்டுக் காரியங்களைப் பத்தி நான் கவலைப்படவேவேண்டாம். வாங்க! என் வீட்டுக்குப்போய் என்னவாவது பண்ணலாம். என் குடும்பம் மாதிரி இத்தனை நல்ல குடும்பம் வேற எங்கேயாவது இருக்குமாங்கிறதே சந்தேகம்தான்'' என்று சொல்கிறீர்கள்.

இந்த அன்பு நிறைந்த பாராட்டைக் கேட்டதும் உங்கள் மனைவி அதுவரை அனுபவித்த வலியனைத்தையும் மறந்துவிடுகிறாள். நீங்கள் அவளை அடித்து உதைத்ததையும் திட்டியதையும் மறந்துவிடுகிறாள். கணவனிட மிருந்து பாராட்டைக் கேட்கும் அடுத்த நிமிஷமே தான்தான் உலகிலேயே மிகப்பெரிய அதிருஷ்டசாலி என நினைக்கிறாள். உங்கள்மேல் அவள் வைத்திருக்கும் அன்பு பன்மடங்கு பெருகுகிறது.

சுருக்கமாகச் சொன்னால், உங்கள் மனைவி உங்களிடமிருந்து அன்பைத்தான் எதிர்பார்க்கிறாள். ஆனால், நீங்கள் என்ன செய்கிறீர்கள்? அவளைத் திட்டுகிறீர்கள். அவமதிக்கிறீர்கள். இதுதான் அவளுடைய தலைவிதி.

நீங்கள் உங்கள் மனைவியைவிட புத்திசாலி என்ற காரணத்தாலேயே உங்களிடஷ்டப்படி என்ன வெல்லாமோ செய்திருக்கிறீர்கள். இதற்கெதிராக உங்கள் மனைவியால் என்ன செய்ய முடியும்? ஒன்றுமில்லை.

இரண்டாவதாக, பெண்கள் பல தீய ஆசைகளால் (Whims) அலைக்கழிக்கப் படுகிறார்கள் என்பது உண்மைதான். அவர்கள் எழுத்தறிவில்லாதவர்கள் என்பதுதான் இதற்குக் காரணம். ஆனால், இந்த ஆசைகள் எல்லாம் அவர் களுடைய குடும்பங்களைப்பற்றித்தான் இருக்கின்றன. உங்களுடைய விருப்பங்கள் என்னவென்று வெளியுலகுக்குத் தெரியவில்லை. குறுக்கு வழியில் என்ன செய்யலாமென்பதையே நீங்கள் யோசித்துக்கொண்டிருக்கி றீர்கள். ஒரு சமயம், கடன் கொடுக்கும் லேவாதேவிக்காரரை ஏமாற்றி அவரிட மிருந்து ஆயிரம் ரூபாயைப் பறித்துக்கொண்டுப் போகலாமென்று நினைக்கி றீர்கள். ஒரு நிலச் சொந்தக்காரருக்குத் தேவையானதைக் கொடுத்து அவரிடமி ருந்து ஐந்நூறு ரூபாயைக் கறகலாம். இன்று 'சாகிப்பிடம்' என்னவாவது சொல்லி ஒரு வழக்கில் நமக்குவேண்டிய ஒருவருக்குச் சாதகமாகத் தீர்ப்பு வழங்கச் செய்யலாம். வேறொரு நாள் ஒரு கள்ளப் பிராமணத்தை ரிஜிஸ்டர் செய்துவிடலாம்... உங்கள் எண்ண ஓட்டம் இப்படித்தானிருக்கிறது.

ஆனால் பெண்கள் எப்போதாவது இப்படித் திட்டம் தீட்டுவதைப் பார்த்திருக்கிறீர்களா? 'அந்தப் பொம்பளை ஒரு பெரிய மனுஷி மாதிரி நடந்துக்கறா. அவளோட கொட்டத்தை எப்படியாவது அடக்கணும்' என்று வேறொரு பெண்ணைப்பற்றி அவள் எப்போதாவது சொல்லியிருக்கிறாளா? இம்மாதிரியான கெட்ட ஆசைகள் பெண்கள் மனதில் ஒருநாளும் எழுந்ததே இல்லை. இந்த உலகிலுள்ள பெண்கள் அனைவரும் நல்லவர்கள் என்றோ கங்கை நீரைவிடப் பரிசுத்தமானவர்கள் என்றோ நான் சொல்லவில்லை. ஆனால் நூறு பேரில் பத்து பெண்கள்தான் உங்களைப்போல மோசமாக நடந்துகொள்வார்கள். ஆண்களோ? ஒருவர்கூட நல்லவரில்லை.

மூன்றாவதாக, பெண்கள் கெட்ட நடத்தை உள்ளவர்களென்று சொல்கிறீர்கள். இந்த விஷயத்தில் நீங்கள் அவர்களைவிடச் சிறந்தவர்கள் என்று நினைக் கிறீர்கள். இல்லையா? உங்களிருவரையும் தராசில் ஏற்றி வைத்தால் உங்கள் பக்கம் பாரம் தாங்காமல் பலமடங்கு கீழே போய்விடும்.

நான்காவதாக, பெண்புத்தி, பின்புத்தி - அதாவது அவர்கள் யோசிக்காமல் எதையாவது செய்துவிட்டுப் பின்னர் வருந்துவார்கள் என்று சொல்கிறீர்கள். ஆனால் பெண்கள் மட்டும்தான் இப்படி இருக்கிறார்களா? கெட்ட எண்ணம் கொண்ட, நம்பிக்கைத்துரோகம் செய்யும் நீங்கள் மற்றவர்களிடம் சண்டையி டுகிறீர்கள். பாசமாக இருப்பதுபோல நடந்துவிட்டு அவர்களுக்குக் குழிபறிக் கிறீர்கள். நீங்கள் யோசிக்காமல் ஒன்றையுமே செய்ததில்லையா? ஓஹோ! அப்படியா? வாழ்த்துக்கள்! நீங்கள் மெத்தப் படித்தவர்கள். முன் யோசனை

யுள்ளவர்கள் என்றுதான் மற்றவர்கள் நினைக்கிறார்கள். ஆனால் நீங்கள் முன்யோசனை இல்லாமல் பல காரியங்களைச் செய்திருக்கிறீர்கள். 'யோசனையில்லாமல் பல காரியங்களைச் செய்திருக்கிறீர்கள். இருந்தும் 'நான் பெரிய சிந்தனையாளன்' என்று உங்களை நீங்களே முதுகில் தட்டிக் கொள்கிறீர்கள்.

பெண்கள் எழுதப்படிக்கத் தெரியாதவர்கள்தான். ஆனால் அதற்காக அவர்களுக்கு அறிவில்லை என்று சொல்லிவிட முடியுமா? அவர்கள் பின்புத்திக் காரர்களாக இருக்கலாம். இருப்பினும் உங்களைவிடச் சிறந்தவர்கள் அவர்கள். ஆண்கள் அதிபுத்திசாலிகள் என்பது உண்மைதான். ஆனால் நாம் ஒரு சிறைச்சாலைக்கு விஜயம் செய்தால் அங்கு எள் போட்டால் கீழே விழாத அளவுக்கு ஆண்கள் நிறைந்திருப்பார்கள். அவர்கள் அனைவருமே நிச்சயமாகப் புத்திசாலிகள்தான். கள்ள நோட்டு அடித்தவர்களையும் லஞ்சம் வாங்கியவர்களையும், அயலானின் மனைவியுடன் ஓடிச் சென்றவர்களையும், விஷம் கொடுத்துக் கொன்றவர்களையும், தேசத் துரோகிகளையும், பொய் சாட்சி சொன்னவர்களையும், நானே ராஜா என்று சொல்லிக்கொண்டு மக்களை ஒன்றுமில்லாமல் ஆக்கியவர்களையும், கொலை செய்தவர்களையும் அங்கு சந்திக்கலாம். இப்படிப்பட்ட 'மகத்தான' செயல்களைச் செய்ததற்காகத்தான் அரசு உங்களுக்காக அந்தச் சிறையில் ஒரு அறை ஒதுக்கி வைத்திருக்கிறது! இம்மாதிரியான செயல்களில் பெண்மணிகள் ஈடுபட்டார்களா? இரண்டு அல்லது மூவாயிரம் ஆண்களுக்கெதிராக நூறு பெண்மணிகளைக்கூட அங்கு பார்க்கமுடியாது. ஆனால், ஒரு விஷயத்தில் பெண்மணிகள் முன்யோசனையின்றி எதையாவது செய்வார்கள் என்றால் அது வேறொரு ஆணுடன் கள்ள உறவு வைத்துக்கொள்வதுதான். இங்கும்கூட இதற்குக் காரணமானவரையும் நாம் தண்டிக்கவேண்டும். ஒரு பெண் இந்தக் குற்றத்தைச் செய்தால் அதற்கு வழி வகுத்தது யார்? அந்தப் பெண்ணின் மனதில் கெட்ட எண்ணங்களை விதைத்தது யார்? அவளா? நீங்களா? ஒரு பெண் எவ்வளவுதான் வெட்கம்,மானமில்லாதவளாக இருந்தாலும் நிச்சயமாக, அவள் தானாக ஒரு ஆணுடன் உறவு வைத்துக்கொள்ள முன்வரமாட்டாள். ஏனெனில் ஒரு பெண்ணுக்கு அவள் வாழ்க்கையில் மிக மகிழ்ச்சியளிப்பது எது? அவளிடம் அன்பு செலுத்தும் கணவன். அவர்களிருவரும் ஒருமனதாக வாழ்ந்தால் அவன் எத்தனைதான் ஏழையாக இருந்தாலும், குடிசையில் வாழ நேர்ந்தாலும், உணவும், உடைகளும் இல்லையெனினும் அவள் இந்தக் கஷ்டங்களையெல்லாம் தாங்கிக்கொள்வாள். வேண்டுமென்றால், அவள் காட்டில்கூட வாழத் தயாராக இருப்பாள். அவள் தன் கணவனேதான் தனக்கு எல்லாம் என்று கருதுவாள். தனக்கு நேரும் கஷ்டங்களை மலர்ந்த முகத்துடன் ஏற்றுக்கொள்வாள். தானாக ஒருநாளும் வேறொரு ஆணைத் தேடிப் போகமாட்டாள்.

ஐந்தாவதாக, பெண்கள்தான் எல்லாவிதக் குற்றங்களுக்கும் தவறுகளுக்கும் பொறுப்பு என்ற குற்றச்சாட்டு. உண்மை நிலைமை வேறு. அவர்கள் ஏதாவது தவறு செய்தால் அதற்கு நீங்கள்தான் காரணம். ஒரு தந்தை தனது மகளுடைய

பத்து அல்லது பன்னிரண்டாம் வயதிலேயே அவளுக்குத் திருமணம் செய்து வைக்கிறார். வானத்துத் தாரகைகளைப்போல மின்னும் அந்தப் பெண்ணை அவளுடைய பெற்றோர் எண்பது அல்லது தொண்ணூறு வயதானவருடைய செல்வச் செழிப்பைப் பார்த்து மயங்கி அவருக்குத் திருமணம் செய்து வைக்கின்றனர். 'அவர் இறந்தால் என்ன ஆகப்போகிறது? என் மகளுக்கு பணக் கஷ்டமே இருக்காதே. கணவன் இறந்த இரண்டு, மூன்று நாட்களுக்குப் பிறகு அவள் பழைய மாதிரி ஆகிவிடுவாள். நகைகளை அணிந்து கொள்வாள். முன்பைப்போலவே ஆடைகளை அணிந்துகொள்வாள். கணவன் இல்லாவிட்டால் என்ன? இப்படிச் சொல்லித்தான் அந்தத் தந்தை ஆட்டுக் குட்டியைப் புலியிடம் பிடித்துக் கொடுப்பதுபோல் தன் மகளை பலி கொடுக்கிறார். கணவன் உயிருடன் இருந்திருந்தால் ஒருவேளை அவளுக்குச் சந்தோஷத்தையும் அன்பையும் தந்திருக்கக்கூடும். அவளுக்கு நகைகளையும் புதிய ஆடைகளையும் வாங்கிக் கொடுத்திருப்பான். அவளைத் தன் உயிருக்கும் உயிராகப் பார்த்துக்கொண்டிருப்பான். அவன் இறந்ததும் அவளுக்கு இந்த உலகமே இருண்ட காடாக மாறிவிடும். அப்படியிருக்கும் போது ஏன் திருமணம் என்ற பொய்யான சடங்கு? பண்டை நாட்களில் கணவனை இழந்த பெண்கள் உடன்கட்டை ஏறினார்கள். அது எத்தனையோ நல்ல வழக்கமாக இருந்தது. கணவனுடன் சேர்ந்து அவளும் சாம்பலாக மாறியிருப்பார்கள். அதோடு எல்லாம் முடிந்திருக்கும்.

ஒரு பெண்ணை அவளுடைய தாய்க்குப் பிறகு அவள் கணவன்தான் பெரிதும் நேசிப்பான். அதில் சந்தேகமேவேண்டாம். ஆனால் தனது தாயையும் கணவனையும் இழந்த ஒரு இளம் பெண்ணால் எப்படி வாழ முடியும்? பணத்துக்காகத் திருமணம் செய்து வைக்கப்படும் பெண்களின் கதி இதுதான்.

ஒரு சிலர் தங்கள் மகளை இரண்டாவது மனைவியாகத் திருமணம் செய்து கொடுக்கிறார்கள். இப்படி வாழ்க்கைப்படுவதைப்போல வேதனை தரும் செயல் வேறொன்றுமில்லை. சாதாரணமாகவே, தன் கணவன் வேறொரு பெண்ணை ஏறிட்டுப் பார்த்தாலே அவளுக்குக் கோபம் தலைக்கேறும். அப்படியிருக்க அவள் உயிருடன் இருக்கும்போதே அவள் கணவன் இரண்டாவது ஒருத்தியைக் கல்யாணம் செய்துகொண்டாலோ அவளுடன் வாழ்ந்தாலோ அவள் மனது என்ன பாடுபடும்? ஒரே வீட்டில் இரண்டு பெண்கள் (மனைவிகள்) ஒரு நாளும் சந்தோஷமாக வாழ்ந்ததில்லை. நீங்கள் அவர்களிருவரையும் எல்லாவிதத்திலும் சமமாக நடத்தலாம். ஆனால் இருவர் மீதும் எப்படி அன்பு செலுத்த முடியும்? ஒரு மாம்பழத்தையோ கொய்யாப் பழத்தையோபோல அன்பை வெட்டி இருவருக்கும் பங்கு வைக்கமுடியாது. அன்பு பாலைப்போன்றது. அது கெட்டுப்போய்விட்டால் நீங்கள் என்ன செய்தாலும் அதை நல்ல பாலாக மாற்றமுடியாது. பழையதைக் கழித்துப் புதியதை விரும்புவது மனித இயற்கைதான். ஆனால் தனது மனைவி யாரையாவது ஏறெடுத்துப் பார்த்தால் அந்த கணவன் எப்படி எகிறிக் குதிப்பான்? இதன் பின்னர் அவளுடைய குடும்பமே அவமானப்

படுத்தப்படும். அவளுக்கு அடி, உதைதான் கிடைக்கும். வீட்டிலேயே சிறை வைக்கப்படுவாள். ஆண்களுக்கு ஏன் இம்மாதிரியெல்லாம் நடப்பதில்லை?

உங்கள் மனைவி மற்றவர்களை வெறுமனே பார்த்தாலே உங்களுக்குப் பிடிக்காது எனும்போது அதையே நீங்கள் செய்தால் அவள் எப்படி அதைப் பொறுத்துக்கொள்வாள்? பெற்றோர்கள் தங்கள் மகள்களை ஏன் இரண்டாம் மனைவியாகத் திருமணம் செய்து கொடுக்கவேண்டும்? ஒருவருக்கு நிறைய மகள்கள் இருந்தால் கண்ட கண்டவனையெல்லாம் மருமகனாகத் தேர்ந்தெடுப்பார்கள். அவள் எப்படிப்பட்டவன் என்பதைப்பற்றி அவர்கள் கவலைப்படுவதில்லை. தன் குடும்பத்தையே அழிக்கும் ஒருவனுக்குக்கூடத் தன் மகளைக் கட்டி வைப்பார்கள். ஒருவன் குரூபியாக இருக்கலாம். கெட்ட குணங்கள் நிறைந்தவனாக இருக்கலாம். நெஞ்சில் இரக்கமே இல்லாதவனாக இருக்கலாம். மனைவியைத் துன்புறுத்துவதில் சுகம் காண்பவனாக இருக்கலாம். தனது குடும்பத்துக்கு ஒன்றும் செய்யாதவனாக இருக்கலாம். இருந்தாலும் பசுவை ஒரு கசாப்புக் கடைக்காரனுக்கு விற்பதுபோல பெற்றோர்கள் தங்கள் மகளை இத்தகையவனுக்குத் திருமணம் செய்து வைக்கிறார்கள். இதையெல்லாம் நான் விவரமாக எழுதப்போனால் வண்டிவண்டியாகக் காகிதம்வேண்டிவரும். ஆகவே, ஒரு பெண் இப்படிப்பட்ட சூழ்நிலையிலிருந்தபடி ஓடவிரும்பினால் அதற்கு யார் காரணம்? அவளா? அவள் பேற்றோரா?

ஆறாவதாக நம்மிடையே ஏமாற்றுவேலையில் ஈடுபடாதவர்கள் யாராவது இருக்கிறார்களா? நீங்கள்தான் அதில் முதலிடம் வகிக்கிறீர்கள். வார்த்தைகளால் வர்ணிக்க முடியாத அளவுக்கு நீங்கள் செய்யும் ஒவ்வொரு செயலிலும் மற்றவர்களை ஏமாற்றுகிறீர்கள். எத்தனைவிதமான வேஷங்கள் அணிகிறீர்கள். உடலில் கறுப்பு, மஞ்சள் கோடுகளைவரைந்துக்கொண்டு புலியாக மாறலாம். ஒரு கோஷாவியாக, ஃபகீராக, ஹரிதாஸாக, பிரம்மசாரியாக, சாதுவாக, துதாரிஷாக, கிரிபுருஷாக, நானக்காக, யோகியாக, ஜடாதாரியாக, சன்னியாசியாக, சாதுவாக... உடம்பெல்லாம் சாம்பலைப் பூசிக்கொண்டு தலை முடியை வளர்த்துக்கொண்டு பலவித தந்திரங்களைச் செய்து உலகை ஏமாற்றுகிறீர்கள். ஓ! என்னவெல்லாம் வேஷம் போடுகிறீர்கள்! பெருத்த புண்ணியம் செய்தவர்கள். பற்றே இல்லாத சன்னியாசிகள். மந்திரங்களை ஓதுபவர்கள்... அவர்கள் சொல்வதையெல்லாம் நாம் நம்பத் தயாராக இருக்கிறோம். இந்த ஸ்வாமிஜிகளின் பேரும் புகழும் பரவப்பரவ அவர்கள் வயிறு நிறையச் சாப்பிட்டு உடம்பை வளர்க்கிறார்கள். தங்களுடைய ஆன்மிகக் கடமைகளை மறந்து விடுகிறார்கள். ஸ்வாமி தனது ஆசிரமத்தில் அமர்ந்திருந்திருக்கிறார். பெண்கள் அவரைத் தரிசிக்கக் கூடுகின்றனர். அவர்களிடையே அழகாக இளமையாக இருக்கும் பெண்கள் மீது அவர் தனது கண்களைப் பதிக்கிறார். தனக்குள் சொல்லிக் கொள்கிறார்: ‘இந்தப் பெண் அழகாக இருக்கிறாள். அவள் பார்க்க நன்றாக இருக்கிறாள்’. ‘சிவசிவ’, ‘ஹரி ஹரி’ என்ற ஜபமெல்லாம் போயே போய்விட்டது. அவர் இப்போது ஜெபிப்பதெல்லாம் அந்த அழகான ராதையின் பெயரைத்தான். அங்கே

சிரித்துப் பேசிக்கொண்டிருக்கும் பெண்களைத்தான் அவர் குறிவைக்கிறார். அவருடைய மனதில் உள்ளதெல்லாம் பணம், பணம், பணம். அவரைப் பார்த்தால் பைத்தியக்காரர் மாதிரித் தோன்றும். ஆம்! தந்திரங்களே உருவான குள்ள நரிபோன்ற பைத்தியம்.

துளசி மாலையை கழுத்தில் அணிந்துக்கொண்டு, விட்டலின் புகழ்பாடிக் கொண்டு ஹரியின் சேவகனாகக் கற்பனை செய்துகொண்டு நீங்கள் காசிக்கு யாத்திரை போகிறீர்கள். ஆனால் அப்படிக் காசிக்குப் போவதாலோ, தாடி, மீசையை மழிப்பதாலோ உங்களுடைய பாவங்களை எல்லாம் நீங்கி நீங்கள் பரிசுத்தமானவர்களாக ஆகிவிடுவீர்களா?

உங்களுடைய மீசையை மழித்துக் கங்கையில் எறிந்துவிடலாம். ஆனால் அதைப்போல தீய நடவடிக்கைகளையும் கங்கையில் எரிந்துவிட முடியுமா? நிச்சயமாகமுடியாது. அப்படிச் செய்த பிறகும் உங்களுடைய தீய நடவடிக் கைகளும் கெட்ட ஆசைகளும் மேலும் வளரத்தான் செய்யும். நீங்கள்தான் மற்றவர்களைவிடப் புனிதமானவர் என்று வெளிவேஷம் போடுகிறீர்கள். ஆனால் உங்களுக்குள் சுடர்விட்டெரியும் தீய எண்ணங்களை கங்கை நீராலும் அணைத்து விடமுடியாது.

இப்போது நீங்கள் ஒரு ஸன்யாஸி. இல்லையா? அப்படியானால் நீங்கள் உங்கள் ஆசைகளைத் துறந்துவிடவேண்டும். காவியுடை அணிந்து, கையில் தண்டத்தையும் கமண்டலத்தையும் ஏந்தி, அந்த ஸ்ரீமத் நாராயணனைப் போலவே உலகை ஆசீர்வதிக்கிறீர்கள். கங்கை நதியில் குளித்து உடல் முழுவதும் விபூதியைப் பூசிக்கொண்டு, பரமாத்மா சேஷசாயி ஸ்ரீமந் நாராயணனின் பெயரை ஜெபித்துக்கொண்டு, கையிலுள்ள ஜபமாலையை உருட்டிக்கொண்டு நிற்கிறீர்கள். திடீரென நதியின் படிகளில் காலடி ஓசை கேட்டுத் தலையைத் தூக்கிப் பார்க்கிறீர்கள். கமண்டலம் நழுவிக் கீழே விழு கிறது. மனது குழப்பத்தில் ஆழ்ந்திருக்கிறது. நாராயணன் நாமத்தை உச்சரிப் பதை விட்டு விடுகிறீர்கள். இப்போது வரும் 'நாராயணன்' யார்? ஒரு பெண் வடிவத்தில் வரும் நாராயணன். அவர்தான் உங்கள் கமண்டலத்தின் வாயில் இடம் பிடிக்கிறார். வெளியில் அவர்கள் காவி உடையில் வலம் வருகி றார்கள். ஆனால் அவர்கள் மனத்துக்குள்ளே தீய எண்ணங்களே குடிக்கொண் டிருக்கின்றன. உண்மையில் என்ன நடக்கிறதென்பது யாருக்குத் தெரியும்? யாசித்துச் சேகரிக்கும் பணத்தை வைத்து விலைமாதுக்களுடன் உல்லாமாக இருப்பது - இதுதான் துறவா?

தெய்வங்களே பெண்களை அழிக்கும்போது மனிதர்களாகிய நீங்கள் அதைச் செய்வதில் என்ன ஆச்சரியம்? மகாபாரதத்தில் கிருஷ்ணரின் ஆலோசனை யின்பேரில் அர்ஜுனன் ஸந்யாசி வேஷம் தரித்து சுபத்ராவை அபகரித்துக் கொண்டு போகும்போது, 'ஒரு ஸந்யாசி நமது அத்தையைக் கடத்திக் கொண்டுபோகிறாரே!' என்றுதான் யாதவரின் புத்திரர்கள் தங்களுக்குள் பேசிக்கொண்டனர். எங்காவது ஒரு சன்னியாசியை பெண் இழுத்துச் சென்ற தாகக் கேட்டதுண்டா? ராவணனை எதிர்த்து யாராலும் போரிட முடியாத

நிலை இருந்தது. அவன் மூவுலகையும் கஷ்டத்தில் ஆழ்த்தினான். இதற்கெதிராக மக்கள் ஓலமிட்டனர். துன்பத்தில் ஆழ்த்தினர். இந்திரலோகத்திலிருந்து அனைவரும் வெளியேறினர். தேவர்களும் ரிஷிகளும் பாற்கடலில் பள்ளிகொண்டிருக்கும் பெருமாளிடம் சென்று முறையிட்டனர். 'அந்த அரக்கன் எங்களைக் கஷ்டத்தில் ஆழ்த்தி அடிமைகளாக்குகிறான். இதை நிறுத்துங்கள்! என்று எல்லாம் வல்ல அந்த இறைவன் நினைத்தால் ஒரு விநாடியில் உலகையே அழித்துவிட முடியும் எனும்போது ராவணன் எம்மாத்திரம்? ஆனால் அப்படி ஒன்றும் நடக்கவில்லை. ராவணன் மாறுவேஷத்தில் வந்து சீதையை அபஹரித்துச் சென்றான். வானரப் படை தென்னாட்டு ராஜ்யத்தை அழித்தது. இதுதான் உண்மையிலேயே நடந்தது. ஆனால் மக்கள் இப்போது என்ன சொல்கிறார்கள்? அந்த விலைமாதுதான் ராவணனுடைய அழிவுக்குக் காரணமாக இருந்தாள். மற்றதையெல்லாம் மறந்துவிடுங்கள். இந்தப் பாழாய்ப்போன பெண்களுக்கு வீட்டையும், நாட்டையும் அழிப்பதுதான் வேலை'' என்றனர்.

இதன் பொருள் என்ன? எல்லாவற்றுக்கும் பெண்கள்தான் காரணம் என்பது. ராமாயணத்தில் சீதை அக்னிப் பிரவேசம் செய்தாள். இருந்தும் மக்கள் அவளைத்தான் குற்றம் சொன்னார்கள். அதுவா ஸ்ரீராமனை சர்வ வல்லமை படைத்தவனாக ஆக்குகிறது? உங்களுடைய தெய்வங்களின் லட்சணத்தைப் பாருங்கள். நீங்கள் அந்த தெய்வங்களின் நிழல்கள்தானே. அவர்களுடைய உண்மை சொரூபம் எப்போதாவது தென்படும். நீங்களோ அந்த தெய்வங்களைவிட இரு மடங்கு கெட்டவர்களாக இருக்கிறீர்கள். ஏமாற்று வேலைகளில் ஈடுபடுகிறீர்கள். இரட்டை வேஷம் போடுகிறீர்கள். இதை என்னவென்று சொல்வது? ஒருவரிடம் நீங்கள் 'உங்கள் சகோதரனைப்போல இருப்பேன்' என்று சொல்கிறீர்கள். அதேசமயம் அவர்களுக்கு ஏதாவது கெடுதல் சம்பவிக்காதா என மனதுக்குள் வேண்டிக்கொள்கிறீர்கள். இன்னொருவர் தந்தை வேஷம் போடுகிறார். அதேசமயம் மற்றவர் நஷ்டத்திலாழ்ந்து துடிக்க வேண்டுமென விரும்புகிறார். மூன்றாமவர் நண்பராக நடிக்கிறார். அதே சமயம் அவருடைய எண்ணமெல்லாம் மற்றவருடைய மனைவியில் தொடங்கி வளர்ப்பு நாய்வரை நீள்கிறது. எந்தவொரு ஆணுமே உள்ளும் புறமும் பரிசுத்தமானவராக இருக்கவில்லை. நீங்கள் நாலைந்து பேர் ஓரிடத்தில் ஒன்று சேர்ந்தால் என்ன நடக்கிறது? வம்புதான் பேசுகிறீர்கள். 'அந்தப்பய இருக்கானே, அவன் பெரிய மனுஷன் மாதிரி நடக்கிறான். எப்போ அவன் மூக்கு அறுபடப் போகுதுன்னு காத்திட்டிருக்கேன்' இல்லையேல் 'அவன்ள் இப்போ, பெரிய பணக்காரனாகிவிட்டான். ஒரு காலத்தில் கால் வயிறுக் கஞ்சிக்கு மாரடிச்சான். இப்போ ரெட்டைக் குதிரைல பறக்கறான்'. இதுதான் நீங்கள் செய்வது. காக்கைக் கூட்டம்போல் உடல் முழுக்கத் தீய எண்ணங்கள். வேறு யாருக்கும் தெரியாத மற்றவர்களுடைய ரகசியங்களை எப்படி அறிந்துகொள்வது என்பதில் குறியாக இருக்கிறீர்கள்.

நீங்களே சொல்லுங்கள். பெண்கள் எப்போதாவது இப்படிச் செய்திருக்கிறார்களா? ஒரு பெண் கபட சன்யாசி வேஷமணிந்து வேறொரு ஆணுடன் ஓடிப்

போயிருக்கிறாளா? குறைந்தபட்சம் இப்படிச் செய்த ஒரு பெண்ணையாவது உங்களால் சுட்டிக்காட்ட முடியுமா?

இனி அடுத்த விஷயத்துக்கு வருவோம். பெண்கள்தான் உலகில் காணப்படும் அனைத்துத் தீமைகளின் உறைவிடம் என்கிறீர்கள். இது தவறு. இந்தத் தீய செயல்கள் உங்களிடமிருந்தேதான் தொடங்குகின்றன. உங்களுடைய தர்மத்தைக் கைவிட்டுவிட்டு, உங்களிஷ்டம்போல நடந்து கொள்கிறீர்கள். குடித்துக் கூத்தாடி சாலையில் உருளுகிறீர்கள். தமாஷா* நாடகங்களில் சிறு பையன்கள்மீது பார்வை செலுத்துகிறீர்கள். சூதாடுகிறீர்கள். கஞ்சா உபயோகிக்கிறீர்கள். விலை மாதுக்களைத் தேடிப்போகிறீர்கள். எல்லாக் கெட்ட வழக்கங்களும் உங்களிடம் குடிகொண்டுள்ளன.

விலைமாது என்பவர் யார்? மற்றவர்களிடமிருந்து வித்தியாசமாக சிருஷ்டிக்கப்பட்டவளா அவள்? அவளை வேறொரு கடவுள் சிருஷ்டிதாரா? ஒரு பெண்ணை மயக்கி அவளுடைய வீட்டிலிருந்து இழுத்துக்கொண்டு வந்துவிட்டீர்கள். அவள்தான் இன்று விலைமாதாக மாறியிருக்கிறாள். எந்தப் பெண்ணை வேண்டுமானாலும் எடுத்துக் கொள்ளுங்கள். அவள்தன் வீட்டில் பெரிதும் கஷ்டப்பட்டுக்கொண்டிருப்பாள். வீட்டிலேயே அவர்களுக்கு எதிரிகள் இருக்கலாம். மற்றவர்களின் பிடியில் அகப்பட்டுத் தவிக்கலாம். அவள் மரிக்கவும் கூடும். அவள் என்னதான் தைரியசாலியாக இருந்தாலும் வேறு ஒருவருடைய துணையின்றி அவளால் வாழமுடியாது.

தனது சொந்த வீட்டில்கூட அவளால் தன் சொந்தக்காலில் நிற்கமுடியாது. இதற்கெல்லாம் என்ன காரணம்? அவள் வீட்டிலேயே அடைபட்டுக் கிடக்கிறாள். வெளியே போக அனுமதிக்கவில்லை. ஆகவேதான் அவள் எத்தனை தைரியசாலியாக இருந்தாலும், எவ்வளவுதான் வெட்கத்தை விட்டிருந்தாலும்கூட அவள் தானாகவே வேறொரு மனிதனைத் தேடிப் போக மாட்டாள். நீங்கள்தான் அவளை அந்தப் பாதையில் தள்ளிவிட்டிருக்கிறீர்கள். உங்களுடைய தீய ஆசைகளை அவளிடம் வெளிப்படுத்துவதன் மூலம். அவள் ஒருமுறை ருசி கண்டால் போதும். அதன்பின் தீயது எது என்று அவளுக்குச் சொல்லித்தர ஆசிரியர்களே தேவையில்லை.

---

* மகாராஷ்டிரா மாநிலத்தில் மிகப் பிரபலமான மேடை நாடகம் 'தமாஷா''

பகுதி 3

தேசத்தை வளர்த்தெடுத்தல்

அறிமுகவுரை

பத்தொன்பதாம் நூற்றாண்டில் அனைத்து ஐரோப்பிய நாடுகளிலும் தேசிய உணர்வு தலைத்தூக்கியிருந்தது. ஃபிரான்ஸ், இத்தாலி, பிரிட்டன் போன்ற நாடுகள் தத்தம் நாட்டெல்லைகளை உறுதிப்படுத்திக் கொண்டன. தங்களுடைய அரசு மொழியை நிச்சயித்துக்கொண்டன. தங்களுடைய ஆட்சி முறையையும், ராணுவத்தையும் காலத்துக்கேற்ப மாற்றியமைத்துக் கொண்டன. போலந்து மற்றும் செக்கோஸ்லோவோகியாவின் குடிமக்களின் இடையேயும் தங்களுக்கென பொதுவான தேசியக் கொடியையும், நாணய முறையையும் உள்ள சுதந்திர நாடுகள் உருவாகவேண்டுமென்ற வேட்கை எழுந்தது. இதனை நிறைவேற்றும் பொருட்டு அவர்கள் தங்கள் ஆட்சியாளர்களை எதிர்த்துப் போராடத் தொடங்கினர். ஆனால் அவை அனைத்தும் வெற்றி பெறவில்லை. இந்தப் போராட்டங்கள் இந்திய தேசிய காங்கிரஸுக்கு ஒரு தூண்டுகோலாக அமைந்தன. பிரிட்டிஷ் காலனிகளாக இருந்த கனடா, ஆஸ்திரேலியா போன்ற நாடுகள் டொமினியன் அந்தஸ்த்து பெற்று சுயாட்சி நாடுகளாக மாறின. அது இந்த ஆர்வத்தை மேலும் தூண்டிவிட்டது. ஆனால், இங்கு ஒரு பிரச்னை எழுந்தது. ஆஸ்திரேலியா, கனடாவைப் போலல்லாமல் இந்தியர்கள் கறுப்பர்களாக இருந்ததுதான் அந்தப் பிரச்னைக்குக் காரணம். வெளிப்படையாகச் சொல்லாவிட்டாலும் பழுப்பு மற்றும் கறுப்பு நிற மனிதர்களால் தங்களைத் தாங்களே ஆண்டுகொள்ள முடியுமென நம்பமுடியாது என்று இந்தியாவிலிருந்த பெரும்பான்மையான வெள்ளையர்கள் கருத்துத் தெரிவித்தனர். ஆஸ்திரேலியாவுக்கும் கனடாவுக்கும் டொமினியன் அந்தஸ்த்து கொடுக்கலாம். ஆனால் இந்தியாவுக்கு உடனே அப்படிக் கொடுத்துவிடமுடியாது. ஒருவேளை நூறு வருடங்களுக்குப் பிறகு பிரிட்டிஷாரின் கீழ் வாழ்ந்தபின் இந்தியர்களுக்குச் சுயாட்சி அளிக்கலாம் என்று சில 'விசால' மனது படைத்த வெள்ளையர்கள் அப்பிராயப்பட்டனர்.

இந்தியர்களின் விடுதலை வேட்கை ஐரோப்பியர்களுக்கு வேறுவிதமான தலைவலியையும் கொடுத்தது. இந்தியர்கள் நடை, உடை, பாவனை, உணவு ஆகிய விஷயங்களில் பல்வேறு வகைப்பட்டவர்களாகவும், தங்களுக்குள் ஒற்றுமையில்லாதவர்களாகவும் இருந்தனர். மேலை நாட்டவர்களுக்கு ஒரு

பொது மொழி இருந்தது. அவர்கள் ஒரே ஒரு மதத்தைப் பின்பற்றினர். தேசிய மொழிகளைத் தவிர மற்ற மொழிகளை மக்கள் தங்கள் வீட்டுக்குள்ளேயே பேசிக்கொள்ளலாம். ஆனால் பொது விஷயங்களிலோ, அரசு விஷயங் களிலோ அவற்றை உபயோகிக்கமுடியாது. மேலும் பிற மதங்களைச் சேர்ந் தவர்கள் தங்கள் வீட்டுக்குள்ளேயேதான் தங்களுடையமத அனுஷ்டானங் களைப்பின்பற்றவேண்டும். உதாரணமாக பிரிட்டிஷ் குடிமக்கள் ஒரே ஒரு மொழியைத்தான் பேசினர். பிரிட்டிஷ் அரசரே இங்கிலாந்து சர்ச்சினுடைய தலைவராகவும் இருந்ததால், அரசுக்கும் மதத்துக்கும் இடையே மோதல்கள் ஏற்படவில்லை. அதைப்போலவே, இப்போது உருவாகிக் கொண்டிருக்கும் போலந்து நாட்டின் குடிமகன்கள் போலிஷ் மொழியை மட்டுமே பேசுபவர் களாகவும், கத்தோலிக்கர்களாகவும் இருக்கவேண்டும். ஃபிரான்ஸிலும், ஜர்மனியிலும், ஒரு பொது மொழிக்கு முக்கியத்துவம் அளிக்கப்பட்டது. ஆனால் மத விஷயங்களில் அவர்கள் தங்களுடைய சட்டங்களைச் சற்றே தளர்த்தியிருந்தனர்.

மாறாக, இந்திய தேசிய காங்கிரஸ் கட்சியை எல்லா இந்தியர்களுடைய பிரதி நிதியாக ஏற்றுக் கொள்வதைப்பற்றித் தொடக்கத்திலேயே கேள்விகள் எழுந் தன. உதாரணமாக, முஸ்லிம்களுடைய பிரச்னைகளைப்பற்றி காங்கிரஸ் கட்சி பேசவேகூடாதென்று சையத் அஹமத் கான் வாதிட்டதை முன்பே பார்த்தோம். ஒவ்வொரு காங்கிரஸ் மாநாட்டிலும் முஸ்லிம்கள் பங்கெடுத் தனர் என்றாலும் சையத் அஹமத் கானின் அபிப்பிராயத்தை ஏற்று மேல்தட்டு முஸ்லிம்கள் இந்த மாநாடுகளிலிருந்து விலகிநின்றனர். மாறாக, இந்துக் களிடையே காங்கிரஸ் கட்சிக்கு நல்ல வரவேற்பு இருந்தது. கட்சியின் தலை வர்கள் அறிவுஜீவிகளாக இருந்தனர். தங்களுடைய எண்ணங்களை அனை வருக்கும் புரியும் வண்ணம் வெளிப்படுத்தினர். காங்கிரஸ் கட்சியும் தனக் கென ஒரு திட்டத்தை வகுத்துக் கொண்டிருந்தது. 1905களில் சுதேசி இயக்கம் காரணமாக காங்கிரஸ் கட்சியின் செல்வாக்கு அதிகமாயிற்று. வெளிநாட்டுப் பொருட்களைப் புறக்கணிப்பது சுயாட்சிக்கான முன்னோடி என இளம் இந்தியர்கள்நினைத்தனர். காங்கிரஸ் கட்சியின் போக்கு பிரிட்டிஷ் ஆட்சியாளருக்கும் சில முஸ்லிம் தலைவர்களுக்கும் பிடிக்கவில்லை. ஆகவே இவர்கள் 1906ம் ஆண்டு அக்டோபரில் வைஸ்ராய் மின்டோ பிரபுவைச் சந்தித்து முஸ்லிம்களுக்கு அரசில் இப்போதுள்ளதைவிடக் கூடுதல் பங்குவேண்டுமென்றும், தேர்தல்களில் முஸ்லிம்களுக்குத் தனித் தொகுதிகளை ஒதுக்கவேண்டுமென்றும் வேண்டுகோள் விடுத்தனர். காங் கிரஸ் கட்சியின் வளர்ச்சியைத் தடுக்க இந்த வேண்டுகோள் உதவுமென்ப தால் வைஸ்ராயும், அவரது ஆலோசகர்களும் அதைக் கனிவுடன் பரிசீலித் தனர். முஸ்லிம்களின் தேவைகளையும் வேண்டுகோள்களையும் நிறை வேற்றும் பொருட்டு 1906 டிசம்பரில் அனைத்து இந்திய முஸ்லிம் லீக் நிறுவப்பட்டது.

ஐரோப்பாவிலும்கூட மத அடிப்படையில் மக்களிடையே வேற்றுமைகள் இருந்திருக்கின்றன. உதாரணமாக, ஜர்மனியில் கத்தோலிக்கர்களும் பிராட்டஸ்

டண்டுகளும் வசித்து வந்தனர். ஆனால் பத்தொன்பதாம் நூற்றாண்டின் கடைசியில், இரு மதங்களும் தங்களுக்கிடையே இருந்த வேற்றுமைகளை மறந்து வாழத் தொடங்கின. ஆனால் இந்தியாவில் இந்து-முஸ்லீம் ஒற்றுமையை ஸ்தாபிப்பது அத்தனை எளிதாக இருக்கவில்லை. மேலும் இந்தியாவில் சீக்கியர்கள், கிறிஸ்துவர்கள், பார்ஸிகள், ஜெயினர்கள் என வேறு மதத்தினரும் இருந்ததால் பிரச்னை மேலும் வளர்ந்தது.

இந்திய மக்கள் வெவ்வேறு மொழிகளைப் பேசுகின்றனர். பிரிட்டனில் ஆங்கில மொழி அனைவராலும் ஏற்றுக்கொள்ளப்பட்டது. இந்தியாவில் ஒவ்வொரு மொழியும் பல்லாயிரக்கணக்கானவர்களால் பேசப்பட்டு வந்தன. ஒவ்வொன்றுக்கும் தனியான லிபி இருந்தது. ஒவ்வொன்றுக்கும் அதற்கே உரித்தான பழைமையும் இலக்கியங்களும் இருந்தன. இந்த நிலையில் பொதுவான ஒரு மொழியை மக்கள் எப்படி ஏற்றுக்கொள் வார்கள்?

மதம் மற்றும் மொழியினடிப்படையில் இருந்த வேற்றுமைகள் போதா தென்று இந்தியாவில் சாதி, இனம், பாலினம் ஆகியவற்றின் அடிப்படை யிலும் மக்களிடையே வேறுபாடுகள் இருந்தன. ஆனால், இவை எல்லா வற்றையும் மீறி ஒரே தேசத்தை உருவாக்குவதில் மக்களிடையே ஒற்றுமை இருந்தது.

முதல் உலகப் போர் தொடங்கியதற்குள்ளாகவே காங்கிரஸ் கட்சி முப்பது ஆண்டுகளைக் கடந்துவிட்டிருந்தது. ஆனால் அப்போதும் ஆண்கள், இந்துக்கள், உயர் சாதிக்காரர்கள் ஆகியவர்களே அதில் பெரும்பான்மை யினராக இருந்தனர். ஆயினும் அவர்களில் ஒருசிலராவது, மற்றவர்களைவிட வித்தியாசமானவர்களாக இருந்தனர். கட்சியின் செல்வாக்கு பிரிட்டிஷ் இந்தியாவில் பல இடங்களிலும் பரவியிருந்தது.

இந்தியாவுக்கு வெளியே மற்ற நாடுகளில் நடைபெற்ற சில சம்பவங்கள் காங்கிரஸ் கட்சியின் போராட்டங்களுக்கு வலுச்சேர்த்தன. அவை: அயர்லாந்தில் சுயாட்சி மசோதா (1914), ரஷ்யக் கம்யூனிஸ்ட் கட்சி (1917, பாரீஸ்) வெர்சைல்ஸ் மாநாடு (1919).

பிரிட்டிஷ் அரசு அயர்லாந்துக்கு சுயாட்சி அளித்ததைத் தொடர்ந்து தங்களுக்கும் சுயாட்சி வேண்டுமென்று இந்தியர்கள் வாதிட்டனர். இந்தக் கோரிக்கையை வலியுறுத்தி இந்தியாவின் பல பாகங்களில் சுயாட்சி கோரும் அமைப்புகள் நிறுவப்பட்டன. நசுக்கப்பட்ட தொழிலாளி வர்க்கத்தின் வெற்றியாக ரஷ்யப் புரட்சியின் வெற்றி கருதப்பட்டது. வெர்சைல்ஸ் மாநாட்டில் அமெரிக்கக் குடியரசுத் தலைவர் உட்ரோ வில்ஸன் பிரிட்டிஷ் காலனிகளில் வாழும் மக்களுடைய உரிமைகளை ஆதரித்துப் பேசினார். முதல் உலகப் போர் முடிந்தபின் காங்கிரஸ் கட்சி முழு மக்கள் கட்சியாக மாறியது. 1885-ம் ஆண்டில் நடந்த அதன் முதல் மாநாட்டில் நூற்றுக்கும் குறைவான பிரதிநிதிகள் பங்கெடுத்தனர். அமிர்தசரஸ் மாநாட்டில் (1919) 7000 பேரும், நாக்பூர் மாநாட்டில் (1920) 14,000க்கும் மேலான பிரதிநிதிகளும்

பங்கெடுத்தனர். அவர்களில் ஒவ்வொருவரும் ஆயிரக்கணக்கான கட்சி உறுப்பினர்களின் பிரதிநிதிகள் என்ற நிலையில் அந்த மாநாடுகளில் பங்கெடுத்தனர். 1921ம் ஆண்டுக்குள் 15 லட்சம் பேர் காங்கிரஸ் உறுப்பினர் களாக இருந்தனர்.

முதல் உலகப் போர் முடியும் சமயத்தில், மேல்தட்டு இந்தியர்களுக்காக மட்டும் செயல்படுகிறதெனப் பெயரெடுத்திருந்த காங்கிரஸ் கட்சியின் செல்வாக்கு நடுத்தர மக்களிடையேயும் பரவத் தொடங்கியது. 1920களிலும், 1930களிலும் அது நடத்திய மக்கள் போராட்டங்கள் வெற்றிகரமாக நடந்தேறின. இந்தப் போராட்டங்களில் இந்திய விவசாயிகள் பெருமளவில் பங்கெடுத்தனர். ஆனால் இந்த விவசாயிகள், "தேசிய உணர்வு", "சுதந்திரம்" ஆகிய வார்த்தைகளால் கவரப்படவில்லை. வரி குறைப்பு, காடுகளுக்குள் கட்டுப்பாடின்றிச் சென்று வருவது போன்றவற்றை மட்டுமே அவர்கள் எதிர்பார்த்தனர்.

இனி மேலும் தாமதிக்காமல் இந்தியர்களுக்குச் சுயாட்சி அதிகாரத்தைக் கைமாற்றியே ஆகவேண்டுமென்பதை பிரிட்டிஷார் உணர்ந்தனர். சூர்யன் ஒரு நாளும் பிரிட்டிஷ் சாம்ராஜ்யத்தில் அஸ்தமிக்காது என்று மார்தட்டிய வின்ஸ்டன் சர்ச்சிலைப் போன்ற தலைவர்களின் ஆட்சேபணைக் குரல் எடுபடவில்லை. இந்தியாவில் நிலவிய சூழ்நிலையில் சுயாட்சி வழங்குவதுதான் நல்லது என அனைவரும் எண்ணினர். ஆட்சியாளர்கள் விரும்பினால் யாட்சி வழங்கு வதைத் தாமதிக்கலாம். அல்லது அதனை நீர்த்துப் போகச் செய்யலாம். இந்தச் சிந்தனையின் விளைவாகவே அர ஸ்தாபனங்களில் இந்தியர்களின் எண்ணிக்கை படிப்படியாக உயர்த்தப்பட்டது. சிறுபான்மையினருக்குத் தனி ஏற்பாடுகள் செய்யப்பட்டன. இப்படிச் செய்ததன் நோக்கமே கூடுமானவரை அரசின் மேல்மட்டத்தில் பிரிட்டிஷாரின் கை ஓங்கியிருக்கவேண்டுமென்பது தான். 1920களிலும், 1930களிலும் கொண்டவரப்பட்ட சீர்திருத்தங்களின்படி இந்தியர்கள் சட்டமன்றங்களுக்குத் தேர்ந்தெடுக்கப்பட்டனர். மாகாணங்களில் அவர்கள் மந்திரி சபைகளை அமைத்தனர். ஆனால் இந்த மந்திரி சபைகளின் செயல்பாடுகளை அந்தந்த மாகாண கவர்னர்கள்தான் கண்காணித்தனர். சட்டமன்றங்கள் எடுத்த தீர்மானங்களை நிறைவேற்றும் பொறுப்பு பிரிட்டிஷ் அரசு அதிகாரிகள் கையில் இருந்தது.அடிமட்டத்திலிருந்த மக்கள் பெற்ற கல்வியறிவும், விழிப்புடன் செயல்பட்ட பத்திரிகைகளும் இந்தியர்களின் சுதந்திர வேட்கையை மேலும் தூண்டிவிட்டன. புதிய கல்லூரிகளும் பல் கலைக்கழகங்களும் ஆரம்பிக்கப்பட்டன. இவற்றிலிருந்து பட்டம் பெற்று வெளிவந்த மாணவர்கள் சுதந்திரத்தைப்பற்றிய ஐரோப்பிய மதிப்பீடுகளும் பிரிட்டிஷ் காலனிகளில் இருக்கும் நிலைமைக்கும் இடையில் இருக்கும் வேறுபாடுகளை ஒப்பிட்டுப் பார்த்தனர். இரு உலகப் போர்களுக்கிடையே உள்ள காலயளவில் வெளிவந்த செய்தித்தாள்கள் மற்றும் வார/மாத இதழ்களின் எண்ணிக்கை கணிசமாக உயர்ந்தது. ஒவ்வொரு இந்திய நகரிலும் அந்தந்தப் பிரதேச மொழியில் செய்தித்தாள்கள் வெளிவந்தன. இவற்றின் வாசகர்களின் எண்ணிக்கையும் அதிகரித்தது. இவற்றில் சில நாட்டு நடப்பை ஆராய்ந்து

தலையங்கங்களிலும் எழுதின. மக்களின் கலாச்சார நடவடிக்கைகளிலும் அவை கவனம் செலுத்தின.

நூலின் இந்தப் பகுதிக்கு 'ஒரு தேசத்தை வளர்த்தெடுத்தல்' என்று தலைப்பு கொடுத்துள்ளேன். 1917-ல் முதன் முதலாகச் சுதந்திரப் போராட்டம் தொடங்கியதிலிருந்து 1947-ல் இந்தியா சுதந்திரமடையும்வரை ஒரு மனிதர் - மோகன்தாஸ் கரம்சந்த் காந்தி - அனைவரது கவனத்தையும் ஈர்த்தார். இந்திய நாட்டின் வளர்ச்சியில் முக்கியப் பங்கு வகித்த அவர்தான் வரும் அத்தியாயங்களில் பெரிய அளவில் விவாதிக்கப்படுகிறார். இந்திய அரசியல், சமூகச் சீர்திருத்தம் ஆகியவற்றைப்பற்றி அவர் பேசியதும், எழுதியதும் மற்றவர்கள் அவரைப்பற்றி சொன்ன கருத்துக்களுடன் ஒப்பிட்டுப் பார்க்கப்படுகின்றன.

அத்தியாயம் 07

பன்முகச் செயல் திட்டங்கள்

மோகன்தாஸ் கரம்சந்த் காந்தி

~

இருபதாண்டுகளை தென் ஆஃப்ரிக்காவில் கழித்த மோகன்தாஸ் கே.காந்தி 1915, ஜனவரியில் தாயகம் திரும்பினார். 1896ம் ஆண்டு இந்தியாவின் மேற்குக் கடற்கரைப் பகுதியில் பிறந்த காந்தி லண்டனில் சட்டம் படித்தார். சிறிது காலம் பம்பாயிலும் ராஜ்கோட்டிலும் வழக்கறிஞராகப் பணியாற்றிய அவர் 1893-ல் டர்பனுக்குச் (தென் ஆஃப்ரிக்காவுக்குச்) சென்றார். அங்கும், பின்னர் ஜோகன்ஸ்பர்க்கிலும் இந்தியர்கள் சார்பில் நீதிமன்றங்களில் வாதாடினார். அதேசமயம் அவர்களுடைய சமூகப் பிரச்னைகளிலும் கவனம் செலுத்தத் தொடங்கினார். 1896-ல் தென் ஆஃப்ரிக்காவில் வசிக்கும் இந்தியக் குடியேற்றக்காரர்களின் நிலைமையைப்பற்றி ஒரு நீண்ட அறிக்கையை காந்தி வெளியிட்டார். வெள்ளையரல்லாத வணிகர்கள்மேல் விதிக்கப்பட்ட கட்டுப் பாடுகளையும் தெருக்களில் நடமாடும் சுதந்தரத்துக்கு எதிராக இயற்றப்பட்ட கட்டுப்பாடுகளையும் எதிர்த்து காந்தி போராட்டங்களை நடத்தினார். பிரிட்டிஷாருக்கெதிராக அவர் பின்னர் நடத்திய பல போராட்டங்களின் முன்னோடியாக அவை இருந்தன. செய்தித்தாள்களில் கட்டுரைகள், தலையங்கங்கள் மூலமும், அரசுக்குச் சமர்ப்பித்த மனுக்கள் மூலமும், நீதிமன்றங்களில் தொடரப்பட்ட வழக்குகள் மூலமும், மக்கள் பெருமளவில் பங்கெடுத்த சத்யாகிரஹங்கள் மூலமும் காந்தி தென் ஆஃப்ரிக்க அரசின் இனக்கொள்கைகளுக்கெதிராக தனது கருத்துகளை வெளிப்படுத்தினார்.

தென் ஆஃப்ரிக்காவில் வாழும் இந்தியர்களின் தலைவராக மட்டுமே காந்தி கருதப்பட்டதால் அவருடைய செல்வாக்கு அங்கிருந்த சுமார் ஒரு லட்சம் பேர்களுக்கிடையில்தான் பரவியிருந்தது. ஆனால், அவர் இந்தியாவுக்குத் திரும்பி வந்த நான்கு ஆண்டுகளுக்குள் இந்தியத் துணைகண்டத்தின் 30 கோடி மக்களும் அவரை அறியுமளவுக்கு அவருடைய பெயரும் புகழும் பரவியது.

1917-லும், 1918-லும் காந்தி இந்தியாவில் பல இடங்களில் வாழ்ந்த விவசாயிகள், தொழிலாளிகளுடைய குறைகளைத் தீர்க்கச் சிறிய அளவில் போராட்டங்கள் நடத்தினார். 1919-ல் புதியதாக இயற்றப்பட்ட ரௌலட் சட்டத்துக்

கெதிராக பிரிட்டிஷ் இந்தியாவில் நாடு தழுவிய ஸத்யாக்கிரஹங்களைத் தொடங்கினார். 1920ல் ஒத்துழையாமை இயக்கத்தையும் தொடங்கினார்.

தனது குரு என காந்தி வர்ணித்த சமூகச் சீர்திருத்தவாதி கோபாலகிருஷ்ண கோகலே காந்தியின்மேல் பெரும் தாக்கத்தை ஏற்படுத்தினார். இந்து - முஸ்லிம் ஒற்றுமைக்காகவும் தாழ்த்தப்பட்ட மக்களின் நலனுக்காகவும் கோகலே மேற்கொண்ட பணிகளை காந்தி தொடர்ந்தார். தென் ஆஃப்ரிக்காவில் காந்தி மேற்கொண்ட பணிகளில் ஆர்வம் காட்டிய கோகலே தென் ஆஃப்ரிக்காவுக்குச் சென்று காந்தியை நேரில் சந்திக்கவும் செய்தார். இந்தச் சந்திப்பை காந்தி ஒரு நாளும் மறக்கவில்லை. அதே சமயம் இந்திய அரசியலில் கோகலேவுக்கு மறு துருவத்திலிருந்த பாலகங்காதர திலகரின் (தீவிரவாதக்) கொள்கைகளால் ஏற்படக்கூடிய விளைவுகளைப்பற்றியும் காந்தி நன்கறிந்திருந்தார். திலகர் 1920ல் இறந்தபோது பம்பாயிலிருந்த காந்தி திலகரின் ஈமக் கிரியைகளில் பங்கெடுத்தார். பொது மக்களை ஒன்றுதிரட்டிப் போராட்டம் நடத்துவதில் திலகருடைய முறைகளையேதான் காந்தி பின்பற்றியதாலும், காலனி ஆட்சியைத் தீவிரமாக எதிர்த்ததாலும் காந்தியைத் திலகருடைய அரசியல் வாரிசு என்றுகூடப் பலர் கருதினார்கள்.

உண்மையில் கோகலே, திலகர் ஆகிய இருவருடைய எண்ணங்களுமே காந்திக்குத் தூண்டுகோலாக இருந்தன எனச் சொல்லலாம். அவர்களைப் போல இவரும் காங்கிரஸ் கட்சியின் தீவிர ஆதரவாளராக இருந்தார். இருவருடைய எண்ணங்களிலிருந்தும் தனக்குவேண்டியதைத் தேர்ந்தெடுத்துத் தனது செயல்பாடுகளுக்குத் தனியாக ஒரு வடிவம் கொடுத்தார். ஸத்யாக்கிரஹம் என்ற ஆயுதத்தையே காந்திதான் கண்டுபிடித்தார். கோகலே, திலகர் இருவரும் மேற்கு மகாராஷ்டிராவின் நகர்ப்புறங்களிலிருந்து வந்தவர்கள். காந்தி சாதி, இனம், மொழி, பிரதேசம் ஆகிய அனைத்துக்கும் அப்பாற்பட்டவராக இருந்தார். வீட்டிலேயே நெய்யப்பட்ட ஆடைகளை அணிவது, சிக்கனமான வாழ்க்கை முறை ஆகியவற்றைப் பின்பற்றியதால் இந்திய மக்கள் தொகையில் பெரும்பான்மையாக இருந்த விவசாயிகளுடன் அவரால் நெருங்கிப் பழக முடிந்தது.

காங்கிரஸ் கட்சியை வலுப்படுத்தவும் காந்தி நடவடிக்கைகள் எடுத்தார். இளம் வயதினர் உட்பட பலரைப் புதிய உறுப்பினர்களாகச் சேர்த்துக் கொண்டார். கட்சியை இந்தியாவின் மூலை முடுக்குகளுக்குக்கொண்டு சென்றார். ஒவ்வொரு பிரதேசத்திலும் காங்கிரஸ் கட்சியின் கூட்டங்கள் ஆங்கிலத்திலல்லாமல் அந்தந்தப் பிரதேச மொழியிலேயே நடத்தப்பட்டன. இதன் விளைவாகக் காங்கிரஸ் கட்சி மக்கள் இயக்கமாக மாறியது.

காலனி ஆதிக்கத்துக்கெதிராக காந்தி மூன்று பெரும் போராட்டங்களுக்குத் தலைமை வகித்தார். ஒத்துழையாமை இயக்கம் (1920களில்); சட்டமறுப்பு இயக்கம் (1930களில்); வெள்ளையனே வெளியேறு போராட்டம் (1940களில்); சட்ட மறுப்பு இயக்கத்தின் பாகமாகத்தான் உப்பு சத்தியாகிரகம் நடத்தப்பட்டது. இந்த இயக்கங்களுக்குத் தலைமை வகித்ததன் காரண

மாகவே காந்தி பலமுறைச் சிறைச் சென்றார். இவற்றில் அவர் பட்ட கஷ்டங்களும் செய்த தியாகங்களும் அவருக்கும் மேலும் புகழைத் தேடித்தந்தன. சமூகச் சீர்திருத்தமும் பொருளாதார மேம்பாடும் முக்கியத்துவம் வாய்ந்தவை என்பதை காந்தி சுட்டிக்காட்டினார்.

தீண்டாமை ஒழிப்பு, இந்து-முஸ்லிம் ஒற்றுமை, பெண்களின் உயர்வு, கிராமப்புற மற்றும் கைவினைக் கலைஞர்களுடைய மறு மலர்ச்சி இவையே காந்தி கவனம் செலுத்திய வேறு சில பிரச்னைகள். சபர்மதி, வார்தா ஆசிரமங் களில் தங்கியிருந்தபோது மேற்சொன்ன திட்டங்களை மக்களிடையே கொண்டு செல்வதற்காக காந்தி நூற்றுக்கணக்கான இளைஞர்களுக்குப் பயிற்சியும் அளித்தார்.

காந்தி அநேகம் கட்டுரைகளை எழுதியுள்ளார். அவற்றில் எதைத் தேர்வு செய்வது, எதை விடுவது என்பதுதான் ஒரு பெரிய பிரச்னை. பேராசிரியர் கே.ஸ்வாமிநாதன் தலைமையில் அமைக்கப்பட்ட ஒரு அறிஞர் குழு காந்தி யைப்பற்றிய அனைத்து விஷயங்களையும், அவருடைய கட்டுரைகளையும், பேச்சுக்களையும் சேகரித்து தொண்ணூறு தொகுதிகளாக மிகச் சிறந்த முறையில் வெளிக்கொணர்ந்துள்ளது. தனது போராட்டத் திட்டங்களை வடிவமைப்பது, அவற்றைச் செயல்படுத்துவது ஆகியவற்றோடு நின்று விடாமல் காந்தி நிறையவே எழுதவும் செய்தார். அவருடைய முதல் கட்டுரை இந்தியர்களின் உணவுப் பழக்கவழக்கங்கள்பற்றியதாக இருந்தது. 1890ல் லண்டன் சைவ உணவு சொஸைட்டியின் இதழில் இந்தக் கட்டுரைகள் ஆறு பாகங்களாக வெளிவந்தன. 1903-ல் அவர் ‘இந்தியன் ஒபினியன்’ (Indian Opinion) என்ற இதழைத் தொடங்கினார். அதில் வெளிவந்த பெரும்பாலான கட்டுரைகளை அவரேதான் எழுதினார். இந்தியாவுக்குத் திரும்பி வந்தபின் ‘யங் இந்தியா’ (Young India) என்ற பத்திரிகையின் ஆசிரியராக இருந்தார் காந்தி. இது 1919 முதல் 1932வரை வெளிவந்தது. இதன் பின்னர் ‘ஹரிஜன்’ என்ற பத்திரிகையை 1933 முதல் தான் இறக்கும்வரை நடத்தி வந்தார். காந்தி தனது தாய்மொழியான குஜராத்தியிலும் அநேகக் கட்டுரைகளை எழுதி யுள்ளார். பல புத்தகங்களை வெளியிட்டுள்ளார். இதில் ஒன்று அவருடைய சுயசரிதை (இரண்டு பாகங்களாக). தனக்கு வந்த எல்லாக் கடிதங்களுக்கும் அவர் விரிவாகப் பதில் அளித்தார். அவருடைய பேச்சுகள் அப்படியே எழுதி எடுத்துக்கொள்ளப்பட்டன. காலம் செல்லச்செல்ல அவர் பெயரும் புகழும் பரவத் தொடங்கின. அவர் பத்திரிகைகளுக்கு அளித்த பேட்டிகளின் எண்ணிக் கையும் அதிகரித்தது.

குஜராத்தியிலானாலும் ஆங்கிலாத்திலானாலும் காந்தி மிகத் தெளிவான, எளிமையான மொழியில், மக்களுக்குப் புரியும் வகையில் எழுதினார். காந்தி யின் எழுதும் முறை அவருடைய ஜனநாயக மனப்பான்மையையே பிரதிப லிக்கிறது. வேண்டுமென்றே அவர் எதுகை, மோனைகளை அவற்றில் உட்படுத்தவில்லை. தன்னை எல்லாரும் புகழவேண்டுமென்ற எண்ணத் துடனும் அவர் எழுதவில்லை. அவருடைய எழுத்துமுறை பழைய மற்றும் புதிய முறைகளின் கலப்படமாக இருந்தது. இன்றைய மனிதர் ஒருவர் தனது

எண்ணங்களையும் அனுபவங்களையும் மற்றவர்களுடன் பங்கிட்டுக் கொள்வதுபோல உள்ள நடை. அதேசமயம், கட்டுரை எழுதியவரைவிட அதில் சொல்லப்பட்டுள்ள எண்ணங்களுக்குத்தான் முதலிடம் என்பது அவருடைய கொள்கையாக இருந்தது. தானும் ஒரு சாதாரண மனிதன்தான். மற்றவர்களிடமிருந்து வேறுபட்டவரல்ல என்பதைத்தான் காந்தியின் கட்டுரைகளும் பேச்சுக்களும் தெளிவாக விளக்கின. இதை புரிந்து கொண் டாலே ஜனநாயகம் என்னவென்று நாம் எளிதாகப் புரிந்துகொண்டு விடலாம்'' என்கிறார் பேராசிரியர் சுவாமிநாதன்.

மோகன்தாஸ் கரம்சந்த் காந்தி ஓர் இந்து அடிப்படைவாதியால் 1948 ஜனவரி மாதம் 30ந் தேதி சுட்டுக் கொல்லப்பட்டார்.

அஹிம்சையின் அபார சக்தி

(1909ம் ஆண்டில் காந்தி 'இந்து ஸ்வராஜ்' என்ற தலைப்பில் காலனி ஆதிக்கம் மற்றும் மேலை நாட்டு கலாசாரத்தைப்பற்றி ஒரு கட்டுரை எழு தினார். இந்தக் கட்டுரையில் நாம் கவனிக்கவேண்டியது காந்தி அஹிம்சைக் கொள்கையைப்பற்றி எழுதியிருந்ததைத்தான். கீழே தரப்பட்டுள்ள சுருக்கத்தில் ஒரு வாசகரின் சந்தேகங்களுக்கு ஆசிரியர் என்ற முறையில் காந்தி பதிலளிக்கிறார்)

வாசகர்: நீங்கள் விவரிக்கும் ஆத்ம சக்தி (Soul Force) அல்லது உண்மையின் சக்தி (Truth Force) எப்போதாவது வெற்றி பெற்றிருக்கிறதென்று வரலாற்று ரீதியாக நிரூபிக்கப்பட்டிருக்கிறதா? ஆத்ம சக்தியை உபயோகித்து எந்த நாடும் முன்னேறியதாக வரலாற்றில் சொல்லப்படவில்லை. தீய சக்திகளுக்கு நாம் தக்க தண்டனை கொடுத்தாலொழிய அவை அடங்குமென எனக்குத் தோன்றவில்லை.

ஆசிரியர்: அன்பின் சக்தியும் ஆன்மா அல்லது உண்மையின் சக்தியின் ஒன்று தான். இது எல்லாச் சந்தர்ப்பங்களிலும் வெற்றியடைந்திருக்கிறது. இந்தச் சக்தி இல்லையென்றால் நமது பிரபஞ்சமே அழிந்துவிடும். வரலாற்றுரீதி யாகச் சான்றுகள் இருக்கின்றவா என்று நீங்கள் கேட்கிறீர்கள். அதற்குப் பதில ளிக்கும் முன் 'வரலாறு' என்றால் என்னவென்பதைத் தெரிந்துகொள்ள வேண்டும். History என்ற ஆங்கில வார்த்தைக்கு குஜராத்தி மொழியில் 'இது இப்படி நடந்தது' என்று பொருள். இந்த அர்த்தம் சரியென்றால் நீங்கள் கேட்ட மாதிரி ஏராளமான சான்றுகளைத் தர முடியும். அதற்கு மாறாக 'வரலாறு' என்ற சொல்லுக்கு அரசர்கள் மற்றும் சர்வாதிகாரர்களுடைய வீரதீரச் செயல்கள் என்று மட்டுமே பொருள் கொண்டால் அங்கே ஆத்மசக் தியையோ, உண்மை சக்தியையோ, அல்லது ஆக்கபூர்வ எதிர்ப்பையோ காண முடியாது. தகரச் சுரங்கத்திலிருந்து வெள்ளித் தாதுவைத் தோண்டியெடுக்க முடியுமா? இன்று வரலாறு என்றாலே உலகில் நடைபெற்ற யுத்தங்கள்

என்றுதான் பொருள் கொள்கிறோம். வரலாறே இல்லாத ஒரு நாடு, அதாவது யுத்தங்களே நடக்காத ஒரு நாடுதான் மகிழ்ச்சி நிறைந்த நாடு என்று ஒரு ஆங்கிலப் பழமொழியே இருக்கிறது. அரசர்கள் எப்படிச் செயல்பட்டனர், எப்படி அவர்கள் சத்ருக்களாக மாறினர், ஒருவரையொருவர் எப்படிக்கொன் றார்கள்- இந்த நிகழ்வுகள் எல்லாம் வரலாற்றில் மிகத் தெளிவாகப் பதிவு செய்யப்பட்டுள்ளன. ஆனால் உலகில் இவை மட்டுமே நடந்திருந்தால் உலகம் என்றோ அழிந்து போயிருக்கும். பிரபஞ்சத்தின் வரலாறு யுத்தங் களில்தான் தொடங்கியதென்றால் இன்று ஒரு மனிதனும் உயிரோடிருந் திருக்க மாட்டான். யாரை எதிர்த்து யுத்தம் நடந்ததோ அவர்கள் இவ்வுலகில் இருந்து முழுவதாக மறைந்துவிட்டனர். உதாரணமாக ஆஸ்திரேலியாவி லிருந்த ஆதிவாசிகள் ஒருவரைக்கூட ஆசாமிகள் விட்டு வைக்கவில்லை. ஒன்றை மட்டும் நினைவில் வைத்துக்கொள்ளுங்கள். இந்த ஆதிவாசிகள் தங் களைத் தற்காத்துக்கொள்ள ஆத்ம சக்தியை உபயோகிக்கவில்லை. வரும் காலங்களில் ஆஸ்திரேலியர்கள் விரைவிலேயே அழிவை எதிர்கொள்வார்கள் என்பதில் சந்தேகமில்லை. வாளெடுத்தவன் வாளாலே கொல்லப்படுவான். நீச்சல் வீரர்கள் நீரிலேயேதான் மரிப்பார்கள் என்பது இன்றைய பழமொழி.

இன்று உலகில் எண்ணற்ற மக்கள் உயிரோடிருக்கிறார்கள் என்றால் அதன் பொருள் உலகம் தொடர்வது ஆயுத பலத்தினால் அல்ல. மாறாக உண்மை அல்லது அன்பு ஆகியவற்றின் பலத்தினால்தான் என்று பொருள். ஆகவே இத்தனை யுத்தங்கள் நடந்த பின்னரும் உலகம் அழியவில்லை என்பதே இந்த சக்திகளின் வெற்றிக்கு ஒரு மறுக்கமுடியாத எடுத்துக்காட்டு. இந்தச் சக்திகள் தீவிரமாகச் செயல்படுவதால்தான் ஆயிரக்கணக்கான, பல்லாயிரக்கணக்கான உயிர்கள் வாழ்கின்றன. மக்கள் சின்னச்சின்ன விஷயங்களைப்பற்றித் தங்களுக்குள்ளே போட்டுக்கொள்ளும் சண்டைகளெல்லாம் இந்தச் சக்தியின் முன் ஒன்றுமில்லாமல் போய்விடுகின்றன. நூற்றுக்கணக்கான நாடுகள் அமைதியாக வாழ்கின்றன என்ற உண்மையை வரலாறு நம்மிடம் சொல்வ தில்லை. அதற்குவேண்டியதெல்லாம் அன்பு அல்லது ஆத்ம சக்திக்கு எந்த விதமானத் தடைகள் ஏற்படுகின்றன என்பதைப் பதிவு செய்வதுதான். இரு சகோதரர்கள் சண்டை போட்டுக் கொள்கிறார்கள். அவர்களில் ஒருவர் தனது செயலுக்காக மனம் வருந்தி மற்ற சகோதரரிடம் தனது அன்பை மீண்டும் காட்டுகிறார். இருவரும் சமாதானமாக வாழ்கின்றனர். ஆனால் இதை யாரும் கண்டுகொள்வதில்லை. அதே சமயம் மூன்றாம் நபர்களின் தூண்டுதலின் பேரில் இவர்களிருவரும் நீதிமன்றத்துக்குச் செல்கிறார்கள். போலீஸில் புகார் கொடுக்கிறார்கள் என்றால், அதாவது தங்களுடைய மிருக சக்தியை வெளிக்காட்டுகிறார்கள் என்றால், அது உடனேயே ஒரு பெரிய செய்தியாக மாறிவிடும். அனைவரும் அதைப்பற்றியே பேசுவார்கள். அதனை யாரும் எளிதில் மறக்கவும்மாட்டார்கள். குடும்பங்களுக்கிடையேயும் சமூகங்களுக் கிடையேயும் நடக்கும் இந்தச் சம்பவங்கள் இரு நாடுகளுக்கிடையேயும் நடக்கும். குடும்பங்களுக்கென்று ஒரு சட்டம், நாடுகளுக்கென்று வேறொரு சட்டம் கிடையாது. சுருங்கச் சொன்னால் சாதாரண வாழ்க்கையிலேற்படும்

தடைகள்தான் வரலாற்றில் பதிவு செய்யப்படுகின்றன. மாறாக, மனிதனிடம் இயற்கையாகவே உள்ள ஆத்மசக்தியைப்பற்றி ஒன்றும் சொல்லப்படுவ தில்லை.

வாசகர்: நீங்கள் சொல்வதைப் பார்த்தால் இம்மாதிரியான ஆக்கபூர்வமான எதிர்ப்பைப் (Passive Resistance)பற்றி வரலாற்றில் அதிகம் சொல்லப் படவில்லை. அதனை முழுவதாகத் தெரிந்துகொள்ளவேண்டும். ஆகவே நீங்கள் அதைச் சற்று விவரித்தால் நல்லது.

ஆசிரியர்: உங்களுடைய உடலை வருந்திக்கொண்டு உங்களுடைய உரிமை களைப் பெற்றுக்கொள்ளும் முறைதான் ஆக்கபூர்வ எதிர்ப்பு. ஆயுதங்களை உபயோகிப்பதற்கு நேர் மாறானது இந்த முறை. எனது மனச்சாட்சிக்கு விரோதமான எதையும் நான் செய்ய மறுத்தால் நான் எனது ஆத்ம சக்தியை உபயோகிக்கிறேன் என்று பொருள். உதாரணமாக, அரசு இயற்றிய ஒரு சட்டம் எனக்குப் பிடிக்கவில்லை என்று வைத்துக்கொள்வோம். நான் வன்முறை உபயோகித்து அந்தச் சட்டத்தை எதிர்த்து, அதனைத் திரும்பப் பெறும்படி அரசாங்கத்தை நிர்பந்தித்தால் அதன் பொருள் நான் எனது உடற் சக்தியை உபயோகிக்கிறேன் என்பதுதான். ஆனால் நான் அந்தச் சட்டத்தை மீறி, அப்படி மீறியதற்காகக் கொடுக்கப்படும் தண்டனையை ஏற்றுக் கொண்டால் அப்போது நான் எனது ஆத்மசக்தியை உபயோகிக்கிறேன். இது ஆத்ம தியாகத்துக்கு ஒப்பாகும்.

வாசகர்: அப்படி நீங்கள் சட்டத்தை மதிக்கவில்லை என்றால் அது அரசுக் கெதிரான நடவடிக்கையாகும். ஆனால் நாம் எப்போதுமே சட்டத்தை மதிப் பவர்கள் என்று தானே பெயரெடுக்க வேண்டும்?

ஆசிரியர்: தன்னை ஒரு ஆண்மகன் என்று சொல்லிக்கொள்பவன் இறைவனுக்கு மட்டுமே பயப்படுகிறான். வேறு யாருக்கும் தலை வணங்கமாட்டான். மனிதனால் இயற்றப்பட்ட சட்டங்கள் அவனை எப்போதுமே கட்டுப்படுத்த வேண்டுமென்பதில்லை. அரசாங்கம்கூட இதை எதிர்பார்க்கவில்லை. நீ இதைச் செய்யவில்லையென்றால் தண்டிக்கப்படுவாய் என்று தானே சட்டம் சொல்கிறது? நீ இதைச் செய்துதான் ஆகவேண்டும் என்று சொல்லவில்லையே? ஆனால் சட்டம் சொல்வதையெல்லாம் செய்தேயாகவேண்டும். அது எங்கள் கடமை என்று பரிதாபகரமான நிலைக்கு இன்று தாழ்ந்துவிட்டோம். அநீதியான சட்டங்களுக்குக் கீழ்ப்படிவது மனிதருக்கு உகந்ததல்ல என்பதை மனிதன் எப்போது உணர்கிறானோ அப்போது அவன் மற்றவர்களுக்கு அடிமையாகமாட்டான். இதுதான் சுயாட்சிக் கொள்கையின் முக்கிய அம்சம்.

வாசகர்: நீங்கள் சொல்வதிலிருந்து உடல்ரீதியாகவும் மனரீதியாகவும் பலவீனமாக இருப்பவர்களுக்கு ஆக்கபூர்வ எதிர்ப்பு ஒரு சிறந்த ஆயுதமாக இருக்கும். ஆனால் பலசாலிகள் ஆயுதமேந்திப் போராடலாம் என்கிறீர்களா?

ஆசிரியர்: இது உங்கள் அறியாமையைக் காண்பிக்கிறது. ஆக்கபூர்வ எதிர்ப்பு அதாவது ஆத்மசக்தி ஈடு இணையற்றது. ஆயுதங்களைவிட பலம் வாய்ந்தது.

அப்படியிருக்கும்போது பலவீனர்கள் மட்டுமேதான் அதனை உபயோகிக் கலாம் என்று எப்படிச் சொல்லமுடியும்? ஆக்கபூர்வ எதிர்ப்பில் ஈடுபட்டி ருக்கும் மனிதர்களிடம் உள்ள தைரியம் ஆயுதமேந்துபவர்களிடம் இருப் பதில்லை. எப்போது ஒரு மனிதனுக்குத் தைரியம் தேவைப்படுகிறது? ஒரு பீரங்கிக் குண்டினால் மற்றவர்களைக் கொல்வதிலா? அல்லது சிரித்த முகத்து டன் அந்த பீரங்கிக்கருகில் சென்று நீங்களே குண்டடிப்பட்டு இறப்பதிலா? யார் உண்மையான போராளி? மரணத்தைத் தனது உற்ற தோழனாகக் கருதுப வனா அல்லது மற்றவர்களுடைய மரணத்துக்குக் காரணமாக இருப்பவனா? தயவு செய்து இதை நன்றாகக் கேட்டுக் கொள்ளுங்கள். தைரியமும் ஆண்மை யுமற்றவன் ஒருபோதும் வெற்றிகரமான ஆக்கபூர்வ எதிர்ப்பாளராக இருக்க முடியாது. ஒரு விஷயத்தை ஒப்புக்கொள்கிறேன். உடல் வலிமையற்ற வனும்கூட தனது ஆக்கபூர்வ எதிர்ப்பைத் தெரிவிக்க முடியும். ஆயிரக்கணக் கானவர்களல்ல, ஒரே ஒரு தனி மனிதனும்கூட இந்த எதிர்ப்பைத் தெரிவிக் கலாம். ஆண்கள், பெண்கள் இருவருமே இதைச் செய்யலாம். இதற்கு ராணு வப் பயிற்சி தேவையில்லை. ஜு-ஜுட்ஸு போன்ற ஜப்பானிய போர் முறைகள் தெரிந்திருக்கவேண்டாம். மனதைக் கட்டுப்படுத்தினாலே போதும். அதைச் செய்ய முடிந்தால் மனிதன் சிங்கத்தைப்போலச் சுதந்தரமாக வாழலாம். அவன் ஒரு பார்வை பார்த்தாலே போதும், எதிரி சுருண்டு விழுவான்.

ஆக்கபூர்வ எதிர்ப்பு ஒரு பல்முனை வாள் போன்றது. அதை எப்படிவேண்டு மானாலும் உபயோகிக்கலாம். அதனை உபயோகிப்பவர்களும் அவர் களுடைய எதிராளிகளும் அதனால் பயனடைகிறார்கள். ஒரு துளி ரத்தம்கூடச் சிந்தாமல் அது மிக அற்புதமாக வேலை செய்கிறது. அப்படிப்பட்ட ஆயுதத் தைப் பலவீனமானவர்கள் மட்டுமே பிரயோகிக்கலாம் என்று சொல்வது விசித்திரமாக இருக்கிறது.

வாசகர்: ஆக்கபூர்வ எதிர்ப்பு இந்தியாவுக்கே உரித்தான முறையென்று சொல்லியிருக்கிறீர்கள். அப்படியானால் இந்தியாவில் பீரங்கி போன்ற ஆயுதங்கள் உபயோகிக்கப்படவே இல்லையா?

ஆசிரியர்: உங்களுடைய அபிப்பிராயத்தில் இந்தியா என்றால் ஒரு சில நாட்டு ராஜாக்களைத்தான் நீங்கள் குறிப்பிடுகிறீர்கள் எனத் தோன்றுகிறது. ஆனால் என்னைப் பொறுத்தவரை இங்குள்ள பல்லாயிரக்கணக்கான மக்களைத்தான் இந்தியா என்று சொல்லவேண்டும். அவர்கள்தான் நம்மையும் நாட்டு ராஜாக் களையும் வாழ வைப்பவர்கள்.

அரசர்கள் எப்போதுமே தங்களுடைய ஆயுதங்களை உபயோகித்திருக் கிறார்கள். பலப் பிரயோகமென்பது அவர்களுடைய ரத்தத்தில் ஊறிப் போனது. அரசர்கள் மக்களை ஆள விரும்புகிறார்கள். ஆனால் அவர்களு டைய கீழே வாழ்பவர்களோ ஆயுதங்களை உபயோகிப்பதை விரும்ப வில்லை. இப்படிப்பட்டவர்கள் உலகில் பெரும்பான்மையாக இருக்கி றார்கள். அவர்கள் ஆயுத பலத்தையோ ஆத்ம பலத்தையோ உபயோகித்துக் கொள்ளவேண்டிய நிலையிலிருக்கின்றனர். ஆயுத பலத்தை உபயோகித்தால்

ஆட்சியாளர்களும் அவர்களுடைய பிரஜைகளும் மதியிழந்து போகின்றனர். ஆனால் ஆத்ம பலத்தை உபயோகிப்பவர்கள் ஆட்சியாளர்களுடைய ஆயுதங்களுக்குப் பயப்படமாட்டார்கள். ஏனெனில் அவர்கள் ஒருபோதும் நீதிக்குப் புறம்பான உத்திரவுகளுக்குப் பணியமாட்டார்கள். யாருமே விவசாயிகளை பலம் பிரயோகித்து ஒடுக்கியதில்லை. அப்படிச் செய்யவும் முடியாது. அவர்களுக்கு ஆயுதங்களை உபயோகிக்கத் தெரியாது. அவற்றை யாரேனும் உபயோகித்தாலும் அவர்கள் அதைக் கண்டு பயப்படமாட் டார்கள். மரணத்தைத் தைரியமாக எதிர்கொள்பவர்கள் வாழும் நாடுகள் மகத்தான நாடு. மரணத்தை உதறித் தள்ளுபவர்கள்தான் பயமின்றி வாழ் வார்கள். ஆயுத பலத்தை மட்டும் நம்பியிருப்பவர்களுக்கு இது நன்றாகவே தெரியும். இந்திய நாட்டில் பொதுவாகவே ஆக்கபூர்வ எதிர்ப்புக் கொள் கையை நம் வாழ்வின் எல்லாத் துறைகளிலும் பின்பற்றிக்கொண்டிருக்கி றோம். ஆட்சியாளர்களை நமக்குப் பிடிக்கவில்லை என்றால் நாம் அவர் களுடன் ஒத்துழைக்க மறுத்துவிடுகிறோம். இதுதான் ஆக்கபூர்வ எதிர்ப்பு.

ஒரு சிறிய சமஸ்தானத்தில் அதன் ஆட்சியாளர் வெளியிட்ட உத்திரவு தங்களுக்குப் பிடிக்கவில்லை என்பதால் கோபமடைந்த குடிமக்கள் தங்கள் கிராமங்களை விட்டு வெளியேறத் தொடங்கினார்கள். இதைக் கண்டு பயந்து போன நாட்டு ராஜா என்ன செய்வதென்று தெரியாமல் திகைத்தார். பின்னர் மக்களிடம் மன்னிப்புக் கேட்டுக்கொண்டு தனது உத்தரவை ரத்துசெய்தார். இதைப்போன்ற எத்தனையோ சம்பவங்கள் இந்தியாவில் நிகழ்ந்திருக் கின்றன. எங்கே ஆக்கபூர்வ எதிர்ப்பு மக்களுக்கு வழிகாட்டும் சக்தியாக அமைகிறதோ, அங்குதான் உண்மையான சுயாட்சி நிலவும். வேறு எந்த ஆட்சியும் நமக்கெதிரான ஆட்சிதான்.

வாசகர்: அதாவது ஆக்கபூர்வ எதிர்ப்பாளராக இருப்பது அப்படியொன்றும் சாதாரண விஷயமில்லை என்று சொல்கிறீர்கள் என நினைக்கிறேன். அப்படியானால் ஒருவர் எப்படி ஆக்கபூர்வ எதிர்ப்பாளராக ஆக முடியும்?

ஆசிரியர்: ஆக்கபூர்வ எதிர்ப்பாளராவது எளிதும் அதே சமயம் கடினமானதும் கூட. பதினாறு வயது பையன் ஒருவன் ஆக்கபூர்வ எதிர்ப்பாளனாக ஆனது எனக்குத் தெரியும். உடல் நலம் சரியில்லாதவர்களும் அப்படி மாறியிருக் கிறார்கள். அதே சமயம் நல்ல உடல் நிலையிலுள்ளவர்களுக்கும் வாழ்க் கையில் மகிழ்ச்சியாக இருப்பவர்களுக்கும் இப்படி ஆக்கபூர்வ எதிர்ப்பா ளராக ஆவது கடினமாக செயலாக இருந்திருக்கிறதென்பதும் எனக்குத் தெரியும். என்னுடைய நீண்ட கால அனுபவத்திலிருந்து எனக்குத் தோன்று வது இதுதான். தேச சேவை புரிய விரும்பும் ஒருவர் ஆக்கபூர்வ எதிர்ப் பாளராக விரும்பினால், அவர் கடுமையான பிரம்மச்சரிய விரதத்தை அனுஷ் டிக்கவேண்டும். வறுமையை ஏற்றுக்கொள்ளவேண்டும். உண்மையே பேசவேண்டும். தைரியத்தை வளர்த்துக்கொள்ளவேண்டும்.

பிரம்மச்சரியம் இல்லையென்றால் மனித மனதில் உறுதி பிறக்காது. பிரம்மச் சரியத்தை இழந்தவன் தன் சக்தியையும் ஆண்மையையும் இழந்து,

கோழையாக மாறுகிறான். எப்போது ஒருவன் மிருக உணர்ச்சிகளுக்கடிமை யாகிறானோ அப்போது அவனால் பெரிதாக ஒன்றும் செய்யமுடியாது. இதற்குப் பல உதாரணங்கள் இருக்கின்றன. அப்படியானால் திருமணமான ஒருவன் என்ன செய்யவேண்டுமென்ற கேள்வி எழுகிறது. அந்தக் கேள்வி எழவேண்டிய அவசியமே இல்லை. தங்களுடைய பாலியல் உணர்ச்சிகளைத் திருப்திப்படுத்துவதற்காக மட்டுமே உடலுறவு வைத்துக்கொள்ளும் கணவனும் மனைவியும் தங்களுடைய கீழ்த்தரமான உணர்ச்சிகளுக்கு அடிமையாகிறார்கள். வம்ச விருத்திக்காக மட்டுமே அம்மாதிரியான உறவை வைத்துக் கொள்ளலாமே தவிர வேறு சந்தர்ப்பங்களில் கூடவேகூடாது.

ஆனால் ஒரு ஆக்கபூர்வ எதிர்ப்பாளர் இப்படிப்பட்ட உறவைக்கூட வைத்துக் கொள்ளக்கூடாது. ஏனெனில் அவருக்குக் குழந்தைகள்வேண்டுமென்ற ஆசையே இருக்காது. ஆகவே, திருமணமான ஒருவரும்கூட பிரம்மச்சாரியாக வாழலாம்.

இதைத் தொடர்ந்து பல கேள்விகள் எழுகின்றன. இந்த விஷயத்தில் மனைவியின் ஒத்துழைப்பை எப்படிப் பெறுவது? மனைவி என்ற நிலையில் அவளுடைய உரிமைகள் என்னென்ன இத்யாதி. விடுதலைப் போராட்டம்போல உள்ள மகத்தான பணியில் ஈடுபடுபவர்கள் இம்மாதிரியான கேள்விகளுக்கு விடை கண்டுபிடித்தேயாகவேண்டும்.

பிரம்மச்சரியத்தைப்போலவே ஆக்கபூர்வ எதிர்ப்பாளருக்கு ஏழ்மையும் மிக அவசியம். பணத்தாசையும் இம்மாதிரியான எதிர்ப்பும் ஒன்றுக்கொன்று முரணானவை. பணமுள்ளவர்கள் அதைவேண்டாமென்று எறிந்துவிட வேண்டுமென்பதில்லை. ஆனால் அதன்மேல் பேராசைகூடாது. அவர்கள் தங்களுடைய செல்வமனைத்தையும் இழக்கத் தயாராக இருக்கவேண்டுமே தவிர, ஆக்கபூர்வ எதிர்ப்புக் கொள்கையைக் கைவிடவேகூடாது.

நம்முடைய இந்த வாதப் பிரதிவாதத்தின்போது ஆக்கபூர்வ எதிர்ப்பை உண்மையின் சக்தியாக நான் வர்ணித்தேன். அதன் பொருள் நான் எப்போதும் எந்த விலை கொடுத்தும் உண்மையையே கடைப்பிடிக்கவேண்டுமென்பது தான். இந்தச் சந்தர்ப்பங்களில் ஒரு உயிரைக் காப்பாற்றும் பொருட்டு பொய் பேசலாமா, கூடாதா என்ற கேள்விகள் கேட்கப்படும். ஆனால் பொய் பேசுவதைச் சரி என்று சொல்பவர்களுக்குத்தான் இம்மாதிரியான கேள்விகள் கேட்கத் தோன்றும். எந்தச் சமயத்திலும் உண்மையையே பேசவேண்டும் என்ற குறிக்கோள் உள்ளவர்களுக்கு இம்மாதிரியான இக்கட்டான நிலைமை எழாது. அப்படியே எழுந்தாலும் அதிலிருந்து வெளிவரவும் அவர்களுக்குத் தெரியும்.

மனோதைரியம் உள்ளவர்களுக்கே ஆக்கபூர்வ எதிர்ப்பு சாத்தியமாகும். ஆகவே தங்களுடைய சொத்துகள், பொய்யான அந்தஸ்து, உறவினர்கள், அரசாங்கம் உடற்காயங்கள், மரணம் ஆகியவற்றைக் கண்டு யார் பயப்படாமலிருக்கிறார் களோ அவர்களால்தான் உண்மையான ஆக்கபூர்வ எதிர்ப்பாளர்களாகவும் இருக்க முடியும்.

பிரிட்டிஷ் அரசுடன் ஒத்துழையாமை

(1919ம் ஆண்டில் அமிர்தசரஸ் நகரில் கூடியிருந்த மக்கள் மீது துப்பாக்கிச் சூடு நடத்த பிரிட்டிஷ் ஜெனரல் டயர் உத்தரவிட்டார். இதில் நானூறுக்கும் மேற்பட்டவர்கள் கொல்லப்பட்டனர். காலனி ஆதிக்கத்துக்கெதிரான காந்தியின் போராட்டத்துக்கு இது வலுவூட்டியது. இதற்குள்ளாக முஸ்லிம்கள் நடத்திக்கொண்டிருந்த கிலாஃபத் போராட்டத்துக்கும் காந்தி ஆதரவு தெரிவித்தார். இந்தப் போராட்டத்தின் ஒருபாகமாக பிரிட்டிஷ் அரசுக்கெதிராக ஒத்துழையாமை இயக்கத்தையும் தொடங்கினார். ஆகஸ்ட் 1920ல் காந்தி சென்னை மெரீனா கடற்கரையில் நிகழ்த்திய உரையிலிருந்து சில பகுதிகள் கீழே தரப்பட்டுள்ளன. இதில் காந்தி தனது போராட்ட முறையைத் தெளிவாக்கினார். இக்கூட்டத்துக்கு 50,000 பேர் வந்திருந்தனர். ஆனால் இதைவிட அதிகம்பேர் இந்தப் பேச்சைப்பற்றித் தங்கள் நண்பர்கள் செய்தித்தாள்கள் மூலமாக அறிந்துகொண்டிருப்பார்கள்.)

நீங்கள் பலமுறை கேள்விப்பட்டுள்ள ஒத்துழையாமை இயக்கமென்றால் என்ன? நாம் ஏன் இதை நடத்துகிறோம்? இப்போது நான் இரண்டாவது கேள்விக்கு மட்டும் விடையளிக்கப் போகிறேன். இன்று நம் நாடு இரு முக்கியமான பிரச்னைகளை சந்தித்துவருகிறது. முதலாவதாக, கிலாஃபத் போராட்டம். இந்த விஷயத்தில் இந்திய முஸ்லிம்களுடைய உணர்வுகள் புண்படுத்தப்பட்டுள்ளன. இங்கிலாந்தின் சார்பாக அதன் பிரதம மந்திரி ஆழ்ந்த சிந்தனைக்குப் பிறகு இந்தியாவுக்குச் சில வாக்குறுதிகளை அளித்திருந்தார். ஆனால் அவையெல்லாம் காற்றில் பறக்கவிடப்பட்டன. இதன் விளைவாக இஸ்லாம் மதம் இன்று ஆபத்தை நேரிடுகிறது. ஆகவே பிரிட்டிஷ் அரசு தனது வாக்குறுதிகளை நிறைவேற்றவில்லை என்றால் முஸ்லிம்கள் அவர்களிடம் விசுவாசமாக நடந்துகொள்ளமாட்டார்கள். மேலும், யாரிடம் விசுவாசமாக இருக்கவேண்டும். பிரிட்டிஷ் அரசிடமா தங்களுடைய இஸ்லாம் மதத்திடமா என்ற கேள்வி எழுந்தால் இதற்கான விடை, அடுத்த விநாடியே, ஒரு தயக்கமுமின்றி நமக்குக் கிடைத்துவிடும்.

ஆகவே இந்திய மக்கள் முன் இன்று எழுந்துள்ள கேள்வி தங்களுடைய முஸ்லிம் நண்பர்களுக்கு ஆதரவளிப்பதா வேண்டாமா என்பதுதான். அப்படி அவர்கள் ஆதரவளித்தால் முஸ்லிம்கள் தங்களுடைய சகோதரர்கள் என்பதை நிரூபிக்கவும் அவர்களிடம் தாங்கள்கொண்டுள்ள நட்பு, நல்லுறவு, சகோதரத்துவம் ஆகியவற்றை வெளிப்படுத்தவும் இந்துக்களுக்கு ஒரு சந்தர்ப்பம் கிடைக்கும். பிரிட்டிஷாருடனான உறவைவிட முஸ்லிம் சகோதரர்களுடனான உறவுதான் பெரிது என்று நீங்கள் கருதினால் அதன் காரணமாக கிலாஃபாத் பிரச்னையில் முஸ்லிம்கள் செய்வதுதான் சரி. அவர்களுடைய போராட்டம் உணர்வுபூர்வமானது; அவர்களுடைய மத உணர்வுகள்தான் அந்தப் போராட்டத்துக்குப் பின்னால் உள்ளன என்பதையெல்லாம் புரிந்துகொண்டால், நீங்கள் அவர்களுக்கு ஆதரவளித்தேயாகவேண்டும். அவர்களுடைய போராட்டத்தின் குறிக்கோளும் அணுகுமுறையும் நியாய

மானதாகவும், இந்தியாவுக்கு நன்மை செய்வதாகவும், நம்முடைய மதிப்பைக் குறைக்காதவையாகவும் இருந்தால், இந்துக்கள் தங்களது ஆதரவைத் தொடர்ந்தளிக்கவேண்டும். இதன் பிறகு இந்துக்களும் முஸ்லிம் களும் இணைந்து ஐரோப்பிய நாடுகளை எதிர்க்கவேண்டும். இந்தியா ஒரு பலம் குறைந்த நாடாக இருந்தாலும் தனது சுய கௌரவத்தைக் காப்பாற்றிக் கொள்ளும் திறமை அதற்குண்டு. தனது மதத்துக்காகவும் சுயமரியாதைக் காகவும் உயிர் துறக்கவும் அதற்குத் தெரியும் என்பதை அனைவருக்கும் தெரியப்படுத்தவேண்டும்.

இதுதான் கிலாஃபத் இயக்கத்தின் சாரம்சம். ஆனால் இதைத் தவிர பஞ்சாப் (ஜாலியன் வாலாபாக்) பிரச்னையும் நம்முன் இருக்கிறது. இந்தச் சம்பவம் நமது மனதை மிகவும் புண்படுத்திவிட்டது. 1857-ல் நடந்த சிப்பாய் புரட்சியின்போதும் மக்கள் கஷ்டங்களை அனுபவித்தனர் என்பதை ஒப்புக் கொள்கிறேன். அந்தக் கஷ்டங்களை எல்லாம் மிஞ்சியது ரௌலட் சட்டம் இயற்றப்பட்டபோது இந்தியர்கள் பட்ட அவமானம். இந்திய வரலாற்றி லேயே இப்படி ஒரு சம்பவம் நடந்ததே இல்லை. பஞ்சாப்பில் பிரிட்டிஷார் நடத்திய அக்கிரமச் செயல்களுக்கு நீதிவேண்டுமென நீங்கள் விரும்பினால் அதைப் பெறும் வழிகளையும் நீங்களே தீர்மானித்துக்கொள்ளவேண்டும். பிரிட்டிஷ் பாராளுமன்றத்தின் இரு சபைகளுக்கும், இந்தியாவுக்கான செகரட்டரி திரு. மாண்டேகுவுக்கும், வைஸ்ராய்க்கும், கிலாஃபத் பிரச்னை பற்றியும், ஜாலியன் வாலாபாக் நிகழ்வுகளைப்பற்றியும் இந்தியா என்ன நினைக்கிறதென்பது நன்றாகத் தெரியும். நீங்கள் கேட்கும் நீதி உங்களுக்குக் கிடைக்காது என்பதைப் பாராளுமன்றத்தில் நடந்த சர்ச்சைகளும், திரு. மாண்டேகு மற்றும் வைஸ்ராயின் செயல்பாடுகளும் தெளிவாக்கிவிட்டன. நமது தலைவர்கள் இதற்கு ஒரு வழி கண்டுபிடித்தேயாகவேண்டும். நமக்கு பிரிட்டிஷ் ஆட்சியாளர்களுக்குச் சமமான அந்தஸ்து கிடைத்து அவர்கள் நம்மை மரியாதையுடன் நடத்தினாலொழிய பிரிட்டிஷாருடன் தொடர்போ நட்புறவோ அல்லது கருத்துப் பரிமாற்றமோ சாத்தியமேயில்லை. இக்கா ரணத்தினால்தான் நான் இந்த ஒத்துழையாமை இயக்க யோசனையை உங்கள் முன் வைக்கிறேன்.

ஒத்துழையாமை இயக்கம் சட்ட விரோதமானது என்று சிலர் சொல்கிறார்கள். இது சரியல்ல. மாறாக, இது நீதிபூர்வமானது; ஒரு மதக் கோட்பாட்டைப் போல அனைவரும் பின்பற்றவேண்டியது என்பது என் அபிப்பிராயம். இது ஒவ்வொரு மனிதனுடைய அடிப்படை கடமை. இது முழுக்க முழுக்க சட்டரீதியானது. பிரிட்டிஷ் அரசியல் சட்டத்தின் கீழ் அரசுக்கெதிரான புரட்சிகள்கூட சட்டத்துக்குட்பட்டவைதான் என்று ஒருவர் கூறியிருக்கிறார். இதற்கான சான்றுகளையும் அவர் நம்முன் வைக்கிறார். ஒரு புரட்சி, அது வெற்றி பெற்றாலும் பெறாவிட்டாலும், சட்டபூர்வமானதா என்று என்னால் சொல்லமுடியாது. வன்முறையை உபயோகித்துத் தனக்குவேண்டிதைப் பெற்றுக்கொள்ளும் குறிக்கோளுடன் நடத்தப்பட்டால் அது சட்டபூர்வமா காது. ஐரோப்பாவில் இம்மாதிரியான வன்முறை வெற்றியடையலாம்.

ஆனால் இந்தியாவில் வன்முறையைப் பிரயோகித்து நமது குறிக்கோளை நாம் ஒருபோதும் அடையமுடியாது என்று நாட்டு மக்களிடம் நான் பல கால மாகச் சொல்லி வந்திருக்கிறேன்.

எப்போது இந்தியா வன்முறையைப் பின்பற்றுகிறதோ அப்போது இந்தியக் குடிமகன் என்ற உரிமையைத் துறந்துவிடுவேன். காரணம், இந்தியாவுக்கென ஒரு சிறப்பான குறிக்கோள் உண்டென நம்புகிறேன். நம் நாட்டின் ரிஷிகளும் ஞானிகளும் பல நூற்றாண்டுகளாகப் பெற்ற அனுபவத்தினடிப்படையில் ஒரு விஷயத்தைச் சொல்லியிருக்கிறார்கள்: வன்முறை மூலம் நாம் பெறும் நீதி உண்மையான நீதி அல்ல; ஆத்ம தியாகத்தின் பலனாகக் கிடைக்கும் நீதிதான் உண்மையானதென்று கண்டுபிடித்துள்ளனர். நான் இந்தக் கொள்கை களை இன்றைக்குக்கூடக் கெட்டியாகப் பிடித்துக்கொண்டிருக்கிறேன். வருங்காலத்திலும் அப்படியேதான் செய்வேன். தைரியமாகத் தன் மார்பைத் திறந்து வைத்துக்கொண்டு, நிராயுதபாணியாக, எதிரியின் தாக்குதலை ஏற்று இறக்கத் தயாராக இருப்பவனைத்தான் எல்லாரையும்விட பலசாலி என்று சொல்வேன். ஒத்துழையாமை இயக்கத்தில் அஹிம்ஸையின் முக்கியத்துவம் பற்றி நான் இதுவரை சொன்னதுபோதும்.

சுருக்கத்தில் நமது ஒத்துழையாமை இயக்கம் வன்முறையின்றி அமைதியாக நடத்தப்படும்வரையில் அது சட்ட விரோதமானதல்ல.

நான் வேறொன்றையும் பிரிட்டிஷ் அரசிடம் கேட்க விரும்புகிறேன். நான் உன் கீழ் வேலை செய்யமாட்டேன் என்று சொல்வது சட்ட விரோதமாகிவிடுமா? பெற்றோர்கள் தம் குழந்தையை ஒரு அரசு அல்லது அரசு உதவிபெறும் பள்ளிக்கூடத்திலிருந்து திரும்ப அழைத்துக்கொள்வது சட்டவிரோதமா? அதைப்போல, அரசு அதிகாரிகள் என்னை அவமதிக்கிறார்கள், ஆகவே நான் அவர்களுடன் ஒத்துழைக்கமாட்டேன் என்று சொல்வது சட்ட விரோதமாகுமா? மக்களுடைய விருப்பங்களை மதிக்கத் தெரியாத ஒரு அரசின் கீழ் வேலை செய்ய விரும்பவில்லை என்று ஒரு நீதிபதியோ அரசு ஊழியரோ சொன்னால் அது சட்ட விரோதமாகிவிடுமா? தனது சொந்த நாட்டு மக்களையே இழிவாக நடத்தும் அரசுக்குக் கீழில் பணிபுரியமாட்டேன் என்று ஒரு போலீஸ்காரரோ ராணுவ வீரரோ தனது பதவியை ராஜினாமா செய்ய விரும்பினால் அது சட்டவிரோதமாகிவிடுமா? நான் ஒரு விவசாயியிடம், அரசு உன்னிடமிருந்து வசூலிக்கும் வரிப்பணத்தை நல்ல முறையில் செலவழிக்காமல் உன்னையே அழிக்க முயல்கிறது. ஆகவே நீ அரசுக்கு வரிப்பணத்தைக் கட்டத் தேவையில்லை என்று சொல்வது சட்ட விரோதமாகுமா?

இப்படியெல்லாம் செய்வது சட்ட விரோதமேயல்ல. பார்க்கப்போனால் ஒத்துழையாமை இயக்கத்தில் எதுவுமே சட்ட விரோதமில்லை. ஆனால் ஒன்றும் செய்ய முடியாமல் கையைப் பிசைந்துகொண்டு நிற்பது, அவர்களை யார், எப்படி அவமதித்தாலும் அதையெல்லாம் பொறுத்துக்கொண்டிருப் பது, தங்களுடைய மதத்துக்கு இழைக்கப்படும் பெருத்த அநீதியை இந்தியாவிலுள்ள ஏழு கோடி முஸ்லிம்களும் சகித்துக்கொண்டிருப்பது,

பஞ்சாப்பின் சுய கௌரவத்தைக் காலில் மிதித்துத் துவைத்து ஒன்றுமில்லாமல் ஆக்கிய ஒரு அரசுக்கெதிராக ஒன்றும் செய்யாமலிருந்து அதனுடன் ஒத்துழைப்பது இவைதான் சட்டவிரோதமானவை.

உங்களுக்கென்று சுய கௌரவம் இருக்குமேயானால் தலைமுறை தலைமுறையாக உங்களுடைய முன்னோர்களிடமிருந்து பெற்ற இந்தியாவின் பழம் பெருமையை நீங்கள் காப்பாற்ற விரும்பினால், ஒத்துழையாமை இயக்கத்தில் பங்குகொள்ளாமலிருப்பதுதான் சட்ட விரோதமான செயல், மக்களை மதிக்காத இந்த அரசுடன் ஒத்துழைப்பதுதான் சட்டவிரோதமான செயல்.

நான் ஆங்கிலேயர்களை எதிர்க்கவில்லை. ஆனால் பொய், பொய் வேஷம், அநீதி ஆகியவற்றுக்கெதிரானவன். இந்த அரசாங்கம் செய்வதெல்லாம் தவறு. அநீதிக்கும் உண்மைக்கும் புறம்பானது. மக்களை அவமதிப்பதாக இருக்கிறது. நான் ஏதோ கோபத்தில் இப்படியெல்லாம் பேசுகிறேனென்று நீங்கள் நினைக்கலாம். இல்லை, நன்கு ஆலோசித்த பிறகே இப்படிப் பேசுகிறேன்.

எனது உடன் பிறந்த சகோதரனுடன் கடந்த பதின்மூன்று வருடங்களாக இம்மாதிரியான ஒத்துழையாமைப் போராட்டத்தில் ஈடுபட்டிருந்தேன். அவரிடமும் இதே கருத்துகளைத்தான் சொன்னேன். அவர் இப்போது உயிருடனில்லை. ஆனால் அவர் உயிருடனிருந்தபோது அவருடைய செயல்பாடுகள் தார்மிகரீதியாக ஏற்கப்பட முடியாதவை என்றும் உண்மைப் புறம்பானவையென்றும் அவரிடம் சொல்லியிருக்கிறேன். எனக்கு அவரிடம் ஒரு கோபமுமில்லை. அவரை நான் நேசித்ததால்தான் அவரிடம் இப்படிச் சொன்னேன். இதைப்போலவேதான் நான் பிரிட்டிஷாரிடமும் இப்போது சொல்கிறேன்.

'நான் அவர்களை நேசிக்கிறேன். அவர்களுடன் நல்லுறவுகொள்ள விரும்புகிறேன். ஆனால் இது சில தெளிவான நிபந்தனைகளுக்குட்பட்டது. நான் எனது சுயகௌரவத்தை விட்டுக் கொடுக்கமாட்டேன். அப்படிப்பட்ட சம உரிமை கிடைக்கவில்லை என்றால் அவர்களுடனான ஒரு உறவும் எங்களுக்கு வேண்டாம். பிரிட்டிஷார் இந்தியாவை விட்டு வெளியேறிய பிறகு நாட்டில் கலவரங்கள் நிகழ்ந்தாலும் வாழ்க்கையே ஸ்தம்பித்துப் போனாலும் கூட அதைப் பொறுத்துக் கொள்வேன். ஆனால் பிரிட்டனை போன்றே ஒரு மகத்தான நாடு நமக்கிழைக்கும் அநீதியை என்னால் பொறுத்துக் கொண்டிருக்கமுடியாது...''

நான் ஒரு தீர்க்கதரிசியல்ல. நான் மகானுமல்ல. இந்த மண்ணில் பிறந்து, வளர்ந்தவன்; இந்த மண்ணைச் சேர்ந்தவன். உங்களைப்போல ஒரு சாதாரண மனிதன். உங்களைப்போலவே எனக்கும் பலவீனங்கள் உள்ளன. ஆனால் எனக்கு உலக அனுபவம் உண்டு. உலகில் நடந்த அத்தனை சம்பவங்களையும் கவனித்துக்கொண்டுதானிருந்தேன். எத்தனையோ கஷ்டங்களை அனுபவித்திருக்கிறேன். இவை அனைத்தையும் பொறுத்துக்கொண்டு இப்போது இந்த நிலையிலிருக்கிறேன். எனது புனித இந்து மதத்தின்

உண்மைப் பொருளை நான் தெரிந்துகொண்டுவிட்டேன். ஒத்துழையாமை என்ற ஆயுதத்தை ஏந்தவேண்டிய கடமை முனிவர்களுக்கு மட்டுமல்ல. உலக அறிவே இல்லாத அல்லது அதைத் தெரிந்துகொள்ள விரும்பாத சாதாரண மனிதர்களுடைய கடமையும்கூட என்ற பாடத்தைக் கற்றுக்கொண்டு விட்டேன். போர் முறைகளைப்பற்றி ஐரோப்பியர்கள் சாதாரண மக்களுக்குச் சொல்லித் தருகிறார்கள். ஆனால் இந்தியப் பாரம்பரியத்தை நன்கறிந்திருந்த நமது ரிஷிகள் போரைப்பற்றியோ வன்முறைபற்றியோ, அல்லாமல் துன்பங்களைப் பொறுத்துக்கொள்வதெப்படி, மற்றவர்களுக்காகப் பாடுபடு வதெப்படி என்பதைத்தான் நமக்குச் சொல்லிக் கொடுத்திருக்கிறார்கள்.

எனது நாட்டு மக்களிடம் நான் கேட்டுக்கொள்வதெல்லாம் இதுதான். ஒவ்வொரு போராட்டத்துக்கு முன்பும் ஆத்ம தியாகமென்றால் என்ன என்று தெரிந்து கொள்ளுங்கள். நீங்கள் வன்முறையைப் பிரயோகிப்பவராக இருந்தாலும், இல்லையென்றாலும் முதலில் தியாகம், அடக்கம் ஆகிய வற்றைப்பற்றித் தெரிந்துகொள்ளவேண்டும்.

நம் நாடு தனக்குத்தானே நிர்ணயித்துக்கொண்ட குறிக்கோள்களை அடைய எல்லாம் வல்ல இறைவன் நமது தலைவர்களுக்குத் தேவையான விஷய ஞானம், மன ஊக்கம், அறிவு ஆகியவற்றைக் கொடுப்பாராக. அவர் உங் களுக்குச் சரியான பாதையைக் காண்பிப்பாராக. அந்தப் பாதையில் நடந்து செல்வதற்கான மனோ தைரியத்தையும் சக்தியையும் கொடுப்பாராக!

தீண்டாமை ஒழிப்பு

(தீண்டாமை என்ற தீய சக்தியை ஒழித்தால் மட்டுமே நாம் பிரிட்டிஷாரிடம் இருந்து சுதந்தரம் பெறுவதற்கு அருகதையுள்ளவர்களாவோம் என்று காந்தி அடிக்கடி கூறியிருக்கிறார். 1920களிலும் 1930களிலும் அவர் இந்தக் கருத்தை விடாமல் வற்புறுத்திவந்தார் என்பதைக் கீழ்க்கண்ட உரையி லிருந்து அறிகிறோம். 1921ம் ஆண்டு ஏப்ரலில் அகமதாபாத்தில் நடந்த தாழ்த்தப்பட்டோரின் பொதுக்கூட்டத்தில் அவர் நிகழ்த்திய உரையிலிருந்து சில பகுதிகள்)

தீண்டாமையை அங்கீகரித்ததன் மூலம் இந்து மதம் மாபெரும் தவறிழைத்து விட்டிருக்கிறது. நமது சமூக அந்தஸ்தையே குறைத்துவிட்டது. பிரிட்டிஷ் சாம்ராஜ்யத்தில் நம்மை யாரும் மதிப்பதில்லை. முஸ்லிம்களிடையேயும் இந்த வியாதி பரவியுள்ளது. தென்ஆஃப்ரிக்கா, கிழக்கு ஆஃப்ரிக்கா மற்றும் கனடா ஆகிய நாடுகளில் முஸ்லிம்களுக்கும் உரிய மதிப்பு கிடைப்பதில்லை. இதெல்லாம் தீண்டாமை என்ற கொடிய பழக்கத்தின் விளைவுகள்தான்.

நான் முன்பொரு தடவை சொன்னதை நினைவுகூர விரும்புகிறேன். இந்துக்கள் தீண்டாமையைத் தங்களுடைய மத அனுஷ்டானங்களில் ஒரு பாகம் என்று நினைக்கும்வரை, இந்துக்களின் பெரும்பாலானோர்

தங்களுடைய சகோதரர்களில் ஒருசிலரைத் தொடுவதே பாவம் என்று எண்ணும்வரை நமக்கு சுயராஜ்யம் கிடைக்காது.

நாம்தான் நமது சகோதரர்களைச் சமுதாயத்தில் ஒடுக்கிவைத்துவிட்டோம். அவர்கள் தரையில் தவழ்ந்துதான் போகவேண்டும் என்றும் தங்கள் மூக்கைத் தரையில் தேய்க்கவேண்டுமென்றும் கட்டாயப்படுத்தினோம். அவர்களை ரயில் வண்டிகளிலிருந்து வெளியே தள்ளிவிட்டோம். பிரிட்டிஷாரும் இதைத்தானே செய்திருக்கிறார்கள்? இந்தப் பாவச் செயல்களிலிருந்து நாம் விடுபடவேண்டும். நம்மிடையே உள்ள பலவீனரையும் ஆதரவற்றவர் களையும் நாம் பாதுகாக்காவிட்டாலோ ஒரு தனி மனிதனின் உணர்வுகளைப் புண்படுத்தினாலோ சுயராஜ்யத்தைப்பற்றிப் பேசுவதே வீண். இந்துக்களும் முஸ்லிம்களும் ஒருவர் மற்றவரை ஒடுக்கி, நசுக்கிவிடலாம் என்று நினைக் காமலிருப்பதுதான் சுயராஜ்யம். இல்லையேல் நாம் சுயராஜ்யம் பெற்ற அடுத்த நிமிஷமே அதை இழந்துவிடுவோம். நம்முடைய சகோதரர்களுக் கெதிராக நாம் செய்யும் பாவங்களுக்கு பரிகாரம் செய்யவில்லை என்றால் நமக்கும் காட்டுமிராண்டிகளுக்கும் ஒரு வித்தியாசமுமில்லை.

07.03.02: (கீழே கொடுக்கப்பட்டுள்ள பகுதி காந்தி நடத்தி வந்த 'யங் இந்தியா' இதழில் (ஜனவரி 1926) அவர் எழுதிய கட்டுரையிலிருந்து எடுத்தது)

தென் ஆஃப்ரிக்காவில் கறுப்பர்களும் வெள்ளையரல்லாத மற்ற இனத்தவர் களும் என்ன செய்தாலும் குற்றம் எனக் கருதப்படுகிறது. இந்தியாவில் இந்துக்களாகிய நாம் இந்து மதத்தைச் சேர்ந்தவர்களையே தண்டிக்கிறோம். அவர்கள் செய்த குற்றம்? அவர்கள் வேறு சாதியைச் சேர்ந்தவர்கள் என்பதால் தான். 'பஞ்சமர்கள்' என்றழைக்கப்படும் தாழ்த்தப்பட்டவர்கள் நம்மைத் தொடக்கூடாது. நம் அருகில் வரக்கூடாது. நாம் காணும் தூரத்தில் நிற்கக் கூடாது என்றெல்லாம் கட்டுப்பாடுகளை விதிக்கிறோம்.

மதராஸ் மாகாணத்தில் நடைபெற்ற ஒரு வழக்கு நமது தாழ்த்தப்பட்ட சகோதரர்களின் பரிதாப நிலையை வெளிச்சம் போட்டுக் காண்பிக்கிறது. நல்ல உடை எடுத்திய ஒரு பஞ்சமர் பக்திமான் ஒரு கோவிலுக்குள் நுழைந் தார். இறைவனைத் தொழுவதைத் தவிர மற்றவர்களுடைய உணர்வுகளைப் புண்படுத்தவோ ஒரு மதத்தையும் அவமதிக்கவோ அவர் விரும்பவில்லை. ஒவ்வொரு ஆண்டும் அவர் கோவிலுக்கு வெளியிலிருந்தே தொழுதுவிட்டுப் போவது வழக்கம். ஆனால் சென்ற வருடம் பக்திப் பரவசத்தால் அவர் தன்னை மறந்து கோவிலுக்குள் நுழைந்துவிட்டார். கோவில் அர்ச்சகரும் அவரை அடையாளம் கண்டுகொள்ளவில்லை. வந்தவருக்குப் பிரசாதம் கொடுத்தார். சுய நினைவு திரும்பிய அந்தப் பஞ்சமர் தான் செய்த தவறை உணர்ந்து, பயம் மேலிட்டு, கோவிலை விட்டு வெளியே ஓடினார். அப்போது அவரை அடையாளம் கண்டு கொண்ட ஒருவர் அவரைப் பிடித்துப் போலி ஸில் ஏற்பித்தார். விஷயம் தெரிந்த அர்ச்சகர் கோவிலில் 'சுத்தி பூஜைகள்' நடத்தினார். கோர்ட்டில் வழக்கு நடந்தது. அதை விசாரித்த இந்து மாஜி ஸ்ட்டிரேட் குற்றவாளியைத் தண்டித்து எழுபத்தி ஐந்து ரூபாய் அபராதம்

அல்லது ஒரு மாதம் சிறைத் தண்டனை விதித்தார். அவரது குற்றம்? தனது சொந்த மதத்தையே அவமதித்தது. பஞ்சமர் அப்பீல் செய்தார். நீண்ட விசாரணைக்குப் பிறகு அவர் குற்றம் நிரூபிக்கப்படவில்லை என்ற காரணத் தால் விடுவிக்கப்பட்டார். இதற்குக் காரணம் அந்தப் பஞ்சமருக்குக் கோவிலுக்குள் போவதற்கு அதிகாரமிருக்கிறது என்பதால் அல்ல. அவர் கோவிலை அவமதித்த குற்றத்தை அரசு கீழ்க் கோர்ட்டில் நிரூபிக்கத் தவறி விட்டது என்பதால்தான்! இது நீதிக்கோ உண்மைக்கோ தர்ம நியாயத்துக்கோ கிடைத்த வெற்றியல்ல.

இது ஒரு விசித்திரமான நிலைமை. இந்தியர்கள் தென் ஆஃப்ரிக்காவில் நடத்தப்படும் விதத்தை நாம் குறை கூறுகிறோம். இந்தியாவில் சுய ராஜ்யத்தை ஸ்தாபிக்கத் துடிக்கிறோம். ஆனால் இந்துக்களாகிய நாம் நமது மதத்தைச் சேர்ந்தவர்களில் ஐந்தில் ஒரு பங்கு மக்களை நாய்களைவிடக் கேவலமாக நடத்துகிறோம். ஏனென்றால் நம்மைப் பொறுத்தவரை நாய்கள் தீண்டப்படாதவை அல்ல. நம்மில் பலர் அவற்றை வீட்டில் செல்லப் பிராணி களாகக்கூட வளர்க்கிறோம்.

நாம் சுயராஜ்யம் அடைந்த பின்னர் இந்தத் 'தீண்டத்தகாதவர்'களின் நிலைமை என்னவாக இருக்கும்? சுயராஜ்யம் கிடைத்த பிறகு அவர்களும் மற்றவர்களைப்போல ஒரு கட்டுப்பாடுமின்றி சுதந்தரப் பறவைகளாக இருப்பார்களென்றால் அந்தச் சுதந்தரத்தை அவர்களுக்கு இப்போதே அளித்துவிடலாமே? அதைச் செய்ய இன்று நமக்கு அதிகாரம் இல்லை யென்று சொன்னால், சுயராஜ்யத்துக்குப் பிறகு அது நமக்குக் கிடைக்குமா? இந்தக் கேள்விகளுக்கு நாம் பதிலளிக்காமலிருக்கலாம். ஆனால் பஞ்சமர் களுக்கு இது ஒரு முக்கியமான விஷயம். இந்தக் குரூரமான சமூக வழக்கத்துக் கெதிராக நாம் குரல் கொடுக்கவில்லை என்றால் சரித்திரம் இந்து மதத்தை மன்னிக்கவே மன்னிக்காது.

இந்தத் தீமையை ஒழிக்க நடவடிக்கை எடுக்கப்பட்டுள்ளன என்பதை அறிவேன். ஆனால் ஒரு பஞ்சமர் கோவிலுக்குள் நுழைந்தால் அவர் மீது வழக்குத் தொடரும் வழக்கம் தொடர்ந்தால் தாழ்த்தப்பட்டவர்கள் கோவிலுக் குள் போவதோ, பொதுக் கிணறுகளிலிருந்து நீரை எடுப்பதோ, பொதுப் பள்ளிக்கூடங்களுக்குத் தங்கள் குழந்தைகளை அனுப்புவதோ தடை செய்யப் பட்டிருக்கும்வரை நாம் என்ன செய்தாலும் பத்தவே பத்தாது. தென் ஆஃப்ரிக் காவில் இந்தியர்களுக்கு ஐரோப்பியர்கள் என்னென்ன உரிமைகள் வழங்க வேண்டுமென நாம் விரும்புகிறோமோ அதே உரிமைகளை நாம் நமது மக்களுக்கும் வழங்கவேண்டும்.

07.03.03: (1930களின் தொடக்கத்தில் வழக்கறிஞரும், சமூக சேவகரும், தீண்டப்படாதவர்களுடைய முக்கியப் பிரதிநிதியுமான பி.ஆர். அம்பேத்கர் காந்தியையும் காங்கிரஸ் கட்சியையும் மிகக் கடுமையாக விமர்சித்தார். அதற்கு பதிலளிக்கும் வகையில் காந்தி தீண்டாமை ஒழிப்பில் கூடுதல் கவனம் செலுத்தினார். காந்தியின் முயற்சிகள் மந்தகதியில் செல்கின்றன

என்று அம்பேத்கரைப்போன்றவர்கள் அபிப்பிராயப்பட்டபோது, தீண்டாமை இறைவனே சிருஷ்டித்த வாழ்க்கை முறை என்றும், ஆகவே அதை ஒழிக்க காந்திக்கு அதிகாரம் இல்லையென்றும் பழைமைவாதி இந்துக்கள் எதிர்த்தார்கள். தாழ்த்தப்பட்டோர், ஒடுக்கப்பட்டோர் என்று பலவாறாக அழைக்கப்பட்டு வந்த இந்த மக்களுக்கு காந்தி ஒரு புதுப் பெயரைச் சூட்டினார்: 'ஹரிஜனங்கள்' அல்லது 'இறைவனின் குழந்தைகள்'. அத்துடன் அவர் ஹரிஜன் ஸேவக் சங்கத்தையும் நிறுவினார். 1933 மற்றும் 1934 ஆண்டுகளில் ஹரிஜனங்களின் உரிமைகளை நிலைநாட்டுவதற்காக காந்தி இந்தியா முழுவதும் யாத்திரைகள் மேற்கொண்டார். அதன் பாகமாக (இன்றைய ஆந்திரப் பிரதேசத்திலுள்ள) ராஜமுந்திரிக்கு 1933-ல் காந்தி சென்றபோது ஹரிஜனங்கள் அவரிடம் கேட்ட கேள்விகளுக்கு அவர் அளித்த பதில்களிலிருந்து ஒரு பகுதி கீழே தரப்படுகிறது)

உங்களுடைய ஒரு முக்கியமான வேண்டுகோள் ஹரிஜன் ஸேவக் சங்கத்தை நீங்களே நடத்திச் செல்லவேண்டும் என்பதுதான். இதிலிருந்து 'ஹரிஜன்' பத்திரிகையில் நான் எழுதியிருப்பதை நீங்கள் வாசிக்கவில்லை என்பதும், இந்த 'போர்டு' எதற்காக நிறுவப்பட்டதென்பதையும் நீங்கள் புரிந்துகொள்ள வில்லை என்பதும் தெரிகிறது. உயர்சாதி மக்கள் தாங்கள் செய்த தவறுகளுக்கு வருந்தி அதற்காக உங்களுக்குத் தக்க பரிகாரம் கொடுப்பதற்காகத்தான் இந்த போர்டு நிறுவப்பட்டுள்ளது. அதாவது இந்த போர்டில் நீங்கள் கடன் கொடுத்தவர்கள். மற்றவர்கள் கடன் வாங்கியவர்கள். நீங்கள் அந்தக் கடனாளிகளுக்கு ஒருவிதத்திலும் கடமைப்பட்டவர்களல்ல. பார்க்கப் போனால் அவர்கள்தான் உங்களுக்கு ஏதாவது செய்ய முன்வரவேண்டும். அவர்கள் தங்களுடைய கடமையைச் சரிவர செய்கிறார்களா என்று நீங்கள் தான் சொல்லவேண்டும். அவர்கள் அதைச் செய்ய அவர்களுக்கு உதவ வேண்டும். அதாவது அவர்கள் எப்படித் தங்களுடைய கடமைகளை நிறைவேற்றவேண்டும். உங்களைத் திருப்திப்படுத்த அவர்கள் என்ன செய்யவேண்டும் என்பதையெல்லாம் நீங்கள் அவர்களுக்கு எடுத்துச் சொல்லவேண்டும். உங்களுடைய அறிவுரைகளை அவர்கள் ஏற்றுக் கொள்ளலாம் அல்லது நிராகரித்துவிடலாம். அவர்கள் நிராகரித்தால் உங்கள் கோபத்துக்கு ஆளாவார்கள். ஒரு கடனாளி கடன் கொடுத்தவரிடம் 'நான் இவ்வளவு பணம்கொண்டு வந்திருக்கிறேன், நீங்கள் வாங்கிக் கொள்கிறீர் களா?' என்று கேட்கிறார். கடன் கொடுத்தவரோ 'நான் கொடுத்த தொகை முழுவதையும் நீ திருப்பித்தரவேண்டும். பாதிப் பணம் போதாது' என்று சொல்லி உங்களை விரட்டியடிக்கிறார். அல்லது 'நீகொண்டு வந்திருப்பது பாதிப் பணம்கூட இல்லை' என்றும் சொல்லலாம். கடன் கொடுத்த நீங்களும் இப்படியே செய்யலாம். இந்த அமைப்பு ஸ்தாபிக்கப்பட்டபோது ஒருசில ஹரிஜன் நண்பர்கள் எனக்குக் கடிதம் எழுதினார்கள். நான் அவர்களிடம் 'நீங்கள் ஒரு ஆலோசனைக் குழுவையோ மேற்பார்வைக் குழுவையோ அமையுங்கள். உங்களுடைய கோரிக்கைக்கும் நான் செய்வதற்குமுள்ள வித்தியாசங்களைப் பாருங்கள். உங்களுடைய அறிவுரையோ உதவியோ

அல்லது ஒத்துழைப்போ வேண்டாமென்று நான் சொல்லவில்லை. உங்களிடம் உண்மை நிலைமையை எடுத்துச் சொல்கிறேன். தங்களுடைய தவறுகளைத் திருத்திக்கொள்ள இறைவன் இந்துக்களுக்கு 'வாய்தா' தந்திருக்கிறார். இந்த நேரத்தில்தான் அவர்கள் தங்களுடைய நல்ல எண்ணெத்தை உங்களுக்குக் காட்டவேண்டும். மேல் சாதி இந்துக்கள் தங்களுடைய இந்தக் கடமைகளை நிறைவேற்றவேண்டுமென்பதற்காகத் தான் இத்தனை பாடுபடுகிறேன்.

07.03.04 ('வெட்கக்கேடு' என்ற தலைப்பில் காந்தி எழுதிய கட்டுரையிலிருந்து ஒரு சில பகுதிகள் கீழே தரப்படுகின்றன. தன்னைப்பற்றியும் தனது செயல்பாடுகளைப்பற்றியும் மற்றவர்கள் கூறிய குறைகளையும் விமர்சனங்களையும் காந்தி அப்படியே தனத கட்டுரைகளில் குறிப்பிடுகிறார் என்பது கவனிக்கத்தக்கது. ஒரு சமூகச் சீர்திருத்தவாதியின் பாதை கரடுமுரடானது என்பதை காந்தி நன்றாகவே உணர்ந்திருக்கிறார்.)

தமிழ்நாடு ஆதி இந்துக்கள்* சார்பாக அவர்களுடைய வேண்டுகோள்கள் அடங்கிய ஒரு பத்திரம் குன்னூரில் என்னிடம் தரப்பட்டது. இதனைப்பற்றி 'ஹரிஜன்' பத்திரிகையில் ஏற்கெனவே குறிப்பிட்டுள்ளேன். இதில் முப்பத்தாறு பிரதிநிதிகள் கையெழுத்திட்டுள்ளனர். அவர்கள் தாலுகா போர்டு அல்லது நகர சபைகளில் உறுப்பினர்களாக உள்ளனர். இந்தப் பத்திரத்தில் குறிப்பிடப் பட்டுள்ள பிரச்னைகளை ஒருசில மாற்றங்களுடன் கீழே சுருக்கித் தருகிறேன். ஆனால் அதில் சொல்லப்பட்டுள்ள விஷயங்கள் அப்படியே தரப்பட்டுள்ளன.

1. பல இடங்களில் உணவகங்கள், சலவை மையங்கள், சிகை அலங்கார நிலையங்கள், சிற்றுண்டி சாலைகள், ஹோட்டல்கள், பயணியர் விடுதிகள், பள்ளிக்கூடங்கள், (பிராமணர்கள் வசிக்கும்) அக்ரஹாரங்கள், கிணறுகள், குளங்கள், நீரூற்றுகள், தண்ணீர்க் குழாய்கள், கிராம தபால் அலுவலகங்கள், பொது ஜனங்கள் போகக் கூடிய மற்ற இடங்கள், கோவில்கள் ஆகிய இடங்களில் எங்களுக்கு அனுமதி இல்லை.

2. சில இடங்களில் குடைகளைத் திறந்து பிடித்துக்கொண்டு போவது, செருப்புகள் அணிவது, வேஷ்டியைத் தாழ்த்திக் கட்டிக்கொள்வது ஆகிய செயல்கள் பெரும் குற்றமாகக் கருதப்படுகின்றன. எங்கள் சாதிப் பெண்கள் தங்க நகைகளை அணிவதோ மேலாடையுடன் போவதோ அபசகுனம் என சில மேல் சாதி இந்துக்கள் கருதுகிறார்கள்.

3. பொது வழியில்கூட சில இடங்களில் இறந்தவர்களின் சடலங்களை நாங்கள் தூக்கிக்கொண்டு போகமுடியாது. காரணம் வழியில் ஒரு கோவில் இருக்கிறது. மழைக்காலங்களில் முழங்காலளவு சேறும் சகதியும் நிறைந்துள்ள வயல்கள் வழியாகத்தான் சடலங்களைக்கொண்டு போகவேண்டும்.

* தென்னிந்தியாவில் தாழ்த்தப்பட்டவர்கள் 'ஆதி இந்துக்கள்', 'ஆதி திராவிடர்கள்' 'பஞ்சமர்கள்' என்று பல பெயர்களில் அறியப்பட்டு வந்தனர்.

4. தீண்டப்படாதோரின் தலையாரியாக நியமிக்கப்பட்டவர் அந்தப் பதவியை ஏற்பதற்காக குதிரை சவாரி செய்து பொது வழியில் செல்வதை சாதி இந்துக்கள் தடுக்கிறார்கள்.

5. ஒரு சில கிராமச் சந்தைகளில் விற்பனைக்கு வைத்துள்ள வெள்ளைத் துணிகளை எங்களுடைய திருவிழாக் காலங்களில் உபயோகிப்பதற்காக வாங்கும்போது நாங்கள் அதைத் தொடக்கூடாது.

6. கடைத் தெருக்களில் விற்பனைக்கு வைத்துள்ள தின்பண்டங்களில் சிலவற்றைத் தெரிந்தோ தெரியாமலோ நாங்கள் தொட்டுவிட்டால் கடையிலுள்ள அத்தனை தின்பண்டங்களுடைய விலையையும் நாங்கள் தான் கொடுக்கவேண்டும்.

7. எங்களில் பெரும்பாலானவர்களுக்குச் சொந்த இடம் இல்லாததால் நிலச் சொந்தக்காரர்களுடைய அனுமதியுடன் அவருடைய இடத்திலேயே வசிக்கிறார்கள். தங்களுடைய கூலியை உயர்த்தவேண்டுமெனக் கேட்டால் நிலச் சொந்தக்காரர்களுக்குக் கோபம் வருகிறது. அவர்களுடைய வேலை நேரத்துக்கு முடிவே கிடையாது. நல்ல வாழ்க்கை வாழவும் உதவும் கூலியும் கிடைப்பதில்லை. அவர்களுக்குக் கூலியாகக் கொடுக்கப்படும் அரிசியின் தரம் மோசமாக இருக்கிறது. அளவிலும் மோசடி நடக்கிறது.

8. எங்கள் வீட்டுத் திருமணங்களுக்கோ கோவில் விழாக்களுக்கோ சாதி இந்துக்களான வாத்தியக்காரர்களை நாங்கள் கூப்பிடக்கூடாது.

9. எங்களுடைய இளைஞர்கள் சைக்கிள் சவாரி செய்தால் அது மற்றவர் களுக்குப் பிடிப்பதில்லை. உட்புறக் கிராமங்களில் எங்களுக்குக் குதிரை வண்டிகள் கிடைக்காது. ஏனெனில், அவற்றின் சொந்தக்காரர்களான சாதி இந்துக்கள் எங்களை ஏற்றிக்கொள்ள மறுக்கிறார்கள். பஸ்களிலும் அப்படித்தான்.

10. முனிசிபாலிட்டிகளில் மக்கள் பணத்தை உபயோகித்துக் கட்டப்பட்ட பொதுக் கழிப்பறைகளை தாழ்த்தப்பட்ட மக்கள் உபயோகிக்கக்கூடாது. பல நாள் போராட்டத்துக்குப் பிறகு எங்களுக்கெனத் தனியாகக் கட்டித் தரப்பட்டன.

11. உள்ளாட்சி சபைகள் நடத்தும் ஆஸ்பத்திரிகளில் வேலை செய்யும் சாதி இந்துக்கள் எங்கள் சாதியைச் சேர்ந்தவர்களுக்குச் சரியான சிகிச்சை அளிப்பதில்லை.

12. கோடை காலத்தில் சாதி இந்துக்கள் நடத்தும் தண்ணீர்ப் பந்தல்களில் ஆதி இந்துக்களுக்கு குடிநீரை ஊற்றித் தரும் முறை பெரிதும் கண்டிக்கத்தக்கது.

13. உள்ளாட்சி சபைகளுக்கும் பஞ்சாயத்துகளுக்கும் எங்களவர்கள் தேர்ந் தெடுக்கப்பட்டால் அவற்றின் உறுப்பினர்களாகவுள்ள சாதி இந்துக்கள் உடனே ராஜினாமா செய்துவிடுவார்கள். அல்லது எங்களுக்குத் தனியிடங் களை ஒதுக்குவார்கள்.

14. ஒரு ஆதிதிராவிடர் தன் வீட்டுத் திண்ணையில் உட்கார்ந்து ஓய்வெடுத்துக் கொண்டிருக்கும்போது ஒரு மேல் சாதி இந்து அந்த வழியாகச் சென்றால்

அந்த ஆதிதிராவிடர் எழுந்து நின்று, மற்றவர்க்குரிய மரியாதையைச் செலுத்தவேண்டும். இதை அவர் செய்யவில்லை என்றால் வேறு வினையேவேண்டாம். 'நாங்கள் எங்களுடைய வாழ்க்கை முறைகளைத் திருத்தியமைத்துக்கொள்ளவேண்டுமென்று கேட்டுக் கொள்கிறார்கள். இது தவறான அறிவுரை. இந்து சமூகத்திலேயே சாதி, பிறப்பு ஆகியவற்றின் அடிப்படையில் பலவிதமான ஏற்றத்தாழ்வுகள் உள்ளன. அப்படியிருக்கும்போது ஆதிதிராவிடர்களுக்கு இடையேயுள்ள வேறுபாடுகளைக் குறை கூறுவதில் அர்த்தமில்லை. சந்தர்ப்ப சூழ்நிலை காரணமாக ஆதிதிராவிடர்கள் இந்த நிலையிலிருக்கின்றனர்.

15. பல முனிசிபல் பிரதேசங்களில் சாதி இந்துக்களின் எதிர்ப்பு காரணமாக ஆதிதிராவிடர்களுக்காகத் தெருக்களில் தண்ணீர்க் குழாய்கள் தனியாக வைக்கப்பட்டுள்ளன.

16 மக்கள் பணத்தில் நிறுவப்பட்ட ஆரம்பப் பள்ளிகளில் எங்கள் குழந்தைகளைச் சேர்க்கமுடியாது. அப்படியே சேர்க்கப்பட்டாலும் அவர்களுக்கென்று தனியிடம் ஒதுக்கப்படுகிறது அல்லது அவர்களைத் தரையில் உட்காரச் சொல்கிறார்கள். இந்த மாணவர்கள் சந்தேகங்களைத் தீர்ப்பதற்காகத் தங்களுடைய ஆசிரியர்களிடம் சென்றால் அந்த ஆசிரியர்கள் 'தீட்டுப்படாமல்' இருப்பதற்காக இந்த மாணவர்களை ஸ்லேட் பலகையாலோ பிரம்பினாலோ தள்ளிவிடுகிறார்கள். சில நேரங்களில் பள்ளி நேரங்களிலேயே எங்கள் மாணவர்கள் வகுப்புக் கட்டடங்களுக்கு வெளியே நின்றுகொண்டு ஜன்னல்கள் வழியாகப் பாடங்களைக் கேட்கும்படிச் சொல்லப்படுகிறார்கள். அப்படி நின்றால் எங்கள் குழந்தைகளால் வகுப்பறைகளிலிருக்கும் கரும்பலகையைப் பார்க்கமுடியாது. எங்களுடைய குழந்தைகளுக்கென்று தனியாகத் தொடங்கப்பட்டுள்ள ஆரம்பப் பள்ளிகளில் படித்துத் தேர்ச்சிபெறும் குழந்தைகளுக்கு அதே கிராமத்தில் பொதுப்பணத்தில் ஸ்தாபிக்கப் பட்டுள்ள மேனிலைப் பள்ளிகளில் சேரமுடியாது. பயிற்சி பெற்றுள்ள ஆதி திராவிட ஆசிரியர்கள் அந்தப் பள்ளிகளில் நியமிக்கப்படுவதில்லை. பள்ளிகளிலுள்ள கழிப்பறைகளை எங்கள் குழந்தைகள் உபயோகிக்க முடியாது. பல உள்ளாட்சி அலுவலகங்களில் எங்கள் பிரதிநிதிகளும் உள்ளனர். ஆனால் அவர்களும் இந்தப் பள்ளிக்கூடங்களுக்கு முன்னறிவிப்பில்லாமல் செல்லமாட்டார்கள். ஏனெனில் அங்கு மேல்சாதி இந்துக்கள் அதிக எண்ணிக்கையில் இருப்பார்கள். அவர்கள் தகராறு செய்வார்கள். உயர்நிலைப் பள்ளிகளில் எங்கள் குழந்தைகள் கடுமையான கோடை வெயிலில்கூட அங்குள்ள பானைகளிலிருந்து தண்ணீரை எடுத்துக் குடிக்கக்கூடாது. வேறொரு சாதி இந்து மாணவன் வந்து அவர்களுக்குக் குடிநீர் தரவேண்டும். குடிக்கக் கோப்பைகள் கிடையாது. தங்கள் கைகளைத்தான் அவர்கள் உபயோகிக்கவேண்டும். பள்ளிகளில் மற்ற மாணவர்கள் உண்ணுமிடத்தில் எங்கள் குழந்தை களுக்கு அனுமதியில்லை.

17. தூர பிரதேசங்களிலுள்ள தபால் அலுவலகங்களில் எங்களுடைய கடிதங்களை நாங்களே பெட்டிகளில் போடமுடியாது. கார்டு, கவர் வாங்குவது போன்ற ஒன்றையும் செய்யவும்முடியாது. இதற்கெல்லாம் நாங்கள் தபால் அலுவலகத்திலிருந்து தள்ளி நிற்கவேண்டும். அங்கு செல்லும் ஒரு சாதி இந்துவிடம் நமக்குத் தேவையானதை வாங்கித் தரும்படிக் கேட்டுக்கொள்ளவேண்டும். சுருக்கத்தில், பொது வழியை உபயோகப்படுத்தவேமுடியாது. எங்களுக்கு வேண்டியதை நாங்கள் செய்துகொள்ளமுடியாது.

18. எங்களுடைய கஷ்டங்களைப் புரிந்துகொள்ள உங்களைப் போன்ற பெரிய மனிதர் ஆதிதிராவிட சாதியில் பிறக்கவில்லையே என்றுதான் நாங்கள் வருத்தமடைகிறோம்.

இந்தப் பத்திரம் நம்மை அசர வைக்கிறது. அதில் ஒருமிகைப்படுத் தலுமில்லை. அதில் சொல்லப்பட்டிருப்பதெல்லாம் ஒருசில இடங்களில் உண்மையாகவே நடந்தவைதான். எல்லாரும் எல்லாக் கஷ்டங்களையும் அனுபவிக்கவில்லை. ஒருசில மிக அரிதாகவே நடக்கின்றன. இவை அனைத்தையும் மக்கள் தங்கள் முயற்சியாலேயே தீர்த்துக்கொள்கிறார்கள். மதத்தின் பெயரால் தாழ்த்தப்பட்ட மக்கள் இம்மாதிரியான கஷ்டங்களுக்கு ஆளாகிறார்கள் என்றால் அது வெட்கக்கேடான விஷயம். பெரிய அளவி லானாலும் சிறிய அளவினாலும் இதைக் கடுமையாகக் கண்டிக்கவேண்டி யதும் அனுஷ்டானங்கள் என்ற போர்வையில் ஹரிஜனங்களை அவமதிப் பதைத் தடுக்கவேண்டியதும் பழைமைவாதி இந்துக்களின் தலையாய கடமையாகும்.

மேற்கண்ட பத்திரத்தில் கடைசியாகச் சொல்லப்பட்டிருப்பதை எனக்குக் கிடைத்த பாராட்டாகவே எடுத்துக்கொள்கிறேன். அவர்கள் சொல்வதுபோல நானே ஒரு ஆதி இந்துவாகப் பிறந்திருந்தால் அவர்கள் படும் கஷ்டங்களைத் தெளிவாக உணர்ந்துகொண்டிருப்பேன். நான் அந்த அதிருஷ்டம் செய்யாததால் என்னையே அவர்களுக்குத் தத்துக் கொடுத்துவிட்டேன். இந்தத் தீண்டாமை ஒழிக்கப்படாதவரையில் எனக்கும் சமூகத்துக்கும் ஓய்வே கிடையாது.

07.03.05 (கீழ்வரும் கட்டுரைச் சுருக்கத்தில் காந்தி ஹரிஜனங்களின் மேம்பாட்டுக்காகப் பின்பற்றப்படும் இருவழிகளை - ஆலயப் பிரவேசம், பொருளாதார மேம்பாடு - ஆராய்கிறார்)

செய்தித்தாள்களில் ஆலயப் பிரவேசம்பற்றிய விமர்சனங்களைப் பார்க் கிறோம். இது ஒரு இருமுனை ஆயுதம். ஒரு பக்கம் ஹரிஜனங்களும் மறுபக்கம் சநாதனிகளும் இதனை உபயோகிக்கின்றனர். எங்களுக்கு ஆலயப் பிரவேசம்வேண்டாம். கோவில்களைக் கட்டுவதற்குப் பதிலாக உங்களுக்குக் கிடைக்கும் எல்லாப் பணத்தையும் எங்ளுடைய பொருளாதார மேம்பாட்டுக்குச் செலவு செய்யுங்கள் என்கிறார்கள் ஒரு சில ஹரிஜனங்கள். ஆனால் சில சநாதனிகளோ இந்த ஆலயப்பிரவேச விஷயத்தை அப்படியே

விட்டுவிடுங்கள். ஹரிஜனங்களைக் கோவில்களுக்குள் அனுமதிப்பதன் மூலம் எங்கள் மனதைப் புண்படுத்துகிறீர்கள் என்கிறார்கள். இவ்விருவர் சொல்வதுமே தவறு. புதிய கோவில்களை கட்டுவதற்கு ஒரு பைசா போலும் செலவழிக்கப்போவதில்லை. இப்போதுள்ள பொது ஆலயங்களை இந்துக் களைப்போலவே ஹரிஜனங்களுக்கும் திறந்து கொடுக்கவேண்டும் என்று தான் நாம் விரும்புகிறோம். அந்தக் கோவில்களுக்குள் செல்வதா வேண்டாமா என்பதை ஹரிஜனங்கள்தான் தீர்மானிக்கவேண்டும். மேல்சாதி இந்துக்கள் இதனை எதிர்ப்பதைக் கைவிடவேண்டும். கோவில்களை நமது ஆன்மிகச் செல்வத்தின் கருவூலமாகப் பல்லாயிரக்கணக்கான இந்தியர்கள் கருதுகிறார்கள். ஹரிஜனங்களுக்கு எதிரான தங்களுடைய செயல்களைத் தவறென்று அவர்கள் உண்மையாகவே வருந்தினால் அவர்கள் இந்த ஆன்மிகச் செல்வங்களை ஹரிஜனங்களுடன் பங்கிட்டுக்கொள்ளவேண்டும்.

ஆலயப் பிரவேசம் ஹரிஜனங்களுக்கு விடுக்கும் செய்தி என்னவென்று எனக்குத் தெரியும். சென்ற வாரம்தான் தார்வாடுக்கும் பங்களுக்குமிடையே உள்ள மூன்று கோவில்களை ஹரிஜனங்கள், சநாதனிகள் முன்னிலையில் ஹரிஜனங்களுக்காகத் திறந்து கொடுத்தேன். ஆலயப் பிரவேசத்தை எதிர்த் தவர்கள் அந்தச் சமயத்தில் அங்கு இருந்திருந்தால் இறைவனை தரிசித்து பிரசாதம் வாங்கும்போது அந்த ஹரிஜனங்களின் முகத்தில் தெரிந்த மகிழ்ச்சி அவர்கள் வாயை அடைத்திருக்கும். இந்த ஆலயப் பிரவேசத்தை விமர்சித்த ஹரிஜனங்களும் தங்களுள் பெரும்பான்மையானவர்கள் இதை விரும்பத் தான் செய்கிறார்கள் என்பதை உணர்ந்துகொண்டிருப்பார்கள். கோவிலுக்கு வழக்கமாகச் செல்லும் அனைத்து பக்தர்களுடைய முழுச் சம்மதத்துடனும் அவர்களுடைய முன்னிலையிலும்தான் மேற்சொன்ன கோவில்கள் திறந்து விடப்பட்டன என்பதை இதை விமர்சித்த சநாதனிகளும் உணர்ந்து கொண்டிருப்பார்கள். யாருக்கும் தெரியாமல் திருட்டுத்தனமாகத் கோவில் களைத் திறந்துவிட்டால் அது யாருக்கும் ஒரு நன்மையும் செய்யாது. பக்தர்கள் ஆன்மிகரீதியாக பலனடையவேண்டுமானால் இம்மாதிரியான சடங்கு களுக்கு நல்ல விளம்பரம் கொடுக்கவேண்டும். ஏனோ தானோ என்று செய்யக்கூடாது. இப்போதுள்ள பக்தர்களுடைய சம்மதத்துடன் அது செய்யப் படவேண்டும்.

தெய்வ நம்பிக்கை இல்லாதவர்களும், கோவில்களைப்பற்றிக் கவலைப் படாதவர்களும், கோவிலுக்குப் போவதே மூடநம்பிக்கை என்று நினைப் பவர்களும் இதைப்பற்றிப் பேசுவதில் அர்த்தமில்லை. ஆலயப் பிரவேச போராட்டத்துக்குப் பணச்செலவே கிடையாது. அதற்குப் போராட்டங்க ளும் தேவையில்லை. கோவில்களில் நம்பிக்கையுள்ளவர்கள், சாதி இந்துக்களிடம் கண்டித்துப் பேசுபவர்கள் ஆகியோர் மட்டுமே இந்தப் போராட்டங்களை நடத்தலாம். இந்த விஷயத்தை ஜாக்கிரதையாக, மென்மையாகக் கையாளவேண்டும். இதற்கு ஒரே ஒரு நிபந்தனைதான் உள்ளது. தான் செய்வதுசரி, இது தனது கடமை என்பதையும், இதைச் செய்ய வில்லை என்றால் தாம் விரும்பும் சீர்திருத்தம் வேண்டிய பலனைத் தராது.

முழுமை பெறாது என்பதையும் அவர்கள் உணர்ந்திருக்கவேண்டும். ஏனெனில் ஆலயங்களுக்குள் ஹரிஜனங்களுக்குத் தடையின்றிச் செல்ல முடியவில்லை என்றால் தீண்டாமையை நாம் வேரோடு அழித்துவிட்டதாகச் சொல்லிக்கொள்ளமுடியாது.

ஹரிஜனங்களுடைய பொருளாதார மேம்பாட்டைப் பொறுத்தவரையில் அதை ஆலயப் பிரவேசத்துக்கு எதிராகப் பேசமுடியாது. ஆலயப் பிரவேசம் தான் அவர்களுடைய மேம்பாட்டுக்கு உதவும். ஏனெனில் ஹரிஜனங்கள் ஒரு தடையுமின்றி கோவில்களுக்குச் செல்ல ஆரம்பித்தால், பிற பொருளாதார மையங்களும் அவர்களுக்குத் தானாகத் திறந்துகொடுக்கும்.

நமது போராட்டங்களுக்குக் கிடைத்த பணம் முழுவதும் ஹரிஜனங் களுடைய பொருளாதார மேம்பாட்டுக்கு மட்டுமே பயன்படுத்தப்படும். ஒருவர் கல்வியில் மேம்பாடடைந்திருந்தால் அது அவருடைய பொருளாதார மேம்பாடுக்கு வழி வகுக்கும். மேல் சாதிக்காரர்கள் பெற்ற கல்வியறிவு அவர்களை வாழ்க்கைப் பந்தயத்தில் பங்கெடுக்க முடியாமல் செய்துள்ளது என்பதும் எனக்குத் தெரியும். இதற்குக் காரணம் படித்தவர்கள் மெய்வருந்தி வேலை செய்வதை விரும்பவில்லை என்பதுதான். ஆனால் சில காலங்களுக் காவது ஹரிஜனங்களில் பெரும்பாலோரும் இதேமாதிரித்தான் நடந்துகொள் வார்களோ என்று நாம் பயப்படவேண்டியதில்லை. இன்றைய கல்வி முறையில் தொழில்நுட்பக் கல்விக்கு முக்கியத்துவம் அளிக்கப்படவில்லை. இதைச் சரி செய்துவிட்டால் ஹரிஜனங்கள் எல்லாவித வேலைகளையும் உற்சாகத்துடன் செல்வார்கள்.

இந்து - முஸ்லிம் ஒற்றுமையும் மதங்களுக்கு இடையேயான உரையாடலும்

(ஒரு முஸ்லிம் வர்த்தகரின் அழைப்பை ஏற்று காந்தி தென் ஆஃப்ரிக் காவுக்குச் சென்றிருந்தார். அங்கு முஸ்லிம்கள்தான் அவருடைய வாடிக்கை யாளர்களும் ஆதரவாளர்களுமாக இருந்தனர். தொடக்கம் முதலே இந்து - முஸ்லிம் நல்லுறவை வளர்ப்பதுதான் காந்தியின் முக்கிய நோக்கமாக இருந்தது. இந்தியாவுக்குத் திரும்பி வந்தபின்னும் அவர் இந்த முயற்சியைத் தொடர்ந்தார். 1919ம் ஆண்டு ஏப்ரலில் அவர் 'இந்து - முஸ்லிம் ஒற்றுமைக்கான சபதம்' என்ற சிறு கட்டுரையை எழுதினார். அதன் பிரதிகள் ஆயிரக்கணக்கில் அச்சிடப்பட்டு 'ஸத்யாக்கிரஹ அறிக்கை' என்ற பெயரில் மக்களிடையே விநியோகம் செய்யப்பட்டன).

இந்துக்களும் முஸ்லிம்களும் பரஸ்பரம் நட்புணர்வுடன், ஒரு தாய் மக்கள் போல நடந்துகொள்வார்களேயானால் அது அனைவருக்கும் நல்லது. இந்த நட்புறவு உண்மையிலேயே ஏற்படவேண்டுமானால் இரு மதத்தினரும் தங்களையும் தங்களுடைய கருத்துகளையும் நிறையவே மாற்றிக்கொள்ள

வேண்டும். ஒரு மதத்தைச் சேர்ந்தவர்கள் மற்ற மதக்காரர்களைப்பற்றி மிக இழிவாகப் பேசுவதால்தான் அவர்களிடையே உறவு மோசமடைகிறது.

இந்துக்களும் முஸ்லிம்களும் ஒருவர் மற்றவரைப்பற்றிப் பேசும்போது கீழ்த்தரமான வார்த்தைகளை உபயோகிக்கின்றனர். இரு மதக்காரர்களுக்கு மிடையே காணப்படும் தீராத வேற்றுமையுணர்வு அவர்களுடைய ரத்தத்தில் ஊறிப்போயிருக்கிறது என்றுதான் பலரும் கருதுகின்றனர். பல இடங்களில் ஒரு மதத்தினர் மற்றவர்களைச் சந்தேகக் கண்களுடன் பார்க்கின்றனர். ஒருவர் மற்றவரைப் பார்த்துப் பயப்படுகிறார். இந்த வேற்றுமையுணர்வும் எதிர்ப்பும் படிப்படியாகக் குறைந்துகொண்டு வருகிறதென்பதில் சந்தேக மில்லை. சாதாரணமாக இதற்கு நேரம் பிடிக்கும். ஆனால் நான் சொன்னபடி அனைவரும் சபதம் எடுத்துக்கொண்டால் இந்த ஒற்றுமையை விரை விலேயே உருவாக்க முடியும்.

இது எப்படி சாத்தியமாகும்? பழைமை இந்துக்களுடைய கூட்டத்தை நடத்தி, இந்தப் பிரச்னையைத் தீவிரமாக விவாதிக்கவேண்டும். முஸல்மான் களுக்கெதிராக இந்துக்கள் எழுப்பும் புகார் இதுதான்: 'அவர்கள் பசு மாமிசம் சாப்பிடுகிறார்கள். வேண்டுமென்றே பக்ரீத் நாளில் அவர்கள் பசுக்களை வெட்டிக் கொன்று தின்கிறார்கள்'. ஒரு பசுவைக் காப்பாற்றும் பொருட்டு இந்துக்கள் முஸ்லிம்களைக் கொல்லவும் தயாராக இருந்தால் அவர்களுக் கிடையே ஒற்றுமை நிலவாது. நாம் வன்முறையில் ஈடுபடுவதால் மட்டும் முஸ்லிம்கள் பசுவதையை நிறுத்திவிடுவார்கள் என நான் நம்பவில்லை. ஒவ்வொரு நாளும் கொல்லப்படும் பசுக்களின் எண்ணிக்கையைக் குறைக்க இந்துக்கள் செய்த முயற்சிகள் வெற்றியடையவில்லை என்றே நினைக்கிறேன். இதற்கு முன்பும் இந்த முயற்சி வெற்றியடையுமென்று நான் நினைத் ததுமில்லை.

நானும் ஒரு பழைமை விரும்பி இந்துதான். ஆனால் இந்து மதக் கொள்கை களைத் தீவிரமாகப் பின்பற்றும் ஒருவர் ஒரு பசுவைக் காப்பாற்றுவதற்காக அதைக் கொல்பவரையே கொல்லத் துணியமாட்டார் என்று உறுதியாக நம்புகிறேன். அந்தப் பசுவைக் காப்பாற்ற ஒரே ஒரு மார்க்கம்தான் உள்ளது. அந்தப் பசுவுக்குப் பதிலாக அவர் தன்னுயிரையே தியாகம் செய்யலாம். இப்படி ஆத்மத் தியாகம் செய்பவர்களின் எண்ணிக்கை மிகக் குறைவாக இருந்தாலும் (அதைக் கண்டு மனம் வருந்தி) நமது முஸல்மான் சகோதரர்கள் பசுவதையை நிறுத்திவிடுவார்கள் என்பதில் சந்தேகமில்லை. எனக்குள்ள ஒரு குறையை எனது சகோதரர் தீர்த்துத்தரவேண்டுமென நான் விரும்பினால் நான் ஓரளவுக் காவது தியாகம் செய்யவேண்டும். அவர் மனதைப் புண்படுத்தும் ஒன்றையும் நான் செய்யவும்கூடாது. நான் விரும்புவதை என் நண்பர் செய்தேயாக வேண்டும் என நான் கேட்கக்கூடாது. என்னையே தியாகம் செய்துகொள்வதற்கு மட்டும்தான் எனக்கு உரிமை இருக்கிறது.

இப்படி கலப்படமற்ற அன்பினால் இந்துக்கள் தூண்டப்படும்போதுதான் இந்து-முஸ்லிம் ஒற்றுமை உருவெடுக்கும். முஸல்மான்களும் இப்படியே

தான் நடந்துகொள்ளவேண்டும். அவர்கள் கூட்டம் கூடி இந்துக்களுக்குத் தாங்கள் ஆற்றவேண்டிய கடமைகள் என்னவென்பதை விவாதிக்க வேண்டும். இருமதக்காரர்களும் தியாக உணர்வால் தூண்டப்பட்டு, தங்களுடைய உரிமைகளைக் கேட்டு வாங்குவதற்குப் பதிலாக மற்றவர்களுக்குச்சேவை செய்வார்களேயானால் அப்போதுதான் மதங்களுக்கிடையே நீண்ட காலமாக இருக்கும் வேறுபாடுகள் மறையும், ஒவ்வொருவரும் மற்றவர்களுடைய மதக் கொள்கைகளை மதிக்கவேண்டும். மனத்தளவில் கூட மற்றவர்களைப்பற்றி மோசமாகப் பேசக்கூடாது. அவர்களுக்கெதிராக தங்களுடைய மதக்காரர்கள் மோசமாகப் பேசுவதைத் தடுக்க அனைவரும் தீவிரமாக முயற்சி செய்தால்தான் இரு மதக்காரர்களுக்குமிடையே எதிர்ப் புணர்வு இல்லாமல் போகும். இந்துக்களும் முஸ்லிம்களும் இந்த முயற்சியில் கைகோர்த்து நின்றால்தான் நமது சபதத்துக்குப் பலனுண்டாகும். இதிலிருந்தே இந்தப் பிரச்னை எவ்வளவு பெரியது, எவ்வளவு முக்கியமானதென்பதை உங்களுக்குப் புரிய வைத்துவிட்டேன் என நினைக்கிறேன்.

நமது ஸத்யாகிரஹம் நாடு முழுவதும் பரவிக்கொண்டிருக்கும் இந்த நன்னாளில் நாம் அனைவரும் 'ஒற்றுமை சபதத்தை' எடுத்துக்கொள்ள வேண்டும். இந்துக்களும் முஸல்மான்களும் இந்தப் பிரச்னையை ஒரு பொதுக்கூட்டத்தில் விவாதித்து ஒருமனதாக ஒரு தீர்மானத்தை நிறைவேற்றவேண்டும். இது தொடர்பான நமது முயற்சிகளை நாம் தீவிரமாகத் தொடர்ந்தால் நமது நோக்கம் நிச்சயமாக நிறைவேறும். இப்போதும்கூட இந்தச் சபதத்தை நாம் ஒவ்வொருவரும் தனித்தனியாகவே எடுத்துக் கொள்ளலாம். ஒவ்வொரு நாளும் ஆயிரக்கணக்கானவர்கள் இப்படிச் சபதம் எடுத்துக்கொள்வார்களென நம்புகிறேன். இதன் வாசகம் கீழ்க் கண்டவாறிருக்கலாம்.

'இறைவன் சாட்சியாக இந்துக்களும் முஸ்லிம்களுமாகிய நாங்கள் ஒருவர் மற்றவர்களிடம் ஒரு தாய் மக்கள்போல நடந்து கொள்வோம். எங்களுக்குள் பேதம் இருக்காது. ஒருவருடைய துன்பத்தில் மற்றவர்கள் பங்கு கொள்வோம். அவற்றைப்போக்க உதவுவோம். ஒருவர் மற்றவர்களுடைய மத உணர்வுகளை மதிப்போம். மற்றவர்களுடைய மத அனுஷ்டானங்களில் குறுக்கிடமாட்டோம். மதத்தின் பெயரால் நீங்கள் வன்முறையில் ஈடுபட மாட்டோம்.''

07.04.02 (மத நல்லிணக்கம்பற்றிய காந்தியின் சிந்தனைகள் இந்து - முஸ்லிம் ஒற்றுமைக்கப்பாலும் சென்றன. கல்கத்தாவில் 1925ம் ஆண்டு ஆகஸ்டில் கிறிஸ்துவர்கள் முன் நிகழ்த்தப்பட்ட உரையிலிருந்து சில பகுதிகள் கீழே தரப்பட்டுள்ளன.)

தலைவரவர்களே! நண்பர்களே! ஒருவேளை நான் இப்போதுதான் முதன்முறையாக இந்திய கிறிஸ்துவர்கள் மட்டுமே அடங்கிய ஒரு கூட்டத்தில் பேசுகிறேன் என்று சொன்னீர்கள். எனது கல்கத்தா விஜயத்தைப் பொறுத்தவரை நீங்கள் சொன்னது சரிதான். ஆனால் நான் தென் ஆஃப்ரிக்காவிலிருந்து திரும்பி

வந்தபின் 1915லேயே இப்படிப்பட்ட உரையை நிகழ்த்தியிருக்கிறேன். இந்தியக் கிறிஸ்துவர்களுடனான எனது தொடர்பு 1893 முதலே தொடர்கிறது. அந்த ஆண்டில்தான் தென் ஆஃப்ரிக்காவுக்குச் சென்றேன். அங்கு இந்தியக் கிறிஸ்துவர்களைப் பெருமளவில் சந்தித்திருக்கிறேன். அவர்கள் சிறந்த கிறிஸ்துவர்கள் மட்டுமல்ல. தங்களுடைய தாய்நாட்டை நேசிப்பவர்களாகவும் இருந்தனர் என்ற உண்மை என்னை ஆச்சரியத்தில் ஆழ்த்தியது. அவர்களில் பெரும்பாலானோர் இளைஞர்கள். அவர்கள் தங்கள் தாய்நாட்டைப் பார்த்ததே இல்லை என்பதை அறிந்தபோது என் மகிழ்ச்சி பன்மடங்கு அதிகரித்தது. இவர்களில் பெரும்பாலானோர் நேட்டாலிலும் ஒருசிலர் மரீஷியஸிலும் பிறந்தவர்கள். மரீஷியஸிலிருந்துதான் இந்தியர்கள் தென் ஆஃப்ரிக்காவில் குடியேறினர். அவர்களில் பெரும்பாலானவர்கள் இந்தியாவிலிருந்து கொண்டு போகப்பட்ட கூலி வேலைக்காரர்களின் வாரிசுகளாவார்கள். இந்தியாவிலிருந்து நேட்டாலில் கரும்புத் தோட்டங்களில் வேலை செய்வதற்காகக் கொண்டு செல்லப்பட்டிருந்தனர். ஒருநாளும் ரத்து செய்யமுடியாத ஒரு ஒப்பந்தத்தின் கீழ் இவர்கள் தென் ஆஃப்ரிக்காவில் ஐந்து வருடங்களுக்குப் பணிபுரியச் சென்றனர். தென் ஆஃப்ரிக்காவில் இவர்கள் ஏறக்குறைய அடிமைகளாகவே வாழ்ந்தனர்.

இப்படியெல்லாம் கஷ்டத்தில் வாழ்ந்து வந்த மக்களுக்கு 'சகோதரத்துவம்' என்ற வார்த்தை புரிந்திருக்க நியாயமுமில்லை. நீங்கள் செய்தித்தாள்களை வாசிப்பவர்களாக இருந்தால், இந்தியாவுக்கு வெளியே நடக்கும் நிகழ்வு களை அறிய உங்களுக்கு ஆர்வமிருந்தால், இன்று தென் ஆஃப்ரிக்க அரசு அங்கிருந்து இந்தியர்களை விரட்டியடிக்க முயற்சித்துக்கொண்டிருக்கிறது என்பது உங்களுக்கு நன்றாகத் தெரிந்திருக்கும். இந்த முயற்சி வெற்றி பெறுமா, இந்திய அரசு இதனைப் பொறுத்துக்கொள்ளுமா என்பதை யெல்லாம் நாம் பொறுத்திருந்துதான் பார்க்கவேண்டும். இந்தப் பரிதாப நிலையிலிருக்கும் மனிதர்களால் சகோதரத்துவத்தின் பொருளை அறிந்து கொள்ளமுடியாது. இருப்பினும் நான் இப்போது அந்த விஷயத்தைப்பற்றிப் பேசுவதற்குக் காரணமிருக்கிறது. இம்மாதிரி சந்தர்ப்பங்களில்தான் மனி தரின் சகோதரத்துவ உணர்வுகள் நிஜமாகவே சோதிக்கப்படுகின்றன.

உங்களை நேசிப்பவர்களைத் திரும்ப நேசிப்பதோ அவர்களுடைய நிலை மையைக்கண்டு வருந்துவதோ அவர்களுடன் ஒத்துழைப்பதோ சகோத ரத்துவம் ஆகாது. அது வெறும் பண்டமாற்று அல்லது பேரம் பேசுவது போன்றதுதான். சகோதரத்துவம் ஒரு விற்பனைச் சரக்கல்ல. அது மனிதர் களிடையே மட்டுமே உள்ளதல்ல என்றுதான் எனது மதமும் வாழ்க்கைத் தத்துவமும் எனக்குக் கற்றுத் தந்துள்ளன. அதாவது சகோதரத்துவ உணர்வு மிருகங்களுக்கிடையேகூடக் காணப்படும்.

சுமார் 30, 35 வருடங்களுக்கு முன்பு நான் வாசித்த அருமையான ஆங்கிலக் கதை என் நினைவுக்கு வருகிறது. இதன் தலைப்பு 'எருது - என் சகோதரன்' என்று நினைக்கிறேன். அதில், சக மனிதர்களை நேசிக்கும் ஒருவன் மிருகங்களையும் நேசிக்கவேண்டுமென்று மிக அழகாக எழுதியுள்ளார்.

மிருகங்கள் என்றால் மனித இனத்துக்குக் கீழே உள்ள அனைத்து ஜீவராசிகளும் உள்படும். இந்தக் கருத்து என்னை மிகவும் கவர்ந்தது. அந்த நேரத்தில் இந்து மதக் கொள்கைகளைப்பற்றி நான் அதிகம் அறிந்திருக்கவில்லை. நான் வளர்ந்த சூழ்நிலையிலிருந்தும் எனது பெற்றோர்களிடமிருந்தும் மற்றவர்களிட மிருந்தும்தான் அதைப்பற்றித் தெரிந்துகொண்டேன். இந்த வரிகளின் அர்த்தம் என்மேல் பெரும் தாக்கத்தை ஏற்படுத்தியது. ஆனால் இப்போது நான் இதைப் பற்றிப் பேச விரும்பவில்லை. மனிதர்களிடையே நிலவும் சகோதரத்து வத்தைப்பற்றி மட்டுமே பேச விரும்புகிறேன். நமது எதிரிகளையும் நாம் நேசிக்க விரும்பவில்லையென்றால் சகோதரத்துவம் என்ற வார்த்தைக்கே அர்த்தமில்லாமல் போய்விடும். ஒருவன் தனக்கு எதிரிகளே இல்லையென்று சொல்லும்போதுதான் அவர் சகோதரத்துவத்தின் உண்மையான பொருளை அறிந்தவனாகிறான். ஒருசிலர் தங்களை நம்முடைய எதிரிகளாகக் கருதலாம். ஆனால் அம்மாதிரியான எண்ணங்களை வளரவிடக்கூடாது.

இப்போது ஒரு கேள்வி எழுகிறது. நமது எதிரிகள் என்று சொல்லிக் கொள் பவர்களை நாம் எப்படி நேசிப்பது? இந்த விஷயத்தைப்பற்றிய எனது கருத்துகளை விமர்சித்து இந்துக்கள், முஸ்லிம்கள், சில சமயம் கிறிஸ்துவர் களும்கூட எனக்குக் கடிதம் எழுதியிருக்கிறார்கள். கடிதம் எழுதுபவர் இந்துவாக இருந்தால்' நான் உயிரைவிட மேலாக நேசிக்கும் பசுவைக் கொல்லும் முஸல்மானை என்னால் எப்படி நேசிக்க முடியும்?' என்று கேட்கிறார். ஒரு கிறிஸ்துவர் 'தீண்டப்படாதோர் என முத்திரை குத்தப் பட்டவர்களை இந்துக்கள் துன்புறுத்துகிறார்கள். அவர்களை நாங்கள் எப்படி நேசிக்க முடியும்?' என்று கேட்கிறார். கடிதம் எழுதியது ஒரு முஸல்மானாக இருந்தால் 'உருவ வழிபாடு நடத்தும் ஒருவரிடம் எப்படி அன்பு செலுத்த முடியும்?' என்று கேட்கிறார். இவர்களனைவருக்கும் நான் சொல்வது இதுதான்: அப்படிப்பட்ட மனிதர்களை நீங்கள் நேசிக்கவில்லையென்றால் சகோதரத்துவம் என்ற கருத்தே அர்த்தமற்றதாக ஆகிவிடும்.

இவர்களுடைய இந்த மனப்பான்மை எதைக் குறிக்கிறது? நம்முடைய பயத்தையோ சகிப்புத் தன்மையில்லாததையோதானே? நாம் அனைவருமே இறைவனின் சிருஷ்டிதான் என்றால் ஒருவர் மற்றவரைப் பார்த்து ஏன் பயப்படவேண்டும்? நமது அபிப்பிராயங்களிலிருந்து வேறுபடுபவர்களை நாம் ஏன் வெறுக்கவேண்டும்?

ஒரு முஸல்மான் எனக்குப் பிடிக்கவே பிடிக்காத ஒரு செயலைச் செய்யும்போது நான் கைகட்டி நிற்கவேண்டுமா என்று ஒரு இந்து என்னைக் கேட்டார். எனது சகோதரத்துவக் கொள்கைப்படி எனது விடை இதுவாகத்தான் இருக்கும்: 'ஆம், சும்மா இருக்கத்தான்வேண்டும். நீங்கள் உங்களையே தியாகம் செய்து கொள்ளவேண்டும். நீங்கள் சிலுவையைச் சுமக்கத்தான்வேண்டும். உங்களுக்கு மிக நெருங்கிய ஒருவரை நீங்கள் காப்பாற்ற விரும்பினால் நீங்கள் பதிலுக்குப் பதில் கொல்லாமல் உங்கள் உயிரையே தியாகம் செய்யவேண்டும்'. இப்படிப் பட்ட சம்பவங்களைப்பற்றி எனக்கு நேரிடையாகத் தெரியும்.

உங்களுடைய கஷ்டங்களை நீங்கள் மகிழ்ச்சியுடன் ஏற்றுக்கொண்டால் அதைப் பார்த்துக் கல்மனத்துக்காரர்களும்கூட மனம் மாறிவிடுவார்கள். ஒரு ரௌடிக்கெதிராக நீங்கள் கை ஓங்கலாம். ஆனால் அவன் உங்களைக் கீழடக்கிவிட்டால் நீங்கள் என்ன செய்வீர்கள்? அவன் மேலும் தீவிர மடையத்தானே செய்வான்? எதிர்ப்பு அதிகமாகும் போதுதான் தீய சக்திகள் வளர்கின்றன என்பது வரலாற்று உண்மை. மதம் பிடித்த மனிதர்களையும் கூட தங்களது அன்பினால் அடக்கிய சம்பவங்களையும் பார்த்திருக்கிறோம். ஒரு அடி கிடைத்தால் இரண்டு அடியைத் திருப்பித் தரும் ஒரு ராணுவ வீரனுக்கு இருக்கும் தைரியத்தைவிட இருமடங்கு தைரியம் அஹிம்சா வாதிக்குத் தேவைப்படும் என்பதை ஒப்புக் கொள்கிறேன். மேலும், தீங்கிழைப்பவர்களுக்கு எதிராக ஒருவருக்கு அடக்க முடியாத கோபம் வந்தால் அந்தத் தீங்கிழைத்தவருடன் நேரடியாகச் சண்டைப் போட்டு விஷயத்தைத் தீர்த்துக்கொள்வதுதான் சரியாக இருக்கும். மரணத்தைப் பயந்து ஒன்றும் செய்யாமலிருப்பது கோழைத்தனம். கோழைத்தனமும் சகோதரத்துவமும் ஒன்றுக்கொன்று முரணானவை.

நான் இப்போது சொல்வதை உலகம் ஏற்றுக்கொள்ளாது என்று எனக்குத் தெரியும். கிறிஸ்துவ மதம் பின்பற்றப்படும் ஐரோப்பாவிலும் எனது எதிர்ப்பின்மை (அஹிம்சை) கொள்கையை (Non Resistance) மக்கள் கேலி செய்கிறார்கள் என்று எனக்குத் தெரியும்.

இப்போதும் ஐரோப்பாவிலும் அமெரிக்காவிலிருக்கும் எனது நண்பர்கள் எனக்குக் கடிதம் எழுதுகிறார்கள். அவர்களில் சிலர் அஹிம்சை கொள்கையை இன்னும் விஸ்தாரமாக வளர்த்தெடுக்கவேண்டுமெனக் கேட்கிறார்கள். வேறுசிலர் என்னைக் கேலி செய்கிறார்கள். 'நீங்கள் இதுபற்றி இந்தியாவில் பேசலாம். ஆனால் ஐரோப்பாவில் இதைப்பற்றிப் பேசிவிட முடியாது'' என்பார்கள். இன்னும் சிலர் சொல்வது: 'நாங்கள் இப்போது பின்பற்றும் வகையான கிறிஸ்துவ மதம் உபயோகமற்றது. யேசுவின் போதனைகளை எங்களால் புரிந்துகொள்ள முடியவில்லை. அவை எங்களை இன்னும் வந்தடையவில்லை.'

கடிதம் எழுதியவர்களைப் பொறுத்தவரை இந்த மூன்று நிலைபாடுகளுமே சரிதான். ஆனால் மேற்சொன்ன அடிப்படைக் கொள்கை ஒப்புக்கொள்ளப் படும்வரை உலகில் அமைதி நிலவாது. சகோதரத்துவத்தைப்பற்றிப் பேசுவது கேலிக்கூத்தாகத்தான் இருக்கும். ஆண், பெண் அனைவரும் என்னைக் கேட்கிறார்கள். 'நமக்கு ஏதாவது தீங்கு நடந்தால் நாம் அந்தத் தீங்கு செய்தவரை திருப்பி அடிக்காமலிருப்பது மனித இயற்கைக்கு இசை வானதா?'. எனது பதில் 'ஆம்' என்பதுதான். இதுவரை நாம் நம்முடைய மனித இயற்கையைப்பற்றி முழுவதாகத் தெரிந்துகொள்ளவில்லை. நமது தேசிய கௌரவத்தைப்பற்றித் தெரிந்துகொள்ளவில்லை. டார்வின் சொன்னது போல குரங்கிலிருந்து பிறந்த நாம் இன்னமும் அதே நிலையில்தான் தொடர்கிறோம்.

பத்தொன்பதாம் நூற்றாண்டில் வாழ்ந்த பிரம்ம ஞான சபை (Theosophical Society) உறுப்பினர் டாக்டர் அன்னா கிங்ஸ்ஃபோர்டு (Anna Kingsfood) ஒரு புத்தகத்தில் இவ்வாறு எழுதியுள்ளார். 'நான் பாரீஸ் நகரில் நடந்து போகும்போது மனித உருவிலுள்ள சிங்கங்கள் மற்றும் பாம்புகளையே காண்கிறேன். தனது முழு ஆளுமையை அடைய மனிதன் தனது அச்ச உணர்வைப் போக்கவேண்டும். ஆனால் இதற்காக அவன் தலைமுதல் கால்வரை ஆயுதம் அணிந்திருக்கவேண்டியதேயில்லை. தனக்குள்ளேயே ஆளுமையை வளர்த்துக்கொள்ளவேண்டும். ஒரு க்ஷத்ரியன் ஆபத்திலிருந்து தப்பி ஓடமாட்டான். அடிக்கு அடி திருப்பிக் கொடுப்பவன் மட்டுமே அல்ல. ஒரு உண்மையான வீரன் தன்னை அடித்தவர்களை மன்னித்துவிடுவான் என மகாபாரதம் சொல்கிறது. சூடான் நாட்டில் போர் புரிந்த பிரிட்டிஷ் ஜனரல் கார்டனுக்கு ஒரு சிலை எழுப்பப்பட்டிருக்கிறது. அந்தச் சிலையை வடித்த சிற்பி அவர் கையில் வாளைக் கொடுக்கவில்லை. ஒரு பிரம்பைத்தான் கையில் வைத்திருக்கிறார். அது ஒரு அழகான சிற்பமாகக் கருதப்படுகிறது. இந்தச் சிற்பத்தை நான் வடித்திருந்தால் பிரம்பைக்கூட அவர் கையில் கொடுத்திருக்கமாட்டேன். இரு கைகளையும் கூப்பி, நெஞ்சை முன்னே தள்ளி, மிகவும் பவ்யமாக 'ஆயுதமேந்திய மனிதர்களே! உங்கள் அம்புகளை நான் எதிர்கொள்கிறேன். நீங்கள் என்னைத் தாக்கினால் நான் வருந்த மாட்டேன். திருப்பி அடிக்கமாட்டேன்'' என்று சொல்வார். இதுதான் நான் கற்பனை செய்யும் ஒரு ராணுவ வீரர். இப்படி எத்தனையோ பேர் இங்கு வாழ்ந்திருக்கிறார்கள்.

கிறிஸ்துவ மதத்திலும் இஸ்லாமிலும் இப்படிப்பட்ட வீரர்கள் பிறந்திருக் கிறார்கள். இஸ்லாம் வன்முறையை வளர்க்கிறது என்று சொல்வது சரியல்ல என்று நினைக்கிறேன். வரலாறுரீதியாக இது நிரூபிக்கப்படவில்லை என்றாலும் சில தனிப்பட்ட உதாரணங்களை நான் உங்களுக்குத் தரமுடியும். தனி தனிதர்களைப்பற்றிச் சொல்வது நாடுகளுக்கும் பொருந்தும்.

மனித இனம் பழி வாங்காமல் வாழும் ஒரு நிலையை ஒரு நாளும் அடைய முடியாது என்று ஐரோப்பிய மற்றும் இந்திய எழுத்தாளர்கள் சொல்வதை என்னால் ஏற்றுக்கொள்ளமுடியாது. மாறாக, தான் பெற்ற கல்வியின் பலனாக மேற்சொன்னபடி வஞ்சம் தீர்க்க முயலாமல் இருந்தால்தான் மனிதனாக முழுமை அடைய முடியும். நாம் விரும்பினாலும் விரும்பாவிட்டாலும் அந்தத் திசையை நோக்கித்தான் போய்க்கொண்டிருக்கிறோம். அந்த நிலைக்குத் தள்ளிவிடப்படுவதற்குப் பதிலாக நாமாகவே அங்கு செல்வது நன்றாக இருக்குமென நினைக்கிறேன். நீங்களும் இதைத்தான் செய்யவேண்டும் என்று கேட்டுக்கொள்ளத்தான் இன்று உங்களிடம் வந்திருக்கிறேன். கிறிஸ்தவர் களடங்கிய கூட்டத்தில் இதைப்பற்றிப் பேசவேண்டிய அவசியமே இல்லை. ஏனெனில் பழிவாங்குதல்கூடாதென்று சொல்லும்போது நான ஒரு கிறிஸ்தவராகவே மாறிவிடுகிறேன் என்று எனது சில நண்பர்கள் கூறுகிறார்கள். ஆனால், இந்துக்களுக்கும் முஸ்லிம்களுக்கும் இதைப் புரிய வைக்க எவ்வளவு சிரமப்படவேண்டியிருக்கிறதோ அதே அளவு

கிறிஸ்துவர்களுக்குப் புரியவைக்கவும் சிரமப்படவேண்டியிருக்கிறது என்பது அவர்களுக்குத் தெரியவில்லை. இதைத் தங்களுடைய வாழ்க்கை நெறியாக எத்தனை கிறிஸ்தவர்கள் ஏற்றுக்கொண்டிருக்கின்றனர் என்பது எனக்குத் தெரியாது. இது யேசு கிறிஸ்து சொல்லிக் கொடுத்த பாடம்தான் என்று எனக்குத் தெரிந்த கிறிஸ்துவர்கள் ஒப்புக்கொள்ளவில்லை. ஆனால் இது அவர் சொல்லிக் கொடுத்ததுதான் என்று உறுதியாக நம்புகிறேன். இதை ஒப்புக்கொள்ளாமல் இந்தப் பாடங்களெல்லாம் பொது மக்களுக்காக அல்ல, யேசுவின் பன்னிரெண்டு சீடர்களுக்காக எழுதப்பட்டவை என்று சொல்கிற வர்கள் இருக்கிறார்கள். இதை நிரூபிக்கும் வகையில் அவர்கள் 'புதிய ஏற்பாட்டிலிருந்து சில வரிகளை மேற்கோள் காட்டுகிறார்கள். அஹிம்ஸைக் கொள்கையை எதிர்ப்பவர்கள் அது கோழைத்தனத்தை வளர்க்கும் என்கிறார்கள். மேலும், இந்தியா இந்த அஹிம்ஸைக் கொள்கைப்படி நடந்தால் அதன் எதிர்காலம் இருண்டதாக இருக்கும் என்று சொல்கிறார்கள். நான் உங்களுக்குக் கொடுக்கும் முக்கியமான செய்தி என்னவென்றால் இந்தியா இந்த நிலைபாட்டை எடுக்கவில்லையென்றால் அதற்கு எதிர்காலமே இருக்காது என்பதுதான். இந்தியாவுடன் சேர்ந்து மற்ற உலக நாடுகளின் எதிர்காலம் இருண்டதாக இருக்கும். இந்தியா ஒரு மாபெரும் கண்டம். இன்று ஐரோப்பா செய்தது மாதிரி இந்தியாவும் வன்முறையைக் கையிலெடுத்தால் இது உலகிலுள்ள பலவீனர்களைத் தன்னிஷ்டப்படி நடத்தும். இதனால் உலகுக்கு என்ன நேரிடுமென்று யோசனை செய்து பாருங்கள்.

பெண்களின் நிலைமை

(தற்காலப் பெண்ணியவாதிகள் காந்தியைப்பற்றி வேறுபட்ட கருத்து களைக்கொண்டிருக்கலாம். கருத்தடை, பெண்கள் வேலைக்குப் போவது ஆகிய இரண்டு விஷயங்களில் அவர் வெளிப்படுத்திய எதிர்ப்பை அவர்கள் விமர்சிக்கலாம். அதேசமயம் பெண்கள் சமூக நலத்திட்டங்களில் ஈடுபடச் செய்வது, இந்து சமூகத்தில் விதவைகள் நடத்தப்படும் விதம் ஆகியவற்றைப்பற்றிய அவருடைய கருத்துகளை வரவேற்பார்கள். கீழே தரப்பட்டுள்ள கட்டுரைச் சுருக்கத்தில் பெண்களுக்குச் சமூகத்திலுள்ள இடத்தைப்பற்றி - நேற்று, இன்று, நாளை - காந்தியின் கருத்துகள் மிகத் தெளிவாக விளக்கப்பட்டுள்ளன)

திருமண பந்தத்தைத் துணிச்சலாகத் தவிர்த்த ஒரு பெண்மணி எனக்குக் கீழ்க்கண்ட கடிதத்தை அனுப்பியிருக்கிறார்.

'பம்பாய் மலபார் ஹில்லில் நேற்று நடந்த ஒரு கூட்டத்தில் பல பெண் மணிகள் பங்கெடுத்துப் பேசினர். பல தீர்மானங்கள் இயற்றப்பட்டன. அதில் நாங்கள் விவாதித்த விஷயம் சாரதா மசோதா.*

பெண்களுடைய திருமண வயது பதினெட்டாக இருக்கவேண்டுமென்று நீங்கள் சொல்வதை வரவேற்கிறோம். இன்னுமொரு முக்கிய தீர்மானம் சொத்துரிமைச்சட்டங்களைப்பற்றியதாக இருந்தது. இவற்றைப்பற்றி நீங்கள் உங்களுடைய 'நவஜீவன்', 'யங் இந்தியா' பத்திரிகைகளில் எழுதினால் உதவியாக இருக்கும். தங்களுடைய உரிமையைத் திரும்பப் பெற பெண்கள் ஏன் மற்றவர்களுடன் சண்டைப்போடவேண்டும்? ஏன் அவர்கள் முன் கையேந்தவேண்டும்? ஒரு பெண்ணுக்குப் பிறந்த ஒரு ஆண்மகன் பெண்களைப் பலவீனரென்று வர்ணிக்கின்றான். அவர்களுக்குச்சேரவேண்டியதைக் கொடுத்துவிடுவோம் என்று வாக்குறுதியளிக்கிறான். இது என்ன 'கொடுப்பது?' பெண்களுக்குச் சேரவேண்டியதை அவர்களிடமிருந்து பிடுங்கிக் கொண்டு பிறகு அதையே திரும்பிக் கொடுப்பதில் என்ன 'பெரிய மனசு' இருக்கிறது? ஆண்களைவிடப் பெண்கள் சமூக அந்தஸ்தில் குறைந்தவர்கள் என்றுயார் சொன்னது? குடும்பச் சொத்தில் அவர்களுடைய பங்கு ஆண்களுடைய பங்கைவிட ஏன் குறைவாக இருக்கவேண்டும்? அது ஏன் சமபாக மாக இருக்கக்கூடாது?

சில நாட்களுக்கு முன் இதைப்பற்றிச் சூடான விவாதம் நடந்தது. ஒரு பெண்மணி சொன்னார். 'சட்டத்தில் ஒரு மாற்றமும் தேவையில்லை. இப்போதிருக்கும் நிலைமை எங்களுக்குத் திருப்தி அளிக்கிறது. ஒரு குடும்பத்தின் பெயரையும், பழம் பெருமையையும் தொடர்ந்துகொண்டு போகும் மகனுக்குச் சொத்தில் அதிகப் பங்கு கொடுக்கத்தான்வேண்டும். அவன்தான் குடும்பத்தைத் தாங்குபவன்'. நாங்கள் அப்பெண்மணியைக் கேட்டோம். 'அப்படியானால் பெண்ணின் கதி என்ன?' அங்கிருந்த ஒரு இளைஞன் பதிலளித்தான். 'ஓ! அவளை மற்றவன் பார்த்துக்கொள்வான்!' 'பார்த்தீர்களா? மற்றவன்! எப்போதும் மற்றவன்தான். இந்த 'மற்றவன்' ஒரு தொல்லைப் பேர்வழி (நியூஸென்ஸ்), அப்படி ஒருவன் இருப்பானென்று நாம் ஏன் நினைத்துக்கொள்ளவேண்டும்? ஒரு பெண் விற்பனைக்காக உள்ள பொருள், அவளை அந்த மற்றவன் வந்துகொண்டு போகும்வரை போனால் போகிறதென்று அவளை அவளுடைய பெற்றோர்கள்தங்களுடைய வீட்டில் வைத்துக்கொண்டிருக்கிறார்கள். அவன் வந்தவுடன் 'அப்பாடா' பெருமூச்சு விட்டுக்கொண்டு அவளை அவனிடம் ஏற்பித்து விடுகிறார்கள். நீங்கள் ஒரு பெண்ணாக இருந்தால் இந்த நிலையைக் கண்டு உங்களுக்குக் கோபம் வருமா, வராதா?'

பெண்களுக்கு எதிராக இம்மாதிரியான அக்கிரமங்கள் நடப்பதைப் பார்த்துக் கோபப்படுவதற்கு நான் பெண்ணாகத்தான் இருக்கவேண்டு மென்பதில்லை. சொத்துரிமைபற்றிய சட்டத்துக்கு நான் முக்கியத்துவம் கொடுப்பதில்லை. இதைவிட இன்னும் மோசமான நிலைமையைப்

* பதிநான்கு வயதுக்கு உட்பட்ட பெண்களின் திருமணத்தைத் தடுக்கும் பொருட்டு இயற்றப் பட்ட இந்த மசோதா இதற்கு வடிவம் கொடுத்த திரு. சாரதாவின் பெயரிலேயே இப்போதும் அறியப்படுகிறது.

பற்றித்தான் சாரதா மசோதா பேசுகிறது. பெண்களின் உரிமைகளை விட்டுக் கொடுக்க நான் தயாராக இல்லை. சட்டப் பிரகாரம் ஆண் களுக்குள்ள அதே உரிமைகள் அவளுக்கும் தரப்படவேண்டுமென்பதுதான் என் அபிப்பிராயம். மகன்களையும் மகள்களையும் சமமாகக் கருத வேண்டும். தாங்கள் பெற்ற கல்வியின் பயனாக பெண்கள் தங்கள் பலத்தை உணர்ந்துகொண்டு வருவதால் அவர்கள் தங்களுக்கிழைக்கப்படும் அநீதிகளை எதிர்ப்பது இயற்கைதான்.

சட்டரீதியாக இந்த ஏற்றத்தாழ்வுகளை நீக்குவது ஓரளவுக்குத்தான் பலனளிக்கும். இந்தத் தீய வழக்கம் நாம் அறிந்திருப்பதைவிட சமூகத்தில் மிக ஆழமாக வேரூன்றியிருக்கிறது. இதற்கு காரணம் ஆண்களின் அதிகார மோகம். பேரும், புகழுமடையவேண்டுமென்ற பேராசை. மனிதன் என்றுமே அதிகாரத்தை விரும்புகிறான். தான் உயிரோடிருக்கும்போது தனக்குக் கிடைத்த அதிகாரத்தின் அடிப்படையில் அவன் இறந்த பிறகும் தனக்குப் புகழைத் தேடிக்கொள்ள முயல்கிறான். ஒருவரின் வாரிசுகள் அனைவரும் குடும்பச் சொத்தில் சம பங்காளிகளாக இருந்தால் அந்தச் சொத்தை அவன் அந்த அளவுக்குத் துண்டு, துண்டாகப் பிரிக்கவேண்டும். அப்படிச் செய்யும்போது, ஆண்களுக்குச் சொத்தின்மேல் தனிப்பட்ட விசேஷ அதிகாரம் கிடைக்காது. இந்தக் காரணத்தால்தான் பெரும்பாலான குடும்பங்களில் குடும்பச் சொத்து அப்படியே அந்த ஆண் வாரிசுக்குக் கொடுக்கப்பட்டுவிடுகிறது. பெரும் பான்மையான பெண்கள் திருமணமானவர்களாக இருப்பார்கள். அவர்களுக் கெதிராக சட்டம் என்ன சொன்னாலும் அவர்களுடைய கணவர்களுடைய சொத்திலும், அதிகாரத்திலும், உரிமைகளிலும் அவர்களுக்குச் சம பங்கு வகிக்கத்தான் செய்கிறார்கள். தான் ஒரு பெரிய பணக்காரரின் மனைவி என்று சொல்லிக்கொள்வதில் அவர்கள் பெரிதும் சந்தோஷப்படுகிறார்கள். ஆகவே மேடைப் பேச்சுக்களிலும் வேறிடங்களிலும் அவர்கள் ஆண்-பெண் சமத்துவம்வேண்டுமென்று வாதித்தாலும் உண்மையில் அவர்கள் தங்களுடைய சிறப்பு அதிகாரங்களை விட்டுக் கொடுக்க விரும்பமாட்டார்கள்.

ஆகவே சட்டபூர்வமாகப் பெண்கள் மீது சுமத்தப்பட்டுள்ள தகுதியிழப்பை (Disqualification) நான் எதிர்க்கிறேன். அதே சமயம் இந்த நிலைமைக்கான அடிப்படைக் காரணத்தை நமது படித்த, விஷய ஞானமுள்ள பெண்கள் ஆராயவேண்டுமென்றும் கேட்டுக் கொள்கிறேன். தியாகமும் துயரங்களும் உருவானவர்கள் பெண்கள். ஆகவே அவர்கள் பொது வாழ்வில் பிரவே சித்தால் சமூகத்தைப் பிடித்துள்ள தீய சக்திகள் விலகும். சமூக வாழ்க்கை பரிசுத்தமாகும்; ஆண்களின் கட்டுங்கடங்காத பேராசைக்கும் சொத்துச் சேர்த்துக் குவிக்கும் செயல்களுக்கும் கடிவாளமிடப்படும். அதேசமயம் பல்லாயிரக்கணக்கான பேர்களுக்கு ஒரு சொத்துமில்லாததால் அவர்கள் தங்கள் வாரிசுகளுக்கு ஒன்றையும் விட்டு வைக்கமுடியாது. ஒரு சிலருக்குப் பூர்வீக சொத்து இல்லாமலிருப்பதே நல்லது. ஏனெனில் சிறந்த கல்வியும் நன்னடத்தையும்தான் பெற்றோர்கள் தங்கள் வாரிசுகளுக்கு விட்டுவிட்டுப் போகும் சொத்து. தங்கள் குழந்தைகள் வேறு யாருடைய உதவியையும் எதிர்

பார்க்காமல் தங்கள் காலிலேயே நிற்கவும், நெற்றி வேர்வை நிலத்தில் விழ உழைத்து, நியாயமான முறையில் பணம் சம்பாதிக்கவும் பெற்றோர்கள் கற்றுக் கொடுக்கவேண்டும்.

தங்களுக்குக் கிடைக்கும் பூர்விகச் சொத்தை அனுபவிக்கும் வாரிசுகள் சோம்பேறிகளாகவும் சுகவாசிகளாகவும் மாறிவிடுகிறார்கள். அவர்களுடையை பேராசை மேலும் அதிகரிக்கிறது. அவர்களுக்குச் சுயமாக ஒன்றும் செய்யத் தெரிவதில்லை. இந்த நிலைமையைத் தவிர்க்கவேண்டும். பெற்றோர்கள் தங்கள் வாரிசுகளுக்குக் கல்வி புகட்டி, சொந்தக் காலில் நிற்கக் கற்றுக் கொடுக்கவேண்டும். பல நூற்றாண்டுகளாகச் சமூகத்தைப் பிடித்தாட்டிக் கொண்டிருக்கும் தீய சக்திகளை அறவே அழிப்பதுதான் விஷயம் தெரிந்த பெண்களின் முதல் வேலை.

ஆண்களுக்கும் பெண்களுக்கும் இடையில் யார் பெரியவர் என்பதை நிரூபிக்கும் போட்டி நிலவுகிறது. இதனால் பெண்கள்தான் கூடுதல் பாதிக்கப்படுகிறார்கள் என்று சொல்லத் தேவையில்லை. பெண்கள் வாழ்க்கையில் தங்களை முந்திக்கொண்டு போகக்கூடாது என்று ஆண்கள் பெரும்பாடுபடுவதைப்போலவே பெண்களும் மிகச் சாதுர்யமாக ஆண்களை ஏமாற்றியிருக்கிறார்கள். இதன் விளைவு? யாரும் ஜெயிக்க வில்லை. தோற்கவுமில்லை. இந்தப் பிரச்னையைத் தீர்க்க நமது படித்த பெண்கள் அரும்பாடு படவேண்டும். ஆனால் இதற்காக அவர்கள் மேலை நாடுகளுக்கே உரித்தான முறைகளை இங்கு பின்பற்றமுடியாது. நமது சூழ்நிலைக்கேற்ற முறைகளையே கையாளவேண்டும். நிலைமையைக் கட்டுப்பாட்டுக்குள் வைத்துக்கொண்டு அதிலுள்ள குறைகளை நீக்கி, ஒரே லட்சியத்துடன் அவர்கள் போராடி, நமது கலாசாரத்தில் காணப்படும் நல்ல விஷயங்களை எடுத்துக்கொண்டு மனிதனைச் சீரழிக்கும் விஷயங் களை நிராகரிக்கவேண்டும்.

பர்தாவைக் கிழித்தெறியுங்கள்! காந்தியின் இயல்புக்கு முற்றிலும் மாறான, கடுமையான தொனியிலான இந்தத் தலைப்பே அடுத்த கட்டுரையின் உள்ளடக்கத்தைத் தெளிவாக உணர்த்திவிடுகிறது

இந்தியாவில் மற்ற மாகாணங்களைவிட வங்களம், பிகார், உ.பி. ஆகிய மாகாணங்களில்தான் பர்தா முறை கூடுதல் தீவிரமாகப் பின்பற்றப்படுகிற தென்பதை அந்த இடங்களுக்குச் சென்றபோது கவனித்தேன். தர்பங்கா (பிகார்) நகரில் ஒரு கூட்டத்தில் பங்கெடுத்துப் பேசினேன். இரவு நேரமான தால் எங்கும் அமைதி; என் முன்பாக ஆண்கள் உட்கார்ந்துகொண்டிருந்தனர். அவர்களுக்குப் பின்னால் ஒரு திரை இருந்தது. அந்தத் திரைக்குப் பின்னால் பெண்களிருந்தனர். ஆனால் அவர்கள் அங்கிருப்பதை ஒருவர் சுட்டிக் காட்டிய பின்தான் அறிந்தேன். ஒரு அநாதை ஆசிரமத்தின் அடிக்கல் நாட்டு விழாவில் பங்கேற்க அங்கு போயிருந்தேன். ஆனால் நான் அங்குள்ள பர்தா பெண்மணிகளின் கூட்டத்தில் பேசவேண்டுமென என்னைப் பணித்தனர்.

அந்தத் திரைக்குப் பின்னால் எத்தனை பேர் இருந்தனர் என்பது எனக்குத் தெரியாது. ஆனால் அந்தத் திரையைப் பார்த்து மிகவும் வருந்தினேன். என் மனது வேதனையடைந்தது. நான் அவமானப்படுத்தப்பட்டதாக உணர்ந் தேன். இந்தக் காட்டுமிராண்டித்தனமான வழக்கம் பழைய காலத்தில் ஏதோ ஒரு காரணத்துக்காகப் பின்பற்றப்பட்டிருக்கலாம். இப்போது அதற்கு ஒரு உபயோகமுமில்லை என்பது மட்டுமல்ல. நாட்டுக்கே பெரும் தீங்கையும் விளைவிக்கிறது இது. இந்த வழக்கத்தைப் பின்பற்றி ஆண்கள் நமது பெண் மணிகளுக்கு இழைக்கும் மாபெரும் அநீதியை நினைத்துப் பார்த்தேன். கடந்த நூறு வருடங்களாக நாம் பெற்ற கல்வியறிவு நமக்கு ஒரு பயனுமளிக்க வில்லை எனத் தோன்றுகிறது. படித்த மனிதர்களுள்ள குடும்பங்களில்கூட பர்தா முறை அனுசரிக்கப்படுகிறது. இந்த வழக்கத்தை அந்தக் குடும்பம் ஆதரிக்கிறதென்று இதற்கு அர்த்தமில்லை. ஆனால் இதை உடனடியாக நிறுத்திவிட அவர்களுக்குத் தைரியமில்லை.

ஆயிரக்கணக்கான பெண்மணிகள் கூடியிருந்த கூட்டங்களில் பேசியுள்ளேன். அந்தப் பெண்மணிகள் கலாசாரம் மிகுந்த குடும்பங்களைச் சேர்ந்தவர்கள். ஆண்களுக்குச் சமமாக வாழ்ந்து காட்டும் திறமை அவர்களுக்குண்டு. அவர்கள் வீட்டிலிருந்து அடிக்கடி வெளியே போய்வருகிறார்கள் என்பது எனக்குத் தெரியும். இதெல்லாம் படிப்பறிவு பெற்ற பெண்கள் சாதாரணமாகச் செய்யக் கூடியதுதான். எனது கேள்வியெல்லாம் அவர்கள் ஏன் இத்துடன் நிற்கிறார்கள்? ஏன் இன்னும் ஒருபடி முன்னால் போகவில்லை. அவர்கள் ஏன் வீட்டுக்கு வெளியே சென்று நல்ல காற்றைச் சுவாசிக்கக்கூடாது?

கற்பு என்பதை ஒருவர்மேல் திணிக்கமுடியாது. பர்தா அணிவதால் மட்டும் அதனைக் காப்பாற்றவும்முடியாது. கற்பு நமக்குள்ளே இயற்கையாகவே வளரவேண்டும். அனைத்துவிதமான ஆசைகளையும் மோகங்களையும் எதிர்க்கும் திறன் நமக்குவேண்டும். சீதாப் பிராட்டியின் கற்புபோல அது சக்தி வாய்ந்ததாக இருக்கவேண்டும். ஆண்களின் காமப் பார்வையைத் தடுத்து நிறுத்தும் சக்தி அதற்குவேண்டும். பெண்கள் எப்படி ஆண்களை முழுவது மாக நம்புகிறார்களோ அதேபோல ஆண்களும் தம் மனைவியரை பூர்ணமாக நம்பவேண்டும். நமது உடலின் ஒரு உறுப்புகூடச் செயலிழந்திருக்கக் கூடாது. ராமபிரானைப்போலவே சீதாபிராட்டியும் யாருடைய அடிமை யாகவும் இல்லாமல் சுதந்தரப் பறவையாகத் திகழ்ந்தனர். சீதாப் பிராட்டி இல்லையேல் ராமனும் இருந்திருக்கமுடியாது.

ஆனால், அபாரமான சுதந்தரத்துக்குச் சிறந்த உதாரணமாக மகாபாரதத்தின் திரெளபதியைச் சொல்லலாம். சீதாப்பிராட்டி மென்மையான புஷ்பம் என்றால் திரெளபதி வலிமை மிகுந்த 'ஓக்' மரமாகத் திகழ்ந்தாள். அவள் பலசாலியான பீமனையே தன் சொற்படி நடக்கச் செய்தாள். அனைவருக்கும் சிம்ம சொப்பனமாக இருந்த பீமன் திரெளபதியின் முன் கைகட்டி, அடங்கி நின்றான். அவளுக்கு வேறு பாண்டவர்களுடைய பாதுகாப்புத் தேவைப்பட வில்லை.

பெண்களின் சுதந்தரமான வளர்ச்சியைத் தடுக்க முயற்சிப்பதன் மூலம் நாம் சுதந்தர வேட்கை மிகுந்த ஆண்களின் வளர்ச்சியையும்கூடத் தடுக்கப் பார்க்கிறோம். நமது பெண்மணிகளுக்கும் தீண்டத்தகாதவர்களுக்கும் எதிராக நாம் இன்று செய்வது ஆயிரம் மடங்கு சக்தியுடன் நம்மைத் திருப்பித் தாக்கும். நமது பலவீனம், தீர்மானமெடுக்க முடியாத நிலை, குறுகிய மனப்பான்மை, கையாலாகாததனம் அனைத்துக்குமே இதுதான் காரணம். ஆகவே ஒரு பெரும் முயற்சி செய்து இந்தப் பர்தாவைக் கிழித்தெறிவோம்.

அத்தியாயம் 8

பாரம்பரியத்தில் வேரூன்றிய நவீன மனிதர்

ரவீந்திரநாத் தாகூர்

ரவீந்திரநாத் தாகூரின் படைப்புகள் வங்காளி மொழியில் 18,000 பக்கஙளுக்கு மேல் உள்ளன. இவற்றில் பெரும்பாலானவை கவிதைகள், பாடல்கள், நாடகங்கள், சிறுகதைகள், நாவல்கள் ஆகும். எனினும் முக்கியமான அ—-புனைவு படைப்புகளையும் உருவாக்கியிருக்கிறார். வங்காள மொழி இலக்கியத்துக்கு பெரும் பங்காற்றியவர். படைப்பூக்கம் மிகுந்தவர். அதோடு இலக்கியத்துக்கான நோபல் பரிசு பெற்ற முதல் ஆசியரும்கூட. மேலும் தாகூர் சிறந்த கட்டுரையாளராகவும் திகழ்ந்தார். இந்தியாவிலும் உலகெங்கிலுள்ள மக்கள் சமூகத்தைப்பற்றியும் அரசியல் நிலைமையைப் பற்றியும் சிறந்த, சுயமான கட்டுரைகள் பல எழுதியுள்ளார்.

அறிவாளிகளும் சமூகச் சீர்திருத்தவாதிகளும் தொழில்முனைவோர்களும் நிறைந்த ஒரு குடும்பத்தில் ரவீந்திரநாத் தாகூர் 1861ல் பிறந்தார். அவருடைய தாத்தா, ராம்மோகன் ராயின் உற்ற நண்பராக இருந்தார். ராயின் பிரம்ம ஸமாஜத்தில் தாகூரின் குடும்பத்தினர் உறுப்பினர்களாகச் சேர்ந்தனர். தாகூர் குடும்பத்தைச் சேர்ந்த மற்றவர்கள் பள்ளிகளை நடத்தினர். உபநிஷத்து களுக்கு உரை எழுதினர். இந்தியாவின் கிழக்குப் பகுதியில் லாபகரமாக வியாபாரம் நடத்தி வந்தனர்.

பணக்காரக் குடும்பத்தில் பதினான்காவது குழந்தையாகப் பிறந்த ரவீந்திரநாத் வீட்டிலிருந்தும் அவர் மேற்கொண்ட பயணங்கள் மூலமாகவும் கல்வியறிவு பெற்றார். அவருடைய ஒரு சகோதரர் அரசு சிவில் பணியில் இருந்ததால் வங்காளத்தில் இருந்து கலாசாரரீதியாக முற்றிலும் மாறுபட்ட பல்வேறு தொலை தூர இந்தியப் பிரதேசங்களுக்கு செல்ல வாய்ப்பு கிடைத்தது. தனது விடுமுறைக்காலத்தை தாகூர் அந்த சகோதரருடனே கழித்தார். தாகூர் சிறு வயதிலேயே அடிக்கடி ஐரோப்பாவுக்கும் சென்று வந்தார். இங்கிலாந்தில் ஒரு பள்ளியில் சேர்க்கப்பட்டார். எனினும் சுய கல்வி கற்றுக் கொள்ளும் நோக்கில் விரைவிலேயே அங்கிருந்து வீடு திரும்பினார்.

1880ம் ஆண்டிலிருந்தே தாகூர் கவிதைகள், சிறுகதைகள், நாவல்கள் ஆகிய வற்றை எழுதி வெளியிட்டு வந்தார். இவை வங்காளத்தில் பெரும் தாக்கத்தை ஏற்படுத்தின. ஆனால் வங்காளத்துக்கு வெளியே அவரை அதிகம் பேர் அறிந்திக்கவில்லை. 1912-ல் இங்கிலாந்து சென்றபோது தான் எழுதிய சில

கவிதைகளின் மொழிபெயர்ப்புகளையும் தாகூர் எடுத்துச்சென்றார். கவிதைகளைவாசித்துப் பார்த்த அயர்லாந்து நாட்டுக்கவி டபிள்யூ.பி. யேட்ஸ் - W.B. Yates) அவற்றைச் செழுமைப்படுத்த உதவினார். அதற்கு மேலாக அந்தக் கவிதைகளைப் பாராட்டி எழுதினார். 'கீதாஞ்சலி' என்ற பெயரில் வெளிவந்த இந்தக் கவிதைத் தொகுப்புக்குப் பெரிய வரவேற்பு இருந்தது. ஆறு மாதங்களுக்குள்ளாகவே பத்து பதிப்புகள் அச்சடிக்கப்பட்டன. இதற்கு நோபல் பரிசும் கிடைத்ததும் தாகூர் உலகப் புகழ்பெற்றவரானார். கம்பீரமான தோற்றம், அழகிய முகம், துருதுருவென உற்று நோக்கும் கண்கள், அருவிபோன்ற வெண்ணிற தாடி, நீண்ட வண்ணமயமான மேலாடை என ஒவ்வொரு அணுவிலும் துல்லியமான கீழைத்தேய ஞானியின் தோற்றத்தில் இருந்தார். அது அவருடைய செல்வாக்கை மேலும் அதிகரித்தது.

தாகூர் தேசியவாதியாக இல்லாமலேயே ஒரு தேசபக்தராக இருந்தார். அவர் காலனி ஆதிக்கத்தை ஆதரிக்கவில்லை. 1919ம் ஆண்டு ஜாலியன் வாலா பாகில் நிராயுதபாணியாகக் கூடிய மக்களை பிரிட்டிஷ் படையினர் படுகொலை செய்ததைத் தொடர்ந்து, பிரிட்டிஷ் அரசு தனக்களித்திருந்த 'ஸர்' பட்டத்தைத் திரும்பக் கொடுத்தார். அதே சமயம் இந்தியச் சுதந்தரப் போராட்டத்தின்போது மக்கள் வெளிநாட்டினருக்கெதிராக மேற்கொண்ட போராட்ட முறைகள் அவருக்கு அதிர்ச்சியைத் தந்தன. மேலைநாடுகள் உட்பட மற்ற வெளிநாட்டுக் கலாசாரங்களிலிருந்து இந்தியா நிறையவே கற்றுக்கொள்ளவேண்டுமென அபிப்பிராயப்பட்டார்.

பல வெளிநாடுகளுக்குப் பயணம் செய்ததன் விளைவாக தாகூருக்கு அவற்றை ஆழமாகப் புரிந்துகொள்ளமுடிந்தது. அமெரிக்காவுக்கு நான்கு முறையும் ஐரோப்பாவுக்கு அதைவிட அதிகமாகவும் சென்றுவந்தார். ஜப்பானுக்கும் பலமுறை சென்றார். சீனா, மேற்குலகம், தென் கிழக்கு ஆசியா, தென் ஆஃப்ரிக்கா போன்ற நாடுகளுக்கும் சென்றார். 1930ல், அதாவது தன் எழுபதாம் வயதில் தாகூர் (அன்றைய) சோவியத் யூனியனில் பல வாரங்களைச் செலவழித்தார். அழகுணர்ச்சி சார்ந்த விஷயங்கள், சங்கீதம், இலக்கியம் ஆகியவற்றில் அவருக்கு ஏற்கெனவே இருந்த ஆர்வம் இந்தப் பயணங்களின் மூலமாக அதிகமானது. இடைக்கால பாரசீகக் கவி ஹஃபீஸ், ஆங்கிலோ - அமெரிக்க நவீனத்துவ கவி டி.எஸ்.எலியட் ஆகிய இருவரின் படைப்புகளிலும் ஒரே அளவு ஆர்வம் காட்டுமளவுக்கு அவர் திறந்த மனதுடையவராக இருந்தார்.

அவருடைய தலைமுறையைச் சேர்ந்தவர்களில் தாகூர்தான் மற்றெல்லா இந்தியர்களையும்விட அதிகமாக வெளிநாட்டுப் பயணம் செய்திருந்தார். இந்தப் பயணங்களின் விளைவாக உலக அளவில் இந்தியாவின் நிலைமை என்னவாக இருந்தது என்பதை மற்றவர்களைவிட உணர்வுபூர்வமாக, ஆழமாக தாகூர் தெரிந்துகொண்டார். இதற்கு ஓர் உருவம் கொடுக்கும் பொருட்டு அவர் 1921-ல் தனது குடும்பத்துக்குச் சொந்தமான இடத்தில் ஒரு பல்கலைக்கழகத்தை நிறுவினார். இதற்காக அவர் தயாராக்கிய பாடத்திட்டம் விஞ்ஞானத்துக்கும் கலைகளுக்கும் இடையே இருந்த இடைவெளியைக்

குறைத்தது. இங்கு சங்கீதம் கற்றுத் தரப்பட்டது. ஜப்பான், சீனாவைப்பற்றிப் படிக்க சிறப்பு ஏற்பாடுகள் செய்யப்பட்டன. ஏனெனில் காலனி ஆதிக்கம் முடிவுக்கு வந்தபின் இந்த இரு நாடுகளும் இந்தியாவுடன் பரஸ்பரம் நன்மை பயக்கும்விதமாக உறவு ஏற்படுத்திக் கொள்ளுமென தாகூர் நம்பினார். தனது கல்வி மையத்துக்கு 'விஸ்வ பாரதி' என்றும் அது நிறுவப்பட்ட இடத்துக்கு 'சாந்திநிகேதன் - அமைதியின் இருப்பிடம்' என்றும் பெயரிட்டார். இந்தக் கல்வி மையம் மேல் தட்டுக்காரர்களுக்கானது அல்லது கல்வியின் 'உச்சாணிக் கிளை' என்ற புகார் பின்னாளில் வரக்கூடும் என்பதை முன்னதாகவே யூகித்து அதைத் தவிர்க்கும் பொருட்டு தாகூர் கிராம மறு உருவாக்க மையத்தையும் (Institute of Rural Reconstruction) தொடங்கினார்.

தாகூர் 1941ல் காலமானார். எழுபதாண்டுகளுக்குப் பிறகும் இன்றும் அவருடைய பாடல்கள் வங்காளத்தில் பாடப்படுகின்றன. அவருடைய கதைகளும் கவிதைகளும் ஆங்கில மொழிபெயர்ப்புகளில் கிடைக்கின்றன. அவருடைய ஒரு பாடல் இந்தியாவின் தேசியகீதமாகவும் மற்றொன்று பங்களாதேஷின் தேசியகீதமாகவும் பாடப்படுகின்றன. தற்கால இந்திய வரலாற்றில் முக்கியமானவர்களான மகாத்மா காந்தியும் ஜவாஹர்லால் நேருவும் அவரால் பெரிதும் கவரப்பட்டனர். இந்திய இலக்கியத்தில் கவி, நாவலாசிரியர் என்ற நிலையில் ரவீந்திரநாத் தாகூருக்குத் தனியிடமுண்டு. ஆனால் அவர் ஒரு சிறந்த சிந்தனையாளராகவும் தீர்க்கதரிசியாகவுமிருந்தார் என்பதைக் கீழ்வரும் பகுதிகள் சுட்டிக் காண்பிக்கின்றன. இதன் காரண மாகவே இந்திய அரசியல் படைப்புகளிலும் அவருக்குத் தனியிடம் உண்டு.

இந்தியாவும் மேலைநாடுகளும்

(சுதேசி இயக்கத்தின் விளைவாக இந்தியர்கள் வெளிநாட்டுக்காரர்களையே வெறுக்கத் தொடங்கினர். இதைக் கண்டு கவலையுற்ற தாகூர் 1909-10ம் ஆண்டுகளில் வங்காள மொழியில் பல கட்டுரைகளை எழுதினார். அவற்றில் கீழை நாடுகளுக்கும் மேலைநாடுகளுக்கும் இடையில் கூடுதல் உணர்வு பூர்வமான உறவு தேவை என்பதை வற்புறுத்தினார்.)

இந்தியா உங்களுடையதா என்னுடையதா, இந்துக்களுடையதா முஸ்லிம் களுடையதா அல்லது இவ்விருவரையும்விட பலம் வாய்ந்த வேறு யாருக் காவது சொந்தமா என்பதல்ல நம் முன் உள்ள பிரச்னை. இறைவனின் கோர்ட்டில் இந்துக்கள், முஸ்லிம்கள் மற்றும் மேல்நாட்டுக்காரர்கள் ஆகியோரின் வழக்கறிஞர்கள் இந்த விஷயத்தைப்பற்றி விவாதிப்பார்கள். வழக்கில் யார் ஜெயித்து இந்தியா மீது வெற்றிக் கொடியை நாட்டுவர் என்பது அல்ல பிரச்னை. பல்வேறு அடையாளங்கள் உரிமை கோரி நடத்தும் யுத்த மாக நமக்குத் தெரிகிறதே ஒழிய உண்மைக்கும் உண்மை அல்லாததற்கும் இடையிலான போராட்டமே நிரந்தரமானது.

சமீபகாலமாக இந்தியாவுக்கு வந்த பிரிட்டிஷார் அதன் வரலாற்றில் ஒரு முக்கிய இடத்தைப் பிடித்துள்ளனர். இது தற்செயலாகவோ நமக்குத் தெரியாமலோ நடந்த சம்பவமல்ல. மேலை நாட்டினருடன் நெருங்கிப் பழகும் வாய்ப்பு மட்டும் கிடைக்காமலிருந்தால் இந்தியா முழுமையான வளர்ச்சியை அடைந்திருக்கமுடியாது. ஐரோப்பாவின் விளக்கு மிகப் பிரகாசமாக எரிந்துகொண்டிருக்கிறது. அதிலிருந்து நாம் நமது விளக்குகளை ஏற்றிக்கொண்டு காலமெனும் நெடுஞ்சாலையில் நமது பயணத்தைப் புதிதாகத் தொடங்கவேண்டும். மூவாயிரம் ஆண்டுகளுக்கு முன்பு நம் முன்னோர்கள் இந்தப் பிரபஞ்சத்தில் கிடைக்கக்கூடிய எல்லா அறிவையும் பெற்றுக்கொண்டுவிட்டார்களென்றும், இனி கற்றுக்கொள்ள ஒன்றுமே இல்லையென்றும் எண்ணுவது தவறு. நிலைமை அந்த அளவுக்கு மோச மாகிவிடவில்லை. நாம் செய்யவேண்டியதெல்லாம் முன்பே செய்யப்பட்டு விட்டது. இப்போது செய்வதற்கொன்றுமில்லை எனச் சொன்னால் நாம் வாழ்வதே பூமிக்குப் பாரமாக இருக்கும்.

இடிந்து வீழ்ந்துகொண்டிருக்கும் நமது வீட்டுச் சுவர்களின் இடுக்குகள் வழியாகத்தான் ஆங்கிலேயர்கள் இந்தியாவுக்குள் நுழைந்தனர். இறைவனின் தூதர்களாக, இந்தியாவின் சேவை உலகுக்குத் தேவை என்பதை நம்மிடம் சொல்வதற்காக; ஞானம், அன்பு, சேவை, பரஸ்பர ஒத்துழைப்பு ஆகிய வற்றை உலகுக்குக் கற்றுக் கொடுப்பதற்காக...

ஆங்கிலேயர் இந்தியாவுக்கு வந்ததன் நோக்கம் நிறைவேறும் பொருட்டு அவர்கள் எடுக்கும் முயற்சிகள் வெற்றியடைய நாம் அவர்களுடன் ஒத்துழைத்தால் மட்டுமே அவர்கள் இந்தியாவிலிருந்து வெளியேறுவார்கள். அதுவரை அவர்கள் நமக்குத் தொல்லை கொடுத்துக்கொண்டிருப்பார்கள். நமது மன அமைதியைக் கெடுத்துக்கொண்டுதானிருப்பார்கள். சுருக்கத்தில், ஆங்கிலேயர்கள் இந்தியாவுக்கு வந்த நோக்கத்தை நிறைவேற்றத் தவறினால் நம்மால் அவர்களை இந்தியாவிலிருந்து வெளியேற்றமுடியாது.

கடந்த காலம் என்ற விதை துளிர்த்து வருங்காலத்தை நோக்கி மரமாக வளர்ந்துகொண்டிருக்கிறது. இந்தப் புதிய இந்தியா மனித இனத்துக்கே சொந்தமானது. இங்கு யார் இருக்கவேண்டும், யார் இருக்கக்கூடாது என்று சொல்வதற்கு நாம் யார், 'நாம்' என்றால் யார்? வங்காளிகள்? மராட்டியார்கள்? பஞ்சாபிகள்? இந்துக்கள்? முஸல்மான்கள்? இந்தியாவில் யார் இருக்க வேண்டும். இங்கிருந்து யார் வெளியேறவேண்டும் என்பதை இந்துக்கள், முஸல்மான்கள், ஆங்கிலேயர்கள் ஆகிய மூவரும் ஒன்று சேர்ந்துதான் தீர்மானிக்கவேண்டும்.

இந்த அகண்ட பாரதத்தை உருவாக்கும் பொறுப்பு இன்று நமக்குத் தரப் பட்டுள்ளது. இதை நிறைவேற்றும்போது நாம ஏன் ஆங்கிலேயர்களுடன் கைகோர்க்கிறோம் என்பதைக் காரண, காரியங்களுடன் விளக்கவேண்டும். நாங்கள் யாருடனும் சேராமல், ஒன்றும் செய்யாமல், ஒன்றைப்பற்றியும் கவலைப்படாமல், யாருடனும் நெருங்கிப் பழகாமல் வாழ்வோம் என்ற

மனப்பான்மை தவறு. இப்படியிருந்தால் வருங்கால இந்தியாவால் ஒரு துறையிலும் முன்னேறமுடியாது.

இக்காரணங்களால்தான் நவீன இந்தியாவின் பெருந்தலைவர்களெல்லாம் இந்தியா மேலை நாடுகளுடனான நட்புறவை பலப்படுத்திக்கொள்ள நடவடிக்கைகள் எடுத்துக்கொண்டு வருகின்றனர். இதற்கு ராம்மோகன் ராயை மிகச் சிறந்த உதாரணமாகச் சொல்லலாம். மனிதாபிமான அடிப்படையில் இந்தியா மற்ற நாடுகளுடன் இணைந்து வாழவேண்டுமென அவர் வற்புறுத்தினார். மூடநம்பிக்கைகளும் தலைமுறைகளாகப் பின்பற்றி வரப்பட்ட பழக்க, வழக்கங்களும் அவருடைய முயற்சிக்குத் தடையாக இருக்கவில்லை. விசாலமானதும் ஆழ்ந்த அறிவும்கொண்டிருந்த அவர் இந்தியாவின் பழம் பெருமையை விட்டுக் கொடுக்காமலேயே மேலை நாட்டுக் கொள்கைகளை ஏற்றுக்கொண்டார். ஆங்கிலேயர்கள் இந்தியாவுக்கு வருவதை அவர் தடுக்கவில்லை. அதேநேரம் அவர்களுக்கு முன் மண்டியிட்டுப் பணியவுமில்லை. காலப் போக்கில் இந்தியா சுதந்தரமடையட்டும் என்று விட்டுவிட்டார். அதற்கு உதவும் பொருட்டு இந்தியாவை மேலைநாடுகளுடன் இணைக்கும் பாலகமாகத் திகழ்ந்தார். இக்காரணத்தாலேயே ராயின் நினைவுகள் இன்றும் நம்முடன் வாழ்கின்றன. இந்தியாவை ஆக்கப்பூர்வமான வழிகளில் நடத்திச்செல்லும் அவருடைய திறமை இன்னமும் குறையவில்லை. பழைய பழக்கவழக்கங்களைக் கண்மூடித்தனமாகப் பின்பற்றாமல், எங்கள் இனம்தான் சிறந்தது என்று குறுகிய மனப்பான்மையுமில்லாமல் காலத்தின் கட்டாயத்தால் ஏற்பட்ட மாற்றங்களை ஏற்றுக்கொண்டார்.

இந்தப் பின்னணியில், ஆங்கிலேயர்களுக்கும் கல்வியறிவு பெற்ற மற்றும் பெறாத இந்தியர்களுக்குமிடையில் விரோத உணர்வுகள் ஏற்படவேண்டுமா என்ற கேள்வி எழுகிறது. உண்மையிலேயே இது விரோத உணர்வுதானா அல்லது ஒரு சில தீய எண்ணக்காரர்களின் சூழ்ச்சியா? இந்திய வரலாற்றை உருவாக்கும் பணிக்கிடையில் வழக்கமாக நடக்கும் 'ஆக்கலும், அழித்தலும்' தானா இது? அல்லது அதிலிருந்து முற்றிலும் வேறுபட்ட நோக்கத்தை உடையதா? இதன் உண்மையான அர்த்தத்தைப் புரிந்துகொள்வது மிக முக்கியமானது.

தொடக்கத்தில் காரணமே இல்லாமல், சுய அறிவின்றி, மனித உணர்வுகளை இழந்து, நாம் ஐரோப்பியர்களுக்குமுன் கையேந்தி நின்றோம். நல்லது எது, கெட்டது எது என்று ஆய்ந்தறியும் அறிவும் மழுங்கிவிட்டிருந்தது. நம்முடைய குறிக்கோளை அடைய அதுவல்ல சரியான வழி. உலக ஞானமாக இருந்தாலும் அரசியல் உரிமைகளாக இருந்தாலும் கடுமையாக முயற்சி செய்தபின்தான் இவற்றை நம்மால் அடைய முடியும். இவற்றை யாராவது நமக்குப் பிச்சையாகக் கொடுத்தால் அவை நம்முடைய சொத்தாக ஆகிவிடாது. நம்மை அவமதிக்கும்விதமாக எதையாவது நாம் பெற்றுக்கொண்டால் ஆக நம் கைகளிலிருந்து நழுவிப்போய்விடும். இக்காரணங்களாலேயே ஐரோப்பியக் கலாசாரத்தையும் அதன் லட்சியங்களையும் எதிர்க்கிறோம். நமது சுயமரியாதை பாதிக்கப்பட்டுவிட்டது. அதனால்தான் நாம் நம்முடைய பாதைக்கே திரும்பச் சென்றுகொண்டிருக்கிறோம்.

ஐரோப்பியக் கொள்கைகளைக் கண்டு ராம்மோகன் ராய் மதி மயங்கிப் போய் விடவில்லை. அதனால் அவற்றை அவரால் முழுவதாக ஏற்றுக்கொள்ள முடிந்தது. அவர் யாருக்கும் அடிபணியவில்லை. தனது கொள்கைகளில் உறுதியாக இருந்தார். இந்தியாவின் உண்மையான மதிப்பை நன்றாகப் புரிந்துகொண்டிருந்தார். இதன் அடிப்படையில் மற்றவர்களுடைய மதிப் பையும் அவரால் எளிதாகக் கணிக்க முடிந்தது. அவர் யாரிடமும், எதற்காக வும் கையேந்தி நிற்கவில்லை. தான் கேட்காமலேயே தனக்குக் கிடைத்த பொருட்களின் மதிப்பையும் நன்கறிந்திருந்தார்.

ராம்மோகன் ராயிடம் இயற்கையாகவே காணப்பட்ட இந்தத் திறமை நம்மி டையேயும் படிப்படியாக எல்லாத் தடைகளையும் கஷ்டங்களையும்மீறி வளர்த்து வருகிறது. கடிகாரத்தின் பெண்டுலம்போல நம்முடைய போராட் டங்கள் வெற்றியையும் தோல்வியையும் மாறிமாறிச் சந்தித்து வருகின்றன. நம்மை மற்றவர்கள் ஏற்றுக்கொள்ளவேண்டுமென்ற விருப்பமும் புறக் கணித்து விடுவார்களோ என்ற பயமும் மாறி மாறி நம்மை வாட்டுகின்றன.

மேலை நாட்டினர் நமது விருந்தாளிகளாக இங்கு வந்திருக்கின்றனர். அவர் களுடைய வருகையின் நோக்கம் நிறைவேறும்வரை அவர்களைத் திருப்பி அனுப்பமுடியாது. அவர்களை நாம் நன்கு கவனித்துக்கொள்ளவேண்டும். எந்தக் காரணத்துக்காகவும் அவர்களுடைய நோக்கம் நிறைவேறவில்லை என்றால் இந்தியாவில் பெரிய அளவில் வன்முறை வெடிக்கும்.

ஆங்கிலேயர்களின் உண்மை சுபாவம் தெரியாமல், அவர்கள் எப்படிப்பட்ட வர்கள் என்பதைப் பார்க்காமல் அவர்களை வெறும் வியாபாரிகளாகவோ ராணுவ வீரர்களாகவோ அரசு அதிகாரிகளாகவோ மட்டும் பார்த்தால், அல்லது அவர்கள் சாதாரண மக்களுடன் பேசிப் பழக மறுத்தால் - சுருக்கத்தில் இந்தியர்களும் அவர்களும் ஒருவர் மற்றவரிமிருந்து விலகி நின்றால் அது இருவருக்குமே நல்லதல்ல. அந்த நிலையில் அதிகாரத்திலிருப்பவர்கள் மற்றவர்களுடைய அதிருப்தியை சட்டரீதியாக ஒடுக்க முயற்சிப்பார்கள். அப்படியும் அந்த அதிருப்தியையும் அவர்களால் போக்கமுடியாது. அதிகாரத் திலிருப்பவர்களுக்கு இதனால் ஒரு பலனும் கிடைக்காது. இந்தியர்கள் தங்களுக்குத் தலைவலிதான் கொடுக்கிறார்கள் என்று கருதி ஆங்கிலேயர்கள் நம்மை ஒரு மூலையில் ஒதுக்கிவைக்கப் பார்ப்பார்கள்.

இந்தியர்களும் ஆங்கிலேயர்களும் கைகோர்த்துச் செயல்படாததுதான் இன்றைய பிரச்னைகளுக்குக் காரணம். இருவரும் அருகருகே இருக் கின்றனர். ஆனால் அவர்களால் நண்பர்களாக இருக்க முடியவில்லை. யாராலும் பொறுத்துக்கொள்ள முடியாத நிலைமை இது. மட்டுமல்ல, இருவருக்கும் இது தீங்கை விளைவிக்கக்கூடியது. ஆகவே இந்தப் போராட் டத்துக்கு முற்றுப்புள்ளி வைக்கவேண்டியது மிக அவசியம். இதனை நடத்திச் செல்பவர்கள் இதனால் தங்களுக்கேற்படும் லாப நஷ்டத்தைக் கணக்கிட மாட்டார்கள். தேவையானால் மரணத்தைக்கூட வரவேற்கத் தயாராக இருப்பார்கள்.

ஆனால் இந்தப் போராட்டம் தற்காலிகமானதுதான். நம்மைத் தோற்கடிக்கும் சக்திகளையும்மீறி நாம் நமது முயற்சிகளைத் தொடரவேண்டும். மேலை நாடுகளிலிருந்து எத்தனை நல்ல விஷயங்களைப் பெற்றுகொள்ள முடியுமோ அத்தனையையும் பெற்றுக்கொள்ளவேண்டும். ஒரு பழம் பழுத்த பிறகு மரத்திலிருந்து தானாகவே விழுகிறது. அது காயாக இருக்கும்போதே அதனைப் பறித்தால் அது பழுக்கவே பழுக்காது.

குனிந்த தலையுடனும் கூப்பிய கைகளுடனும் பவ்யமாக ஆங்கிலேயரின் தர்பாருக்குச் சென்று நமக்கு நல்ல பதவிவேண்டும்; அரசு விருந்துவேண்டும் என்று நாம் கோரிக்கை வைக்கும்போது அந்த வெள்ளைக்காரனுடைய சிறுமைத்தனம் தலைதூக்குகிறது. அவன் இந்தியாவைப்பற்றித் தப்புக் கணக்குப் போடுகிறான். மாறாக, யாராவது அவனைக் கடுமையாக விமர் சனம் செய்து கோபமூட்டினால் அவனுடைய தீய குணங்கள் தலைதூக்கு கின்றன. நமது கையாலாகத்தனம்தான் ஆங்கிலேயர்களுடைய கர்வம், பேராசை, கோழைத்தனம் அல்லது குரூர சுபாவம் ஆகியவற்றைத் தூண்டி விடுகிறதென்றால் அவர்களைக் குற்றம்சொல்லி என்ன பிரயோசனம்? தவறு நம்மிடம்தான் உள்ளது.

ஆங்கிலேயருடைய சொந்த நாட்டில் அவர்களுடைய சிறுமைத்தனத்தைக் கட்டுப்படுத்துவது அல்லது அவர்களை உயர்ந்த நிலைக்குக்கொண்டு போவது ஆகியவற்றைச் செய்வது அவர்களைச் சுற்றியுள்ள சமூக சக்திகள் தான். அங்கு சமூகப் பிரக்ஞை விழிப்புடன் இருக்கிறது. ஒவ்வொரு தனி நபரையும் உயரிய பொறுப்புடன் நடந்துகொள்ள வைக்கிறது. மேல் நிலையிலேயே அவர்களைத் தொடர்ந்து இருக்கச்செய்கிறது. ஆனால் இந்தியாவில் நிலைமை முற்றிலும் வேறாக இருக்கிறது. இங்குள்ள ஆங்கிலேயர் சமூகம் தன்னை ஒரு சிவிலியனாகவோ வியாபாரியாகவோ ராணுவ வீரனாகவோதான் பார்க்கிறது. முழுமையான ஆங்கிலேயராகப் பார்ப்பதில்லை. ஒவ்வொருவரும் தத்தம் வேலையை மட்டும் செய்கி றார்கள். தங்களுடைய விருப்பு, வெறுப்புகளுக்கும், மூட நம்பிக்கை களுக்கும் அடிமையாகிவிடுகிறார்கள். விளைவு? மேலே சொன்னபடி இங்கு நாம் சிவிலியன்களையோ, வியபாரிகளையோ, ராணுவ வீரர்களையோதான் காண்கிறோம். ஒரு முழு மனிதனை அல்ல.

இந்தியச் சமூகத்தின் சீரழிவும் பலவீனங்களும்கூட பிரிட்டிஷ் கலாசாரம் இந்தியாவில் பரவாததற்குக் காரணமாக இருக்கின்றன. இதனால் ஏற்படும் இழப்பு இந்தியாவுக்கும் பிரிட்டனுக்கும்தான். நான் மீண்டும் சொல்கிறேன். இந்தியாவில் நாம் 'புரா சாகிப்'களையே (மோசமான எஜமானர்களையே) காண்கிறோம். உண்மையான, பெரிய மனது படைத்த ஆங்கிலேயர்களல்ல. இதன் காரணமாகத்தான் நாம் கஷ்டப்பாடுகளையும் அவமானங்களையும் சந்திக்கிறோம். இதைச் சகித்தே ஆகவேண்டியிருக்கிறது. இதைத் தீர்க்க ஒரு வழியுமில்லை. நாம் செய்த பாவத்தை ஏற்றுக்கொண்டு அதனைப் போக்க நடவடிக்கைகள் எடுக்கவேண்டும். அவ்வளவுதான்.

ஒருவர் புரியும் தியாகங்களும் மக்கள் சேவையும்தான் அவருடைய பலத்தின் அறிகுறிகள். வெற்றுப் பேச்சு பேசுவதோ வன்முறையில் ஈடுபடுவதோ அல்ல. இந்தியர்கள் தங்களுடைய பயம், சுயநலம், ஆடம்பர வாழ்வு ஆகிய வற்றை எதிலும் சிறந்ததும் உயர்ந்ததும்தான் வேண்டுமென்ற தேடலில் தாய்நாட்டுக்கான சேவையில் விட்டுக்கொடுக்கவில்லையென்றால் நாம் அரசாங்கத்திலிருந்து வேண்டுவதெல்லாம் வெறும் பிச்சையெடுப்பது போலாகிவிடும். நமது இயலாமையும் அவமானமும் அதிகரிக்கும். நமது தியாகங்களின் பலனாக நாம் சுதந்தரம் பெற்றால் அல்லது பிரிட்டனிட மிருந்து அதைத் திரும்பப்பெற நமது பலத்தை மட்டும் சார்ந்திருந்தால் அப்போது பிரிட்டிஷார்முன் கைகட்டி, வாய் பொத்தி பரிதாபமாக நிற்கத் தேவையில்லை. அவர்களும் நம்முன் தலைகுனிந்து நிற்கவேண்டாம். நாம் இருவரும் சம அந்தஸ்து பெற்று, ஒருவர் மற்றவருடன் ஒத்துவாழ்வோம்...

தனிப்பட்ட முறையிலோ சமூகரீதியாகவோ நாம் செய்த தவறுகளைத் துடைத்து மாற்றவில்லையென்றால் நமது நாட்டு மக்களுக்குரிய முழு உரிமைகளையும் தரவில்லையென்றால் மேல் சாதிக்காரர்கள் தாழ்ந்த சாதிக்காரர்களை மிருகங்களைவிட மோசமாக நடத்துவதைத் தொடர்ந்தால், பிரிட்டிஷார் நம்மைச் சரியானபடி நடத்தவேண்டுமெனக் கேட்க நமக்கு உரிமை இருக்கவே இருக்காது.

மத, சமூக விஷயங்களிலும் தங்களுடைய தினசரி நடவடிக்கைகளிலும் இந்தியர்கள் தங்களுக்குவேண்டியதைச் செய்துகொள்ளத் தவறிவிடு கிறார்கள். அவர்கள் தியாகங்கள் புரிந்து தங்களது ஆன்மாவைப் பரிசுத்த மாக்கிக்கொள்வதில்லை. இதன் பலனாக அவர்கள் எல்லா விஷயங்களிலும் தோல்வியடைகிறார்கள். மற்றவர்களைச் சந்தித்துப்பேசும்போது தங்களைத் தாங்களே தாழ்த்திக் கொள்கிறார்கள். ஆகவே மற்றவர்களிடமிருந்து அவர்களுக்குப் பயனுள்ளது எதுவும் கிடைப்பதில்லை. அவர்கள் என்னதான் புத்திசாலிகளாக இருந்தாலும் அல்லது வன்முறையைக் கடைப்பிடித்தாலும் ஆங்கிலேயர்கள் அவர்கள்மேல் சுமத்தும் பாரங்களையும் அவமானங் களையும் அவர்கள் தாங்கிக்கொள்ளத்தான்வேண்டும். ஆங்கிலேயரும் தாங்களும் சமம் என்று நினைத்துப் பழகினால்தான் அவர்களிடமுள்ள எதிர்ப்புணர்வும் போராட்டங்களும் தானாக மறைந்துபோகும். கிழக்கும் மேற்கும் இந்தியாவில் சந்திக்கும். இனம், அறிவு, முயற்சி ஆகிய அனைத்து விஷயங்களிலும். அப்போதுதான், இந்திய வரலாறு முடிவுக்கு வந்து அது உலக வரலாற்றின் பாகமாக ஆகும்.

தேசியத்தின் அபாயங்கள்

(முதல் உலகப் போர் நடந்துகொண்டிருந்தபோது தாகூர் ஜப்பானுக்கும் அமெரிக்காவுக்கும் பயணம் செய்தார். ராணுவ சக்தியை வளர்ப்பது

நாட்டுப் பற்றுணர்வுக்குச் சமம் என்ற எண்ணத்தை வளர்க்கக்கூடாதென சென்ற இடங்களிலெல்லாம் எச்சரிக்கை விடுத்தார். தாகூரின் பேச்சுகளைத்தும் 'தேசியம்' என்ற பெயரில் ஒரு புத்தக வடிவில் வெளியிடப்பட்டன. தாகூரின் படைப்புகளிலேயே மிக முக்கியமான இந்தக் கட்டுரைத் தொகுப்புதான் என்று சொல்லலாம். நோபல் பரிசின் அதிகாரபூர்வ வலைதளத்தில் தாகூரின் படைப்புகளில் இந்த நூலின் பெயர் இடம் பெறவில்லை என்பது குறிப்பிடத்தக்கது. இதன் காரணமாக அவருடைய கதைகள் மற்றும் கவிதைகள் மூலமாகத்தான் தாகூரை மக்கள் அறிகிறார்கள் என்ற எண்ணம் உறுதிப்படுத்தப்படுகிறது. ஆனால் கீழ்க்கண்ட பகுதி இந்த எண்ணம் தவறு என்பதை நிரூபிக்கிறது.)

ஐரோப்பாவில் தொடங்கி உலகம் முழுவதும் புல்லுருவிபோலப் படர்ந்து கொண்டிருக்கும் அரசியல் கலாசாரம் மனிதர்கள் ஒன்றுபடாமல் தனித்தனியாக வாழவேண்டுமென்ற கருத்தின் அடிப்படையில் உருவானது. வெளிநாட்டினரைத் தனது நாட்டுக்குள் வரவிடாமல் தடுத்து நிறுத்துகிறது அல்லது அழித்தேவிடுகிறது. மற்ற நாட்டினரின் செல்வத்தைத் தனதாக்கிக்கொண்டு அவர்களுக்கு எதிர்காலமே இல்லாமல் ஆக்க முயற்சி செய்கிறது. தங்களைத் தவிர மற்ற மனித இனங்கள் உலகில் முக்கியத்துவம் பெற்றுவிடுமோ என அஞ்சுகிறது. ஆகவே, அவை மிக ஆபத்தானவை என்று அறிவித்து அந்த இனங்கள் தத்தம் நாடுகளின் எல்லைகளுக்கு வெளியே செல்ல முடியாதபடி செய்துவிடுகிறது. தங்களைவிடப் பலம் குறைந்த மக்களினங்களைப் படுகுழியில் தள்ளி அங்கேயே எப்போதுமிருக்கும்படி செய்கிறது. இந்த அரசியல் கலாசாரம் அதிகாரத்துக்கு வந்து உலகின் மாபெரும் நாடுகளை எல்லாம் விழுங்குவதற்கு முன்பும் உலகில் யுத்தங்களும் கொள்ளைகளும், ஆட்சிமாற்றங்களும் அவற்றின் விளைவாக ஏற்பட்ட துன்பங்களும் துயரங்களும் நிகழ்ந்துள்ளன. ஆனால் ஒருபோதும் இம்மாதிரியான பூதாகாரமாக நாடுகளை அடியோடு அழித்து ஒன்றுமில்லாமலாக்கும் திறன் படைத்த, பொறாமையே உருவான, தீய சக்திகளை உலகம் பார்த்ததே இல்லை. நாம் குறிப்பிடும் இந்த அரசியல் கலாசாரம் அறிவுபூர்மாகத்தான் வேலையைச் செய்கிறது. அதற்கு ஒரே ஒரு குறிக்கோள்தான் உள்ளது. ஒரு பணக்காரன் தனது ஆத்மாவைக்கூட விற்றுப் பணம் ஈட்ட முயல்வதுபோல. அதன் கவனமெல்லாம் அந்தக் குறிக்கோள் மீதுதான் இருக்கிறது. அது நம்பிக்கைத் துரோகம் செய்கிறது. வெட்கமில்லாமல் பொய்களை அள்ளி வீசுகிறது. அது பேராசையே உருவானது. தேச பக்தி என்ற போர்வையில் அனைவரும் தன்னை மட்டும் வழிபடுகிறார்கள் என கர்வப்பட்டுக் கொள்கிறது.

இத்தனை சொன்னாலும் சந்தேகமின்றி ஐரோப்பா மகத்தானது என்பதை ஒப்புக்கொள்கிறேன். அதன் அழியாத இலக்கியங்களும் கலைகளும் உலகுக்கே அழகைச் சேர்க்கின்றன. உலக நாடுகளின் இலக்கியம், கலைகள் வளர அவை வழிகாட்டிகளாக இருந்திருக்கின்றன. பிரபஞ்சம் முழுவதையும் தன் கீழே கொண்டுவரும் மகத்தான சக்தி ஐரோப்பாவுக்கு இருக்கிறது. உலக மக்கள் அனைவரும் ஐரோப்பாவைப் போற்றிப் புகழ்கின்றனர். இறைவன்

செயல் என்று நாம் சொல்லிக்கொண்டிருந்த மனிதர்களின் துக்கங்களை நீக்கவும், நாம் இதுவரை கண்டதைவிட வளம்மிக்க உலகைப் படைக்கவும் உலகின் இயற்கை சக்திகளை மனித சேவைக்குப் பயன்படுத்திக்கொள்ளவும் ஐரோப்பாவால் முடியும். அப்படிப்பட்ட ஐரோப்பாவை நாம் முழு மனதாக நேசிப்போம். அதற்கு நாம் தலைவணங்குவோம். ஐரோப்பா இந்த மகத்துவத்தை அடையவேண்டுமானால் ஆன்மிக சக்தி அதற்குத் தூண்டுகோலாக அமையவேண்டும். ஏனெனில் மனித ஆத்மாவுக்குத்தான் எல்லாக் கட்டுப்பாடுகளையும்மீறி வெற்றியடைந்தே தீருவோம் என்ற உறுதியான நம்பிக்கை இருக்கிறது. தனது அறிவுத்தேடலை உலகில் இதுவரை சென்றிராத இடங்களுக்குக்கொண்டுசெல்லும். தன் வாழ்நாளில் அடைய முடியாத குறிக்கோள்களுக்காக தனது உயிரையே மகிழ்ச்சியுடன் தியாகம் செய்யும் மனப்பாங்கு அதற்குண்டு. தனது லட்சியங்களை அடைவதில் பின்னடைவு ஏற்பட்டதை ஒப்புக்கொள்ளாது. கலப்பிடமில்லாத மனித நேயம், நீதிக்குத் தலைவணங்குதல், தனது உயர்ந்த லட்சியங்களுக்காக ஆத்மத் தியாகம் செய்யும் பண்பு ஆகிய அனைத்தும் ஐரோப்பாவில் இழையோடுகின்றன. கிறிஸ்துவக் கலாசாரம் பல நூற்றாண்டுகளாக ஐரோப்பாவில் ஆழப் பதிந்திருக்கிறது. சாதி, இன பேதமின்றி மனிதர்களின் உரிமைகளுக்காகப் போராடிய நல்ல மனது படைத்தவர்கள், மனித இனத்தின் நன்மைக்காகப் போராடி மற்றவர்களின் குற்றச்சாட்டுகளையும் அவமானங்களையும் பொறுத்துக்கொண்டவர்கள், ராணுவத்தின் அட்டூழியங்களுக்கெதிராகவும், மக்களைத் தங்களுடைய அடிமைகளாக்கிக்கொள்ளும் சக்திகளுக்கெதிராகவும், தங்களுடைய முன்னோர்கள் மற்றவர்களுக்குச் செய்த தீங்குகளுக்குப் பிராய்சித்தம் செய்தவர்கள். இப்படிப்பட்டவர்கள்தான் ஐரோப்பாவில் வாழ்ந்திருக்கிறார்கள்.

சுயநலம் கருதாமல் உலக மக்களனைவரும் சுதந்தரமாக வாழவேண்டுமென்ற ஒரே நோக்கத்தைக் கொண்டவர்களையும் பிற நாடுகளில் காணப்படும் நல்ல லட்சியங்களைத் தமதாக்கிக் கொள்பவர்களையும் இன்றைய ஐரோப்பாவிலும்கூடக் காணலாம்.

அதாவது, ஐரோப்பா செத்துவிடவில்லை. அதன் வாழ்க்கைச் சக்கரம் உருண்டுகொண்டே இருக்கிறதென்பதை மேலே சொன்ன மக்கள் நிரூபிக்கிறார்கள். அது மீண்டும் பிறக்கும். அனைத்து மக்களின் நன்மைக்காகப் பாடுபடும். மக்களுக்கு அனைத்தையும் வாரிக் கொடுக்கும். அதே சமயம் ஐரோப்பாவுக்கு இன்னொரு முகமும் உண்டு. சுயநலம் கருதி, தனது பலத்தை மனித குலத்துக்கெதிராகப் பிரயோகிக்கும்போது அதன் கோர முகம் நமக்குத் தெரிய வருகிறது.

ஐரோப்பாவின் அராஜக மதிப்பீடுகளில் இருந்தும் அதன் மீதான நம் மன மயக்கத்தின் புதை மணலில் இருந்தும் நம்மை விடுவித்துக்கொள்ள எடுக்கும் முயற்சியில் நாம் மேலைநாடுகளை அடியோடு வெறுக்கும் நிலைக்குப் போய்விடக்கூடும். மனமயக்கத்தில் இருந்து தப்பிக்க எடுக்கும் முயற்சிகள் மன மயக்கம் தரும் முதல் அதிர்ச்சியைப்போலவே நிஜமற்றவை

யாகவே இருக்கின்றன. நம்மை எதிர்நோக்கியிருக்கும் ஆபத்தைப் புரிந்து கொண்டு அதைத் தவிர்க்கும் மனநிலையை நாம் வளர்த்துக்கொள்ள வேண்டும். ஆனால் இந்த ஆபத்துக்குக் காரணமாக இருந்தவர்களை நாம் வெறுக்கக்கூடாது.

மற்ற நாட்டு மக்களை மஞ்சள், சிவப்பு, பழுப்பு, கறுப்பு நிறத்தவர் என்று கேலியாக வர்ணிக்கும் வழக்கம் ஐரோப்பாவுக்கு உண்டு. இந்த மனோபாவத்துக்காகவும், ஐரோப்பா இழைத்த மற்ற தீயசெயல்களுக்காவும் நாம் அவர்களைப் பழிக்குப்பழி வாங்க விரும்பினால் அது ஐரோப்பா செய்ததையே நாமும் நகலெடுப்பதுபோலாகிவிடும்.

இந்த விஷயத்தில் நாம் செய்த தவறுகளையும் ஒப்புக் கொண்டேயாக வேண்டும். நாமும் நமது சகமனிதர்களை அவர்களுடைய சாதி, இனம், தோல், நிறம் ஆகியவற்றின் அடிப்படையில் அவமதிக்கிறோம். அவர்களுடன் குரூரமாக நடந்துகொண்டிருக்கிறோம். இப்படிச் செய்ததற்கான காரணம் நமது பலவீனங்களைக்கண்டு நாமே பயப்படுகிறோம் என்பதுதான். அதுதான் அதிகாரத்துக்கு முன் நம்மை அடிபணியச் செய்துவிடுகிறது. அதை மறைப்பதற்காக மேலைநாடுகள் அடைந்திருக்கும் உன்னத நிலையை நாம் மறுதலிக்க ஆரம்பிக்கிறோம். ஐரோப்பாவின் சக்தியையும் பெருமையையும் நாம் நன்கறிந்திருந்தால் அதன் மறுபக்கத்தை, அதாவது பேராசை, கீழ்த்தரமான நடத்தை ஆகியவற்றிலிருந்து நம்மைப் பாதுகாத்துக்கொண்டுவிட முடியும்.

சாம்ராஜ்ஜியங்களின் பிரமாண்டம் ஆண்-பெண்-குழந்தைகள் என அனைவரையும் ஈவிரக்கமின்றிக் காலின்கீழ் போட்டு மிதிப்பதையும் அதன் இயந்திரகதியிலான தேவைகள் இயல்பான ஆன்மிக, மனிதாபிமான விதிகளைப் புறப்பணிப்பதையும் எதிர்த்து மேலை நாடுகளில் வாழும் மனிதர்களின் ஆத்மா மறைமுகமாகப் போராடிக்கொண்டிருக்கிறது.

மேலை நாடுகள் இந்த உன்னத நிலைக்கு உயர்ந்து வந்திருக்கின்றன என்றால் அதற்குக் காரணம் அவற்றின் ராணுவ பலமோ மிருக குணமோ அல்ல. அவற்றினுள்ளில் வாழும் இறைத்தன்மை உலகுக்குத் தாங்களிழைத்த காயங்களை எண்ணி வருந்திக்கொண்டிருக்கிறது. இதன் மூலம் அந்தக் காயங்களை ஆற்றும் சக்தியும் அதற்குக் கிடைக்கிறது. தன்னைச் சுற்றித் தனக்குத்தானே ஏற்படுத்திக் கொண்ட தடைகளிலிருந்து அது போராடித் தன்னை விடுவித்துக்கொள்கிறது. மரித்துவிட்டதென்றோ வறண்டு தரிசாகிப் போய்விட்டதென்றோ நாம் நினைத்துக்கொண்டிருக்கும் இடங்களிளெல்லாம் மனிதத்துவம் துளிர்த்தெழுகிறது என்பதை இது காண்பிக்கிறது. அதாவது, பேராசையல்ல - தன்னலமற்ற லட்சியங்கள்தான் மனித மனத்தில் இயற்கையாகவே குடிகொண்டுள்ளன என்பது இதிலிருந்து தெளிவாகிறது. ஐரோப்பா தனது பலத்தை உபயோகித்து இந்தியாவை வென்றுவிட்டது என்று சொல்வது சரியாகாது. ராணுவ பலம், வியாபாரம் ஆகியவற்றையெல்லாம் தாண்டி அதன் தார்மிக சக்தி பிரகாசமாக எரிந்துகொண்டிருக்கிறது.

அதன் விளைவாக அதற்குத் தார்மிக வெற்றி கிடைத்திருக்கிறது. இந்த வெற்றியின் அஸ்திவாரம் சமூகக் கட்டுப்பாடுகளைத் தாண்டி உலகெங்கும் வியாபித்திருக்கிறது. அதிகாரம், பலம் போன்ற வெளிப்புற விஷயங்கள் பற்றியல்லாமல், மனித மனதுபற்றியும், அவனுடைய தார்மிக சக்தியைப் பற்றியும் நாம் ஐரோப்பாவிலிருந்து நிறையவே கற்றக்கொள்ளவேண்டி யிருக்கிறது. நாம் அதனை எத்தனை வெறுத்தாலும், இந்த நிலைமையை இந்தியா வேறு யாருடைய தூண்டுதலுமில்லாமல் தானாகவே புரிந்து கொண்டிருக்கிறது.

தனிப்பட்டோரின் அல்லது குடும்ப நலத்தைவிட முக்கியமானது பொது நலம். சட்டம் புனிதமானது. அது மனிதனைப் பேராசையின் பிடியிலிருந்து விடுத்துச் சமூகத்தை முன்னேற்றப் பாதையில்கொண்டு செல்கிறது. அனைத்து மக்களுக்கும் நீதி கிடைக்குமாறு செய்கிறது. இதற்கும் மேலாக, பல நூற்றாண்டுகளாக, பலருடைய தியாகத்தின் பலனாக, அதன் பற்பல சாதனைகளின் விளைவாக, அது சுதந்தரக் கொடியை உயர்த்திப் பிடித்துக் கொண்டிருக்கிறது. மனச்சாட்சி, எண்ணம், செயல், கலை, இலக்கியம் ஆகிய பலவிஷயங்களில் அது சுதந்தரக் கொடியை உயர்த்திப் பிடித் திருக்கிறது.

அதேசமயம் ஐரோப்பா இந்த அளவுக்கு நம்முடைய கவனத்தை ஈர்த்திருப் பதாலேயே அது சில சந்தர்ப்பங்களில், சில விஷயங்களில் நமக்கு ஆபத்தா கவும் முடிந்திருக்கிறது. ஒரு குறிப்பிட்ட விஷயத்தில் மட்டும் நாம் ஐரோப் பாவை நமது நண்பன் எனச் சொல்லிக்கொள்ளலாம். ஆசை வார்த்தைகளைக் கேட்டு மயங்காமல், தனது ராஜ்யத்தை வெளியாளின் ஆக்கிரமிப்பில் இருந்து பாதுகாத்துக்கொள்வதற்காக அது தனக்கென்று ஒரு அளவுகோலை (Standard) ஏற்படுத்திக்கொண்டுள்ளது. அதனை நாம் உபயோகித்து ஐரோப்பாவின் தோல்விகளையும் வீழ்ச்சிகளையும் நாமே அளந்து பார்த்துக் கொள்ளலாம். அவற்றை மற்றவர்களுக்குச் சுட்டிக்காட்டலாம்.

'தேசம்'' (Nation) என்ற நம் கண்ணுக்குப் புலப்படாத ஒன்று, (Abstract being) (அதாவது பிரிட்டிஷ் அரசு) இந்தியாவை ஆள்கிறது. டின்களில் அடைத்து விற்கப்படும் உணவுப் பொருட்கள் 'கைபடாமல் உற்பத்தி செய்யப் பட்டவை' என்ற விளம்பரங்களை நாம் வாசிக்கிறோம். இந்த வாசகம் இந்தியாவை ஆள்பவர்களுக்கும் பொருந்தும். அவர்களுக்கு நமது மொழி தெரியவேண்டாம். அரசு விஷயங்கள் தவிர வேறு சந்தர்ப்பங்களில் நம்முன் நெருங்கிப் பழகவேண்டாம். எட்ட இருந்து கொண்டே நமது செயல்பாடு களை ஊக்குவிக்கவோ தடுக்கவோ செய்யலாம். புதிதாகத் திட்டங்களை அமல்படுத்தி நம்மை ஏதேனும் வழியில் இழுத்துச் செல்லலாம். காரண மில்லாமல் அதைப் பாதியிலேயே கை கழுவிவிடலாம். லண்டனில் நிகழும் சாலை விபத்துக்களைப்பற்றி பிரிட்டிஷ் செய்தித்தாள்கள் விவரமாக எழுது கின்றன. ஆனால் இந்தியாவில் பிரிட்டனைவிட பெரிய விபத்து நடந்தாலும் அதைப்பற்றி அவர்கள் ஒன்றும் எழுதமாட்டார்கள்.

எனது நாட்டைப் பாதிக்கும் பிரச்னைகளைப்பற்றி மட்டும் விவாதிக்காமல் மனித சமூகத்தையே பாதிக்கும் பிரச்னைகளை விவாதிக்கத்தான் நான் இங்கு வந்துள்ளேன். இது பிரிட்டிஷ் ஆட்சியைப்பற்றியதல்ல. நான் முன்பு குறிப்பிட்ட 'ஒரு தேசம்' நம்மை எப்படி ஆள்கிறது என்பதைப்பற்றி, அங்குள்ள சுயநலக்காரர்களைப்பற்றி, மனிதநேயமே இல்லாத, ஆன்மிக சக்தியே இல்லாத ஒரு நாட்டைப்பற்றிப் பேசுகிறேன். ஒரு தேசத்துடன் நாம் நெருங்கி உறவுகொண்டிருக்கிறோமென்றால் அது பிரிட்டனுடன்தான். அதன் அரசு உலகிலேயே சிறந்ததாகக் கருதப்படுகிறது.

அடுத்தபடியாக, இந்தியாவும் மேலைநாடுகளும் இணைந்து வாழ்வது மிக அவசியம் என்றுதான் நான் கருதுகிறேன். நம் இரு நாடுகளுமே வாழ்க்கையை வெவ்வேறு கோணங்களில் பார்க்கிறோம். அவை நமக்கு வெவ்வேறான உண்மைகளை வெளிப்படுத்தியிருக்கின்றன. ஆகவே மேலைநாட்டுக் கலாசாரம், ஒரு புயற்காற்றுபோல நம் நாட்டுக்குள் வந்திருந் தாலும் அது என்றுமே அழியாத விதைகளை நமது வயல்களில் தூவிவிட்டி ருக்கிறது. மேலைநாட்டுக் கலாச்சாரத்தில் காணப்படுபவற்றை நம்மால் முழுவதாக ஏற்றுக்கொள்ள முடியும்போது நம்மிடையே நிலவும் வேற்றுமைகளை மறந்து இணைந்து வாழவும் நம்மால் முடியும்.

மனிதர்கள் என்ற நிலையில் பிரிட்டிஷ் மக்களை எனக்கு மிகவும் பிடிக்கும். அவர்களிடம் எனக்கு மிகுந்த மதிப்புமுண்டு. மாபெரும் மனிதர்கள், சிறந்த சிந்தனையாளர்கள், திறமையுள்ள செயல் வீரர்கள் அங்கு பிறந்திருக் கிறார்கள். சிறந்த இலக்கியங்கள் அங்கு உருவாகியுள்ளன. அவர்கள் நீதிக்கும் சுதந்தரத்துக்கும் முதலிடம் கொடுப்பவர்கள். பொய்யை அறவே வெறுப் பவர்கள். அவர்கள் மனது சுத்தமானது. உள்ளொன்று வைத்து புறமொன்று பேசும் வழக்கம் அவர்களுக்கு இல்லை. அவர்கள் உண்மையின் நட்புணர்வு கொண்டவர்கள். பொய்யே பேசமாட்டார்கள். நம்பத் தகுந்தவர்கள். தங்களுடைய எண்ணங்களை சிறந்த முறையில் வெளிப்படுத்துவார்கள். மனித இனத்தைக் காப்பாற்றவேண்டும். மனிதருக்குச் சேவை புரியவேண்டு மென்ற அவர்களுடைய மன உறுதி என்னைக் கவர்ந்துவிட்டது. வானத்தில் ஒளிரும் சூரியனின் பிரகாசத்தை நாம் எப்படி உணர்கிறோமோ அதைப் போலவே அந்த மனிதர்களுடைய மகத்துவத்தையும் நாம் அறிந்திருக் கிறோம். ஆனால் தேசம் என்ற அளவில் அது சூரியனையே மறைக்கும் மூடு பனியாகத்தான் இருக்கிறது.

இந்த 'தேசத்'தின் அரசு என்பது பிரிட்டிஷ் அரசினுடையதோ வேறு எவரு டையதோ அல்ல. அது ஒரு அறிவியல்ரீதியான கொள்கை ஆகும். அது செயல்படுத்தப்படும் இடங்களிலெல்லாம் அது மேற்சொன்ன அறிவியல் கொள்கையை ஒத்திருக்கும். அது நீரின் சக்தியில் இயக்கும் கருவியைப் போன்றது. அதை எங்கு உபயோகித்தாலும் அதன் அழுத்தம் ஒரே மாதிரியா கத்தான் இருக்கும். ஆகவே அதற்கு முழுப் பலன் கிட்டும். நாம் அதில் செலுத்தும் அழுத்தம் அதன் எஞ்சினுக்குத் தகுந்தவாறு வேறுபடலாம். கையினால் இயக்கப்படும் கருவிகளுக்கு அழுத்தம் குறைவாக இருக்கும்.

ஆனால் இயங்கும் முறையில் அதிகம் வேறுபாடுகளிருக்காது. இதைப் போலவே நம்மை ஆள்பவர்கள் எந்த நாட்டைச் சேர்ந்தவர்களாக இருந் தாலும் - டச், போர்த்துக்கீசியர், ப்ரஞ்ச் - அவற்றின் முக்கிய அம்சங்கள் ஒருபோலத்தான் இருக்கும். ஒருவேளை, ஒருசில இடங்களில் நிர்வாகம் அத்தனை முழுமையானதாக இல்லாமலிருக்கலாம். அதன் கீழ்வாழும் மனிதர்களும் அரைகுறையாகத்தானிருப்பார்கள்.

'தேசம்' நம்மை ஆள்வதற்கு முன்பு வேறு வெளிநாட்டினர் நம்மை ஆண்டு வந்தனர். இவர்களிடையே சிறிதளவு சர்வாதிகாரப் போக்கு காணப்பட்டது. ஆனால் இந்த அரசுகளுக்கும் 'தேசத்'தின் அரசுக்கும் இடையே இருக்கும் வித்தியாசம் கைத்தறிக்கும் பிரமாண்ட மின் விசைத்தறிக்கும் இடையே உள்ள வித்தியாசம்தான். கைத்தறித் துணியில் நெசவாளி தன் கையால் செய்த அடையாளங்கள் காணப்படும். அவருடைய வாழ்வு அதில் பிரதிபலிக்கும். ஆனால் மின் விசைத்தறித் துணிகள் நன்றாக நெய்யப்பட்டிருந்தாலும் அவற்றில் உயிர் இருக்காது. தொடக்கம் முதல் கடைசிவரை ஒரு மாற்றமு மில்லாமல் இருக்கும்.

முன்பு அரசர்கள் நம்மை ஆண்டுகொண்டிருந்தபோது சர்வாதிகாரமும் அநீதியும் கொள்ளையும் நிலவின. மனிதர்கள் சொல்ல முடியாத அளவுக்குத் துயரத்தை அனுபவித்தனர். அதிலிருந்து விடுபட்டு நாம் இப்போது மனநிறைவுடன் இருக்கிறோம். சட்டம் நமக்களிக்கும் பாதுகாப்பு ஒரு வரப் பிரசாதமாகவுள்ளது. அதிலிருந்து நாம் ஒரு பாடத்தையும் கற்கிறோம். மனித கலாசாரம் நிலைத்து நிற்கவும், மனிதனின் முன்னேற்றம் தொடர்வதற்கும் தேவையான அடக்கத்தை அது நமக்குக் கற்பிக்கின்றது. அனைத்து மனித இனத்துக்கும் பொதுவான ஒரு நீதி உலகில் நிலவுகிறது. எங்கும் சாதி, இன வேறுபாடின்றி அனைவரும் அதன்படியே நடக்கவேண்டுமென அந்தச் சட்டம் நமக்குக் கற்பிக்கிறது.

இந்தச் சட்டத்தின் ஆட்சிதான் வெவ்வேறு இனத்தைச் சேர்ந்த, வெவ்வேறு பழக்க, வழக்கங்களைப் பின்பற்றும் மக்களனைவரும் வாழும் இந்த நாட்டில் ஒழுங்கை ஸ்தாபித்திருக்கிறது. இங்குள்ள மக்களனைவரும் ஒருவரோடொருவர் நெருங்கிப் பழகவும், பொதுவான குறிக்கோள்களை வளர்க்கவும் இந்தச் சட்டத்தின் ஆட்சியால் முடிந்திருக்கிறது.

இந்தியர்களிடையே காணப்படும் ஒற்றுமைக்கான வேட்கை மேலை நாட்டுக்கலாசாரத்தின் பலனாகத்தானே ஒழிய அவற்றின் அரசுகளால் அல்ல. இவ்விரண்டுக்குமிடையே நடக்கும் போராட்டங்களே நம்மைப் பாதிக் கின்றன. மேல்நாட்டுக் கலாசாரங்களால் விளையும் பலன்களை - உணவா கட்டும், கல்வியாகட்டும் - மேலைநாட்டு அரசுகள் குறைந்த அளவிலேயே நமக்குத்தருகின்றன. இதனைக்கண்டு மேலை நாட்டு கண்ணிய உணர்வானது கொதித்தெழவேண்டும். ஆனால், இந்த நாடுகளில் வசிப்பவர்களுக்கு உலகளவில் நடந்துகொண்டிருக்கும் தொழில் மற்றும் வர்த்தகம் ஆகிய வற்றுக்கேற்ப தங்களைத் தயார் செய்துகொள்வதற்குப் பயிற்சி தரப்படு

கிறது. இந்தியாவுக்கு இந்த விஷயத்தில் கிடைக்கும் உதவி என்பது அதைப் பின்னுக்குத் தள்ளிவிடுவதாகவே இருக்கிறது. இந்த 'தேசம்' நாம் முன்னேறு வதற்கானச் சந்தர்ப்பங்களை இல்லாததாக்கி விடுகிறது. வெளிநாட்டினர் நம்மை ஆள்வதற்குத் தேவையான அளவு கல்விதான் நமக்குப் புகட்டப்படு கிறது. அதே சமயம் அந்த நாடு நம்மைக் குறை கூறவும் செய்கிறது. மேற்கும், கிழக்கும் ஒருபோதும் இணையாது என்ற பழைய பல்லவியையே பாடிக் கொண்டிருக்கிறது. இந்தியாவில் பிரிட்டிஷ் ஆட்சி இருநூற்றாண்டுகளுக்கு நீண்டிருந்தது. இருப்பினும் நம்மை நாமே ஆண்டுக்கொள்ளும் திறமை நம்மிடம் இல்லை. மற்றவர்கள் சொல்வதையும், செய்வதையும்தான் நாம் காப்பி அடிக்கிறோம். நமக்குச் சொந்தமாக ஒன்றும் தெரியாது என்றெல்லாம் பிரிட்டிஷார் நம்மைக் கேலி செய்தால் அதற்குக் காரணம் என்னவாக இருக்கும்? மேலைநாட்டுக் கலாசாரத்திலிருக்கும் ஏதாவது ஒன்றைக் கற்றுப் பயனடையும் திறமை நம்மிடம் இல்லையா? அல்லது கீழை நாடுகளை மேம்படுத்துவதை 'தேசம்' தனது பொறுப்பாக ஏற்றுக்கொண்டும்கூட ஒன்றும் செய்யாமலிருப்பதாலா?

மேலை நாட்டினர் இந்தியாவுக்கு வந்தது இறைவன் செயல் என்று சொல்லவேண்டும். இருந்தாலும் இந்தியாவைப்பற்றிய முழு விவரங்களை நாம் அவர்களுக்கு விளக்கிச் சொல்லவேண்டும். உலகக் கலாசாரத்தைப் பேணும் பணியில் இந்தியாவுக்கும் பங்குண்டு என்பதை அவர்களுக்குப் புரிய வைக்கவேண்டும். இந்தியர்கள் மேலை நாடுகளிடம் இருந்து ஒன்றையும் யாசிக்கப் போவதில்லை. ஆனால் இந்தியா அதைத்தான் செய்கிறது என மேலைநாடுகள் சொன்னாலும்கூட மேலைநாட்டுக் கலாசாரத்தை உதறித் தள்ளிவிட்டு நாம் தனித்து நிற்கவேண்டுமென நான் சொல்லவில்லை.

இரு நாடுகளும் நெருங்கி வரவேண்டும். இப்படி நெருங்கி வருவதற்கு இறைவன் இங்கிலாந்தைத் தேர்ந்தெடுத்தால் நான் அதை ஏற்றுக்கொள்ளத் தயார். மனித சுபாவத்தில் எனக்கு நம்பிக்கையுண்டு. ஆகவே மேலை நாட்டினரின் முயற்சிகள் வெற்றியடையுமென நம்புகிறேன். ஆனால் அந்தக் கலாசாரம் நமக்கு நம்பிக்கைத் துரோகம் செய்து, நமது முன்னேற் றத்தைத் தடுக்கிறதென்பதை அறியும்போதுதான் எனக்குக் கோபம் வருகிறது.

மேலை நாட்டு மக்கள் தங்களுடைய சுயநலத்தை முன்நிறுத்தி மக்கள் மீது பலம் பிரயோகித்தால் அவர்கள் மீது மக்களுக்கு வெறுப்பு ஏற்படும். இதைத் தவிர்க்க, அவர்கள் பலவீனரான மக்களுக்குத் தேவையான உதவிகளைச் செய்யவேண்டும். எழுத்தறிவில்லாதவர்களுக்கு கல்வியறிவு புகட்டவேண்டும். இப்படிச் செய்யவில்லையேல், நம் நாட்டு மக்கள் வெகுண்டெழுந்து மேலைநாட்டினரை இந்தியாவிலிருந்தே வெளியேற்ற முயற்சி செய்வார்கள்.

ஒத்துழையாமையின் பிரச்னைகள்

(1921ம் ஆண்டில் இந்தியாவில் ஒத்துழையாமை இயக்கம் உச்சக்கட்டத்தை அடைந்திருந்த சமயத்தில் தாகூர் தனது சாந்திநிகேதன் பல்கலைக்கழ கத்துக்குப் பணம் திரட்டும் பொருட்டு மேலைநாடுகளில் பயணம் மேற் கொண்டிருந்தார். ஒத்துழையாமை இயக்கத்தைப்பற்றிய விவரங்களைச் செய்தித்தாள்களில் வாசித்த அவர் வன்முறையும் கண்மூடித்தனமான பிரிட்டிஷ் எதிர்ப்பும் கலந்த இந்த இயக்கத்தைப்பற்றி மிகுந்த கவலை கொண்டார். இதைப்பற்றிய தனது கருத்துகளை தனது நெருங்கிய நண்பரான ஸி.எஃப். ஆண்ட்ரூஸுக்கு ஒரு கடிதத்தில் தெரிவித்தார். காந்திஜியின் நெருங்கிய நண்பராகவுமிருந்த ஆண்ட்ரூஸ் இந்தக் கடிதத்தைப் பத்திரி கைகளுக்கு அனுப்பினார்)

சமீபகாலமாக (ஒத்துழையாமை இயக்கம்பற்றிய) செய்திகளையும் செய்திக் குறிப்புகளையும் வாசிக்கின்றேன். இவை என் மனத்தில் பெரும் கவலையை ஏற்படுத்தியுள்ளது. ஒரு பெரிய கஷ்டம் காத்திருக்கிறதென்று என் உள் மனது சொல்கிறது. நாடு முழுவதும் இப்போது காணப்படும் ஆவேசத்திலும் பரபரப்பிலும் நானும் பங்குகொள்ளவேண்டுமென விரும்புகிறேன். ஆனால் நான் எத்தனைதான் முயன்றாலும் என் உள் மனது இதை எதிர்க்கிறது. ஏன் இப்படி? ஒத்துழையாமை என்பது அரசியல் ஸந்யாஸமாகும். இதில் பங்கெடுக்கும் நமது மாணவர்கள் எதற்காக இப்படித் தியாகங்களைச் செய் கிறார்கள்? முழுமையான கல்வியைப் பெறுவதற்காக அல்ல. பார்க்கப் போனால் இந்த இயக்கம் அவர்களுடைய படிப்பைப் பாதித்துவிடும். இந்தப் போராட்டத்தின் பின்னணியில் அனைத்தையும் அழிக்கும் ஒருவித சந்தோஷம் தோன்றுகிறது. இது ஒன்றிலும் ஈடுபாடுகொள்ளாத ஸந்யாஸம். அல்லது, அமைதியான வாழ்வு முறையில் நம்பிக்கையை இழந்து அர்த்தமில்லாத அழிவில் சந்தோஷம் காணும் கோர தாண்டவமாகும். சமீபத்தில் முடிவுக்கு வந்த முதல் உலகப் போரும் வேறு போராட்டங்களும் இதற்குச் சரியான எடுத்துக்காட்டுக்கள். அதாவது ஒன்று, அது அமைதியான, ஒன்றுமே செய்யாத ஸந்யாஸம் அல்லது அனைத்தையும் அழிக்கும் வன்முறை...

வங்காளத்தில் சுதேசி இயக்கம் நடந்துகொண்டிருந்த சமயத்தில் என்னைக் காண வந்திருந்த சில மாணவர்கள் 'நீங்கள் உத்தரவிட்டால் நாங்கள் பள்ளி களையும், கல்லூரிகளையும் இப்போதே புறக்கணிப்போம்'' என்றனர். ஆனால் நான்தான் உறுதியாக அவர்கள் அப்படிச் செய்யக்கூடாது என்றேன். நான் சொன்னது அவர்களுக்குப் பிடிக்கவில்லை. நான் உண்மையிலேயே எனது தாய் நாட்டை நேசிப்பவன் தானா என்ற சந்தேகம் அவர்களுக்கு ஏற்பட்டது! ஆனால் இதற்கு எத்தனையோ நாட்களுக்கு முன்பு ஒரு சுதேசி கடை திறப்பதற்காக நான் ஆயிரம் ரூபாய் நன்கொடை அளித்திருக்கிறேன். அப்போது என்னுடையதென்று சொல்லிக்கொள்ள என்னிடம் ஐந்து ரூபாய்கூட இல்லாத சமயமாக இருந்தது. இந்தப் பணத்தை நன்கொடையாகக் கொடுத்ததற்கு மற்றவர்கள் என்னைக் கேலி செய்தனர்.

என்னைக் காணவந்த மாணவர்களிடம் அவர்கள் படிப்பை நிறுத்தக்கூடா தென்று நான் சொல்லக் காரணம் மக்கள் தற்காலிகமாகத் தேர்ந்தெடுக்கும் அர்த்தமில்லாத செயல்களில் எனக்கு நம்பிக்கையில்லை என்பதுதான். உண்மை நிலையை மறந்து செயல்படும் எந்தச் செயலும் என்னிடம் ஒருவித பயத்தை ஏற்படுத்துகிறது. அந்த மாணவர்கள் சொந்தமாகச் சிந்திக்க முடியாத பொம்மைகளல்ல. ஒத்துழையாமை இயக்கம் போன்ற ஒரு எதிர்மறை நிகழ்வுக்காக அவர்கள் தங்கள் வாழ்க்கையையேத் தியாகம் செய்ய முன் வந்தது எனக்குப் பிடிக்கவில்லை. அவர்கள் சமூகத்தில் தங்களுக்கென்று ஓரிடம் பிடித்துக்கொள்வதற்கு முன்பே இந்த இயக்கத்தில் சேர்வது அவர் களுக்கு இழைக்கப்படும் மாபெரும் அநீதியாகும். அதை நாம் பின்னர் சரிசெய்யவேமுடியாது.

எனது சக இந்தியர்களை நேசிக்கிறேன். அவர்களுடைய அன்பை மதிக்கி றேன். ஆனால் நான் முன்னால் போகமுடியாதபடி எனது பாதை அடைக்கப் பட்டுள்ளது. விதியின் விளையாட்டை என்னவென்று சொல்வது? கடல் தண்டி வந்துள்ள நான் இங்கு இங்கிலாந்து-இந்தியா ஒற்றுமையைப்பற்றிப் பேசிக்கொண்டிருக்கிறேன். ஆனால் கடலின் மறு கரையில் ஒத்துழையாமை இயக்கம் நடந்துகொண்டிருக்கிறது!

மனிதனின் பூதவுடல்தான் உலகிலேயே உயர்ந்த படைப்பு என்பதை நான் எப்படி நம்பவில்லையோ அதைப்போல மேலை நாட்டு மக்களின் ‘காசேதான் கடவுள்’ என்ற கொள்கையையும் நான் ஒருபோதும் ஆதரித்த தில்லை. ஆனால் அதற்காக மனித உடலையே அழித்துவிடவேண்டும், வாழத் தேவையான சௌகரியங்கள் வேண்டவேவேண்டாம் என்று நான் சொல்லவில்லை. ஒரு கட்டடத்தின் அஸ்திவாரத்துக்கும் அதன் மேற்பகு திக்கும் இடையேயுள்ள தொடர்பைப்போல ஒருவரது உடலுக்கும், ஆன்மாவுக்கு இடையே நெருங்கிய உறவுவேண்டும். கிழக்கும் மேற்கும் உண்மையாகவே சந்தித்து இணையவேண்டும். மனித நேயம்தான் மனித ஆன்மாவின் உண்மையான வெளிப்பாடு. இந்த உண்மையை நாம் ஒரு நாளும் மறக்கக்கூடாது. மாறாக எல்லாவித அடக்குமுறைகளுக்கும் எதிராக நாம் போராடுவதற்கு இந்த ஆயுதத்தை உபயோகிக்கவேண்டும். ஆனால் ஒத்துழையாமை இயக்கம் இந்த உண்மைக்குத் தடையாக இருக்கிறது.

இன்று, உலக வரலாற்றின் ஒரு முக்கிய கட்டத்தில், இந்தியா தன்னைக் கட்டிப் போட்டிருக்கும் தடைகளை உடைத்தெறிந்து, உலகிலுள்ள பல்வேறு மக்களிடையே ஒற்றுமையையும் ஒத்துழைப்பையும் வளர்க்க உதவும் ஒரு லட்சியத்தை மக்கள்முன் வைக்கலாமே? இந்தியா பலம் வாய்ந்ததாகவும் செல்வச் செழிப்புள்ளதாகவுமிருந்தால் அனைத்து மக்களுக்காகவும் குரலெழுப்ப அதனால் முடியும் என்று ஒரு சிலர் சொல்லலாம். நான் இதை ஏற்றுக்கொள்ளவில்லை. ஒரு மனிதனின் செல்வம்தான் அவனைப் பெரிய மனிதனாக்குகிறது என்று சொல்வது நம்மை நாமே ஏமாற்றிக்கொள்வதாகும். அந்த மனிதனை அவமதிப்பதுமாகும். செல்வச் செழிப்பில்லாத

நாடுகளுக்கும்கூட உலகைக் காப்பாற்ற முடியும். தனது ஏழ்மையையும் தாழ்வு மனப்பான்மையையும்மீறி இந்தியாவால் இதனைச் செய்ய முடியும்.

மனிதனின் ஆன்மிகச் சக்தியில் இந்தியர்களுக்குப் பெரும் நம்பிக்கை உண்டு. இதன் பொருட்டு அது பல பரிசோதனைகளையும் தியாகங்களையும் செய்துள்ளது. தீவிர முயற்சிகளைக் கைக்கொண்டுள்ளது. அது கிடைக்க வில்லை எனினும், தனது தேடலை இந்தியா இன்னமும் கைவிட்டு விடவில்லை. இதனால் அதனுடைய செல்வச் செழிப்பு பாதிக்கப் பட்டாலும்கூட. ஆகவே இந்தியா என்பது பூமியிலுள்ள வெறும் படமல்ல. அது ஒரு மறுக்க முடியாத உண்மை என்றுதான் நான் நினைக்கிறேன். இந்த உண்மையை நான் ஐரோப்பாவில் பல நாடுகளில் பயணம் செய்யும்போது உணர்ந்துகொண்டேன். வேறு நாட்டவர்கள் என்னுள் தேசபக்தியை ஊட்டி னார்கள். ‘இருளையும் தாண்டி, இந்த ஆதியந்தமில்லாத மகாபுருஷனின் ஒளி, இருளைக் கிழித்துக்கொண்டுபோகிறது’ என்று (வேதத்தில்) சொல்லி யிருப்பதுபோல அந்தச் சமயத்தில்தான் இந்தியாவும் வெற்றியடையும். இந்த இருளுக்கெதிராக போராடுகிறோம். அந்த மகாபுருஷனின் ஒளியை வெளிக்கொணர்வதுதான் நமது நோக்கம். இதைத் தனிப்பட்ட மனிதர்களால் செய்யமுடியாது. மனித இனமே கைகோர்த்துச் செய்யவேண்டும். தனிமனி தனின் அகம்பாவம் நாட்டின் ஒட்டுமொத்த அகம்பாவமாகிவிடுகிறது. அதை நாம் அழிக்கவேண்டும். ஒவ்வொரு நாட்டின் மக்களும் வேறுபட்ட வர்கள் என்ற கருத்துக்கெதிராக இந்தியா போராடுகிறது. ஆகவே உலக மக்கள் அனைவருடைய ஒத்துழைப்பைப்பெற இந்தியா முயற்சிக்கவேண்டும் என்பதுதான் எனதுவேண்டுகோள்.

மேலை நாட்டினரிடமிருந்து முழுவதாக வேறுபட்டுத் தனியாக நிற்க முயற்சிப்பது ஆன்மிகத் தற்கொலைக்கு சமம். மனிதனுக்குப் பயனுள்ள ஒன்றையுமே மேலைநாட்டினர் செய்யவில்லை என்று உரக்கக் கூவி நமது தற்பெருமையை வெளிக்காட்ட விரும்பாமல் நாம் இதுவரை செய்துள்ளது ஒன்றுமே பயனற்றதுதானோ என்ற சந்தேகத்தைக் கிளப்பிவிடும். ஏனெனில் மேற்கானாலும், கிழக்கானாலும் மனித மனம்தான் பல இடங்களிலும் பலகோணங்களிலும் உண்மையைத் தேடி அலைகிறது. மேலை நாடுகளின் செயல்பாடுகள் அதற்குத் தவறான வழியைக் காண்பித்துக் கொடுத்தன என்று சொல்வது சரியென்றால் இந்தியாவின் செயல்பாடுகளைப்பற்றியும் நமக்குச் சந்தேகம் வரும். நமது வறட்டுக் கௌரவத்தைக் களைந்துவிட்டு, உலகின் எந்த மூலையில் விளக்கேற்றப்பட்டாலும் அதைக் கண்டு மகிழ்ச்சியடைவோம். ஏனெனில் நமது வீட்டில் நாம் ஏற்றும் விளக்கில் ஒரு பாகம்தான் அது.

மேலைநாடுகள் இந்தியாவைத் தவறாகப் புரிந்துகொண்டிருப்பதால்தான் இருவருக்குமிடைய அபிப்பிராய வித்தியாசங்கள் எழுந்தன. ஆனால் அதற்காக இந்தியா மேலைநாடுகளைத் தவறாகப் புரிந்துகொண்டால் எல்லாம் சரியாகிவிடுமா? இன்று உலகில் மேலை நாடுகளின் முக்கியத்து வம் மிகப்பெரிய அளவில் வளர்ந்து விட்டிருக்கிறது. இதற்கு முக்கிய

காரணம் மனித குலத்தை மேம்படுத்தும் பொறுப்பு அவர்களிக்கப் பட்டுள்ளது என்பதுதான். அந்நாடுகளிலிருந்து நம்மால் முடிந்ததை யெல்லாம் கற்றுக்கொள்ளத்தான் நாம் அவர்களை அணுகியிருக்கிறோம். அப்படிச் செய்வதால் இந்தக் காலத்துக்குத் தேவையானதை நாமும் செய்து முடிக்கலாம். நம்மிடமிருந்து அவர்களும் பாடங்களைக் கற்றுக்கொள்ளலாம் என்பதையும் நாம் அறிவோம். அந்த அறிவொளியை அணையாமல் பாது காப்பது நமது பொறுப்பு. என்றாவது ஒருநாள் தமக்கான இடம் இந்தியாவில் உண்டு என்பதை மேலைநாட்டினர் நிதானமாகப் புரிந்துகொள்வார்கள்.

அத்தியாயம்: 09

சாதி அழிப்பாளர்

பி.ஆர். அம்பேத்கர்

~

நாம் அடுத்தபடியாகப் பார்க்கப்போகும் நவீன இந்தியாவின் சிற்பிக்கும் ரவீந்திரநாத் தாகூருக்கும் ஒரு ஒற்றுமை உண்டு. இருவரும் தத்தம் பெற்றோரின் பதினான்காவது குழந்தையாகப் பிறந்தவர்கள். இதற்குமேல் அந்த ஒற்றுமை தொடரவில்லை. தாகூர் ஒரு பணக்கார, மேல்தட்டுக் குடும்பத்தைச் சேர்ந்தவர். பீம்ராவ் ராம்ஜி அம்பேத்கரோ 'மகர்' என்ற தீண்டத்தகாத சாதியில் பிறந்தவர். அவருடைய தந்தை பிரிட்டிஷ் இந்திய ராணுவத்தில் பணிபுரிந்துவந்தார். பீம்ராவ் மகாராஷ்டிரா மாநிலத்தில் ஸதாராவில் படித்து வந்தபோது அவருடைய பிராமண ஆசிரியர் ஒருவர் அவருடைய கடைசிப் பெயரான 'அம்பவடேகர் என்பதை 'அம்பேத்கர்' என்று மாற்றினார். பீம்ராவின் குடும்பம் பம்பாய்க்குக் குடிபெயர்ந்ததைத் தொடர்ந்து அவர் பம்பாய் எல்ஃபின்ஸ்டன் பள்ளியில் படித்து மெட்ரிக்குலேஷனில் தேர்ச்சி பெற்றார். அதன் பின்னர் புகழ்பெற்ற எல்ஃபின்ஸ்டன் கல்லூரியில் மேற்படிப்பைத் தொடர்ந்தார். அவருடைய படிப்புக்கான செலவை முற்போக்குக் கொள்கைகளைக்கொண்டிருந்த பரோடா மகாராஜா ஏற்றுக்கொண்டார். 1912ம் ஆண்டில் பி.ஏ. பட்டம் பெற்ற பீம்ராவ் பரோடா ஸம்தானத்தில் வேலைக்கமர்ந்தார்.

1913ம் ஆண்டில் பரோடா மகாராஜா அம்பேத்கரை மேற்படிப்புக்காக அமெரிக்காவுக்கு அனுப்பினார். அங்கு அவர் நியூயார்க் நகரிலிருந்த கொலம்பியா பல்கலைக்கழகத்தில் சேர்ந்து, இந்தியாவில் சாதிமுறைகளைப்பற்றி ஆய்வுக் கட்டுரையை எழுதி எம்.ஏ., பட்டம் பெற்றார். பின்னர் பிரிட்டிஷ் இந்தியாவில் மாநிலங்களின் நிதிநிலைமையைப்பற்றி ஆய்வுக் கட்டுரையை எழுதி முனைவர் பட்டமும் பெற்றார். இந்த ஆய்வில் புகழ்பெற்ற பொருளாதார நிபுணர் இ.ஆர்.ஏ. ஸெலிக்மான் (E.R.A. Seligman) அவருக்கு வழிகாட்டியாக இருந்தார். கொலம்பியாப் பல்கலைக் கழகத்திலேயே ஆசிரியராகப் பணியாற்றிவந்த ஜான் திவே (John Dewey) என்ற தத்துவ ஞானியால் அம்பேத்கர் பெரிதும் கவரப்பட்டார்.

நியூயார்க் வாழ்க்கை அம்பேத்கருக்கு ஒரு புதிய அனுபவமாக இருந்தது. தாழ்த்தப்பட்ட பின்னணியிலிருந்து வந்த, இயற்கையாகவே சங்கோஜ சுபாவமுள்ள அம்பேத்கரின் மனது விசாலமடைந்தது. அவருடைய எண்ணங்களில்

மாற்றம் வந்தது. நியூயார்க்கிலுள்ள பழைய புத்தகக் கடைகளிலிருந்து இரண்டாயிரத்துக்கும் மேற்பட்ட புத்தகங்களை வாங்கிய அம்பேத்கர் பல விஷயங்களைப்பற்றி வாசித்தறிந்துகொள்வதில் ஆர்வம் காட்டினார்.

1919 ஆண்டில் அம்பேத்கர் லண்டனுக்குச் சென்று அங்குள்ள London School of Economicsலிருந்து இரண்டாவது முனைவர் பட்டம் பெற முயன்றார். ஆனால் அவருக்குக் கிடைத்து வந்த ஸ்காலர்ஷிப் காலம் தீர்ந்துபோனதால் பரோடாவுக்குத் திரும்பவேண்டியதாயிற்று. அங்கு அவர் மகாராஜாவின் ராணுவச் செயலராக நியமிக்கப்பட்டார். ஆனால் தாழ்த்தப்பட்ட சாதியைச் சேர்ந்தவர் என்பதாலேயே எதிர்ப்புகளைச் சந்திக்க நேர்ந்ததால் அம்பேத்கர் தனது வேலையை உதறித் தள்ளிவிட்டு பம்பாயில் குடியேறினார். வாழ்க்கைத் தேவைகளைப் பூர்த்திசெய்துகொள்ள மாணவர்களுக்குச் சிறப்பு வகுப்புகள் எடுத்தார் (முன்பு கோகலே செய்ததுபோலவே). அதேசமயம் அம்பேத்கர் அரசியலிலும் தீவிரமாக ஈடுபடத் தொடங்கியிருந்தார். கோலாப்பூர் மகாராஜாவின் பண உதவியுடன் அம்பேத்கர் தாழ்த்தப்பட்ட சாதிகளுக்காக இருவார இதழைத் தொடங்கினார். (பரோடா மகாராஜாவைப்போலவே கோலாப்பூர் மகாராஜாவும் மகாராஷ்டிரா அரசியலிலும் சமூகத்திலும் நிலவிய பிராமண ஆதிக்கத்தை எதிர்த்தார்).

1920-ல் அம்பேத்கர் லண்டனுக்குத் திரும்பச்சென்று தன் படிப்பைத் தொடர்ந்தார். இந்த முறை அவரிடம் இருந்த சொந்தப் பணத்தைத்தவிர, அவருடைய பார்ஸி நண்பர் ஒருவரும் அவருக்குக் கடன் கொடுத்து உதவினார். ரூபாயின் பிரச்னை பற்றிய அவருடைய டி.எஸ்ஸி (D.Sc) பட்ட ஆய்வுக் கட்டுரை 1923ல் ஏற்கப்பட்டது. அம்பேத்கர் வழக்கறிஞராகவும் தேர்ச்சிபெற்றார். பம்பாய்க்குத் திரும்பிவந்த அவர் காந்திஜியைப்போல பம்பாய் உயர் நீதிமன்றத்தில் வழக்கறிஞராகத் தன்னைப் பதிவு செய்து கொண்டார். இந்தத் தொழிலில் அவருக்கு நல்ல வருமானம் கிடைத்தது. இதைத்தவிர, அம்பேத்கர் வேறு சில விஷயங்களிலும் கவனம் செலுத்தத் தொடங்கினார். தாழ்த்தப்பட்டோரின் கல்வியறிவைப் பெருக்க ஒரு அமைப்பை நிறுவினார். 1927ம் ஆண்டில் அவர் பம்பாய் சட்ட சபை உறுப்பினராக நியமிக்கப்பட்டார். தனது முதல் உரையிலேயே அவர் அரசு பட்ஜெட்டைத் தயாரிக்கும்போது பின்பற்றப்பட்டு வந்த ரகசிய அணுகுமுறையை எதிர்த்து வாதிட்டார். இதற்கிடையே பம்பாய் நகரிலுள்ள சட்டக்கல்லூரியில் வகுப்புகள் எடுத்தார் (பிற்காலத்தில் அவர் அதன் பிரின்ஸிபலாகவும் பணியாற்றினார்).

தனக்கு முன்பு சமூக சேவையில் ஈடுபட்டிருந்த சீர்திருத்தவாதிகளின் செயல்பாடுகளை அம்பேத்கர் ஏற்றுக்கொண்டபோதிலும் அதில் அவருக்குத் திருப்தி ஏற்படவில்லை. மத்திய காலத்தைச் சேர்ந்த கவிகள் இறைவனுக்கு முன் பிராமணர்களும் சூத்திரர்களும் சமமாகப் பார்க்கப்படவேண்டும் என்று மட்டுமே கேட்டுக்கொண்டனர். ஆனால் அம்பேத்கரோ சமூக, பொருளாதார சமத்துவம் இல்லையேல் சாதி, மதரீதியான சமத்துவம் அர்த்தமற்றது என்று வாதித்தார். மேல் சாதிகளைச் சேர்ந்த சீர்திருத்தவாதிகள்

தங்களுடைய செயல்கள் மூலம் தாழ்த்தப்பட்டவர்களுக்கு ஏதோ போனால் போகிறதென்று உதவி செய்வதாக நினைத்தனர். ஆகவே தாழ்த்தப்பட்டோர் தங்களுடைய சாதிகளைச் சேர்ந்த தலைவர்களுக்குக் கீழிலேயே செயல் பட்டுத் தங்களுடைய உரிமைகளை வென்றெடுக்கவேண்டுமென்பதுதான் அம்பேத்கரின் வாதமாக இருந்தது.

இந்தியாவுக்குத் தேவையான சட்டச் சீர்திருத்தங்களைப்பற்றி ஆராய சைமன் கமிஷன் 1928ல் இந்தியாவுக்கு வந்தது. அதன் உறுப்பினர்கள் அனைவரும் வெள்ளையர்களாக இருந்ததைக் காரணம் காட்டி காங்கிரஸ் கட்சி கமி ஷனைப் புறக்கணித்தது. மாறாக, அம்பேத்கர் அதன் உறுப்பினர்களைச் சந்தித்து தனது வாதங்களை அவர்கள் முன் எடுத்து வைத்தார். இந்துக்களி லிருந்து எப்படி முஸ்லிம்கள் வேறுபட்டிருக்கின்றனரோ அப்படியேதான் தாழ்த்தப்பட்டோரையும் இந்துக்களிலிருந்து வித்தியாசமாக, தனிப்பட்ட சிறுபான்மையினராகக் கருதவேண்டுமென்று வாதிட்டார். ஊர் பொதுக் குளங்களிலிருந்து நீரைத் தடையின்றி உபயோகிக்கவும், ஆலயங்களில் பிரவேசிப்பதற்கும் ஸத்தியாகிரஹம் போன்ற நேரடி நடவடிக்கைகளில் ஈடுபடவேண்டுமென்று அவர் கருத்துத் தெரிவித்தார். இந்த வாதங்களை மேல் சாதிக்காரர்கள் கடுமையாக எதிர்த்ததைத் தொடர்ந்து அரசாங்கமே இதற்கான நடவடிக்கைகளை எடுக்கவேண்டியது அவசியம் என்று சொன்னார். இதன் முதற்படியாக, எல்லா அரசுப் பணிகளிலும் தாழ்த்தப்பட்டவர்களின் எண்ணிக்கையை அதிகரிக்கவேண்டுமென்று அம்பேத்கர் விரும்பினார்.

1930களிலும், 1940களிலும் காந்திஜியையும் அவருடைய கொள்கைகளையும் விமரிசித்து அம்பேத்கர் ஏராளமான கட்டுரைகளை எழுதி வெளியிட்டார். இவர்களிருவரும் பலமுறை சந்தித்துப் பேசிய பிறகும்கூட அவர்களிட மிருந்த கருத்து வேறுபாடுகளைத் தவிர்க்க முடியவில்லை. 1923ம் ஆண்டில் பிரிட்டிஷ் அரசு தீண்டத்தகாதவர்களுக்காகத் தனியாகத் தேர்தல் தொகுதி களை ஒதுக்கியது. இதை எதிர்த்து காந்திஜி உண்ணாவிரதம் தொடங்கினார். அவருடைய உயிரைக் காக்கும் பொருட்டு அம்பேத்கருக்கும் காந்திஜிக்கு மிடையே ஓர் ஒப்பந்தம் (பூனா ஒப்பந்தம்) கையெழுத்தானது. இதன்படி இந்துக்களுக்கு மட்டுமே தொகுதிகள் இருக்கும். அவற்றில் தாழ்த்தப்பட்ட வர்களுக்காகக் கூடுதல் இடங்கள் ஒதுக்கப்படும்.

புதிய இந்திய அரசுச் சட்டத்தின் கீழ் (Government of India Act 1935) நடத்தப்படவிருந்த தேர்தலில் போட்டியிடும் பொருட்டு அம்பேத்கர் 1936ம் ஆண்டில் Independent Labour Partyயைத் தொடங்கினார். (அடுத்த சில ஆண்டுகளில் இந்தக் கட்சி இரண்டு முறை தனது பெயரை மாற்றிக் கொண்டது. இப்போது அது Republican Party of India என அறியப்படு கிறது). 1942ம் ஆண்டு ஜூன் மாதத்தில் அம்பேத்கர் வைஸ்ராயின் நிர்வாகக் கௌன்ஸிலின் உறுப்பினராக நியமிக்கப்பட்டார். தீண்டத்தகாத ஒருவர் இப்படிப்பட்ட உயர்ந்த பதவியில் நியமிக்கப்படுவது இதுவே முதல் தடவை. இதன்பிறகு இவருடைய காங்கிரஸ் எதிர்ப்பு மேலும் தீவிரமானது.

1942ம் ஆண்டில் காங்கிரஸ் கட்சி ‘வெள்ளையனே வெளியேறு’ போராட்டத்தைத் தொடங்கியது.

1947ல் இந்தியா சுதந்தர நாடானபிறகு, புதிய காங்கிரஸ் அரசு அம்பேத்கரை மத்திய சட்ட அமைச்சராக நியமித்தது. அடுத்த நான்கு வருடங்கள் இந்தப் பொறுப்பிலிருந்த அம்பேத்கர் 1957ல் அதை ராஜினா செய்தார். இதற்குள்ளாகவே அவர் புத்தபகவானின் அறிவுரைகளால் ஈர்க்கப்பட்டிருந்தார். புத்தரை ‘என் குரு’ என்று வர்ணித்தார். 1954 ஜனவரியில் ஜோதிராவ் ஃபுலேவைப்பற்றிய ஒரு செய்திப்படம் திரையிடப்பட்ட விழாவில் அவர் முதன்மை விருந்தினராகப் பங்கேற்றார். 1956 அக்டோபரில் அவர் நாக்பூரில் புத்தமதத்தைத் தழுவினார். ஆறு வாரங்களுக்குப் பிறகு அவர் புதுதில்லியில் காலமானார்.

காந்திஜியைப்போல அம்பேத்கரும் ஒரு பன்முகச் செயல்வீரராகத் திகழ்ந்தார். வழக்கறிஞர், ஆசிரியர், சட்டமன்ற உறுப்பினர், கல்வியாளர், கட்சி நிறுவனர், அமைச்சர் என்ற பற்பல பணிகளில் தன்னை ஈடுபடுத்திக் கொண்டார். ஏராளமான கட்டுரைகளை எழுதியுள்ளார். மத்திய, மாநில அரசுகளின் கூட்டமைப்பு மதக்கொள்கைகள், தத்துவம், நிதிநிலைமை, மொழி, அரசியல் சட்டம், சமூகவியல், அரசியல், சாதிமுறைகளின் வரலாறு ஆகியவற்றைப் பற்றிப் புத்தகங்கள் எழுதியுள்ளார்.

அம்பேத்கருடைய வாழ்வும் செயல்பாடுகளும்பற்றி அவருடைய வாழ்க்கை வரலாற்றை எழுதிய தனஞ்செய் கீர் இவ்வாறு எழுதுகிறார்:

‘தீண்டத்தகாதவர்களுக்காக அம்பேத்கர் என்ன செய்தார்? இந்து மதத்தில் அவர்களுடைய முற்கால வாழ்க்கை ஒரு இருண்ட அத்தியாயமாகத்தான் இருந்தது. கடந்த 2500 ஆண்டுகளில் முதன் முறையாக அவர்களுடைய நல்ல காலத்தைக் குறிக்கும் சூரிய ஒளி வீசியது. அவர்களுடைய மண்ணிலேயே பிறந்த, அவர்களில் ஒருவரான அம்பேத்கர்தான் இந்த ஒளி வீசக் காரணமாக இருந்தார். தாழ்த்தப்பட்டோரின் பரிதாபகரமான அரசியல் மற்றும் சமூக நிலைமை, அவர்களுடைய உரிமைகள், அவர்களுடைய சுதந்தரம் ஆகியவற்றை வெளியுலகுக்கு வெளிச்சம் போட்டுக் காட்டினார். தீண்டாமையைப் பற்றி அனைவரும் அறியச் செய்தார். அதனைப்பற்றிய முழு விவரங்களை உலக மக்களுக்கு உணர்த்தினார்.

அம்பேத்கருடைய இடையறாத போராட்டங்களும் சூடான விமர்சனங்களும் அந்த மக்களுக்கு ஒரு கதவைத் திறந்து கொடுத்தது. அவர்கள் வாழ்வில் புது வெளிச்சம் வீசியது. அவர்களுடைய சுதந்தர வாழ்வுக்கு வழிவகுத்தது. தீண்டத்தகாதவர்களுடைய சுய கௌரவத்தையும் சுயமரியாதையையும் அம்பேத்கர் வெளிக் கொணர்ந்தார். அடிமை வாழ்வைவிட மோசமாக இருந்த தீண்டாமைக்கெதிராகப் போராடவைத்தார். அதல பாதாளத்திலிருந்து அவர்களை வெளியே தூக்கிவிட்டார். அவர்கள் மனத்திலிருந்த நம்பிக்கையின்மை, சோர்வு, செயலிழப்பு ஆகியவற்றை அறவே நீக்கினார். அவர்கள் மனத்தில் தைரியத்தை ஊட்டினார். அவர்களை மீண்டும் மனிதர்களாக மாற்றினார். தங்களுடைய குறைகளைத் தாமாகவே வெளியே சொல்லவும்,

நீதி, சமத்துவம், சுதந்தரம் ஆகியவற்றுக்காகப் போராடவும் அவர்களுக்குச் சொல்லிக் கொடுத்தார். மிருகங்களைவிட மோசமாக நடத்தப்பட்டு வந்த அவர்கள், அம்பேத்கரின் போராட்டங்களின் விளைவாக அரசியல்ரீதியாக மற்றவர்களுக்குச் சமமாகக் கருதப்பட்டனர்.

இந்த உரையின் பழமையான நடையை விட்டுவிடுவோம். ஒரு தனி மனிதர் தனது மக்களுக்குச் செய்த சேவைகளை மிக அழகாக விவரிக்கிறது இந்த வர்ணனை.

சாதிகளுக்கெதிரான புரட்சி

மஹத் நகரிலிருந்த ஏரியிலிருந்து தீண்டத்தகாதோர் நீரை எடுப்பதைத் தடுத்ததை அம்பேத்கர் எதிர்த்தார். 1927ல் இந்த விஷயத்தைப்பற்றி அவர் நிகழ்த்திய உரையில் தனது போராட்டத்தைப் பதினெட்டாம் நூற்றாண்டின் பிற்பகுதியில் ஃபிரான்ஸில் நடந்த சர்வாதிகார எதிர்ப்புப் போராட்டத்துடன் ஒப்பிட்டார். அந்த உரையிலிருந்து சில பகுதிகள் கீழே தரப்படுகின்றன.

பழங்காலத்தில் பின்பற்றப்பட்ட முறைப்படி இந்துக்கள் நான்கு சாதிகளாகப் பிரிக்கப்பட்டிருந்தனர். ஆனால் உண்மையில் மக்கள் பிராமணர், க்ஷத்ரியர், வைசியர், சூத்திரர் மற்றும் அதிசூத்ரர் என ஐந்து சாதிகளாகப் பிரிக்கப்பட்டிருந்தனர்.

இந்து மதத்தைக் கட்டுப்படுத்தும் பல சட்டதிட்டங்களில் சாதிமுறை முதலிடத்திலிருக்கிறது. இவற்றுக்குச் சம அந்தஸ்து கிடையாது. ஒவ்வொன்றும் அதற்குமேலே உள்ள சாதியைவிட அந்தஸ்தில் குறைந்தது. இந்த வரிசைக் கிரமம் சட்டப்படி நிச்சயிக்கப்பட்டிருக்கிறதென்பது மட்டுமல்ல. ஒவ்வொன்றும் அதற்கென நிச்சயிக்கப்பட்டுள்ள வரம்புகளை மீறவும்கூடாது. அப்போதுதான் அம்மனிதர்களைப் பார்த்தவுடனேயே அவர்கள் எந்த சாதியைச் சேர்ந்தவர்கள் என்பது மற்றவர்களுக்குத் தெரியவரும்.

ஒரு சாதியைச் சேர்ந்தவர்கள் மற்ற சாதிக்காரர்களுடன் திருமண உறவு வைத்துக்கொள்வது அல்லது அவர்களுடன் சேர்ந்து உண்பது அல்லது சமூகரீதியாகத் தொடர்புகொள்வது ஆகியவற்றுக்கு விதிக்கப்படும் கட்டுப்பாடுகள் அந்த சாதிக்காரர்கள் மற்றவர்களுடன் எந்த அளவுக்கு நெருங்கிப் பழகலாம் என்பதை நமக்குச் சுட்டிக்காட்டுகிறதென்று நாம் நினைக்கிறோம். இது முழுவதாகச் சரியல்ல. இந்த விதிமுறைகள் சாதிகளுக்கிடையே உள்ள தொடர்பு ஒரு குறிப்பிட்ட எல்லையைத் தாண்டக்கூடாதெனச் சொல்வது உண்மைதான். அதேசமயம் அதையும் தாண்டி ஒரு சமூக அமைப்பில் ஒவ்வொரு சாதியும் எங்கே இடம் பெறுகிறதென்பதையும் இது சுட்டிக்காட்டுகிறது. அதாவது இந்த சாதிகள் மனிதர்களுக்கிடையேயுள்ள ஏற்றத்தாழ்வுகளின் அடையாளக் குறியீடுகளாகத் திகழ்கின்றன.

மஹத் நகரிலுள்ள உயர் சாதி இந்துக்கள் தீண்டத்தகாதவர்களை சாவதார் ஏரியிலிருந்து தண்ணீர் எடுப்பதை ஏன் தடுக்கிறார்கள்? அவர்கள் கை பட்டு அந்த நீர் அசுத்தமாகி விடுமென்றோ அல்லது அப்படியே மறைந்துவிடுமென்றோ இல்லை. மாறாக, சமூகரீதியாகத் தங்களைவிடத் தாழ்ந்தவர்களை அந்த நீரை உபயோகிக்க அனுமதித்தால் புனிதமான பாரம்பரியத்தினால் இழிவானவர்களாகச் சொல்லப்பட்டிருப்பவர்களை சமமானவர்களாக மதித்ததாக ஆகிவிடும் என்பதால்தான் தாழ்த்தப்பட்டவர்களை பொது நீர் நிலைகளில் நீர் எடுக்க அனுமதிப்பதில்லை.

பெரியார்களே! இதிலிருந்தே நாங்கள் தொடங்கியுள்ள போராட்டத்தின் முக்கியத்துவத்தை நீங்கள் உணர்ந்திருப்பீர்கள். மஹத்திலுள்ள சாவதார் ஏரியின் நீரை அருந்துவதற்காகத்தான் உங்களை சத்யாகிரக கமிட்டி இங்கே அழைத்திருக்கிறதென்று நினைக்காதீர்கள். இந்த ஏரியின் நீரைக் குடிப்பதால் எங்களுக்குச் சாகாவரம் கிடைக்கப்போவதில்லை. இதைக் குடிக்காமலேயே இத்தனை காலம் உயிர் வாழ்ந்திருக்கிறோம். ஆகவே அதன் நீரைக் குடிப்பதற்காக மட்டும் நாங்கள் அங்கு போகவில்லை. மற்றவர்களைப்போல நாங்களும் மனிதர்கள்தான் என்பதை உணர்த்துவதற்காகத்தான் அங்கு செல்கிறோம். மனிதர்களுக்கிடையே சமத்துவத்தை நிலைநிறுத்தத்தான் இந்தக் கூட்டம் ஏற்பாடு செய்யப்பட்டிருந்தது.

இந்தப் பிரச்னையை இந்தக் கோணத்திலிருந்து பார்க்கும் அனைவரும் நிச்சயமாக இது ஒரு அசாதாரண சம்பவம் என்றுதான் கருதுவார்கள். இதற்குச் சமமாக இந்திய வரலாற்றில் வேறொரு சம்பவத்தையும் நாம் பார்த்ததில்லை. முன்காலங்களில் இதுபோன்ற ஒரு நிகழ்வு உலகில் நடந்திருக்கிறதா என்பதைப் பார்க்கப்வேண்டுமானால் ஐரோப்பாவில் ஃபிரான்ஸ் நாட்டின் வரலாற்று ஏடுகளைப் புரட்டிப் பார்க்கவேண்டும்.

நூற்றி முப்பத்தைந்து ஆண்டுகளுக்கு முன்பு, அதாவது 1789ம் ஆண்டு ஜனவரி மாதம் 24ம் தேதி ஃபிரான்ஸின் பதினாறாம் லூயி மன்னன் தேசிய சபையைக் (பாராளுமன்றத்தைக்) கூட்டினார். உலக வரலாற்றில் இந்த சபை மிகுந்த விமர்சனங்களுக்குள்ளாகியிருக்கிறது. ஏனெனில் இது ஃபிரஞ்ச் அரசன், அரசி இருவருக்கும் மரணதண்டனை விதித்தது. செல்வந்தர்களைப் படாத பாடுபடுத்திக் கொன்று குவித்தது. அவர்களுடைய வாரிசுகளை நாடுகடத்தியது. பணக்காரர்களின் சொத்துக்களைப் பறிமுதல் செய்தது. ஐரோப்பாவில் பதினைந்து நீண்டு ஆண்டுகளுக்கு யுத்தம் நடக்கக் காரணமாக இருந்தது. இவைதான் இந்த சபைக்கு எதிராக வரலாற்றாசிரியர்கள் முன்வைக்கும் குற்றச்சாட்டுகள். ஆனால் இவை சரியல்ல என்பதுதான் எனது அபிப்பிராயம். ஃபிரஞ்ச் தேசிய சபையின் சாதனைகளை இவர்கள் புரிந்துகொள்ளவில்லை. அது ஃபிரான்ஸில் மட்டுமல்லாமல் ஐரோப்பா முழுவதிலும் உள்ள மக்களின் நலவாழ்வுக்காகப் பாடுபட்டது. இன்று ஐரோப்பிய நாடுகளில் அமைதி நிலவி, மக்கள் செல்வச் செழிப்புடன் வாழ்கிறார்கள் என்றால் அதற்குக் காரணம் இந்த தேசிய சபைதான். 1789க்கு முன் நிலவியிருந்த துருப்பிடித்துப்போன, ஒழுங்கு முறையில்லாத, சமூகத்தைத் திருத்தி,

புதிய சமூகத்தை உருவாக்குவதற்கான நடவடிக்கைகளை அது மேற்கொண்டது. இவற்றை மற்ற ஐரோப்பிய நாடுகளும் ஏற்றுக்கொண்டன.

அன்று ஃபிரெஞ்ச் சமூகம் எந்த நிலையிலிருந்ததென்பதைத் தெரிந்துகொண்டால்தான் ஃபிரஞ்ச் தேசிய சபையின் செயல்பாடுகள் எவ்வளவு முக்கியத்துவம் வாய்ந்தவை என்பது நமக்குப் புரியும். இன்று நமது இந்து சமூகம் சாதிகளின் அடிப்படையில் செயல்படுவதுபோலவே 1789ல் ஃபிரான்ஸிலும் ஒரு சாதிமுறை பின்பற்றப்பட்டு வந்தது. ஆனால் அங்கு மூன்று சாதிகள்தான் இருந்தன. இந்துக்களைப்போல ஃபிரான்ஸிலும் பிராமணர்களும், க்ஷத்திரியர்களும் இருந்தனர். ஆனால் வைசியர்கள், சூத்திரர்கள், அதிசூத்திரர்களுக்கு பதிலாக அவை மூன்றையும் உள்படுத்தி மூன்றாவது சாதி இருந்தது. இது ஒரு சிறிய வித்தியாசம்தான். என்றாலும் இரு நாடுகளிலும் சமூககத்தில் ஏற்றத்தாழ்வுகள் இருந்தன என்பதை இது காண்பிக்கிறது. ஆனால் ஃபிரான்ஸில் அவை பொருளாதாரத்தை அடிப்படையாகக் கொண்டிருந்தன. அங்கிருந்த ஏற்றத்தாழ்வுகளும் இந்தியாவைப்போலவே கடுமையாகத்தான் இருந்தன. நாம் கவனிக்கவேண்டியது இதுதான். பாரிஸில் வெர்ஸைல்ஸில் 1789 மே மாதம் 5ம் தேதி கூடிய ஃபிரஞ்ச் தேசிய சபைக்கும் நமது இன்றைய கூட்டத்துக்கும் நிறையவே ஒற்றுமைகள் உள்ளன. இரண்டு கூட்டங்களும் ஏற்பாடு செய்யப்பட்ட சூழ்நிலைகளில் மட்டுமல்ல அவற்றின் லட்சியங்களிலும்கூட ஒற்றுமை காணப்படுகிறது.

ஃபிரஞ்ச் மக்கள் தங்களுடைய சமூகத்தைத் திருத்தி அமைக்கும் நோக்கத்துடன் கூடினர். இன்று நாமும் இந்து சமூகத்தைத் திருத்தியமைக்கும் நோக்கத்துடன்தான் கூடியிருக்கிறோம். ஃபிரான்ஸின் முன்னேற்றத்துக்காக அதன் அசெம்பிளி தேர்ந்தெடுத்த பாதையும் அதைப் பின்தொடர்ந்து மற்ற முற்போக்கு நாடுகளும் தேர்ந்தெடுத்த பாதையும்தான் இந்து சமூகத்தின் முன்னேற்றத்துக்காக நாம் பின்பற்றவுள்ள பாதையாக இருக்கவேண்டும்.

வெவ்வேறு சாதிகளுக்கிடையே கலப்புத் திருமணம்கூடாது, வெவ்வேறு சாதி மக்கள் ஒருவரோடொருவர் பேசிப்பழகக்கூடாது போன்ற கட்டுப்பாடுகளை இந்து சமூகத்திலிருந்து அகற்றவேண்டும். அப்போதுதான் இந்து சமூகத்தில் ஒரே ஒரு சாதி இருக்கும். அப்படிச் செய்யவில்லையென்றால், தீண்டாமையை ஒழிக்கமுடியாது. மக்களுக்கிடையே சமத்துவத்தை உருவாக்கமுடியாது.

ஆனால், இதை மட்டும் நினைவில் வைத்துக்கொள்ளுங்கள். சாதிக்கட்டுப்பாடுகளை நீக்கினால் மட்டும் தீண்டாமையை அடியோடு ஒழித்துவிட முடியாது. மக்களிடையே வெளிப்படையாகக் காணப்படும் தீண்டாமை உணர்வைவேண்டுமானால் நாம் போக்கிவிடலாம். ஆனால் வீட்டுக்குள்ளும் மனித மனதுக்குள்ளும் அது தொடர்ந்துகொண்டுதான் இருக்கும். அதனை முழுவதாகத்துடைத்து நீக்க ஒரே வழி கலப்புத் திருமணம்தான். வேறொன்றும் சரிப்பட்டு வராது. வேறோரு கோணத்திலிருந்து பார்த்தால் கலப்புத் திருமணத்துக்கான எதிர்ப்பை நாம் போக்கிவிட்டால் மக்களிடையே சமத்துவம் உருவாகிவிடும். ஏற்றத்தாழ்வுகளின் அடிவேரைக் கத்தரித்துவிட்டால்

சமூகத்தில் இன்று காணப்படும் ஏற்றத்தாழ்வுகள் தானாகவே மறைந்துவிடும். கலப்புத் திருமணத்துக்கு மக்கள் காட்டும் எதிர்ப்புதான் அனைவரும் சேர்ந்து உண்பது, சேர்ந்து பழகுவது போன்றவற்றிற்குத் தடையாக நிற்கிறது. ஆகவே அந்தத் தடையை நீக்கிவிட்டால் மற்றவற்றை எளிதாகப் போக்கிவிடலாம். அவை தானாகவே நீங்கியும்விடும்.

கலப்புத் திருமணத்தை ஆதரித்தால்தான் சமத்துவம் ஸ்தாபிக்கப்படும் என்று கருதுகிறேன். தீண்டாமையை வேரொடு ஒழிக்கவேண்டுமென நாம் விரும்பினால் அந்த வேர் கலப்புத் திருமணத்துக்கெதிரான தடைதான் என்பதை நாம் உணரவேண்டும். இன்று மக்கள் ஒருவரோடொருவர் பழகுவதற்கு எதிரான தடைகளை நாம் எதிர்த்தால் அது கலப்புத் திருமணத்துக்கெதிரான தடைகளையே எதிர்ப்பதற்குச் சமமாகும். இப்படிச் செய்யாவிட்டால் தீண்டாமையை அடியோடு ஒழிக்கமுடியாது. இதை யார் செய்வார்கள்? இந்த பிராமணர்கள் செய்யமாட்டார்கள் என்பதில் சந்தேகமேவேண்டாம். ஏனெனில் சாதிமுறை தொடரும்வரை பிராமணர்களின் கை ஓங்கியிருக்கும். யாருமே தன்னிடமுள்ள அதிகாரத்தைத் தானாகவே விட்டுவிடுவதில்லை. பல நூற்றாண்டுகளாக மற்ற சாதிகள் மீது பிராமணர்கள் அதிகாரத்தைச் செலுத்தி வந்திருக்கின்றனர். ஆகவே அவர்கள் அந்த அதிகாரத்தைத் தாங்களாகவேவேண்டாமென்று சொல்லிவிட மாட்டார்கள். மற்றவர்களை தங்களுக்குச் சமமாகக் கருதமாட்டார்கள். ஜப்பானிலுள்ள சமுராய்களைப் போல பிராமணர்கள் தேசபக்தியுள்ளவர்களல்ல. ஆகவே சமத்துவத்தின் அடிப்படையில் நாட்டின் ஒற்றுமையை நிலைநாட்ட பிராமணர்கள் சமுராய்கள் செய்ததைப்போல தங்களுடைய சலுகைகளைவேண்டாமென்று சொல்லமாட்டார்கள். மற்ற உயர்சாதி இந்துக்களும் சாதி ஒழிப்புப் பணியில் தங்களை ஈடுபடுத்திக்கொள்வார்களென நாம் எதிர்பார்க்கமுடியாது.

ஆகவே நாம் மேற்கொண்டுள்ள தீண்டாமையை ஒழிப்பு, சமத்துவத்தை நிலைநாட்டுதல் ஆகிய பணிகளை நாம்தான் நிறைவேற்றவேண்டும். மற்றவர்கள் இதனைச் செய்யமாட்டார்கள். இந்தப் பணியை நிறைவேற்றத்தான் நாம் இந்த மனித ஜன்மம் எடுத்திருக்கிறோம் என்று கருதி அந்த வழியில் முயற்சி செய்தால் மட்டுமே நமது வாழ்க்கை அர்த்தமுள்ளதாகும். அப்படிச் செய்தால் நமக்குப் புண்ணியம் கிடைக்கும்.

நம்மை உயர்த்திக்கொள்வதற்காக நாம் நடத்தும் போராட்டம்தான் இது. ஆகவே நமது பாதையிலுள்ள தடைக்கற்களைத் தாண்டி நாம் இதைச் செய்வே ஆகவேண்டும். தீண்டாமை நமது வாழ்வில் தீராக் களங்கத்தை ஏற்படுத்தியுள்ளது என்பதை நாம் அனைவரும் அறிவோம். ராணுவத்தில் நம் மக்கள் பெரும் எண்ணிக்கையில் சேர்த்துக்கொள்ளப்பட்டனர் என்பதையும் நாம் அறிவோம். சமூகத்தில் நமக்கென ஒதுக்கி வைக்கப்பட்ட வேலையாக இருந்தது இது. நமது பசியைத் தீர்க்க உதவியது. இப்போது நம்மைப் போலவேயுள்ள மற்ற சாதி மக்களும் ராணுவம், போலீஸ், நீதிமன்றங்கள், அரசு அலுவலகங்கள் ஆகிய துறைகளில் வேலைக்கு அமர்ந்துள்ளார்கள். ஆகவே இந்த வேலைகளில் இப்போது தீண்டத்தகாதவர்களைப் பார்க்கவே

முடியாது. நமக்கு இந்த வேலைகளைத் தரக்கூடாதென்று சட்டம் சொல்ல வில்லை. சட்டத்தின்கீழ் யார்வேண்டுமானாலும், எந்த வேலையைவேண்டு மானாலும் செய்யலாம். ஆனால் அரசாங்கத்தின் கைகள் கட்டுண்டு கிடக் கின்றன. ஏனெனில் மற்ற உயர் சாதி இந்துக்கள் தீண்டத்தகாதவர்களாகவே நம்மைப் பார்க்கிறார்கள். அரசாங்கமும் அவர்கள் சொல்வதைக் கேட்டு தலை யாட்டிக்கொண்டு நம்மை அரசுப் பணிகளிலிருந்து ஒதுக்கிவைத்துவிட்டது. நாமாக ஒரு நல்ல வியாபாரத்தை மேற்கொள்ளவும்முடியாது. இதற்குக் காரணம் நம்மிடம் அதற்குத் தேவையான பணம் இல்லை. மேலும் நம்மைத் தீண்டத்தகாதவர்களென்று முத்திரை குத்திவிட்டதால் நாம் விற்கும் பொருட் களை யாரும் வாங்கமாட்டார்கள்.

சுருக்கமாகச் சொன்னால், தீண்டாமை என்பது அத்தனை சிறிய விஷய மில்லை. நமது ஏழ்மை, நமது தாழ்ந்த சமூக அந்தஸ்து ஆகியவற்றின் மூல காரணமே அதுதான். இதன் காரணமாகத்தான் நாம் இன்று இந்த பரிதாபகர மான நிலையிலிருக்கிறோம். இதிலிருந்து வெளியே வரவேண்டுமென்றால், நமது மேற்சொன்ன பணியைச் செய்துமுடிக்கவேண்டும். நம்மைக் காப் பாற்றிக்கொள்ள வேறு வழியில்லை. இதனால் நமக்கு மட்டுமல்லாமல் நாட்டுக்குகே நன்மைப் பயக்கும்.

ஓர் உண்மையான சமூகப் புரட்சியைத் தொடங்குவதற்கான ஆரம்ப வேலை களை நாம் தொடங்கிவிட்டோம். நமது பணி உணர்வுபூர்வமானது. அதுதான் நம்மை வழிநடத்திச் செல்கிறது. இதை யாராலும் தடுத்து நிறுத்தமுடியாது. இன்று நாம் தொடங்கியுள்ள இந்தச் சமூகப் புரட்சி வன்முறையின்றி, அழ கான நீதியாகவே தனது நோக்கத்தை நிறைவேற்றிக்கொள்ளட்டும் என்று இறைவனை வேண்டுகிறேன். இந்தப் புரட்சியை அமைதியாக நடத்திச் செல்லும் பொறுப்பு நம்மைவிட நமது எதிராளிகளுக்குத்தான் உள்ளது. சாதி இந்துக்கள் எப்படி நடந்து கொள்கிறார்கள் என்பதைப் பொறுத்துத்தான் இந்தப் புரட்சி சமாதான வழியில் இருக்குமா வன்முறையில் முடியுமா என்பது தெரியவரும்.

1789ல் நடந்த ஃபிரஞ்ச் புரட்சியின்போது வெடித்த வன்முறைகளுக்கு அன்றைய தேசிய சபையை விமர்சிப்பவர்கள் ஒரு விஷயத்தை மறந்துவிடு கிறார்கள். ஃபிரான்ஸின் அரசர்கள் அந்த சபையை ஏமாற்றாமலிருந்தால், செல்வந்தர்கள் அதனை எதிர்க்காமலிருந்தால், வெளிநாட்டினரின் உதவி யுடன் அதனை அடக்க முடியாமலிருந்தால், புரட்சி சமயத்தில் வன்முறைக்கு அவசியமே இருந்திருக்காது. சமூக மாற்றங்கள் அமைதியான முறையில் நடந்தேறியிருக்கும்.

நம்மை எதிர்ப்பவர்களிடம் நான் சொல்வது இதுதான். தயவு செய்து எங் களை எதிர்க்காதீர்கள். உங்களுடைய பழைய பஞ்சாங்கங்களைத் தூக்கி எறி யுங்கள். நீதியின் வழியில் செல்லுங்கள். எங்கள் குறிக்கோள்களை அமைதியான முறையில் அடைவோம் என்று உங்களுக்கு உறுதியளிக்கிறோம்.

சாதியை ஒழிப்பது எப்படி?

பஞ்சாப்பில் செயல்பட்டு வந்த ஜாத்பட்தோடக் மண்டல் (Jat Pat Todak Mandel) என்ற இந்து சமூக சீர்திருத்த அமைப்பு டிசம்பர் 1935ல் அம்பேத்கரைத் தனது வருடாந்திரக் கூட்டத்தில் தலைமை உரை நிகழ்த்த அழைத்திருந்தது. அம்பேத்கர் தான் நிகழ்த்தவுள்ள உரையின் ஒரு பிரதியை அவர்களுக்கனுப்பி வைத்தபோது அந்த அமைப்பு தனது அழைப்பை வாபஸ் வாங்கிக் கொண்டது. இதைத் தொடர்ந்து அம்பேத்கர் தனது உரையைப் பொதுமக்கள் வாசிக்கும் பொருட்டு தனது செலவிலேயே அச்சிட்டு வெளியிட்டார். இந்திய சாதி அமைப்பை மிகக் கோர்வையாகவும் கடுமையாகவும் இந்த உரையில் விமர்சித்திருந்தார். இந்த உரைக்கு எழுதிய முன்னுரையில் அம்பேத்கர் இவ்வாறு கூறுகிறார். 'சீர்திருத்த மனோபாவம் கொண்ட சாதி இந்துக்கள் மற்றும் சுய மரியாதைகொண்ட தாழ்த்தப்பட்ட வர்கள் இவர்களுடைய நட்புறவில் பெரிதாக எந்த நன்மையையும் எதிர் பார்த்துவிடமுடியாது. ஏனென்றால் முன்னவர்கள் தமது பழமைவாத சக இந்து களைப் பகைத்துக்கொள்ளத் தயாரில்லை. பிந்தையவர்களுக்கோ சீர்திருத்தச் செயல்பாடுகளை முன்னெடுப்பதைத்தவிர வேறு வழியே இல்லை.'

இந்த நிகழ்த்தப்படாத தலைமை உரையிலிருந்து சில பகுதிகள் கீழே தரப் படுகின்றன:

இன்றும்கூட சாதி அமைப்பை நியாயப்படுத்துபவர்கள் இருக்கிறார்கள் என்பது வருந்தத் தக்கதுதான். இதற்கு அவர்கள் பல காரணங்களைக் கூறுகிறார்கள். மக்கள் தாம் செய்யவேண்டிய வேலைகளைத் தமக்குள்ளே பங்கிட்டுக்கொள்வதுதான் சாதிமுறை; அப்படி வேலைகளைப் பங்கிட்டுக் கொள்வது நாகரிகமடைந்த ஒவ்வொரு சமூகத்தின் தவிர்க்க முடியாத ஒரு அம்சமே. அந்தவகையில் சாதிமுறையைப் பின்பற்றுவது சரிதான் என்பதே அவர்களுடைய வாதம்.

இதற்கெதிரான வாதம் இதுதான். நாம் இன்று காணும் சாதிமுறை வேலை களைப் பங்கிடுவதை மட்டும் செய்யவில்லை. அந்த வேலைகளைச் செய் பவர்களைக்கூடத் தனித்தனியாகப் பிரித்து வைக்கிறது. ஆகவே இது தவறு.

எந்தவொரு சமூகத்திலும் மக்கள் தாங்கள் செய்யவேண்டிய வேலைகளை பங்கிட்டுக்கொள்வது அவசியம்தான். ஆனால் வேறு எந்த முன்னேறிய சமூகத்திலும் இந்த வேலைகளைச் செய்பவர்கள் ஒருவர் மற்றவருடன் தொடர்புகொள்ள முடியாத அளவுக்குத் தனித்தனி அறைகளில் வைக்கப்பட்ட தில்லை. இந்திய சாதிமுறையின் கீழ் வேலையாட்கள் தனித்தனியாகப் பிரித்து வைக்கப்படுவது மட்டுமல்ல. அவர்கள் பலதட்டுகளில் ஒருவர்மேல் ஒருவராக வரிசைப்படுத்தி வைக்கப்பட்டுள்ளனர். வேறு எந்த ஒரு நாட்டி லும் வேலையாட்கள் இப்படி வரிசைப்படுத்தப்படுவதில்லை.

சாதிமுறைக்கெதிராக மூன்றாவதாக ஒரு விமர்சனமும் எழுந்துள்ளது. மேற் குறிப்பிட்ட வேலைப் பங்கீடு தானாகவோ மனிதர்களிடம் இயற்கையாகவே

உள்ள திறமைகளின் அடிப்படையிலோ ஏற்பட்டதல்ல. ஒரு மனிதர் தனது செயல்திறனை வளர்த்துக் கொண்டால் அவர் தனக்கேற்ற, தான் விரும்பும் வேலைகளைத் தானாகத் தேர்ந்தெடுத்துக்கொள்ள முடியும். அவருடைய செயல்திறனை வளர்த்துக்கொள்வதற்கு மற்றவர்கள் அவருக்கு உதவ வேண்டும். இப்படிச் செய்வது அந்தத் தனி மனிதருடைய மட்டுமல்ல சமூ கத்தின் வளர்ச்சியும் செயல்திறனும் அதிகரிக்க வழிவகுக்கும்.

ஆனால் சாதிமுறையில் இந்த வழக்கம் பின்பற்றப்படுவதில்லை. ஏனெனில் மனிதர்களுக்குத் தரப்படும் வேலை அவர்களுடைய செயல்திறனின் அடிப் படையில்லாமல் அவர்களுடைய பெற்றோர்களுடைய சமூக அந்தஸ்தின் அடிப்படையில்தான் கொடுக்கப்படுகிறது. வேலைகளை இப்படி இறுக்க மானதாக ஆக்குவது மிகக் கெடுதலான விஷயம். தொழில்முறைகள் வேக மாக, முன்னறிவிப்பின்றி மாறிக்கொண்டேயிருக்கின்றன. ஆகவே ஒவ்வொரு மனிதனும் தான் செய்யும் வேலையை தேவைப்பட்டால் மாற்றிக்கொள்ள முடியவேண்டும். அது முடியவில்லையென்றால் அவனால் வாழ வேமுடியாது.

ஆனால் நமது சாதிமுறையில் ஒரு மனிதர் தனது குலத்தொழில் அல்லாத வேறு ஒரு தொழிலையும் செய்யமுடியாது. ஒரு இந்து தனது குலத்தொழில் அல்லாத வேறு ஏதேனும் ஒரு தொழிலைத் தேர்ந்தெடுக்காமல் பட்டினிக் கிடக்கிறாரென்றால் அதற்குக் காரணம் அவருடைய சாதிமுறைதான். ஒருவர் ஒரு வேலையை விட்டுவிட்டு வேறொரு வேலையைத் தேர்ந்தெடுக்க முடி யாமல் போவதுதான் இன்று நாம் காணும் வேலையில்லாத் திண்டாட் டத்துக்குக் காரணம்.

வேலை பங்கிடுதல்தான் சாதிமுறையின் அடிப்படை என்றால் அதில் வேறொரு குறைபாடு இருக்கிறது. இது தொழிலாளிகளின் விருப்பத்துக் கேற்பச் செய்யப்படுவதில்லை. ஒரு தனி மனிதரின் உணர்ச்சிகளுக்கும் விருப்பு வெறுப்புகளுக்கும் அங்கு இடமில்லை. அது 'முன் ஜன்ம கர்ம பலனை'ச் சார்ந்தது என்றுதான் நம்புகிறோம்.

நம் நாட்டின் தொழில்முறையில் காணப்படும் குறைபாடு ஏழ்மையோ அதனால் விளையும் கஷ்டங்களோ அல்ல. மாறாக, குறிப்பிட்ட வேலைகளில் ஈடுபட்டிருப்பவர்கள் அவற்றில் ஒரு உற்சாகமும் காண்பிக்காமலிருக்கிறார்கள் என்பதுதான். அவர்களுக்கு அந்த வேலை பிடிக்கவில்லை, அல்லது அது மனிதரிடையே விரோத மனப்பான்மையைத் தூண்டிவிடுகிறது அல்லது அவர்கள் அந்த வேலையைச் செய்வதையே தவிர்க்க விரும்புகிறார்கள்.

இந்தியாவில் மிகவும் தாழ்ந்தவை (degraded) என்று கருதப்படும் பல பணிகள் உள்ளன. அவற்றை அப்படி வர்ணிப்பதாலேயே அந்தப் பணியில் ஈடுபட்டிருப்பவர்களுக்கு வெறுப்பேற்படுகிறது. அம்மாதிரியான வேலை களை அவர்கள் தவிர்க்கப்பார்க்கிறார்கள். இந்த நிலைமையில் பணியாட்கள் தாம் செய்யும் வேலையில் உற்சாகம் காண்பிக்கவில்லை என்றால், அவர் களுக்குச் செயல்திறன் எங்கிருந்து வரும்? இதன் விளைவு? சாதிமுறையால்

கெடுதிகள்தான் விளையும், மனிதரிடம் இயற்கையாகவே உள்ள தகுதிகளையும் திறன்களையும் சமூகத்தின் கட்டுப்பாட்டுக்குள்கொண்டு வருவதால் பொருளாதாரரீதியாக சாதிமுறையால் மனிதருக்குத் தீங்குதான் விளையும்.

ஒருசிலர், சாதிமுறையைப் பின்பற்றுவது உடற்கூறுரீதியாகப் பயனுள்ளதாக இருக்கும் என்று சொல்கின்றனர். அதாவது சாதிமுறை மனிதவர்க்கத்தைக் கலப்படமின்றி, பரிசுத்தமாக வைத்திருக்க உதவுகிறது என்பது அவர்களுடைய வாதம். ஆனால் மானுடவியல் நிபுணர்கள் உலகில் ஓரிடத்திலும் நூறு சதவிகிதம் கலப்படமற்ற, பரிசுத்தமான மனித இனம் என்பது இல்லவே இல்லை என்கிறார்கள். இந்தியாவிலும் இந்த நிலைமைதான் உள்ளது. 'இந்து மக்களிடையே வெளிநாட்டு ரத்தம்' (Foreign Etemerty in the Hindu Population) என்ற ஒரு கட்டுரையில் டி.ஆர். பண்டார்கள் இவ்வாறு எழுதுகிறார்கள். 'வெளி ரத்தக் கலப்பு இல்லாத ஒரு சாதியோ இனமோ இந்தியாவில் இல்லை. ராஜபுத்திரர்கள், மராட்டியர்கள் போன்ற க்ஷத்திரியர்களிடையே மட்டுமல்லாமல் தாங்கள்தான் பரிசுத்தமானவர்கள் என்று தற்பெருமை அடித்துக்கொள்ளும் பிராமணர்களிடையேயும் இம்மாதிரி வெளி ரத்த கலப்பு காணப்படுகிறது.''

சாதிமுறை உருவானதற்குக் காரணம் மனித இனங்கள் கலப்பின்றிப் பரிசுத்தமாக இருக்கவேண்டுமென்பதற்காக அல்ல. பார்க்கப்போனால் இந்தியாவில் பல்வேறு மனித இனங்களிடையே இனக்கலப்பு ஏற்பட்டுப் பல காலங்களுக்குப் பிறகுதான் சாதிமுறை உருவானது. ஆகவே சாதி வித்தியாசமென்றாலே வெவ்வேறு மனித இனங்களிடையே உள்ள வித்தியாசங்களைத்தான் குறிக்கிறதென்று சொல்வதும் ஒவ்வொரு சாதியையும் தனித்தனி இனங்களாகப் பார்ப்பதும் உண்மைக்குப் புறம்பானது. பஞ்சாபிலும் மதராஸிலும் உள்ள பிராமணர்களுக்கிடையே என்ன இன வேற்றுமை இருக்கிறது? வங்காளத்திலும் மதராஸிலுமுள்ள தீண்டத்தகாதவர்களிடையே பொதுவாக என்ன இருக்கிறது? அதைப்போலவே பஞ்சாபிலேயே வசிக்கும் பிராமணனுக்கும் சமார் சாதியைச் சேர்ந்தவருக்குமிடையே என்ன வேறுபாடு இருக்கிறது? மதராஸிலுள்ள பிராமணர்கள் அங்குள்ள பறையர்களிடமிருந்து எப்படி வேறுபடுகின்றனர்? பஞ்சாபிலுள்ள பிராமணரும் சமாரும் ஒரே இனத்தைச் சேர்ந்தவர்கள். மதராஸிலுள்ள பிராமணரும், பறையரும் ஒரே இனத்தைச்சேர்ந்தவர்கள். சுருக்கத்தில், சாதிமுறை இனவேறுபாட்டைக் குறிப்பிடுவதில்லை என்பதுதான் இதன் அர்த்தம்.

ஒரு மரம் தரும் பழங்களைப் பொறுத்துத்தான் நாம் அதன் தரத்தை நிர்ணயிக்கவேண்டும். குறிப்பிட்ட சாதிகளில்தான் சிறந்த குழந்தைகள் பிறக்கின்றன என்றால் அது எந்த மாதிரியான மனித இனத்தை உருவாக்கியிருக்கவேண்டும்?

உடல்ரீதியாகப் பார்த்தால், பிராமணர்கள் உருவத்தில் சிறியவர்கள். வேலைக்குத் தகுதியில்லாதவர்கள். அவர்களில் தொண்ணூறு சதவிகிதம் பேர் ராணுவ வேலைக்குத் தகுதியற்றவர்களென்பது அறிவிக்கப்பட்டுவிட்டது.

இதன் பொருள் புஷ்டியான குழந்தைகள் பிறப்பது சாதிமுறையின் விளைவாக அல்ல என்பதுதான். பண்டைய காலத்தில் சமூகத்தில் உயர்ந்த அந்தஸ்திலிருந்த பிராமணர்கள் தங்களுடைய சுயநலம், மற்றும் அகங்காரத்தின் விளைவாகத்தான் சாதிகளை உருவாக்கி, அவற்றை மற்றவர்கள்மேல் திணித்தார்கள்.

சாதியால் ஒருவரின் பொருளாதார நிலை மேம்பாடடையாது. அது ஒன்றை மட்டும் செய்துள்ளது. இந்து சமூகத்தைத் தலைகீழாக மாற்றி அமைத்து விட்டது. இந்துக்களிடையே ஒருவித கிலியை ஏற்படுத்தியுள்ளது.

இங்கு நாம் கவனிக்கவேண்டியது இந்து சமூகம் என்பதே கற்பனை என்பதைத்தான். 'இந்து' என்ற பெயரே வெளிநாட்டு வார்த்தைத்தான். இந்தியாவுக்கு வெளியிலிருந்து வந்த முகம்மதியர்கள் தங்களை அடையாளம் காட்டிக்கொள்வதற்காக இந்தியாவிலிருந்தவர்களுக்கு இட்ட பெயர் அது. முகம்மதியர்களின் ஆக்கிரமிப்புக்கு முன்பிருந்த சமஸ்கிருத இலக்கியங்களில் இந்தப் பெயர் காணப்படுவதில்லை. தாங்கள் ஒரு தனி இனத்தைச் சேர்ந்தவர்கள் என்பதை அறியாததால் இந்துக்கள் தங்களுக்கெனத் தனியாக ஒரு பெயரையும் கொடுத்துக்கொள்ளவில்லை.

இந்து சமூகம் என்ற ஒரு அமைப்பு இல்லவே இல்லை. அதில் பலப்பல சாதிகள் உள்ளன. ஒவ்வொரு சாதியும் தன்னைப்பற்றி மட்டுமே சிந்தித்துக் கொண்டிருக்கிறது. தான் மட்டும் நிரந்தரமாக இருந்தால் போதும் என்பது தான் அதன் ஒரே நோக்கம். மேலும், எல்லா சாதிகளும் சேர்ந்து ஒரு கூட்டமைப்பைக்கூட நிறுவவில்லை. அதாவது ஒவ்வொரு சாதியைச் சேர்ந்தவர்களும் மற்ற சாதிக்காரர்களுடன் இணைந்து செயல்படுவதில்லை. இந்து - முஸ்லிம் கலவரங்கள் நடக்கும்போது மட்டுமே இப்படிப்பட்ட ஒற்றுமை நிலவுகிறது. மற்ற சமயங்களில் ஒவ்வொரு சாதியும் மற்ற சாதிகளிலிருந்து தாங்கள் வேறுபட்டவர்கள் என்று நினைத்து, அவற்றிலிருந்து தனித்து நிற்க முயற்சிக்கிறது. ஒவ்வொரு சாதிக்காரர்களும் தங்கள் சாதிக்குள்ளேதான் திருமண உறவு வைத்துக்கொள்கிறார்கள். அவர்களுடன் மட்டுமே சேர்ந்து உண்கிறார்கள். தங்கள் சாதிக்காரர்கள் அவர்களுக்கே உரித்தான ஆடைகளை மட்டுமே அணியவேண்டுமென்றும் நிச்சயிக்கிறார்கள். இந்தியாவில் நாம் காணும் வண்ணமயமான ஆடைகளுக்குக் காரணம் இதுதான். சுற்றுலாப் பயணிகளைக் கவர்வதும் இந்த ஆடைகள்தான்.

இந்துக்கள் தங்களனைவருக்கும் பொதுவான செயல்களை மேற்கொள்வதை சாதிமுறை தடுக்கிறது. இதன் காரணமாகவே இந்து சமுதாயத்தில் அனைவருக்கும் பொதுவான உணர்வும் வாழ்க்கைமுறையும் காணப்படுவதில்லை. ஒருசில இந்துக்கள் தங்களிடமிருந்து தனித்து நிற்கிறார்கள் எனவும், அவர்கள்தான் சமூகவிரோத மனப்பான்மையை வளர்க்கிறார்கள் என்றும் பெரும்பாலான இந்துக்கள் புகார் கூறுகிறார்கள். ஆனால் அவர்களுடைய சாதிமுறையிலும் இதே சமூகவிரோத மனப்பான்மை முக்கியப் பங்கு வகிக்கிறதென்தை அவர்கள் மறந்துவிடுவார்கள். கடந்த (முதல்) உலகப் போரின்போது ஜர்மானியர்கள் இங்கிலாந்துக்கெதிராக வசைபுராணம்

பாடியதைப்போல இந்துக்களிடையே ஒவ்வொரு சாதியும் பாடுகிறது. இந்து இலக்கியங்களில் சாதிப் பரம்பரைகளின் வரலாறுதான் காணப்படுகிறது. அவற்றில் ஒரு சாதிக்கு முக்கியத்துவம் கொடுக்கப்பட்டு மற்றவை அதல பாதாளத்தில் தள்ளிவிடப்படுகின்றன.

மேற்சொன்ன சமூக விரோத உணர்வு சாதிகளுக்கிடையே மட்டும் நிலவ வில்லை. ஒவ்வொரு சாதியிலுள்ள உபசாதிகளைச் சேர்ந்தவர்களும்கூட மற்ற உபசாதிக்காரர்களுடன் ஒத்துப்போவதில்லை. மகாராஷ்டிரா மாநிலத் திலுள்ள பிராமணர்கள் தாங்கள் பல்வேறு உபசாதிகளைச் சேர்ந்தவர்கள் என்று சொல்லிக் கொள்கிறார்கள். ஆனால் அவர்களுக்கிடையே காணப்படும் விரோத உணர்வு பிராமணர்களுக்கும் பிராமணரல்லாதருக்கும் இடை யேயுள்ள விரோத உணர்வைப்போலவே வெளிப்படையாகத் தெரிகிறது.

பிராமணர்களும் பிராமணரல்லாதரும் தங்களுடைய உரிமைகளை மற்றவர் களிடமிருந்து பாதுகாத்துக்கொள்வதில்தான் கவனம் செலுத்துகிறார்கள். அதாவது, இந்துக்களிடை

யே பல்வேறு சாதிகள் மட்டுமில்லை. மாறாக, தங்களுடைய சொந்தத் தேவைகளை பூர்த்திச் செய்துகொள்வதற்காக மட்டும் முயற்சிக்கும், பரஸ்பர பகையுணர்வு கொண்ட, பற்பல குழுக்கள் காணப்படுகின்றன.

எனது அபிப்பிராயத்தில், நீங்கள் உங்களுடைய அமைப்பை மாற்றிக் கொண்டால்தான் உங்களால் முன்னேற முடியும். அப்போதுதான் உங்க ளுடைய தற்காப்புக்காகவோ மற்றவர்களை ஆக்கிரமிக்கும் பொருட்டோ உங்களுடைய மக்களை ஒன்றுசேர்க்க முடியும். சாதிகளின் அடிப்படையில் ஒரு நாட்டையோ, மக்களின் தார்மிக சக்தியையோ வளர்க்கமுடியாது. சாதி யினடிப்படையில் நீங்கள் ஏதாவது செய்தால் அது அடுத்தநிமிஷமே இடிந்து வீழ்ந்து ஒன்றுமில்லாமல் போய்விடும்.

ஆகவே, நாம் விடைகண்டு பிடிக்கவேண்டிய ஒரே ஒரு கேள்வி. இந்து சமூக அமைப்பை எப்படிச் சீர்திருத்துவது? சாதிகளை எப்படி ஒழிப்பது? இது ஒரு முக்கியமான கேள்வி.

சாதிகளை ஒழிப்பதற்கு முன் உபசாதிகளை ஒழிக்கவேண்டுமென ஒருசிலர் சொல்கிறார்கள். இப்படிச் சொல்பவர்கள் உபசாதிகளுக்கிடையே அந்தஸ் திலும், நடை, உடை, பாவனையிலும் சாதிகளுக்கிடையே உள்ளதைவிட அதிக அளவில் ஒற்றுமை நிலவுகிறதென்று நினைக்கிறார்கள். இது தவறு. சமூகரீதியாக தென்னிந்தியாவிலுள்ள பிராமணர்கள் மத்திய, வட இந்தியப் பிராமணர்களைவிட சமூகத்தில் உயர்ந்த இடத்திலிருக்கின்றனர். மத்திய, வடஇந்திய பிராமணர்கள் சமையற்காரர்களாகவும் தண்ணீர் எடுத்துக் கொண்டு செல்பவர்களுமாகத்தான் வேலை செல்கின்றனர். இதற்குமாறாக, வடஇந்தியாவிலுள்ள வைசியர்களும், காயஸ்தர்களும் சமூகரீதியாகவும், கல்வியறிவு விஷயத்திலும் தென்னிந்திய பிராமணர்களுக்குச் சமமாக இருக்கின்றனர். தென்னிந்திய பிராமணர்கள் சைவ உணவு உண்பவர்கள்.

காஷ்மீர் மற்றும் வங்காள பிராமணர்கள் அசைவ உணவு உண்பவர்கள். தவிரவும், உணவு விஷயத்தில் தென்னிந்தியப் பிராமணர்கள் குஜராத்திகள், பனியாக்கள், மார்வாடிகள், ஜைனர்கள் போன்ற பிராமணரல்லாதவர்களுடன் ஒத்துப்போகின்றனர்.

ஒரு சாதியிலிருந்து வேறொரு சாதிக்கு 'இடம் பெயர்ந்து' செல்வதை எளிதாக்கவேண்டுமானால் வட இந்தியாவிலுள்ள காயஸ்தர்களையும், தென்னிந்திய பிராமணரல்லாதவர்களையும், திராவிட நாட்டிலுள்ள பிராமணர்களுடன் இணைக்கலாம். தெற்கிலும், வடக்கிலுமுள்ள பிராமணர்களை இணைப்பதைவிட இது எளிதாக இருக்கும்.

உபசாதிகளை ஒன்றுசேர்க்க முடியும் என்று வைத்துக் கொண்டாலும் இந்த உபசாதிகளை ஒழித்தால் சாதிகளும் தாமாகவே இல்லாதாகிவிடுமென்பது என்ன நிச்சயம்? ஒருவேளை இந்த முயற்சி உபசாதிகளை ஒழிப்பதுடன் நின்றுவிடலாம். ஆனால் அப்படிச் செய்தால் சாதிகள் மேலும் பலம்பெறும். அவர்கள் அதை துஷ்பிரயோகம் செய்யலாம். ஆகவே இந்த முயற்சி நாம் விரும்பிய பலனைத் தராது.

சாதிகளை ஒழிக்க வேறொரு வழி இருக்கிறது. பல சாதிகளைச் சேர்ந்தவர்கள் ஒன்றாக இருந்து உண்பது. என் அபிப்பிராயத்தில் இதுவும்கூடப்போதாது. ஏனெனில் இப்போதே பல இடங்களில் மக்கள் ஒன்றாக அமர்ந்து உண்கிறார்கள் என்றாலும் அவர்களுடைய சாதி உணர்வு இன்னமும் மறையவில்லை. ஆகவே இந்தப் பிரச்னையைத் தீர்க்க உதவும் ஒரே வழி சாதிகளுக்கிடையே கலப்புத் திருமணம் நடத்துவதுதான். இருவேறு ரத்தங்கள் ஒன்றாக கலந்தால் மனித உறவு பலப்படும். அப்படி உறவு பலப்பட்டால் மக்களைப் பிரித்து வைக்கும் சாதி உணர்வு தானாக மறைந்துவிடும்.

இந்துக்களல்லாதவர்களுக்கிடையே சமூக உணர்வும் உறவுகளும் ஏற்கெனவே உறுதியாக உள்ளன. ஆகவே அவர்களுடையே திருமணம் என்பது ஒரு சாதாரண நிகழ்வுதான். ஆனால் இந்துக்களிடையே கலப்புத் திருமணம் நடைபெற்றால் அது ஒரு பெரிய நிகழ்ச்சியாக கருதப்படும்.

சுருக்கத்தில், சாதியை ஒழிக்கச் சிறந்த வழி கலப்புத் திருமணம்தான். வேறொன்றிலும் அதனை ஒழிக்கமுடியாது.

சாதிகள் விரும்பத்தகாதவையாக இருக்கலாம். அவற்றைப் பின்பற்றுபவர்கள் மற்றவர்களிடம் குரூரமாக நடந்துகொள்ளலாம். இருப்பினும் இந்துக்கள் சாதிமுறையைப் பின்பற்ற என்ன காரணம்? அவர்கள் இரக்கமற்றவர்களோ அவர்களுடைய எண்ணங்கள் தவறு என்பதோ அல்ல. அவர்கள் ஆழ்ந்த இறைபக்தி கொண்டவர்களாக இருப்பதாலேயே சாதி முறைகளைப் பின்பற்றுகிறார்கள்.

சாதிமுறைகளைப் பின்பற்றுவது தவறல்ல. ஆனால் மக்களுடைய மதம்தான் சாதி என்ற விதையை அவர்கள் மனதில் பதித்துவிட்டது. இந்தவாதம் சரியென்றால் நீங்கள் சாதி முறைகளைப் பின்பற்றுபவர்களுடன் சண்டை

போடுவதை விட்டுவிட்டு சாதி, மத உணர்வுகளுக்கு அடிப்படையாக இருக்கும் சாஸ்திரங்களைத்தான் எதிர்க்கவேண்டும்.

ஒன்றுசேர்ந்து உணவு உண்ணாதவர்களையோ கலப்புத் திருமணம் செய்து கொள்ளாதவர்களையோ அல்லது ஒன்றோ இரண்டோ தடவை மட்டும் இம் மாதிரிச் செய்பவர்களையோ குறைகூறுவதால் நமது குறிக்கோளை அடைய முடியாது. சாஸ்திரங்கள் புனிதமானவை என்ற எண்ணத்தை அடியோடு அழிப்பதுதான் சரியான வழியாக இருக்கும்.

தீண்டாமையைப் போக்க நினைக்கும் சீர்திருத்தவாதிகள் (காந்தி உள்பட) ஒரு விஷயத்தை உணர்ந்துகொள்ளவில்லையெனத் தோன்றுகிறது. தாங்கள் படித்த சாஸ்திரங்களின் அடிப்படையில்தான் மக்கள் தங்கள் வாழ்க்கை முறையை நிர்ணயித்துக் கொள்கிறார்கள். ஆகவே இந்த சாஸ்திரங்கள் புனிதமானவை என்ற அவர்களுடைய நம்பிக்கையைப் போக்கிவிட்டால்...

ஒருவருக்குமே புரியாத வார்த்தை விளையாட்டுக்களால் பிரயோசனமில்லை. சாஸ்திரங்களை எப்படிப் படித்தாலும் அல்லது அவற்றுக்கு எந்தவிதமான அர்த்தம் கற்பித்துக் கொண்டாலும் அவை சொல்வது ஒன்று, அவற்றின் உண்மைப்பொருள் வேறொன்று என்றெல்லாம் சொல்வதில் பிரயோசனமில்லை. மக்கள் அந்த சாஸ்திரங்களை எப்படிப் புரிந்து கொள்கிறார்கள் என்பதுதான் முக்கியம். புத்தர்பிரான் செய்ததையே நீங்களும் (அதாவது மேல் சாதி சீர்திருத்தவாதிகளும்) செய்யவேண்டும். அவரும் குருநானக்கும் செய்ததுபோல நீங்கள் சாஸ்திரங்களை உதறித் தள்ளவேண்டும். அவை மனிதர்கள்மேல் விதித்துள்ள கட்டுப்பாடுகளை நீக்கவேண்டும். இந்துக்களிடம் சாதி புனிதமானது என்ற எண்ணத்தை உருவாக்கிய அவர்களுடை மதக் கொள்கைகள் தவறு என்று நீங்கள் தைரியமாக எடுத்துச் சொல்லவேண்டும். அந்தத் தைரியம் உங்களுக்கிருக்கிறதா?

தீண்டத்தகாதவர்கள் காந்தியை ஏன் நம்பவில்லை?

அரசியல்ரீதியாகவும், தனிப்பட்ட முறையிலும் அம்பேத்கர் காந்திஜியைத் தனது எதிராளியாகக் கருதினார். 1945ம் ஆண்டில் அம்பேத்கர் ‘காங்கிரஸ் கட்சியும் காந்தியும் தீண்டத்தகாதவர்களுக்காகச் செய்திருப்பது என்ன’’ என்ற தலைப்பில் ஒரு புத்தகத்தை எழுதி வெளியிட்டார். இந்தப் புத்தகம் காந்திஜியை மிகக் கடுமையாக விமர்சித்தாலும் அதில் சொல்லப்பட்டுள்ள சில விஷயங்கள் கவனிக்கத்தக்கவை. இதிலிருந்து சில பகுதிகள் கீழே தரப்படுகின்றன.

திரு.காந்தியின் தீண்டாமை ஒழிப்பு இயக்கம் வெற்றியடையவில்லை எனத் தீண்டத்தகாதவர்கள் கூறிவந்திருக்கின்றனர். அவர் இருபத்தைந்தாண்டு

களாகப் பாடுபட்டும்கூட உணவுவிடுதிகள், பொதுக்கிணறுகள், கோவில்கள், பள்ளிக்கூடங்கள் ஆகிய ஒன்றிலும் தீண்டத்தகாதவர்களுக்கு இன்றும் அனுமதி இல்லை. காங்கிரஸ் கட்சி வெளியிட்ட செய்தித்தாள்களி லேயே இதற்கான ஆதாரங்கள் தரப்பட்டுள்ளன. இது வரவேற்கத்தக்க விஷயம்தான். தாழ்த்தப்பட்டோர்கள் பலகாலமாகச் சொல்லி வருவதை இந்தச் செய்திகள் உறுதிபடுத்துகின்றன. ஆகவே இதைப்பற்றி நாம் கூடு தலாக ஒன்றும் சொல்லத் தேவையில்லை. ஆயினும் ஒரு கேள்வியைக் கேட்டே ஆகவேண்டும்.

திரு. காந்தியின் முயற்சிகள் ஏன் தோல்வியடைந்தன? இதற்கு மூன்று கார ணங்கள் சொல்லலாம்.

தீண்டாமையை ஒழிக்கவேண்டமென்ற திரு. காந்தியின்வேண்டுகோளை இந்துக்கள் மதிப்பதில்லை. ஏன் இப்படி? ஒருவர் சொல்லும் வார்த்தை களுக்கும் அவற்றால் ஏற்படும் விளைவுகளுக்கும் எப்போதும் தொடர்பிருப் பதில்லை. திரு. காந்தி சொல்வதைக் கேட்கும் ஒருவர் அவர் சொன்ன விஷயங் களின் பின்னணியை ஆராய்ந்து பார்க்கிறார். அதன் அடிப்படையில் அவர் மனதில் திரு. காந்தியைப்பற்றி ஒரு அபிப்பிராயம் உருவாகிறது. அந்த அபிப் பிராயத்தின் அடிப்படையில்தான் அந்த மனிதர் திரு. காந்தி சொல்வதைக் கேட்டு நடப்பார் அல்லது அதை நிராகரித்து விடுவார். இந்தக் கோணத்திலிருந்து பார்க்கும்போது தீண்டாமைக்கெதிரான திரு. காந்தியின் பேச்சைக் கேட்டபின் இந்துக்கள் ஏன் அவருடைய அறிவுரையைப் பின்பற்றவில்லை? அவருடைய பேச்சை ஒருசில நிமிஷங்களுக்குக் கேட்டுவிட்டு அவர்கள் ஏன் அங்கிருந்து போய்விடுகிறார்கள் என்ற கேள்விகளுக்கான விடைகள் கிடைக்கும்.

இதற்கு நாம் இந்துக்களை மட்டும் குறைகூறமுடியாது. திரு. காந்தியின் பாகத் திலும் தவறிருக்கிறது. அவர் இந்தியாவுக்குச் சுதந்தரத்தை வாங்கித்தருவார் என்ற எதிர்பார்ப்பில்தான் அவருக்கு இத்தனை பேரும் புகழும் கிடைத் துள்ளன. ஆனால் அவரை யாரும் ஒரு ஆன்மிக குருவாகப் பார்க்கவில்லை. அவருடைய நோக்கங்கள் என்னவாக இருந்தாலும் அவர் இந்தியாவுக்குச் சுதந்தரத்தை வாங்கித் தருவார் என்றுதான் மக்கள் நினைக்கிறார்கள். ஆகவே அவருடைய தீண்டாமை ஒழிப்பு இயக்கம் ஏதோ ஒரு 'தமாஷ்' ஆகவோ அவருக்குப் மிகப் பிடித்த விஷயமாகவோ (Fad)தான் கருதப்படுகிறது. இதனால்தான் அரசியல் விஷயங்களில் திரு. காந்தி சொல்வதைக் கேட்கத் தயாராகவுள்ள இந்தியர்கள் சமூக அல்லது மதரீதியான விஷயங்களில் அவரு டைய அறிவுரைகளுக்குச் செவிசாய்ப்பதில்லை.

இரண்டாவது காரணம்: தீண்டாமை ஒழிப்பைத் தீவிரமாக நடத்திச்சென் றால், இந்துக்களின் எதிர்ப்பைச் சம்பாதிக்க நேரிடும். திரு. காந்தி அதை விரும்பவில்லை. ஒருசில உதாரணங்களைப் பார்க்கலாம்.

திரு. காந்தி தீண்டத்தகாதவர்களுக்காக முழுமனதாகப் போராடுகிறார் என்று தான் அவருடைய நண்பர்கள் நம்புகிறார்கள். இதைப்பற்றி இடைவிடாமல் இந்துக்களுக்கு ஏராளமான அறிவுரைகளை வழங்கிவருகிறார் என்ற காரணத்துக்காகவே தீண்டத்தகாதோர் திரு. காந்தியை நம்பவேண்டும்

என்றும் அந்த நண்பர்கள் சொல்கின்றனர். ஆனால், திரு. காந்தி இந்துக்களுக்கு இப்படி அறிவுரைகளை அள்ளி வீசினாரே ஒழிய தனது கோரிக்கைகளை நிறைவேற்ற அவர் ஏன் ஒரு சத்யாகிரகத்தையோ உண்ணாவிரதத்தையோ மேற்கொள்ளவில்லை என்று யாரும் இதுவரை திரு. காந்தியைக் கேட்கவில்லை. அப்படிக் கேட்டிருந்தால் திரு. காந்தி தீண்டாமையைப்பற்றி ஏன் பேச்சோடு நிறுத்திக்கொண்டார் என்பது தெரியவந்திருக்கும்.

1929ம் ஆண்டில் பம்பாய் மாகாணத்திலுள்ள தீண்டத்தகாதோர் ஆலயப்பிரவேசத்துக்கும் பொதுக் கிணறுகளிலிருந்து நீர் எடுத்துக்கொள்ளும் உரிமைகளைக் காத்துக்கொள்ளும் பொருட்டும் ஸத்யாகிரஹம் தொடங்கியபோது திரு. காந்தி இந்த விஷயத்தில் ஏன் பேச்சோடு நிறுத்திக் கொண்டார் என்பது தெரியவந்தது. தாழ்த்தப்பட்ட மக்களுக்கிழைக்கப்படும் அநீதிக்கெதிராக ஸத்யாகிரஹம் என்ற ஆயுதத்தை காந்தி உபயோகிப்பவராதலால், தங்களுடைய கோரிக்கைகளை நிறைவேற்றுவதற்காத் தீண்டத்தகாதவர்கள் திரு. காந்தியின் ஆதரவைத் தேடி வந்தனர். ஆனால் அவர்களுக்கு ஆதரவு தருவதற்குப் பதிலாகத் திரு. காந்தி அவர்கள் இந்துக்களுக்கெதிராக ஸத்யாகிரஹம் நடத்துவதைக் கண்டித்து ஒரு அறிக்கை வெளியிட்டார். இது அவர்களை ஆச்சரியத்தில் ஆழ்த்தியது. இதற்காகத் திரு. காந்தி உபயோகித்த வாதங்கள் விசித்திரமானவையாக இருந்தன. ஸத்யாகிரஹம் வெளிநாட்டினருக்கெதிராக மட்டுமே உபயோகிக்கவேண்டிய ஒரு ஆயுதம். அதை நம் சொந்த நாட்டு மக்களுக்கெதிராகவோ நமது உற்றார், உறவினருக்கெதிராகவோ உபயோகிக்கமுடியாது. இந்துக்களும், தீண்டாதோரும் ஒரே நாட்டைச் சேர்ந்தவர்கள் ஆதலால் ஸத்யாகிரஹம் என்ற ஆயுதத்தை இந்துக்களுக்கெதிராகப் பயன்படுத்தக்கூடாது. இது என்ன கேலிக்கூத்து? இப்படிச் சொன்னதன் மூலம் திரு. காந்தி ஸத்யாகிரஹத்தையே அர்த்தமில்லாததாக்கி விட்டார். அவர் இப்படி சொல்வதற்கு என்ன காரணம்? இந்துக்களின் மனம் நோகக்கூடாது. அவர்களைக் கோபமூட்டக்கூடாது என்பதுதான் காரணம்.

திரு.காந்திக்கெதிராக நான் பேசுவதற்கு இரண்டாவது ஆதாரமாக அகமதாபாத் ஜில்லாவிலுள்ள கவிதா என்ற இடத்தில் நடந்த சம்பவத்தைப்பற்றிச் சொல்கிறேன். 1935ம் ஆண்டில் அந்த ஊரில் வாழ்ந்த தீண்டத்தகாதவர்கள் மற்ற இந்துக் குழந்தைகளைப்போலத் தங்களுடைய குழந்தைகளையும் அங்குள்ள பொதுப் பள்ளிக்கூடத்தில் சேர்த்துக்கொள்ளவேண்டும் என்று கோரிக்கை விடுத்தனர். இதைக் கேட்ட சாதி இந்துக்களுக்கு மகா கோபம் வந்தது. இதற்குப் பழிவாங்கும் விதமாக அவர்கள் தீண்டத்தகாதோரை ஊர் விலக்குச் செய்தனர். இதைப்பற்றிக் கேள்விப்பட்ட திரு. தக்கர் *கவிதா கிராமத்துக்குச் சென்று தீண்டத்தகாதோர் சார்பில் இந்துக்களுடன் இந்த விஷயத்தைப்பற்றிச் சர்ச்சை செய்தார். அவருடைய அறிக்கையில் அவர் இவ்வாறு சொல்கிறார்:

‘கவிதாவிலுள்ள உயர்சாதி இந்துக்கள் ஹரிஜனங்களையும் அங்குள்ள கிராமப் பள்ளிக்கூடத்தில் சேர்க்கச் சம்மதித்துவிட்டனர் என்றும் ஆகவே

பிரச்னை சுமுகமாகத் தீர்க்கப்பட்டது என்றும் பத்தாம் தேதி அஸோஸியேட் பிரஸ் அமைப்பு எழுதியது. ஆனால் மூன்று நாட்களுக்குப் பிறகு இந்தச் செய்தி தவறென்று அகமதாபாத் ஹரிஜன் ஸேவக் சங்கச் செயலாளர் அறிக்கைவிடுத்தார். ஹரிஜனங்கள் தங்கள் குழந்தைகளை இந்தப் பள்ளிக்கு அனுப்பவேண்டாமென தங்களுக்குள்ளேயே தீர்மானித்திருப்பதாக அவர் அறிவித்தார். இந்தத் தீர்மானம் தீண்டத்தகாதோர் தங்களிஷ்டப்படி எடுத்த தல்ல என்றும் சாதி இந்துக்களின் கட்டாயத்தின் பேரில் எடுக்கப்பட்டது என்றும் அவர் சொன்னார். இந்த மேல்சாதி இந்துக்கள் கிராமத்திலுள்ள ஹரிஜனங்களை ஊரைவிட்டு விலக்கிவைத்திருப்பதாகவும் சொன்னார். இதன் விளைவாக இவர்களுக்கு ஊர் நிலங்களில் வேலை கிடைக்கவில்லை. தங்களுடைய கால்நடைகளை மேய்க்க முடியவில்லை. அவர்களுடைய குழந்தைகளுக்குக் குடிக்க மோர் கிடைப்பதில்லை. இதுமட்டுமல்லாமல், தங்களுடைய குழந்தைகளை இனிமேல் இந்தக் கிராமப் பள்ளிக்கூடத்தில் சேர்க்க முயலமாட்டோம் என்று சிவபெருமான்மீது ஆணையிட்டு ஒரு ஹரிஜன் தலைவரை சபதம் செய்யவும் கட்டாயப்படுத்தினார்கள். இப்படித் தான் அந்த ஒப்பந்தம் கையெழுத்தானது.

‘ஹரிஜனங்கள் சாதிஇந்துக்கள் சொன்னதைக் கேட்டு நடந்தபோதிலும் அவர்களுக்கெதிரான ஊர் விலக்கு இருபத்தி இரண்டாம் தேதிதான் நீக்கப் பட்டது. இதற்குச் சில நாட்களுக்கு முன்பே சமார்களுக்கெதிரான விலக்கு நீக்கப்பட்டது. காரணம் கிராமத்தில் இறந்து கிடந்த மிருகங்களின் உடல் களை அப்புறப்படுத்த அவர்கள் தேவைப்பட்டார்கள். இந்த அக்கிரமங்கள் போதாதென்று ஹரிஜனங்கள் உபயோகித்து வந்த கிணற்றில் உயர்சாதி இந்துக்கள் பதினைந்தாம் தேதியும் பின்னர் பத்தொன்பதாம் தேதியும் மண்ணெண்ணையை ஊற்றினார்கள். தங்களுடைய குழந்தைகளை மேல் சாதி இந்துக்களின் குழந்தைகளுக்குச் சமமாக பள்ளிக்கூடத்துக்கு அனுப்ப முயன்ற குற்றத்துக்காகத்தான் இப்படிப்பட்ட பயங்கரமான நடவடிக்கைகள் எடுக்கப்பட்டன.

‘கவிதா கிராமத்தில் மேல்சாதி இந்துக்களை 22ம் தேதி சந்தித்தேன். தங்க ளுடைய குழந்தைகளுக்குச் சமமாக ஹரிஜன் குழந்தைகள் ஒரே பெஞ்சில் உட்காருவதைத் தங்களால் பொறுத்துக்கொள்ள முடியாதென்றனர். நான் 23ம் தேதி அகமதாபாத் ஜில்லா கலெக்டரைச் சந்தித்தேன். பிரச்னையைத் தீர்க்க வழி ஏதாவது உண்டா என்று ஆராய்ந்தேன். ஆனால் பிரயோசனமில்லை.

‘சுருக்கத்தில் ஹரிஜன் மாணவர்கள் இந்தக் கிராமப் பள்ளிக்கூடத்துக்குப் போகமுடியாது. அவர்களுக்கு உதவி செய்ய யாருமில்லை. இதனால் மனம் நொந்து போன ஹரிஜனங்கள் அங்கிருந்து வேறு கிராமங்களுக்குப் போய் விடலாமா என்று யோசித்துக்கொண்டிருக்கிறார்கள்.’

---

* திரு.தக்கர் ஒரு சமூகசீர்திருத்தவாதி. காந்தியின் நண்பர். கோகலே நிறுவின இந்தியச் சேவையாளர் (Servents of India Society) சொஸைட்டியின் உறுப்பினர்.

இந்த அறிக்கை திரு. காந்தியிடம் சமர்பிக்கப்பட்டது. அவர் என் செய்தார்? அவர் கவிதாவிலுள்ள தீண்டத்தகாதோருக்குக் கொடுத்த அறிவுரை கீழே தரப் படுகிறது.

'தன் கையே தனக்குதவி. தங்களைத் தாங்களே உதவிக் கொள்பவர்களுக்கு இறைவனும் உதவுகிறார். கவிதா வாழ் ஹரிஜனங்கள் அங்கிருந்து குடி பெயர்ந்து வேறிடத்துக்குப் போனால் அவர்கள் மகிழ்ச்சியாக இருப்பார்கள். மட்டுமல்ல, அதே நிலைமையிலுள்ள மற்றவர்களும் இவர்களுடைய உதார ணத்தைப் பின்பற்றுவார்கள். மக்கள் வேலை தேடி வேறிடங்களுக்குப் போவதுபோல, சுய கௌரவத்தை நிலைநாட்டுவதற்காக அவர்கள் இதற்கு மேலும் ஏதாவது செய்யலாம். இந்தக் கிராம ஹரிஜனங்களின் நலம் விரும்பு பவர்கள் அவர்கள் கவிதாவை விட்டு வெளியேற எல்லா உதவிகளையும் செய்வார்களென நம்புகிறேன்.''

அதாவது, கவிதா ஹரிஜனங்கள் அங்கிருந்து வெளியேறவேண்டுமென்று திரு. காந்தி அறிவுறுத்துகிறார். ஆனால் ஹரிஜனங்கள் சாதி இந்துக்களுக்கெதிராக வழக்குத் தொடுத்து தங்களுடைய உரிமைகளை ஸ்தாபித்துக்கொள்ள திரு. தக்கர் அவர்களுக்கு உதவவேண்டுமென்று திரு. காந்தி சொல்லவில்லை. ஏன்?

ஹரிஜனங்களுடைய நிலைமை மேம்பாடடையவேண்டுமென திரு. காந்தி விரும்புகிறார் என்பது சரிதான். ஆனால் சாதி, இந்துக்கள் மனது புண்படாத வாறு அதனைச் செய்யவேண்டும்! இப்படிப்பட்ட மனிதர்கள் தீண்டத்தகாத வர்களுடைய நிலைமையை எப்படிப் பார்க்க முடியும்?

இதிலிருந்து, திரு. காந்தி இந்துக்கள் தன்னை நல்லவரென்று நினைத்துக் கொள்ளவேண்டுமென்பதில் மிகுந்த அக்கறை காட்டுகிறார் என்பது தெரிகிறது. அதனால்தான் அவர் சாதி இந்துக்களுக்கெதிராக ஹரிஜனங்கள் ஸத்யாகிரஹம் மேற்கொள்வதைக்கூடாதென்கிறார். அதனால்தான் அவர் சாதி இந்துக்களுக்கெதிரானதென்று கருதிய தீண்டத்தகாதோரின் அரசியல் கோரிக்கைகளை எதிர்த்தார். சாதி இந்துக்களுக்கு நல்லது செய்யவேண்டு மென்பதிலேயே அவர் குறியாக இருந்ததால் தீண்டத்தகாதோருக்குத்தான் ஒன்றும் செய்யவில்லை என்பதைப்பற்றி அவர் கவலைப்படவில்லை. அதனால்தான் திரு. காந்தியின் தீண்டாமை ஒழிப்பு இயக்கம் உதட்டளவில் தான் உள்ளது. அதற்காக அவர் செயலில் இறங்கவில்லை.

தீண்டத்தகாதோர் அனைவரும் ஒன்றுபட்டு, பலம் பெற்றிருப்பதை திரு. காந்தி விரும்பவில்லை என்பது மூன்றாவது காரணம். அப்படி பலம் பெற்றால் அவர்கள் சாதி இந்துக்களை அண்டியிருக்காமல் சுதந்தரமாக வாழ்வார்கள். இதனால் இந்து சமுகமே பலவீனமடைந்துவிடும் என்று பயப்படுகிறார்.

(திரு. காந்தி ஸ்தாபித்த) ஹரிஜன் ஸேவக் சங்கத்தின் நடவடிக்கைகளே இதற்குத் தக்க சான்று. தீண்டத்தகாதவர்கள் என்றென்றைக்கும் இந்துக்களின் அடிமைகளாகவே இருக்கவேண்டுமென்பதுதான் இந்தச் சங்கத்தின் முக்கிய

நோக்கம். அதன் நடவடிக்கைகளை எந்தக் கோணத்திலிருந்து பார்த்தாலும் இந்த நோக்கம் நமக்குத் தெளிவாகப் புலப்படும்.

இந்தச் சங்கத்தின் நடவடிக்கைகள் நமக்குப் பாகவதத்தில் சொல்லப் பட்டுள்ள பூதனை (பூதகி) என்ற அரக்கியைத்தான் நினைவூட்டுகின்றன. மதுரா அரசன் கம்சனுக்கு கிருஷ்ணன் கையால்தான் மரணம் சம்பவிக்கு மென்று சொல்லப்பட்டதால், அவன் கிருஷ்ணனை அழிக்க முயன்றான். கிருஷ்ணனின் பிறப்பைப்பற்றிக் கேள்விப்பட்ட கம்சன் குழந்தையைக் கொல்லப் பூதகியை அனுப்புகிறான். அழகான பெண் வடிவமெடுத்த பூதகி கிருஷ்ணனின் வளர்ப்புத் தாய் யசோதாவிடம் தன்னைக் கிருஷ்ணனுடைய செவிலித்தாயாகப் பணிபுரிய அனுமதி கேட்கிறாள். தனது மார்பகத்தில் விஷத்தைப் பூசிக்கொண்டு, குழந்தைக்குப் பாலூட்டும்போது அதனைக் கொல்வதுதான் அவளுடைய திட்டம். இந்தக் கதையை இதோடு நிறுத் தலாம். வெளியில் சொல்லப்படும் காரணமல்ல. உண்மையானக் காரணம் என்பதைத்தான் இந்தக் கதை விளக்குகிறது. ஒரு செவிலித்தாய் கொலை காரியாக மாறுவதுபோல. குழந்தை கிருஷ்ணனுக்குப் பூதகி எப்படியோ அப்படித்தான் ஹரிஜன் ஸேவக் சங்கம் தீண்டப்படாதோருக்குக்கெதிராகச் செயல்படுகிறது. அவர்களுக்குச் சேவை செய்கிறோம் என்ற போர்வையில் இந்தச் சங்கம் தீண்டத்தகாதோரின் சுதந்தர உணர்வையே நசித்துவிடுகிறது. தங்களுடைய போராட்டத்தின் ஆரம்பக் கட்டத்தில் தீண்டத்தகாதோர் அவர் களுடைய நலம் விரும்பிகள் சிலருடைய ஆதரவைப் பெற்றனர். அவர்களுடைய தலைமையை ஏற்றுக்கொண்டனர். லண்டன் வட்டமேஜை மாநாடு நடத்தப்பட்ட சமயத்தில் அவர்கள் முழுவதாகத் தன்னிறைவு பெற்றனர். அவர்களுடைய சுதந்தர உணர்வு வளர்ந்தது. இந்துக்கள் தங்களுக் களித்த 'பிச்சை'யுடன் அவர்கள் திருப்தியடையவில்லை. தங்களுக்குச் சேர வேண்டியதனைத்தையும் தங்களுக்குத் தரவேண்டுமென வாதாடினர்.

இவர்களுடைய இந்தச் சுதந்தர உணர்வை அடியோடு அழித்துவிடும் நோக் கத்துடன்தான் திரு. காந்தி ஹரிஜன் ஸேவக் சங்கத்தைத் தொடங்கினார் என்பதில் சந்தேகமில்லை. தீண்டத்தகாதோர்களுக்கு சிறிய அளவில் உதவி செய்து சங்கம் அவர்களைப் புகழ்பாடச் செய்தது. இப்படிச் செய்ததன் மூலம் தங்களுடைய சுதந்தரத்தையே இழந்துவிட்டோமென்பதை தீண்டத்த காதோர் உணர்ந்துகொள்ளவில்லை. இதுதான் திரு.காந்தி விரும்பியதும்.

சங்கம் நடத்திவந்த விடுதிகளில் தங்கியிருக்கும் தீண்டத்தகாத மாணவர் களுக்குச் செய்யப்படும் 'உதவி' அவர்களுக்குத் தீங்கைத்தான் விளை விக்கிறது. இந்த மாணவர்களைப் பார்க்கும்போது மகாபாரதத்தில் பீஷ்மர், கச்சன் ஆகிய இருவரும்தான் என் நினைவுக்கு வருகிறார்கள்.

குருஷேத்திரப் போர் சமயத்தில் பாண்டவர்கள் செய்வதுதான் சரி என்று பிஷ்மர் வெளிப்படையாக அறிவித்தார். ஆனால் கௌரவர்களுக்காகத்தான் போராடினார். இது ஏன் என்று கேட்டபோது சிறிதும் தயக்கமில்லாமல் சொன்னார்: கௌரவர்கள்தான் எனக்கு உணவளித்து பார்த்துக்கொண்டார்கள்!

தேவர்கள் குலத்தைச் சேர்ந்த கச்சன் அரக்கர்களுக்கு எதிராகப் போரிட்டான். அரக்கர்களுடைய குரு ஒரு மந்திரத்தைப் பிரயோகித்தால் இறந்துபோன அரக்கர்கள் உயிர்பெற்றெழுந்துவிடுவார்கள். போரில் தேவர்கள் தோல்வியை நேரிட்டனர். அவர்களுடைய குருவுக்கு இறந்தவர்களை உயிர்ப்பிக்கும் மந்திரம் தெரியாததால் அவரால் இறந்த தேவர்களுக்கு உயிர் கொடுக்க முடியவில்லை. ஆகவே தேவர்கள் அரக்கர்களிடமிருந்து எப்படியாவது அந்த மந்திரத்தைக் கற்றுக்கொள்ள விரும்பி கச்சனை அனுப்பினார். தொடக்கத்தில் அவனால் அந்த மந்திரத்தை எளிதில் கற்றுக்கொள்ள முடியவில்லை. கடைசியில் கச்சன் அரக்கர் குருவின் மகள் தேவயானியிடம் ஒரு ஒப்பந்தம் செய்து கொண்டாள். அதன்படி தேவயானி கச்சனுக்கு அந்த மந்திரத்தைச் சொல்லிக் கொடுத்தால் அவன் அவளைத் திருமணம் செய்துகொள்வான். தேவயானி கச்சனுக்கு மந்திரத்தைச் சொல்லிக்கொடுத்தாள். ஆனால் அவன் தேவயானிக்குத்தான் கொடுத்த வாக்குறுதியை நிறைவேற்றவில்லை. அவன் சொன்ன காரணம்?நான் தேவயானிக்குக் கொடுத்த வாக்குறுதியைவிட தேவர்களைக் காக்கும் கடமைதான் முக்கியமானது!

பீஷ்மரும் கச்சனும் தார்மிகரீதியாக மிகவும் தாழ்ந்த நிலையிலிருக்கிறார்கள். அவர்களுக்கு அப்போதைய நோக்கங்களை நிறைவேற்றிக் கொண்டால் போதும். ஹரிஜன் விடுதிகளில் தங்கியிருக்கும் தீண்டத்தகாதவர்கள் இக்கால பீஷ்மர்களாகவும் கச்சன்களாகவும் மாறிவிட்டனர். விடுதியில் தங்கியிருக்கும் போது, அவர்கள் பீஷ்மரைப்போல திரு.காந்தியையும் காங்கிரஸ் கட்சியையும் புகழ்ந்து பேசுகின்றனர். ஆனால் அங்கிருந்து வெளியே வந்தபின் கச்சன் செய்ததுபோல திரு. காந்தியையும், காங்கிரஸ் கட்சியையும் இகழ்கிறார்கள். இதைக்கொண்டு நான் பெரிதும் வருந்துகிறேன். இம்மாதிரியான தார்மிக வீழ்ச்சியைவிட மோசமான வேறொன்றும் இவர்களுக்கு நேர்ந்திருக்க முடியாது. ஹரிஜன் ஸேவக் சங்கம் தீண்டத்தகாதவர்களுக்கு இழைத்துள்ள மாபெரும் துரோகம் இது. அவர்களுடைய நன்னடத்தையையும் சுதந்தர உணர்வையும் நசித்துவிட்டது. இதைத்தான் திரு.காந்தி விரும்புகிறார்.

இனி நான்காவது காரணத்துக்குப் போவோம். ஸேவக் சங்கத்தை நடத்திச் செல்பவர்கள் மேல் சாதி இந்துக்கள். சங்கத்தைத் தங்களிடம் ஒப்படைக்க வேண்டுமென்றும், அதைத் தாங்களே நடத்திச் செல்வோம் என்றும் ஒருசில தீண்டப்படாதோர் சொல்கிறார்கள். வேறு சிலர் சங்கத்தின் நிர்வாகப் போர்டில் தங்களையும் உட்படுத்தவேண்டுமென்று கேட்கிறார்கள். திரு. காந்தி இந்த இரண்டுவேண்டுகோள்களையும் நிராகரித்துவிட்டார். இதற்கு அவர் சொன்ன காரணங்கள்தான் விசித்திரமாக இருக்கின்றன. வேறு யாருமே இப்படிச் சொல்லியிருக்கமுடியாது.

திரு. காந்தியின் முதல்வாதம் இதுதான். தீண்டாமையைப் பின்பற்றிய குற்றத்துக்காக இந்துக்களின் பிராய்ச்சித்த நடவடிக்கையாகத்தான் இந்தச் சங்கம் அமைக்கப்பட்டது. இந்துக்கள்தான் இந்த நடவடிக்கைகளை மேற்கொள்ள வேண்டும். ஆகவே, அந்தச் சங்கத்தை வழிநடத்திச் செல்வதில் தீண்டத்தகாதோருக்கு ஒரு பங்குமில்லை.

இரண்டாவதாக திரு. காந்தி சொல்வது இதுதான். இந்தச் சங்கத்தின் செலவுக் கான பணத்தை சாதி, இந்துக்கள்தான் தருகிறார்கள், தீண்டத்தகாதவர்கள் அல்ல. ஆகவே அவர்கள் சங்கத்தின் போர்டில் உறுப்பினர்களாக இருக்க முடியாது. திரு. காந்தியின் இந்த வாதம் தீண்டத்தகாதோரைப் பெரிதும் அவ மானத்துக்குள்ளாக்குகிறது. ஆகவே அவர்கள் இந்தச் சங்கமேவேண்டா மென்று சொன்னால் அவர்களைக் குற்றம் சொல்லமுடியாது. ஹரிஜன் ஸேவக் சங்கம் ஒரு அறக்கட்டளையாகும். அதன் செயல்பாடுகள் தீண்டப் படாதோருக்கு நன்மையளிக்கின்றன. ஆகவே அந்த டிரஸ்டின் குறிக்கோள் களும், நோக்கங்களும் என்ன, அது சரியான பாதையில் நடத்திச் செல்லப்படு கிறதா, அதன் பணம் சரியானபடி செலவழிக்கப்படுகிறதா என்பதை யெல்லாம் அறிந்துகொள்ளும் உரிமை அவர்களுக்குண்டு. அதன் டிரஸ்டிகள் ஏதேனும் தவறு செய்தால், அவர்களை டிரஸ்டிலிருந்து நீக்கவும் அவர் களுக்கு அதிகாரம் உண்டு. ஆகவே தீண்டத்தகாதவர்களை போர்டில் சேர்ப் பதை மறுக்கமுடியாது. ஆனால் திரு. காந்தி இந்தவாதத்தை ஏற்றுக்கொள்ள விரும்பவில்லை. தன்மானமுள்ள எந்த ஒரு தீண்டத்தகாதவரும் மற்றவர் களுக்கு முன் மண்டியிட்டு தனக்குவேண்டியதைப் பெற்றுக்கொள்ள விரும்ப மாட்டார்கள். மற்றவர்கள் தயவில் வாழ விரும்பமாட்டார்கள். திரு.காந்தி தனது கருத்துகளைக் கெட்டியாகப் பிடித்துக்கொண்டிருக்கட்டும். அது அவருடைய உரிமை. ஆனால், அதன் விளைவாக தீண்டத்தகாதவர்கள் இந்தச் சங்கமே தங்களுக்குவேண்டாமென்று உதறித் தள்ளிவிட்டால் அவர் அவர் களைக் குற்றம் சொல்லக்கூடாது.

சங்கத்தின் தலைமைப் பதவிகளை தீண்டத்தகாதோர் வகிக்கக்கூடா தென்பதற்கு இவை மட்டுமே காரணங்களாக இருக்கமுடியாது. உண்மைக் காரணங்கள் வேறு. சங்கம் தீண்டத்தகாதவர்களுடைய கட்டுப்பாட்டில் வந்துவிட்டால் அவர்கள் திரு. காந்தியின் சொற்படி நடக்கமாட்டார்கள். தங்களுடைய தேவைகளுக்கு சாதி இந்துக்களைச் சேர்ந்திருக்கமாட்டார்கள். அவர்களுக்கு நன்றியுள்ளவர்களாக இருக்கமாட்டார்கள். இக்காரணங் களுக்காகத்தான் திரு. காந்தி சங்கத்தைத் தன் கட்டுப்பாட்டிலேயே வைத்திருக்க விரும்புகிறார். தீண்டத்தகாதவர்களின் முன்னேற்றத்துக்காகப் பாடுபடும் ஒருவர் செய்யும் செயலல்ல இது. அவர்களுடைய விடுதலைக்குப் போராடுபவர்கள் இப்படிச் செய்யமாட்டார்கள். திரு. காந்தியை தீண்டத்தகா தோரின் விடுதலைக்குப் பாடுபடுபவர் என்று சொல்வது சரியாக இருக்குமா? அவர்கள் என்றென்றைக்குமாக சாதி இந்துக்களையே சார்ந்திருக்க வேண்டுமென்ற திரு. காந்தியின் விருப்பத்தைத் தானே இது வெளிப்படுத்து கிறது.

இக்காரணங்களால்தான் திரு. காந்தியின் தீண்டாமை ஒழிப்பு இயக்கம் தோல்வியடைந்தது.

அத்தியாயம் 10

முஸ்லிம் பிரிவினைவாதி

முகம்மது அலி ஜின்னா

~

1930களிலும் நாற்பதுகளிலும் காந்திஜியும் காங்கிரஸ் கட்சியும்தான் அனைத்து இந்தியர்களின் பிரதிநிதிகள் என்ற வாதத்துக்கு இரண்டு பக்கங்களிலிருந்து எதிர்ப்பு வந்தது. முதலாவது, பி.ஆர். அம்பேத்கர். காங்கிரஸ் ஆட்சி உயர் சாதி இந்துக்களின் கட்சி என்பது இவருடைய வாதமாக இருந்தது. இரண்டாவது, முஹம்மது அலி ஜின்னா. காங்கிரஸ் கட்சி இந்துக்களுடைய கட்சி மட்டுமே என்றும், இந்திய முஸ்லிம்கள் தங்களைப் பாதுகாத்துக்கொள்ளவும், தங்களுடைய தேவைகளைப் பூர்த்திசெய்துகொள்ளவும் தன்னால் தொடங்கிவைத்த முஸ்லிம் லீகினால்தான் முடியும் என்று வாதிட்டார்.

குஜராத்தி மொழிபேசும் ஷியா முஸ்லிம் வியாபாரிகளின் குடும்பத்தில் 1876ம் ஆண்டில் கராச்சியில் ஜின்னா பிறந்தார். அவருடைய பெற்றோரின் ஏழாவது குழந்தை அவர். செல்வந்தராக இருந்த அவருடைய தந்தைக்குச் சமூகத்தில் ஓர் அந்தஸ்து இருந்தது. கராச்சியில் பள்ளிப் படிப்பை முடித்தபின் ஜின்னா லண்டனில் சட்டம் படித்து வழக்கறிஞராகத் தொழில்புரிந்தார். 1896-ல் இந்தியா திரும்பியவர் பம்பாயில் வழக்கறிஞர் பணியைத் தொடர்ந்தார்.

ஜின்னாவுக்கும் காந்திக்கும் சில ஒற்றுமைகள் இருந்தன. இருவருக்கும் குஜராத்திதான் தாய்மொழி. இருவரும் வர்த்தகக் குடும்பங்களில் பிறந்தவர்கள். இருவரும் லண்டனில் சட்டப்படிப்பு படித்தவர்கள். இருவரும் பம்பாய் திரும்பி வந்து வக்கீலாகப் பணியாற்றியவர்கள். ஆனால் ஜின்னாவுக்கு அந்தத் தொழிலில் நல்ல வருமானம் கிடைத்தது. அவரை நீதிபதியாக நியமிக்க அரசு தீர்மானித்தபோது ஜின்னா மறுத்துவிட்டார். நீதிபதி வேலையில் ஒரு மாதத்தில் கிடைக்கும் தொகையை நான் வக்கீல் பணியில் ஒரே நாளில் ஈட்டிவிடுவேன் என்பது அவருடைய பதில்.

மற்ற இளம் இந்தியர்களைப்போல ஜின்னாவும் பொதுவாழ்வில் பங்குகொள்ளப் பெரிதும் ஆர்வம் காட்டினார். 1904ல் பம்பாயில் நடைபெற்ற காங்கிரஸ் கட்சியின் முதல் மாநாட்டில் பங்கேற்றார். காந்திஜியைப்போலவே இவரும் கோபால கிருஷ்ண கோகலேயின் கவனத்தை ஈர்த்தார். அவரைத் தவிர பார்ஸி தேசியவாதி தாதாபாய் நௌரோஜியுடனும் நெருங்கிப் பழகினார். 1910ம் ஆண்டு முஸ்லிம்களுக்கு ஒதுக்கப்பட்டிருந்த ஒரு தொகுதியிலிருந்து ஜின்னா அன்றைய இம்பீரியல் கௌன்சிலுக்குத் தேர்ந்தெடுக்கப்

பட்டார். முப்பத்தி ஐந்து வயதே ஆகியிருந்த ஜின்னா அந்த கௌன்சிலி லேயே வயது குறைந்த உறுப்பினர்களில் ஒருவராக இருந்தார். அங்கு அவர் முதன் முதலாக நிகழ்த்திய உரைகளில் ஒன்று தென் ஆஃப்ரிக்காவில் இந்தியர்களுடைய நிலைமையைப்பற்றியதாக இருந்தது.

1915களில் ஜின்னாவை மக்கள் 'முஸ்லிம் கோகலே' என அழைக்கத் தொடங்கினார். கோகலேபோலவே ஜின்னாவும் எந்த விஷயத்தையும் ஆழமாகப் படித்தார். அவருடைய பேச்சுகள் ஆணித்தரமாக இருந்தன. இந்துக்களுக்கும் முஸ்லிம்களுக்கும் இடையே நல்லிணக்கம் வேண்டுமென்பதை வற்புறுத்தினார். அன்றைய அரசியலில் ஜின்னாவுக்கென ஒரு தனியிடம் இருந்தது. ஒரே சமயத்தில் அவர் காங்கிரஸ் கட்சியிலும் முஸ்லிம் லீகிலும் உறுப்பினராக இருந்தார். இம்பீரியல் கௌன்ஸிலிலும் உறுப்பினராகத் தொடர்ந்தார். 1915ல் காந்திஜி தென் ஆஃப்ரிக்காவிலிருந்துத் தாயகம் திரும்பியபோது பம்பாயில் அவருக்களிக்கப்பட்ட வரவேற்பில் ஜின்னாவும் உரையாற்றினார். ஆனால் அடுத்த பத்தாண்டுகளில், இந்தியர்களின் தேவைகளைப் பூர்த்தி செய்யவேண்டியது எப்படி என்பதைப்பற்றி இருவருக்குமிடையே கருத்து வேற்றுமைகள் எழுந்தன. எல்லாம் சட்டப்படிதான் நடக்கவேண்டுமென ஜின்னா வாதாடினார். காந்திஜியோ மக்கள் நாடு தழுவிய சத்யாகிரக முறையைப் பின்பற்றவேண்டுமென விரும்பினார். 1920 டிசம்பரில் நாக்பூரில் நடந்த காங்கிரஸ் மாநாட்டில் காந்திஜியின் ஆதரவாளர்கள் ஜின்னாவைப் பேசவிடாமல் தடுத்துக் கூவினார்கள். இதன் விளைவாக இரு தலைவர்களுக்குமிடையே தீர்க்க முடியாத அளவுக்குக் கருத்து வேற்றுமை உருவானது. இருவருடைய வழிகளும் வெவ்வேறாயின.

1920களில் ஜின்னா காங்கிரஸ் கட்சிக்குப் பதிலாக வேறொரு கட்சியைத் தொடங்க முயற்சி செய்தார். அது ஓரளவுக்கு வெற்றியும் பெற்றது. 1925ல் பிரிட்டிஷ் அரசு அவருக்கு 'சர்' பட்டம் கொடுக்க முன்வந்தபோது ஜின்னா (கோகலேவைப்போல) அதை நிராகரித்தார்.

1930ம் ஆண்டு லண்டனுக்குக் குடிபெயர்ந்த ஜின்னா அங்கும் வழக்கறிஞர் தொழிலை வெற்றிகரமாகத் தொடர்ந்தார். இந்தியாவின் அரசியல் எதிர்காலத்தை நிர்ணயிப்பதற்காகக் கூட்டப்பட்ட வட்டமேஜை மாநாடுகளில் பங்கெடுத்தார் (1930, 1931). பிரிட்டிஷ் பாராளுமன்றத் தேர்தல்களில் போட்டியிடவும் எண்ணினார். ஆனால் முஸ்லிம் லீகை வழிநடத்திச் செல்ல வேண்டுமென்று கேட்டுக்கொள்ளப்பட்டதன் பேரில் 1934ல் இந்தியா திரும்பினார். அடுத்த சில வருடங்களில் அதுவரை உறங்கிக்கிடந்த லீகுக்குப் புத்துணர்வு ஊட்டினார். அதன் உறுப்பினர்களின் எண்ணிக்கை பத்து லட்சத்தைத் தாண்டியது. மாணவர்களும் டாக்டர்களும் வக்கீல்களும் அதில் உறுப்பினர்களாகச் சேர்ந்தனர். இதன் மூலம் அன்றுவரை மேல்தட்டு முஸ்லிம்களின் கட்சி என்று அறியப்பட்டிருந்த லீக் மக்கள் இயக்கமாக மாறிவிட்டிருந்தது.

கீழ்மட்டத்திலிருந்த லீகின் கிளைகளைப் பலப்படுத்துவதில் ஜின்னா விசேஷ கவனம் செலுத்தினார். ஒரு காலத்தில் மேல்தட்டுக்காரர்களின் கட்சி

யாக இருந்த காங்கிரஸை மக்களின் இயக்கமாக மாற்ற காந்திஜி பின்பற்றிய அதே வழிகளை ஜின்னாவும் பின்பற்றினார்.

1937ல் நடைபெற்ற பொதுத்தேர்தல்களில் இந்தியாவின் பெரும்பான்மையான இடங்களில் காங்கிரஸ் கட்சி வெற்றியடைந்து ஆட்சி அமைத்தது. இந்தத் தேர்தல் தோல்வி முஸ்லிம் லீகுக்கு ஒரு வரமாக அமைந்தது. ஏனெனில் ஆட்சி பீடத்திலிருக்கும் காங்கிரஸ் கட்சி இந்துக்களின் கட்சி என்று பிரசாரம் செய்ய அவர்களுக்கு இது வசதியாக இருந்தது. காங்கிரஸ் கட்சி இந்தியை மக்களிடையே பரப்ப முயன்றதையும், அரசுப் பள்ளிகளில் இந்து மத ஸ்லோகங்கள் சொல்வதையும் முஸ்லிம் லீக் எதிர்த்தது. இதன் விளைவாக முஸ்லிம்கள் காங்கிரஸிலிருந்து விலகியே இருந்தனர். இரண்டாம் உலகப்போர் தொடங்கிய போது காங்கிரஸ் அரசுகள் ராஜினாமா செய்தன. 1940ல் பாகிஸ்தான் என்ற பெயரில் முஸ்லிம்களுக்கான ஒரு தனி நாட்டை உருவாக்கவேவேண்டுமென முஸ்லிம் லீக் அதிகாரபூர்வமாகத் தீர்மானித்தது. 'இந்து-முஸ்லிம் ஒற்றுமையின் தூதர்' என்று ஒரு காலத்தில் வர்ணிக்கப்பட்ட ஜின்னா தனது அபிப்பிராயத்தை மாற்றிக்கொண்டார். இந்துக்களும் முஸ்லிம்களும் ஒரே நாட்டில் ஒன்றாக வாழ முடியாதென்ற முடிவுக்கு வந்தார்.

'வெள்ளையனே வெளியேறு' போராட்டத்தில் பங்கெடுத்து காந்தியும் மற்றவர்களும் சிறைக்குச் சென்ற சமயத்தில் ஜின்ன லீகுக்கான ஆதரவை மேலும் வளர்த்துக்கொண்டார். பிரிட்டிஷ் அரசும் முஸ்லிம் லீகுக்கு காங்கிரஸுக்கு சமமான அந்தஸ்தைக் கொடுத்தது. காந்திஜிக்குச் சமமான அந்தஸ்து தனக்கும் வேண்டுமென்று ஜின்னா விடுத்த வேண்டுகோளும் ஏற்கப்பட்டது.

இரண்டாம் உலகப்போருக்குப் பின் மத்திய,மாநில அளவில் நடைபெற்ற பொதுத் தேர்தல்களில் முஸ்லிம் வாக்குகளில் 88 சதவிகிதம் லீகுக்குக் கிடைத்தது. முக்கியமாக, பஞ்சாப்பில் 88 முஸ்லிம் தொகுதிகளில் 75ம், வங்காளத்தில் 119 முஸ்லிம் தொகுதிகளில் 113ம் லீகுக்குக் கிடைத்தன. இதனால் இந்தியாவின் பிரிவினையும் பாகிஸ்தானின் பிறவியும் உறுதி செய்யப்பட்டன.

பாகிஸ்தான் என்ற நாட்டை உருவாக்கவேவேண்டுமென்று ஜின்னா நடத்தி வந்த போராட்டம் வெற்றிபெற வேறு காரணங்களுமிருந்தன. முஸ்லிம்களுக்கென உருவாக்கப்பட்ட தனித்தேர்தல் தொகுதிகள், காங்கிரஸ் கட்சியின் அகங்காரம், பிரிட்டிஷார் பின்பற்றிப் பிரித்தாளும் கொள்கை ஆகியவைதான் அவை. ஆனால் அதேசமயம் ஜின்னாவின் தலைமைப் பண்புகளையும் பாகிஸ்தானை அடைந்தே தீரவேண்டுமென்ற அவருடைய சீடர்களுடைய மன உறுதியையும் நாம் குறைத்து மதிப்பிடமுடியாது. இக்காரணங்களால் 1937ல் நிறைவேற்ற முடியாத, கனவென்று அனைவரும் கருதிய பாகிஸ்தான் பத்து வருடங்களுக்குப் பிறகு நனவாகியது.

முஹம்மது அலி ஜின்னா 1948ம் ஆண்டு செப்டம்பரில் காலமானார்.

முஸ்லிம் தேசத்தை நோக்கிய காலடிகள்

(1937ல் நடந்த தேர்தல்களில் காங்கிரஸ் கட்சி முஸ்லிம்களுக்கிடையிலும் பெரும்பான்மை இடங்களைக் கைப்பற்றியது. ஆறு முக்கிய மாநிலங்களில் காங்கிரஸ் கட்சி ஆட்சி புரிந்து வந்ததால், முஸ்லிம் லீக் தன்னைத் திருத்திய மைத்துக்கொள்ளவேண்டிய கட்டாயம் ஏற்பட்டது. லக்னோவில் 1937 அக்டோபர் மாதத்தில் நடந்த முஸ்லிம் லீகின் ஆண்டுக் கூட்டத்தில் தலைமை தாங்கிப் பேசிய ஜின்னா காங்கிரஸ் கட்சியைத் தீவிரமாக எதிர்க்க வேண்டும் என லீக் உறுப்பினர்களை அறிவுறுத்தினார். அந்தப் பேச்சி லிருந்து சில பகுதிகள் கீழே தரப்படுகின்றன)

கடந்த பத்தாண்டுகளில் காங்கிரஸ் கட்சித் தலைவர்கள் முஸ்லிம்களிட மிருந்து தூர விலகிப் போய்விட்டனர். காங்கிரஸ் ஆட்சியின் கொள்கைகளும் நடவடிக்கைகளும் இந்துக்களுக்குச் சாதகமாக இருக்கின்றன. இப்போது அவர்கள் ஆறு மாநிலங்களில் ஆட்சி அமைத்துவிட்டதால் முஸ்லிம்கள் தங்களிடமிருந்து நீதி, நியாயம் ஒன்றையும் எதிர்பார்க்கவேண்டாமென நேரடியாகவும் மறைமுகமாகவும் தெரிவித்துவிட்டனர். அவர்களுக்குப் பெரும்பான்மையுள்ள இடங்களில் எல்லாம் அவர்கள் முஸ்லிம்லீகுடன் ஒத்துழைக்க மறுத்துவிட்டார்கள். நாம் அவர்கள் சொல்வதைக் கேட்க வேண்டுமென்றும் ஒப்பந்தங்களில் அவர்கள் சொல்லுமிடங்களில் கையெழுத்திடவேண்டுமென்றும் கேட்கிறார்கள்.

அவர்கள் நம்மிடம் சொன்னது இதுதான்: நீங்கள் தனியாக நிற்காதீர்கள். உங்க ளுடைய கொள்கைகளையும் திட்டங்களையும் கைவிட்டுவிடுங்கள். முஸ்லிம் லீகைக் கலைத்துவிடுங்கள். ஆனால் வடமேற்கு எல்லை மாகாணத் தைப்போல அவர்களுக்குப் பெரும்பான்மை இல்லாத இடங்களில், அவர்கள் வேறிடங்களில் தலையில் வைத்துக்கொண்டு கூத்தாடிய கூட்டுப் பொறுப்புக் கொள்கை (Collective Principle) எங்கே மறைந்துவிட்டது. காங்கிரஸ் கட்சி வேறு கட்சிகளுடன் கூட்டணி அமைத்துக்கொள்ள அனும திக்கப்பட்டது. தன்னுடைய தனித்தன்மையைத் தியாகம் செய்துவிட்டு, அவர்கள் சொன்னபடி நடப்பதாக வாக்குறுதியளித்தார் என்று ஒரு முஸ்லீமையும் அவர்கள் அமைச்சராகச் சேர்த்துக்கொண்டனர். 'இதோ ஒரு முஸல்மான் மந்திரி' என்று வெளியுலகுக்கு அறிவிக்கவும் செய்தனர். அசெம்பிளியிலிருந்த மற்ற முஸ்லிம் உறுப்பினர்கள் அவர்களைத் தங்களு டைய பிரதிநிதிகளாக ஏற்றுக் கொள்கிறார்களா, இல்லையா என்பதைப் பற்றிக் கவலைப்படவில்லை. காங்கிரஸ் கட்சிக்கு, இந்த முஸ்லிம்கள் செய்த சேவைக்குப் பிரதிபலனாகத்தான் தங்களை 'முஸ்லிம் அமைச்சர்கள்' என்று கூறிக்கொள்ள அனுமதிக்கப்படுகின்றனர். காங்கிரஸ்காரர்கள் சொல்வதை யெல்லாம் அவர்கள் செய்யத் தயாராக இருக்கிறார்கள். அவர்கள் லீகுக்குச் செய்த துரோகத்தின் அளவைப் பொறுத்துத்தான் அவர்களுக்குக் காங்கிரஸ் தரும் பரிசின் அளவுமிருக்கும். இந்தி தேசிய மொழியாக்கப்படும். 'வந்தே மாதரம்' தேசியகீதமாக அங்கிகரிக்கப்பட்டு மற்றவர்கள்மேல் திணிக்கப்

படும். காங்கிரஸ் கொடியை அனைவரும் வணங்கி மதிக்கவேண்டும். முஸ்லிம்களுக்குக் குறைவான அதிகாரங்களைக் கொடுத்ததோடு, இந்துஸ் தான் இந்துக்களுக்குத்தான் என்பதை இந்துக்கள் தெளிவாகச் சொல்லி விட்டனர். காங்கிரஸ் கட்சியின் இந்தக் கொள்கையால் மக்களிடையே மனக்கசப்பு, சாதிக்கலவரம் ஆகியவை உருவாகும். அவற்றின் விளைவாக பிரிட்டிஷாரின் பிடி இறுகும்.

பெரும்பான்மை மதக்காரர்களுடன் இனிமேலும் ஒத்துப்போகமுடியாது. ஏனெனில் ஒரு காங்கிரஸ் தலைவர்கூட அதற்குத் தயாரல்ல. அதைப்பற்றிக் கவலைப்படவுமில்லை. சம அந்தஸ்துள்ள இருவர்தான் ஒத்துப்போக முடியும். இரண்டு பேரும் ஒருவரையொருவர் மதிக்கவும் பயப்படவும் (மரியாதை தரவும்) கற்றுக்கொண்டால்தான் இதற்கான வழி பிறக்கும். பலவீனமானவர்களின் மூலமாக முன்வைக்கப்படும் அமைதி முயற்சிகள் அவர்களின் பலவீனத்தைக் காட்டுவதோடு, எதிர்தரப்பு அராஜகமாக நடந்து கொள்ளவும் வழியமைத்துக் கொடுக்கும். தேசபக்தி, நீதி, நியாயம், நல்லிணக்கம் ஆகியவையெல்லாம் வெறும் வார்த்தைகளாகவே தொடரும். ஒருவரிடம் அதிகாரமில்லையேல் அவர்கள் கையெழுத்திடும் எந்த ஒப்பந் தமும் அதில் சொல்லப்பட்டுள்ள பாதுகாப்பு ஷரத்துகளும் பலனில்லாமல் போய்விடும். அரசியல் என்றால் பலமும் அதிகாரமும்தான். இதைவிட்டு விட்டு நீதி, நியாயம் என்று முறையிடுவதால் ஒன்றும் நடக்காது.

இந்த நிலைமையைப்பற்றி முஸல்மான்கள் ஆழமாகச் சிந்திக்கவேண்டும் என்ற விரும்புகிறேன். அவர்கள் தங்களுக்கென ஒரு கொள்கையை வகுத்துக் கொண்டு, இந்தியா முழுவதிலும் அதைப் பின்பற்றி, தங்களுடைய வருங் காலத்தை அவர்களே நிர்ணயித்துக்கொள்ளவேண்டும். காங்கிரஸ் கட்சி சொல்வதற்கெல்லாம் தலையாட்டினால்போதும் என்று சொல்லும் காங்கி ரஸிலுள்ள முஸல்மான்கள் பெரும் தவறு செய்கிறார்கள். எல்லாவற்றுக்கும் மற்றவர்களைச் சார்ந்திருக்கவேண்டுமென நினைப்பது அவர்களுடைய தோல்வி மனப்பான்மையைக் காண்பிக்கிறது. அதுமட்டுமல்ல, அது முஸ்லிம் சமுதாயத்துக்குச் செய்யும் மாபெரும் துரோகமுமாகும். முஸ்லிம் களுடைய கதை அத்துடன் முடிந்துவிடும். நாட்டுக்கும் அரசுக்கும் அவர்கள் ஆற்றவேண்டிய கடமைகளை ஆற்றமுடியாது. ஒரே ஒரு விஷயம்தான் முஸல்மான்களை இந்த நிலையிலிருந்து காப்பாற்றி அவர்களுக்குப் புத்துயிர் அளிக்கும். அவர்கள் தங்களுடைய தவறை உணர்ந்துகொள்ளவேண்டும். தங்களுடைய ஒற்றுமை உணர்வுக்கு வழிவகுக்கும் கொள்கைகளைக் கைவிட்டுவிடக்கூடாது.

10.02

இந்தியாவையும் இரண்டாம் உலகப் போரில் பங்கெடுக்க வைத்தது பிரிட்டிஷ் அரசு. இந்திய மக்களுடைய அபிப்பிராயத்தைக் கேட்காமலேயே எடுக்கப்பட்ட இந்த முடிவை எதிர்த்து இந்திய மாகாணங்களில் ஆட்சிபுரிந்த காங்கிரஸ் அரசுகள் 1939 அக்டோபரில் ராஜினாமா செய்தன. ஐரோப்பாவில்

யுத்தம் வலுவடைந்ததைத் தொடர்ந்து இந்தியாவின் அரசியல் வருங் காலத்தை இங்கிலாந்தில் ஆட்சியாளர்கள் மிகத் தீவிரமாகச் சர்ச்சை செய்தனர். இதைப்பற்றிய ஒரு கட்டுரையை ஜின்னா லண்டனிலிருந்து வெளிவந்துகொண்டிருந்த Time and Tide என்ற என்ற பத்திரிகைக்காக எழுதினார். அது *1940* ஜனவரியில் `The Constitutional Maladia of India' என்ற தலைப்பில் வெளியானது. அதிலிருந்து சில பகுதிகள் கீழே தரப்படுகின்றன)

இந்தியா இப்போது அரசியல் சட்டரீதியாக நெருக்கடியான ஒரு கட்டத்மதி லிருக்கிறது. இன்றைய அரசியல் நிலைமையில் இது இயற்கைதான் என்று சொல்லலாம். ஆனால் வியாதி என்னவென்று கண்டுபிடிக்காமல் அதன் அடையாளங்களை நம்மால் புரிந்துகொள்ளமுடியாது. அதற்கான சிகிச்சை பற்றியும் ஒன்றும் சொல்லமுடியாது. ஆகவே வியாதி என்ன என்பதை முதலில் பார்க்கலாம். பின்னர் அதன் அடையாளங்களைப் பார்ப்போம். அதன் பின்னர் சிகிச்சைக்கு வரலாம்.

அரசியல்ரீதியாக இந்தியாவின் வருங்காலம் என்னவாக இருக்கும்? அதிகம் தாமதிக்காமல் இந்தியாவுக்கு டொமினியன் அந்தஸ்து அளிக்கவேண்டு மென்பதுதான் பிரிட்டிஷ் அரசின் நோக்கம். இந்த நோக்கத்தை நிறை வேற்றும் பொருட்டு இந்தியாவில் ஜனநாயக அரசை ஸ்தாபிக்க உதவும் அரசியல் சட்டத்தைத் தயாரிக்கவேண்டுமென்றுதான் பிரிட்டிஷ் அரசு விரும்புகிறது. இந்த அரசியல் சட்டத்தின் கீழ் நடத்தப்படும் தேர்தல் முடிவு களினடிப்படையில் ஏதேனும் ஒரு கட்சி ஆட்சி பீடத்தில் அமரும்.

ஆனால் பிரிட்டிஷ் பாராளுமன்ற உறுப்பினர்களுக்குக்கூட இந்தியாவின் நிலைமையைப்பற்றி ஒன்றும் தெரியாது. இத்தனை வருட அனுபவத்துக்குப் பிறகும் மேலே குறிப்பிடப்பட்ட ஜனநாயக அரசுமுறை இந்தியாவுக்கு ஏற்ற தல்ல என்பதை அவர்கள் உணரவில்லை. ஒரேதரப்பட்ட மக்கள் வாழும் பிரிட்டன் போன்ற நாடுகளில் வேண்டுமானால் இம்மாதிரியான மக்களாட் சியை நிறுவமுடியும். ஆனால் பலதரப்பட்ட, பலவிதமான ஏற்றத்தாழ்வு களுள்ள இந்தியாவைப் போன்ற ஒரு நாட்டில் இது சாத்தியமே இல்லை. இந்த அறியாமைதான் இந்தியாவின் அரசியல் சட்டரீதியான குழப்பங்க ளுக்குக் காரணம்.

இந்து மதமும் இஸ்லாமும் இரு வேறுபட்ட நாகரிகங்களையும் கலாசாரங் களையும் பிரதிபலிக்கின்றன என்பதை பிரிட்டிஷார் புரிந்துகொள்ள வேண்டும். இவ்விரண்டு மதங்களின் தொடக்கம், பாரம்பரியம், வாழும் முறை ஆகிய அனைத்தும் ஐரோப்பாவிலுள்ள நாடுகளைப்போல வெவ் வேறானவை என்பதையும் அவர்கள் புரிந்துகொள்ளவேண்டும்.

இந்தியாவில் பெரும்பான்மையினரின் தேசமும் சிறுபான்மையினரின் தேசமும் உள்ளன என்ற உண்மையை ஏற்றுக்கொண்டால் பெரும்பான் மையை அடிப்படையாகக்கொண்டு அமையும் நாடாளுமன்ற ஆட்சியில் பெரும்பான்மையினரின் தேசத்தின் ஆட்சியே அமையும் என்பதே உண்மை. ஒரு அரசியல் கட்சியின் பொருளாதார, அரசியல் கொள்கைகள் என்னவாக

இருந்தாலும், ஏதேனும் ஒரு பிரச்னை எழுந்தால் இந்துக்கள் இந்துக்களுக்கும் முஸ்லிம்கள் முஸ்லிம்களுக்கும் மட்டுமே ஆதரவளிப்பார்கள்.

கிறிஸ்துவ மதத்தைச் சேர்ந்த பிரிட்டிஷ் மக்கள் மதம் மனிதர்களின் தனிப்பட்ட விஷயமென்றும் அதில் மற்றவர்கள் தலையிட முடியாதென்றும் வாதிக்கிறார்கள். (ஆனால் தங்களுக்கிடையிலேயே நடத்த மதப்போர்களை அவர்கள் மறந்துவிட்டார்கள்) இந்து மதத்தையும் இஸ்லாமையும் பொறுத்த வரை இந்த வாதத்தை ஏற்கமுடியாது. ஏனெனில் இந்த இரு மதங்களும் சமூகக் கோட்பாடுகள்தான். அவை மனிதர்களுக்கிடையேயுள்ள உறவையல்ல. அவை மனிதர்களின் சட்டங்கள், கலாச்சாரங்கள், மட்டுமல்லாமல் அவர்களுடைய சமூக வாழ்வில் ஒவ்வொரு கட்டத்தையும் கட்டுப்படுத்துகின்றன. இந்த இரு மாதங்களும் ஒன்று மற்றதை ஏற்றுக்கொள்வதில்லை. ஆகவே மேலை நாட்டுக் குடியரசுகளில் காணப்படுவதுபோல இந்தியாவிலும் இரு மதங்களைச் சேர்ந்தவர்களும் இணைந்து வாழ்வதென்பது நடக்காது.

10.03

(1940ம் ஆண்டு மார்ச் மாதத்தில் லாகூரில் நடைபெற்ற முஸ்லிம் லீகின் ஒரு கூட்டத்தில் ஜின்னா உரையாற்றினார். இதில்தான் அவர் 'பாகிஸ்தான்' என்ற பெயரில் முஸ்லிம்களுக்கான தனி நாடு உருவாக்கப்படும் என்று சூளுரைத் தார். அந்த உரையிலிருந்து சில பகுதிகள்)

இந்தியாவிலுள்ள பிரச்னை இரு மதங்களுக்கிடையேயுள்ளதல்ல, மாறாக இரு நாடுகளுக்கிடையே (International) உள்ள ஒன்று. நாம் அதை அந்தக் கோணத்தில்தான் பார்க்கவேண்டும். இந்த அடிப்படையான உண்மையை நாம் புரிந்துகொள்ளவில்லை என்றால் நாம் எந்த மாதிரியான அரசியல் சட்டத்தை உருவாக்கினாலும் அது அழிவில்தான் முடியும். முஸ்லிம்கள், இந்துக்கள், பிரிட்டிஷார் ஆகிய அனைவருக்கும் அது பாதகமாக முடியும். இந்திய உபகண்டத்திலுள்ள மக்கள் மகிழ்ச்சியாகவும் அமைதியாகவும் வாழவேண்டுமென பிரிட்டிஷ் அரசு உண்மையாகவே, மனதார விரும்பினால் இந்தியாவை இரு பாகங்களாகப் பிரித்து ஒவ்வொன்றையும் ஒரு தனி சுதந்தர நாடாக அறிவிக்கவேண்டும். இவ்விரு நாடுகளும் ஒன்றையொன்று எதிரியாகக் கருதத் தேவையில்லை. பார்க்கப்போனால், இந்த இரு சமுதாயங்களிடையே இப்போது நிலவும் போட்டி மனப்பான்மையும் ஒரு சமுதாயம் மற்றதைத் தனது கட்டுப்பாட்டில் வைத்திருக்க விரும்புவதும், ஒரு அரசு மற்ற அரசின் மீது தனது அதிகாரத்தைப் பிரயோகிக்க விரும்புவதும் இனிமேல் நின்றுவிடும். இரு நாடுகளுக்கிடையே ஒப்பந்தங்கள் கையெழுத்திடப்படும். இருவருக்குமிடையே சுமுகமான உறவு நிலவும். இருவரும் சமாதானமாக வாழ்வார்கள். மேலும், இந்தியாவிலுள்ள இந்துக்களும் முஸ்லிம்களும் தங்களுக்கிடையே எழும் பிரச்னைகளை நட்பு முறையில், தங்களுக்குள் ஏற்படுத்திக் கொண்ட ஒப்பந்தங்களினடிப்படையில் தீர்த்துக் கொள்வார்கள். இதன் மூலம் இந்தியாவில் வாழும், முஸ்லிம்கள், மற்றச்

சிறுபான்மையினர் ஆகியோரின் உரிமைகள் பாதுகாக்கப்படும். அவர்களுடைய தேவைகள் பூர்த்தி செய்யப்படும்.

இஸ்லாம், இந்து மதங்களின் உண்மையான சுபாவத்தை நமது இந்து நண்பர்கள் ஏன் புரிந்துகொள்ள முற்படவில்லை என்பது புரியவில்லை. உண்மையில் மதம் என்பதன் கறாரான வரையறையின்படிப் பார்த்தால் அவை இரண்டும் மதங்களே அல்ல. அவை ஒன்றுக்கொன்று மாறுபட்ட தனித்தன்மை மிகுந்த சமூக அமைப்புகள் மட்டுமே. இந்துக்களும் முஸ்லிம்களும் ஒரு பொதுவான தேசிய உணர்வை உருவாக்குவார்கள் என்று சொல்வது வெறும் கதைதான். 'ஒரே இந்தியா' என்ற எண்ணத்துக்கு இங்கிடமில்லை. இதுதான் நீங்கள் இன்று நேரிடும் பிரச்னைகளுக்குக் காரணம். இந்த எண்ணத்தை மாற்றிக்கொள்ள வேண்டும். இல்லையென்றால், இந்தியாவே அழிந்துவிடும். இந்துக்களும் முஸ்லிம்களும் இரண்டு வெவ்வேறு மாதிரியான தத்துவங்களையும் சமூக பழக்கவழக்கங்களையும் இலக்கியங்களையும் பின்பற்றுபவர்கள். இருவருக்குமிடையே கலப்புத் திருமணம் நடப்பதில்லை. அவர்கள் ஒன்றாக உண்பதில்லை. அவர்கள் இரு வேறுபட்ட கலாசாரங்களைச் சேர்ந்தவர்கள். அவர்களுடைய எண்ணங்களும், எண்ண ஓட்டங்களும் ஒன்றுக்கொன்று முரணானவை. அவர்கள் தங்கள் வாழ்க்கையை வெவ்வேறு கோணங்களில் இருந்து பார்க்கிறார்கள். அவர்களுடைய புராணங்கள், இதிஹாஸங்கள், உதாரண புருஷர்கள் (Heros) அனைத்துமே வெவ்வேறானவை. ஒரு மதத்தினரால் கொண்டாடப்படும் உதாரணபுருஷன் மற்ற மதத்தில் எதிரியாகக் கருதப்படுவான். இதைப்போலவேதான் யுத்தங்களில் வெற்றிகளும் தோல்விகளும். பெரும்பான்மையினர், சிறுபான்மையினர் என்ற இரு சமுதாயங்களையும் ஒரே நாட்டின் கீழ்கொண்டு வந்தால் மக்களிடையே அதிருப்தி வெடிக்கும். கடைசியில், அந்த அரசு அழியும்.

இந்திய உபகண்டத்தைவிட பரப்பில் சிறியதும், சாதாரணமாக ஒரே ஒரு நாடாகக் கருதக்கூடியது பிரதேசங்கள் பல்வேறு நிலப்பரப்புகளாகத் துண்டிக்கப்பட்டு, ஒவ்வொன்றும் ஒரு தனி நாட்டின் பாகமாக உள்ளது. உதாரணமாக பால்கன் (Balkan) தீபகற்பத்தில் ஏழு அல்லது எட்டு சுதந்தர நாடுகள் உள்ளன. ஐபீரியன் தீபகற்பத்தில் ஸ்பெயின் மற்றும் போர்ச்சுக்கலுக்கிடையே விரோத மனப்பான்மையே நிலவுகிறது.

இப்படியிருந்தும் இந்திய நாட்டின் ஒற்றுமையுணர்வு, அது ஒரே தேசம் (அப்படி ஒன்று இல்லவே இல்லை) என்றெல்லாம் சொல்லிக்கொண்டு நாம் அனைவருக்கும் பொதுவான ஒரு மத்திய அரசை நிறுவ முயல்கிறோம். பார்க்கப்போனால் கடந்த 1200 வருடங்களாக இந்தியாவில் எந்தவிதமான ஒற்றுமையும் நிலவவில்லை. இந்தியா எப்போதுமே 'இந்து இந்தியா', 'முஸ்லிம் இந்தியா' என இரு தனித்தனி நாடுகளாகத்தான் இருந்திருக்கிறது. இப்போது செயற்கையாக ஒட்ட வைக்கப்பட்டுள்ள இந்தியா என்ற நாட்டை பிரிட்டிஷார் தம் ஆயதபலத்தை உபயோகித்து ஆள்கிறார்கள். ஆனால் பிரிட்டிஷ் ஆட்சி முடிவுக்கு வந்தால்... அது இந்தியப் பிரிவினையின்

தொடக்கமாக இருக்கும். கடந்த ஆயிரம் ஆண்டுகளாக முஸ்லிம்களுக்குக் கீழில் இருந்ததைவிட இந்தியாவின் நிலைமை இன்னும் மோசமாகிவிடும். நிச்சயமாக, நூற்றி ஐம்பது ஆண்டுகளாக நம்மை ஆண்டுவந்த பிரிட்டிஷார் இம்மாதிரியான நிலைமை உருவாவதை விரும்பமாட்டார்கள். இந்துக்களும் முஸ்லிம்களும்கூட அம்மாதிரியான பேரழிவை விரும்பமாட்டார்கள்.

இந்து பெரும்பான்மையினருக்கு ஆளும் உரிமையைக் கொடுக்கும் எந்த அரசியல் சட்டத்தையும் முஸ்லிம்கள் ஏற்றுக்கொள்ளமாட்டார்கள். சிறுபான் மையினர்மேல் திணிக்கப்படும் ஒரு ஜனநாயக ஆட்சி இந்துக்களின் ஆட்சி யாகத்தான் இருக்கும். காங்கிரஸ் கட்சியின் தலைமை விரும்பும் ஜனநாயக அரசு என்றால் அதன் பொருள் இஸ்லாம் மதத்திலுள்ள விலை மதிப்பற்ற கொள்கைகளை அந்த அரசு அழித்தேவிடும் என்பதுதான். கடந்த இரண்டரை வருடங்களாக மாநிலங்களில் காங்கிரஸ் அரசுகள் செயல்பட்டுவந்த விதத்தைப் பார்த்திருக்கிறோம். இம்மாதிரியான ஆட்சி இனிமேலும் தொடர்ந்தால் அது உள்நாட்டுக் கலகத்துக்கே விதை விதைக்கும்.

இந்தியாவிலுள்ள முஸல்மான்களைச் சிறுபான்மையினர் என்று (அதாவது நாம் வழக்கமாகப் புரிந்துகொள்ளும் அர்த்தத்தில்) சொல்லமுடியாது. அவர்கள் ஒரு தனி நாடு. அவர்களுக்கென்று ஒரு தாயகமும் நன்குவரையறுக் கப்பட்ட பிரதேசங்களும் ஒரு தனி அரசும்வேண்டும். ஒரு சுதந்தர நாட்டுப் பிரஜைகளாக எங்கள் அயல்நாட்டினருடன் சமாதானமாக நல்லிணக்கத்துடன் வாழ விரும்புகிறோம். எங்களுடைய மக்கள் தங்களுடைய ஆன்மிக, கலாசார, பொருளாதார, அரசியல் வாழ்வில் முன்னேறவேண்டுமென விரும் புகிறோம். எங்களுக்குச் சரியெனத் தோன்றுவதை, எங்களுடைய லட்சியங் களுக்கு ஏற்றமுறையில், எங்கள் அறிவுக்கெட்டிய மட்டில் இதைச் செய்ய விரும்புகிறோம். இந்த லட்சியங்களை அடைய நாங்கள் எதிர்கொள்ள நேரும் பிரச்னைகளுக்கு அனைவரும் ஒப்புக்கொள்ளக்கூடிய, எங்களுடைய தன்மானத்துக்கு ஊறுவிளைவிக்காத, எமது லட்சக்கணக்கிலுள்ள மக்களுக்கு நன்மை பயக்கக்கூடிய ஒரு சரியான விடையைக் கண்டுபிடிக்கவேண்டும். அதேசமயம் நம்மை யாரும் பயமுறுத்தி நமது குறிக்கோளையும் நோக் கத்தையும் விட்டுவிடும்படிச் செய்யவும்முடியாது. இதற்காக நாம் எல்லாக் கஷ்டங்களையும் சகித்துக்கொள்ளத் தயாராக இருக்கவேண்டும். இதன் விளைவுகள் என்னவாக இருந்தாலும் அவற்றை ஏற்றுக்கொள்ளவும் வேண்டும். நமது குறிக்கோளை அடைய எந்தவிதமான தியாகத்தையும் செய்ய நாம் தயாராக இருக்கவேண்டும்.

பெரியோர்களே! இதுதான் நாம் செய்யவேண்டியது. நீங்கள் எனக்கு அனு மதித்த நேரத்தை மீறிப் பேசிவிட்டேன் என நினைக்கிறேன். இருப்பினும், நாம் நிறைவேற்றவேண்டிய கடமைகளை உங்களுக்கு விவரித்துவிட்டேன். இது எத்தனை பெரிது, எத்தனை மகத்தானது என்பதை நீங்கள் உணருகிறீர் களா? விஷயங்களை சர்ச்சை செய்தால் மட்டும் சுதந்தரம் கிடைத்துவிடாது என்பது தெரியாதா உங்களுக்கு?

நான் நமது அறிஞர்களுக்கு ஒருவேண்டுகோள் விடுக்கிறேன். எல்லா நாடு களிலும் படித்த அறிஞர்கள்தான் மக்கள் இயக்கங்களைத் தொடங்கிவைக் கின்றனர். முஸ்லிம் அறிஞர்கள் என்ன செய்யப்போகிறார்கள்? நீங்கள் பிரச்னைகளைச் சரியாகப் புரிந்துகொண்டு, வேண்டிய தியாகங்களைச் செய்து, தன்னலமின்றி, முழுமனதுடன் உங்கள் மக்களுக்காகப் போராட வேண்டும். இப்படிச் செய்யவில்லையென்றால், உங்கள் குறிக்கோளை அடையமுடியாது. நண்பர்களே! உறுதியான ஒரு முடிவை எடுங்கள்! உங்க ளுடைய மக்களை ஒன்று சேருங்கள்! உங்களுடைய சமூகத்துக்குச் சக்தியூட் டுங்கள்! இந்தியா முழுவதிலுள்ள முஸல்மான்களை ஒரு குடையின்கீழ் கொண்டு வாருங்கள்! மக்கள் விழிப்புடன் இருக்கிறார்கள். அவர்களுக்கு நீங்கள் வழிகாட்டவேண்டும். அவர்களை நீங்கள் வழிநடத்திச் செல்ல வேண்டும். இஸ்லாமின் சேவகர்களாக வாருங்கள். மக்களைப் பொருளா தார, சமூக, கல்வி, அரசியல்ரீதியாக ஒன்று சேருங்கள். நீங்கள் சக்தி பெறு வீர்கள். உங்களை அனைவரும் ஏற்றுக்கொள்வார்கள் என்பதில் சந்தேக மில்லை. *(கைதட்டல்)*

10.04

(பாகிஸ்தானை உருவாக்கவேண்டுமென்ற தீர்மானம் அங்கீகரிக்கப் பட்டதற்கு அடுத்த வருடம், அதாவது 1941 மார்ச்சில், அலிகரிலுள்ள முஸ்லிம் பல்கலைக்கழக மாணவர்களைச் சந்தித்து ஜின்னா உரையாற்றினார். இந்தியா முழுவதிலுள்ள அறிவில் சிறந்த முஸ்லிம் மாணவர்கள் இங்குதான் படிக்க வந்தனர். ஆகவே, வரவிருக்கும் பாகிஸ்தானின் முன்னேற்றத்தில் முக்கியப் பங்கு வகிக்கப்போகும் அந்த மாணவர்களுடன் ஜின்னா தனது கருத்துகளைப் பகிர்ந்து கொண்டார். அந்த உரையிலிருந்து சில பகுதிகள்)

அலிகர் மாணவர்கள் தன்னிடம் காண்பித்த அன்புக்கும் மரியாதைக்கும் மனமுவந்த நன்றியைத் தெரிவித்துக்கொண்டு தன் பேச்சைத் தொடங்கினார் திரு. ஜின்னா. முந்தைய வருடம் அவர் அங்கு வந்து உரை நிகழ்த்தியபோது, லாகூர் (பாகிஸ்தான்) தீர்மானம் சர்ச்சை செய்யப்பட்டு வந்தது. ஆனாலும் அந்தத் தீர்மானத்தில் சொல்லப்பட்டுள்ள விஷயங்களின்மேல் நடவடிக்கை எடுக்கப்படவேண்டுமென்ற ஆவல் அந்த மாணவர்கள் முகத்தில் தெரிந்தது. இந்தியாவின் மற்ற பாகங்களிலும் இதே உணர்வுதான் காணப்பட்டது என்ற கருத்தைத் தெரிவித்த ஜின்னா தொடர்ந்து பேசினார்.

முஸ்லிம்கள் மனத்தை வாட்டிக்கொண்டிருந்ததைத்தான் நான் தைரியமாக வெளியே சொன்னேன். இதைக் கேட்ட இந்துக்களுடைய செய்தித்தாள்கள், இந்துத் தலைவர்கள், மற்றும் காங்கிரஸ் கட்சி ஆகிய அனைவரும் 'ஐயோ! அப்பா!' என்று அலறத் தொடங்கினர். என்னை வன்மையாக எதிர்த்தனர். நான் சொன்னதற்கெதிராகப் பத்திரிகைகள் பிரசாரங்கள் நடத்தின. எங் களைத் திட்டித் தீர்த்தார்கள். நாங்கள் சொன்னதைத் திரித்துக் கூறினார்கள். எங்களைக் கடுமையாக விமர்சித்தார்கள். இருப்பினும், நாங்கள் எங்கள் நிலையிலிருந்து மாறவில்லை. இங்கிலாந்திலும் வேறுபல மேலைநாடுளி

லுள்ள ஜனநாயக அரசுமுறை இந்தியாவுக்குப் பொருந்தாது என்று நான் பல நாட்களாகக் கூறிவருகிறேன். அப்போதெல்லாம் நான் சுதந்தரத்துக்கு எதிரானவன் என்று காங்கிரஸ் பத்திரிகைகள் என்னைக் கண்டித்தன! நான் சொன்னதெல்லாம் உண்மைதான் என்பதை இப்போதுதான் அனைவரும் உணர்கிறார்கள்.

வாழ்க்கைக்குத் தேவையான அடிப்படையான விஷயங்களிலேயே இந்துக் களுக்கும் முஸ்லிம்களுக்கும் இடையே வேறுபாடுகள் உள்ளன. இதைப் பார்க்காமல் கண்களை மூடிக்கொண்டிருப்பதில் ஒரு பிரயோசனமுமில்லை. இந்துக்களுக்கிடையிலேயேகூடப் பல பிரிவுகளும், சாதிகளும், உபசாதிகளும் உள்ளன. அவர்களுக்கிடையே ஜனநாயக உணர்வே கிடையாது. இருப்பினும் அவர்கள் ஜனநாயக அரசு வேண்டுமென்கின்றனர் (சிரிப்பு) ஜனநாய கத்தைத்தவிர வேறு எதைப்பற்றியும் பேசுவதில்லை. சமீபத்தில் பம்பாயில் இந்துக்களுக்காக மட்டும் ஒரு கடற்கரை நீச்சல் குளம் திறக்கப்பட்டது. கடலில் போலும் அவர்கள் முஸ்லிம்களுடன் சேர்ந்து குளிக்க விரும்பவில்லை. நான் இந்துக்களின் உணர்வுகளைக் கேலி செய்ய விரும்பவில்லை. அனைவரது மத உணர்வுகளை மதிக்கிறேன். நான் மேற்சொன்னவற்றைபற்றி பேசக் காரணம் இந்துக்களுக்கும் முஸ்லிம்களுக்கும் இடையேயுள்ள வேற்றுமை உணர்வு எத்தனை ஆழமாக இருக்கிறது என்பதைச் சுட்டிக் காண்பிக்கத்தான். இம்மாதிரியான வேற்றுமைகள் இல்லவே இல்லை என்று நாமாக நினைத்துக்கொண்டு இந்தியாவுக்கு ஒரு பொதுவான அரசியல் சட்டத்தை உரு வாக்குவது புத்திசாலித்தனமல்ல. இந்தியாவில் ஜனநாயக முறையை அறிமுகப் படுத்துவதால் நாம் நேரிடவுள்ள இன்னல்களைப் புரிந்துகொள்ளாமலிருந்தால் அது மக்களைப் பெருமளவில் பாதிக்கும். அவர்கள் (பிரிட்டிஷார்) இந்தியா மீது திணிக்க விரும்பும் ஜனநாயக முறையை நடைமுறைப்படுத்தமுடியாது. இதைவிட எத்தனையோ குறைந்த அளவில் ஜனநாயக முறை வெற்றிகரமாக வெளிநாடுகளில் அறிமுகப்படுத்தப்பட்டுள்ளது. ஆனால் அங்குள்ள நிலைமை கூட இந்தியாவில் இன்றில்லை. ஆகவே, இந்த எண்ணத்தை எத்தனை விரைவில் கைவிடுகிறோமோ அத்தனை நல்லது.

ஆகவேதான், மிக ஆழமாகவும் தீவிரமாகவும் சிந்தித்த பின் நாங்கள் இந்தியா வின் வடமேற்கு மற்றும் வடகிழக்குப் பகுதிகளை உள்படுத்தி ஒரு சுதந்தர நாட்டை ஸ்தாபிக்கவேண்டும் என்றும், மாநில அரசுகளில் சிறுபான்மை யினரைப் பாதுகாக்கும் பொருட்டு சட்டரீதியான விதிமுறைகள்வேண்டு மென்றும் எங்கள் லாகூர் தீர்மானத்தில் கேட்டுக்கொண்டோம். இந்தப் பிரி வினைவேண்டுகோளுக்கு அடிப்படையாக உள்ள காரணங்களைப் புரிந்து கொள்வதில் கஷ்டமே இல்லை. அந்தத் தீர்மானத்தின் நல்லது, கெட்டதுகளை ஆராயாமல் இந்துக்களும் காங்கிரஸ் கட்சியும் அது ஏதோ ஒரு பயங்கர மிருகம் என்றோ, இரவில் உங்களை பயமுறுத்தும் பேய், பிசாசு என்றோ நினைத்து அதைக் குறை கூறி, ஊரைக்கூட்டுகிறார்கள். (சிரிப்பு)

பார்க்கப்போனால் பாகிஸ்தான் பல நூற்றாண்டுகளாகவே நம்முடன் இருந்திருக்கிறது. இப்போதுமிருக்கிறது. உலகம் அழியும்வரை அது

நம்முடன் இருக்கும் (கைதட்டல்). நம்மிடமிருந்து பிடுங்கி எடுத்துக் கொள்ளப்பட்டதை நாம் திரும்ப எடுத்துக்கொள்ளவேண்டும். அவ்வளவு தான். இந்துக்களுக்கு இதன் மீது என்ன உரிமை இருக்கிறது? எங்க ளுடையதை நாங்கள் எடுத்துக்கொள்வதை அவர்கள் எப்படித் தடுக்க முடியும்? பாகிஸ்தான் உருவாவதற்கு இந்துக்கள் சம்மதிப்பதுதான் நல்லது.

சரி, முஸ்லிம் லீக் இதைப்பற்றிச் சொல்வதென்ன? முஸ்லிம்கள் பெரும் பான்மையாக இருக்கும் பிரதேசங்கள் தனியாகக் குறிக்கப்பட்டு, அவற்றின் எல்லைகளில் தேவையான மாற்றங்களைச் செய்தபின் அவை ஒரு தனி சுதந்தர நாடாக உருவெடுக்கவேண்டுமென்பதுதான் அதன் கோரிக்கை. இந்த யோசனைப்படி மூன்றில் இரண்டு பங்கு பிரதேசம் இந்துக்களுக்குக் கிடைக்கும். அங்கு அவர்கள் தங்கள் அரசை ஸ்தாபித்துக்கொள்ளலாம். அவர் களுக்குக் கிடைக்கும் பங்கை வைத்துக்கொண்டு அவர்கள் திருப்தியடைய வேண்டும். இந்தியா முழுவதும் அவர்களுக்குக் கிடைக்காது.

நாம் கோரும் பாகிஸ்தானை அனுமதித்தால் இந்தியா இரண்டாகப் பிளக்கப் படும் என்றும், பாரதத்தாய் இரு துண்டுகளாக வெட்டப்படுவாள் என்றும், பசுவதை தொடரும் என்றெல்லாம் வாதிக்கப்பட்டது. அந்த வாதங்களை இந்துக்கள் இப்போது கைவிட்டுவிட்டனர். இந்தியப் பிரிவினைக்குப் பிறகு தாங்கள் பாதுகாப்புடன் இருப்போமா என்று கேட்க ஆரம்பித்துவிட்டனர். இந்தியா இரண்டாகப் பிரிக்கப்பட்டால் முஸ்லிம்கள் நாடு முழுவதையும் தங்கள் கீழில்கொண்டுவந்து விடுவார்கள் என்று இந்துக்களின் செய்தித் தாள்கள் பிரசாரம் செய்கின்றன. இது ஆதாரமற்ற குற்றச்சாட்டு. ஏனெனில் இதுதான் இந்துக்களின் பயம் என்றால் அவர்கள் இந்தியா முழுவதையும் எப்படி ஆளப்போகிறார்கள்? பாகிஸ்தானில் ஏழு கோடி முஸ்லிம்கள்தான் இருப்பார்கள். இந்து இந்தியாவில் 22 கோடி இந்துக்கள் இருப்பார்கள். இந்த 22 கோடி இந்துக்களுக்கு வெறும் 7 கோடி முஸ்லிம்களுக்கெதிராகத் தங்களைப் பாதுகாத்துக்கொள்ளமுடியாதென்பதுதான் அவர்கள் வாதமா?

அடுத்தாற்போலச் சொல்லப்படுவது: இதுவரை இந்தியாவின் வடமேற்குத் திக்கிலிருந்துதான் வெளியாட்கள் இந்தியாவை ஆக்கிரமித்திருக்கிறார்கள். இனிமேலும் அவ்வாறு நிகழ்ந்தால் பாகிஸ்தானால் அதைத் தடுத்து நிறுத்த முடியாது. பிரிவினை செய்யப்படாத ஜனநாயக இந்தியாவினால்தான் அந்த ஆக்கிரமிப்புகளைத் தடுக்கமுடியும். ஆகவே இந்தியாவில் ஒரு ஜனநாயக மத்திய அரசு ஸ்தாபிக்கப்படவேண்டும்.

தேர்தலில் பெரும்பான்மை பெற்று, மத்தியில் ஆட்சிபுரிந்தாலே வெளி நாட்டினர் ஆக்கிரமிப்பைத் தடுக்கமுடியுமென அவர்கள் நினைக்கிறார்கள் (சிரிப்பு). தவிரவும் பாகிஸ்தான் அமைவதால் முஸ்லிம்களுக்கொரு லாபமும் இல்லையென்றும், இந்துக்கள் அவர்களைச் சும்மாவிட மாட்டார்கள் என்றும் இந்துக்கள் முஸ்லிம்களிடம் சொல்கிறார்கள்.

வடமேற்கிலிருந்து ஆக்கிரமிப்பு வருவதைப்பற்றிப் பேசினால் போர்த்துக்கீசியர்கள் எங்கிருந்து நம் நாட்டுக்குள் வந்தார்கள்? ஃபிரஞ்சுக்காரர்கள் எப்படி

வந்தனர்? பிரிட்டிஷார் கைபர் கணவாய் வழியாகவா வந்தனர்? இல்லை! அவர்கள் கடல்மார்க்கமாகத்தான் இந்தியாவுக்கு வந்தனர். மேலும் தற்காலப் போர்களில் விமானப்படை முக்கியப் பங்கு வகிக்கிறது. தரை மற்றும் கப்பற்படைகளுக்கு இரண்டாவது இடம்தான். ஆகவே நாம் நல்ல அயல் வாசிகளாக வாழ்வோம். இந்துக்கள் இந்தியாவின் தெற்கு மற்றும் மேற்குப் பக்கங்களைப் பாதுகாக்கட்டும். முஸ்லிம்கள் தங்கள் எல்லைகளைப் பாதுகாக்கட்டும். அப்போது நாம் ஒன்றாகக் கைகோர்த்து நிற்போம். இந்தியாவைத் தொடாதே. இந்தியா இந்தியர்களுக்கே என்று உலகுக்குச் சொல்வோம். *(கைதட்டல்)*

முஸ்லிம் சிறுபான்மையினரைக் குறித்துச் சொல்லப்படும் இரண்டாவது ஆட்சேபனைக்கு அர்த்தமில்லை. எங்களுக்கும் சுய கௌரவம் உண்டு. ஆகவே, முஸ்லிம் பெரும்பான்மைப் பிரதேசங்களில் வாழும் சகோதரர் களுடைய சுதந்தரத்தை நிலைநாட்ட மைனாரிட்டிப் பிரதேசங்களில் வாழும் நாங்கள் எல்லாவிதமான கஷ்டங்களையும் சகித்துக் கொள்வோம். எந்தத் தியாகங்களையும் செய்யத் தயார். ஒன்றுபட்ட இந்தியாவை ஸ்தாபிக்கும் நோக்கத்துடன் அவர்களையும் எங்கள் பக்கம் இழுத்துவருவதால் எங்களுக்கு ஒரு லாபமுமில்லை. அப்படிச் செய்தால் அவர்களையும் நாம் மைனாரிட்டி களாக மாற்றிவிடுகிறோம். ஆனால் எங்களுக்கு என்ன நேர்ந்தாலும் எங்கள் முஸ்லிம் சகோதரர்களை பெரும்பான்மை இந்துக்களுக்கு அடிமைகளாக்கு வதை அனுமதிக்கமாட்டோம். இரண்டு தனித்தனியான சுதந்தர நாடுகளை உருவாக்குவதால் சிறுபான்மையினர் நன்கு கவனித்துக்கொள்ளப்படுவார்கள் என்பது உறுதி. இதைப்பற்றிய சர்ச்சைகளும் பேச்சுவார்த்தைகளும் தொடங்கும்போது முஸ்லிம் சிறுபான்மையினரை நாங்கள் ஒருபோதும் கைவிடமாட்டோம்.

பாகிஸ்தான் நாம் உறுதியாக அடையக்கூடிய குறிக்கோள் என்பது மட்டு மல்ல. இஸ்லாம் இந்த நாட்டிலிருந்து முழுவதாக அழிக்கப்படாமலிருக்க வேண்டுமென்றால் பாகிஸ்தான் உருவாவதுதான் வழி. இதற்காக நாம் நெடுந்தூரம் செல்லவேண்டியிருக்கிறது. பாகிஸ்தான் அதோ, அங்கே நமக்காகக் காத்துக்கொண்டிருக்கிறது. நாம் அதைக் கையிலெடுத்துக்கொள்ள வேண்டும். சுதந்தரம் அடைவது எளிது. அது நம் கையிலிருந்து நழுவிப் போகாமல் பார்த்துக்கொள்வதுதான் கடினம். இங்கிலாந்தும் அமெரிக் காவும் சுதந்தர நாடுகள்தான். ஆனால் அதைச் சுதந்தரத்தைப் பாதுகாக்க அவர்கள் எத்தனை பாடுபடவேண்டியிருந்தது!

நாம் நம்மைத் தயார்படுத்திக்கொள்ளவேண்டும். உங்களுடைய பலத்தை அதிகரித்துக் கொள்ளுங்கள். உங்களுடைய மக்களுக்கு கல்வி, வியாபாரம், வர்த்தகம், தொழில்கள், நாட்டின் பாதுகாப்பு ஆகியவற்றைக் கற்றுக் கொடுங்கள். நமது உள்நாட்டுப் பாதுகாப்பை எப்படி நிலைநிறுத்துவது, வெளியார்களின் ஆக்கிரமிப்பை எப்படி நேரிடுவது என்பவைதான் நாம் சந்திக்கவுள்ள பிரச்னைகள். ராட்டைகளைச் சுழற்றுவதால் மட்டும் சுதந்தரம்

கிடைத்துவிடாது. நாம் புனிதமானதென்று கருதும் லட்சியங்களையும் நமது தாய்நாட்டையும் பாதுகாக்கும் பொருட்டு மற்றவர்களுடன் போரிடவும் தயாராக இருக்கவேண்டும் (கைதட்டல்). பாகிஸ்தான் கிடைப்பது உங்கள் கையில் தானிருக்கிறது. முஸ்லிம் இந்தியாவின் ராணுவப் பாசறைதான் அலிகர். நீங்கள் அதன் தலையாய வீரர்கள். கிராமங்களுக்குச் செல்லுங்கள். அங்குள்ளவர்களுக்குக் கல்வியறிவு புகட்டுங்கள். அவர்கள் வாழ்க்கைத் தரத்தை உயர்த்துங்கள். நமது குறிக்கோள் என்னவென்று அவர்களுக்கு விளக்குங்கள். அவர்களுக்குத் தவறான வழிகாட்டப் பலர் காத்திருக்கின்றனர். மக்கள் உண்மை நிலையைப் புரிந்துகொண்டால் அவர்கள் தங்களுடைய குறிக்கோளை நோக்கி முன்னேறுவார்கள்.

ஆக்கப்பூர்வமான செயல்களைச் செய்யும் நேரம் வந்துவிட்டது. உங்களுடைய விடுமுறை நாட்களில் கற்பித்தல், சமூக மேம்பாடு, பொருளாதார முன்னேற்றம், கூடுதல் அரசியல் விழிப்புணர்வு ஆகிய ஆக்கப்பூர்வமான செயல்களில் ஈடுபடுங்கள். மக்களிடையே ஒழுக்கத்தை வளருங்கள். இந்தியாவின் வட மேற்கிலும் வட கிழக்கிலும் முஸ்லிம் ராஜ்யங்களை ஸ்தாபிக்க விரும்புகிறோம். அப்போதுதான் இந்துக்களுக்கும் முஸ்லிம்களுக்குமிடையே அமைதியான நட்புறவு வளரும். இருவரும் நல்ல அயல்வாசிகளாக இருப்பார்கள். இதுதான் நிரந்தரமான அமைதிக்கும் மகிழ்ச்சியான வாழ்க்கைக்கும் உள்ள வழி. இங்கிலாந்திலும் காங்கிரஸ் கட்சியிலும் ஒருசிலர் இந்தத் திட்டத்தைத் தீவிரமாகப் பரிசோதித்துக் கொண்டிருக்கிறார்கள் என அறிகிறேன். ஆகவே நமது குறிக்கோளை நோக்கிச் செல்வோம். நேரம் வரும்; நீங்கள் தயாராக இருங்கள். அப்போது நீங்கள் என்ன செய்யவேண்டும் என்பதை நான் உங்களிடம் சொல்கிறேன் (நீண்ட கைதட்டல்).

அத்தியாயம்: 11

புரட்சிகர சீர்திருத்தவாதி
ஈ.வெ. ராமசாமி

~

மகாராஷ்டிராவைப்போலவே தமிழ்நாட்டிலும் பிரிட்டிஷ் ஆட்சியின் சாதகங்களை முதலில் கைப்பற்றியது பிராமணர்களே. புதிய ஆட்சியாளர்களுக்கு ஆசிரியர்கள், வழக்கறிஞர்கள், மருத்துவர்கள் அலுவவல குமாஸ்தாக்கள், அரசு ஊழியர்கள் ஆகிய வேலைகளைச் செய்துதர ஆங்கிலம் கற்றனர். காங்கிரஸ் கட்சி தென்னிந்தியாவில் உறுப்பினர்களைச் சேர்க்க முயன்றபோது பிராமணர்கள்தான் முன்வரிசையில் வந்து நின்றனர். ஒருசிலர் தேசபக்தி காரணமாகவும் தேச சேவை புரியும் நோக்கத்துடனும் அதில் சேர்ந்தனர். வேறு சிலர் அரசு வேலைகளில் உயர்ந்த பதவி கிடைக்குமென்ற ஆசையில் சேர்ந்தனர்.

காலனி ஆதிக்கம் வரும் முன்பே பிராமணர்கள் சமூகத்தில் உயர்ந்த நிலையிலிருந்தனர். திட்டமிட்டோ தற்செயலாகவோ பிரிட்டிஷ் அரசின் கொள்கைகளும் பிராமணர்களைப் பொருளாதார, அரசியல்ரீதியாக உயர்ந்தநிலைக்குக் கொண்டுசென்றன. பிராமணர்களே சமூகத்தின் எல்லாத்துறைகளிலும் ஆதிக்கம் செலுத்தத் தொடங்கிவிடுவார்கள் என்று பயந்துதான் ஜோதிராவ் ஃபுலேவும், பி.ஆர். அம்பேத்கரும் அவர்களுக்கெதிராகப் போராட்டங்களைத் தொடங்கினார். தென்னிந்தியாவில் இவர்களுக்கிணையானவர் சிந்தனையாளரும் செயல்வீரருமான ஈ.வெ. ராமசாமி (ஈ.வெ.ரா.)

ஈ.வெ.ரா. ஈரோட்டில் 1879-ல் பிறந்தார். அவர் கன்னடம் பேசும் நாயக்கர் சாதியைச் சேர்ந்தவர். இந்த சாதி, சூத்திரர்களிடையே மேல்தட்டிலிருந்த ஒன்று. இவருடைய தந்தை ஓரளவுக்கு வெற்றிகரமாக வியாபாரம் செய்து வந்தார்.

ஈ.வெ.ரா.வின் இளமைக்காலத்தைப்பற்றி நமக்கு அதிகமாக ஒன்றும் தெரியாது. அவர் இளம் வயதிலேயே பனாரஸுக்குச் சென்றார் என்று சொல்லப்படுகிறது. அந்த இடத்தில் நிலவிய பக்தி உணர்வோ அந்த இடமோ அவரை அதிகம் கவரவில்லை. அழுக்குப் பிடித்த தெருக்களும், கங்கையில் பாதி எரிந்த நிலையில் மிதந்து சென்ற சடலங்களும் அவரை அதிர்ச்சிக்குள்ளாக்கின. சொந்த ஊருக்குத் திரும்பிய பின்னர் அவர் குடும்ப வியாபாரத்தைப் பார்த்துக் கொண்டார். ஒரு குறுகிய காலத்துக்கு அவர் ஈரோடு நகர சபையின் தலைவராகவும் இருந்தார். 1920களில் ஈ.வெ. ரா.

காங்கிரஸ் கட்சியின் உறுப்பினராக இருந்தார். காந்தியின் கொள்கைகளைப் பின்பற்றி கதர்த் துணிக்கு ஆதரவு, ஹரிஜனங்களின் ஆலயப் பிரவேசம் என ஊக்கத்துடன் செயல்பட்டார். 1925-ல் காங்கிரஸிலிருந்து ராஜினாமா செய்தார். அதன் தலைவர்களில் பெரும்பாலானவர்களாக இருந்த பிராமணர்கள் தாழ்த்தப்பட்ட சாதிகளின் தேவைகளைப் பூர்த்தி செய்ய ஆர்வம் காட்டாததுதான் ராஜினாமாவுக்குக் காரணம். காங்கிரஸார் நடத்திவந்த ஒரு மாணவர் விடுதியில் ஈ.வெ.ரா.வின் எதிர்ப்பையும் மீறி பிராமண, பிராமணரல்லாத மாணவர்களுக்குத் தனித்தனியாக உணவளிக்கப்பட்டது. இந்த சம்பவம் ராஜினாவுக்கு முக்கிய தூண்டுகோலாக இருந்தது.

இதன் பின்னர், ஈ.வெ.ரா. 'சுயமரியாதை' என்று தான் அடையாளப்படுத்திய ஒன்றைப் பரப்ப ஆரம்பித்தார். பழைய காலத்திய வரலாறும் தற்போதைய அரசியலும்தான் தென்னிந்தியாவை வட இந்தியர்களின் ஆதிக்கத்திலும் பிராமணரல்லாதாரை பிராமணர்களுடைய கீழிலும்கொண்டுவந்துவிட்டது என ஈ.வெ.ரா. கருதினார். ஆகவே ஒடுக்கப்பட்ட சாதிகளும் பிரதேசங்களும் தங்களுடைய சுயமரியாதையைத் திரும்ப பெறவேண்டும்; வேறு யாருக்கும் பணியாமல் தங்களைத் தாங்களே பார்த்துக்கொள்ளவேண்டும்; அதற்கான சரியான சூழ்நிலையை உருவாக்கவேண்டும் என்று அவர் விரும்பினார்.

தமிழில் நல்ல பேச்சாளராக இருந்த ஈ.வெ.ரா. பல அரசியல் இதழ்களை நடத்திவந்தார். அவற்றை மக்கள் விரும்பி வாசித்தனர்.

(1920களில் இந்தியாவில் தான் பார்த்த விஷயங்கள் நீங்கலாக, அமெரிக்காவின் பிரபல பகுத்தறிவுச் சிந்தனையாளரான ராபர்ட் ஜி.இங்கர்சாலின் தாக்கத்துக்கு ஆளானதாகத் தெரிகிறது. 1931-ல் ரஷ்யாவுக்கு விஜயம் செய்த பின் லோகாயதம் குறித்த இ.வே.ரா.வின் நம்பிக்கை வலுப்பட்டது).

1930களிலிருந்து ஈ.வெ.ரா. 'பெரியார்' என அழைக்கப்பட்டார். அவருடைய பேச்சுகளிலும் கட்டுரைகளிலும் நாத்திகவாதம், பெண்ணுரிமைகள், கருத்தடை ஆகியவற்றைத் தீவிரமாக ஆதரித்தார். இந்தி மொழியைத் தென்னிந்தியாவில் திணிப்பதற்கெதிராக அவர் ஒரு மாபெரும் போராட்டத்தை வெற்றிகரமாக நடத்திக்காட்டினார். ராமாயணம் போன்ற இந்து புராண, இதிஹாஸங்களைப்பற்றி விமர்சனக் கட்டுரைகளை எழுதினார். அவை பிராமணர்களின் 'மேன்மையை' ஆதரித்தன என்பதும் சாதி மற்றும் பாலின வித்தியாசங்களை ஒப்புக்கொண்டன என்ற அவருடைய தீர்மானமே இந்த விமர்சனங்களுக்குக் காரணம். பிராமணப் புரோஹிதர்களைக் குறி வைத்து அதிக கட்டுரைகளை எழுதினார். அவர்கள் தந்திரசாலிகள், தீய மனப்பான்மையுள்ளவர்கள், பெண்களை வேட்டையாடுபவர்கள் என்றெல்லாம் அவர்களை வர்ணித்தார்.

ராமசாமி 1944-ல் திராவிடக்கழகத்தை நிறுவினார். திராவிட நாடு என்ற பெயரில் இறையாண்மையுள்ள ஒரு சுதந்திர நாட்டை ஸ்தாபிப்பதுதான் இதன் நோக்கமாக இருந்தது. இந்தியா சுதந்திரமடைந்த ஆகஸ்ட் 15ம் தேதி, அது குடியரசான 1950 ஜனவரி 26ம் தேதி ஆகிய இரண்டு நாட்களையும்

ஈ.வெ.ரா. துக்க நாட்களாக அனுஷ்டித்தார். வடக்கிலுள்ள ஆரியர்கள் தெற்கிலுள்ள திராவிடர்கள் மேல் அதிகாரம் செலுத்துவதை இவ்விரண்டு நாட்கள் உறுதிப்படுத்துகின்றன என்பதுதான் இவருடைய வாதமாக இருந்தது.

1949ல் ஈ.வெ.ரா.வின் சீடர்களில் சிலர் அவரிடமிருந்து பிரிந்து திராவிட முன்னேற்றக் கழகத்தைத் (தி.மு.க.வைத்) தொடங்கினார்கள். 1967 தேர்தல்களில் இந்தியாவிலேயே முதன் முதலாக ஒரு மாநிலத்தில் ஆட்சிக்கு வந்த காங்கிரஸில்லாத கட்சியாக தி.மு.க. மாறியது. தமிழ்நாட்டில் ஒரு காலத்தில் கொடிகட்டிப் பறந்த காங்கிரஸ் கட்சியால் அதன்பிறகு ஆட்சியைத் திரும்பப் பிடிக்க முடியவில்லை. ஈ.வெ.ரா.வின் கடினமான உழைப்பும் கொள்கைப் பிடிப்பும்தான் இந்த வெற்றிக்குக் காரணமென்று சொல்லலாம். ஆனால், இதுகூட அவரைத் திருப்திப்படுத்தியிருக்காது. ஏனெனில் அவருடைய லட்சியம் தமிழர்களுக்கான தனி ஒரு நாடு என்றிருந்தது, இந்தியாவுக்குள் தன்னாட்சி அதிகாரம் பெற்ற மாநிலமல்ல.

ஈ.வெ.ரா.வின் கருத்துகள் திருச்சியிலுள்ள அவருடைய சிலையில் மிக அழகாகப் பொறிக்கப்பட்டுள்ளன.

'கடவுள் இல்லை... கடவுளைக் கண்டுபிடித்தவன் முட்டாள்; கடவுளைப் பரப்புபவன் அயோக்கியன்; கடவுளை வணங்குபவன் காட்டுமிராண்டி.'

ஈ.வெ.ரா. 1973 டிசம்பரில் காலமானார்.

மதப்புரட்டு

மரபார்ந்த இந்துக்கள், இந்துமதம் ஆகியவற்றை எள்ளி நகையாடி ராமசாமி பேசிய இரண்டு உரைகளில் இருந்து சில பகுதிகளை இங்கு இடம்பெறச் செய்கிறோம். முதலாவதுஆக, 1927-ல் திருநெல்வேலி மாவட்டத்தில் குற்றாலத்தில் ஆற்றிய உரை.

அரசியலின் பெயரால் அரசியல்காரர்கள், தேசீயக்காரர்கள் என்போர்கள் தங்கள் சுயநலத்திற்கு மக்களை எவ்வளவு தூரம் ஏமாற்றி பாடுபடுத்தி வரு கிறார்கள் என்று சொல்லி வந்தேனோ அதைவிடக் கொஞ்சமாவது குறைந்த தல்ல இந்த புரோகிதர்கள் அல்லது பார்ப்பனர்கள் என்கிற ஒரு கூட்டத்தார் மதத்தின் பேரால் நம்மை ஏமாற்றி நமது ஒற்றுமையைக் குலைத்து நாம் கஷ்டப்பட்டு சம்பாதித்த நமது பொருளையும் கொள்ளைகொண்டு நமது நாட்டையும் சமூகத்தையும் பாழாக்கி நம்மை சுயமரியாதையற்ற மனிதர் களாக நடைப்பிணமாய் வாழும்படி செய்துவருவது. இதன் ரகசியத்தை நாம் கொஞ்சமும் உணராமல் இம்மாதிரியான வஞ்சகச் செயலுக்கும் நாமே உதவியாயும் இருந்து நீடூழி காலம் நம்மையும் நமது பின் சந்ததியையும் நிரந்தர அடிமையாக வேண்டியதான ஆதாரங்களையும் சிருஷ்டித்து வருகி

றோம். இதை விளக்குகிறபோது உங்கள் மனம் ஒரு சமயம் பதைத்தாலும் பதைக்கும். தயவு செய்து கொஞ்சம் பொறுமையோடு கவனித்து கேட்ட பிறகு உங்கள் பகுத்தறிவையும் நடுநிலைமையில் இருந்து உபயோகப் படுத்தி பார்ப்பீர்களானால் அதன் உண்மை அதாவது நான் சொல்லுவது சரியா தப்பா என்பது உங்களுக்கு விளங்காமல் போகாது. அல்லாமலும் நான் சொல்லுவதை நீங்கள் நம்புங்கள், நான் சொல்லுவது கடவுள் வாக்கு, நம்பாவிட்டால் நரகம் வரும், நாஸ்தீகர்கள் ஆகிவிடுவீர்கள் என்ற வேதம், சாஸ்திரம், புராணம் போல நான் உங்களை அடக்கு முறைக்குள் ஆளாக்க வில்லை. நான் சொல்லுவது உங்களுடைய அறிவு, ஆராய்ச்சி, யுக்தி, அனுபவம் இதுகளுக்கு ஒத்து வராவிட்டால் தள்ளிவிடுங்கள். ஒத்து வந்தால் காரியத்தில் கொஞ்சமாவது செய்ய முற்படுங்கள். உங்கள் சகோதரர்களுக்கும் இதைச்சொல்லி அவர்களையும் ஈடேற்றுங்கள் என்றுதான் நான் சொல்லு கிறேன். இப்படிச் சொல்லுவதனால் எனக்கு இதில் ஒரு சுயநல பலனும் இல்லை என்பதையும் அறியுங்கள். நான் எந்த மதக்காரனுக்காவது ஏஜண்டு அல்ல, அல்லது நானும் எந்த மதத்துக்காரனுக்காவது அடிமையும் அல்ல. அன்பு, அறிவு என்கிற இரண்டு தத்துவத்திற்குள் மாத்திரம் ஆட்பட்டவன். ஆதலால் எனக்குப் பட்டதை உங்கள் முன் சொல்வதில் எனக்கு ஒரு கடமையும், ஆசையும், மகிழ்ச்சியும் இருப்பதால் சொல்லுகிறேன். மற்றபடி அதைப் பற்றிய உங்கள் கடமைகளை உங்கள் சுதந்திரத்திற்கே அதாவது உங்கள் பகுத்தறிவுக்கே விட்டு விடுகிறேன்.

மதம் என்பது நாட்டிற்கோ ஒரு சமூகத்திற்கோ ஒரு தனி மனிதனுக்கோ எதற்காக இருக்க வேண்டியது? ஒரு தேசத்தையோ, சமூகத்தையோ கட்டுப் படுத்தி ஒற்றுமைப்படுத்துவதற்காகவா, பிரித்து வைப்பதற்காகவா? அது ஒரு மனிதனின் மனச்சாக்ஷிக்கு கட்டுப்பட்டதா? அல்லது ஒரு மனிதனின் மனச்சாக்ஷியை கட்டுப்படுத்தக் கூடியதா? மனிதனுக்காக மதமா அல்லது மதத்துக்காக மனிதனா? என்பவைகளை தயவு செய்து யோசித்துப் பாருங்கள்.

இந்த முறையில் நமது மதம் என்பதின் யோக்கியதையை கொஞ்சம் யோசித்துப் பாருங்கள். முதலாது நமது மதமாகிய இந்து மதம் என்பது என்ன என்பது இங்குள்ள எத்தனை பேருக்கு தெரியும்? இந்து மதஸ்தர்கள் என்போர் களில் எத்தனை பேர்கள் அதன் தத்துவத்தை அறிந்திருப்பார்கள் ? இந்து மதம் என்பதாக ஒரு மதம் உண்டு என்று எத்தனை பேர் ஒப்புக்கொள்ளுகிறார்கள் ? முதலாவது, இந்து என்பது எந்த பாஷை வார்த்தை? உலகத்திலுள்ள எந்த பாஷையிலாவது இந்து என்கிற ஒரு வார்த்தை இருக்கிறதாக யாராவது சொல்லக்கூடுமா? நமது நாட்டிற்கு இந்த வார்த்தை எப்பொழுது வந்தது?

என்று பார்ப்பதானால் நம்முடைய தமிழ் இலக்கண இலக்கியங்களிலாகட்டும் அல்லது சங்ககால பழய தமிழ் ஆதாரங்களிலாகட்டும் அல்லது ஆரிய பாஷை, ஆரிய நாகரீக பழக்க வழக்கங்களைக் கொண்ட வேதம், சாஸ்திரம், ஆகமம், சுருதி, ஸ்மிருதி, புராணம், சரித்திரம்,கதை முதலிய எவைகளிலாவது இந்து அல்லது இந்துமதம் என்கிற வார்த்தை இருக்கிறதா? அல்லது ஆழ்வாராதிகள், நாயன்மார்கள் என்ற பெரியோர்களது பாடல்களிலாவது, சரித்திரங்களிலாவது

இந்த வார்த்தை காணப்படுகிறதா? அல்லது சித்தர்கள், முனிவர்கள், ரிஷிகள் என்று சொல்லப்பட்டவர்களாவது இம்மாதிரி வார்த்தை உச்சரித்ததாகவோ வழங்கினதாகவோ எங்காவது காணக்கிடக்கின்றதா? மதம் என்பதற்கு நாம் உத்தேசிக்கும் பொருள்தான் என்ன? என்று பார்த்தால் ஆராய்ச்சிக்காரர்கள் மதம் என்பது கொள்கை என்று சொல்லுகிறார்கள். அப்படியே வைத்துக் கொள்வதானாலும் இந்து மதம் என்பதற்கு என்ன பொருள்?

இந்து கொள்கை என்று வைத்துக் கொள்ளலாம் என்றால், இந்து என்பதற்கு பொருள் என்ன? இந்து மதம் என்பதைத் தவிர மற்ற மதங்கள் என்பவைகள் இம்மாதிரி இல்லாமல் மதம் என்பதற்கு முன்னால் ஒரு தனிப்பட்ட மனிதனின் பெயரை வைத்து பின்னால் மதம் என்பதைக் கூட்டி கிருஸ்து மதம், மகமதிய மதம், புத்தமதம், இராமானுஜ மதம், சங்கராச்சாரிய மதம் என்பது போல சொல்லப்படுகிறது. இம்முறையில் இந்து மதம் என்பது எந்த ஆசாமியை உடையது? யாருடைய கொள்கை என்று பெயர் கொண்டது? ஒன்றுமே இல்லாமல் வெறும் உச்சரிப்பைத் தவிர யாதொரு பொருளூ மற்றதான சப்தம் கொண்ட வார்த்தையை நமது மதத்திற்கு பெயராக வைத்துக் கொண்டிருக்கிறோமா இல்லையா என்பதை யோசித்துப் பாருங்கள்.

இரண்டாவது, மற்ற மதங்களைப் போல இந்து மதத்திற்கு யார் கர்த்தா? அதற்கு என்ன வயசு? அதற்கு என்ன கொள்கை? இதற்கு என்ன ஆதாரம் என்பவைகளையாவது யோசித்துப் பாருங்கள் ‘இந்து மதம் என்பது வேத மதம். வேதம் என்பது கடவுளால் சொல்லப்பட்டது’ என்று சிலர் சொல்லு வது உண்டு. அந்த ஆபாசத்தையும் கொஞ்சம் கவனித்துப் பாருங்கள். கடவுளால் சொல்லப்பட்ட வேதமானால் உலகத்தில் உள்ளவர்கள் எல் லோருக்கும் ஒரே வேதமாயிருக்கக்கூடுமே தவிர ஒருவர் ஒப்புக்கொள்ள வும் மற்றொருவர் மறுக்கவும், மற்றொருவருக்கு தென்படக்கூடாததாயும் ஒரு எல்லைக்குள்ளாகவே அடங்கக் கூடியதாகவும் இருக்க முடியுமா? கடவுளால் சொல்லப்பட்டதானால் அது ஒரு பாஷையில்தானா சொல்லப் பட்டிருக்க வேண்டும்? நமக்கு சொல்லப்பட்ட வேதமானால் நம்முடைய பாஷையில் சொல்லப்பட்டிருக்காதா? வேத பாஷைக்கும் நமக்கும் ஏதாவது சம்மந்தமுண்டா? அன்றியும் நமக்காக கடவுளால் சொல்லப்பட்ட தாயிருந்தால் நாம் அதை கேட்கவும், பார்க்கவும், படிக்கவும், அறியவும் கூடாததாயிருக்க முடியுமா? அது ஒன்று, இரண்டு, மூன்று, நான்கு, ஐந்து, ஆறு வேதம் என்பதாகக் கணக்குக்காரருக்கு கட்டுப்பட்டதாக இருக்குமா? தவிர ‘பிடித்தவனுக் கெல்லாம் பெண்டாட்டி’ என்பது போல் அதற்கு ஆளுக்கு ஒருவிதமாக அவரவர் இஷ்டப்படி வியாக்கியானம் செய்யவும் ஒவ்வொரு வியாக்கியானத்திற்கு ஒரு கக்ஷி சேர்க்கவும் தக்கதாக இருக்கக் கூடுமா? ஆகிய இது போன்ற அநேக விஷயங்களை யோசித்தால் வேதம் என்று ஒன்று உண்டா? உண்டாயிருந்தாலும் அது உண்மையானதா? உண்மையானாலும் நம்மை அது கட்டுப்படுத்தத்தக்கதா என்பவைகளை சற்று யோசியுங்கள். தவிர இம் மாதிரியான மத வேத கடவுளைப் பற்றியும் இது போலவே யோசியுங்கள் .

உலகத்திற்கு எத்தனை கடவுள்? அதிலுள்ள எத்தனையோ மதங்களில் ஒரு மதமாகிய இந்து மதம் என்பதற்கு எத்தனை வேதங்கள்! அவைகளுக்கு எத்தனை கடவுள்கள்! இந்த கடவுள்களை ஆராதிக்கிற வணங்குகிற மக்களுக்கு எத்தனை கக்ஷிகள்! ஒவ்வொரு கடவுள்களின் குறிகளுக்கு எத்தனை அடையாளங்கள்! அவைகளுக்காக எத்தனை சண்டைகள்! இந்த கடவுள் களுக்கு எத்தனை கோயில்கள்! எத்தனை ஆதாரங்கள்! எத்தனை கலி யாணங்கள்! எத்தனை பெண்டு பிள்ளைகள்! எத்தனை அக்கிரமமான நட வடிக்கைகள்! என்பது போன்றதையும் கவனியுங்கள் . இந்த கடவுள்களின் பக்தர்களுக்குள் எத்தனை வித்தியாசங்கள்! எத்தனை சாதிகள்! எத்தனை உயர்வு தாழ்வுகள்! இவைகளிலெல்லாம் ஒரே ஒரு வகுப்பார் மாத்திரம், அதுவும் விரல் விட்டு எண்திவிடத்தகுந்த வெகு சிலர் மாத்திரம் எல்லா வற்றிற்கும் பெரியவர்கள், உயர்ந்தவர்கள், உரிமையுள்ளவர்கள் என்கிற நியாயம் ஏன்?

கடவுள் எல்லோருக்கும் பொதுவானவர், அவர் எங்கும் உள்ளவர் என்கிற தத்துவம் நம்முடைய மதத்து கடவுளுக்கும் உண்டானால், நாம் கடவுள் கிட்டப் போகக் கூடாது, மற்றவர்கள் கோயில்களுக்குள் வரக்கூடாது, மற்றொருவர் மாத்திரம்தான் கடவுளைத் தொடலாம், கழுவலாம், வேஷ்டி துணி கட்டலாம் என்கிற கொடுமைகள் அதற்கு ஏற்படுத்த முடியுமா?

நாம் இந்த மதத்தை ஒப்புக் கொண்டு, அதில் கண்ட சாமிகளையும் ஏற்றுக் கொண்டு அதற்காக கோயிலும் கட்டி சொத்தும் விட்டு, நாம் வணங்கவும் தினம் போய் வருவதினால் நமக்கு ஏற்படுகிற பலன் என்ன என்பதைப்பற்றி சற்று யோசித்துப் பாருங்கள்.

> மதராஸ், பச்சையப்பா அரங்கில் அக் 1927-ல் ஆற்றிய உரையில் இருந்து சில பகுதிகள்...

நம் நாடு விடுதலையடைய முடியாததற்கும் சுயமரியாதையற்ற தன்மையில் வாழ்வதற்கும் நமது சமயக் கொள்கைகள்தான் இடையூறாக இருக்கின்றன. நான் இப்பொழுது பேசினால் கேட்போர்களில் சிலருக்கு மன வருத்தமாய்த் தான் தோன்றும். ஏனெனில் நம் மக்களுக்கு சமயப்பற்று என்கிற மூட நம்பிக் கையை சுயநலக்காரர்கள் அதிகமாய் ஊட்டிவிட்டார்கள். அது நமது இரத்தத் திலும் நன்றாய்க் கலந்துவிட்டது. சுலபமாய், கேட்போருக்கு சமாதானம் சொல்லி சரிப்படுத்த முடியாத அளவு பதிந்திருக்கின்றது. நாட்டின் சீர்திருத்தம் என்ற தலைப்பின் கீழ் நான் பேசும் விஷயங்களை உறுதியாய் நம்புகிறேன்.

நம் நாட்டிற்கு என்றுமே விடுதலை இல்லாத வழியில் காரியங்கள் சமயத்தின் பேரால் நடைபெற்று வருவதைத் தெரிவித்தால் சிலர் மனம் வருந்தும். அதற்குப் பயந்து வெளிப்படுத்தாமல் போனால் நான் சுயநலம் கருதுபவனாவேன்; அல்லது பயங்காளித்தனம் கொண்டவனாவேன். பகுத்தறிவைக் கொண்டு பொது நிலையில் இருந்து ஆராய்ச்சி செய்தால் நான் சொல்லுவதில் குற்றம் சொல்ல அவசியமிராது. சமய விடயம் பேசும் பொழுது அதன் பயனாய் அரசியலிலும் ஏற்பட்ட குற்றங்குறைகளைக் கூறவேண்டி இருக்கிறது.

அரசியலில் நான் தீவிர வேலை செய்தேன் என்பது இங்குள்ள பலர் அறிவர். பின்பு அவ்வனுபவத்தைக் கொண்டு அஃதல்ல விடுதலை அடைய பாடுபடும் வழியெனக் கருதியே அதை விட்டு வெளியேறினேனேயன்றி, மற்றபடி யாராலாவது வெளியேற்றப்பட்டோ, அல்லது சிறு அபிப்பிராய பேதம் ஏற்பட்டோ வெளிவந்தவனல்ல. நான் சாதாரண நிலையிலிருந்து வெளிவர வில்லை. அரசியலில் ஒரு பொறுப்புள்ள பதவியிலும் உத்தியோகத்திலு மிருந்தே நான் வெளி வந்தேன். நமது நாட்டுக்கு இவ்வரசியல் இயக்க மூலம் ஒன்றும் ஆகாது எனக் கருதியே வெளிவந்தேன். காஞ்சிபுரம் மகாநாட்டில் தான் இவ்வுணர்ச்சிகள் பலப்பட்டு வெளிவந்தேன். அரசியலில் தமிழ்நாடு காங்கிரஸ் தலைவராகவும், தமிழ்நாட்டுக் காரியதரிசியாகவும் பல ஆண்டுகள் இருந்தேன். அப்பொழுதுதான் நான் ஆற்றும் தொண்டு வீண் தொண்டெனவும், நமது எதிரிகளுக்கு அனுகூலமாய் இருந்து கொண்டு நாட்டையும் சமூகத் தையும் பாழாக்குகின்றோம் எனவும் கருதி நான் விலகினேன்.

மத சம்பந்தமாகவும் எனது நிலையை நீங்கள் அறிய வேண்டுமானால் 1904 ஆம் வருடம் முதல் 1927 ஆம் வருடம் சூன் மாதம் வரையில் சுமார் 23 வருட காலமாக எனது தாலூகாவாகிய ஈரோடு சர்க்கில் தேவஸ்தான கமிட்டிக்கு காரியதரிசியாகவும் தலைவனாகவுமிருந்தேன். இந்துமத பரிபாலன போர்டாரும் எனது நிர்வாகத்தைப் பற்றி பெருமை பாராட்டியே பேசியும், எழுதியும் வந்திருக்கிறார்கள். தற்பொழுது உண்டாகிய புதிய போர்டார் புதிய கமிட்டியை நியமிக்கவே, அவர்கள் நான்கு தாலூகாவிற்கு ஒரு கமிட்டியாக ஏற்படுத்தி அதில் என்னையும் தேவஸ்தானக் கமிட்டி அங்கத்தினராக நியமித்திருக்கிறார்கள்.

தற்கால மந்திரி சபைக்கும் எனக்குமுள்ள சம்மந்தம் நீங்கள் அறிந்த விடயமே. அவர்கள் செய்யும் குற்றங்களைப் பளிங்கு போல் எடுத்துக்காட்டி வருகின்ற வர்களில் நான் ஒருவன். அப்படி இருந்தும் அவர்கள் என்னை நியமித்தார்கள். என்னைப் பற்றிய பிராதுகள் பல அவர்களுக்குப் பார்ப்பனர்கள் அனுப்பி என்னை நியமிக்கக்கூடாது என்று கேட்டுக் கொண்டார்கள். அவைகளில் முதல் பிராது நான் குற்றவாளி என்றும், சிறை சென்றவனென்றும், இரண்டு முறை சிறையில் அடைக்கப்பட்டவனென்றும் எழுதி அனுப்பினார்கள். அந்த பிராது எனக்கே என் பார்வைக்கு வந்தது. நான் அவர்கள் எழுதிய தெல்லாம் உண்மைதான். ஆனால் மூன்று தடவை சிறை சென்றேன் என் பதற்கு பதிலாக இரண்டு தடவை என்று எழுதியதுதான் பிழை என்று திருத்தி அனுப்பிவிட்டேன். மறுபடியும் பல பார்ப்பனரல்லாதாரிடமும், பல பார்ப்பனர்களிடத்திலும் கையொப்பம் வாங்கி ''இவன் மதத்தை நிந்திக் கிறான். எப்பொழுதும் பார்ப்பனரையே வைகிறான். வேண்டுமானால் சி.ஐ.டி. ரிப்போர்ட்டர்களின் ரிப்போர்ட்டுகளைப் பாருங்கள்'' என்று ஒரு விண்ணப்பம் சர்க்காருக்கு அனுப்பினார்கள். அதைப் பற்றியும் சர்க்கார் என்னைக் கேட்டார்கள். நான் அதற்கு பதில் எழுதியதில் நான் ஒரு வகுப் பாரை மாத்திரம் வையவில்லை. எல்லோரையும் வைகிறேன். என் தொண்டுக்கு எந்தெந்த வகுப்பார் கொள்கை எதிரிடையாக இருக்கிறதோ

அவர்களைக் கண்டியாமல் இருக்க என்னால் முடியாதென்றும், எல்லாருக்கும் சம உரிமை வழங்கப்படுவதற்காக உழைக்கிறேனேயல்லாமல் வேறு அல்ல வென்றும் அறிவித்தேன். மறுபடியும் என்னை நியமித்தார்கள். சென்னைக்கு வருவதாலும் மற்றும் வெளியூர்களுக்கு செல்ல வேண்டிய அவசியம் ஏற்பட்டதனாலும் எனது தலைமைப் பதவியைப் பொறுப்பு வாய்ந்த ஒருவருக்குக் கொடுத்து நான் இன்று வரையில் உபதலைவராகயிருந்து வருகி றேன். என்னை சிலர், நான் செய்யும் உபந்நியாசங்களைக் கேட்டு 'நாஸ்திகன்' 'மதத்தை நிந்திக்கிறவன்' என்றும் 'சுயராஜ்ய விரோதி' என்றும் 'சர்க்கார் நேசன்' என்றும் குறைகூறி வருவார்கள். சர்க்காருக்கு வேண்டியவன் என்ப தற்கு அறிகுறி ஒன்றும் எனக்குப் புலப்படவில்லை. சர்க்கார் அன்று என்னை எப்படி பாவித்து நடத்தி வந்தார்களோ அதுபோலவே இன்றும் என்னை நடத்தி வருகிறார்கள். இன்னும் எனக்குப் பின்னால் போலிஸ்காரர்கள் தொடர்ந்து கொண்டுதான் இருக்கிறார்கள்.

நான் உங்கள் முன்னிலையில் சொல்ல வந்தது சமய சீர்திருத்தம். நான் சொல்லுவதையெல்லாம் ஒப்புக் கொண்டுதான் தீரவேண்டுமென்றும், அதன்படி நடக்காவிட்டால் பாவம் வரும் என்றும் சொல்லி பார்ப்பனர் களைப்போல் நான் உங்களை ஏமாற்ற வரவில்லை. நான் சொல்வதைப் பொறுமையுடன் கேட்டு பிறகு உங்கள் பிரியம்போல் நடவுங்கள் என்று சொல்லிய பின்பே நான் இன்று பேச எடுத்து கொண்ட சமய சீர்திருத்தம் என்னும் விஷயத்தைப் பற்றி பேச ஆரம்பிக்கிறேன்.

சமய சீர்திருத்தம் சமயம் என்பதும், மதம் என்பதும் ஒன்றுதான். சமய சீர்திருத்தம் என்றால் மதத்தை சீர்திருத்த வேண்டுமென்பதுதான் பொருள். சமயம் அல்லது மதம் என்றால் பொருள் என்ன? மதம் வேண்டுமென்கிற உணர்ச்சி எப்போது உண்டாயிற்று? மதம் எதற்காக வேண்டும்? என்பவை களை உணர வேண்டும். மதம் என்பது என் சிற்றறிவுக்கு எட்டியவரையில் எந்த முறையில் ஏற்பட்டிருக்க வேண்டுமென்றால் மக்கள் கூடி கூட்டமாக வசிக்க ஏற்பட்டவுடன் அவர்களுடைய நித்திய வாடிக்கையில் ஒரு கட்டுப் பாடு இருக்கவும் மற்றவர்களுக்கு மனிதன் துன்புறுத்தாமல் உபயோகப்படு கின்ற முறையில்தான் ஏற்படுத்தப்பட்டது. அந்த முறையை ஏற்படுத்தின காலத்தில் அக்கால மக்களுக்குள்ள அறிவு, ஆற்றல், நிலைமை, சீதோஸ்ண ஸ்திதி முதலியவைகளுக்கு ஏற்றவாறு ஒரு சிறு கொள்கைகளை அமைத்து உண்டாக்கி இருக்கவேண்டும்; நாளடைவில் அது வளர்ந்து கொண்டும் தனி மனிதன் பெருமைக்கும், அவன் ஆசைக்கும் பிறகு அரசியலுக்கும் ஆக சிறிது சிறிதாய் மாறி இப்போதுள்ளவைகள் போல் சமயம் ஏற்பட்டிருத்தல் வேண்டும். நமது நாட்டில் ஆதியில் சமயம் ஏற்பட்ட காலத்தில் சமயத் திற்கும் அரசியலுக்கும் யாதொரு சம்பந்தமுமில்லை. அக்காலத்தில் அரசியலில் நம் மக்களுக்குள்ள உணர்ச்சி இல்லை. உணர்ச்சி உண்டாக வேண்டிய அவசியமுமில்லை. ஏன்? பதினாயிரக்கணக்கான ஆண்டுகளுக்கு முன்புள்ள சரித்திரங்களை ஆராயுங்கள். அக்காலத்தில் வேளாண்மை மிகுதியுமிருந்தது.

ஒவ்வொருவனுக்கும் வேண்டிய பொருள்கள் அனைத்தும் இருந்து வந்த தோடு மிகுதியும் பட்டது. நெல் வைத்திருப்பவன் பருத்தி வைத்திருப்ப வனுக்கு நெல்லைக் கொடுத்து பருத்தியோ அல்லது துணியோ பெறுவான். இதுபோல் எல்லா சௌகரியமும் உண்டு. இதுதான் பண்டமாற்றுதல் என்று பெயர். நம்மவர்கள் ஓய்வு நேரங்களில் சிந்தித்ததிலேயே சில சட்டங்களும் மற்ற சமய கட்டுப்பாடுகளும் ஏற்பட்டது. ஆனால் இதுதான் பின்னால் நம் நாட்டிற்கு வந்த பார்ப்பனர்கள் கவலையற்று இருந்த நம் மக்களை ஏமாற்றி தங்கள் நன்மைக்குத் தகுந்தபடி திருப்பி தங்களுக்கு இவைகள் எல்லா வற்றையும் அடிமையாக்கிக் கொண்டு இவைகளுக்குத் தாங்களே கர்த்தா வாகவும் எஜமானர்களாகவும் ஆகிவிட்டார்கள். கொள்கையொன்றும் ஏற்படவில்லை. அவரவர் இஷ்டம் போல் அனுபவித்தார்கள். மகமதிய மதமும், கிருஸ்துவ மதமும் வெறும் கடவுளை வணங்குதல் என்பதோடல் லாமல் வர வர அரசியல் கருத்தைக் கொண்டும், தங்கள் தங்கள் மதத்தை பொறுத்த வேலை செய்தும், செய்து கொண்டும் வருகிறார்கள். ஆனால் நாம் கட்டுப்பட்டுக் கிடக்கும் சமயத்தையோ அந்த காலத்திலிருந்த நிலையிலே இருக்க வேண்டுமேயல்லாமல் ஒரு சிறிதும் மாற்றக்கூடாது என்கிறார்கள். இதை நம்புகிறவர்களும் பிடிவாதக்காரராய் இருக்கிறார்கள். இங்குதான் அபிப்பிராய பேதம் ஏற்படுகிறது. நமக்கு அவசியமானபடி நாம் மாற்றிக் கொள்ளல் வேண்டும். அப்படி மாற்றுவதில் அடியோடு மாறவும் ஏற் படலாம். நம் மதம் கட்டுப்பாடு உடையதல்ல. ஒரு குறிப்புக்கு ஒத்ததல்ல. இக்காரணமே நம்மை அடிமையாக்கிற்று.

ஆனால் இதனை நம் மக்கள் அறியார். இப்படி இருந்தால் நாம் எப்பொழுது முன்னேற்றமடைய முடியும்? நாம் எப்படி அடிமை வாழ்வினின்று நீங்கி சுயமரியாதையுடன் வாழமுடியும். ஆகையால் ஒரு நாடோ, ஒரு தேசமோ சுயமரியாதையுடன் வாழ தடுக்கின்றவர்களை அழிக்க உடனே முற்படல் வேண்டும். பிடிவாதக்குணத்தை விட்டொழித்து மக்கள் நிலைமைக்கும் அறிவுக்கும் ஏற்றவாறு காரியங்களை முடித்து தடைகளை அகற்றி சுயமரி யாதை அடைந்து விடுதலை பெற வேண்டும்.

இந்து மதம் சிலர் தங்களை இந்து என்கிறார்கள். ஆனால் அவர்களை இந்து என்றால் என்ன என்றால் 100 -க்கு 90 பேருக்கு தெரியாமல் இருக்கிறது.

அப்படி இருந்தும் நம் மக்கள் மூட நம்பிக்கையால் மதத்தின் பேரால் கொண்டுள்ள அன்பு செப்பத்தரமல்ல. மற்ற மதக்காரர்கள் அவைகளை அறிவதுபோல் நம் மதம் நாம் அறியக் கூடாதவர்களாயிருக்கிறோம். மகம்மதியர்களில் 100 -க்கு 90 பேர் தங்கள் மதத்தைப் பற்றி தெரிந்தவர் களாயிருக்கிறார்கள். நம் மக்களை யாராவது உங்கள் மதம் என்ன? யார் ஏற்படுத்தியது? அதன் காலம் என்ன? இது போன்ற வினாவெழுப்பினால் பதில் சொல்லுவாரில்லை. மகமதியரையோ அல்லது கிறிஸ்தவர்களையோ அல்லது புத்தர்களையோ வேறு யாரையோ கேட்டால் உடனே பதில் சொல்லத் தயாராயிருக்கிறார்கள். இந்து மதத்தில் இவர்கள் கற்பிக்கப்படும்

வயது இலேசானதல்ல. அதாவது கடையில் உள்ள காகிதங்களையெல்லாம் வாங்கி அதில் ஒன்று போட்டு அதன் நின் எத்தனை முட்டை வடிவம் போட்டாலும் அதற்கு மேல் போகுமேயன்றி குறையாது. தலைவர் யார் என்றால் சொல்லும் நிலைமையிலில்லை. கடவுளால் ஏற்பட்டது என்பர் சிலர்.

ஆதாரம் என்ன வென்றால் வேதம் என்பார்கள். அது என்ன சொல்லுகிறது என்றால் நீ பார்க்கக் கூடாது, நீ கேட்கக் கூடாது, படிக்கக் கூடாது என்பார்கள்.

அதை கடவுள் எழுதியிருப்பார் என்று யாராவது நம்ப முடியுமா? என்று பாருங்கள். ஒரு பொழுதும் முடியாது. ஏனெனில் கடவுள் சொன்ன வேத மானால் உலகத்தார் எல்லோரும் ஒப்புக் கொள்ள வேண்டும். யாரும் பார்க்க வேண்டும். அப்படி இருக்க நாம் எப்படி அந்த வேதத்தை நம்புவது அதன் படி நடப்பது? மற்ற மதக்காரர்கள் தங்கள் வேத நூல்களை பல மொழிகளில் மொழிபெயர்த்து அச்சிட்டு தங்கள் மதஸ்தர்கள் அல்லாத ஒவ்வொருவர் கையிலும்கூட கிடைக்கும் வண்ணம் தங்கள் வேதத்தையும் மதத்தையும் பரப்பி வருகிறார்கள். முகமதியர்களும் கிறிஸ்தவர்களும் இத்தகைய முயற்சி எடுத்து தங்கள் மதங்களையும் வேதங்களையும் மற்ற மக்களிடம் பரப்பின தால்தான் ஏழரைக்கோடி முகமதிய சகோதரர்களும் ஒரு கோடி கிறிஸ்தவர் களும் நமது நாட்டில் உண்டாக நேரிட்டது. இந்த ஏழரைக் கோடி முகம தியரும் அரபி அல்லது துருக்கி முதலிய தேசத்திலிருந்து வந்தவர்களென்று யாராவது சொல்ல முடியுமா? முடியாது. அப்படி வந்தவர்களும் ஒரு கோடிக்கு மேலிருக்க முடியவே முடியாது. மற்ற மக்கள் நம் 'இந்து' மதத்தி லிருந்து பிரிந்து சேர்ந்தவர்களேயாவார்கள். கிறிஸ்துவ சமயத்திலும் வெளியிலிருந்து வந்தவர்கள் 2 அல்லது 3 இலட்சம் பேரே இருப்பார்கள். மற்ற 97 இலட்சம் பேரும் நம் மக்கள்தான். திருவனந்தபுரத்திலே 40 இலட்ச மக்களுள் பதினாறரை லக்ஷம் கிறிஸ்தவர்களும் மூன்றரை லக்ஷம் முகமதியர் களும் உண்டாகி இருப்பார்களானால் எத்துணை மக்கள் நம் சமயம் விட்டு பிற சமயம் புகுந்தார்கள் என்பது இதில் காணக்கிடக்கின்றது. வாரம் ஒன்றுக்கு இந்துக்கள் என்போர்களில் 4000 பேர் அன்னிய மதம் புகுகின் றார்கள். காரணம்? அவர்கள் மத பிரசாரம் செய்கிறார்கள். மதபிரசாரம் செய்து ஏற்றுக்கொண்ட மக்களுக்கு முதலில் மதத்தைப் பற்றியும் கல்வியிலும் பயிற்சியடையச் செய்கிறார்கள். பின்பு அவன் வாழ்க்கையை செவ்வனே கழிக்க ஒரு தொழில் ஏற்படுத்தி பின்பு தங்கள் மதமே உலகத்தை ஆள வேண்டு மென்ற உணர்ச்சியை உண்டாக்குகின்றார்கள். இவ்வளவு காரியத் திற்கும் அவர்கள் வெகு குறைந்த பணத்தைத் தான் மதத்தின் பெயரால் செல விடுகிறார்கள். ஆனால் அவர்கள் நாம் மதத்தின் பேரால் செலவிடுவதில் 100-ல் ஒரு பங்கு கூட செலவு செய்ததில்லை. நம்மைப் போல் மற்றெந்த மதக்காரர்களும் செலவிடமாட்டார்கள். கிறிஸ்தவர்கள் நம் நாட்டிற்கு வந்து சொற்ப நாள்களுக்குள் நம்மக்களைச் சேர்த்து கல்வி கற்பித்து அவர்களை நமக்கு எஜமானர்களாக்கியிருக்கிறார்கள். உயரிய நிலைக்கும் கொண்டுவரு கிறார்கள். 100 -க்கு 90 பேர் படிக்கும்படி செய்துவருகிறார்கள். ஆனால்

கடவுளால் ஏற்படுத்தப்பட்டதென்றும் கோடிகோடி வருஷங்களான தென்றும் சொல்லும் நமது மதத்தையோ பெரும்பான்மையான மக்கள் படிக்கக்கூடாது. அப்படி மீறி படித்தால் நாக்கை அறுக்கவும், கேட்டால் காதில் ஈயத்தைக் காய்ச்சி ஊற்றவும், படித்து விட்டால் நெஞ்சை அறுக்கவும் மற்றும் பலவிதமான தண்டனைகள் உண்டு.

இதன் பலனாய் வெள்ளைக்கார அரசாங்கம் நமது நாட்டிற்கு வந்து இப்போது கூட 100 -க்கு 5 பேர்தான் படிக்க முடிகின்றது. அதிலும் 100 -க்கு 90 பேர் பார்ப்பனர்கள். ஆனால் இப்போது சிலர் 'நாங்கள் படிப்பதை தடுப்பதில்லை. வேதத்தைதான் படிக்கக் கூடாதென்கிறோமேயன்றி வேறில்லை' என்கி றார்கள். வேதகாலக் கல்வி இக்காலத்தைப் போன்று இங்கிலாந்து, ஐரோப்பா, அரேநியா முதலிய சரித்திரங்களல்ல. மற்றும் சேக்ஸ்பியர், மெக்காலே முதலி யவர்களால் எழுதின நூல்களுமல்ல. ஆனால் அக்காலத்திய கல்வியென்பது நீதிகளை உணர்வது. நீதிகளோ வேதமாகிவிட்டது. வேதமோ நாம் படிக்கக் கூடாதது. இம்முறையில் நாம் 1000 - க்கு ஒருவராவது படிக்க முடியுமா? வெள்ளைக்கார ராஜாங்கம் வராதிருந்தால் நம்மில் ஆயிரத்துக்கொருவராவது படிக்க நமது மதம் இடம் தந்திருக்குமா? வேதம்தான் படிக்கக் கூடாதென் றாலும் வட மொழியாவது கற்றல் கூடாதா வென்றால் அதுவும் கூடாது என்பார்கள். ஏன் என்றால் அது வாயில் நுழையாது என்பார்கள்.

இல்லை நான் முயற்சி செய்கிறேன் என்று சொன்னால் வேதத்திலுள்ள நீதிகள் அதில் இடை இடையே வருமாதலால் அதைப்படிக்கக் கூடா தென்பார்கள்.

இம் மாதிரியாகவே மதத்தின் பெயரால் நாம் படும்பாடும் அடையும் இழிவும் செப்பத்தரமன்று. ஆனால் செலவாகும் ரூபாயோ கணக்கிலடங் காது. இவ்வளவு ரூபாய் மற்றெந்த சமயக்காரர்களும் சமயத்தின் பெயரால் செலவிடுவதே இல்லை. மற்ற மதத்துக்கு யாரோ ஒருவர் இருவர் 1000 பவுன் 4 ஆயிரம் பவுன் கொடுப்பார்கள். அது சமயத்தை பரப்புவதற்கு பயன்படும். சமயம் பரப்புவது என்பது மக்கள் கல்வி அறிவு, மக்கள் நோய் தீரல், அற்புதம் கண்டுபிடித்தல் முதலியவை. ஆனால் நம் சமயத்திலோ ஒவ்வொருவரும் மத வரி கொடுத்து தான் ஆக வேண்டுமென்ற கட்டாயமிருக்கிறது. நம் மாகாணம் மட்டும் சர்க்கார் கணக்குப்படி ஒருவருஷத்திற்கு 2 கோடி ரூபாய் மதத்தின் பெயரால் கோவிலுக்கும் மடத்திற்கும் மாத்திரம் வரும்படி வருகிறது.

இஃதன்றி தனிமடம் கோவில்களின் வரும்படிகளைக் கணக்கு பார்த்தால் இப்படி எத்தனையோ பங்கு அதிகமாக முடியும். திருப்பதி கோவிலை மாத்திரம் எடுத்துக் கொண்டால் வருட வருமானம் 20 லட்சமாகும். திருநெல் வேலி ஜில்லாவிலுள்ள மூன்று அல்லது நான்கு கோவில்களில் மாத்திரம் வருடத்திற்கு 2, 3 லட்சம் வரும்படி ஆகும்.

இன்னும் சிதம்பரம், இராமேஸ்வரம், ஸ்ரீரங்கம் முதலிய பெருமை பெற்ற தென்னும் கோவில்களில் கணக்கைப் பார்த்தால் அதிகமாகவே முடியும். இவைகள் தவிர கணக்குக்கு வராத ரூபாய்கள் எவ்வளவு? உதாரணமாக இங்கிருந்து ஒருவர் திருப்பதிக்கு 2 ஆயிரம் ரூபாய் காணிக்கையாக செலுத்த

புறப்படுகிறார் என்றால் அது தவிர அவனுக்கு நேரிடும் செலவு எவ்வளவு? அவன் தன் சுற்றத்தாரை அழைத்துப்போக வேண்டியிருக்கிறது. மஞ்சள் ஆடை தரிக்க வேண்டியிருக்கிறது. மேள வாத்தியங்களுடன் ஊர்வலம் வர வேண்டியிருக்கிறது. சன்னிதிகளில் கோவிந்தா சப்தம் போட்டு பிச்சை வாங்க வேண்டி இருக்கிறது. இவ்வளவு செய்து 2 ஆயிரம் ரூபாய் காணிக்கை செலுத்துவது எதற்கு என்றால் அது அவரே செய்து கொண்ட பிரார்த் தனையாம். என்ன பிரார்த்தனை என்றால் அவர் முன்பு காய்ச்சலாயிருந்த பொழுதோ வேறு கஷ்டமாயிருந்த பொழுதோ கடவுளை வேண்டிக் கொண்டாராம். கடவுளும் அவர் வேண்டுகோளுக்கிணங்கி அவரை நோய்வா யினின்று நீக்கினாராம்! அவர் நினைத்ததை அனுகூலம் செய்தாராம்! அதற்காகப் பிரார்த்தனை ரூபாயில் ஒரு காசுகூட குறையாமல் கொண்டுபோய் கொட்ட வேண்டுமாம். எனவே இதற்கு மற்ற செலவுகளிருக் கின்றன. இவைகளுக்கெல்லாம் எவ்வளவு ரூபாய் செலவாகுமென்று சற்று யோசி யுங்கள். இதைப்போன்ற எத்தனை மக்கள் இமய மலையிலிருந்து கன்னி யாகுமரி வரையிலுள்ளவர்கள் செல்வார்கள். உற்சவத்திற்காகவும் காணிக்கை வேண்டுதலை இல்லாமல் பல மக்கள் செல்லுகிறார்கள். அந்த முறையில் செலவிடும் செலவு எவ்வளவு? எனவே இவ்வித நம்பிக்கையைப் பற்றி நான் இங்கு சொல்ல வரவில்லை. இப்படி செலவு செய்யும் பணத்தின் பலன் என்ன? இது என்ன ஆகின்றது? என்பதற்கே இந்த கணக்குச் சொல்லு கின்றேன். இதனால் யார் பலன் அனுபவிக்கிறார்கள் என்பதை பாருங்கள்.

பச்சரிசி, பாசிப்பயறு, நெய், பாதாமி, சக்கரை இவைகள் வாங்க உதவு கின்றது. இதை யார் சாப்பிடுகின்றார்கள்? (கைதட்டல்) இது தவிர மதத்தின் பெயரால் சடங்குகளுக்கென்று எவ்வளவு வரி கொடுக்கின்றோம்? குழந்தை உற்பத்தி முதல் கடைசி வரையில் கொடுத்துதான் தீரவேண்டியமாதிரியாய் அமைக்கப் பட்டிருக்கின்றது. ஆனால் இவைகளினால் நாம் அடையும் பலன் என்ன என்று பார்ப்போமானால் நம்மை மிருகத்திலும் கேவலமாய் ஒரு வகுப்பார் மதிக்கும்படி, நாமே நம்மை இழிவுப்படுத்திக் கொள்ளுகிறோம் என்பதல்லாமல் வேறு ஒன்றுமில்லை. ஒருவன் தனது பிரார்த்தனைக் காகவோ, தனது பாவம் தொலையவோ என்று ஒரு கோவிலைக் கட்டுகிறான் என்று வைத்துக் கொள்ளுங்கள். அதனால் அவன் அடைந்த பலன் என்ன? அவனே உள்ளே புக யோக்கியதையின்றி தனக்கென ஒரு இடம் வெளியிலே ஏற்படுத்திக் கொள்ள வேண்டி இருக்கிறது. நாம் மனிதனாகப் பிறந்தும் மனிதனாக மடிவதற்கில்லையே! நம் சமயக் கொடுமைகளைப் பற்றி பல பெரியோர்கள் நமக்கு முன்னும் கண்டித்திருக்கிறார்கள்; சீர்திருத்த முறை யிலும் இருந்திருக்கிறார்கள். அதனால் ஒருபலனும் உண்டாகவில்லை. ஆனால் அவர்களெல்லாம் இப்பொழுது ஒரு சிலையாக இருந்து பூஜை பெற்று வருகிறார்கள்.

கடைசியாக நம்மவர்கள் ‘பெரியோர்கள் போன வழியே நாமும் பின்பற்று வோம். நமக்கென்ன’ என்பார் பலர். அவர் பெரியோர்கள் போன வழியில் மற்றவைகளில் நடக்கிறார்களாவென்றால் இல்லவே இல்லை. இந்து

மதபரிபாலனத்திற்கு என்று ஏற்பட்ட சட்டத்தில்கூட வெறும் கணக்குப் பார்க்கத்தான் சுதந்திரம் உண்டேயன்றி வரவை யோக்கியமான முறையில் செலவழிக்க அதிகாரமிருப்பதாக ஒருவரிகூட இல்லை (கைதட்டல்). முன் சொன்னப்படி ஒருவர் 2 ஆயிரம் ரூபாய் காணிக்கையாக திருப்பதிக்குச் செலுத்தப் போகிறார் என்று தெரிந்த உடனே மகந்து என்கிற ஒருவர் தனது ஆளை ரயிலுக்கு அனுப்பி அவனை அழைத்து வரச் செய்து 'நீங்கள் சென்னையிலிருந்து வருகிறீர்கள். நீங்கள் 2 ஆயிரம் ரூபாய் காணிக்கையாக கொண்டு வந்திருக்கிறீர்கள் அல்லவா' என்றவுடன் இவனுக்கு இஃது எப்படி இவருக்கு தெரிந்தது? எல்லாம் உள்ளது உள்ளபடி உரைக்கின்றாரே என்று நம்பி அவரிடம் அதிக பக்தி செலுத்தி விடு கிறான். இதைப் பார்த்து மகந்து 'நீங்கள் கொண்டு வந்த ரூபாயை இங்கே என்னிடத் தில் கொடுங்கள். அங்கு கொண்டுபோய் கெடாரத்தில் கொட்டினால் சர்க்கார் எடுத்து ஜர்மனி யுத்தத்தில் பட்டகடனுக்கு வட்டியாக உபயோகித்துக் கொள் வார்கள். என்னிடத்தில் கொடுத்தால் நான் நேரிலே கடவுளுக்குச் சேரும்படி செய்வேன்' என்பார். சம்மதித்துக் கொடுத்தால் வாங்கிக் கொள்ளுவார். சந்தேகப் பட்டால் இதோ பார் இந்த படத்தை என்று ஒரு படத்தை சுட்டிக் காண்பித்து ஒரு காலத்தில் வெங்கடாசலபதிசாமி மகந்துவிடம் சதுரங்கமாடி தோற்றதாகவும் அதற்கு நிபந்தனையாக கடவுள் முதலில் மகந்துவை தரிசித்த பிறகுதான் தன்னை தரிசிக்க வேண்டுமென்று உத்தரவு பிறப்பித்தாரென்றும் அங்குள்ள மகந்து ஆள்கள் சொல்லுவார்கள். இதை நம்பித்தான் ஆக வேண்டும். நம்பாவிட்டால் 'கங்கை ஆற்றங்கரையிலே காராம் பசுவைக் கொன்ற பாபத்திற்காளாவாய், தாயைக் கொன்ற பாவத்திற்காளாவாய்'' என்று சொல்லுவான். பிறகு பேசாமல் கலகலவென்று ரூபாயை கொட்டிவிடுவான். இந்த பணங்களெல்லாம் மேல் கண்ட 2 லட்சத்தில் சேராது. இதை அடக்க தேவஸ்தான மசோதாவில் சட்டம் இல்லை. இது தவிர அபிஷேகம் 1000 ரூபாய் அல்லது 5000 ரூபாயில் செய்துவைக்கிறார்கள். அல்லது வெள்ளியால் கலசம், பொன் வெள்ளி ரதம், வாகனம் செய்கிறார்கள். பட்டு பீதாம்பரம் சாற்றுகிறார்கள். 50 அல்லது 60 குடம் பால் ஊற்றுகிறார்கள். இதனால் என்ன பலன் என்று அறிய தேவஸ்தான பரிபாலன சட்டத்திலோ மதபரிபாலன சட்டத்திலோ இடமில்லை. 5000 வருடங்களுக்கு முன்பு கோவில்கள் கட்டப்பட்டன என்கிறார்கள். சில கோயில்கள் அதற்கு முன்பிருந்ததாகவும் சொல்லுகிறார்கள். இம்மாதிரியாக நம் தமிழ் அரசர்களாலும் மற்றும் பெரியோர்களாலும் கட்டப்பட்டு செலவழிக்கப்பட்ட செல்வம் எவ்வளவு? அவர்கள் செய்த மற்ற தர்மங்கள் எவ்வளவு? அவர்களுடைய குடும்பங்கள் இப்போது எங்கே? யாராவது ஒருவரைக் காண முடியுமா? உதாரணமாக தஞ்சாவூர் அரசரை எடுத்துக் கொள்ளுவோம். அவர் கட்டி வைத்த பள்ளிக்கூடங்களும் அக்ரகாரங்களும் மற்றும் பல தர்மங்களும் இன்னும் இருக்கின்றன. அப்படிச் செய்த அந்த அரசாங்கம் இன்று எங்கே!

வெள்ளைக்காரன் கையில் போய் சேர்ந்துவிட்டது. மீதியுள்ள சொத்துக் களுக்கும் சண்டை உண்டாயிற்று. ஒரு காலத்தில் அம் மன்னவனை க்ஷத் திரியன் என்று வானமளாவப் புகழ்ந்து அவரிடம் பிச்சை வாங்கி வயிறு வளர்த்த அன்னக்காவடிகளெல்லாம் நேற்று கலியுகத்தில் பிராமணன்,

சூத்திரன் என இரண்டு சாதிதான் உண்டு என்று கோர்ட்டில் சாட்சியம் கொடுத்திருக்கிறார்கள். நம் மக்கள் இன்னமும் இவைகளெல்லாம் செய்தால் தான் புண்ணியமும் மோக்ஷமும் கடவுள் தயவும் உண்டு என நினைக் கிறார்கள். இதைப்பற்றி யாராவது, சொன்னால் 'பார்ப்பனர்களை வைகி றார்கள். நாஸ்திகம் பேசுகிறார்கள்' என்று நீலிக்கண்ணீர் விடுகிறார்கள்.

இனி சடங்குகளைப்பற்றி சற்று கவனிப்போம். சடங்குக்காக நாம் செல விடும் பணம் எவ்வளவு? சடங்குக்காக மனிதனென்று நம் மக்கள் கருது கிறார்கள். பிறப்பதற்கு முன்பே நம்மை சடங்குச் சனி பிடித்துக் கொள்ளு கிறது. கரு தரிப்பதற்கு முன்பே சடங்கு செய்ய ஆரம்பிக்கிறோம். அதற்கு புரோகிதன் வேண்டும் என்கின்றோம். அவன் வந்து விறகை கொளுத்தி புகைத்துக் கரியாக்க வேண்டும். அவன் நல்ல பிள்ளை பிறக்கும் என்றால்தான் நமக்கு நல்ல பிள்ளை பிறக்குமென்று நினைக்கின்றோம். கர்பத்திலேயே உபதேசம் செய்தால்தான் ஞானம் வரும் என்று நினைக்கின்றோம். அக் குழந்தை கீழே விழுந்ததும் சடங்கு செய்ய வேண்டி இருக்கிறது. சாதகம் பார்ப்பதற்கும், தொட்டிலில் போடுவதற்கும், பாலூட்டுவதற்கும், கோவணம் கட்டுவதற்கும், சவரம் செய்வதற்கும், காது குத்துவதற்கும், பள்ளிக்கூடம் வைப்பதற்கும் சடங்குகள் செய்து தீர வேண்டியிருக்கிறது. குழந்தைக்கு காய்ச்சல் வந்ததென்றால் சடங்குதான். இவைகள் எல்லா வற்றிற்கும் பார்ப்பானையே கூப்பிட வேண்டியதுதான். அவனுக்கு பணம் கொடுத்தாக வேண்டியிருக்கிறது.

காயலா வந்தாலும் 'சனியை சுக்கிரன் பார்க்கிறான் சாந்தி கழிக்க வேண்டும்' என்கிறான். பணம் கொடுப்பது தான் சாந்தி. கலியாண சடங்கோ பொருத்தம் பார்க்க வேண்டியிருக்கிறது. மரத்திற்கு மரம், பாலுக்குப் பால், கயிறுக்குக் கயிறு, பட்சிக்கு பட்சி, எழுத்துக்கு எழுத்து என சிலேட்டுப் பொருத்தம் பார்க்கிறான் (கைதட்டல்). இதற்கும் பணம் வேறு.

ஒருவன் அந்தப் பெண்ணை அடைய ஆசைப்பட்டால் அந்த புரோகிதனுக்கு சாடை செய்து 1000, 500 ரூபாய் தருகிறேன் என்றால் பொருத்தம் இருந்தாலும் இல்லை என்றே சொல்லி விடுவான். அவன் இஷ்டம்போல் அநேகமாக நாளும் நேரமும் வைத்துக்கொடுக்கின்றான். கல்யாண மந்திரமென்று, கருமாந்திர மந்திரமோ ஏதோ சொல்லி காசு வாங்கி போகிறான். சில 10 நாளைக்குள்ளும் அந்தப் பெண் தாலி அறுத்துப் போகிறது. மாமியார் படுத்தும் துன்பமோ சொல்லி முடியாது. புருஷன் படுத்தும் உபத்திரவமோ தரித்திரமோ கணக்கு இல்லை.

இதனை அந்த புரோகிதனை அடுத்து இவ்வளவு பொருத்தம் பார்த்தும் ஏனையா இப்படி ஆச்சுது என்றால் 'அதன் கர்மம் அப்படி இருக்கிறது. இதற்கு யார் என்ன செய்ய முடியும்' என்று சொல்லி விடுகிறான். அதற்கு ஏன் இவ்வளவு பொருத்தமும் சடங்கும் செய்து பணம் பெற்றாய் என்றால் அது உன்னுடைய முட்டாள்தனம் என்கின்றான். பிறகு பிள்ளை பெறாவிட்டால் 'எப்படியாவது பிள்ளை பெற்று தீர வேண்டும். காசிக்குப்போ இராமேஸ்

வரத்திற்குப் போ, தருமம் செய், சாந்தி கழி, ஓமம் பண்ணு, இல்லையேல் புத் என்னும் நரகத்திற்குப் போய் சேருவாய்' என்கிறான். பிள்ளை இல்லா வீட்டில் சாப்பிட்டால் பெரிய பாவம் என்கிறான்.

உன் பெண்ஜாதியை உன் அண்ணன் தம்பிக்காவது விட்டு பிள்ளை பெற்றுத் தான் ஆக வேண்டுமென்கிறான். இதன் இரகசியம் என்ன? ஒவ்வொரு குடும்பத்திலும் ஒருவராவது பின் சந்ததி இருந்தால்தான் இப்பார்ப்பனர்கள் சடங்கு செய்து வாங்கி தின்பதற்கு வழி உண்டு. இல்லையேல் கொடுப்பாரில்லாமல் அந்தச் சந்ததி போய்விடுமே என்பதுதான். கடைசியாக சாகும் போதாவது நம்மை விட்டு விடுகின்றானா. சுங்கச் சாவடிகளில் எப்படி சுங்கம் வாங்கின பிறகு வண்டி போக அனுமதியளிக்கின்றானோ, அதைப்போல் இறந்து போகிறவன் இங்குள்ள பார்ப்பானுக்கு சுங்கம் கொடுத்துத்தான் ஆக வேண்டியிருக்கிறது. என்னவென்றால், இறந்தவன் மோட்சமடைய வேண்டுமானால் இங்குள்ள பார்ப்பானுக்கு ஒரு பசு வாங்கிக் கொடுக்க வேண்டுமாம். ஏனெனில் இந்த இறந்த ஜீவன் நெருப்பு ஆற்றை மயிர் பாலத்தின் மீது கடந்து மோக்ஷத்திற்குச் செல்ல வேண்டியிருக்கின்றதாம்!

இறந்த ஜீவன் பாரமான ஜீவன், நடக்கும் பொழுது மயிர்பாலம் அறுந்து விழுந்துவிட்டால் நெருப்பு ஆற்றில் விழுந்து பிசாசாக உலாவ வேண்டி வருமாம். ஆகையால் புரோகிதனுக்கு ஒரு மாடு கொடுக்க வேண்டுமென்று சொல்லுகிறான். ஜீவன் போகும் போதே அறுந்து போகும். அந்த மயிரானது பெரிய மாடு நடந்தால் தாங்குமா? அதோடு நம் தந்தையும் அம்மாட்டு வால்பற்றி தொங்கினால் அந்த மயிர் இரண்டு பேரையும் தாங்குமா என்பதாக கொஞ்சமாவது சிந்திக்கிறோமில்லை. யாராவது சிந்தித்தாலே அதைப் பாவம் என்று சொல்லிவிடுகிறான். மதத்தைப் பற்றியும் சடங்கைப்பற்றியும் நமக்கு கொஞ்சமும் புத்தி இல்லை. எவ்வளவு தூரம் நாம் ஏமாற்றப்படுகின்றோம் என்பதை நாம் கொஞ்சமாவது உணர்ந்தோமில்லை. செத்தபிறகும் அவன் சொல்லும் வண்ணம் காலை மடக்கவும், முழங்காலிடவும், மண்டிபோடவும், பணங்கொடுக்கவும், பூணூலை மாற்றி போடவும், அவன் சொல்லுகிற படியெல்லாம் குரங்குபோல் ஆடவும் வேண்டியிருக்கின்றதேயன்றி, இழவுக்கு வந்தவர்களிடத்தில் பேசவுங்கூட ஓய்வில்லை. இறந்து 3 - ம் நாள், 4 - ம் நாள், 5 - ம் நாள், 6 - ம் நாள், 16 -ம் நாள் கிரியைகள் என்று பணம் பறிப்பதும் மாதம் மாதம் கொடுப்பதோடல்லாமல் காத்துக் கொண்டேயிருந்து, வரும் மாதம் தேதி ஆனவுடன் ஒரு வாரம் முன்பே 'உங்கள் அய்யாவுக்கு வருகிற வாரம் திதி. சாமான் சேகரம் செய்துவை' என்கிறான். நாம் அதற்காக எல்லா சமையல் சாமான்களும் சாப்பாடு அதிகமாய் விட்டால் அசீரணத்திற்குச் சுக்கும் மிளகும் கூட வைத்து, மிதியடி, குடை, பாத்திரம் முதலியவைகளுடன் கொடுப்பதோடு அல்லாமல், அவன் அழுக்குப்படிந்த காலில் நாம் மாத்திரமன்றி நம் அருமை பத்தினியையும் விழும்படி தூண்டி, பிறகு அந்தச் சாமான்களை ஆள்வசம் மூட்டைக் கட்டிக்கொடுத்து வீட்டில் சேர்க்கும்படி சொல்லிஅனுப்புகிறோம். இந்தச் சாமான்களை விற்று சீட்டாடுவதுமாகிய இழி தொழிலுக்குப் பயன்படுகிறது. சில, வேசி வீட்டிற்குப் போய்ச் சேருகின்றது.

செம்பு, பஞ்சபாத்திரம், குடை, செருப்பு, வேஷ்டி இவைகள் தனக்கு வேண்டியது போக மீதியை ஒன்றுக்குப் பகுதியாய் விற்கிறான். விற்ற பணத்தில் சூதாடுகிறார்கள். 7 ரூபாய்க்கு வாங்கின குடத்தை இரண்டரை ரூபாய்க்கு விற்பான்.

ஒரு பார்ப்பான் நிலம் வாங்கினால் ஒரு தானியம்தான் அவன் பயிரிட முடியும். ஆனால் நம் வீட்டுத் திதிக்கு வந்தால் எல்லாத் தானியமும் அவனுக்கு விளைந்தால் போன்று எடுத்துக் கொடுக்கிறோம். எனவே நம் வீட்டில் ஒருவர் செத்தால் பார்ப்பானுக்கு சகல சாமானும் விளைகிற ஒரு பூமி வாங்கினதுபோல் ஆகிவிடுகின்றது. குறிப்பிட்ட ஒரு இடத்தில் செய்தால் மறுபடியும் அவன் திதியே செய்ய வேண்டியதில்லையென்பான். அப்படி செய்து விட்டால் பிறகு உனக்குத்தான் சக்தி இருக்கிறதே, சக்தி இல்லாமல் போனால்தான் அந்த சட்டம் பொருந்தும் என்பான். தனக்கே பிண்டம் போட்டுக் கொள்ளவும் செய்வான். செத்தவுடன் மக்களையும் பிண்டம் போடும்படி உயிரை வாங்கிவிடுவான். சடங்கு இப்படி.

இனி மத ஆச்சாரியார்களையும், மத குருக்களையும் சற்று கவனிப்போம். இவர்களால் மக்களுக்குப் பயன் ஒரு சிறிதும் இல்லை. இந்து மதத்தின் பேரால் சங்கராச்சாரியார், சைவ மடாதிபதி, வைணவ மடாதிபதி முதலிய பலர் இருக்கின்றார்கள். ஒவ்வொருவரும் யானைகளிலும், ஒட்டகங்களிலும் தன் இனத்தாருடன் வருவதும் ஓரிடத்தில் தங்குவதும், அவ்வூரிலுள்ள தங்களினத்தாரைக் கொண்டே சாமியாருக்குப் பாத பூசை பிச்சையென்று விளம்பரம் செய்வதும், ஒரு ரூபாய் ஒரு பவுன் கொடுத்து அவன் காலைக் கழுவின நீரை வாங்கி அருந்துவதும், அந்த ஊரில் கறக்கிற வரையில் அங்கே இருந்த பிறகு வேறு வேறு ஊர்களில் தங்குவதும், நம்மிடம் வாங்கின பணத்தைக் கொண்டே சாமியார் சூத்திரனைப் பார்த்ததற்கு ஒரு பிராயசித்தமும் ஒரு முழுக்கும், நிழல் மேல் பட்டதற்கு ஒரு பிராயசித்தமும் ஒரு முழுக்கும், நீச்ச மொழியாகிய தமிழில் பேசினதற்காக ஒரு பிராயசித்தமும் ஒரு முழுக்கும் போட வேண்டியவனாகி விடுகிறான். இம்மாதிரி ஆள்களில் சிலர் உலக குரு என்கிறார்கள். சிலர் குலகுரு என்கிறார்கள்.

குலகுரு என்பவர் ஓரிடத்திலிருந்து தனது ஆட்களில் ஒரு ஆளை அனுப்பி தான் வந்திருப்பதாக தெரிவிப்பார். சிஷ்யர்கள் மக்களோடும் மனைவியோடும் ஓடோடியும் சென்று அவர் காலில் விழும்படி அவனது மக்களுக்கும் மனைவிக்கும் கட்டளையிட்டு தானும் காலில் விழுவான். குலகுரு: உனக்கு எத்தனை குழந்தை என்பான்.

சிஷ்யன் : மூன்று குழந்தைகள். இரண்டிற்கு விவாகம் ஆயிற்று.

குலகுரு: உன் இரு குமாரன் இருதலைக்கட்டு, நீ ஒரு தலைக்கட்டு ஆக மூன்று தலைக்கட்டு. மூன்றோன் மூன்று, மூகால் முக்கால், ஆக மூன்றே முக்காலுக்கு ஒன்றேகால் வைத்திருக்கின்றாய் என்ன?

சிஷ்யன் : சாமி அடியேனை மன்னிக்க வேண்டும். என் அறியாமைக்கு அபராதம் 11/4 காணிக்கையும் சேர்த்து வைத்திருக்கிறேன். ஏனென்றால் என் மக்கள் இருவரும் உத்தியோகம் செய்யவில்லையே.

குரு : உங்கள் தந்தை தானே தலைகட்டுக்கு 1 1/4 கட்டளை என்று எழுதி தந்திருக்கின்றார். இதோ பட்டயம் பார், என்று சொல்லி பணம் வாங்கிக் கொண்டு சாமிகள் வீடு சிறிது பழுது பார்க்க வேண்டி இருப்பதால் நீங்கள் வந்து அவைகளை சீக்கிரம் முடித்துக் கொடுங்கள். சாமிகள் மிகவும் கஷ்டப் பட்டுக் கொண்டிருக்கிறார் என்று சொல்லி வேறு ஊருக்கு கொள்ளையடிக்கப் போய் விடுவான்.

விதவை மறுமணத்தை ஆரம்ப காலத்திலிருந்தே தொடர்ந்து ஆதரித்து வந்த வர்களில் ராமசாமியும் ஒருவர். ஆகஸ்ட் 1926-ல் வெளியான கட்டுரையில் இருந்து சில பகுதிகள்.

விதவைகளின் உரிமைகள்

விதவைகள் மறுமணத்தை ஆரம்பத்திலிருந்தும் தொடர்ந்தும் ஆதரித்து வந்தவர்களில் ராமசாமியும் ஒருவர். ஆக 1926-ல் வெளியான கட்டுரையில் இருந்து கீழே இடம்பெற்றுள்ள பகுதி எடுக்கப்பட்டிருக்கிறது.

சிருஷ்டிக் கர்த்தா, மக்கட் படைப்பிலடங்கிய ஆண் பெண்களை ஏற்றத் தாழ்வுடன் படைக்கவில்லையென்பதை அறிவுடைய உலகம் ஏற்கும். அங்க அமைப்பிலன்றி அறிவின் பெருக்கிலோ வீரத்தின் மாண்பிலோ ஆண் பெண் களுக்குள் ஏற்றத் தாழ்வான வித்தியாசம் காண இயலுமோ? இயலவே இயலாது. ஆடவரிலும் சரி பெண்டிரிலும் சரி, முறையே அறிவாளிகளும், ஆண்மையுடையோரும் அறிவிலிகளும், பேடிகளும் உண்டு. இவ்வாறிருக்க, திமிர் படைத்த இந்த ஆண் உலகம் சாந்த குணபூஷணமான பெண்ணுலகைத் தாழ்த்தி அடிமைப்படுத்தி வருதல் முறையும் தர்மமுமான செயலாகாது.

இந்து மத ஆண் உலகம் தங்களது பெண் உலகத்தின் மாட்டு பூண்டொழுகும் கொடுமைச் செயல்கள் பலவற்றிற் இங்கு நாம் விதவைகளைப் பற்றி மட்டும் கவனிக்க வேண்டியுளது.

உலக இன்பத்தை நுகர்ந்து அலுத்துப் போயிருக்கும் பழுத்த கிழவனேயா யினும், தன் மனைவியார் இறந்துபட்டவுடன் மறுமணம் புரிய முயலு கின்றான். அதுவும் வனப்பு மிகுந்த - எழில் பொருந்திய இளஞ் சகோதரி களையே தன் மணத்திற்குத் தேர்ந்தெடுக்கின்றான். ஆயின் ஓர் பெண் மகள் தன் கொழுநனை இழந்துவிட்டால், அவள் உலக இன்பத்தையே சுவைத் தறியாதவளாயிருப்பினும் - தன் ஆயுட்கால முற்றும் அந்தோ! தன் இயற்கைக் கட்புலனை இறுக மூடி, மனம் நொந்து, வருந்தி மடிய நிபந்தனை ஏற்பட்டுவிடுகிறது. என்னே அநியாயம்!

இந்து சகோதரர்கள் இவ்வாறு தங்கள் சமூகம் அநியாயமாய் அழிந்து வருவதை பார்த்துக் கொண்டு வருவது பெரும் பாபகரமான செயலாகும். முன்நாளில் தன் கணவனைப் பறிகொடுத்த மனைவியும் உடன்கட்டையேறு

தல் வழக்கமாயிருந்தது. இக்கொடிய வழக்கத்தை அக்காலத்தில் ஆங்கிலோ இந்திய வியாபாரக் கூட்டத்தின் தலைவராயிருந்த வாரன் ஹேஸ்டிங்ஸும், சுவாமி தயானந்த சரஸ்வதி போன்ற இந்திய நாட்டு அறிவாளிகளும் எடுத்துக் கொண்ட பெரு முயற்சியால் நிறுத்தப்பட்டது. உடன் கட்டையேறுதலை நிறுத்துதற்காகப் போராடிய அக்காலத்திலும் ஆச்சாரமே அழிந்து போவதாகவும் மதமே கெட்டுப் போவதாகவும் பெருங்கிளர்ச்சி ஏற்பட்டது. ஆனால் நாளடைவில் அக்கூக்குரலும் அடங்கி 'ஸககமனம்' என்னும் உடன்கட்டையேறுதலான கொலை வழக்கமும் அறவே மறைந்தது.

இதுபோழ்து நம் நாட்டில் விதவைகள் மறுமணம் செய்து கொள்ளலாகாதென்னும் வழக்கமிருப்பது பாரபட்சம் நிரம்பிய கொடுமையான செயலாகும். தன் மனைவியை இழந்த கிழவன் மறுமணம் செய்து கொள்ளலாமென்றும் தன் கணவனை இழந்து மகப்பேறு பெறாத இளமங்கை மறுமணம் செய்து கொள்ளலாகாதென்றும் கூறுவது நடுநிலைமை கொண்ட அறச் செயலாகா.

விதவைகள் மறுமணம் செய்து கொள்ளும் வழக்கம் கற்புக்குப் பங்கம் விளைப்பதாகும் எனக் கூறினால் அது பொருந்தாது. விதவைகளை மறுமணம் செய்விக்காதிருத்தலினாலேயே அவர்கள் கற்பழிந்து மாய்கின்றனர். காமச்சுவை கருதும் இளங் கைம்பெண்கள் படிற்றொழுக்கத்தில் வீழ்ந்து, அதனால் கருப்பந்தரித்து இரண்டோர் திங்களுள் சிசுஹத்தி தோஷத்திற்கு உள்ளாகின்றார்கள். இப்பாவம் யாரைச் சாரும்? விதவைகளை மறுமணம் செய்து கொள்ளல் ஆகாதென்று கட்டாயப்படுத்தி வரும் பெற்றோர்களையே சாரும். மறுமணம் விரும்பாத பெண்களைத் தவிர்த்து ஏனைய கைம் பெண்களுக்கு மறுமணம் செய்வித்தலே நன்று.

விதவைகளின் கலியாணத்தைப் பற்றி இவ்வாறு எழுதும் நான் எழுத்தளவோடும் சொல்லளவோடும் ஆதரிக்கின்றேனா அன்றி செய்கையிலும் ஆதரித்துள்ளேனா என்ற ஐயம் அன்பர்களுக்குத் தோன்றலாம். இதன் பொருட்டேனும் எனது கருத்தை பிரதிபலிக்கும் செய்கையைக் கூற விரும்புகிறேன்.

நான் கர்நாடக பலிஜவார் வகுப்பைச் சேர்ந்தவன். எனது வகுப்பின் பெண் மக்கள் முக்காடுடன் கோஷாவாக இருக்க வேண்டியவர்களெனவும் விதவா விவாகத்தை அனுமதிக்கப்படாத வகுப்பினரெனவும் வழங்கப்படுபவர்கள். நான் பிறந்த குடும்பமோ அளவுக்கு மிஞ்சிய ஆசாரத்தையும் வைணவ சம்பிரதாயத்தையும் கடுமையாய் ஆதரிக்கும் குடும்பம். இப்படியிருந்த போதிலும் என்னுடைய 7-வது வயதிலிருந்தே மக்களில் உயர்வு, தாழ்வு கற்பித்தலையும் ஒருவர் தொட்டதை மற்றொருவர் சாப்பிடலாகாதெனச் சொல்வதையும் நான் பரிகாசம் செய்து வந்ததோடு யாரையும் தொடுவதற்கும் எவர் தொட்டதையும் சாப்பிடுவதற்கும் நான் சிறிதும் பின்வாங்கியதே கிடையாது. என்னை, இளம் போதிலிருந்தே எங்கள் வீட்டு ஆக்குப் புரைக்குள் செல்ல அனுமதிப்பதில்லை. நான் தொட்ட சொம்பை எனது தகப்பனார் தவிர மற்றையோர் கழுவாமல் உபயோகப்படுத்த மாட்டார்கள். எங்கள்

குடும்ப ஆச்சார அனுஷ்டானங்களைப் பார்த்து பொறாமைப்படுபவர்கள் என்னைப் பார்த்து சாந்தியடைந்துவிடுவார்கள். ''நாயக்கருக்கு அவர்கள் ஆச்சாரத்திற்கேற்றாற் போல்தான் ஒரு பிள்ளை என்றாலும் பிள்ளை நவமதியாய்ப் பிறந்திருக்கிறது'' என்று சொல்லுவார்கள். என்னுடைய 16-வது வயதிலேயே பெண் மக்களை தனித்த முறையில் பழக்குவதும் அவர்களுக்கென சில கட்டுத் திட்டங்களை ஏற்பாடு செய்வதையும் ஆண் மக்களின் அகம்பாவம் என்று நினைத்து வந்தேன்.

இவ்வாறாக, என் தங்கை தனது இளம் வயதிலேயே ஓர் பெண் குழந்தை யையும், ஓர் ஆண் குழந்தையையும் விடுத்து விண்ணுற்றாள். அவற்றுள் ('அம்மாயி' என்றழைக்கப் பெறும்) அப் பெண் குழந்தைக்கு அதன் 10-வது வயதில் சிறந்த செல்வாக்கோடு ஒரு செல்லக் கலியாணம் செய்து வைத் தோம். கலியாணம் செய்த 60-ம் நாள் அப்பெண்ணின் கணவன் என்னும் 13 -வயதுள்ள சிறு பையன் பகல் 2 மணிக்கு விஷபேதியால் விண்ணுற்றான். அவன் இறந்தான் என்ற செய்தியைக் கேட்டதும் அப்பெண் குழந்தை என்னிடம் ஓடி வந்து, 'மாமா! எனக்குக் கலியாணம் செய்து வை என்று நான் உன்னைக் கேட்டேனா? இப்படி என் தலையில் கல்லைப் போட்டாயே' என்று ஓவென்று அலறிய சத்தத்தோடு என் காலடியில் மண்டையில் காய முண்டாகும்படி திடீரென்று விழுந்தது. துக்கம் விசாரிப்பதற்காக அங்கு வந்திருந்த ஆண் பெண் உள்பட சுமார் 600, 700 பேர்கள் அக்குழந்தையையும் என்னையும் பார்த்த வண்ணமாய் கண்களிலிருந்து தாரை தாரையாய் நீர் வடித்தனர். எனக்கும் அடக்கவொண்ணா அழுகை வந்துவிட்டது. ஆனால் கீழே கிடந்த அந்தக் குழந்தையை நான் கையைப் பிடித்து தூக்கும்போதே அதற்கு மறுபடியும் கலியாணம் செய்துவிடுவது என்கிற உறுதியுடனேயே தூக்கினேன்.

பிறகு அந்த பெண் பக்குவமடைந்த ஒரு வருடத்திற்குப் பின் அதற்கு கலி யாணம் செய்ய நானும் எனது மைத்துனரும் முயற்சி செய்தோம். இச் செய்தி எனது பெற்றோருக்கும் மற்றோருக்கும் எட்டவே அவர்கள் இதை தங்கள் வகுப்புக்கு ஒரு பெரிய ஆபத்து வந்துவிட்டது போலக் கருதி பெரிதும் கவலைக்குள்ளானவர்களாகி நாங்கள் பார்த்து வைத்த இரண்டொரு மாப் பிள்ளைகளையும் கலைத்தார்கள். முடிவில் எனது மைத்துனரின் இரண்டாந் தாரம் மைத்துனரைப் பிடித்து சரிசெய்து, எவரும் அறியாவண்ணம் பெண்ணையும் மாப்பிள்ளையையும் சிதம்பரத்திற்கழைத்துச் சென்று அங்கு கோயிலில் கலியாணம் செய்வித்து ஊருக்குக் கூட்டி வந்தனர். ஆனால் நான் அங்கு போகாமல் ஊரிலேயே இருக்க வேண்டியதாயிற்று. ஏனெனில், அவர்கள் போயுள்ள செய்தியை சுற்றத்தார் அறிந்தால் ஏதாவது மாப் பிள்ளையை தடைசெய்து விடுவார்களோ என்கிற பயத்தால், நான் ஊரிலிருந் தால் கலியா ணத்திற்காக வெளியூருக்குப் போயிருக்கிறார்களெனச் சந்தேக மிருக்காது என்கிற எண்ணங்கொண்டேயாகும். இக் கலியாணத்தின் பலனாக இரு, மூன்று வருட காலம் பந்துக்களுக்குள் வேற்றுமையும் பிளவும் ஏற் பட்டு சாதிக் கட்டுப்பாடு இருந்து நிறகு அனைத்தும் சரிபட்டுப்போயின.

பெண்ணும் மாப்பிள்ளையும் ஒத்து வாழ்ந்து ஓர் ஆண் மகவைப் பெற்றனர். ஆனால் துரதிஷ்டவசமாக கொஞ்ச நாளையில் அந்த இரண்டாவது புருஷனும் இறந்துவிட்டான். இப்பொழுது தாயும் மகனுமே க்ஷேமமாயிருக் கிறார்கள். இன்னமும் எனது வகுப்பில் 13 வயதுக்குக் கீழ்ப்பட்ட விதவைக் குழந்தைகள் சிலர் இருக்கின்றனர். பாவம் அக்குழந்தைகளை அவர்களின் பெற்றோர்கள் தீண்டாதார் போல் கருதி நடத்துவதை தினமும் பார்க்க பாவமாயிருக்கிறது.

எவ்வளவோ இடருக்குள்ளாகப்பட்டு அக் கலியாணத்தை முடித்து வைத் தோம். ஆனால் கடைசியில் அந்த இரண்டாவது கணவனும் மரிக்கவே விதவா விவாக விஷயத்தில் தீவிரமாகத்தலையிட வேண்டுமென எனக் கிருந்த கருத்துக்கு பெரிய முட்டுக்கட்டை போட்டது போலாயிற்று.

விதவைகளின் விஷயம் நினைவிற்கு வரும் போதும் நேரில் காண நேரும் போதும், உலக இயற்கை எளியாரை வலியார் அடக்கி ஆண்டு இம்சிப் பதல்லாமல் வேறல்லவென்றே முடிவு செய்வேன். நமது இந்து சமூகம் எந்தக் காலத்தில் எவருடைய ஆதிக்கத்தில் கட்டப்பட்டதோ, அன்றி மதமில் லாமல் முறையில்லாமலிருந்து இயற்கையாகவே ஏதாவது கட்டுப்பாடுகள் ஏற்பட்டு அவற்றை வலியவர்கள் தங்கள் தங்கள் சுயநலத்திற்குத் தக்கபடி திருப்பிக் கொண்டார்களோ என நினைக்கும்படி இருந்தாலும் பொதுவாய் விதவைத் தன்மை நிலைத்திருக்கும் காரணத்தினாலேயே இந்து மதமும் இந்து சமூகமும் ஒரு காலத்தில் அடியோடு அழிந்து போனாலும் போகுமென்பதே எனது முடிவான கருத்து.

அரசியல் என்றும் சமூகவியல் என்றும் ஜனாச்சார சீர்திருத்தவியல் என்றும் பெண்மக்கள் முன்னேற்றமென்றும் சொல்லிக் கொண்டிருக்கும் மக்களில் பெரும்பான்மையோர் இவற்றைத் தங்களது வாழ்வுக்கும் கீர்த்திக்கும் சுயநலத்திற்கும் உபயோகப்படுத்திக் கொள்ளுவோராக இருக்கிறார்களே தவிர உண்மையில் அக்கருத்துக்கொண்டு உழைப்பவர்கள் அரிதினுமரிதாகி விட்டனர் என்று சொல்லுவதை மன்னிக்க வேண்டுகிறேன். அன்றியும் இவ்விதத்துறைகளிலும் சீர்திருத்தங்களிலும் பாடுபடுபவர் களாய்க் காணப்படுவோரில் பெரும்பாலோர் தாங்கள் செய்வது சரியென்ற தீர்மானம் தங்களுக்கேயில்லாமல் உலக மெய்ப்புக்குச் செய்கிறவர்களாகவே இருக் கிறார்கள். பெண்மக்கள் முன்னேற்றத்தைப் பற்றி பேசுவோர் தங்கள் வீட்டுப் பெண்களைப் படுதாவுக்குள் வைத்துக்கொண்டும், விதவா விவாகத்தைப் பற்றி பேசுவோர் தங்கள் குடும்பங்களில் உள்ள விதவைகளை காவல் போட்டு விதவைத் தன்மையைக் காப்பாற்றிக் கொண்டும் இருக்கிறார்களே தவிர உண்மையில் ஒரு சிறிதும் தாங்கள் நடவடிக்கையில் காட்டுவதில்லை. இதன் காரணம் என்னவெனப் பார்க்கும் போது, பெண் மக்கள் என்று நினைக்கும் போதே அவர்கள் அடிமை, நமக்கடங்கினவர்கள், கட்டுப்படுத்தி வைக்கப்பட வேண்டியவர்கள் என்கிற உணர்ச்சி ஏற்படுகிறது என்றே நினைக்கிறோம். இதனாலேயே அவர்களை விலங்குகளைப்போல் நடத்தி வருகிறார்கள். அவர்களுக்கு சுதந்திரங் கொடுப்பது என்கிற விஷயத்தை

நினைக்கும்போது செய்யக்கூடாத ஒரு பெரிய குற்றமான செய்கையைச் செய்ய நினைக்கிறது போலவே தோன்றுகிறது. அதனால் மனித சமூகத்தில் சரி பகுதியான எண்ணிக்கைக்கு பிறவியிலேயே சுதந்திரம் இல்லை என்பது தானே இதன் பொருள்? ஆடவருக்கு பெண்டிரை விட சிறிது வலிமை அதிக மாக ஏற்பட்ட குற்றந்தானே இம்மாதிரி ஒரு சரி சமமான சமூகத்தை சுதந்திர மில்லாமல் அடிமைப்படுத்தும் கொடுமையை அனுஷ்டிக்க வேண்டிய தாயிற்று. இந்தத் தத்துவமே வரிசைக்கிரமமாக மேலோங்கி எளியோரை வலியோரால் அடிமையாக்கச் செய்கிறது.

உலகில் மனித வர்க்கத்திற்கு அடிமைத் தத்துவம் ஒழிய வேண்டுமானால் பெண்ணுலகை அடிமையாகக் கருதி நடத்தும் அகம்பாவமும் கொடுமையும் ஒழிய வேண்டும். இது ஒழிந்த நிலையே சமத்துவம் சுதந்திரம் என்னும் முளை முளைக்கும் இடம்.

பெண்களின் சுதந்தரத்தை ஊக்குவிக்கும் வழிகளில் ஒன்றாக கருத்தடைக்கு ஆதரவாக ராமசாமி ஆதரவு தெரிவித்தார். புலனடக்கமே குழந்தைப் பிறப்பைத் தடுப்பதற்கான வழி எனச் சொன்ன பிற இந்திய சீர்திருத்தவா திகளில் இருந்து இது அவரை வித்தியாசப்படுத்திக் காட்டுகிறது. 1930-ல் வெளியான கட்டுரையில் இருந்து சில பகுதிகள் கீழே இடம்பெற்றுள்ளன.

கர்ப்பத்தடை

பெண்களின் உரிமைகள், சுதந்தரம் ஆகியவற்றை வென்றெடுக்க உதவும் நோக்கில் கர்ப்பத்தடைக்கு ஆதரவாக ராமசாமி பேசியிருக்கிறார். குழந்தைப் பிறப்பைத் தடுக்கும் வழியாக துறவறத்தை முன்வைத்த காந்தி போன்ற பிற சீர்திருத்தவாதிகளில் இருந்து இவரை இதுவே வித்தியாசப் படுத்திக்காட்டுகிறது. 1930-ல் வெளியான ஒரு கட்டுரையில் இருந்து கீழ்கண்ட பகுதி எடுக்கப்பட்டிருக்கிறது.

கர்ப்பத்தடை என்பது பற்றி சுமார் 2 வருஷங்களுக்கு முன் நாம் எழுதியது அநேகருக்கு திடுக்கிடும் படியான சேதியாயிருந்தது. ஆனால் இப்போது சிறிது காலமாய் அது எங்கும் பிரஸ்தாபிக்கப்படும், ஒரு சாதாரண சேதியாய் விட்டது. வர வர அது செல்வாக்குப் பெற்றும் வருகின்றது. பெரிய உத்தியோ கத்தில் இருந்த சர். பி. சிவசாமி அய்யரும் பெரிய உத்தியோகத்தில் இப்போ தும் இருக்கும் ஜஸ்டிஸ் ராமேசம் அவர்களும் மற்றும் பலரும் இது விஷய மாய் அடிக்கடி பேசி வருகின்றதையும் எழுதி வருகின்றதையும் பத்திரி கையில் பார்த்தும் வருகின்றோம். சமீபத்தில் சென்னை சட்டசபையிலும் கர்ப்பத் தடை விஷயமாய் பிரசாரம் செய்ய வேண்டுமென்று பிரஸ்தாபிக் கப்பட்டதையும் நேயர்கள் கவனித்து இருக்கலாம்.

ஆனால் கர்ப்பத் தடையின் அவசியத்தைப் பற்றி நாம் கருதும் காரணங் களுக்கும் மற்றவர்கள் கருதும் காரணத்திற்கும் அடிப்படையான வித்தியாசம்

இருக்கின்றன. அதாவது பெண்கள் விடுதலையடையவும் சுயேச்சை பெறவும் கர்ப்பத்தடை அவசியமென்று நாம் கூறுகின்றோம். மற்றவர்கள் பெண்கள் உடல் நலத்தை உத்தேசித்தும் பிள்ளைகளின் தாஷ்டீகத்தை உத்தே சித்தும், நாட்டின் தரித்திர திசையை உத்தேசித்தும், குடும்ப சொத்து குலை யாமல் இருக்க வேண்டுமென்பதை உத்தேசித்தும், கர்ப்பத் தடை அவசிய மென்று கருதுகிறார்கள். இதை மேல் நாட்டினர் பலர்கூட ஆதரிக்கின்றார்கள். ஆனால் நமது கருத்தோ இவைகள் எதையும் பிரதானமாய்க் கருதியது அல்ல. மற்றெதைக் கருதி யென்றால் முன் சொன்னதுபோல் பொதுவாக பெண்களின் விடுதலைக்கும் சுயேச்சைக்குமே கர்ப்பம் விரோதியாய் இருப்பதால் சாதாரணமாய் பெண்கள் பிள்ளை பெறுவது என்பதையே அடியோடு நிறுத்தி விடவேண்டும் என்கிறோம், அது மாத்திரமல்லாமல் பல பிள்ளைகளை பெறுகின்ற காரணத்தால் ஆண்களும் கூட சுயேச்சையுடனும், விடுதலை யுடனும் இருக்க முடியாதவர்களாகவேயிருக்கிறார்கள். இதன் உண்மை சாதாரணமாய் ஒவ்வொரு மனிதனும் ஸ்திரீயும் தங்கள் சுதந்திரங்களுக்குக் கஷ்டம் வருகின்ற காலத்தில் பேசிக்கொள்வதைப் பார்த்தாலே தெரியும்.

ஒரு மனிதன் தான் கஷ்ட நிலையில் பேசும்போது 'நான் தனியாயிருந்தால் ஒரு கை பார்த்து விட்டுவிடுவேன். 4, 5 குழந்தையும் குட்டியும் ஏற்பட்டு விட்டதால் இவைகளைக் காப்பாற்ற வேண்டுமே என்கின்ற கவலையால் பிறர் சொல்லுவதையெல்லாம் கேட்டுக் கொண்டு ஆளாயிருக்க வேண்டி இருக்கின்றது'' என்றே சொல்லுகின்றான். அது போலவே ஒரு ஸ்திரீயும் புருஷனாலோ அல்லது வேறு எதனாலோ சங்கடம் ஏற்படும் போது ''''நான் தனியாய் இருந்தால் எங்காகிலும் தலையின் மேல் துணியைப் போட்டுக் கொண்டு போய் விடுவேன்; அல்லது ஒரு ஆற்றிலாவது குளத்திலாவது இறங்கி விடுவேன். இந்தக் கஷ்டத்தை சகித்துக் கொண்டு அரை நிமிஷமும் இருக்க மாட்டேன். ஆனால் இந்த குழந்தைகளையும் குஞ்சுகளையும் நான் எப்படி விட்டு விட்டு போகமுடியும்'' என்றே சொல்லுகின்றாள். ஆகவே இந்த இருவர்களுக்கும் அவர்களது சுயேச்சையையும் விடுதலையையும் கெடுப்பது இந்த குழந்தைகளும் குஞ்சுகளும் என்பவைகளேயாகும்.

உலகத்தில் மக்கள் கஷ்டப்பட்டு தன் தன் ஜீவனத்திற்கு பொருள் தேடு வதற்கே சுதந்திரத்தை விற்று அடிமையாக வேண்டிய நிலையில் இருக்கும் போது பிள்ளைகளையும் குட்டிகளையும் காப்பாற்ற வேண்டிய அவசியமும் தலை மேல் இருக்குமானால் அந்த இடத்தில் எப்படி சுயேச்சை இருக்க முடியும்? ஆகையால் ஆண் பெண் இருவர்களின் சுயேச்சைக்குமே கர்ப்பமா வதும் பிள்ளைகளைப் பெறுவதும் இடையூறான காரியமாகிறது.

அதிலும் பெண்கள் சுயேச்சைக்கு கர்ப்பம் என்பது கொடிய விரோதியாயிருக் கிறது. அதனால் தான் நாம் கண்டிப்பாய் பெண்கள் பிள்ளை பெருவதை நிறுத்தியே ஆக வேண்டும் என்கின்றோம். அன்றியும், பெண்கள் வியாதிஸ் தர்கள் ஆவதற்கும் சீக்கிரம் கிழப்பருவம் அடைவதற்கும், ஆயுள் குறைவ தற்கும் இந்த கர்ப்பம் என்பதே மூல காரணமாயிருக்கின்றது. தவிரவும் ஆண்களில் பிரம்மச்சாரிகளும், சன்யாசிகளும், சங்கராச்சாரியார்களும்,

தம்பிரான்களும், பண்டார சன்னதிகளும் ஏற்பட்டிருப்பதுபோல் பெண்களில் பிரம்மச்சாரிகளும் சங்கராச்சாரி முதலியவர்களும் ஏற்படுவதற்கும் இந்த கர்ப்பமே தடையாயிருந்து வருகின்றது. இந்நிலையில் தான் பெண்கள் விடுதலைக்கும் சுயேச்சைக்கும் முன்னேற்றத்திற்கும் அவர்கள் பிள்ளை பெறுவது என்பதை நிறுத்த வேண்டும் என்று நாம் சொல்லுகின்றோம்.

கல்யாண விடுதலை

திருமணம் என்னும் சமூக அமைப்பு பெண்கள் மீது சுமத்தும் சுமைகள் பற்றி ஈ.வெ.ராமசாமியின் பெண்ணிய அல்லது ஆரம்பகால பெண்ணியக் கருத்துகள் கடைசிப் பாகத்தில் இடம்பெறுகின்றன. 17, ஆக, 1930 -ல் குடியரசு இதழில் வெளியாகிய கட்டுரையில் இருந்து...

ஆண் பெண் கல்யாண விஷயத்தில் அதாவது புருஷன் பெண்ஜாதி என்ற வாடிக்கையானது நமது நாட்டிலுள்ள கொடுமையைப் போல் வேறு எந்த நாட்டிலும் கிடையவே கிடையாது என்று சொல்லலாம். நமது கல்யாண தத்துவம் எல்லாம் சுருக்கமாகப் பார்த்தால் பெண்களை ஆண்கள் அடிமையாகக் கொள்வது என்பதைத் தவிர வேறு ஒன்றுமே அதில் இல்லை. அவ்வடிமைத்தனத்தை மறைத்து பெண்களை ஏமாற்றுவதற்கே சடங்கு முதலியவைகள் செய்யப்படுவதோடு அவ்வித கல்யாணத்துக்கு தெய்வீக கல்யாணம் என்பதாக ஒரு அர்த்தமற்றப் போலிப் பெயரையும் கொடுத்து பெண்களை வஞ்சிக்கின்றோம்.

பொதுவாக கவனித்தால் நமது நாடு மாத்திரமல்லாமல் உலகத்திலேயே அநேகமாய் கல்யாண விஷயத்தில் பெண்கள் மிக்க கொடுமையும், இயற்கைக்கு விரோதமான நிர்ப்பந்தமும் படுத்தப்படுகிறார்கள் என்பதை நடுநிலைமையுள்ள எவரும் மறுக்க முடியாது. ஆனால் நமது நாடோ இவ்விஷயத்தில் மற்ற எல்லா நாட்டையும் விட மிக்க மோசமாகவே இருந்து வருகிறது.

இக்கொடுமைகள் இனியும் இப்படியே நிலைபெற்று வருமானால் சமீப காலத்திற்குள்ளாக அதாவது ஒரு அரை நூற்றாண்டுகளுக்குள்ளாக கல்யாணச் சடங்கும், சொந்தமும் உலகத்தில் அனேகமாய் மறைந்தே போகும் என்பதை உறுதியாய்ச் சொல்லலாம். இதை அறிந்தே மற்ற நாடுகளில் அறிஞர்கள் பெண்கள் கொடுமையை நாளுக்கு நாள் தளர்த்திக்கொண்டு வருகின்றார்கள். நம் நாடுமாத்திரம் குரங்குப் பிடியாய் பழய கருப் பனாகவே இருந்து வருகின்றது. ஆதலால் தலைகீழ் முறையான பெண்கள் கிளர்ச்சி ஒன்று நமது நாட்டில் தான் அவசரமாய் ஏற்பட வேண்டியிருக்கின்றது.

சென்ற வருஷம் செங்கல்பட்டு மகாநாட்டில் பெண்களுக்கும் ஆண்களுக்கும் தங்கள் தங்கள் கல்யாண விடுதலை செய்து கொள்ள உரிமை இருக்க வேண்டும் என்பதாக ஒரு தீர்மானம் செய்யப்பட்டவுடனும் சமீபத்தில்

சென்னையில் கூடிய பெண்கள் மகாநாட்டில் கல்யாண ரத்துக்கு ஒரு சட்டம் வேண்டும் என்று தீர்மானித்தவுடனும் உலகமே முழுகிவிட்டதாக சீர்திருத்த வாதிகள் என்று தங்களைச் சொல்லிக்கொள்பவர்கள் உட்பட பலர் கூக்குர லிட்டார்கள். ஆனால் செங்கற்பட்டுத் தீர்மானத்திற்கு நிறகு வெளிநாட்டிலும், இந்தியாவிலும் பல விடங்களில் கல்யாண ரத்துச் சட்டங்கள் ஏற்படுத்தப் பட்டிருக்கின்றது. ருஷ்யாவில் கல்யாணமே தினசரி ஒப்பந்தம்போல் பாவிக்கப்பட்டு வருகிறது. ஜர்மனியில் புருஷனுக்கும் பெண்ஜாதிக்கும் இஷ்டமில்லையானால் உடனே காரணம் சொல்லாமலே கல்யாணத்தை ரத்து செய்து கொள்ளலாம் என்பதாக சட்டம் கொண்டு வரப்பட்டது யாவருக்கும் தெரிந்த விஷயமாகும். சமீபத்தில் பரோடா அரசாங்கத்தாரும் கல்யாண ரத்துக்குச் சட்டசபையில் சட்டம் நிறைவேற்றிவிட்டார்கள். மற்ற மேல் நாடுகளிலும் இவ்விதச் சட்டங்கள் இருந்து வருகின்றது. நமது நாட்டில் மாத்திரம் இவ்விஷயம் சட்டம் செய்வதில் கவனிக்கப்படாமலிருந்து வருகின்றதானது மிகவும் அறிவீனமான காரியம் என்றே சொல்ல வேண்டும்.

சாதாரணமாக தென்னாட்டில் பத்திரிகைகள் மூலம் அனேக புருஷர்கள் தங்களது பெண் சாதிகளின் நடவடிக்கைகளில் சந்தேகம் கொண்டு என்பதாய் கொலைகள் செய்ததாக தினம் தினமும் செய்திகள் வெளியாவதைப் பார்த்து வருகின்றோம்.

சில சமயங்களில் ஒரு பெண்ஜாதியின் நடவடிக்கை சந்தேகத்திற்கு பல கொலைகள் நடந்ததாகவும் பார்க்கிறோம். தெய்வீக சம்மதமான கல்யாணங்கள் இப்படி முடிவடைவானேன் என்பதைப் பற்றி தெய்வீகத்தில் பிடிவாதமுள்ள எவருக்குமே யோசிக்கப் புத்தியில்லை. பெண்கள் உலகம் முன்னேற்றமடைய வேண்டுமானால் அவர்களுக்கும் மனிதத்தன்மை ஏற்பட வேண்டுமானால் ஆண்களுக்கும் திருப்தியும், இன்பமும், உண்மையான காதலும், ஒழுக்கமும் ஏற்பட வேண்டுமானால் கல்யாண ரத்துக்கு இடமளிக்கப்பட வேண்டியது முக்கியமான காரியமாகும். அப்படிக்கில்லாதவரை ஆண், பெண் இரு வருக்கும் சுதந்திர வாடிக்கைக்கு இடமே இல்லாமல் போய்விடும்.

நமது 'சீர்திருத்தவாதிகள்' பலர் ஒரு மனிதன் இரண்டு பெண்டாட்டிகளைக் கட்டிக்கொள்வதைப் பற்றி மாத்திரம் குடி முழுகிப் போய்விட்டதாகக் கூச்சல் போடுகின்றார்கள். இவர்கள் எதை உத்தேசித்து இப்படி கூச்சல் போடுகின்றார்கள் என்பது நமக்கு விளங்கவில்லை. மதத்தை உத்தேசித்தா? அல்லது பகுத்தறிவை உத்தேசித்தா? அல்லது பெண்கள் நலத்தை உத்தே சித்தா? அல்லது மனித சுதந்திரத்தை உத்தேசித்தா? என்பது நமக்கு சிறிதும் விளங்கவில்லை. அல்லது மனித ஒழுக்கத்தை உத்தேசித்து இப்படி பேசுகின் றார்களா என்பதும் விளங்கவில்லை. இதைப் பற்றி மற்றொரு சமயம் விவரிப்போம்.

நிற்க, ஒரு பெண்ஜாதிக்கு மேல் மனிதன் கல்யாணம் செய்து கொள்ளக்கூடாது என்று சொல்லுபவர்களை நாம் ஒன்று கேட்கின்றோம். அதென்னவெனில் கல்யாணம் என்பது மனிதன் இன்பத்திற்கும், திருப்திக்குமா? அல்லது

சடங்குக்காகவா? என்று கேட்பதோடு இஷ்டமில்லாத, ஒற்றுமைக்கு இசையாத, கலவிக்கு உதவாத, ஒரு பெண் எந்த காரணத்தினாலோ ஒருவனுக்கு பெண்ஜாதியாக நேர்ந்துவிட்டால் அப்போது புருஷனுடைய கடமை என்ன என்று கேட்கிறோம். அதுபோலவே ஒரு பெண்ணுக்கும் அப்படிபட்ட ஒரு புருஷன் அமைந்துவிட்டால் அப்பெண்ணின் கதி என்ன என்று தான் கேட்கின்றோம். கல்யாணம் என்பது தெய்வீகமாகவோ, பிரிக்க முடியாததாகவோ உண்மையில் இருக்குமாயின் அதில் இவ்வித குணங்கள் ஏற்படமுடியுமா என்பதை யோசித்தாலே தெய்வீகம் என்பது முழுப் புரட்டு என்பது எப்படிப்பட்ட மனிதனுக்கும் புரியாமல் போகாது. ஆகவே நமது நாட்டிலும் மற்ற நாடுகளில் இருப்பது போன்ற கல்யாண ரத்துக்குச் சட்டம் சமீபத்தில் ஏற்படாமல் போகுமாயின் கல்யாண மறுப்புப் பிரசாரமும் கல்யாணம் ஆன புருஷர்களுக்கும், பெண்களுக்கும் பலதாரப் பிரசாரமும் தான் செய்ய வேண்டிவரும், அன்றியும் இது சமயம் ஒற்றுமைக்கும் திருப்திக்கும் இன்பத்திற்கும் உதவாத பெண்களை உடைய புருஷர்கள் கண்டிப்பாக தைரியமாக முன் வந்து தங்களுக்கு இஷ்டமான பெண்களை திரும்பவும் மணம் செய்து கொள்ளத் துணிய வேண்டும் என்றும் தூண்டு கின்றோம். ஏனெனில் அப்படி ஏற்பட்டால் தான் தெய்வீகம் என்கின்ற பெயரைச் சொல்லி கொண்டு புருஷர்களுக்கும் பெண்களுக்கும் சம்மதமும் முன்பின் அறிமுகமில்லாமல் செய்யப்பட்டுவரும் கல்யாணங்களில் மக்கள் அடையும் துன்பம் ஒழிபட முடியும்.

மனிதன் ஏன் பிறந்தானோ ஏன் சாகிறானோ என்பது வேறு விஷயம். ஆதலால் அது ஒரு புறமிருந்தாலும் மனிதன் இருக்கும் வரை அனுபவிக்க வேண்டியது இன்பமும் திருப்தியுமாகும். இதற்கு ஆணுக்கு பெண்ணும், பெண்ணுக்கு ஆணும் முக்கிய சாதனம்.

அப்படிப்பட்ட சாதனத்தில் இப்படிப்பட்ட துன்பத்திற்கிடமான இடையூறு இருக்குமானால் அதை முதலில் களைந்தெறிய வேண்டியது ஞானமுள்ள மனிதனின் கடமையாகும். மனித விவ கோடிகளின் திருப்திக்கும் இன்பத் திற்கும் வேலை செய்பவர்கள் இதையே செய்யவேண்டும்.

அப்படிக்கில்லாமல் ''ஏதோ கல்யாணம் என்பதாக செய்து கொண்டோமே, செய்தாய் விட்டதே, எப்படி இருந்தாலும் சகித்துக் கொண்டுதானே இருக்க வேண்டும்'' என்று கருதி துன்பத்தையும் அதிருப்தியையும் அனுபவித்துக் கொண்டிருப்பதும் அனுபவித்துக் கொண்டிருக்கச் செய்வதும் மனிதத் தன்மையும் சுயமரியாதையும் அற்ற தன்மையுமேயாகும் என்பதே நமதபிப் பிராயமாகும்.

அத்தியாயம் 12

சோஷலிஸப் பெண்ணியவாதி

கமலாதேவி சட்டோபாத்யாய்

~

அம்பேத்கர், ஜின்னா, ராமசாமி ஆகியோர் காந்தியைத் தீவிரமாக விமர்சித்து நிராகரித்தனர். ஆனால், நாம் இப்போது பார்க்கப் போகும் சிற்பி விமர்சனத்தோடு காந்தியை ஏற்றுக்கொள்பவராக இருந்தார். இந்த விஷயத்தில் ஒருவகையில் இவர் தாகூரைப் போன்றவர். சுதந்தரத்துக்காகப் போராடும் அதேநேரத்தில் வேறு கலாசாரங்களை நிராகரிக்கவேண்டாம் என்று காந்தியிடம் தாகூர் வற்புறுத்தினார். கமலாதேவியோ பெண்களின் உரிமை, சமூகத்தின் அடித்தட்டில் இருக்கும் மக்களின் நலன் ஆகியவை தொடர்பாகக் கூடுதல் அக்கறையுடன் செயல்படும்படி காந்தியைக் கேட்டுக்கொண்டார்.

மங்களூரின் தென் மேற்கு துறைமுக நகரமொன்றில், மத்தியவர்க்க பிராமணக் குடும்பத்தில் கமலாதேவி 1903-ல் பிறந்தார். அவருடைய சமூகமான சித்ராபூர் சர்ஸ்வாதாக்கள் நவீன கல்வியைப் பெற்று அதன் பலன்களை அறுவடைசெய்த முதல் தலைமுறைகளில் ஒன்றாக இருந்தது. கமலாதேவியின் தந்தைகூட காலனிய சிவில் சர்வீஸில் இருந்தவர்தான். கமலாதேவியின் தாய்க்கு தமிழ், ஆங்கிலம், ஹிந்தி, மராத்தி ஆகிய மொழிகள் பேசவும், வயலினில் செவ்வியல் இசை இசைக்கவும் தெரிந்திருந்தது. அவரின் செல்வாக்கு கமலாதேவியின் மீது அதிகம் இருந்தது.

பதின் பருவத்திலேயே திருமணம் முடிந்து விதவையாகவும் ஆகிவிட்டார் கமலாதேவி. சென்னையில் தங்கியிருந்து படிக்கும்படி அவருடைய தாயார் ஊக்கம் தந்தார். அங்கு கவிஞரும் தேச பக்தருமான சரோஜினி நாயுடுவின் சகோதரர் ஹரீந்திரநாத் சட்டோபாத்யாயவைக் காதலித்துத் திருமணம் செய்துகொண்டார். ஹரீந்திரநாத் சிறிய கவிஞராகவும் நடிகராகவும் இருந்தார். சமூக அக்கறைகொண்ட நாடகங்களில் நடிப்பதிலும் அவற்றை ஊக்குவிப்பதிலும் கமலாதேவிக்கு ஆர்வம் இருந்தது. அந்தவகையில் நாடகமே இந்த இருவரையும் பாலமாக இணைத்தது. வயது இருபதுகளின் ஆரம்ப கட்டத்தில் இருந்தபோதே கமலாதேவி மதராஸ் சட்ட சபைக்கு 1926-ல் நடைபெற்ற தேர்தலில் போட்டியிட்டார். ஆனால், சொற்ப எண்ணிக்கையில் தோற்றார். இதனிடையில் காங்கிரஸ் பேரியக்கத் தொடர்பின் மூலம் தேசியவாதியாக உருவாகிவிட்டிருந்தார். 1928-ல் மதிப்புக்குரிய அனைத்திந்திய காங்கிரஸ் கமிட்டியில் உறுப்பினராகத் தேர்ந்தெடுக்கப்பட்டார்.

உப்பு சத்யாகிரகப் போராட்டத்தை ஆண்கள் மட்டுமே பங்குபெறும் இயக்கமாகக் குறுக்கவேண்டாம் என்று 1930-ல் கேட்டுக்கொண்டதன்மூலம் கமலாதேவி தேசிய அளவில் முக்கிய பிரமுகராக ஆனார். உப்பு சத்யாகிரகத்தில் தானும் ஈடுபட்டு பம்பாய் பங்கு சந்தைக்கு முன்பாக, ‘மகாத்மா காந்தி கீ ஜே’ என்று கோஷமிட்டு உப்புப் பொட்டலங்களை விற்றார். உயர் நீதிமன்றத்துக்கு முன்பாகவும் இதேபோல் போராடினார். இப்படியான சட்ட மீறல்களுக்காகக் கைது செய்யப்பட்டு பலமுறை சிறையில் அடைக்கப் பட்டார்.

லட்சிய வேட்கையும் புத்திகூர்மையும் மிகுந்த இளம் ஆண்களும் பெண்களும் சேர்ந்து 1934-ல் காங்கிரஸ் சோஷலிஸக் கட்சியை ஆரம்பித்தனர். தொழிலாளர்கள், விவசாயிகள் ஆகியோரின் நலனின் கூடுதல் அக்கறை செலுத்தவேண்டும் என்று இந்தக் கட்சியினர் காங்கிரஸை வற்புறுத்தினர். அதேநேரம் சோஷலிஸத்தின் தாய் (தந்தை) மண்ணாக அடையாளப்படுத்தப் படும் ரஷ்யாவிடமிருந்து இந்த காங்கிரஸ் சோஷலியவாதிகள் தங்களை அந்நியப்படுத்திக்கொண்டனர். ஒற்றை கட்சி ஆட்சியையும் எதிர் தரப் பினரை அது கொடுமைப்படுத்தும்விதத்தையும் வன்மையாகக் கண்டித்த இவர்கள், ஜனநாயக சோஷலிசவாதத்தை முன்வைத்தனர். காங்கிரஸ் சோஷலிசக்கட்சியில் ஆரம்பத்திலிருந்தே தீவிரமாக இயங்கிய கமலாதேவி 1936-ல் அதன் தலைவரானார். தொழிற்சாலைகளிலும் வயல்வெளிகளிலும் பணிபுரியும் பெண்களுக்குப் பணியிடங்களில் பல நன்மைகள் செய்துதர வேண்டுமென்றும் பிரசவகாலத்தில் சம்பளத்துடன் கூடிய விடுப்பு தரவேண்டுமென்றும் போராடினார்.

1942-ல் நடைபெற்ற வெள்ளையனே வெளியேறு போராட்டத்தில் கைது செய்யப்பட்டவர் ஒரு வருடத்துக்கும் மேலாகச் சிறையில் இருந்தார். இருந்தும் 1947-ல் சுதந்தரம் கிடைத்த பிறகு அரசியலில் ஈடுபட மறுத்து விட்டார். அவருடைய திறமைகள், சுதந்தரப் போராட்டத்தில் அவருடைய பங்கு ஆகியவற்றின் அடிப்படையில் பார்த்தால் நாடாளுமன்றத்தில் ஓர் இடமோ யூனியன் கேபினெட்டில் அவருக்கு நிச்சயயம் ஓர் இடமோ எளிதில் கிடைத்திருக்கும். அவர் மட்டும் விரும்பியிருந்தால், பெரிய மாநிலத்தின் கவர்னராக ஆகியிருக்கலாம். அல்லது ஏதாவது முக்கியமான நாட்டுக்கான தூதுவராகியிருக்கலாம். இதற்கான வாய்ப்புகள் அவருக்குத் தரவும்பட்டன. ஆனால், சமூக சேவையில் ஈடுபடும் நோக்கில் அனைத்தையும் நிராகரித்துவிட்டார். சுதந்தரத்தைத் தொடர்ந்து வந்த நெருக்கடி மிகுந்த வருடங்களில் வட இந்தியாவில் அகதிகளுக்குப் புகலிடம் அமைத்துக் கொடுப்பதில் ஈடுபட்டார். தான் தொடங்கிய இந்தியன் கோஆப்பரேட்டிவ் யூனியன் மூலமாக அகதிகளுக்கு நிலம் வாங்கித் தருதல், வீடுகள் கட்டித் தருதல், சிறிய பட்டறைகள், தொழிற்சாலைகள் அமைக்க உதவுதல் போன்ற பணிகளைச் செய்தார். அவருடைய வழிகாட்டுதலின்பேரில் இந்த அமைப்பு பள்ளிகள், மருத்துவமனைகள் ஆகியவற்றையும் நடத்தின.

1950களிலிருந்து இந்தியாவின் வளமான, பரந்துபட்ட அதே நேரம் அழிவின் விளிம்பில் இருந்த கைவினைப் பாரம்பரியத்தை மீட்டெடுத்துப் பரப்புவதில் கூடுதல் கவனம் செலுத்தினார்.

ஆல் இந்தியா ஹேண்டிகிராஃப்ட்ஸ் போர்டை நிறுவி அதன் தலைவராக 20 ஆண்டுகள் இருந்தார். தேசம் முழுவதும் பயணம் மேற்கொண்டு நெசவு, மண் பாண்டம் செய்தல், சிற்பம், உலோக கைவிகைக் கலைகள், பொம்மைகள் தயாரித்தல் என நாட்டில் பாரம்பரியமாகத் தொடர்ந்து வந்த கைவினைக் கலைகள் பற்றித் தெரிந்துகொண்டார். கைவினைக் கலைஞர்களுக்குக் கடனுதவி அளிக்கவும் அவர்களுடைய பொருட்களை விற்பனை செய்து தரவும் கூட்டுறவு அமைப்புகளை நிறுவினார். அவர்களை ஊக்குவிக்கப் பரிசுகளும் தந்தார். இடைத்தரகர்களை ஒழித்துவிட்டு மாநில அரசுகள் கைவினைக் கலைஞர்களுடன் நேரடியாகப் பரிவர்த்தனையில் ஈடுபடவேண்டுமென்றார். அவர்கள் உற்பத்தி செய்யும் பொருட்களை வாங்கி தனது அமைப்பின் மூலம் அரசு விற்றுத்தரவேண்டும் என்றார். இதன் மூலம் மாநில அரசுகளுக்கிடையே ஆரோக்கியமான போட்டி உருவாக்கப் பட்டது. இந்தியக் கைவினைத் தொழில் இந்தியாவிலும் வெளிநாடுகளிலும் இன்று வலுவுடன் திகழ கமலா தேவி ஆற்றிய பங்களிப்பு முக்கியமான காரணமாகும்.

தேசிய நாடக மன்றம், சங்கீத நாடக அகாதமி, இந்திய இண்டர்நேஷனல் செண்டர் ஆகியவற்றை உருவாக்கி வளர்த்தெடுத்தார். கைவினைத் தொழிலுக்கு ஆற்றிய பங்களிப்பு, அவர் நிறுவிய நிறுவனங்கள் ஆகியவற்றின் மூலம் கமலாதேவி நினைவுகூரப்படுகிறார். ஆனால், கீழே தரப்பட்டுள்ள கட்டுரைகள், அவர் மிகச் சிறந்த, சுயமான சிந்தனையாளர் என்பதையும் சமுதாயம், அரசியல் குறித்த அவருடைய கருத்துகள் இன்றும் பொருத்தமானவையாக நம்முடன் பேசுவதையும் காணமுடிகிறது.

தனது காலகட்டத்தின் சிறந்த குணங்களைத் தன்னுள்கொண்டிருந்த கமலா தேவி சட்டோபாத்யா தானும் சேர்ந்து உருவாக்கிய நூற்றாண்டில் பெரும் பாலான வருடங்கள் வாழ்ந்துவிட்டு 1988-ல் உயிர் துறந்தார்.

பெண் விடுதலை

அனைத்து இந்திய பெண்கள் மாநாட்டின் தலைவராக 1942-ல் கமலாதேவி சட்டோபாத்யாய தேர்ந்தெடுக்கப்பட்டார். அப்போது அவர் சிறையில் இருந்தால் அலுவலகத்துக்கு வந்து பணியைத் தொடங்க முடிந்திருக்க வில்லை. எனினும் 1944-ல் சிறையில் இருந்து விடுவிக்கப்பட்டதும் பம் பாயில் நடந்த பெண்கள் மாநாட்டின் வருடாந்தரக் கூட்டத்துக்குத் தலைமை தாங்கினார். அங்கு அவர் ஆற்றிய உரையில் சில பகுதிகள் இங்கு தரப்படு கின்றன. பாலின சமத்துவம் சார்ந்த போராட்டத்தில் இவருடைய சக போரா

ளியான தாராபாய் ஷிண்டேயின் உரை நேரடியாகவும் மண்ணில் வேரூன்றியதாகவும் இருந்தது. கல்வியில் சிறந்த, நகர்ப்புற, நவீன மனிதரான கமலாதேவிய்ன் உரை அதற்கு மாறாக வேறொரு தளத்தில் இயங்குகிறது.

பெண்ணிய இயக்கமானது பல வளர்ச்சி நிலைகளைக் கடந்து கணிசமாக முன்னேறியிருப்பது உண்மைதான். எனினும் பெரும்பாலான ஆண்களும் சில பெண்களும் அதைத் தவறாகப் புரிந்துகொண்டிருக்கிறார்கள். எனவே அந்த இயக்கத்தின் தேவையை மீண்டும் அழுத்திச் சொல்லவேண்டிய தேவை முன்னெப்போதும் இல்லாத அளவுக்கு எழுந்துள்ளது. பலரும் யந்திரத்தனமாக நம்புவது அல்லது நம்ப வைக்கப்பட்டிருப்பதுபோல் பெண்ணிய இயக்கமானது வெறும் பாலினப் போர் அல்ல; விரிவான தளத்தில் அது முற்போக்குப் போராட்டத்தின் ஓர் அங்கமே. வாக்களிக்க உரிமை, சொத்துரிமை, அனைத்துத் தொழில்களிலும் ஈடுபடும் உரிமை என அந்த இயக்கம் முன்னெடுக்கும் விஷயங்கள் எல்லாமே சமூகத்தின் ஒரு பிரிவினருக்கு உரிமைகளை மறுக்கும் ஜனநாயகமற்ற தன்மையை எதிர்க்கும் பெரியதொரு போராட்டத்தின் அங்கமாகவே இருக்கின்றன. ஆண்களின் தவிர்க்க முடியாத உரிமைகளை வென்றெடுக்க நீண்டகாலமாக ஒடுக்கப்பட்ட பிரிவினரும் பிற்படுத்தப்பட்ட பிரிவினரும் மேற்கொள்ளும் போராட்டத்தைப் போன்றதுதான் பெண்ணிய இயக்கப் போராட்டமும். அதற்கு வேறு சாயம் பூசுவதும் மைய நீரோட்டப் போராட்டத்தில் இருந்து அதனைத் தனிமைப்படுத்துவதும் அந்த இயக்கத்துக்கு இழைக்கும் அநீதியே. பெண்களின் துன்பங்களுக்கெல்லாம் ஆண்களின் தீய இயல்பே காரணம் என்று சொல்வதும் ஆணுக்கு எதிரான போராக பெண்ணியத்தை முன்வைப்பதும் அதே அளவுக்கு பிழையானதே. சமுதாயத்தின் இயல்பே இங்கு விமர்சிக்கப்படவேண்டியது. இந்த சமுதாய அமைப்புகளை எதிர்த்தே நம் போராட்டம் கூர்மைகொள்ளவேண்டும்.

எனவே, பெண்ணிய இயக்கமானது ஆணைப்போல் நகலெடுக்கவோ ஆணுக்கு எதிராகப் போர் தொடுக்கவோ சொல்லவில்லை. பெண்களுக்கு தமது பலங்களை அறியத் தருவதும் எதிர் பால் மத்தியில் ஒருவித மரியாதையை வென்றெடுப்பதுமே அதன் நோக்கமாகும். அப்போதுதான் ஆணும் பெண்ணும் சமம் என்று சமூகத்தை ஏற்றுக்கொள்ளச் செய்யமுடியும். இந்தச் செயல்திட்டத்தில் பெண்களை இடம்பெறச் செய்யவேண்டுமென்றால், அவர்கள் தமது திறமைகளையும் சாதகமான அம்சங்களையும் வளர்த்தெடுத்துக்கொண்டாகவேண்டும். இந்த இயக்கத்தின் முக்கியமான நோக்கங்களில் இதுவும் ஒன்று.

பெண்ணிய இயக்கம் பற்றிய பிழையான எண்ணத்துக்கு இணையாகவே பெண்களின் பொருளாதார மதிப்பு தொடர்பாகவும் ஒரு பிழையான கணிப்பே நிலவுகிறது. ஆண்கள் செய்ய வேண்டிய வேலைகள், பெண்கள் செய்ய வேண்டிய வேலைகள் என்ற சமுதாயத்தின் தொழில் பிரிவினையை

முதலில் இனங்காண்பதில் இருந்து இதைத் தொடங்கவேண்டும். பெண்கள் எல்லாம் வீட்டோடு முடங்கிக் கிடக்கும் ஒட்டுண்ணிகள், ஆண்களைச் சார்ந்து வாழ்பவர்கள், எந்த உருப்படியான பங்களிப்பும் அவர்களால் கிடையாது என்ற மத்தியவர்க்க, மேல் வர்க்க மனோபாவமாக அது வெளிப்படுகிறது. பெண் சக்தியே அனைத்துக்கும் அடிப்படை யானது. ஆணுக்கு உதவி செய்பவள் என்ற வகையில் அல்லாமல், சமூகரீ தியிலும் பொருளாதாரரீதியிலும் முக்கியமானவராக பெண் தன்னளவி லேயே அங்கீகரிக்கப்படவேண்டும்.

குடும்பப் பெண்கள் செய்யும் அபாரமான வீட்டு வேலைகள் எந்தவித அங்கீகாரமும் இல்லாமல் இருக்கின்றன. வளர்ந்த நாடுகளில்கூட வீட்டைப் பராமரிப்பதே மிகப் பெரிய தொழில் பிரிவாகவும் வீட்டு வேலைகள் செய்யும் மனைவிகளே அதிக எண்ணிக்கையிலும் இருக்கி றார்கள். பெண்கள் குழந்தை பெற்றெடுக்கிறார்கள்; வளர்க்கிறார்கள்; உணவு சமைக்கிறார்கள்; பாத்திரம் கழுவுகிறார்கள் அவ்வளவுதானே என்று சொல்வது சரியல்ல. வீட்டு வேலைகள் செய்யும் ஒரு பெண் தொழிற் சாலையில் பணிபுரியும் ஒருவருக்கு எந்தவகையிலும் சளைத்தவர் அல்ல. சங்கம் அமைக்கப்பெற்று, சட்டபூர்வமான பாதுகாப்புகள் பெற்ற ஒரு தொழிலாளியைவிட அதிக நேரம், அதிக உழைப்பை அதிக திறமையை ஒரு பெண் வீட்டு வேலையில் செலவிடுகிறார். ஏனென்றால் அவருடைய பணி நேரத்துக்கு முடிவே கிடையாது. அவர் செய்ய வேண்டிய வேலை களுக்கும் பயன்படுத்தும் கருவிகளுக்கும் எல்லையே கிடையாது. வீட்டு வேலைகளுக்கும் அதன் மூலமான உற்பத்திப் பொருட்களுக்கும் மிகக் குறைந்த மதிப்பையே நமது பாரம்பரியம் தந்திருக்கிறது. இவை யெல்லாம் சந்தைக்கு வருவதில்லை; குடும்பத்துக்குள்ளாகவே பயன் படுத்தப்பட்டுவிடுகிறது என்பதால் ஒருவேளை அப்படிக் குறைவான மதிப்பு நிர்ணயிக்கப்பட்டிருக்கலாம். ஆனால், இந்த ஒரு விஷயத்துக் காகவே இது விலைமதிப்பற்றதாக மதிக்கப்பட்டிருக்கவேண்டும். ஏனென்றால் ஒரு சமுதாயமானது உயிரியல் தேவைக்காக மட்டுமல்லாமல் கலசாரத் தேவைக்காகவும் குடும்பம் என்ற அமைப்பையே சார்ந்து இருக்கிறது. எனவே அந்தக் குடும்பத்தை நிலைநிறுத்துபவராக இருக்கும் பெண்ணும் விலைமதிப்பில்லாத ஒருவராகவே மதிக்கப்பட்டிருக்க வேண்டும்.

ஆனால் துரதிஷ்டம் என்னவென்றால், பொருளாதார மதிப்போ போட்டியோ இல்லாததால் இந்த வீட்டு வேலைகள் பெண்ணின் மதிப்பை வெகுவாகக் குறைத்துவிட்டன. வீட்டு வேலை பார்க்கும் பெண்கள் பணம் எதுவும் சம்பாதித்துக் கொடுப்பதில்லை என்பதால், கணவன்மார்கள், தாங்கள்தான் மனைவிகளை 'போஷிப்பதாக' சொல்கிறர்கள். அவர்கள் சமூக விரோத மனோபாவத்துடன் சமூக சமநிலையைக் குலைத்து சமூக ஒற்றுமையைக் குலைக்கவும் செய்கிறார்கள். ஒரு பெண் வெளியே வேலைக்குச் செல்லாமல் இருக்கலாம்; ஏதேனும் இயந்திரத்தை

இயக்காமல் இருக்கலாம், ஆனால், குடும்பத்தை நிர்வகித்து அவர் செய்யும் பணிகள் மிகவும் முக்கியமானவை என்பதை இந்த சமூகம் உணர வேண்டிய நேரம் வந்துவிட்டது.

ஒரு பெண் வீட்டு வேலைகளில் இருந்து வெளியேறி வேறு பணிகளில் ஈடு படுவதை நாம் வரவேற்கவேண்டும். ஏனென்றால் அது அந்தப் பெண்ணின் திறமைகள் வெளிப்பட அதுவே விரிவான களம் அமைத்துக்கொடுக்கும். பாலினம் சார்ந்த தனிமைப்படுத்தலை உடைக்கும். குறுகிய வட்டத்துக்குள் உழல்வதில் இருந்து விடுதலை தரும். இதில் ஒரு விநோதம் என்ன வென்றால், ஒரு பெண் வீட்டு வேலைகளுக்குள் மட்டுமே முடங்கிக் கிடக்கும்வரை அவளை ஒரு சுமையாகவே ஆண் கருதுவான். அதேநேரம் அவள் வெளியே சென்று சொந்தக்காலில் நிற்க முயன்றால் அப்போது அவள் தனக்குப் போட்டியாக வந்துவிட்டதாக நினைத்து எதிர்ப்பான்!

இந்த மாநாட்டில் கூடியிருப்பவர்களுக்கு முன்னால் இருக்கும் பணி விரிந்து கொண்டே செல்லக்கூடியது. ஏராளமான பணிகள் சூழ்ந்து நிற்கின்றன. எல்லாவற்றையும் செய்யவேண்டும் என்று தூண்டுதல் ஏற்படும். ஆனால் ஒருசிலவற்றில் மட்டுமே கவனத்தைக் குவித்து அதைச் சிறப்பாகச் செய்து முடிப்பதே நல்லது. என்னளவில் சமூக சேவைகளில் பயிற்சி அளிப்பதையே மிக முக்கியமானதாகக் கருதுகிறேன். இது மிகவும் புறக்கணிக்கப்பட்ட தாகவே இன்று இருக்கிறது. இதோடு தொடர்புடைய இன்னொரு விஷயம் பெண்களுக்குக் கைவினைத் தொழில்களில் பயிற்சி தருவதுதான். நமது அமைப்பின் நிறுவனங்கள் இந்தத் திசையில் பயணத்தை ஏற்கெனவே ஆரம்பித்தாயிற்று. அவை நமது இந்த முயற்சிகளை மேலும் முன்னெடுத்துச் செல்லும். ஆதரவற்ற பெண்கள் தமது வாழ்க்கையை வளமாக்கிக்கொள்ள இந்த அமைப்புகள் வழி செய்து கொடுக்கும். நமது தேவைக்குத்தகுந்த அளவு உற்பத்தி இல்லாமல் இருக்கும் இன்றைய நிலையில் இந்த அமைப்பு களின் பங்களிப்பு தொழிற்சாலை உற்பத்தியை நிச்சயம் பெருக்கும். நமது அமைப்பின் ஒவ்வொரு கிளையும் தன்னால் சிறப்பாக நடத்தமுடிந்த கைவினைத் தொழிலை எடுத்து நடத்தவேண்டும். அந்தத் தொழிலில் ஏற்கெனவே சிறப்பாகச் செயல்பட்டுவரும் அமைப்புகளின் உதவியை நாம் நிச்சயம் கேட்டுப் பெற்றுக்கொள்ளமுடியும். அந்த அமைப்புகள் பெண் களுக்கென்று சிறப்பாக பயிற்சிகள் எதுவும் தருவதில்லை. நாம் அதைச் செய்தாகவேண்டும்.

அடுத்ததாக, மிகவும் முக்கியமான தொழில் பிரிவு சுகாதாரம். குறிப்பாக நர்ஸ் தொழில் (செவிலியர் தொழில்). இதற்கும் ஆட்பற்றாக்குறை வெகுவாக இருக்கிறது. தாய் சேய் நலச் செயல்பாடுகள் ஏதோ வார இறுதி நாள் விழாவைப் போல் நம் தேசத்தில் நடந்துகொண்டிருக்கின்றன. இவ்வளவு மக்கள் தொகை நிறைந்த நம் தேசத்தில் வெறும் 800 மையங்கள் மட்டுமே இதில் ஈடுபடுகின்றன. இவை எல்லாமே நிலைமை எவ்வளவு மோசமாக இருக்கிறது என்பதைத் தெளிவாக எடுத்துக்காட்டுகின்றன. நாட்டு மக்கள் அனைவருக்கும் நல்ல மருத்துவ வசதியைத் தரும் இந்தப் பெரிய பணியை

பெண்கள் மாநாட்டினால் (அமைப்பினால்) தனியாகச் செய்துவிட முடியாது என்பது எனக்குத் தெரியும். இருந்தும் இந்தப் பணியில் நம்மால் நிச்சயம் கணிசமான பங்களிப்பைத் தரமுடியும். செவிலியர் பணியில் பெண்களை அதிக அளவில் சேரச் சொல்லமுடியும். முதலுதவி, சுகாதாரம், பொது நல சிகிச்சை போன்ற துறைகளில் பெண்களை அதிக அளவில் இடம்பெறச் செய்யலாம். நமது கல்வித்துறையிலும் இது தொடர்பான பாடப்பிரிவுகளை அதிக அளவில் சேர்க்கச் செய்யலாம். முதல்வேலையாக செவிலியர் துறையில் தற்போது நிலவும் ஆள் பற்றாக்குறையைப் போக்க, அது தொடர்பான சிறிய பயிற்சி வகுப்புகளை நடத்தலாம். மிகவும் உயர்வான, அதேநேரம் வெகுவாக புறக்கணிக்கப்பட்டிருக்கும் செவிலியர் பணியாளர் களுக்கு அதிக சம்பளம், வீட்டு வசதி போன்றவற்றைச் செய்து தந்து இந்தப் பணிக்கு சமூகத்தில் நல்ல மதிப்பை பெற்றுத்தரவும்வேண்டும்.

உணவுப் பிரச்னை பிற எல்லாவற்றையும்விட பூதாகரமானதாக ஆகிவிட்டி ருக்கிறது. அதற்கான மூல காரணங்களைத் தீர்ப்பது இந்த மகாநாட்டினால் முடியாது. அயல்நாட்டு நலன்களால் நமது பொருளாதாரம் சிதைக்கப்பட்டு வரும்வரை வளமான நம் நாட்டில் பசியும் பட்டினியும் ஒழிய வாய்ப்பே இல்லை. ஒரு சுதந்தர இந்திய(ர்) அரசு பயன்படுத்தப்படாத வளங்களை மக்களின் தேவைகள் சார்ந்து தெளிவாகத் திட்டமிட்டுப் பயன்படுத்தினால் தான், தொடரும் பயங்கரமான பஞ்சங்களின் பிடியில் இருந்து இந்தியா தப்ப முடியும். ஆனால், அதுமட்டுமே போதாது. உணவு விஷயத்தில் பெண்கள் முக்கிய பங்குவகிப்பதால், உணவைப் பதப்படுத்துதல், உணவு வீணாகாமல் தடுத்தல், ஆடம்பர விருந்தோம்பல்களைக் குறைத்தல் எனப் பலவகைகளில் கூடுதல் அக்கறையுடன் செயல்படவேண்டும். கைவசமிருக்கும் சொற்பப் பொருட்களைவைத்து சமச்சீரான உணவைத் தயாரித்துக் கொடுப்பதுகூட நிலைமையை மேம்படுத்த உதவும். இந்தக் கோர நாடகத்தில் மிக அதிகமாகப் பாதிக்கப்படுவது சிறுவர்கள்தான். எந்தவொரு நாகரிக சமூகத்திலும், கிடைக்கும் உணவுப் பொருட்களில் முன்னுரிமை சிறுவர் களுக்கே தரப்படும். குறிப்பாக பால். ஆனால், இன்றைய நம் தேசத்திலோ பணம் கொடுத்து வாங்குபவருக்கே பால் கிடைக்கிறது. ஆண்கள் பெருமள விலான பாலை குடித்து முடித்துவிட பெரியவர்களைச்சார்ந்திருக்கும் சிறுவர் களுக்கு பால் கிடைக்காமல் போய்விடுகிறது. இந்த நிலைமையை மாற்ற வேண்டும். சிறுவர்கள் அதாவது நாளைய தலைமுறையினர் இரண்டாம் பட்சமாக நடத்தப்படுவதை நாம் தடுத்தாகவேண்டும். இதைச் சரிசெய்ய வில்லையென்றால், நாம் பெரிய தவறு செய்தவர்களாகிவிடுவோம்.

மனிதர்களின் அன்றாடத் தேவைகளைப் பூர்த்திசெய்வதில் அதிக கவனத்தைச் செலுத்தும் நாம், ஆடல், பாடல் போன்ற வண்ணமயமான கலை களைப் புறக்கணித்துவிடுகிறோம். இந்த மகாநாடு அந்தக் கலை உணர்வை வளர்த்தெடுப்பதில் கவனம் செலுத்தவேண்டும்.

பெண் கலைஞர்களை ஊக்குவித்து பொது அரங்கில் அவர்களை அறிமுகப்படுத்தலாம். பெண்கள் எழுதும் படைப்புகளை பதிப்பாளர்

களிடம் கொடுத்து பதிப்பிக்கலாம். கட்டுரைகளைப் பத்திரிகை ஆசிரியர் களிடம் கொடுத்து வெளியிடச் செய்யலாம். நடன நிகழ்ச்சிகள் நடத்தலாம். கலைக்கண்காட்சிகள் நடத்தலாம். பெண்கள் எழுதும் நாடகங்களை மேடையேற்ற உதவலாம். கலையின் பெருவெள்ளத்தை முறைப்படுத்துவ தன் மூலம் தேசத்தின் கலாசார வெளியை வளப்படுத்தலாம்.

சுரங்கப் பணிகளில் பெண்களை மீண்டும் ஈடுபத்தியது, ராவு கமிட்டி முன் வைத்த விஷயங்கள் எனப் பெண்களைப் பாதிக்கும் இந்த இரண்டு விஷயங்களும் பொது வெளியில் பெரும் கொந்தளிப்பை ஏற்படுத்தியுள்ளன. சர்வதேச ஒப்பந்தத்தை மீறியும் தேசிய உணவுகளுக்கு எதிராகவும் எடுக்கப் பட்ட முதல் தீர்மானம் இந்தியாவிலும் உலக அளவிலும் பெரும் எதிர்ப்பைக் கிளப்பியுள்ளது. யாரையும் வற்புறுத்தவில்லை என்றும் சம்பளம் அதிகமாகத் தரப்படுகிறது என்றும் அரசு சொல்லும் வாதங்கள் உண்மையல்ல. வறுமை ஒருவரை எந்த விளிம்புக்கும் தள்ளும். பூமிக்கு மேலே செய்யப்படும் பணிக்கு நாளொன்றுக்கு மூன்று அணா தரப்படுகிறது. சுரங்கத்தில் நடக்கும் வேலைகளுக்கு எட்டு அணாக்கள் தரப்படுகிறது. இதுவே ஒரு உண்மையைத் தெளிவாக எடுத்துக்காட்டிவிடுகிறதல்லவா. இப்படி அதிகமாகத் தரப்பட்ட பிறகும் மாத சம்பளம் ரூ 15தான் கிடைக்கிறது. பிற தொழிற்சாலைப் பணிகளுக்கு ரூ 25லிருந்து ரூ 30வரை தரப்படுகிறது. அதோடு பணியிடச் சூழல், தங்குமிட வசதி போன்றவை சுரங்கத் தொழிலில் மிக மோசம். இவற்றுக்கு எதிரான போராடங்கள் தீவிரமாக நடந்துள்ளன. எனினும் எந்தப் பலனும் இல்லை. இந்த நிலை தொடரும்வரை நமக்கு ஓய்வே கிடையாது. பெண்களின் நலனிப் பாதுகாப்பதில் இந்த மகாநாடு ஏதேனும் செய்யவேண்டு மென்றால், சுரங்கப் பணிகளில் இருந்து பெண்களை எவ்வளவு முடியுமோ அவ்வளவு சீக்கிரம் காப்பாறியாகவேண்டும்.

சாதி, இனம் ஆகியவை சாராமல் தேசிய அளவில் பொதுவான சட்ட திட்டங்கள் இருக்கவேண்டும் என்பது இந்தியாவில் இருக்கும் அனைத்து முற்போக்கு சக்திகளின் நீண்ட நாள் கனவு. ராவு கமிட்டி முன்வைத்த இந்து சட்டம் அத்தகைய திசையில் ஓர் முயற்சி என்ற வகையில் அதை வரவேற் கிறோம். ஆனால், அதுவே போதும் என்று சொல்லமுடியாது. பெண்களின் நலன் சார்ந்து முழுமையான சட்டம் ஒன்று உருவாக இது வழிவகுக்கும் என்று நம்புகிறேன். இதுபோன்ற துண்டு துண்டான சுதந்தரங்கள், சலுகைகள் எல்லாம் நடைமுறையில் எதிர்மறையான பலன்களையே தரும். போதா மைகள் இருந்தபோதிலும் பெண்களின் உரிமைகளுக்கு அங்கீகாரம் தருவதால், உயில் எழுதப்படாத சொத்துக்களின் உரிமை தொடர்பான சட்டத்தை வரவேற்கிறோம். நவீன சமூகத்தில் பெருமளவுக்கு முக்கியத்து வத்தை இழந்துவிட்டிருக்கும் சாதி, கோத்திரம் போன்ற பிரிவினைகளுக்கு திருமண சட்டத்தில் இடமளிக்கப்பட்டிருப்பது துரதிஷ்டமே. ஒரு தார மணம் தொடர்பாகச் சொல்லப்பட்டிருப்பதை வரவேற்கலாம். ஆனால், வேறு சில அம்சங்கள் இல்லாமல் இது பலன் தராது. வேறு பல தாராள சிந்தை கொண்ட நிறுவனங்களோடு சேர்ந்து இந்தப் பெண்ணிய மாநாட்டு

அமைப்பும் குடும்பம் என்ற நிறுவனத்துக்கு ஆதரவான நிலைப் பாட்டையே எப்போதும் எடுத்திருக்கிறது.

குடும்பத்துக்கு பெண் எந்த அளவுக்கு முக்கியம் என்பதைத் தனியே மீண்டும் சொல்லத் தேவையில்லை. அது உலகுக்கே தெரிந்த ஓர் உண்மை. எனினும் இந்து சமூகம் உட்பட அனைத்து நிறுவனங்களும் அதன் சட்ட விஷயங்களில் சில மாற்றங்கள் தேவை என்பதை உணர்ந்திருக்கின்றன. காலம் மாறுவதற்கு ஏற்ப சட்ட திட்டங்களும் மாறியாகவேண்டும். இறுக்கமான திருமணச் சட்டம் தளர்த்தப்படவேண்டும் என்றோ, ஆண் பெண்ணைப் பால் வேறுபாடு சார்ந்து பார்க்கும் சட்டம் தளர்த்தப் படவேண்டும் என்றோ ஒருவர் கேட்கும்போது, அதை மேலோட்டமான காரணங்களுக்காகச் செய்வதில்லை. சுமுகமான வாழ்க்கை வாழ வழி செய்ய வேண்டிய சட்டத்தின் பொறுப்பையும் அதன் மதிப்பையும் புரிந்து கொண்டே அப்படிக் கேட்கிறார்கள். எங்கெல்லாம் அது சமூக அநீதியாக ஆகிறதோ அங்கெல்லாம் மாற்றங்கள் தேவை.

நமது குறுகிய எல்லைகள் இன்று உலகம் முழுவதுக்குமாக விரிந்து விட்டன. நாமும் பூமியின் பிற பகுதிகளும் ஒற்றைக் கோளத்தின் ஓர் அங்கமே என்ற புரிதல் இன்று வந்துவிட்டிருக்கிறது. நமது விதிகள் ஒன்றுடன் ஒன்று பின்னிப் பிணைந்திருக்கின்றன. நமது வழிகள் ஒன்றுடன் ஒன்று கலந்துவிட்டிருக்கின்றன. உலக அளவில் நடக்கும் நிகழ்வுகளும் எடுக்கப்படும் தீர்மானங்களும் நமது அக்கறைக்குரியவை. அதுபோலவே நமது நிகழ்வுகளில் அவர்களுடைய பொறுப்பும் அடங்கியிருக்கிறது. சுதந்தரம் மற்றும் அடிமைத்தீவுகளாக உலகம் பிரிந்து இருக்கமுடியாது என்று போர் மட்டுமல்ல அமைதியும்கூட தெரிவிக்கிறது. ஒருவர் இன்னொருவரை அடக்கி ஒடுக்குவதென்பது உலகமே அடிமைப்பட்டுப் போவதில்தான் முடியும். அது பயத்தையும் வன்முறையையும் மட்டுமே கொண்டுவரும்; மானுட இழப்பிலும் தார்மிக சிதைவிலும் பொருளாதார நசிவிலும்தான் போய்முடியும். தேச விடுதலை என்பது சமூக விடுதலையின் நீட்சிமட்டுமே என்பதுபோலவே, அந்த கொள்கையே உலகம் முழுவதிலும் அமலாகவேண்டும் என்பதே எமது விருப்பம்.

இன்றைய ஒடுக்குமுறை அமைப்பு சட்டவிரோதமானது என்று அறிவிக்கப்பட்டு நடைமுறையில் இருந்து முழுவதுமாக ஒழிக்கப்படா விட்டால், அமைதி குறித்தும் சுதந்தரம் குறித்தும் பேசப்படுபவை எல்லாமே குறுகிய கால வெற்றியாகவும் அர்த்தமற்றவையாகவுமே இருக்கும். ஏனென்றால், ஆயுதங்களின் மூலமோ ஆயுதங்களை ஏந்த மறுப்பதன் மூலமோ அமைதியைக் கொண்டுவரமுடியாது. ஏகாதி பத்தியம், காலனிய சுரண்டல் போன்ற பிரச்னையின் வேர்களைக் கண்டு பிடித்து அதை அழிக்கவேண்டும். இன்றைய தினம், மிகப் பெரிய நாடுகள் உலகளாவிய சுதந்தரத்துக்கும் மகிழ்ச்சிக்கும் போராடுவதாகச் சொல்லிக் கொள்கின்றன. ஆனால், அந்த விழுமியங்களை லட்சக்கணக்கானவர்

களுக்கு மறுத்து, எந்தக் கூச்சமும் இன்றி அந்த நாடுகளே சுரண்டவும் செய்கின்றன. இந்த அவலத்தை என்னவென்று சொல்ல?

இந்தியாவைப் பற்றி என்ன சொல்கிறீர்கள்? என்ற கேள்வி ஒவ்வொரு ராஜதந்திரியையும்

விடாமல் துரத்திக்கொண்டிருக்கிறது. இந்தியாதான் (அதன் சுதந்தரம்தான்) எல்லாமே என்பதுதான் நம் பதில். இது ஒன்றும் வெற்று ஆர்வத்தினாலோ மலிவான உணர்ச்சிமயத்தினாலோ சொல்லப்படும் பதில் அல்ல. இந்தியாவை அரசியல்ரீதியாகவும் பொருளாதாரரீதியாகவும் இங்கிலாந்து அடிமைப்படுத்திவைத்திருக்கும்வரை ஐக்கியநாடுகள் மனித இனத்தை மிக மோசமாக வஞ்சித்துவருகிறது என்றுதான் அர்த்தம். இந்தியா என்பது வெறும் பரிசோதனை முயற்சி அல்ல; அது ஒரு வலுவான அடையாளம். உலகம் எப்படி இருக்க வேண்டும் என்பதைப் பார்த்து உறுதிப்படுத்திக்கொள்ளவேண்டிய கண்ணாடி இந்தியா. நேச நாடுகள், அச்சு நாடுகள் என இரண்டு வலுவான சக்திகள் சண்டையிட்டுக்கொள்வதைப் பார்க்கிறோம். இரண்டுமே மனித இனத்தின் பரந்த அளவிலான சுதந்தரம், மகிழ்ச்சிக்காகக் குரல்கொடுப்பதாகத் தம்மைச் சொல்லிக்கொள்கின்றன. ஒவ்வொரு நாடும் தனது தலைவிதியைத் தானே தீர்மானித்துக் கொள்ளும்படியான உலகை உருவாக்கும் நோக்கில் இந்த முயற்சிகள் எடுக்கப்படுகின்றன. இந்தியப் பெண்களும் உலகில் இருக்கும் பெண்களும் கூட்டுறவிலான உலகம் ஒன்றை உருவாக்குவதில் அக்கறை செலுத்தவேண்டும். மனித இனம் என்றாவது நேர்மையானதாக, அமைதியானதாக, மகிழ்ச்சியானதாக வாழவேண்டுமென்றால், உலகம் போர்களில் இருந்து விடுதலை பெறவேண்டுமென்றால் பரஸ்பரம் ஒன்றுக்கொன்று உதவிக்கொள்ளும்படியான உலகம்தான் உருவாகவேண்டும்.

வெளியே சொல்லப்படாத சோகங்களால் சிதைக்கப்பட்ட உணர்வுகளோடு, மரணத்தாலும் அழிவினாலும் சூழப்பட்டிருக்கும் வீடுகளில் வசிக்கும் லட்சக்கணக்கான மக்களை நோக்கி என் சிந்தனைகளைக்கொண்டுசெல்ல விரும்புகிறேன். அவர்களுக்கு என் அன்பான ஆறுதலைத் தெரிவிக்க விரும்புகிறேன். குறிப்பாக, நமது தேசத்தில் துயருற்று வாடும் மக்கள்மீது என் கவனத்தைக் குவிக்கிறேன். அவர்களுடைய துயரத்தைப் போக்க சுயநலமின்றிப் பாடுபடும் பல்வேறு நிறுவனங்கள், தன்னார்வத்தொண்டு நிறுவனங்கள், தனி நபர்கள் ஆகியோருக்கு என் மனமார்ந்த நன்றியைத் தெரிவித்துக்கொள்கிறேன்.

இந்த நெருக்கடி மிகுந்த காலகட்டத்தில் நமது வங்களக் கிளை ஆற்றிய பணியைப் பாராட்டி நன்றி தெரிவித்துக்கொள்கிறேன்.

காற்றானது மனச்சோர்வினால் கனத்துக்கிடக்கிறது. வானமானது வலியின் கதறலால் நிரம்பிக்கிடக்கிறது. இந்த மகாநாடு தனது முக்கியக் குறிக்கோளாக வைத்திருக்கும் குடிமைச் சுதந்தரங்கள் மிக மோசமாக ஒடுக்கப்படுகின்றன. சந்தேகத்தின் நிழலும் பொறுப்பின்மையும் நீண்டுகொண்டும் அதிகரித்துக்கொண்டும் செல்கின்றன. மனித இனம் இதுகாறும் ஏந்தி வந்திருக்கும் விளக்

கானது அணைக்கப்பட்டுவருகிறது. அடிப்படை விழுமியங்கள் உதாசீனப் படுத்தப்படுகின்றன. வெகு மக்கள் வேதனையானது கருணையற்று கேலி செய்யப்படுகிறது. மனச்சோர்விலிருந்து நம்பிக்கையையும் குழப்பத்தில் இருந்து மீட்டு ஒழுங்கையும்கொண்டுவரக்கூடிய நம் மதிப்பு மிகுந்த ஈடு செய்ய முடியாத தலைவர்கள், தோழர்கள் அனைவரும் தொடர்ந்து சிறைப் படுத்தப்பட்டுள்ளனர். இது நம் உத்வேகத்தை முடக்குகிறது. நம் கைகளைக் கட்டிப்போடுகிறது. இந்த நெருக்கடிகள் உண்மையில் நம்மை அதிக தீவிரத்துடன் செயல்படவைக்கவேண்டும். ஏனென்றால் வேதனைகள் அதிகமாகும்போது நம் பொறுப்புகளும் இரு மடங்காகும்.

இன்றைய பயங்கரங்களில் இருந்து தப்பிக்கும் நோக்கில் சிலர் போர்-மறு சீரமைப்புப் பணிகளில் தம்மை ஈடுபடுத்திக்கொண்டிருக்கிறார்கள். பெரிய அளவில் தொழில்மயமாவதே எல்லா பிரச்னைகளையும் தீர்க்கும் என்று சிலர் சொல்கிறார்கள். இப்படிச் சொல்பவர்கள் அதிக அளவில் தொழில் மயமாகியிருக்கும் தேசங்களை லேசாகப் பார்த்தாலே போதும். விலை மதிப்பு மிக்க இயற்கை வளங்களையும் அபாரமான தொழில்நுட்ப மேன்மையையும் வைத்துக்கொண்டு அவை உருவாக்கியிருக்கும் குழப்ப நிலையைப் புரிந்துகொண்டுவிடலாம். பசி, வேலை இல்லாத் திண்டாட்டம், சேரிகள், மனித அவலங்கள் இவை எல்லாமே அந்த சோகத்தின் சாட்சியங் களாகத் திகழ்கின்றன. அதிகமாக உற்பத்தி செய்ய தொழில்மயமாதல் போதவில்லை. வளப்பகிர்வுக்கு என்ன வழி என்பதைப் பற்றிச் சிந்திக்க வேண்டும். சுருக்கமாகச் சொல்வதானால், பொருளாதாரத்தை யார் கட்டுப் படுத்தி வழி நடத்துகிறார்கள் என்பது மிக முக்கியம். ஏராளமானோர் உற்பத்தி செய்வதை ஒரு சிலர் அனுபவிக்கும் இந்த அமைப்பை அப்படியே விட்டுவிடமுடியாது. இந்த அமைப்பு செயற்கையாக தட்டுப்பாட்டை உருவாக்குகிறது. அதிக உற்பத்தியை அது தடுக்கிறது. இயற்கை வளங்களைச் சிதைக்கிறது.

ஒவ்வொரு குழந்தைக்கும் முழு வளர்ச்சிக்கான அனைத்து வாய்ப்புகளையும் வழங்கவேண்டும்; தொழிலின் மரியாதையையும் வாழ்வின் புனிதத்தையும் உயர்த்திப் பிடிக்கவேண்டும். அப்படியான ஒரு சமுதாயம் உருவானால்தான் பெண்கள் உண்மையான சுதந்தரத்தைப் பெற முடியும். ஒவ்வொரு நபரும் நாகரிகமான வாழ்க்கையை வாழ வழி செய்யக்கூடிய பொருளாதர, சமூக உரிமைகள் இருக்கவேண்டும். உழைப்பின் பலன் அவருக்கே கிடைக்க வேண்டும். அறிவியல், கலை ஆகியவற்றின் பலன்கள் கிடைக்கவேண்டும். இவற்றை அடைய பெண்கள் கூட்டமைப்பு தேசத்தில் இருக்கும் அனைத்து முற்போக்கு சக்திகளுடன் கூட்டு சேர்ந்து போராடவேண்டும். இந்த முயற்சி களுக்கு வரும் தடைகளை எதிர்கொண்டு, ஒடுக்கப்பட்ட மக்களின் பக்கம் நின்று சமூகத்தை முன்னேற்றப் பாதையில் கொண்டு செல்ல முழு மூச்சுடன் பாடுபடவேண்டும். இன்றைய நெருக்கடிகளை அப்போதுதான் நம்மால் சமாளிக்க முடியும். தேச மறு மலர்ச்சியில் பாராட்டத்தகுந்த வகையில் பங்களிக்க முடியும்.

மதவாதப் பிரச்னைக்கு சோஷலிஸத் தீர்வு

1940களில் இந்து முஸ்லிம்களிடையே இடைவெளி பெரிதாக ஆரம்பித்தது. கீழே தரப்பட்டுள்ள கட்டுரை இந்தப் பிரச்னைக்கு சோஷலிஸத் தீர்வு ஒன்றை முன்வைக்கிறது. முஸ்லிம்களுக்குத் தனி நாடு என்பது அல்ல; வறுமையை ஒழிக்கும்வகையில் பொருளாதார முன்னேற்றத்துகான திட்டங்கள் தீட்டப்படவேண்டும். அதுவே பிரச்னையைத் தீர்க்கும் என்று இந்தக் கட்டுரை சொல்கிறது.

மதவாத மோதல் என்பது நம் தேசத்தின் இயல்பான, அரசியல், சமுதாயப் பிரச்னையே அல்ல. இந்தப் பரந்து விரிந்த பாரத தேசத்தில் பிரிட்டிஷார், தாம் பாதுகாப்பாக இருந்துகொள்ள குயுக்தியுடன் உருவாக்கிய பிரிவினைக் கோட்பாடுதான். இந்தியாவின் எந்தப் பெரிய பிரச்னையானாலும் காலனிய காலகட்டத்தை அடிப்படையாகக் கொண்டே அலசிப்பார்க்கப்பட வேண்டும். இந்தியா இயல்பாகவே தனது பொருளாதார முன்னேற்றத்தின் பரிணாம வளர்ச்சிப் போக்கில் தொழில்மயமாகியிருந்தால் இன்று நாம் எதிர் கொள்ளும் பிரச்னைகள் எழுந்திருக்கவே செய்யாது. மதவாதப் பிரச்னை என்பது அடிப்படையில் பொருளாதார வேர்களைக் கொண்டதுதான்.

சரித்திரத்தைப் பின்னோக்கிச் சென்று பார்ப்போம். இந்தியாவின் பாரம் பரியத் தொழில்கள் எல்லாம் அழித்தொழிக்கப்பட்ட பிறகு காலனிய அரசாங் கம் என்பது வெறும் அரசு வேலைகளைத் தரும் அமைப்பாக மட்டுமே இருந்தது. 1857-ல் நடைபெற்ற முதல் இந்திய சுதந்தரப் போருக்குப் பிறகு, குமஸ்தா பணிகளுக்குத் தேவையானவர்களை இந்து சமூகத்தில் இருந்து பெருமளவில் தேர்ந்தெடுத்துக்கொண்டது. அப்படியாக இந்து சமூகமே இன்றைய மத்திரதரவர்க்கத்தின் ஆதார சக்தியாக ஆகும்படியான நிலை உருவானது. ஆங்கிலக் கல்வி பெற்றவர்களிடையே அது ஏற்படுத்திய தாக்கம் நினைத்துப்பார்க்கமுடியாத அளவுக்கு இருந்தது. புதிதாக உருவான மத்திய வர்க்கம், மிக வேகமாக அதிகரித்த வேலையில்லாத் திண்டாட்டத்தில் சிக்கிக் கொண்டது. அந்த வர்க்கம் ஏற்கெனவே பாரம்பரியத் தொழில்களிலிருந்து தன்னைத் துண்டித்துக்கொண்டுவிட்டிருந்தது. எனவே, வேலை வாய்ப்புக் காக நவீன தொழில்கள், தொழிற்சாலைகள் ஆகியவற்றை நம்ப வேண்டிய நிலைக்குத் தள்ளப்பட்டது.

இந்தப் பந்தயத்தில் முதலில் இஸ்லாமியர்கள் பின்தங்கிப் போனார்கள். தமது பாரம்பரியத் தொழில்களுக்குள்ளேயே நீண்டகாலம் முடங்கியிருந்தார்கள். புதிதாக உருவாகியிருந்த இந்து மத்தியவர்க்கம் 20-ம் நூற்றாண்டின் தொடக்கத்தில் இந்திய சுதந்தரப் போராட்டத்தை முன்னெடுத்தது; அதுவரை இந்துக்களுக்கு ஆதரவாக இருந்த பிரிட்டிஷ் அரசு அதன் பிறகு இஸ்லாமியர் களுக்கு சாதகமாக நடந்துகொள்ள ஆரம்பித்தது. மத ரீதியாக தொகுதிகள், மத ரீதியில் வேலையில் இட ஒதுக்கீடு போன்றவற்றை அமல்படுத்தியது.

அதிகரிக்கத் தொடங்கிய வேலையில்லாத் திண்டாட்டம் இந்து மத்திய வர்க்க இளைஞர்களிடையே அதிருப்தியை உருவாக்கியது. புதிதாக அரும்புவிடத்

தொடங்கிய தொழில் முனைவர்கள் பிரிட்டிஷ் வர்த்தக சமூகத்தை எதிர்கொள்ளவேண்டிய கட்டாயம் இருந்தது. இவ்வாறாகப் பல முனைகளில் ஊற்றெடுத்த அதிருப்திகள் ஒன்று சேர்ந்து தேசியப் போராட்டத்தில் பெரு வெள்ளமாகப் பாயத்தொடங்கின. இந்தப் பின்னணியில் மத வாதப் பிரச்னை மேலும் மேலும் வலுப்பட்டு அரசியல் இயக்கமாக வளர்ந்தது. சிதைக்கப் பட்ட தேசியப் பொருளாதாரத்தில் வாய்ப்புகள் குறைவாக இருந்தன. போட்டியாளர்களின் எண்ணிக்கையோ மிக அதிகமாக இருந்தது. இப்படி யான சூழலை உருவாக்கிய பிரிட்டிஷார் ஒரு சமூகத்தை இன்னொன்றின் எதிரியாக நிறுத்தினார்கள். அதன் மூலம் இரு சமூகத்தினருக்கிடையிலான இடைவெளியை மேலும் பெரிதாக்கினார்கள். இருந்தும் தேசியப் போராட் டத்தை முடக்க முடியவில்லை. பிரிட்டிஷ் ஏகாதியத்தியத்துக்கு எதிரான கோபம் காட்டுத் தீயாகப் பரவியது. இஸ்லாமிய சமூகமும் விரைவிலேயே அந்த இயக்கத்தில் இணைந்துகொண்டனர்.

புரட்சிகர, முற்போக்கு சிந்தனைகள் பலம் பெறத்தொடங்கிய அதே வேகத்தில் அதற்கு எதிர்மறையான சக்திகளும் பலம் பெறத்தொடங்கின. ஒவ்வொரு நாடுகளிலும் இது ஒவ்வொரு வடிவத்தில் வெளிப்பட்டன. ஆனால், பொதுவான வழிமுறை என்னவென்றல் மதம் அல்லது இன ரீதியிலான ஒருங்கிணைப்புதான். இவை இரண்டும் கலந்த சித்தாந்தம் என்று சொல்வது இன்னும் சரியாக இருக்கும். விஞ்ஞானமும் பகுத்தறிவுவாதமும் வெகுவாக வளர்ச்சியடைந்த நிலையிலும் திரிபுவாத மானுடவியல், இனவியல் கோட்பாடுகளின் அடிப்படையில் நாஜி போன்ற அராஜக சாம்ராஜ்ஜியங்கள் உருவாகி வந்ததையும் பார்த்திருக்கிறோம். ஆசியா, ஆஃப்ரிக்கா போன்ற கண்டங்களில் கறுப்பர்களுக்கு எதிரான ஒடுக்குமுறை; அமெரிக்காவில் செவ்விந்தியர்கள், நீக்ரோக்களுக்கு எதிரான ஒடுக்குமுறை, இந்தியாவில் ஹரிஜனங்களுக்கு எதிரான ஒடுக்குமுறை, ஐரோப்பா முழுவதுமான யூத வெறுப்பு என உலகம் முழுவதிலும் இத்தகைய போக்கு நிலவியதைப் பார்க்கிறோம்.

பெரும்பாலும் இவை மூன்றாவதான ஒரு சக்தியால் ஊதிப் பெரிதாக்கப் பட்டிருக்கும். கையூட்டு, முறைகேடான சலுகைகள், நேர்மையற்ற ஊக்கு விப்பு இவற்றின் மூலம் ஒரு மதத்தை இன்னொரு மதத்துக்கு எதிராக நிறுத்துவது, ஒரு சமூகத்தை இன்னொன்றுக்கு எதிராக நிறுத்துவது என இந்தியாவில் பிரிட்டிஷார் பிரிவினையை விதைத்தனர். 1857 சுதந்தரப் போர் மூலம் தேசத்தில் உருவான ஒற்றுமையை இப்படியான பிரிவினை மூலம் வெற்றிகரமாக உடைத்தனர். மதவாரியான தொகுதிகள் உருவாக்கம், வேலைகளில் ஒதுக்கீடு, கல்வி நிலையங்களில் ஒதுக்கீடு, பிற வகுப்பு வாரி சலுகைகள் என சட்டபூர்மாகவே இடைவெளியைப் பெரிதாக்கும் முயற்சி களை பிரிட்டிஷ் அரசு எடுத்தது.

இந்தப் பின்னணியில்தான் முஸ்லிம் லீக் உருவானதைப் பார்க்கவேண்டும். பிரிட்டிஷ் விரோதம், இஸ்லாமியர்களின் தீவிரமதப்பற்று இவையே பாகிஸ்தான் என்ற கருத்தாக்கம் உருவாகக் காரணமாக அமைந்தன. இந்துக்

களைப்போலவே இஸ்லாமியர்களும் சுதந்தர வேட்கை கொண்டவர்களாகவே இருந்தனர். முஹமது அலி ஜின்னா அவர்களுக்கு அதைப் பெற்றுத் தருவார். பிரிட்டிஷாரிடமிருந்து மட்டுமல்ல அவர்களைவிட மிக மோசமான இந்துக்களிடமிருந்தும் அவர் விடுதலை பெற்றுத் தருவார் என்ற நம்பிக்கையே இஸ்லாமியர்களை இயக்கியது. ஆரிய இனத் தூய்மை, யூத வெறுப்பு போன்றவற்றைப் பயன்படுத்தி ஹிட்லர் எப்படி ஜெர்மானியர்களை மூர்க்கத்தனத்தின் உச்சத்துக்குக்கொண்டு சென்றாரோ அதுபோலவே ஜின்னா 'இஸ்லாமிய நாடு' என்ற சாதுரியமான லட்சியத்தை முன்வைத்து இஸ்லாமியர்களை அணி திரட்டினார். இஸ்லாமியர்கள் பொருளாதாரரீதியிலும் சமூக ரீதியிலும் பின்தங்கி இருந்தனர். தமது பின்னடைவுக்குக் காரணமான பல விஷயங்கள் பற்றிய எந்தப் புரிதலும் இல்லாதவர்களாகவும் இருந்தனர். வெற்று மத முழக்கங்களால் அல்ல; மக்களின் அதிருப்தியை ஊதிப் பெரிதாக்கினால் எளிதில் அரசியல் வலிமை பெற்றுவிட முடியும் என்பது திருவாளர் ஜின்னாவுக்குத் தெரிந்திருந்தது.

இஸ்லாமிய மக்கள் சுதந்தரத்தின் மீதுகொண்டிருந்த வேட்கையை அடிப்படையாகக் கொண்டே பாகிஸ்தான் என்ற நாடு உருவாக்கப்பட்டது. அதே நேரம் இஸ்லாமிய இளம் அறிவி ஜீவிகள் மற்றும் வளர்ந்துவரும் இஸ்லாமிய மத்திய வர்க்கம் ஆகியவற்றுக்கு அரசாங்க சலுகைகள், பதவிகள் வாங்கித் தந்து அவர்கள் தேசியப் போராட்டத்தில் சேர்ந்துவிடாமல் தடுக்கவும் ஜின்னாவால் முடிந்திருந்தது.

முஸ்லிம்களின் நலனுக்காக ஆக்கபூர்வமாக முஸ்லிம் லீக் ஒன்றுமே செய்திருக்கவில்லை. இப்படியான சமூக சேவைகள் எதையும் இந்த லீகின் முக்கிய அங்கத்தினரும் செய்திருக்கவில்லை. தேசிய சுதந்தர எழுச்சியை மட்டுப்படுத்தி பிரிட்டிஷாரின் கையை நேரடியாகவோ மறைமுகமாகவோ பலப்படுத்துவது மட்டுமே முஸ்லிம் லீகின் நோக்கம். அதனுடைய தலைவரின் இத்தகைய பிழையான நோக்கங்களின் காரணமாக இந்தியர்களுக்கு அவர்கள் இந்துக்களாக இருந்தலும் முஸ்லிமாக இருந்தாலும் எந்த நன்மையும் செய்ய முடியாத அமைப்பாக ஆகிவிட்டிருக்கிறது. காங்கிரஸ் ஆரம்பத்திலேயே இதைப் புரிந்துகொண்டு மக்களுடைய பொருளாதார நிலைமை மேம்பட முயற்சிகள் எடுத்திருந்தால், நிலச்சுவான்தாரர்களுக்கு எதிராக ஏழை விவசாயிகளுடன் அணி வகுத்திருந்தால் முஸ்லிம் லீகின் செல்வாக்கை முளையிலேயே கில்ளி எறிந்திருக்க முடியும். இரு நாடு கொள்கை தன் நச்சுவேரை இந்த மண்ணில் ஊன்ற முடியாமல் மடிந்துபோயிருக்கும். துரதிஷ்டவசமாக காங்கிரஸ் கட்சி இந்த விஞ்ஞானபூர்வ, சமூக நல அணுகுமுறையைப் பின்பற்றியிருக்கவில்லை. இதனால் இஸ்லாமிய மக்கள் வெறித்தனமான, பகுத்தறிவுக்குப் பொருந்தாத மத்திய கால மதவாதத்துக்குப் பலியாகிவிட்டனர். அப்படியான மதவாதத்துக்கு இன்றைய காலகட்டத்தில் எந்த முக்கியத்துவம் ஆதரவும் இருக்கவேமுடியாது.

அறியாமையினாலும், ஆக்கபூர்வமான பொருளாதார முயற்சிகள் எதுவும் இல்லாததால் ஏற்பட்ட மனச் சோர்வினாலும், பிரிட்டிஷ் அரசு சுதந்தரம்

தராமல் இழுத்தடிப்பதால் வந்த பதற்றத்தாலும் இந்துப் பெரும்பான்மையும் மதவாத சக்திகளிடம் தஞ்சம் புகுந்துவிட்டது. அது மாறிவரும் சூழலைப் புரிந்துகொள்ளத் தவறிவிட்டது. கடந்த காலப் பெருமைக்குள் அடைக்கலம் தேடிவிட்டிருக்கிறது. இன்றைய சிக்கலான நிகழ்காலத்தை கடந்த காலத்தின் மங்கலான திரைச்சீலையால் மூடி மறைத்துக்கொள்ளப் பார்க்கிறது. கொடூரமான யதார்த்தங்களுக்கு மாயப் பூச்சுகள் பூசிக்கொள்கிறது.

துரதிஷ்டவசமாக, முஸ்லிம் லீகின் தீவிரம் அதிகரிக்க அதிகரிக்க இந்து மன மயக்கங்களும் அதிகரிக்கத் தொடங்கிவிட்டன. நிகழ்காலத்தால் அழுத்தப் பட்டிருக்கும் முதிர்ச்சியற்ற மனங்கள் கடந்த காலப் போலிப் பெருமிதங் களில் தஞ்சம் புகுகிறது. அது அவர்களுக்கு தற்காலிக பாதுகாப்பு உணர்வைத் தருகிறது. இப்படியாகத்தான், அனைத்தையும் வென்று குவிக்கும் ஆரிய இனம் குறித்த மாயப்புனைவுகளை உருவாக்கியே நாஜியிஸம் தன்னை வளர்த்துக்கொண்டது. இதுபோன்ற சிந்தனைகளுக்கு பலியாகிக்கொண்டி ருக்கும் இந்திய இளைய தலைமுறை அதன் அபாயங்கள் குறித்துத் தெரிந்து கொண்டாகவேண்டும். இந்தியாவும் தனது கடந்த கால நினைவுகளை அவை எவ்வளவுதான் உன்னதமாக இருந்தாலும் அவற்றை உயர்த்திப்பிடிப்பதன் மூலம் எந்தவொரு பிரச்னையையும் தீர்க்கமுடியாது. கடந்த காலத்தை மறு உருவாக்கம் செய்வதன் மூலம் நிகழ்காலத்தின் சிக்கல்களை தீர்க்கமுடியாது. மாறாக இன்றைய நிலையை தைரியமாக எதிர்கொண்டு அதைச் சமாளிக்க முயன்றாலே நம்மால் சரியான திசையில் முன்னேற முடியும்.

இன்றைய நவீன உலகின் ஆதார பிரச்னை அதன் நியாயமற்ற பொருளாதார அமைப்பே. வன்முறையிலும் ஏய்ப்பிலும் வேரூன்றியிருக்கும் ஓர் அமைப் பில் என்னதான் தொழில் வளர்ச்சி இருந்தாலும் பெரும்பாலானவர்கள் அடிப்படைத் தேவைகள் கூடப் பூர்த்தியாகாமல் தவிக்கவேசெய்வார்கள். சாதி, மதம், இனம் என எந்தவொரு வேறுபாடும் இல்லாமல் அனைத்து தரப்பினரும் படும் துயரமானது இந்தப் பொருளாதார அடிப்படையைக் கொண்டதுதான். வறுமை அனைத்து சமூகத்தையும் பீடித்திருக்கிறது. அனைத்து தரப்பு மக்களும் ஏய்க்கப்படுகிறார்கள். ஏய்த்துப் பிழைக்கும் முதலாளிகளும் நில உடமையாளர்களும் எல்லா சமூகத்திலும் இருக் கிறார்கள். எளியவர்களை ஏய்த்துப் பிழைப்பதென்பது எல்லா சமூகத்திலும் காணப்படுகிறது.

ஒரு இஸ்லாமிய ஏழை விவசாயியை இஸ்லாமிய நில உடமையாளர் கொடுமைப்படுத்துவதுபோலவேதான் இந்து ஏழை விவசாயியை இந்து நில உடமையாளர் கொடுமைப்படுத்துகிறார். எந்தவொரு இந்து அல்லது முஸ்லிம் முதலாளியும் தனது தொழிலாளிக்கு அவன் தனது மதத்தைச் சேர்ந் தவன் என்பதற்காக அதிக சம்பளம் கொடுப்பதில்லை. தனது தொழிலாளர் களை எல்லா முதலாளிகளும் மதம், சாதி, இனம் பார்க்காமல் ஒரேவித மாகவே கொடுமைப்படுத்துகிறார்கள். பீஹாரின் இந்து வீட்டு உரிமை யாளர்கள் தமது இந்து வாடகைக் காரர்களைக் கொடுமைப்படுத்துவது போலவே, சிந்து பகுதியில் இருக்கும் இஸ்லாமிய வீட்டு உரிமையாளர்கள்

இஸ்லாமிய வாடகைக்காரர்களை ஏய்க்கிறார்கள். வர்க்க மேலாதிக்க உணர்வானது மதம், கலாசாரம் போன்றவற்றால் ஒருபோதும் மாறுவதில்லை. மதவாத இயக்கங்களின் பெரிய பலவீனமே இதுதான். மக்கள் அறியாமையில் இருக்கும்வரையே அவை நீடிக்கமுடியும். சமுதாயரீதியாக விழிப்பு உணர்வு பெற்ற மக்கள் முன்னால் அவை வலுவிழந்துபோய்விடும். லட்சக்கணக்கான இந்து முஸ்லிம்களை வாட்டி வதக்கிய வங்காள பஞ்சத்தின் போது இஸ்லாமிய, இந்து வியாபாரிகள் எந்தக் கூச்சமும் இல்லாமல் தமது மக்களையே கொள்ளையடிக்கத்தான் செய்தார்கள். பஞ்சங்கள் அனைத்து சமூகங்களையும் காட்டுத்தீபோல் சுட்டெரிக்கவே செய்கிறது. வங்காள முஸ்லிம்கள் ஒரு முஸ்லிம் மந்திரி அதிகாரத்தில் இருந்தநிலையிலும் ஈக்களைப்போல் செத்துமடிந்தனர்.

விழிப்பு உணர்வு பெறும் மக்களின் சிந்தனையானது இல்லாத பிரச்னைகள் உருவாக்கப்படுவதன்மூலம் திசை திருப்பப்படுகிறது. இரு நாடு கொள்கையானது இஸ்லாமிய மக்களை உண்மையான பிரச்னைகளில் இருந்து திசை திருப்பவே மிகுந்த உற்சாகத்துடன் முன்வைக்கப்படுகிறது. இந்துப் பெரும்பான்மை தேசமே தமது அனைத்து இன்னல்களுக்கும் காரணம்; இந்து கொடுங்கோலில் இருந்து தப்பித்து தமக்கான நாடு கிடைத்தால் அவர்களுடைய எல்லா பிரச்னைகளும் உடனே தீர்ந்துவிடும் என்று இஸ்லாமியர்கள் நம்பவைக்கப்பட்டிருக்கிறார்கள். எந்தவித பொருளாதார அரசியல் கல்வி இல்லாத நிலையில் முஸ்லிம்கள் இந்த வாக்குறுதியை நம்பி பாகிஸ்தான் எனப்படும் நாடொன்றின் உருவாக்கத்துக்காக நடக்கும் போராட்டங்களில் தீவிரமாகப் பங்கெடுக்கிறார்கள்.

பொது மக்களைத் தூண்டிவிட்டு திட்டமிட்ட வன்முறைச் செயல்களை முன்னின்று நடத்தும் ஒரு தலைவரின் வருகை நமது தேச அரசியல் வரலாற்றில் மிக முக்கியமான காலகட்டத்தைக் குறிக்கிறது. எப்போதும் எல்லா இடங்களிலும் நடப்பதுபோலவே இங்கும் தனது சுய ரூபத்தை மதத்தின் முகமுடியால் மறைத்துக்கொண்டு இங்கும் அந்தத் தலைவர் உருவானார். முஸ்லிம்கள் புனித பாகிஸ்தானுக்காகப் போராடியதுபோல் கிறிஸ்தவ சிலுவைப் போராளிகள்கூட கிறிஸ்தவ பூமிக்காகப் போராடியதில்லை.

இந்தப் பிரச்னை பெரிதாகிவரும் நிலையில் பொருளாதார, சமூக சக்திகள் அந்தப் பிரிவினைவாத சக்திக்கு சாவு மணி அடிக்கவேண்டும். அனைத்து மதவாத போர்களின் உள்ளார்ந்த நோக்கம் பொருளாதார, அரசியல் மேலாதிக்கமே. மத நம்பிக்கை ஆத்மார்த்தமானதாக இருந்தால் இதுபோன்ற அரசியல் சக்திகளுக்கு அது இடமளிக்கவே செய்யாது. ஏனெனில் உண்மையான நம்பிக்கை மனத்தின் உள்ளில் இருந்து ஊற்றெடுப்பது. வெளியில் இருக்கும் ஒன்றால் அதை அழிக்கவோ பாதுகாக்கவோமுடியாது. பலப்பிரயோகம் என்பது மதத்தின் அடிப்படைக் கொள்கைக்கு முற்றிலும் எதிரானது.

தேசத்தில் வீசிக்கொண்டிருக்கும் இந்த வன்முறை அலைகளை பதிலுக்குத் திருப்பி அடிப்பதன் மூலமோ காரண காரியங்களை எடுத்துச் சொல்லியோ

தடுக்கமுடியாது. ஆக்கபூர்வமான நடவடிகைகளுக்கான அமைப்புகளை உருவாக்க சமூக கலாசார சக்திகளை முழுவதுமாக நாம் ஒருங்கிணைத்தாகவேண்டும். புதிய வெளிகளை உருவாக்கியாகவேண்டும். காலமும் பொறுமையும் அந்தப் புதிய நரம்பில் உத்வேகமும் படைப்பூக்கமும் நிறைந்த புதிய ரத்தத்தைப் பாய்ச்சி சமூகத்தை ஆரோக்கியமாகச் செயல்படச் செய்யவேண்டும். நிர்வாகம், அரசு, தனியார் என எந்த வழியாக இருந்தாலும் ஒவ்வொரு மனிதரையும் விஞ்ஞானபூர்வமான பகுத்தறிவோடுகூடிய சிந்தனை கொண்டவராக மாற்றியாகவேண்டும். தேசிய நலன் சார்ந்த செயல்பாடுகள் தேசம் முழுவதும் ஊக்குவிக்கப்படவேண்டும். தற்போது பிராந்திய சக்திகளால் உந்தப்படும் அமைப்புகளை தேசிய நலன் கொண்டவையாக மாற்றியாகவேண்டும். எங்கெல்லாம் இந்தப் பிரிவினைவாத சிந்தனைகள் வேரூன்றவில்லையோ அங்கெல்லாம் அரசியல், சமுதாயப் பிரச்னைகளின் உண்மையான தன்மையை எடுத்துச் சொல்லி அந்தப் பகுதி மக்களை விழிப்பு உணர்வு அடையச் செய்யவேண்டும்.

சரித்திரம், காரண காரியம், அடிப்படை புத்திசாலித்தனம் இவையெல்லாம் நமக்கு சாதகமாகவே இருக்கின்றன. வன்முறை என்பதே மனச்சோர்வின் வெளிப்பாடுதான். சமூக சக்திகளின் அழுத்தத்தைத் தாங்கவோ தவிர்க்கவோ முடியவில்லை என்பதையே அது காட்டுகிறது. இந்தியாவின் அரசியல் பிரச்னையும் பொருளாதாரப் பிரச்னையும் ஒன்றிலிருந்து ஒன்று வேறுபட்டதல்ல. ஒரு இடத்தில் அறியாமையையும் வறுமையையும் தீர்க்கும் நடவடிக்கைகள் இன்னொரு பகுதியிலும் அவற்றைத் தீர்க்க உதவும். ஒரு சமூக மக்களை ஒடுக்கும் ஒரு வர்க்கம் இன்னொரு சமூகத்தையும் ஒடுக்கும். மதம், சமூகம், சாதி என எந்த அடையாளமும் வர்க்க ஒடுக்குதலில் இருந்து பாதுகாப்பு அளிக்கமுடியாது. 'இந்து இந்தியா'விடமிருந்து தப்பித்து முஸ்லிம்கள் பாகிஸ்தான் என்ற அரணால் பாதுகாக்கப்பட்டதும் சிந்து பகுதியின் முஸ்லிம் நிலச்சுவான்தார்களோ வங்காளத்தின் முஸ்லிம் முதலாளிகளோ முஸ்லிம் எளிய மக்களைச் சுரண்டுவதை நிறுத்திவிடப்போவதில்லை. அந்த முஸ்லிம்கள் அந்த அரணைத் தாண்டி வந்து மறுபக்கத்தில் என்ன நடக்கிறது என்பதைப் பார்க்கும்போதுதான் அந்த அரண் இருக்கவேண்டுமா இடிக்கப்படவேண்டுமா என்பதை முடிவுசெய்வார்கள். அதைச் செய்து தரவேண்டிய பொறுப்பு நமக்கு இருக்கிறது. இரண்டு நாடுகள் இங்கு இல்லை; இரண்டு சக்திகள் மட்டுமே இருக்கின்றன. ஒன்று ஆக்கும் சக்தி. இன்னொன்று அழிக்கும் சக்தி. முன்னதற்கு எதிர்காலம் உண்டு. பின்னதற்கு அது கிடையாது.

அத்தியாயம் 13

புதுப்பிக்கப்பட்ட செயல்திட்டங்கள்

மோகன்தாஸ் கரம்சந்த் காந்தி

~

மகாத்மா காந்தியின் கட்டுரைகள் 1880களில் இருந்து ஆரம்பித்து 1940கள் வரை வரிசைக்கிரமமாகத் தொகுக்கப்பட்டுள்ளன. பல விஷயங்களில் காந்தியின் பிந்தைய கோட்பாடுகள் முந்தைவற்றில் இருந்து மாறுபட்டதாக சில நேரங்களில் தலைகீழாக மாறியும் இருக்கின்றன. அப்படியான நேரங்களில் மிக சமீபத்திய நிலைப்பாட்டையே அந்த விஷயம் தொடர்பான சரியான தீர்மானமாக எடுத்துக்கொள்ளவேண்டும் என்று அவர் கேட்டுக் கொண்டிருக்கிறார்.

இந்தப் புத்தகத்தின் தொடக்கத்தில் சொன்னதுபோல் காந்தி மிகவும் அரிய, நவீன அரசியல்வாதியாவார். விவாதத்துக்குத் திறந்த மனத்துடன் எப்போதும் தயாராக இருந்த அவர் விமர்சனங்களைச் செவிமடுத்துத் தனது நிலைப்பாடுகளை மாற்றிக்கொள்ளவும் தயாராக இருந்தார். காந்தியின் எதிராளிகள் சில நேரங்களில் வெறியர்களாக, பித்துப் பிடித்தவர்களாக கோபத்துடனும் வசை மாரி பொழிந்து கடிதங்கள் எழுதியிருப்பார்கள். காந்தி தனது யங் இந்தியாவில் அவற்றை வெளியிட்டு பதிலும் தந்திருப்பார். அவருடைய பதில்கள் மிகவும் நிதானமான தொனியில் வெளிப்பட்டிருக்கும். வேறு சில நேரங்களில் கேள்வி கேட்டவர்கள் மிகப் பெரிய சிந்தனையாளர்களாக இருந்திருப்பார்கள். அவர்களுக்கு காந்தி மிக விரிவாகப் பதில் தந்திருப்பார்.

இந்த அத்தியாயத்தில் தேசியவாதம், சாதி, இந்து முஸ்லிம் உறவு இவை தொடர்பான காந்தியின் கருத்துகள் இடம்பெற்றுள்ளன. முந்தைய அத்தியாயங்களில் நாம் சந்தித்த விமர்சனங்களுக்கு அவர் பதில் சொல்கிறார். சுதந்தர இந்தியா குறித்த காந்தியின் நம்பிக்கையை அடிக்கோடிட்டுக் காட்டும் இரண்டு மேற்கோள்களுடன் இந்தப் பாகத்தை முடித்திருக்கிறேன்.

தேசியவாதம் - மறு உருவாக்கம்

'ஒத்துழையாமை இயக்கமானது அந்நியர் மீதும் அந்நிய கலாசாரம் மீதும் அர்த்தமற்ற வெறுப்பையே தூண்டும்' என எட்டாம் அத்தியாயத்தில் தாகூர் வெளிப்படுத்தியிருக்கும் கவலைக்கு காந்தி பதில் தந்திருக்கிறார்.

ஆசியாவின் கவி என்று ஹார்டிங் பிரபுவால் அழைக்கப்பட்ட டாக்டர் தாகூர் வெகு வேகமாக உலகக் கவியாக ஆகிக்கொண்டுவருகிறார். உலகுக்கு இந்தியா தரும் செய்தியின் கவித்துவ வெளிப்பாடுதான் அவர் இந்தியாவுக்குச் செய்த மிகப் பெரிய சேவை. எனவே, இந்தியா உலகுக்குத் தவறான, பூஞ்சையான செய்தியை உணர்த்திவிடக்கூடாது என ஆத்மார்த்தமாகவே விரும்புகிறார். தனது தேசத்தின் மதிப்பு குறித்து அவருக்கு உண்மையாகவே பெருமிதம் உண்டு. இன்றைய சுதந்தரப் போராட்டத்துடன் ஒத்திசைவு கொள்ள மிகவும் சிரமப்படுவதாகச் சொல்கிறார். நடப்பவை அவரைத் திகைக்கச் செய்ததாகச் சொல்கிறார். ஒத்துழையாமை இயக்கம் தொடர்பான பேரிரைச்சல் அவருடைய தாளகதிக்கு உவப்பானதாக இல்லை. தனது தவறான புரிதலை மூன்று அழுத்தமான கடிதங்கள் மூலம் வெளிப்படுத்தியிருக்கிறார். மறுதலிப்பு மற்றும் விரக்தியின் கோட்பாடாக ஒத்துழையாமை இயக்கம் இருப்பதால், இந்தியா போன்ற ஒரு நாட்டின் லட்சியத்துக்கு அது மரியாதைக் குறைவானது என்ற முடிவுக்கு வந்துவிட்டிருக்கிறார். ஒத்துழையாமை இயக்கம் பிரித்துப் பார்க்கும் குணம் கொண்டது; விலக்கி வைக்கும் தன்மை கொண்டது; குறுகலான பார்வை கொண்டது; எதிர்மறை அம்சம் கொண்டது என்று அஞ்சுகிறார். இந்தியாவின் பெருமை குறித்து கவிஞருடைய பெருமிதத்தைப் பார்க்கும் எந்தவொரு இந்தியரும் கர்வமே கொள்ளமுடியும். அவர் தன்னுடைய பிழையான அபிப்ராயங்களை நமக்குத் தெளிவாக அழகான மொழியில் அறியத் தந்தது நன்மைக்கே.

மிகவும் பணிவுடன் கவிஞரின் சந்தேகங்களுக்கு பதில் சொல்லவிரும்புகிறேன். அவருக்கோ அவருடைய கருத்தை நெகிழ்ந்து ஏற்றுக்கொண்டிருக்கும் ஒரு வாசகருக்கோ நான் சொல்லும் பதில் ஏற்க முடியாமல் போகலாம். ஆனால், அவருக்கும் இந்திய மக்களுக்கும் ஒரு விஷயத்தைத் தெளிவுபடுத்த விரும்புகிறேன். ஒத்துழையாமை இயக்கம் அவர் பயப்படுவது போன்ற ஒரு விஷயம் அல்ல. அவருடைய தேசம் இப்படியான ஒரு லட்சியத்தை முன்வைத்தது குறித்து அவர் வெட்கப்படத் தேவையில்லை. நடைமுறையில் அது தோல்வியைத் தழுவியிருக்கலாம். ஆனால் அது கோட்பாட்டின் பிழை அல்ல. ஒத்துழையாமை இயக்கம் காலத்தை முந்திவந்துவிட்டது காரணமாக இருக்கலாம். இந்தியாவும் உலகமும் கொஞ்சம் பொறுத்தாக வேண்டியிருக்கிறது. ஆனால், வன்முறை அல்லது ஒத்துழையாமை இந்த இரண்டைத்தவிர இந்தியாவுக்கு தேர்ந்தெடுக்க வேறு எதுவுமில்லை.

ஒத்துழையாமை இயக்கத்தின் நோக்கம், இந்தியாவுக்கும் மேற்குலகுக்கும் இடையில் ஒரு சீனப் பெருஞ்சுவரை எழுப்புவது அல்ல. மாறாக பரஸ்பர

மரியாதை, நம்பிக்கை ஆகியவற்றின் அடிப்படையில் உண்மையான, மதிப்புக்குரிய, தன்னிச்சையான கூட்டுறவை உருவாக்குவதே அதன் நோக்கம். வலிந்து திணிக்கப்பட்டிருக்கும் கூட்டுறவுக்கும் ஒருதலைப்பட்ச அணுகுமுறைக்கும் நாகரிகம் என்ற பெயரில் ஆயுத பலத்தோடு திணிக்கப் படும் நவீன ஏய்ப்பு முறைகளுக்கும் எதிரான போராட்டம். ஒத்துழையாமை இயக்கம் என்பது தீமையில் பங்கெடுக்க விருப்பமில்லை என்று சொல்லும் போராட்டம்.

மாணவர்களைக் குறித்தே கவிஞர் அதிகம் கவலை கொள்கிறார். வேறு பள்ளிக்குப் போக வாய்ப்பு இல்லாத நிலையில் அரசுப் பள்ளிகளைப் புறக்கணிக்கும்படி அவர்களைக் கேட்டுக்கொண்டது தவறு என்று சொல் கிறார். இங்கு நான் அவரிடமிருந்து மாறுபடுகிறேன். பள்ளிக் கல்வி தொடர் பாக எனக்கு எந்த மயக்கமும் இல்லை. அரசுப் பள்ளிக்கல்வி தன்னளவில் ஒருவருடைய தார்மிகப் பொறுப்புணர்வில் சிறு துரும்பைக்கூடக் கிள்ளிப் போடுவதில்லை. ஒருவருடைய ஆளுமை உருவாக்கம் என்பது ஏட்டுக் கல்விக்கு அப்பாற்பட்டது. எனது சொந்த அனுபவம் இதை எனக்கு அழுத்த மாக உணர்த்தியிருக்கிறது. அரசுப் பள்ளிகள் நம்மில் இருக்கும் மனிதத் தன்மையை இல்லாமல் ஆக்கிவிட்டிருக்கின்றன என்று திடமாக நம்பு கிறேன். நம்மை அது கையாலாகாதவர்களாகவும் கடவுள் பக்தி இல்லாதவர் களாகவும் ஆக்கிவிட்டிருக்கிறது. நம்மை அது அதிருப்தியால் நிரப்பியிருக் கிறது. அந்த அதிருப்திக்குத் தீர்வு எதையும் அது சொல்லாததால் நம்மை மனச்சோர்வில் ஆழ்த்தியிருக்கிறது. நம்மை வெறும் குமஸ்தாக்களாகவும் துபாஷிகளாகவும் மட்டுமே ஆக்கியிருக்கிறது. ஆளப்படுபவர்களின் தன்னிச்சையானதுபோல் தோன்றும் அங்கீகாரம் மூலமே ஆள்பவர்களுக்கு மதிப்பும் மரியாதையும் பெருகுகிறது. நம்மை அடிமைகளாக வைத் திருக்கும் அரசுடன் ஒத்துழைப்பது தவறு என்பது உண்மையென்றால், அதற் கான எதிர்ப்பை அந்த அமைப்புகளுடன் நமது உறவு தன்னிச்சையானதாக இல்லை என்பதை எடுத்துக்காட்டுவதில் இருந்துதான் ஆரம்பிக்க வேண்டும். இளைய சமுதாயமே ஒரு தேசத்தின் நம்பிக்கை நடசத்திரம். இன்றைய அரசு முழுவதும் அல்லது முக்கியமாக தீய சக்தியாக இருப்பதை உணர்ந்துகொண்டுவிட்ட நிலையில் நமது இளைய சமுதாயத்தை அந்த அரசுடன் சுமுகமாக உறவாட விரும்புவது மிகவும் தவறு.

எனவே, நமது கவி ஒத்துழையாமை இயக்கத்தின் எதிர்மறை அம்சத்தைக் குறித்து தேவையற்ற பயத்தைக்கொண்டிருக்கிறார். நாம் ‘முடியாது’ என்று சொல்லும் வலிமையை இழந்துவிட்டோம். முடியாது என்று சொன்னால் அது கீழ்ப்படியாமை என்று ஆகிவிடுகிறது. இந்த ஒத்துழையாமை உண்மை யில் விதை விதைப்பதற்கு முன் களை எடுப்பதைப் போன்றதுதான். பயிர் நன்கு வளரும் நிலையிலும் களைக் கொத்தியை வைத்து தினமும் களை களைக் கெல்லி எறிந்துகொண்டுதான் இருக்கவேண்டும். தேச மக்களின் ஒத்துழையாமை என்பது அரசாங்கமானது தேச மக்களின் நலனைக் கருத்தில் கொண்டு செயல்பட ஆரம்பிக்க வேண்டும் என்பதற்கான அழைப்புதான்.

இனியும் அடிமைப்பட்டுக் கிடக்கமுடியாது என தேச மக்கள் அரசுக்கு தெரிவிக்கும் அறிக்கைதான் ஒத்துழையாமை இயக்கம். இயல்புக்கும் மத நல்லெண்ணத்துக்கும் மாறான வன்முறைக்கு பதிலாக இயல்பான, மத நல் உணர்வால் உந்தப்பட்ட ஒத்துழையாமையை இந்த தேசம் தனது போராட்ட வழிமுறையாகத் தேர்ந்தெடுத்திருக்கிறது. கவிஞருடைய லட்சியமான தேச ஸ்வராஜ்ஜியம் என்பதை அஹிம்சை, ஒத்துழையாமை ஆகியவற்றின் மூலமாகத்தான் அடையமுடியும். உலக அமைதி தொடர்பான செய்தியை நீங்கள் முன்வையுங்கள். இந்தியா ஒத்துழையாமை இயக்கத்தின் மூலம் அந்த கோட்பாட்டுக்கு வலு சேர்க்கும். இது தொடர்பாக தன்னம்பிக்கையோடு செயல்படுங்கள். கவிஞர் தேச பக்திக்கு என்ன அர்த்தம் கொடுக்க விரும்புகிறாரோ அதைத்தான் ஒத்துழையாமை இயக்கமும் முன்வைக்கிறது. ஐரோப்பாவின் காலில் விழும் இந்தியா மனித குலத்துக்கு எதையும் தரவேமுடியாது. விழித்தெழும் சுதந்தர இந்தியா அமைதியையும் நல்லெண்ணத்தையும் உலகுக்குத் தன் செய்தியாக வழங்கும். அந்தச் செய்தியை வழங்குவதற்கான மேடையாக ஒத்துழையாமை இயக்கம் அமையும்.

சாதி - ஒரு மறுபரிசீலனை

ஒன்பதாம் அத்தியாயத்தில், சாதி ஒழிப்பு என்ற தலைப்பில் பி.ஆர்.அம்பேத்கர் வெளியிட்ட துண்டுப் பிரசுரத்தில் இந்து சமூகத்தின் மீது அவர் வைத்த விமர்சனங்களுக்கு ஹரிஜன் பத்திரிகையில் காந்தி பதிலளித்திருந்தார். இந்து சமூகம் தனது தவறுகளைத் திருத்திக்கொள்வதற்குக் கிடைத்த வாய்ப்பாகவே அம்பேத்கரின் விமர்சனத்தை காந்தி பார்க்கிறார்.

லாகூரில் ஜத்-பத்-தோரக் மண்டல் சார்பில் நடத்தப்பட்ட மகாநாடு டாக்டர் அம்பேத்கர் தலைமையில் நடந்துமுடிந்திருக்கவேண்டும். ஆனால், டாக்டர் அம்பேத்கரின் தலைமையுரை அந்த மண்டலின் வரவேற்புக் குழுவுக்கு ஏற்புடையதாக இல்லாததால் அந்த மகாநாடு ரத்து செய்யப்பட்டுவிட்டது. தலைவர் எழுதிய உரையை ஏற்கமுடியாது என்று சொல்லி தாமே நியமித்த தலைவரை வரவேற்புக் குழு நிராகரித்ததில் ஒரு நியாயமும் இல்லை. சாதி, இந்து மத நூல்கள் ஆகியவை பற்றி டாக்டர் அம்பேத்கருடைய கருத்துகள் என்ன என்பது மண்டலுக்கு ஏற்கெனவே நன்கு தெரியும். அவர் இந்து மதத்தை விட்டு விலகிச் செல்ல முடிவெடுத்திருக்கிறார் என்பதும் தெரியும். அவருடைய உரை அப்படியாகத்தான் இருக்கமுடியும். சமூகத்தில் தானாகவே பாடுபட்டு முன்னுக்கு வந்த ஒரு பிரமுகரின் சுயமான கருத்துகளைப் பொதுமக்கள் கேட்கும் வாய்ப்பை அந்தக் குழு தடுத்துவிட்டிருக்கிறது. எதிர்காலத்தில் அவர் என்ன அடையாளத்துடன் தன்னை இணைத்துக் கொண்டாலும் டாக்டர் அம்பேத்கர் மறக்கமுடியாத ஆளுமை என்பதில் சந்தேகமே இல்லை.

ஒரு வரவேற்புக் குழுவினால் புறமொதுக்கிவிட முடிந்தவர் அல்ல. அவர் தனது சொந்தச் செலவில் அந்தத் தலைமை உரையை அச்சிட்டு வெளியிட்டிருக்கிறார். எந்தவொரு சமூகச் சீர்திருத்தவாதியும் அந்த உரையை நிராகரித்துவிடமுடியாது. சனாதனிகளும் அதைப் படித்துத் தன்னைச் செழுமைப் படுத்திக்கொள்ளமுடியும். ஆனால், அந்த உரையை எதிர்த்து எதுவும் சொல்லவே முடியாது என்று அர்த்தமில்லை. ஹிந்து மதத்துக்கு ஒரு மிகப் பெரிய சவால் டாக்டர் அம்பேத்கர்.

இந்துவாக வளர்க்கப்பட்டு இந்து ஆசிரியர்களால் கற்பிக்கப்பட்ட அவர் சவர்ண இந்து என்று அழைக்கப்படுபவர்களால் மிகுந்த வேதனைக்கு உள்ளாகியிருக்கிறார். அவரும் அவருடைய ஆட்களும் சவர்ண இந்துக் களால் பட்ட துன்பங்களின் காரணமாக சவர்ண இந்துக்களை மட்டுமல்ல இரு தரப்பினருக்கும் பொதுவான பாரம்பரியமான இந்து மதத்தை விட்டு விலகிச் செல்ல முடிவெடுத்திருக்கிறார். இந்து மதத்தின் ஒரு சிலரின் நடத்தைகளின் மீது அவருக்கு இருக்கும் கோபத்தை இந்து மதத்தின்மீது காட்டியிருக்கிறார்.

இதில் எந்த ஆச்சரியமும் தேவையில்லை. எந்தவொரு அமைப்பையும் அதன் பிரதிநிதிகளின் செயல்பாடுகளை வைத்துத்தான் எடைபோடமுடியும். சவர்ண இந்துக்கள் தமது மதத்தின் சக மனிதர்களைத் தீண்டத்தகாதவர்கள் என்று வகைப்படுத்தி மிகவும் மனிதத்தன்மையற்ற முறையில் நடத்தியிருக் கிறார்கள். அதோடு அவர்களுடைய இத்தகைய கொடூரச் செயல்களுக்கு இந்து மத நூல்களே அடிப்படைக் காரணமாக இருந்திருக்கின்றன என்ற முடிவுக்கு அவர் வந்திருக்கிறார். தனது கூற்றுகளுக்கு ஆதாரமாகப் புனித நூல்களில் இருந்து மேற்கோள் காட்டியிருக்கிறார். அதை வெட்கமின்றி நியாயப்படுத்தி இருப்பவர்களைப்பற்றியும் பேசியிருக்கிறார்.

இந்தக் கூற்றில் இருக்கும் உண்மையைத் தன் உயிரைவிட மதத்தை உயர்வாக நினைக்கும் எந்த இந்துவாலும் நிராகரித்துவிடமுடியாது. இப் படியான விமர்சனம் அம்பேத்கருக்கு மட்டுமே இருக்கிறது என்றும் சொல்லமுடியாது. அப்படியான எண்ணம் கொண்ட பலரில் அவர் எந்தவித சமரசமும் இல்லாதவர். அவர்களில் அந்த விமர்சனத்தை முன்வைக்க மிகவும் தகுதியானவர் அவரே. அவர்களில் சமாதானப்படுத்திவிடவே முடியாதவரும் அவரே. நல்லவேளை வெகு சொற்பமானவர்களே அவருடைய அளவுக்கு தீவிரமாக இருக்கிறார்கள். அவர் சொல்லும் விஷ யங்கள், ராவ் பகதூர் எம்.சி.ராஜா, திவான் பகதூர் ஸ்ரீனிவாசன் போன்ற நலிவடைந்த பிரிவினரின் தலைவர்கள் பலரால் சொல்லப்பட்டிருக் கின்றன. ஆனால், அவர்கள் யாரும் இந்து மதத்தை விட்டு விலகுவேன் என்றெல்லாம் சொல்லவில்லை. அதோடு, ஹரிஜனங்களுக்கு மிக அதிகக் கொடுமைகளை இழைத்திருக்கும் அதேநேரத்தில் அதை ஈடுகட்டும் வகையில் இந்து மதத்தில் இதமான விஷயங்களும் இருப்பதாக அவர்கள் சொல்கிறார்கள்.

பல தலைவர்கள் இந்து மதத்தில் தொடர்ந்து இருக்கிறார்கள் என்பதற்காக அம்பேத்கர் சொல்லும் விஷயங்களை நாம் நிராகரித்துவிடவும்முடியாது. சவர்ண இந்துக்கள் தமது நடத்தையை மாற்றிக்கொண்டாகவேண்டும். அதோடு அவர்கள் மத்தியில் செல்வாக்குடன் இருக்கும் கற்றறிந்த நபர்கள் புனித நூல்கள் குறித்து அதிகாரபூர்வமான விளக்கங்களைத் தரவேண்டும். டாக்டர் அம்பேத்கரின் உரை கேட்கும் கேள்விகள்:

1. எவையெல்லாம் புனித நூல்கள்?

2. அச்சிடப்பட்டிருக்கும் எல்லாமே புனித நூலின் அங்கமா? ஏதேனும் ஒரு பகுதியை அதிகாரபூர்வமற்ற விளக்க உரை என்று சொல்லி நிராகரிக்க வேண்டுமா?

3. ஏற்றுக்கொள்ளப்பட்ட விலக்கப்பட்ட நூல்களில் தீண்டாமை, சாதி, சமத்துவம், சம பந்தி, கலப்புத் திருமனம் இவை பற்றி என்ன சொல்லப்பட்டிருக்கின்றன?

வேதங்கள், உபநிடதங்கள், ஸ்மிருதிகள், ராமாயண மகாபாரதம் உள்ளிட்ட புராணங்கள் இவையெல்லாம்தான் இந்து புனித நூல்கள். இந்தப் பட்டியலும் இறுதியானதல்ல. ஒவ்வொரு காலகட்டத்திலும் அல்லது ஒவ்வொரு தலைமுறையும்கூட ஒவ்வொரு நூல்களைப் பட்டியலில் சேர்த்துள்ளனர். இதிலிருந்து அச்சிடப்பட்டவையெல்லாம் புனிதமானவை அல்ல என்பது தெளிவாகிறது. உதாரணமாக ஸ்மிருதியில் உள்ள பெரும்பாலானவற்றை இறைவனின் வார்த்தைகளாக நாம் ஏற்றுக்கொள்ளவேமுடியாது. எனவே, ஸ்மிருதிகளில் இருந்து டாக்டர் அம்பேத்கர் மேற்கோள்காட்டும் பலவற்றை அதிகாரபூர்வமானதாக ஏற்றுக்கொள்ளமுடியாது. காலத்தைக் கடந்து நிரந்தரமாக நிற்கும் உண்மைகளைப் பேசக்கூடியதும் எந்தவொரு மனசாட்சிக்கும் ஏற்புடையதாக இருப்பவற்றையே புனித நூல் என்று சொல்லமுடியும். ஆன்மிகரீதியாக அனுபவித்து உணரமுடியாத, தர்க்கபூர்வமாக நிரூபிக்க முடியாத எதையுமே கடவுளின் கருத்துகளாக ஏற்றுக்கொள்ளமுடியாது. சுருக்கப்பட்ட வடிவில் இருக்கும்போது நிச்சயமாக உங்களுக்கு விளக்க உரை தேவைப்படும். யார் சிறந்த விளக்க உரையைத் தர முடியும்? வெறும் பண்டிதர்கள் போதாது. பாண்டித்தியம் தேவைதான்; ஆனால் மத உரைக்கு அது மட்டும் போதாது. அது ஆன்மிக ஞானிகள், துறவிகள் ஆகியோரின் அனுபவங்களில், வாழ்க்கையில், சொற்களில் வாழ்கிறது. பண்டிதர்கள் சொன்ன உரைகள் எல்லாம் முழுவதுமாக மறக்கப்பட்டநிலையில் துறவிகள், ரிஷிகளின் அனுபவங்களின் தொகுப்பு தலைமுறைகளுக்கு வழிகாட்டிச் செல்லும்.

சாதிக்கும் மதத்துக்கும் எந்த சம்பந்தமும் கிடையாது. அது என்றைக்குத் தோன்றியது என்பது எனக்குத் தெரியாது. என் ஆன்மிக தேடலுக்கு அது தெரிந்தாகவேண்டிய அவசியமும் இல்லை.

ஆனால், அது ஆன்மிக வளர்ச்சிக்கும் தேச வளர்ச்சிக்கும் தீங்கு விளைவிக்கும் என்பது நன்கு தெரியும். வர்ணாஸ்ரம தர்மம் என்ன சொல்கிற

தென்றால், ஒவ்வொரு நபரும் தனது முன்னோர்களின் வழித்தடத்தில் நமக்கான வாழ்க்கையை அமைத்துக்கொள்ளவேண்டும். அது நம் உரிமைகளை அல்ல கடமைகளை வரையறுக்கிறது. மனித சமூகத்தின் நன்மையைக் கருத்தில்கொண்டே அது தீர்மானமாகிறது. ஒரு வாழ்க்கை முறை உயர்ந்தது என்றோ இன்னொன்று தாழ்ந்தது என்றோ அது சொல்லவில்லை. அனைத்துமே நல்லவையே; சட்டபூர்வமானவையே; சமமானவையே என்றே வர்ணாஸ்ரம தர்மம் சொல்கிறது. பிராமணரின் வாழ்க்கை முறையும் தோட்டி ஒருவரின் வாழ்க்கை முறையும் சமமானவையே. இறைவன் முன்னால் அவர்கள் இருவருடைய செயல்பாடுகளும் சமமானவையே; சமூகத்திலும் ஒருகட்டத்தில் அப்படியே இருந்திருக்கிறது. ஒவ்வொருவரும் அவரவருக்கான தொழிலையும் வாழ்க்கைமுறையையும் வாழ்ந்தாக வேண்டும். இன்றைய கிராமப்புறங்களில்கூட இப்படியான ஆரோக்கியமான வாழ்க்கையின் மங்கலான தடயங்களை இன்றும் பார்க்க முடியும். செகாவ்(ன்) கிராமத்தில் வாழும் அறுநூறுபேரில் பிராமணர்கள் உட்பட எந்தவொரு தொழில் பிரிவின் சம்பளத்திலும் பெரிய வித்தியாசம் எதுவும் கிடையாது. யாசகம் பெற்று உயிர் வாழ்ந்து தம்மிடம் இருக்கும் ஆன்மிகச் செல்வங்களைப் பிறருக்கு இலவசமாக அள்ளித்தரும் உண்மையான பிராமணர்களை இன்றும் சந்தித்திருக்கிறேன். ஒரு வர்ணத்தின் தர்மத்தையும் விதிமுறையையும்மீறி நடந்துகொள்ளும் ஒருவரை வைத்து வரணாஸ்ரமத்தை மதிப்பிடுவது தவறாகவே முடியும். ஒரு வருணத்தார் பிற வர்ணத்தைவிட தம்மை உயர்வானதாகக் கருதிக்கொள்வதற்கு வர்ணாஸ்ரம தர்மத்தில் இடமே இல்லை. தீண்டாமைக்கும் அதில் இடமில்லை. இந்து மதத்தின் ஆன்மா எதுவென்றால், சுத்த அறிவே சிவம் என்பதிலும் அஹிம்சையே மனித இனத்தின் ஆதார கொள்கை என்று சொல்வதிலும்தான் இருக்கிறது.

அம்பேத்கர் மட்டுமல்லாமல் வேறு பலரும் இந்து மதம் குறித்த என் புரிதலைக் கேள்விக்குட்படுத்துவார்கள் என்பது எனக்குத் தெரியும். அது என் நிலைப்பாட்டை எந்தவகையிலும் பாதிக்காது. சுமார் ஐம்பது ஆண்டுகள் அதனடிப்படையில் நான் வாழ்ந்திருக்கிறேன்.

டாக்டர் அம்பேத்கர் செய்த மிகப் பெரிய தவறு என்னவென்றால், இந்து தர்மத்தின் மிக மோசமான பிரதிநிதிகளையும் அதிகாரபூர்வமற்ற தவறான நூல்களையும் அடிப்படையாக எடுத்துக்கொண்டு தன் கோட்பாட்டை உருவாக்கிக்கொண்டிருக்கிறார். இந்த அளவுகோலின்படி மதிப்பிட்டுப் பார்த்தால் எல்லா மதமும் தவறானவை என்றே தோன்றும்.

அம்பேத்கர் அதீதமாகத் தன் தரப்பை நியாயப்படுத்தியிருக்கிறார். சைதன்யர், ஞான தேவர், துக்காராம், திருவள்ளுவர், ராம கிருஷ்ண பரமஹம்சர், ராம் மோகன் ராய், மஹரிஷி தேவேந்திரநாத் தாகூர், விவேகானந்தர் போன்ற எண்ணற்ற மகான்களால் முன்வைக்கப்பட்ட ஒரு மதம் அம்பேத்கரின் உரையில் சொல்லப்பட்டிருப்பதைபோல் ஒரேயடியாகப் புறக்கணிக்கப்பட

வேண்டிய ஒன்றா என்ன? ஒரு மதமானது அதன் சிறப்பான பிரதிநிதிகளால் எடைபோடப்படவேண்டும். மோசமான பிரதிநிதிகளை வைத்து அல்ல. ஏனென்றால், அந்தச் சிறப்பான அம்சமே எட்ட வேண்டிய லட்சியமாக இருக்கும்.

1945-ல் எழுதப்பட்ட உரையில் அம்பேத்கர் தனிப்பட்ட முறையில் காந்தியை தாக்கியிருந்தார். அந்த நூலுக்கு காந்தி பதில் எழுதியிருக்க வில்லை. ஆனால், கீழே தரப்பட்டிருக்கும் இந்தக் கட்டுரை அம்பேத்கரின் விமர்சனங்களை மனத்தில் எடுத்துக்கொண்டிருக்கிறார் என்பதைக் காட்டு கிறது. தீண்டாமை ஒழிய வேண்டும்; ஆனால், சம்பந்தி போஜனம், கலப்புத் திருமணம் ஆகியவை மெதுவாக அமலானால் போதும் என்று என்று காந்தி 1920களில் சொன்னார். 1940களில் இந்த நிலைப்பாட்டை மாற்றிக்கொண்டு விட்டிருக்கிறார்.

சூரத்தில் இருக்கும் பதிதர் ஆஸ்ரமத்தில் இருந்து ஒரு நண்பர் ஸ்ரீ நரஹரி பரீக் அவர்களுக்கு எழுதியது:

சாதி இந்து ஆணை ஹரிஜனப் பெண்கள் திருமணம் செய்துகொள்வதென்றால், ஒரு நிபந்தனை: அந்த தம்பதி ஹரிஜனங்களின் மேம்பாட்டுக்குப் பாடுபட வேண்டும். சாதி இந்துப் பெண்கள் ஹரிஜனங்கள் மத்தியில் வாழ்ந்தால் அவர் களிடமிருந்து ஹரிஜனப் பெண்கள் நிறைய கற்றுக்கொள்ளமுடியும்.

சாதி இந்து ஒருவரை நன்கு படித்த ஹரிஜனப் பெண் திருமணம் செய்து கொண்டால், அந்த தம்பதி தம் வாழ்க்கையை ஹரிஜனங்களின் மேம் பாட்டுக்குச் செலவிடவேண்டும். இதுபோன்ற திருமணங்களுக்கு சுய நல மோகம் ஒருபோதும் இலக்காக இருக்கக்கூடாது. அது தவறு. நான் அதற்கு ஆதரவு தரவே மாட்டேன். மிக உயர்ந்த நோக்கங்களுடன் செய்துகொள்ளப் படும் திருமணம் தோல்வியில் முடிவடையக்கூடும். அதை யாரும் தடுக்க முடியாது. ஒரே ஒரு ஹரிஜன் பெண் நல்லொழுக்கம் மிகுந்த சாதி இந்துவைத் திருமணம் செய்துகொண்டலும் அது சாதி இந்துக்களுக்கும் ஹரிஜனங் களுக்கும் பல நன்மைகளைச் செய்யும். அந்த தம்பதி மற்றவர்களுக்கு முன்னு தாரணமாகத் திகழ முடியும். அந்த ஹரிஜனப் பெண் மிகவும் தகுதியானவ ராக இருந்தால் அவருடைய செயல் பலரையும் அதுபோல் செய்யத் தூண்டும். இதுபோன்ற திருமணங்களால் சமூகம் பதற்றமடைவது குறையும். கலப்புத் திருமணத்தில் எந்தத் தவறும் இல்லை என்பதை மக்கள் புரிந்துகொள்ள வழிபிறக்கும். இப்படியான திருமணத்தின் மூலம் பிறக்கும் குழந்தைகள் நல்ல முறையில் வளர்ந்தால் தீண்டாமை ஒழிய மேலும் வழி பிறக்கும். ஒவ்வொரு சீர்திருத்தமும் நத்தைபோல் ஒவ்வொரு அடியாக முன் னேற்றத்தை நோக்கி நம்மை இட்டுச் செல்லும். முன்னேற்றம் மெதுவாக இருப்பதாக நினைத்து அதிருப்தி அடைவதென்பது சீர்திருத்தங்களின் குணத்தைப் புரிந்துகொள்ளாமையையே காட்டும்.

அதுபோலவே, சாதி இந்துப் பெண்கள் ஹரிஜன ஆண்களை மணந்துகொள் வதும் வரவேற்கத் தகுந்ததுதான். அது மேலானது என்று சொல்ல எனக்குத்

தயக்கமாக இருக்கிறது. அப்படிச் சொன்னால் ஆணுக்குப் பெண்கள் தாழ்ந் தவர்கள் என்று சொல்வதாக ஆகிவிடும். அப்படியான தாழ்வு மனப்பான்மை தற்போது இருக்கிறது என்பது உண்மைதான். எனவேதான், ஒரு சாதி இந்துப் பெண் ஹரிஜன் ஒருவரைத் திருமணம் செய்துகொள்வது ஹரிஜன பெண் ஒருவர் சாதி இந்துவைத் திருமனம் செய்துகொள்வதைவிட சிறந்ததாகச் சொல்கிறேன். நான் சொல்வது நடக்குமென்றால், என் சொல்படிக் கேட்டு நடக்கத் தயாராகும் அனைத்து சாதி இந்துப் பெண்களையும் ஒரு ஹரிஜன ஆணைத் திருமணம் செய்துகொள்ளச் சொல்வேன். யதார்த்தத்தில் அது மிகவும் சிரமம் என்பது எனக்குத் தெரியும். பழைய பெருமிதங்களை எளிதில் புறமொதுக்கமுடியாது. இவற்றை ஒருவர் எள்ளி நகையாடவும் தேவையில்லை. மிகுந்த பொறுமையுடன் அதைக் கடந்து வரவேண்டும். ஒரு ஹரிஜனை மணந்துகொள்வதோடு தன் லட்சியம் நிறைவேறுகிறது என்று நினைத்து அதன் பிறகு சுய நலனைச் சார்ந்து செயல்பட்டால், அது முந்தைய நிலையைவிட மோசமானது. எந்த அளவுக்கு சேவை மனப் பான்மையை தம்பதிகளிடையே தோற்றுவிக்கிறது என்பதுதான் ஒரு திருமணத்தின் முக்கிய இலக்கு. ஒவ்வொரு கலப்புத் திருமணமும் வேவ் வேறு அளவுகளில் கலப்புத் திருமணம் மீது சுமத்தப்பட்டிருக்கும் களங் கத்தைத் துடைக்கும். கடைசியாக தோட்டி என்ற ஒரே ஒரு சாதி மட்டுமே இருக்கும். அதாவது அனைத்து அழுக்குகளையும் சுத்தம் செய்யும் சீர்திருத்தத் தோட்டி.

வெறுமனே பேசுவதால் எதுவும் நடந்துவிடாது. நான் இதையெல்லாம் சொன்னபிறகும் இன்றுவரை ஒரு ஹரிஜனப் பெண்ணைக்கூட சாதி இந்து வுக்குத் திருமணம் செய்து வைக்க என்னால் முடிந்திருக்கவில்லை. ஆஸ்ர மத்தில் ஒரு சாதி இந்துப் பெண் இருக்கிறார். தந்தைக்குப் பிடித்த ஹரிஜனப் பையன் ஒருவரைத் திருமணம் செய்துகொள்ளத் தயாராக இருக்கிறார். கடவுளின் சித்தம் சாதகமாக இருந்தால் அவர்களின் திருமணம் விரைவில் நடக்கும்.

இந்து முஸ்லிம் கூட்டுறவு: ஒரு மறுபரிசீலனை

காங்கிரஸ் முஸ்லிம்களைப் பாரபட்சமாக நடத்துகிறது; இந்துக்களும் முஸ்லிம்களும் ஒரே நாட்டில் அமைதியாக ஒன்றாக வாழமுடியாது என்று முஹம்மது அலி ஜின்னா ஆற்றிய சில உரைகளை பத்தாம் அத்தியாயத்தில் வெளியிட்டிருக்கிறோம். வெள்ளையனே வெளியேறு போராட்டத்தின் போது, காங்கிரஸ் மகாநாட்டில் ஆற்றிய உரையில் காந்தி இதற்கு பதில் அளித்திருக்கிறார். அந்த உரை கீழே தரப்பட்டிருக்கிறது.

இந்து முஸ்லிம் ஒற்றுமை என்பது புதிய விஷயமல்ல. லட்சக்கணக்கான இந்துக்களும் முஸ்லிம்களும் அதற்காக முயன்றிருக்கிறார்கள். எனது சிறு வயதிலிருந்தே அந்தக் கனவு நனவாக வேண்டும் என்று ஏங்கிவந்திருக்

கிறேன். பள்ளியில் இருந்தபோது முஸ்லிம், பார்ஸி நண்பர்களை உரு வாக்கிக் கொள்ளவேண்டும் என்று திட்டமிட்டு செயல்பட்டிருக்கிறேன். இந்தியாவில் வாழும் இந்துக்கள் சக சமூகங்களுடன் நட்புறவுடன் வாழ விரும்பினால், தன்னிச்சையாக சகோதரத்துவத்தை வெளிப்படுத்தவேண்டும் என்று அந்த இள வயதிலேயே நான் நம்பினேன். இந்து மாணவர்களுடன் நட்புறவு உருவாக்கிக் கொள்ளாவிட்டாலும் ஒரு சில முஸ்லிம்களுடனாவது வலிந்து நட்புறவு பாராட்ட வேண்டும் என்று விரும்பினேன். ஒரு இஸ் லாமிய வியாபாரியின் வழக்கறிஞராகத்தான் தென் ஆஃப்ரிக்காவுக்குச் சென் றேன். அங்கு இஸ்லாமியர் பலரை நண்பராக்கிக்கொண்டேன். எதிர் தரப்பில் இருந்த முஸ்லிம்களுடன் நட்பு உருவாக்கிக் கொண்டேன். நன்னம் பிகையையும் மரியாதையையும் சம்பாதித்தேன். என் நண்பர்கள் மற்றும் பணியாளர்களில் முஸ்லிம்களும் பார்ஸிகளும்கூட இருந்தனர். நான் அவர் களுடைய இதயத்தில் இடம்பிடித்துவிட்டேன். நான் இந்தியாவுக்குத் திரும் பியபோது அவர்கள், பிரிவுத்துயர் தாங்காமல் கண்ணீர் விட்டு அழுதனர்.

இந்தியாவிலும் அப்படியான என் முயற்சிகளைத் தொடர்ந்து மேற் கொண்டேன். என் வாழ் நாள் லட்சியம் காரணமாகத்தான் கிலாஃபத் இயக் கத்துக்கு முழு ஆதரவு தந்தேன். இந்த தேசம் முழுவதிலும் இருக்கும் முஸ் லிம்கள் என்னை அவர்களுடைய உண்மை நண்பராக ஏற்றுக்கொண்டிருக் கிறார்கள்.

அந்நாட்களில் முஸ்லிம்களுடன் சேர்ந்து உணவருந்தி இந்துக்களுக்கு அதிர்ச்சி அளித்தேன். இன்று அது இயல்பான காரியமாகிவிட்டது. மவுலானா பாரி என்ன சொன்னாரென்றால், உங்களை விருந்தாளியாக அழைப்பேன்; ஆனால், சேர்ந்து உணவருந்தமாட்டேன் என்றார். அவருடைய வீட்டுக்கு நான் செல்லும்போதெல்லாம் எனக்காக ஒரு பிராமண சமையல்காரர் ஒருவரை ஏற்பாடு செய்வார். அவருடைய இல்லமான ஃப்ரங்கி மஹால் ஒரு பழங்காலக் கட்டடம். அதிகம் பேர் தங்கவும்முடியாது. இருந்தும் அனைத்து சிரமங்களையும் இன் முகத்துடன் சகித்துக்கொண்டு என்னை அழைத்தார். நான் அவருடைய அழைப்பை நிராகரிக்க முடியவில்லை. மரியாதை, கன்ணியம், நேர்மை இவையே அந்நாட்களில் எங்களை வழி நடத்தின. ஒவ்வொரு சமூகத்தினரும் அடுத்த சமூகத்தினருடன் அன்பாகப் பழகுவதில் போட்டிபோட்டனர். ஒருவர் மற்றவருடைய மத உணர்வுகளை மதித்தனர். அப்படிச் செய்வதைப் பெருமிதமாகக் கருதினர். துளிகூட மற்றவர்மேல் சந்தேகம் இருந்ததில்லை. அந்த மதிப்பும் கண்ணியமும் நேர்மையும் இப்போது எங்கு போயின? காயிதே ஆஸம் ஜின்னா உட்பட அனைத்து இஸ்லாமியர்களைப் பார்த்துக் கேட்கிறேன், எது நம்மை இந்த நிலைமைக்கு ஆளாக்கியிருக்கிறது? அந்தப் பசுமையான பழங்கால நினைவு களை நினைத்துப் பாருங்கள். காயிதே ஆஸம் ஜின்னாகூட ஒரு காலத்தில் காங்கிரஸ்காரராகத்தான் இருந்தார். இன்றைய காங்கிரஸ் அவருக்கு ஏன் மோசமாகத் தெரிகிறதென்றால் அவர் மனத்தில் கேடுகெட்ட சந்தேகம் குடிகொண்டிருக்கிறது. அவர் நீடூழி வாழ இறைவன் ஆசீர்வதிக்கட்டும். என்

காலம் முடிந்த பிறகு அவர் புரிந்துகொள்வார், முஸல்மான்களை வீழ்த்த நான் ஒருபோதும் முயன்றதில்லை. அவர்களுடைய நலன்களை ஒருபோதும் ஏமாற்றியதில்லை. அவர்களுக்கு அப்படியான தீங்கை விளைவித்தால் அதன் விளைவுகளில் இருந்து நான் எப்படித் தப்பிக்க முடியும்?

என் வாழ்க்கை முழுவதும் அவர்களுடையதே. எப்போது நினைக்கிறார்களோ அப்போது அதை அவர்கள் முடித்துக்கொள்ளலாம். என் மீது கடந்த காலத்திலும் தாக்குதல்கள் நடந்திருக்கின்றன. கடவுள் என்னை இதுவரை காப்பாற்றியிருக்கிறார். என்னைத் தாக்கியவர்கள் தமது செயலுக்கு வருந்தியிருக்கிறார்கள். என்னைக் கொல்வதன் மூலம் ஒரு தீயவனை ஒழித்துவிட்டதாக நினைப்பாரென்றால் அவர் உண்மையான காந்தியை அல்ல அவருக்குத் தீயவனாகத் தோன்றிய காந்தியைத்தான் கொன்றிருப்பார்.

என்னைக் கொடுங்கோலனாகச் சித்திரித்து எனக்கெதிராகக் கச்சைகட்டிக் கொண்டு இறங்கியிருப்பவர்களுக்கு நான் ஒன்று சொல்லிக்கொள்ள விரும்புகிறேன்: முகம்மது நபி தனது எதிரிகளிடமும் கருணையுடன் நடந்து கொண்டார். நேர்மையினாலும் பெருந்தன்மையினாலும் எதிரிகளை வெல்ல முயன்றார். நீங்கள் அந்த இஸ்லாமைப் பின்பற்றுகிறீர்களா அல்லது வேறு எதையாவதா? பொதுவெளியில் தனது மத நம்பிக்கையை வெளிப்படையாக அறிவித்துச் செயல்படும் ஒருவருடைய வார்த்தைகளில் அவநம்பிக்கை கொள்ளவேண்டும் என்றா உண்மையான இஸ்லாம் சொல்கிறது? நீங்கள் என்மீது அவநம்பிக்கைகொண்டு என்னைக் கொன்றால், உங்களுடைய ஆத்மார்த்தமான உண்மையான நண்பர் ஒருவரைக் கொன்றதாக என்றாவது புரிந்துகொள்வீர்கள். நான் எந்த அளவுக்கு உங்களிடம் வேண்டிக்கொள்கிறேனோ அந்த அளவுக்கு என்னைக் கொடுங்கோலனாக நீங்கள் சித்திரிப்பதைக் காணமுடிகிறது. என்னைப் பொறுத்தவரையில் இந்த அவதூறுகள் எல்லாமே துப்பாக்கி குண்டுகளைப் போன்றவையே. ஒரு குண்டு என்னைக் கொல்வதுபோல் அவையும் என்னைக் கொல்கின்றன. நீங்கள் என்னை நிஜமாகவே கொல்லலாம். அது என்னை அவ்வளவாக வாட்டாது. ஆனால், இந்த வசைகள் இருகின்றனவே... அவை உண்மையில் இஸ்லாத்துக்கு இழுக்கைத் தேடித் தருகின்றன. இஸ்லாத்தின் பெயரில் உங்களிடம் கேட்கிறேன், என் மீதான இந்த வசை மழையை நிறுத்துங்கள். என்னைக் கொடுங்கோலனாகச் சித்திரிப்பதை நிறுத்துங்கள்.

மவுலானா சாஹேபையும் (மவுலானா அப்துல் கலாம் ஆஸாத், காங்கிரஸில் இருக்கும் மிக முக்கியமான முஸ்லிம்) இதுபோல் வசைபாடுகிறீர்கள். நட்பின் பெயரில் என்னை அவர் கட்டாயப்படுத்தவில்லை என்று அவரை விமர்சிக்கிறீர்கள். நட்பின் பெயரால் உண்மையல்லாத ஒன்றை உண்மையென என்னை ஏற்றுக்கொள்ளச் சொல்வது தவறென்பது அவருக்குத் தெரிந்திருக்கிறது.

காயித் ஏ ஆஸாமுக்கு நான் ஒரு விஷயம் சொல்லிக்கொள்ள விரும்புகிறேன். தனி நாடு கோருவதில் என்ன உண்மையும் நியாயமும் இருக்கிறது என்பது உங்களுக்கே தெரியும். ஒரு பொய்யை அடுத்தவர் மீது வலுக்கட்டாயமாகத்

திணித்தால் அதனால் எந்தப் பலனும் கிடைக்கப் போவதில்லை. கடவுள் கர்வத்தை விரும்புவதில்லை. பொய்யை அடுத்தவர் மீது வலுக்கட்டாய மாகத் திணிப்பதை விரும்பமாட்டார்.

கசப்பான விஷயங்களைப் பேசும்படி நிர்பந்தப்படுத்தப்பட்டிருப்பதாகவும் ஆனால், தன்னுடைய உணர்வுகளையும் விருப்பங்களையும் சொல்லாமல் இருக்கமுடியாது என்று காயிதே ஏ ஆஸம் சொல்கிறார். நான் என்னை முஸ்லிம்களின் நண்பனாகவே பார்க்கிறேன். என் மனதுக்கு நெருக்கமான விஷயங்களை, அது மற்றவர்களுக்குத் துன்பம் தரும் என்பதற்காக ஏன் சொல்லாமல் இருக்கவேண்டும். என் ஆத்மாவின் வார்த்தைகளை எப்படி என்னால் மறைக்கமுடியும். காயித் ஏ ஆஸத்தை அவருடைய வெளிப் படைத்தன்மைக்காக நான் பாராட்டுகிறேன். அதன் பிறகும் இங்கு கூடியி ருக்கும் முஸ்லிம்கள் அவருடன் ஒத்துப்போகவில்லை என்பதற்காக எதற்காக எதிரிகளாகப் பார்க்கப்படவேண்டும். லட்சக்கணக்கானவர்கள் உங்கள் பின்னால் இருந்தால், நீங்கள் தவறான வழியில் செல்வதாகக் கருதும் ஒரு சிலரைக் கண்டு எதற்காக பயப்படவேண்டும்? லட்சக்கணக்கான ஆதரவாளர் களைக் கொண்ட ஒருவர் பெரும்பான்மை சமுதாயத்தைக் கண்டு எதற்காகப் பயப்படவேண்டும்? பெரும்பான்மை சமூகம் சிறுபான்மையை விழுங்கி விடும் என்று எதற்காகக் கலங்கவேண்டும். நபிகளின் வார்த்தைகள் அரா பியர்கள், முஸல்மான்கள் மத்தியில் எப்படிப் பரவியது? இஸ்லாம் பெரும் பான்மையான பிறகுதான் அதைப் பிரசாரம் செய்வேன் என்று அவர் சொன் னாரா? எனவே நான் சொல்லவருவதை யோசித்துப் பார்க்கும்படி இஸ்லா மியர்களிடம் கேட்டுக்கொள்கிறேன். தனக்கு ஏற்பில்லாத ஒன்றை காங்கிரஸ் ஏற்றுக்கொண்டாகவேண்டும் என்று சொல்வதில் எந்த நியாயமும் இல்லை.

காங்கிரஸுக்கு சட்டரீதியான எந்த அதிகாரமும் இல்லை. ஆனால், தன் தீர்மானங்களுக்கு அழுத்தம் கொடுக்கும் தார்மிக வலு உண்டு. அஹிம்சை வழியிலேயே ஜனநாயகம் உருவாகித் தழைக்க முடியும் என்று அது நம்புகிறது. உலகக் கூட்டமைப்பு அஹிம்சையின் அடித்தளத்தில்தான் உருவாக முடியும். உலக நடப்புகளில் இருந்து வன்முறை முற்றாக ஒழிக்கப் பட்டாகவேண்டும். இது உண்மையென்றால், இந்து-முஸ்லிம் பிரச்னைக் கான தீர்வும் வன்முறை மூலம் கிடைக்க வாய்ப்பில்லை. இந்துக்கள் வன் முறை மூலம் இஸ்லாமியர்களை ஒடுக்கினால் உலக கூட்டுறவு பற்றி எந்த முகத்துடன் அவர்கள் பேசுவார்கள்? இதனால்தான் அமெரிக்கர்களும் இங்கி லாந்து நாட்டினரும் சொல்வதுபோல் அஹிம்சையின் மூலம் உலகில் அமைதியை நிலைநாட்ட முடியாது என்று நான் சொல்கிறேன். நடுநிலை யான சர்வதேச அமைப்பின் முன் காங்கிரஸ் தன் கருத்துகளை முன்வைக்கத் தயாராக இருக்கிறது. மிக நேர்மையான தீர்வைக்கூட ஏற்றுக்கொள்ள முடியாது; வன்முறையே ஒரே வழி என்று சொன்னால், அதை எப்படி நான் ஏற்றுக்கொள்ளமுடியும். உயிருள்ள ஒன்றை இரண்டாக வெட்டுவதென்பது உயிரோடு அதைக் கொல்வதற்குச் சமமே. போருக்கான அறைகூவல்தான் அது. இப்படியான கொடூரமான போருக்கு காங்கிரஸ் பொறுப்பாளியாக

முடியாது. டாக்டர் முன்சே, ஸ்ரீ சவர்கர் போன்றவர்கள் வேண்டுமானால், வாளின் மூலம் இஸ்லாமியர்களை அடக்கி ஒடுக்கவேண்டும் என்று விரும் பக்கூடும். நான் அந்த முகாமைச் சேர்ந்தவன் அல்ல. நான் காங்கிரஸைச் சேர்ந்தவன். பொன் முட்டையிடும் அந்த காங்கிரஸ் வாத்தை நீங்கள் கொல்ல விரும்புகிறீர்களா? நீங்கள் காங்கிரஸ் மீது அவ நம்பிக்கைகொண்டால், இந்த தேசம் இந்து, முஸ்லிம்களின் ரத்தத்தால் மூழ்கிவிடும். அப்படியான ஒன்று நடந்தால், அதைப் பார்க்க நான் உயிருடன் இருக்கமாட்டேன்.

இந்தியாவில் வாழும் அனைத்து முஸ்லிம்களுக்கும் இதுவே தாய் நாடு. இந்தியாவின் சுதந்தரத்துக்கு அனைத்து முஸ்லிம்களும் ஒற்றுமையாகப் போராட முன்வரவேண்டும். காங்கிரஸ் எந்த தனி சாதிக்கோ சமூகத்துக்கோ சொந்தமானதல்ல. ஒட்டு மொத்த தேசத்துக்கும் அது சொந்தம். முஸ்லிம்கள் கூட அதைக் கைப்பற்றிக்கொள்ள முடியும். அவர்கள் பெருமளவில் காங் கிரஸில் சேர்ந்து காங்கிரஸை அவர்கள் விரும்பும் திசைக்குக்கொண்டுசெல்ல முடியும். காங்கிரஸ் இந்துக்களுக்காகப் போராடவில்லை; ஒட்டு மொத்த தேசத்துக்காகப் போராடுகிறது. காங்கிரஸ்காரரால் ஒரே ஒரு முஸல்மான் கொல்லப்பட்டாலும் அது என்னை பெரும் வேதனையில் ஆழ்த்தும். முஸ்லிம் களை இந்துக்களின் வன்முறையிலிருந்தும் இந்துக்களை முஸ்லிம்களின் வன்முறையில் இருந்தும் காப்பாற்ற காங்கிரஸ்காரர்கள் தம் உயிரைத் தியாகம் செய்வார்கள். அது நமது வார்ப்பின் ஓர் அங்கம். அஹிம்சைப் போராட்டத்தின் முக்கிய வெளிப்பாடு. இதுபோன்ற தருணங்களில் நிதானம் இழக்காதீர்கள்.

காங்கிரஸ்காரர்கள் இந்துவாக இருந்தாலும் முஸ்லிமாக இருந்தாலும் தனது நிறுவனத்துக்காக இதைச் செய்தாகவேண்டும். இப்படிச் செயல்படும் ஒரு முஸ்லிம் இஸ்லாமுக்கே சேவை செய்தவனாவான். தேசம் தழுவிய போராட் டத்துக்கு பரஸ்பர நம்பிக்கை மிகவும் அவசியம்.

இந்து முஸ்லிம்களின் ஒற்றுமைக்கான காந்தியின் முயற்சிகள் தோற்றுப் போயின. முஸ்லிம் லீக் தனி நாடாக பாகிஸ்தானை உருவாக்கிக்கொண்டது. இதன் விளைவாக, இந்தியாவின் வடக்கு, கிழக்கு பாகங்களில் பெரும் ரத்த ஆறு பெருக்கெடுத்து ஓடியது. பிரிவினைக்குப் பிறகு லட்சக்கணக்கான முஸ்லிம்கள் இந்தியாவிலேயே இருக்க முடிவெடுத்தனர். 1947, 15, நவம்பரில் காங்கிரஸ் மாநாட்டில் காந்தி ஆற்றிய இந்த உரையில், முஸ்லிம் களுக்கு சம உரிமைகள் வழங்கப்படும் என்று உறுதியளிக்கிறார்.

இன்று உங்கள் மத்தியில் வந்திருக்கிறேன். டில்லியில் நான் அதிக காலம் தங்கத் தீர்மானித்திருக்கவில்லை. ஆனால், நடக்கக்கூடாத பல விஷயங்கள் நடந்துவிட்டன. எனவே, பஞ்சாபுக்குச் செல்வதாகத் தீர்மானித்திருந்த நான் இங்கு கூடுதல் காலம் இருக்க வேண்டி வந்திருக்கிறது. அதனால்தான் இன்று உங்கள் மத்தியில் இந்த உரை நிகழ்த்த முடிந்திருக்கிறது.

செய் அல்லது செத்து மடி இதுவே என் தாரக மந்திரம். நம்மில் பெரும் பாலானவர்களுக்கு மன நிலை பிறழவில்லை என்பது உண்மைதான். எனினும் கணிசமான நபர்கள் தன்னிலை இழந்துவிட்டிருக்கின்றனர். இந்தப்

பைத்தியக்காரத்தனத்துக்கு எது காரணம்? காரணம் எதுவாக இருந்தாலும் இந்த நோயைக் குணப்படுத்தவில்லையென்றால், நாம் போராடிப் பெற்ற சுதந்தரத்தை இழக்கவேண்டிவரும். நாம் இப்போது இருக்கும் நிலையின் தீவிரத்தை உணர்ந்துகொண்டாகவேண்டும். மிகவும் துரதிஷ்டமான சம்பவத்தின் நிழலில் இந்த காங்கிரஸ் மாநாடு கூடியிருக்கிறது. மிக மோசமான இந்தப் பிரச்னைக்கு நிதானமாக முடிவெடுக்கவேண்டும்.

ஆண்டுக்கு ஒருமுறை காங்கிரஸ் பொதுக்குழு கூடுகிறது. அது ஒருவகையில் சம்பிரதாயமான கூட்டமே. அனைத்திந்திய காங்கிரஸ் கமிட்டிக் கூட்டம்தான் உண்மையான காங்கிரஸ் கூட்டம். அதுவே காங்கிரஸின் கவுரவத்தைக் காப்பாற்றிவருகிறது. காங்கிரஸ் கட்சிக்கு நீங்கள் வழிகாட்டவேண்டும். அது சிறப்பாகச் செயல்பட நீங்கள் உதவவேண்டும். அதனால்தான் நான் உங்களை காங்கிரஸின் அடிப்படைக் கோட்பாடுகளுக்கு ஏற்ப நடந்து கொள்ளும்படிக் கேட்டுக்கொள்கிறேன். இந்துக்களையும் முஸ்லிம்களையும் ஒன்று சேருங்கள். அறுபது ஆண்டுகளுக்கு மேலாக காங்கிரஸ் அதற்காகத் தான் பாடுபட்டுவருகிறது. அந்த லட்சியம் இப்போதும் இருக்கிறது. காங்கிரஸ் ஒரு காலத்திலும் இந்துக்களுக்காக மட்டுமே செயலாற்றிய தில்லை. நாம் பெருமிதப்படும் அந்த நம்முடைய குணத்தை விட்டுக் கொடுத்துவிட்டு வேறுவிதமாகச் செயல்படவேண்டுமா என்ன? காங்கிரஸ் இந்தியாவின் நலனுக்காகவும் இந்துக்களானாலும், முஸ்லிம்களானாலும், கிறிஸ்தவர்களானாலும், சீக்கியர்களானாலும், பார்சிக்களானாலும் அதில் வசிக்கும் அனைவருடைய நலனுக்காகவும் செயல்படும் ஓர் இயக்கம். அதன் தலைமைப் பதவியில் முஸ்லிம், கிறிஸ்தவர், பார்சி எனப் பலர் இருந்திருக் கிறார்கள். இன்று நாம் கேட்பது காங்கிரஸின் குரல் அல்ல.

இந்திய சமூகத்தின் பிரதிநிதி நீங்கள். இந்த தேசத்தை ஆளும் சொற்ப நபர்களைமட்டுமே கொண்டது அல்ல. என்னளவில் நான் அதை அனுமதிக்க மாட்டேன். என்றுமே நான் இந்தியனாகவே இருப்பேன். தென் ஆஃப்பிரிக்கா வில் இருந்து வந்ததில் இருந்து, முடிந்த வழிகளில் எல்லாம் காங்கிரஸுக்கு சேவை செய்வதிலேயே கழித்திருக்கிறேன். வேறு எதையும் நான் செய்த தில்லை. இந்தியர்களுடன் வசித்து, அவர்களுடன் உணவருந்தி, அவர்களை நேசித்து பல தளங்களில் அவர்களுடன் வாழ்ந்து அவர்களைப் புரிந்து கொள்ள முயன்றிருக்கிறேன். ஹரிஜனங்களுக்கும் பிற இந்துக்களுக்கும் இடையில் எந்த வேற்றுமையையும் நான் பார்க்கவில்லை. அப்படியாகத் தான் நான் உருவாகிவந்திருக்கிறேன்.

இன்று நடக்கும் அனைத்துக்கும் காங்கிரஸே பொறுப்பு என்று சொல்லப் படுகிறது. ஆகஸ்ட் 15க்குப் பிறகு நிலைமை மாறிவிட்டது. அதற்கு முன்னால் நடந்ததை மனத்தில் இருந்து விலக்கிவைக்கிறேன். ஆகஸ்ட் 15க்குப் பிறகு நடந்த சம்பங்களில் நீங்கள் என்ன செய்தீர்கள் என்பதைக் கேட்க விரும்பவில்லை. இங்கு உட்கார்ந்து பேசிக்கொண்டிருக்க வேண்டிய வனல்ல. எனக்கு இந்த அரங்குக்கு வெளியே செய்ய வேண்டிய பணிகள்

ஏராளம் இருக்கின்றன. எனவே, உங்களிடம் சொல்ல வேண்டியதைச் சொல்லிவிட்டு விடைபெற்றுச் செல்ல எனக்கு அனுமதி கொடுங்கள். தேவையிருக்காது என்றாலும் ஏதாவது கேள்விகள் கேட்கவேண்டியிருந்தால், நான் பேசி முடித்ததும் கேட்கலாம். என்னால், லேசாக வழிகாட்டத்தான் முடியும். மற்றவற்றை நீங்களேதான் செய்தாகவேண்டும்.

நாம் நமது சுதந்தரத்துக்காகப் போராடியபோது பெரும் பொறுப்பு நம்மீது இருந்தது. இன்று சுதந்தரம் கிடைத்தபிறகோ நம் பொறுப்பு பல மடங்கு அதிகரித்துவிட்டது. இன்று என்ன நடக்கிறது? இந்தியா முழுவதும் இல்லை என்றாலும் பல இடங்களில் முஸ்லிம்கள் இன்று பாதுகாப்பாக வாழ முடியாத நிலை ஏற்பட்டிருக்கிறது. முஸ்லிம் என்ற ஒரு காரணத்துக்காகவே ஒருவர் கொல்லப்படக்கூடும் அல்லது ஓடும் ரயிலில் இருந்து இறக்கிவிடப் படக்கூடும். சில இடங்களில் அப்படி நடந்திருக்கின்றன. நீங்கள் யாரும் அப்படிச் செய்யவில்லை என்ற பதிலோ அதைத் தடுக்க முடியாது என்ற பதிலோ எனக்குத் திருப்தி அளிக்காது. என்ன நடந்ததோ அதில் இருந்து நாம் நம்மைக் கைகழுவிக்கொள்ளமுடியாது. இந்த பைத்தியக்காரத்தனத்துக்கு எதிராக நான் போராடி ஒரு தீர்வு கண்டாகவேண்டும். ஆனால், எந்தத் தீர்வு என்பது எனக்குத் தெரியவில்லை.

இன்று நடக்கும் விஷயங்கள் என்னைத் தலைகுனிய வைக்கின்றன. இந்தியா வில் இப்படியான விஷயங்கள் நடக்கவே கூடாது. இந்தியா இந்துக்களுக்கு மட்டுமேயானது அல்ல; பாகிஸ்தான் முஸ்லிம்களுக்கு மட்டுமேயானது அல்ல. பாகிஸ்தான் முஸ்லிம்களுக்கு மட்டுமேயானதாக இருந்தால் அது இஸ்லாத்தையே அழிக்கும். இஸ்லாம் இப்படியான ஒன்றை ஒருபோதும் கற்பித்ததில்லை. இந்தியாவை இந்துக்கள் இந்துக்களுக்கான நாடாகவோ முஸ்லிம்கள் பாகிஸ்தானை முஸ்லிம்களுக்கான நாடாகவோ சொன்னால் அவர்களுடன் இணைந்து பணிபுரியமாட்டேன். சீக்கியர்கள் இப்போது சீக்கியஸ்தான்பற்றிப் பேச ஆரம்பித்திருக்கிறார்கள். இப்படியாக நாம் பேச ஆரம்பித்தால் இந்தியாவும் இருக்காது பாகிஸ்தானும் இருக்காது. காங்கிரஸும் அழிந்துவிடும். நாம் அனைவருமே அழிந்துவிடுவோம்.

இந்தியா இந்துக்களுக்கும் முஸ்லிம்களுக்கும் சொந்தம் என்பதை இப் போதும் சொல்கிறேன். நடந்தவற்றுக்கெல்லாம் காரணம் முஸ்லீம் லீக் என்று விமர்சிக்கலாம். இரு நாடு கோட்பாடே எல்லா பிரச்னைக்கும் காரணம் என்று சொல்லலாம். விஷத்தை விதைத்தது முஸ்லீம் லீக்தான் என்று சொல்ல லாம். அடுத்தவர்கள் தீமை விளைவித்ததால்தான் நாமும் செய்தோம் என்று ஒரு இந்து சொல்வாரென்றால், இந்து மதத்தை அவர் புரிந்துகொள்ளவில்லை என்றே அர்த்தம். தீமைக்கு நன்மையைத் திருப்பிக் கொடு என்று இந்து மதம் சொல்வதாகத்தான் சிறு வயதில் இருந்தே கேட்டு வளர்ந்திருக்கிறேன். கேடு நினைப்பவர்கள் அந்தக் கேட்டினாலேயே கெடுவார்கள். நாமும் அவர் களுடன் சேர்ந்து கெடவேண்டுமா? எனது அறுபது ஆண்டுகால வாழ்க் கையும் நான் படித்த பிற மத நூல்களும் அதையேதான் சொல்கின்றன.

இந்தியா இந்துக்களைப்போலவே முஸ்லிம்களுக்கும் சொந்த பூமியே என்பதுதான் காங்கிரஸின் அடிப்படைக் கொள்கை.

பாகிஸ்தானில் இருக்கும் இந்துக்கள், சீக்கியர்கள் மீது எவ்வளவு வன்முறை நிகழ்த்தப்பட்டதோ அதைவிட அதிக வன்முறையை இங்குள்ள முஸ்லிம்கள் மீது நாம் நிகழ்த்தவேண்டும்; அதுதான் முஸ்லிம்களுக்கு ஒரு பாடமாக அமையும் என்று சொலர் சொல்கிறார்கள். நிச்சயமாக அது ஒரு பாடத்தை முஸ்லிம்களுக்குக் கற்றுக்கொடுக்கும்தான். ஆனால், உங்களுக்கு என்ன ஆகும்? இந்தியாவில் முஸ்லிம்களை வாழ விடமாட்டேன் என்று சொல் கிறீர்கள், மூன்றரைக்கோடி முஸ்லிம்களை பாகிஸ்தானுக்கு விரட்டுவது சாத்தியமே இல்லை. அவர்கள் என்ன தவறு செய்தார்கள்? முஸ்லிம் லீக்தான் குற்றவாளி. எல்லா முஸ்லிம்களும் அல்ல. அவர்கள் அனைவரும் துரோகிகள் என்று நீங்கள் நினைத்தால், சுட்டுக் கொன்றுவிடுங்கள்; ஆனால், அவர்கள் முஸ்லிம்கள் என்பதால் குற்றவாளிகள் என்ற தீர்மானத்துக்கு வராதீர்கள். நீங்கள் அவர்களை அடித்து, மிரட்டி, விரட்டினால் பாகிஸ்தானுக்கு ஓடுவதைத் தவிர அவர்களுக்கு வேறு என்ன வழி? வேறென்ன அவர்களுக்கும் அவர்களுடைய உயிர் முக்கியமானதுதானே. ஆனால் அவர்களை அப்படி நடத்துவது மிகவும் தவறு. அதன் மூலம் நீங்கள் காங்கிரஸை அவமதிக்கிறீர்கள். இந்து மதத்தை அவமதிக்கிறீர்கள். தேசத்தையே அவமதிக்கிறீர்கள்.

இதை நீங்கள் புரிந்துகொண்டுவிட்டால் பாகிஸ்தானுக்கு ஓடிச்சென்ற முஸ்லிம்கள் அனைவரையும் திரும்ப அழைக்க வேண்டியது உங்கள் கடமை என்பதும் உங்களுக்குப் புரிந்துவிடும். பாகிஸ்தானில் இருப்பதுதான் மகிழ்ச்சியைத் தரும் என்று நினைப்பவர்கள் போய்க்கொள்ளட்டும். அவர்களை யாரும் தடுக்கவேண்டாம். அவர்களைப் பாதுகாக்க ராணுவப் படை தேவையில்லை. அவர்கள் தமது சொந்த விருப்பத்தின் பேரில் சொல் கிறார்கள். ஆனால், வலுக்கட்டாயமான இடப் பெயர்ச்சி நமக்குத் தலைக் குனிவையே தரும். இங்கிருந்து விரட்டியடிக்கப்பட்டவர்களில் திரும்பி வர விரும்புபவர்களை மனப்பூர்வமாக வரவேற்கவேண்டும். அவர்களுக்கும் அவர்களுடைய மதத்துக்கும் எந்த கேடும் வராது என்பதை நீங்கள் உறுதிப் படுத்தவேண்டும். பாகிஸ்தான் எப்படி நடந்துகொண்டாலும், நீங்கள் மனிதாபிமானத்துடன் நாகரிக மனிதராக நடந்துகொள்ளவேண்டும். சரியானதை நீங்கள் செய்தால் விரைவிலேயே பாகிஸ்தானும் அதைச் செய்யும் நிலைக்கு ஆளாகும்.

இன்று நடந்த நிகழ்வுகள் உலகின் முன் நம்மைத் தலைகுனிய வைத்திருக் கிறது. நாம் பாகிஸ்தான் செய்த அதே தவறுகளையே செய்ததன் மூலம் அவர் களுடைய நடவடிக்கைகளுக்கு நியாயம் கற்பித்துவிட்டிருக்கிறோம். இதையே நாம் எப்படித் தொடர்வது? இரு பக்கத்திலும் நடப்பவை யெல்லாம் ஒரு போருக்கான தூண்டுதலாகவே இருக்கிறது. அப்படியானால், நேருவுடனான நட்பை நீங்கள் முறித்தாக வேண்டியிருக்கும். உலகம் நம்மை மதிக்கிறதென்றால் அதற்கு அவர்தான் காரணம். உலகின் மிகச் சிறந்த

ராஜதந்திரியாக அவர் மதிக்கப்படுகிறார். இவரைப் போன்ற மாபெரும் நபரைச் சந்தித்ததில்லை என்று பல ஐரோப்பியர்கள் சொல்லக் கேட்டிருக் கிறேன். அதிபர் ட்ரூமேனைவிட நேருவை உயர்வாக மதிக்கும் அமெரிக்கர் களை எனக்குத் தெரியும். அபரிமிதமான செல்வம், மிகப் பெரிய ராணுவம், அணுகுண்டு போன்றவற்றைக் கொண்ட நாடுகள்கூட ஜவஹர்லால் நேருவின் தலைமைப் பண்பை மதிக்கிறார்கள். இந்தியாவில் இருக்கும் நாம் அந்த விஷயத்தை மதிக்கவேண்டும்.

பாகிஸ்தானில் என்ன நடந்தாலும் முஸ்லிம்களை உங்கள் சகோதரராக நடத்தவேண்டும் என்று உங்களிடம் மீண்டும் கேட்டுக்கொள்கிறேன். நாம் அடிக்கு அடி என்று செயல்படாமல் அமைதியாகவும் பொறுமையாகவும் செயல்படவேண்டும். பொறுமை உங்களுக்கு வலிமையைத் தரும். ஆனால், பாகிஸ்தானில் நடப்பதை நீங்கள் நகலெடுத்தால், உங்கள் செயலை எப்படி நியாயப்படுத்துவீர்கள்? அஹிம்சைக் கோட்பாடு என்னவாகும்? நடந்த வற்றுக்கு நீங்கள் வருந்துவது உண்மையென்றால், அனைத்து இந்திய காங்கிரஸ் கமிட்டியின் தன்மையை நீங்கள் மாற்றியாகவேண்டும். இதுதான் உங்கள் முன் இருக்கும் முக்கியமான விஷயம். இதைத் தீர்க்காமல் நீங்கள் வேறு எந்தப் பிரச்னையையும் தீர்க்கமுடியாது. உங்கள் வீடு தீப்பற்றி எரியும் போது முதலில் அதை அணைப்பதுதான் நீங்கள் செய்ய வேண்டிய வேலை யாக இருக்கும். மற்றவையெல்லாம் அதன் பிறகுதான். அதனால்தான் உங்களிடம் இவ்வளவு நேரம் பேசியிருக்கிறேன். இங்கிருந்து பாகிஸ் தானுக்குச் சென்ற அனைத்து முஸ்லிம்களையும் திரும்பி வரச் செய்யுங்கள். பாகிஸ்தானில் இருந்து வரும் இந்து, சீக்கிய அகதிகளை மட்டுமல்லாமல் அவர்களையும் வைத்துப் பாதுகாக்க இந்தியாவால் முடியும். பாகிஸ்தான் என்ன செய்தாலும் நீங்கள் நாகரிகமாக நடதுகொண்டால், விரைவிலேயே பாகிஸ்தானும் தனது போக்கை மாற்றிக்கொண்டாக வேண்டிவரும். போர் மூளாது. நமது கஜானாவும் காலியாகாது.

சுதந்தர இந்தியாவில் இந்து முஸ்லிம் ஒற்றுமை பற்றி அவர் மேலும் பேசுகையில், 1947, டிசம்பர் 7 அன்று தில்லியில் நடைபெற்ற ஒரு பிரார்த் தனைக்கூட்டத்தில் அவர் ஆற்றிய உரையில் சில பகுதிகள். காந்தி ஹிந்தியில் பேசியதன் மொழி பெயர்ப்பு இது. ஆங்கிலத்தில் இதை மொழி பெயர்த்தவர்கள் மகாத்மா காந்தியின் படைப்புகளின் தொகுப்பாளர்கள்.

சகோதர - சகோதரிகளே,

இன்று மிகவும் சிக்கலான ஒரு விஷயம் பற்றி உங்களிடம் பேசப்போகி றேன். அது மிகவும் உணர்ச்சிபூர்வமானதும்கூட. அது செய்தித்தாளில் வெளியாகியிருக்கிறது. சில இந்து பெண்மணிகள் லாகூருக்குச் சென்று அங்கிருக்கும் இஸ்லாமியப் பெண்களைச் சந்தித்திருக்கிறார்கள். பாகிஸ் தானில் இருக்கும் முஸ்லிம்களால் சிறைப்பிடிக்கப்பட்டிருக்கும் இந்து, சீக்கியப் பெண்களையும் கிழக்கு பஞ்சாபில் இந்துக்கள், சீக்கியர்களால்

சிறைப்பிடிக்கப்பட்டிருக்கும் முஸ்லிம் பெண்களையும் மீட்பது பற்றிப் பேசினார்கள். ஏராளமான முஸ்லிம்கள் இந்தியாவை விட்டுச் சென்றிருக் கிறார்கள். இன்னும் பலரும் செல்லக்கூடும். பாகிஸ்தான்தான் அவர் களுடைய நாடு என்று தன்னிச்சையாக அவர்கள் முடிவெடுத்தால், அது வேறு விஷயம். ஆனால், இந்தியாவை விட்டு தன்னிச்சையாக யாரும் செல்ல விரும்புவதில்லை என்பதுதான் உண்மை. ஒருவர் தன்னுடைய வீட்டையும் சொத்துகளையும் எதற்காக விட்டுச் செல்லவேண்டும். பாகிஸ் தானில் அவர்களுக்கு சொத்துகள் காத்திருக்கின்றனவா என்ன? பாகிஸ் தானுக்கு விருப்பப்பட்டோ, வேலை தேடியோ செல்பவர்கள் சொற்ப மாகவே இருப்பார்கள். இதுதான் உண்மை. ஏனென்றால், பாகிஸ்தானில் போதுமான வேலைகள் எதுவும் இல்லை. இந்தியாவில் முஸ்லிம்களின் வர்த்தகங்களுக்கு எந்த இடைஞ்சலும் ஏற்படாதென்றால் அவர்கள் பாகிஸ் தானுக்கு போக விரும்பவேமாட்டார்கள்.

ஆனால், பெண்களின் நிலை என்ன? இது மிகவும் சிக்கலான விஷயம். 12000 பெண்கள் இந்துக்களாலும் சீக்கியர்களாலும் கடத்தப்பட்டிருப்பதாகவும் அதைவிட இரண்டு மடங்கு அதிகம் பேர் பாகிஸ்தானிய முஸ்லிம்களால் கடத்தப்பட்டிருப்பதாகவும் சொல்கிறார்கள். வேறு சிலர் இந்த எண்ணிக்கை மிகவும் குறைவு என்று சிலர் சொல்கிறார்கள். 12000 என்பதே குறைவான எண்ணிக்கை அல்ல. ஆயிரம் என்ன... கடத்தப்பட்டது ஒரே ஒரு நபர்தான் என்றாலும் அதுவும் சிறிய எண்ணிக்கை அல்ல. ஒரே ஒரு பெண் என்றாலும் எதற்காக அவர் கடத்தப்படவேண்டும்? இந்துப் பெண் முஸ்லிமாலோ முஸ்லிம் பெண் இந்து சீக்கியராலோ கடத்தப்படுவது காட்டுமிராண்டித்தன மானது. இப்படிக் கடத்தப்பட்டவர்களை எப்படி மீட்பது? பாகிஸ் தானுக்குச் சென்ற இந்தப் பெண்கள் குழு இதற்கான ஒரு தீர்வைத் தேடித்தான் சென்றிருக்கிறது. கடத்திச் செல்லப்பட்ட இந்து, சீக்கியப் பெண்களை அவர்களுடைய குடும்பத்தினருடன் சேர்ப்பிக்கவேண்டும். அதுபோலவே இஸ்லாமியப் பெண்களை அவர்களுடைய குடும்பத்துடன் சேர்த்துவிட வேண்டும். பெண்களை இழந்த குடும்பத்தினரின் பணி என்று இதை விட்டு விடக்கூடாது. இது நம்முடைய கடமை.

நாம் காட்டுமிராண்டிகளாகிவிட்டிருக்கிறோம். கிழக்கு பஞ்சாபும் சரி... மேற்கு பஞ்சாபும் சரி... இரண்டில் யார் கூடுதல் காட்டுமிராண்டி என்று கேட்பதில் எந்தப் பலனும் இல்லை. காட்டுமிராண்டித்தனத்துக்குத் தர வரிசை கிடையாது. வன் கொடுமைகள் மிகப் பெரிய அளவில் நடந்தேறியுள்ளன. யார் முதலில் ஆரம்பித்தார்கள் என்ற கேள்வியில் அர்த்தமே இல்லை. கடத்திச் செல்லப் பட்டுத் துன்புறுத்தப்பட்ட பெண்கள் அவர்களுடைய வீடுகளுக்குத் திரும்ப வரவேண்டும். காவல்துறையால் இதைச் செய்யமுடியாது. ராணுவத்தால் இதைச் செய்யமுடியாது. பெண் சேவகர்கள் குழு ஒன்று கிழக்கு பஞ்சாபுக்கும் இன்னொரு குழு மேற்கு பஞ்சாபுக்கும் அனுப்பப்படவேண்டும். ஆனால், இதுவும் போதாது என்றே நினைக்கிறேன். இரண்டு நாட்டு அரசாங்கமும் சரி

செய்ய வேண்டிய பிரச்னை இது. இந்தக் கடத்தலுக்குப் பின்னால் இரண்டு அரசாங்கம் இருப்பதாக நான் சொல்லவில்லை. கிழக்கு பஞ்சாபில் இருந்த அரசாங்கம் இந்தக் கடத்தலைச் செய்யவில்லை. கிழக்கு பஞ்சாபில் இருக்கும் இந்துக்களும் சீக்கியர்களும் மேற்கு பஞ்சாபில் இருக்கும் முஸ்லிம்களும்தான் இந்தக் கொடுஞ்செயல்களுக்குக் காரணம். இதில் விசாரிக்க என்ன இருக்கிறது? நான் ஒரு பேச்சுக்காக 12,000 என்று சொல்கிறேன். எண்ணிக்கை எதுவாக இருந்தாலும், கிழக்கு பஞ்சாபும் மேற்கு பஞ்சாபும் சிறைப்பிடித்திருக்கும் பெண்களை விடுவித்தாகவேண்டும்.

கடத்தப்பட்ட பெண்களின் குடும்பத்தினர் அவர்களை ஏற்றுக்கொள்ளத் தயாரில்லை என்று சொல்லப்படுகிறது. கடத்தப்பட்ட தன் மனைவியையோ மகளையோ ஏற்க மறுக்கும் கணவரும் தந்தையும் காட்டுமிராண்டியாகத்தான் இருப்பார்கள். அந்தப் பெண்கள் எந்தத் தவறும் செய்யவில்லை. அவர்கள் வன்முறைக்கு உட்படுத்தப்பட்டிருக்கிறார்கள். பழியை அவர்கள் மீது போட்டு அவர்களை ஏற்றுக்கொள்ள முடியாது என்று சொல்வது சரியல்ல. இஸ்லாமியர்களிடையே இந்தப் பிரச்னை இல்லை. இந்த விஷயத்தில் இஸ்லாம் கொஞ்சம் தாராள சிந்தை கொண்ட மதம்தான். எனவே அரசாங்கங்கள் இந்தப் பிரச்னையைக் கையில் எடுத்துக்கொள்ளவேண்டும். கடத்தப்பட்ட பெண்கள் அனைவரையும் மீட்டு அவர்களுடைய குடும்பத்தினரிடம் ஒப்படைக்கவேண்டும். காவல்துறையும் சமூக சேவகர்களும் மட்டுமே இந்தப் பிரச்னையைச் சமாளிக்கமுடியாது. இது மிகவும் சிக்கலான பிரச்னை. அதாவது மக்களின் மனநிலை இதற்கு எதிராக இருக்கிறது. 12,000 பேரும் கெட்டவர்களால் கடத்தப்பட்டிருப்பார்கள் என்று சொல்லமுடியாது. நல்லவர்கள்தான் கெட்டவர்களாக ஆகியிருக்கிறார்கள். பிறக்கும்போதே யாரும் கெட்டவர்களாகப் பிறப்பதில்லை. சில சூழ்நிலைகளில் அவர்கள் அப்படி ஆகிவிடுகிறார்கள். இரண்டு அரசாங்கமும் இந்தப் பிரச்னையைத் தீர்க்கும் பலத்துடன் இல்லை. கடத்தப்பட்ட பெண்களை மீட்கும் வலிமை இரண்டுக்கும் இல்லை. இரண்டு அரசாங்கமும் முறையாகத் தமது அதிகாரத்தைப் பயன்படுத்தியிருந்தால் கிழக்கு பஞ்சாபிலும் மேற்கு பஞ்சாபிலும் இப்படியான சம்பவங்கள் நடந்திருக்காது. ஆனால், நமக்கு சுதந்தரம் கிடைத்து மூன்று மாதங்கள்தான் ஆகிறது. பச்சிளம் குழந்தையாக இருகின்றன நம் அரசாங்கங்கள்.

பாகிஸ்தான்தான் இந்த விஷத்தைப் பரப்புகிறது என்பதே என் கருத்து. பிரிவினையில் வேறு எதைத்தான் எதிர்பார்க்கமுடியும். பாதிக்கப்பட்ட பெண்களை மீட்க ஒரே ஒரு வழிதான் இருக்கிறது. அரசாங்கம் இனியாவது விழித்துக்கொண்டு, இந்த நடவடிக்கைக்கு உச்சபட்ச முன்னுரிமை கொடுத்துச் செயலில் இறங்கவேண்டும். அப்போதுதான் இந்தப் பெண்களுக்கு விடிவு பிறக்கும். அரசுக்கு நாமும் முடிந்த உதவிகளைச் செய்துதரவேண்டும்.

கிராமப்புற மறுமலர்ச்சி மற்றும் மையம் அழித்தல்

காந்திக்கும் கார்ல் மார்க்ஸுக்கும் இடையில் இரண்டு ஒற்றுமைகள் இருக்கின்றன: இருவருமே மிக ஆழமான, தொடர்ந்து நீடிக்கும் செல்வாக்கைச் செலுத்தியிருக்கிறார்கள். இருவரும் தமது கனவு சமுதாயம் குறித்த ஆதார அறிக்கை (ப்ளூபிரிண்ட்) எதையும் விட்டுச் சென்றிருக்கவில்லை. மார்க்ஸ் சொன்ன எதிர்கால கம்யூனிஸ சமுதாயம், 'க்ரிட்டிக் ஆஃப் தி கோதா ப்ரோக்ராம்' என்பதில் சில பக்கங்களே இடம்பெறுகின்றன. காந்தியின் சுதந்தர இந்தியா குறித்த கனவானது இங்கும் அங்குமாக அவருடைய சிந்தனைகளில் காணப்படுகின்றன. அவ்வளவுதான். உதாரணமாக, 1937-ல் காங்கிரஸ் ஆட்சிக்கு வந்தபோது, காந்தி தனது லட்சிய கிராமம் குறித்த சில அம்சங்களை விவரித்தார்.

சாந்தி நிகேதனில் வசிக்கும் 'பிர்பம் கிராமத்தைச் சேர்ந்த எளிய மனிதர்' தீனபந்து ஆண்ட்ரூஸ் மூலமாகக் கீழ்க்கண்ட கேள்விகளைக் கேட்டிருக்கிறார்.

1. தங்கள் மேலான அபிப்ராயத்தில் லட்சிய கிராமம் என்பது என்ன? இந்தியாவின் இன்றைய சமூக, அரசியல் சூழலில் அப்படியான கிராமத்தை உருவாக்குவது எந்த அளவுக்குச் சாத்தியம்?

2. ஒரு சமூக சேவகர் கிராமங்களின் எந்தப் பிரச்னையை முதலில் தீர்க்க முன்வரவேண்டும்? அடுத்தடுத்ததாக அவர் என்ன செய்யவேண்டும்?

3. கிராமக் கண்காட்சிகள், அருங்காட்சியகம் ஆகியவற்றின் மையக்கருவாக எது இருக்கவேண்டும்? கிராம மறுமலர்ச்சிக்கு இந்தக் கண்காட்சிகளை எவ்வாறு பயன்படுத்திக்கொள்ளலாம்?

1. ஒரு லட்சிய கிராமம் சுத்தம், சுகாதாரத்தில் முழுமையடைந்ததாக இருக்கவேண்டும். ஐந்து கிலோமீட்டர் தொலைவுக்குள் கிடைக்கும் பொருட்களால் கட்டப்பட்ட வீடுகளைக் கொண்டதாக இருக்கவேண்டும். வீடுகளுக்குள் நல்ல வெளிச்சமும் காற்றோட்டமும் இருக்கவேண்டும். வீட்டைச் சுற்றிலும் நல்ல இட வசதி இருக்கவேண்டும். அதில் குடும்பத்தினருக்குத் தேவையான காய்கறிகளை விளைவித்துக்கொள்ளவேண்டும். ஆடு, மாடு, கோழி போன்ற கால்நடைகளை அதில் வளர்த்துக்கொள்ளலாம். கிராமப்புறத் தெருக்களும் சந்துகளும் முடிந்தவரை தூசி இல்லாமல் இருக்க வேண்டும். தேவையான அளவு கிணறுகள் அனைவரும் பயன்படுத்தும் படியாக இருக்கவேண்டும். அனைவரும் வணங்குவதற்குத் தேவையான வழிபாட்டு மையங்கள் இருக்கவேண்டும்.

மேலும் அனைவரும் கூடிப்பேச ஒரு இடம், பொதுவான மேய்ச்சல் நிலம், கூட்டுறவுப் பால் பண்ணை, தொழிற்சாலைக் கல்வியை பிரதானமாகக் கொண்ட ஆரம்பநிலை, உயர் நிலைப் பள்ளிகள் இருக்கவேண்டும்.

பிரச்னைகளைத் தீர்க்க பஞ்சாயத்து இருக்கவேண்டும். கிராமமே தனக்குத் தேவையான தானியங்கள், காய்கறிகள், பழங்கள், கதர் ஆடை ஆகியவற்றை உற்பத்தி செய்துகொள்ளவேண்டும். இதுவே லட்சிய கிராமம் குறித்த என் உத்தேசமான கருத்து.

இன்றைய நிலையில் இருக்கும் கிராமப்புற கைவினைத் தொழில்கள் சிறிது மாற்றத்துடன் அப்படியே நீடிக்கும். நல்ல ஜமீந்தார் இருக்கும்பட்சத்தில் அல்லது மக்களிடையே கூட்டுறவு இருக்கும்பட்சத்தில் முன்மாதிரி தொழில் மையங்கள் நீங்கலாக பிற விஷயங்கள் அனைத்தும் ஜமீர்தார் அல்லது ஜமீந் தார்கள் உள்ளிட்ட கிராமத்தினரால் தமது செலவுக்கு உட்பட்ட வகையில் அரசாங்கத்தின் உதவி எதுவும் இல்லாமல் செய்துகொள்ளப்படும். அரசின் உதவி கிடைத்தால் முடிவே இல்லாத அளவுக்குக் கிராமத்தை மறு மலர்ச்சி அடையச் செய்துவிட முடியும். ஆனால், இப்போதைக்குக் கூட்டுறவு இருந் தால் கிராம மக்கள் தாங்களாகவே எந்த அளவுக்கு பொது நன்மைக்காகச் செயல் படமுடியும் என்பதைக் கண்டுபிடித்தாகவேண்டும். புத்திசாலித்தனமான வழி காட்டுதல் இருந்தால் அவர்களால் தனி நபர் வருமானம் நீங்கலாக, கிராம வரு மானத்தை இருமடங்காகப் பெருக்க முடியும் என்று நம்புகிறேன். இன்றைய நம் கிராமத்தில் வியாபாரத்துக்கு இல்லாத, அதே சமயம் அந்த கிராமத்து மக் களின் முழு பயன்பாட்டுக்கென்று அபரிமிதமான வளங்கள் குவிந்து கிடக் கின்றன. மிகப் பெரிய சோகம் என்னவென்றால், கிராமத்தினர் அதை மேம் படுத்திக்கொள்ள ஆர்வமில்லாமலும் உத்வேகமில்லாமலும் இருக்கிறார்கள்.

2. கிராமப்புறப் பணியாளர் முதலில் சரி செய்யவேண்டிய விஷயம் துப் புரவு. மிகவும் புறக்கணிக்கப்பட்டிருக்கும் பிரச்னை இதுவே. நோய்களை உருவாக்கி, மக்களின் சுகாதாரமான வாழ்க்கைக்குப் பெரும் தீங்கு விளை விப்பது இதுவே. கிராமப்புறப் பணியாளர் தன்னார்வத்துடன் தோட்டியாக ஆகவேண்டும். மலத்தை சேகரித்து உரமாக்கவேண்டும். தெருக்களைப் பெருக்கிச் சுத்தம் செய்யவேண்டும். காலைக் கடன்களை எங்கு கழிக்க வேண்டும் என்றும் சுத்தமாக இருப்பது எவ்வளவு அவசியம் என்பதையும் மக்களுக்கு எடுத்துச் சொல்லவேண்டும். அதைப் புறக்கணிப்பதால் வரும் தீங்குகள் பற்றியும் சொல்லவேண்டும். கிராமத்து மக்கள் அவர் சொல்வதைச் செவிமடுத்துக் கேட்கிறார்களோ இல்லையோ அவர் தொடர்ந்து செயல் படவேண்டும்.

3. ராட்டையே கிராமக் கண்காட்சியின் மையக்கருவாக இருக்கவேண்டும். ஒவ்வொரு கிராமத்திலும் இருக்கும் கைவினைத் தொழில்கள் அடுத்த முக்கி யத்துவம் பெறவேண்டும். இப்படியாகத் திட்டமிடப்படும் கண்காட்சிகள் கிராமத்தினருக்கு கல்வி புகட்டுவதாகவும் அமையும். கருத்துரைகள், துண்டறிக்கைகள் ஆகியவற்றின் மூலம் கிராமப்புறத் தொழில்கள் பற்றி அவர்கள் தெரிந்துகொள்ளவும் வழி பிறக்கும்.

காங்கிரஸ் அமைச்சர்கள் 1946 தேர்தலில் பல தொகுதிகளில் மீண்டும் தேர்ந்தெடுக்கப்பட்டனர். பிரிட்டிஷார் நாட்டை விட்டு வெளியேறப்

போவது உறுதியாகிவிட்டிருந்தது. சுதந்தர இந்தியாவின் அரசியல் அமைப்பு எப்படி இருக்கவேண்டும் என்பது பற்றி காந்தி ஒரு பேட்டியில் கோடிட்டுக் காட்டுகிறார்.

கேள்வி : உண்மையான அபாயம் என ஜூலை பதினைந்தாம் தேதியில் வெளியான ஒரு கட்டுரையில் நீங்கள் ஒரு விஷயம் சொல்லியிருந்தீர்கள். அதாவது, காங்கிரஸ்காரர்களுக்கு என்ன மாதிரியான சுதந்தரம் தேவை என்பது பற்றித் தெரியவில்லை என்று சொல்லியிருக்கிறீர்கள். உங்கள் கருத்துப்படி சுதந்தர இந்தியா எப்படி இருக்கவேண்டும் என்பது பற்றி அவர்களுக்கு ஒரு சித்திரத்தை அளிக்க முடியுமா?

இந்திய சுதந்தரம் பற்றி நான் ஏற்கெனவே பல தடவை பேசியிருக்கிறேன். இந்தக் கேள்வி ஒரு தொகுப்பில் இடம்பெறுவதால் திரும்பச் சொல்வது போல் இருந்தாலும் பதிலளிக்கிறேன்.

இந்தியாவின் சுதந்தரம் என்பது ஒட்டுமொத்த இந்தியாவின் சுதந்தரம் என்றே பொருள்படும். பிரிட்டிஷ் இந்தியா மற்றும் பிரிட்டிஷாரால் அனுமதிக்கப்பட்டிருக்கும் ஃப்ரெஞ்சு, போர்ச்சுக்கீசியர் பிடியில் இருக்கும் இந்தியா என அனைத்துக்குமான விடுதலையையே அது குறிக்கும். சுதந்தரம் என்பது இந்திய மக்களுக்கான சுதந்தரம் என்றே பொருள்படவேண்டும். இன்று அவர்களை ஆள்பவர்களுக்கான சுதந்தரம் அல்ல. கீழே இருக்கும் மக்களின் விருப்பத்துக்கு ஏற்பவே ஆட்சியாளர்கள் நடந்துகொள்ள வேண்டும். அப்படியாக, அவர்கள் மக்களின் சேவகர்களாக இருக்க வேண்டும்.

சுதந்தரம் கீழ் மட்டத்தில் இருந்து ஆரம்பிக்கவேண்டும். ஒவ்வொரு கிராமமும் ஒரு குடியரசாக, முழு அதிகாரம் கொண்ட பஞ்சாயத்தாக இருக்க வேண்டும். ஒவ்வொரு கிராமமும் தன்னிறைவு பெற்றதாக, ஒட்டு மொத்த உலகுக்கு எதிராகவும் தன்னைப் பாதுகாத்துக்கொள்ளும் அளவுக்குத் தன்னுடைய விஷயங்களைத் தானே பார்த்துகொள்ள முடிந்ததாக இருக்க வேண்டும்.

தனி நபரே அடிப்படை அலகு. அடுத்தவரைச் சார்ந்திருப்பதையோ அண்டை அயலாரிடம் இருந்து உதவி பெறுவதையோ உலகிடமிருந்து உதவி பெறுவதையோ அது தடுப்பதில்லை. சுதந்தரமாகவும் இருக்கும்; பரஸ்பர சக்திகளிடையே கொடுக்கல் வாங்கலும் இருக்கும். ஒவ்வொரு ஆணும் பெண்ணும் தமக்கு எது தேவை என்பதை அறிந்திருப்பார்கள். சம தொழில் செய்யும் யாரும் மற்றவரைவிட அதிகமாக எதையும் விரும்பக்கூடாது என்பதும் அவர்களுக்குத் தெரியும்.

ஏராளமான கிராமங்களைக் கொண்டதாக இந்த அமைப்பு இருக்கும். அந்த கிராமங்கள் விரிவடைந்துகொண்டே செல்வதாக, ஒருபோதும் ஒன்றின் மீதுஒன்று ஏறிச் செல்லாததாக இருக்கும். மேல் அடுக்கைக் கீழ் அடுக்கு தாங்கிக்கொள்வதுபோன்ற பிரமிடுபோல் இந்த அமைப்பு இருக்காது.

கடலில் எழும் சுழல் வட்டங்களைப் போல், தனி நபர் ஒரு கிராமத்துக்காகத் தன்னை இழக்கவும் ஒரு கிராமமானது கிராமங்களின் சுழலில் மறையத் தயாரானதாகவும் இருக்கும். தனி அலகுகளை உள்ளடக்கிய மாபெரும் முழுமை ஒருபோதும் அராஜகத்தைப் பின்பற்றாததாக, பணிவுடன் இருக்கும்; அங்கங்கள் ஒருங்கிணைந்ததாக, பேரலகின் பெருமிதத்தைப் பகிர்ந்துகொள்ளும் வகையில் இருக்கும். எனவே, வெளிவட்டமானது உள் வட்டத்தை அழுத்தி நெரிக்காது. உள்ளே இருக்கும் வட்டங்களுக்குத் தன் பலம்முழுவதையும் தந்து அவற்றிடமிருந்தே தன் பலத்தை சேகரித்துக் கொள்ளும்.

இது எல்லாம் நடைமுறை சாத்தியமற்ற உட்டோப்பியக் கனவு; இதைப் பற்றி சிந்திக்கவே தேவையில்லை என்று ஒருவர் நிராகரிக்கலாம். யூக்ளிடின் பாயிண்ட்டை புரிந்துகொள்வது மனித பிரயத்தனத்துக்கு அப்பாற்பட்டது என்றாலும் அதற்கு அழியாப் புகழ் இருக்கிறது. எனது இந்தச் சித்திரத்துக்கும் அப்படியான ஓர் வலிமை உண்டு. அடையமுடியாத லட்சியமாகவே இருந் தாலும் இந்தச் சித்திரத்துக்காக இந்தியா வாழ முயற்சி செய்யட்டும். நமக்கு என்ன வேண்டும் என்பது குறித்த தெளிவுவேண்டும். இந்தியாவில் ஒவ் வொரு கிராமமும் ஒரு குடியரசாக இருந்தால், அதில் முதல் என்றும் கடைசி என்றும் எதுவுமே கிடையாது. எல்லாமே சரி நிகர் சமானமானது.

ஒவ்வொரு மதத்துக்கும் முழுமையான, சமமான இடம் உண்டு. பூமியில் ஆழமாக வேரூன்றியிருக்கும் பிரமாண்ட மரமொன்றின் இலைகள் நாம். ஆகப் பெரிய காற்றால்கூட இதை அசைத்துப் பார்க்கமுடியாது.

மனித உழைப்பை இடம்பெயர்க்கும் இயந்திரங்களுக்கு அங்கு இடம் கிடையாது. அது அதிகாரத்தை ஒரு சிலரின் கைகளில் குவித்துவிடும். நாகரிக மனித சமூகத்தில் உழைப்புக்கென்று ஒரு விசேஷ இடம் உண்டு. மனிதர் களுக்கு உதவும் ஒவ்வொரு இயந்திரங்களுக்கும் இடம் உண்டு. ஆனால், அப்படியான இயந்திரம் என்னவாக இருக்க முடியும் என்று உட்கார்ந்து யோசித்துத்தான் பார்க்கவேண்டும்.

இப்போது முன்வைக்கப்பட்டிருக்கும் அரசியல் சாசன சட்ட சபை உங்கள் கனவை நிறைவேற்ற உதவுமா?

என் கனவை நிறைவேற்ற உதவும் அனைத்து அம்சங்களையும் அரசியல் சாசன சட்டசபை பெற்றிருக்கிறது. இருந்தும் நான் அதிகமாக எதையும் எதிர்பார்க்கமுடியாது. அரசியல் சட்டத்தில் அதற்கான இடம் இல்லை. என் கிராமப்புற பஞ்சாயத்து அமைப்பு தன்னார்வத்தை அடிப்படையாகக் கொண்டது. பல நபர்களின் சம்மதம் அதற்குத் தேவை. பொதுவான இலக்கு என்று எதுவும் கிடையாது. காங்கிரஸ்காரர்களே ஒத்த சிந்தை கொண்டவர் களாக இல்லை. சுதந்தரம் எப்படியானதாக இருக்கவேண்டும் என்பதில்கூட ஒருமித்த எண்ணம் கிடையாது. அஹிம்சையை, ராட்டையை எத்தனைபேர் நம்புகிறார்கள்? அதிகாரப் பகிர்வு, மையம் அழித்தல், கிராமத்தை மைய அலகாகக் கொள்ளுதல் போன்றவற்றில் எத்தனை பேருக்கு நம்பிக்கை

இருக்கிறது? ஆனால், பலர் இந்தியா மிகப் பெரிய ராணுவ சக்தியாக வரவேண்டும் என்று விரும்புவது தெரியும். வலுவான மத்திய அரசை உருவாக்கி அனைத்தையும் அதைச் சுற்றி உருவாக்கவேண்டும் என்று விரும்புவது தெரியும். தெளிவான சிந்தைனைகளை அடிப்படையாகக் கொண்ட தெளிவான செயல் என்பதில் இந்தியா சிறந்துவிளங்க வேண்டு மென்றால், இறைவன் இந்தப் பெரிய மனிதர்களின் சிந்தனையில் மாற்றம் ஏற்படுத்தி, கிராமங்கள் அவை விரும்பும் வகையில் தம்மை வெளிப் படுத்திக்கொள்ள முழு அதிகாரமும் கொடுக்கும்படி அவர்களுக்கு வழி காட்டட்டும்.

நீங்கள் மேற்கூறிய கட்டுரையில் சொல்லியிருப்பதுபோல், 'உள்ளுக்குளே இருக்கும் அபாயத்தினால்' அரசியல் சாசன சட்ட சபை கலைந்துபோனால், தேசம் முழுவதுமான போராட்டம் நடத்தி அஹிம்சை வழியிலோ பலத்தைப் பிரயோகித்தோ அதிகாரத்தைக் கைப்பற்றிக் கொள்வீர்களா? இதை நீங்கள் ஒப்புக்கொள்ளவில்லையென்றால், உங்களுடைய மாற்று வழி என்ன?

கண் முன்னே வருவதற்கு முன்பாக இருள் சூழ்ந்துவிட்டதாகச் சொல்ல மாட்டேன். தேசம் தழுவிய போராட்டம் நடத்தி அதிகாரத்தைக் கைப்பற்று வதை நான் விரும்பவில்லை. இப்படியான ஒரு பிரச்னையின்போது என்ன செய்யவேண்டும் என்று எனக்குத் தெரியவில்லை. நடக்கும்போது அதற்கான மாற்று வழி ஒன்று தானாகத் திறக்கும். கடவுள் என்று நாம் அழைக்கும் சக்தியின் மீது என் ஆன்மாவுக்கு நம்பிக்கை இருக்கிறது. சரியான நேரம் வரும்போது மிகத் துல்லியமாக அவர் மாற்று வழியை எனக்குக் காட்டித்தருவார். அதற்கு ஒரு நிமிடம் முன்னதாகவோ பின்பாகவோ அல்ல.

பகுதி 4

ஜனநாயகம்: விவாதமும் விளக்கமும்

அறிமுகவுரை

~

இந்தியா சுதந்தர நாடாக உருவெடுத்தபோது அது பட்ட கஷ்டங்களை வேறு எந்த நாடும் அனுபவித்திருக்காது. பிரிட்டிஷார் ஒருவழியாக இந்திய உபகண்டத்தில் இருந்து வெளியேறியபோது ஒரு புதிய நாட்டை அல்ல; இந்தியா, பாகிஸ்தான் என இரண்டு நாடுகளை விட்டுவிட்டுச் சென்றனர். இரண்டாவது நாடு இஸ்லாமிய சிறுபான்மையினரின் தாயகமாக உருவாக்கப்பட்டிருந்தது. சுதந்தரம் மற்றும் பிரிவினை காலகட்டத்தில் மிகப் பெரிய அளவிலான மதக் கலவரங்கள் நிகழ்ந்தன. அவற்றில் பல்லாயிரக்கணக்கானோர் உயிரிழந்தனர். கிழக்கு மற்றும் மேற்கு பாகிஸ்தானிலிருந்து இந்தியாவுக்கு அடைக்கலம் தேடி வந்தவர்களுடைய ஆத்திரம், கையறு நிலை ஆகியவற்றை இந்திய அரசு எதிர்கொள்ளவேண்டியிருந்தது. அவர்களுடைய அதிருப்தி காரணமாக இந்துக்கள் மற்றும் சீக்கியர்களுக்கும் இந்தியாவிலேயே தங்கத் தீர்மானித்திருந்த முஸ்லிம்களுக்குமிடையே எந்த நிமிஷமும் பெருமளவில் வன்முறை வெடிக்கும் அபாயமிருந்தது.

இன்னுமொரு பிரச்னை ராஜாக்களின் ஆளுகையில் இருந்த மாநிலங்களைப்பற்றியதாக இருந்தது. இந்தியாவின் மூன்றில் இரண்டு பாகம் பிரிட்டிஷாரின் நேரடிக் கட்டுப்பாட்டிலிருந்தது. மீதமுள்ள நிலப்பரப்பு ஐந்நூறு குறுநில மன்னர்களின்கீழ் சிதறிக் கிடந்தது. இவர்கள் பிரிட்டிஷ் மன்னருடைய குடைக்கீழ் இருந்துவந்தபோதிலும் தங்களுடைய பிரதேசங்களைப் பெருமளவுக்குத் தங்களுடைய விருப்பம்போல் ஆண்டுகொள்ள அனுமதிக்கப்பட்டிருந்தனர். 1930களில் காங்கிரஸ் கட்சி அகில இந்திய நாட்டு ஸம்ஸ்தான மக்கள் அமைப்பைத் (All India States People's Conference) தொடங்கி அங்கிருந்த மக்களைச் சுதந்தரப் போராட்டத்தில் ஈடுபடுத்த முயன்றது. ஸம்ஸ்தான மன்னர்களை மக்களின் எதிரி என முத்திரை குத்தியது. ஆனால், சுதந்தரத்துக்குப் பிறகு இந்த ஐந்நூறு ஸம்ஸ்தானங்களை இந்தியாவுடன் இணைக்க இந்திய அரசு ஸாம, தான, பேத, தண்ட முறைகளைப் பின்பற்றியது. இந்தப் பிரச்னை தீர இரண்டு ஆண்டுகள் பிடித்தன.

இந்தியாவுக்கு வந்த அகதிகளுக்குப் புகலிடம் தருதல், ஸம்ஸ்தானங்களை இந்தியாவுடன் இணைப்பது போன்ற உடனடிப் பிரச்னைகளுக்கு மேலாக

இந்தியாவின் வருங்காலத்தை நிர்ணயிக்கும் பொறுப்பும் இந்தியத் தலைவர்கள் மீது விழுந்தது. 1946ம் ஆண்டு டிசம்பருக்கும் 1949 நவம்பருக்குமிடையே இந்திய அரசியல் சட்ட நிர்ணய சபைக்குத் தேர்ந்தெடுக்கப்பட்ட இருநூறு உறுப்பினர்கள் ஒன்று சேர்ந்து இந்தியாவுக்கான அரசியல் சட்டத்தை உருவாக்கினார்கள். அதில் பேச்சு சுதந்தரம், கூட்டம் கூடும் சுதந்தரம், மத சுதந்தரம் ஆகியவை உறுதியளிக்கப்பட்டன. தாழ்த்தப்பட்டோர், ஆதிவாசிகள் போன்றவர்களுக்காக விசேஷ ஷரத்துகள் எழுதிச் சேர்க்கப்பட்டன. மத்திய மற்றும் மாநில அரசுகளின் அதிகாரங்கள் வரையறுக்கப்பட்டன. குறிப்பிட்ட வயதைக் கடந்த அனைவருக்கும் வாக்குரிமை என்ற அடிப்படையில் நாடாளுமன்ற முறையைப் பின்பற்றும் ஒரு அரசு ஸ்தாபிக்கப்பட்டது.

1946-ல் மேற்சொன்ன அரசியல் சட்ட நிர்ணய சபை உருவெடுத்த அதே நேரத்தில், அமெரிக்கர்கள் ஜப்பான் நாட்டுக்கான அரசியல் சட்டத்தை எழுதித் தயாரித்தனர். 1949-ல் நமது அரசியல் சட்டம் வடிவமைக்கப்பட்ட நேரத்தில் மாவே ஸே துங் தலைமையில் கம்யூனிஸ்ட் கட்சி சீனாவைத் தனது கட்டுப்பாட்டில்கொண்டுவந்தது. இந்தியாவின் அரசியல் சட்டம் இந்த இரு ஆசிய அரசுகளுடைய அரசியல் சட்டங்களுக்கு நேர் எதிராக இருந்தது. ஜப்பானுடையதைப்போலல்லாமல் இந்தியாவின் அரசியல் சட்டம் இந்தியர்களாலேயே எழுதித் தயாரிக்கப்பட்டது. சீனாவைப்போலல்லாமல் இந்திய மக்களுக்குப் பேச்சு சுதந்தரமும் சுதந்தரமாக வாக்களிக்கும் உரிமையும் வழங்கப்பட்டன. மேலும் இந்தியாவில் வயது வந்தவர்களுக்கு அளிக்கப்பட்ட வாக்குரிமை மேலை நாடுகளைப்போலப் பலப்பல கட்டங் களிலல்லாமல் ஒரே வீச்சில் தரப்பட்டது. வாக்காளர்களில் மூன்றில் இரண்டு பேர் எழுதப் படிக்கத் தெரியாதவர்களாக இருந்தபோதிலும் இந்த நட வடிக்கை எடுக்கப்பட்டது மிகவும் ஆச்சரியமானதுதான்.

1947ம் ஆண்டு ஆகஸ்ட் 15ல் இந்தியா டொமினியன் அந்தஸ்துடன் கூடிய சுதந்தர நாடாக உருவெடுத்தது. 1950ம் ஆண்டு ஜனவரி மாதம் 26ம் தேதி அது முழு குடியரசாக மாறியது. இவ்விரண்டு தேதிகளுக்குமிடையேயிருந்த காலகட்டத்தில் அதன் ஒற்றுமைக்குப் பெரும் பங்கம் விளைந்தது. புகலிடம் தேடிவந்தவர்களின் பிரச்னை, நாட்டு ஸம்ஸ்தானங்களின் இணைப்பு ஆகிய வற்றைத்தவிர வேறு பல பெரிய பிரச்னைகளையும் இந்தியா சந்திக்க வேண்டியிருந்தது. 1947ம் ஆண்டு செப்டம்பரில் காஷ்மீரைக் குறிவைத்து நடத்தப்பட்ட ஆக்கிரமிப்பு காரணமாக இந்தியாவுக்கும் பாகிஸ்தானுக்கும் இடையே போர் மூண்டது. 1948ம் ஆண்டு அன்றைய இந்திய கம்யூனிஸ்ட் கட்சி அதிகாரத்தைக் கைப்பற்றித் தனது ஆட்சியை ஸ்தாபிக்கும் பொருட்டு சீனாவைப்போல் அரசுக்கெதிராக ஆயுதமேந்திய போராட்டத்தைத் தொடங் கியது. இந்தியாவின் வடகிழக்கிலுள்ள பெரும்பாலான நாகர்களும் மணிப் பூரைச் சேர்ந்தவர்களும் இந்தியாவுடன் இணைய மறுத்ததால் அங்கு பதற்றம் நிலவியது.

இப்படி அதிருப்தியும் பதற்றமும் நிறைந்த அந்த ஒரு சூழ்நிலையில்தான் இந்தியா 1952ம் ஆண்டு ஜனவரி-பிப்ரவரியில் தனது முதல் பொதுத்தேர்

தலை நடத்தியது. நாடாளுமன்றத்துக்கும் மாநில சட்டசபைகளுக்கும் ஒரே சமயம் தேர்தல் நடத்தப்பட்டது. பற்பல கட்சிகள் இதில் போட்டியிட்டன. அவற்றில் ஒருசில மதத்தின் அடிப்படையிலும் மற்றவை ஆட்சியைப் பிடிக்கும் எண்ணத்துடனும், (தனது ஆயுதப் போராட்டத்தைக் கைவிட்டு அரசியல் சட்டத்தை ஏற்றுக்கொண்ட கம்யூனிஸ்ட் கட்சியும் இதிலொன்று). இந்தத் தேர்தலில் சுதந்தரப் போராட்டத்தை வழி நடத்திச்சென்ற இந்திய தேசிய காங்கிரஸ் அறுதிப் பெரும்பான்மை பெற்று ஆட்சியமைத்தது. ஆனால், அது பல்வேறு சவால்களைச் சந்திக்கவேண்டியிருந்தது. இவற்றில் முக்கியமானது மக்களுடைய வறுமையைப் போக்க உதவும் ஒரு பொருளா தாரக் கொள்கையை உருவாக்குவது. உலக அளவில் அமெரிக்காவுக்கும் ரஷ்யாவுக்குமிடையே வலுத்துக்கொண்டிருந்த போட்டியில் அகப்பட்டுக் கொண்ட உலக அரங்கில் இந்தியா தனக்கென ஓரிடத்தை உறுதி செய்ய உதவும் ஒரு வெளிநாட்டுக் கொள்கையையும் உருவாக்கவேண்டியிருந்தது.

இந்தியாவில் நிகழ்ந்துகொண்டிருந்த சம்பவங்களை உன்னிப்பாகக் கவனித்துக்கொண்டிருந்த பலர் இந்தியாவின் முதல் பொதுத் தேர்தலே அதன் கடைசித் தேர்தலாகவும் இருக்குமென்றும், படிப்பறிவில்லாத, ஏற்றத் தாழ்வுகள் நிறைந்த சமூகத்தில் ஜனநாயகம் தழைத்து வளராதென்றும், ஆகவே இந்தியாவை ஒரு சர்வாதிகாரியோ இந்திய ராணுவமோ தனது கட்டுப்பாட்டில்கொண்டு வந்துவிடுமென்றும் அபிப்பிராயப்பட்டனர். வேறு சிலரோ இந்தியா ஒரே நாடாகத் தொடர முடியாதென்றும், மதத் துக்குப் பதிலாக மொழியினடிப்படையில் உள்நாட்டுக் கலகமேற்பட்டு அதன் விளைவாக அது பற்பல சிறிய நாடுகளாகச் சிதறிப் போய்விடு மென்றும் கருதினார்கள். அல்லது சுதந்தரத்துக்கு முன்பிருந்ததைப்போல தில்லிக்கருகிலுள்ள இடங்களைத் தனது கட்டுப்பாட்டில் வைத்திருக்கும் ஒரு அரசு தில்லியில் ஆட்சிக்கு வருமென்றும், மற்றப் பிரதேசங்களெல்லாம் தனித்தனி சுதந்தர நாடுகளாக மாறிவிடுமென்றும் நினைத்தனர்.

இந்த யூகங்களனைத்தும் பொய்த்துப் போயின. 1952க்குப் பிறகு தேசிய அளவில் 1957லும், 1962லும் தேர்தல்கள் நடத்தப்பட்டன. மாநிலங்களிலும் அவை தவறாமல் நடத்தப்பட்டன. சுதந்தரமான நீதித்துறையும் அரசுக் கட்டுப்பாட்டிலில்லாத பத்திரிகைகளும் இந்தியாவின் ஜனநாயகத்துக்கு வலுவூட்டின. எல்லைப்பிரதேசங்களில் மக்களுடைய அதிருப்தி தொடர்ந்தாலும், தேசிய ஒற்றுமை பறிக்கப்படவில்லை. மத்திய அரசின் ஆட்சியை அனைவரும் ஏற்றுக்கொண்டனர்.

1950களிலும் 1960களிலும் இந்தியாவின் ஜனநாயகக் கொள்கைகளும் தேசிய ஒற்றுமையும் வேரூன்றின. அடுத்தடுத்து நடத்தப்பட்ட பொதுத் தேர்தல் களில் காங்கிரஸ் கட்சி வெற்றிபெற்று ஆட்சியமைத்தாலும், நாடாளு மன்றத்தில் அது மற்ற கட்சிகளின் எதிர்ப்புகளைச் சமாளிக்கவேண்டி யிருந்தது. மாநிலங்களிலும் அதற்கு எதிர்ப்பு எழுந்தது. குறிப்பாக, இந்தியா வின் தென்கோடியிலிருந்த கேரள மாநிலத்தில் முதலில் சோஷலிஸ்டுகளும், பின்னர் கம்யூனிஸ்ட்களும் காங்கிரஸைத் தீவிரமாக எதிர்த்தனர். இந்த

அரசியல் எதிர்ப்பைத் தவிர, சாதாரண மக்களும் அவர்களுடைய அமைப்பு களும்கூட காங்கிரஸ் கட்சியின் கொள்கைகளை வன்மையாக விமர்சித்தன.

இந்திய சுதந்தரத்தின் முதல் பத்து வருடங்களில் அரசியல் மற்றும் சமூக அமைப்புகள்பற்றி நடந்த விவாதங்களை இந்தப் பகுதியில் பார்க்கலாம். ஜனநாயகத்தின் லட்சியங்கள், ஒரு ஜனநாயக ஆட்சியில் இருக்கவேண்டிய அமைப்புகள், வெவ்வேறு மதங்களிடையேயான உறவுகள், நாட்டின் பொருளாதார முன்னேற்றத்தில் அரசு, தனியார் துறைகளின் பங்கு, உலக அரங்கில் இந்தியாவின் இடம், இந்தியாவில் ஆங்கில மொழிக்குத் தரப்படவேண்டிய முக்கியத்துவம், சிறுபான்மையினராக உள்ள பல்வேறு இன மக்களை எப்படி இந்திய சமூகத்தில் இணைப்பது ஆகிய விஷயங்கள் விவாதிக்கப்பட்டன. சிதறுண்டு கிடந்த பற்பல துண்டுகளை ஒன்று சேர்த்து ஒரு அகண்ட, ஒன்றிணைந்த இந்தியாவை உருவாக்குவது, ஏழ்மையில் உழலும், பரஸ்பரம் வேறுபட்டு நிற்கும் மக்களிடையே ஜனநாயக உணர்வை வளர்ப்பது, விவசாயத்தையே நம்பியிருந்த சமூகத்தைத் தொழில் மயமாக்குவது, உலக அளவில் விரிசல்கள் கண்டுவரும் நாடுகளுக்கிடையே பாரத நாட்டின் மானத்தையும் மதிப்பையும் பெருமையையும் உயர்த்திப் பிடிப்பது ஆகியவற்றில் கவனம் செலுத்தப்பட்டது. இந்த நூலின் வரும் பாகங்கள் மேற்சொன்ன விஷயங்களை விரிவாக விவாதிக்கின்றன. இந்த விவாதங்களில் பங்கெடுத்த தலைவர்கள் தலைசிறந்தவர்களாக இருந்தனர். மற்றவர்களைப்போலவே இங்கு விவாதிக்கப்படும் சிற்பிகளும் தங்களு டைய மென்மையான வாதத்திறமையை உபயோகித்துத் தாங்கள் சொல்ல விரும்பியதை ஆணித்தரமாக எடுத்துரைத்தனர். இதிலிருந்தே அவர்கள் எத்தனை சிறந்த அரசியல் சிந்தனையாளர்களாக இருந்தனர் என்பதையும், எந்த அளவுக்கு அவர்கள் தீவிர அரசியலில் நாட்டம்கொண்டிருந்தார்க ளென்பதையும் அறிகிறோம். இவர்களில் ஒருவர் மட்டும் மற்றவர்களிட மிருந்து வேறுபடுகிறார். அவர் யாரென்பதை வாசகர்களே கண்டுபிடித்துக் கொள்ளலாம். ஒன்றை மட்டும் சொல்வேன். அறிவுப் புலமை சார்ந்து அந்த சிற்பி இழந்த முக்கியத்துவத்தை அரசியலிலும் சமூக அளவிலும் அவர் செலுத்திய தாக்கத்தின் மூலம் ஈடுகட்டிவிட்டார்.

அத்தியாயம் 14

அறிவார்ந்த ஜனநாயகவாதி

பி.ஆர். அம்பேத்கர்

~

பி.ஆர். அம்பேத்கர் மகாத்மா காந்தியையும் காங்கிரஸ் கட்சியையும் கடுமையாக விமர்சித்ததை அத்தியாயம் 9-ல் பார்த்தோம். இருபது வருடங்களுக்கு மேலாகத் தனிப்பட்ட முறையிலும் அரசியல்ரீதியாகவும் இந்த விமர்சனங்கள் நீடித்தாலும் சுதந்தர இந்தியாவின் மத்திய அரசில் அம்பேத்கர் சட்ட அமைச்சராக நியமிக்கப்பட்டாரென்பது குறிப்பிடத்தக்கது. இந்த அசாதாரணமான செயலுக்கு மகாத்மா காந்திதான் காரணமென்று தோன்றுகிறது. இந்திய சுதந்தரம் ஒரு குறிப்பிட்ட கட்சிக்குக் கிடைக்கவில்லை. மாறாக அது நாட்டுக்கே கிடைத்ததாகும் என்று அவர் ஜவாஹர்லால் நேருவிடமும் வல்லபபாய் படேலிடமும் சொன்னாராம். இக்காரணத்துக்காகவே முன்பு காங்கிரஸை எதிர்த்திருந்த அகாலிதளம், ஜஸ்டிஸ் கட்சி ஆகியவற்றுக்கு மத்திய அமைச்சரவையில் இடமளிக்கப்பட்டது.

அம்பேத்கர் கேபினட்டில் இடம்பெறும் பொருட்டு அவருக்கு பம்பாயில் ஒரு பாதுகாப்பான தொகுதி ஒதுக்கப்பட்டது. அங்கிருந்து தேர்ந்தெடுக்கப்பட்ட அவர் அரசியல் சட்டநிர்ணய சபையின் உறுப்பினரானார். சட்ட அமைச்சர் என்ற நிலையில் அவர் இந்திய அரசியல் சட்டத்தை எழுதித் தயாரிக்கும் கமிட்டியின் தலைவராக்கப்பட்டார். இந்த அசெம்பிளிக் கூட்டங்களில் சொல்லப்பட்ட விமர்சனங்களை அவர் சாமர்த்தியமாகவும் அதே சமயம் யாருடைய மனத்தையும் புண்படுத்தாமலும் கையாண்டார். ஜனநாயகத்தின் எதிர்காலத்துக்கு அரசியல் சட்டம் எவ்வாறு உதவுமென்பதைப்பற்றி அருமையாகப் பேசினார்.

மேற்சொன்ன அசெம்பிளியில் அவ்வப்போது எழுந்த கருத்து வேறுபாடுகளையும் உறுப்பினர்களின் கட்டுப்பாட்டுக்கடங்காத நடத்தையையும்மீறி இந்திய அரசியல் சட்ட மசோதாவை அறிமுகப்படுத்திய அம்பேத்கர் சட்ட அமைச்சர் என்ற நிலையில் வேறொரு அரும் சேவையையும் புரிந்தார். இந்துப் பெண்களுக்குத் தங்களுடைய கணவர்களைத் தாங்களே தேர்ந்தெடுக்கும் உரிமை, தேவையானால் அவர்களை விவாகரத்து செய்யும் உரிமை, பூர்வீகச் சொத்தில் பங்கு கேட்கும் உரிமை ஆகியவற்றுக்கு வழி செய்யும் ஒரு புதிய சட்டத்தை உருவாக்கினார். இந்த சீர்திருத்தங்கள் 1951ம்

ஆண்டில் டாக்டர் அம்பேத்கர் தனது அமைச்சர் பதவியை ராஜினாமா செய்த பின்தான் அமலுக்கு வந்தனவென்றாலும் இந்தச் சட்டமசோதாவைத் தயாரிப்பதில் அவர்தான் பெரும் பங்காற்றினார்.

இந்திய அரசியல் சட்டம் - ஒரு விளக்கம்

(அரசியல் சட்ட நிர்ணய சபையில் டாக்டர் அம்பேத்கர் நிகழ்த்திய இரு உரைகளின் சுருக்கங்கள் கீழே தரப்படுகின்றன. முதல் உரையில் அவர் அரசியல் சட்டமசோதாவை அறிமுகப்படுத்திவிட்டு, ‘அரசியல் சட்ட தர்மம்’ (Constituitional Moralits) என்பதை விளக்கினார்)

உலக வரலாற்றின் இந்தக் கட்டத்தில் தயாரிக்கப்பட்ட ஒரு அரசியல் சட்டத்தில் புதிதாக என்ன இருக்கப்போகிறதென நீங்கள் கேட்கலாம். நூறாண்டுகளுக்கு முன்பே எழுத்து வடிவிலான அரசியல் சட்டம் தயாரிக்கப் பட்டுவிட்டது. இதனைத் தொடர்ந்து வேறுபல நாடுகளும் தங்களுடைய அரசியல் சட்டங்களை எழுத்து வடிவிலாக்கிக்கொண்டனர். இந்தச் சட்டத்தின் உள்ளடக்கம் என்னவாக இருக்கவேண்டுமென்பதும் முன்பே தீர்மானிக்கப்பட்டுவிட்டது. அதேபோல ஒரு அரசியல் சட்டத்தில் என்னென்ன சிறப்பான அம்சங்கள் இருக்கவேண்டுமென்பதையும் உலகம் அறியும். ஆகவே எல்லா அரசியல் சட்டங்களிலும் முக்கியமான ஷரத்துகள் ஒரேமாதிரியாகத்தான் இருக்கவேண்டும். இப்போது நாம் தயாரித்துள்ள அரசியல் சட்டத்தில் பழைய சட்டங்களிலுள்ள தவறுகளை நீக்கிவிட்டு, நம் நாட்டின் தேவைக்கேற்ப அதை மாற்றியெழுதுவதுதான் நாம் இப்போது செய்யக்கூடியது. மற்ற நாடுகளின் அரசியல் சட்டங்களை அப்படியே காப்பி யடித்திருக்கிறோம் என்று மற்றவர்கள் சொல்வதற்குக காரணம் அவர்கள் நம் சட்டத்தைச் சரியாக படிக்காததுதான் என நினைக்கிறேன். நமது மசோதாவில் என்னென்ன புதிதாக உட்படுத்தப்பட்டுள்ளன என்பதை நான் சுட்டிக்காட்டி யிருக்கிறேன். மற்ற நாடுகளுடைய அரசியல் சட்டங்களை வாசித்துள்ளவர் களும் திறந்த மனதுடன் விஷயங்களைப் பரிசோதிப்பவர்களும், நமது மசோதாவைத் தயாரித்த கமிட்டி ஒரு சிலர் சொல்வதுபோல மற்ற நாடுகளின் சட்டங்களை காப்பிடித்து அதனைத் தயாரிக்கவில்லை என்பதை ஒப்புக் கொள்வார்கள் என நம்புகிறேன்.

1935ம் ஆண்டு இந்திய அரசு சட்டத்திலிருந்த (Government of India Act 1935) பல விஷயங்கள் புதிய அரசியல் சட்ட மசேதாவில் உட்படுத்தப்பட்டுள்ளன என்பதை ஒப்புக்கொள்கிறேன். மற்றச் சட்டங்களிலிருந்து ஷரத்துக்களைக் கடன் வாங்குவதில் தவறில்லை. அதைக் காப்பியடிப்பதென்று சொல்ல முடியாது. அரசியல் சட்டத்திலுள்ள அடிப்படை எண்ணங்களுக்கு யாரும் சொந்தம் கொண்டாடமுடியாது. ஆனால், 1935ம் ஆண்டு சட்டத்திலிருந்து நாம் எடுத்திருப்பதில் பெரும்பாலானவை அரசு நிர்வாகம் தொடர்பான

ஷரத்துகள்தான். இம்மாதிரியான நிர்வாக விஷயங்கள் ஒரு அரசியல் சட்டத்தில் இடம் பெறத் தேவையில்லை என்பதை ஒப்புக்கொள்கிறேன். சட்டத்தைத் தயாரிக்கும் கமிட்டி இதனை நீக்கிவிட முடியுமா என்பதை பரிசோதிக்கவேண்டுமென விரும்புகிறேன். ஆனால் இந்த ஷரத்துக்கள் இப்படி உட்படுத்தப்பட்டதற்கு ஒரு காரணமும் உள்ளது. கிரேக்க வரலாற்றறிஞர் க்ரோட் (Groe) சொல்கிறார்:

'ஒரு சமூகம் சுதந்தரமாகவும், அமைதியுடனும் வாழ விரும்பினால் அதற்கு மிகத் தேவையானது அரசியல் சட்ட தர்மம். ஒரு குறிப்பிட்ட மக்கள் மட்டு மல்லாமல், அந்தச் சமூகம் முழுவதும் இந்த தர்மத்தைப் பின்பற்றவேண்டும். ஏனெனில் வலுவான, தான் நினைத்ததைச் செய்து முடிக்கவேண்டுமெனப் பிடிவாதமாக இருக்கும் ஒரு சிறுபான்மைக் குழுவினால் அரசியல் சட்டத்தையே செயலிழக்கச் செய்து விடமுடியும். இதைச் செய்ய அந்தக் குழுவே ஆட்சியைப் பிடித்திருக்கவேண்டுமென்ற எந்த அவசியமுமில்லை.''

'அரசியல் சட்ட தர்மம்' என்றால் அந்தச் சட்டத்தைப் பெரிதும் மதிப்பது, அதில் சொல்லியிருப்பதை மக்கள் அப்படியே பின்பற்றவேண்டுமென வற்புறுத்துவது, அதேசமயம் அவர்களுக்குப் பேச்சு சுதந்தரமளிப்பது, சட்டத்துக்கு உட்பட்டுச் செயல்பட தேவையான சுதந்தரங்களை அளிப்பது, அரசு செய்யும் தவறுகளை தயக்கமின்றி விமர்சிப்பது, கடைசியாக, கட்சி களுக்குள் என்னதான் போட்டியிருந்தாலும் தன்னைப்போலவே தனது அரசியல் எதிராளிகளும் அரசியல் சட்டத்துக்கு மதிப்புக் கொடுப்பார்கள் என்ற மாபெரும் நம்பிக்கை, இதுதான் அரசியல் சட்ட தர்மம். அமைதியாக, ஜனநாயக முறையில் சட்டம் பின்பற்றப்படவேண்டுமானால் இந்த அரசியல் சட்ட தர்மத்தை அனைவரும் கடைப்பிடிக்கவேண்டும்.

இங்கு இரண்டு முக்கிய விஷயங்கள் ஒன்றொடொன்று இணைந்திருக் கின்றன. ஆனால் நாம்தான் அவற்றைப் புரிந்துகொள்ளவில்லை. முதலாவது, அரசியல் சட்டம் எப்படி இருக்கிறதோ அப்படித்தான் அதன் நிர்வாக முறையு மிருக்கும். அது அரசியல் சட்டத்தின் ஷரத்துகளுக்கேற்பத்தான் அமையும். இரண்டாவதாக, நிர்வாக முறையை மாற்றி, அரசியல் சட்டத்துக்கெதிராகச் செயல்புரியும்படிச் செய்துவிட்டால் அந்தச் சட்டத்தை மாற்றவேண்டிய தேவையில்லாமலேயே அதனைச் செயலிழக்கச் செய்துவிடலாம். அதாவது க்ரோட் சொன்ன மாதிரி மக்களிடம் அரசியல் சட்டத்தைப்பற்றிய மதிப்பும், மரியாதையும் முழு அளவிலிருந்தால் மட்டுமே நிர்வாக முறை தொடர்பான விஷயங்களை அதிலிருந்து எடுத்துவிட்டு, அதற்கெனத் தனியான விதிமுறை களை (Rules) எழுதித் தயாரிக்கலாம். ஆனால் மேற்குறிப்பிட்ட மதிப்பும் மரியாதையும் மக்களிடமிருக்குமென நாம் எதிர்பார்க்க முடியுமா? இநத உணர்வுகள் மனிதரிடம் இயற்கையாகவே இருப்பதல்ல. அவற்றை மக்கள் மனத்தில் வளர்க்கவேண்டும். நமது மக்கள் இதனை இன்னும் சரியாகப் புரிந்துகொள்ளவில்லையென்பதையும் நாம் உணரவேண்டும். இந்தியாவில் ஜனநாயக உணர்வு மேலெழுந்தவாரியாகத்தான் காணப்படுகிறது. அடிப் படையில் அது ஜனநாயக முறைகளைப் பின்பற்றாத நாடு.

இந்தக் காரணங்களுக்காக அரசு நிர்வாக அமைப்பைப்பற்றிய விவரங்களைச் சட்டசபைக்கு விட்டுவிடாமல் அரசியல் சட்டத்தில் உட்படுத்தியது சரிதான்.

அரசியல் சட்ட மசோதாவுக்கெதிராகச் சொல்லப்படும் மற்றொரு புகார் அது புராதன இந்தியாவின் சமூக அமைப்பைப் பின்பற்றவில்லை என்பதுதான். இந்தச் சட்டம் மேலைநாட்டு அரசு முறைகளைப் பின்பற்றுவதற்குப் பதிலாகப் புராதன இந்தியாவிலிருந்த கிராமப் பஞ்சாயத்துகளையும், ஜில்லாப் பஞ்சாயத்துக்களையும் மீண்டும்கொண்டு வந்திருக்கவேண்டும் என்ற ஒருசாரார் சொல்லும்போது வேறுசிலர் இதைவிடத் தீவிரமான ஒரு நிலையை எடுத்திருக்கிறார்கள். அவர்களுக்கு மத்திய, மாநில அரசுகள் என்ற ஒன்றேவேண்டாம். கிராம மட்டத்திலுள்ள அரசுகள் போதும். கிராமங்கள் மீதான நமது அறிவாளி இந்தியர்களின் பாசமானது அளவே இல்லாதது (சிரிப்பு). இதற்கெல்லாம் காரணம் திரு.மெட்காஃப்தான்*. மெட்காஃப் 19ம் நூற்றாண்டின் தொடக்கத்தில் இந்தியாவில் அரசு பணியாற்றியவர். அவர ஆக்ராவின் கவர்னராகவும், வடமேற்குப் பகுதிகளின் லெஃப்டினட் கவர்ன ராகவும், இந்தியாவின் (பொறுப்பு) கவர்னர் ஜனரலாகவும் பணியாற்றி யுள்ளார்.

இந்தக் கிராம அரசுகள் தன்னிறவு பெற்ற, வெளியுலகைச் சார்ந்திராத, குட்டி ஜனநாயக நாடுகளாக இருந்தனவென்று மெட்காஃப் வானளாவ புகழ்ந்தார். இப்படிப்பட்ட கிராம சமூகங்கள்தான் இந்திய மக்களைப் பார்த்துக் கொண்டன. மக்களை மகிழ்ச்சியாக இருக்க உதவின. அவர்கள் சுதந்தரமாக வாழ்ந்தனர்... நாட்டை ஆள்வதில் தாங்கள் வகிக்கும் பங்கைப்பற்றி இந்தக் கிராம மக்கள் அதிகம் கவலைப்படுவதில்லை. ஏன்? மெட்காஃப் இதற்கான பதிலைத் தருகிறார்.

'அரச வம்சங்கள் ஒவ்வொன்றாக அழிந்துகொண்டிருக்கின்றன. புரட்சிகள் ஒன்றன் பின் ஒன்றாகத் தொடர்கின்றன. இந்துக்கள், பத்தான்கள், முஸ்லிம் கள், மராட்டியர்கள், சீக்கியர்கள், ஆங்கிலேயர்கள் என ஒருவர் மாற்றி ஒருவர் இந்தியாவை ஆண்டுவந்தனர். ஆனால் இந்தக் கிராமச் சமூகங்கள் ஒரு மாற்றமுமில்லாமல் தொடர்கின்றன. என்னவாவது நிகழ்ந்தால் அவர்கள் தங்களைக் காப்பாற்றிக்கொள்ள நடவடிக்கைகள் எடுக்கின்றனர். எதிரியின் ராணுவம் அவர்களைத் தாண்டிப்போகிறது. கிராமவாசிகள் தங்களுடைய ஆடு, மாடுகளை ஓரிடத்தில் கட்டிப் போடுகிறார்கள். எதிரியை எதிர்க்காமல் போக அனுமதிக்கிறார்கள்.''

இந்திய வரலாற்றில் இந்தக் கிராமச் சமூகங்கள் வகித்த பங்கு இவ்வளவுதான். இது தெரிந்த ஒருவருக்கு கிராமங்கள் குறித்து என்ன பெருமையுணர்வு தோன்றும்? அந்த மக்கள் அனைத்தையும் தாக்குப்பிடித்து நின்றது உண்மை யாக இருக்கலாம். ஆனால் வெறுமனே தாக்குப் பிடித்து நிற்பது போதாது. அவர்கள் எந்த மாதிரியான வாழ்க்கை வாழ்ந்தார்கள்? உயர்ந்த எண்ணங் களில்லாத, சுயநல வாழ்க்கைதான். இந்தக் கிராமக் குடியரசுகள்தான் இந்தியா வின் நாசத்துக்குக் காரணம் என்பது என் அபிப்பிராயம். அதனால்தான்

சாதிமுறையையும் மக்களின் குறுகிய மனப்பான்மையையும் கண்டனம் செய்பவர்கள் இந்தக் கிராம அரசுமுறைக்கு ஆதரவு கொடுப்பதைக்கொண்டு ஆச்சரியப்படுகிறேன். அந்தக் கிராமவாசிகளுக்கு வெளியுலகமென்றால் என்னவன்றே தெரியாது. அங்கு அறியாமை, குறுகிய மனப்பான்மை, சாதி மனப்பான்மை ஆகியவற்றைத்தான் காண்கிறோம். இக்காரணங்களுக் காகவே நமது அரசியல் சட்ட மசோதா கிராமங்களுக்குப் பதிலாக தனி மனி தனைத் தனது மையப்புள்ளியாகக்கொண்டிருப்பதைக் கண்டு நான் மகிழ்ச்சி யடைகிறேன்.

அரசியல் சட்ட மசோதாவில் இநதியாவை 'மாநிலங்களின் கூட்டமைப்பு' (Union of Stats) என்று வர்ணித்திருப்பதற்கு ஒருசிலர் ஆட்சேபனை தெரிவித் துள்ளார்கள். மத்திய அரசுக்கு அளவுக்குமீறி அதிகாரங்கள் தரப்பட்டுள்ளன என்று சிலர் சொல்கிறார்கள். வேறு சிலர் அதை மேலும் வலுவானதாக ஆக்க வேண்டுமென்கிறார்கள். நமது மசோதா இவ்விரண்டுக்குமிடையேயுள்ள ஒரு பாதையைத் தேர்ந்தெடுத்துள்ளது. மத்திய அரசுக்குக் கூடுதல் அதிகா ரங்கள் கொடுக்கப்படக்கூடாதென்று நீங்கள் சொன்னாலும்கூட அது வலு வுள்ளதாக ஆவதை உங்களால் தடுக்கமுடியாது. இன்றைய உலகில் அதிகா ரங்கள் ஓரிடத்தில் குவிவதைத் தவிர்க்கமுடியாது. அமெரிக்காவின் அரசியல் சட்டம் மத்திய அரசுக்குக் குறைவான அதிகாரங்களையே தந்துள்ளது. ஆனால் இன்று அந்த மத்திய அரசு பலம் வாய்ந்ததாகவும், மாநில அரசுகளை விட வலுவானதாகவும் திகழ்கிறது. இந்தியாவிலும் இந்த நிலைமை நிச்சய மாக வரும். நாம் என்ன செய்தாலும் மத்திய அரசு வலுவடைவதைத் தவிர்க்கமுடியாது. அதேசமயம் அதனைத் தேவைக்குமேல் வலுவாக்கவும் நாம் முயற்சிக்கக்கூடாது. அப்படிச் செய்தால் அந்த அதிகாரங்களே மத்திய அரசுக்குத் தாங்க முடியாத பாரமாக ஆகிவிடும்.

நமது அரசியல் சட்டத்தின் ஷரத்துக்களை பம்பாய், மத்திய மாகாணங்கள் (Central Provinces), மேற்கு வங்காளம், பிஹார், மதராஸ் மற்றும் கிழக்கு பஞ்சாப் ஆகிய மாகாண சபைகள் விவாதித்துவிட்டன. அதில் உட்படுத்தப் பட்டுள்ள நிதி தொடர்பான ஷரத்துக்களை சில சபைகள் எதிர்த்திருக் கின்றன என்பதை அறிவேன். இதைத் தவிர மசோதாவில் உட்படுத்தப் பட்டுள்ள மற்ற விஷயங்களைப்பற்றி யாரும் ஆட்சேபனை எழுப்ப வில்லை. எந்தவொரு அரசியல் சட்டமும் அறுதியானதல்ல, அது முழுவ தாகச் சரியானதாகவும் இருக்கமுடியாது. அதைத் தயாரித்த கமிட்டியே அதற்குச் சில மாற்றங்கள்வேண்டுமென யோசனை கூறியிருந்தது. மாநில அசெம்பிளிகளில் நடந்த விவாதங்களிலிருந்து ஒரு விஷயம் தெளிவா கிறது. நமது கமிட்டி தயாரித்த அரசியல் சட்டம் ஒரு நல்ல தொடக்க மாகும். அதனை நிச்சயமாக நடைமுறைப்படுத்தலாம். சந்தர்ப்பத்துக் கேற்ப திருத்தலாம். போர்க்காலத்திலும், அமைதிக் காலத்திலும் அது நாட்டின் ஒற்றுமையைப் பாதுகாக்கும். பார்க்கப்போனால் புதிய அரசியல் சட்டத்தின்கீழ் ஏதாவது தவறுகள் நிகழ்ந்தால் அதற்கு நமது அரசியல் சட்டம் மோசமானதாகவும், அரைகுறையாக இருந்ததும்தான் காரண

மென்று சொல்லமுடியாது. மாறாக, நாம் சரியாக நடந்துகொள்ளவில்லை என்றுதான் நம்மால் சொல்லமுடியும்.

ஐயா! இந்த மசோதாவை விவாதத்துக்கு எடுத்துக்கொள்ளவேண்டுகிறேன்.

14.02:

(அரசியல் சட்டமசோதா அறிமுகப்படுத்தப்பட்டு, விவாதிக்கப்பட்ட ஒரு வருடத்துக்குப பின் ஏற்றுக்கொள்ளப்பட்டது. அரசியல் சட்ட நிர்ணய சபையில் கடைசியாக நிகழ்த்திய உரையில் டாக்டர் அம்பேத்கர் இந்திய ஜனநாயகத்தைப்பற்றிச் சில எச்சரிக்கைகள் விடுத்தார். அவை பின்னர் ஓரளவு பலிக்கவும் செய்தன)

(அரசியல் சட்டத்தைத் தயாரித்தாகச் சொல்லி) எனக்குத் தரப்படும் பாராட்டு உண்மையிலேயே எனக்கு (மட்டுமே) உரியது அல்ல. ஓரளவுக்கு இந்தப் பாராட்டு இந்த அசெம்பிளியின் ஆலோசகராக இருந்த ஸர்.பி.என்.ராவ் அவர் களுக்கே போய்ச் சேரவேண்டும். அவர்தான் இந்த மசேதாவின் வரைவுப் படிவத்தைத் தயாரித்தவர். இதைத் தயாரித்த கமிட்டி உறுப்பினர்களும் பாராட்டுக்குரியவர்கள். அவர்கள் 141 நாட்கள் இதனை விவாதித்தனர். பலப்பல மாறுபட்ட கருத்துகளை ஏற்றுக்கொள்ள வழி செய்யும் புதிய முறைகளைக் கண்டுபிடித்தனர். அவர்கள் இப்படிச் செய்திருக்காவிட்டால், நமது அரசியல் சட்டம் இத்தனை தெளிவாகத் தயாரிக்கப்பட்டிருக்க முடியாது. இந்தப் பாராட்டின் பெரும்பாகம் இந்த மசோதாவை எழுதித் தயாரித்த திரு.எஸ்.என்.முகர்ஜியையும் சேரவேண்டும். மிகமிகச் சிக்கலான விஷயங்களைக்கூட அனைவரும் புரிந்துகொள்ளும் முறையில் எழுதிய அவருடைய திறமையை யாரும் மிஞ்சமுடியாது. அவர் மிகக் கடுமையாக உழைத்தார். அவர் இங்கு பணிபுரிந்தது நமது அதிஷ்டம்தான். அவரில்லாம லிருந்தால், நமது அரசியல் சட்டத்தைத் தயாரிக்க மேலும் பல ஆண்டுகள் பிடித்திருக்கும். திரு. முகர்ஜியின் கீழ் பணி செய்த ஊழியர்களையும் மறக்க மாட்டேன். அவர்கள் சில சமயம் நள்ளிரவுக்குப் பிறகும்கூட எவ்வளவு கடுமையாக உழைத்தார்களென்பது எனக்குத் தெரியும். அவர்களுடைய ஒத்துழைப்புக்கும் அவர்களுடைய சிறந்த பணிக்கும் அவர்களுக்கு நன்றி சொல்லிக் கொள்கிறேன் (கைதட்டல்).

இந்த அசெம்பிளியின் உறுப்பினர்கள் ஒவ்வொருவரும் மற்றவர்களுடன் ஒன்று சேராமல் தனித்தனியாகச் செயல்பட்டிருந்தால் பெருத்த குழப்பம் நிலவியிருக்கும். நல்லவேளையாக காங்கிரஸ் கட்சி மிக நல்ல முறையில் செயல்பட்டு ஒரு ஒழுங்கைக்கொண்டுவந்ததால் அம்மாதிரியான குழப் பங்கள் ஒன்றும் நிகழவில்லை. காங்கிரஸ் கட்சியின் இந்தக் கட்டுப்பாட்டின் விளைவாகவே அரசியல் சட்ட மசோதாவை அசெம்பிளியில் அறிமுகப் படுத்த முடிந்தது. அதன் பல்வேறு ஷரத்துக்களை உறுப்பினர்கள் எப்படி வரவேற்பார்கள் என்பதைப்பற்றியும் எங்களால் சரியாக ஊகிக்க முடிந்தது. இந்த மசோதா அசெம்பிளியில் மிக எளிதாக ஏற்றுக்கொள்ளப்பட்டதற்கு காங்கிரஸ் கட்சிக்குப் பாராட்டுக்கள்.

சபை உறுப்பினர்கள் தத்தம் கட்சிகள் சொல்வதைக் கேட்டு மட்டும் நடந்துகொண்டிருந்தால் அசெம்பிளி இத்தனை சுறுசுறுப்பாகத் தனது பணியை முடித்திருக்கமுடியாது. கட்சிக் கட்டுப்பாடென்றாலே உறுப்பினர்கள் 'ஆமாம் சாமி'யாகிவிடுவார்கள் என்பதுதான் பொருள். நல்ல வேளையாகத் தங்கள் கட்சிகளின் உத்தரவுகளைப் பலர் எதிர்த்தனர். திரு.காமத், டாக்டர்.பி.எஸ்.தேஷ்முக், திரு.ஸித்வா, பேராசிரியர் ஸாக்ஷேனா, பண்டிட் தாக்கூர் தாஸ் பார்க்கவா, பேராசிரியர் கே.டி.ஷா மற்றும் பண்டிட் ஹ்ருதயநாத் குன்ஸ்ரு. அவர்கள் எழுப்பிய விஷயங்கள் பெரும்பாலும் அவர்களுடைய கொள்கைகளின் அடிப்படையிலிருந்தன. நான் அவர்களுடைய யோசனைகளை ஒப்புக்கொள்ளவில்லை என்பதாலேயே அவை உபயோகமற்றதென்று சொல்லிவிடமுடியாது. மேற்சொன்ன உறுப்பினர்களும் தங்களுடைய வாதத்திறமையினால் அசெம்பிளியின் நடவடிக்கைகளுக்கு உயிரூட்டினர். இதற்காக அவர்களுக்கு நன்றி சொல்கிறேன். அவர்கள் வாதங்களில் பங்கெடுத்துப் பேசியதால்தான் நமது அரசியல் சட்டத்தின் அடிப்படைக் கொள்கைகளை விளக்க எனக்கு ஒரு சந்தர்ப்பம் கிடைத்தது.

கடைசியாக, அவைத்தலைவர்களே*! நீங்கள் இந்த அசெம்பிளியை நல்ல முறையில் வழிநடத்திச் சென்றதற்காக உங்களுக்கு நன்றி சொல்லக் கடமைப்பட்டிருக்கிறேன். இந்த அசெம்பிளியின் சர்ச்சைகளில் பங்கெடுத்த உறுப்பினர்களிடம் தாங்கள் காட்டிய மரியாதையையும் பரிவையும் மறக்க முடியாது. சில சமயங்களில் ஏதோ சில சிறிய எந்திரகதியிலான காரணங்களுக்காக அசெம்பிளி நடவடிக்கைகளுக்கு இடையூறு விளைவிக்கச் சில முயற்சிகள் நடந்தன. அவை எனக்கு கவலையளித்தன. ஆனால் தாங்கள் இப்படிப்பட்ட வெறும் மேலோட்டமான ஆட்சேபனைகளால் அசெம்பிளியின் நடவடிக்கைகள் தடைப்படாமல் பார்த்துக்கொண்டீர்கள். அதற்காக நான் உங்களுக்கு நன்றி சொல்லிக் கொள்கிறேன்.

எனது நண்பர்கள் ஸர்.அல்லாடி கிருஷ்ண ஸ்வாமி அய்யரும் திரு.டி.டி.கிருஷ்ணமாச்சாரியும் இந்த அரசியல் சட்டத்தைத் தங்களால் இயன்ற அளவுக்கு ஆதரித்திருக்கின்றனர். அதன் நல்ல அம்சங்களைப்பற்றி நான் இப்போது பேச விரும்பவில்லை. காரணம், ஒரு அரசியல் சட்டம் எவ்வளவுதான் நல்லதாக இருந்தாலும் அதனை நடைமுறைப்படுத்துபவர்கள் மோசமானவர்களாக இருந்தால் அந்தச் சட்டமும் மோசமாக ஆகிவிடும். மாறாக, அந்தச் சட்டம் மோசமானதாக இருந்து அதை நடைமுறைப்படுத்துபவர்கள் நல்லவர்களாக இருந்தால் அந்தச் சட்டம் நன்றாகச் செயல்படும். ஒரு அரசியல் சட்டம் எப்படித் தயாரிக்கப்பட்டிருக்கிறது என்பதைப் பொறுத்து மட்டுமே அது செயல்படுவதில்லை. அது சட்ட மன்றங்கள், அரசு நிர்வாகத்துறை நீதித்துறை போன்றவற்றை உருவாக்க

* மூத்த காங்கிரஸ் தலைவர் டாக்டர் ராஜேந்திர பிரஸாத். இவர் அரசியல் சட்ட நிர்ணய அசெம்பிளியின் அவைத் தலைவராகப் பணியாற்றினார்.

வழிசெய்யலாம். அவ்வளவுதான். ஆனால் அவை எப்படிச் செயல் படுகின்றன என்பது பொதுமக்களையும் அவர்கள் தங்களுடைய அரசியல் கொள்கைகளை நிறைவேற்றிக்கொள்ளவும், தங்கள் விரும்பியதை அடையவும் அமைக்கும் அரசியல் கட்சிகளைப் பொறுத்திருக்கிறது. ஆயினும் இந்திய மக்களும் அவர்கள் அமைத்துள்ள கட்சிகளும் எவ்வாறு நடந்துகொள்வார்கள் என்பதை யாரால் சொல்லமுடியும்? அவர்கள் தங்கள் குறிக்கோள்களை அடைய அரசியல் சாசனரீதியான வழிமுறைகளைப் பின் பற்றுவார்களா அல்லது ஒரு புரட்சியைத் தொடங்குவார்களா?

இந்த அரசியல் சட்டத்தைப் பெரும்பாலும் கம்யூனிஸ்ட் கட்சியும், சோஷலிஸ்ட் கட்சியும்தான் விமர்சித்திருக்கின்றன. அவர்கள் ஏன் அப்படிச் செய்ய வேண்டும்? உண்மையிலேயே நமது அரசியல் சட்டம் மோசமாகத்தான் இருக்கிறதா? 'இல்லை' என்பதுதான் எனது பதில். கம்யூனிஸ்ட் கட்சிக்கு வேண்டியது' உழைப்பாளிகளின் சர்வாதிகார ஆட்சி (Dictatorship of the Proletariat). ஆனால், அரசியல் சாசனம் நாடாளுமன்ற ஜனநாயகத்துக்கு வழி வகுத்திருக்கிறது. அதனால்தான் கம்யூனிஸ்ட்டுகள் அதைக் கண்டனம் செய்கின்றனர். சோஷலிஸ்ட்களுக்கு இரண்டு விஷயங்கள்வேண்டும். அவர்கள் கட்சிக்கு வந்தால் தனியார் சொத்துகளையெல்லாம் நஷ்ட ஈடு கொடுக்காமல் தேசியமயமாக்கும் அதிகாரம் அவர்களுக்குவேண்டும். இரண்டாவதாக, அரசியல் சட்டத்தில் சொல்லப்பட்டுள்ள அடிப்படை உரிமைகளுக்கு ஒரு கட்டுப்பாடும்கூடாது. சோஷலிஸ்டுகள் ஆட்சிக்கு வர முடியாமற்போனால் ஆட்சியாளர்களை விமர்சிப்பதோடு நிறுத்தாமல் அரசை கவிழ்க்கவும் சுதந்தரம் வேண்டும் என்பது அவர்களுடைய எண்ணம்.

இக்காரணங்களுக்காகத்தான் நமது அரசியல் சட்டம் விமர்சிக்கப்படுகிறது. மக்களாட்சிதான் சிறந்ததென நான் சொல்லவில்லை. அடிப்படை உரிமைகள் மிகப் புனிதமானதென்றோ, அவற்றின்மேல் கட்டுப்பாடுகள்கூடாதென்றோ சொல்லவில்லை. நான் சொல்வதெல்லாம் இதுதான். இந்த அரசியல் சட்டத்தில் உட்படுத்தப்பட்டுள்ள ஷரத்துக்கள் இன்றைய தலைமுறையின் விருப்பத்துக்கேற்ப எழுதப்பட்டுள்ளன; இந்த வாக்கியம் சற்று அதிகப் படியானதாக உங்களுக்குத் தோன்றினால், அவை அரசியல் சட்ட நிர்ணய அசெம்பிளி உறுப்பினர்களின் அபிப்பிராயங்கள் என்று சொல்கிறேன்.

நாம் உண்மையாகவே ஜனநாயகத்தைப் பேணி வளர்க்க விரும்பினால் நாம் என்ன செய்யவேண்டும்? என் அபிப்பிராயத்தில் நாம் முதலில் செய்ய வேண்டியது இதுதான். நம்முடைய சமூக, பொருளாதாரக் குறிக்கோள்களை அடைய நாம் சட்டரீதியாகப் போராடவேண்டும். அதாவது ரத்தம் சிந்தும் புரட்சிகள்கூடாது. ஒத்துழையாமை, சட்ட மறுப்பு, ஸத்யாகிரஹம் போன்ற போராட்ட முறைகளைக் கைவிடவேண்டும். நமது பொருளாதார மற்றும் சமூகக் குறிக்கோள்களை அடைய நம்மிடம் சட்டரீதியான வழிகள் இல்லாத போது மேற்கூறிய முறைகளைப் பின்பற்றினோம். ஆனால் சட்டரீதியான முறைகள் இருக்கும்போது சட்ட விரோதமானச் செயல்களுக்கு இடமில்லை.

அவை குழப்பங்களுக்கு வழிவகுக்கும். எனவே அவற்றை உடனே கைவிட்டுவிடுவது நல்லது.

ஜனநாயகத்தைப் பாதுகாக்க விரும்பும் அனைவருக்கும் ஜான் ஸ்டூவர்ட் மில் (John Stuart Mill) ஒரு அறிவுரை கூறியுள்ளார். 'உங்களுடைய சுதந்தரங்களை வேறு யாருக்கும் - அவர் எவ்வளவு பெரிய மனிதராக இருந்தாலும், தந்து விடாதீர்கள். அல்லது அவருக்கு அளவுக்கு மீறிய அதிகாரங்களைக் கொடுத்துவிடாதீர்கள். ஏனெனில் அவர் அவற்றை உபயோகித்து ஜனநாயக அமைப்பையே தலைகீழாக்கிவிடுவார். இந்த அறிவுரையை நீங்கள் ஒரு நாளும் மறக்கக்கூடாது. நாட்டுக்காகப் பெரும் சேவை புரிந்தவர்களுக்கு நம் கடமைப்பட்டிருக்கவேண்டுமென்பது சரிதான். ஆனால் அந்த நன்றியறிதலுக்கும் ஓர் எல்லையுண்டு. அயர்லாந்து நாட்டைச் சேர்ந்த தேசபக்தர் தானியேல் ஓ கார்னல் சொல்வதுபோல 'ஒரு தனி மனிதனுக்கு நன்றியறிதலைவிட முக்கியம் சுய கௌரவம். ஒரு பெண்ணுக்கு நன்றியறிதலைவிட முக்கியம் அவளுடைய கற்பு. ஒரு தேசத்துக்கு நன்றியறிதலைவிட முக்கியம் அதன் சுதந்தர உணர்வு.'' மற்ற நாடுகளைவிட இந்தியாவுக்கு இந்த அறிவுரை நன்றாகவே பொருந்தும். ஏனெனில் மற்ற நாடுகளைவிட பக்தியுணர்வு அல்லது உதாரண புருஷனைத் தெய்வமாக காணும் வழக்கம் இந்திய அரசியலில் பெரும் பங்கு வகிக்கிறது. மதரீதியாக பக்தி மனித ஆத்மாவின் மோட்சத்துக்கு வழிகாட்டும். ஆனால் அரசியலில் அது அழிவுக்கு வழிகோலும். கடைசியில் சர்வாதிகாரத்துக்கு வழிவகுக்கும். அரசியல்ரீதியான ஜனநாயகத்துடன் மட்டும் நாம் திருப்தியடைந்து விடக்கூடாது. இதிலிருந்து நாம் சமூக அளவிலான ஜனநாயகத்துக்குச் செல்லவேண்டும். அரசியல் ஜனநாயகம் தழைத்து வளரவேண்டுமானால் சமூகரீதியான ஜனநாயகமும் அங்கிருக்கவேண்டும்.

சமூகரீதியான ஜனநாயகமென்றால் என்ன? அதில் சுதந்தரம், சமத்துவம், சகோதரத்துவம் ஆகியவை மனித வாழ்வுமுறைக் கொள்கைகளாக இருக்கும். இவை மூன்றையும் தனித்தனியாகப் பார்க்கக்கூடாது. அவை ஒன்றொடொன்று இணைந்திருக்கின்றன. அவற்றில் ஏதேனும் ஒன்று இல்லையென்றாலும் ஜனநாயகம் அர்த்தமற்றதாகிவிடும். சமத்துவமில்லையென்றால், ஒருசிலர் மற்றவர் மீது அதிகாரம் செலுத்துவார்கள். சுதந்தரமில்லாமல் சமத்துவம் மட்டுமிருந்தால் ஒரு தனிப்பட்ட மனிதனால் என்றும் செய்யமுடியாது. சகோதரத்துவம் இல்லையேல் சுதந்தரமும் சமத்துவமும் மனிதருக்கு எளிதில் கிடைத்துவிடாது. அவற்றுக்காக நாம் அரும்பாடுபடவேண்டும்.

இந்தியச் சமூகத்தில் இரண்டு விஷயங்கள் இல்லையென்பதை நாம் ஒப்புக்கொண்டேயாகவேண்டும். ஒன்று, சமத்துவம். சமூக மட்டத்தில் மக்களிடையே ஏற்றத்தாழ்வுகள் ஏராளமாக இருக்கின்றன. அதாவது, ஒருசிலர் உன்னத நிலையில் வாழும்போது வேறுபலர் ஏழ்மையில் உழல்கிறார்கள். 1950 ஜனவரி 26ம் தேதி நாம் தொடங்கவுள்ள வாழ்க்கை முரண்பாடுகள் நிறைந்ததாக இருக்கும். அரசியலில் அனைவரும் சமமாக இருந்தாலும் சமூக

மற்றும் பொருளாதார ஏற்றத்தாழ்வுகள் தொடரும். அரசியலில் ஒரு மனிதனுக்கு ஒரு வோட்டு, அனைத்து வாக்குகளுக்கும் சமமான மதிப்பு என்ற கொள்கையைப் பின்பற்றுவோம். ஆனால் சமூகரீதியாகவும், பொருளாதாரரீதியாகவும் நம்மிடையே ஏற்றத்தாழ்வுகளிருப்பதால் தனிமனிதனுக்கு அவனுக்குரிய மரியாதை கிடைக்காது. இப்படிப்பட்ட ஏற்றத்தாழ்வை எத்தனை காலம்தான் அனுமதிக்க முடியும்? அது நீடித்தால் நமது அரசியலில் ஜனநாயகம் ஆபத்துக்கு உள்ளாகும். ஆகவே இந்த நிலைமையை விரேவிலேயே சரிசெய்யவேண்டும். இல்லையெல் இப்படிப்பட்ட ஏற்றத்தாழ்வினால் பாதிக்கப்பட்டவர்கள் வெகுண்டெழுந்து நாம் கவனத்துடன வளர்த்து வந்த அரசியலில் ஜனநாயகத்தை அழித்துவிடுவார்கள்.

இரண்டாவதாக, நம்மிடம் சகோதரத்துவ உணர்வுமில்லை. சகோதாரத்துவம் என்றால் என்ன பொருள்? இந்தியர்கள் அனைவரும் சகோதரர்கள், ஒரு நாட்டு மக்கள் என்ற உணர்வு. இந்த உணர்வுதான் சமூக வாழ்க்கையில் ஒற்றுமையையும் ஒருமைப்பாட்டையும் வளர்க்கிறது. இதை அடைவது சற்று கடினம். எவ்வளவு கடினமென்பதை அமெரிக்காவைப்பற்றி ஜெம்ஸ் பிரைஸ் (James Bryce) என்பவர் சொன்ன கதையிலிருந்து தெரிந்துகொள்ளலாம். இதோ, அவர் சொன்ன கதை அவருடைய வாக்குகளிலேயே:

'சில வருடங்களுக்கு முன்பு அமெரிக்காவிலுள்ள பிராடஸ்டன்ட் எபிஸ்கோபல் சர்ச் தனது பொது பிரார்த்தனைகளைத் திருத்தி எழுதும் முயற்சியில் ஈடுபட்டிருந்தது. அந்தச் சர்ச்சில் சொல்லப்படும் பிரார்த்தனைகளில் அனைத்து மக்களின் நலனுக்காக ஒரு பிரார்த்தனை உட்படுத்தப்படவேண்டுமென சபை தீர்மானித்தது. 'இறைவா! எங்கள் நாட்டை ஆசீர்வதியுங்கள்!'' (O Lord, Bless our Nation) என்ற வாசகம் ஏற்றுக்கொள்ளப்பட்டது. ஆனால் அடுத்த நாளே இந்த வாசகத்தை உபயோகிக்கக்கூடாதென்ற கோரிக்கை எழுந்தது. 'நாடு' என்ற வார்த்தைக்கு பொதுமக்கள் ஆட்சேபனைத் தெரிவித்தனர். ஏனெனில் மக்கள் அனைவரும் ஒன்று என்ற அர்த்தம் அந்த வாசகத்தில் தொக்கி நின்றது. ஆகவே இந்த வாசகத்துக்குப் பதிலாக, 'இறைவா! இந்த ஐக்கிய நாட்டை ஆசீர்வதியுங்கள்!' (United States) என்ற சொற்றொடர் ஏற்றுக்கொள்ளப்பட்டது.

இதற்கென்ன காரணம்? இந்தச் சம்பவம் நடந்த சமயத்தில் அமெரிக்க மக்களிடையே ஒற்றுமையுணர்வு இல்லாமலிருந்ததால் தாங்களனைவரும் ஒரே நாட்டினர் என்ற எண்ணமே அவர்களிடம் இல்லாமலிருந்தது. அமெரிக்கர்களே தங்களைப்பற்றி இப்படிப்பட்ட ஒரு எண்ணம்கொண்டிருக்கவேண்டுமானால் இந்தியா ஒரே நாடு என்று நம்மால் மட்டும் எப்படி நினைக்க முடியும்? அரசியலில் ஈடுபட்டிருந்த இந்தியர்கள் 'இந்திய மக்கள்' என்ற வார்த்தைக்கு ஆட்சேபணை தெரிவித்தது எனக்கு நினைவிருக்கிறது. 'இந்திய நாடு' என்ற வார்த்தையே போதும் என்று எண்ணும்போதே நம்மை நாமே ஏமாற்றிக்கொள்கிறோம் என்றுதான் நினைக்கிறேன். ஆயிரக்கணக்கான சாதிகளைச் சேர்ந்த மக்கள் எப்படி ஒரு நாட்டு மக்களாக இருக்க

முடியும்? சமூக அளவிலும் மனதளவிலும் நாம் இன்னமும் ஒரே நாடாக ஆகவில்லை என்பதைப் புரிந்துகொள்வது நல்லது. ஏனெனில் அப்போது தான் நாம் ஒரு நாடாக மாறவேண்டியதன் அவசியத்தை உணருவோம்; அந்தக் குறிக்கோளை அடையும் வழிகளைப்பற்றித் தீவிரமாக ஆலோசிப்போம். ஆனால் இந்தக் குறிக்கோளை அடைவது மிகக் கடினம். அமெரிக்காவை விடக் கூடுதல் பிரச்னைகளை நாம் சந்திக்க வேண்டியிருக்கும். ஏனெனில் அமெரிக்காவில் சாதிப் பிரச்னை இல்லை. இந்தியாவில் சாதிகள் உள்ளன. அவை நாட்டின் ஒற்றுமைக்குக் கேடு விளைவிப்பவை. ஏனெனில் சாதி, மக்களை சமூக அளவில் பிரித்து வைக்கிறது. சாதிகளுக்கு இடையே பொறாமை, போட்டி, எதிர்ப்புணர்வு ஆகியவற்றைத் தூண்டிவிடுகின்றது. நாம் உண்மையிலேயே ஒரு நாடாகவேண்டுமானால் இந்தப் பிரச்னை களைத் தீர்க்கவேண்டும். நாடு என்று ஒன்று இருந்தால் தான் மக்களிடையே சகோதரத்துவம் நிலவும். சகோதரத்துவம் இல்லையெல் சமத்துவம், சுதந்தரம் என்ற வாக்குகளுக்கு அர்த்தமே இருக்காது. இவைதான் நாம் நேரிடும் பிரச்னைகளைப்பற்றிய எனது எண்ணங்கள். ஒருசிலருக்கு அவற்றைக் கேட்கவே பிடிக்காது. ஆனால் நம் நாட்டில் நீண்டகாலமாக அரசியல் அதிகாரம் ஒருசிலரின் கையில் மட்டுமே இருந்திருக்கிறதென் பதையும் நாட்டின் பெரும்பான்மையானோர் உழைப்பதற்கும் ஏமாற்றப்படு வதற்கும் மட்டுமே பிறந்தவர்கள் என்பதையும் நாம் மறுக்கமுடியாது. இதன் விளைவாக மக்கள் தங்கள் வாழ்க்கைத் தரத்தை உயர்த்திக்கொள்ள முடியவில்லை. வாழ்க்கையே அவர்களுக்கு அலுத்துவிட்டது. மற்றவர்கள் தங்களை ஆண்டது போதும் என்றுதான் இவர்கள் நினைக்கிறார்கள். தங்களைத் தாங்களே ஆண்டுகொள்ளும் நாளை எதிர்பார்த்து, பொறுமை யிழந்து காத்திருக்கின்றனர். அவர்களுடைய இநத வேட்கையை நாம் நிறைவேற்றவில்லையென்றால் மக்களுக்கிடையே வர்க்கப்போர் (Class war) மூண்டுவிடும். அது நாடாளுமன்றத்தையே இரண்டாகப் பிரித்துவிடும். நாட்டின் அழிவுக்கு வழிவகுக்கும். ஆப்ரஹாம் லிங்கன் சொன்னதுபோல, உறுப்பினர்களிடையே ஒற்றுமையில்லாத ஒரு நாடாளுமன்றம் நீண்டநாள் நிலைக்காது. ஆகவே நசுக்கப்பட்ட மக்களுடைய விருப்பங்களை எத்தனை விரைவாக நிறைவேற்றுகிறோமோ அத்தனை மக்களுக்கும் நாட்டுக்கும் நல்லது. அது சுதந்தர நாடாகத் தொடரும். அங்குள்ள ஜனநாயகத்தின் சின்னங் கள் தொடரும். மக்களிடையே எல்லா மட்டத்திலும் சமத்துவத்தையும் சகோதரத்துவத்தையும் செயல்படுத்தினால் மட்டுமே இதைச் சாதிக்க முடியும். இக்காரணங்களுக்காகத்தான் நான் இவற்றைப்பற்றி இவ்வளவு விரிவாக எடுத்துச் சொன்னேன்.

நான் நாடாளுமன்றத்தை மேலும் சலிப்படையச் செய்ய விரும்பவில்லை. சுதந்தரம் என்பது மகிழ்ச்சிதரும் விஷயம்தான் என்பதில் சந்தேகமில்லை. ஆனால் இதைச் சுதந்தரம் நம்மீது பெரும் பொறுப்பையும் சுமத்தியிருக் கிறது என்பதை மறக்கக்கூடாது. சுதந்தரம் கிடைத்தபின் நாட்டில் என்ன தவறு நடந்தாலும் அதற்கு பிரிட்டிஷாரைக் குற்றம் சாட்டமுடியாது.

தவறுகள் நடப்பதற்கான சாத்தியக்கூறுகள் இருக்கின்றன. காலம் வேகமாக மாறிக்கொண்டிருக்கிறது. உலக அளவிலும் இந்தியாவிலும் மக்கள் புதிய அரசியல் கொள்கைகளால் கவரப்படுகிறார்கள். மக்களால் நடக்கும் ஆட்சி (Government by the people) அவர்களுக்கு அலுத்துவிட்டது. மக்களுக்காக, மக்களுடைய நன்மைக்காக செயல்படும் ஆட்சிபோதும் அவர்களுக்கு. அது மக்களால் ஆனதா அல்லது மக்களுடையதா என்பதைப்பற்றி அவர்கள் கவலைப்படவில்லை. நமது அரசியல் சட்டத்தில் மக்களுடைய, மக்களுக் காக, மக்களால் நடத்தப்படும் ஆட்சி என்ற கொள்கையை உட்படுத்தியிருக் கிறோம். இந்த அரசியல் சட்டத்தைக் காக்கவேண்டுமானால், நமது பாதையி லுள்ள தீய சக்திகளை உடனடியாக அடையாளம் கண்டுகொள்ளவேண்டும். இந்தத் தீய சக்திகள் மக்களாட்சி என்ற ஜனநாயகக் கொள்கையை காற்றில் பறக்க விட்டுவிட்டு ஒரு ஆட்சியை ஸ்தாபிக்க முயலும். இப்படிப்பட்ட சக்திகளை நீக்குவதில் நாம் ஒரு தயக்கமும் காண்பிக்கக்கூடாது. நமது நாட்டுக்கு நல்லது செய்ய அந்த ஒரு வழிதான் இருக்கிறது. வேறு வழி ஒன்றும் எனக்குத் தெரியவில்லை.

அத்தியாயம் 15

பன்முகச் செயல்திட்டங்கள்

ஜவாஹர்லால் நேரு

~

இந்தியா சுதந்தரம் பெற்ற ஆரம்ப காலகட்டத்தில் பிரதமராக இருந்த ஜவாஹர்லால் நேரு இந்திய அரசியலிலும் சமூகத்திலும் செலுத்திய தாக்கம் மிகப் பெரிதாக இருந்தது. 1920களையும் 1930களையும் மகாத்மா காந்தியின் காலம் என்று சொன்னால், 1940களையும் 1950களையும் நேருவின் காலமாகச் சொல்லலாம். மகாத்மா காந்தியைப்போல நேருவை ஒரு சிந்தனையாளரெனக் கூறமுடியாது. அதேசமயம் மகாத்மா காந்தி அரசாங்கத்தில் ஒரு பதவியையும் வகிக்கவில்லை. 1947 முதல் 1964 முடிய இந்தியாவின் பிரதமரென்ற நிலையில் புதியதாகப் பிறந்த, பரப்பில் பெரிய, பல்வகைப்பட்ட மக்களைக்கொண்டிருந்த, கலவரங்களால் பாதிக்கப்பட்டிருந்த, இந்தியா மீது ஜவாஹர்லால் நேருவின் தாக்கம் பெருமளவிலிருந்தது.

ஜவாஹர்லால் நேரு 1889ம் ஆண்டு அலஹாபாத்தில் பிறந்தார். சிறந்த வழக்கறிஞராக இருந்த அவரது தந்தை மோதிலால் தனது ஒரே வாரிசான ஜவாஹர் மீது மிகுந்த பாசத்துடன் இருந்தார். ஜவாஹர் படிப்புக்காக முதலில் (இங்கிலாந்தில்) ஹாரோவுக்குச் சென்றார். ஆனால் அந்தச் சூழ்நிலை அவருக்குப் பிடிக்காததால் கேம்பிரிட்ஜ்க்கு மாறினார். அங்கிருந்தபோது தற்கால அறிவியலினால் பெரிதும் கவரப்பட்டார். பாரிஸ்டர் ஆகத் தேர்ச்சி பெற்ற அவர் முதல் உலகப் போருக்கு முன்பு இந்தியாவுக்குத் திரும்பிவந்து சிறிய அளவில் வழக்கறிஞராகப் பணிபுரிந்தார். விரைவிலேயே அவர் தனனை முழுநேர அரசியலில் ஈடுபடுத்திக்கொண்டார்.

நேரு காந்திஜியைத் தெய்வமாக மதித்தார். காந்திஜியும் தனது நான்கு சொந்த மகன்களைவிட நேருவை அன்புடனும், பாசத்துடனும் நடத்தினார். இவர்களிருவரும் உணர்வுபூர்வமாக வேறுபட்டனர். தற்காலச் சிந்தனைகள் மற்றும் பழக்கவழக்கங்கள்பற்றியும் இவர்களுடைய கருத்துகள் வேறுபட்டன. நேரு மதத்தை நம்பவில்லை. காந்திஜியோ மிகுந்த இறை பக்தி கொண்டவராக இருந்தார். நாட்டின் ஏழ்மையைப்போக்க இந்தியாவைத் தொழில்மயமாக்குவதுதான் ஒரே வழி என்று நேரு நம்பியபோது கிராமப்

பொருளாதாரத்தை மறு மலர்ச்சி அடையச் செய்யவேண்டுமென காந்திஜி விரும்பினார். சமூகத்தை உன்னத நிலைக்குக்கொண்டு செல்லவும், திருத்தியமைக்கவும் தற்கால அரசினால்தான் முடியுமென நேரு கருதினார். ஆனால், காந்திஜி அரசு யந்திரத்தை நம்பவில்லை. மாறாக, மக்கள் சமூகத்தினுடைய மனப்பாங்கும் மன உறுதியும் இதற்குப் போதுமென நினைத்தார்.

இந்தக் கருத்து வேற்றுமைகளையும்மீறி காந்திஜிக்கும் நேருவுக்குமிடையே வேறுசில விஷயங்களில் பெரும் ஒற்றுமை காணப்பட்டது. இருவரும் தீவிர தேச பகதர்களாக இருந்தனர். ஒரு குறிப்பிட்ட சாதி, மொழி, பிரதேசம் அல்லது மதம் என்றில்லாமல் இந்தியா முழுவதையும் அவர்கள் ஒரே மாதிரியாகப் பார்த்தனர். இருவரும் வன்முறையை எதிர்த்தனர். சர்வாதிகாரத்துக்குப் பதிலாக ஜனநாயக அரசு முறையையே இவர்கள் இருவரும் விரும்பினார்கள். இந்த ஒற்றுமைகள் காரணமாகவும் இளைஞர்கள் நேருவை வெகுவாக ஆராதித்த காரணத்தினாலும்தான் காந்திஜி ஜவாஹரைத் தனது அரசியலில் வாரிசாக அறிவித்தார்.

1929 டிசம்பரில், அதாவது தனது நாற்பதாம் வயதில், நேரு காங்கிரஸ் கட்சியின் தலைவராக முதல் முறையாகத் தேர்ந்தெடுக்கப்பட்டார் (அவர் இந்தப் பதவியை மொத்தம் நான்குமுறை அலங்கரித்தார்). 1930களில் அவர் மேலை நாடுகளில் இந்திய சுதந்தரப் போராட்டத்தைப்பற்றி பலரும் அறியச் செய்தார். 1937-லும் 1946-லும் குறிப்பிட்ட சிலருக்கு மட்டும் வாக்குரிமை கொடுத்து நடத்தப்பட்ட தேர்தல்களில் அவர் காங்கிரஸ் கட்சிக்கு வாக்குகளைத் தேடித்தந்தார். 1947ல் இந்தியா சுதந்தரமடைந்தபோது அவர் இந்தியப் பிரதமராகப் பொறுப்பேற்றதில் ஆச்சரியமே இல்லை.

நேருவுக்கும் காந்திஜிக்கும் இடையே வேறொரு விஷயத்தில் ஒற்றுமை இருந்தது. இருவரும் தங்களுடைய எண்ணங்களை எழுத்தில் வடித்தனர். நேரு 'தி நேஷனல் ஹெரால்ட்' (The National Herald) என்ற செய்தித்தாளை நிறுவி அதன் ஆசிரியராகச் சில காலம் பணியாற்றினார். இதைத் தவிர வேறு பல இந்திய மற்றும் வெளிநாட்டுப் பத்திரிகைகளிலும் அவர் கட்டுரைகள் எழுதினார். அவர் மூன்று முக்கியப் புத்தகங்களை எழுதி வெளியிட்டார். 1. உலக வரலாறு- ஒரு பார்வை (Glimpses of World History - 1934) 2. சுயசரிதம் (An Autobiography - 1936) 3. இந்தியா - ஒரு கண்டுபிடிப்பு (The discovery of India - 1946). மிக நல்ல முறையில் எழுதப்பட்டுள்ள இந்தப் புத்தகங்கள் அநேகப் பதிப்புகளைத் தாண்டிவிட்டன.

இந்த மூன்று புத்தகங்களும் நேருவை ஒரு எழுத்தாளர் என அடையாளம் காட்டினாலும் அவை இந்தியச் சுதந்தரத்துக்கு முன்பு எழுதப்பட்டவை. 1947க்குப் பிறகு அவர் எழுதிய கட்டுரைகளும் நிகழ்த்திய உரைகளும்தான் அவருடைய அரசியலில் ஞானத்துக்குச் சான்றாக இருக்கின்றன. ஆனால் இவற்றைப்பற்றி மக்கள் அதிகம் அறியவில்லை. ஏனெனில் பற்பல அரசு மற்றும் தனியார் நிறுவனங்கள் வெளியிட்ட ஏராளமான புத்தகங்களில்

இவை தொகுக்கப்பட்டுள்ளன. ஆனால் இவை மக்களைச் சரியான முறையில் சென்றடையவில்லை.

இப்படி அதிகம் அறியப்படாத புத்தகங்களில் ஒன்றுதான் நேருவின் ‘முதலமைச்சர்களுக்கு எழுதிய கடிதங்கள்’’ (Letters to Chief Ministers). சுதந்தரத்துக்குப் பிறகு மாநில முதமைச்சர்களுக்கு பதினைந்து நாட்களுக்கொரு முறை கடிதம் எழுதும் வழக்கத்தை நேரு தொடங்கினார். இது அக்டோபர் 1947 முதல் டிசம்பர் 1963வரை தொடர்ந்தது. 1980களில் இவை ஐந்து தொகுதிகளடங்கிய புத்தக வடிவில் வெளிவந்தன. (ஒவ்வொன்றும் ஐந்நூறு பக்கங்களுக்கு மேல்). இவை இப்போது சந்தையில் கிடைப்பதில்லை. தில்லி தவிர வேறிடங்களில் நூலகங்களிலும் கிடைப்பதில்லை. நானே இவற்றை ஒவ்வொன்றாகப் பழைய புத்தகக் கடைகளிலிருந்துதான் வாங்கினேன்!

இந்தப் புத்தகத்தைப்பற்றிப் பலருக்கும் தெரியாதென்பது வெட்கக்கேடான விஷயம். அவை ஏராளமான விஷயங்களைப்பற்றிப் பேசுகின்றன. உதாரணமாக: பொருளாதார முன்னேற்றம், மொழி-மத அரசியல், நிர்வாக தர்மம், பனிப்போர், இலக்கியவாதிகளின் மரணம், ஆகியவை. இவை அனைத்தையும் பற்றி நேரு ஆழமாகச் சிந்தித்து, முதலமைச்சர்களுக்குத் தேவையான அறிவுரைகளுடன் எழுதியுள்ளார். இந்தியாவிலும் உலக அளவிலும் அந்தப் பதினைந்து ஆண்டுகளில் நிகழ்ந்தவற்றை நேரு அலசுகிறார். அவற்றின் முக்கியத்துவத்தைப் புரிந்துகொள்ள முயற்சி செய்தார். இது தற்கால அரசியல்பற்றிய ஒரு சிறந்த வரலாற்றுப் புத்தகமாகும். அதில் விவாதிக்கப்பட்டுள்ள விஷயங்கள் இந்தியாவின் இன்றைய நிலைமைக்குக்கூடப் பொருந்துவனவாக உள்ளன.

இக்கடிதங்களைத் தவிர நேருவின் பேச்சுக்களிலிருந்தும் சிலவற்றைத் தேர்ந்தெடுத்துள்ளேன். அவையும் நாட்டுக்கு முக்கியமான சில அடிப்படை விஷயங்களைப்பற்றிப் பேசுகின்றன.

ஜவாஹர்லால் நேரு 1964ம் ஆண்டு மே மாதம் 27ம் தேதி காலமானார்.

சிறுபான்மையினரை நடத்தும் விதம்

(இந்தியாவின் பாகிஸ்தான் பிரிவினைக்குப் பிறகு சுதந்தர இந்தியாவில் முஸ்லிம்களின் நிலைமை என்னவாக இருக்குமென்பதைப்பற்றி நேரு பெரிதும் கவலைப்பட்டார். முஸ்லிம்களின் தாயகமாக பாகிஸ்தான் உருவாக்கப்பட்டது; அதன் விளைவாக அங்கிருந்து பெருமளவில் இந்துக்களும் சீக்கியர்களும் இந்தியாவுக்கு ஓடிவந்தனர். இது ஒரு சில இந்துக்களுக்கிடையே முஸ்லிம் எதிர்ப்புணர்வைத் தூண்டிவிட்டது. இந்தியா போன்ற மதச்சார்பற்ற நாட்டில் முஸ்லிம்களும் இந்துக்களுக்குச் சமமாக நடத்தப்பட வேண்டுமென்றும், அவர்கள் வசிக்கும் மாநிலங்களில் அவர்களுடைய பாதுகாப்புக்குவேண்டிய நடவடிக்கைகளை அந்தந்த மாநில அரசு எடுக்க

வேண்டுமென்றும் நேரு வற்புறுத்தினார். இந்த விஷயத்தைப்பற்றிய நேருவின் கருத்துக்கள் கீழே தரப்படுகின்றன. இவையனைத்தும் அவர் அவ்வப்போது முதலமைச்சர்களுககெழுதிய கடிதங்களிலிருந்து எடுக்கப் பட்டவையாகும்)

கடிதம் தேதி 15.10.1947

மத்திய அரசு பலவீனமாக ஆகிவிட்டதென்றும் அது முஸ்லிம்களை தாஜா செய்ய (Appease) முயற்சிக்கிறதென்றும் மக்கள் எண்ணுகிறார்கள் என்பது எனக்குத் தெரியும். இப்படிச் சொல்வது முட்டாள்தனம். நாம் பலவீனரல்ல. நாம் யாரையும் தாஜா செய்யவுமில்லை. நம் நாட்டில் முஸ்லிம் சிறுபான்மை யினர் பெரிய எண்ணிக்கையிலுள்ளனர். அவர்கள் விரும்பினாலும்கூட அவர் களால் இந்தியாவை விட்டுவிட்டு வேறெங்கும் போய்விடமுடியாது. அவர்கள் இந்தியாவில்தான் வசித்தாகவேண்டும். இந்த அடிப்படையிலான விஷயத்தைப்பற்றி யாருக்கும் மாற்றுக் கருத்து இருக்கமுடியாது. பாகிஸ்தான் என்னதான் நம்மைச் சீண்டிப் பார்த்தாலும், அங்குள்ள முஸ்லிம்களில்லாதவர் களை அவர்கள் என்னதான் மோசமாக நடத்தினாலும் நாம் இங்குள்ள சிறுபான்மையினரை நல்ல முறையில் நடத்தவேண்டும். அவர்களுக்குப் பாதுகாப்பளிக்கவேண்டும். ஒரு குடியரசு நாட்டின் குடிமகன்களுக்குள்ள எல்லா உரிமைகளும் அவர்களுக்கும் வழங்கப்படவேண்டும். நாம் இப்படிச் செய்யத் தவறினால் அது ஒரு ஆறாத வடுவாக மாறி நம் உயிருக்கே ஆபத்தை விளைவிக்கும். நாட்டையே அழித்துவிடவும்கூடும். மேலும், உலக நாடுகள் நம்மை உன்னிப்பாகக் கவனித்துக்கொண்டிருக்கின்றன. பிரி வினைக்கு முன் நம்முடன் நட்புறவுகொண்டிருந்த நாடுகளிடம் இப்போது அந்த நட்புறவில்லையென்றும், அவர்கள் நம்மைச் சந்தேகக் கண்களுடனும், ஓரளவு வெறுப்புடனும் பார்க்கின்றனர் என்றும் ஐ.நா.விலுள்ள நமது பிரதி நிதிகள் சொல்கிறார்கள். இந்த மனப்பாங்கை நாம் அறவே புறக்கணிக்க முடியாது. பல விஷயங்களிலும் நமக்கு உலகளவிலான நட்பும், நல்லுறவும் முன்னைவிடக் கூடுதலாகத் தேவைப்படுகின்றன. குறிப்பாகப் பிரி வினைக்குப் பிறகு, தார்மிகக் காரணங்களுக்காக மட்டுமல்லாமல், நமது சொந்த நலனைக் கருதியும் சிறுபான்மையினர் விஷயத்தில் உலக நாடுகளை நாம் நம் பக்கத்தில் வைத்துக்கொள்ளவேண்டும்.

இந்த முக்கியமான, நமது கொள்கைகளின் அடிப்படை அம்சங்களை, மக்க ளுக்கு விளக்கிச் சொல்ல நீங்கள் தேவையான நடவடிக்கைகள் எடுக்க வேண்டுமென உங்களைக் கேட்டுக் கொள்கிறேன். இதை எப்படிச் செய்ய வேண்டுமென்பதை உங்களுக்கே விட்டுவிடுகிறேன். ஏனெனில் இது அந்தந்த இடத்திலுள்ள சந்தர்ப்ப சூழ்நிலையைப் பொறுத்தது.

இன்னுமொரு முக்கியமான விஷயத்தையும் உங்கள் கவனத்துக்குக்கொண்டு வர விரும்புகிறேன். அது, மத வெறி பிடித்த அரசியல் அரசு நிர்வாகத்தைப் பாதிக்காமல் பார்த்துக்கொள்ளவேண்டும். பாகிஸ்தானில் அரசு அதிகாரிகள் அரசாங்கத்தின் எந்தவிதக் கட்டுப்பாட்டுக்கும் அடங்காமல், தங்களிஷ்டம்

போல நடந்துக் கொள்கிறார்களென்பதற்குப் பல ஆதாரங்கள் உள்ளன. சமீபத்தில் திரு. ஜின்னா அவர்களே கராச்சியில் பேசும்போது, நிர்வாகத்தில் நுழைந்துவிட்ட அடக்கமின்மையைப்பற்றிக் குறிப்பிட்டதை நீங்கள் கவனித்திருப்பீர்கள். இப்போதே இந்த விஷயம் பாகிஸ்தானுக்கு ஒரு பெரிய தலைவலியாக உள்ளது. வருங்காலத்தில் நிலைமை இன்னும் மோசமாகலாம். நல்லவேளையாக இந்தியாவில் நாம் இந்தப் பிரச்னைகளிலிருந்து தப்பி நாட்டின் ஒற்றுமையைக் காப்பாற்றிவிட்டோம். ஆனால் கிழக்குப் பஞ்சாப்பில் போலீஸ் துறையில் சில வருந்தத் தக்க சம்பவங்கள் நடந்துள்ளன. நாம் ஜாக்கிரதையாக இல்லையென்றால், இந்த விஷ ஜுரம் வேறிடங்களுக்கும் பரவும். அப்படி நடந்தால் அரசு ஊழியர்களே அரசின் உத்திரவுகளுக்குக் கீழ்ப்படிய மறுக்கும் ஆபத்தான நிலைமை உருவாகும். இம்மாதிரியான நிலைமை தென் அமெரிக்க நாடுகளில் நிலவுவதை நாம் பார்க்கிறோம். ஆகவே, அரசின் கொள்கைகளை, குறிப்பாகச் சிறுபான்மையினரரைப்பற்றியவற்றை, அரசு ஊழியர்கள் சரியானபடி பின்பற்றுகிறார்களா என்பதை நீங்கள் கவனித்துக்கொண்டிருக்கவேண்டும். ஊழியர்கள் செய்யும் தவறுகளைக் கவனிக்காமலோ போனால்போகிறதென்றோ விட்டுவிட்டால் அது நாட்டுக்கே தீங்கு விளைவிக்கும்.

கடிதம் தேதி 07.12.1947

சில மாநிலங்களில் ராஷ்ட்ரிய ஸ்வயம்ஸேவக் ஸங்கம் (ஆர்.எஸ்.எஸ்) ஏற்பாடு செய்திருந்த மாபெரும் ஆர்ப்பாட்டங்களைப் பற்றிய செய்திகள் எனக்குக் கிடைத்துள்ளன. பெரும்பாலான இடங்களில் தடை உத்திரவுகளை மீறி இவை நடத்தப்பட்டுள்ளன. சில மாநில அரசுகள் இந்தச் சட்ட மீறலுக்கெதிராக ஒரு நடவடிக்கையும் எடுக்கவில்லை. நடவடிக்கைகள் எடுக்கும் உத்திகள், சுதந்தரத்தில் நான் தலையிட விரும்பவில்லையெனினும் இப்படி நீங்கள் செய்ததன் பின்விளைவுகள் மிகப் பெரியதாக இருக்குமென்று மட்டும் சுட்டிக்காட்ட விரும்புகிறேன்.

ஆர்.எஸ்.எஸ். ஒரு தனியார் ராணுவத்தைப்போலச் செயல்படுகிறதென்பதற்கும் நாஜிப் படையினரின் அமைப்பையும் செயல்பாடுகளையும் பின்பற்றுகிறதென்பதற்கும் நம்மிடம் நிறையவே சான்றுகள் உள்ளன. மனித உரிமைகளில் தலையிடுவதல்ல நமது கொள்கை. ஆனால் மனிதர்களுக்கு ஆயுதப் பயிற்சியளிப்பது அவற்றை எப்படி உபயோகிப்பதென்று சொல்லிக் கொடுப்பது போன்ற செயல்களை நாம் ஊக்குவிக்கக்கூடாது. அனைவருக்கும் தெரிந்தே ஆர்.எஸ்.எஸ். மத்திய மற்றும் மாநில அரசுகளுக்கெதிரானச் செயல்படுகிறது என்ற காரணத்தாலே அதற்கெதிராக நடவடிக்கையெடுக்கத் தேவையில்லை. சட்டங்களுக்குட்பட்ட அதன் பிரசாரங்களை நீங்கள் அனுமதிக்கலாம். ஆனால் அதன் செயல்பாடுகள் எல்லை மீறிப் போகின்றதால் மாநில அரசுகள் அதன் நடவடிக்கைகளை கவனமாகப் பார்த்துக்கொண்டிருக்கவேண்டும். தேவையெனத் தோன்றினால், அவற்றுக்கெதிராக நடவடிக்கை எடுக்கவேண்டும்.

நாஜி இயக்கம் ஜெர்மனியில் எப்படிக் காலுன்றியது என்பதைப்பற்றி எனக்கு ஓரளவுத் தெரியும். சொந்தமாகச் சிந்தித்துச் செயல்படும் திறமை குறைவாக இருந்து, வாழ்க்கையில் ஒரு பிடிப்புமில்லாமலிருந்த நடுத்தரக் கீழ்மட்ட மக்களை இந்த இயக்கம் தனது செயல்பாடுகளாலும் பலமான கட்டுப்பாடுகளாலும் தன்பக்கம் இழுத்துக்கொண்டது. நாஜிக் கட்சியின் கொள்கைகளும் செயல்திட்டங்களும் சாதாரண மக்களும்கூட புரிந்து கொள்ளும்படியாக இருந்தன. கடைசியில் அந்தக் கட்சியே ஜெர்மனியின் அழிவுக்கும் காரணமாக இருந்தது. இம்மாதிரியான செயல்களை இந்தியா விலும் அனுமதித்தால் அவற்றின் பின்விளைவுகள் மிக மோசமானதாக இருக்கும். இந்தியா நிச்சயமாக அதிலிருந்து தப்பிவிடும். ஆனால், அதனால் ஏற்படும் காயங்கள் எளிதில் ஆறாது.

கடிதம் 17.01.1948

நான் என்னுடைய முந்தைய கடிதத்தை எழுதிய பிறகு என்னென்ன நிகழ்ந் தனவோ, அவற்றையெல்லாம் தூக்கியடித்துவிட்டது காந்திஜியின் உண்ணா விரதம்.* இதற்குமுன் 1943ல் சிறையிலிருந்தபோது காந்திஜி ஒரு நீண்ட உண்ணாவிரதத்தை மேற்கொண்டிருந்தார். அதன் காரணத்தைத் தெரிந் திருந்தவர்கள் காந்திஜியை ஆதரித்தனர். சமீபத்தில் அவர் கல்கத்தாவில் மேற்கொண்ட உண்ணாவிரதத்தின் காரணமும் அனைவருக்கும் தெரிந் திருந்தது. ஆகவே பெரும்பாலான மக்கள் அதற்கும் தங்கள் ஆதரவை அளித் தனர். ஆனால் அவர் இப்போது மேற்கொண்டிருக்கும் உண்ணாவிரதத்தின் காரணத்தை மக்களால் அத்தனை எளிதாகப் புரிந்துகொள்ள முடியவில்லை. பார்க்கப்போனால், மக்களில் ஒருசிலர் குறிப்பாக அகதிகளில் பெரும்பாலா னோர் இதை ஆதரிக்கவில்லையென்பது மட்டுல்ல. அதனை எதிர்க்கவும் செய்கிறார்கள். இந்தக் காரணத்தாலே காந்திஜி மேற்கொண்டுள்ள உண்ணா விரதத்தின் முக்கியத்துவத்தையும் அவருடைய மனோதைரியத்தையும் நம்மால் புரிந்துகொள்ள முடியும்.

கிழக்கு பஞ்சாபிலும், தில்லியிலும் கடந்த பல மாதங்களாக நடந்த நிகழ்வு களின் பலனாக மக்கள் மனதளவில் பாதிக்கப்பட்டுள்ளனர் என்பது தெரியும். இவை அகதிகள் மட்டுமல்லாமல் பொதுமக்கள் மனதிலும் ஒரு விதக் கசப்பை, கோபத்தை, பழிக்குப் பழிவாங்கும் எண்ணத்தையும் உரு வாக்கியிருக்கிறது. இது புரிந்துகொள்ளக் கூடியதுதான். ஆனால் இது ஆபத் தானதும்கூட. இந்த வியாதியைப் போக்க நாங்களனைவரும் எங்களா லானதைச் செய்துள்ளோம். ஆனால் ஓரளவுக்குத்தான் வெற்றி பெற்றுள் ளோம். இதற்கு இரண்டு காரணங்களைச் சொல்லலாம். முதலாவது, அகதி களின் புனர்வாழ்வுப் பிரச்னையை நாம் முழுவதாகத் தீர்க்கவில்லை. இரண் டாவது, பாகிஸ்தானில் வசிக்கும் இந்து சிறுபான்மையினருக்கெதிராகத் தொடரும் விரோத மனப்பான்மையும், அவர்களுக்கெதிராக எடுக்கப்படும்

* தில்லியிலும், கிழக்குப் பஞ்சாபிலும் முஸ்லிம்கள் தொடர்ச்சியாக தாக்கப்பட்டதை எதிர்த்து காந்திஜி உண்ணாவிரதத்தைத் தொடங்கியிருந்தார்.

காட்டுமிராண்டித்தனமான நடவடிக்கைகளும். இவற்றின் விளைவாக, இந்தியாவிலுள்ள இந்துக்களில் ஒருசிலர் இந்திய முஸ்லிம்கள்பற்றிய காந்தி ஜியின் அணுகுமுறையைப் புரிந்துகொள்ளவில்லை அல்லது அது அவர் களுக்குப் பிடிக்கவில்லை. அது நாளடைவில் தங்களையே பாதிக்குமென்று அவர்கள் நினைக்கிறார்கள். ஆனால் தீர்க்கத்தரிசனமுள்ளவர்கள் காந்திஜியின் அணுகுமுறை தார்மிகமாகச் சரி என்பது மட்டுமல்ல, அது எளிதில் நடை முறைப்படுத்தக் கூடியதும்கூட என்பதைப் புரிந்துகொள்வார்கள். நாட்டின் நலனைப் பேணுபவர்களுக்கு இதுதான் சரியான வழி என்பது புரியவரும். இப்போது மட்டுமல்ல, எப்போதுமே. வேறு எந்த அணுகுமுறையைப் பின்பற்றினாலும், மக்களுக்கிடையே வேற்றுமையுணர்வு இன்னமும் தொடரும். நாட்டின் முன்னேற்றத்தையும் ஒருமைப்பாட்டையும் வளர்க்க நாம் எடுத்துள்ள முயற்சிகள் வெற்றியடையாது.

காந்திஜி இப்படிச் செய்ததற்கான காரண காரியங்களை ஆராய இது நேரமல்ல. அவற்றை யாரும் ஆராயவும்முடியாது. ஆனால் அவருடைய முக்கிய நோக்கம் பெரும்பான்மை மதத்தினர் ஒரு ஆத்ம பரிசோதனை நடத்தித் தங்களுக்குள்ளிருக்கும் வெறுப்பையும் பழிவாங்கும் எண்ணத்தை யும் துடைத்தெறியவேண்டும் என்பதுதான். சந்தர்ப்ப சூழ்நிலை சரியாக இல்லாத இந்த சமயத்தில்தான் அவர் தனது உண்ணாவிரதத்தை மேற்கொண் டிருக்கிறார். இது அவருடைய மனோ தைரியத்தைக் காட்டுகிறது. அவரால் தான் இப்படியெல்லாம் செய்யமுடியும். பாகிஸ்தானில் கடந்த சில நாட் களில் நிகழ்ந்த சில வருந்தத்தக்க சம்பவங்கள் காந்திஜியின் துயரத்தை அதிகரித்திருக்கின்றன. கராச்சியில் நடந்த கொலைகள், சூறையாடல்கள், மேற்குப் பஞ்சாபில் குஜராத்தில் முஸ்லீமல்லாத அகதிகள் பயணம் செய்த ரயில் வண்டிமீது ஆக்கிரமிப்பு ஆகியவை காந்திஜியின் மனவேதனையை அதிகரித்துவிட்டன. காந்திஜி எடுத்த உண்ணாவிரத முடிவு சரிதான் என்பதை இந்தச் சம்பவங்கள் நிரூபிக்கின்றன.

காந்திஜியின் உண்ணாவிரதம்பற்றிய உண்மை நிலையை உங்களால் முடிந்த அளவுக்கு உங்களுடைய மாநில மக்களுக்கு விளக்கிச்சொல்ல எல்லா நடவடிக்கைகளையும் எடுப்பீர்கள் என்பது எனக்குத் தெரியும். இப்படிச் செய்து காந்திஜி தனது உண்ணாவிரதத்தை நிறுத்த உதவும் சந்தர்ப்பத்தை நீங்கள் உருவாக்கவேண்டும். இந்த உண்ணாவிரதத்தின் காரணம் எவ்வளவு முக்கியமோ அத்தனை முக்கியம் அதன் விளைவாக உருவாகியுள்ள இன்றைய நிலைமையும். இதனை நாம் உடனே சரி செய்யாவிட்டால் வரலாறு நம்மை மன்னிக்கவே மன்னிக்காது.

கடிதம் தேதி 20.09.1953

என் மனதிலுள்ள ஒரு பயத்தை உங்களுடன் பங்கிட்டுக்கொள்ள விரும்பு கிறேன். இந்தியாவில் சிறுபான்மையினரின் நிலைமை மோசமாகிக் கொண்டிருக்கிறது. நமது அரசியல் சட்டத்தில் ஒரு குறையாடுமில்லை.

நமது சட்டங்களிலும் விதிமுறைகளிலும் நாம் ஒரு வேறுபாடும் காண்பிக்க வில்லை. இருப்பினும் நிலைமை இப்படி ஆனதற்கு காரணம் அரசின் செயல்பாடுகளோ அரசு அதிகாரிகளோதான். பெரும்பாலான சந்தர்ப்பங் களில் இந்த மாற்றங்கள் வேண்டுமென்றே செய்யப்படவில்லை. ஆனால் ஒருசில சந்தர்ப்பங்களில் அப்படியும் நடந்திருக்கிறது.

பொதுவாகவே அரசுப் பணியில் முஸ்லிம்களில் எண்ணிக்கை குறைந்து வருகிறது. ஒருசில இடங்களில் அது மிகக் குறைவாக இருக்கிறது. நாட்டின் பல உயர் பதவிகளில் சிறுபான்மையினர் பணிபுரிகின்றனரென்பது சரிதான். நமது தூதரகங்களிலும் அவர்கள் உயர் பதவிளிலிருக்கின்றனர். ஆனால் மத்திய அரசு தந்துள்ள விவரங்களிலிருந்து நிலைமை சிறுபான்மையினருக்கு அனுகூலமாக இல்லை என்பதைப்பற்றி வருந்துகிறேன். குறிப்பாக முஸ்லிம்கள், சில சமயங்களில் மற்றவர்களும்.

நமது ராணுவத்தில் முஸ்லிம்கள் இல்லையென்றே சொல்லலாம். தில்லியில் மத்திய அரசு அலுவலகங்களில் ஒருசில முஸ்லிம்களே உள்ளனர். மாநிலங் களில் நிலைமை சற்றே திருப்திகரமாக இருக்கலாம். இந்த நிலைமைச் சரிப் படுத்த ஒரு நடவடிக்கையும் எடுக்கப்படவில்லை என்பது கவலையளிக்கிறது. இதை இப்படியே விட்டுவிட்டால் நிலைமை இன்னும் மோசமாகிவிடும்.

அரசு நியமனங்களில் சாதிக்கு இடமில்லை. நானும் சாதிகளுக்குகெதிரான வன்தான். இந்தியாவில் அது பெரும் ஆபத்தை விளைவிக்கும். அதை எதிர்த்துப் போராடவேண்டும். அதே சமயம் இந்தியா போன்ற பரந்த நிலப் பரப்புள்ள, பற்பல சாதி, மத, இனங்களைச் சேர்ந்தவர்கள் வாழும் நாட்டில் அனைத்து பாகங்களில் வசிப்பவர்களுக்கும் அனைத்து சாதிகளைச் சேர்ந்தவர்களுக்கும் நாம் நல்லதையே செய்வோம் என்ற உறுதி கொடுக்கப் படவேண்டும். மக்களிடையே சமத்துவமில்லையென்றால் அல்லது சாதி களிடையே பாரபட்சம் காண்பித்தால் மக்களிடையே ஏற்றத்தாழ்வுகளும் அதிருப்தியும் ஏமாற்றமும் உருவாகும்.

முஸ்லிம்களைப்பற்றி நான் மேலே சொன்னதெல்லாமே கிறிஸ்துவர் களுக்கும் மற்றவர்களுக்கும் பொருந்தும். துரதிஷ்டவசமாக நம் நாட்டில் கிறிஸ்துவர்களிடையே ஒருவிதமான பயம் தோன்றியிருக்கிறது. இந்தியா வில் தங்களுடைய வருங்காலத்தைப்பற்றி அவர்கள் கவலைப்படுகிறார்கள். இந்தியா பற்பல மக்களைத் தன்னுள்ளேகொண்டிருக்கும் நாடென்பதை நாம் நினைவில்கொள்ளவேண்டும். இங்கு வெவ்வேறு மதத்தைச் சேர்ந்தவர்கள், வேறுபட்ட பழக்கவழக்கங்களைப் பின்பற்றுபவர்கள், வேறுபட்ட மொழியைப் பேசுபவர்கள், வெவ்வேறான வாழ்க்கை முறையைப் பின் பற்றுபவர்கள் ஆகிய அனைவரும் வாழ்கின்றனர். பெரும்பான்மை மதத் தினர் மற்றவர்கள்மேல் தங்களுடைய அதிகாரத்தைச் செலுத்த முயற்சித்தால் மக்களிடையே கலகம் மூளும். உண்மையாகவே ஒன்றுபட்ட இந்தியாவை உருவாக்குவது, அதாவது மக்களிடையே மனத்தளவிலும் ஒற்றுமை யுணர்வை வளர்ப்பதுதான் இப்போது நம்முன் உள்ள பிரச்னை.

தேசிய உணர்வென்பது ஒரு தனிமனிதனுக்கு முக்கிய அனுபவமாகும். குறிப்பாக ஒரு நாடு அந்நியர் ஆதிக்கத்திலிருந்தால் மேற்சொன்ன தேசிய உணர்வு அதன் குடிமக்களை ஒன்று சேர்க்கிறது. அவர்களுக்கு பலம் சேர்க்கிறது. ஆனால் சில சமயங்களில் இதற்கு நேர் எதிரான விளைவுகளும் ஏற்படலாம். ஐரோப்பாவில் நடந்ததுபோல அது மக்கள் மனதில் சர்வாதிகார மனப்பான்மையை வளர்க்கலாம். அப்போது அது மற்ற நாடுகள் மீதும், மக்கள் மீதும் ஆதிக்கம் செலுத்த விரும்பும். ஒவ்வொரு நாட்டு மக்களும் தாங்கள் தான் மற்றவர்களைவிடச் சிறந்தவர்கள் என்ற ஒரு மாயையைத் தங்களிடம் வளர்த்துக் கொள்கிறார்கள். அவர்கள் பலம் வாய்ந்தவர்களாக ஆகும்போது தங்களுடைய சொந்த எண்ணங்களையும் வாழும் முறைகளையும் மற்றவர்கள்மேல் திணிக்க முற்படுகிறார்கள். இப்படிச் செய்ய முயலும்போது அவர்கள் சில சமயம் எல்லை மீறிவிடுகிறார்கள். கால் தடுக்கிக் கீழே வீழ்கிறார்கள். ஜெர்மனி மற்றும் ஜப்பானில் அவர்களுடைய அளவு கடந்த தேசிய உணர்வுதான் அவற்றின் வீழ்ச்சிக்குக் காரணமாக இருந்தது.

ஆனால் இதைவிட ஆபத்தானது ஒரு நாட்டு மக்களுடைய குறுகிய மனப்பான்மை. அங்குள்ள பெரும்பான்மையினர் 'நானே ராஜா, நானே மந்திரி' என்று எண்ணிக்கொண்டு, சிறுபான்மையினரைத் தங்களுடைய கட்டுப்பாட்டில்கொண்டு வர முயல்கிறார்கள். இது இருவருக்குமிடையே உள்ள இடைவெளியை இன்னும் பெரிதாக்குகிறது. இந்தியாவில் நிலவும் சாதி முறை மற்றும் மனிதர்களுக்கிடையே காணப்படும் ஒற்றுமையின்மை காரணமாக நாம் கூடுதல் ஜாக்கிரதையாக இருக்கவேண்டும். இப்போது நாம் தனித்தனிக் குழுக்களாக வாழ்கிறோம். நாட்டின் ஒற்றுமையை மறந்து விடுகிறோம்.

மதச்சார்புள்ள நிறுவனங்கள் இந்தக் குறுகிய மனப்பான்மைக்கு உதாரணம். அவை தேசியம் என்ற போர்வையில் நாட்டில் உலவுகின்றன. ஒற்றுமையின் பேரில் நாட்டைப் பிரிக்கின்றன. அழிக்கின்றன. சமூகரீதியாகப் பார்த்தால் அவைதான் மிகமோசமாக நடந்து கொள்பவை. இவற்றை நாம் கண்டனம் செய்யலாம். ஆனால் வேறு பல நிறுவனங்களும் இப்படித்தான் நடந்து கொள்கின்றன. இந்தியா போன்ற பரப்பில் பெரிய நாட்டில் வாழும் மக்கள் மற்ற நாடுகளைப்பற்றி ஒன்றுமே தெரியாமலிருக்கிறார்கள். அதனாலேயே அவர்களுடைய மனதும் எண்ணங்களும் குறுகியதாகவே இருக்கின்றன. நாம் இந்த சக்திகளை எதிர்த்துப் போராடவேண்டும்.

திட்டங்கள் வகுத்தலும் பொருளாதாரக் கொள்கையும்

(நாட்டின் பொருளாதாரக் கொள்கையில் அரசுக்குத்தான் முதலிடம் கொடுக்கப்படவேண்டுமென்ற கருத்தைக்கொண்டிருந்தார் ஜவாஹர்லால்

நேரு. இது தனியார் துறையை வளரவிடாமல் தடுத்துவிட்டதென்ற காரணத்துக்காக நேருவைப் பலரும் விமர்சித்தனர். தனியார்த்துறையை அவர் வெறுத்திருக்கலாம். சோஷலிஸ்டு நாடுகள் பின்பற்றிய வழிமுறைகள் வெற்றிகரமாகச் செயல்பட்டன என்று சொல்லப்பட்டதை அவர் முழுவதாக நம்பியிருக்கலாம். ஆனால் இநத இரண்டுமே சரியல்ல. சுதந்தரத்துக்குப் பிறகு நாட்டின் பொருளாதாரத்தில் அரசு பெருமளவு முதலீடு செய்ய வேண்டுனெத் தனியார் கம்பெனிகளே கோரிக்கை விடுத்திருந்தன. எது எப்படியிருந்தாலும் நேருவின் பொருளாதாரக் கொள்கை அத்தனை எளிதாகப் புரிந்துக்கொள்ளக் கூடியதாக இல்லை. உதாரணமாக, திட்டமிடுதல் என்பது நாட்டின் பொருளாதார வளர்ச்சிக்கு உதவ மட்டுமல்ல, நாட்டில் காணப்பட்ட சாதி, மொழி மற்றும் மத அடிப்படையிலான வேற்றுமைகளைக் களைவதற்கும்கூட அவை பயன்படுமென நேரு நம்பினார். இந்த விஷயத்தைப்பற்றி நேரு மாநில முதல்வர்களுக்கெழுதிய கடிதங்களின் சுருக்கங்கள் கீழே தரப்படுகின்றன)

கடிதம் தேதி 22.12.1952

ஒப்பீட்டளவில் குறுகிய காலத்துக்கு மட்டுமே நடந்த இந்த நாடாளுமன்றக் கூட்டத்தொடர் சிறந்த முறையில் பணியாற்றியிருக்கிறது. பல முக்கியமான விஷயங்களைச் சர்ச்சை செய்திருக்கிறது. இதில் முக்கியமானது ஐந்தாண்டுத் திட்டத்தைப்பற்றிய சர்ச்சைதான். அதற்கு நாடாளுமன்றத்தின் ஒப்புதல் கொடுத்ததன் மூலம் அதற்கொரு அறுதியான வடிவம் கொடுத்துள்ளோம். இனி நாம் அதை நடைமுறைப்படுத்தவேண்டும். இந்தத் திட்டத்தைக் கடந்த இரண்டு ஆண்டுகளாகவே நாம் நடைமுறைப்படுத்தி வருகிறோம். இருப்பினும் நாம் இப்போது உருவாக்கியிருக்கும் அணுகுமுறையைக் கடைப்பிடிக்கவேண்டும். முன்பைவிடச் சிறந்த முறையில், அதிலேயே முழுக் கவனத்தையும் செலுத்தி ஒருங்கிணைந்த முறையில் அத்திட்டத்தை நடைமுறைப்படுத்தவேண்டும். இதற்குப் பொதுமக்களின் ஒத்துழைப்பு மிக அவசியம்.

இதில் மாநிலங்களுக்கு ஒரு விசேஷப் பொறுப்புண்டு. நமது அடுத்த பயணத்தைத் தொடங்கும் முன் நாம் ஓய்வெடுக்கமுடியாது. பொறுப்பான பதவிகளை வகிக்கும் நமக்கு ஓய்விடம் என்று ஒன்று இல்லவே இல்லை. ஏனெனில் இந்தியாவும் உலகமும் மாறிக்கொண்டிருக்கின்றன. சிறிது தாமதித்தாலும் நாம் பின்தள்ளப்படுவோம். ஆகவே நாம் முதலில் செய்ய வேண்டியது இதுதான். இந்த ஐந்தாண்டுத் திட்டத்தை மக்களிடையே கொண்டு செல்லவேண்டும். அதன் முக்கியமான பகுதிகளைப்பற்றியும் அதன் அடிப்படைக் கொள்கைகளைப்பற்றியும் மக்களிடம் பிரசாரம் செய்ய வேண்டும். திட்ட கமிஷன் வெளியிட்டுள்ள அறிக்கைகளில் நமக்குத் தேவையான விவரங்கள் உள்ளன. இந்தியாவைப் பொறுத்தவரையில் மக்களை நேரடியாகச் சந்தித்து, பொதுக்கூட்டங்கள் அல்லது கருத்தரங்கங்கள் மூலம் விவரங்களை விளக்குவதுதான் சிறந்த வழி. நாடாளுமன்றம் மற்றும் பெரும்

பாலான மாநிலச் சட்டமன்றங்களுடைய கூட்டங்கள் இப்போது நடை பெறவில்லையாதலால் அவற்றின் உறுப்பினர்கள் தத்தம் தொகுதிகளுக்குச் சென்று இத்திட்டத்தைப்பற்றி மக்களுக்கு எடுத்துச்சொல்லவேண்டும். துரதிருஷ்டவசமாக எதிர்க்கட்சிகள் இத்திட்டத்தைக் காரணமின்றி எதிர்த்து விமர்த்திருக்கிறார்கள். சில நேரங்களில் அவர்கள் சொல்லியிருக்கும் காரணங்கள் ஒன்றுக்கொன்று முரணாக உள்ளன. ஒரு சமயம் அரசு செய்தது போதாது என்று சொல்கிறார்கள். வேறொரு சமயம் நாங்கள் அதிவேகத்தில் செயல்படுகிறோம் என்று சொல்கிறார்கள். ஆகவே நமது ஐந்தாண்டுத் திட்டத்தை ஆதரிப்பவர்களின் பொறுப்பு அதிகமாகிவிட்டது.

மாநிலங்களிலும் மாவட்டங்களிலுமுள்ளவர்கள் இத்திட்டத்தினால் தங்களுடைய பிரதேசங்களுக்கு என்ன நன்மை கிடைக்கும், அதில் அவர் களுடைய பங்கு என்னவாக இருக்கும் என்பதைத் தெரிந்துகொள்ளத்தான் ஆர்வம் காட்டுவார்கள். திட்டத்தின் இந்த அம்சத்தை நாம் விளக்கிச் சொல்லவேண்டும். அதேநேரம் திட்டத்தின் அனைத்திந்திய அணுகுமுறை யையும் நாடு முழுவதுக்குமாகத் திட்டமிடுதலின் முக்கியத்துவத்தையும் மக்களுக்கு விளக்கவேண்டும். ஏனெனில் தேசிய ஒற்றுமையையும், மக் களின் ஒத்துழைப்பும்தான் இந்தத் திட்டத்தின் வெற்றிக்கு வழிவகுக்கும். இதைத்தான் நாம் மக்களிடம் எடுத்துச்சொல்லவேண்டும். இந்தியாவின் ஒவ் வொரு பிரதேசமும் மற்றவற்றுடன் எவ்வாறு இணைந்திருக்கின்றன என்பதையும் விளக்கவேண்டும். இதைச் செய்தால் நம் நாட்டில் காணப் படும் குறுகிய மனப்பான்மைமையையும் பிரிவினை உணர்வையும் நீக்க முடியும். இந்திய நாட்டின் ஒட்டுமொத்த ஒற்றுமையையும் ஒன்றொ டொன்று இணைந்துள்ள அதன் பன்முகச் செயல்பாடுகளையும் நாம் நினை வில்கொண்டால் நமது சாதி, மத, பிரதேச உணர்வுகளை நாம் கைவிட்டு விடுவோம். நாட்டைப் பிளக்கும் சக்திகளை முறியடிப்போம். இது அத்தனை தெளிவான செயலல்ல. ஆகவே இந்த சக்திகளை முழுவதாக அழிக்கும்வரை நமது போராட்டத்தைத் தொடரவேண்டும்.

இந்த ஐந்தாண்டுத் திட்டம் அனைத்து விஷயங்களைப்பற்றியும் பேசுகிறது. பற்பல சர்ச்சைகளுக்குப் பிறகு, இதைப்பற்றி ஆற அமர ஆலோசித்த பின்னரே இது தயாராக்கப்பட்டுள்ளது. ஏதோ ஒரு நொடியில், அவசர அவசர மாகத் தயாரிக்கப்படவில்லை. இது தீர்க்கத்தரிசனத்துடன் தயாரிக்கப்பட்டது. இது நமக்கு விடப்பட்ட ஒரு சவாலாகும். நாம் அதை எப்படிச் சமாளிக்கி றோம் என்பதைப் பொறுத்துத்தான் நம்மால் புதிய இந்தியாவை நிர்மாணிக்க முடியும். ஆகவே நாம் இந்தப் பணியை முழுமனதாக ஏற்றெடுத்து அதை முடித்தேயாகவேண்டுமெனத் தீர்மானிக்கவேண்டும்.

இதில் அரசுக்கு மட்டும் பங்கில்லை. மக்களுடைய ஒத்துழைப்பும் உற்சாக மும் தேவை என்பதை நாம் உணரவேண்டும். தாங்கள் ஒரு மாபெரும் செயலில் பங்கு கொள்கிறோம் என்று மக்கள் நினைக்கவேண்டும். நமது குறிக்கோளை நோக்கிச் செய்யும் பயணத்தில் தாங்களும் பயணிக்கிறோம்

என்ற உணர்வு அவர்களிடம் வளரவேண்டும். இந்தத் திட்டத்தைப் பொருளாதார நிபுணர்களும் புள்ளிவிவரக் கணக்கு நிபுணர்களும், மற்றவர்களும் சேர்ந்து தயாரித்திருக்கலாம். ஆனால் அதில் சொல்லப்பட்டுள்ள எண்களும் புள்ளிவிவரங்களும் மட்டுமே அதற்கு உயிரூட்டாது. மக்கள் கவனத்தைக் கவரும் வகையில் இத்திட்டத்தை உயிருள்ளதாக மாற்றியமைக்கவேண்டியது நமது கடமை.

கடிதம் தேதி: 03.03.1953

நாம் ஒரு மாபெரும் சாகசச் செயலில் ஈடுபட்டுள்ளோமென்பதை உலகின் மற்ற பகுதிகளில் உள்ளவர்கள் புரிந்துகொண்டுவிட்டார்கள். ஏழ்மை மற்றும் வேலையில்லாத் திண்டாட்டம் ஆகிய பெரும் பிரச்னைகளை அதுவும் இதுபோல் பிரமாண்டமான அளவிலான ஒன்றை ஜனநாயக முறையில் தீர்த்துக் கொள்ள முன்வந்திருக்கிறோம். இதுபோல் இதுவரை உலகில் யாரும் செய்ததில்லை. நாம் தீர்க்கவேண்டிய மாபெரும் பிரச்சினைகளும் நாம் படும் கஷ்டங்களும் நம்மை திகைக்கவைக்கின்றன. அதே சமயம் இம்மாதிரியான செயல்கள் நமக்குப் பலனளிக்கும்போது நாம் உற்சாகமடைகிறோம். அடுத்த ஐந்து முதல் பத்து வருடங்கள் நமக்கு முக்கியமானவையாக இருக்கும். இந்தக் காலயளவில் நாம் நிலைதடுமாறாமல் தொடர்ந்து முன்னேற்றப் பாதையில் சென்றால் நமது செயல்பாடுகளில் வெற்றி பெறுவோம். வருங்காலத்தைக்கண்டு பயப்பட தேவையில்லை. நமது செயல்பாடுகள் நாம் விரும்புமளவுக்கு வேகமாக முன்னேறவில்லையென்றாலும் நாடு நிலையாக, தொடர்ச்சியாக முன்னேறிக்கொண்டிருக்கிறது என்பதே நமது ஜனநாயகத்துக்குக் கிடைத்த வெற்றியாகும். சில சமயங்களில் நமது செயல்பாடுகள் நின்றுவிடலாம் அல்லது மெதுவாகப் போகலாம். வேறு சில சமயங்ளில், நமது சக்திக்கு மீறி, நாம் விரும்புவதைவிட நமது வேகத்தை அதிகரிக்கவும் முயலுவோம். இரண்டுக்குமிடையேயுள்ள பாதையைத் தேர்ந்தெடுப்பது கடினமான செயல்.

மக்கள் நலமே நமது லட்சியம். இதன் பொருள் அனைத்து மக்களுடைய நலம், சமூகத்தின் ஒரு சாராரின் நலம் மட்டுமல்ல; அதாவது அனைவருக்கும் பயனுள்ள முறையில் சம்பாதிக்க வழிசெய்யும் வேலை வாய்ப்புகளை ஏற்படுத்துவது, வருமானத்திலும் வாழும் முறையிலும் இன்று காணப்படும் ஏற்றத்தாழ்வுகளை நீக்குவது ஆகியவை. இந்த ஏற்றத்தாழ்வுகள் நமக்குப் பழகிப்போனவை. ஆனால் இங்கு வரும் வெளிநாட்டினர் இதைக் கண்டு வியப்படைகின்றனர். இவற்றைப் போக்குவதெப்படி? நமது நண்பர்களில் ஒருசிலர் அனைத்தையும் தேசியமயமாக்குவது அல்லது உயர்ந்த சம்பளங்களைக் குறைப்பது போன்ற வழிகளைப் பரிந்துரைக்கிறார்கள். இது உடனடியாக வேண்டிய பலன்களைத் தருமென்றும் அவர்கள் நினைக்கிறார்கள். ஒரு குறைந்த எண்ணிக்கையிலுள்ளவர்களைத் தவிர இந்தியாவில் சம்பளம் அத்தனை உயர்ந்த அளவில் இல்லை. முடிந்த இடங்களில் அவற்றைக் குறைக்கவேண்டும். ஆனால் இப்படிச் செய்து அனைவரையும் ஏழை

களாக்குவது முன்னேற்றமல்ல. நாம் முன்னேறவேண்டுமானால் சில அளவு கோல்களை நிச்சயித்து அவற்றைப் பின்பற்றவேண்டும். அதற்காக ஒருசிலர் பணக்காரர்களாகவும் மற்றவர்கள் ஏழைகளாகவும் இருக்கவேண்டுமென்று அர்த்தமில்லை. நிச்சயமாக நம்மில் ஒருசிலர் செய்வதுபோல அது ஆடம்பர மாக, படாடோபத்துடன் வாழ்க்கை நடத்துவதுமல்ல. தேசியமயமாக்கல் நாட்டின் செயல்திறனை எந்த அளவுக்கு அதிகரிக்கிறது, அது நமது திட்டம் தடையின்றிச் செயல்பட உதவுகிறதா என்று பார்க்கவேண்டும். தேசியமய மாக்கினால் மட்டும் செயல்திறன் அதிகரிக்காது. அது குறையவும் செய்யலாம். தேசியமயமாக்கல் என்றால் ஒரு தொழில் ஒருவர் கையிலிருந்து அரசின் கட்டுப் பாட்டில் வருகிறது. ஆனால் அதன் உற்பத்தித்திறனிலோ அது உற்பத்தி செய்ய உதவும் பொருட்களிலோ மாற்றமிருக்காது. இதற்குப் பதிலாக, பழைய நிறு வனங்களை அப்படியே விட்டுவிட்டு அரசு புதிய நிறுவனங்களைத் தொடங்கி பொருட்களை உற்பத்தி செய்யலாம். இதன் மூலம் உற்பத்தி பெருகும். பொதுத்துறை வளரும். நாளடைவில் அது முதலிடத்தைப் பிடிக்கும்.

இந்தியாவிலும் மற்ற இடங்களிலும் நிலவும் பிரச்னைகளை நடைமுறை களுக்கு ஒவ்வாத அணுகுமுறையாலோ பழைய காலக் கொள்கைகளை விடாமல் பிடித்துக்கொண்டிருந்தாலோ தீர்க்கமுடியாது. நம்மில் பலரும் சோஷலிச முறைகளையும் சோஷலிச லட்சியங்களையும் பின்பற்ற விரும்பு கிறோம். ஆனால், இந்த முறைகள் ஐரோப்பாவில் பத்தொன்பதாம் நூற்றாண் டில் பின்பற்றப்பட்ட முறைகளைப்போல இருக்கவேண்டுமென நாம் விரும்பினால் அவை இன்றைய இருபதாம் நூற்றாண்டு இந்தியாவுக்குப் பொருந்தாது. ஏனெனில் பொருளாதாரக் கொள்கைகள் பெருமளவில் மாறிவிட்டிருக்கின்றன.

கம்யூனிஸ்ட் நாடுகளில் சோஷலிசக் கொள்கைகள் முழுவீச்சில் பின்பற்றப்படு வதைப் பார்க்கிறோம். அங்கு சர்வாதிகார ஆட்சி நிலவுகிறது. ஜனநாயக அணுகுமுறை இல்லவே இல்லை. அதாவது எல்லாமே அரசுக் கட்டுப் பாட்டில் உள்ளது. நிர்வாகம் தனது அதிகாரத்தைத் துஷ்பிரயோகம் செய்கிறது. தனியார் சுதந்தரம் இல்லாமல் போய்விடுகிறது. இப்படியெல்லாம் செய்வதால் நாட்டின் பொருளாதாரத்தில் ஓரளவு நல்ல விளைவுகள் ஏற்படுகின்றன. ஆனால் இதற்கு நாம் கொடுக்கவுள்ள விலை மிக அதிகம். சற்றே வித்தியாசமான சோஷலிசத்தைப் பின்பற்ற விரும்பும் நாடுகளில் ஒரு 'கலப்புப் பொருளாதார'க் கொள்கை (Mixed Economy) பின்பற்றப்படுகிறது இந்தக் கலவை நாட்டுக்கு நாடு வேறுபடும். ஒரு ஜனநாயக ஆட்சியில் இம்மாதிரியான கலப்புப் பொருளாதாரத்தைத் தவிர்க்கமுடியாது. தனியார்துறை ஒரு முக்கியப்பங்கு வகிக்குமென்றாலும், அரசுத் துறை வளர்ந்து முதலிடத்தில் வரலாம். பெரிய தொழில்கள் எல்லாம் பொதுத்துறையில் தானிருக்கும். ஒரு திட்டமிட்ட பொருளாதாரத்தில் (Planned Economy) தனியார்த் துறை, தேசிய அளவில் சில நிபந்தனைகளுக்குட்பட்டுச் செயல்படவேண்டுமாதலால் அவை ஓரளவு அரசுக் கட்டுப்பாட்டுக்குள் வந்தேயாகவேண்டும். எந்தத் திட்டமிட்ட வளர்ச்சியிலும் இது இப்படித்தான் இருக்கவேண்டும்.

ஆனால், இங்கு ஒரு பிரச்னை எழுகிறது. தனியார்துறையின் அணுகு முறையும் நிலைமையைக் கணிக்கும்விதமும் வேறுபட்டிருக்கும். அதனை அளவுக்கு மீறிக் கட்டுப்படுத்தினால் அதனால் செயல்படமுடியாது. சமீபத்தில் ஒரு சில தொழிலதிபர்கள் என்னைச் சந்தித்து ஐந்தாண்டுத் திட்டம் வெற்றிபெற அவர்களும் ஒத்துழைக்கத் தயாரென்றும், ஆனால் அளவுக்கு மீறிய கட்டுப்பாடுகளிருப்பதால் அவர்களால் சரியாகச் செயல்பட முடியவில்லையென்றும், ஆகவே தனியார்த்துறையில் சரியாகச் செயல்படாத தொழில்களை அரசு முழுவதாக ஏற்றெடுப்பது நல்லதென்றும் கருத்துத் தெரிவித்தனர். அவர்கள் நிலைமையைச் சற்றே மிகைப்படுத்திப் பேசினாலும் அவர்கள் சொன்னதில் உண்மையிருக்கிறதென்றுதான் நினைக் கிறேன். அவர்கள் யோசனை கூறியபடியே ஏதேனும் ஒரு தொழிலை முழுவ தாகத் தேசியமயமாக்கினால் மீதமுள்ளவை தனியார்துறையில் நல்லமுறை யில் செயல்படும். நான் சொன்ன இந்த விஷயங்களைப்பற்றி நீங்கள் ஆழமாகச் சிந்திக்கவேண்டும்.

நமது தொழில்களை நடத்துவதற்கான மூலதனத்துக்காக நாம் நமது நாட்டையும் நமது மக்களையும்தான் சார்ந்திருக்கவேண்டும். வெளி நாட்டினரின் உதவியைப் பெற்றுக்கொள்வதில் தவறில்லை. ஆனால் ஓரளவுக்குமேல் அதனால் பெரிய பிரயோசனமில்லை. இந்த மூலதனம் ஒரே இடத்தில் இல்லாமல் பற்பல இடங்களில் சிதறிக் கிடக்கிறது. நமது சிறு சேமிப்புத் திட்டம் நமக்கு உதவலாம். ஆகவே அதை நாம் ஊக்குவிக்க வேண்டும். பெருமளவில் மூலதனம் கிடைக்க வேறு வழிகளையும் ஆராய வேண்டும். கிராமப்புறங்களில் பெருமளவில் வங்கிகளை ஆரம்பித்தால் அங்குள்ள விவசாயிகள் உள்ளூர் வட்டிக்கடைக்காரருக்குப் பதிலாக வங்கி களிடமிருந்தே கடன் பெற்றுக்கொள்ளலாம். ஒவ்வொரு வங்கியிலும் விவ சாயிகள் தங்கள் பணத்தை முதலீடு செய்வார்கள். சிறுதுளிப் பெருவெள்ளம் போல இந்த முதலீடுகள் பெரும்தொகையாக மாறும்.

ஆசியாவின் மறுபிறவி

(பதினேழு வருடங்கள் பிரதமராக இருந்த ஜவாஹர்லால் நேரு அதே காலகட்டத்தில் வெளியுறவுத்துறை அமைச்சராகவும் இருந்தார். 1947ம் ஆண்டில் இந்தியாவுக்கு எந்த நிமிடமும் சுதந்தரம் கிடைத்துவிடுமென் றிருந்த நிலையில் நேரு சுதந்தரமடைந்திருந்த மற்றும் காலனி ஆதிக்கத் திலிருந்த ஆசிய நாடுகளின் ஒரு மாநாட்டுக்கு ஏற்பாடு செய்தார். இருபத் தெட்டு நாடுகளிலிருந்து பிரதிநிதிகள் இந்த மாநாட்டுக்கு வந்தனர். தில்லி யில் புராணாகிலாவில் (பழைய கோட்டை) நடைபெற்ற இந்த மாநாட்டைத் தொடங்கிவைத்து உரையாற்றிய நேரு ஆசிய நாடுகளுக்கிடையே ஒற்றுமை வேண்டுமென வலியுறுத்தினார். அதேசமயம் அவை மேலை

நாடுகளுடனான உறைவும் தக்கவைத்துக்கொள்ளும் என்றும் கூறினார். ரவீந்திரநாத் தாகூரின் கருத்துகளைப் பின்பற்றியே நேரு தனது இந்தக் கருத்தை வெளியிட்டார். அந்த உரையிலிருந்து சில பகுதிகள்.

நண்பர்களே! சக ஆசியக் குடிமக்களே! நீங்கள் எதற்காக இங்கு வந்திருக் கிறீர்கள்? இந்த ஆசியக்கண்டத்தின் பல மூலைகளிலிருந்து நீங்கள் எதற்காக இந்தப் புராதன தில்லி நகருக்கு வந்திருக்கிறீர்கள்? இந்த மாநாட்டுக்காக நாங்கள் அனுப்பிய அழைப்பை ஏற்றுக்கொண்டு நீங்கள் இங்கு வந்திருக் கிறீர்கள். ஆனால் அந்த அழைப்பிதழ் மட்டுமல்ல, உங்களுடைய ஆழ்மனதி லுள்ள உணர்வும்தான் உங்களை இங்கு வரச செய்திருக்கிறது.

ஒரு யுகம் முடிந்து வரலாற்றின் ஒரு புதிய அத்தியாயம் தொடங்கும் கட்டத்தில் நாம் இருக்கிறோம். கடந்தகால மனித வரலாறு மற்றும் செயல்பாடுகள், இனிமேல் வரவுள்ள வரலாறு மற்றும் செயல்பாடுகள் ஆகிய இரண்டுக்குமிடையே உள்ள இந்த முக்கிய காலகட்டத்தில் வாழும் நாம் நமது கடந்தகாலத்தைப்பற்றி ஆராய்வோம்.

நம் கண் முன்னே உருவாகிக்கொண்டிருக்கும் வருங்காலத்தை எதிர்கொண்ட ழைப்போம். பல ஆண்டுகளாக ஆசியக் கண்டம் ஒன்றும் செய்யாமல் மௌனமாக இருந்தது. இப்போது திடீரென உலக அரங்கில் அதற்கொரு முக்கியத்துவம் கிடைத்துள்ளது. கடந்த ஆயிரமாண்டு வரலாற்றை ஆராய்ந் தால் ஆசியாவும் அதனுடன் கலாசாரரீதியாக நெருக்கமாகவிருந்த எகிப்தும் மனித குலத்தின் வளர்ச்சியில் பெரும்பங்கு வகித்திருக்கின்றன. இங்குதான் நாகரிகம் தொடங்கியது. மனிதன் முடிவேயில்லாத தனது வாழ்க்கைப் பயணத்தை இங்குதான் தொடங்கினான். இங்குதான் மனிதமனம் உண்மையைத் தேடி ஓய்வின்றி அலைந்தது. உலகுக்கே ஒளிதந்த கலங்கரை விளக்கைப்போல மனிதனின் ஆத்மா பளிச்சென எரிந்தது.

பற்பலக் கலாசாரங்களுக்கு வடிவம் கொடுத்து முன் வரிசையிலிருந்த ஆசியாக் கண்டம் நாளடைவில் தேக்க நிலையை அடைந்தது. மற்றக் கண்டங் களும் அங்குள்ள மனிதர்களும் முன்னுக்கு வந்தனர். அவர்கள் உலகில் பல இடங்களுக்குப் பரவிப் பெரும்பான்மையான இடங்களைப் பிடித்திருந் தனர். ஐரோப்பிய நாடுகள் போட்டி போட்டுக்கொண்டு நமது மாபெரும் கண்டத்தை ஆக்கிரமித்தன. மனித குலத்தின் வரலாறு, முன்னேற்றம் ஆகிய வற்றில் ஐரோப்பா முக்கிய இடத்தைப் பிடித்தது.

இப்போது நிலைமை மாறிவருகிறது. ஆசியா மீண்டும் உயிர்தெழுகிறது. பெரும் மாற்றங்கள் நிகழ்ந்துகொண்டிருக்கும் காலகட்டத்தில் நாம் வாழ் கிறோம். மற்றக் கண்டங்களுக்குச் சமமாக ஆசியாவுக்குத் தனியிடம் கிடைக்கும்போது வரலாற்றில் அடுத்த கட்டம் தொடங்கும்.

இப்படிப்பட்ட மகத்தான சமயத்தில்தான் நாம் இங்கு கூடியிருக்கிறோம். மற்ற ஆசிய நாடுகளிலிருந்து வந்துள்ள சகப் பிரதிநிதிகளை வரவேற்பதில் இந்தியர்கள் பெருமையும் மகிழ்ச்சியும் அடைகின்றனர். இன்றைய மற்றும்

வருங்கால நிலையைப்பற்றி நாம் ஒன்றாக இருந்து சர்ச்சை செய்வோம். நாம் அனைவரது முன்னேற்றத்துக்கும் நல்வாழ்வுக்கும் நட்புறவுக்கும் வழிவகுப் போம்.

சீனாவிலிருந்து வந்த பிரதிநிதிகளை வரவற்கிறோம். ஆசியக் கண்டம் உங்களுக்கு மிகவும் கடமைப்பட்டிருக்கிறது. உங்களிடம் நாங்கள் நிறைய எதிர்பார்க்கிறோம். எகிப்திலிருந்தும் அரபு நாடுகளிலிருந்தும் வந்திருக்கும் பிரதிநிதிகளை வரவேற்கிறோம். உங்களுடைய கலாசாரம் பல இடங் களுக்குப் பரவியுள்ளது. இந்தியா மீதும் அது தன் தாக்கத்தைச் செலுத்தி யுள்ளது. ஈரானுடனான இந்தியாவின் தொடர்பு வரலாற்றுக் காலத்துக்கு முன்பிலிருந்தே தொடங்கிவிட்டது. இந்தோனேஷியா மற்றும் இந்தோ-சீனா நாடுகளுடைய வரலாறு இந்தியக் கலாசாரத்துடன் பின்னிப் பிணைந்திருக் கிறது. அங்கே சுதந்தரப் போராட்டம் இன்னமும் தொடர்கிறது. சுதந்தரம் நமக்கு எளிதில் கிடைத்துவிடாது. அதற்காக நாம் போராடவேண்டும் என்பதை இந்த நாடுகள் நமக்கு நினைவுறுத்துகின்றன. துருக்கியின் மாபெரும் தலைவர் அதற்குப் புத்துணர்வு அளித்திருக்கிறார். கொரியா, மங்கோலியா, ஸயாம், மலேயா, பிலிப்பைன்ஸ், வெகுவாக முன்னேறியி ருக்கும் ஆசியக் கண்டத்திலுள்ள சோவியத் குடியரசுகள் போன்ற உங்களிட மிருந்து நாங்கள் நிறையக் கற்றுக்கொள்ளவேண்டியிருக்கிறது. எங்களுடைய அண்டை நாடுகளான ஆஃப்கானிஸ்தான், திபெத், நேபாளம், பூடான், இலங்கை... உங்களுடன் நெருங்கிய நட்புறவுகொள்ள விரும்புகிறோம். ஆஸ்திரேலியா மற்றும் நியூசிலாந்திலிருந்து வந்துள்ள பார்வையாளர்களே! நாம் பொதுவான சில பிரச்னைகளை நேரிடுகிறோம். குறிப்பாக, பசிஃபிக் மற்றும் ஆசியாவின் தென்கிழக்குப் பிரதேசங்களில், இவற்றைத் தீர்ப்பதற் கான வழிகளைக் கண்டறிய நாம் பரஸ்பரம் ஒத்துழைக்கவேண்டும்.

நாம் இன்று இங்கு கூடியிருக்கும் வேளையில் ஆசியாவின் நீண்ட கடந்த காலம் நம் கண்முன் எழுகிறது. சமீப காலத்தில் நாம் அனுபவித்த கஷ்டங்கள் மறைந்துபோகின்றன. ஆயிரக்கணக்கான மலரும் நினைவுகள் நம் மனதில் எழுகின்றன. ஆனால் அந்தக் கடந்தகாலத்தைப்பற்றியோ, கடந்தகால பெருமை, வெற்றி, தோல்வி ஆகியவற்றைப்பற்றியோ, நம்மை துக்கத்தில் ஆழ்த்திய, இப்போதும் நம்மைப் பயமுறுத்திக்கொண்டிருக்கும் சமீபகால நிகழ்ச்சிகளைப்பற்றியோ நாம் பேசப்போவதில்லை. கடந்த இருநூறு ஆண்டுகளில் மேலை நாடுகளின் ஆதிக்கம் வளர்ந்துவிட்டிருக்கிறது. பல ஆசிய நாடுகள் அவர்களுக்கிடையே அடிமைகளாகிவிட்டன. இதே கால கட்டத்தில் எத்தனையோ சம்பவங்கள் நிகழ்ந்துள்ளன. ஐரோப்பிய ஆதிக் கத்தின் பலனாக ஆசிய நாடுகளுக்கிடையேயிருந்த தொடர்பு அறுபட்டது. ஆசியாவின், வடமேற்கு, வடகிழக்கு, தென்கிழக்கு ஆகிய பிரதேசங்களில் உள்ள அயல்நாடுகளுடன் இந்தியாவுக்கு எப்போதுமே நெருங்கிய தொடர்பிருந்தது. ஆனால், பிரிட்டிஷ் ஆட்சி வந்த பிறகு இந்தத் தொடர்புகள் விட்டுப்போயின. மற்ற ஆசிய நாடுகளிலிருந்து நம் நாடு தனித்தானது. முன்பிருந்த தரைமார்க்கப் பாதைகள் அடைப்பட்டுப் போயின. நாம்

இங்கிலாந்தையே சார்ந்திருக்கவேண்டியதாயிற்று. மற்ற ஆசிய நாடுகளிலும் இதே நிலைமைதான் காணப்பட்டது. அவர்களுடைய பொருளாதாரம் ஐரோப்பியப் பொருளாதாரத்துடன் இணைக்கப்பட்டது. கலாசாரரீதியாகவும் இந்த ஆசிய நாடுகள் தங்களுடைய நண்பர்களையும், அண்டை நாடு களையும் விட்டுவிட்டு ஐரோப்பிய நாடுகளை அண்டி வாழத் தொடங்கின.

இன்று அரசியல் மற்றும் வேறு பல காரணங்களுக்காக நாம் மீண்டும் ஒன்று சேர்கிறோம். பழைய கால ஆதிக்க மனப்பான்மை மறைந்துகொண் டிருக்கிறது. தரை வழிகள் மீண்டும் திறக்கப்பட்டுவிட்டன. வான்வழிப் பயணங்கள் காரணமாக நம்மிடையேயான தொடர்பு மேலும் நெருக்க மடைந்திருக்கிறது. நீண்டகால ஐரோப்பிய ஆதிக்கம் காரணமாகத் தனிமைப் படுத்தப்பட்டிருந்த ஆசியாக் கண்டத்தின் ஆழ்மன உணர்வும் ஆத்மாவும் தங்களை வெளிப்படுத்திக்கொள்வதற்கு இந்த மாநாடு உதவுகிறது. அந்த ஆதிக்கம் முழுவதாக மறைந்து விடும்போது நம்மைச் சிறைப்படுத் தியிருக்கும் சுவர்கள் இடிந்து விழும். நாம் மீண்டும் ஒருவரையொருவர் பார்க்கிறோம். பல நாட்களாகப் பிரிந்திருந்து இப்போது ஒன்றுசேர்ந்த நண்பர் களைப்போலச் சந்திருக்கிறோம்.

இந்த மாநாட்டில் தலைவர்களோ தொண்டர்களோ இல்லை. ஆசிய நாடு களனைத்தும் ஒருவர்க்கொருவர் சமம். நாம் நிறைவேற்றவேண்டிய கடமை களும் ஆற்றவேண்டிய செயல்களும் ஒன்றேதான். ஆசிய வளர்ச்சியின் இந்தக் கட்டத்தில் இந்தியா தன் பங்கை நிறைவேற்றப்போகிறதென்பது மகிழ்ச்சிக்குரிய விஷயம். இந்தியாவும் விரைவிலேயே சுதந்தர நாடாகப் போகிறது. அது ஆசியக் கண்டத்தின் மையப்புள்ளியாகத் திகழும். பூகோளரீ தியாகவும் வடக்கு, கிழக்கு, மேற்கு மற்றும் தென்கிழக்கு ஆசிய நாடுகள் அனைத்தும் ஒன்று சேருமிடமாக இந்தியா இருக்கிறது. இதன் காரண மாகவே மற்ற நாடுகளுடனான இந்தியாவின் தொடர்பு அதன் வரலற்றின் ஒரு பாகமாகிவிட்டது. ஆசியாவின் மற்ற இடங்களிலிருந்து இந்தியாவுக்கு வந்த வெவ்வேறு கலாசாரங்கள் இந்தியக் கலாசாரத்துடன் ஐக்கியமாகி விட்டன. இதன்விளைவாக இன்றைய இந்தியக் கலாசாரம் வண்ணமயமான கலவையாகக் காட்சியளிக்கிறது. இதைப்போல இந்தியக் கலாசாரமும் ஆசியாவில் வெகுதூரம் பரவிச் சென்றிருக்கிறது. உங்களுக்கு இந்தியாவைப் பற்றித் தெரியவேண்டுமானால் நீங்கள் ஆஃப்கனிஸ்தானுக்கும் மேற்காசிய, மத்திய ஆசிய நாடுகளுக்கும் சீனாவுக்கும், ஜப்பானுக்கும் தெற்காசிய நாடு களுக்கும் செல்லவேண்டும். இந்தியக் கலாசாரம், அங்கெல்லாம் பல்லாயி ரக்கணக்கான மக்கள் மனதில் ஆழ்ப்பதிந்து விட்டிருக்கிறது.

மிகப்பழைய காலத்திலேயே ஈரானின் கலாசாரமும் இந்தியாவுக்குப் பரவியது. இதன்பிறகு இந்தியாவுக்கும் கீழை நாடுகளுக்கும் குறிப்பாக சீனாவுக்கும் இடையே நெருங்கியக் கலாசாரத் தொடர்பு தொடங்கியது. பிற்காலங்களில் தென்கிழக்கு ஆசியாவில் இந்தியக் கலைகளும் கலாசாரமும் ஒளிவிட்டுப் பிரகாசிக்கத் தொடங்கின. அரேபியாவிலிருந்து தொடங்கிய

கலாசாரம் ஈரான் நாட்டின் கலாசாரத்துடன் இணைந்து இந்தியாவுக்கு வந்தது. இப்படி இங்கு வந்த கலாசாரங்கள் நம்மீது தாக்கம் செலுத்தின என்றாலும் இவற்றால் இந்தியாவின் கலாசாரத்தை அழிக்கவோ அதன் முக்கியத்து வத்தைக் குறைக்கவோ முடியவில்லை. மாறாக அது அந்தக் கலாசாரங்களைத் தனதாக்கிக் கொண்டது.

அதேசமயம் நம்மிடையேயும் மாற்றங்கள் ஏற்பட்டன. நாம் அனைவருமே இந்தப் பல்வேறு கலாசாரங்களின் வாரிசுகள்தான். ஒரு இந்தியன் ஆசியாவில் எங்கு சென்றாலும்தான் சொந்த நாட்டிலிருப்பதுபோலவும், தனது உறவு வினர்களைச் சந்திப்பதுபோலவும்தான் உணர்கிறான்.

நான் கடந்த காலத்தைப்பற்றியல்லாமல் நிகழ்காலத்தைப்பற்றித்தான் பேசவிரும்புகிறேன். நமது பழைய கால வரலாறு, தொடர்புகள், உறவுகள் ஆகியவற்றைப்பற்றியல்ல. மாறாக வருங்காலத்துக்கான உறவுகளை எப்படி ஸ்தாபித்துக்கொள்ளலாம் என்பதைப்பற்றிப் பேசத்தான் இந்த மாநாடு கூட்டப்பட்டிருக்கிறது. இந்த மாநாடு வேறு எந்த கண்டத்துக்கோ நாட்டுக்கோ எதிரானதல்ல. அவற்றைத் தாக்கிப் பேசுவதற்காகவும் இது கூட்டப்படவில்லை என்பதைச் சொல்லிக்கொள்ள விரும்புகிறேன். இந்த மாநாடு பற்றிய செய்திகள் வெளியானதுமே ஐரோப்பாவிலும் அமெரிக் காவிலும் இருந்து சிலர் சந்தேகக்கண்ணோடு பார்க்கத் தொடங்கியிருக் கிறார்கள். அமெரிக்காவுக்கும் ஐரோப்பாவுக்கும் எதிராக ஆசியா தழுவிய இயக்கமாக இதைப் பார்க்கிறார்கள். நாங்கள் யாருக்கெதிராகவும் எதுவும் செய்யப்போவதில்லை. உலக அமைதியும், முன்னேற்றமும்தான் எங்கள் குறிக்கோள். பல ஆண்டுகளாக ஆசியர்களாகிய நாம் மேலைநாடுகளுக்கு முன் கையேந்தி நிற்கிறோம். இனிமேலும் அந்த நிலைமை தொடரக்கூடாது. நாங்கள் எங்கள் சொந்தக் கால்களிலேயே நிற்க விரும்புகிறோம். எங்களுடன் ஒத்துழைக்கத் தயாராக இருப்பவர்களுடன் நாங்கள் ஒத்துழைப்போம். யாருடைய கைப்பாவையாகவுமிருக்க நாங்கள் விரும்பவில்லை. பதற்றம் நிலவும் இன்றைய உலகில் ஆசியா முக்கிய பங்கு வகிக்கவேண்டும். ஆசிய நாடுகளை இனியும் யாரும் தமது கையாளாக நடத்தக்கூடாது. அவற்றுக் கென்று தனியான கொள்கைகள் உள்ளன. ஐரோப்பாவும் அமெரிக்காவும் மனித குலத்தின் முன்னேற்றத்துக்காக நிறையச் செய்திருக்கிறார்கள். அதற் காக நாங்கள் அவர்களைப் பாராட்டுகிறோம். மதிக்கிறோம். அதேசமயம் மேலைநாடுகள் நம்மை எண்ணிலடங்காத போர்களிலும், உள்ளூர் தகராறு களிலும் இழுத்துவிட்டுவிட்டன. இப்போதும்கூட, பயங்கரமான இரண்டாம் உலகப் போர் முடிவுக்கு வந்தாலும், இந்த அணுயுகத்தில் மீண்டும் போர் மூளலாமென்று சொல்லப்படுகிறது. ஆகவே நாம் அமைதி காக்கப் பெரிதும் பாடுபடவேண்டும். உலக அளவில் ஆசியா தன் பங்கைச் சரிவர நிறைவேற்றவில்லையெனில் அமைதி ஏற்பட வாய்ப்பில்லை.

இப்போது பல நாடுகளுக்கிடையே வேறுபாடுகள் உருவாகியிருக்கின்றன. ஆசியாவிலுள்ள நாமும் பல கஷ்டங்களை அனுபவிக்கிறோம். இருப்பினும்

ஒட்டுமொத்தமாகப் பார்த்தால் ஆசியா அமைதிக்காகப் போராடுகிறது. ஆகவே உலகளவில் அமைதியை நிலைநிறுத்துவதில் ஆசியா பெரும் பங்குவகிக்கும்.

ஒரு நாடு மட்டும் சுதந்தரமாக இருந்தால் போதாது. அனைத்து மக்களுக்கும் சுதந்தரம், பாதுகாப்பு, முன்னேறும் சந்தர்ப்பங்கள் ஆகியன இருந்தால்தான் அமைதியை ஸ்தாபிக்க முடியும். இந்த அமைதியையும் சுதந்தரத்தையும் நாம் பொருளாதார, அரசியல் கண்ணோட்டங்களில் பார்க்கவேண்டும். ஆசிய நாடுகள் மிகப் பின்தங்கியிருக்கின்றன என்பதையும் அவற்றின் வாழ்க்கைத் தரம் மிகவும் தாழ்ந்த நிலையிலிருக்கிறதென்பதையும் நாம் நினைவில்கொள்ளவேண்டும். நமது பொருளாதாரப் பிரச்னைகளை உடனடியாகத் தீர்க்கவேண்டும். இல்லையேல் நாடு பேரழிவைச் சந்திக்கும். ஆகவே நம் நாடுகளிலுள்ள சாதாரண மனிதனின் நிலைமையை மனத்தில் கொண்டு அவனை அழுத்திக்கொண்டிருக்கும் அரசியல், சமூக, பொருளாதார பிரச்னைகளிலிருந்து அவனைக் காப்பாற்றவேண்டும். அவனது வளர்ச்சிக்கு வழிவகுக்கவேண்டும்.

இன்றைய நிலையில் 'ஒரே உலகம்' (One World) உலகக் கூட்டமைப்பு' ஆகிய லட்சியங்களை அமைவது மிக அவசியம். ஆனால் அவற்றை அடையும் வழியில் ஏராளமான ஆபத்துக்களும் தடைகளும் உள்ளன. மேற் சொன்ன லட்சியங்களை அடையத்தான் நாம் பாடுபடவேண்டுமே தவிர சிறிய அளவிலுள்ள கூட்டமைப்புகளையல்ல. அதனால்தான் புதிதாக ஸ்தாபிக்கப்பட்டுள்ள ஐ.நா.சபையை நாம் ஆதரிக்கிறோம். 'ஒரே உலகம்' என்ற லட்சியத்தை அடையும் பொருட்டு ஆசிய நாடுகள் ஒன்றொடொன்று ஒத்துழைக்கவேண்டுமெனவும் நினைக்கிறோம்.

இப்படி ஒன்று சேர்வதற்கான முயற்சிகளில் ஒன்றுதான் இந்த மாநாடு. இது எதைச் சாதித்தாலும், இல்லையென்றாலும் இப்படிப்பட்ட மாநாடு நடப்பதே சரித்திரரீதியாக முக்கியத்துவம் வாய்ந்ததுதான். மனித வரலாற்றில் இது ஒரு முக்கியமான கட்டம். ஏனெனில், இப்படிப்பட்ட மாநாடு இதற்கு முன்பு வேறு ஓரிடத்திலும் நடத்தப்பட்டதில்லை. ஆகவே இந்த மாநாட்டை நடத்துவதே ஒரு சாதனைதான். இது இன்னும் முக்கியமான விஷயங்களுக்கு வழிவகுக்குமென்பதில் சந்தேகமில்லை. இன்றைய உலக வரலாறு எழுதப்படும்போது இந்த மாநாடு ஆசியாவின் கடந்த காலத்துக்கும் வருங்காலத்துக்குமிடையே ஒரு மாபெரும் அடையாளச் சின்னமாக (Landmark) வர்ணிக்கப்படும். வரலாறு படைக்கும் இந்த நிகழ்வில் பங்கெடுக்கும் நாமும் அந்த வரலாற்றின் பாகமாகவே மாறிவிடுவோம்.

நாம் விரும்புவது குறுகிய தேசிய உணர்வல்ல. ஒவ்வொரு நாட்டுக்கும் தேசிய உணர்வு அவசியம்தான். அதனை நாம் மக்களிடையே வளர்க்கவும் வேண்டும். ஆனால் அத்தகைய தேசிய உணர்வு அளவுக்குமீறி வளர்ந்து

உலகின் ஒட்டுமொத்த முன்னேற்றத்துக்குத் தடையாக நிற்க அனுமதிக்கக் கூடாது. ஐரோப்பாவிலும் அமெரிக்காவிலும் உள்ளவர்களுடனும் ஆஃப்ரிக் காவிலும் இன்னல்கள் அனுபவிக்கும் நமது சகோதரர்களுடனும் நண்பர் களாகவே இருக்க விரும்புகிறோம்.

ஆஃப்ரிக்க மக்களுக்கு நாம் நிறைவேற்றவேண்டிய பெரும் பொறுப்பு ஒன்றுண்டு. மனிதக் குடும்பத்தில் அவர்களுக்குரிய இடம் கிடைக்க நாம் உதவவேண்டும். சுதந்தரம்வேண்டுமென்று நாம் சொல்லும்போது ஒன்றி ரண்டு குறிப்பிட்ட நாடுகளையோ மக்கள் கூட்டத்தையோ மட்டும் நான் குறிப்பிடவில்லை. முழு மனித வர்க்கத்துக்கும் அந்தச் சுதந்தரம் வேண்டும் அவர்களுடைய வாழ்க்கையில் முன்னேற அந்தச் சுதந்தரம் அவர்களுக்கு உதவவேண்டும்.

ஆசியாவின் சுதந்தரச் சிற்பிகளான சன்யாட்ஸென், ஸக்லுல் பாஷா, அதாதுர்க் கமால் பாஷா ஆகியோரையும் மற்றும் பலரையும் நாம் இன்று நன்றியுடன் நினைவுகூர்கிறோம். அதைப்போலவே தனது உழைப்பினாலும் தூண்டுத லினாலும் இந்தியாவுக்குச்சுதந்தரம் வாங்கிக்கொடுத்த அந்த மாபெரும் மனிதர் மகாத்மாகாந்தியையும் நாம் நினைவு கூர்கிறோம். அவர் இன்று இங்கு வராதது நமக்கு ஏமாற்றமளிக்கிறது. ஆனால் நமது முயற்சிகள் முடியும்முன் அவர் இங்கு வருவாரென நம்புகிறேன். அவர் இப்போது மக்கள் சேவையில் மூழ்கியிருக்கிறார். இப்படியான ஒரு மாநாடுகூட அவருடைய சேவையில் இருந்து அவரை வெளியே வரவைக்கமுடியவில்லை.

ஆசியாக் கண்டம் முழுவதிலும் நாம் மிகக் கஷ்டமான நாட்களைக் கடந்து போய்க்கொண்டிருக்கிறோம். இந்தியாவிலும் இதேபோன்ற நிலைமையை நீங்கள் காணலாம். ஆனால் நாம் தைரியத்தை இழக்கக்கூடாது. ஒரு மாற்றம் நடந்துகொண்டிருக்கும்போது, இதெல்லாம் இயற்கைத்தான். ஆசியா மக்களிடம் சக்தி வாய்ந்த, ஆக்கபூர்வமான மனப்பாங்கும் புத்துணர்வும் உருவாகியுள்ளன. மக்கள் விழித்துக்கொண்டுவிட்டார்கள். தங்களுடைய உரிமைகளை அவர்கள் கேட்கிறார்கள். ஆசியா முழுவதிலும் சுதந்தரக்காற்று பலமாக வீசிக்கொண்டிருக்கிறது. நாம் கட்டுப்படுத்துவதற்குப் பதிலாக அதை வரவேற்போம். ஏனெனில் அதன் உதவியுடன்தான் நாம் கனவு காணும் புதிய ஆசியாவை உருவாக்க முடியும்.

உலக அரங்கில் இந்தியா

(ஆகஸ்ட் 1947-ல் டொமினியன் அந்தஸ்து பெற்ற இந்தியா) 1950 ஜனவரியில் குடியரசு நாடானது. ஜவாஹர்லால் நேரு அதன் பிரதமராகவும், வெளி நாட்டுறவு அமைச்சராகவும் பணியாற்றினார். 1950ம் ஆண்டு டிசம்பர் 7ம் தேதி நேரு நாடாளுமன்றத்தில் ஆற்றிய உரையின் சுருக்கம் கீழே தரப்படுகிறது. அச்சமயம் அவர் சோவியத் யூனியனைவிட

அமெரிக்காவுடன் நெருக்கமாக இருந்தார். இதற்கு ஒரு காரணம். 1948 மார்ச்சில் இந்திய கம்யூனிஸ்ட் கட்சி இந்திய அரசுக்கெதிராக ஆயுதமேந்திய போராட்டத்தைத் தொடங்கியிருந்ததுதான். பிற்காலங்களில் இந்த நிலைமை மாறியது. தலைமறைவாக இருந்த கம்யூனிஸ்டுகள் வெளியே வந்தனர். இந்திய முதலாளித்துவ ஜனநாயக (Bourgeois Democracy) அரசுடன் சமரசம் செய்துகொண்டனர். அமெரிக்கர்கள் பாகிஸ்தானுடனான தங்கள் உறவை வலுப்படுத்திக்கொண்டனர்).

கடந்த ஐந்தாறு ஆண்டுகளில் வெளிநாடுகளுடனான நமது உறவுகள் எப்படி யிருக்கின்றன என்பதை ஆராய்ந்து பார்க்கும்படி நாடாளுமன்ற உறுப்பினர் களைக் கேட்டுக் கொள்கிறேன். நாம் எத்தனை முயற்சி செய்தும் உலக மக்களி டையே நல்லுறவு ஸ்தாபிக்கப்படவில்லை. இதில் வியப்புக்குரிய விஷயம் என்னவென்றால் இதிலிருந்து நாம் ஒரு பாடமும் படிக்கவில்லை என்பது தான். முன்பு செய்த தவறுகளையே மீண்டும் செய்கிறோம். இது ஒரு அசாதா ரணமான நிலைமை. இரண்டு உலகப் போர்களிலிருந்து நாம் கற்கவேண்டிய பாடங்கள் நம் கண்முன் தெளிவாகத் தெரிகின்றன. நாம்தான் அவற்றைப் பார்க்க மறுக்கிறோம்.

இன்றைய நிலைமைக்குக் காரணம் ஒரு குறிப்பிட்ட நாடோ பல நாடுகளோ செய்த தவறாக இருக்கலாம். அது ரஷ்யாவின் தவறாகவோ கம்யூனிஸ்ட் அரசுகளின் தவறாகவோ இருக்கலாம். பல நாடுகள் ஒன்றுசேர்ந்து இப்படி ஆட்சேபகரமான முறையில் நடந்துகொண்டால் நாம் என்னதான் செய்வது?

மக்கள் கம்யூனிஸத்தைப்பற்றிப் பெரிதாகப் பேசுகிறார்கள். ஒரு மாண்புமிகு உறுப்பினர் சொன்னதுபோல இன்று சபையில் நடந்த விவாதத்தை கம்யூனி ஸத்துக்கு எதிரான ஒன்றாக மாற்றிவிட்டோம். கம்யூனிஸம் என்பது நமது ஆர்வத்தைத் தூண்டும் ஒரு விஷயம். அதைப்பற்றி விவாதிக்கலாம். ஆனால் அதற்கும் நாம் இங்கு விவாதிக்கும் விஷயத்துக்கும் ஒரு தொடர்புமில்லை. கம்யூனிஸம் அல்லது கம்யூனிஸ எதிர்ப்பு என்ற இரு விஷயங்களைப்பற்றி மட்டுமே சிந்திப்பவர்கள் முக்கியமான விஷயத்திலிருந்து திசை மாறிப்போ கிறார்கள். நாம் இந்த இரண்டைப்பற்றி மட்டுமேதான் விவாதித்துக் கொண்டிருப்பதால் நம்மால் நமது லட்சியத்தை அடையமுடியாது.

கம்யூனிஸ்ட் நாடுகளின் நடவடிக்கைகளைப்பற்றிய இந்திய அரசின் நிலைப் பாடு என்னவென்பது மாண்புமிகு உறுப்பினர்களுக்கு நன்றாகத் தெரியும். அது மென்மையான ஒன்றாக இருந்ததில்லை. அப்படி இருக்கவும் இருக் காது. இன்றைய உலகில் பல்லாயிரக்கணக்கான மக்கள் கம்யூனிஸக் கொள் கைகளால் கவரப்பட்டுவிட்டனர் என்பதை நாம் உணரவேண்டும். அவர் களுடைய செயல்களைப் புரிந்துகொண்டு, அவர்களைச் சரியான பாதைக்குத் திசை திருப்பவேண்டும். அவர்கள் தவறான பாதையில் செல்வதைத் தடுக்க வேண்டும். இதுவே நம் முன் இருக்கும் பிரச்னை. நான் சீனாவுக்கு எச்சரிக்கை விடுக்கவேண்டுமென்றும், இதைச் செய், அதைச் செய்யாதே என்று அதனிடம் சொல்லவேண்டுமென்றும் அல்லது கம்யூனிஸக் கொள்கைை

களைப் பின்பற்றுவது முட்டாள்தனமென்று அவர்களுக்குக் கடிதம் எழுத வேண்டுமென்றும் சில உறுப்பினர்கள் விரும்புகிறார்கள் எனத் தோன்று கிறது. நான் இப்படிச் செய்வதால் யாருக்கு லாபம் என்று எனக்குப் புரிய வில்லை. உலகில் பல நாடுகளிலிருக்கின்றன. உலக அரங்கில் அவர்களுக் குள்ள செல்வாக்கினால் அவர்களைப் பெரிய நாடுகள் என வர்ணிக்கிறோம். அவர்களிடம் குறையாத செல்வமுண்டு. ஆகவே உலகில் அவர்களுக்கென ஒரு தனியிடமுண்டு.

அமெரிக்கா ஒரு மாபெரும் ஜனநாயக நாடு. பிரிட்டன் மற்றும் ரஷ்யாவின் கொள்கைகள் வேறுபட்டாலும் இவை உலக வரலாற்றில் முக்கிய இடம் வகிக்கின்றன. அதைப்போல சீனாவும் ஒரு பெரிய சக்தியாக உள்ளது என் பதை மறுக்கமுடியாது. தனது எதிர்காலத்தைத் தானே நிர்ணயித்துக் கொள்ளும் திறமை சீனாவுக்கு உண்டு. அதுவே ஒரு பெரிய விஷயம். சீனாவும் ரஷ்யாவைப்போல கம்யூனிஸ்ட்டுகளின் கீழ் இருக்கின்றது என்பது சரிதான். அது பின்பற்றும் கம்யூனிஸக் கொள்கை ரஷ்யாவினுடையதைப் போலவே இருக்கிறதா என்பதை வருங்காலத்தில் அது எப்படி உருவெடுக்கு மென்பதையும், அதற்கு ரஷ்யாவுக்குமிடையேயான உறவுகள் எத்தனை நெருக்கமாக இருக்குமென்பதையும் நாம் அறிந்துகொள்ளவேண்டும்.

நாம் இங்கு கவனிக்கவேண்டியது சீனா ஒரு மாபெரும் நாடு என்பதை. நீங்கள் என்னதான் தீர்மானங்கள் இயற்றினாலும் அந்த உண்மையை யாராலும் புறக்கணிக்கமுடியாது. அதைப்போலவே அமெரிக்காவையும் நாம் புறக்கணிக்கமுடியாது. ஒருசிலர் அமெரிக்க ஏகாதிபத்தியத்துக்கும் அமெரிக்க டாலருக்கும் எதிர்ப்புத் தெரிவித்துள்ளனர். அமெரிக்க வாழ்க்கை முறையில் காணப்படும் ஒருசில விஷயங்களை வைத்துக்கொண்டு அமெரிக்க நாட்டையே கண்டனம் செய்வதோ புறக்கணிப்பதோ சரியல்ல. இப்போதுள்ள நிலைமையை நாம் ஏற்றுக்கொண்டேயாகவேண்டும். இன்றைய தேதியில் உலகில் மிகுந்த பலம் வாய்ந்த, செல்வாக்குள்ள பல பெரிய நாடுகள் உள்ளன. அவை மற்ற நாடுகளின் செயல்பாடுகளின் மீது பெருத்த தாக்கம் செலுத்துகின்றன. இக்காரணத்திலேயே இப்படிப்பட்ட பலம் பொருந்திய நாடுகளிடையே கொள்கை அளவிலும், அரசியல்ரீ தியாகவும் வேறுபாடுகள் எழுகின்றன. அப்போது இவர்களுக்கிடையே போர் மூள்கிறது. ஒரு நாடு மற்ற நாட்டைத் தோற்கடிக்கவோ டக்கியாளவோ முயற்சிக்கிறது.

இதைத் தவிர்க்க ஒரே வழி போரையே தவிர்ப்பதுதான். வெளிநாட்டினரின் இடையூறின்றி ஒவ்வொரு நாடும் தங்களிஷ்டம்போல முன்னேறுவதற்கான சுதந்தரம் அவர்களுக்குவேண்டும். இப்படிச் செய்தாலும்கூட, ஒரு நாடு மற்றதைத் தன் வழிக்குக்கொண்டுவர பல வழிகளில் முயற்சிக்கத்தான் செய்யும். ஒருவேளை அவர்களுக்கிடையே உள்ள வேறுபாடுகள் இந்த வழியிலேயே தீர்க்கப்படலாம். இப்படி நடக்காமலுமிருக்கலாம். நாம் ஒன்றும் ஜோஸ்யரல்ல. எப்படியும் போர் ஒரு பிரச்சினையும் தீர்க்காது. மேற் சொன்ன நாடுகள் மிகப் பலம் வாய்ந்தவை என்பது மட்டுமல்ல, அவர்

களனைவரும் சம பலமுள்ளவர்களாகவுமிருக்கின்றனர். இதன் பொருள் போர் மூண்டால் அதன் விளைவுகள் மிகப் பயங்கரமாக இருக்கும். அதில் ராணுவரீதியாக வெற்றி கிடைக்கலாம். ஆனால் உண்மையில் யாருக்குமே வெற்றி கிடைக்காது. நீங்கள் விரும்பும் பலன் உங்களுக்குக் கிடைக்காது.

ஒரு மாபெரும் பயங்கரமான உலகப்போருக்குப் பிறகு ஜனநாயகம் உயிர் பிழைத்திருக்குமா என்று நான் சந்தேகப்படுகிறேன். மக்கள் வாழ்க்கைத்தரம் முன்னைப்போல உயர்ந்த நிலையில் தொடருமோ என்பதும் சந்தேகம்தான். போரின் விளைவுகளை நன்கு அறிந்திருப்பதால்தான் உலக நாடுகள் அதைத் தவிர்க்க விரும்புகின்றன. அமெரிக்கா போரை விரும்புகிறதென்று யாரும் உறுதியாகச் சொல்லமுடியாது. அது நடக்காத விஷயம். அமெரிக்கா போர் செய்ய விரும்பியிருந்தால் யாரால் அதைத் தடுத்திருக்க முடியும்? நிச்சயமாக அது போரை விரும்பவில்லை. ஏனெனில் அதன் பங்கர விளைவுகளைப் பற்றி அமெரிக்காவுக்குத் தெரியும். இங்கிலாந்து போரை விரும்பவில்லை. நிலைமை இப்படி இருந்தாலும் வேறு சில சக்திகள் இவ்விரு நாடுகளையும் போரின் பாதையில் செல்லத் தூண்டுகின்றன. அதைத் தடுப்பது நமது முக்கியமான வேலை.

16.06.1952 அன்று நேரு முதலமைச்சர்களுக்கு எழுதிய கடிதம். சில பகுதிகள்:

நமது வெளியுறவுக் கொள்கையைப்பற்றி நாம் தெளிவாக இருக்கவேண்டும். ஒருசிலர் நமது கொள்கை மாற்றப்பட்டுவிட்டதாக நினைக்கின்றனர். உண்மையில் நாம் நம்முடைய கொள்கையை ஒரு மாற்றமுமில்லாமல் தொடர்ந்து பின்பற்றிக்கொண்டிருக்கிறோம். ஏதோ ஒருசில சம்பவங்களின் பெயரில் மக்கள் தவறான முடிவுக்கு வருகிறார்கள். பனிப்போர் நடந்து கொண்டிருக்கும் இச்சமயத்தில் நாம் அமெரிக்காவிலிருந்து உதவி பெற்றாலோ அவர்களுடன் நட்புறவுகொண்டிருந்தாலோ நாம் அமெரிக் காவைச் சேர்ந்த நாடுகளை ஆதரிக்கிறோம் என்று சொல்கிறார்கள். சீனாவுக்கு ஒரு கலாசாரக் குழுவை அனுப்பி, அவர்களுடைய ஏதேனும் ஒரு செயலைப் பாராட்டிப் பேசினால் நாம் சீனா பக்கம் சாய்ந்துவிட்டோமெனச் சொல் கிறார்கள். உண்மையைச் சொல்லப்போனால் நாம் நம்மால் முடிந்தளவுக்கு இரு பக்கத்து நாடுகளுடனும் நட்புறவையும், நல்லுறவையும், ஒத்துழைப் பையும் வளர்த்துக்கொள்ளத்தான் முயற்சிக்கிறோம். அரசியல், கலாசார, பொருளாதாரத் துறைகளில் பிரிட்டனுடன் நமக்கு நல்ல உறவு இருக்கிறது. இது கடந்த காலத்தின் தொடர்ச்சியல்ல. நம்முடைய நன்மைக்காக இன்று நாம் நடவடிக்கைகளை எடுக்கிறோம். நமது அரசியலமைப்பு அநேகமாக முழுவதாக பிரிட்டனைப் பின்பற்றித்தான் உருவாக்கப்பட்டிருக்கிறது. நாம் அவர்களுடைய மொழியைப் பரவலாகப் பேசுகிறோம். ஆகவே நமது தொடர்புகளும் அம்மாதிரியே இருப்பதும் இயற்கைதான். ஆனால் அதற்காக நாம் எல்லா விஷயங்களிலும் பிரிட்டன் சொற்படிதான் நடக்கிறோமென்று அர்த்தமில்லை. நாம் காமன்வெல்த் அமைப்பில் தொடர்ந்தாலும் அது நம்முடைய சுதந்தரமான கொள்கைகளையோ செயல்களையோ ஒருபோதும்

பாதிக்காது. இன்றைய நாட்டு நடப்பைக் கூர்மையாகக் கவனிப்பவர்களுக்கு இது நன்றாகத் தெரியும்.

அமெரிக்காவுடனான நமது உறவுகள், பிரிட்டனைப்போல இல்லையென்றாலும், சற்று நெருக்கமாகவே உள்ளன. அவர்களுடன் நமக்கு வியாபார உறவுண்டு. அவர்கள் நமக்குப் பல உதவிகள் செய்திருக்கின்றனர். பல இந்தியர்கள் அங்கு படிக்கின்றனர். நான் முன்பே சுட்டிக்காட்டியபடி எந்த ஒரு நாட்டிலிருந்தும் பெருமளவில் உதவி பெறுவதில் ஆபத்திருக்கிறது. ஆகவே நாம் ஜாக்கிரதையாக இருக்கவேண்டும். நாம் இனியும் தன்னிறைவு பெறாததால் மற்றவர்களுடைய உதவிவேண்டாமெனச் சொல்வது அசட்டுத்தனம்.

ரஷ்யாவுடன் நாம் நாட்புறவு வைத்துக்கொண்டிருக்கிறோம். ஆனால் அவர்களுடன் நெருக்கமான உறவில்லை. அதாவது அவர்களுடனான வியாபாரமும் மற்ற தொடர்புகளும் பெரிய அளவில்லை. நாம்வேண்டுமென்றே இப்படிச் செய்யவில்லை. ஆனால் இன்றைய சூழ்நிலையில் அவர்களுடன் அப்படிப்பட்ட உறவுகளை ஏற்படுத்திக்கொள்ள முடியவில்லை. கிடைக்கும் சந்தர்ப்பத்தை நாம் பயன்படுத்திக் கொள்கிறோம்.

சீனாவுடனான உறவும் ஏறக்குறைய இப்படித்தான் இருக்கிறது. இந்தியாவும் சீனாவும் வெவ்வேறுவிதமான ஆட்சிமுறைகளைப் பின்பற்றினாலும் சந்தர்ப்ப சூழ்நிலைகள் இரு நாடுகளையும் ஒன்றுசேர்க்கப் பார்க்கின்றன. இதற்கு பூகோளமும் வரலாறும்தான் காரணங்கள். வருங்காலத்தில் இதுதான் நடக்கும். இதைக்கண்டு நாம் பயப்படத் தேவையில்லை என்றாலும் நாம் கவனமாக இருக்கவேண்டும். இதன்பொருள் இன்றைய வரலாற்றை நாம் கடந்தகாலம் மற்றும் வருங்காலம் ஆகிய இரு கண்ணாடிகள் மூலம் பார்க்க வேண்டும் என்பதுதான். நாம் அளவுக்குமீறி இன்றைய நிலைமையைப் பற்றியும் இன்றைய பிரச்சினைகள்பற்றியும் இன்று நடக்கும் போராட்டங்களைப்பற்றியும்தான் நினைத்துக்கொண்டிருக்கிறோம். அதனால் மேற்சொன்ன கோணத்தில் நம்மால் ஒன்றையும் பார்க்க முடியவில்லை. மற்றவர்களைவிட நாம் சிறந்தவர்களென்று நாம் சொல்லவில்லை. ஆனால், நாம் இருக்கும் நிலையில் விஷயங்களைத் தொலைநோக்குடன் பார்த்து, நமது கொள்கைகளைத் தக்க முறையில் உருவாக்க நம்மால் முடியும்.

சீனாவுக்குச் சென்றிருந்த நமது கலாசாரக் குழு இந்தியாவுக்குத் திரும்பி வந்தபின் புதிய சீன நாட்டைப்பற்றி நிறையவே கேட்டோம். ஏராளமான விவரங்கள் நமக்குக் கிடைத்தன. நாம் கேட்டதெல்லாம் சீனாவைப் பாராட்டும் விதமாகவும் இருந்தது. ஆனால் ஒருசில விமர்சனங்களுமிருந்தன. ஒரு விஷயத்தில் அனைவருக்கும் கருத்தொற்றுமையிருந்தது. அதுதான் சீனர்களிடம் காணப்பட்ட புத்துணர்வும், உற்சாகமும். எந்த ஒரு நாட்டுக்கும் அவை விலைமதிப்பற்ற சொத்தாகும். கடும் உழைப்புக்கும் கூட்டுறவு முயற்சிக்கும் பெயர் பெற்ற சீனர்களைப் பொறுத்தவரை இவற்றின் மதிப்பை அளவிடமுடியாது. சீனாவில் சமீபகாலத்தில் நிகழ்ந்த

சம்பவங்களைப்பற்றி நாம் நிறையவே கேட்டிருந்தாலும், அதனைப்பற்றி நாம் இன்னும் முழுவதாக, தெளிவாகப் புரிந்துகொள்ளவில்லை. அந்தச் சம்பவங்களின் முழு விவரங்கள், அவர்களுடைய பொருளாதாரம், தொழில்நுட்பத்துறையில் அவர்களுடைய வெற்றி, அவர்களுடைய கல்விமுறை ஆகியவற்றைப்பற்றி நாம் கூடுதலாகத் தெரிந்துகொண்டால், அவற்றிலிருந்து சில பாடங்களை நாம் கற்றுக்கொள்ளலாம். நாற்பது ஆண்டுகளுக்கு முன்பு சீனாவில் உள்நாட்டுக் கலவரங்களும், சண்டை, சச்சரவுகளும்தான் நிலவின. நாட்டின் அமைதி குலைந்திருந்தது. பெரிய அளவில் போர்கள் நிகழ்ந்தன. இக்காரணங்களாலேயே சீனாவால் முன்னேற முடியவில்லை. நாட்டின் பல பாகங்கள் அழிவைச் சந்தித்தன. புதிய சீன அரசு ஆட்சிக்கு வந்த பின்னர் கடந்த நாற்பதாண்டுகளில் நடந்த இழப்புகளைச் சரிசெய்து மீண்டும் அடிமட்டத்திலிருந்து தொடங்கவேண்டியிருந்தது. மஞ்சூரியா பிரதேசத்தில் மட்டுமே ஜப்பானியர்கள் தொடங்கிவைத்த தொழிற்சாலைகளிருந்தன. அங்கும்கூட இரண்டாம் உலகப்போருக்குப் பிறகுப் பின் ரஷ்யர்கள் சில இயந்திரங்களை எடுத்துக்கொண்டு போய்விட்டனர். இதன் விளைவாக சந்தர்ப்ப சூழ்நிலை சீனர்களுக்கு எதிராக இருந்தன. நம்பிக்கையும் ஆர்வமும், மட்டுமே அவர்களிடமிருந்தன. ஆரம்பத்தில் அவர்கள் மற்ற நாடுகளுடன் மோதினார்கள். ரஷ்யாவைத் தவிர வேறு யாரும் அவர்களுக்கு உதவத் தயாராக இல்லை. இந்தக் கஷ்டமான நிலைமையையும்மீறி அவர்கள் நிகழ்த்தியிருக்கும் சாதனை மிகப் பெரியது. நமது கவனத்தைக் கவர்கிறது. சர்வாதிகார முறையில் செய்லபட்டால் இதற்கு உடனடியாகப் பலன் கிடைக்குமென்பது உண்மைதான். இருப்பினும் இந்த மாபெரும் கஷ்டங்களையெல்லாம் கடந்து தமது சொந்த முயற்சியாலேயே சீனர்கள் முன்னேறியுள்ளார்கள் என்பது பெரும் சாதனைதான்.

இந்தியாவை நாம் ஐரோப்பாவுடனோ அமெரிக்காவுடனோ ஒப்பிட முடியாது. அவை வெகு காலத்துக்கு முன்பே தொழில்மயமாக்கப்பட்டு விட்டன. பல ஆண்டுகளாக அவை முன்னேற்றப்பாதையில் சென்றுகொண்டிருக்கின்றன. அவர்களுடைய மக்கள் தொகை இந்தியாவைவிட மிகக் குறைவு. இந்தியாவை சோவியத் ரஷ்யாவுடனும் ஒப்பிடமுடியாது. ஏனெனில் கடந்த முப்பது ஆண்டுகளாகவே ரஷ்யா முன்னேற்றப் பாதையில் சென்றுகொண்டிருக்கிறது. அதன் நிலப்பரப்பு இந்தியாவைவிட அதிகம். மக்கள் தொகை குறைவு. ஆனால் சீனாவுக்கும் நமக்கும் ஏராளமான ஒற்றுமைகள் உள்ளன. இரு நாடுகளின் மக்கள் தொகையும் பொருளாதாரரீதியாகப் பின்தங்கிய நிலையும் கிட்டத்தட்ட ஒரேமாதிரியானவை. ஆகவே சீனர்கள் தங்கள் பிரச்னைகளை எப்படி வெற்றிகரமாக நேரிடுகிறார்கள், எப்படித் தங்கள் நாட்டைத் தொழில்மயமாக்குகிறார்கள், எப்படித் தங்கள் வளத்தைப் பெருக்கிக் கொள்கிறார்கள் என்பதையெல்லாம் நாம் ஆவலுடன் பார்த்துக் கொண்டிருப்போம். நாம் ஜனநாயக நாடாளுமன்றமுறையைப் பின்பற்றத் தீர்மானித்துவிட்டிருக்கிறோம். இது சரியான முடிவு. அதற்காக அந்த ஜனநாயகம் ஒன்றுக்கும் வளைந்து கொடுக்காமலும் மாறும் சந்தர்ப்பங்களுக்

கேற்ப தன்னை மாற்றிக்கொள்ளாமலும் இருக்கவேண்டுமென்று சொல்லவில்லை. சர்வாதிகாரத்தைவிட இதுதான் சிறந்தது என்று நான் உறுதியாகக் கருதுகிறேன். காலப்போக்கில் சர்வாதிகார ஆட்சி அரசின் வளர்ச்சியை வெகுவாகப் பாதிக்கும். தொடக்கத்தில் அதனால் நல்ல விளைவுகள் ஏற்படலாம். நாடு வேகமாக முன்னேறுகிறதெனத் தோன்றலாம். ஆனால் மனித குலத்தின் முன்னேற்றத்துக்குத் தேவையான ஆக்கபூர்வமான செயல்பாடுகள் ஒரு சர்வாதிகார ஆட்சியில் தழைத்து வளருமா என்பது சந்தேகமே. பொருளாதார சமத்துவத்தைத் தங்களது குறிக்கோளாகக்கொண்ட சர்வாதிகார ஆட்சிகள் ஆரம்பத்தில் மக்களிடையே வரவேற்பைப் பெறுகின்றன. இது நல்லதுதான். ஆனால் இநத சர்வாதிகார ஆட்சி தொடர்ந்தால் மனிதரின் ஆக்கபூர்வமான சக்தி நாளடைவில் இல்லாமல் போய்விடக்கூடும்.

இந்த ஆக்கப்பூர்வமான சக்தி ஜனநாயத்தில்தான் வளரும். ஆனால் மக்களை வறுமையின் பிடியிலிருந்து விடுவிக்க அதனால் முடியாவிட்டால் அந்த ஆக்கப்பூர்வமான சக்தியால் ஒரு பிரயோசனமுமில்லை. ஏழ்மை மக்களைக் கட்டுப்படுத்தும் ஒரு ஆயுதமாகச் செயல்படுகிறது. ஜனநாயகத்தின் லட்சியங்கள் என்னவாக இருந்தாலும், அதன் கீழிலுள்ள அமைப்புகள் என்னவாக இருந்தாலும் ஏழ்மையும் தாழ்ந்த வாழ்க்கைத் தரமும் தொடர்ந்து நீடித்தால் ஜனநாயகத்தால் மக்களுக்கு ஒரு பயனுமில்லை. ஆகவே ஏழ்மையையும் வேலையில்லாத் திண்டாட்டத்தையும் ஒழிக்க ஜனநாயகம் இடைவிடாமல் பாடுபடவேண்டும். அதாவது அரசியல் ஜனநாயகம் மட்டும் போதாது. மக்களுக்குப் பொருளாதார ஜனநாயகமும் தேவை. இந்த வளர்ச்சியை விரைவில் செயல்படுத்துவதெப்படி என்பதுதான் இந்தியா எதிர்கொள்ளும் பிரச்னை. சுருக்கமாகச் சொன்னால், பேச்சளவில் திட்டமிட்டால் போதாது. அது நல்ல முடிவுகளையும் தரவேண்டும். அரசியல் ஜனநாயக முறையைப் பின்பற்றி இந்தியாவில் இந்த முடிவுகளை அடையமுடியுமானால் அது இந்தியாவுக்கு மட்டுமல்ல ஜனநாயகத்துக்கும் கிடைத்த வெற்றியாகும். சீனா தனது முறைகளைப் பின்பற்றி வெற்றிபெற்றால் அது நிச்சயமாக மற்றவர்கள் கவனத்தை ஈர்க்கும்.

சில மேலை நாடுகள் குறிப்பாக பிரிட்டன், நாடாளுமன்ற முறையைப் பின்பற்றி இந்தப் பொருளாதாரக் குடியரசை வளர்த்தெடுக்கப் பெரிதும் முயன்றன. ஒரு கட்டுப்பாட்டுக்கும் அடங்காத தனியார் துறைக்கும் சோஷலிஸ முறைக்குமிடையே உள்ள ஒரு வழியைக் கண்டுபிடிக்க பிரிட்டன் முயன்றது. பல தடைகளையும்மீறி பிரிட்டனால் இதைச் செய்ய முடிந்தது. அந்த அரசும், அதன் மக்களும் பாராட்டுக்குரியவர்கள். தனது சமூகநலத் திட்டங்களை நடைமுறைப்படுத்தும்போது பிரிட்டன் எல்லை மீறிப்போய் விட்டதால் அது இப்போது கஷ்ட தசையை நேரிடுவதாகச் சொல்லப்படுகிறது. இது ஒருவேளை சரியாக இருக்கலாம். ஆனால் பிரிட்டன் அப்படிச் செய்திருக்கவில்லையென்றால் அதன் நிலைமை இன்னமும் மோசமாக இருந்திருக்கும். பண்டையக் காலங்களில் உலகெங்கிலும் அதன் கீழிருந்த

நாடுகள் அதற்குக் கப்பம் கட்டிவந்தன. ஆனால் இன்றைய மாறுபட்ட சூழ்நிலையில் நிலைமை வேறாக இருப்பதால் பிரிட்டன் தன்னை மாற்றிக் கொள்ளவேண்டிய அவசிய மேற்பட்டுவிட்டது. தனது மக்களின் வாழ்க்கைத் தரத்தை மேம்படுத்தும் பொருட்டும், வேலையில்லாத் திண்டாட்டத்தைப் போக்கும் பொருட்டும், உற்பத்தியைப் பெருக்கும் பொருட்டும் பிரிட்டன் பணத்தை வாரி இறைத்தது. இந்த முயற்சியில் அது பெருமளவுக்கு வெற்றியும் கண்டது. பிரிட்டனின் முயற்சிகள் தேவையை விடச் சற்று அதிகமாக இருந்திருக்கலாம். ஆனால் அது தனது ராணுவப் பலத்தையும் அதிகரிக்கவேண்டிய கட்டாயத்திலிருந்தது என்பதையும் நாம் புரிந்துகொள்ளவேண்டும். இந்தச் செலவு அவசியம்தானா, இல்லையா என்பதைப்பற்றி என்னால் ஒன்றும் சொல்லமுடியாது. அதன் ராணுவத் தளவாடங்களுக்கான செலவுதான் அதனை இன்றைய நிலைக்குத் தள்ளிவிட்டது. இருந்தபோதிலும் இன்று ஐரோப்பாவில் வேறெந்த நாட்டையும்விட பிரிட்டன் வலுவாக இருக்கிறது. மக்கள் கட்டுப்பாடாகவும் திருப்தியுடனும் வாழ்கிறார்கள். பார்லிமெண்ட் ஜனநாயக முறை சரியானதுதான் என்பதை அது நிரூபித்துவிட்டது. இதற்கான செலவு தாங்க முடியாத அளவுக்கு அதிமாக இருக்கிறதென்பது உண்மையாக இருக்கலாம். ஆனால் இந்தப் பாரத்தைத் தாங்கிக்கொள்ளும் பலமும், சந்தர்ப்பத்துக்கேற்பத் தன்னை மாற்றிக்கொள்ளும் திறனும் அதற்குண்டு என்றுதான் நான் நினைக்கிறேன்.

மாறுதல்களுக்கு உள்ளாகக்கூடிய, கம்பீரமான, வசீகரமான சில நேரங்களில் அச்சுறுத்தக்கூடியதான நவீன உலகின் மேற்கூறிய அம்சங்களை இந்தியாவின் பிரச்னைகளை விவாதிக்கும்போதுநாம் கவனத்தில் கொள்ளவேண்டும். இவற்றிலிருந்து நாம் பாடங்களை படிக்கவேண்டும். நமது பாதையிலுள்ள தடைகளைத் தவிர்க்கவேண்டும். நாம் பலப்பல கொள்கைகளைப்பற்றிச் சர்ச்சை செய்யலாம். ஆனால் எதை நடைமுறைப்படுத்தினாலும் நம்முடைய இன்றைய நிலைக்கு ஏற்ப மட்டுமே நம்மால் செயல்பட முடியும். நமது செயற்திறன் இன்று குறைந்த அளவிலிருக்கிறது. இது வளரலாம். ஆனால் இதற்கு நேரம் பிடிக்கும். நமது பிரச்னைகளைத் தீர்க்கும் மந்திரக்கோல் எதுவும் நம்மிடமில்லை. நமது குறிக்கோள் சரியானதாக இருக்கவேண்டும். நாம் சரியான பாதையில் செல்லவேண்டும். நம்மால் முடிந்த அளவுக்கு உழைக்கவேண்டும். ஓரளவுக்கு இது சரிதானா எனப் பரிசோதித்துப் பார்க்கலாம். ஆனால் அதில் தேசிய மற்றும் உலகளவில் நமக்குத் தெரியாத விஷயங்கள் எத்தனையோ உள்ளன. இவற்றில் மிகவும் முக்கியமானது நமது மக்கள் இவற்றை எப்படிப் பார்க்கிறார்கள் அல்லது வரவேற்கிறார்கள் என்பதுதான். நாம் பின்பற்றக்கூடிய ஏதேனும் ஒரு கொள்கைக்கு மக்கள் எந்த மாதிரியான வரவேற்பளிப்பார்கள் என்பது நமக்குத் தெரியாது. இங்கு பணம் மட்டுமல்ல பிரதானம். மனித உழைப்பு, அவர்களுடைய உற்சாகம், மனதிடம் ஆகியவைதான் முக்கியமானவை.

சீனாவுடன் போர்

(1940களின் இறுதியில் ஆசிய நாடுகளின் மாநாட்டில் பேசியபோது இந்தியாவுக்கும் சீனாவுக்குமிடையே நெருங்கிய அரசியல் மற்றும் கலாசார உறவுகள் ஸ்தாபிக்கப்படவேண்டுமென நேரு நம்பிக்கை தெரிவித்தார். ஆனால் 1950களில் பிற்பகுதியில் இந்திய-சீன உறவுகள் மோசமாகத் தொடங்கின. இரு நாடுகளுக்குமிடையேயுள்ள எல்லையைப்பற்றி கருத்து வேறுபாடுகள் எழுந்தன. மேற்கே லடாக்கிலும், கிழக்கே நேஃபாவிலும் (North East Frontier Agency - NEFA) தங்களுக்கிடையே நிலவிய கருத்து வேறுபாடுகளைத் தீர்க்க இருநாடுகளும் பேச்சுவார்த்தைகள் நடத்தின. ஆனால் பலனில்லை. 1959ம் ஆண்டில் மார்ச் மாதத்தில், திபெத்தில் சீன ஆட்சிக்கெதிரான புரட்சி தோல்வியடைந்ததைத் தொடர்ந்து, தலாய் லாமா இந்தியாவில் அடைக்கலம் தேடினார். இதற்குச் சீனா ஆட்சேபணை தெரிவித்தது. இதற்கிடையே இந்திய-சீன ராணுவங்களுக்கிடையே எல்லையில் ஆங்காங்கே மோதல்கள் நிகழ்ந்தன. நேரு 1959ம் ஆண்டு அக்டோபர் மாதம் 1ம் தேதி முதலமைச்சர்களுக்கெழுதிய கடிதத்தின் சுருக்கம் கீழே தரப்படுகிறது.

இந்தியாவுக்கும் சீனாவுக்குமிடையே எழுந்துள்ள பதற்றம் நமக்கு மிகுந்த கவலையை அளிக்கிறது. அதற்காக நாம் பயப்படவேண்டுமென்றோ அதன் விளைவுகள் பயங்கரமாக இருக்குமென்றோ அர்த்தமில்லை. அப்படி ஒரு நிலைமை உடனே எழுமென்று நான் நினைக்கவுமில்லை. ஆனால் இது மட்டும் உண்மை. இந்தியாவுக்கும், சீனாவுக்குமிடையே விரிசல் விழுந்து விட்டது. எல்லையில் தற்போது அமைதி நிலவினாலும் அது 'ஆயுதமேந்திய அமைதி'. வருங்காலத்திலும் பதற்ற நிலை தொடருமென்றுதான் தோன்று கிறது. வருங்காலத்தை நினைத்தால்தான் எனக்குக் கவலையாக இருக்கிறது. ஏனெனில் இந்த நிலைமை நம் நாட்டில் மன உளைச்சலை ஏற்படுத்தும். நமது அடிப்படைக் கொள்கைகளுக்குத் தடையாக நிற்கும்.

நமது அடிப்படைக் கொள்கைகளை நாம் தொடர்ந்தேயாகவேண்டும். அதே சமயம் எல்லைப் பிரச்னையை உறுதியாகக் கையாளவும்வேண்டும். நாம் பலவீனராக இருக்கும்போதோ பயத்தினடிப்படையிலோ எந்தவொருகொள் கையையும் நம்மால் பின்பற்றமுடியாது. சீனா ஒரு பெரிய, பலம் வாய்ந்த நாடாக இருக்கலாம். ஆனால் அதைக் கண்டு நான் பயப்படவில்லை. சீனா ஒரு பலமுள்ள நாடாக வளர்ந்தாலும், நாம் அதைக் கண்டு பயப்படத் தேவை யில்லை. ஏனெனில் பயம் ஒருபோதும் நல்லதல்ல. நாம் எப்போதும் விழிப் புடன் இருக்கவேண்டும். நமது கொள்கைகளை உறுதியுடன் தொடர வேண்டும்.

தான் ஒரு பலம் வாய்ந்த, ஒற்றுமையுடன் வாழும் நாடாகவேண்டுமெனவும், தனது நாட்டுப் பரப்பை அதிகரித்துக்கொள்ளவேண்டுமெனவும், தனது பெயர் எல்லாத் திக்கிலும் பரவவேண்டுமெனவும் சீனா விரும்புவதாகத்

தோன்றுகிறது. சீனாவின் வரலாற்றில் இம்மாதிரி எத்தனையோ சம்பவங்கள் நிகழ்ந்திருக்கின்றன. கம்யூனிஸ்ட் கொள்கை இப்போது புதிதாகச் சேர்க்கப் பட்டுள்ளது. அவ்வளவுதான். இதற்கான உண்மைக் காரணங்களை இரு நாடுகளின் வரலாற்றிலிருந்தும் அவற்றின் சிறப்பியல்புகளிலிருந்தும்தான் கண்டுபிடிக்கவேண்டும். இதற்கு முன்பு சீனாவும் இந்தியாவும் இம்மாதிரி யான போரில் ஈடுபட்டதே இல்லை. இருநாடுகளின் பரப்பு, பலம் ஆகிய வற்றைக் கணக்கிலெடுத்தால் இன்று நிலவும் நிலைமை வருங்காலத்துக்கு ஆபத்தை விளைவிக்கக்கூடும். உலகமே அமைதியை நோக்கி நகருவதால் இந்த ஆபத்தைக் குறைக்க முடியும். ஆனால் அது முழுவதுமாகக் குறைந்து விடாது. ஏனெனில் சீனாவின் மக்கள்தொகை அளவுக்குமீறி அதிகரித்துக் கொண்டிருக்கிறது. இதைத் தவிர சீன மக்களிடையே ஒற்றுமை நிலவுகிறது. அது நம்மிடமில்லை. ஆனால் இன்று நாம் நேரிடும் ஆபத்தான நிலைமை யின் விளைவாக நம் மக்களிடையேயும் ஒற்றுமை வளருமென்பதில் எனக்குச் சந்தேகமில்லை. இந்த வருந்தத்தக்க நிலையிலும் அது ஒரு நல்ல விஷயம்தான்.

இந்தியா - சீனா எல்லைபற்றிய வாக்குவாதங்களை நாம் முக்கியமானதாகக் கருதலாம் அல்லது அப்படி இல்லையென்று தள்ளிவிடலாம். ஆனால் இதைவிட மோசமான, ஆபத்தை விளைவிக்கும் ஒரு விஷயத்தை நாம் கவனித்தேயாகவேண்டும். நமது வடகிழக்குப் பிரதேசமான நேஃபாவில் பல இடங்களின்மேல் சீனா சொந்தம் கொண்டாடுகிறது. அதாவது சீனர்கள் இமயமலைக்கு இந்தப் பக்கம் வர விரும்புகிறார்கள். இது நம்மை இரண்டு விதத்தில் பாதிக்கும். நமது பாதுகாப்புக்கு பேராபத்து நேரிடும். இரண்டாவ தாக, இமயமலையைப்பற்றிய நமது உணர்வுகள் பாதிக்கப்படும். பல்லாண்டுகளாக வேறு எதையும்விட இமயமலை இந்தியர்களின் வாழ் வோடு பின்னிப் பிணைந்திருக்கிறது. நவீன ஆயுதங்களுள்ள இந்தக் காலத்திலும்கூட அது நமது பாதுகாப்புக்கு மிக அவசியம். அது தலைமுறை தலைமுறையாக நமக்குக் கிடைத்துள்ள கலாசார சொத்தும்கூட.

15.02.03: (1962ம் ஆண்டு அக்டோபர் மாதம் இரண்டாவது வாரத்தில் இந்திய-சீன ராணுவங்களுக்கிடையே போர் மூண்டது. சீனா ராணுவம் மிக எளிதாக இந்தியர்களைத் தோற்கடித்தது. இந்தியப் பிரதேசத்தில் வெகுதூரம் முன்னேறி வந்தது. தன்னுடைய பலத்தை நிரூபித்த பின் சீனா போர் நிறுத் தத்தை அறிவித்தது. அதன் வீரர்கள் தங்கள் நாட்டு எல்லைக்குத் திரும்பினர். தனது 22.12.1962 தேதியிட்ட கடிதத்தில், யாருடன் நெருங்கிய நட்புறவை ஸ்தாபிக்க விரும்பினாரோ அந்தச் சீனாவினாலேயே இந்தியா பரிதாபமாகத் தோற்கடிக்கப்பட்டதன் காரணத்தை நேரு விளக்க முற்படுகிறார்.)

நமது தோல்விக்கு முக்கிய காரணம் சீனாவுடன் போரிட நாம் தேர்ந்தெடுத்த பிரதேசம் சரியாக இருக்கவில்லையென்பதுதான். அந்த இடம் எதிரிகளுக்குச் சாதகமாகவும் நமக்குப் பாதகமாகவும் அமைந்துவிட்டது. நம்மால் அந்தப் பிரதேசத்துக்குப் போய்சேரச் சரியான பாதைகளோ வேறு மார்க்கங்களோ

இல்லாமலிருந்தன. இதன் காரணமாக நாம் அனைத்துப் பொருட்களையும்-ஆயுதங்கள், தளவாடங்கள், துணிமணிகள் முதலியவை - விமானத்தில் கொண்டுபோய் இறக்கவேண்டியதாயிற்று. நமது விமானப்படை அபார மாகச் சேவைபுரிந்ததெனினும் சரியான தொலைத்தொடர்பு இல்லாதது நமக்குப் பாதகமாக அமைந்துவிட்டது. மாறாக, சீன ராணுவம் எல்லைவரை முன்னேறி வர முடிந்ததற்குக் காரணம் திபெத் முதல் நமது எல்லைவரை அவர்களுக்கு நல்ல பாதை இருந்ததுதான். ராணுவரீதியாகப் பார்த்தால், நம்மைப் பாதுகாத்துக்கொள்ள நாம் இதைவிடச் சிறந்த வேறோரிடத்தைத் தேர்ந்தெடுத்திருக்கவேண்டும். ராணுவத்துக்குத் தேவையான பொருட்களை சப்ளை செய்யத்தகுந்த பாதைகளுள்ள இடமாக அது இருந்திருக்கவேண்டும். இப்படிச் செய்திருந்தாலும் விளைவு வேறாக இருந்திருக்கும்; நாம் நமது பிரதேசத்துக்குப் பின்வாங்கியிருப்போம். சீனர்கள் அந்தப் பாதை வழியாக ஒரு எதிர்ப்புமின்றி எளிதாக நம் நாட்டுக்குள் நுழைந்திருப்பார்கள். அதாவது, இப்படிப் பாதையை அமைப்பது ஒரு சரியான நடவடிக்கையாக இருந்திருக் கலாம். ஆனால் அது நமக்குப் பாதகமாக இருந்திருக்கும்.

இரண்டாவதாக, நமது படைகளைத் தரைமட்டத்திலிந்து 14,000 அடி உயரத்திலுள்ள பிரதேசங்களுக்கு அவசரம், அவசரமாக அனுப்பவேண்டி யிருந்தது. இப்படித் திடீரென ஒரு உயர்மட்டப் பிரதேசத்துக்குப போவதால் ஏற்படக்கூடிய விளைவுகள்பற்றி மலைகள் ஏறிப் பழக்கப்பட்டவர்களுக்குத் தெரிந்திருக்கும். அவர்களுக்குத் தலைவலி வரும்; அவர்களால் சரியாகத் தாக்கமுடியாது. உடல் சோர்ந்து போய்விடும். ஆகவே உயரப் பிரதேசங்களுக்குச் செல்வதற்குமுன் நாம் கட்டம் கட்டமாக அதற்கு நம்மைப் பழக்கப் படுத்திக்கொள்ளவேண்டும். சீனர்கள் ஏற்கெனவே நமது எல்லையைத் தாண்டி விட்டர். தங்களுடைய படைகளை அங்கு குவித்துவிட்டிருந்தனர். ஆகவே நம்மால் இந்த முன்னெச்சரிக்கை நடவடிக்கைகளை எடுத்திருக்கமுடியாது.

இந்த நிலைமையை நாம் முன்பே எதிர்பார்த்து நமது படைகளை வெகுநாட் களுக்கு முன்பே அந்த உயரப் பிரதேசங்களில் நிறுத்தியிருக்கவேண்டுமென ஒருவர் வாதிடலாம். அதையும் நம்மால் செய்திருக்கமுடியாது. ஏனெனில் பெரிய எண்ணிக்கையிலுள்ள நமது வீரர்களுக்கு வேண்டிதனைத்தையும் விமானம் மூலம் மட்டும்தான் சப்ளை செய்யமுடியும். ஆகவே நமக்கிருந்த ஒரே வழி நமது எல்லைவரை போவதற்கு நல்ல பாதைகளை அமைத்திருக்க வேண்டும். இந்த வேலைகளை இரண்டாண்டுகளுக்கு முன்பே நாம் தொடங் கிவிட்டோம். பல பாதைகள் போடப்பட்டுள்ளன. ஆனால் அந்த வேலை இன்னும் முடியவில்லை. அங்குள்ள தரை அப்படிப்பட்டது. பாதைகள் அமைக்க உயர்ந்த தரத்திலுள்ள தொழில்நுட்பம் தேவைப்படுகிறது. இதற்கு சமயம் எடுக்கும்.

இதற்கு நேர்மாறாக இருந்தது லடாக் பிரதேசத்தில் நமது வீரர்கள் போரிட்ட விதம். அந்த வீரர்களுக்கு உயர்மட்டப் பிரதேசத் தட்பவெப்பநிலை பழக்க மாகியிருந்ததால் அவர்கள் மிகச்சிறப்பாக போர் செய்து பெரும் எண்ணிக்கை

யில் சீன வீரர்களைக் கொன்று குவித்தனர். ஆனால் அங்கு சீனப்படை வீரர் களுடைய எண்ணிக்கை பெரிய அளவில் இருந்தது. நமது படையினர் லடாக் கிலிருந்து பின்வாங்கவேண்டிய கட்டாயமிருந்த போதும் அவர்கள் படிப்படி யாகத்தான் அவ்வாறு செய்தனர். சீனப்படைகளை அதிகம் முன்னேற அனுமதிக்கவில்லை. நேஃபாவில் நமது படைகளுக்கு இடம் பழக்கமா காததால் அவர்களால் சரியாகப் போரிட முடியவில்லை.

ஒரு சம்பவத்துக்குப் பிறகு அதைப்பற்றிப் பேசுவது எளிது. நடந்ததை விமர் சிப்பதும் எளிது. ஆனால் நமது தோல்விக்கு நான் மேலே சொன்னவைதான் காரணங்கள். நம்முடைய ராணுவ ஜெனரல்களில் ஒருசிலரை மக்கள் குறை கூறினர். அவர்களுக்குப் பதவி ஓய்வு கொடுத்தனுப்பிவிட்டோம். மக்கள் அவர்களைக் காரணமின்றிக் குறைகூறுகின்றனர். அவர்கள் மரியாதை மிகுந் தவர்கள். எனவே, அவர்களாகவே தங்களுடைய ராஜினாமாக் கடிதங்களைச் சமர்ப்பித்தனர். தவறு அவர்களுடையது அல்ல. ராஜினாமா செய்த ராணுவத் தளபதியும், வேறொரு உயர் அதிகாரியும் இந்தத் தோல்விக்கு நேரடியாகப் பொறுப்பாவர்கள் என்று சொல்லமுடியாது. அவர்கள் திறமைசாலிகளாகவும் தைரியசாலிகளாகவும் இருந்தனர். அவர்களால் கட்டுப்படுத்த முடியாத பல சந்தர்ப்பங்கள் எல்லையில் எழுந்தன. ஆகவே அவர்களை விமர்சிப்பது நியாயமில்லை.

மேலும், பல ஆண்டுகளாகப் போர் புரிந்து பழகிப்போன சீன வீரர்கள் மலைப் பிரதேசங்களில் நிபுணர்களாக இருந்தனர். அவர்கள் அதற்கென்றே பயிற்சி பெற்றவர்கள். அவர்கள் வழக்கமான போர் முறையைத் தவிர கொரில்லா போர் முறையையும் பின்பற்றி யுத்தம் செய்பவர்கள். கொரியப் போர் சமயத்தில் சீன ராணுவ வீரர்களிடம் மிகப் பழைய ஆயுதங்களே இருந்தன. ஆனால் தற்கால ஆயுதங்களை கைவசம் வைத்திருந்த ராணுவங் களைக்கூட எதிர்க்கும் திறன் அவர்களுக்கிருந்தது. இப்போது சீனர்களிடம் நல்ல தரமான, தற்கால ஆயுதங்கள் உள்ளன. மலைப் பிரதேச யுத்த முறை களை நன்கு கற்றுக்கொண்டுவிட்டனர். திபெத்தை ஆக்கிரமிக்க அவர்கள் பல நாட்களாகவே திட்டமிட்டுக்கொண்டிருந்தனர் என்பது இப்போது தெளி வாகத் தெரிகிறது. தங்களுக்குத் தேவையான பொருட்களை அவர்கள் சேக ரித்து வைத்துக்கொண்டனர். அவர்களுடைய வீரர்கள் உயர் மட்டப் பிரதேங் களிலேயே வாழ்ந்து வந்தனர்.

நமது அனுபவத்திலிருந்தும் இந்த துரதிஷ்டமான பின்விளைவுகளிலிருந்தும் நாம் பாடங்களைக் கற்றுக்கொண்டுவிட்டோம். மீண்டும் பழைய தவறுகளைச் செய்யாமல் ஜாக்கிரதையாக இருப்போம். நான் முன்பே சொன்னபடி இன்று நமது படைகள் லடாக்கிலும், நேஃபாவிலும் நமது பிரதேசங்களை அதிஜாக்கிரதையாக பாதுகாத்து வருகின்றனர். சீனர்கள் அவர்களை ஆக்கிரமித்தாலும் நமது வீரர்கள் தங்கள் இடங்களை விட்டுக் கொடுக்கமாட்டார்கள். இனிமேல் அவர்கள் தங்களிடங்களிடங்களில் இருந்து பின்வாங்கமாட்டார்கள். அஸ்ஸாமில் இனிமேல் ஆக்கிரமிப்புகளி லிருக்காது. நாட்கள் செல்லச் செல்ல நமது பலமும் அதிகரிக்கும். இதற்

கிடையே நாம் புதிய ராணுவ யூனிட்களை உருவாக்கிக்கொண்டிருக்கிறோம். நமக்குவேண்டிய ஆயுதங்களையும் தளவாடங்களையும் வெகு விரைவாக வாங்கிக்கொண்டிருக்கிறோம்.

இப்போதைக்கு நமக்குவேண்டிய போர்த் தளவாடங்களை வெளியிலிருந்து வாங்குகிறோம். ஆனால் அவற்றை நாமே உற்பத்தி செய்வதுதான் நமக்கு நல்லது.

ஆகவே நமது ராணுவ ஆயுதங்கள் தளவாடங்கள் ஆகியவற்றின் உற்பத்தியை விரைவுபடுத்தவேண்டும். அதுவரை நமக்குத் தேவையானவற்றை வெளியிலிருந்து வாங்கிக் கொள்வோம். போர் முடிந்துவிட்டால் இந்த வேலையின் வேகம் குறைய வாய்ப்புண்டு. இதைத் தவிர்க்கவேண்டும். ஏனெனில் போர் மூண்டாலும், இல்லையென்றாலும் நாம் நேரிடும் ஆபத்து எப்போதும் தொடரும். ஆகவே இம்மாதிரியான விஷயங்களில் தாமதம்கூடாது.

இப்படிப் பெருமளவில் சீனர்கள் நம்மை ஆக்கிரமித்ததன் காரணமென்ன? அவர்களுடைய நிலப்பரப்பை விஸ்தரிக்க முயன்றார்கள் என்றோ அல்லது தங்களுடையதென்று உரிமை கோரும் பிரதேசத்தைப் பிடித்தெடுத்தார்களென்றோ சொல்வது சரியாகாது. இப்படிப்பட்ட ஆபத்தான பின்விளைவுகளை ஏற்படுத்தக்கூடிய செயல்களை, ஒரு நாடும் ஒரு காரணமுமின்றி மேற்கொண்டிருக்காது. உலகில் ரஷ்யா மற்றும் அமெரிக்காவின் தலைமையிலான நாடுகளுக்கிடையே பனிப்போர் நடந்துகொண்டிருக்கிறது. அந்த இரு நாடுகளும் உலகையே அழிக்கும் சக்தியுள்ள அணு ஆயுதங்களை வைத்திருக்கின்றன. இவற்றை உபயோகித்தால் தங்களிருவருமே அறிந்துவிடுவோம் என்ற காரணத்தினாலேயே அவர்கள் தங்களைக் கட்டுப்படுத்திக் கொண்டிருக்கிறார்கள். ஆனால் ஒரு நாள் இருவரும் வேண்டுமென்றே என்னவாவது செய்யலாம் அல்லது எதிர்பாராதவிதமாக அணு ஆயுதப் போரைத் தொடங்கலாம். அதன் விளைவாக உலகமே அழியலாம். இந்த இரண்டு கூட்டணிகளும் ஒன்றைக் கண்டு ஒன்று பயப்படுகிறது. ஆகவே இரு அணிகளும் மேலும் மேலும் புதிய ஆயுதங்களை வாங்கிக் குவிக்கின்றன. அதேசமயம் அவர்களிருவருக்குமிடையே உள்ள பிரச்னைகளை அமைதியான முறையில் தீர்க்கவும் முயற்சிகள் எடுக்கப்பட்டுள்ளன. சமீபத்தில் கியூபா காரணமாக உலகம் அணு ஆயுத யுத்தத்தின் விளிம்புக்கே வந்துவிட்டது. எந்தக்கணமும் உலகின் பல பாகங்களில் அணுகுண்டுகள் உபயோகிகப்படலாம். அதன் விளைவாகப் பல லட்சக்கணக்கான மக்கள் உயிரிழப்பார்கள் என்ற நிலைமை எழுந்தது. நல்லவேளையாக அந்த ஆபத்தான நிலைமையை நாம் கடந்துவிட்டோம். ஏனெனில் இரு நாடுகளுமே அத்தகைய போரைத் தவிர்க்கத்தான் விரும்பின. அதன் பிறகு பதற்றம் சற்றுத் தணிந்தது. ஆனால் அது முழுவதாக விட்டுப்போகவில்லை. ஓரளவுக்கு அது இன்றும் தொடர்கிறது. முதல் தடவையாக மக்களின் நம்பிக்கை துளிர்விட்டிருக்கிறது.

ஆயுதங்களைக் குவித்து வைத்துள்ள அந்த இரு அணிகளைத் தவிர ஆயுதங்கள் அதிக அளவில் கைவசமில்லாத நாடுகளும் உள்ளன. ஆனால் அமைதியைக்

காக்கும் பொருட்டு மற்ற நாடுகளைத் தங்கள் பக்கம் இழுக்குமளவுக்கு அவற்றுக்கு செல்வாக்கு இருக்கிறது. அவர்கள் நினைத்தால் மட்டும் அமைதியை நிலைநாட்டத் தீர்மானிக்கமுடியாது. ஆனால் ஒரு போர் மூளாமலிருக்கத் தேவையான நடவடிக்கைகளை அவர்களால் எடுக்க முடியும். 'அமைதியான கூடி வாழ்தல்' என்ற கொள்கையின் அடையாளச் சின்னங்களாக அவர்கள் மாறிவிட்டிருக்கின்றனர். அவர்கள் பின்பற்றி வரும் நடுநிலைமைக் கொள்கையைப் பெரிய நாடுகளும் புரிந்துகொண்டு அதனை ஏற்றுக்கொண்டுள்ளனர். அமெரிக்காவும் ரஷ்யாவும் இந்த அமைதியான கூடி வாழ்தல் மற்றும் அணிசேராக் கொள்கையை வரவேற்கின்றன. ஆனால் இந்தக் கொள்கைகளை அவர்களால் பின்பற்றமுடியாது. ஏனெனில் அவர்களில் ஒருவர் மற்றவரைப் பார்த்துப் பயப்படுகிறார்கள். இருப்பினும் உலகம் படிப்படியாக, ஆனால் நிச்சயமாக, அமைதியான கூடி வாழ்தலை நோக்கித்தான் நகர்ந்துகொண்டிருக்கிறது. அவர்கள் அந்தக் குறிக்கோளை எப்படியாவது அடைந்தே தீரவேண்டும். இல்லையேல் போர் அவர்களை விழுங்கிவிடும்.

அமைதி, கூடிவாழ்தல் என்றெல்லாம் நாம் பேசினாலும் ஒரு நாடு மட்டும் அதனை ஒப்புக்கொள்ளவில்லை. அதுதான் சீனா. அமைதியான கூடிவாழ்தல் கொள்கையை அது நிராகரித்துவிட்டது. அவ்வப்போது அதைப்பற்றிப் பேசினாலும்கூட. போரைத் தவிர்க்கமுடியாது என்றுதான் அது கருதுகிறது. உலகில் பதற்றங்களைக் குறைக்க அது விரும்பவில்லை. அணிசேராக் கொள்கை அதற்குப் பிடிக்கவில்லை. உலக நாடுகள் வெவ்வேறாக, தனித்திருப்பதைத்தான் அது விரும்புகிறது. ஒரு அணு ஆயுதப் போருக்கும் அது பயப்படவில்லை. ஏனெனில் அதில் பல லட்சம் சீனர்கள் மரித்தாலும் ஏராளமானவர்கள் மிச்சமிருப்பார்கள் என்பதுதான் இதற்குக் காரணம்.

இந்தக் கருத்து வேறுபாட்டினால்தான், ராணுவக் கூட்டுறவு இருந்தாலும் சோவியத் யூனியனுக்கும் சீனாவுக்குமிடையே உள்ள இடைவெளி மேலும் வளர்ந்துகொண்டிருக்கிறது. ஒவ்வொருவரும் மற்றவருடைய கொள்கைகளைக் கடுமையாக விமர்சிக்கின்றனர். இந்தக் கருத்து வேற்றுமை எத்தனை பெரிதாக ஆகியிருக்கிறது என்பதைக் கண்டுபிடித்து, அதன் விளைவாக இரு நாடுகளுக்கிடையேயுள்ள உறவு முற்றிலுமாக முறிந்துவிடும் வாய்ப்புள்ளதா என்பதை உலகம் உன்னிப்பாகக் கவனிக்கவேண்டும். உலக நாடுகள் இந்த விஷயத்தில் மிகுந்த ஆர்வம் காட்டிவருகின்றன. இவ்விரு நாடுகளுக்கிடையேயுள்ள உறவைப்பற்றி ஆராய முயற்சிக்கின்றன. சமீப காலத்தில் இந்தக் கருத்து வேறுபாடு வெளிப்படையாக அனைவருக்கும் தெரிந்துவிட்டது. இரு நாடுகளும் பரஸ்பரம் குற்றம் சாட்டிக்கொண்டிருக்கின்றன.

சீனா போர்க்குணம் மிகுந்த நாடாக இருக்கிறது. கடந்த சில வருடங்களாக முன்னேறி வருகிறது.. இருந்தும் ந்தாலும், அது இப்போதும் முழுவதாக வளர்ச்சியடையாத நாடாகவே இருக்கிறது. அது ராணுவ பலமுள்ளதாக இருந்தாலும் கடந்த மூன்று வருடங்களில் அதன் விவசாய விளைபொருள்

உற்பத்தி மிகக் குறைவாகவே இருந்தது. ஆகவே மொத்தத்தில் சீனா பல வீனமாகவேதானிருக்கிறது. தொழில்முன்னேற்றமே ஒரு நாட்டுக்குப் பலம் சேர்க்குமென்பதை சீனா புரிந்துகொண்டுவிட்டது. ஆனால் இது மெது வாகத்தான் நிகழும். வழியில் பல தடைகளை நேரிடவேண்டியிருக்கும்.

எத்தனைதான் கஷ்டப்பட்டு உழைத்தாலும் சீனாவுக்கு வெளிநாட்டு உதவி தேவை. அந்த உதவி சோவியத் யூனியனிலிருந்துதான் கிடைக்கும். கிழக்கு ஐரோப்பிய கம்யூனிஸ நாடுகளிலிருந்து அதற்கு ஓரளவு உதவி கிடைக்கிறது. சீனாவைப் பொறுத்தவரை ரஷ்யாவில் புரட்சி உணர்வு குறைந்துகொண்டு வருகிறது. இதன் விளைவாக ரஷ்யா அமைதி, கூட்டுறவு ஆகியவற்றைப் பற்றி பேசத் தொடங்கியிருக்கிறது. இவையெல்லாம் சீனாவுக்குக் கோப மூட்டுகின்றன. இதற்கு ஒரு காரணம் கொள்கைரீதியாக அவர்களிடையே நிலவும் வேறுபாடுகள்தான். இவை காரணமாக இந்தியா மற்றும் வேறு பல நாடுகளுடைய தொழில் முன்னேற்றத்துக்கு ரஷ்யா உதவ முயல்கிறது. அப்போது சீனாவுக்குத் தரப்படும் உதவியின் அளவு குறையும். கொள்கைரீதி யான கருத்து வேற்றுமைகள் காரணமாகவே ரஷ்யா சீனாவுக்குக் கொடுத்து வந்த உதவி அனைத்தையும் நிறுத்திவிட்டது. அங்கிருந்த தனது தொழில் நுட்ப நிபுணர்களைத் திரும்ப அழைத்துக்கொண்டுவிட்டது. ரஷ்யா உதவி யுடன் சீனாவில் கட்டப்பட்ட பல தொழிற்சாலைகள் இப்போது ஆளில்லாம லிருக்கின்றன.

வேண்டுமானால் சீனா ரஷ்யாவின் கொள்கைகளை ஆதரித்துக் கூடுதல் உதவியைப் பெற்றிருக்கலாம். ஆனால் இதை ஒரு தன்மானப் பிரச்னையாகக் கருதுவதால் சீனா இதற்கு மறுக்கிறது. இந்த நிலையில் சீனா என்னதான் செய்யும்? உலகில் பதற்ற நிலையை அதிகரித்து, அணிசேராக் கொள்கை மற்றும் அமைதியான கூடிவாழ்தல் ஆகிய கொள்கைகளை நடைமுறைப்படுத்தாமல் அது தடுத்துவிட்டது. இது ரஷ்யாவின் கொள்கைகளுக்குக் கிடைத்த பலத்த அடி. சீனாவால் இதை எப்படிச் செய்ய முடிந்தது? அணிசேராக் கொள்கையைப் பின்பற்றும் நாடுகளிடம் அப்படி ஒரு கொள்கையே இல்லை என்று சொல்லி அவற்றைத் தனித்தனியாகப் பிரித்து, உலகத்தில் விரிசலை அதிகரிப்பதன் மூலம்தான் அதனால் இப்படிச் செய்ய முடிந்தது.

உலகில் இந்தியாதான் அணிசேரா நாடுகளில் முக்கியமான ஒன்றாகக் கருதப்பட்டது. அமைதியான கூடிவாழ்தல் கொள்கையின் சிறப்பம்சங்களை உலகுக்கு எடுத்துச் சொன்னதும் இந்தியாதான். அப்படிப்பட்ட இந்தியா வைப் போரில் தோற்கடித்து, உலக அரங்கில் அவமானப்படுத்தி, மேலை நாடுகளின் கையில் தள்ளிவிட்டால் மற்ற நாடுகளும் தங்களுடைய அணி சேராக் கொள்கையைக் கைவிட்டு விடும். ரஷ்யாவின் கொள்கை ஒன்று மில்லாமற்போகும். பனிப்போர் உச்சக்கட்டத்தை எட்டும். அப்போது ரஷ்யா சீனாவை முன்பைவிடத் தீவிரமாக ஆதரித்தே ஆகவேண்டுமென்ற கட்டாயம் ஏற்படும். பனிப்போரில் தன்னை ஆதரிக்காத நாடுகளுக்குக் கொடுத்துவந்த ஆதரவைப் பின்வாங்கும்...

இது ஒரு முழுமையான ஆய்வல்ல. வேறு பல விஷயங்களையும் நாம் கவனிக்கவேண்டும். சீனாவின் உள்நாட்டு நிலைமை சரியில்லாததால் அது ஒரு சாகசச் செயலுக்குத் துணிந்திருக்கிறது. தீவிரக் கொள்கைகளைப் பின் பற்றுபவர்களின் கட்டுப்பாட்டில் சீன அரசு வந்துவிட்டது. இப்படிப்பட்ட நடவடிக்கையை அது எடுக்கவில்லையென்றால், சீனாவின் தொழில்முன் னேற்றத்தின் வேகத்தை அதிகரிக்கவில்லையென்றால், நிலைமை சீனாவுக்குப் பாதகமாக ஆகிவிடும். அதன் முன்னேற்றம் தடைப்படும். இதைத் தடுக்க ஒரே வழி ரஷ்யா சீனாவுக்கு உதவுவதற்கான சூழ்நிலையை உருவாக்குவதுதான். அதைச் செய்வதற்காக சீனா, இந்தியாவைத் தனது இலக்காகத் தேர்ந்தெடுத்தது.

பெண்ணுரிமை

(1940களின் பிற்பகுதியில் மத்திய அரசில் சட்ட அமைச்சராக இருந்த டாக்டர் அம்பேத்கர் இந்துக்களுக்கான சட்டத்தில் சில திருத்தங்களைக் கொண்டுவர விரும்பினார். இதன்படிப் பெண்களுக்குத் தங்களுடைய வாழ்க்கைத் துணைவரைத் தாங்களே தேர்ந்தெடுக்கவும், அவரை விவா கரத்து செய்யவும், பூர்விகச் சொத்தில் பங்கு கோரவும் அதிகாரம் வழங்கப் படும். ஜவாஹர்லால் நேரு இந்தத் திருத்தங்களை முழுமனதாக ஆதரித் தாலும், பழைமை விரும்பிகளான சில அரசியல்வாதிகள் இவற்றை எதிர்த் தனர். 1952ம் ஆண்டு நடந்த பொதுத் தேர்தலில் காங்கிரஸ் கட்சி பெரும் பான்மையைப் பெற்றிருந்ததால் நேரு மேற்சொன்ன திருத்தங்களை மீண்டும் நாடாளுமன்றத்தில் சமர்ப்பித்தார். அவை சில மாற்றங்களுடன் ஏற்றுக்கொள்ளப்பட்டன. ஆனால் நாடாளுமன்றத்தின் இரு சபைகளிலும் இதைக் குறித்து நீண்ட, காரசாரமான சர்ச்சைகளுக்குப் பிறகுதான் இப்படிச் செய்தன. இந்தத் திருத்தங்களைப்பற்றி நேரு நாடாளுமன்றத்தில் 1955 மே 5ம் தேதி நிகழ்த்திய உரையிலிருந்து சில பகுதிகள் கீழே தரப்படுகின்றன. நாட்டில் சமூக, பொருளாதார ஜனநாயகம் நிலவினால்தான் அரசியல் ஜன நாயகம் வளரும் என்ற டாக்டர் அம்பேத்கரின் கருத்தையே நேருவும் தனது உரையில் வலியுறுத்துகிறார்)

ஜவாஹர்லால் நேரு: திரு துணை சபாநாயகர் அவர்களே! இந்த மசோதா இங்கு விவாதிக்கப்பட்ட பல கட்டங்களிலும் நான் ஒன்றும் பேசவில்லை, எனினும் இந்த விவாதங்களை நான் மிகுந்த ஆர்வத்துடன் கேட்டுக்கொண் டிருந்தேன். இந்த மசோதாவில் மட்டுமல்ல, இது தொடர்பான வேறு பல விஷயங்களிலும் நான் எனது ஆர்வத்தை வெளிப்படுத்தியிருக்கிறேன் என்பது இந்தச் சபைக்குத் தெரியும். இந்த மசோதா இப்போது கடைசிக் கட்டத்தை எட்டிவிட்டது என்பது மகிழ்ச்சிக்குரிய விஷயம். அடுத்த சில மணி நேரங்களில் இந்தச் சபை இந்த மசோதாவுக்கு ஒரு முடிவான வடிவம் கொடுக்குமென்று நம்புகிறேன்.

இந்த மசோதாவை நான் ஆதரிக்கிறேன். அதில் சந்தேகமே இல்லை. அதில் சொல்லப்பட்டுள்ள விஷயங்களை மட்டுமல்ல. அவற்றுடன் தொடர்புள்ள வேறு விஷயங்களையும் ஆதரிக்கிறேன். இந்த மசோதா என்னை மிகவும் கவர்கிறது. இது நமது நாட்டின் முன்னேற்றத்துக்குத் தேவையான ஒன்றெனக் கருதுகிறேன். நமது ஐந்தாண்டுத் திட்டங்கள், பொருளாதார முன்னேற்றம், தொழில்மயமாக்கல், அரசியல் சுதந்தரம் போன்ற பல விஷயங்களைப்பற்றி நாம் பேசுகிறோம். இவை அனைத்தும் முக்கியமானவைதான். ஆனால் நாட்டின் உண்மையான முன்னேற்றம் என்றால் அரசியல் மற்றும் பொருளாதார முன்னேற்றம் மட்டுமல்ல. சமூக மட்டத்திலும் முன்னேற்றத்தைக் குறிக்கிறது. இவை அனைத்தையும் நாம் ஒன்றாக இணைத்தால்தான் நமது மாபெரும் நாடு முன்னேற்றப் பாதையில் செல்லும்.

இப்போது ஒரு கேள்வி கேட்க விரும்புகிறேன். இன்றைய சமூகம் முழுவதுமாக மாறிவிட்ட சூழ்நிலையில் சமூகம் அல்லது பொருளாதாரம் தொடர்பாக முன்பு இயற்றப்பட்ட சட்டங்களை இப்போது நடைமுறைப்படுத்த முடியுமா? ஆயிரம் அல்லது இரண்டாயிரம் வருடங்களுக்கு முன்பிருந்த இந்தியாவை எடுத்துக்கொள்வோம். அன்று அதன் மக்கள் தொகை இன்றிருப்பதில் நூறில் ஒரு பங்குதான் இருந்தது. அன்றைய இந்தியாவில் கிராமங்களும், சிறிய ஊர்களும்தான் அதிக எண்ணிக்கையிலிருந்தன. இன்று நிலைமை முற்றிலும் மாறிவிட்டிருக்கிறது. தில்லி, கல்கத்தா, பம்பாய் மற்றும் மதராஸ் ஆகிய நகரங்களில் தொழிற்சாலைகள் நிறுவப்பட்டுள்ளன. மனித உறவுகள் மாறிக்கொண்டிருக்கின்றன. இத்தகைய பெரும் மாற்றங்கள் நமது சமூக அமைப்பில் நிகழ்ந்துகொண்டிருக்கும்போது ஒரு சில விஷயங்கள் மட்டும் மாறாமல் அப்படியே தொடரவேண்டுமெனச் சொல்ல முடியுமா? அப்படி மாறாமலிருந்தால் அவை இன்றைய நிலைமைக்கு ஒத்து வராது. சமூகத்திலிருந்து முழுவதாக மறைந்துவிட்ட அல்லது மறைந்து போய்க்கொண்டிருக்கும் ஒரு விஷயத்தை நீங்கள் விடாமல் பிடித்துக்கொண்டிருந்தால் அது நிலைத்து நிற்காது. ஏனெனில் அது இன்றைய மாறிய சூழ்நிலைக்குப் பொருந்தாது.

இந்த மசோதா இங்கு ஒரு சில நாட்களாக விவாதிக்கப்பட்டு வந்திருக்கிறது. ஆனால் பல வருடங்களாகவே இதைப்பற்றி நாம் சிந்தித்துக்கொண்டிருக்கிறோம். இந்து சட்டச் சீர்திருத்தம் என்ற விஷயம் பல வருடங்களாக அக்கு வேறு, ஆணிவேறாக விவாதிக்கப்பட்டு வந்திருக்கிறது. பொதுமக்கள் மட்டத்திலும் இந்த விஷயம் விரிவாக விவாதிக்கப்பட்டிருக்கிறது. இப்படிச் செய்தது சரிதான். ஏனெனில் இது அத்தனை முக்கியமான விஷயம். பார்க்கப்போனால் அரசியலும் பொருளாதாரமும் எத்தனை முக்கியமோ அதைவிட முக்கியம் மனித உறவுகள்.

சௌராஷ்டிரா மாநிலம் இந்தியாவிலேயே மிகச் சிறிய மாநிலங்களில் ஒன்று. ஆனால் சமூகரீதியாக அது மிகவும் முன்னேறியிருக்கிறது. அந்த மாநிலத்தில் சராசரியாக ஒரு நாளைக்கு ஒரு பெண் தற்கொலை செய்து கொள்கிறாள் என்ற விவரம் இன்று காலை எனக்குத் தெரியவந்தது. அங்கு மனித

உறவுகள் சரியில்லாததுதான் இதற்குக் காரணம். நாற்பது லட்சம் மக்கள் தொகையுள்ள அங்கே ஆண்டுக்கு 375 தற்கொலைகள் நிகழ்கின்றன. இதற்கும், மக்கள் தொகைக்குமுள்ள விகிதாசாரத்தை நீங்களே கணக்கிட்டுக் கொள்ளுங்கள். அந்த மாநில முதலமைச்சர் தந்த விவரம் இது. அங்குள்ள மக்கள் தங்களுக்குள் ஒத்துப்போக முடியாததையும், பெண்கள் சந்திக்கும் பிரச்னைகளையும் இது சுட்டிக்காட்டுகிறது. இம்மாதிரியான நிலைமை இந்தியாவின் வேறிடங்களிலும் காணப்படும். அந்த நிலைமையை நாம் சரிசெய்தாகவேண்டும்.

மாண்புமிகு உறுப்பினர் திரு. என்.சி.சட்டர்ஜியின் பேச்சைக் கேட்கும் அரிய வாய்ப்பு எனக்குக் கிடைத்தது. அதைக் கேட்கக் கேட்க என் மனக் குழப்பமும் வியப்பும் அதிகரித்தன. `Sacrament' மற்றும் `Samskara' என்றால் என்ன என்பதை அவர் விரிவாக விளக்கினார். `Sacrament' என்றால், மத முக்கியத் துவம் வாய்ந்த செயல் அல்லது ஒரு மதச்சடங்கு என எடுத்துக்கொள்கிறேன். இந்து திருமணம் சந்தேகமே இல்லாமல் ஒரு மதச் சடங்குதான். ஆனால் ஒருவரை ஒருவர் வெறுத்துத் தங்கள் வாழ்க்கையை நரகமாக்கிக்கொள்ளும், இருவரை (கணவன் - மனைவியை) பிரியாதவாறு கட்டிப்போடுவதற்குப் பெயர்தான் மதச்சடங்குகள் அல்லது ஸம்ஸ்காரமா? (நாகரிகமான செயலா?). எனக்குப் புரியவில்லை. நான் ஒரு படிமேலே போகிறேன். எல்லாம் மனித உறவுகளிலும் ஒருவித புனித அம்சம் இருக்கவேண்டுமென விரும்புபவன் நான். அப்படியானால் கணவன் - மனைவிக்கிடையேயுள்ள நெருக்கமான உறவிலும்கூட ஒருவித புனிதத் தன்மை இருக்கவேண்டும். மக்களிடையே சுமுகமான உறவுகள் நிலவினால் நல்லது. இல்லையேல் அது மிக மோச மானதாக இருக்கும். அவர்கள் சேர்ந்து வாழமுடியவில்லை என்றால், அவர்கள் அப்படி வாழவேண்டுமென நாம் கட்டாயப்படுத்தினால், அவர்கள் அப்படி வாழவேண்டுமென நாம் கட்டாயப்படுத்தினால், ஒருவர் மற்றவரை வெறுக்க ஆரம்பிப்பார். அவர்கள் வாழ்க்கை கசந்துவிடும். அவர்களுடைய வாழ்வின் ஆதாரமே ஆட்டம் கண்டுவிடும். அப்படி நடந்தால் நிச்சயமாக அது புனிதமானதாக இருக்கமுடியாது.

திரு. சாட்டர்ஜி இந்தியாவின் புராதன காலச் சட்டமேதைகளான மனு மற்றும் யக்ஞ வல்க்கியர் இருவரையும் மேற்கொள் காட்டிப் பேசினார். நமது வரலாற்றின் மாமனிதர்களான இவர்கள் இந்தியாவின் தலையெழுத்தையே திருத்தி எழுதியவர்கள். அவர்கள் நமது உதாரண புருஷர்கள். அவர்களை நாம் ஆராதிக்கிறோம். ஆனால், மனுவும் யக்ஞவல்கியரும் இன்று இருந்திருந் தால் என்ன செய்திருப்பார்கள் என்று வாதிடுவது சரியா?

என்.ஸி.சாட்டர்ஜி: மன்னிக்கவேண்டும்! நான் பேசிய சமயத்தில் பிரதமர் சபையிலில்லை. சட்ட அமைச்சர் திரு. பாதஸ்கர் இவ்விருவர்களைப்பற்றிச் சொன்னதற்கு நான் பதிலளித்தேன், அவ்வளவுதான்.

ஜவாஹர்லால் நேரு: நான் சொல்ல வருவது இதுதான். இந்தியாவின் இன்றைய நிலையில் மனு அல்லது யக்ஞவல்க்யர் போன்றவர்களை மேற்

கோள் காட்டிப் பேசுவது சரியல்ல. அன்றைய நிலையிலிருந்து இன்றைய நிலைமை முற்றிலும் வேறுபடுகிறது . மனித வாழ்க்கையில் சில விஷயங்கள் ஒருபோதும் மாறாமலே இருக்கின்றன. அவை மாறக் கூடாதென்பதை ஒப்புக்கொள்கிறேன். மனித வாழ்வில் சில அடிப்படைக் கொள்கைகள் உள்ளன. ஆனால் அவற்றை நமது சட்டங்களில் உட்படுத்தும் போது இன்றைய நிலைமை எப்படி இருக்கிறதென்பதைத்தான் பார்க்க வேண்டுமே தவிர ஆயிரம், இரண்டாயிரம் வருடங்களுக்கு முன்பிருந்த நிலையைப் பார்க்கக்கூடாது.

இந்தியாவின் லட்சியப் பெண்மணிகளாகத் திகழ்ந்த சீதா, சாவித்ரியைப் பற்றிப் பேசுகிறார்கள். இங்கிருக்கும் அனைவரும் இவ்விருவரையும் இவர்களைப் போன்ற பிற லட்சியப் பெண்களையும் மதித்துப் போற்றுவார்களென்றே நினைக்கிறேன். பெண்மையின் லட்சிய அடையாளங்களாக சீதாவும் சாவித்ரியும் பேசப்படுகிறார்கள். ஆனால் இவர்களைப்போலவே ஸ்ரீராமனையும், சத்யவானையும் ஆண்கள் உதாரணபுருஷர்களாக மதிக்க வேண்டுமென யாரும் சொன்னதாகத் தெரியவில்லை. அதாவது பெண்கள் தான் சீதா, சாவித்ரியைப்போல நடந்துகொள்ளவேண்டும். ஆண்கள் எப்படிவேண்டுமானாலும் நடந்துகொள்ளலாம். அவர்களுக்கு லட்சியப் புருஷர்களாக யாரையும் குறிப்பிடவில்லை. இந்திய ஆண்கள் மிகச் சிறந்தவர்கள். அவர்கள் இனிமேலும் தங்களை மேம்படுத்திக்கொள்ளத் தேவையில்லை என்று இதற்கு அர்த்தமா? அப்படியானால், அது சரியல்ல. அது அப்படி இருக்கவும்முடியாது. இன்றைய நிலையில், மக்களாட்சி நடைபெறும் இன்றைய நவீன காலகட்டத்தில் அல்லது வேறு எந்தவொரு நவீனச் சூழலிலும் , நிலைமை இப்படியே தொடரமுடியாது. ஒரு ஜனநாயகச் சமூகத்தில் ஏறக்குறைய ஐம்பது சதவிகிதம் பேர்களை வேறுபடுத்தி நிறுத்துவது ஜனநாயகத்துக்கு ஏற்றதல்ல. அதனால் அவர்கள் இதற்கு எதிர்ப்புத் தெரிவிக்கிறார்கள்.

வேறு சிலர் சொல்கிறார்கள். இதெல்லாம் சரிதான். நீங்கள் சொல்வதை ஏற்றுக் கொள்கிறோம். ஆனால் பெண்களுடைய பொருளாதார நிலைமையை உயர்த்தவில்லை என்றால் என்ன பிரயோசனம்! இந்தக் கேள்வி என்னவோ சரிதான். ஆனால் இதன் பொருள், நீங்கள் இதைச் செய்யாதீர்கள். அதைச் செய்யுங்கள். முதலில் செய்யவேண்டியதை விட்டுவிட்டு இரண்டாவதை முதலில் செய்கிறீர்கள் என்பதுதான். அதாவது, ஒன்றுமே செய்யாமல் சும்மா இருந்தால் போதும் என்பதுதான் இதன் அர்த்தம். இது அர்த்தமற்றது. நீங்கள் எங்கேயாவது ஓரிடத்தில் தொடங்கவேண்டும். பெண்களுடைய பொருளாதார நிலையும் பொருளாதாரச் சமத்துவமும் மிக முக்கியமான விஷயங்கள்தான். இங்குகொண்டுவரப்படவுள்ள இன்னொரு மசோதாவில் இந்த விஷயங்கள் கவனிக்கப்படும். நாம் நமது பாதையில் முன்னேறிச் செல்வோம். ஆனால் இப்போது உங்கள் முன் உள்ள சட்டம் அனைத்துத் தேவைகளையும் பூர்த்தி செய்யவில்லை என்பதற்காக அதைவேண்டாமெனச் சொல்வது ஒன்றுமோ செய்யாமலிருப்பதற்கு ஒப்பாகும்.

சென்ற நாடாளுமன்றத்தில் நூற்றுக்கணக்கான பக்கங்களடங்கிய 'இந்து மசோதா' அறிமுகப்படுத்தப்பட்டது உங்களுக்கு நினைவிருக்கலாம். அதை நாம் எல்லாக் கோணங்களிலிருந்தும் பரிசோதித்தோம், கமிட்டியின் பரிசீலனைக்கு அனுப்பிவைத்தோம். ஆனால் அந்த மசோதா அத்தனை பெரியதாக இருந்ததாலேயே அது தொடர்பான வேலைகளை நம்மால் முடிக்க முடியவில்லை. பார்க்கப்போனால் நமது தொடக்கமே மோசமாக இருந்தது. நாம் அந்தப் பணியையே தொடர்ந்து செய்து வந்திருந்தால் அதனைச் செய்து முடிக்கப் பலவருடங்கள் பிடித்திருக்கும். கமிட்டியின் பரிசீலனை, ஒவ்வொரு ஷரத்தையும் விரிவாக விவாதிப்பது, ஆகியவற்றைச் செய்ய முடியவில்லை. ஆகவே அந்த மசோதாவைப் பல சிறிய பாகங்களாகப் பிரித்து, ஒவ்வொன்றையும் தனித்தனியாக விவாதிக்கலாமெனத் தீர்மானித்தோம். அவற்றில் ஒன்றுதான் நாம் இப்போது விவாதித்துக்கொண்டிருக்கும் மசோதா. இரண்டாவது மசோதா தனியாகப் பரிசீலிக்கப்பட்டு கமிட்டிக்கு அனுப்பப்படுமென நம்புகிறேன். மனித வாழ்வில் எழும் பிரச்னைகளைத் தீர்க்க இது ஒன்றே வழி. பெண்களின் எல்லாப் பிரச்னைகளையும் ஒரே சமயத்தில் கையாண்டு அவர்களை மேம்படுத்துவதுமுடியாது. அது மிகச்சிக்கலானதென்பது மட்டுமல்ல. அவற்றைத் தீர்க்க நிறைய நேரமும் தேவைப்படும். மேலும் சமூகத்தில் வேறு சிலர் இந்த ஷரத்துக்களை எதிர்க்கலாம். அவற்றை நடைமுறைப்படுத்த முடியாததென்று சொல்லலாம். ஆகவேதான் நாம் இந்தப் பிரச்னைகளை ஒவ்வொன்றாகத் தீர்க்க முயலவேண்டும். இன்று ஒரு விஷயம், நாளை வேறொன்று...

நான் இந்தியப் பெண்களைப்பற்றிக் குறிப்பிடும்போது அவர்களிடம் வெளிப்படையாகக் காணப்படும் சில விஷயங்கள் எனக்குப் பிடிக்கவில்லை என்று நான் சொன்னேன். அவை இந்தியப் பெண்மணிகளிடம் மட்டுமல்ல, வேறு நாட்டுப் பெண்களிடமும் காணப்படுகின்றன. ஆனால் அதற்காக மற்ற நாடுகளையோ அங்குள்ள மக்களையோ பெண்களையோ நீங்கள் விமர்சிக்கவேண்டாம் எனக் கேட்டுக் கொள்கிறேன். அவர்களைப்பற்றி நமக்கு ஒன்றும் தெரியாது. நம்மில் சிலர் வெளிநாடுகளுக்குச் சென்றிருக்கிறோம். ஒருசில வாரங்கள் அல்லது மாதங்களுக்கு அங்கு தங்கியிருக்கிறோம். அங்குள்ளவர்களைப்பற்றி ஒரு அபிப்பிராயம் நம் மனதில் உருவாகிவிட்டது. அதைப்போல வெளிநாட்டினரும் இந்தியாவுக்கு வந்து நமது சமூகத்தைப்பற்றி ஏதாவது சொன்னால் நாம் என்ன செய்வோம்? அது நிச்சயமாக நமக்குப் பிடிக்காது. இரண்டு மாதம் அவர்கள் இங்கு தங்கிவிட்டு இந்தியாவைப்பற்றிப் புத்தகம் எழுதினால் நீங்கள் அதை ஆட்சேபிக்கிறீர்கள். ஏனெனில் தனக்குப் பிடிக்காத ஒருசில விஷயங்களைத் தேர்ந்தெடுத்து அதன்பேரில் அவர் உங்களை விமர்சிக்கிறார். அவருக்கு அந்த விஷயங்களின் பின்னணி தெரியாததால் அவர் அப்படி எழுதுகிறார்.

நான் வாரணாசிக்குப் போகும்போது அங்கு எனக்குப் பிடிக்காதது எத்தனையோ இருக்கலாம். உதாரணமாக அதன் அசுத்தமான தெருக்கள், இது சரியில்லை, அது சரியில்லை என இப்படி எத்தனையோ. ஆனால் நான் அங்கு

செல்லும் போதெல்லாம் இந்திய சரித்திரத்தின் ஆயிரக்கணக்கான ஏடுகள் என் கண்கள் முன் விரிகின்றன. சாரநாத்தில் புத்தர் போதிப்பதில் ஆரம்பித்து ஏராளமான சித்திரங்கள் என் முன் விரிகின்றன. வாரணாசி இந்தியாவின் கலாசார மையம். நான் அங்கு போகும் போதெல்லாம் இந்தியாவின் கடந்த கால வரலாற்றில் மூழ்கித் திளைக்கிறேன். வெளிநாட்டினர் ஒருவர் வந்தால் அங்குள்ள அழுக்கும் அசுத்தமும்தான் அவர் கண்ணில் தென்படும். இந்த இரண்டுமே சரிதான். ஆனால் விஷயம் அத்துடன் நிற்கவில்லை. நாம் வெளி நாடு சென்றால், நமக்கும் அதேமாதிரியான அனுபவம்தான் கிடைக்கிறது. அங்குள்ள தெருக்களிலும் சமூகத்திலும் சில குறைபாடுகளை நாம் காண் கிறோம். இதுதான் அந்த ஊரின் லட்சணம் என முடிவுகட்டுகிறோம்.

மேலை நாட்டு கலாசாரமோ, உங்களுடைய கலாசாரமோ அல்லது வேறெந்த நாட்டின் கலாசாரமாகவோ இருந்தாலும் அது மிகப் பலவீனமாக, மோசமாக இருக்கிறதென நீங்கள் நினைக்கிறீர்களா? நிச்சயமாக இல்லை. காலனி ஆட்சி நம்மீது ஆதிக்கம் செலுத்தி நம்மீது ஆறாக் காயத்தை ஏற்படுத்திவிட்டது. அதேசமயம் கடந்த 300, 400 ஆண்டுகளாக அவர்கள் ஒரு பெரிய கலாசாரத்தை வளர்த்தெடுத்திருக்கிறார்கள். அதிலிருந்து நல்ல வாழ்வை நாம் எடுத்துக் கொள்ளவேண்டும். நம் சொந்த மண்ணிலேயே, நமது எண்ணங்களுக் கேற்பத்தான் நாம் முன்னேறவேண்டும். அதேசமயம் நமது வீட்டின் ஜன்னல் கதவுகளை விரியத் திறந்து வைப்போம். அவற்றின் வழியாக வெளியிலிருந்து வரும் எண்ணங்களையும் சிந்தனைகளையும் வரவேற்று ஏற்றுக்கொள்வோம். அந்த ஜன்னல் கதவுகளை நாம் அடைத்துவிட்டால், வெளிநாட்டுக் கொள்கைகளை நாம் ஏற்கவில்லையென்றால், நமது முன்னேற்றம் தடைப்படும். சட்டம் மூலமாகவோ கொள்கை காரணமாகவோ நம்பிக்கைகள் காரணமாகவோ அல்லது வேறு ஏதாவது காரணத்துக்காகவோ வெளிச்சிந்தனை உணர்வுகளை உள்ளே வரவிடாமல் தடுத்துவிட்டால் அது மனிதனுக்கும் அவன் சமூகத்துக்கும் அவன் நாட்டுக்கும் தீங்கு விளைவிக்கும். இந்து மத வாழ்க்கைமுறை ஒருபோதும் இறுக்கமானதாக, வளைந்து கொடுக்காமல் இருந்ததில்லை என்பதே அதன் மகத்துவத்தைச் சுட்டிக் காண்பிக்கிறது. தத்துவ சாஸ்திரரீதியாகவோ மற்ற விதமாகவோ நமது கலாசாரங்களும், நம்பிக்கைகளும் ஒன்றுக்கொன்று முரணாக இருந்திருந்தாலும், நாம் அவற்றை ஏற்றுக் கொள்கிறோம். அது ஒரு நல்ல அடையாளம். நம்மிடம் சகிப்புத்தன்மை இருக்கிறது. ஒருவர் நாத்திகராக இருக்கலாம். அதற்காக அவர் இந்து மதத்தை விட்டுப் போய்விடுவதில்லை. இந்து மதமென்பது நாம் சாதாரணமாகப் புரிந்துகொள்ளும் அர்த்தத்திலல்ல என நினைக்கிறேன். ஆனால் ஒருசில சமூகப் பழக்கங்களைப் பொறுத்தவரை மற்றவர்களுக்காக நமது கொள்கைகளை விட்டுக் கொடுக்க மறுக்கிறோம். அதாவது, நான் இன்னாருடன் சேர்ந்து சாப்பிடமாட்டேன் அல்லது இன்னாரைத் தொடமாட்டேன் என்று சொல்வது. இதுதான் நமது இந்து சமூகத்தைப் பலவீனமாக்கியிருக்கிறது. அதற்குப் பெரும் கேடு விளைவித்திருக்கிறது. அந்த இறுக்கத்தை நாம் உடைத்தெறியவேண்டும். அப்படி உடைத்தெறிந்ததில் ஒன்றுதான் தீண்டாமை. சாதி அடிப்படையிலான

வேறுபல ஏற்றத்தாழ்வுகளையும் நாம் இவ்வாறே உடைத்தெறிவோம் என நம்புகிறேன்.

இந்தச் சந்தர்ப்பத்தில் நாம் வேறொன்றும் செய்யவேண்டும். இந்து சமூகத்தில் மனித உறவுகள் சார்ந்து முன்வைக்கப்பட்டிருக்கும் இறுக்கமான சட்டங்கள் அல்லது சட்ட விளக்கங்கள் இவற்றை நாம் தகர்த்தெறிய வேண்டும். இக்காரணங்களாலேயே நான் இந்த மசோதாவை வரவேற்கிறேன். ஏனெனில் அது இத்தனை நாள் நீடித்துவந்த இறுக்கத்தை உடைத்தெறிகிறது. விவாகரத்து போன்ற விஷயங்களைப்பற்றி இந்த மசோதாவில் உட்படுத்தப்பட்டுள்ள ஷரத்துக்களை அத்தனை எளிதாக நாம் மீறமுடியாது. இந்த ஷரத்துக்கள் மனிதர்களைத் தவறான பாதையில்கொண்டு செல்லும் என்று யாரேனும் சொன்னால் அது அபத்தம். அப்படி நினைப்பதற்கு ஒரு அடிப்படையுமில்லை.

என்னைப் பொறுத்தவரை மற்ற நாடுகளிலுள்ள பெண்களைப்பற்றி நான் ஒன்றும் சொல்லப் போவதில்லை. அங்குள்ள சமூக அமைப்பைப்பற்றிப் பேச எனக்கு அருகதையில்லை. ஆனால் இதை மட்டும் நான் உறுதியாகச் சொல்வேன். இந்தியப் பெண்களைப்பற்றி நான் பெருமை கொள்கிறேன். அவர்களுடைய அழகு, மென்மை, வசீகரம், நாணம், அடக்கம், புத்திசாலித்தனம் ஆகியவற்றைக் கண்டு பெருமை கொள்கிறேன். நம் நாட்டின் உணர்வுகளை ஆண்களைவிடப் பெண்கள்தான் உண்மையாகவே பிரதிபலிக்கின்றனர். பெரிய அளவில் இல்லையென்றாலும் இன்றுகூட ஒருசில இந்தியப் பெண்கள் அலுவலக அல்லது சொந்த விஷயங்களுக்காக வெளிநாடு செல்கின்றனர். அப்படிச் சென்றவர்கள் இந்தியப் பெண்களைப்பற்றி வெளிநாட்டினர் மனதில் ஒரு நல்ல அபிப்பிராயத்தை விதைத்திருக்கின்றனர்.

அத்தியாயம் 16

இந்து மேலாதிக்கவாதி

எம்.எஸ். கோல்வல்கர்

~

இந்தியா சுதந்தரமடைந்த சில வருடங்களுக்கு நாட்டில் மக்களிடையே ஒற்றுமை நிலவியது. பாகிஸ்தானிலிருந்து இந்தியாவுக்கு வந்த அகதிகளின் மறு வாழ்வுக்கு வழி செய்யப்பட்டது. சமஸ்தானங்கள் அனைத்தும் இந்தியாவுடன் இணைக்கப்பட்டன. இந்தியாவுக்கான அரசியல் சட்டம் தயாரிக்கப்பட்டு வந்தது. இவற்றில் எல்லாம் ஜவாஹர்லால் நேருவும் அன்றைய துணைப் பிரதமர் வல்லபப்பாய் படேலும் இணைந்து செயல்பட்டனர். 1950 டிசம்பரில் படேலின் மரணத்துக்குப் பிறகு நேருவுக்குச் சமானமானவராக காங்கிரஸ் கட்சியிலோ அரசிலோ வேறு யாரும் இல்லை. அமைச்சரவையில் அவரையோ அவரது அபிப்பிராயங்களையோ எதிர்த்துப் பேச யாருமில்லாததால் நேரு தனிக்காட்டு ராஜாவாக விளங்கினார். ஆனால் அரசுக்கு வெளியே அவரை நிறையப் பேர் விமர்சித்தனர்; அவர்களில் ஒருவர்தான் மகாதேவ் சதாசிவ கோல்வால்கர்.

1906ம் ஆண்டு பிப்ரவரி மாதம் ஒரு பள்ளித் தலைமையாசிரியரின் மகனாகப் பிறந்தார் கோல்வால்கர். மத்திய இந்தியாவில் பல பள்ளிகளில் படித்த பின்னர் அவர் பனாரஸ் இந்து பல்கலைக்கழகத்தில் சேர்ந்து விலங்கியலில் முதுகலைப் பட்டம் பெற்றார். பின்னர் நாக்பூரிலிருந்து வழக்கறிஞர் பட்டமும் பெற்றார். அறிவியலிலும் இந்துமதப் புனித நூல்களிலும் கோல்வால்கருக்கு நல்ல புலமை இருந்தது. அவர் சமஸ்கிருதம், மராத்தி, இந்தி மற்றும் ஆங்கிலம் ஆகிய மொழிகளில் சிறந்து விளங்கினார்.

1931-ல் கோல்வால்கர் நாக்பூரைச் சேர்ந்த மருத்துவரும் ராஷ்ட்ரிய ஸ்வயம் சேவக் சங்கின் ஸ்தாபகருமான கே.பி.ஹெட்கேவாரைச் சந்தித்தார். ஆர்.எஸ்.எஸ். தீவிர இந்து கொள்கைகளைப் பின்பற்றும் இயக்கமாக உருவெடுத்திருந்தது. 'இந்து ராஷ்டிரம்' அதாவது இந்துக்களுக்காக, இந்துக்களே ஆட்சி புரியும் ஒரு அரசை ஸ்தாபிக்கத் தங்கள் வாழ்நாளையே தியாகம் செய்யத் தயாராக இருந்த இளம் வயதினரை சங் தேர்ந்தெடுத்தது. கோல்வால்கரின் அறிவுக் கூர்மையும், அயராத உழைப்பும் ஹெட்கேவாரின் கவனத்தை ஈர்த்தன. ஆகவே அவர் கோல்வால்கரைத் தமது சிஷ்யனாக ஏற்றுக் கொண்டார். பனாரஸிலிருந்து நாக்பூருக்குத் திரும்பி வந்த கோல்வால்கர் ஆர்.எஸ்.எஸ்.ஸை வழிநடத்திச் செல்லும் பொறுப்பை ஏற்றார். ஹெட்

கேவார் 1940ல் இறந்தபோது கோல்வால்கர் ஆர்.எஸ்.எஸ்.ஸின் சர்சங்கசாலக் ஆக (தலைவராக) நியமிக்கப்பட்டார்.

தாய்நாட்டைப் பூஜிக்கவேண்டுமென்ற ஸ்வாமி விவேகானந்தரின் அறிவுரை கோல்வால்கரைப் பெரிதும் கவர்ந்தது. இந்தியாவின் ஆன்மாவாகவும் அடையாளமாகவும் அதன் கலாசாரத்தை உயர்த்திப் பிடித்த பால கங்காதர திலகரும் அவரைக் கவர்ந்தார். தாய் நாட்டையும் இந்து கலாசாரத்தையும் எந்த அளவுக்கு நேசித்தாரோ, அந்த அளவுக்கு கோல்வால்கர் மேலை நாடுகளையும் உள்ளுக்குள் இருக்கும் எதிரிகளையும் வெறுத்தார். தனிமனித சுதந்தரத்தை அதிகம் விரும்பாதவரும் இயற்கையான கூட்டு சமூகத்தையே (Organic State) விரும்பியவருமான கோல்வால்கருக்கு 'பன்முகத்தன்மை நிறைந்த சமூக அமைப்பைக் கண்டாலே பிடிக்கவில்லை' என்கிறார் அரசியல் கோட்பாட்டாளரான ஜ்யோதிர்மய ஷர்மா.

கோல்வால்கரின் அபிப்பிராயத்தில் இந்து ராஷ்டிரத்தை ஸ்தாபிப்பதில் மூன்று தடைக் கற்களைக் கடக்கவேண்டியிருந்தது. முஸ்லிம்கள், கிறிஸ்துவர்கள், கம்யூனிஸ்ட்டுகள். இவை மூன்றுமே வெளிநாட்டிலிருந்து இந்தியாவுக்கு வந்தவை. கம்யூனிஸ்டுகளோ நாத்திகர்களாகவுமிருந்தனர். இம்மூன்று பேர்களையும் கோல்வால்கர் இந்து புராணங்களில் வரும் ராட்சஸர்களாகத்தான் பாவித்தார். இந்துக்கள் இந்த ராட்சஸர்களைக் கொன்று இந்தியாவின் பழம் பெருமையையும், புனிதத்தையும் மீண்டும் நிலைநாட்டுவார்கள்; இந்தச் செயலைச் செய்த முடிக்கத்தான் ஆர்.எஸ்.எஸ். நிறுவப்பட்டது என்று கோல்வால்கர் பிரசாரம் செய்தார்.

1948 ஜனவரியில் காந்திஜி கொல்லப்பட்டதைத் தொடர்ந்து கோல்வால்கர் கைதானார். ஆர்.எஸ்.எஸ். தடை செய்யப்பட்டது. காந்திஜியைக் கொலை செய்த நாதுராம் கோட்ஸே ஒரு காலத்தில் ஆர்.எஸ்.எஸ்ஸில் உறுப்பினராக இருந்தார் என்பதும் கோல்வால்கர் காங்கிரஸ் மற்றும் முஸ்லிம்களுக்கெதிராகத் தீவிரமாகப் பிரசாரம் செய்தார் என்பதும்தான் இந்தக் கைதுக்குக் காரணங்கள். பின்னர் கோல்வால்கர் விடுதலை செய்யப்பட்டார். வன்முறையைக் கையாளமாட்டோம், இந்திய அரசியல் சட்டத்தில் உட்படுத்தப்பட்டுள்ள ஜனநாயகக் கொள்கைகளுக்கேற்ப நடந்துகொள்வோமென ஆர்.எஸ்.எஸ். வாக்குறுதியளித்த பிறகு அதன் மீதுள்ள தடை 1949 ஜூலையில் நீக்கப்பட்டது.

1952ம் ஆண்டில் வங்காளத்தைச் சேர்ந்த சியாம பிரஸாத் முகர்ஜி காங்கிரஸ் கட்சிக்கு மாற்றாக 'ஜனஸங்க்' என்ற 'இந்து-முன்னுரிமை' கட்சியைத் தொடங்கினார். தன்னை ஒரு கலாச்சார அமைப்பு மட்டுமே என்று அந்தக் கட்சி சொல்லிக் கொண்டாலும் ஆர்.எஸ்.எஸ். ஜனசங்கத்துடன் நெருக்கமாகப் பணியாற்றியது. தனது உறுப்பினர்களை ஜனசங்கத்துக்கு அனுப்பி வைத்தது; அதன் கொள்கைகள் என்னவாக இருக்கவேண்டுமென அறிவுரை தந்தது. இன்று ஜனசங்கத்துக்குப் பின்னர் தொடங்கப்பட்ட பாரதிய ஜனதா கட்சியிலும் இந்தத் தொடர்புகள் தொடர்கின்றன.

ஆரம்பத்தில் ஆர்.எஸ்.எஸ். ஹெட்கேவர், கோல்வால்கர் ஆகியோரின் சொந்த மாநிலமான மகாராஷ்டிராவில் வலுவாக இருந்தது. இந்தியா - பாகிஸ்தான் பிரிவினைக்குச் சற்று முன்பும் அதன் பின்னரும் நிகழ்ந்த சம்ப வங்களைத் தொடர்ந்து அது வட இந்தியாவில் மேலும் பல இடங்களுக்குப் பரவிற்று; அதன் செல்வாக்கும் அதிகரித்தது.

நாட்டின் பல இடங்களில் நடந்த மதக் கலவரங்கள் காரணமாகவும் காஷ்மீரை பாகிஸ்தான் ஆக்ரமித்ததாலும் இந்து, முஸ்லிம்களுக்கிடை யேயுள்ள வேற்றுமையுணர்வு அதிகரித்தது. பதற்றமும் இன்னல்களும் நிறைந்த சூழ்நிலையில் நாட்டின் உள்ளும் வெளியிலுமுள்ள இந்திய விரோத சக்திகளை எதிர்க்கவேண்டுமென்ற பிரசாரம் சூடு பிடித்தது. 1950களிலும் 1960களிலும் வட இந்தியாவில் நிலைமை சற்று சாந்தமானதைத் தொடர்ந்து ஆர்.எஸ்.எஸ். தென்னிந்தியா பக்கம் கவனத்தைத் திரும்பியது.

1930களில் ஜெர்மனியின் நாஜிக் கட்சியின் கொள்கைகள் ஆர்.எஸ்.எஸ்ஸைப் பெரிதும் கவர்ந்தன. அவற்றுக்கும் கோல்வால்கரின் கொள்கைகளுக்கும் நிறையவே ஒற்றுமைகள் இருந்தன. உதாரணமாகத் தாய் நாட்டை நேசிப்பது, அந்நியர் மீதான வெறுப்பு (ஜெர்மனியில் யூதர்கள், இந்தியாவில் முஸ்லிம்கள்). பிற்காலங்களில் நாஜிகளைப்பற்றி அதிகம் பேசவில்லையென்றாலும் 1950 களிலும் 1960களிலும் கோல்வால்கர் செய்த பிரசங்கங்களிலெல்லாம் இந்துக்கள் மட்டுமே தாய் நாட்டை உண்மையாக நேசிப்பவர்கள் என்ற கருத்துகளே இடம்பெற்றன. இந்துக்கள் உண்மையிலேயே தாய்நாட்டை நேசிப்பவர்களாக இருந்தால், பண்டைய காலங்களில் அவர்களுக்கிருந்த பெயரும் புகழும் மீண்டும் அவர்களை வந்தடையுமென்றும் ஆர்.எஸ்.எஸ். வாக்குறுதியளித்தது.

கோல்வால்கருக்கு முன்பும் இந்துத்வ வலதுசாரிக் கொள்கையை முன்வைத்த வேறு பலருமிருந்தனர். உதாரணமாக வி.டி.ஸாவர்க்கர், மதன்மோகன் மாளவியா. அவர்களுடைய கருத்துகள் நுட்பமானவையாக, செழுமையான வையாக இருந்தன. ஆனால், அவற்றின் தாக்கமும்செல்வாக்கும் வெகுகுறை வாகவே இருந்தன. முப்பது வருடங்களாக ஆர்.எஸ்.எஸ்ஸின் தலைமைப் பதவியிலிருந்த கோல்வால்கரின் தாக்கம் தற்கால இந்தியா மீதும் அதன் அரசியலிலும் பெரிய அளவிலிருந்தது. வாழ்நாள் முழுவதும் பிரம்மச்சாரி யாகவே காலம் கழித்த அவருக்குப் பழைய காலத்திய ரிஷிகளைப்போல ஒரு பெரும் சிஷ்ய பரம்பரையே இருந்தது. இவர்கள் பிற்காலத்தில் மாநில முதல மைச்சர்கள் ஆனார்கள். ஒரு சிலர் ஒரு படி மேலே சென்று மத்திய அரசில் பெரிய பதவிகளை அலங்கரித்தனர். 1998 முதல் 2004வரை இந்தியப் பிரதமராக இருந்த அடல் பிஹாரி வாஜ்பேயியும், மத்திய அரசில் உள்துறை அமைச்சரும் துணைப் பிரதமருமாக இருந்த லால் கிருஷ்ண அத்வானியும் தமது சொந்த நிலையிலும் கொள்கையளவிலும் கோல்வால்கரின் சீடர்களாக இருந்தவர்கள்தான்.

எம்.எஸ்.கோல்வால்கர் 1973ல் காலமானார்.

இந்து தேசமும் அதன் எதிரிகளும்

(கோல்வல்கர் பிரதானமாக சொற்பொழிவுகள் மூலமாகவே செயல்படு பவராக இருந்தார். நாட்டின் பல பாகங்களிலுமுள்ள ஆர்.எஸ்.எஸ். தொண்டர்களைச் சந்தித்து அவர்கள் முன் உரை நிகழ்த்துவார். அவை 'சிந்தனைக் கொத்து'

என்ற பெயரில் 1966ல் புத்தகமாக வெளிவந்தன. கீழே தரப்பட்டுள்ள உரைச் சுருக்கத்தில் வருங்காலத்தில் நிறுவப்படவுள்ள இந்து தேசம் எப்படியிருக்க வேண்டுமென்பதைப்பற்றியும், அதை உருவாக விடாமல் தடுக்கும் சக்தி களைப்பற்றியும் கோல்வால்கர் விவரிக்கிறார்.)

தேசம் என்பதன் வரையறை என்ன? முடிந்தவரையிலான இயற்கை எல்லை களைக்கொண்ட தொடர்ச்சியான நிலப்பகுதி. தேசத்துக்கான முதல் அடிப் படை இதுதான்; இரண்டாவதாக அங்கு வசிக்கும் மக்கள் அந்த நிலப் பரப்பைத் தங்களுடைய தாய் நாடாக மதிக்கவேண்டும். அது தங்களை வாழ வைக்கிறது, தங்களுக்குப் பாதுகாப்பளித்துத் தங்களை வளமாக இருக்கச் செய்கிறது என்று அதனை நேசிக்கவேண்டும், பூஜிக்கவேண்டும். சுருக் கத்தில் தாங்கள் அந்த மண்ணின் மக்கள் என்பதை அவர்கள் உணரவேண்டும்.

அதன் குடிமக்கள் பல தனிப்பட்ட மக்களின் வெறும் ஒரு கூட்டமாக மட்டுமே இருக்கக்கூடாது. ஒரேவிதமான வாழ்க்கை லட்சியங்கள், கலா சாரம், எண்ண ஓட்டங்கள், நம்பிக்கைகள், பழக்க வழக்கங்கள், பாரம்பரியம் ஆகியவற்றால் வடிவமைக்கப்பட்ட ஒரு வாழ்க்கை முறையைக் கொண்ட வர்களாக இருக்கவேண்டும். பொதுவான பாரம்பரியங்கள், எதிர்பார்ப்புகள், கடந்த காலம் சார்ந்த பொதுவான மகிழ்ச்சியான மற்றும் சோகமான நினைவு களைக் கொண்டவர்களாக இருக்கவேண்டும். நட்பு பகைமை சார்ந்த பொது வான உணர்வுகள் கொண்டவர்களாக இருக்கவேண்டும். அவர்களுடைய ஆர் வங்கள் ஒன்றிணைந்து ஒரே முழுமையானதாக இருக்கவேண்டும். இவ்வாறு ஒரு குறிப்பிட்ட நிலப்பரப்பின் குழந்தைகளாக வாழும்போதுதான் அந்த நிலமானது 'தேசம்' (nation) என்றழைக்கப்படும்.

உலகின் கற்றறிந்த நபர்கள் அனைவராலும் ஏற்றுக்கொள்ளப்பட்டிருக்கும் இந்த வரையறையின் அடிப்படையில் பார்த்தால், வடக்கில் இமாலய மலையிலிருந்து எல்லாத் திக்குகளிலும் பரவியிருக்கும் அதன் கிளைகள், அவற்றிலுள்ள பிரதேசங்கள் உள்படத் தெற்கே இந்து மகா சமுத்திரம்வரை- அனைத்துத் தீவுகள் உள்படப் பரந்து விரிந்திருக்கும் இந்த மாபெரும் நிலப்பரப்பு இயல்பான வலிமையான ஒரு தேசமே என்ற உண்மை புலப்படும். பல்லாயிரக்கணக்கான ஆண்டுகளாக நமது பண்பட்ட சமூகம் இந்த மண்ணின் மைந்தர்களாகத் தொடர்ந்து வாழ்ந்துகொண்டிருக்கிறது. நவீன காலத்தில் இது இந்து சமூகம் என்றறியப்படுகிறது. இது ஒரு வரலாற்று உண்மையும்கூட. ஏனென்றால், தாய் நாடு மீதான நேசம், அர்ப்பணிப்பு

போன்றவற்றுக்கான அடிப்படைகளையும் பாரம்பரியத்தையும் உருவாக்கி வளர்த்தெடுத்தது இந்த இந்துக்களின் முன்னோர்கள்தான். தங்களுடைய தாய் நாட்டைப்பற்றி ஒரு முழுமையான சித்திரத்தையும், தாய்நாடு ஒரு தெய்வீக நாடென்ற எண்ணத்தையும் மக்கள் மனதில் பதிக்கவும் செய்துள்ளனர்.

தமது தாய்நாட்டின் மானத்தையும் மரியாதையையும் காப்பாற்ற ரத்தத்தைச் சிந்தியதும் அவர்களே. இவை அனைத்தையும் நமது இந்துக்கள்மட்டுமே செய்து வந்துள்ளனர் என்பதற்கு நமது ஆயிரம் வருட வரலாறே சாட்சி. அதாவது, இந்துக்கள்தான் இந்த மண்ணின் மைந்தர்களாக வாழ்ந்து வந்திருக்கின்றனர் என்பதே இதன் பொருள்.

இதனை 'இந்து தேசம்' என நாங்கள் அழைத்தால் உடனே ஒரு சிலர் கேட்கிறார்கள்: 'இங்கு வசிக்கும் முஸ்லிம்களும் கிறிஸ்துவர்களும் என்ன செய்வார்கள்? அவர்களும் இங்கு பிறந்து வளர்ந்தவர்கள் தானே? அவர்கள் மதம் மாறிவிட்டதால் மட்டுமே அவர்கள் வெளியாட்களாக மாறி விடுவார்களா?' என்று. ஆனால் இங்கு எழும் முக்கியமான கேள்வி இதுதான். 'தாங்களும் இந்த மண்ணின் மக்கள்தான் என்பதை அவர்களும் உணர்கிறார்களா? அதை நாம் மட்டுமே உணர்வதால் என்ன பிரயோசனம்? அந்த உணர்வும் நினைவும் அவர்கள் மனதிலுமிருக்கவேண்டும். இப்போது நம் முன் எழும் கேள்வி இதுதான். இஸ்லாமுக்கோ கிறிஸ்துவத்துக்கோ மாறியவர்களின் சிந்தனை ஓட்டங்கள் இப்போது எப்படியிருக்கின்றன? அவர்கள் இந்த நாட்டில் பிறந்தவர்கள்தான், சந்தேகமில்லை. ஆனால் அவர்கள் இந்நாட்டை நேசிக்கிறார்களா? தங்களை வளர்த்தெடுத்த இந்நாட்டுக்கு அவர்கள் நன்றியுள்ளவர்களாக இருக்கிறார்களா? தாங்கள் இந்நாட்டின் மக்கள், ஆகவே அதற்குச் சேவை புரிவது தமது பாக்கியமெனக் கருதுகிறார்களா? அதனைத் தமது கடமையென நினைக்கிறார்களா? இல்லை! அவர்கள் மதம் மாறிய போது அவர்களுடைய தேசப்பற்றும் தேச பக்தியும் எங்கோ போய்விட்டன.

இது இத்தோடு நின்றுவிடவில்லை. மனத்தளவில் அவர்கள் இந்நாட்டின் எதிரிகளுடன் கை கோர்த்திருக்கிறார்கள். வெளியில் எங்கோ உள்ள இடத்தைத் தங்களுடைய புனிதத்தலமாகக் கருதுகிறார்கள். அரேபியா விலுள்ள வெவ்வேறு இனங்களைப் பின்பற்றி இங்குள்ளவர்கள் தங்களை 'ஷேக்' அல்லது 'சையது' என்று அழைத்துக் கொள்கிறார்கள். தாங்கள் அந்த அரேபியர்களுடைய வாரிசுகள் என்பதை அவர்கள் எப்படித் தீர்மானிக்கிறார்கள்? தங்களுடைய பிறந்த நாட்டுடனான அனைத்து உறவுகளையும் அறுத்தெறிந்துவிட்டு நம் நாட்டை ஆக்ரமித்தவர்களுடன் ஒன்றிவிட்டனர். இந்நாட்டை வெற்றிகொண்டு தங்களுடைய ராஜ்ஜியத்தை ஸ்தாபிக்க இங்கு வந்துள்ளதாகத்தான் அவர்கள் இப்போதும் நினைக்கிறார்கள். அதாவது, அவர்கள் தங்களுடைய மதத்தை மட்டும் மாற்றவில்லை; தங்களுடைய சொந்த நாட்டைப்பற்றிய எண்ணத்தையே மாற்றிவிட்டனர். தங்களுடைய தாய்நாட்டைத் தவிக்கவிட்டுவிட்டு எதிரிகளுடன் கை கோர்த்துக்கொள்வதை ராஜத்துரோகம் என்றில்லாமல் வேறு என்ன பெயர் சொல்லி அழைப்பது?

ஒரு சில முஸ்லிம்கள்தான் இந்தியாவின் எதிரிகளாக இந்தியாவை ஆக்ரமிக்க வந்தனரென்பது அனைவருக்கும் தெரியும். அப்படித்தான் சிறிய எண்ணிக் கையிலுள்ள கிறிஸ்துவ மத போதகர்களும் இங்கு வந்தனர். ஆனால் இன்று இந்தியாவில் அவர்களுடைய எண்ணிக்கை அதிகரித்துவிட்டது. அந்த எண்ணிக்கை தானாக உயரவில்லை. அவர்கள் உள்ளூர் மக்களை மதம் மாற்றி னார்கள். மீதமுள்ளவர்களை அப்படி மாற்ற முடியவில்லை. அவர்கள் இந்துக் களாகத் தொடர்கிறார்கள். இப்படி மதம் மாற்றப்பட்டவர்கள் தங்களுடைய சுய விருப்பத்தின் பேரில் அந்த மதங்கள் இந்து மதத்தைவிடச் சிறந்தவை என நினைத்துத்தான் மதம் மாறினரா? இப்படி நடந்ததாக ஒற்றை நிகழ்வுகூட வரலாற்றில் சொல்லப்படவில்லை.

மாறாக வரலாறு வேறு பல காரணங்களைச் சொல்கிறது. மதம் மாறவில்லை யென்றால் கொல்லப்பட்டுவிடுவோம் என்ற பயம், அதிகாரத்தில் இருந்த வர்களின் வற்புறுத்தல், அல்லது பணத்துக்கும் பதவிக்கும் ஆசைப்படுதல் அல்லது தங்களை ஆண்டுகொண்டிருந்தவர்களுடைய நடை, உடை, பாவனையைக் காப்பியடித்து அவர்களைத் திருப்திப்படுத்துதல் இவைதான் மதம் மாறியதற்கான காரணங்களாக வரலாறு சொல்கிறது. நிறைய ஏமாற்று வேலைகளும் நடந்துள்ளன. ஊரிலுள்ள நீர் நிலைகளில் ஒரு துண்டு பசு மாமிசம் ரகசியமாக எறியப்படும். இது தெரியாத கிராமவாசிகள் அங்கே குளிப்பார்கள். அடுத்த நாள் காலை கிறிஸ்துவ மத போதகரோ அல்லது மௌல்வியோ அந்தக் கிராமவாசிகளிடம், ‘நீங்கள் இந்த அசுத்த நீரில் குளித்ததால் உங்களால் இனிமேல் இந்து மதத்தில் தொடரமுடியாது. ஆகவே நீங்கள் எங்களுடைய மதத்துக்கு மாறுவதுதான் ஒரே வழி’ என்று சொல் வார்கள். இப்படித்தான் வட இந்தியாவில் அநேகம் பேர் இஸ்லாமுக்கும் மேற்கிந்தியாவில் கிறிஸ்துவ மதத்துக்கும் மதம் மாற்றப்பட்டனர். நல்ல ஏமாற்று வேலை இது!

அரசியல்ரீதியாக மற்றவர்கள் நம் மீது ஆதிக்கம் செலுத்தத்தான் இந்தத் தந்திரம் பின்பற்றப்பட்டது. இது மதக் கொள்கைகளைப் பரப்பும் வேலை யல்ல. மாறாக மதம் என்ற போர்வையில் பின்பற்றப்பட்ட அரசியல் தந்திரம். வெளிநாட்டிலிருந்து வந்த ஆக்ரமிப்பாளர்கள் நம் நாட்டினரை அரசியல் மற்றும் கலாச்சாரரீதியாகத் தங்கள் கீழ்கொண்டு வந்தது மட்டுமல்ல, அவர் களைத் தங்கள் மதத்துக்கே மாற்றியும்விட்டனர். இதுவும் வெளிநாட்டினரின் ஆதிக்கம்தான். அரசியல், பொருளாதார, கலாச்சாரரீதியாக மற்றவர்களை அடக்கி ஆள்வதைப்போல இது மதரீதியாக ஆள்வதாகும்.

இப்படிப் பல நூற்றாண்டுகளாக இன்னல்களை அனுபவிக்கும் நமது சகோதரர்களை நம் பக்கம் திரும்ப எடுத்துக்கொள்வது நமது கடமையாகும். விடுதலை விரும்பிகளான அவர்கள் தங்கள் அடிமைத்தளையையும் ஆதிக் கத்தையும் உதறி எறிந்துவிட்டு பண்டைக் காலங்களில் பின்பற்றப்பட்ட அர்ப்பணிப்பு மிகுந்த தேசிய வாழ்க்கைக்குத் திரும்பட்டும். அடிமைத்தனம், அது எப்படிப்பட்டதாக இருந்தாலும், விரும்பத் தக்கதல்ல. இதனை நாம் ஒழித்தேயாகவேண்டும். நம் சகோதரர்களை நமது தேசிய வாழ்வில் அவர்

களுக்கரிய இடத்தைத் திரும்ப எடுத்துக்கொள்ளும்படி கேட்டுக் கொள்கிறேன். அவர்கள் நமது மதத்துக்குத் திரும்பும் நாளை ஒரு மாபெரும் தீபாவளி விழாவாகக் கொண்டாடுவோம். அவர்கள் இப்படிச் செய்ய வேண்டுமென நான் அவர்களைக் கட்டாயப்படுத்தவில்லை. இது ஒரு வேண்டுகோள் மட்டுமே. அவர்கள் நிலைமையைச் சரியாகப் புரிந்து கொண்டு நமது மதத்துக்குத் திரும்பி வந்து, இந்துக்களின் நடை, உடை, பாவனை, பழக்க வழக்கங்கள், வீடு கட்டுதல், திருமணச்சடங்குகள், மரணச் சடங்குகள் ஆகியவற்றை மீண்டும் பின்பற்றவேண்டுமெனக் கேட்டுக் கொள்கிறேன்.

இந்துக்கள், முஸ்லிம்கள் மற்றும் கிறிஸ்துவர்கள் ஆகியோர்களுக்கிடையே அரசியல்ரீதியாகவும் பொருளாதாரரீதியாகவும் ஏற்கனவே ஒற்றுமை ஸ்தாபிக்கப்பட்டுவிட்டதென ஒரு சிலர் சொல்கின்றனர். சரி. ஆனால் இவற்றோடு ஏன் நிறுத்திக்கொள்ளவேண்டும்? இதைச் சற்றே விரிவுபடுத்தி அவர்கள் இந்து வாழ்க்கை முறையுடனும், இந்து தர்மத்துடனும் இணைந்து, பிரிந்து போன சகோதரர்களைத் திரும்ப எடுத்துக்கொள்ளலாமே? அரசியல் மற்றும் பொருளாதாரரீதியான ஒற்றுமையைப்பற்றிப் பேசுபவர்களிடம் நான் சொல்வது இதுதான்: இது மட்டுமல்லாமல் நமக்குக் கலாச்சார மற்றும் மத ஒற்றுமையும்வேண்டும்.

இன்று நமது அரசியல் தலைவர்கள் தேசிய ஒற்றுமை, உணர்வுபூர்வமான ஒற்றுமை என்றெல்லாம் பேசுகிறார்கள். ஆனால் அனைவரும் ஒன்று சேர்ந்து வாழ வழி செய்யும் 'உணர்வு' எது? ஒற்றுமை நிறைந்த, ஒளிமயமான, புத்துணர்வு பெற்ற வாழ்க்கை நமக்கு எப்படிக் கிடைக்கும்?

முதலாவதாக அநாதி காலம் முதலே நமது தாய் நாடு என்று நாம் போற்றி வந்த மண்ணின் மீது தீவிர பக்தியுணர்வுவேண்டும்;

இரண்டாவதாக நாம் அனைவரும் ஒரு தாயின் மக்கள் என்ற உணர்விலிருந்து பிறந்த சகோதரத்துவமும் ஒற்றுமையும் நம்மிடம் இருக்கவேண்டும்;

மூன்றாவதாக நம் அனைவருக்கும் பொதுவான கலாசாரம், பாரம்பரியம், வரலாறு, பழக்க வழக்கங்கள், லட்சியங்கள், விருப்பங்கள், வேட்கைகள் ஆகியவற்றைப்பற்றி நாம் நன்கு அறிந்திருக்கவேண்டும்;

இந்த இந்து தேசிய உணர்வுதான் நமது நாட்டின் அஸ்திவாரமாக விளங்குகிறது.

முஸ்லிம் அபாயம்

(திரு. கோல்வால்கரின் அபிப்பிராயத்தில் முஸ்லிம்கள் ஐந்தாம் படையினர்; அவர்களை நம்பமுடியாது. காரணம் இந்து ராஜ்யத்தின்

ஒற்றுமையையும் சக்தியையும் அவர்கள் குலைக்க முற்படுபவர்கள் என்பதுதான். முன்பே சொன்னதுபோல இந்தியாவின் மூன்று முக்கிய எதிரிகளில் முஸ்லிம்கள்தான் முதலிடத்திலிருப்பவர்கள். மற்ற இருவர் கிறிஸ்துவர்களும் கம்யூனிஸ்ட்டுகளும் ஆவார்கள். கீழே கொடுக்கப் பட்டுள்ள கட்டுரை முஸ்லிம்களைத்தான் குறிபார்க்கிறது.)

ஒரு நாட்டின் வெளியிலிருந்து வரும் ஆக்ரமிப்பாளர்களைவிட அதிலேயே உள்ள எதிரிகள் அந்நாட்டின் பாதுகாப்புக்குப் பேராபத்தை விளைவிப் பார்கள். இதுதான் உலகிலுள்ள பல நாடுகளின் துயரமான அனுபவம். துரதிர்ஷ்டவசமாக பிரிட்டிஷார் இந்த நாட்டை விட்டுப்போன பிறகு நாட்டின் பாதுகாப்பு என்ற முக்கியமான விஷயத்தை நாம் அனைவரும் மறந்துவிட்டோம். புறக்கணித்துவிட்டோம்.

நம் நாட்டுத் தலைவர்கள் எதையோ கற்பனை செய்துகொண்டு உண் மையைச் சந்திக்கப் பயப்படுகிறார்கள். ஒன்றன்பின் ஒன்றாக நம்மைப் பிடித்து ஆட்டும் துயரங்களை மறைத்துவைக்கும் பொருட்டு அர்த்தமற்ற கோஷங்களை எழுப்புகிறார்கள். தங்களுடைய குறுகிய தன்னலத்துக்காக நமக்கெதிரான சக்திகளுடன் கூட்டணி அமைப்பது போன்ற செயல்களில் ஈடுபடுகிறார்கள். இவையனைத்தும் ஒன்று சேர்ந்து நமது நாட்டின் சுதந் தரத்துக்கும் பாதுகாப்புக்கும் உள்ளிருந்தே ஆபத்தை வழி வகுக்கிறது.

முதலில் முஸ்லிம்களை எடுத்துக்கொள்வோம்.

'முஸ்லிம் பிரச்னை' என்று ஒன்று இல்லவே இல்லை; இங்கிருந்த கலகக்காரர்களெல்லாம் பாகிஸ்தானுக்குச் சென்றுவிட்டனர். இங்குள்ள முஸ்லிம்கள் நம் நாட்டை நேசிக்கிறார்கள். அவர்களுக்கு வேறு போக்கிடம் கிடையாது. ஆகவே அவர்கள் இந்தியாவுக்கு விசுவாசமாகத்தான் நடந்து கொள்வார்கள்.' என்று பலர் சொல்கின்றனர்.

இன்று இந்தியாவில் வசிக்கும் முஸ்லிம்கள் பிரிவினைக்குப் பிறகாவது மாறிவிட்டார்களா? 1946-47ல் அவர்களுடைய விரோத மனப்பான்மை காரணமாக நாட்டில் பரவலாகக் கலவரம், கொலை, கொள்ளை, தீ வைப்பு, கற்பழிப்பு ஆகிய அனைத்து சம்பவங்களும் மிகப் பெரிய அளவில் நிகழ்ந்தன. இவை இப்போதாவது நின்றுவிட்டனவா? பாகிஸ்தான் உருவான உடனேயே இந்த முஸ்லிம்கள் தேசபக்தர்களாக மாறிவிட்டார்கள் என்று நினைத்தால் அது தவறு. நம்மை நாமே ஏமாற்றிக் கொள்கிறோம். இதற்கு மாறாக பாகிஸ்தான் உருவான நாள் முதல் இவர்களுடைய இந்தியாவுக்கெதி ரான நடவடிக்கைகள் நூறு மடங்கு அதிகரித்துவிட்டது. வருங்காலத்திலும் நம் நாட்டை ஆக்ரமிக்க விரும்பும் இவர்களுக்குப் பாகிஸ்தான் எல்லாவித உதவியையும் கொடுக்கிறது.

இவர்களுடைய தாக்குதல் இரு வகைப்படும். ஒன்று நேரடியாக இந்தியாவை எதிர்ப்பது; சுதந்தரத்துக்கு முன்பு ஜின்னா இதனை நேரடி நடவடிக்கை (Direct Action) என வர்ணித்தார். முதல் தாக்குதலின் விளைவாக அவர்களுக்கு

பாகிஸ்தான் கிடைத்தது. இந்தப் பிரிவினைக்குச் சம்மதித்த நமது தலைவர்கள் இது சகோதரர்களுக்கிடையேயான பாகப் பிரிவினை மட்டுமே என்று சொல்லி உண்மையைப் பூசி மொழுகப் பார்க்கலாம். ஆனால் உண்மை வேறு. பிரிவினையின் விளைவாக நம் தாய்நாட்டிலிருந்து ஒரு தீவிர இஸ்லாமிய நாடு தனியாக உருவாக்கப்பட்டது. அது உருவான நாள் முதலே அதை அராஜக இஸ்லாமியச் செயல்பாடாகத்தான்கொண்டிருக்கிறோம். சுமார் 1200 ஆண்டுகளுக்கு முன்பு முஸ்லிம்கள் நம் நாட்டினை மதம் மாற்றவும், நம்மை அடிமைப்படுத்தும் நோக்கத்துடனும் இங்கு வந்தனர். ஆனால் அவர்கள் வந்து பல நூற்றாண்டுகளாகியும் அவர்களுடைய எண்ணம் நிறைவேறவில்லை. ஏனெனில் இந்நாட்டின் வீரக் குடிமக்கள் இவர்களுக்கெதிராகப் பொங்கி எழுந்தனர்; அவர்களுடைய திட்டத்தை முறியடித்தனர். ஆனால் தங்களுடைய ராஜ்யம் சின்னாபின்னமான பிறகும்கூட மற்றவர்கள்மேல் ஆதிக்கம் செலுத்தவேண்டுமென்ற அவர்களுடைய குறிக்கோள் மாற்றமில்லாமல் தொடர்ந்தது. பிரிட்டிஷார் இங்கு வந்தபின் முஸ்லிம்கள் தங்கள் விருப்பம் நிறைவேறுமென எண்ணினார்கள். அவர்கள் மிகத் தந்திரமாகச் செயல்பட்டனர். நாட்டில் பயங்கரத்தை விதைத்தனர். பயத்திலாழ்த்தினர். இதைக்கண்டு அரண்டுபோன நமது தலைவர்கள் இந்தியா - பாகிஸ்தான் பிரிவினைக்கு ஒப்புக்கொள்ளவேண்டிவந்தது.

முஸ்லிம்களின் இரண்டாவது தந்திரம் இந்தியாவின் முக்கியப் பகுதிகளில் தங்களுடைய எண்ணிக்கையை அதிகரிப்பது. காஷ்மீருக்குப் பிறகு அவர்களுடைய அடுத்த இலக்கு அஸ்ஸாம். பல நாட்களாக அவர்கள் திட்டமிட்டபடி அஸ்ஸாம், திரிபுரா, வங்காளத்தின் இதர பகுதிகளில் அவர்கள் பெரிய எண்ணிக்கையில் குடியேறிவிட்டனர்.

கிழக்கு பாகிஸ்தானில் கொடும் பஞ்சம் நிலவுவதால்தான் முஸ்லிம்கள் இப்படி அஸ்ஸாமிலும், திரிபுராவிலும் குடியேறுகிறார்கள் எனச் சிலர் சொல்வது சரியல்ல. கடந்த பதினைந்து வருடங்களாக பாகிஸ்தானிய முஸ்லிம்கள் இந்தியாவுக்குள் ரகசியமாக வந்துகொண்டிருக்கிறார்கள். அப்படியானால் கடந்த 15 வருடங்களாகக் கிழக்கு பாகிஸ்தானில் பஞ்சம் நிலவுகிறதென்று அர்த்தமா? பாகிஸ்தான் முஸ்லிம்கள் அஸ்ஸாமுக்குள் திருட்டுத்தனமாக நுழைகிறார்கள்; அங்குள்ள இந்திய முஸ்லிம்கள் இவர்களுக்குப் புகலிடம் தருகிறார்கள். இப்படிச் செய்வதன் மூலம் அஸ்ஸாம் ஒரு முஸ்லிம் பெரும்பான்மை மாநிலமாக மாறி நாளடைவில் பாகிஸ்தானின் ஒரு பாகமாகவே மாறிவிடும். இது ஒரு சூழ்ச்சியில்லையா? இப்படித் திருட்டுத்தனமாக நுழைந்ததன் விளைவாக அஸ்ஸாமின் மொத்த மக்கள் தொகையில் 11 சதவிகிதமே இருந்த முஸ்லிம்களின் எண்ணிக்கை இன்று இரு மடங்காகிவிட்டது.

பார்க்கப் போனால் எங்கெல்லாம் ஒரு மசூதி இருக்கிறதோ அல்லது முஸ்லிம்கள் பெரும்பான்மையினராக இருக்கிறார்களோ அது தங்களுடைய சுதந்தர பூமி என்றுதான் அவர்கள் நினைக்கிறார்கள். இந்துக்கள் அந்த வழியாகப் பாட்டுப் பாடிக்கொண்டு ஊர்வலமாகச் சென்றால் முஸ்லிம்கள்

தங்களுடைய மத உணர்வுகள் பாதிக்கப்பட்டதாகச் சொல்லிக் கோபமடைகின்றனர். அப்படிப் பாட்டைக் கேட்டவுடனேயே எரிச்சலடையுமளவுக்கு அவர்களுடைய மத உணர்வுகள் பாதிக்கப்பட்டால் அவர்கள் தங்கள் மசூதிகளைக் காடுகளில் கட்டிக்கொள்ளட்டும்; அங்கே அமைதியான சூழ்நிலையில் பிரார்த்திக்கலாமே! பாதையோரத்தில் ஒரு கல்லை நட்டு அதற்குச் சுண்ணாம்படித்து அது ஒரு பிரார்த்தனை இடம் என்று சொல்லி அங்கு பாட்டு சப்தம் கேட்டாலே தங்களுடைய பிரார்த்தனைகளுக்கு இடையூறு வருகிறதென என்று ஏன் சொல்லவேண்டும்?

நமக்கு வேண்டியது இந்து ராஜ்யம், சோஷலிஸம் அல்ல!

(1962 இந்திய-சீனப் போரில் இந்தியாவின் பரிதாபகரமான தோல்வியைப் பற்றிப் பேசும்போது இந்தியா இந்து மத உணர்வுகளை முழுவதாகப் பின்பற்றாததால்தான் அது பலவீனமாக இருக்கிறதென கோல்வால்கர் அபிப்பிராயம் தெரிவித்தார். அவருடைய அரசியல் எதிரி ஜவாஹர்லால் நேரு பின்பற்றிய சோஷலிஸம் என்ற வெளிநாட்டுக் கொள்கையையும், நம் நாட்டிலேயே உருவாக்கப்பட்ட தேசியக் கொள்கையையும் ஒப்பிட்டுப் பேசுகிறார் அவர். 1963 நவம்பர் மாதத்தில் அவர் தென்னிந்தியாவில் நிகழ்த்திய பிரசங்கங்களின் சுருக்கம் கீழே தரப்படுகிறது.)

நமது மாபெரும் தலைவர்கள் படித்தவர்கள், அறிவாளிகள். ஒரு உயர்தர லட்சியமில்லையென்றால் தங்கள் வேலையைச் செய்வதில் மக்களுக்கு ஆர்வமிருக்காது என்பது நமது தலைவர்களுக்குத் தெரியும். ஆகவேதான் அவர்கள் நமது மக்கள் முன் ஒரு லட்சியத்தை வைத்துள்ளனர். அவர்களுடைய அபிப்ராயத்தில் பழைய எண்ணங்கள் எல்லாம் வெறும் மூட நம்பிக்கைகள்; மக்கள் குருட்டுத்தனமாக அனைத்தையும் நம்புகிறார்கள். இன்று 'நவீனம்' என்று சொல்லப்படுவதைத்தான் நாம் நமது லட்சியமாக எடுத்துக்கொள்ளவேண்டுமென்பது அவர்கள் வாதம். அவர்களைப் பொறுத்தவரையில் ஐரோப்பாவிலிருந்தும் அமெரிக்காவிலிருந்தும் வந்த அனைத்தும் 'நவீனமானவை'. அது ரஷ்யாவிலிருந்து வந்திருந்தால் கேட்கவேவேண்டாம். நமது நாட்டிலுள்ளதெல்லாம் பழையது, புராதனமானது. ஆகவே அவை 'நவீனமா'க இருக்கமுடியாது. அதைப்பற்றி நாம் யோசிக்கவேவேண்டாம். இதன் காரணமாகவே நமது தலைவர்கள் ஒரு லட்சியத்தை மேலைநாடுகளில் தேடினார்கள்; சோஷலிஸம். அன்று அது மிக மிக நவீனமான கொள்கையாக இருந்தது. ஆகவே நமது தலைவர்கள் அதையே நமது லட்சியமாகத் தேர்ந்தெடுத்தனர். இப்படித் தேர்ந்தெடுத்ததற்கு அவர்கள் உபயோகித்த வாதப் பிரதிவாதங்கள் அபாரம்தான்! எது புதியதோ, எது 'நவீனமாக' இருக்கிறதோ அது பழையதைவிட மேலானது. அது பிற்காலத்

தில் வந்தது என்பதாலேயே அது சிறந்ததாகிவிட்டது. அப்படிப் பார்த்தால் பிறப்புக்குப் பின் வருவது மரணம். அப்போது மரணம்தானே வாழ்வை விடச் சிறந்தது? அதைப்போலத் தந்தையை விடச் சிறந்தவன் மகன்!

சோஷலிஸம் நம் நாட்டுக்கு ஒத்து வருமா என்பதை இப்போது பார்க்கலாம். முதலாவதாக அது நம் நாட்டு மண்ணில் பிறந்ததல்ல. நம்முடைய பழங் காலப் பழக்க வழக்கங்களின் பாகமுமல்ல. நமது பல்லாயிரமாண்டு வரலாற் றுக்கும் இதற்கும் ஒரு தொடர்புமில்லை. அதனால்தான் லட்சக்கணக்கான கணக்கான இந்தியர்கள் இது நமக்குப் பொருந்தாத ஒரு வெளிநாட்டுச் சரக்கு எனக் கருதுகிறார்கள். ஆகவே இந்தக் கொள்கை மனிதர்களைச் சந்தோ ஷத்தில் ஆழ்த்தப் போவதில்லை. இதனால் மட்டுமே மக்கள் நன்னடத்தை யுள்ளவர்களாக மாறப் போவதில்லை. தங்கள் செயல்களில் முழு ஈடுபாடும் காண்பிக்கப் போவதில்லை. அதாவது நமது மக்களுக்கு ஒரு லட்சியமாக மாறும் அளவுக்கு அந்தக் கொள்கையில் ஒன்றுமே இல்லை.

சோஷலிஸக் கொள்கையே தன்னலத்திலும் பொறாமையிலும் வெறுப்பி லும் உருவெடுத்த ஒன்றாகும். ஐரோப்பாவில் ஜனநாயக ஆட்சி முறையும் தொழில் யுகமும் அநேகமாக ஒரே சமயத்தில்தான் உருவானது. ஜனநாய கத்தில் அனைவருக்கும் சமமான வாய்ப்புகள் கிடைக்கும். அறிவிலும், செயல் திறனிலும் சிறந்தவர்கள் தங்கள் வாழ்நாளில் நிகழ்ந்த அறிவியல் முன் னேற்ற வளர்ச்சியிலிருந்து கிடைத்த சந்தர்ப்பங்களை உபயோகித்து செல்வந் தர்கள் ஆனார்கள்; பெருமளவுக்கு அரசைக் கட்டுப்படுத்தினார்கள்; சாதாரண மக்களை அடிமைகளாக நடத்தினார்கள். இப்படி அடிமைப்படுத்தப்பட்ட வர்களுக்குத் தங்கள் விதியை நொந்துகொள்வதைத்தவிர வேற வழியில்லாம லிருந்தது. தங்களுக்கு இரண்டு வேளை சாப்பாடு கிடைக்காதபோது மற்ற வர்கள் செல்வத்தில் புரள்வது இவர்கள் கண்ணை உறுத்தியது. பொறாமைத் தீ அவர்களைச் சூழ்ந்து கொண்டது. செல்வம் சரியான முறையில் மக்களி டையே விநியோகிக்கப்படவேண்டுமென அவர்கள் விரும்பினர். ஆகவே புரட்சியில் ஈடுபட்டனர். சோஷலிஸக் கொள்கை பிறந்தது இப்படித்தான்.

இப்படிச் சொல்வதால் அதற்குமுன் பின்பற்றப்பட்டுவந்த கொள்கைகள் சரியாக இருந்தனவென்றோ, ஏழை மக்கள் பணக்காரர்களுக்கு அடங்கியிருந் திருக்கவேண்டுமென்றோ அர்த்தமில்லை. நிச்சயமாக இல்லை. பழைய காலத்திலிருந்த சர்வாதிகார அரசரின் ஆட்சியை எதிர்த்து உருவான ஜனநாயக ஆட்சி முறை புதிய விலங்குகளைப் பூட்டியிருக்கிறது. அனைவரும் வெகு வாகப் புகழும் 'தனிமனிதன் சுதந்தரம்' என்பது சாமர்த்தியசாலிகளான ஒரு சிலர் மற்றவர்களை ஏமாற்றிப் பிழைப்பது என்றாகிவிட்டது. இதுவும் உண்மையிலேயே தாங்க முடியாத நிலை. இந்த நிலையில்தான் சோஷலிஸக் கொள்கை உருவானது. அது வெறும் ஒரு எதிர்வினைக் கோட்பாடுதான். அதிகாரவர்க்கத்துக்கு எதிரான வெறுப்பே சோஷலிஸத்தின் ஆதாரம். இதற்குப்பிறகு அரசியல் தத்துவவித்தகர்கள் 'இது வெறுப்போ, தன்னலமோ மட்டுமல்ல. இதுதான் சமூக நீதி' என்று வாதாடினார்கள். இதனைத் தொடர்ந்து அந்தக் கொள்கையை மக்கள் ஏற்கும் வகையில் வெளிப்பூச்சுகள்

கொடுக்கப்பட்டன. ஆனால் சோஷலிஸக் கொள்கையின் அடிப்படையே வெறுப்புதான். வர்க்க வெறுப்பு, வர்க்கப் போர். வெறுப்பிலே பிறந்து, வெறுப்பிலே வளர்ந்துவந்த இந்தக் கொள்கையைப் பின்பற்றும் யாருமே நல்ல மனிதர்களாக இருக்கமுடியாது.

ஆகவே நாம் செய்யவேண்டியது இதுதான். நமக்கு எது சரியெனத் தோன்று கிறதோ, எது நமது வாழ்க்கை முறையுடன் ஒத்துப்போகிறதோ, எது நம் முடன் தலைமுறைகளாகத் தொடர்ந்து வந்திருக்கிறதோ அந்தக் கொள் கையை நாம் கண்டுபிடிக்கவேண்டும். யாருமே புரிந்துகொள்ள முடியாத, உருவமே இல்லாத ஒரு கொள்கையை மக்கள் முன் வைப்பதில் பிரயோசன மில்லை. மெத்தப் படித்தவர்களுக்குவேண்டுமானால் அது புரியும். ஆனால் நம்மைப்போல உள்ள சாதாரண மக்களுக்கு நாம் பார்த்துப் புரிந்துகொள்ளக் கூடிய ஒரு லட்சியம்தான் தேவை. அப்போதுதான் அதனை அனைவரும் ஏற்றுக்கொள்வார்கள். நல்லவர்களாக வாழவேண்டுமென்ற விருப்பம் அவர்கள் மனதில் உதிக்கும். அந்த லட்சியம் எது? அதுதான் நம்முடைய தேசியம். இந்து ராஜ்யம் என்ற மகத்தான கொள்கை. நமது தலைவர்களில் பலர் பல்வேறு 'இஸம்'களை நம் முன் வைக்கிறார்கள். அவை எல்லா வற்றையும்விட மேலானது உண்மையான தேசியம். அதுதான் உண்மையான கொள்கை. இந்து ராஷ்டிரம்தான் நமது லட்சியம்.

'நான் இந்த இந்து ராஜ்யத்தின் பிரிக்கமுடியாத ஒரு பாகம். தலைமுறை தலை முறைகளாக எங்கள் முன்னோர்கள் இந்து மதத்திலுள்ள லட்சியத்தை வளர்ப்பதற்காகவே தங்களாலானதைச் செய்கின்றனர். இதே நோக்கத்துக்காக நானும் என்னாலானதைச் செய்வேன்.'' இந்த மனப்பான்மையைத்தான் நாம் நமது முன்னோர்களிடமிருந்து பெற்றிருக்கிறோம். ஆனால் துரதிர்ஷ்ட வசமாக நாம் இதை மறந்துவிட்டோம். இப்போது இந்த மறதியைக் கைவிட வேண்டும். நமது நாட்டுப்பற்றுக்குப் புத்துயிரளிக்கவேண்டும். இதனடிப் படையில் நமது சவால்களை நாம் தேடவேண்டும்.

இந்துக்களாகிய நாம் இந்த மண்ணின் குழந்தைகளாக வாழ்ந்து வருகிறோம். இதனை நமது தாய் என நேசிக்கிறோம். ஒரு தந்தையைப்போல இது நம்மைப் பாதுகாத்து வந்திருக்கிறது. இந்தப் புனித பூமியில்தான் நமது முன் னோர்கள் வாழ்வின் ரகசியங்களைப் புரிந்துகொண்டு பல பெயர்களில் அறியவரும் அந்தப் பரம்பொருளை (Ultimate Reality) உணர்ந்து கொண்டனர். இந்தப் பூமியைவிடப் புனிதமானது நமக்கு வேறொன்று மில்லை. இந்த மண்ணிலுள்ள ஒவ்வொரு துகளும் அங்குள்ள ஜீவராசி களும் உயிரற்ற ஜடப் பொருட்களும் ஒவ்வொரு நதியும், நீர்நிலையும் நமக்குப் புனிதமானது. ஒரு குழந்தை தரையை மிதித்து உதைத்து விளை யாடும்போது அதன் தாய், 'குழந்தாய்! தாய் மண்ணை மிதிக்காதே!' என்றுதான் சொல்கிறாள். தரையில் ஆணி அடித்தால் 'ஐயோ பாவம்! அம்மாவுக்கு வலிக்கும்' என்கிறாள். இதுதான் தொன்று தொட்டு வந்துள்ள நமது வழக்கம். இவை ஏதோ உதட்டளவில் சொல்லப்படும் வார்த்தைகளல்ல; நம்முடைய தினசரி வாழ்க்கை முறையின் ஒரு பாகம் இது.

ஆனால் இன்றோ? நம் நாட்டிலேயே ஒரு சிலர் தாய்நாடு என்ற எண்ணமே பத்தாம்பசலிக் கொள்கை எனக் கேலி செய்கிறார்கள். முன்னேற்றப் பாதையில் செல்லும் அறிஞர்கள் என்று தங்களைச் சொல்லிக் கொள் கிறார்கள். ஆனால் எங்களைப் பொறுத்தவரை எங்களுக்கு வாழ்வாதாரமாக இருந்து, எங்களுக்கு என்றும் துணை நின்று, எங்களை வளர்த்தெடுத்த அனைத்தையுமே நாங்கள் 'தாய்' என்றுதான் நன்றியுடன் அழைப்போம். நம்மைப் பெற்றெடுத்தவள் நமது தாய். நமது உயிர்நாடியான நதி நமது தாய். நமக்குப் பணம் கொடுத்து நம்மை வளர்த்த பசு நமது தாய். பார்க்கப் போனால் இந்த உணர்வே நமது கலாச்சாரம் மலர்ந்து வருவதற்கான அடை யாளம்; நமது மனம் விசாலமடைவதன் அடையாளம்; உலக சிருஷ்டி களனைத்தையும் 'தாய்' எனப் போற்றிப் புகழ்வது எத்தனை பெரிய உணர்வு! ஆனால் ஒரு சிலருக்கு அறிவுஜீவித்தனம்தான் முக்கியம். அதற்கும்கூட எல்லைகள் உண்டு என்பதை அவர்கள் மறந்துவிடுகிறார்கள். உதாரணமாக மனித உடல் பொருளால் ஆனதுதான். ஒருவருடைய தாயின் உடம்பும் இன் னொருவருடைய உடம்பைப் போன்றதுதான். அப்படியானால் ஒருவர் தனது தாயை மட்டும் மற்றவர்களிடமிருந்து வேறானவர் என்று ஏன் கருத வேண்டும்? அவளை மட்டும் ஏன் பூஜிக்கவேண்டும்? எந்தவொரு அறிவுஜீ வியாலும் இதற்குப் பதில் சொல்லமுடியாது.

வேறொரு உதாரணத்தைப் பார்ப்போம். மனித உடல் வளர்வதற்கு ஸ்டார்ச், புரோட்டீன், கொழுப்பு, உப்பு, தண்ணீர் ஆகிய அனைத்தும்வேண்டும். இவை எல்லாமே மனித மாமிசத்திலேயே உள்ளன. உடற்கூறுரீதியாகப் பார்த்தால் மனிதன் என்றால் ரத்தம், தசை, எலும்பு ஆகியவை சேர்ந்தது தானே? அப்படியானால் நாம் நம்முடைய அயல்வீட்டுக்காரனையே உண வாகக்கொள்ளலாமே? இப்படி யாராவது பேசினால் அவரை ஒரு தர்க்க சாஸ்திர நிபுணர் என்று கூப்பிடலாம். ஆனால் ஒரு நாகரீகமான மனிதன் என்றல்ல. அம்மாதிரியான அறிவு ஒருவரை மனித மாமிசம் தின்னுபவரா கத்தான் ஆக்கும்.

ஆகவே நாம் நமது நாட்டுப் பற்றுக்குப் புத்துயிர் அளிக்கவேண்டும். 'நம் தாய் நாட்டை எங்கள் நல்லுயிர் ஈந்தும் காப்போம்' எனச் சபதமெடுத்துக் கொள்ளவேண்டும். நமது முன்னோர்கள் இதனைச் செய்தனர். நாமும் அதையே செய்வோம். நாம் அனைவரும் இந்த மனவுறுதியைக்கொண் டிருக்கவேண்டும். நாம் விழித்துக்கொண்டிருக்கும்போதும், உறங்கிக்கொண் டிருக்கும்போதும் நாம் என்ன வேலை செய்பவராக இருந்தாலும், இந்த எண்ணம்தான் நமது ஒவ்வொரு செயலுக்கும் தூண்டுகோலாக இருக்க வேண்டும். நாம் அவளுடைய குழந்தைகள். பல்லாயிரக்கணக்கான ஆண்டு களாகவே இந்த உறவு தொடர்ந்து வந்திருக்கிறது. நாம் அவளை எங்கள் தாய் என்கிறோம். அவள் நமது தர்ம பூமி, கர்ம பூமி, புண்ய பூமி, மோட்ச பூமி, பித்ரு பூமி, மாத்ரு பூமி; புனிதத்திலும் புனிதமானவள். இத்துடன் ஒப் பிட்டால் சுவர்க்கம்கூட நமக்கு இரண்டாம்பட்சம்தான். இந்துக்களாகிய நாம் இதைச் சொல்கிறோம். வேறு யார் சொல்கிறார்கள்?

இன்னுமொரு உண்மையையும் நாம் உணரவேண்டும். இன்றுவரை இந்துக்களாகிய நாம் ஒரே தேசமாக இருந்து வந்திருக்கிறோம். நமக்கு ஒரு லட்சியமிருந்தது- பரம்பொருளை அறிதல். புராதன காலம் முதல் இன்றுவரை எத்தனையோ பெரிய மனிதர்கள் இந்த உலகில் அவதரித்திருக்கிறார்கள். மனிதன் தன் வாழ்வின் குறிக்கோளை அடைய உதவும் லட்சியங்களை அவர்கள் நம் முன் வைத்துள்ளனர்.

இதற்காக நாம் அவர்களைப் பூஜிக்கிறோம், வணங்குகிறோம். நம் அனைவரது தலைவிதியும் ஒன்றோடொன்று இணைந்திருக்கிறது. நம் அனைவரது நண்பர்களும் எதிரிகளும் பொதுவானவர்கள்தான். கடந்த கால வரலாறு தொடர்பான நம் மனப்பதிவுகள் எல்லாமே பொதுவானவையாக இருக்கின்றன.

இது நமது இந்து ராஜ்யம் என்பதைத் தொடக்கம் முதலே நாம் அறிந்திருக்கிறோம். ஆனால் இப்போது அதை மத உணர்வு, குறுகிய உணர்வு என்றெல்லாம் சொல்லி மறக்க முயற்சிக்கிறோம். நாம் அனைவரும் இந்து ராஜ்யத்தைச் சேர்ந்தவர்கள் என்பதைத் தொடக்கம் முதலே நம் மனதில் புகுத்தியிருந்தால் மற்றவர்களிடம் எப்படி நடந்துகொள்வது இந்து ராஜ்யத்தை மீண்டும் நிலைநிறுத்த அவர்களுடைய ஒத்துழைப்பை எப்படிப் பெறுவது என்பதெல்லாம் நமக்குத் தெரிந்திருக்கும். ஆனால் இந்த உண்மையை உதறித் தள்ளிவிட்டோம். இது இல்லாமலேயே நம்மால் வாழ முடியுமென நினைத்தோம். இதன் காரணமாகத்தான் நாம் இன்று இத்தனை இன்னல்களை அனுபவிக்கிறோம்.

இந்து ராஜ்யம் என்ற லட்சியத்தை நாம் மக்கள்முன் வைக்கவேண்டும். அது அவர்களுள் ஊறிப்போன உணர்வு. இந்து ராஜ்யத்தை நாம் பூஜிக்கவேண்டுமென்பதை அவர்களிடம் எடுத்துச் சொல்லவேண்டும். பல தலைமுறைகளாக வாழ்ந்துகொண்டிருக்கும் இந்நாட்டுக்குச் சேவை புரியும் நோக்கத்துடன் இந்த உணர்வைப்பற்றி அவர்களிடம் எடுத்துச் சொன்னால் தங்களுடைய தன்னல மனோபாவத்தைக் களைந்துவிட்டு, நல்லவர்களாக மாறித் தாங்கள் சந்திக்கும் ஆபத்துகளை அவர்களால் தைரியமாகச் சமாளிக்க முடியும்.

அத்தியாயம் 17

இந்திய சோஷலிஸ்ட்
ராம் மனோகர் லோஹியா

~

1925-ல் ஆரம்பிக்கப்பட்ட ஆர்.எஸ்.எஸ். தொடக்கம் முதலே காங்கிரஸ் கட்சிக்கெதிராகச் செயல்பட்டு வந்தது. அது முஸ்லிம்களுக்குச் சாதகமாகச் செயல்படுகிறதென்றும் அதன் தலைவர்கள் மேல் நாட்டுப் பழக்க வழக்கங் களை ஆதரிப்பவர்களென்றும் ஆர்.எஸ்.எஸ். கருதியது. இதன் காரணமாக காங்கிரஸ் கட்சி நடத்திய பிரிட்டிஷ் எதிர்ப்புப் போராட்டங்களிலிருந்து ஆர்.எஸ்.எஸ். விலகியே இருந்தது.

இதற்கு மாறாக நாம் இப்போது பார்க்கவுள்ள அடுத்த சிற்பி பல ஆண்டுகளாக காங்கிரஸ் கட்சியின் உறுப்பினராக இருந்தவர். சுதந்தரத்துக்குப் பிறகு அவர் அதிலிருந்து விலகி இந்திய பிரதமர் ஜவாஹர்லால் நேருவின் தலைமையில் அது பின்பற்றி வந்த கொள்கைகளைக் கடுமையாக விமர்சித்தார்.

வித்தியாசமான, வேறுபட்ட கருத்துகளைக்கொண்டிருந்த இந்தக் கலகக் காரரின் பெயர் ராம் மனோகர் லோஹியா. இவர் இன்றைய உத்தரப் பிரதேச மாநிலத்தில் இருக்கும் ஃபைஸாபாத்தில் 1910-ல் பிறந்தார். இவரது குடும்பம் வியாபாரத்தில் ஈடுபட்டிருந்தது. பம்பாய், கல்கத்தா, பனாரஸ் ஆகிய இடங்களில் படித்தார். பம்பாய், கல்கத்தாவில் இருந்தபோது மராத்தி, வங்காளி ஆகிய மொழிகளைக் கற்றுக்கொண்டார். பனாரஸில் மிகவும் சகஜ மாக உணர்ந்திருக்கக்கூடும். ஏனென்றால் இவருடைய தாய்மொழி இந்தி. பதின் பருவத்திலேயே லோஹியா ஒரு தீவிர தேசியவாதியாகவே மாறி விட்டிருந்தார். உதாரணமாக, 1928-ல் வெள்ளையர்கள் மட்டுமே உறுப்பினர் களாக இருந்த ஸைமன் கமிஷனை எதிர்த்து நடத்தப்பட்ட போராட்டங்களில் கலந்துகொண்டார்.

மேற்படிப்புக்காக பெர்லின் சென்ற லோஹியா மகாத்மா காந்தியின் உப்புச் சத்யாக்கிரஹத்தை மையமாக வைத்து உப்பின் பொருளாதார வளங்கள்பற்றிய ஆய்வுக்கட்டுரையை ஜெர்மன் மொழியிலேயே எழுதினார். இவருடைய வழி காட்டி அன்றைய புகழ்பெற்ற சமூகவியல் அறிஞர் வெர்னர் ஸோம்பர்ட் ஆவார் (இவர் எழுதி வெளியிட்ட பல புத்தங்களில் ஒன்று அமெரிக்காவில் சோஷலிஸ வேர்கள் ஏன் இல்லை என்பதைப்பற்றிய சிறந்த ஆய்வாக இருந்தது.)

நாஜிகள் ஜெர்மனியில் அதிகாரமேற்கப் போகும் நேரத்தில் லோஹியா ஜெர்மனியிலிருந்து இந்தியா திரும்பினார். அவர் அங்கே தங்கியிருந்தால்

ஒருவேளை அவருக்கும் புது அரசுக்குமிடையே அரசியல்ரீதியான (இனரீதியாக இல்லாவிட்டால்கூட) கருத்து வேற்றுமைகள் உருவாகியிருக்கும்.

1934ம் ஆண்டில் இந்தியா திரும்பிய லோஹியா ஒரு சோஷலிஸ்ட்டாகவும் ஏகாதிபத்தியத்தின் எதிரியாகவும் மாறிவிட்டிருந்தார். காங்கிரஸின் சோஷலிசக் கிளைபோன்ற காங்கிரஸ்-சோசலிஸ்ட் கட்சியில் முதன் முதலில் சேர்ந்தவர்களில் ஒருவராக இருந்தார். 1936-ல் காங்கிரஸ் கட்சியின் வெளியுறவுத்துறையின் செயலாளராகப் பதவியேற்ற பிறகு வெளிநாடு வாழ் இந்தியர்களைப்பற்றியும், போர்ச்சுக்கீசிய அரசின் பிடியிலிருந்து கோவாவை விடுவிப்பதிலும் தன் கவனத்தைத் திருப்பினார்.

பிரிட்டிஷ் ஆட்சிக்கெதிராகப் பேசியதற்காக லோஹியா 1940-ல் சிறையிலடைக்கப்பட்டார். இரண்டு வருடங்களுக்குப் பிறகு வெள்ளையனே வெளியேறு போராட்ட காலத்தில் அவர் ஒரு வருடம் ஒன்பது மாதங்களுக்கு தலைமறைவாக இருந்தார். அச்சமயம் ஆங்கிலேயருக்கெதிரான அறிக்கைகளையும் துண்டுப் பிரசுரங்களையும் வெளியிட்டார். இதன் விளைவாக அவர் இந்தப் போராட்டத்தில் ஒரு முக்கியப் போராளியாகக் கருதப்பட்டார். 1944-ல் லோஹியா பம்பாயில் கைது செய்யப்பட்டு லாகூர் கோட்டையில் அடைக்கப்பட்டார். தனிச்சிறையில் வைக்கப்பட்டிருந்த அவர் கடுமையாகத் துன்புறுத்தப்பட்டார். 1946ல் பொது மன்னிப்பு அறிவிக்கப்பட்டதைத் தொடர்ந்து விடுவிக்கப்பட்ட லோஹியா கோவாவின் விடுதலைக்காகப் போராடும் பொருட்டு அங்கு சென்றார். அங்கும் சிறையிலடைக்கப்பட்டார். துன்புறுத்தப்பட்டார். கடைசியாக பிரிட்டிஷ் இந்தியாவுக்குத் திருப்பியனுப்பப்பட்டார்.

இந்தியச் சுதந்தரத்துக்குப் பிறகு காங்கிரஸ் கட்சியிலிருந்த சோஷலிஸ்டுகள் தாய்க்கட்சியிலிருந்து விலகித் தனியாக ஒரு கட்சியை ஆரம்பித்தனர். 1952ல் சோஷலிஸ்ட் கட்சி ஜே.பி.கிருபளானியால் தொடங்கப்பட்ட கிஸான் மஸ்தூர் பிரஜா கட்சியுடன் இணைந்து பிரஜா சோஷலிஸ்ட் கட்சி (பி.எஸ்.பி.) உருவானது. லோஹியா அதன் பொதுச் செயலாளராகவும் சிறிது காலம் பணியாற்றினார். 1955ல் லோஹியா தலைமையிலான தீவிர சோஷலிஸ்டுகள் பி.எஸ்.பி.யிலிருந்து விலகினர். பின்னர் இரு கட்சிகளும் இணைந்து ஸம்யுக்த சோஷலிஸ்ட் கட்சியை (எஸ்.எஸ்.பி.) நிறுவின. 1965ல் இது மீண்டும் இரண்டாகப் பிளந்தது. லோஹியா தலைமையிலான குழு எஸ்.எஸ்.பி.என்ற பெயரில் தொடர்ந்தது, மற்றவர்கள் ஒரு புதிய பி.எஸ்.பி.யைத் தொடங்கினர்.

அரசின் வரிச் சட்டங்களை எதிர்த்ததற்காக, அனுமதியின்றி நேஃபாவில் நுழைந்ததற்காக, விலை உயர்வினை எதிர்த்துப் போராடியதற்காக என பிரிட்டிஷ் ஆட்சியில் மட்டுமல்லாமல் லோஹியா சுதந்தர இந்தியாவிலும் கூடப் பலமுறை சிறை சென்றிருக்கிறார். மிசிஸிப்பியில் நிலவிய இனவேறுபாட்டை எதிர்த்துப் போராடியதற்காகவும் வெள்ளையருக்காகவே இருந்த ஹோட்டலுக்குள் நுழைந்ததற்காகவும் 1964-ல் ஒருமுறை அமெரிக்காவிலும் கைது செய்யப்பட்டார்.

பல தோல்விகளுக்குப் பிறகு லோஹியா 1963-ல் ஒரு இடைத்தேர்தலில் நாடாளுமன்றத்துக்குத் தேர்ந்தெடுக்கப்பட்டார். அங்கே காங்கிரஸ் கட்சி, ஜவாஹர்லால் நேரு, அவர் விட்டுச் சென்ற கொள்கைகள்பற்றியெல்லாம் கடுமையாக விமர்சித்தார். ஆளும் கட்சியும் அதன் தலைவர்களும் பொருளாதாரம், மொழி, உடை ஆகிய அனைத்திலும் பொதுமக்களிடமிருந்து வெகு தூரம் அகன்றுவிட்டனர் என்று விமர்சித்தார். அவர்கள் தங்களை ஒரு புதிய மேல்நாட்டைச் சேர்ந்தவர்களாக அடையாளம் காட்டிக்கொண்டனர். உடல் நிறத்தில் கறுப்பாக இருந்தாலும் மொழி, பழக்க வழக்கங்கள், நடை உடை பாவனை ஆகியவற்றில் அவர்கள் வெள்ளையர்களைப்போலத்தான் வாழ்ந்தனர் என்று விமர்சித்தார்.

இந்தியாவின் பொருளாதாரக் கொள்கைகளைப் பொறுத்தவரை லோஹியா முதலாளித்துவத்தையும் கம்யூனிஸத்தையும் ஒரே மாதிரியாக எதிர்த்தார். இவற்றைத் தவிர மூன்றாவது ஒரு கொள்கை வேண்டுமென வாதிட்டார். அரசியல் அதிகாரங்களைக் கீழ் மட்டம்வரை விநியோகம் செய்வது, சிறு தொழில்களை ஊக்குவிப்பது, ஒட்டுமொத்தமான வளர்ச்சிக்குப் பதிலாக ஏழைகளின் அடிப்படைத் தேவைகளைப் பூர்த்தி செய்வது ஆகியவை இவருடைய கொள்கையின் முக்கிய அம்சங்களாக இருந்தன.

லோஹியா அபாரமான அறிவு படைத்தவராக இருந்தார். அதே சமயம் அவர் மனது விசாலமாக இல்லை. தன்னையே சுற்றி வந்து தன்னை ஆராதிக்கும் மனிதர்களையே ஊக்குவித்தார் என்று சோஷலிஸ இயக்கத்திலிருந்த அவருடைய கூட்டாளிகளே அவரைக் குறை கூறினார்கள். அவரை நாம் இந்தியாவின் டிராட்ஸ்கி என்றழைக்கலாம். அறிவாளி, நன்கு படித்தவர், பல மொழிகளை அறிந்தவர். இலக்கியம், கலை ஆகியவற்றில் ஆர்வமுள்ளவர். டிராட்ஸ்கியைப்போலப் பல சிறந்த எழுத்தாளர்களும் கலைஞர்களும் இவருடைய நண்பர்களாக இருந்தனர். டிராட்ஸ்கியைப்போல இவரையும் மற்ற அரசியல் தலைவர்கள் ஒதுக்கிவைத்தனர். ஆனால் லோஹியாவுக்கும் டிராட்ஸ்கிக்கும் இடையில் ஒரு முக்கிய வித்தியாசமிருந்தது. டிராட்ஸ்கி வெளிப்படையாகவே சுகபோகங்களை விரும்பினார். சமூகத்தின் மேல் தட்டிலேயே இருந்தார். லோஹியா சாதாரண மக்களிடையே வாழ்வதையே விரும்பினார்.

ராம் மனோகர் லோஹியா 1967ல் தனது 57ம் வயதில் காலமானார்.

சாதியும் வர்க்கமும்

(1956ம் ஆண்டில் லோஹியாவும் பி.ஆர்.அம்பேத்கரும் அடுத்த ஆண்டில் நடைபெறவுள்ள பொதுத் தேர்தலில் தமது கட்சிகள் இணைந்தே போட்டியிடுவதைப்பற்றிக் கலந்து பேசினர். துரதிர்ஷ்டவசமாகச் சிறிது காலத்துக்

குள்ளாகவே அம்பேத்கர் காலமானார். இவர்களிருவருக்குமிடையே நிறையவே கருத்து ஒற்றுமை இருந்தது. இந்திய சமூகத்தில் வர்க்க உணர்வைவிட சாதி உணர்வுதான் ஆழமாக வேரூன்றியிருக்கிறது என இருவருமே கருதினார்கள். 1958ல் எழுதப்பட்ட இந்தக் கட்டுரையில் சுதந்தர இந்தியாவில் உயர் சாதிகள் எப்படி இன்னமும் சமூகத்தைக் கட்டுப்படுத்துகின்றன என்பதை லோஹியா மிகத் தெளிவாக ஆய்வு செய்துள்ளார். அதிலிருந்து சில பகுதிகள்.)

ஆயிரக்கணக்கான வருடங்களாக சாதிகள் (இந்தியாவில்) தொடர்ந்து வந்திருக்கின்றன. குறிப்பிட்டவிதமான மனோபாவம், பழக்கங்கள் ஆகியவற்றை அவை வளர்த்தெடுத்துள்ளன. இயற்கையின் தேர்வைப்போலவே சமூகரீதியாக முக்கியத்துவம் வாய்ந்த ஒருவகையான தேர்வு நடந்தேறியுள்ளது. வியாபாரம், கைவினை, விவசாயம், நிர்வாகம் போன்றவற்றுக்கான திறமைகள் பிறப்பின் அடிப்படையில் கைமாறி வந்திருக்கின்றன. மாபெரும் மாற்றம் என்பது எப்போதும் மேதைகளாலே சாத்தியம். சாதி அடிப்படையில் மனிதரின் திறமைகள் நிர்மாணிக்கப்பட்டுவந்திருப்பதால், அது ஏராளமான நன்மைகளைத் தந்திருக்கக்கூடும் என ஒருவர் எதிர்பார்க்கக்கூடும். ஆனால், இப்படி நடக்கவேண்டுமென்றால் அனைத்து சாதிகளும் ஒரேவிதமான சமூக அந்தஸ்து அல்லது ஒரே மாதிரியான சம்பளம் பெற்றிருக்கவேண்டும். ஆனால் அப்படி நடக்கவில்லை. ஒரு சில செயற்திறன்கள் மற்றவைகளைவிட நம்ப முடியாத அளவுக்கு உயர்ந்ததாகக் கருதப்படுகின்றன. சமூகத்தின் ஒரு மட்டத்திலிருந்து அடுத்த மட்டத்துக்குச் செல்ல முடியாத நிலையே இருக்கிறது. அந்தஸ்தில் குறைந்த செயல்களைச் செய்யும் சாதிகளுக்கு மரியாதை கிடைப்பதில்லை. அவை உயிரற்ற ஜடப் பொருட்டாக மாறிவிடுகின்றன. அவற்றிலிருந்து நாட்டுக்குத் தேவையான ஒன்றும் கிடைப்பதில்லை.

சிறந்த திறன்களுள்ள, எண்ணிக்கையில் சிறிய சாதிகளிலிருந்துதான் நாட்டின் தலைவர்கள் உருவாக்கப்படுகின்றனர். இயல்புக்கு மாறான தங்களுடைய இந்த உயர்நிலையைத் தக்கவைத்துக்கொள்ள அவர்கள் மறைமுகமாக ஏமாற்று வேலைகளில் ஈடுபடுகிறார்கள். ஆனால் வெளிப்படையாக மிக நல்லவர்களாக, கலாசாரமுள்ளவர்களாகக் காட்சியளிக்கிறார்கள். பெரும்பான்மையான சாதாரண மக்கள் நடைபிணமாக இருக்கிறார்கள். மேல்தட்டுக்காரர்கள் ஏமாற்று வேலை செய்கிறார்கள். இந்த நிலைக்குக் காரணம் சாதிதான்.

சாதி முறை மாற்றத்தை எதிர்க்கிறது. சமூகம் எப்போதும் ஒரே மாதிரியாக இருக்கும்படிப் பார்த்துக் கொள்கிறது. மனிதர்களிடம் இப்போது காணப்படும் சின்னத்தனம், மரியாதையின்மை, பொய்கள் அனைத்தையும் மூடி மறைக்கிறது. இதில் ஏதேனும் ஒன்று நிலை தடுமாறி வீழ்ந்தால் சமூக அமைப்பே வீழ்ந்து விடும் என்ற பயம் இந்த சாதிகளிடையே நிலவுகிறது. பல முக்கியமான விஷயங்களில் சுதந்தர இந்தியா பிரிட்டிஷ் இந்தியாவின் தொடர்ச்சியாகத்தான் செயல்படுகிறது. இந்திய மக்கள் தங்களுடைய இந்தியத் தன்மையை இழந்து சொந்த நாட்டிலேயே அந்நியரைப்போல

உணர்கிறார்கள். அவர்களுடைய மொழிகள் நசுக்கப்படுகின்றன. அவர்களுடைய வாழ்வாதாரங்கள் களவாடப்பட்டுவிட்டன. உயர்ந்த குறிக்கோள்களுக்காக இப்படிச் செய்யப்படுவதாகச் சொல்லப்படுகிறது. இந்த மதிப்பீடுகள் சாதி முறையுடன் இணைந்து ஒரு சில உயர் சாதிகளுக்கும் நானூறு மில்லியன் தாழ்ந்த சாதிக்காரர்களுக்குமிடையே மிகப் பெரிய இடைவெளியை உருவாக்குகின்றன. இந்த உயர் சாதிகள் தாங்கள் அனுபவித்து வரும் அரசியல், பொருளாதார மற்றும் மதரீதியான அதிகாரங்கள் தொடர வேண்டுமென்றுதான் விரும்புகிறார்கள். இந்த நோக்கத்தை வன்முறையை உபயோகித்து மட்டுமே அடையமுடியாது. எனவே அவர்கள் தங்களுடைய கட்டுப்பாட்டில்கொண்டுவந்து தொடர்ந்து ஏமாற்ற விரும்பும் மக்களுடைய மனதில் ஒருவிதத் தாழ்வு மனப்பான்மையை உருவாக்குகிறார்கள். தங்கள் குறிக்கோளை அடைய அவர்கள் தங்களுடைய பேச்சு, சுபாவம், வாழும் முறை, உடை ஆகிய அனைத்தையும் ஒரு உயர்ந்த நிலைக்குக்கொண்டு செல்கிறார்கள். தாழ்ந்த சாதிக்காரர்களால் இப்படிச் செய்யமுடியாது.

மக்கள் மனதில் இப்படிப்பட்ட தாழ்வு மனப்பான்மையை உருவாக்குவது தான் தமது தலையாய பணி என நமது அரசியல் கட்சிகளும் நினைக்கின்றன. மக்களின் மொழிகளை வளர விடுவதில்லை. அவர்கள் வசிக்கும் வீடுகளும், வாழ்க்கை முறையும் தாழ்ந்த நிலையிலேயே இருப்பதால் அவர்களால் பெரிதாக ஒன்றும் செய்துவிடமுடியாது. அவர்களுடைய மனநிலை எப்படியிருக்கிறதென்பதைப்பற்றி யாருமே கவலைப்படுவதில்லை. இப்படிப்பட்ட ஒரு மாய வலையை உயர்சாதிக்காரர்கள் மற்றவர்கள் மனத்தில் சிருஷ்டிக்கிறார்கள். இந்தியாவில் இன்று காணப்படும் அரசியல் எண்ண ஓட்டங்கள் உயர்சாதிக்காரர்களின் பொய்யான எண்ணங்கள்; அவை வழக்கத்துக்குப் புறம்பானவை. ஆகவே அவற்றை நாம் புறக்கணிக்கவேண்டும்.

அதே சமயம் தாழ்ந்த சாதிக்காரர்கள் அரசியல்ரீதியாக நடந்துகொள்ளும் விதமும் நம்மை வியப்படையச் செய்கிறது. மேற்குறிப்பிட்ட அரசியல் சூழ்ச்சியில் அவர்கள் ஏன் தாங்களாகவே வந்து வீழ்கிறார்கள் என்பதுதான் புரியவில்லை. இதற்குவேண்டுமானால் ஒரு காரணத்தைச் சொல்லலாம். மேல் சாதிக்காரர்களை விட, சாதிமுறை கீழ் சாதிக்காரர்களுக்கு ஒருவிதப் பாதுகாப்பை அளிக்கிறது. அது இல்லையேல் அவர்கள் செயலற்றுப் போய்விடுவார்கள். இவர்களுடைய நடவடிக்கைகளைக் கூர்ந்து கவனித்தால் ஒவ்வொரு நாளும் தங்களுடைய சொந்த சாதிக்காரர்களுடன் விருந்துண்ணவும், அதனைத் தொடர்ந்துள்ள சடங்குகளில் பங்கெடுக்கவும்தான் அவர்கள் நாள் முழுவதும் உழைக்கிறார்களோ என்று நினைக்கத் தோன்றும். அவர்களைப் பொறுத்தவரையில் இந்த விருந்துகளும் சடங்குகளும்தான் உண்மை; மற்றதெல்லாம் பொய்யான தோற்றங்கள்தான். இவற்றுக்கு இடையூறு விளைவிக்கும் எதுவும் அவர்களுக்குப் பிடிக்காது. தாங்கள் தாழ்ந்த நிலையிலிருப்பதில் எந்தத் தவறுமில்லை என்று நிரூபிக்க அவர்கள் பழைய காலக் கதைகளையும் சம்பவங்களையும் நம்மிடம் சொல்வார்கள். பின்னர் நாளடைவில் அவை அவர்களுடைய தியாகச் செயல்களாக உருமாறும்.

மல்லர்கள், கைவர்த்தகர்கள், நாவிதர்கள் போன்ற சாதிகளில் மொத்தம் ஒரு கோடிப் பேர் இருக்கின்றனர். தங்களுடைய முன்னோடிகளைப்பற்றி அவர்கள் சொல்லும் கதைகளில் அந்த முன்னோர்கள் சாதாரண மனிதர் களாகவும், எதற்கும் ஆசைப்படாதவர்களாகவும், சிறந்த வீரர்களாகவும், கொடையாளிகளாகவுமிருக்கின்றனர்; ஆனால் க்ஷத்ரிய மற்றும் பிற மேல் சாதிகள் தங்களுடைய ஏமாற்று வேலைகள் மூலம் மேற்சொன்ன தாழ்ந்த சாதிகளைத் தோற்கடித்தனர். அதாவது, அவர்களுடைய இன்றைய துயரம் நிறைந்த வாழ்க்கையானது பண்டைய காலத்தில் அந்த முன்னோர்கள் தங் களுடைய உயர்ந்த கொள்கைகளுக்காகச் செய்த தியாகங்களின் தொடர்ச்சியா கத்தான் அவர்களுக்குத் தோன்றுகிறது.

வெகு நாட்களாக இந்தத் தாழ்ந்த சாதிக்காரர்கள் மற்றவர்களுடைய ஆதிக் கத்திலிருந்ததால்தான் இப்படி நடந்துகொள்கிறார்கள் என்பதை நாம் புரிந்து கொள்ளலாம். பலப்பல நூற்றாண்டுகளாக அவர்கள் தங்களுடைய நிலை மையை ஒரு எதிர்ப்பும் தெரிவிக்காமல் ஏற்றுக்கொண்டுள்ளனர்; அதனை மாற்றவும் அவர்களுக்கு விருப்பமில்லை. நல்லதோ, கெட்டதோ எல்லா வற்றுக்கும் எப்போதும் அவர்கள் தங்களுடைய சாதிகளையே சார்ந்திருந் தார்கள். தங்களுடைய வாழ்க்கைத் தரத்தை உயர்த்திக்கொள்ள அவர்கள் இறை வழிபாடு, சடங்குகள், மற்றவர்களுக்கு அடங்கி நடப்பது போன்ற வழிகளைப் பின்பற்றினார்கள். இந்த நிலைமை நிச்சயமாக மாறும்; மாறியே ஆகவேண்டும். சாதிமுறைக்கு எதிராக எழுந்துள்ள எதிர்ப்பு இந்தியாவுக்குப் புத்துயிர் அளிக்கும். இதுவரை நாம் கண்டிராத அளவுக்கு அது உயிர் பெற்றெழும். இம்மாதிரியான புரட்சி சாத்தியம்தானா? அறிஞர்கள் சாத்தியமில்லை எனப் பதிலளிக்கலாம். ஆனால் செயல் வீரர்கள் 'ஆம்' என்றுதான் சொல்வார்கள். நாம் வெற்றி பெறுவோம் என்ற நம்பிக்கை நம்மில் துளிர்க்கிறது.

சாதிக்கெதிரான போராட்டம் ஒரு பல்முனைப் போராட்டமாகும். வெறும் பேச்சோடு அது நிற்கவில்லை. அரசியல் மற்றும் சமூகம் ஆகிய இரு கோணங்களிலிருந்தும் நடத்தப்படுகிறது. அரசியல் கோணத்திலிருந்து பார்த் தால், அதாவது நாட்டின் தலைவர்களை அனைத்து சாதிகளிலுமிருந்து தேர்ந் தெடுத்தால் அதுவே ஒரு புரட்சிகரமான செயலாகும். ஏனெனில், அப்போது இன்று ஒரு சிறிய எண்ணிக்கையிலுள்ளவர்களிடம் மட்டுமே காணப்படும் ஒற்றுமையும் பாதுகாப்புணர்வும் அனைத்து மக்களிடமும் காணப்படும்.

கல்கத்தா கிளப்பின் சட்டதிட்டங்களும் விதிமுறைகளும் அதன் ஆண்டறிக் கையும் தனியாகக் கொடுக்கப்பட்டுள்ளன. கல்கத்தாவின் மேல்தட்டுக் காரர்கள் கூடுமிடம் இந்த கிளப். இந்தியாவிலுள்ள பணக்காரர்களிலேயே இவர்கள்தான் முதலிடத்திலிருக்கின்றனர். இவர்களுடைய பிரதான வேலை ஒயின் குடித்துக் காலம் தள்ளுவதுதான். இந்தியக் குடியரசின் தலைவர்தான் இந்தக் கிளப்பின் தலைவருமாவார். மதுவிலக்கு இந்திய அரசின் கொள்கை. மதுவிலக்கை அமல்படுத்தவேண்டிய குடியரசுத் தலைவர் மது அருந்தும் கிளப்பின் புரவலராக இருக்கிறாரென்றால் அது இந்தியாவின் உயர்சாதிக் காரர்கள் செய்யும் மாபெரும் மோசடியென்றுதான் சொல்லவேண்டும்.

நமது ஜனாதிபதியும் அவருக்கு ஆலோசனை அளிக்கும் அரசாங்கமும் இன்னுமொருவிதத்திலும் நம் நாட்டுக்கெதிரானதுரோக நடவடிக்கைகளில் ஈடுபட்டுள்ளனர். இந்தியாவின் மொத்த மக்கள் தொகையில் மூவாயிரத்தில் ஒருவர்தான் ஐரோப்பியர்கள். கல்கத்தாவில் அவர்கள் நானூறில் ஒருவராகத் தான் இருப்பார்கள். இந்தியாவில் மற்றெல்லாரையும்விட அவர்கள் எல்லா விதப் பாதுகாப்புடனும், சுகபோகத்திலும் வாழ்கிறார்கள். இந்தக் கிளப்பில் அவர்களுக்கும் மற்றவர்களுக்குச் சமமான பிரதிநிதித்துவம் அளிக்கப்படு கிறது. இது கிளப்பின் சட்டதிட்டங்களிலேயே உறுதி செய்யப்பட்டுள்ளது. இந்திய ஜனாதிபதிதான் கிளப்பின் தலைவரென்றாலும் இங்கிலாந்தின் அரசர்தான் இப்போதும் இந்தியாவை ஆள்கிறார் என்று இந்த கிளப் நினைக்கிறது.

ஒரு சிலர் இது பிரிட்டிஷ் காலத்திலிருந்த வழக்கத்தின் தொடர்ச்சி தானென் றும், அதனை நாம் கவனிக்கத் தவறி விட்டுவிட்டோம் என்று நினைக்கலாம். இந்த வாதம் சரியல்ல. இதுவேண்டுமென்றேதான் இப்படிச் சொல்லப் பட்டிருக்கிறது. ஏனெனில் இந்தியாவின் மேல்தட்டுக்காரர்கள் ஆபத்தை நேரிடுகிறார்கள். பல்லாயிரக்கணக்கான ஏழை மக்கள் அந்தச் செல்வந்தர் களைச் சூழ்ந்து நிற்கிறார்கள். எந்த நிமிஷமும் எதுவேண்டுமானாலும் நடக்கலாம். தங்களைக் காப்பாற்றிக்கொள்ள இந்த மேல்தட்டுக்காரர்களும் எதைவேண்டுமானாலும் செய்யத் தயாராக இருக்கிறார்கள். இதன் ஒரு பாக மாகத்தான் இந்தியாவின் உயர்சாதிக்காரர்கள் இந்தியக் குடியரசுக்கெதிராக துரோக நடவடிக்கைகளைப் பின்பற்றுகின்றனர்.

நம்மை ஆண்ட பிரிட்டிஷார் இந்துக்களுக்கும் முஸ்லிம்களுக்குமிடையே விரோத மனப்பான்மையைத் தூண்டிவிட்டனர். அதேசமயம் நம் நாட்டில் தோன்றிய மதங்கள் செய்த தவறுகளை நாம் மறந்துவிடவும்முடியாது. ஏற்கனவே இந்தியாவில் இருந்த ஏற்றத்தாழ்வுகள் பிரிட்டிஷார் பயன் படுத்தும் பிரித்தாளும் கொள்கைக்குக் கூடுதல் வசதி செய்துகொடுத்துள்ளன. மனிதர்களைப் பிரிக்க மதங்களை உபயோகித்ததுபோலவே பிரிட்டிஷார் இப்போது சாதியையும் பயன்படுத்திக் கொள்கின்றனர். ஆனால் இந்தப் பிரித்தாளும் தந்திரத்தில் மதத்தைப்போல சாதி அத்தனை வலுவாக எடுபடவில்லையாதலால் அவர்களுடைய முயற்சிக்கு ஓரளவுக்குத்தான் வெற்றி கிடைத்தது. மேற்கிந்தியாவில் மராத்தாக்களின் கட்சியும், ஷெட் யூல்ட் வகுப்பினரின் கட்சியும், தென்னிந்தியாவில் ஜஸ்டிஸ் கட்சியும், கிழக் கிந்தியாவில் கிறிஸ்தவர்களின் கட்டுப்பாட்டிலிருக்கும் ஆதிவாசி கூட்ட மைப்பும் இந்தக் கொள்கையிலிருந்து உருவெடுத்தவைதான். இவர்களைத் தவிர, சமஸ்தான ராஜாக்களும் கிழக்கிந்தியாவில் ஜமீன்தார்களும் இதே பிரித்தாளும் முயற்சியில் ஈடுபட்டனர். ஆனால் இவர்களுடைய முயற்சி தோல்வியடைந்தது. அவர்கள் தங்கள் மானம், மரியாதை ஆகியவற்றை என்றென்றைக்குமாக இழந்தனர்.

பிரிட்டிஷார் இந்த முயற்சிகளைக் கைக்கொண்டபோது மக்கள் அவர்களை விமர்சித்தனர். பொதுவாகவே, வெளிநாட்டினரின் ஆட்சி மக்களை ஒன்று

சேர்ப்பதற்குப் பதிலாக அவர்களிடையேயுள்ள இடைவெளியை இன்னும் அதிகமாக்குகிறது. நாம் இதைக் கண்டனம் செய்தே ஆகவேண்டும். ஆனால் இப்படிக் கண்டனம் செய்வதால் மட்டும் அந்த வேற்றுமைகள் இல்லாமல் போய்விடாது; அவை தொடரத்தான் செய்யும். பிரிட்டிஷ் ஆட்சி முடிந்து விட்டாலும் அந்த ஆட்சியின்போது ஸ்தாபிக்கப்பட்ட சாதிக் கட்சிகள் சுதந்தர இந்தியாவிலும் தொடர்கின்றன. பார்க்கப் போனால் அவை இப் போது புதிய பலம் பெற்றிருக்கின்றன; செழித்து வளர்கின்றன. மேற்கிந் தியாவில் தொழிலாளிகள் மற்றும் விவசாயிகளின் கட்சி மற்றும் குடியரசுக் கட்சி, தென்னிந்தியாவில் திராவிட முன்னேற்றக் கழகம், கிழக்கிந்தியாவில் ஜார்க்கண்ட் கட்சி இவற்றைத் தவிர, கணதந்திரக் கட்சி மற்றும் ஜனதா கட்சி ஆகியவை பிரதேசக் கட்சிகள் மட்டுமல்ல, சாதிக் கட்சிகளும்கூட. அவை அந்தந்தப் பிரதேசங்களில் செயல்படும் சாதிகளுடைய கட்சிகள். இந்த சாதிகள் அந்தப் பிரதேசங்களில் பெரும் எண்ணிக்கையிலுள்ளன.

ஜார்க்கண்ட் கட்சியின் முக்கியமானவர்கள் சோட்டாநாக்பூர் பிரதேசத்தில் வசிக்கும் ஆதிவாசிகள். குடியரசுக் கட்சிக்கு மகார்கள்; தொழிலாளிகள் மற்றும் விவசாயிகள் கட்சிக்கு மராத்தாக்கள்; தி.மு.க.வுக்கு முதலியார்களும், பிராமணரல்லாதாரும்; கணதந்திர மற்றும் ஜனதாக் கட்சிகளுக்கு க்ஷத் திரியர்களும் முக்கியமானவர்கள்.*

சமூகத்தில் பெரும் இன்னல்களை அனுபவித்த சாதிகள்தான் மராத்தா, ஜஸ்டிஸ் மற்றும் தலித்துகளின் கட்சிகளை ஸ்தாபித்தன. இந்த இன்னல்களின் விளைவாக ஏற்பட்ட அதிருப்தியை பிரிட்டிஷார் தங்களுக்குச் சாதகமாகவே பயன்படுத்திக்கொண்டனர். இந்த அதிருப்திக்குக் காரணம் பிரிட்டிஷாரல்ல. அதனால்தான் இந்தப் பிரச்னை இப்போதும் தொடர்கிறது. சில சந்தர்ப் பங்களில் இந்த அதிருப்திக்குக் காரணமானவர்களும் அதற்குப் பலியான வர்களும் பரஸ்பரம் இடம் மாறியுள்ளனர். இருந்தும் அந்த அதிருப்தி மறைந்து விடவில்லை. தவிரவும் எத்தனையோ (தாழ்ந்த) சாதிகள் இன்னமும் தங்களுடைய நிலைமைக்கெதிராகக் குரல் கொடுக்காமல் மௌனமாக இருக்கின்றன. சமூகத்தில் முக்கிய இடங்களைப் பிடிக்கப் போட்டி போட்டுக்கொண்டிருக்கும் (மேல்) சாதிகளுக்குக் கீழடங்கியிருப் பதே போதுமென அவர்கள் நினைக்கிறார்கள். இதுதான் இன்றும் தொடரும் அநீதிக்குக் காரணம்.

சாதிகளுக்கிடையேயான அரசியல் போட்டிகள் மகாராஷ்டிராவில் தொடங் கிவிட்டன; அவை இன்னமும் தொடர்கின்றன. 1930வரை மகாராஷ்டிராவில் பிராமணர்களுக்கும் அவர்களுக்கெதிராக இருந்த மற்றவர்களுக்குமிடையே தான் பிரச்னைகள் இருந்தன. மராத்தாக்கள்தான் பிராமணர்களுக்கெதிராக

* இங்கு குறிப்பிடப்பட்ட கட்சிகள் 1950களில் தீவிரமாகச் செயல்பட்டன; அவற்றில் ஒரு சில இப்போதும் செயல்படுகின்றன.

முன் வரிசையிலிருந்தவர்கள். மற்ற சாதிக்காரர்கள் மராத்தாக்களுக்கு பல விதத்தில் உதவினர். தொடக்கத்தில் இது பிரிட்டிஷாருக்குச் சாதகமான போராட்டமாக இருந்தது. ஏனெனில் மொத்தத்தில் பிராமணர்கள் பிரிட்டிஷாரை எதிர்த்து வந்திருந்தனர். இது தேசிய சுதந்தரப் போராட்டத்தை

ஒருவிதத்திலும் பாதிக்கவில்லை. மாரத்தாக்கள் காங்கிரஸ் கட்சியில் சேர்ந்து அதைத் தங்களுக்குக் கீழ்கொண்டு வந்தனர். ஒரு சில சாதிகள் மீண்டும் ஒதுக்கி வைக்கப்பட்டன. ஆனால் இப்போது நிலைமையில் ஒரு மாற்றம் வந்தது. அரசியலில் பிராமணர்களுடைய செல்வாக்கு மெல்ல மெல்லக் குறைந்து வந்தது. அதே சமயம் அரசியல் மேலிடத்துக்கு வந்து விட்ட மராத்தாக்கள் தங்களுக்குப் புதிதாகக் கிடைத்த அரசியல் அதிகாரங்களை மற்ற தாழ்ந்த சாதிக்காரர்களுடன் பங்கிட்டுக்கொள்ள விரும்பவில்லை. அவர்களும் அதிகார வெறி பிடித்து அலைந்தனர். தாழ்ந்த சாதிக்காரர்களுடைய எதிர்ப்பை, சாதியையும் அதனால் விளைந்த அநீதியையும் ஒழிக்கப் பயன்படுத்தாமல் மராத்தாக்கள் தங்களுடைய சொந்த அதிகாரத்தை அதிகரிக்கத்தான் பயன்படுத்திக் கொண்டனர்.

அதாவது ஒவ்வொரு முறையும் தங்களைவிடத் தாழ்ந்த சாதிக்காரர்கள் தங்களுடைய எதிர்ப்பைத் தெரிவித்த போதெல்லாம், மற்ற சாதிகள் சமூகத்தில் தங்களுடைய அந்தஸ்தை உயர்த்திக்கொள்ளத்தான் பயன்படுத்திக் கொண்டனரே தவிர, சாதி முறையை ஒழிக்க முயற்சிக்கவே இல்லை.

அரசியலிலிருந்து உயர்சாதிக்காரர்களை வெளியேற்றினாலும் அவர்களைப் பொருளாதாரரீதியாகவோ மற்றரீதியிலோ தள்ளி வைத்துவிட்டதாக அர்த்தமில்லை. முதலாவதாகத் தென்னிந்தியா உள்பட எந்தவொரு இடத்திலும் அவர்களை அரசியலிலிருந்து முழுவதாக நீக்கிவிடவில்லை. தமிழ்நாட்டில் உயர்ஜாதிக்காரர்களின் ஏக பிரதிநிதிகளாக இருந்த பிராமணர்கள் மாநில நிர்வாகத்திலிருந்தும், சட்டமன்றத்திலிருந்தும் வெளியேற்றப்பட்டுவிட்டனரெனினும் அவர்கள் இன்னமும் உயர்ந்த இடங்களில் தானிருக்கின்றனர். தமிழ்நாட்டின் மொத்தம் மக்கள் தொகையில் பிராமணர்கள் நான்கு சதவிகிதம்தான் உள்ளனர் என்றாலும் அரசின் உயர் பதவிகளில் நாற்பது சதவிகிதம் இடத்தில் அவர்களிருக்கிறார்கள். ஒரு காலத்தில் அது 70 சதவிகிதமாக இருந்தது.

நாம் கவனிக்கவேண்டிய இன்னொரு விஷயம்: தமிழ் பிராமணர்களுடைய பொருளாதார வளர்ச்சி. நாட்டை விட்டுப்போன பிரிட்டிஷாரிடமிருந்து அவர்கள் சென்னை மௌண்ட் ரோடில் சொத்துக்களை வாங்கிக் குவிக்கிறார்கள். ஆகவே உயர்சாதிக்காரர்களின் செல்வாக்கோ அந்தஸ்தோ குறைந்துவிட்டது என்று நாம் சொல்லமுடியாது.

சாதி முறைக்கு மூன்று விதமான எதிர்ப்புகள் உள்ளன. முதலாவது, வாய் வார்த்தையால் மட்டும் எதிர்ப்பது. இரண்டாவது சற்றுத் தாழ்ந்த சுரத்தில் அங்குமில்லாமல் இங்குமில்லாமல் எதிர்ப்பது. மூன்றாவது உண்மையான எதிர்ப்பு. வாய் வார்த்தையால் எதிர்ப்பு என்றாலும் சாதிகளுக்கெதிரான விமர்சனங்கள் மிகக் கடுமையாக இருக்கும்; ஆனால் சாதிகள் தொடரத்தான்

செய்யும். சாதி முறை தீங்கு விளைவிக்குமென்று சொல்பவர்களே சாதியை ஒழிக்கப் பாடுபடுபவர்களை விமர்சிப்பார்கள். வாழ்க்கைத் தரம் உயர்ந்தால் அனைவருக்குமே சம அந்தஸ்தும் சமமான வாய்ப்புகளும் கொடுக்கப் பட்டால் சாதி தானாகவே மறைந்துவிடும் என்பதுதான் இவர்களுடைய வாதம். பொருளாதாரரீதியாக அவர்களை உயர்த்துங்கள். அவர்களுக்குச் சமமான வாய்ப்புகள் கொடுங்கள் என்கிறார்கள் இந்தப் போலி சாதி எதிர்ப் பாளர்கள். அதாவது தாழ்ந்த சாதிக்காரர்களுடைய வாழ்க்கைத் தரத்தை உயர்த்த அவர்களுக்குச் சம வாய்ப்புகள் கொடுத்தாலே போதும் என்று இவர்கள் நினைக்கிறார்கள் போலும். அனைவருக்கும் சம வாய்ப்புக் கிடைத் தால், கடந்த 5000 ஆண்டுகளாகப் படிப்பைத் தொழிலாகக்கொண்டிருந்த சாதிகள் முதலிடத்தில் இருப்பார்கள். தாழ்ந்த சாதிகளில் அதி புத்திசாலி களாக இருப்பவர்கள் மட்டுமே இதனால் நன்மையடைவார்கள். நமது அரசியல் கட்சிகளான காங்கிரஸ், கம்யூனிஸ்ட், பிரஜா சோஷலிஸ்ட் ஆகிய வையும் இதைத்தான் விரும்புகின்றன. தாழ்ந்த சாதிகளிலிருக்கும் அறி வாளிகள் தங்களுடன் சேரவேண்டுமென்றுதான் இந்தக் கட்சிகள் விரும்பு கின்றன. ஆனால் அதே சமயம் சமூக அமைப்பில் ஒரு மாற்றமும் செய்யக் கூடாது. இந்தக் கட்சித் தலைவர்களில் பெரும்பாலானோர் உயர்சாதிக் காரர்கள். தங்களைச் சேர்ந்தவர்களுக்கு ஒருவிதமான கெடுதலும் வராதவரை அவர்கள் தங்களுடைய சொந்த சாதிகளையும் சாதி வேற்றுமைகளையும் கண்டனம் செய்வார்கள். கீழ் சாதிகளிலிருந்து யாரேனும் செயற்திறனிலும் சுபாவத்திலும் சிறந்தவர்களாக இருந்தால் அவர்கள் எங்களுடன் சேரட்டும் என்பார்கள். ஆனால் இப்படி எத்தனை பேர் இருப்பார்கள்? அவர்களுடைய எண்ணிக்கை மிகக் குறைவாகவே இருக்கும். திறமையுள்ள ஒரு தனி மனிதனுக்கும் 5000 வருடப் பழக்கமுள்ள கடினமான பயிற்சி முறை மற்றும் பழக்கவழக்கங்களுக்கும் தனியொரு மனிதரின் திறமைக்கும் இடையே நடக்கும் போராட்டமாக இருக்கும் அது. அசாதாரணமான புத்தியும் திறமையுமுள்ளவன்தான் இந்தப் போராட்டத்தில் ஜெயிப்பான்.

தமது சொந்த நலனுக்காக சோஷலிஸம்பற்றிப் பேசுபவர்கள் அரசியல் மற்றும் பொருளாதார விஷயங்களைப்பற்றி மட்டுமே குறிப்பிடுகிறார்கள். அதாவது கீழ்மட்டத்தில் உள்ளவர்களுக்குக் கூடுதல் சம்பளம் அல்லது போனஸ் அளிப்பது; மேல் மட்டத்தில் தனியார் வசமுள்ள தொழிற்சாலை களை மூடிவிடுவது போன்ற விஷயங்கள். ஐரோப்பாவில் இப்போதுள்ள சமூக அமைப்பு மாறிக்கொண்டு வருகிறது. ஆனால் அங்கும்கூடக் கீழ் மட்டத்திலுள்ள படிப்பறிவில்லாத தொழிலாளிகளுக்கும், படித்த உயர் மட்டத்திலுள்ள ஊழியர்களுக்குமிடையேயுள்ள வேறுபாடுகள் நீக்கப்பட மாட்டாது. ஆனால் இந்தியாவிலுள்ள சாதிமுறை வித்தியாசமானது; அது சமூகத்துக்குத் தீங்கு விளைவிக்கும். அறிவாற்றல் பெற்றவர்களும், க்ஷத்திரி யர்களும் இந்தியாவில் உயர்ந்த சாதியினராகக் கருதப்படுகின்றனர். நாட்டில் பொருளாதார மற்றும் அரசியல் புரட்சிகள் நிகழ்ந்த பிறகும்கூட இந்த சாதிகள்தான் அரசையும் தொழிற்சாலையையும் நடத்திச் செல்லத் தேவை

யான மானேஜர்களை நமக்களிக்கும். மற்ற பெரும்பான்மையான மக்கள் உடல் மற்றும் மனரீதியாகத் தாழ்ந்த நிலையிலேயே தொடர்வார்கள், உயர் சாதிகளுக்குக் கொடுக்கப்படும் முக்கியத்துவத்தை அவர்கள் எதிர்க்க மாட்டார்கள். ஏனெனில் பிறப்பாலோ தகுதியின் அடிப்படையிலோ உயர்சாதிக் காரர்களுக்கு முதலிடம் உள்ளதுபோலவே அவர்களுக்குத்தான் செயல் திறனும் இருக்கிறது; பொருளாதாரரீதியாக நல்ல நிலையில் இருக்கவும் செய் கிறார்கள். ஆகவேதான் உயர் சாதிகளைச் சேர்ந்த படித்தவர்கள் சமூகரீதியாகவும் மனரீதியாகவும் எந்தவிதமான புரட்சியையும் விரும்ப மாட்டார்கள். மொழியிலோ சாதி முறையிலோ அல்லது எண்ண ஓட்டங் களிலோ எந்த ஒரு மாற்றத்தையும் வரவேற்கமாட்டார்கள். அவர்கள் சாதிக் கெதிராக ஒட்டுமொத்தமாகப் பேசுவார்கள். பேச்சளவில் அதை மிகக் கடுமையாகக் கண்டிப்பார்கள். சம வாய்ப்பு அல்லது 'மெரிட்'பற்றி அவர்கள் வாய் கிழியப் பேசுவார்கள். ஒரு குறிப்பிட்ட சாதியில் பிறந்தவர்களை வேண்டாமென்று சொல்லும் சமூகம் திறமையினடிப்படையில் உருவாகும் சாதி முறையை வரவேற்கிறது. பேச்சுத்திறன், இலக்கண அறிவு, சுபாவம், மற்றவர்களுடன் ஒத்துப் போவது, பொதுவாகவே திறமைபட வேலை செய்வது ஆகியவற்றில் திறமை தேவை என்பதில் சந்தேகமில்லை. கடந்த 5000 ஆண்டுகளாக இந்தக் கொள்கை உருவாக்கப்பட்டு வந்திருக்கிறது. ஆகவே சம வாய்ப்பு என்ற கொள்கையை நாம் பின்பற்றிக் கடந்த ஐயாயிர மாண்டுகளாகக் கடைப்பிடித்து வந்த வேறுபாடுகளை அகற்றி, கீழ்ச்சாதிக் காரர்களுக்கு இன்னும் பல வருடங்களுக்குச் சலுகைகள் அளித்து அவர்களை மேல்மட்டத்துக்கு உயர்த்தவேண்டும்.

எப்படிப் பார்த்தாலும் இந்தியாவின் மக்கள் தொகையில் ஐந்தில் ஒரு பங்கு தான் உயர்சாதிக்காரர்கள் இருக்கின்றனர். ஆனால் நாட்டுத் தலைவர் களிடையே ஐந்தில் நாலு பங்கு அவர்கள்தான். நாட்டின் நான்கு முக்கியமான துறைகளில்- அதாவது வர்த்தகம், ராணுவம், உயர் அரசுப் பதவிகள், அரசியல் கட்சிகள் ஆகியவற்றில் உயர்சாதிக்காரர்கள் ஐந்தில் நாலு பங்கு இடங்களில் இருக்கின்றனர். இப்படி மக்கள் தொகையில் ஐந்தில் ஒரு பங்கு மட்டுமுள்ள வர்கள் ஐந்தில் நான்கு பங்கு இடங்களில் முக்கியப் பொறுப்புகளை வகித்தால் நாடு பலவீனமாகும். ஒன்றுமே நடக்காது. மக்கள் தொகையில் ஐந்தில் நான்கு பேர் சோம்பேறிகளாகவும், திறமையற்றவர்களாகவும் ஆகிவிடுகின்றனர்; நாட்டின் நலம் குறைகிறது; அது எப்போதும் அழிவின் விளிம்பில் நிற்கும்.

இத்தகைய நாட்டுக்குப் புத்துயிரளிக்கவேண்டுமானால் தலைவர்களைக் கவனமாகத் தேர்ந்தெடுக்கவேண்டும். உயர்மட்டத் தலைவர்களில் ஐம்பது அல்லது அறுபது சதவிகிதம் பேரையாவது தாழ்ந்த சாதிகளிலிருந்து தேர்ந் தெடுக்கவேண்டும். இதற்காகத் தனியாகச் சட்டமியற்றத் தேவையில்லை. மனிதர்களுக்கிடையில் ஒரு புரிந்துணர்வு ஏற்பட்டாலே போதும். இப்படிப் புத்துயிரளிக்கும் முயற்சி வெற்றி பெறும்வரை நாம் நம் முயற்சிகளைத் தொடர்ந்துகொண்டிருக்கவேண்டும்.

சாதிக்கெதிரான வார்த்தைப் போரை பிராமணர்கள், வைசியர்கள், க்ஷத்திரியர்கள் தொடங்கினர். அடுத்ததாக ஒரு வெற்றுப் போரை ஒரு சில சூத்திர சாதியினர் ஆரம்பித்தனர். சூத்திரர்களுக்கிடையே ஒரு சில சாதிகள் எண்ணிக்கையில் அதிகமிருந்தனர். வயது வந்தவர்களுக்கான ஓட்டுரிமை அவர்களுக்குக் கூடுதல் அதிகாரங்களைத் தந்துள்ளது. தென்னிந்தியாவில் ரெட்டிகள் மற்றும் முதலியார்கள், மேற்கிந்தியாவில் மராத்தாக்கள் ஆகியோர் இந்த உரிமையை நன்கு பயன்படுத்திக் கொண்டனர். அவரவர்கள் வசிக்கும் பிரதேசங்களில் அவர்கள்தான் அரசியல் அதிகாரம் மிகுந்தவர்களாக இருக்கின்றனர். உயர் சாதிக்காரர்களல்ல. ஆனால் இங்கும்கூட உயர்சாதிக் காரர்கள் பொருளாதாரரீதியாக முன்வரிசையிலுள்ளனர்; மற்றவர்களை ஏமாற்றி, தந்திரமாக அரசியலில் பழைய இடத்தைப் பிடிக்க முயற்சிக் கின்றனர். இதற்குக் காரணம் சாதிக்கெதிரான போராட்டம் என்பது உண்மை யான போராட்டமாக இருக்கவில்லை. அது சமூக அமைப்பை ஒருவிதத் திலும் மாற்றவில்லை. அனைத்து கீழ்ச்சாதிக்காரர்களுக்கும் அதிகாரத்தைக் கொடுக்கப் போவதில்லை. அவர்களிடையே எண்ணிக்கையில் அதிகமுள்ள வர்களுக்கு மட்டுமே அது கொடுக்கப்படும். இதன் பொருள் அவர்கள் உண்மையில் சாதிகளை அழிக்கவில்லை; மாறாக அந்தஸ்தும் சலுகைகளும் மற்றவர்களுக்கு மாற்றிக் கொடுக்கப்படுகின்றன. பிராமணர்கள் மற்றும் க்ஷத்திரியர்கள் போன்ற உயர்சாதிக்காரர்கள் அனுபவித்து வந்த சில அதிகாரங்களும் சலுகைகளும் அவர்களிடமிருந்து பறிக்கப்பட்டு மராத்தாக் களுக்கோ ரெட்டிகளுக்கோ கொடுக்கப்படும். ஆனால் இப்படிச் செய்வதால் பிரச்னை தீராது. மாறாக அனைத்துக் கீழ்ச்சாதிக்காரர்களுக்கிடையேயும் அதிருப்தியைத்தான் ஏற்படுகிறது; உயர்சாதிக்காரர்களைக் கோபமூட்டு கிறது. குறைபாடுகளுடனும் விரும்பத் தகாத அம்சங்களுடனும் சாதி முறை தொடரத்தான் செய்கிறது.

குறிப்பிட்ட சாதிகளை மட்டும் உயர்த்திவிடுவதில் இன்னுமொரு ஆபத் துள்ளது. தாழ்ந்த சாதிக்காரர்களுக்கு உயர் பதவிகள் கிடைத்தால் அவர்களும் உயர்சாதிக்காரர்களைப்போலவே நடந்துகொள்ளத் தொடங்குகிறார்கள். இப்படிச் செய்யும்போது உயர்சாதிக்காரர்களுடைய விரும்பத்தகாத குணங்கள் இவர்களுக்கும் வந்துவிடுகின்றன. தாழ்ந்த சாதிக்காரர்கள் உயர்ந்த ஸ்தானத்தை அடையும்போது தங்களுடைய குடும்பத்திலுள்ள பெண்களை வேறுபடுத்தி நிறுத்த முயல்கின்றனர். இது நடுத்தர வர்க்கத்தைச் சேர்ந்த உயர்சாதிக்காரர்களுடைய வழக்கம். தவிரவும், தாழ்ந்த சாதிக்காரர்கள் தங்களுக்கு இதுவரை மறுக்கப்பட்டிருந்த பூணூலை இப்போது அணியத் தொடங்குகின்றனர். இந்தப் பூணூலை உயர்சாதிக்காரர்கள் இப்போது அணிவதுமில்லை.

இவையனைத்தின் விளைவாக மக்களிடையேயுள்ள வேறுபாடுகள் அதிகரிக் கின்றன. இப்படிச் சில சாதிகள் உயர்ந்து வருவதைக்கண்டு மற்ற தாழ்ந்த சாதிக்காரர்களிடையே எந்தவிதமான எதிர் விளைவுகளும் ஏற்படு வதில்லை. உயர்வு பெற்றவர்கள் தங்களுடைய மக்களிலிருந்தே வேறுபட்டு

நிற்கின்றனர். தங்களைச் சேர்ந்த மற்ற தாழ்ந்த சாதிக்காரர்களையும் உயர்த்துவதற்குப் பதிலாகத் தாங்களே உயர்சாதியில் இரண்டறக் கலந்துவிடப் பார்க்கிறார்கள். இப்படிப்பட்ட ஒருதலைப்பட்சமான உயர்வு வேறொரு துரதிர்ஷ்டமான விளைவுக்கும் வழிவகுக்கும். அந்த சாதிகள் தங்களுடைய திறமைகளை வளர்த்துக்கொள்வதில்லை; நல்ல குணங்களை வளர்த்துக் கொள்வதில்லை. மாறாக சாதிகளுக்கிடையே பொறாமையைத் தூண்டிவிடுவதன் மூலமும், சூழ்ச்சிகள் செய்வதன் மூலமும்தான் தங்களுடைய அந்தஸ்தை உயர்த்திக் கொள்கிறார்கள்.

இனி, சாதிக்கெதிராக நடத்தப்படும் போராட்டத்தைப் பார்க்கலாம். சமூகத்தில் தாழ்ந்த மட்டத்திலுள்ள பெண்கள், சூத்திரர்கள், ஹரிஜனங்கள், முஸ்லிம்கள், ஆதிவாசிகள் ஆகிய ஐந்து குழுக்களை அவர்களுக்குத் திறமை இருந்தாலும் இல்லையென்றாலும் இந்தப் போராட்டம் தலைமைப் பதவிக்கு உயர்த்தப் பார்க்கிறது. இன்றையத் தேதியில் அவர்களுடைய திறமை தாழ்ந்த அளவில்தான் இருக்கிறது. இந்தத் திறமையை அளக்கப் பயன்படுத்தப்படும் முறைகளும் உயர்சாதிக் காரர்களுக்குச் சாதகமாகத்தான் உள்ளன. இத்தனை ஆண்டு காலமாகப் பின்தொடரப்பட்டு வந்த இந்த அநீதியை ஒரு கடுமையான போராட்டம் மூலமாகத்தான் திருத்த முடியும்.

உயர்சாதிப் பெண்களையும் தாழ்த்தப்பட்டவர்களின் பட்டியலில் உட்படுத்தியது சரிதான். இவர்களையும் சேர்த்து தாழ்த்தப்பட்டவர்கள் மொத்த மக்கள் தொகையில் தொண்ணூறு சதவிகிதம் இருக்கிறார்கள். இந்தப் பெண்கள் இன்று உறக்கத்தில் ஆழ்ந்திருக்கின்றனர்; அல்லது பெயருக்குத் தங்கள் எதிர்ப்பை வெளிப்படுத்துகின்றனர். பொருளாதார மற்றும் அரசியல் மேம்பாடு இவர்களுக்கு ஓரளவுக்கு உதவலாம். சாதியை ஒழித்து, அவர்களுடைய பொருளாதார நிலையை மேம்படுத்தி அவர்களுடைய சுயகௌரவத்தை மீண்டும் ஸ்தாபிப்பதன் மூலம் அந்தப் பெண்களாலும் ஆண்களைப்போலவே தீவிரமாகப் போராட முடியும். மக்கள் செயலற்று இருந்ததால்தான் உயர் சாதிகளும்கூட இன்னல்களை அனுபவித்தன என்பதை நாம் மறக்கக்கூடாது. ஏனெனில் அவர்களுடைய கல்வி மற்றும் கலாசாரத்தின் விளைவாக அவர்களுக்குக் கிடைத்த பேச்சுத் திறமை மற்றும் பேசிப் பழகும் தன்மை என்ற திரைக்குப் பின்னால் ஏமாற்றுபவர்களைப் பின்பற்றி அவர்கள் தங்களை உயர்த்திக் கொண்டனர். ஆகவே தாழ்த்தப்பட்டவர்களை உயர்த்த உத்தேசிக்கும் போராட்டம் உயர்சாதிக்காரர்களுக்கும் புத்துயிர் அளிக்கும்; இன்று வழிதவறிப் போய்க்கொண்டிருக்கும் சமூக அமைப்பையும் வாழ்க்கையின் நல்ல அம்சங்களையும் சரியான பாதையில்கொண்டு செல்லும். இந்த இடத்தில் ஒரே ஒரு எச்சரிக்கை: மேலே சொன்னபடித் தாழ்ந்த சாதிக்காரர்களை ஒட்டுமொத்தமாக அந்தஸ்தில் உயர்த்துவது வேறு; அவர்களில் ஒரு சிலருக்கு மட்டும் சிறப்புச் சலுகைகள் அளிப்பது தவறு. ஏனெனில் இப்படிச் செய்வதால் உயர்சாதிகளிலிருந்து கடுமையான எதிர்ப்புகள் கிளம்பும். ஆனால் தாழ்ந்த சாதிக்காரர்கள் இதைப்பற்றிக் கவலைப்பட மாட்டார்கள். இப்போதுள்ள பல்லாயிரக்கணக்கான உயர்சாதிகளுடன் ஒரு சில தாழ்ந்த சாதிக்காரர்களைச்

சேர்ப்பதால் என்ன ஆகிவிடப்போகிறது? பார்க்கப்போனால் அவர்களை நூற்றுக்கணக்கில், ஏன் ஆயிரக்கணக்கில்கூட உட்படுத்தியிருக்கவேண்டும். அப்படிச் செய்வதால்தான் இன்று ஒட்டுக்காகவும், மக்களிடையே சண்டைகளைத் தூண்டி விடவும், பொறாமையைக் கிளப்பவும் உதவும் சாதி ஒழிப்பு இயக்கம் உண்மையான போராட்டமாக மாறும்.

தாழ்ந்த சாதிக்காரர்களின் அந்தஸ்தை உயர்த்துவதில் சில விரும்பத்தகாத விளைவுகள் ஏற்படலாம். நாம் எத்தனை ஜாக்கிரதையாக இருந்தாலும் இந்த விளைவுகளை அறவே நீக்கிவிடமுடியாது என்றாலும் அவற்றின் தாக்கத்தைக் குறைக்க முடியும். இந்தத் தீய விளைவுகள் பல கட்டங்களாகப் பலவிதங்களில் வெளிப்படலாம். முதலாவதாக மக்கள் இதைப்பற்றி என்ன நினைக்கிறார்கள் என்பது தெரிய வரும்.

உயர்ந்த அந்தஸ்தைப் பெற்ற சூத்திரர்கள் இதனை வரவேற்றாலும் இல்லையென்றாலும் உயர் சாதிக்காரர்களை இது கோபமூட்டும். தன்னைச் சுற்றிலும் நடப்பனவற்றை சூத்திரர்களுக்கு முன்பே நன்கு புரிந்துகொள்ளும் திறமை உள்ள இவர்கள் சாதி அந்தஸ்தை உயர்த்தும் பணியிலீடுபட்டிருப்பவர்களைப்பற்றி மக்கள் மனதில் தவறான எண்ணங்களைப் பரப்புவார்கள். இரண்டாவதாக உயர்ந்த அந்தஸ்தைப் பெறும் சமார் மற்றும் ஆஹிர் (Chamars and Ahirs) போன்ற பல தாழ்ந்த சாதிகள் தங்களைப்போலவே தாழ்ந்த நிலையிலிரக்கும் வேறு பல சாதிகளையும் ஒரு மூலையில் தள்ளி நிறுத்திவிட்டுத் தங்களுடைய அந்தஸ்து உயர்வினால் கிடைக்கக் கூடிய நன்மைகளைத் தாங்களே அனுபவிக்க விரும்புவார்கள். அதாவது பிராமணர்களும் சமார்களும் தத்தம் இடங்களை மாற்றிக்கொள்வார்கள்; ஆனால் சாதி முறை மாறாது. மூன்றாவதாகத் தாழ்ந்த சாதிகளிலிருக்கும் ஒரு சிலர் இந்த சாதி உயர்வைத் தங்களுடைய சொந்த முன்னேற்றத்துக்காகப் பயன்படுத்திக் கொள்ளலாம் இதற்காக அவர்கள் சமூகத்திலுள்ள மற்ற சாதிக்காரர்களிடையே பொறாமையை வளர்க்கலாம். ஏதேனும் சூழ்ச்சிகளில் ஈடுபடலாம். இது சமூகத்தை மேலும் பிளக்கும். சமூகம் மேலும் பலவீனமாகும். நான்காவதாகச் சில குறிப்பிட்ட சந்தர்ப்பங்களில் சூத்திரர்களும் உயர்ஜாதிக்காரர்களும் ஒருவரை ஒருவர் குற்றம் சாட்டலாம்; விமர்சிக்கலாம். கீழ் சாதிக்காரர்களில் விரும்பத்தகாத முறையில் கீழத்தரமாக நடந்து கொள்பவர்கள் அதைத் தங்களுடைய ஆயுதமாகப் பயன்படுத்திக்கொள்ளலாம். தங்களுடைய எதிரி எனக் கருதும் ஓர் உயர் சாதி மனிதனை அழிக்க விரும்பும் அவர்கள் அனைத்து உயர் சாதிக்காரர்களையும் அழிக்க முற்படலாம். இந்த முயற்சியில் அவர்கள் தோல்வியடைந்தால் அவர்கள் உயர் சாதிக்காரர்களைப்பற்றி அவதூறாகப் பேசி அவர்களுக்கெதிராக ஏதேனும் சந்தேகங்களைக் கிளப்பலாம்.

இதுதான் மேற்சொன்ன கொள்கையின் தீய விளைவாக இருக்கும். இந்த உண்மையை நாம் மறக்காமலிருந்தால் இந்த விளைவுகள் மேலும் மேலும் பரவாமல் தடுக்கலாம்.

இப்படியெல்லாம் நடக்க வாய்ப்புண்டு என்றாலும் இந்தக் கொள்கையால் நன்மைகளும் விளையும் என்பதையும் உணரவேண்டும். அதை நடை முறைப்படுத்தினால் வரலாற்றிலேயே ஒரு மகத்தான புரட்சிக்கு இந்தியா சாட்சியாக மாறும். முன்னெப்போதையும்விட மக்களிடையே விழிப் புணர்வு அதிகமாகும். இதன் மூலம் மனித குலத்துக்கே இந்தியா குருவாக மாறலாம். கார்ல் மார்க்ஸ் வர்க்க உணர்வைப் போக்க விரும்பினார்; ஆனால் அதுவே சாதி உணர்வாக மாறும் வலிமை கொண்டது என்பதை அவர் உணர வில்லை. மேற்கூறப்பட்ட கொள்கையை நாம் நடைமுறைப்படுத்தினால் வரலாற்றில் முதல் முறையாக சாதி மற்றும் வர்க்கம் ஆகிய இரண்டையும் ஒரே சமயத்தில் அழிக்கும் முயற்சி தொடங்கப்பட்டிருக்கும்.

உயர்சாதி இளைஞர்கள் இப்போதே விழித்தெழவேண்டும். இந்தக் கொள்கை அவர்களுடைய சொந்த நலன்களைப் பாதிக்குமோ என்று பயப் படுவதை விட்டுவிட்டு மக்களுக்குப் புத்துணர்வளிக்கத் தங்களுக்குக் கிடைத்த சந்தர்ப்பமாக இதனைக் கருதவேண்டும். இந்த இளைஞர்கள் தாழ்ந்த சாதிக்காரர்கள் முழுவதாக மேம்பாடடையும் பொருட்டுத் தங் களையே தியாகம் செய்யத் தயாராக இருக்கவேண்டும். இந்தத் தியாகத்தின் பலனாக உயர்சாதிக்காரர்கள் சமூகத்தின் ஆலோசகர்களாகவும், தாழ்ந்த சாதிக்காரர்கள் அதன் நிர்வாக அதிகாரிகளாகவும் மாறிவிடுவார்கள். இது எல்லா இடங்களிலும் நடக்காவிட்டாலும் எத்தனை இடங்களில் முடியுமோ அத்தனை இடங்களில் செய்யப்படட்டும். அனைத்து மனிதகுலமும் ஒரே குடும்பத்தைச் சேர்ந்தவர்கள், இந்திய மக்கள் மனித சமத்துவத்துக்காகத் தீவிர மாக உழைப்பவர்கள் என்பதை உணர்ந்து உயர் சாதிக்காரர்கள் தங்களுடைய பாரம்பரியத்தைக் கைவிடாமலேயே புதிய அத்தியாயத்தைத் தொடங் கட்டும். அதேசமயம் தாழ்ந்த சாதி இளைஞர்களுக்கும் ஒரு பொறுப்புண்டு. தங்களுடைய நடை, உடை, பாவனைகளில் உயர்சாதிக்காரர்களைக் காப்பி யடிக்காமல் உடலுழைப்பைக் கை விடாமல், சுயநலமின்றிப் பொறாமை உணர்வின்றி நாட்டை முன்நின்று நடத்திச் செல்வது தங்களுடைய புனித மான கடமை என்பதைப் பெண்களும், சூத்திரர்களும், ஹரிஜனங்களும், முஸ்லிம்களும், ஆதிவாசிகளும் உணரவேண்டும்.

இங்கிலீஷ் ஒழிக!

(1950களில் லோஹியா சாதி ஒழிப்புக் கமிட்டி, விலை நிர்ணயக் கமிட்டி மற்றும் ஆங்கில மொழி ஒழிப்புக் கமிட்டி ஆகிய மூன்று கமிட்டிகள் நிறுவப்படவேண்டுமென வாதிட்டார். ஆங்கிலம் வெளிநாட்டினரின் மொழி. அதனை இந்தியாவின் மேல் தட்டு மக்கள் தங்களுடைய நலனை மேம்படுத்திக்கொள்வதற்காக உபயோகிக்கிறார்கள் என்பது அவர் கருத்தாக இருந்தது. ஒரு முறை பிரிட்டிஷ் அரசி இரண்டாம் எலிஸபெத் மகாராணி இந்தியாவுக்கு விஜயம் செய்த சமயத்தில் லோஹியா 'ஆங்கில

ஒழிப்பு மாநாட்டை' நடத்தினார். ஆங்கில மொழியை நிர்வாக மொழியாக்கவும், கல்விக்கூடங்களில் போதனா மொழியாகவும் உபயோகிப்பதை எதிர்க்கும் காரணத்தை அவர் ஒரு கட்டுரையில் விளக்கினார். அதன் சுருக்கம் கீழே தரப்படுகிறது.)

நம் நாட்டிலேயே நமது வீடுகளிலிருந்தும் நமது பூமியிலிருந்தும் நாம் பலவந்தமாக வெளியேற்றப்பட்டுவிட்டோம்; ஒரு அழையா விருந்தாளி நமது நிலங்களைதன்வசப்படுத்திக் கொண்டான்; என்ன செய்வதென்று அறியாமல் நாம் கையைப் பிசைந்துகொண்டு நிற்கிறோம் என்றெல்லாம் நான் பலமுறை நினைத்திருக்கிறேன். நீங்களும் இம்மாதிரியே நினைக்கலாம். நாம் நமது நிலவரியைக் கட்டவில்லையென்றாலோ நமது கடனை முழுவதுமாகத் தீர்க்கவில்லையென்றாலோ இப்படி நடந்தால் நாம் அதற்கு ஒப்புக்கொள்வோம். ஆனால் பொய்யாகத் தயாரிக்கப்பட்ட ஆவணங்களின் அடிப்படையில்தான் இந்த நிலைமை நம் மீது திணிக்கப்பட்டிருக்கிறதென்றால் அது நீதிக்குக் கிடைத்த பலத்த அடியாகும். இம்மாதிரியான நிலைமை இப்போது இந்தியாவில் நிலவுகிறது. உயர் பீடத்தில் அமர்ந்திருக்கும் நமது தலைவர்கள் ஆங்கில ஒழிப்புத் திட்டத்தை அத்தனை வேகமாக நடைமுறைப்படுத்த வேண்டாமென நம்மை அறிவுறுத்துகிறார்கள். நமது சொத்து முழுவதும் பறிபோய்விட்டது. நமது நாட்டிலேயே நாம் அந்நியர்களாகிவிட்டோம். கடந்த பத்தாண்டு சுதந்தர வாழ்வு ஒரு விநோதமான நிலைமையை உருவாக்கியிருக்கிறது. மண்ணின் மைந்தர்கள் வேற்று மனிதர்களாகிவிட்டனர். வெளிநாட்டுச் சர்வாதிகாரி ஒருவன் தனது பலத்தையும் அதிகாரத்தையும் உபயோகித்து நம்மை ஆள்கிறான்...

நீங்கள் ஒரு டிராம் கம்பெனியின் ஊழியரென்றும் அங்கு ஒரு தொழிலாளர் சங்கத்தைத் தொடங்குகிறீர்கள் என்றும் வைத்துக் கொள்வோம். எந்த மொழியில் உங்கள் கடிதப் போக்குவரத்து நடக்கிறது? ஆங்கிலத்தில்தான். ஆனால் உங்களுடைய 9000 தொழிலாளிகளில் எத்தனை பேருக்கு இந்த அந்நிய மொழி தெரியும்? தொழிலாளிகளுக்குத் தெரியாத ஒரு மொழியில்தான் அவர்களுடைய பிரச்னைகள் மேடையில் பேசப்படுகின்றன; செய்தித்தாள்களில் விவாதிக்கப்படுகின்றன. இந்திய மொழிகளுக்கு அங்கே இடமில்லை.

இதற்கு ஒரு தீய பின்விளைவுமுண்டு. யூனியன் தலைவர்கள் தொழிலாளிகளுக்கிடையிலிருந்து தேர்ந்தெடுக்கப்படுவதில்லை. அதாவது இருவருக்குமிடையில் ஒரு தொடர்புமில்லாமற்போகிறது. கம்பெனி அதிகாரிகள், தொழிலாளர் சங்கங்கள், அரசு ஊழியர்கள் ஆகிய மூவரும் சேர்ந்து ஒரு சதித் திட்டத்தில் இறங்கியிருக்கிறார்கள். எதிர்பாராத ஏதேனும் ஒன்று சம்பவித்தால் இவர்கள் மூவரும் கை கோர்த்து, தொழிலாளிகளுடைய நியாயமான கோரிக்கைகளை நிராகரித்துவிடுவார்கள். ஆங்கில மொழி இந்தியாவில் தொடரும்வரை இந்த மூவரும் தொழிலாளிகள் மீது அதிகாரம் செலுத்துவார்கள்.

இப்படி அரசு நிர்வாகமும் அதன் செயல்பாடுகளும் சிறுபான்மை மொழியான ஆங்கிலத்தில் தொடர்ந்தால் அரசாங்கம் யாருடைய நலத்தைப் பாதுகாக்கும்?

யாருக்குத் துணை போகும்? மொத்தம் நாற்பது கோடி மக்கள் தொகையில் நாற்பது லட்சம் பேர்களுக்குத்தான் ஆங்கிலம் தெரியும். அரசாங்கமும் இந்த 40 லட்சம் பேர்கள் பக்கம்தான் சாய்கிறது. மற்றவர்கள் அதற்கு வேண்டாம். நாற்பது கோடி மக்கள் நேரிடும் பிரச்னைகளைத் தீர்க்க யாருமில்லை; அவர் களுடைய தேவைகள் பூர்த்தி செய்யப்படுவதில்லை. அரசாங்கம் இந்த 40 லட்சம் பேர்களின் பிரச்னைகளைத் தீர்க்கத்தான் பார்க்கிறது; அவைதான் அகில இந்திய அளவில் முக்கியமானவையாகத் தெரிகின்றன.

ஆங்கிலம் இந்தியாவில் தொடரும்வரைப் பசி, தானியங்களின் விலை ஆகிய பிரச்னைகள் தீர்க்கப்படமாட்டாது. அரசு அதிகாரிகள் அந்த நாற்பது லட்சம் பேர் சொல்வதைக் கேட்டுத்தான் செயல்படுவார்கள். பாவப்பட்ட சாதாரண மக்கள் புறக்கணிக்கப்படுவார்கள். அவர்கள் குரல் யாருடைய காதிலும் விழாது. கங்கை மற்றும் காவிரி நதிகளில் குறைந்தது ஒன்று அல்லது ஒன்றரைக் கோடி மக்கள் தினசரி ஸ்நானம் செய்கிறார்கள். மேலும் ஐம்பது லட்சம் பேர் அவற்றின் நீரைக் குடிநீராகப் பயன்படுத்துகிறார்கள். இந்த நதிகள் நகரிலுள்ள சாக்கடை நீர் கலந்து அசுத்தமாகிறதா இல்லையா? இருப் பினும் இந்தப் பிரச்னையைத் தீர்க்க யாரும் முன்வரவில்லை. அரசு மேலதி காரிகளுக்கு இது ஒரு மிகச் சிறிய விஷயம். அதைக் கவனிக்கத் தேவை யில்லை. நாற்பது லட்சம் ஆங்கில மொழி பேசுபவர்களின் பிரதிநிதிகள்தான் அதிகாரத்திலிருக்கின்றனர். ஆங்கில மொழி இந்தியாவிலிருந்து போய் விட்டால் அவர்கள் பாடு அதோகதிதான். ஆங்கிலத்தின் உதவியுடன்தான் அவர்கள் இங்கு உயிர் வாழ்கிறார்கள். அதை வேண்டாமென்று சொல்லி விட்டால் அரசாங்கமும் தொழிற்சங்கங்களும் நாட்டின் சட்ட திட்டங்களும் பொது ஸ்தாபனங்களும் சமூகப் பிரமுகர்களும் நாற்பது கோடி மக்களின் பிரச்னைகளை நேரிட்டே ஆகவேண்டும். இது ஒரு மாபெரும் புரட்சிக்கு வழிவகுக்கும். இதனால் அவர்களுடைய சாம்ராஜ்யம் ஆட்டம் கண்டு விடும். உதாரணமாக, நமது ராணுவத்தை எடுத்துக் கொள்ளுங்கள். ஒரு ராணுவ அதிகாரி கர்னல் பதவிக்குமேல் போகவேண்டுமென்றால் அவரு டைய தகுதிகள் என்னவாக இருக்கவேண்டும்? அவருக்குப் போர் முறைகள் பற்றித் தெரிந்திருக்கவேண்டாம்; மாறாக, ஆங்கிலத்தில் நல்ல புலமை இருந்தால்போதும். ஆங்கில மொழியில் கடிதங்கள் எழுதுவது, சாப்பாடு மேசையில் சரளமாக ஆங்கிலம் பேசுவது, சாப்பிடும்போது கத்தியையும் (ஃபோர்க்கையும்) முள் கரண்டியையும் சரியாகப் பிடித்துக்கொள்வது இவைதான் முக்கியமான தகுதிகள். போரில் வீரமும் போர் முறையைப்பற்றி அறிவும் தேவையில்லை. ஆங்கில மொழி அறிவு போதும்.

இனி, நாம் மனிதரின் வயிற்றுப் பாட்டைப் பார்ப்போம். நம் நாட்டின் பொருளாதாரத்தை யார் கட்டுப்படுத்துகிறார்கள்? இந்தியர்களில் மிகப் பெரும்பான்மையோர் வேப்பங்குச்சியையும், கரிப்பொடியையும்தான் உபயோகித்துப் பல் தேய்க்கிறார்கள். பற்பசை, கார்கள், முகப்பவுடர், முகக் களிம்பு, மற்ற அழகுப் பொருட்கள் ஆகியவற்றை யார் உபயோகிக் கிறார்கள்? செய்தித் தாள்களில் அவற்றைப்பற்றிய விளம்பரங்கள் அதிக

அளவில் காணப்படுகின்றன. இன்றைய இந்தியாவில் நாற்பது அல்லது ஐம்பது லட்சம் ஆங்கிலம் பேசும் மக்கள்தான் இவற்றை உபயோகிக் கிறார்கள். நகரங்களிலுள்ள கிராம மக்களும் இவற்றை உபயோகித்தால் இந்த எண் ஒரு கோடிவரை போகும். இந்த ஒரு கோடி மக்களுடைய தேவைகளைப் பூர்த்தி செய்யத்தான் செய்தித் தாள்களில் விளம்பரங்கள் வருகின்றன.

நமது நாட்டின் பொருளாதாரம் எந்தத் திசையில் போய்க்கொண்டிருக் கிறதென்பதை நீங்கள்தான் தீர்மானிக்கவேண்டும். உற்பத்தியிலாகட்டும் அல்லது பயன்பாட்டிலாகட்டும், நம் நாட்டின் பொருளாதாரம் இந்த 40 லட்சம் மக்களுக்காகத்தான் செயல்படுகிறது. இந்தச் சிறிய எண்ணிக்கை யிலுள்ளவர்களின் பிரச்னைகள்தான் அனைவருடைய பிரச்னைகளாகவும் சொல்லப்படுகின்றன.

இந்த நாற்பது லட்சம் மக்களிலிருந்துதான் அரசியல் தலைவர்களும் உருவா கிறார்கள். இவர்கள் அனைத்துக் கட்சிகளிலுமிருக்கின்றனர். நமது அரசியல் தலைவர்கள் ஏன் முற்போக்கு எண்ணங்களைக் கொண்டவர்களாக இல்லை. ஏன் எந்தவிதமான முன்னேற்றத்தையும் விரும்பவில்லை என்பது மேற் சொன்னதிலிருந்து தெளிவாகிறது.

இன்று இந்தியாவுக்குத் தேவை நவீனமயமாக்கல். அது உயர்ந்த, வரவேற் கப்படவேண்டிய லட்சியம். மேற்சொன்ன நாற்பது லட்சம் பேர்களும் பல அரசியல் கட்சிகளிலுள்ள தலைவர்களும் மேலே குறிப்பிட்ட ஆடம்பரப் பொருட்களின் விற்பனை தொடரவேண்டுமென்று மட்டுமல்ல, அது அதிகரிக்கப்படவேண்டும், அதே சமயம் ஆங்கில மொழியும் தொடர வேண்டும் என ஏகமனதாக விரும்புகிறார்கள். இது அந்தத் தலைவர் களுடைய பிற்போக்கு மனப்பான்மையைத்தான் காண்பிக்கிறது. இது நாட்டின் அழிவுக்கு வழிவகுக்கிறது. ஆகவே பெரும்பான்மையாக உள்ள நாற்பது கோடி மக்கள் விழிப்புடனிருக்கவேண்டும். தங்களுடைய நிலையி லிருந்து மாறக்கூடாது. ஒரு புரட்சியை நோக்கி அவர்கள் முன்னேற வேண்டும்.

இந்த மொழிப் பிரச்னையைப்பற்றி பல நகைப்புக்குரிய வாதங்கள் சொல்லப்படுகின்றன. வங்காளி, இந்தி, தமிழ், மராத்தி போன்ற பிற இந்திய மொழிகள் இன்னமும் வளர்ச்சியடையவில்லை. ஆகவே தற்காலத் தேவைகளுக்கு அவற்றைப் பயன்படுத்தமுடியாது. ஆகவே நன்கு வளர்ச் சியடைந்த மேலைநாட்டு மொழிதான் நமக்குப் பயன்படும் என்பதுதான் அவர்களுடைய வாதம். இதை ஏற்கமுடியாது. ஃப்ரஞ்ச் மொழியுடன் ஒப்பிட்டால் இந்திய மொழிகள் எத்தனையோ மேலானவை.

இந்தி அல்லது வங்காள மொழியிலுள்ள வார்த்தைகளின் எண்ணிக்கை ஆங்கிலத்தைவிட இரு மடங்கு அதிகம். சமஸ்கிருத மொழியின் உதவியுடன் இந்த மொழிகளுக்குப் புதிய வார்த்தைகளை உருவாக்க முடியும். ஆனால் ஒரு விஷயத்தை நாம் ஒப்புக்கொள்ளத்தான்வேண்டும். கடந்த ஒன்றரை நூற்றாண்டுகளில் மேலைநாட்டு மொழிகளில் ஒவ்வொரு வார்த்தைக்கும்

மிகத் துல்லியமான அர்த்தம் கொடுக்கப்பட்டுள்ளது. இந்த நிலைமை இந்திய மொழிகளிலில்லை. ஆனால் அதற்காக இந்திய மொழிகள் வழியாக ஒன்றுமே சொல்லித்தர முடியாதென்று அர்த்தமில்லை. ரஷ்யர்கள் கட்டாயமாக ஆங்கிலம் படித்திருக்கவேண்டுமென்றிருந்தால் அவர்கள் ஸ்புட்னிக்கை உருவாக்கியிருக்கமாட்டார்கள்.

ஐந்தாம் வயது முதலே இந்தியக் குழந்தைகள் வேற்று மொழிகளைக் கற்கும் படிக் கட்டாயப்படுத்தப்படுகிறார்கள். இந்தக் கட்டாயப் படிப்பு அவர்களுடைய வாழ்நாள் முழுவதும் தொடர்கிறது. இதன் விளைவாக அவர்களால் எந்த ஒரு விஷயத்தையும் ஆழமாகப் படித்துப் புரிந்துகொள்ள முடியவில்லை. நமது பல்கலைக்கழகங்களிலும் இதுதான் நிலைமை. மாணவர்கள் பொதி சுமக்கும் கழுதைகளாகிவிட்டார்கள். மற்ற நாட்டு மாணவர்களுடன் ஒப்பிட்டால் இது நன்றாகப் புரியும். ரஷ்யாவிலும் ஜப்பானிலுமுள்ள விஞ்ஞானிகள் வேற்று மொழியைக் கற்றுக்கொள்ளத் தேவையில்லை. ஆகவே எந்த ஒரு விஷயத்தைப்பற்றியும் அவர்களுடைய அறிவு ஆழமாக உள்ளது. அதனடிப்படையில் அவர்கள் புதிய புதிய விஷயங்களைக் கண்டுபிடிக்கிறார்கள். ஒரு மொழியைக் கற்றுக்கொள்வதற்கும் ஒரு விஷயத்தைப்பற்றித் தெரிந்துகொள்வதற்குமிடையேயுள்ள வேறுபாட்டை நாம் புரிந்துகொள்ள வேண்டும். இந்தியக் குழந்தைகள் வேற்று மொழியைப் படிக்கவேண்டிய கட்டாயத்தில் இல்லையென்றால் அவர்களுடைய விஷய ஞானம் நிச்சயமாக விரிவடையும்.

ஆகவே இந்திய மாணவர்களை ஆங்கிலமென்ற தாங்கமுடியாத பாரத்திலிருந்து காப்பாற்றுங்கள். இன்று ஆங்கிலம் நமது பாடத்திட்டத்தில் ஒரு கட்டாயப் பாடமாக உள்ளது. பெரும்பான்மையான மாணவர்கள் அதில் தோல்வியடைகிறார்கள். அவர்களுடைய எதிர்கால வாழ்க்கை தகரும் நிலையிலுள்ளது. நமது தேசத்தின் செல்வம், நேரம் இரண்டும் வீணாகின்றன. ஜூலை ஆகஸ்டு மாதங்களில் நீங்கள் (கட்சித் தொண்டர்கள்) நாடு தழுவிய போராட்டத்தைத் தொடங்கி 'ஆங்கிலமென்ற பாரத்தை நீக்கி விடுங்கள்; எங்களுக்கு விஷய ஞானம் தேவை. அப்போதுதான் ஒரு பலமான, உறுதியான நாட்டை உருவாக்க முடியும்'' என்று உரக்கச் சொல்லுங்கள்.

உலகில் 2500 மில்லியன் மக்கள் வாழ்கின்றனர். இவர்களுள் 300 மில்லியனுக்கு ஆங்கிலம் தெரியும். நாளடைவில் ஆங்கிலம் உலகளவில் வர்த்தகம், எண்ணப் பரிமாற்றம் ஆகியவற்றுக்கான ஊடகமாக மாறிவிடுமென ஒரு சிலர் வீண் கனவு காண்கிறார்கள்.

இந்த மாயை மக்களை எப்போதும் வாட்டிக்கொண்டே இருக்கிறது. பத்தொன்பதாம் நூற்றாண்டில் ஃப்ரெஞ்ச் மொழி உலக மொழியாக இருந்தது. இன்றைய அணு யுகத்தில் ஆங்கிலம் அந்த இடத்தைப் பிடிக்குமென மக்கள் சொல்கிறார்கள். எட்டு மற்றும் ஒன்பதாம் நூற்றாண்டுகளில் அரபி மொழி இம்மாதிரியான ஸ்தானத்திலிருந்திருக்கலாம். இரண்டாயிரம் வருடங்களுக்கு முன் சமஸ்கிருதம் இப்படி இருந்திருக்கும். இன்று நதி தனது

பாதையை மாற்றிக்கொண்டு விட்டது. ஆகவே ஆங்கிலம் என்ற பாலம் இப்போது உபயோகமற்றதாகிவிட்டது. ரஷ்ய மொழி வேகமாக முன்னேறிவருகிறது. மக்கள் அதனை நோக்கிச் செல்கிறார்கள். சில காலங்களுக்குப் பிறகு ரஷ்ய மொழியே உலகில் அனைவருக்கும் தேவை என்று சொல்லப்படும். ரஷ்ய மொழிக்கும் ஆங்கிலத்துக்கும் இடையில் போட்டி நடக்கும். எனவே, ஆங்கிலம் உலகளவில் பேசப்படும் மொழியாகிவிடுமென்பது வீண் கற்பனையே.

அத்தியாயம் 18

அடித்தள சோஷலிஸவாதி

ஜெயப்பிரகாஷ் நாராயண்

~

1934ம் ஆண்டில் நிறுவப்பட்ட காங்கிரஸ் சோஷலிஸ்ட் கட்சி 1942ல் வெள்ளையனே வெளியேறு இயக்கம்வரை தொடர்ந்து செயல்பட்டது. இந்தக் குறுகிய கால அளவில் சுதந்தர இந்தியாவின் அரசியலிலும் கலாசார வாழ்விலும் பிரதான பங்கு வகித்த அநேகம் பேரை அந்தக் கட்சி உருவாக்கியது. ஆனால் இந்திய வரலாற்றில் சோஷலிஸ்ட்டுகள் வகித்த பங்கு சரியானபடி எடுத்துச் சொல்லப்படவே இல்லை. மாறாக காங்கிரஸ், கம்யூனிஸ்ட் கட்சிகளின் செயல்பாடுகளுக்குத்தான் முக்கியத்துவம் அளிக்கப்பட்டது. சுதந்தரத்துக்குப் பிறகு காங்கிரஸ் கட்சி நீண்ட காலத்துக்கு ஆட்சியிலிருந்தது. மார்க்சியக் கொள்கைகள் அறிஞர்களின் விவாதங்களில் மட்டும் இடம் பெற்றன. காங்கிரஸ் கட்சி அறிவாளிகளுக்கு இடம் கொடுத்தது. கம்யூனிஸ்ட் கட்சியோ உலகளவில் தாங்கள் பின்பற்றிய மாறுபட்ட கொள்கைகளைப்பற்றிப் பிரசாரம் செய்தன. ஆனால் வெகுகாலமாகச் செயலற்றுப் போயிருந்த காங்கிரஸ் சோஷலிஸ்ட் கட்சி ஒன்றும் செய்ய முடியாத நிலையிலிருந்தது. விளைவு? இந்தக் கட்சி உறுப்பினர்களின் அறிவுக் கூர்மையையும் மாறுபட்ட எண்ண ஓட்டங்களையும் வெளியுலகுக்கு எடுத்துச் சொல்ல வரலாற்றாசிரியர்கள் யாருமே இருக்கவில்லை.

இரு குறிப்பிடத்தக்க காங்கிரஸ் சோஷலிஸ்டுகளான கமலாதேவி சட்டோபாத்யாயா மற்றும் ராம் மனோகர் லோஹியா ஆகிய இருவரைப்பற்றிய செய்திகளை ஏற்கெனவே இந்தப் புத்தகத்தில் பார்த்துவிட்டோம். இப்போது நாம் மூன்றாவது ஒருவரைச் சந்திக்கப் போகிறோம். ஜெயப்பிரகாஷ் நாராயண். இவர் 1902ம் ஆண்டில் பிஹார் கிராமத்தில் காயஸ்தா குடும்பத்தில் பிறந்தார். காயஸ்தர்கள் அரசுப் பணியிலும், ஆசிரியர்களாகவும், வழக்கறிஞர்களாகவும் பணியாற்றியவர்கள். நாராயணின் தந்தை பிஹார் மாநில அரசின் நீர்ப்பாசனத் துறையில் பணியாற்றி வந்தார். முதலில் கிராமப் பள்ளிக்கூடத்தில் படித்த நாராயண் பின்னர் பாட்னாவில் மெட்ரிக்குலேஷன் படித்து உயர்ந்த மதிப்பெண்களுடன் தேர்ச்சி பெற்றார்.

1920ம் ஆண்டில் நாராயண் மகாத்மா காந்தியின் சிஷ்யையும் காந்தியவாதியின் மகளுமான பிரபாவதியைத் திருமணம் செய்துகொண்டார். ஒத்துழையாமை இயக்கம் தொடங்கியபோது நாராயண் கல்லூரிப் படிப்பை நிறுத்திவிட்டு இந்த இயக்கத்தில் பங்கெடுத்தார். மகன் அரசுப் பணியில் சேரவேண்டு

மென ஆசைப்பட்ட அவருடைய பெற்றோர் இதைக் கண்டு கோபமடைந் தனர். 1922 பிப்ரவரியில் அன்றைய உபியில் ஒரு போலீஸ் ஸ்டேஷனுக்குத் தீ வைக்கப்பட்டதைத் தொடர்ந்து ஒத்துழையாமை இயக்கம் நிறுத்தி வைக்கப்பட்டது. ஓராண்டுக்குள் சுதந்தரம் கிடைத்து விடுமென நம்பியிருந்த நாராயண் இதனால் ஏமாற்றமடைந்தார். இந்த நேரத்தில் அமெரிக்கா விலிருந்த அவருடைய நண்பரொருவர் தனது ஏமாற்றத்தை மறக்க நாராயண் அமெரிக்காவில் படிக்கலாமென யோசனை கூறினார். இதை ஏற்றுக்கொண்டு நாராயண் 1922ல் அமெரிக்காவுக்குப் பயணமானார். அங்கு அவர் மொத்தம் ஏழு வருடங்கள் தங்கியிருந்தார். அந்தக் கால அளவில் கலிஃபோர்னியா, அயோவா, விஸ்கான்ஸின், ஓஹையோ பல்கலைக்கழகங்களில் படித்தார். தனது செலவுகளைச் சமாளிக்க அவர் திராட்சைத் தோட்டத்திலும் ஹோட்ட லிலும் பணி புரிந்தார். உடலுழைப்பின் மகத்துவத்தை அவர் அங்குதான் தெரிந்துகொண்டார். அவர் இந்தியாவிலேயே இருந்திருந்தால் அவருக்கு நிச்சயமாக இந்த அனுபவம் கிடைத்திருக்காது. அன்று விஸ்கான்ஸின் பல்கலைக்கழகம் முற்போக்குச் சிந்தனையாளர்களின் மையமாக இருந்தது (இன்றும் அப்படித்தான்). அங்கேதான் நாராயண் சோஷலிஸ்டாக மாறினார். அங்கு அவர் மானிடவியல் மற்றும் அரசியல் படித்த காரணத்தால் அவரு டைய சோஷலிஸ்ட் கொள்கை மேலும் உறுதிப்பட்டது.

1929-ல் முதுகலைப் பட்டம் பெற்றார். முனைவர் பட்டத்துக்குப் படிக்க விரும்பினார். ஆனால், தாயின் உடல்நிலை மோசமாக இருந்ததால் தாயகம் திரும்பினார். அமெரிக்காவில் இருந்து இந்தியா திரும்பியபோது, செல்வம், சொத்து, கலாசாரம், வாய்ப்புகள் ஆகியவற்றில் காணப்படும் ஏற்றத் தாழ்வு களே மனித சமூகத்தின் பிரச்னைக்கு முக்கிய காரணம் என்ற முடிவுக்கு அவர் வந்திருந்தார் என அவருடைய வாழ்க்கை வரலாற்றை எழுதிய அலன் ஸ்கார்ஃப், வெண்டி ஸ்கார்ஃப் ஆகியோர் குறிப்பிட்டுள்ளனர்.

இந்தியா திரும்பி வந்த நாராயண் மனைவி பிரபாவதியுடன் குடும்ப வாழ்க் கையைத் தொடங்கினார். இதற்குள் பிரபாவதி காந்திஜியின் உற்ற சிஷ்யை யாக மாறிவிட்டிருந்தார்; மட்டுமல்ல, காந்திஜியின் அறிவுரைப்படி அவர் வாழ்நாள் முழுவதும் பிரம்மச்சரிய விரதத்தை அனுஷ்டிக்கவும் தீர்மானித்து விட்டிருந்தார். இது நாராயணின் குடும்பத்தில் சில பிரச்னைகளை ஏற்படுத்தியது.

நாராயணுக்கு காந்திஜியின் கொள்கைகள் அவ்வளவாகப் பிடிக்கவில்லை. அவருடைய பொருளாதாரக் கொள்கைகள் காலத்துக்கு உதவாதெனக் கருதிய அவர் ஜவாஹர்லால் நேருவின் சோஷலிஸக் கொள்கைகளால் கவரப் பட்டார். நேருவின் அறிவுரையைக் கேட்டுக் காங்கிரஸ் கட்சியில் சேர்ந்த அவர் தொழிற்சாலைப் பணியாளர்களின் பிரச்னைகளில் கூடுதல் கவனம் செலுத்தக் கட்சிக்கு வேண்டுகோள் விடுத்தார்.

1932ல் சட்டமறுப்பு இயக்கத்தின்போது நாராயண் கைது செய்யப்பட்டார். சிறையில் அவர் கம்யூனிஸ்ட்களுடன் தொடர்புகொண்டார். ஆனால் ஓர்

அந்நிய நாடு (ரஷ்யா) மீதான அவர்களுடைய பக்தி அவருக்குப் பிடிக்க வில்லை. தன் நண்பர்களுடன்சேர்ந்து சோஷலிஸத்தையும், தேசபக்தியையும் இணைத்து 1934ல் காங்கிரஸ் சோஷலிஸ்ட் கட்சியைத் தொடங்கினார்.

இதற்குள் நாராயணை அனைவரும் 'ஜேபி' எனக் கூப்பிட ஆரம்பித்தனர். அவர் 1941ல் மீண்டும் சிறை சென்றார். 1942 நவம்பரில் அவர் ஹஸாரபாக் சிறையிலிருந்து தப்பித் தலைமறைவானார். பல இடங்களிலிருந்து வெளியிட்ட கடிதங்களில் ஒரு சோஷலிஸ்ட் புரட்சியை (Revolution) தொடங்க மக்களுக்கு அறைகூவல் விடுத்தார். மாறு வேடத்தில் வட இந்தியா முழுவதும் பயணம் செய்த ஜே.பி. நேபாளத்திலும் சில காலம் தங்கினார். கடைசியில் 1944ல் கைதானார். அவருடைய நண்பர் ராம் மனோகர் லோஹியாவைப்போல அவரும் லாகூர் கோட்டையிலடைக்கப்பட்டார், துன்புறுத்தப்பட்டார். கடைசியில் இரண்டாம் உலகப் போரின் முடிவில் காங்கிரஸ் கட்சிக்கும் பிரிட்டிஷ் அரசுக்குமிடையே ஏற்பட்ட ஒப்பந்தப்படி விடுதலையானார்.

1948-ல் புதிய சோஷலிஸ்ட் கட்சியை நிறுவ ஜே.பி. உதவினார். ரயில்வே, தபால் மற்றும் பாதுகாப்பு ஆகிய துறைகளின் ஊழியர் சங்கங்களின் அகில இந்தியத் தலைவராகவும் சேவை புரிந்தார். அதாவது மொத்தம் பத்து லட்சம் ஊழியர்களின் தலைவராக இருந்தார் ஜே.பி. 1952 பொதுத் தேர்தல்களில் காங்கிரஸ் வெற்றி பெற்று ஆட்சிக்கு வந்த பின்னர் சோஷலிஸ்டுகள் காங்கிரஸ் கட்சிக்குத் திரும்பவேண்டுமென ஜவாஹர்லால் நேரு அழைப்பு விடுத்தார். இரு தரப்பினரின் பேச்சுவார்த்தைகள் தோல்வியில் முடிந்தன. இதற்குள் ஜே.பி.யின் அரசியல் ஈடுபாடு குறையத் தொடங்கியது. காந்திஜியின் சீடர் வினோபா பாவேயின் 'பூதான' இயக்கம் அவரைக் கவர்ந்தது. தங்களிடம் தேவைக்கதிகமாக உள்ள நிலத்தையோ முழு கிராமத் தையோ ஏழைகளுக்குத் தானமாக அளிக்கும்படி வினோபா பாவே நிலச்சு வான்தார்களுக்குவேண்டுகோள் விடுத்திருந்தார். இந்தச் சமூக நல இயக் கத்துக்குத் தனது உயிரையும் தியாகம் செய்ய ஜே.பி. தயாராக இருந்தார். காந்தி ஜியைப்பற்றிய அவரது அபிப்ராயமும் இப்போது மாறிவிட்டிருந்தது. அவருடைய கிராமச் சுயராஜ்யக் கொள்கையும், மக்களுடைய அளவுக்கு மீறிய பேராசைக்கும், பணத்தாசைக்கும் எதிராக காந்திஜி செய்த விமர்சனங் களும் ஜே.பி.யைக் கவர்ந்தன.

1950களில் ஜே.பி. நிலமில்லாதவர்களுக்கு நிலம் வாங்கித் தரும் பொருட்டு பிஹார் கிராமங்களுக்கு விஜயம் செய்தார். 1960ல் இந்தியாவின் எல்லைப் பிரதேசங்களில் வசிப்பவர்கள் இந்திய அரசியல் சட்டத்தை மதித்து நடக்கச் செய்யும் பணியில் ஈடுபட்டார். இச்சமயங்களிலெல்லாம் அவர் தனது அரசியல் தொடர்பையோ அரசியல்வாதிகளுடனான தொடர்பையோ விட்டு விடவில்லை. ஜவாஹர்லால் நேருவுடனும் அவருக்குப் பிறகு இந்திய பிரதமராக வந்த இந்திரா காந்தியுடனும் கடிதத் தொடர்பையும் வைத்துக் கொண்டிருந்தார். அச்சமயத்தில் எதிர்க்கட்சிகளிலிருந்த தனது பழைய சோஷலிஸ்ட் நண்பர்களுடனான தொடர்பையும் விட்டுவிடவில்லை.

ஏறக்குறைய இருபதாண்டுகள் சமூக சேவையில் ஈடுபட்டிருந்த ஜே.பி. 1974ல் எதிர்பாராதவிதமாக அரசியலில் மீண்டும் பிரவேசித்து அன்றைய இந்திரா காந்தியின் ஆட்சிக்கெதிரான போராட்டத்துக்குத் தலைமை தாங்கினார். ஏனெனில் அவருடைய மற்றும் அவருடைய சக அரசியல்வாதிகளுடைய அபிப்ராயத்தில் இந்திரா காந்தியின் ஆட்சி ஊழல் நிறைந்ததாகவும், சர்வாதிகார மனப்பான்மை கொண்டதாகவும் ஏழைகளின் தேவைகளைப் புறக்கணிப்பதாகவும் இருந்தது. 1975ம் ஆண்டு ஜூன் மாதம் அவசர நிலைமை அறிவிக்கப்பட்டபோது மற்ற எதிர்க்கட்சித் தலைவர்களுடன் ஜே.பி.யும் கைது செய்யப்பட்டார். அவருக்குக் கடுமையான நீரிழிவு நோய் இருந்ததால் சில மாதங்களுக்குப் பிறகு விடுதலை செய்யப்பட்டார். ஆனால் இந்திரா காந்திக்கெதிரான தனது நிலைப்பாட்டில் ஜே.பி. உறுதியாக இருந்தார். 1977-மார்ச்சில் பொதுத் தேர்தல்கள் அறிவிக்கப்பட்டன. அப்போது தனது வயதையும் மோசமான உடல் நிலையையும் பொருட்படுத்தாமல் ஜே.பி. ஒரு ஒருங்கிணைந்த எதிர்க்கட்சியை ஸ்தாபிக்க அரும்பாடு பட்டார். அவருடைய ஆசீர்வாதத்துடன் புதிய ஜனதாக் கட்சி உருவெடுத்தது. விரைவிலேயே அது பல கட்சிகளாகச் சிதறியபோது ஜே.பி. மனமுடைந்து போனார். 1979 அக்டோபரில் காலமானார்.

தற்கால இந்திய வரலாற்றில் 1942ல் 'வெள்ளையனே வெளியேறு' போராட்டத்தில் பங்கெடுத்ததற்காகவும், முப்பது வருடங்கள் கழித்து 'இந்திரா வெளியேறு' போராட்டத்தில் பங்கெடுத்ததற்காகவும் மக்கள் ஜே.பி.யை நினைவுகூர்கிறார்கள். ஏனெனில் எந்த ஒரு எதிர்ப்புக்கும் போராட்டத்துக்கும் எப்போதுமே தனி மதிப்புண்டு. ஆனால் எனது அபிப்ராயத்தில் அதிக ஆர்ப்பாட்டமில்லாமல் பொறுமையாக மக்களிடையே சேவை செய்த ஜே.பி.க்கு சிறப்பான ஓரிடமுண்டு. 1942லும், 1974லும் ஜே.பி. நிகழ்த்திய தீப்பொறி பறக்கும் உரைகளுக்குப் பதிலாக அவர் 1950களிலும், 1960களிலும் ஆழத்தில் சிந்தித்து எழுதிய கட்டுரைகளிலிருந்தும் சில பகுதிகள் இங்கு தரப்படுகின்றன.

தேவை! அரசியல் அதிகாரப் பரவாலாக்கம்

(1959ம் ஆண்டில் வெளியிட்ட ஒரு சிற்றறிக்கையில் அன்றிருந்த அரசியலமைப்புக்குப் பதிலாக பஞ்சாயத்துகளை மீண்டும் புதுப்பிக்கவேண்டும் என ஜே.பி. வாதாடினார். இந்த முறையில் அரசு மேலிருந்து கீழே செயல்படுவதற்குப் பதிலாக, கீழிருந்து மேலே செயல்படும். ஜே.பி.யின் இந்தக் கருத்து அத்.13ல் சொல்லப்பட்டுள்ள காந்திஜியின் 'சுழல் வட்டம்' சிந்தனையைச் சற்றே விரிவுபடுத்தி உருவாக்கப்பட்டது. இந்த அறிக்கை வெளியிடப்பட்ட சமயத்தில் ஜே.பி.யின் யோசனைக்கு யாரும் ஆதரவளிக்கவில்லை. ஆனால் 1990களில்கொண்டு வரப்பட்ட அரசியல்

சட்டத் திருத்தங்கள்படிச் சற்றே மாற்றியமைக்கப்பட்ட பஞ்சாயத்து ராஜ் முறை இந்தியாவில் அமலுக்கு வந்துள்ளது.)

சுய ஆட்சி, தன்னிறைவு, விவசாயம் மற்றும் தொழில், கிராமப்புற, நகர்ப்புற, உள்ளூர் மக்கள் குழுக்கள் இவைதான் நமது சமூகத்தின் அஸ்திவாரங்களாக இருக்கவேண்டும். இந்தக் குழுக்களில் கிராம சபாவுக்குத்தான் முதலிடம் அளிக்கப்படவேண்டும். கிராமத்திலுள்ள, வயதுக்கு வந்த அனைவரையும் அதன் உறுப்பினர்களாகக் கருதவேண்டும். இதன் நிர்வாகக் குழு- அதாவது பஞ்சாயத்து - கிராம சபாவின் பொதுவான அபிப்பிராயத்தின் அடிப்படையில் ஸ்தாபிக்கப்படவேண்டும். வேட்பாளர் என்றோ குறிப்பிட்ட பதவிக்குப் போட்டி என்பதோ இருக்கக்கூடாது. பழைய காலத்தைப்போல ஒவ்வொரு பதவிக்கும் தேவையான தகுதிகள் தெளிவாகச் சொல்லப்பட்டிருக்கவேண்டும். யாரும் ஒரு குறிப்பிட்ட கால அளவுக்குமேல் ஒரு பதவியில் இருக்கக்கூடாது. பஞ்சாயத்துகள் தத்தம் துணை கமிட்டிகள் வழியாகச் செயல்படும். ஒவ்வொரு கமிட்டிக்கும் குறிப்பிட்ட பொறுப்புகள் தரப்பட்டிருக்கும். இந்தத் துணை கமிட்டிகளில் அரசு நியமிக்கும் அதிகாரிக்கோ உறுப்பினருக்கோ இடமில்லை.

சாதி மற்றும் மதம் போன்ற காரணங்களுக்காக ஒற்றுமையின்றி வாழும் மக்களிடையே ஒரு பொதுவான கருத்தை உருவாக்க முடியுமா என்று கேட்கலாம். பல ஆயிரக்கணக்கான ஆண்டுகளாக கிராமங்கள் தங்களுடைய நிர்வாகக் கொள்கைகளைத் தங்களுக்குள்ளேயே செய்துகொண்ட ஒப்பந்தத்தின்படித் தேர்ந்தெடுக்கின்றன என்பதை முன்பே பார்த்திருக்கிறோம். இவை அப்படியொன்றும் லட்சிய கிராமங்களாக ஒரே மாதிரியான அபிப்பிராயங்களைக் கொண்டவையாகவோ இருந்ததில்லை. அப்படிப்பட்ட அமைப்பை நாம் மீண்டும் இப்போது தொடங்கலாம். தேர்தலுக்குப் பதிலாகச் சீட்டுக் குலுக்கல் முறையில்தான் பஞ்சாயத்து நிர்வாகக் கமிட்டிகள் தேர்ந்தெடுக்கப்பட்டன என்பதையம் நினைவில்கொள்ளவேண்டும். இந்த முறையும் ஜனநாயகத்துக்கு எதிரானதல்ல. ஆகவே கிராமங்கள் தத்தம் பஞ்சாயத்துக்களை நேர்முகமாகவோ மறைமுகமாகவோ தேர்ந்தெடுக்கலாமென்று சொல்கிறேன். இல்லையேல் அவை முதலில் ஒரு முறையைப் பரீட்சித்துப் பார்த்துவிட்டு அதன் பின்னர் அது சரியில்லையென்றால் இரண்டாவது முறையைப் பின்பற்றலாம்.

இப்போது ஒரு கேள்வி எழலாம். இப்போதுள்ள கிராமப் பஞ்சாயத்துகள் நாம் விரும்பும் விதத்தில் செயல்படுமா? இளைய வயதினருக்குப் பொறுப்புகளைக் கொடுத்தால்தான் அவர்கள் விஷயங்களை எளிதில் கற்றுக்கொள்வார்கள். அதைப்போலக் கிராமங்களைத் தன்னிறைவு பெற்று வெளியாரை அண்டியிராமல் தங்களைத் தாங்களே ஆண்டுகொள்ளும்படிச் செய்ய வேண்டுமானால் அவர்களுக்கு அனைத்துப் பொறுப்புகளையும் கொடுக்க வேண்டும். ஸ்விட்சர்லாந்திலுள்ள கிராமக் குழுக்களைப் போல் இந்தியப் பஞ்சாயத்துக்களும் பண்டைய காலங்களில் சுயாட்சி உரிமை பெற்றவையாகத்தான் இருந்தன. தங்களுடைய அதிகாரங்களையும் செயல்பாடு

களையும் தாங்களே தீர்மானித்துக்கொண்டனர். இன்றைய நிலையில் இந்திய ஜனநாயகம் வலுவாக இருக்கவேண்டுமானால் கிராமப் பஞ்சாயத்துக் களுக்குத் தேவையான அதிகாரங்களை அவர்களுக்குத் தந்தே ஆகவேண்டும். அப்படி அவர்களுக்குத் தரப்படவுள்ள அதிகாரங்கள் அவர்களுடைய செயல் பாடுகளுக்கு உதவும் வகையில் இருக்கவேண்டும். உதாரணமாக, கிராமங் களில் உள்ளவர்களுக்கு உணவு, உடை, வசிப்பிடம் ஆகிய மூன்று வசதி களும் இருக்கின்றனவா என்பதையும், அனைத்துக் குழந்தைகளுக்கும் ஆரம்பக் கல்வி கொடுக்கப்படுகிறதா என்பதையும், குறைந்தபட்ச மருத்துவ வசதி உள்ளதா என்பதையும் உறுதி செய்துகொள்ளவேண்டும். உணவு, ஆடை போன்ற விஷயங்களில் கிராமங்கள் தன்னிறைவு பெறத் திட்டமிட வேண்டும். மேலும் அடுத்த ஐந்தாண்டுகளில் கிராமத்திலுள்ள அனை வருக்கும் வேலை வாய்ப்புகள் கிடைக்கவும் ஒவ்வொரு குடும்பத்துக்கும் குறைந்தபட்ச வாழ்க்கைத் தரத்தை உறுதி செய்யவும் ஏற்பாடு செய்ய வேண்டும். அதாவது கிராம சுயாட்சி என்றால் கிராம மக்களுடைய அடிப் படைப் பிரச்னைகளைத் தீர்ப்பது என்றுதான் பொருள்.

கிராமங்களிலும் சிறு நகரங்களிலும் நமது திட்டத்தைச் செயல்படுத்திய பின்னர்தான் சமூகத்தின் மற்ற இடங்களில் நமது கவனத்தைத் திருப்ப வேண்டுமென்பதில்லை. அனைத்து மட்டங்களிலும் ஒரே சமயத்தில் நமது செயல்பாடுகளைத் தொடங்கவேண்டும். இல்லையேல் ஒரு மட்டத்திலும் கூட நமது முயற்சிகள் வெற்றியடையாது.

கிராமப் பஞ்சாயத்துகளுக்கு அடுத்தபடியாக வருவது வட்டார அளவிலான ஆட்சி அமைப்பு (Regional Community). கிராமப் பஞ்சாயத்துகள் அனைத் தையும் ஒருங்கிணைத்து பஞ்சாயத்து ஸமிதிகளை அமைக்கவேண்டும். அவை சுயாட்சி அதிகாரமுள்ள அமைப்புகளாக இருக்கும். தன்னால் செய்யக் கூடியதனைத்தையும் செய்யும் அதிகாரமுள்ள ஓர் அமைப்பாக இந்தப் பஞ்சாயத்து ஸமிதி இருக்கும்.

பஞ்சாயத்து ஸமிதியை அமைக்கும்போது ஒரு விஷயத்தை முக்கியமாகக் குறிப்பிட விரும்புகிறேன். அந்த ஸமிதி கிராமப் பஞ்சாயத்துக்களில் உறுப் பினர்களாக அல்லாமல் அந்தப் பஞ்சாயத்துகளாலேயே தேர்ந்தெடுக்கப் படவேண்டும். இவ்விரண்டுக்கும் ஒரு வித்தியாசமுமில்லையே என நீங்கள் நினைக்கலாம். சமூக வாழ்வின் ஒரு முக்கிய அம்சம் இதில் அடங்கியிருக் கிறது. பஞ்சாயத்து என்ற நிலையில் கிராம பஞ்சாயத்துதான் ஒரு கிராமத்தின் பிரதிநிதியாக இருக்கிறது, அதன் உறுப்பினர்களல்ல. பஞ்சாயத்து ஸமிதி கிராமப் பஞ்சாயத்துக்களின் பிரதிநிதியாகச் செயல்படுகிறது. அதனாலேயே கிராமப் பஞ்சாயத்துக்கள்தான் ஸமிதியைத் தேர்ந்தெடுக்கவேண்டுமென்று, அதன் உறுப்பினர்களல்ல என்றும் நான் சொல்கிறேன்.

இப்படிப்பட்ட அமைப்பு அஸ்திவாரத்திலிருந்து படிப்படியாக உயர்ந்து வரும். பஞ்சாயத்து ஸமிதிக்கு அடுத்தபடியாக வருவது ஜில்லா கௌன்ஸில் (அதை வேறு எந்தப் பெயரிலும் அழைக்கலாம்). பஞ்சாயத்து ஸமிதிகள்

ஒன்று சேர்ந்து ஜில்லா கௌன்ஸில்களைத் தேர்ந்தெடுக்கவேண்டும். இங்கும் ஸமிதிகள்தான் தேர்தலில் பங்குகொள்ளும். அதன் உறுப்பினர் களல்ல. இந்த கௌன்ஸில்களுக்கு அவர்களால் செய்யக்கூடியவற்றைச் செய்வதற்கான அதிகாரங்கள் வழங்கப்படும். இதைப்போலவே ஒரு மாநிலத்திலுள்ள அனைத்துக் கௌன்ஸில்களும் சேர்ந்து மாநில அசெம் பிளியைத் தேர்ந்தெடுக்கவேண்டும். இந்த மாநில அசெம்பிளிகள் லோக்ச பாவைத் தேர்ந்தெடுக்கும். அதாவது ஒவ்வொரு மட்டத்திலுமுள்ள அமைப் பும் அதற்குக் கீழே உள்ள அனைத்து அமைப்புகளுடைய ஒன்றிணைந்த வடிவமாக இருக்கும்.

நான் இப்படிச் சொல்வதால் ஒரு புதிய இந்திய அரசியல் சட்டத்தைத் தயாரிப் பது எனது நோக்கமல்ல. பொதுவான சில சமூக, அரசியல் அமைப்புகளை எப்படி ஸ்தாபிப்பது என்பதைப்பற்றியும் சில அடிப்படைக் கொள்கைகளை விவரிப்பதும்தான் எனது நோக்கம். இருப்பினும் ஒருசில விஷயங்களைச் சற்றே விரிவாக விவாதித்தால் தெளிவு பிறக்குமென நினைக்கிறேன்.

முதலாவதாக அனைத்து மட்டத்திலும் இருக்கவேண்டிய அதிகார மையங்கள்பற்றி:

அனைத்துக்கும் அடிமட்டத்திலுள்ள பஞ்சாயத்துதான் முதல் அதிகார மையம். தனது உறுப்பினர்களோ அவர்களுடைய கமிட்டிகளோ செய்து முடிக்கவேண்டிய செயல்களை இந்தப் பஞ்சாயத்து தீர்மானிக்கும்.

வட்டார அளவில் அதிகார மையங்களாக உள்ள பஞ்சாயத்து ஸமிதிகள் கமிட்டிகள் மூலம் தங்களுடைய பொறுப்புகளை நிறைவேற்றும்.

அடுத்த மட்டத்தில் ஜில்லா கௌன்ஸிலும் இப்படியே செயல்படும். மாநில அளவிலுள்ள பிராந்திய சபாவும் மேற்கூறியவாறே செயல்படும்.

தேசிய அளவில் நிறுவப்படும் ராஷ்டிர ஸபாவும் கமிட்டிகளை நியமித்து அவற்றின் மூலமாகச் செயல்படும்.

இவற்றில் சட்டமியற்றும் அதிகாரம் யாருக்கு இருக்கும் என்ற கேள்வி எழலாம். எனது அபிப்ராயத்தில் ஒவ்வொரு மட்டத்திலுமுள்ள கிராம சபை கள் தத்தம் விவகாரங்களைக் கவனித்துக்கொள்ளும் பொருட்டு இவற்றுக்குச் சட்டமியற்றும் அதிகாரம் இருக்கும். இப்படிச் செய்யும்போது அதே மட்டத் திலுள்ள மற்ற கிராம சபைகள், மற்றும் மேல் மட்டத்திலுள்ள சபைகளின் அதிகாரங்களில் குறுக்கிடாத வண்ணம் அவற்றின் செயல்பாடுகள் இருக்க வேண்டும். மேல் மட்டத்திலுள்ள கமிட்டிகள் அவர்களுக்குத் தரப்பட்டுள்ள விஷயங்களைப்பற்றிச் சட்டமியற்றிக்கொள்ளும். கல்வி மற்றும் பொருளா தாரம் தொடர்பான சட்டதிட்டங்களை இயற்றிக்கொள்ள அந்த விஷயங் களைக் கையாளும் குழுக்களுக்கு அதிகாரமிருக்கும்.

ஒவ்வொரு குழுவிலும் உறுப்பினர் எண்ணிக்கை சிறிய அளவிலேயே இருக்க வேண்டும். தேவைப்பட்டால் நிபுணர்களை அவ்வப்போது கூட்டங்களில் பங்கெடுக்க அழைக்கலாம். ஆனால் அவர்களுக்கு ஓட்டுரிமை இருக்காது.

ஒவ்வொரு கமிட்டிக்கும் ஒரு தலைவரும் ஒரு செயலாளரும் இருப்பார்கள். தங்களுக்குத் தரப்பட்ட பணிகளைச் செய்து முடிப்பது தவிர இவர்களுக்கு வேறு விசேஷ அதிகாரங்களோ சலுகைகளோ கொடுக்கப்பட மாட்டாது. ஒவ்வொரு கமிட்டியையும் அந்தந்த மட்ட அமைப்பின் பொதுக்குழு நிய மிக்கும். கமிட்டி அந்தப் பொதுக்குழுவின் கட்டுப்பாட்டில் வரும்.

இப்படி அமைக்கப்படும் கமிட்டிகளின் செயல்பாடுகளை ஒருங்கிணைக்கும் பொருட்டு ஒரு ஒருங்கிணைப்புக் கமிட்டி செயல்படும். இதில் ஒவ்வொரு கமிட்டியின் பிரதிநிதிகளும் உறுப்பினர்களாக இருப்பார்கள். இவர்கள் அந்தந்த கமிட்டியின் தலைவராகவோ உறுப்பினராகவோ இருக்கலாம். இந்த ஒருங்கிணைந்த கமிட்டியின் தீர்மானங்கள் அனைத்தையும் கட்டுப் படுத்தும்.

ஜில்லா மட்டம்வரை கிராமப் பஞ்சாயத்து அல்லது பஞ்சாயத்து ஸமிதி அல்லது ஜில்லா கௌன்ஸில் ஒருங்கிணைப்புக் கமிட்டியாகச் செயல்படும். கமிட்டிகளின் செயல்பாடுகளில் அனைத்து உறுப்பினர்களும் பங்காளிகளா வார்கள்.

கிராமப் பஞ்சாயத்துக்களின் குழுக்கள் அவ்வப்போது சந்திக்கலாம்; ஆனால் கமிட்டிகள் எப்போதும் செயல்பட்டுக்கொண்டிருக்கும். கொள்கை அளவி லான விஷயங்கள் பற்றிய தீர்மானங்களை அந்தந்தப் பிரதிநிதிக் குழுக்கள் எடுக்கும். இதற்காக முதல்மட்ட கமிட்டியோ அதன் ஒரு உறுப்பினரோ ஒரு தீர்மானத்தை முன்மொழியலாம். கமிட்டி அந்தத் தீர்மானங்களை நடை முறைப்படுத்தும்.

இதிலிருந்து ஒரு விஷயம் தெளிவாகிறது. தேசிய மற்றும் மாநில அளவில் இப்போதிருப்பதைப்போல அமைச்சர்கள், முதலமைச்சர்கள் அல்லது பிரதம மந்திரி என யாருமே இருக்கமாட்டார்கள். மேலே சொன்ன பஞ்சாயத்துக் கமிட்டிகள்தான் அரசு நிர்வாகத்தை நடத்திச்செல்லும். இப்போது பிரதம மந்திரி மற்றும் முதலமைச்சர்களிடம் ஏராளமான அதிகாரங்கள் உள்ளன. இது ஜனநாயகக் கொள்கைக்கெதிரானதும் சர்வாதிகாரத்துக்கு ஒப்பானதுமாகும். மேலும் ஒரு தனிமனித ஆராதனை' என்ற அபாயமும் உள்ளது.

கிராமக் குழுக்களின் தலைவர்களுக்கு நிர்வாக அதிகாரம் ஒன்றுமிருக்காது. ஆனால் அவர்கள் உறுப்பினர்களாக உள்ள குழுக்கள் சரியான முறையில் விதி களுக்கேற்ப செயல்படுகின்றனவா என அவர்கள் கவனித்துக்கொண்டிருக்க வேண்டும். கிராமக் குழுக்களில் ஜனநாயக முறை சரியாகப் பின்பற்றலாம். முடியாத நிலை எழுந்தால் அவை சில சிறப்பு அதிகாரங்களைப் பிரயோகிக் கலாம்.

தேசிய அளவில் ராஷ்டிர சபாவின் தலைவர் ராணுவ சேனாதிபதியாகவும் இருப்பார். நாட்டின் பாதுகாப்பு அவர் பொறுப்பிலிருக்கும். அவர் தலைவ ராக உள்ள ஒரு பாதுகாப்பு கமிட்டி அவருக்கு அந்த விஷயங்களில் உதவும்.

நிர்வாக விஷயங்களில் கமிட்டிகளுக்கு உதவ அதிகாரிகள் சம்பள அடிப் படையில் நியமிக்கப்படுவார்கள். ஒவ்வொரு மட்டத்திலும் அந்தந்த கமிட்டி உருவாக்கிய குழுக்கள் இவர்களை நியமிக்கும். அந்த கமிட்டிகள் முன்வைக்கும் நிபந்தனைகளுக்குட்பட்டே அவர்கள் நியமிக்கப்படுவார்கள். இந்த கமிட்டிகளுக்கு தனது அதிகாரிகளை நியமிக்கவும், நீக்கவும் அதிகாரம் இருக்கும். கிராம மட்டத்தில் இந்த அதிகாரிகள் சம்பளமில்லாத முழுநேர அல்லது பகுதிநேர ஊழியர்களாக இருக்கலாம். மேல்மட்டங்களிலும் இதே போல சம்பளம் வாங்காத ஊழியர்கள் இருக்கலாம்.

இந்த அமைப்புகளின் அதிகாரங்கள் அனைத்து மட்டங்களிலும் விநியோகிக் கப்பட்டு அவை மக்களுடன் இணைந்தே செயல்படும். அதிகாரங்கள் மேல் மட்டங்களில் மட்டும் குவிந்திருக்காது

இப்போது நாட்டைப் பிடித்து ஆட்டிக்கொண்டிருக்கும் ஒரு முக்கியமான விஷயத்தைப்பற்றிப் பேசுவோம்; அதுதான் அரசு அதிகாரிகளும் லஞ்ச ஊழலும். லஞ்ச ஊழலை ஒழிக்க ஒரே வழி சர்வாதிகாரம்தான் என ஒரு சிலர் நினைக்கலாம். ஆனால் சர்வாதிகாரம் இந்தப் பிரச்னையைத் தீர்க்க உதவாது. பல நாடுகளில் அரசின் அதிகாரங்கள் எல்லைமீறி வளர சர்வாதிகாரம் வழி வகுக்கிறது. தவிரவும் சர்வாதிகார ஆட்சிகளிலும் லஞ்சப் பேய் பெரிய அளவில் தலைவிரித்தாடுகிறதென்பது பலருக்குத் தெரியாது. அதன் 'தோற்றம்'தான் மாறியிருக்கிறது. பணம் கொடுப்பதென்பதில்லாமல் வேறு விதமான முறைகள்தான் இப்போது பின்பற்றப்படுகின்றன; பொய் சொல்லு தல், ஏமாற்றுதல், சூழ்ச்சி செய்தல், பயமுறுத்துதல், மக்கள் அபிப்பிராயங் களைத் தங்களுக்குச் சாதகமாக்கி கொள்ளுதல், மனிதரின் சுய கௌரவத்தைக் காற்றில் பறக்க விடுதல் ஆகியவை. இது பணம் கொடுப்பதைவிடக் கூடுதல் மோசமான வழிகளில் மனிதரைப் பாதிக்கிறது.

ஆகவே, அரசு நிர்வாகத்திலுள்ள குறைகளைப் போக்கவும் லஞ்ச ஊழலை ஒழிப்பதற்குமுள்ள ஒரே வழி மக்களுடைய நேரடியான சுயாட்சி முறையும், பொதுமக்களும் அவர்களால் தேர்ந்தெடுக்கப்பட்ட கமிட்டிகளும் அரச ஊழி யர்கள் மீது எப்போதும் ஒரு கண் வைத்துக்கொண்டிருப்பதும்தான். கீழ்மட்ட அமைப்புகளில் நான் முன்பே சொன்ன மாதிரி சம்பளத்துக்கு வேலை செய்யும் அதிகாரிகள் வேண்டாம். மற்ற அமைப்புகளில் அவர்கள் அந்தந்தக் குழுக்களின் கட்டுப்பாட்டிலும் மேற்பார்வையிலும் பணிபுரியவேண்டும். இந்த அமைப்புகளின் நிர்வாகச் செலவைக் கூடுமானவரை குறைப்பது அவர் களுக்குத்தான் நல்லது. அதாவது அதிகாரிகளின் எண்ணிக்கை ஒரு கட்டுப் பாட்டிலிருக்கும். இப்படிப்பட்ட சுயாட்சிக் கொள்கை எல்லா இடத்துக்கும் பரவும்போது அதிகாரிகளுக்கே தேவை இருக்காது; அல்லது அவர்கள் தேர்ந்தெடுக்கப்பட்ட அமைப்புகளின் கீழ் பணி புரிவார்கள்.

இதில் ஓர் ஆபத்தும் இருக்கிறது. கிராமக் குழுக்களும் அவற்றின் உறுப்பினர் களும்கூட லஞ்ச ஊழலில் ஈடுபட்டால் அதனைத் தடுக்கவே முடியாத நிலை ஏற்படும். தொடக்கத்தில் நிலைமை ஊழல் நிரம்பியதாக இருக்கலாம்.

எனினும் இது அதிக நாள் நீடிக்காது என்றுதான் நம்புகிறேன். இந்த விஷயத்தை ஆராய்ந்து பார்ப்பவர்களுக்கு ஒன்றிரண்டு விஷயங்கள் தெளிவாகத் தெரியும். மக்களின் உண்மையான அதிகாரத்தைக் கொடுத்திருக்கும்போது, தமது துன்பங்களுக்குத் தவறான ஆட்களைத் தங்களுடைய பிரதிநிதிகளாகத் தேர்ந்தெடுத்ததுதான் காரணம் என்பது தெரியவந்தால் மக்கள் உடனே அதைச் சரி செய்ய முன்வருவார்கள். அதிகாரிகள், பிரதிநிதிகள் ஆகியோருடன் நேரடியாகத் தொடர்பு இருக்கும் என்பதால், நிலைமை மோசமாகவிடாமல் மக்களால் எளிதில் தடுத்துவிடமுடியும்

பஞ்சாயத்துக் குழுக்களில் எந்தத் துறையை யாருக்களிப்பது என்பதை இங்கு தீர்மானிக்கமுடியாது. அனைத்துக் குழுக்களுக்கும் தங்களால் இயன்றதைச் செய்யும் அதிகாரம் இருக்கவேண்டும் என்ற பொதுவான கருத்தைத்தான் இங்கு கூறியுள்ளேன். இப்போது மக்கள் பொதுவாகவே செயலிழந்திருப்பதால் அதிகாரப் பகிர்வு முழுவதாக நடைபெறாது. மேல்மட்டத்திலிருந்துதான் கீழ்மட்டங்களுக்கு அதிகாரம் தரப்பட வேண்டும். இக்காரணத்துக்காகவே அந்தக் குழுக்களுக்கு எவ்வளவுக்கெவ்வளவு கூடுதல் அதிகாரங்கள் கொடுக்கலாமோ அத்தனையும் கொடுக்க வேண்டுமென்று கூறுகிறேன். இந்த அதிகாரங்களில் சிலவற்றை அவர்கள் பயன்படுத்தமாட்டார்கள். சில அதிகாரங்கள் துஷ்பிரயோகம் செய்யப்படும். ஆனால் மக்கள் நாளடைவில் விஷயத்தைப் புரிந்துகொண்டுவிடுவார்கள். கிராமங்களில் பணிபுரியும் தொண்டர்கள் இதனைப் புரிந்துகொள்ளவேண்டும்.

அதனால்தான் நான் சொல்கிறேன் காவல்துறை, நீதித்துறை, வரி பிரிவு, சமூக சேவை, திட்டமிடுதல் ஆகியவற்றின் பொறுப்பு முடிந்த அளவுக்குக் கீழ் மட்டக் குழுக்களுக்குத் தரப்படவேண்டும் என்று. மக்களுடைய நிர்வாக அறிவும், தன்னம்பிக்கையும் வளர வளர இந்த அதிகார விநியோகம் கீழ் மட்டத்திலிருந்தே தொடங்கி நடைமுறைப்படுத்தப்படும்.

இங்கு சொல்லப்பட்டுள்ள புதிய அரசு அமைப்பு ஒரு நாளிலேயே வந்து விடாது. அதற்கான அஸ்திவாரத்தை முதலில் தயார் செய்யவேண்டும். அதன் பிறகுதான் கட்டடம் கட்டப்படவேண்டும். இதற்கு நாள் ஆகும்.

நாட்டின் பெரும்பாலான இடங்களில் கிராமப் பஞ்சாயத்துகள் அமைக்கப்பட்டுவிட்டன. அவற்றை இந்தக் கட்டுரையில் சொல்லப்பட்டதைப்போலத் திருத்தியமைக்கவேண்டும். இதற்கடுத்தாற் போல் வருவது பஞ்சாயத்து வசதிகள். இவற்றையமைக்கும் பணியும் ராஜஸ்தான் போன்ற மாநிலங்களில் தொடங்கிவிட்டது. ஆனால் அங்கும் திருத்தங்கள் தேவை. இதன் பிறகு ஜில்லா கௌன்ஸில்கள் அமைக்கப்படவேண்டும்.

மேலே சொல்லப்பட்டவற்றை நடைமுறைப்படுத்தும்போதே கிராமங்களின் பொருளாதார முறையைத் திட்டமிடுதல், கல்வி முறை ஆகியவற்றையும் திருத்தியமைக்கவேண்டும்.

இந்திய சமுதாயத்துக்கும் சமூக அமைப்புக்கும் பொதுவாகச் சொல்லப்பட்ட இந்தத் திட்டம் எளிதில் அடைய முடியாத லட்சியமாகத் தோன்றலாம். அப்படியே இருந்தாலும் இதனை நிராகரிக்கவேண்டாம்; லட்சியங்கள் எப் போதுமே அப்படிதான் இருக்கும். அவை நடைமுறைக்கு ஒவ்வாததா அல்லது சரியாகத் திட்டமிடப்படவில்லையா அல்லது அதன் அடிப்படையே தவறா என்பதுதான் நாம் கேட்கவேண்டிய கேள்வி. ஆனால் இது தொடர்பான விஷயங்களைப் பரிசோதித்துப் பார்த்தால் இத்திட்டத்தை நாம் நடை முறைப்படுத்தியே ஆகவேண்டுமென்ற தீர்மானத்துக்குத்தான் வருவோம். இதைத்தான் இந்தக் கட்டுரையில் சுட்டிக்காட்டியிருக்கிறேன்.

இந்த லட்சியத்தை அடைவது கடினமாகத்தான் இருக்கும். பல்லாயிரக்கணக் கான தொண்டர்கள் பல ஆண்டு காலம் முயற்சி செய்த பின்னர் நம்மால் அதை அடைய முடியும்.

அரசுகள் இத்திட்டத்துக்கு முழு ஆதரவைத் தரவேண்டும். இந்த முயற்சியில் அரசியல் மற்றும் சமூக ஆர்வலர்களுக்கும் ஸ்தாபனங்களுக்கும் பெரும் பங் குண்டு. மக்களிடையே சமூக உணர்வை உருவாக்கவேண்டும். அந்த உணர்வு இல்லையேல் சமூகம் உயிரும் ஆத்மாவுமில்லாத ஒரு ஜடப் பொருளாகத் தான் இருக்கும். இதனை 'தார்மிக மறுபிறவி' (Moral Regeneration) எனலாம். நமது செயல்பாடுகள், சேவை மனப்பான்மை, தியாக உணர்வு மற்றும் அன்பு ஆகியவற்றினால்தான் இதனைச் சாதிக்க முடியும். அரசியல், வியாபாரம் போன்ற துறைகளிலும் மற்ற வேலைகளிலும் உயர் பதவியிலி ருப்பவர்கள் மற்றவர்களுக்கு முன்னுதாரணமாக இருந்து சமூகத்தை நடத்திச் செல்லவேண்டும்.

இதற்கு அரசாங்கம், விஞ்ஞானிகள், நிபுணர்கள், கல்வித் துறையைச் சேர்ந் தவர்கள், வர்த்தகர்கள், ஆண்கள், பெண்கள், இளவயதினர், முதியோர் ஆகிய அனைவருடைய உதவியும், ஒத்தாசையும் தேவை. இதனை முழுமனதாக ஆக்கபூர்வமாக நாம் நடைமுறைப்படுத்தவேண்டும்.

இந்தியாவின் தலைவிதியையே நிர்ணயிக்கும் செயல் இது. இந்திய மக்களுக்கு விடப்பட்ட சவால் இது. அவர்கள் இதில் வெற்றி பெறுவார்களா?

திபெத்தின் சோகக் கதை

(1959-ல் சீன அரசு திபெத்தில் தனக்கெதிராக நடந்த புரட்சியை மிகக் கடுமையாக ஒடுக்கியது. இதன் விளைவாகப் பல்லாயிரக்கணக்கான திபெத் தியர்கள் இந்தியாவுக்கு ஓடி வந்தனர். சீனர்கள் திபெத்துக்குள் கூடுதல் ராணுவத்தை அனுப்பிவைத்தனர். அரசியல் கட்டுப்பாடுகளையும் அதிகரித்தனர். இந்த நிலைமையைப் பற்றி ஜே.பி. பல இடங்களில் பிரசங்கங்கள் நிகழ்த்தினார். அவற்றில் திபெத் பிரச்னையில் இந்தியா

நேரிடவுள்ள விளைவுகளை விளக்கினார். சர்வாதிகாரத்தை விமர்சிக்கும் இந்தக் கட்டுரையை அனைவரும் வாசிக்கவேண்டும். அதிலிருந்து சில பகுதிகள் கீழே தரப்படுகின்றன.)

உலக மக்களின் கண்களுக்கு முன்பே வரலாற்றில் இதுவரை இல்லாத அளவுக்கு ஒரு சோக நாடகம் இப்போது அரங்கேறிக் கொண்டிருக்கிறது. சீனா எனும் பூதம் திபெத்தை விழுங்கிக்கொண்டிருக்கிறது. ஒரு கோடி மக்கள் மட்டுமே உள்ள ஒரு நாட்டை 65 கோடி மக்களுள்ள ஒரு நாடு தனது காலடியில் போட்டு மிதித்துக்கொண்டிருக்கிறது. தேச பக்தி, வீரம், நம்பிக்கை ஆகியவை நம்ப முடியாத அளவுக்கு அதிசயங்களை விளைவிக்கும். திபெத்தியர்கள் தங்கள் நாட்டை நேசிக்கிறார்கள். அவர்கள் வீரம் மிகுந்தவர்கள்; தங்களுடைய மதத்தையும் தலாய் லாமாவையும் பூஜிக்கிறார்கள். இருப்பினும் திபெத்தால் சீனாவுக்கெதிரே வெற்றிபெறமுடியாது.

இன்று உலகத்தின் கவனம் வேறெங்கேயோ திரும்பியிருக்கிறது. ஒருசில அண்டை நாடுகளைத் தவிர மற்ற நாடுகள் திபெத்தை எங்கோ தூரத்தில் கண்ணுக்கே தெரியாத, இருண்ட பூமியென்றும் அதைப்பற்றி அதிகம் கவலைப்படத் தேவையில்லை என்றும்தான் நினைக்கின்றன. இதன் காரணமாக திபெத்தின் நிலைமை இன்னும் மோசமாகிறது.

திபெத்துக்கு மிக அருகிலுள்ள நாடான இந்தியாவின் பொதுவான தார்மிக நிலைப்பாடுகள் அனைவருக்கும் நன்கு தெரியும். வல்லரசுகளின் அரசியல் விளையாட்டுக்களிலிருந்து இந்தியா தனித்தே நிற்கிறது. திபெத்தைப் பொறுத்தமட்டில் இந்தியாவுக்குப் பெரும் பொறுப்புண்டு. ஆகவே திபெத் பிரச்னையில் இந்தியா முன் கை எடுக்கவேண்டும். உலகை ஏமாற்றிவிடக் கூடாது.

வெறும் ஒரு கோடி மக்களை மட்டும் பாதிக்கும் விஷயமல்ல இது. மக்கள் தொகை எத்தனையாக இருந்தாலும், அது ஒரு முக்கியமான விஷயம்தான். ஆனால் இதைவிட முக்கியமானது வேறொன்றிருக்கிறது; அதுதான் உலகளவிலான அமைதியும் நீதியும். பலம் மிகுந்த நாடு பலவீனமான நாடுகளைத் தன்னிஷ்டம்போல, யாரையும் மதிக்காமல் அடக்கியாண்டால் உலகில் அமைதியை எப்படி நிலைநாட்டமுடியும்? அப்படிப்பட்ட உலகில் ஒருசில வலிமை மிகுந்த நாடுகளின் கைதான் ஓங்கியிருக்கும். அந்த நாடுகளுக்கிடையே நடக்கும் பலப்பரீட்சையில் அகப்பட்டு உலக அமைதி குலையும். சிறிய, பலவீனமான நாடுகள் அவர்கள் சொல்வதைக் கேட்டு நடக்க வேண்டியிருக்கும்.

இந்தியா விரும்புவது இப்படிப்பட்ட உலக அமைப்பை அல்ல. ஒவ்வொரு நாட்டிலும் மனித உரிமைகளை நிலைநாட்டும் பொருட்டுச் சட்டத்தின் ஆட்சிக்குத்தான் முதலிடம் கொடுக்கப்படவேண்டுமென நாம் விரும்புவது போலவே உலக அரங்கிலும் சட்டத்தின் ஆட்சி நிலவினால்தான் அமைதியும் நாடுகளின் உரிமைகளும் ஸ்தாபிக்கப்படும். உலகம் இப்படி ஒரு தார்மிக நிலைப்பாடு எடுத்தால் உலக வல்லரசுகளுக்கு அதனை மீறமுடியாது. என்

அபிப்பிராயத்தில் இந்தியாவின் அணிசேராக் கொள்கையும் சுதந்தரமாகத் தீர்மானமெடுக்கும் உரிமையும் சேர்ந்து உலகளவில் மேற்சொன்ன தார்மிக உணர்வு வளர்வதற்குப் பெரிதும் உதவுகிறது. நாம யாருடனும் கூட்டு சேராமலும் பாரபட்சமின்றியும் நடந்துகொள்வதுதான் இதற்குக் காரணம்.

ஆகவே இந்தச் சிக்கலான பிரச்னையில் இந்தியா தனது பொறுப்பைத் தட்டிக் கழிக்கமுடியாது. ஹங்கேரியில் உள்நாட்டுக் கலவரம் நடந்தபோதிருந் ததைவிட அதன் பொறுப்பு இப்போது பல மடங்கு அதிகரித்துள்ளது. திபெத் நமது எல்லையிலிருப்பதால் அங்கு நடக்கும் சம்பவங்கள் நம் முடைய பாதுகாப்பைப் பாதிக்கும். ஆன்மிகரீதியாகவும் கலாச்சாரரீ தியாகவும் நாம் திபெத்துடன் நெருங்கிய தொடர்பு வைத்துக்கொண்டுள் ளோம். புத்தர்பிரானை நம் நாட்டிலேயே பூஜிக்காமல், வெளிநாடுகளில் அவருக்கு மரியாதை கொடுக்கிறோமென பஞ்சன் லாமா நம்மைக் கேலி செய்தார். திரு.லாமா ஒரு விஷயத்தை மறந்து விட்டார். புத்தரின் போத னைகள் இந்துக்களின் வாழ்க்கை முறை மற்றும் எண்ணங்களின் ஒரு பாகமாக ஆகிவிட்டன. புத்தர் பெருமானை நாம் மகாவிஷ்ணுவின் அவதார மெனப் போற்றுகிறோம்.

திபெத்துடனான நமது உறவுகள் தொடர்கின்றன என்பதும், அவர்களுடைய இன்றைய நிலைமையைப்பற்றி நாம் கவலை கொள்கிறோம் என்பதும் சரிதான். ஆனால் இதற்கும் மேலாக திபெத் நமது அண்டை நாடு. அதற்கு அநீதி இழைக்கப்பட்டுவிட்டது என்பதாலேயே நாம் அங்குள்ள நிலை மையைக் கண்டு கவலையடைகிறோம், அதற்கு உதவுவது நமது கடமை என்று நினைக்கிறோம். நாம் திபெத்துக்கு முன்பு கொடுத்த வாக்குறுதியை அதன் தலைவர்கள் நம்பி, ஏற்றுக்கொண்டனர் என்பதாலேயே நமது பொறுப்பு இன்னும் அதிகமாகிவிட்டது.

இச்சந்தர்ப்பத்தில் ஒரு சிலர் வாய் புளித்ததோ மாங்காய் புளித்ததோ என்று போரைப்பற்றிப் பேசத் தொடங்கியிருக்கின்றனர். நீங்கள் ஏதாவது செய்தால் சீனாவுடன் போர் மூளும் என்கிறார்கள். போரைப்பற்றி இப்படிப் பொறுப் பில்லாமல் பேசுவது எனக்கு ஆச்சரியத்தை அளிக்கிறது. நாம் யாருடனும் போருக்குப் போக விரும்பவில்லையென்பதை சீனாவும் உலகமும் அறியும். சீனாவுடனான நட்புறவை மேலும் வளர்த்துக்கொள்ளத்தான் இந்தியா விரும்புகிறது. ஆனால் அந்த விருப்பத்தை சீனா தனது நியாயமற்ற காரணங் களுக்காகத் தவறாகப் பயன்படுத்திக்கொள்ள விரும்பினால் இந்தியா அதற்கு ஒப்புக்கொள்ளாது. அதைப்போலவே தனக்குத் தவறென்று தோன்றுவதைச் செய்யும்படி அதனை யாரும் கட்டாயப்படுத்தவும்முடியாது.

திபெத் பிரச்னையின் முக்கிய அம்சங்கள் என்னவென்று நமக்குத் தொடக்கம் முதலே தெரியும். அது சீனாவின் ஒரு பாகமல்ல. அது ஒரு தனி நாடு. அவ்வப் போது சீனர்கள் அதைப் போரில் தோற்கடித்துத் தங்களுடைய இறையாண் மையின் கீழ்கொண்டு வந்தார்களே ஒழிய, அது தானாகச் சீனாவின் கட்டுப் பாட்டில் போய்விடவில்லை. அந்தக் கட்டுப்பாடும் பெயரளவில்தான் இருந்

திருக்கிறது. அவ்வப்போது திபெத் சீனாவுக்குக் கப்பம் கட்டியிருக்கிறது. எட்டாம் நூற்றாண்டில் சீன அரசு 50,000 கஜம் வேலைப்பாடமைந்த துணியை திபெத்துக்கு அன்பளிப்பாகத் தந்திருக்கிறது.

1911ல் மஞ்ச்சு சாம்ராஜ்யத்தின் வீழ்ச்சிக்குப் பிறகு 1950வரை திபெத் சுதந்தர நாடாகத்தான் இருந்துவந்தது. 1950ல்தான் சீன கம்யூனிஸ்ட் அரசு திபெத்தை ஆக்ரமித்தது. இடைப்பட்ட கால அளவில் பிரிட்டிஷ் அரசின் முழு ஒத்தாசை யுடன் ஒரு ஒப்பந்தத்தின் அடிப்படையில் திபெத்தின் மேல் சீனா தனது ஆதிக்கத்தை மீண்டும் ஸ்தாபிக்க முயன்றது. பலம் மிகுந்த இரு நாடுகளுக் கிடையில் அகப்பட்டுக்கொண்ட திபெத் என்ன செய்வதென்றறியாமல் தவித்தது. ஆனால் ஒன்றும் நடக்கவில்லை. கம்யூனிஸ்டுகள் அதனை ஆக்ர மிக்கும்வரை திபெத் ஒரு சுதந்தர நாடாகவே தொடர்ந்தது.

திபெத்தில் தனது ஆதிக்கத்தை ஸ்தாபிக்க பிரிட்டிஷ் அரசு சீனாவுக்கு உதவி யதற்குச் சுயநலம்தான் காரணம். தாங்களே ஒரு ஏகாதிபத்திய நாடாக இருந் தாலும் சீனாவுக்கு உதவுவதில் அவர்கள் ஒரு தயக்கமும் காண்பிக்கவில்லை. திபெத்தில் பிரிட்டனுக்கிருந்த பொருளாதார ஏகபோக உரிமையை சீனா ஒப்புக்கொள்ளச் செய்வதற்காக பிரிட்டன் சீனாவுக்குக் கொடுத்த 'அன்பளிப்பு' அது.

நமது சுதந்தரத்துக்குப் பிறகும் இந்த ஏகாதிபத்தியக் கொள்கை தொடர்ந்தது. ஆனால் இதன் விளைவாக திபெத்தில் தான் அனுபவித்த வந்த உரிமைகளை இந்தியா வேண்டாமெனத் தானாகவே விட்டுக் கொடுத்துவிட்டது. இருப் பினும் என்ன காணத்தினாலோ சீனா தொடர்பான தனது தவறான கொள் கையை இந்தியா தொடர்ந்தது. திபெத்தின் மீது சீனாவின் இறையாண்மையை இந்தியா ஏற்றுக்கொண்டது. இது நமது வெளிநாட்டுக் கொள்கையில் நாம் செய்த மாபெரும் தவறாகும். இந்தத் தவறு இரண்டு விதத்திலிருந்தது. ஒன்று, ஒரு நாடு மற்றொரு நாட்டின் மீது அதிகாரம் செலுத்தலாம் என்ற பழைய ஏகாதிபத்திய நிலைப்பாட்டை நாம் ஒப்புக் கொண்டோம். நமது இரண்டாம் தவறு, சீனாவைப் போன்ற ஒரு வலுவான சர்வாதிகார நாடு பலவீனமான நாட்டின் சுயாட்சி உரிமையை மதித்து நடக்கும் என்று நாம் நம்பியது.

சீனா திபெத்தைத் தன்வசமாக்கிக்கொள்ளவேண்டுமெனத் தீர்மானித் திருந்தால் நம்மால் ஒன்றும் செய்திருக்கமுடியாது என்பது சரிதான். ஆனால் அச்சமயத்தில் நாமே சீனாவின் செயலுக்கு வலியப்போய் உதவியிருக்க மாட்டோம். அப்படி மறுத்திருந்தால் அது நமக்குத் தார்மீக திருப்தியை அளித்திருக்கும். மேலும் உலக அளவில் ஆஃப்ரிக்க-ஆசிய நாடுகள் தத்தம் உரிமைகளை நிலைநாட்டிக்கொள்ள இது உதவியிருக்கும். அது சீன அரசை யேகூட தடுத்து நிறுத்தியிருக்கும். கம்யூனிஸ்டுகள் தங்களை விடுதலை வீரர் களாகக் காட்டிக்கொள்ள விரும்புவார்கள். ஆஃப்ரிக்க-ஆசிய நாடுகள் சீனாவின் செயலை ஆக்ரமிப்பென்று கண்டனம் செய்திருந்தால் சீன கம்யூனி ஸ்டுகள் தங்களுடைய ஆக்ரமிப்பை நிறுத்தியிருப்பார்கள். ஆனால் சீனாவின் ஆக்ரமிப்பை இந்தியாவே ஏற்றுக்கொண்டபோது சீனாவுக்குத் தார்மிக

மாகவும் சட்டபூர்வமாகவும் ஒரு அங்கீகாரம் கிடைத்தது. ஆஃப்ரிக்க-ஆசிய நாடுகளுக்கு அதைக் குறைகூற வழியில்லாமல் போய்விட்டது. இதன் விளைவாக ஆசியாவிலுள்ள மக்களுக்கு சீன கம்யூனிஸ்டுகளின் உண்மை சுபாவம் தெரியாமல் போய்விட்டது; விடுதலை என்ற பெயரில் அவர்கள் அடிமைப்பட்டுப் போகும் ஆபத்தும் அதிகரித்தது.

திபெத் மீதான சீன ஆதிக்கத்தை நாம் அங்கீகரித்திருக்கவில்லையென்றால் சீனா நமக்கு எதிராகத் திரும்பியிருக்கலாமென்று பலர் தங்களுக்குள்ளேயே சொல்லிக்கொண்டிருக்கிறார்கள். ஒரு நாட்டின் திருப்தி அல்லது கோபத்தின் அடிப்படையிலல்ல நாம் ஒரு விஷயத்தைச் சரியா, தவறா என்று தீர் மானிப்பது. இரண்டாவதாக சீனா விரைவிலேயே திபெத்தின் சுயாட்சியைத் தகர்த்துவிட்டு அதன் மீது தனது முழு ஆதிக்கத்தையும் செலுத்த முயற்சிக்கும் என்பதையும் அதன் விளைவாகக் கொள்கையளவில் நமக்கும் சீனாவுக்கு மிடையே கருத்து வேற்றுமை ஏற்படுமென்பதையும் நாம் முன்பே எதிர்பார்த் திருக்கவேண்டும்.

மேலும் சீனா திபெத்தின் மீது தனது ஆதிக்கத்தைச் செலுத்துவதை நாம் எதிர்த் தாலும் சீனாவுடனான நட்புறவைத் தொடர்வதற்கு ஆர்வமாக உள்ளோம் என்பதை நாம் தெரியப்படுத்தியிருக்கவேண்டும். சமீபத்தில் ஆங்கிலேய, ஃப்ரெஞ்சு அரசுகள் எகிப்தின்மீது நடத்திய ஆக்ரமிப்பை இந்தியா கடுமை யாக எதிர்த்து. ஆனால் அதன் காரணமாக இங்கிலாந்து மற்றும் ஃப்ரான்ஸ் நாடுகளுடனான நமது நட்புறவில் ஒரு மாற்றமுமில்லை. அந்த இரு நாடு களும் இந்தியாவின் எதிர்ப்பைத் தவறாகப் புரிந்துகொள்ளவோ அவர்கள் இந்தியாவுக்கெதிராகத் திரும்பவோ செய்யவில்லை.

வேறு சிலர் வரலாற்று உண்மைகளை நாம் மறந்துவிடக்கூடாதென்றும், திபெத் இதற்கும் முன்பே சீனாவின் ஆதிக்கத்திலேயே இருந்திருந்தால் இப் போது அதன் சுதந்தரத்தைப்பற்றிப் பேசுவது பயனற்றது என்றும் சொல் கிறார்கள். இந்த வாதம் என்னை ஆச்சரியப்படுத்துகிறது. மனித சுதந்தரத் திலும் சுதந்தரமாக வாழ அனைத்து நாடுகளுக்கும் உரிமையுண்டு என்ற கொள்கையிலும் நம்பிக்கையுள்ளவர்கள் இப்படியெல்லாம் பேச வெட்கப் படவேண்டும். இந்த வாதத்தை ஒப்புக்கொண்டால் ஆஸ்ட்ரோ ஹங்கேரியன் சாம்ராஜ்யத்தின் கீழ் பல காலமிருந்த ஹங்கேரிக்கு இப்போது சுதந்தரம் கொடுத்திருக்கக்கூடாது. புத்தியுள்ள யாராவது இந்த வாதத்தை ஒப்புக்கொள் வார்களா? ஆகவே இம்மாதிரியான வீண்வாதங்களில் நேரத்தைச் செல வழித்து இப்போது நடந்துகொண்டிருக்கும் தவறுகளை நியாயப்படுத்த வேண்டாம்.

பலகாலமாக நாம் வேறொரு மாயையையும் உருவாக்கியுள்ளோம். அதாவது சீனா மற்ற நாடுகளிலிருந்து வித்தியாசமானது. அதற்கொரு புராதன நாகரிக முண்டு. ஆகவே ரஷ்யக் கம்யூனிஸத்திலிருந்து சீனக் கம்யூனிஸம் வேறு பட்டுள்ளது. ஏனென்றால் நல்ல வேளையாக, ஆசிய மக்களுக்கு உண்மை நிலை தெரிந்துவிட்டதால் இந்த மாயை பொடிப் பொடியானது.

ஏகாதிபத்திய வாதிகளைப்பற்றியும், ஆக்ரமிப்பாளர்களைப்பற்றியும் சீனா தொண்டை கிழியப் பேசிக்கொண்டிருக்கிறது. ஆனால் சீனாவே ஒரு குரூரமான ஏகாதிபத்திய நாடு என்பது இப்போது வெட்ட வெளிச்சமாகி விட்டது. கம்யூனிஸம் உண்மையாகவே ஏகாதிபத்தியத்துக்கு எதிரானதும், விடுதலைப் போராளியுமாக இருந்திருந்தால் தாங்கள் ஆட்சிக்கு வந்த வுடனேயே சீன கம்யூனிஸ்டுகள் திபெத்துக்குச் சுதந்தரத்தை அளித்திருக்க வேண்டும். தங்களுடைய ஆதிக்க மனோபாவத்தைக் கைவிட்டிருக்க வேண்டும்; திபெத்துடன் சமத்துவ, நட்புறவு ஒப்பந்தங்களில் கையெழுத் திட்டிருக்கவேண்டும். ஆனால் சீனா மற்றும் ரஷ்யாவில் பின்பற்றப்படும் கம்யூனிஸம் மற்ற நாடுகளுக்கும் பரவத் துடிக்கிறது; மற்றவர்களைப் பய முறுத்துகிறது. பத்தொன்பதாம் நூற்றாண்டில் பிரிட்டன், ஃபிரான்ஸ், ஜெர்மனி ஆகிய நாடுகளின் தலைமையில் முதலாளித்துவமும் இப்படித்தான் மற்ற நாடுகளுக்குப் பரவத் தொடங்கியது. மார்க்சியத்தின் பாதை எங்கோ வழிமாறிவிட்டது. முதலாளித்துவத்தின் கடைசிக்கட்டம்தான் ஏகாதி பத்தியம் என்று லெனின் ஒரு கட்டுரையில் குறிப்பிட்டிருந்தார். இப்போது கம்யூனிஸம்தான் புதிய ஏகாதிபத்தியத்தின் முதல் கட்டம் என்று யாராவது ஒரு கட்டுரை எழுதவேண்டியிருக்கும்!

இன்றைய நிலைமைக்குப் பொருந்தாத ஏகாதிபத்தியக் கொள்கையைப் பின்பற்றி திபெத்தைப் பிடித்த பின்னர் சீனர்கள் உடனடியாக அதனைத் தங்களுடைய முழுக்கட்டுப்பாட்டில்கொண்டு வரவில்லை. உலகின் உச்சிக்குப் போகச்சாலைகளை அமைக்கவும், ராணுவ அமைப்புகளை ஸ்தா பிக்கவும் அங்கு ஆயுதங்களைக்கொண்டு செல்லவும் அவர்களுக்குச் சமய மெடுத்தது. தங்களுடைய ஆதிக்கத்தை உறுதிப்படுத்திக்கொண்ட பின்னர் அவர்கள் தங்களுடைய சுயரூபத்தைக் காட்டத் தொடங்கினார்கள். திபெத்தைச்சீரமைப்பதல்ல அவர்களுடைய நோக்கம்; மாறாக அதனைத் தங் களுடைய காலடியில்கொண்டு வருவதுதான் அவர்களுடைய நோக்கமாக இருந்தது. மத வழிபாடு, நிர்வாகம் என திபெத்தின் எல்லா விஷயங்களிலும் இவர்கள்தலையிட்டனர்.

மரியாதைக்குரிய லாமாக்கள் வேண்டுமென்றே அவமதிக்கப்பட்டனர். துன்புறுத்தப்பட்டனர். திபெத்திலுள்ள ஆராதனாலயங்கள், விக்ரஹங்கள் ஆகியவற்றின் புனிதத்தன்மைக்குப் பங்கம் விளைந்தது. லாமாக்களின் ஆஸ்ர மங்கள் தகர்க்கப்பட்டன. அவற்றின் சொத்துக்களை அரசு தன் கைவசப் படுத்தியது; புதிய நிர்வாக முறை அமல்படுத்தப்பட்டது. எல்லா முக்கியப் பதவிகளிலும் சீனர்கள் நியமிக்கப்பட்டனர். தபால் மற்றும் தந்தித் துறை, நாணய சாலை, மின் உற்பத்தி நிலையம் ஆகிய அனைத்தையும் சீன அரசு ஏற்றெடுத்துக்கொண்டது. திபெத் நாணய முறை தடை செய்யப்பட்டது. சீனத் தபால் தலைகள் உபயோகத்தில் வந்தன. தலாய் லாமாவின் அதிகாரங் களும், செயல்பாடுகளும் வெட்டிக் குறைக்கப்பட்டன. திபெத்தின் பெரும் பாலான இடங்களில் சீனர்கள் குடியமர்த்தப்பட்டனர். திபெத்தியர்களின் நாட்டை அவர்களிடமிருந்தே கவர்ந்தெடுத்துக் கொண்ட இந்தச் செயல்கள்

திபெத்தியர்களிடையே கவலையையும் கோபத்தையும் ஏற்படுத்தின. நூற்றாண்டுகாலப் பழமை வாய்ந்த தானியக் கிடங்குகளில் சேகரித்து வைக்கப்பட்டிருந்த தானியங்களைச் சீனர்கள் கொள்ளையடித்தனர். திபெத்திலிருந்த தங்கம் மற்றும் வெள்ளியைக் கடன் வாங்கிக்கொள்வதாகச் சென்ன சீனா தனதாக்கிக் கொண்டது. நிலச் சீர்திருத்தம் அறிமுகப்படுத்தப் பட்டது. தொடக்கத்தில் யாருக்கும் 'வலிக்காமல்' ஆனால் பின்னர் மக்களுடைய உணர்வுகளை மதிக்காமல், திபெத்தியர்கள் கட்டாய வேலையில் ஈடுபடுத்தப்பட்டனர். அன்றுவரை திபெத்தில் நடக்காத ஒன்று இது. பத்திரிகைகளையும் மற்ற ஊடகங்களையும் சீன அரசு தன் கைவசப்படுத்திக் கொண்டது.

இந்த அக்கிரமங்கள் பல வருடங்களாக திபெத்தில் நடந்துகொண்டிருந்தன. சீனர்கள் அறிமுகப்படுத்திய நிர்வாக, அரசியல் சட்ட மாற்றங்களுக்குத் திபெத்தியர்கள் தங்களுடைய 'ஒப்புதலை'க் கொடுக்கும்படிக் கட்டாயப் படுத்தப்பட்டனர். மற்ற விஷயங்களைச் சீனர்களே தங்களிஷ்டம்போலக் கையாண்டு கொண்டனர்.

இம்மாதிரியான செயல்களுக்கு எதிர்ப்பு எழுந்தது இயற்கைதான். விரைவிலேயே அது ஒரு தேசிய எதிர்ப்பு இயக்கமாக மாறியது.

கார்ல் மார்க்ஸ் உருவாக்கிய மாரக்சியக் கொள்கை யார் பக்கமும் சாயாமல் நடுநிலையிலிருந்து செயல்படும் ஒன்றாக இருந்தது. ஆனால் இன்றைய கம்யூனிஸத்தில் இப்படிப்பட்ட நடுநிலைமை இல்லவே இல்லை. நடுநிலைமை இல்லாததால்தான் இந்தியாவுக்கும் இந்தியர்களுக்கும் எதிராக நிரூபிக்கப்படாத குற்றச்சாட்டுகளை அது எழுப்பியிருக்கிறது. திபெத்தியர்களின் சீன எதிர்ப்புப் போராட்டத்தை ஏதோ ஒரு சில லாமாக்களும், நிலச்சுவான்தாரர்களும் நடத்தும் சிறிய போராட்டம் என அது வர்ணித்திருக்கிறது. கம்யூனிஸ்ட்களுக்கு உண்மை நிலை நன்றாகவே தெரியும். ஆனால் அவர்களால் உண்மையைத் தாங்கிக்கொள்ளமுடியாது. ஏனெனில் கம்யூனிஸத்தின் முதல் எதிரியே உண்மைதான்.

சீன எதிர்ப்புப் போராட்டத்தில் சில சுயநலக்காரர்களுமிருக்கின்றனர் என்பது தெரிந்ததுதான். ஆனால் இது தேசிய அளவிலான எதிர்ப்பே தவிர, ஒரு குறிப்பிட்ட மக்கள் கூட்டத்தின் எதிர்ப்பல்ல. திபெத்தியர்கள் தங்களுடைய சுதந்தரத்தை திரும்பப் பெறத்தான் போராடுகிறார்களே தவிர, ஒரு சில நிலச்சுவான்தாரர்கள் அல்லது லாமாக்களுடைய நிலங்களைத் திரும்பப் பெறுவதற்காக அல்ல. இந்த எதிர்ப்பு இயக்கத்தின் தலைவர்கள் திபெத் சமூகத்திலுள்ள முற்போக்குவாதிகளாவார்கள்; திபெத் சமூகத்தைச் சீர்திருத்தவும் மாற்றவும் பாடுபடுகிறவர்கள்.

திபெத் இயக்கத்தின் உண்மை விவரங்கள் இன்னமும் சொல்லப்படவில்லை. இப்போது இந்தியாவிலிருக்கும் திபெத்தியர்கள் இதைப்பற்றிய விவரங்களை நம்மிடம் வெளிப்படுத்துவார்கள். ஆனால் உண்மைக் கதையைச் சொல்வதற்கான சரியான நேரம் வந்துவிட்டது என்பதை அவர்கள்தான்

தீர்மானிக்கவேண்டும். இதுவரை என்னதான் நடந்திருந்தாலும் அவர்கள் ஒருவேளை இப்போதும்கூட சீனாவுடன் ஓர் ஒப்பந்தம் சாத்தியம் என நினைக்கிறார்களோ என்னவோ. அப்படியானால் அவர்களுடைய நம்பிக் கையை நாம் பாராட்டவேண்டும். அவர்களுடைய எதிர்பார்ப்புகள் நிறை வேறுமென இறைவனைவேண்டிக் கொள்வோம். உலகம் உண்மைக்கும் நீதிக்கும் சாதகமான நிலைப்பாடு எடுத்தால்தான் இது சாத்தியமாகும்.

இன்னுமொன்று: வெளிப்படையாகச் சொல்லப்படவில்லையென்றாலும் மக்களிடையே ஒரு கருத்துப் பரவியிருக்கிறது. சீனா இத்தனை கடுமையாக திபெத்தில் நடந்து கொண்டால் அதைப் பற்றி வெளியே சொல்ல நாம் ஏன் தயங்கவேண்டும்? திபெத்தியர்களை அவர்களுடைய பின்தங்கிய நிலையி லிருந்து காப்பாற்றி முன்னேற்றம் மற்றும் நாகரிகம் எனும் பாதைக்குச் சீனர்கள்கொண்டு வருகிறார்களா இல்லையா? அப்படியானால் திபெத்தில் அவர்கள் சற்று கடுமையாக நடந்துகொண்டாலும் அதைப்பற்றி வெளியே சொல்ல நாம் ஏன் தயங்கவேண்டும் என்றுதான் பலர் தங்களையே கேட்டுக் கொள்கிறார்கள்.

ஒரு சிலர் தங்களுடைய நாட்டை விட்டு வெளியே போனாலே பழுத்த ஏகாதி பத்தியவாதிகளாக மாறிவிடுகிறார்கள். இது ஆச்சரியப்படத்தக்க விஷயம். ஒரு சில நாடுகள் ‘முன்னேற்றக்கொள்கை’களை மற்ற நாடுகளின் மீது பல வந்தமாகத் திணிப்பதில் தவறில்லை என்று சொன்னால் பிரிட்டிஷாரும் இந்தியாவின் முன்னேற்றத்துக்குப் பாடுபடுவார்கள்தான் என்று சொல்லி அவர்களை நாம் வரவேற்கவில்லையே, ஏன்? ஆனால் திபெத்தை மேம் படுத்த இறங்கிய சீனாவை ஆதரிப்பவர்கள் மேற்சொன்ன ‘பாவ எண்ணங் களை’ ஒருநாளும் ஏற்கமாட்டார்கள். ஆனால் ரஷ்யாவோ சீனாவோ இந்தி யாவை வெளிநாட்டு ஏகாதிபத்திய’வாதிகளிலிருந்து பாதுகாக்கும் பொருட்டும் அதனை முன்னேற்றப் பாதையில்கொண்டு செல்வதற்காகவும் இந்தியாவுக்குள் நுழைந்தால் அப்போது இவர்கள் என்ன செய்வார்கள்? பெரும் குழப்பத்தில் அல்லவா ஆழ்ந்து போவார்கள்!

இரண்டாவதாக ‘முன்னேற்றம்’ என்றால் என்ன? ஒரு சிலர் தொழில்மய மாக்கல், உற்பத்தியைப் பெருக்குதல், ஸ்புட்னிக்குகள் ஆகியவைதான் முன்னேற்றத்தைக் குறிக்கின்றன என்கிறார்கள். வேறு சிலர் முன்னேற்றத்தை மனித ஆளுமை என்ற அளவுகோலில் தீர்மானிக்கிறார்கள். அதாவது மனித சுதந்தரம், தன்னலமும் குரூர மனப்பான்மையும் குறைவது, சகிப்புத் தன்மையையும், கூட்டுறவு மனப்பான்மையும் மக்களிடையே பரவுவது ஆகியவை. என் அபிப்பிராயத்தில் ரஷ்யாவின் ஜார் மன்னரும் ஸ்டாலினும் ஒருபோலத்தான்! ரஷ்யாவின் ஸ்புட்னிக் விண்வெளிக்கலங்கள் எனக் கென்னவோ பெரிய சாதனையாகத் தோன்றவில்லை. ஏனெனில் மாக்ஸிம் கார்க்கிக்கு அடுத்தபடியாகப் பெரிய ரஷ்ய எழுத்தாளரான போரீஸ் பாஸ்டர் நாக்கை எழுத்தாளர்கள் எனத் தங்களைக் கூறிக்கொள்ளும் சில ரஷ்யர்கள் வாய் மூடாமல் கண்டனம் செய்தனர். இத்தனைக்கும் அவர்கள் அவருடைய

புத்தகத்தை வாசித்ததே இல்லை. மனித முன்னேற்றத்தைப் பொறுத்தவரை ரஷ்யா இன்னமும் இருண்ட காலத்தில்தான் வாழ்கிறது எனத் தோன்றுகிறது.

புராதன நாகரிகப் பாரம்பரியமுள்ள சீனா ஒருபோதும் ரஷ்யாவைப்போல இருண்ட காலத்துக்குப் போய்விடாது என்றுதான் நம்பினோம். ஆனால் ரஷ்யாவைப்போல சீனாவிலும் மனிதத்தன்மை என்ற சூரியன் மறைக்கப் பட்டிருக்கிறான் என்பதைத் திபெத் சம்பவங்கள் நிரூபித்துவிட்டன.

மனித வாழ்க்கைக்குத் தேவையான பொருட்களைப்போலவே மக்களுடைய வாழ்வை நிர்ணயிக்கும் ஸ்தாபனங்களை மாற்றும் முயற்சிகளுக்கும் முக்கியத்துவம் அளிக்கப்படுகிறது. மனிதரைக் கட்டுப்படுத்தும் இகலோக, ஆன்மிக அடிமைத்தனத்தை ஒழித்தது முன்னேற்றத்தின் அறிகுறியாகக் கருதப்படலாம். ஆனால் அவற்றுக்குப் பதிலாக வந்துள்ள கம்யூனிஸ்ட் கட்சியும் அரசு அதிகாரிகளும் இப்போது மக்கள் மீது அதிகாரம் செலுத்துகிறார்கள் எனும்போது அதனை முன்னேற்றம் என்றோ, புரட்சி என்றோ சொல்லிவிடமுடியாது. பழைய காலத்திலிருந்த அடிமைத்தனம் எப்படியாவது மாறிவிடும். ஆனால், இப்போது வெளிநாட்டிலிருந்து இறக்குமதி செய்யப்பட்ட கம்யூனிஸ்டுகளின் அடக்கியாளும் மனப்பான்மை எப்போது வெளியேற்றப்படும்? லட்வியா, எஸ்டோனியா, லிதுவேனியா, ஹங்கேரி ஆகியவையும் வேறு பல நாடுகளும் எப்போது சுதந்தர நாடுகளாக மாறுமென யாரால் சொல்ல முடியும்?

இப்போது நான் கேட்க விரும்பும் கேள்வியைத்தான் மற்றவர்களும் கேட்க விரும்புகிறார்கள்: திபெத்தை எப்படிக் காப்பாற்ற முடியும்? உறுதியான ஒரு பதிலை யாராலும் சொல்லமுடியாது. ஆனால் சில விஷயங்களை நாம் கவனிக்கலாம்.

ஒரு விஷயத்தில் நான் தெளிவாக இருக்கிறேன். உலகளவில் திபெத் நிலைமையைப்பற்றி ஒரு திடமான அபிப்ராயம் உருவாகவேண்டும். அதனைப் பற்றிய அனைத்து விவரங்களையும் நாம் வெளிப்படுத்தவேண்டும். ராஜதந்திரக் காரணங்களுக்காக திபெத்தில் நடப்பதை மறைக்கவோ குறைத்துச் சொல்வதோகூடாது; தவறான விஷயங்களைக் கொடுக்கக்கூடாது. அரசியலில் ராஜதந்திரம் தேவையில்லாத எதையெல்லாமோ செய்துவிட்டிருக்கிறது. ஆகவே இந்த விஷயத்தில் ராஜதந்திரத்தைச் சற்று தள்ளியே வைக்க வேண்டும். திபெத்பற்றிய முழு விபரங்களும் நம்மிடமுள்ளன. அவற்றை நாம் உலகுக்கு அறிவிக்கவேண்டும். அதன் அடிப்படையில் சீன ஆக்கிரமிப்புக்கெதிராகவும், திபெத்தின் சுதந்தரத்துக்காகவும் ஒரு பலமான, அனைவரும் ஒப்புக்கொண்டுள்ள கருத்துருவை ஏற்படுத்தவேண்டும்.

இதை 'பனிப்போர்' என்று வர்ணிக்கக்கூடாது. இது வல்லரசுகளுக்கிடையேயான அரசியல் போட்டியில்லை. இது மனித உரிமைகளுக்கான போராட்டம். இங்கிலாந்தும், ஃப்ரான்ஸும் எகிப்தைத் தாக்கியதை யாராவது பனிப்போரின் பாகமென்று சொல்வார்களா?

திபெத்தை சீனா தன் இறையாண்மையில் வைத்துக்கொண்டே அதற்குச் சுயாட்சி வழங்கும் திட்டத்துக்கு இந்தியா ஆதரவளித்திருக்கிறது. ஆனால் அந்தத் திட்டம் எடுபடவே இல்லை. இருப்பினும் விரைவிலேயே திபெத் பிரச்னையை நாம் முழுவதாக மறு பரிசீலனை செய்தேயாகவேண்டும். ஒரு நாட்டின் (அல்லது ஒரு பிரதேசத்தின்) சுயாட்சி தகர்க்கப்பட்டால் என்ன நடக்கும்? அந்த சுயாட்சி திரும்பத் தரப்படவில்லையென்றால் என்ன நடக்கும்? அதாவது ஒரு நாடு மற்றொரு நாட்டை ஆக்ரமித்து அதில் வெற்றியும் பெற்றால் என்ன நடக்கும்? இந்தக் கேள்விகளுக்கு விடை சொல்லாமல் தப்பிக்கமுடியாது; விடைகள் அளிக்கப்படும்வரை இந்திய அரசு மேல் நடவடிக்கைகள் எடுக்கமுடியாது. அதிவேகமாக மாறிக்கொண்டிருக்கும் நிலைமையில் நம்மால் ஒன்றும் செய்ய முடியவில்லையென்றால் அது ஆபத்துக்கு வழி வகுக்கும்.

1950ல் சீன ஆக்ரமிப்புத் தொடங்கியவுடனேயே திபெத் ஐ.நா.சபையை அணுகியது. சபை உறுப்பினரான எல்.ஸால்வடோர் நாட்டின் பிரதிநிதி திபெத்தைக் காரணமின்றி ஆக்ரமித்ததற்காக சீனாவைக் கண்டிக்கவேண்டும்; திபெத்துக்கு உதவுவதற்கு என்ன செய்யவேண்டுமென்பதை ஆராய ஒரு விசேஷ கமிட்டியை ஏற்படுத்தவேண்டுமென்று வாதித்தார். இந்த யோசனை ஐ.நா.சபையின் ஒரு கமிட்டியிடம் பரிசீலனைக்கு விடப்பட்டது. ஆனால் இந்தியாவின் பிரதிநிதி கொடுத்த வாக்குறுதிகளின் அடிப்படையில் திபெத் பிரச்னை நிரந்தரமாக ஒத்திப் போடப்பட்டது.

இந்தச் சம்பவத்தின் விவரங்களும், அதில் இந்தியா வகித்த பங்கைப்பற்றிய விவரங்களும் முழுவதாக வெளிவரவில்லை. ஆகவே விஷயம் இப்போது எந்த மட்டிலிருக்கிறதென்பது எனக்குத் தெரியாது. ஆனால் ஒரு நாட்டின் சுதந்தரத்தைக் காலடியில் போட்டு மிதிக்கும் இந்தச் சம்பவம் நடந்தும்கூட ஐ.நா. இதைப்பற்றிக் கவலைப்படவில்லை என்பது அது செய்த மாபெரும் தவறு. ஐ.நா.வில் பிரச்னையை எழுப்பிய உடனேயே அதற்குத் தீர்வு கண்டு பிடிக்கப்பட்டிருக்கும் என்று நான் சொல்லவில்லை. ஐ.நா. எப்படிச் செயல் படுகிறதென்பதைப்பற்றி நமக்கும் ஓரளவு தெரியும். ஆனால் பலம் வாய்ந்த நாடுகள் பலவீனமான நாடுகளை விழுங்கும் காட்டுமிராண்டித்தனமான நடவடிக்கையை ஐ.நா.சபை போன்ற அமைப்புகளால்தான் தடுக்க முடியும் என்று நம்புகிறோம்.

திபெத் பிரச்னை ஐ.நா.சபையில் விவாதிக்கப்படும் முன்பு உறுப்பினர்களின் 'வீட்டோ' போன்ற சட்டரீதியான தடைகளை அது தாண்டவேண்டியிருக்குமென்பது தெரியும். ஆனால் சட்டமோ விதிகளோ திபெத்துக்கு நீதி வழங்குவதற்குத் தடை நிற்குமேயானால் இதனால் ஐ.நா.சபைக்குத்தான் நஷ்டமே ஒழிய திபெத்துக்கு அல்ல. ஐ.நா.வில் திபெத் பிரச்னை எந்த வடிவில் கொண்டுவரப்பட்டாலும் ஆஃப்ரிக்க- ஆசிய நாடுகள் அங்கு ஒற்றுமையுடன் செயல்படவேண்டும். குறைந்தபட்சம் இதையாவது செய்து அவர்கள் சிறிய நாடுகளின் சுதந்தரத்தையாவது காக்கவும், பழைய மற்றும் இன்றைய

ஏகாதிபத்தியவாதிகளிடமிருந்து தங்களுடைய சுதந்தரத்துக்கு ஆபத்து விளையாமலும் பார்த்துக்கொள்ளவேண்டும்.

நான் திபெத்தியர்களுக்கு அறிவுரைகூற விரும்புவில்லை. ஆனால் எனது ஒரு கருத்தை மட்டும் சொல்லிக்கொள்ள விரும்புகிறேன். திபெத் புத்தர் பிரானை வழிபடும் நாடு. ஆகவே தனக்கு இன்னல் நேரிட்டுக்கொண்டிருக்கும் இந்தச் சமயத்தில் அது புத்தர் பிரானின் அருளைப் பெற்று, வெறுப்பை அன்பினால் வென்று, அடக்கு முறையைச் சகித்துக்கொண்டு, வன்முறையை அஹிம்ஸையால் எதிர்கொண்டிருந்தால் அதன் தோல்வி வெற்றியாக மாறியிருக்கும். அப்போதும் திபெத் என்ற நாடு அழிக்கப்பட்டிருக்கலாம். ஆனால் அதன் ஆத்மாவும் புத்த மதமும் அழிக்கப்பட்டிருக்காது.

அப்படியானால் திபெத்தின் கதை முடிந்துவிட்டதா? இல்லை, இல்லவே இல்லை. திபெத் மரிக்காது. ஏனெனில் மனித ஆத்மாவுக்கு மரணமில்லை. கம்யூனிஸம் வெற்றி பெறாது; ஏனெனில், யாருமே வாழ்நாள் முழுவதும் அடிமையாக இருந்த நிலை; சர்வாதிகார ஆட்சிகள் வரும் போகும். ஆனால் மனித ஆத்மா என்றும் அழியாமலிருக்கும். திபெத் மீண்டு வரும்.

காஷ்மீர் பிரச்னைக்கு ஒரு சுமுகமான தீர்வு

(எப்போதும் சிறுபான்மையினரின் நலனைக் கருத்தில்கொண்டிருந்த ஜே.பி. விவாதத்துக்குட்பட்ட காஷ்மீர்வாசிகளின் உரிமைகளை இந்தியா மதிக்க வேண்டுமென அபிப்பிராயப்பட்டார். கல்கத்தாவில் 1964 டிசம்பரில் அவர் இதைப்பற்றி வெளியிட்ட அறிக்கையின் சுருக்கம் கீழே தரப்படுகிறது.)

பாகிஸ்தானுடனான நமது நட்புறவைவிட, ஸ்ரீ நகர் வாழ் மக்களுக்கு நீதி வழங்குவதைவிட, அரசியல் சட்டரீதியாக காஷ்மீர் இந்தியாவுடன் இணைந்தது நம் நாட்டுக்கு நல்ல பலனை அளிக்குமா என்கிற கேள்விக்கு நாம் விடைகண்டுபிடிக்கவேண்டும். சட்டரீதியாக என்ன சொன்னாலும் அது சரியான பதிலாக இருக்காது. இன்றைய நிலைமையைச் சரியான முறையில் உள்ளதுஉள்ளபடி, பரிசோதிக்கவேண்டும். என்னைப் பொறுத்தவரை இந்தியா இன்று பின்பற்றும் காஷ்மீர் கொள்கையில் நன்மையைவிடத் தீமைதான் அதிகம் உள்ளது.

காஷ்மீர் பள்ளத்தாக்கு மக்களுக்குச் சரியானபடி நீதி வழங்கப்பட்டுள்ளதா என்பதை முதலில் பார்க்கலாம். காஷ்மீர் சட்டபூர்வமாக இந்தியாவுடன் இணைந்துவிட்டதை அவர்கள் ஏற்றுக்கொண்டு விட்டார்களென்பதற்குச் சான்று ஏதுமில்லை. உணர்வுபூர்வமாக மக்கள் இணையவில்லையென்றால் சட்டரீதியாக இணைப்பினால் யாதொரு பிரயோசனமுமில்லை. இன்றைய நவீன உலகில் கணிசமான எண்ணிக்கையிலான மக்களை என்றென்றைக்குமாக அடக்கியாளமுடியாது. அதனை நாம் தொடர்ந்து செய்து வந்தால் நாம்

உலகை நேருக்கு நேர் பார்த்து ஜனநாயகம், அமைதி, நீதிபற்றிப் பேச முடியாது. தவிரவும், சரித்திரரீதியான காரணங்களால் சுயாட்சி உரிமைக்கும் கூட ஒரு எல்லையுண்டு என்ற உலகளவில் ஒப்புக்கொள்ளப்பட்ட கொள் கையை நாம் பின்பற்றமுடியாது. காஷ்மீரைப் பலவந்தமாக இந்தியாவுடன் இணைத்தால் ஏற்படக்கூடிய தீய விளைவுகள் இவைதான்: இந்தியாவின் மதச்சார்பற்ற கொள்கை மரிக்கும்; இந்துமதத் தீவிரவாதிகளுடைய கை ஓங்கும்; அது கடைசியில் இந்து மக்களுக்கெதிராகத் திரும்பி அவர்களை அழித்துவிடும்.

பாகிஸ்தானுடனான நட்புறவைப் பொறுத்தவரையில் நாம் அதனை எத்தனை தீவிரமாக விரும்புகிறோம் என்பதைத் தீர்மானிக்கவேண்டும். அந்த நட்புறவுக்காக நாம் வேறு எதையும் தியாகம் செய்யமுடியாது. இப்படி நட்புறவுகொள்வதால் நமக்கேற்படும் லாப நஷ்டங்களைக் கணக்கிட வேண்டும். முதலாவதாக நமது காஷ்மீர்க் கொள்கையை விடாப்பிடியாகப் பிடித்துக்கொண்டிருந்தால் பாகிஸ்தானுடன் நட்புறவு சாத்தியமல்ல. இதை அந்நாட்டுத் தலைவர்கள் சந்தேகத்துக்கிடமின்றித் தெளிவாக்கிவிட்டனர். அவர்கள் சொல்வதைக் கேட்காவிட்டால் நாம்தான் கஷ்டப்படுவோம்.

நமது காஷ்மீர்க் கொள்கையின் விளைவாக இந்தியா-பாகிஸ்தான் உறவுகள் எப்படியெல்லாம் மாறும் என்பதைப் பார்க்கலாம். காஷ்மீர் நம்முடன் முழுதாக இணைந்துவிட்டதென்ற நிலைப்பாட்டை நாம் தொடர்ந்தால் பாகிஸ்தான் நமக்கெதிராகத் திரும்பும். அப்படி நடந்தால் நம் நாட்டின் பாது காப்புப் பிரச்னை இன்றைவிட நூறு மடங்கு அதிகமாகும். நேஃபா, நாகா லாந்து, அஸ்ஸாம் போன்ற இடங்களின் பாதுகாப்பும் கேள்விக்குறியாகி விடும். மாறாக பாகிஸ்தானுடன் நட்புறவு கொண்டால் நமது ராணுவத்தை இப்போதுள்ள இடங்களிலிருந்து திரும்பப் பெறலாம்; நமது ராணுவத்தின் செயற்திறன் அதிகரிக்கும். இரு நாடுகளுக்குமிடையேயான நல்லெண்ணப் பரிமாற்றம் பத்து மடங்கு மேம்படும். லடாக்கைப் பொறுத்தவரையில் காஷ்மீர் பிரச்னையை அமைதியான முறையில் தீர்க்கும்போது அதற்கும் ஒரு வழி கண்டுபிடிக்கப்படும்.

இரண்டாவதாக இந்திய உபகண்டத்தில் தெற்காசியாவிலும் தென்கிழக் காசியாவிலும் இந்தியாவுக்கும் பாகிஸ்தானுக்கும் பூகோளரீதியாகவும், வரலாறுரீதியாகவும் முக்கிய இடமுண்டு. ஆனால் அவை பரஸ்பரம் மோதிக்கொண்டிருப்பதால் இந்தியாவுக்கு மட்டுமல்ல பாகிஸ்தானுக்கும் கூடத் தனது கடமையைச் சரியாக நிறைவேற்றமுடியாது. இந்தியா என்ன செய்தாலும் அது பாகிஸ்தானுடன் இணைந்து செயல்பட்டால்தான் இந்தியா வின் வார்த்தைக்கு மதிப்பிருக்கும். இல்லையென்றால் அது புறக்கணிக்கப் படும். இரு நாடுகளும் இப்போது சண்டையிட்டுக்கொண்டிருப்பதால் ஏற் பட்டுள்ள காலியிடத்தைச் சீனா நிரப்பிவிடும்.

மூன்றாவதாக இதேநிலைமைதான் உலக அளவிலும் நிலவுகிறது. இந்தியா எப்போதும் காஷ்மீரைப்பற்றியும் பாகிஸ்தானுடனான உறவைப்பற்றியும்

பேசிக்கொண்டிருப்பதால் ஆஃப்ரிக்க-ஆசிய நாடுகளிடையே இந்தியாவின் மதிப்பும் செல்வாக்கும் ராஜதந்திரத்துடன் செயல்படும் திறமையும் குறைந்துவிட்டன.

நான்காவதாக இந்தியா, பாகிஸ்தானுக்கிடையே பொருளாதார ஒத்துழைப்பு இருந்திருந்தால் இரு நாடுகளின் வளர்ச்சி இன்னமும் வேகமாக இருந்திருக்கும்.

கடைசியாக இந்தச் சண்டை நம் இரு நாடுகளையும் மாபெரும் நாசத்துக்கு இழுத்துச் செல்லும். இரு நாட்டு மக்களிடையே இப்போதுள்ள விரோத உணர்வு மேலும் வளரும் அபாயமிருக்கிறது. இது தொடர்ந்தால் இந்தியாவில் முஸ்லிம்களையும் பாகிஸ்தானில் இந்துக்களையும் அந்தந்த நாட்டு மக்கள் சந்தேகக் கண்களுடன் பார்க்கத் தொடங்குவார்கள். ஆன்மிகரீதியாக இரு மதத்தினரும் பாதிக்கப்படுவார்கள். மதக்கலவரங்கள் எப்போதுவேண்டுமானாலும் எழலாம். இந்தநிலைமை மனிதர்களை மிருகங்களாக்கிவிடும். அரசியல் காரணங்களுக்காகப் பிரிவினை நடந்தாலும் இந்தியா - பாகிஸ்தான் நாடுகளின் குடிமக்கள் உண்மையிலேயே ஒன்றுதான் என்பதை மறுக்கமுடியாது. இதற்கு முன்பும் பலமுறை இந்தியா அரசியல் காரணங்களுக்காகத் துண்டாடப்பட்டிருக்கிறது. ஆனால் அப்போதும் மக்களிடையே இருந்த ஒற்றுமை பாதிக்கப்படவில்லை. கிழக்கு மற்றும் மேற்கு வங்காளத்தில் வாழும் வங்காளிகள் ஒன்றுதான்; பஞ்சாபிலும் அதைப்போலத்தான். அதைப்போலவே இருநாடுகளிலுமுள்ள பஞ்சாபிகள், ஸிந்திக்கள், பதான்கள், ராஜபுத்திரர்கள் ஆகிய அனைவருமே இந்தியர்கள்தான். அவர்கள் உலகிலுள்ள மற்ற மனிதர்களிடமிருந்து வேறுபடுகிறார்கள். அரசுகள் இன்று வரும், நாளை போகும். ஆனால் மக்கள் என்றென்றைக்குமிருப்பார்கள். ஆகவேதான் இப்போது இந்தியா-பாகிஸ்தான் குடிமக்களிடையே காணப்படும் வேற்றுமையுணர்வு மாபெரும் தீங்கை விளைவிக்கிறதென நான் கருதுகிறேன்.

இதுதான் இன்று நாம் காணும் நிலைமையின் ஒட்டுமொத்தச் சித்திரம். குழந்தைத்தனமாக நடந்துகொள்ளாமல் நாம் நன்றாக ஆழமாகச் சிந்தித்து, அறிவுபூர்வமாகச் செயல்பட்டு நமக்கிடையே உள்ள சண்டையை முடிவுக்குக்கொண்டுவருவோம்.

காஷ்மீர் பிரச்னைக்குத் தீர்வு கண்ட அடுத்த நிமிஷமே இந்தியா-பாகிஸ்தானுக்கிடையே நட்புறவு ஸ்தாபிக்கப்படமாட்டாது என்பது எனக்குத் தெரியும். குறைந்தபட்சம் இரு நாட்டு மக்கள் மத்தியிலுள்ள தடைகள் நீங்கி ஒரு சுமுகமான தீர்வு காண வழி கண்டுபிடிக்கப்படும். நட்புறவு என்பது ஒரு வழிப்பாதையல்ல என்பதும் எனக்குத் தெரியும். ஆனால் பாகிஸ்தானுக்கும் இந்தியாவுடனான நட்புறவு மிக மிக அவசியமாதலால் அவர்களும் நம்முடனான நல்லுறவை ஸ்தாபித்துக்கொள்ள ஆர்வமாக இருப்பார்கள்.

கடைசியாக நம் நாட்டுத் தலைவர்களுக்கு ஒரு வார்த்தை. இந்தியாவின் இந்த முக்கியமான தருணத்தில் யாருக்குப் பின்னாலும் போகாமல் நீங்கள் அதனை முன்னின்று நடத்திச் செல்லவேண்டும். மக்களுடைய, கட்சி உறுப்பினர்

களின் விமர்சனங்களைக் கேட்டு நீங்கள் செயல்படத் தயங்கினால் அது உங்களுடைய பலவீனத்தைத்தான் காண்பிக்கும். உங்களிடையேயுள்ள கருத்து வேற்றுமைகள் வெளிச்சத்துக்கு வரும். நீங்கள் கட்சி உறுப்பினர்களுக்கு நிலைமையைச் சரியானபடி விளக்கிச் சொல்லவேண்டும். இதைச் செய்யத் தவறினால் நீங்கள் இந்த முக்கியமான சமயத்தில் நாட்டுக்கு மாபெரும் துரோகம் இழைத்தவர்களாவீர்கள்.

நாகாலாந்து பிரச்னை

(1964-65ம் ஆண்டுக் கால அளவில் நாகாலாந்துக்குச் சென்ற மூவர் குழுவில் ஜே.பி.யும் உறுப்பினராக இருந்தார். நாகாலாந்து இந்தியாவின் ஒரு பாகமாக இருந்தது பெரும்பாலான நாகர்களுக்குப் பிடிக்கவில்லை. தங்களுக்கெனத் தனி நாடுவேண்டுமென அவர்கள் கோரினார்கள். 1950களில் இந்திய ராணுவத்துக்கும் ஆயுதமேந்திய நாகா போராளிகளுக்குமிடையே கடுமையான போர் மூண்டது. 1964ல் பெரும்பான்மையான நாகர்கள் உறுப்பினர்களாக இருந்த பாப்டிஸ்ட் சர்ச் (Baptist Church) ஒரு போர் நிறுத்த ஒப்பந்தத்துக்கு ஏற்பாடு செய்தது. இந்திய அரசுக்கும் நாகா போராளிகளுக்குமிடையே பேச்சு வார்த்தைகள் தொடங்கின. ஜே.பி. உறுப்பினராக இருந்த அமைதிக் குழுவும் இந்த சர்ச் ஏற்பாடு செய்ததுதான். 1965 ஜனவரி 30ம் தேதி, அதாவது காந்திஜியின் நினைவு நாளன்று நாகாலாந்து பிரச்னையைப்பற்றி ஜே.பி. பாட்னாவில் ஒரு உரை நிகழ்த்தினார். இந்த உரை சற்று விரிவாக்கப்பட்டு இந்தியில் ஒரு புத்தகமாக வெளிவந்தது. அதிலிருந்து சில பகுதிகள் கீழே தரப்படுகின்றன. முதல் கட்டுரையில் நாகர்கள் ஏன் இந்திய கலாச்சாரத்துடன் ஒட்டவில்லை என்பதை ஜே.பி. விளக்குகிறார்.)

18.04.01 : இந்தியாவின் எந்த மூலைக்குச் சென்றாலும் அங்குள்ள இடங்கள் நமது புராண, இதிகாசங்களுடன் தொடர்புள்ளவையாக இருக்கின்றன. பாண்டவர்கள் தங்களது விஜயத்தின்போது பல இடங்களில் ஒளிந்திருந்ததாகச் சொல்லப்படுகிறது. அல்லது ஸ்ரீ ராமனோ, பீமனோ, அர்ஜுனனோ அங்கு சென்றதாகச் சொல்லப்பட்டிருக்கும். மனிதர்கள் வசிக்கும் பல இடங்களுக்கு நமது ரிஷிகளுடையவும் ஸந்யாஸிகளுடையவும் பெயர்கள் சூட்டப்பட்டுள்ளன. இந்திய ஒற்றுமையைப்பற்றி நாம் பேசும்போது அதன் அரசியல் ஒற்றுமையைக் குறிப்பிடவில்லை. சீனாவில் இப்படிப்பட்ட அரசியல் ஒற்றமை இருக்கலாம். ஆனால் இந்தியாவில் நாம் காண்பது கலாச்சார ஒற்றுமை. கடந்த காலங்களில் இன்று நாம் அறியும் இந்தியா என்ற நிலப்பரப்பு ஒற்றை ராஜ்யத்தின் கீழோ ஒரு தனி அரசியல் அமைப்பாகவோ இருக்கவில்லை. மௌரியர்கள் அல்லது குப்தர்கள் காலத்திலும் நிலைமை அப்படியல்ல.

மேலும் நாகாலாந்து ஒருபோதும் இந்திய கலாசாரத்தின் பாகமாக இருந்ததே இல்லை. அதைத் துரதிர்ஷ்டம் என்றோ ஒரு எதிர்பாராத சரித்திர சம்பவ மென்றோ எப்படி வேண்டுமானாலும் அழைத்துக்கொள்ளுங்கள். நேஃபா வில் சிறிய அளவில் பவுத்தர்கள் இருக்கின்றனர். மணிப்பூரில் வைஷ்ணவ ஸந்யாஸி சைதன்ய மகாப்பிரபுவின் பக்தர்கள் குடியேறி அங்கிருந்தவர்களை விஷ்ணு பக்தர்களாக மாற்றினார்கள். அவர்கள் வங்காளி எழுத்துகளைப் பயன்படுத்துகின்றனர். அவர்களிடையே பிராமணர்களும் க்ஷத்ரியர்களும் மற்ற சாதிக்காரர்களும் உள்ளனர்.

ஆனால் நாகாலாந்து இந்திய கலாசாரத்திலிருந்தும் நாகரிகத்திலிருந்தும் வேறுபட்டுத்தான் இருந்திருக்கிறது. இதன் விளைவாக நாகர்கள் தங்களை இந்தியர்களாகவே கருதுவதில்லை. இந்தியாவில் வசித்து, இந்திய அரசியலில் பங்குகொள்ளும் நாகர்கள்கூடத் தங்களை இந்தியர்கள் என்று சொல்லிக்கொள்வதில்லை. ஒரு நாகா எம்.பி. என்னிடம் ஒரு முறை சொன்னது இதுதான் ‘எந்தவொரு நாகாவும் தன்னை இந்தியன் எனக் கருது வதில்லை.’’

இதைக் கேட்டு நாம் கவலைப்படவேண்டியதில்லை. அது தேசபக்தி உணர்வுக்கெதிரானதென்று எண்ணவும்வேண்டாம். உண்மை என்னவென் றால் இந்தியர்கள் இந்தப் பிரதேசங்களுக்குப் போனதே இல்லை. பிரிட்டி ஷார் நம்மை அங்கு போக அனுமதிக்கவுமில்லை. நம் உயிரைப் பணயம் வைத்து நாம் அங்கு போயிருக்கலாம். ஆனால் போகவில்லை. நமது மதத் தையோ அல்லது கலாசாரத்தையோ பரப்புவதற்காகவோ அல்லது சமூக சேவை புரியவோகூட நாம் அங்கு செல்லவில்லை.

1870களில் பிரிட்டிஷார் படிப்படியாக நாகர்கள்மேல் தங்களுடைய ஆட்சியை ஸ்தாபித்துக் கொண்டனர். ஆனால் 1947லும்கூட அங்குள்ள சில பிரதேசங்கள் யாருடைய கட்டுப்பாட்டிலும் இல்லாமலிருந்தன. பிரிட்டிஷார் அங்கு செல்லவில்லை. அது நமது உபகண்டத்தின் ஒரு மூலையில், வெகு தூரத்தில் யாரும் செல்லாத ஒரு காட்டுப் பிரதேசமாக இருந்தது. இதனால்தானோ என்னமோ இந்திய மக்கள் நாகாலாந்துக்குப் போகவில்லை.

நாகாலாந்து மக்கள் தாங்கள் இந்தியர்களிலிருந்து வேறுபட்டவர்கள் என்று சொல்வதற்கான காரணத்தை விளக்கத்தான் இந்த விவரங்களை உங்களுக்குச் சொல்கிறேன். நாங்கள் இந்தியாவுக்கு எதிரல்ல. ஆனால் வித்தியாசமான வர்கள். அதனால்தான் தனி நாடு வேண்டுமென்கிறோம் என்கிறார்கள் நாகர்கள். நம்மில் பலர் கிறிஸ்துவ மதத்தைச் சந்தேகக் கண்களுடன் பார்க் கிறார்கள். கிறிஸ்துவ மதப்போதகர்கள்தான் இந்தப் பிரிவினை எண்ணத்தை நாகர்களின் மனதில் விதைத்திருக்கவேண்டுமென சந்தேகிக்கிறார்கள். இது சரியல்ல. அவர்களுடைய கலாசாரமும் இனமும் வித்தியாசமானவை. பிரிட்டிஷார் படிப்படியாக அவர்களை இந்தியாவுக்குள்கொண்டு வந்திருக் கலாம். இந்துக்களை இந்தப் பிரதேசத்துக்குள் அனுமதிக்காத பிரிட்டிஷார், கிறிஸ்துவ பாதிரிகளை அங்கே செல்ல அனுமதித்தனர். ஒரு சிலர் வேல்ஸ்

ஸிலிருந்தும் மற்றவர்கள் அமெரிக்காவிலிருந்தும் வந்த பாப்டிஸ்டுகளா வார்கள். இவர்களுக்குப் பதிலாக ரோமன் கத்தோலிக்கர்களோ சர்ச் ஆஃப் இங்கிலாந்து பாதிரிகளோ அங்கு சென்றிருந்தால் நாகர்களின் பிரிவினை உணர்வு சற்றே குறைவாக இருந்திருக்குமென்றுதான் நான் நினைக்கிறேன். அங்கு சென்ற மதபோதகர்கள் நாகர்களுடைய பிரிவினை உணர்வைக் குறைக்க முயற்சிக்கவில்லை; அதிகரிக்கவும் முயற்சிக்கவில்லை. அவர்களுடைய நோக்கமே வேறாக இருந்தது.

18.04.02 (கீழே தரப்பட்டுள்ள கட்டுரையில், இந்திய அரசியல் சட்டத்தின் கீழ் நாகர்கள் எப்படிச் சுதந்தரமாகவும் சுய மரியாதையுடனும் வாழலாம் என்பதை ஜே.பி. விளக்குகிறார்.)

நாகர்களுடன் பேச்சுவார்த்தைகள் தொடங்கிய நாள் முதலே அவர்கள் இந்தியாவின் ஒரு பாகமாகத்தான் இருக்கவேண்டுமெனச் சொல்லி வருகிறேன். நீங்கள் இந்தியாவிலேயே முழுச் சுதந்தரத்துடன் வாழலாம்; ஆகவே நீங்கள் தனி நாடு கேட்கவேண்டிய தேவையில்லை என்றும் நான் சொல்லி வருகிறேன். பிரிட்டிஷாரின் ஆட்சியின் கீழ் நீங்கள் இருந்ததற்கும் இன்று ஜனநாயக இந்தியில் வசிப்பதற்கும் ஏராளமான வித்தியாசங்கள் உள்ளன. முன்பு நீங்கள் மட்டுமல்ல இந்திய நாடே பிரிட்டிஷாரின் கீழ் இருந்தது. இன்று இந்தியாவைப்போலவே நீங்களும் சுதந்தரமாக இருக்கிறீர்கள். இந்தியக் குடிமக்கள் அனைவரும் சுதந்தரமாக உள்ளனர். அனைவரும் சமம். அஸ்ஸாமை யாராவது வெளிநாட்டினர் ஆள்கிறார்களா? வங்காளத்தையும் பிஹாரையும் ஆள்வது யார்? அனைத்து மாநிலங்களும் ஒன்று சேர்ந்துதான் இந்தியாவை உருவாக்கியுள்ளன. அவை ஒரு மத்திய அரசை ஸ்தாபித்துள்ளன; அதற்குச் சில அதிகாரிகளைத் தந்துள்ளனர். இந்த மாநிலங்கள் சில குறிப்பிட்ட உரிமைகளைத் தங்களுக்குத் திருப்பித்தரவேண்டுமென்று கேட்டால் மத்திய அரசு அதைச் செய்தேயாகவேண்டும். ஏனெனில் இந்த மாநிலங்களின் பிரதிநிதிகள்தான் நாடாளுமன்றத்தில் உறுப்பினர்களாக உள்ளனர். ஆகவே அவர்கள் ஒரு சில உரிமைகள் தங்களிடமே இருக்க வேண்டுமென்றால் அவர்கள் அதைத் திரும்ப எடுத்துக்கொள்ளலாம். மாநிலங்களிலிருந்து வந்துள்ள எம்.பிக்கள்தான் எந்தெந்த உரிமைகள் மத்திய அரசுக்குக் கொடுக்கப்படவேண்டும், எதைக் கொடுக்கவேண்டாமென்பதைத் தீர்மானிப்பவர்கள். ஆனால் இப்படி உரிமைகளை மத்திய அரசுக்குக் கொடுத்தால் மத்திய அரசு, மாநில அரசுகளைத் தனது கட்டுப்பாட்டில் கொண்டு வந்துவிடுமென்று அர்த்தமில்லை. இந்திய நாட்டைப் பாதுகாக்கத்தான் அப்படிச் செய்யப்படுகிறது.

ராணுவத்தை எடுத்துக்கொள்வோம். ஒவ்வொரு மாநிலத்துக்கும் தனித்தனி ராணுவப்படைவேண்டுமென்று சொன்னால் அது சரியாக இருக்காது. ஏதேனும் ஒரு விஷயத்தைப்பற்றி வங்காளத்துக்கும் பிஹாருக்குமிடையே கருத்து வேற்றுமை எழுந்தால் அவற்றுக்குத் தனித்தனி ராணுவப்படைகள்

இருந்தால் நிச்சயமாக அவற்றுக்கிடையே போர் மூளும். இதைத் தடுக்கத் தான் நாட்டுக்குப் பொதுவான ராணுவத்தை உருவாக்கியிருக்கிறோம். இதில் அனைத்து மாநிலங்களிலிருந்தும் வீரர்கள் இருக்கின்றனர். பாதுகாப்பு மற்றும் வெளிநாட்டுறவு ஆகிய இரண்டும் மத்திய அரசின் கீழ்தான் இருக்க வேண்டும். இதனால்தான் வெளிநாடுகளுடனான உறவுகளை இந்திய அரசு பார்த்துக் கொள்கிறது. பிஹார் அமெரிக்காவுடனும் வங்காளம் வேறொரு நாட்டுடனும் ஒப்பந்தங்களில் கையெழுத்திடக்கூடாது.

இதைப்போலவே நம் நாட்டின் நாணய முறையும் மத்திய அரசின் கீழ்தான் வரவேண்டும். ஒவ்வொரு மாநிலமும் தனித்தனியான நாணய முறையைப் பின்பற்றினால் ஏற்படும் குழப்பம் எப்படியிருக்குமெனக் கற்பனை செய்து பாருங்கள். மீதமுள்ள விஷயங்கள் அதாவது நீர்ப்பாசனம், கல்வி ஆகியவை மாநில அரசின் கட்டுப்பாட்டில்தான் இருக்கவேண்டும். இன்று மத்திய அரசின் உதவியின்றி மாநில அரசுகளால் சரியாகச் செயல்பட முடியவில்லை. பள்ளிக்கூடங்களுக்கு மத்திய அரசு பணம் ஒதுக்கவேண்டும். ஆனால் மாநில அரசுகள் இந்தப் பிரச்னையைத் தங்களாலேயே கையாள முடியுமென்றால் அவர்கள் அதன் முழுப் பாதுகாப்பையும் ஏற்றுக்கொள்ளவேண்டும்.

நாங்கள் நாகர்களிடம் சொன்னது இதுதான். உங்களுக்கென்று ஒரு தனி மாநிலம் வந்துவிட்டது. நீங்கள் ஏன் இன்னமும் ஒளிந்திருக்கிறீர்கள்? உங்களுடைய முதலமைச்சரை நீங்களே தேர்ந்தெடுத்துக்கொள்ளலாம். நீங்கள் யாருக்கும் அடிமையல்ல. உங்கள் விஷயங்களை நீங்களே கையாண்டு கொள்ளலாம். நாகாலாந்து ஒரு தனி நாடாக இருந்தால்தானே அதன் சுதந்தரத்துக்கு ஆபத்து அதிகமாக இருக்கும். பர்மா உங்களுக்கு அடுத்தாற்போலவே உள்ளது. சீனா பெருந்தொலைவில் இல்லை. கிழக்குப் பாகிஸ்தான் 200 மைல்கள் தள்ளியிருக்கிறது. அவையெல்லாம் உங்களைப் பயமுறுத்தலாம். சுதந்தர நாகாலாந்து பத்திரமாக இருக்குமா என்று எங்களால் சொல்லமுடியாது. இந்த நிலையில் நீங்கள் ஏன் தனி நாடாகவேண்டுமென விரும்புகிறீர்கள்? நீங்கள் இப்போதே உண்மையாகவே சுதந்தரமாகத்தான் இருக்கிறீர்கள், இந்தியாவின் மற்ற எல்லா மாநிலங்களையும்போல. பிரிட்டிஷ்காரர்கள் செய்ததுபோல இந்தியர்களும் உங்களை அடக்கியாள்கிறார்களா? இல்லையே...

18.04.03 (கடைசியாக நாகர்களின் சுதந்தர உணர்வு, சமூக உணர்வு ஆகியவற்றிலிருந்து இந்தியாவில் மற்றவர்கள் நிறையக் கற்றுக் கொள்ளவேண்டியிருக்கிறதென ஜே.பி. விளக்குகிறார்.)

காந்திஜி எப்போதும் கிராம சுயாட்சியைப்பற்றிப் பேசுவார். கிராம சுயாட்சியை நேரடியாகக் காணவேண்டுமென்றால் நீங்கள் நாகாலாந்துக்குப் போகவேண்டும். கிராமங்கள் தங்களைத் தாங்களே ஆண்டுகொள்வதும் அவர்களுடைய செயற்திறனும் பாராட்டப்படவேண்டியவை.

நாகாலாந்து மாநிலத்தின் தலைநகரான கோஹிமா தனது நிலப்பரப்பை இப்போதுள்ளதைவிட விரிவாக்கிக்கொள்ளமுடியாது. ஆகவே தனது அலுவலகங்களையும் வீடுகளையும் கட்டிக்கொள்ள இடம்தரவேண்டு மென்று நாகாலாந்து அரசு கோஹிமா கிராம கௌன்ஸிலிடம் வேண்டுகோள் விடுக்கிறது. அந்தக் கௌன்ஸிலின் சம்மதமின்றி அரசு நிலத்தை எடுத்துக் கொள்ளமுடியாது என்று அவர்கள் சொல்கிறார்கள்.

ஆனால் மற்ற மாநிலங்களில் நிலைமை என்ன? அங்கே சாலை போடவும், விமான நிலையங்கள் கட்டுவதற்கும் மாநில அரசு யாருடைய அனுமதியு மின்றி கிராம மக்களை விரட்டியடிக்கலாம். ஆனால் நாகாலாந்தில் இதை நினைத்துக்கூடப் பார்க்கமுடியாது.

இங்குள்ளவர்கள் நாகர்களைக் காட்டுமிராண்டிகள், பின்தங்கியவர்கள் என்றெல்லாம் சொல்கிறார்கள். ஆனால் அங்கே போனால்தான் அவர்கள் எத்தனை முன்னேறியிருக்கிறார்கள் என்பது தெரியவரும். ஒரு உதாரணம் மட்டும் கொடுக்க விரும்புகிறேன்.

மொகோக்சுங் (Mokokchung) என்ற நகருக்கு அடுத்தாக உக்மா என்ற கிராமம் உள்ளது. அதுதான் நாகாலாந்திலேயே பரப்பில் மிகப் பெரியதெனச் சொல்லப்படுகிறது. அங்கு சுமார் 4000 பேர் வசிக்கிறார்கள். அங்கு பெரிய சர்ச் உள்ளது. அந்தப் பிரதேசத்திலோ அஸ்ஸாமிலோகூட இதுபோல் பெரிய சர்ச் எதுவுமில்லை. அங்கு 5000 பேருக்கு உட்கார வசதியுண்டு. அந்தச் சர்ச் முழுக்க முழுக்க கிராமவாசிகளின் சிரமதானத்தால் கட்டப்பட்டது என் பதைக் கேட்டு நீங்கள் ஆச்சரியமடைவீர்கள். அவர்கள் வெளியிலிருந்து கட்டுமானப் பொருட்களையோ, நிபுணர்களையோகொண்டு வரவில்லை. பார்க்கப் போனால் அதைக் கட்டுவதற்கு ஒரு இன்ஜினியரைக்கூட வெளியி லிருந்துகொண்டு வரவில்லை. நீங்கள் அதைப் பார்த்தால்தான் நான் சொல் வதை நம்புவீர்கள். அந்த சர்ச் எவ்வளவு அழகாக இருக்கிறது. இது மட்டு மல்ல, அங்குள்ள பள்ளிக் கட்டடத்தையும் உள்ளூர் மக்கள்தான் கட்டியிருக் கிறார்கள். அவையும் மிக அழகாக உள்ளன. மரமும் மூங்கிலும் இங்கு தாராளமாகக் கிடைக்கின்றன. இங்குள்ள மக்களின் சேவை மனப்பான்மை நம்மை வியக்க வைக்கிறது. பி.ஏ. அல்லது எம்.ஏ. பட்டதாரியாக இருந் தாலும்கூட உடலுழைத்து வேலை செய்ய ஒரு நாகாவும் தயங்குவதில்லை. இந்தியாவின் மற்ற இடங்களில் படித்தவர்களிடம் காணப்படும் குறை பாடுகள் இங்கில்லை. ஒரு பையன் விடுமுறையில் வீட்டுக்கு வந்தால் அவன் தானாகவே தன் வீட்டிலும் வயலிலும் வேலை செய்வான். ‘அடிப் படைக் கல்வி’ என்ற பெயரில் காந்தியவாதிகளாகிய நாம் மக்களுக்குச் சொல்லித்தர விரும்புவதை இங்குள்ள மக்கள் ஏற்கெனவே செய்துகொண்டி ருக்கிறார்கள். தினசரி வாழ்வில் உடல் உழைப்பின் மேன்மை என்ற கொள்கை நாகர்களிடமிருக்கிறது. அவர்களிடமிருந்து அதை நாம் கற்றுக் கொள்ளவேண்டும்.

அத்தியாயம் 19

காந்திய தாராளமயவாதி

சி. ராஜகோபாலச்சாரி

சென்ற இரு அத்தியாயங்களைப்போல முதலில் ஜவாஹர்லால் நேருவின் நண்பராகவும் காங்கிரஸ் கட்சியின் உறுப்பினராகவுமிருந்து பின்னர் அவரைக் கடுமையாக எதிர்த்த ஒருவரை இந்த அத்தியாயத்தில் சந்திக்கப் போகிறோம். இவர் லோஹியா, ஜே.பி. ஆகியோரைவிட வயதில் மூத்தவர். அவர்களைப்போலல்லாமல் சுதந்தரத்துக்கு முன்பும் பின்பும் அரசில் உயர்ந்த பதவிகளை வகித்தவர். வயதிலும் அனுபவத்திலும் மூத்தவராக இருந்ததால் பிரதமர் நேருவுக்கும் காங்கிரஸ் கட்சிக்கும் எதிராகச் செய்த விமர்சனங்களை ஜனங்கள் செவிமடுத்தனர்.

பழுத்த காங்கிரஸ்காரராக இருந்து பின்னர் அதனைத் தீவிரமாக எதிர்த்த இவர்தான் சக்ரவர்த்தி ராஜகோபாலச்சாரி. 1878-ல் தமிழ்நாட்டில் ஒரு கிராம மணியத்தின் மகனாகப் பிறந்த இவர் பெங்களூரில் சென்ட்ரல் கல்லூரியில் படித்துப் பட்டம் பெற்றார். 1898ல் மாணவராக இருக்கும்போதே பாலகங்காதர திலகரின் கைது அவருக்கு ஆவேசத்தையும் வருத்தத்தையுமளித்தது.

சென்னையில் சட்டம் படித்தவர் சேலத்தில் வழக்கறிஞராகப் பணியை ஆரம்பித்தார். 1906-ல் கல்கத்தாவில் நடந்த காங்கிரஸ் மாநாட்டில் பங்கெடுத்தார். ஐந்து வருடங்களுக்குப் பிறகு சேலம் நகராட்சிக்குத் தேர்ந்தெடுக்கப்பட்டார். பின்னர் அதன் தலைவரானார். காந்திஜி தென் ஆஃப்ரிக்காவில் நடத்திவந்த போராட்டத்தில் ஆர்வம்காட்டிய ராஜகோபாலச்சாரி அந்தப் போராட்ட நிதியாக ரூ.1500/-ஐத் திரட்டி அனுப்பிவைத்தார் (அன்று அது பெரிய தொகை).

1919-ல் ராஜகோபாலச்சாரி சென்னைக்குக் குடிபெயர்ந்தார். அங்கு வழக்கறிஞராகப் பணிபுரியவும் சமூக சேவை செய்யவும் அவருக்கு அதிக சந்தர்ப்பங்கள் கிடைத்தன. அதே ஆண்டில் காந்திஜியைச் சந்தித்த ராஜாகோபாலாச்சாரி அவரால் ஈர்க்கப்பட்டு அவருடைய சிஷ்யரானார். ராஜாஜியின் அறிவுக்கூர்மையையும் நாணயத்தையும் உணர்ந்த காந்திஜி அவரிடம் பெரும் மதிப்புக்கொண்டார்.

இதற்குள் ராஜகோபாலச்சாரியை அனைவரும் ராஜாஜி என அழைக்கத் தொடங்கினர். 1920களிலும் 1930களிலும் நடந்த சத்யாக்ரஹங்களில் பங்கெடுத்த ராஜாஜி பலமுறை சிறை சென்றார். இந்து- முஸ்லிம் ஒற்று

மையிலும் தீண்டாமை ஒழிப்பிலும் காந்திஜி காட்டிய தீவிர ஆர்வம் காரணமாக ராஜாஜி, காந்திஜியிடம் நெருங்கிப் பழகினார். காந்திஜியின் மற்ற சீடர்கள் அரசியலில் ஆர்வம் காட்டியபோது ராஜாஜி மேற்சொன்ன இரு விஷயங்களிலும் தன்னை ஈடுபடுத்திக்கொண்டார்.

1937ல் காங்கிரஸ் கட்சி அன்றைய மதராஸ் மாகாணத்தில் ஆட்சியமைத்த போது ராஜாஜி மாகாணப் பிரதம மந்திரியாக ஏகமனதாகத் தேர்ந்தெடுக்கப் பட்டார். சிறந்த முறையில் ஆட்சி புரிந்த அவர் பல சர்ச்சைகளுக்கு உள்ளா னார். குறிப்பாக, இந்தியைப் பரப்புவதில் அவருடைய அரசு காட்டிய ஆர்வம். 1939ம் ஆண்டில் இரண்டாம் உலகப் போர் தொடங்கியபோது பிரிட்டிஷ் அரசு இந்தியத் தலைவர்களுடன் கலந்தாலோசிக்காமலேயே போரில் இந்தியாவையும் ஈடுபடுத்தியதை எதிர்த்து நாடெங்கும் காங்கிரஸ் கட்சி அரசுகள் ராஜிநாமா செய்தபோது ராஜாஜி தலைமையிலான அரசும் ராஜிநாமா செய்தது.

1942ம் ஆண்டில் காங்கிரஸ் கட்சியின் தீர்மானத்தையும்மீறி ‘வெள்ளையனே வெளியேறு’ போராட்டத்தை ராஜாஜி எதிர்த்தார். காங்கிரஸ் கட்சி பிரிட்டிஷா ருடன் கை கோர்க்கவேண்டுமென்று வாதாடினார். பாகிஸ்தானுடன் சமாதான மாகப் போகவேண்டுமென்று அவர் யோசனை கூறியபோது அவருக்கும் காங்கிரஸ் கட்சிக்குமிடையே இருந்த இடைவெளி அதிகரித்தது.

1942ல் காங்கிரஸ் கட்சியிலிருந்து ராஜிநாமா செய்திருந்த ராஜாஜி 1945ல் மீண்டும் கட்சியில் சேர்த்துக்கொள்ளப்பட்டார். அதன் பிறகு அவர் முதலில் மேற்கு வங்காள மாநிலத்தின் முதல் இந்திய கவர்னராகவும், பின்னர் இந்தியாவின் முதல் (கடைசியும்கூட) கவர்னர் ஜனரலாகவும் பணியாற்றி னார். அதன் பிறகு மத்திய அரசில் அமைச்சராகச் சேர்ந்தார். பின்னர் மதராஸ் மாகாணத்தின் முதலமைச்சராகப் பதவியேற்றார். 1954-ல் அந்தப் பதவியை ராஜிநாமா செய்யவேண்டி வந்தது. அதன் பின்னர் அரசியலிலிருந்தே விடை பெற்றார்.

அப்போது அவருக்கு வயது எழுபதுக்குமேல் ஆகியிருந்தது. நாற்பது ஆண்டுகளாக மக்கள் சேவையிலேயே தன்னை அர்ப்பணித்துக்கொண்டவர் இப்போது ஓய்வெடுக்கவும் வாசிப்பு, எழுத்து ஆகியவற்றில் நேரத்தைச் செலவழிக்கவும் விரும்பினார். 1921-ல் சிறைக்குச் சென்றபோது ராஜாஜி தமிழிலும் ஆங்கிலத்திலும் வெளியிடப்பட்டிருந்த மகாபாரதம், பைபிள், ஷேக்ஸ்பியரின் நாடகத் தொகுப்பு, தானியேல் டாஃபோவின் ‘ராபின்ஸன் க்ரூஸோ’ என்ற நாவல், ஸாக்ரடீஸைப்பற்றிய ஒரு நூல், திருக்குறள் ஆகிய வற்றைத் தன்னுடன் எடுத்துச்சென்றார் என ராஜாஜியின் வாழ்க்கை வரலாறை எழுதிய ராஜ்மோகன் காந்தி சொல்கிறார். இதற்கு முப்பத்தைந்து வருடங்களுக்குப் பிறகு ஒரு பத்திரிகையாளர் ராஜாஜியைச் சந்திக்க அவர் வீட்டுக்குச் சென்றபோது அவருடைய கட்டிலுக்கருகில் எட்மண்ட் பர்க்கின் உரைகள் ஜி.கே.செஸ்டர்டன் எழுதிய ஃபாதர் பிரௌனி கதைகள், லூயில் மம்ஃபோர்ட் என்ற அமெரிக்கக் கலாசார அறிஞர் எழுதிய ஒரு புத்தகம்,

வால்மீகி ராமாயணத்தின் தமிழ்ப் பதிப்பு, சில தமிழ் நூல்கள் ஆகியவை அடுக்கிவைத்திருந்ததைப் பார்த்தாராம்.

ராஜாஜியே ஒரு சிறந்த எழுத்தாளர்தான். அவர் சிறந்த சிறுகதைகளை எழுதியுள்ளார். 1940களில் மகாபாரதச் சுருக்கத்தைத் தமிழில் எழுதி வெளி யிட்டார். ஓய்விலிருந்த சமயத்தில் ராமாயணத்தையும் தமிழில் எழுதி வெளியிட்டார். மகாபாரதத்தைப்போலவே பல மொழிகளில் வெளிவந்த இந்த நூலும் விற்பனையில் முன்னிலையிலிருந்தது.

ஆனால், ராஜாஜியால் அரசியலை மறக்க முடியவில்லை. இந்திபற்றிய அவருடைய நிலைப்பாடு இப்போது மாறிவிட்டிருந்தது. தென்னிந்தியர்கள் மீது இந்தியைத் திணிப்பதை எதிர்த்தார்; உலகளவில் நிலவிய அணு ஆயுதப் போட்டி அவருக்குக் கவலையளித்தது. எல்லாவற்றுக்கும் மேலாக ஆளும் காங்கிரஸ் கட்சிக்கு ஒரு சரியான எதிர்க்கட்சி இல்லாததைக் கண்டு கவலை கொண்டார்.

1959ல் அதாவது தனது எண்பதாவது வயதில் ஸ்வதந்திராக் கட்சியைத் தொடங்கினார். இதையும் அவர் அரைமனதாகத்தான் செய்தார். ஏனெனில், அவருக்கு வயதாகிக்கொண்டு வந்தது மட்டுமல்ல, நீண்ட வருடங்களாக காங்கிரஸ் கட்சியின் உறுப்பினராக இருந்த அவர் நேருவுடன் மிக நெருக்க மாகப் பழகியிருந்ததால் அரசியலில் மீண்டும் பிரவேசிக்க விரும்ப வில்லை.

ராஜாஜியின் தலைமையில் பொதுத் தேர்தல்களில் போட்டியிட்ட ஸ்வதந்திரா கட்சிக்கு 1960 பொதுத் தேர்தலில் 22 இடங்களும், 1967ல் 44 இடங்களும் கிடைத்தன. ஆனால் 1971ல் அது எட்டாகக் குறைந்தது. ஒரு சில மாநிலங் களில் அது மற்ற கட்சிகளுடன் கூட்டணி அமைத்து ஆட்சிக்கு வந்தது. ஸ்வதந்திராக் கட்சி காங்கிரஸ் அரசின் பொருளாதார, வெளிநாட்டுறவுக் கொள்கைகளை மிகக் கடுமையாக விமர்சித்தது. இந்திய ஜனயநாயகம் சரியான பாதையில் செல்ல இந்த விமர்சனங்கள் பெரிதும் உதவின. இதற்குப் பல நாட்களுக்குப் பிறகு ஸ்வதந்திராக் கட்சியின் பொருளாதாரக் கொள்கை யின் முக்கிய அம்சங்களை- அவை வரும் பாகங்களில் சுருக்கமாகத் தரப் பட்டுள்ளன- காங்கிரஸ் கட்சியே ஏற்றுக்கொண்டது. இது ஸ்வதந்திரா கட்சிக்கு(தாமதமாக)க் கிடைத்த வெற்றி எனலாம்.

ஒரு பிரிட்டிஷ் கவர்னர் ஜெனரல் ராஜாஜியை 'இந்தியாவிலேயே அதி புத்திசாலி' என்று வர்ணித்தார். காந்திஜிக்கும் இந்த அபிப்பிராயம்தான் இருந்தது. 'எனது மனச்சாட்சியின் பாதுகாவலர்' என்று காந்திஜி ராஜாஜியை வர்ணித்தார். எந்த ஒரு விஷயத்தையும் ராஜாஜி மிக ஆழமாக ஆராய்வார். அவருக்குத் தமிழிலும் ஆங்கிலத்திலும் நல்ல புலமை இருந்தது. அவரு டைய கருத்துகள் அவருடைய காலத்துக்கு முற்பட்டவையாக இருந்தன. உதாரணமாக 'வெள்ளையனே வெளியேறு' போராட்டத்தின் விளைவாக பிரிட்டிஷாரும் முஸ்லிம்களும் காங்கிரஸிலிருந்து விலகிப்போய் விடு வார்கள் என்ற அவருடைய எச்சரிக்கை மிகச் சரியாக இருந்தது.

இந்தப் புத்தகத்தில் ராஜாஜி 1950களிலும் 1960களிலும் இந்தியக் குடியரசு எதிர்கொண்ட பிரச்னைகளைப்பற்றி எழுதிய கட்டுரைகளின் சுருக்கங்கள் தரப்படுகின்றன.

ராஜகோபாலச்சாரி 1972-ல் கிறிஸ்துமஸ் தினத்தன்று காலமானார்.

நமது ஜனநாயகம்

1957ல் நடந்த பொதுத்தேர்தலில் காங்கிரஸ் கட்சிக்கு அறுதிப் பெரும் பான்மை கிடைத்தது. கம்யூனிஸ்ட் கட்சி ஆட்சிக்கு வந்த கேரள மாநிலத்தைத்தவிர மற்ற மாநிலங்களில் காங்கிரஸ் கட்சி ஆட்சிக்கு வந்தது. கட்சியில் நீண்ட நாள் உறுப்பினராக இருந்தாலும் அது இம்மாதிரிப் பெருத்த மெஜாரிட்டியுடன் நாடு முழுவதையும் ஆள்வது இந்திய ஜனநாய கத்துக்கு நல்லதல்ல என்று ராஜாஜி கருதினார். இந்தியாவைவிடப் பழைய தும், கூடுதல் நிலையாக இருந்ததுமான மேலைநாட்டு ஜனநாயக அரசுகளின் செயல்பாடுகளைப்பற்றி அறிந்திருந்த ராஜாஜி 1957ம் ஆண்டு ஆகஸ்டில் எழுதிய கட்டுரையில் இந்தியாவிலும் ஒரு வலுவான இரு கட்சி முறை கொண்டுவரப்படவேண்டும் என வாதிட்டார். மாநில அளவில் கட்சிகள் அமைக்கப்படுவதால் தேசிய அளவிலும் வலுவான இரு ஆட்சி முறை வேண்டுமென்று கருதினார் என்பது குறிப்பிடத்தக்கது. அந்தக் கட்டுரை யிலிருந்து சில பகுதிகள் கீழே தரப்படுகின்றன.)

நாடாளுமன்ற ஜனநாயகம் வெற்றியடைய இரண்டு விஷயங்கள் தேவை. முதலாவது அரசின் குறிக்கோள்கள் என்னவாக இருக்கவேண்டுமென்பதுபற்றி அனைத்துக் குடிமகன்களிடையேயும் ஒரு பொதுவான அபிப்ராய ஒற்றுமை வேண்டும். இரண்டாவதாக இரு கட்சி முறையைப் பின்பற்றுவதுபற்றியும் கருத்து ஒற்றுமை வேண்டும். இந்த முறையில் இரண்டு அரசியல் கட்சி களுக்கும் திறமை வாய்ந்த, நிலையான தலைவர்கள் இருக்கவேண்டும். நாட்டின் பெரும்பாலான மக்கள் விரும்பினால் ஆளும் கட்சியிலிருந்து ஆட்சிப் பொறுப்பை ஏற்குமளவுக்கு இரண்டாவது கட்சி வலுவாக இருக்கவேண்டும்.

தெளிவான அரசியல் கருத்துகளைக்கொண்ட இரண்டு அரசியல் கட்சிகள் உருவாகவில்லையென்றால் ஜனநாயகம் பெயரளவில்தான் தொடரும். அது உண்மையான நாடாளுமன்ற ஜனநாயகமாக இருக்காது. ஒரு கட்சி மட்டுமே எப்போதும் ஆட்சியில் தொடர்ந்திருந்தால் மறு பக்கத்தில் தங்களுக்கிடையே ஒத்துப்போகமுடியாத வெவ்வேறு மனிதர்களும் எண்ணிக்கையில் சிறிய கட்சிகளும் மட்டுமே இருந்தால் அவற்றால் ஆட்சியிலுள்ள அரசுக்கெதிராக ஒன்றும் செய்யமுடியாது. அந்த அரசு நிச்சயமாக சர்வாதிகார அரசாக மாறும்.

எந்த ஒரு ஜனநாயக அரசும் நன்கு செயல்பட ஒரு வலுவான எதிர்க்கட்சி அவசியம். வயது வந்த அனைவருக்கும் வாக்குரிமை வழங்கப்பட்டுள்ள நம்

நாட்டில் வலுவான எதிர்க்கட்சி இல்லாமல் ஒரே கட்சியே நாட்டை ஆள்வது ஆபத்தானது. ஒரு கழுதையின் முதுகில் அனைத்துப் பாரத்தையும் ஒரே மூட்டையாகக் கட்டிச் சுமத்துவதற்குச் சமமாகும். இரு கட்சி முறையில் இந்த நிலைமை சரி செய்யப்படும். பாரம் கழுதையின் இரு பக்கங்களிலும் சம மாக ஏற்றப்படும். மனித உடலிலுள்ள இரு கண்களும் இரு காதுகளும் ஒவ் வொரு பொருளையும் சரியாகப் பார்க்கவும், கேட்கவும் உதவுகின்றன. ஒரு கட்சி ஜனநாயகத்துக்கு நாட்டு நடப்பைச் சரியாகப் புரிந்துகொள்ளமுடியாது. நாட்டில் நடக்கும் சம்பவங்கள் அதற்குத் தெரிந்தாலும் அந்த நிகழ்வுகளை அதனால் முழுமையாக, சரியான கோணத்தில் பார்க்கமுடியாது. இந்த நிலைமைதான் இன்று இந்தியாவில் நிலவுகிறது.

காங்கிரஸ் கட்சி மற்ற கட்சிகளைவிட உன்னத நிலையிலிருப்பதற்குக் காரணம் தேர்தல்களில் அது பெற்ற வெற்றியல்ல; மாறாக, அக்கட்சி இந்திய வரலாற்றின் ஒரு பாகமாக இருந்தது என்பதுதான். பார்ககப்போனால் இந்த இரண்டாவது காரணம்தான் அக்கட்சியைத் தேர்தலில் வெற்றியடைய உதவியது. இப்படிப்பட்ட உன்னத ஸ்தானம் கிடைத்ததை நியாயப்படுத்து வதற்காகவே காங்கிரஸ் கட்சி இடது பக்கம் சாய்ந்துவிட்டது. இதன் காரண மாக வலதுசாரிக் கட்சிகள் செய்வதறியாமல் சிதறிக் கிடக்கின்றன. விளைவு? காங்கிரஸ் கட்சி அசைக்க முடியாத அளவுக்கு வலுவாக இருக்கிறது. அது இந்த நிலையிலிருப்பது நாடாளுமன்ற ஜனநாயகத்தை அர்த்தமற்றதாக்கு கிறது. இதனால் நாடாளுமன்றத்தைவிடக் கட்சிக்கு முக்கியத்துவம் அதிகரிக் கிறது. இது இயற்கைதான். கட்சிக்குள்ளேயே அபிப்பிராய வேற்றுமைகள் வெளிப்படலாம். அப்போது கட்சித் தலைவர்கள் கட்சி உறுப்பினர்களை பயமோ தயக்கமோ இன்றித் தங்களுடைய கருத்துகளைச் சொல்ல அனுமதித் தால் கட்சிக்குள்ளேயே இரு கட்சி முறை உருவாகலாம். இது சம்பவித்தால் கட்சித் தலைவர்கள் பெரும்பான்மை உறுப்பினர்களுடைய கருத்துக்கிணங்க நடந்துகொள்வார்கள், முடிவெடுப்பார்கள். இப்படி நடந்தால் கட்சியின் சர்வாதிகார மனப்பான்மை ஓரளவுக்குக் குறையும். மாறாகக் கட்சித் தலைவர் பெருத்த செல்வாக்கும் அதிகாரமும் உள்ளவராக இருந்தால் இரு கட்சி முறை உருவாகாது. மாறுபட்ட கருத்துகள் எழாது. அந்த நிலையில் நாட்டில் சர்வாதி காரம் கட்டுப்பாடின்றித் தலைவிரித்தாடும்.

யாருக்கும் தெரியாமல் ரகசியமாகச் செயல்படாமல், தேர்தலில் போட்டி யிட்டு வெளிப்படையாகச் செயல்பட்டு நாடாளுமன்ற ஜனநாயகத்தைக் காப் பாற்றவல்ல எதிரிக்கட்சிதான் நமக்கு வேண்டியது. நான் முன்பே சொன்னதுபோல காங்கிரஸ் கட்சி இடது பக்கமாகச் சாய்ந்து விட்டதால் நமக்கு இப்போது தேவை ஒரு வலுவான, தனது அபிப்பிராயங்களைத் தெளி வாகவும் உறுதியாகவும் வெளிப்படுத்தக்கூடிய ஒரு வலதுசாரிக் கட்சிதான். சாதாரணமாக அடங்கி, ஒடுங்கி நடந்துகொள்ளும் இந்திய மனிதர்கள் வெறும் களிமண் பொம்மைகளல்ல. வாழ்க்கையென்பது இயந்திரத்தனமாக நடந்துகொள்ளும் மனிதர்களைக் கொண்டதல்ல. மக்களின் உணர்வுகள் பல வகைப்பட்டவை; வெவ்வேறானவை. சமூகத்தில் வாழும் மக்களின்

வாழ்க்கை முறையை அவர்களுடைய நீண்டகாலச் சரித்திரம் நிர்ணயிக்கிறது. ஒரு சமூகத்தில் ஏற்படக்கூடிய மாற்றங்கள் அந்த சமூகத்திலேயே பல்வேறு விளைவுகளையும் ஏற்படுத்துகின்றன. இந்த விளைவுகள் வெறும் கற்பனையல்ல; உண்மையாகவே ஏற்படுகின்றன. ஆகவே மனித சமூகம் அவற்றை ஏற்றுக்கொண்டேயாகவேண்டும். மக்கள் படும் அவதிகளும் நேரிடும் இன்னல்களும் காற்றோடு காற்றாகக் கலந்து, மறைந்து போகக் கூடியவையல்ல. அவை அனைத்து மக்களையும் பெருமளவில் பாதிக்கின்றன.

மனித வாழ்வில் மாற்றங்கள் ஏற்படும்போது இன்னல்களும்கூடவே நிகழ்கின்றன. தேவைக்கு மேலாக வரி விதிப்பது, வேலையில்லாத் திண்டாட்டம், விலைவாசி உயர்வு, புதியதாக அதிகாரம் பெற்ற குழுக்கள் மற்றவர்களை ஏமாற்றிப் பிழைப்பது, சரிக்கட்ட முடியாத குடும்ப பட்ஜெட்டுகள் ஆகியவை இதில் அடங்கும். இவற்றைத்தவிர மேற்சொன்ன சின்னங்கள் மக்கள் மனதில் சில எதிர் விளைவுகளையும் ஏற்படுத்துகின்றன. இவற்றைத் தாங்கமுடியாமல் தவிக்கும் அவர்கள் தங்களுடைய கையாலாகாத்தனத்தை எண்ணி மனதுக்குள் குமுறிக்கொண்டிருக்கிறார்கள். இப்படிப் பரிதாப நிலையிலுள்ள அவர்கள் தாங்கள் அனுபவிக்கும் இன்னல்களைப் போக்க உதவும் ஒரு கட்சியை, இடதுசாரிக் கட்சிகளைத் தைரியமாக எதிர்கொள்ளக் கூடிய ஒரு மாற்றுக் கட்சியை வரவேற்பார்கள். இந்தக் கட்சி நாடாளுமன்றத்தில் கொண்டுவரப்படும் சட்ட மசோதாக்களையும் அரசின் அன்றாட நடவடிக்கைகளையும் நன்கு ஆராய்ந்து தேவையான மாற்றங்களைக்கொண்டு வரும்படி யோசனை கூறும். ஆளும் கட்சி மக்களுக்கு நன்மையைவிடத் தீயதைச் செய்யும்போது அதன் செயல்களை மாற்றிக்கொள்ளும்படி வற்புறுத்தும். இதைத்தான் வலதுசாரிக் கட்சிகள் செய்யவேண்டும். இப்படிப்பட்ட ஒரு கட்சியைத்தான் மக்கள் எதிர்பார்க்கிறார்கள்.

ஒரு வலுவான எதிர்க்கட்சியை எளிதில் உருவாக்கிவிடலாம். ஆனால் இந்த முயற்சியில் ஈடுபடும் மக்களைத் தடுத்து நிறுத்த சுயநலக்காரர்கள் முயற்சி செய்கின்றனர். மக்கள் மனதில் ஒருவித பயமும் தயக்கமும் இருக்கின்றன. ஏனெனில், அவர்களுடைய தினசரி வாழ்வில் அவர்களுக்கு அரசிடமிருந்து நிறைய சலுகைகள் தேவைப்படுகின்றன. ஆகவே ஒரு எதிர்க்கட்சியை ஸ்தாபிக்க முனைபவர்கள் எந்தவிதமான தியாகத்துக்கும் தயாராக இருக்க வேண்டும். ஒரு புரட்சி எழும்போது மக்கள் எந்தவிதத் தியாகத்துக்கும் தயாராக இருப்பார்கள். ஆனால், சாதாரண நாட்களில் இந்தத் தியாக மனப்பான்மை வெளிப்படுவதில்லை.

எந்த ஒரு விஷயத்தையும் ஆராய்ந்து பார்க்கும்போது மனதில் பயம் தோன்றும். ஆகவே அப்படிச் செய்யும் மனிதர்கள் அரசியல்ரீதியாகத் தங்களைக் காப்பாற்றிக்கொள்ள ஜாக்கிரதையாக இருப்பார்கள். தாங்கள் அனுபவிக்கும் கஷ்டங்களைத் தங்களுடைய விதி என ஏற்றுக்கொள்வார்கள்; தியாக மனப்பான்மையுடனல்ல. ஏனெனில் தியாக உணர்வுள்ள ஒருவர் தான்படும் கஷ்டங்களை மற்றவர்களும் அனுபவிக்கட்டுமென்று விரும்பமாட்டார்

கள். இப்படிப்பட்டவர்கள் தங்கள் கடமையை உணரவேண்டும்; மன விரக்தியை விரட்டியடிக்கவேண்டும்; பயத்தை வெற்றிகொள்ளவேண்டும்; ஒரு நல்ல எதிர்க்கட்சியை உருவாக்க ஒன்று சேரவேண்டும். அவர்கள் இப்படிச் செய்யவில்லையென்றால் இந்தியாவின் நாடாளுமன்ற ஜனநாயகத்தின் எதிர்காலம் இருண்டதாகத்தான் இருக்கும். இடதுபக்கம் சாய்ந்துள்ள கட்சிகள் எதையாவது செய்யும்படி அரசைத் தூண்டிக்கொண்டிருக்கலாம். அவ்வளவுதான். மேற்சொன்ன இடதுசாரிக் கட்சிகள் இந்த அரசுக்கு மாற்றாக வரமுடியாது. ஏனெனில் ஆட்சியிலிருக்கும் அரசே முடிந்த அளவுக்கு இடது பக்கம் சாயத் தயாராக இருக்கிறது. மேலும் அது ஒரு மாபெரும் தேர்தல் வெற்றியின் பின்பலத்தில் அது ஆட்சிக்கு வந்திருக்கிறது.

இந்தியாவில் காணப்படும் வேறொரு விஷயத்தையும் நாம் கணக்கிலெடுத்துக்கொள்ளவேண்டும். இங்குள்ள அனைத்துக் கட்சிகளுமே தத்தம் பிரதேசங்களின் தேவைகளைப் பூர்த்தி செய்யத்தான் பாடுபடுகின்றன. நமது நாடு பரப்பில் பெரியது; ஒரு மாநிலத்திலுள்ள நிலைமை மற்றதிலிருந்து வேறுபடுகிறது. ஆகவே, பொது மனித நலனை அதிகரிக்க நாம் முயற்சிகளெடுக்கும்போது பிரதேச அளவிலான கோரிக்கைகளும் அவை தொடர்பான பிரச்னைகளும் மற்ற எல்லா விஷயங்களையும் ஒரு மூலையில் தள்ளிவைத்துவிடுகின்றன.

இரு-கட்சி முறையை ஸ்தாபிக்க நாம் எடுக்கும் முயற்சியில் இது ஒரு புதிய பெரிய தடைக்கல்லாக அமைகிறது. பிரதேசஅளவிலான தேவைகளை மறுக்கவோ மறைக்கவோமுடியாது. இது நம் நாட்டின் நாடாளுமன்ற ஜனநாயக முறையையே பெருமளவுக்குப் பாதிக்கிறது.

இந்தப் பிரச்னையிலிருந்து விடுபட ஒரு வழி இருக்கிறது. பிரதேசக் கோரிக்கைகளை நிராகரிக்காமல் மாநிலங்களுக்குள் கூடுதல் சுயாட்சி அதிகாரம் கொடுக்கவேண்டும். இதன் மூலம் வெவ்வேறு பிரதேசங்களில் காணப்படும் மக்களுடைய குறுகிய மனப்பான்மையை ஓரளவுக்குக் குறைக்கலாம். இப்படிச் செய்வதால் குளம் வெட்டுவது, பள்ளிக்கூடக் கட்டடங்கள் கட்டுவது போன்ற சின்னச் சின்ன விஷயங்களில் தனது நேரத்தை வீணாக்காமல் மத்திய அரசு நாடு முழுவதற்குமான கொள்கைகளுக்கும் திட்டங்களுக்கும் உருவம் கொடுக்க முடியும். ஒட்டுமொத்தமாகப் பார்த்தால் மத்திய அரசின்மேல் மாநிலங்கள் செலுத்தும் நிர்ப்பந்தங்களைப் பெருமளவில் குறைக்கலாம்.

இப்படி நடக்காதெனயாரும் நினைக்கவேண்டாம். கடந்த சில வருடங்களாகவே மத்திய அரசு பல அதிகாரங்களையும் தன் வசப்படுத்திக்கொண்டுள்ளது. இது ஒரு அபாயகரமான போக்கு. இந்த நிலைமையைச் சரியாக்குவதற்காக நாடாளுமன்றத்தின் மேல் சபையான ராஜ்யசபையைத் திருத்தி அமைக்கத் தேவையில்லை. மாநில அரசுகளுக்குக் கூடுதல் சுயாட்சி அதிகாரம் கொடுத்தாலே போதும். மாநில சட்டசபைகளும் மாநில அரசு நிர்வாகமும் நாடாளுமன்ற முறையில் செயல்படவேண்டும். மத்திய அரசு

படிப்படியாக உண்மையான கூட்டாட்சி அரசாக மாறவேண்டும். வெளி நாட்டுறவு, பாதுகாப்பு போன்ற விஷயங்களைத் தவிர கூட்டாட்சி அரசின் அதிகாரங்கள் குறைந்த அளவிலேயே இருக்கவேண்டும். மாநில அரசின் அதிகாரங்கள் வெகுவாக அதிகரிக்கப்படவேண்டும்.

மாநில அரசுகளுக்குக் கூடுதல் அதிகாரங்களை முழு அளவில் வழங்கும் போது சில எதிர்பாராத நிகழ்வுகள் நிகழலாம். மாநிலங்களுக்கும் மத்திய அரசுக்குமிடையே அதிகாரப் பங்கீடு தொடர்பாகக் கருத்து வேற்றுமைகள் எழலாம். இப்போது மாநிலங்களில் செயல்படும் காங்கிரஸ் கட்சி மத்திய அரசுக்குக் கூடுதல் அதிகாரங்கள் வழங்கப்படவேண்டுமென வாதிடலாம். மாறாக எதிர்க்கட்சிகள் மாநிலங்களுக்குக் கூடுதல் அதிகாரங்கள் வேண்டு மென வாதிடலாம். இந்த இரண்டு தரப்புகளுக்குமிடையே ஒத்திசைவு எட்டப்படவில்லையென்றால் மத்திய அரசுக்காக வாதிடுபவர்கள் தேசிய ஒற்றுமை என்ற உணர்வைத் தட்டி எழுப்புவார்கள். மற்றவர்கள் பிரதேச அள விலான சுயாட்சிக்காகப் போர்க்கொடி தூக்குவார்கள். இந்தக் கருத்து வேற்று மைகளை நாம் வரவேற்கவேண்டும். ஏனெனில் சபை மக்களின் சாதி உணர்வுக்கு அப்பாற்பட்டதாக இருக்கும். நிர்வாகம் சிறப்பாகச் செயல் படும். பிரதேச அளவில் சாதி வித்தியாசமின்றிக் கட்சிகள் அமைக்கப் பட்டால் மத்தியில் ஆட்சி புரியும் பெரும்பான்மைக் கட்சியின் கையில் அனைத்து அதிகாரங்களும் குவிவதையும் இதன் விளைவாக மாநில அரசுகள் செயலிழந்து போவதையும் தடுக்கமுடியும்.

அரசு முறை எப்படிப்பட்டதாக இருந்தாலும் மக்களுக்கு நலம் செய்யக் கூடிய திறமையான, பாரபட்சமில்லாத நிர்வாகத்தையே மக்கள் விரும்பு வார்கள். ஒரு குடும்பத்தை அல்லது ஒரு குறிப்பிட்ட சாதியைச் சேர்ந்தவர்கள் மட்டுமே ஆட்சி புரிந்தால் அது அரசு அதிகாரிகளின் செயல்பாடுகளைப் பாதிக்கும். நாட்டின் அனைத்துப் பிரதேசங்களும் முன்னேறவேண்டுமானால் மாநில அரசுகளுக்குக் கூடுதல் அதிகாரங்கள் வழங்கப்படவேண்டுமென்பது மட்டுமல்ல, அனைத்திந்தியாவிலும் பணிபுரியும் மாநில, மத்திய அரசு அதி காரிகள் அகில இந்திய அளவில் முதிர்ந்த அதிகாரிகளடங்கிய ஒரு சுதந்தர மான குழுவின் கட்டுப்பாட்டில் கொண்டுவரப்படவேண்டும். அதிகாரி களின் சேவை தரமானதாக இருக்கிறதா என்பதையும் அவர்கள் அரசியல் கட்டாயங்களுக்கு அடி பணியாமல் நடந்துகொள்ளமுடிகிறதா; அவர்கள் காரணமின்றிப் பழிவாங்கப்படுகிறார்களா என்பதையெல்லாம் இந்தக் குழு பார்த்துக்கொள்ளும். அதே சமயம் மாநில அரசுகளுக்குக் கூடுதல் அதிகா ரங்கள் தரப்படவேண்டும். நிர்வாகம் சிறப்பாகச் செயல்படுவது, அரசின் கொள்கைகளை நடைமுறைப்படுத்துவது இரண்டும் வெவ்வேறான நடவடிக்கைகள். ராணுவம், காவல் துறை, நிர்வாகத் துறை ஆகியவை கட்சி அரசியலுக்கு அப்பாற்பட்டதாக இருக்கவேண்டும். எந்தக் கட்சி ஆட்சியி லிருந்தாலும் அதன் கொள்கைகளைச் செயல்படுத்துவது அவர்களுடைய கடமை, திறமை, சுதந்தரமான நிலைப்பாடு, நாணயம் ஆகிய குணங்கள் மத்திய மாநில அரச அதிகாரிகளுக்கு அவசியம். ஆகவே அரசு அதிகாரிகள்

எவ்வளவுக்கெவ்வளவு அரசியல் கட்டாயங்களுக்கு அடிபணியாமலும் அரசியல் அல்லது சாதிக்காரணங்களுக்காக மக்களிடையே பாரபட்சமாக நடந்துகொள்ளாமலுமிருக்கிறார்களோ அவ்வளவுக்கவ்வளவு அரசுக்கும் எதிர்க்கட்சிகளுக்கும் மக்களுக்கும் நல்லது. பொதுமக்களின் மகிழ்ச்சி என்ற நமது குறிக்கோளை ஜனநாயகத்தில்தான் அடைய முடியும். அதற்கு ஒரு திறமை மிக்க நிர்வாகம் மிக அவசியம்.

சுயமாகச் சிந்திக்க வேண்டும்

(காங்கிரஸ் கட்சியின் அறுதிப் பெரும்பான்மை காரணமாக அதன் உறுப்பினர்களுக்கும் பொதுமக்களுக்கும் எப்படிச் சுயமாகச் சிந்திக்கும் திறன் குறைந்துவிட்டதென்பதை இந்தக் கட்டுரையில் ராஜாஜி விளக்குகிறார்.)

இந்தியாவில் பிரிட்டிஷ் ஆட்சியை எதிர்த்து வெற்றிகரமாகப் போராடிய அரசியல் கட்சி சுதந்தரம் கிடைத்த பிறகு ஆட்சியிலமர்ந்தது. பிரிட்டிஷ் நாடாளுமன்றம் இந்தியாவின் சுதந்தரத்தை அங்கீகரித்ததோடல்லாமல், நாட்டை ஆளும் அதிகாரத்தையும் காங்கிரஸ் கட்சியிடம் ஏற்பித்தது. அதற்குப் பத்து வருடங்களுக்குப் பிறகும்கூட அதே கட்சிதான் நாட்டை ஆள்கிறது. இப்போது இந்திய தேசிய காங்கிரஸ் கட்சியின் தலைவர்கள் ஒரு தீவிர ஆத்ம பரிசோதனை நடத்திக்கொண்டிருக்கிறார்கள் என்பதை அறிவோம். நிலைமை சரியாக இல்லையென்பதை அவர்கள் உணர்ந்திருக்கிறார்கள். ஆனால் அதனைச் சரிசெய்ய வழிகள் கண்டுபிடிக்கப்படவில்லையாதலால் இப்போது கவலைப் படுமளவுக்கு நிலைமை அத்தனை மோசமாக இல்லை என்ற நிலைப்பாட்டை எடுத்து மெத்தனமாக இருக்கிறார்கள்.

காங்கிரஸ் கட்சிபற்றி இன்று மக்கள்கொண்டுள்ள அதிருப்தியின் காரணங்களை நாம் ஆராயவேண்டும். பல வருடங்களாக அந்தக் கட்சியின் உறுப்பினராக இருந்து சேவை புரிந்ததன் விளைவாக மக்களுடைய மரியாதையையும் மதிப்பையும் பெற்ற என்னைப்போல ஒருவருக்கு இப்படிச் செய்வது சற்று தயக்கமாகத்தான் இருக்கிறது. நான் இந்த அதிருப்தியின் காரணத்தைக் கண்டுபிடிக்கத் தீவிரமாக முயற்சி செய்தால் ‘கட்சியின் முக்கியமான பல தலைவர்களுடைய தவறுகளைச் சுட்டிக்காட்டவேண்டியிருக்கும். தங்களைத் திருத்திக்கொள்வதற்குப் பதிலாக அந்தத் தலைவர்கள் என்மேல் எரிச்சலடையலாம், கோபம்கொள்ளலாம். ஆனால், ஒருவர் தனது கடமையைச் செய்யும் போது இப்படிப்பட்ட ஆபத்துக்கள் வரத்தான் செய்யும்''. தற்கால அரசியல் தத்துவஞானி ஒருவர் எழுதிய இந்த வரிகளை மனத்தில் வைத்துக்கொண்டே தான் காங்கிரஸ் தலைவர்களை விமர்சிக்கப்போகிறேன்.

சுதந்தர இந்தியாவின் குடிமக்களுடைய சம்மதத்தின் அடிப்படையில் அதிகாரமும் செல்வாக்குமுள்ள, உயர் பதவியிலுள்ள கட்சித் தலைவர்கள் ஜனநாயக முறையில் ஆட்சி புரியாமல் பொதுமக்களைச் சின்னக் குழந்தை

களைப்போல நடத்தி அவர்கள்மேல் அதிகாரம் செலுத்துகிறார்கள். இப்படிச் செய்வதில் ஆள்பவர்களும் ஆளப்படுபவர்களும் ஒருவருக்கொருவர் துணைநிற்கிறார்கள். இதனால்தான் இந்த நிலைமை ஏற்பட்டுள்ளது. அடிமைகளாக இருப்பவர்களுக்குச் சுயமாக சரியான முறையில் செயல்பட முடியாது என்பது கவி மில்டனின் அசைக்க முடியாத கருத்தாக இருந்தது. அன்றைய கிராம்வெல் காலத்தைப்போல இன்னும் இங்கிலாந்தைப்போல மற்ற நாடுகளுக்கும் இந்தக் கருத்து முழுக்க முழுக்கப் பொருந்தும். மில்டன் சொன்னதுபோல மனிதன் இன்று அடிமையாக இருந்தாலும் சுதந்தரம் என்ற குறிக்கோளை நோக்கிப் போகக்கூடிய சக்தியை இறைவன் அவனுக்களித்திருக்கிறான். மனிதர்களுக்குள் ஒளிந்து கிடக்கும் அந்த விலை மதிப்பற்ற சக்தியைக் கண்டுபிடிக்க அவர்களுக்கு ஒரு வாய்ப்புக் கொடுக்கவேண்டும். ஆனால், இன்று அடிமைத்தளையில் கட்டுண்டு கிடக்கும் அவர்களுக்கு இந்த வாய்ப்புக் கொடுக்கப்படுவதில்லை.

ஒரு ஜனநாயகத்தில் வாழும் மக்கள் சுயமாகச் சிந்தித்து, சுயமாக நிலைமையைச் சீர்தூக்கிப் பார்க்கவில்லையென்றால் சமூக வாழ்வைப்பற்றி நாம் எத்தனைதான் பேசினாலும் ஒரு 'இஸமும்' அங்கு எடுபடாது. ஆனால் சுயமாகச் சிந்தித்து, தீர்மானம் எடுப்பதற்குப் பதிலாகப் பெயர் பெற்ற அறிவாளிகளும்கூட கிளிப்பிள்ளைகளாக மாறிவிட்டனர். தங்களுடைய ஆட்சியாளர்கள் சொல்வதை அப்படியே திருப்பிச் சொல்கிறார்கள். ஆனால் அவற்றின் பொருள் என்னவென்பதையோ, விளைவுகள் என்ன என்பதையோ, அவர்கள் நினைத்துப் பார்ப்பதே இல்லை. ஏதேனும் ஒரு குறிப்பிட்ட கருத்தை நான் குறை கூறவில்லை. இன்று நாட்டில் பரவலாகக் காணப்படும் கிளிப்பிள்ளை கலாசாரத்தைத்தான் இங்கு குறிப்பிடுகிறேன்.

உதாரணமாக - இது ஒரு உதாரணம் மட்டுமே - நாட்டு நலனைப் பேணப் பல வழிகள் உள்ளன. மக்கள் நல அரசு என்ற கொள்கையை நமது தலைவர்கள் முதலில் ஏற்றுக்கொண்டனர். இதன் பின்னர் சோஷலிஸ அணுகுமுறையும் (Socialistic Pattern) அதன் பின்னர் சோஷலிஸ்ட் அரசும் (Socialist State) வந்தன. இந்த வார்த்தைகளைத் திருப்பித் திருப்பிச் சொல்லிக்கொண்டிருந்த மக்களுக்கு இவற்றின் அர்த்தம் புரிந்ததா? ஒவ்வொரு அரசு முறையின் நல்லது கெட்டதுபற்றிப் பொது மேடைகளிலோ தனிப்பட்ட முறையிலோ சர்ச்சைகள் நடந்திருக்கின்றனவா? அநேகம் இந்தியர்கள் காந்திஜியைப் பெரிதும் மதிக்கிறார்கள். அவரைப் பின்பற்றி நடக்கிறோம் என்று சொல்கிறார்கள். ஆனால் பொதுநலன் என்ற குறிக்கோளை அடைய ஒரே வழி சோஷலிஸம்தான் என்று ஆணையிட்டுச் சொல்லும் அவர்கள்கூட காந்திஜி இதைப்பற்றி என்ன சொல்லியிருக்கிறார் என்பதை நினைவில்கொண்டிருக்கிறார்களா? சோஷலிச சட்டத்தின் உதவியுடன் தனி மனிதரின் சொத்துரிமையில் தலையிடுவதைவிடச் சிறந்த மாற்று வழிமுறையை காந்திஜி முன்பே கண்டுபிடித்திருக்கிறார். அதுதான் 'தர்மகர்த்தா கொள்கை' (Doctrine of Trusteeship) அதைத்தான் இன்று சோஷலிஸம் என்று சொல்கிறோம். இதனைப்பற்றி யாராவது சிந்தித்துப் பார்த்ததுண்டா? சோஷலிஸக்

கொள்கைப்படி ஆட்சியிலிருப்பவர்கள் நாட்டின் பொருளாதாரத்தைத் தமது கட்டுப்பாட்டில் வைத்திருப்பார்கள். அவர்கள் சொல்வதைத்தான் மற்ற அனைவரும் கேட்பார்கள். சோஷலிஸக் கொள்கையின் இந்த விளைவு களைப்பற்றி யாராவது யோசித்துப் பார்த்ததுண்டா? நாட்டை ஆள்வதில் தங் களுக்கும் நேரடி அதிகாரம் இருந்தால்தான் அரசு நிர்வாகம் சரியாக நடக்கு மென்று அவர்கள் நினைத்துப் பார்த்ததுண்டா? அரசிடமிருந்து சம்பளம் பெறும் உத்தியோகஸ்தர்கள் நிர்வாகம் செய்தால் போதுமென்று அவர்கள் நினைக்கிறார்கள். மனிதர்களைக் காப்பியடித்துப் பேசும் கிளிப்பிள்ளை களைப்போல் இவர்களும் சோஷலிஸம் என்ற கொள்கையை வெளிநாட்டி லிருந்து காப்பியடித்து இங்கு பரப்ப விரும்புகிறார்கள்.

இது ஒரு உதாரணம் மட்டும்தான். மனிதர்கள் சுயமாகச் சிந்திக்கவேண்டு மென்பதுதான் எனது வேண்டுகோள். அந்தத் திறமை மக்களிடம் இருக் கிறதா இல்லையா எனத் தெரியாமலிருக்கும்போது அது இருக்கிறது என நாமாகக் கற்பனை செய்துகொள்வதில் பலனில்லை. இப்படிச் சுயமாகச் சிந்திக்கும் திறமை மக்களிடம் இல்லையென்றால் ஜனநாயக அடிப்படையி லான சுயாட்சி நிலைத்து நிற்காது.

மனிதர்களுடைய சொந்தமாகச் சிந்திக்கும் சக்தி படிப்படியாகக் குறைந்து போனது ஏன்? பிரிட்டிஷ் ஆட்சிக்கெதிராகவும் அதன் அடக்குமுறைக்கெதி ராகவும் நடத்தப்பட்ட போராட்டம் வேறு, அன்றாட நிர்வாகம் வேறு என்பதை மக்கள் உணரவில்லை. அதே சமயம் மக்கள் எழுச்சி காரணமாக நிகழ்ந்த புரட்சிக்கும் அரசு நிர்வாகத்துக்குமிடையேயுள்ள வேறுபாடு களையும் மக்கள் உணரவில்லை. அறிக்கைகளும் வேண்டுகோள்களும் மக்களுக்குப் புரியாதவிதத்தில் எழுதப்பட்டிருந்தன. இது குழப்பத்தை அதிகரித்தது. தவிரவும் மக்களுக்குப் பிடித்தவர்களே நீண்ட காலம் ஆட்சியில் அமர்ந்திருந்ததும் அவர்களுடைய சுதந்தர சிந்தனை சக்தி காணாமல் போனதற்கு ஒரு காரணமாக இருக்கலாம். 'நீங்கள் முழுவதையும் செய்து முடிக்கவில்லை'', 'நீங்கள் செல்வது ஒன்று, செய்வது வேறொன்று'' என்றுதான் மக்கள் விமர்சிக்கிறார்களே தவிர, 'உங்கள் கொள்கையே தவறு. அதை மறுபரிசீலனை செய்யுங்கள்'' என்று யாருமே சொல்வதில்லை. இப்போதுள்ள எதிர்க்கட்சிகள் சோஷலிஸக் கொள்கைகளை விமர்சிக்காமல் அதை நடைமுறைப்படுத்துவதிலுள்ள குறைகளைப்பற்றியும் அவற்றை முழுமனதாக யாருமே பின்பற்றுவதில்லை என்பதுபற்றியும் மட்டுமே பேசுகிறார்கள். அரசின் கொள்கையை யாரும் எதிர்ப்பதில்லை.

ஜனநாயக சமூகத்தில் ஆள்பவர்களுக்கும் குடிமக்களுக்கும் சுயமாகச் சிந்திக்கும் திறன்வேண்டும். விமர்சனங்கள், அதற்கான விடைகள், மேலும் விமர்சனங்கள் இவைதான் ஜனநாயகத்துக்கு உயிரூட்டுகின்றன. லஞ்சமயம், சூழ்ச்சி, சதி ஆகிய சமூக வியாதிகளை அவை நாட்டை விட்டே விரட்டி ஓட்டிவிடும்.

எட்மண்ட் பர்க் சொல்கிறார், ‘கூப்பாடு போட்டுப் புகார்களைத் தெரிவிப்பது தான் எனக்குப் பிடிக்கும். பொதுமக்கள் வாய்மூடிச் சும்மா இருப்பது எனக்குப் பிடிக்காது. நள்ளிரவில் ஓடும் தீயணைக்கும் வண்டிகளின் மணி ஓசை உங்கள் உறக்கத்தைக் கெடுக்கலாம். ஆனால் அது உங்களைத் தீ விபத்தி லிருந்து காப்பாற்றுகிறது.''

சுயமாகச் சிந்திப்பதற்குப் பதிலாக மற்றவர்களுக்கு அடிபணிந்து அவர்களை வானளாவப் புகழ்ந்தால், எந்த ஒரு விஷயத்தைப்பற்றியும் விமர்சிக்கப் பயப்படவோ தயங்கவோ செய்தால் அது ஜனநாயகத்தையே அழித்துவிடும். சமூகத்தில் காணப்படும் அனைத்து முரண்பாடுகளையும் போக்கி மக்களைச் சுதந்தரமாகச் சிந்திக்க உதவும் ஜனநாயகம் இல்லையென்றால் மக்கள் நலனைப் பாதுகாக்கும் அரசு என்ற பெயரில் சிலர் தங்களுடைய சொந்த நலனையே வளர்த்துக்கொள்வார்கள். அங்கு சரிவும் சூழ்ச்சியும் பொய்யும் ஏமாற்று வேலையும் தலைதூக்கும். ஒரு எதிர்க்கட்சி இந்தக் கொடிய நிலை மையைத் தடுத்து நிறுத்தும். நாட்டில் ஒரு எதிர்க்கட்சி மிக மிகத் தேவை என் பதைத்தான் இது சுட்டிக் காண்பிக்கிறது.

ஒருவருக்குக் கால் எலும்பு உடைந்துவிட்டால் அவரிடம், ‘உங்களுக்கு ஒன்றுமில்லை. முன்பைவிட இப்போது நல்ல நிலைமையிலிருக்கிறீர்கள்; நீங்கள் ஒரு நோயாளி என்று நினைக்காதீர்கள்; நீங்கள் நோயாளியே அல்ல'' என்று யாராவது சொன்னால் அது அந்த உடைந்த காலைச் சரிசெய்ய உதவாது. வழக்கத்திலிருந்து மாறுபட்டுச் சிந்திக்கும் ஒரு எதிர்க்கட்சிதான் நமக்குத் தேவை. தேர்தலில் ஓட்டுப் பெறுவதற்காக ஆளும் கட்சியைவிடக் கூடுதலாக எதை வேண்டுமானாலும் கொடுக்கத் தயாராக இருக்கும் கட்சியே நமக்கு வேண்டாம். மக்களுடைய சிந்தனையைத் தூண்டிவிட்டு இந்தியா ஒரு ஜனநாயகக் குடியரசாகத் தொடர முடியும் என்று உறுதியான நம்பிக்கையுடன் ஏழை மக்களும் தாங்கள் சொல்வதை ஏற்றுக்கொள்வார்கள் என்றும் நம்பும் ஒரு எதிர்க்கட்சிதான் நமக்குத் தேவை.

உண்மையைச் சொன்னால் வாக்காளர்கள் அதனை ஏற்றுக்கொள்ள மாட்டார்கள் என்று யாராவது நினைத்தால் அவர்களுக்கு ஜனநாயகத்திலேயே நம்பிக்கை இல்லை என்றுதான் அர்த்தம். தங்களுக்கு எப்போதும் நன்மை பயக்கும் எதையும் மக்கள் ஏற்றுக்கொள்வார்கள். உடனே இல்லாவிட்டா லும் நாளடைவிலாவது இது நடந்தேறும். உடனடியாகப் பலனளிக்கக்கூடி யவை எனச் சொல்லி அரசியல்வாதிகள் பொய்யான வாக்குறுதிகளை அள்ளி வீசுவார்கள். பொதுநலனைப் பாதிக்கவுள்ள இம்மாதிரியான பொய்களை மக்கள் இனம் கண்டுகொள்வார்களென நம்புவோம்.

இந்த நம்பிக்கையே ஒரு எதிர்க்கட்சி உருவாக உதவும். ஆளும் கட்சியை ஒரு பக்கமும் சரியாமல் நடுநிலையில் நிறுத்தி வைக்கும். இப்படி உருவாகும் ஒரு எதிர்க்கட்சியினால் பெரும்பான்மையாக உள்ள, வலுவான ஆளும் கட்சியை உடனடியாக வெளியேற்றமுடியாது. இருப்பினும், ஆளும் கட்சி அனுபவிக்கும் அளவற்ற அதிகாரங்களை ஓரளவுக்குக் கட்டுப்படுத்தலாம்.

இப்படிச் சொல்வதால் கட்டுப்பாடற்ற அதிகாரத்தால் விளையும் தீங்குகளையும் கட்டுப்படுத்தலாம்.

ஒரு சோஷலிஸ்ட் அரசுக்கெதிராகச் செயல்படுவதில் யாதொரு பிரயோசனமுமில்லை என்றும், காங்கிரஸ் கட்சி வலுவிழந்து தானாகவே இல்லாமற் போய்விடுமென்றும் ஆகவே அதுவரை காத்திருந்து பின்னர் புதிய கட்சியைத் தொடங்கலாமென்றும் ஒரு சிலர் நினைக்கிறார்கள். இது நடக்காது. பயங்கரவாதிகள் அல்லது ஆயுதமேந்திய படைகளின் பின்துணையுடன் பதவிக்கு வரும் கட்சிகள்தான் அம்மாதிரி உருவாக முடியும். அரசு இயந்திரத்தைச் சரியானபடி இயக்குவதற்கு நாடாளுமன்ற ஜனநாயக முறையில் செயல்படும் கட்சிகள் உருவாகவேண்டுமென விரும்பினால் அது காங்கிரஸ் கட்சி பதவியிலிருக்கும்போதே உருவாக்கப்படவேண்டும். அக்கட்சி உடைந்து நொறுங்கிப் போகும்வரை காத்திருப்பது ஆபத்து. அப்போது ஒரு சர்வாதிகாரக் கட்சிதான் உருவாகும்.

ஸ்வதந்திராக் கட்சி ஏன் வேண்டும்?

(காங்கிரஸ் கட்சிக்கு மாற்றாகக் கொள்கைரீதியாகவும் அரசியல்ரீதியாகவும் வேறுபட்ட ஒரு அரசியல் கட்சியை ஸ்தாபிக்க ராஜாஜியே முன்கை எடுத்தார். அதுதான் ஸ்வதந்திரா கட்சி. அதன் கொள்கை அறிக்கையை ராஜாஜியே தயாரித்தார். அதிலிருந்து சில பகுதிகள் கீழே தரப்படுகின்றன.)

மிதமான அரசு நிர்வாகம், குறைந்தபட்ச அரசுத் தலையீடு, மிதமான நிர்வாகச் செலவு, மிதமான வரிவிதிப்பு, மக்களுடைய சொந்த வாழ்க்கையில் குறைந்தபட்சக் குறுக்கீடு, தொழில் மற்றும் வியாபாரத்தின் மீது மிதமான கட்டுப்பாடுகள் இவையே ஸ்வதந்திராக் கட்சியின் குறிக்கோள்கள். காங்கிரஸ் கட்சி பின்பற்றி வரும் சோஷலிஸக் கொள்கையில் அரசே அனைத்தையும் கட்டுப்படுத்தும். மக்கள் நலமும் சமூக நீதியும் அரசக் கட்டுப்பாட்டில்தான் தழைத்து வளருமென்பது காங்கிரஸ் கட்சியின் நிலைப்பாடு. ஆனால், இவ்விரண்டையும் குறைந்தபட்ச அரசக் குறுக்கீடு மூலமும் மக்களிடையே போட்டியை வளர்ப்பதன் மூலமும் அவர்களுடைய தனிப்பட்ட செயற்திறனை ஊக்குவிப்பதன் மூலமும்தான் அடையலாம் என்று ஸ்வதந்திராக் கட்சி கருதுகிறது.

கட்டுப்பாடுகளே வேண்டாமென்று ஸ்வதந்திராக் கட்சி சொல்லவில்லை. அந்தக் கட்டுப்பாடு தேவையை அனுசரித்தே இருக்கவேண்டும், அது மனிதரின் செயல்திறனைப் பாதிக்கக்கூடாது என்றுதான் அது சொல்கிறது. ஏனெனில், தனிமனிதரின் செயல்திறன்தான் நாட்டின் செல்வத்தையும் உற்பத்தியையும் நிர்ணயிக்கிறது. அரசு நிர்வாகமும் அரசின் முதலீடும் செலவை அதிகரிக்கும்; விரயம் அதிகமாகும். இதற்கு மாற்றாகத் தனியார் நிர்வாகத்தில் செலவு குறையும்; அதிகாரங்கள் கீழ்மட்டத்திலுள்ளவர்களுக்கு

விநியோகிக்கப்பட்டிருக்கும். அரசு நடத்தும் தொழில்களில் யாரும், எதற்கும் பொறுப்பேற்கமாட்டார்கள். நிர்வாகம் பல தட்டுகளில் சிதறிப் போகும்.

இதுவரை ஒரு வலுவான எதிர்க்கட்சி இல்லாமலேயே காங்கிரஸ் கட்சி செயல்பட்டு வந்திருக்கிறது. அதைக் கட்டுப்படுத்த 'வேகத்தடை' இல்லை. வேகத்தைக் கூட்டும் 'வேக முடுக்கி'தான் உள்ளது. காங்கிரஸ் பின்பற்றிய கொள்கைகள், வகுத்த திட்டங்கள் ஆகியவற்றின் விளைவாகச் செலவு ஏறிக் கொண்டே வந்திருக்கிறது; பணவீக்கம் அதிகரித்திருக்கிறது; விலைவாசி உயர்ந்திருக்கிறது; வரிவிதிப்பு மக்களுடைய முதுகெலும்பை ஒடிக்கும் வகையில் உயர்ந்திருக்கிறது. அரசு நிர்வாகம் காரணமாக ஏற்பட்டுள்ள விரயம் வெளிப்படையாகத் தெரியவந்துள்ளது; மக்களிடையே அதிருப்தி பரவியிருக்கிறது.

நாட்டின் வளம் அதிகரிக்க முக்கியமாக வேண்டியது உணவு உற்பத்தி. அதில் காணப்படும் குறைபாடுகளைத் தீர்க்கும் முன்பே நாட்டின் செல்வதை மக்க ளிடையே விநியோகிக்க முயல்வது முட்டாள்தனம் என்பதை அனைவரும் ஒப்புக் கொள்கிறார்கள். கட்டுப்பாடுகளையும் ஏழ்மையையும் மக்களி டையே சமமாக விநியோகிக்க யாரும் விரும்பமாட்டார்கள்.

துரதிருஷ்டவசமாக உணவு உற்பத்தியில்தான் குறைபாடுகள் இருக்கின்றன என்று எண்ணும் காங்கிரஸ் கட்சி அதைத் தீர்க்க முயல்கிறது. நிலங்கள் துண்டு துண்டாகச் சிதறிக் கிடப்பதைச் சரி செய்யவேண்டுமென்று தீர் மானித்த காங்கிரஸ் கட்சி அப்படிப்பட்ட நிலங்களைக் கையகப்படுத்தி அவற்றை ஒரு பொதுவான விவசாய முறையின் கீழ்கொண்டுவரத் திட்ட மிட்டுள்ளது. தனிமனிதர்கள் ஒரு குறிப்பிட்ட அளவுக்குமேல் நிலம் வைத்துக்கொள்ளக்கூடாதெனத் தீர்மானித்து அதற்கு மேலுள்ள நிலத்தைத் தன்கை வசப்படுத்தி அங்கு கூட்டுறவு முறையில் விவசாயம் செய்யலா மென்று தீர்மானித்திருக்கிறது. இதை நடைமுறைப்படுத்தும் அதிகாரம் அரசு அதிகாரிகளுக்குக் கொடுக்கப்பட்டுள்ளது.

உண்மை நிலைக்கும் அனுபவக் குறைவு காரணமாகப் பின்பற்றப்படும் கொள்கைகளுக்குமிடையே உள்ள வேறுபாட்டின் விளைவாகவே ஸ்வதந்தி ராக் கட்சி உருவெடுத்திருக்கிறது. அதன் கொள்கைப்படி பிரகாரம் விவசாய நிலங்கள் அவற்றின் சொந்தக்காரர்களிடமேதான் இருக்கும். அவற்றைத் தங் களிஷ்டப்படி உபயோகிக்க அவற்றின் சொந்தக்காரர்களுக்கு உரிமை இருக்கும். இதில் அரசு குறுக்கிடாது. அந்த நிலங்களைக் கைவசப்படுத்தவும் செய்யாது.

காங்கிரஸ் கட்சி உறுப்பினர்களுடைய தார்மீக உணர்வு இன்று மிகவும் தாழ்ந்துவிட்டது. தன்னலம் மேலோங்கி நிற்கிறது. பிரிட்டிஷ் ஆட்சிக் கெதிராகப் போராடிய சமயத்தில் நம்மிடமிருந்த உயர்ந்த எண்ணங்கள் எங்கோ மறைந்துபோய்விட்டன. ஒரு காலத்தில் மக்களிடம் அன்பும் மரியாதையும் வைத்திருந்த காங்கிரஸ்காரர்களிடையே இன்று வெறுப்பு தான் குடி கொண்டிருக்கிறது. எங்கெல்லாம் காங்கிரஸ் கட்சி தனது

அதிகாரத்தைப் பயன்படுத்துகிறதோ அங்கெல்லாம் ஒன்றுமே நிலையாக இருப்பதில்லை. ஆகவே மக்களிடையே மீண்டும் நம்பிக்கையை வளர்க்கவும், பொதுவாழ்வில் அவர்களை ஈடுபடச் செய்யவும் ஒரு புதிய கட்சி மிகத் தேவை.

காங்கிரஸ் கட்சிக்குள்ளிருந்துகொண்டே அதனைக் கட்டுப்படுத்துவது முடியாது. இதற்கு முன்பும் பலர் இதைச் செய்ய முயன்றிருக்கிறார்கள். ஆனால் சுயநலக்காரர்கள் இதனைத் தடுத்துவிட்டனர். காங்கிரஸ் கட்சியின் மோசமான நிலையை மாற்றும் முயற்சிகளை அவர்கள் எதிர்க்கிறார்கள். ஏனெனில், இப்போதுள்ள காங்கிரஸ் கட்சிதான் அவர்களுடைய நலனைக் காக்கும். வெளியிலிருந்து வரும் எதிர்ப்பானது நிலைமையை மாற்றிவிடக் கூடும். அப்போது தன்னைப் பாதுகாத்துக்கொள்வதற்காகவாவது காங்கிரஸ் கட்சி தன்னைத்தானே சீரமைத்துக்கொள்ளும்.

அநீதி, சொத்துக்களைக் கைவசப்படுத்துதல், அளித்த வாக்குறுதிகளைக் காற்றில் பறக்கவிடுதல் ஆகியவை சோஷலிஸக் கொள்கையின் உடன்பிறப்புகள். சமூக நீதியையும் சமூக நலனையும் நாம் வேறு வழிகளில் அடையலாம். அரசு எப்போதும் ஏதாவது ஒரு அரசியல் கட்சியின் பிடியில் இருக்கும். அதற்கெனச் சில சுயநல எண்ணங்களும் நோக்கங்களும் காணப்படும். மக்கள்நலப் பணிகளை மற்றவர்களுக்கு விட்டுக் கொடுக்காமல் தானே அவற்றை நடைமுறைப்படுத்தவும், அரசின் விரயச் செலவுகளால் ஏற்பட்ட நஷ்டத்தை ஈடு செய்ய மக்கள் மீது வரி விதிக்கவும் ஆளும் கட்சியை அனுமதிக்கக் கூடாது.

செல்வந்தர்கள் தங்களுடைய சொத்துகளை ஓர் அறக்கட்டளையின் காவலர் போலச் செயல்பட்டுப் பாதுகாக்கவேண்டுமென்ற தார்மிகக் கடமையை அரசு தனது கல்விக்கூடங்கள் மூலம் வற்புறுத்தவேண்டும். இதனடிப்படையிலேயே அவர்கள் தங்களது வாழ்க்கை முறையை அமைத்துக்கொள்ள வேண்டும். மாறாகச் சட்டங்கள் இயற்றிச் சொத்துக்களைப் பறித்தெடுப்பது, தங்களுடைய எல்லாத் தேவைகளுக்கும் மக்களை அரசு அதிகாரிகள் முன் கையேந்தி நிற்க வைப்பது ஆகியவை தவிர்க்கப்படவேண்டும். இதுதான் ஸ்வதந்திராக் கட்சியின் கொள்கை.

இன்று அரசின் செயல்பாடுகள் ஒரு நிச்சயமில்லாத நிலைமையை உருவாக்கியிருக்கின்றன. விவசாயம், தொழில் ஆகியவற்றில் மக்களின் ஆர்வம் குறைந்துகொண்டே வருகிறது. உணவு உற்பத்தியைப் பெருக்குவது மிக முக்கியமானதென்பதை ஸ்வதந்திராக் கட்சி உணர்ந்திருக்கிறது. நிலச் சொந்தக்காரர்களைத் தங்கள் நிலத்திலேயே தொடர்ந்து வேலை செய்ய அனுமதிப்பதன் மூலம் இந்தக் குறிக்கோளை அடையலாம். ஏனெனில், இந்த நிலச் சொந்தக்காரர்கள் தங்களுக்கு வேண்டியதனைத்தையும் தாங்களே செய்துகொள்வார்கள். அதைச் செய்யும் உரிமை அவர்களுக்குண்டு. தமது நிலத்திலிருந்து முடிந்த அளவுக்கு நல்ல விளைச்சலைப் பெறத் தேவையானதனைத்தையும் செய்வார்கள்.

கிராம வாழ்க்கை முறையை ஒருவிதத்திலும் பாதிக்காமல் விவசாயத்தை மேம்படுத்தக்கூடிய தீவிர சாகுபடித் திட்டங்களை நடைமுறைப்படுத்தவும், அதற்காக விவசாயிகளுக்கு எல்லாவிதமான உதவிகளைச் செய்து தரவும் ஸ்வதந்திரா கட்சி விரும்புகிறது. விவசாயத்துக்குத் தேவையான கருவிகள், இடுபொருட்கள், கடன் வசதி ஆகியவற்றை பாரபட்சமின்றி அனைத்து விவசாயிகளும் பெறுவதற்குக் கட்சி ஏற்பாடு செய்யும். நிலத்தின்மீது அவர்களுக்குள்ள உரிமையையும், அதை நிர்வகிக்கும் உரிமையையும் பாதுகாக்கும். அவர்களுடைய விருப்பப்படிப் பயிர் வகைகளை உற்பத்தி செய்யும் உரிமையில் கட்சி தலையிடாது. ஒன்றுக்கு மேற்பட்டவர்கள் சொந்தக்காரர்களாக உள்ள கூட்டுறவு விவசாய முறையைக் கட்சி எதிர்க்கிறது. ஏனெனில், அது விவசாயிகள் சொந்த முயற்சிகளுக்குப் பலனில்லாமல் செய்துவிடும். உற்பத்தி குறையும். நிலம் பொதுச் சொத்தாகிவிடும். அரசு அதிகாரிகளின் கட்டுப்பாட்டின் கீழ் வந்துவிடும்.

விவசாயிகள் உற்பத்தி செய்யும் பொருட்களுக்கு நல்ல, நியாயமான விலையை நிர்ணயித்து அவர்களுடைய வாழ்க்கைத் தரத்தை உயர்த்துவது தான் கட்சியின் லட்சியம்.

தொழில்களைப் பொறுத்தவரையில் கூடுதல் உற்பத்தி, விரிவாக்கம் ஆகியவற்றை ஸ்வதந்திராக் கட்சி ஊக்குவிக்கும். இதற்காக அவற்றுக் கிடையே போட்டியை உருவாக்கும். ஆனால் அவற்றின் அதிக அநியாய விலைக்கெதிராக நடவடிக்கை எடுக்கும். தொழில் செய்பவர்களுக்குக் கூடுதல் லாபமும் டிவிடெண்டும் கிடைக்க வழி செய்யும். சில குறிப்பிட்ட துறைகளில் ஏற்கெனவே உள்ள தனியார் தொழில்களுக்கு இணையாக அரசே பொதுத் துறையில் கனரகத் தொழில்களை மட்டும் தொடங்கும். கிராமப்புற, நகர்ப்புற மக்களின் வாழ்க்கைத் தரத்தைப் பாதிக்காதவிதத்தில் வரிகள் விதிக்கப்படும். அரசு நிர்வாகத்தை நடத்திச் செல்வதற்கும், சமூகரீதியான சேவைகளுக்காகவும் தேவையான வருமானம் கிடைக்குமளவுக்கே வரிகள் விதிக்கப்படும். அந்த வரிவிதிப்பு, பண முதலீட்டையோ மூலதனத்தை அதிகரிப்பதையோ தடுக்காத விதமாக இருக்கும். கூடுதல் வரிவிதிப்பின் மூலமும் வருமானத்துக்குமேல் செலவு செய்தும், திருப்பித்தர முடியாத அளவுக்கு வெளிநாட்டிலிருந்து கடன் வாங்கியும், அதன் மூலம் பணவீக்கத்துக்கு வழிகோலியுமுள்ள முன்னேற்றத் திட்டங்களை ஸ்வதந்திராக் கட்சி வகுக்காது.

ஸ்வதந்திராக் கட்சியின் கொள்கைகள் மிகத் தெளிவாக விளக்கப்பட்டு விட்டன. ஒருவரும் தனது தனித்தன்மையை இழக்கக்கூடாது. தான் வாழும் சமூகத்துக்கு சேவை செய்யவேண்டும்; நாணயமான முறையில் உழைத்துச் சம்பாதிக்கவேண்டும்; வெளிக்கட்டாயத்துக்காக அல்லாமல் சமூகத்துக்கு முழுமனதாக சேவை புரியவேண்டும். ஏழைகளுக்கு உதவுவது தங்களுடைய கடமை என்பதை செல்வந்தர்கள் உணரவேண்டும்; ஒருவர் மற்றவரை ஏமாற்றுவதை நிறுத்தவேண்டும். உதவி தேடித் தங்களை அணுகுவோருக்கு முழு மனதாக உதவவேண்டும். நமது மக்களையே நாம் நம்பாவிட்டால் ஒருவரையொருவர் சந்தேகித்தால் ஜனநாயகம் கானல் நீராக மாறிவிடும்;

அப்போது சர்வாதிகாரம் தலைதூக்கும். சமூக அளவிலான ஒத்துழைப்பு எப்போதும் நமது தர்மமாக இருந்திருக்கிறது. அரசு காலப்போக்கில் மறைந்துவிடவேண்டும்; அனைத்து மக்களுக்கும் மேலாக, அரசு நிர்வா கத்துக்கும் மேலாக, இறையாண்மையுடன் கூடிய தர்மம் மீண்டும் ஸ்தாபிக் கப்படவேண்டும்.

இந்தியத் தேர்தல் முறையில் சீர்திருத்தங்கள்

(1962ம் ஆண்டில் காங்கிரஸ் கட்சி மூன்றாம் முறையாகவும் தொடர்ந்து பொதுத் தேர்தலில் வெற்றி பெற்றபோது தேர்தல் முறை ஆளும் கட்சிக்குச் சாதகமாக இருக்கிறதென்றும், அது பெரிய முதலாளிகளின் சொற்படி ஆடுகிறதென்றும், தேர்தல் முறை விஷயங்கள் முழுவதாக மக்களுக்குத் தெரியவில்லையென்றும் ராஜாஜி வாதிட்டார். கீழே தரப்பட்டுள்ள கட்டுரை யில் இந்தியத் தேர்தல் முறையை எப்படி மேலும் சிறந்ததாக ஆக்கலாம், அதன் ரகசியத்தன்மையை எப்படிப் போக்கலாமென்பதை அவர் விவரிக் கிறார். இந்திய ஜனநாயகத்தைப்பற்றி ராஜாஜிக்கு முன்பும் பின்னரும் யாருமே இத்தனை ஆழத்தில் சிந்தித்ததில்லை என்பதற்கு அவர் எழுதிய மொத்தம் நான்கு கட்டுரைகளே சான்று. அவற்றில் இது கடைசியாக எழுதப்பட்டது).

தேர்தல் முறையில் சீர்திருத்தம் தேவையென்பது பலராலும் சொல்லப்பட்டு வந்திருக்கிறது. ஆனால், வேண்டியதனைத்தையும் செய்தாகிவிட்டதென காங்கிரஸ் கட்சி எண்ணுகிறதெனத் தோன்றுகிறது. அதனிடம் பண பலமிருப்பதால் தேர்தலைத் தன் இஷ்டம்போல் நடத்தலாம் என்று அது நினைக்கிறது போலும். ஒவ்வொரு வாக்காளருக்கும் அடையாள அட்டை யையும் வரிசை எண்ணையும் வழங்க அரசு ஏன் ஏற்பாடு செய்யக்கூடாது? இது வேட்பாளரின் தேர்தல் செலவைக் கணிசமாகக் குறைக்கும். இன்று தேர்தல் பிரசாரங்களுக்கு அதிகப் பணம் செலவாகிறது. அந்தச் செலவைச் செய்யத் தேவையான பணம் அதனிடம் மட்டுமே இருப்பதாலேயே காங் கிரஸ் கட்சி தேர்தல்களில் வெற்றி பெற்றுவருகிறது. வேட்பாளருக்கோ அவருடைய சார்பில் செயல்படும் அரசியல் கட்சிகளுக்கோ ஆகும் செலவைக் குறைக்க ஒரு நடவடிக்கையும் எடுக்கப்படவில்லை.

மேலைநாட்டு ஜனநாயக அரசுகளில் அதிகமாகக் காணப்படாத குறைபாடு களை நமது வாக்காளர்கள் நேரிடுகிறார்கள். பொதுவாகவே இந்திய வாக் காளர்கள் ஏழைகளாகையால் அவர்கள் எளிதாக லஞ்சப் பணத்துக்கு இரையாகிவிடுவார்கள். அவர்கள் படிப்பறிவில்லாதவர்களாதலால் பல விஷயங்களை- உதாரணமாக, விலைவாசி உயர்வின் காரணத்தை - அறிய முடியாது. அரசின் கொள்கைகள் எப்படி ஒரு நாட்டைப் பாதிக்குமென்பதும் அவர்களுக்குத் தெரியாது. சாதியும் இனமும்தான் அவர்களுடைய எண்ணங்

களையும், செயல்பாடுகளையும் தீர்மானிக்கின்றன. தேர்தலில் ஜெயிக்கும் வாய்ப்புள்ள கட்சிக்குத்தான் அவர்கள் வாக்களிப்பார்கள். அது எப்படிப் பட்டதாக இருந்தாலும் அதன் கொள்கைகள் என்னவாக இருந்தாலும் அவர்கள் அதைப்பற்றிக் கவலைப்படுவதில்லை.

ஆகவே, செய்தித்தாள்கள் ஒவ்வொரு நாளும் காங்கிரஸ் கட்சிதான் தேர்தலில் மீண்டும் ஜெயிக்கும் என்று ஜோஸ்யம் சொல்வது சரியேயல்ல. பத்திரிகை சுதந்தரம் புனிதமானது. மில்டன் அல்லது ஜான் ஸ்டூவர்ட் பில் ஆகியோரைப் போல நானும் அதனை மதிக்கிறேன். பத்திரிகைகள் இப்படி ஜோஸ்யம் சொல்வது தேர்தலில் ஆளும் கட்சிக்காக முறைகேடுகள் செய்வதற்குச் சமமாகும். எதிர்க்கட்சிகள் நேரிடும் சவால்களில் இதுவும் ஒன்று. பத்திரிகை களும் தங்களையறியாமலே இந்த நிலைமைக்குக் காரணமாகின்றனர்.

தேர்தல் நடத்துவதில் சிறந்த அனுபவமுள்ள முன்னாள் தேர்தல் ஆணையர் வாக்காளர்களுக்கு அதிகம் செலவில்லாத ஒரு தேர்தல் முறையைக் கண்டு பிடித்தால்தான் திரு.சுகுமார் ஸென். இவர் இந்தியாவின் முதல் இரண்டு தேர்தல்களை வெற்றிகரமாக நடத்தியவர்.

ஜனநாயகம் காப்பாற்றப்படும். வாக்காளர்களுக்கான அடையாள அட்டை களை அரசே தயாரித்திருக்கவேண்டும். வாக்காளர்களின் வீடுகளிலிருந்தே அவர்களுடைய வாக்குகளைச் சேகரிக்க நடமாடும் தேர்தல் சாவடிகளை ஏற்படுத்தவேண்டுமென விரும்புகிறேன்.

வேண்டுமென்றால் தேர்தலை இரண்டு கட்டங்களாக நடத்தலாம். முதற் கட்டத்தில் அரசை நடத்திச் செல்லக்கூடிய ஒரு தலைவரைத் தேர்ந்தெடுக் கலாம். இதன் முடிவை அறிந்த பின்னர் நாடாளுமன்ற உறுப்பினர்களைத் தேர்ந்தெடுக்க இரண்டாம் கட்டத் தேர்தலை நடத்தலாம். அமெரிக்க, பிரிட்டிஷ் தேர்தல் முறைகளுக்கிடையேயுள்ள ஒரு மூன்றாவது முறையாக இதைக் கருதலாம். நாம் சுதந்தரம் பெற்ற முதல் பத்து வருடங்களில் இந்திய மக்களனைவருடைய மதிப்பையும் பெற்ற பழம்பெரும் தலைவர்கள் நம்மிடையே இருந்தனர். இன்று அந்த நிலைமை மாறிவிட்டது.

ஒருவழியாக வாக்காளர்கள் தங்கள் வீட்டிலிருந்தபடியே வாக்களிக்கக்கூடிய ஒரு திட்டத்தை வகுக்க தேர்தல் ஆணையம் விருப்பம் தெரிவித்துள்ளது. இதைத்தான் பல வருடங்களாகச் சொல்லிக்கொண்டிருக்கிறேன். இந்தத் திட்டம் சரியாக வகுக்கப்படுமென்றும் இதற்கெதிராகச் சொல்லப்பட்டு வரும் ஆட்சேபணைகளை அதிகாரிகள் நிராகரித்துவிடுவார்களென்றும் நம்புகிறேன். இந்த முறை லஞ்ச ஊழலைக் குறைக்கும்; வாக்காளர்களைக் கட்சிக்காரர்கள் பயமுறுத்துவது இனிமேல் இருக்காது; தேர்தல் செலவு குறையும்; தேர்தலில் போட்டியிடுவதற்காக வேட்பாளர்கள் மற்றவர்களை அண்டியிருக்கத் தேவையில்லை. இது ஒரு தைரியமான நடவடிக்கை. தேர்தல் கமிஷன் இந்த முக்கியமான சீர்திருத்தத்தை எப்படியாவது நடைமுறைப் படுத்திவிடுமென நம்புகிறேன்.

பதற்றமும் பயமுறுத்தலும் வன்முறையும் தலைவிரித்தாடும் இடங்களில் நடமாடும் வாக்குச் சாவடிகளை அறிமுகப்படுத்த தேர்தல் ஆணையம் யோசித்து வருவதாகச் சொல்லப்படுகிறது. இப்படி வீடு வீடாகச் சென்று வாக்குகளைச் சேகரிக்கும் முறை இந்தியாவில் எல்லா இடங்களிலும் அறிமுகப்படுத்தப்பட்டால் லஞ்ச ஊழல் பெருமளவு குறையும்; மக்கள் மனச்சாட்சிக்கு விரோதமின்றி, நாணயமாக வாக்களிப்பார்கள். அரசியல் கட்சிகளும் வேட்பாளர்களும் தேர்தலில் எத்தனை செலவழித்திருப்பார்கள், எப்படிச் செலவழித்திருப்பார்கள் என்பதை நம் மக்கள் நன்கு அறிவார்களாதலால் அவர்கள் இந்தப் புதிய முறையை வரவேற்பார்கள். தேர்தலை நடத்த அரசு கூடுதல் தொகை செலவழிக்கவேண்டும். வேட்பாளர்களும் கட்சிகளும் செலவு செய்யும் தொகை கணிசமாகக் குறைக்கப்படவேண்டும்.

வேட்பாளர்கள் வாக்காளர்களுக்குக் கொடுக்கும் அடையாளச்சீட்டில் தங்களுடைய பெயர்களை எழுதுவதைத் தேர்தல் ஆணையம் எதிர்க்கிறதெனத் தெரிகிறது. இது சரியானதுதான். தேர்தல் முறைகேடுகளைக் குறைக்க வேண்டுமானால் அரசாங்கம் வாக்காளர்களுக்கு அவர்களுடைய வாக்களிக்கும் உரிமையைப்பற்றிச் சொல்லித்தரவேண்டும். அவர்களுடைய பெயர், வரிசை எண் ஆகியவற்றைக் குறிப்பிட்டு ஒரு அடையாள அட்டையை வழங்கவேண்டும். இதை வேட்பாளர்களே செய்துகொள்ளட்டுமென்று விட்டுவிடக்கூடாது. ஏனெனில் இப்படிச் செய்வதுதான் முறைகேடுகளுக்கு வழி வகுக்கிறது. வாக்காளர் அடையாள அட்டை, நடமாடும் ஓட்டுச்சாவடிகள் ஆகியவற்றைப்பற்றி நான் பல வருடங்களாகச் சொல்லிக்கொண்டிருந்ததைத்தான் தேர்தல் ஆணையம் இப்போது சொல்லியிருக்கிறது. நடமாடும் ஓட்டுச் சாவடிகள் அறிமுகப்படுத்தப்பட்டால் வாக்காளர்களுக்காக வேட்பாளர்கள் வாகனங்களை உபயோகிப்பது நிறுத்தப்படும்.

(ஒவ்வொரு கட்சியும்) முதலில் வாக்காளர்களிடம் அவர்களுக்கு ஓட்டுரிமை உண்டு என்று சொல்வதும், பின்னர் அவர்களை ஓட்டுச்சாவடிக்குச் செல்லத் தூண்டுவதும், இரட்டைச் செலவு ஆகும். இதைத் தவிர்க்கவேண்டும்; அரசே இதனைச் செய்ய முற்படவேண்டும். தங்களுடைய சொந்தத் தகுதியின் அடிப்படையிலும் வாக்காளர்களை அணுகி ஓட்டுக் கேட்பதன் மூலம்தான் வாக்குகளைப் பெற முயற்சிக்கவேண்டுமே தவிர, அவர்களுடைய வாக்குரிமையைப்பற்றிச் சொல்வதாலோ அல்லது வாக்குச் சாவடிக்குச் செல்ல அவர்களுக்கு வசதிகள் செய்து கொடுப்பது மூலமோ அல்ல. நமது வாக்காளர்கள் நல்லவர்கள்; தங்களிடம் வந்து ஓட்டுக் கேட்பவர்களுக்கு ஓட்டளிப்பது தங்களது கடமை என நினைப்பவர்கள். இதனால்தான் தேர்தல் என்பது வெறும் ஒரு பேரம் போல் மாறிவிடுகிறது.

நான் எப்போதும் வற்புறுத்திக்கொண்டிருக்கும் இந்தச் சீர்திருத்தத்தை சட்டமியற்றி நடைமுறைப்படுத்தவேண்டும். நடமாடும் வாக்குச் சாவடிகளால் செலவு அதிகரிக்குமென்ற சந்தேகம் எழலாம். ஆனால் அதைச் செய்தால் தேர்தலுக்காக தேசிய அளவில் ஆகும் செலவு குறையும். அரசாங்கத்துக்குச் செலவு கூடும். வேட்பாளர்களின் செலவு குறையும். ஏழை, பணக்

காரன் என்ற வித்தியாசமின்றி அனைவருக்கும் சமமான வாய்ப்பளிக்க இது தான் சரியான வழி. வியாபார ஸ்தாபனங்களை தேசியமயமாக்கினால் அவை மேம்படுவதற்குப் பதிலாக நஷ்டத்தில் ஓடலாம். அதற்குப் பதிலாக முதலில் நாம் தேர்தலைத் தேசியமயமாக்குவோம்.

நேருவின் தேர்தல் பிரச்சார முறைகளைப்பற்றி 'சண்டே ஸ்டாண்டர்ட்' இதழில் போத்தன் ஜோசஃப் இப்படி எழுதியிருந்தார்; '1962 தேர்தல்களில் நேரு பேசின பேச்சுகளின் தரம் இந்தியாவின் 210 மில்லியன் வாக்காளர்களுடைய அரசியல் அறிவைப் பெருக்க ஒன்றும் செய்து விடவில்லை.'' இந்தப் பேச்சுகள் என்ன செய்தாலும் செய்யவில்லையென்றாலும் தேர்தல் செலவுகள் அதிகமாகிக் கொண்டே வருவதையும், ஏழைகளையும், படிப்பறிவில்லாதவர்களையும் விலைக்கு வாங்குவதற்காகச் செலவாகும் தொகையையும் நாம் கண்டிக்க வேண்டும். இப்படியெல்லாம் நடப்பதைப் பார்த்தால் வருங்காலத்தில் ஜனநாயகம் தொடருமா என்பதே கேள்விக்குறியாகிவிட்டிருக்கிறது. மக்கள் ஒரு நல்ல அரசு வேண்டுமென விரும்பினார்கள். ஆனால் அந்த விருப்பம் நிறைவேறவில்லை. இது நம்மை வன்முறைக்கு இழுத்துக்கொண்டு போகும்; ஜனநாயகத்துக்கு ஆபத்தை விளைவிக்கும்.

வரும் தேர்தல்களில் மாநிலங்களிலும் மத்தியிலுமுள்ள தொழிற்துறை அமைச்சர்கள், ஆளும் கட்சிக்காகப் பணம் சேகரிப்பதைத் தடுக்கவேண்டும். இல்லையேல் அது ஒரு பெரும் லஞ்ச ஊழலுக்கு வழிவகுக்கும். இதை மூடி மறைக்கப் பல காரணங்கள் சொல்லப்படும். இப்படிப் பணம் சேகரிப் பதைத் தடுக்கவேண்டுமென்ற யோசனையை வெளிப்படையாக ஏற்றுக் கொண்டு மறைமுகமாகச் சில ஏற்பாடுகளைச் செய்தால் அந்தத் தடைக்கு ஒரு பலனுமிருக்காது.

மக்களிடமிருந்து பணம் பலவிதங்களில் பெறப்படுகிறது. காங்கிரஸ் கட்சியின் அதிகாரபூர்வமில்லாத நிதியத்துக்குச் சிலர் யாருடைய தூண்டுதலு மின்றித் தானாகவே பணம் கொடுக்கிறார்கள். அமைச்சர்களும் ஜில்லா கலெக்டர்களும்கூட இப்படிப் பணம் கொடுக்கிறார்கள். சில நாட்களுக்கு முன்பு ஒரு கலெக்டர் தனது ஜில்லாவின் 'கோட்டா'வாக நேரு நிதிக்குப் பத்து லட்சம் ரூபாய் நன்கொடையாகக் கொடுத்தார்.

தேர்தல் செலவுகள் இன்றிருப்பதைவிடக் குறைந்தால்தான் ஜனநாயகத்தைக் காப்பாற்ற முடியும். இத்தகைய செலவுகளுக்கு அரசு நிர்ணயித்துள்ள உச்சவரம்பினால் ஒரு பிரயோசனமும் இல்லை. ஒரு வேட்பாளரோ அவருடைய கட்சியோ செலவழிக்கும் தொகை இதைவிட எத்தனையோ மடங்கு அதிகமாக இருக்கிறது.

மிதமான சொத்துள்ள ஒரு சாதாரண மனிதன் தேர்தலில் வெற்றிபெற என்ன செய்யவேண்டுமென்பதைப்பற்றி நாம் யோசிக்கவேண்டும். நடமாடும் வாக்குச் சாவடிகள் வேண்டுமென்றும், வாக்காளர்களுக்கு அவர்களுடைய பெயரும், வரிசை எண்ணும் அடங்கிய அடையாள அட்டைகளை அரசு வழங்கவேண்டும் என்று நான் பல நாட்களாக வற்புறுத்தி வருகிறேன்.

இப்போது இதை வேட்பாளர்களே செய்கிறார்கள். நான் கூறிய யோசனை திருப்தியாயில்லையென்றால் வேறு வழிகளைக் கண்டுபிடிக்கலாம். எது எப்படியிருந்தாலும் தேர்தல் செலவுகளைக் குறைக்கவேண்டியது மிக மிக அவசியம்.

தேர்தல்களில் வேட்பாளர்கள் ஏராளமாகச் செலவு செய்யவேண்டியிருக் கிறது. இது வாக்காளர்களுக்கு லஞ்சம் கொடுப்பதற்காக மட்டுமல்ல, தேர்தல் பணிகளில் ஈடுபட்டுள்ள மற்றவர்களுக்காகவும் பணம் செலவழிக்கவேண்டி யிருக்கிறது. அரசியல் கட்சிகளுக்குத் தொழிலதிபர்கள் பணம் கொடுப்பதை நிறுத்திவிட்டால் வேட்பாளர்களே தேர்தலுக்கான முழுச் செலவையும் ஏற்க வேண்டி வரும். இந்த நிலை வந்தால் வேட்பாளர்களுடைய செலவு அளவுக்கு மீறிப்போய்விடும். இதன் காரணமாகத் தேர்தல் முறையில் ஆட்டம் கண்டு விடும் அபாயமுண்டு.

அரசாங்கத்தில் பெர்மிட்-லைசென்ஸ் முறை பரவலாக இருக்கிறது. ஆகவே கம்பெனிகள் தங்கள் பங்குதாரர்களுடைய பணத்தை அரசியல் காரணங் களுக்காகச் செலவழிக்கிறார்கள். இது பல நாட்களுக்கு நீடிக்கமுடியாது. என்றாவது ஒரு நாள் கம்பெனிகள் தங்களுடைய பங்குதாரர்களின் பணத்தை வேட்பாளர்களுக்கு நன்கொடையாக அளிப்பதை நிறுத்தவேண்டிவரும். இந்தத் தடை நடைமுறைப்படுத்தப்பட்டால் இப்போது நாம் காணும் பணத்தின் ஆட்சி தகரும்.

எந்த மாற்றமாக இருந்தாலும் தொடக்கத்தில் அது தடைகளைச் சந்தித்தே ஆக வேண்டும். மிகத் தேவையென நாம் கருதும் சீர்திருத்தங்களும் அப்படியே. நமக்கேன் வம்பு, இப்போதுள்ள முறையே தொடரட்டும் என்று நினைக்கும் அதிகாரிகள் தடைகளை எழுப்புவார்கள். ஆனால் இவற்றையெல்லாம் ஒருபுறம் மூட்டை கட்டி வைக்கவேண்டும். நடமாடும் வாக்குச் சாவடிகள் மூலம் வாக்குகளைச் சேகரிக்கத் தொடங்கவில்லையென்றால் தேர்தல் செலவு அதிகமாகத்தான் இருக்கும். மக்களின் அபிப்பிராயத்தைவிடப் பணத்துக்குத்தான் முதலிடம் அளிக்கப்படும்.

மக்களை ஏமாற்றும் பொருட்டு அரசியல்வாதிகள் எதையாவது சொல்லிக் கொண்டே இருக்கலாம். ஆனால் வாக்காளர்களை அடையாளம் கண்டு அவர் களை வாக்களிக்கச் செய்யும் பொறுப்பை அரசாங்கமே ஏற்றெடுக்க வேண்டும். ஏழைகளுக்கும் பணவசதியில்லாத கட்சிகளுக்கும் அதிகச் செலவு பாரம் இல்லாதபடி அரசு இதைச் செய்யவேண்டும். இப்படிச் செய்யத் தவறினால் நாட்டில் உண்மையான சோஷலிஸம் தழைக்காது. சொத்துக்களைப் பறிமுதல் செய்வது, உற்பத்தி முறையில் தலையிடுவது ஆகியவை சோஷலிஸத்தை வளர்ப்பதற்குப் பதிலாக ஏழ்மையை அதி கரிக்கும். சோஷலிஸம் என்றால் (வசதி படைத்தவர்களைப் பார்த்து) பொறாமைப்படுவது என்று அர்த்தமல்ல. இன்று மக்களுக்கிடையே உள்ள வேற்றுமை, பொறாமை இவற்றின் அடிப்படையில்தான் சீர்திருத்தங்கள் மேற்கொள்ளப்படுகின்றன. மக்களுக்கு நல்லது செய்யவேண்டுமென்ற

எண்ணத்துடனல்ல. இதுதான் இன்றைய அரசு முறையில் நாம் காணும் தவறுகளுக்குக் காரணம்.

பொருளாதாரத் தாராளமயமாக்கல்

(ஜவாஹர்லால் நேருவும் அவருடைய அரசும் தங்களுடைய பொருளாதாரக் கொள்கையில் அரசு அமைப்புகளுக்கு முதலிடம் கொடுத்தனர். இந்தக் கொள்கை பெர்மிட்-லைசென்ஸ் முறையை வளர்த்து, தனியார் துறையை வளரவிடாமல் தடுத்துவிடுகிறதென நம்பிய ராஜாஜி இதுபற்றிய தமது எண்ணங்களை ஒரு கட்டுரையில் விளக்குகிறார். அதிலிருந்து சில பகுதிகள் இங்கு தரப்படுகின்றன.)

எதையும் சீர்தூக்கிப் பார்த்துத் தீர்மானிக்கும் அறிவியல் சிந்தனை வளர்ந்துவிட்டிருக்கும் இந்தக் காலத்தில் பொருளாதாரத் திட்டங்களை வகுக்கும் அதிகாரம் வெகு சிலரின் கையில் மட்டும் குவிந்திருக்கிறது. அதற்கு ஒரு உன்னத ஸ்தானமும் தரப்பட்டுள்ளது. சென்ற பல ஆண்டுகளாக நமது மக்களின் பொருளாதார மேம்பாட்டில் நாம் கவனம் செலுத்திவருகிறோம். ஆனால், குறிப்பிட்ட ஒரு சிலர் மட்டுமே இதற்கான திட்டங்களை வகுப்பது தான் சிறந்த வழி என்று தீர்மானிக்கப்பட்டுவிட்டது. அதே சமயம் வளர்ச்சித் திட்டங்களை வகுக்கும் பணி கீழ் மட்டத்திலிருந்து தொடங்கவேண்டுமென்று உதட்டளவில் சொல்லிக்கொண்டிருக்கிறோம். இருப்பினும் நாட்டின் பல இடங்களில் பல மட்டங்களில் வெவ்வேறு தொழில்களில் ஈடுபட்டிருக்கும் மக்களனைவருக்கும் ஒரே மாதிரியான வளர்ச்சித் திட்டத்தைதான் வகுக்கிறோம். ஒருசில இடங்களில் இந்தத் திட்ட முறை வெற்றியடையலாம். ஆனால் அங்கெல்லாம் தனிமனித சுதந்தரமும் தனியாரின் தொழிலார்வமும் வெகுவாகப் பாதிக்கப்படும். நாளுக்கு நாள் வளர்ந்து வரும் அரசு நிர்வாகமும் எண்ணிலடங்காத சட்டங்களும் விதிமுறைகளும் தனி மனிதரையும் அவருடைய படைப்பாற்றலையும் அழித்துவிடுகின்றன.

தங்களுக்கு எது நல்லது என்று நம் நாட்டு மக்களுக்குத் தெரியாது. எனவே, அவர்கள் என்ன செய்யவேண்டுமென்பதை அவர்களுக்குச் சொல்லித்தர வேண்டுமென்ற எண்ணம்தான் நமது திட்டம் வகுக்கும் முறையின் அடிப்படை. ஒரு சிலருக்கு மட்டுமே எல்லாம் தெரியும், அவர்களால்தான் நாட்டைச் சரியான வழியில்கொண்டு செல்லமுடியும் என்று நினைக்கிறோம். நாம் இப்படித் தம்பட்டம் அடிக்கக்கூடாது, நமக்குத் தன்னடக்கம் வேண்டுமென்ற பலர் நம்மை எச்சரித்துள்ளனர். இந்தியாவின் புதிய, உண்மையான கோவில் என்று புகழப்பட்ட பக்ரா அணையை எடுத்துக் கொள்வோம். பிரம்மாண்டமான அளவில் கட்டப்படும் அணைகள் சிறந்தவை என்ற நமது தவறான எண்ணத்துக்கு இந்த அணை ஒரு சிறந்த உதாரணம். இதைக் கட்டி முடிக்கப் பல கோடி ரூபாய்கள் செலவழிக்கப்

பட்டுள்ளன. ஆனால் அதைவிட முக்கியமானது அந்த அணைக்கு என்னவாவது சம்பவித்தால் நாம் நினைத்துப் பார்க்கமுடியாத அளவுக்கு அருகிலுள்ள இடங்கள் நீரில் மூழ்கிவிடும். எதையுமே பெரிய அளவில் கட்டினால் அதனை நாம் எளிதில் கட்டுப்படுத்தமுடியாது. நான் பெரிய அணைகளைக் கட்டுவதைக் குறைகூறவில்லை. இவற்றின்மேல் ஏன் இத்தனை மோகம் என்றுதான் கேட்கிறேன். இதற்கு ஒரு அரசியல் பக்கவிளைவும் உண்டு. அதிகாரம் மையப்படுத்தப்பட்டு ஒரு சிலர் கையிலேயேதான் இருக்கும். இது நாட்டின் எதிர்காலத்தைப் பாதிக்கும். இந்தத் திட்டங்களுக்குத் தேவையான நிர்வாக அமைப்பு, தொழில்நுட்பத் திறமை ஆகியவற்றை வளர்த்துக் கொள்ளாமல் அவற்றைக் கட்டுவது அசட்டுத்தனம்.

நமக்குத் தேவை பெரிய திட்டங்களல்ல. உபயோகமுள்ள, நாம் விரும்பும் பலன்களைத் தரும் திட்டங்கள்தான். பெரிதாக இருப்பதில் நன்மை, தீமை இரண்டுமே உள்ளன. பெரிய அணைக்கட்டுகள் மக்களுக்கு நன்மை செய்யும். ஆனால் இன்று ஆயிரக்கணக்கான சிறிய திட்டங்கள்தான் நமக்குத் தேவை. இவற்றை உள்ளூர் மக்களே உற்சாகத்துடன் நடைமுறைப்படுத்த உதவுவார்கள். ஏனெனில் அவை உடனடியாக அவர்களுடைய வாழ்க்கை முறையை மேம்படுத்தும். அதைப்போலவே நுகர்வோர் பொருட்களைத் தயாரிக்கும் தொழிற்சாலைகளை ஊக்குவிக்கவேண்டும். அவைதான் மனிதனின் வாழ்க்கைத்தரத்தை உயர்த்த உதவுகின்றன. இந்தப் பொருட்களைச் சிறிய அல்லது நடுத்தர அளவிலான தொழிற்சாலைகளில் தயாரிக்கலாம். தனியார் துறையை ஒரு பயங்கர எதிரியாகக் கருதாமல் அவற்றை எல்லாவிதத்திலும் ஊக்குவித்து முன்னேற்றவேண்டும். இப்படிச் செய்தால் தொழிற்சாலைகள் நாட்டின் எல்லா மூலை முடுக்குகளிலும் நிறுவப்படும். அவற்றை ஒரே இடத்தில் நிறுவினால் ஏற்படக்கூடிய பிரச்னைகள் குறையும்.

இந்தியாவின் கூட்டாட்சிமுறையை நாம் இதுவரையில் பயன்படுத்திக் கொள்ளவில்லையென்பது மட்டுமல்ல, அந்த முறையைத் தகர்க்கப் பார்க்கிறோம். உதாரணமாக இந்திய அரசியல் சட்டத்தின் கீழ் 'தொழில்' என்ற விஷயம் மாநில அரசுகளின் கட்டுப்பாட்டிலுள்ளது (சில பாதுகாப்பு தொடர்பானவற்றைத் தவிர). ஆனால் ஒரு தொழிலைத் தொடங்க விரும்புபவர்கள் புது தில்லிக்குப் போய்த்தான் அதற்கான அனுமதியைப் பெற வேண்டும். மத்திய அரசின் சட்ட விதிமுறைகளுக்குட்பட்டு நடக்க வேண்டும். இதன் விளைவாக வேலையில்லாத் திண்டாட்டம் குறையவே இல்லை. இம்மாதிரி விஷயங்களில் சம்பந்தப்பட்ட அனைவரும் இணைந்து செயல்படவேண்டும் என்று வாதிடுபவர்கள் இருக்கிறார்கள். ஆனால் உள்ளூரிலேயே கிடைக்கக்கூடிய பொருட்கள் என்னென்ன, அந்த இடங்களில் பொருளாதாரநிலைமை எப்படியிருக்கிறது என்பதை நன்றாகப் படித்து அந்த அறிவை முழுவதாகப் பயன்படுத்தி வெவ்வேறான, பலதரப்பட்ட தொழிற்சாலைகளை அமைத்தால் பொருளாதாரம் வேகமாக முன்னேறும்.

திட்டங்களைத் தீட்டும்போது அரசு நிர்வாகத்தை முடுக்கிவிடவும், சட்ட திட்டங்களை லகுவாக்கவும் தவறிவிடுகிறோம். நமது அரசு ஊழியர்கள் தங்களுடைய அன்றாட வாழ்க்கையைப்பற்றித்தான் கவலைப்படுகிறார்கள். அவர்களிடம் தேசபக்தி உணர்வைப்பற்றிப் பேசுவதில் பிரயோசனமில்லை. அவர்களுடைய செயல்பாடுகளில் காணப்படும் திறமையின்மையைப் போக்கி அவர்கள் வேலை செய்யத்தகுந்த சூழ்நிலையை உருவாக்கி, ஒவ்வொருவருடைய பொறுப்பையும் வரையறுத்து, அவர்களுடைய வேலைக்குத்தகுந்த ஊக்கம் கொடுக்கவேண்டும். இல்லையேல் பொருளாதார மேம்பாட்டை வளர்க்க உதவுமென்று நாம் கருதும் நிர்வாகமே அந்த மேம்பாட்டை அடைய முடியாமல் செய்துவிடும்.

பொருளாதார வளர்ச்சியை அடைய தனியாரின் முயற்சிகளுக்கு முழு ஆதரவளித்து, அரசு ஒரு உந்துசக்தியாக மட்டும் இருக்கவேண்டும். நாடு முழுவதும் நெடுஞ்சாலைகளையும் கிராமப்பாதைகளையும் அமைத்துத் தரலாம். நீர் வழிப் போக்குவரத்தையும், சிறு துறைமுகங்களையும் உபயோகிக்கக் கூடியதாக ஆக்கலாம். தொலைதொடர்பு, பயண வசதி ஆகியவற்றை மேம் படுத்தலாம். இவையனைத்தும் நாட்டின் பொருளாதாரத்தை மேம்படுத்த உதவும். ஆனால் பொருளாதாரத்தைத் தனது கட்டுப்பாட்டில் வைத்திருக்க வேண்டுமென்ற ஆசையில் அரசு பல முக்கிய விஷயங்களைச் செய்யாமல் விட்டுவிட்டது. உருப்படியான திட்டமிடுதல் என்றால் தனியார் துறை வளர்வதற்கும் மக்களுடைய சுய உதவி முயற்சிகளை வளர்க்கவும் அரசு உதவ வேண்டும். இல்லையேல் ஒரு உண்மையான முன்னேற்றத்தை எதிர்பார்க்க முடியாது.

பிற்படுத்தப்பட்டோருக்கு உதவுதல்

(தீண்டப்படாதவர்கள், ஆதிவாசிகள் ஆகியோரின் நலனுக்காக அரசு நடவடிக்கைகள் எடுக்கவேண்டுமென நமது அரசியல் சட்டம் சொல்லியுள்ளது. நாடாளுமன்றத்திலும் மாநிலச் சட்டசபைகளிலும், அரசுப் பணிகளிலும் ஒரு குறிப்பிட்ட சதவிகித இடம் அவர்களுக்காக ஒதுக்கிவைக்கப்பட்டது. இவர்களைத்தவிர வேறு பிற்பட்ட சாதியினருக்கும் இதே மாதிரியான வசதிகள் செய்து தரப்படவேண்டுமென்ற கோரிக்கைகள் எழுந்தன. கீழே தரப் பட்டுள்ள கட்டுரைச் சுருக்கத்தில் இப்படிப்பட்ட திட்டங்கள் பொருளாதார அடிப்படையில்தான் வகுக்கப்படவேண்டுமென ராஜாஜி வாதிடுகிறார்.)

நமது பொது வாழ்வில் முடிவு காணப்பட முடியாத ஒரு பிரச்னை எழுந்துள்ளது. பிற்பட்ட நிலையிலுள்ள மக்கள் அரசின் உதவியுடன் தங்களுடைய வாழ்க்கை முறையையும் கலாசாரத்தையும் மேம்படுத்திக்கொள்வது என்பதுதான் அது. சாதி பேதங்களை ஒழிக்க நாம் முயல்கிறோம். சாதி அடிப்படையிலான வேறுபாடுகளைப் போக்க முயல்கிறோம். ஆயினும்

பிற்பட்ட மக்களுடைய முன்னேற்றத்துக்காகச் சட்டரீதியாகவும் வேறு வழிகளிலும் தரப்படும் வசதிகளை சாதி அடிப்படையில்தான் நிச்சயிக்கிறோம். இதற்கான பயனாளிகளைக் கண்டுபிடிக்கவும், அரசு உதவிகளைக் கொடுக்கவும் முன்பும், இப்போதும் சாதிதான் சிறந்த வழியாகக் கருதப்படுகிறது. ஆனால் இப்படிச் செய்வது அடிப்படையிலேயே தவறு என்பதை மக்கள் உணர்ந்துவிட்டார்கள். இப்படிச் செய்வது பிற்பட்ட நிலையிலேயே தொடர்ந்திருப்பதற்கும், ஒரு குறிப்பிட்ட சாதியிலேயே தொடர்ந்து இருப்பதற்கும் மக்களைத் தூண்டுகிறது.

பிற்பட்ட சாதிகளைச் சேர்ந்த ஒரு சிலர் இந்த வசதியைத் தங்களுடைய சுயநலத்திற்காகப் பயன்படுத்திக் கொள்கிறார்கள். அந்தப் பயனாளிகள் உண்மையாகவே பிற்பட்ட நிலையில் இல்லையென்றாலும்கூட. அரசு அவர்களுக்கு வசதிகளையும் உதவிகளையும் செய்து தந்த பிறகும்கூட அந்தக் குறிப்பிட்ட சாதி பிற்பட்ட நிலையிலேயேதான் தொடர்கிறது. அது மட்டுமல்ல, அந்தப் பலனைப் பெற்றுப் பலனடைந்தவர்கள் தங்களுடைய சாதியைப் பிற்பட்ட சாதி என்றுதான் அழைக்கவேண்டுமென்று வற்புறுத்தவும் செய்கிறார்கள். அந்தப் ‘பிற்பட்ட’ அந்தஸ்து அப்படியே தொடர்வதில்தான் அவர்கள் ஆர்வம் காட்டுகிறார்கள். இந்த நிலைமையை அந்தந்த சாதிகள் இப்போது புரிந்துகொண்டுவிட்டன. இப்படி அரசு தங்களுக்குக் கொடுக்கும் எல்லா வசதிகளையும் ஒரு சிலர் மட்டுமே பெற்றுக்கொள்வதற்கு அவர்கள் எதிர்ப்புத் தெரிவித்துள்ளனர்.

ஆகவே, நாம் இப்போது தீர்மானிக்கவேண்டியது இதுதான்: சாதி அடிப்படையிலான அணுகுமுறையைக் கை விட்டுவிட்டு சாதி மற்றும் மதச்சார்பில்லாமல் பொருளாதார அடிப்படையில் மட்டுமே மக்களுக்கு வசதிகளையும் உதவிகளையும் அளித்து அவர்களுடைய நிலைமையை உயர்த்தவேண்டுமா, வேண்டாமா என்பதுதான். பொருளாதார அடிப்படையில் இதைச் செய்யத் தீர்மானித்தால் சாதியின் பெயரால் ஏமாற்றுவது முடிவுக்கு வரும். இந்த வசதிகள் மற்றவர்களுக்கும் கொடுக்கப்படும். இப்படிச் செய்வதன் மூலம் மக்களுக்குத் தரப்படும் வசதிகள் அவர்களிடையே வேறுபாடுகளை உருவாக்குகின்றன என்றும், அது ஒரு புதிய சாதியையே உருவாக்குகிறது என்றும், ஏற்கெனவே இருந்த பிற்பட்ட சாதிகளுக்கு ஒரு பலனும் கிடைப்பதில்லை என்றுமுள்ள குற்றச்சாட்டுகளை நாம் தவிர்க்கலாம்.

இந்தப் பிரச்னையை நீதியினடிப்படையிலும் நாம் செய்து சரியா, தவறா என்றும் நாம் பரிசோதிக்கவேண்டும். இப்படிச் செய்த பிறகு யாருக்கு அரசு உதவி தேவை, அவருக்கு என்னென்ன வசதிகள் தரப்படவேண்டும் என்பதை நிச்சயிக்கலாம். இதை ஒட்டுமொத்தமாக ஒரு பிரதேசம் அல்லது சாதியினடிப்படையில்லாமல் ஒவ்வொரு மனிதரின் பொருளாதாரத் தேவைகளினடிப்படையில்தான் செய்யவேண்டும். பிரதேசம், சாதி ஆகிய இரண்டும் ஒரு விஷயத்தைப்பற்றி விசாரித்துத் தெரிந்துகொள்ள உதவலாம். ஆனால் பயனாளிகளைத் தேர்வு செய்ய அவை உதவாது.

வசதி படைத்தவர்கள், வசதி இல்லாதவர்கள் என்ற வார்த்தைகள் ஒரு அரசு கொடுக்கவுள்ள உதவியின் அளவைத் தீர்மானிக்க உபயோகப்படுத்தப் படுகின்றன. இந்த இரு வார்த்தைகளும் மனிதர்களிடம் எத்தனை சொத்து இருக்கிறது, அவர்களுடைய சாதியினடிப்படையில் அவர்கள் அனுபவிக்கும் கஷ்டப்பாடுகள் என்ன அல்லது எத்தனை வசதியாக வாழ்கிறார்கள் என்பதை விளக்கிச் சொல்கின்றன. இன்றைய இந்தியாவில் சாதிக்குச் சட்டரீதியாக ஒரு இடமுமில்லை. சாதி அடிப்படையில் முன்பு எப்போதோ மனிதர்களிடையே வேற்றுமைகள் நிலவியிருந்திருக்கலாம்; அவை இப்போது இல்லை. இப்போது ஏழ்மைதான் வெவ்வேறு அளவுகளில் நிலவுகிறது. இது எங்கிருந்தாலும் அந்த ஏழை மனிதர் எந்த சாதியைச் சேர்ந்தவராக இருந்தாலும் அவருடைய நிலைமையை உடனடியாக மேம்படுத்தவேண்டும். மாறாக, ஒருவருக்கு அவருடைய சாதி அடிப்படையில் சில வசதிகள் செய்து கொடுக்கப்பட்டால் அது ஒரு புதிய சலுகையாக மாறிவிடுகிறது. இது சரியல்ல. உதவி தேவைப்படுபவர்களுக்கு அதைக் கொடுத்தே ஆகவேண்டும். ஆனால், அது அவர்களுடைய சாதி அடிப்படையில் கொடுக்கப்படக்கூடாது.

பிற்பட்டவர்களுக்கு உதவுதல் என்றால் அவர்களுக்குக் கல்வியறிவு அளிப் பதும் அதில் உட்படும். அரசு தீர்மானித்த தகுதிகளையுடைய மாணவ, மாண விகள் அவர்களுக்காகத் தொடங்கப்பட்டுள்ள பள்ளிக்கூடங்களில் கல்வி பெறவேண்டும். அங்கு அவர்களுக்கு எல்லா வசதிகளும் செய்து தரப்பட வேண்டும். ஆனால் அது சாதியினடிப்படையில் இருக்கக்கூடாது. சாதியடிப் படையில் மாணவர்களைத் தரம் பிரிக்கவும்கூடாது. அதாவது மாணவர்களின் பொருளாதார நிலையை மட்டும் கணக்கிலெடுத்து அவர்களுக்கு உதவி செய்யவேண்டும். தகுதியுள்ள ஏழை மாணவர்களுக்கு இலவசக் கல்வியும், தங்கும் வசதியும் ஏற்பாடு செய்யும் கல்விக்கூடங்களுக்கு அரசு நிதி ஒதுக்க வேண்டும். இப்போது சாதியடிப்படையிலான பண உதவி தரப்படுவதால் கிறிஸ்தவர்களும் முஸ்லிம்களும் மதம் மாறுவதற்கு முன்பிருந்த தங்களுடைய பழைய சாதிப் பெயர்களையே உபயோகிக்கிறார்கள். ஆனால் அவர்கள் மதம் மாறியதற்குக் காரணமே தீண்டாமையை ஒழிக்கவும், சமூகத்தில் தள்ளி வைக்கப்படுவதைத் தவிர்க்கவும்தான். இவர்களை மதம் மாற்றியவர்களே அவர்களுக்கு அரசு உதவி தொடர்ந்து கிடைக்கவேண்டு மென்பதற்காக மதம் மாறுவதற்கு முன் இருந்த ‘ஹரிஜன்’ அந்தஸ்தையே அரசு ஏற்றுக்கொள்ளவேண்டுமெனக் கோருகிறார்கள்.

அரசு உதவி வழங்க இப்போது பயன்படுத்தப்படும் சாதி அடிப்படையை விட்டுவிட்டுப் பொருளாதார அடிப்படையில்தான் உதவி தரப்பட வேண்டும். இப்படிச் சொல்வதால் ‘பிற்பட்டவர்கள்’ என்ற அந்தஸ்துக்காக மக்கள் போட்டி போடமாட்டார்கள். ஒரு சிலருக்குச் சில வசதிகளைச் செய்து கொடுத்துவிட்டு மற்றவர்களுக்கு அதனைச் செய்யாமலிருப்பதும் சாதி களிடையே ஏற்படவுள்ள போட்டியும் பொறாமையும் தவிர்க்கப்படும்.

ஆங்கிலம் ஏன் தேவை?

(ஆங்கிலம் இந்தியாவின் அரசு மொழியாவதை ராம் மனோகர் லோஹியா எதிர்த்தார்; ஆனால் ராஜாஜி அதை ஆதரித்தார். இது 'வடக்கு - தெற்கு' கருத்து வேறுபாடுகளின் விளைவாகவே ஏற்பட்டது. இந்திக்குப் பதிலாக ஆங்கிலத்தை தென்னிந்திய அரசியல்வாதிகள் வரவேற்றார்கள். வேறு சிலர் இந்திதான் வேண்டுமென்றனர். ராஜாஜி தனது வழக்கமான பாணியில் ஆங்கிலத்தை ஆதரித்து எழுதிய ஒரு கட்டுரையிலிருந்து சில பகுதிகள் கீழே தரப்படுகின்றன.)

இந்திய அரசின் நிர்வாக மொழியாக ஆங்கிலமே தொடரவேண்டும். அதற்குப் பதிலாக இந்தி கூடாது என்று வாதிடுவதற்கான காரணங்கள் ஏற்கெனவே சொல்லப்பட்டுவிட்டன. அவை எல்லாமே சரியான காரணங்கள் தான். ஆனால் இந்தக் காரணங்கள் ஏற்றுக்கொள்ளப்படவில்லை. இதற்குப் பதிலாக இந்தி ஆதரவாளர்கள் இந்தியின் சார்பில் இரண்டு வாதங்களை நம்முன் வைக்கிறார்கள். ஒன்று ஆங்கிலம் இந்திய மொழிகளில் ஒன்றல்ல; அது வெளிநாட்டு மொழி. ஆகவே, அதை அரசுக் காரியங்களுக்காகத் தொடர்ந்து உபயோகப்படுத்துவது நாட்டுக்கே அவமானமாகும்.

கடந்த பத்தாண்டுகளில் நமது மானம் கப்பலேறிவிடவில்லை. ஆங்கிலத்தை நிரந்தரமாக உபயோகித்தாலும் ஒன்றும் ஆகிவிடாது. இந்தி பேசாதவர்களின் இந்தி எதிர்ப்புக்கு இப்படி அடிபணியவேண்டியிருப்பதைக்கொண்டு இந்தியைத் தாய்மொழியாகக்கொண்டிருப்பவர்கள் ஏமாற்றமும் கோபமும் அடைந்திருக்கிறார்கள். ஏனெனில், அவர்கள் தங்களுடைய மாநிலங்களில் மட்டுமல்லாமல் மற்ற மாநிலங்களிலும் இந்தியே அரசு மொழியாக ஆக்கப்படுமென எதிர்பார்த்தார்கள். ஆங்கிலத்தைத் தொடர்வதால் இந்திய ஜனநாயகத்தின் பெயரும் பெருமையும் அதிகரிக்கத்தான் செய்யும். இந்தியா மீது மற்றவர்கள்கொண்டுள்ள நம்பிக்கையும் வளரும்.

இந்தியாவை ஆக்ரமித்த வெளிநாட்டினரின் மொழிதான் ஆங்கிலம் என்பது சரியே. ஆனால் அது நம் நாட்டில் வேரூன்றித் தழைத்து வளர்ந்திருக்கிறது. அதன் ரகசியம் இதுதான்: நம்மைப் பொறுத்தவரை ஆங்கிலம்தான் நமது முன்னேற்றத்துக்கும் அறிவு வளர்ச்சிக்கும் காரணமாக இருந்திருக்கிறது. அது அரசின் உதவியோடுதான் இங்கு தழைத்து வளர்ந்தது என்று சொல்வது சரியல்ல. சுதந்தரத்துக்குப் பிறகும் நாம் ஆங்கிலத்தை உபயோகிப்பதன் காரணம் அது வெளிநாட்டினரின் கட்டாயத்தாலோ வெறும்பழக்கதோஷத்தாலோ அல்ல, அது பல விஷயங்களுக்கும் நமக்கு உபயோகமாக இருக்குமென்ற காரணத்தால்தான். கல்வியறிவுதான் இவ்வுலகில் நாம் முன்னேற உதவும் என நாம் நம்புகிறோம். ஆங்கில மொழி இந்த நம்பிக்கையை மெய்யாக்குகிறது. அதன் மூலம் நாம் பெற்றுள்ள பரந்த விஷய ஞானம்தான் நாம் ஆங்கிலத்தை விரும்பக் காரணம். தேசப்பற்று முக்கியம் என வாதிப்பவர்கள் இந்த விஷயத்தை ஒப்புக்கொள்ளவேண்டும்.

ஆங்கிலம் வேண்டாம், இந்தி போதும் என்று சொல்வதற்கான இரண்டாவது காரணம் கொள்கைரீதியானது. ஒரு ஜனநாயகத்தில் மக்களும் அரசாங்கமும் ஒருவரையொருவர் புரிந்துகொள்ள உதவக்கூடிய ஒரு மொழி வேண்டும். மக்களுடைய மொழியே அரசு மொழியாக இருக்கவேண்டும்; இல்லையேல் அது ஜனநாயகம் தோற்றுவிட்டதற்கு அடையாளம் என்று வாதிடப்படு கிறது. இந்த வாதம் சரியானதுதான் என்பதை ஒப்புக்கொள்கிறேன். ஆனால் மக்களும் அரசும் பரஸ்பரம் புரிந்துகொள்ளும் மொழிதான் அரசு மொழி யாக வேண்டுமென்று சொன்னால், ஒவ்வொரு மாநிலத்திலும் அங்கு பேசப் படும் மொழியிலேயே அதன் செயல்பாடுகள் இருக்கவேண்டும். இந்தியா வில் ஒரு டஜனுக்கும் மேற்பட்ட மொழிகள் உள்ளன. ஒவ்வொன்றையும் லட்சக்கணக்கானவர்கள் பேசுகிறார்கள். ஒவ்வொரு மாநிலமும் அந்தந்தப் பிரதேச மொழியை உபயோகித்தால் மேற்சொன்ன மொழிக் கொள்கை முழு தாக நடைமுறைப்படுத்தப்படும். வெவ்வேறு பாகங்கள் சேர்ந்துதான் ஒரு முழுமையான பொருளாக ஆகிறது. ஆகவே இந்த மொழிக் கொள்கையை நடைமுறைப்படுத்த நாம் வேறொன்றும் செய்யவேண்டாம். இந்தியை மத்திய அரசின் அரசு மொழியாக ஆக்கினால் அதற்கும் வங்காளம் அல்லது மதராஸ் போன்ற இந்தி பேசாத மாநிலங்களில் வசிக்கும் மக்களுக்கு மிடையே பரஸ்பர புரிந்துணர்வு இருக்காது. இங்கு இந்தியை ஏற்பதா அல்லது எதிர்ப்பதா என்பதல்ல பிரச்னை. அனைவரும் புரிந்துகொள்ளக் கூடிய ஒரு மொழியை அடையாளம் கண்டுகொள்வதுதான் பிரச்னை. பல லட்சம் மக்களை இணைக்கக்கூடிய ஒரு மொழியை நம்மால் கண்டுபிடிக்க முடியாது. மக்களுக்கும் அரசுக்குமிடையே இந்தி ஒரு பாலமாக அமையு மென்பதே கற்பனை வாதம்தான். அதாவது அனைவரும் இந்தியை ஏற்றுக் கொள்ளச் சம்மதித்தால் அப்போது இந்தியிலுள்ள குறைபாடுகள் இல்லாத தாகி விடுமென்றோ அல்லது ஐந்தில் இரண்டு பங்கு பேர் சம்மதம் தெரிவித் தால் போதுமென்றோ உள்ள வாதம் உயரும்.

சுருக்கத்தில் நாம் ஒரு வெளிநாட்டு மொழிக்குப் பதிலாக ஏதாவது ஒரு இந்திய மொழியை ஏற்றுக் கொள்வோம். அது மக்களுடைய மொழியுடன் ஒத்துப்போகாவிட்டாலும்கூட. இங்கும் நாம் ஆங்கிலத்துக்கு எதிரான உணர்வுகளைத் தூண்டிவிடுகிறோம்.

ஆங்கிலத்தை நாம் தொடர்ந்து உபயோகித்தால் மேற்சொன்ன மொழிக் கொள்கை எப்படிச் செயல்படுமென்பதைப் பார்க்கலாம். இந்தியாவின் அனைத்து மாநிலங்களிலும் உள்ளவர்களுக்கும் மத்திய, மாநில அரசு ஊழியர்களுக்கும் ஆங்கிலம் ஓரளவுக்கு நன்றாகவே தெரியும். இந்தி அப்படி யல்ல. வேறுவிதமாகச் சொன்னால் இந்தியாவில் ஒரு டஜன் மொழிகள் பேசப் பட்டாலும் இந்தியாவில் எல்லா பாகங்களிலும் வசிக்கும் கல்வியறிவு பெற்ற இந்தியர்களுக்கு ஆங்கிலமும் தெரியும் என்ற உண்மை புலப்படும். எந்த ஒரு இந்திய மொழிக்கும் இந்தச் சிறப்பு இல்லை.

இந்த நிலை இனிமேலும் தொடரும். ஏனெனில் இந்தியாவின் அனைத்து மாநிலங்களிலும் ஆங்கில அறிவு நமது கல்வி முறையில் ஒரு முக்கிய

அம்சமாக இருக்கிறது. ஆனால் இந்தி கற்றுக்கொள்வதென்பது அவரவர் களுடைய விருப்பத்தைப் பொறுத்திருக்கிறது. அது கல்வியாளர்களுடைய சர்ச்சைக்குரிய விஷயமாகவுமிருக்கிறது. ஒரு மொழியில் ஒருவருக்குள்ள ஆர்வம் அந்த மொழியிலிருந்து அவர் பெறக்கூடிய தற்கால அறிவைப் பொறுத்திருக்கிறது. ஆங்கில மொழியிலிருந்து நமக்குக் கிடைக்கும் அறிவு தான் நம்மை அதன் பக்கம் இழுக்கிறது. இந்தி மொழி எப்படிப்பட்ட தற் கால அறிவை நமக்குத் தரும்? இந்த அறிவைப் பெறும் பொருட்டு நாம் ஆங் கிலத்திலிருந்து இந்தியில் மொழிபெயர்க்கப்பட்ட புத்தகங்களைத்தான் சார்ந் திருக்கவேண்டும். இந்த மொழிபெயர்ப்பைச் செய்வது யார்? அறிவி யலிலும் தொழில்நுட்பத்திலும் பாண்டித்யம் பெற்ற இந்தி மொழி வல்லுனர் களா? அல்லது வெறும் மொழிபெயர்ப்பாளர்களா? உண்மை என்னவென் றால் ஆங்கிலம் படித்தால் நமக்குப் புதிய அறிவுடன் ஒரு புதிய மொழியும் கிடைக்கிறது. அறிவியலிலும் மற்ற விஷயங்களிலும் முன் வரிசையிலுள்ள வர்களுடைய மொழி அது. மற்ற எல்லாமே உபயோகமற்றவை. அறிவுதான் முன்னேற்றத்துக்கு அடிப்படை எனும்போது இம்மாதிரியான கௌரவப் பிரச்னைகளில் செலவழிக்கும் நேரம் வீண்தான்.

மூன்றாவதாக, நமது எல்லாத் தேவைகளையும் இந்தி பூர்த்திசெய்ய வல்லது என்ற மனப்பான்மையை நாம் கைவிடவேண்டும். இன்று அரசாள்வ தென்பது எளிதான செயலல்ல. அரைகுறையாகப் படித்தவர்கள் வேண்டு மானால் தமது தாய்மொழி ஆங்கிலத்துக்குச் சமமானது, ஆகவே நமது அனைத்துத் தேவைகளைப் பூர்த்தி செய்யவும் சிறிதளவு முயற்சி செய்தால் இந்தியிலுள்ள எல்லாவிதக் குற்றங்களையும் சரியாக்கிவிடலாம் என நினைப் பார்கள். ஆனால் மொழி என்பது வெறும் வார்த்தைகளால் கட்டப்படும் தோரணமல்ல. இந்தியை இப்போது ஆங்கிலத்தின் அளவுக்கு உயர்த்தி விடலாமென நினைத்தால் அது தவறு.

இந்தி எளிதான மொழியென்றும் அதனை எளிதில் கற்றுக்கொள்ள முடியு மென்றும் சொல்வது சரியல்ல. இந்தியைச் சார்ந்த வேறு மொழிகளை அறியா தவர்களுக்கு இந்தியைக் கற்பது எளிதல்ல. அதற்கும் அவர்களுடைய மொழி களுக்குமிடையே முக்கியமான வேறுபாடுகள் இருக்கின்றன. அதே சமயம் இந்திக்காக வாதாடுபவர்களுக்குத் தென்னிந்திய மொழிகளைப்பற்றி ஒன்றுமேதெரியாது.எனவே, அங்குள்ளவர்கள் சோம்பற்பட்டுக் கொண்டோ வேண்டுமென்றேயோ இந்தியைக் கற்க மறுக்கிறார்கள் என நினைக்கிறார்கள் என்பதும் எனக்குத் தெரியும். தத்தம் தாய்மொழிதான் கற்பதற்கு எளிது; ஆனால் அதனைக் கற்றுக்கொள்ள அவர்களுக்கு இஷ்டமில்லை என்றுதான் ஒவ்வொருவரும் நினைக்கிறார்கள். இந்தியின் சார்பில் நம் முன் வைக்கப்படும் வாதங்களின் அடிப்படையே சரியல்ல. இந்தி பேசுபவர்கள் அதனைத் தங்களுக்குச் சுற்றிலுமுள்ளவர்கள் பேசுவதைக்கண்டு அது ஒரு நாள் அனைத்து இந்தியர்களின் தாய்மொழியாக ஆகிவிடுமென்று எண்ணுகிறார்கள். இந்த எண்ணம் தவறானது. ஆபத்தானதும்கூட. இந்தி அனைத்து இந்தியர்களின் தாய்மொழியாக ஆகவேண்டும் என்பதற்காக மற்ற மொழிகள் தாங்களாகவே

வழிமாறிக் கொடுக்காது. தங்கள் சொந்த மாநிலங்களிலிருந்து புலம் பெயர்ந்து வேறிடங்களில் குடியேறியிருக்கும் மக்கள்வேண்டுமானால் தங்களுடைய தாய்மொழியை மறந்துவிட்டு அந்தந்தப் பிரதேச மொழிகளைக் கற்றுக் கொள்ளலாம். ஆனால் இந்தியல்லாத வேறு மொழிகளைப் பேசுபவர்களின் எண்ணிக்கையையும் அவர்கள் வசிக்கும் நிலப் பரப்பையும் பார்த்தால் மேலே சொன்னது சாத்தியமல்ல என்பது புரியும்.

கடைசியாக, எல்லாவற்றையும் விடத் தவறான வாதம்: மத்திய அரசின் அரசு மொழியாக இந்தியை உபயோகித்தால் நாட்டில் ஒற்றுமை வளரும் என்பது. ஆனால் இந்த மொழிக் கொள்கையின் விளைவு ஒற்றுமையல்ல. மாறாக எதிர்ப்புகள், அதிருப்தி, மக்களிடையே கருத்து வேற்றுமை ஆகியவைதான். மக்களிடையே உள்ள வேற்றுமைகளை அரசியல்ரீதியாகக் களைந்துவிட முடியும். ஆனால் மக்களிடையே மனக்கசப்பு உருவாகிறது. நீதி, நியாயம் ஆகியவற்றை நாம் புறக்கணித்தால் அது ஆறாத புண்ணை ஏற்படுத்திவிடும்.

எனது வட இந்திய சகோதரர்களிடமும் நண்பர்களிடமும் நான் வேண்டுவது இதுதான். இந்தத் திட்டத்தைக் கை விடுங்கள். நமது அரசியல் சட்டத்தின் பதினேழாம் பகுதியைத்* தற்காலிகமாக நிறுத்தி வையுங்கள்.

ஏனெனில், நமது எண்ணங்கள் முறையான வழியில் உறுதிப்படும்முன் எடுக்கப்பட்ட தவறான தீர்மானம் இது. இப்படிச் செய்வது இந்தியாவின் ஒருமைப்பாட்டுக்கும் உணர்வுபூர்வமான ஒற்றுமைக்கும் பெரிதும் உதவும். இந்தியாவையோ பிற மாநிலங்களையோ நான் நேசிக்கவில்லை என யாரும் நினைக்கவேண்டாம். முன்பைவிட அதிகமாகவே அவற்றை நேசிக்கிறேன். அதனால்தான் நான் உங்களுக்குப் பிடிக்காததை எழுதுகிறேன். இந்தி பேசாதவர்களும் அதனை அரசு மொழியாக ஏற்றுக்கொள்ளவேண்டுமென்று இந்தி பேசுபவர்கள் வற்புறுத்தினால் அது அவர்களுக்கே தீங்கை விளை விக்கும். மத்திய அரசு பக்கம் போகாமல் அவர்கள் தத்தம் மாநிலங்களில் இதைச் செய்யவேண்டும்; இப்போதுள்ள நிலைமை தொடர அனுமதிக்க வேண்டும். அப்போதுதான் மக்கள் இந்தி பயமின்றி வாழ்வார்கள். ஆங்கிலமே தொடரட்டும்.

'வீடு கட்டுபவர்கள் இந்தக் கல்லை நிராகரித்தனர்; ஆனால் அதுவே கல்லறையின் 'தலைக்கல்'லாக (Headstone) வைக்கப்பட்டுள்ளது'' என்று பைபிளில் சொல்லப்பட்டிருக்கிறது. அந்தக் கல் அவர்கள் விரும்பியபடி சதுரமாகவோ செவ்வக வடிவத்திலோ இல்லாமல் ஒரு விநோதமான வடிவிலிருந்ததால் அது நிராகரிக்கப்பட்டது. ஆனால், அதுவே பின்னர் ஒரு முக்கிய இடத்தில்

---

* இந்தப் பகுதியில் அரசியல் சட்டம் அமலுக்கு வந்த பதினைந்து வருடங்களுக்குப் பின், அதாவது 1965 ஜனவரி 26ம் தேதிக்குப் பின் மத்திய-மாநில அரசுகளுக்கிடையே கடிதப் போக்குவரத்து இந்தியில் மட்டுமே இருக்கும், அதுவரை ஆங்கிலம் தொடரும் என்று சொல்லப்பட்டது. ஆனால், தென்னிந்தியாவில் எழுந்த இந்தி எதிர்ப்பைத் தொடர்ந்து ஆங்கில மொழியின் உபயோகம் காலவரையின்றி நீட்டப்பட்டது.

வைக்கப்பட்டது. அதன் விநோத வடிவம் காரணமாகவே அது ஒரு முக்கிய இடத்தில் பதிக்கப்பட்டது. இந்திய மொழிகளுக்குப் பதிலாக இந்த விநோத வடிவிலான மொழி நமது நாட்டையும் நமது மொழிகளையும் இணைக்கும் கல்லாக இருக்கட்டும். அது இறைவனின் சித்தம்; பார்க்க அழகாக இருக் கிறது. அப்படியே ஆகட்டும்!

நாம் விரும்பும் இந்தியா

(ராஜாஜியின் அரசியல் எதிராளி ஜவாஹர்லால் நேரு சென்னைக்கு விஜயம் செய்தபோது ஒரு பொதுக்கூட்டத்தில் ராஜாஜியை விமர்சித்தார். 'ராஜாஜி எப்போதும் கோபமாகவே இருக்கிறார்'' என்று நேரு வர்ணித்தார். இதற்கு பதில் கூறும் வகையாக ராஜாஜி 1961ம் ஆண்டு அக்டோபரில் ஒரு கட்டுரை எழுதினார். அதிலிருந்து சில பகுதிகள் கீழே தரப்படுகின்றன.)

ஒரு பிரதம மந்திரிக்குரிய ஆடம்பரத்துடன் நேரு சென்னைக்கு விஜயம் செய்தார். நான் அவ்வப்போது எழுப்பிய புகார்களுக்கெல்லாம் பதிலளிக்க முயற்சி செய்தார். நான் கோபமாக இருக்கிறேனென்றும் அதன் விளைவாகப் பெரும் குழப்பத்தில் ஆழ்ந்திருக்கிறேன் என்றும் சொன்னார். என்மீது அவர் தொடர்ந்து வைத்திருக்கும் மரியாதைக்கு நன்றி சொல்லிக் கொள்கிறேன். எனக்கு என்ன வேண்டுமென்பதை நான் தெளிவாகக்கவேண்டுமென்று அவர் விரும்புகிறார். ஸ்வதந்திரா கட்சியின் அறிக்கையில் இதற்கான பதில்களைக் காணலாம். அவருக்கு எதிராக உள்ள செய்தித்தாள்கள்கூட அந்த அறிக்கை தெளிவாக இல்லையென்று சொல்லவில்லை. ஆனால், நேருவுக்கு எனது அறிக்கையை வாசிக்க நேரமில்லாததால் என் கருத்துகளைக் கீழே தருகிறேன்.

இந்தியா இப்போது பயத்தில் ஆழ்ந்திருக்கிறது. இந்தப் பயம் நீக்கப்பட வேண்டும். பொருட்களின் உற்பத்தியிலும் வணிகத்திலும் ஈடுபட்டிருப் பவர்கள் தங்களுடைய வியாபாரத்தை அரசு ஊழியர்களும் அமைச்சர்களும் கட்சித் தலைவர்களும் அழித்துவிடுவார்களோ என்ற பயமின்றித் தங்களது வியாபாரத்தைத் தொடர்ந்து செய்துகொண்டிருக்கவேண்டும். அப்படிப்பட்ட இந்தியாதான் எனக்கு வேண்டும்.

அரசு ஊழியர்கள், அமைச்சர்கள் ஆகியோரின் விசேஷ அனுமதிக்காக மண்டி யிட்டுப் பிச்சை கேட்காமல் எங்கே மக்கள் அவர்களுடைய திறமையை முழு தாகக் காண்பிக்க முடிகிறதோ, எங்கே அவர்களுடைய திறமைகளும் முயற்சி களும் இந்தியாவிலும் வெளிநாடுகளிலும் கடும் போட்டிகளுக்கிடையே ஏற்கப்படுகிறதோ அந்த இந்தியா எனக்கு வேண்டும்.

லைசென்ஸ், பெர்மிட் முறை நமது முயற்சிகளுக்குத் தடையாக நிற்கக் கூடாது. அரசு அதற்கென்று வரையறுக்கப்பட்டுள்ள கடமைகளை மட்டும் நிறைவேற்றவேண்டும். மற்ற விஷயங்களில் தலையிடக்கூடாது.

பொதுத்துறை மேலாண்மையில் காணப்படும் திறமையின்மை நீக்கப்பட வேண்டும். தனியார் கம்பெனிகளுக்கிடையில் ஏற்படவுள்ள போட்டி நிலைமையைச் சரி செய்துவிடும்.

பெர்மிட் - லைசென்ஸ் முறையில் காணப்படும் லஞ்ச ஊழல் ஒழிய வேண்டும்.

சட்டங்களை நடைமுறைப்படுத்துவதற்காக நியமிக்கப்பட்டுள்ள அரசு அதிகாரிகள் ஆளும் கட்சியின் தலைவர்களுடைய சொற்படி நடக்கக்கூடாது. முன்னைப்போல அவர்கள் பயமின்றி நாணயமான முறையில் தங்கள் கடமையை ஆற்றவேண்டும்.

பெர்மிட்டுக்காக யாரும் தன்னை அணுகவில்லையென நேரு சொல்கிறார். ஆனால் அவர் கீழ் 150 மந்திரிகளும் எண்ணற்ற காங்கிரஸ்காரர்களும் இந்த பெர்மிட் கோட்டாக்களைப் பெற்றுத் தரும் வேலையில் ஈடுபட்டுள்ளனர்.

அனைவருக்கும் சமமான வாய்ப்பளிக்கவேண்டும். பெர்மிட்-லைசென்ஸ் முறையில் ஒரு சிலர் மட்டுமே அனைத்தையும் கட்டுப்படுத்துவது நிறுத்தப் படவேண்டும்.

விவசாயிகளைப் பயமுறுத்தியோ ஆசை காட்டியோ அவர்களுடைய நிலத்தைக் கூட்டுறவு விவசாயத்துக்காகப் பறித்துக்கொள்வதுகூடாது. நிலம் அல்லது வேறுவிதமான சொத்து உள்ள அனைவருக்கும் நியாயமான நஷ்ட ஈடுத் தொகையை வழங்காமல் அவர்களுடைய சொத்துக்கள் எந்த நிமிஷமும் அபகரிக்கப்படும் என்ற பயத்தைப் போக்கவேண்டும். இந்த நஷ்ட ஈட்டுத் தொகை அரசியல் காரணங்களுக்காக இயற்றப்பட்ட சட்டப்படியல்லாமல் நீதிமன்றம் நிச்சயிக்கும் தொகையாக இருக்கவேண்டும்.

அடிப்படை உரிமைகள் பழையதுபோல மீண்டும் ஸ்தாபிக்கப்பட வேண்டும். அவற்றில் ஒரு மாற்றமும் செய்யக்கூடாது.

அதிக அளவில் விதிக்கப்படும் நேர்முக, மறைமுக வரிகள் தனியார் துறையின் தொழில் முயற்சிகளைப் பாதிக்கக்கூடாது.

பண வீக்கத்துக்கும் விலைவாசி உயர்வுக்கும் வழி வகுக்காதபடி மத்திய அரசின் பட்ஜெட் தயாரிக்கப்படவேண்டும்.

அடிப்படை வசதிகளைப் பெருக்குவதற்காக முதலீடு செய்யப்படும் பணத்தின் (Capital Investment) மீது அரசு வரி விதிக்கக்கூடாது.

அரசியலில் பெரும் தொழிலதிபர்களின் பணபலம் விளையாடுவதைத் தடுத்து நிறுத்தவேண்டும். நாம் பாடுபட்டு வளர்த்த ஜனநாயகத்தை அழித்து விடக்கூடாது. தேர்தல் செலவுகள் அதிகரித்துக் கொண்டே வருகின்றன; தொழிலதிபர்கள் அரசிடமிருந்து தாங்கள் பெற்ற உதவிகளுக்குப் பிரதி பலனாகவோ அரசுக்குப் பயந்தோ ஆளும் கட்சிக்குப் பணம் கொடுத்து

ஆதரிக்கிறார்கள். இந்தக் காரணங்களால் ஜனநாயகம் ஒரு கேலிக்கூத்தாக, கானல் நீராக ஆகிவிடுகிறது.

அரசாங்கம் கனத்த வரிவிதிப்பின் மூலம் பணம் சம்பாதிக்கிறது. தனது அதிகாரங்களைக் கீழ் அதிகாரிகளுக்கு விநியோகிக்காமல் தன்னிடமே வைத்துக்கொள்கிறது. இந்த நிலை மாறி மக்களனைவரும் இம்மாதிரியான திட்டங்களில் பங்கெடுத்துத் தங்களுடைய சக குடிமகன்களிடம் பரிவுடனும் பாசத்துடனும் நடந்துகொள்ளவேண்டும்.

தான் ஒரு எல்லைக்குமேல் போகமுடியாதென்பதை அரசு உணர்ந்து தன்னடக்கத்துடன் செயல்படவேண்டும். குடிமக்களின் ஆன்மிக வாழ்வில் அரசு தலையிடக்கூடாது.

ஒரு உண்மையான வலுவான எதிர்க்கட்சி உருவாகவேண்டும். ஜனநாயகம் சரியான பாதையில் செல்ல இது உதவும்.

உலகளவில் இந்தியா தனது தார்மிக அந்தஸ்தைத் திரும்பப் பெறவேண்டும். காந்திஜியின் காலத்தில் நம்மிடமிருந்த தார்மிக உணர்வை நாம் இன்று இழந்துவிட்டோம் என்பதை நாம் உணரவேண்டும்.

அத்தியாயம் 20

பழங்குடியினரின் பாதுகாவலர்

வெரியர் எல்வின்

~

*1900*ம் ஆண்டுகளில் கோபாலகிருஷ்ண கோகலே இவ்வாறு எழுதினார்: 'வருங்கால இந்தியா இந்து இந்தியாவாகவே முகம்மதிய இந்தியாவாகவோ இருக்காது.- இந்து, முஹம்மதியர், பார்ஸிகள் கிறிஸ்துவர்கள் -ஏன் இந்தியாவைத் தமது நாடாக ஏற்றுக்கொண்ட ஆங்கிலேயர்கள் என அனைத்து மக்கள் அடங்கிய ஒரு நாடாக இருக்கவேண்டும்.'' கடைசி வரியில் ஆங்கிலேயர்கள் என்று சொல்லும்போது ஆக்டேவியன் ஹியூம், இந்தியாவைத் தனது தாய்நாடாக ஏற்றுக்கொண்ட அயர்லாந்தைச் சேர்ந்த அன்னி பெஸண்ட் ஆகிய இருவரையும் குறிப்பிட்டிருக்கலாம். எதுவாக இருந்தாலும் கோகலேயின் வாக்கு பலித்தது. மேலே குறிப்பிட்டவர்களைத்தவிர மற்ற பிரிட்டிஷ் பிரஜைகள் தங்களுடைய பிறந்த நாட்டின் குடியுரிமையைத் துறந்து ஒரு காலத்தில் தங்களுக்கு அடிமையாக இருந்த இந்தியாவின் பிரஜைகளாக மாறினர்.

இப்படி இந்தியர்களாக மாறியவர்களில் குறிப்பிடத்தக்க ஒரு பிரிட்டிஷ் பிரஜைதான் வெரியர் எல்வின். ஆக்ஸ்ஃபோர்ட் பல்கலைக்கழகத்தில் படித்த அவர் இந்தியாவின் ஆதிவாசிகளுக்காக இடையறாது போராடினார். 1902ம் ஆண்டில் ஒரு பிஷப்பின் மகனாகப் பிறந்த எல்வின் தீவிர மத உணர்வு கொண்டிருந்த குடும்பச் சூழ்நிலையில் வளர்ந்தார். இந்தச் சூழ்நிலையிலிருந்து விடுபடும் பொருட்டு, புதிதாக பாதிரியாகப் பதவியேற்றிருந்த எல்வின் 1927ல் இந்தியா வந்தார். ஆங்கிலத்திலும் மதம் தொடர்பான விஷயங்களிலும் பட்டங்கள் பெற்றிருந்த அவர் இந்தியாவில் கிறிஸ்துவ மதத்தைப் பரப்புவதற்காக நிறுவப்பட்டிருந்த கிறிஸ்தா ஸேவா சங்கத்தில் சேர்ந்தார். இந்த சங்கத்தின் உறுப்பினர்கள் கைத்தறி ஆடைகளையே அணிந்தனர்; சைவ உணவையே சாப்பிட்டனர். தங்களுடைய பிரார்த்தனைப் புத்தகத்தில் இந்தியச் சின்னங்களைப் பயன்படுத்தினர்.

இந்த சங்கத்தின் தலைமை அலுவலகம் பூனாவில் இருந்ததால் அந்த நகரில் நிலவிய சீர்திருத்த மற்றும் தாராள மனப்பான்மையை எல்வின் உள்வாங்கிக் கொண்டார். 1920களில் பூனாவில் வசித்து வந்த கமலாதேவி சட்டோபாத்யாயாவையும் சந்தித்தார். ஆனால் எல்லாவற்றுக்கும் மேலாக பூனாவுக்கு அடிக்கடி விஜயம் செய்துகொண்டிருந்த காந்திஜியைச் சந்திக்கவும் எல்வினுக்குச்

சந்தர்ப்பம் கிடைத்தது. சபர்மதி ஆஸ்ரமம் அமைந்துள்ள அகமதாபாத்துக்கு ஓரிரவிலேயே சென்றடையலாம். கிறிஸ்துவின் செய்திகளை நவீன காலத்துக்கு ஏற்ப எடுத்துச்சொல்வதில் தலைசிறந்தவராகவே காந்திஜியை எல்வின் பார்த்தார். அவரால் பெரிதும் ஈர்க்கப்பட்டார்.

1931-ல் ஏழை மக்களுடன் நேரடித் தொடர்புகொள்ளும்பொருட்டு எல்வின் கிறிஸ்தா சங்கத்தை விட்டு வெளியேறினார். முதலில் பம்பாயில் ஹரிஜனங்கள் தங்கியிருந்த இடத்துக்குப் போகத் திட்டமிட்டிருந்த அவர் கடைசியில் மத்திய இந்தியாவிலுள்ள ஆதிவாசிகளிடையே சேவை செய்யத் தீர்மானித்தார். ஷாம்ராவ் ஹிவாலே என்ற நண்பருடன் சேர்ந்து அவர் நர்மதா பள்ளத்தாக்கிலிருந்த ஒரு கிராமத்தில் குடியேறினார். அங்குள்ள கோந்த் (Gond) பழங்குடிகளுக்கு நவீனக் கல்வி முறையையும் ஆரோக்கிய முறைகளையும் அளிக்க ஏற்பாடு செய்தார். ஆதிவாசிகளுடைய வாழ்க்கைத் தரத்தை உயர்த்த விரும்பிய அவர் கடைசியில் ஆதிவாசிகளில் ஒருவராகவே மாறிவிட்டார். அவர்களுடைய ஆட்டம் பாட்டம், திருமணம்-பாலியல் உறவு தொடர்பான அவர்களுடைய சுதந்தரமான அணுகுமுறை ஆகியவை அவரை வெகுவாகக் கவர்ந்தன. அவர்களுடைய மோசமான பொருளாதார நிலைமை, கடன் கொடுத்தவர்களுக்குத் தங்களுடைய நிலங்களை விற்க வேண்டிய கட்டாயம். அவர்களுடைய காடுகளை அரசு ஏற்றெடுத்தது ஆகியவற்றைக்கொண்டு எல்வின் பெரிதும் வருத்தமடைந்தார்.

ஆதிவாசிகளைக் கிறிஸ்தவ மதத்துக்கு மாற்றச் சம்மதிக்காததால் சர்ச் ஆஃப் இங்கிலாந்து அவரை 1936ல் பாதிரி ஸ்தானத்திலிருந்து நீக்கியது. இதற்கு நான்கு வருடங்களுக்குப் பிறகு அவர் ஒரு கோந்த் ஆதிவாசிப் பெண்ணைத் திருமணம் செய்துகொண்டார். இது ஆதிவாசிகளுடனான அவருடைய தொடர்பை மேலும் நெருக்கமாக்கியது. பத்து வருடங்களுக்குப் பிறகு எல்வினின் திருமணம் முறிந்ததால் இரண்டாவது திருமணம் செய்துகொண்டார். இதற்கிடையில் ஆதிவாசிகளின் வாழ்க்கை முறை, கலாசாரத்தைப்பற்றி பல கட்டுரைகளையும் புத்தகங்களையும் எழுதி வெளியிட்டிருக்கிறார். அவற்றில் சில ஆதிவாசிகளின் பொதுவான வாழ்க்கை முறையைப் பற்றி இருந்தன. வேறு சில ஆழமான ஆய்வுக்கட்டுரைகளாகவும் விவாதபூர்வமானதாகவும் இருந்தன. தொடக்கத்தில் ஆதிவாசிகளுக்கு சேவை புரிவதற்காக மட்டுமே கோந்த் பிரதேசத்துக்குச் சென்ற அவர் தனது கட்டுரைகள் மூலம் அவர்களுக்காகப் போராடும் போராளியாக மாறினார். 'எனது ஏழை மக்கள் சார்பில் போராட பேனா என்ற வலிமையான ஆயுதத்தை உபயோகிக்கிறேன்' எனச் சொல்லியிருக்கிறார்.

பெண்கள், முஸ்லிம்கள், ஹரிஜனங்கள் ஆகியவர்களுடைய பிரச்னைகளில் மிகுந்த கவனம் செலுத்திய காந்திஜியின் விடுதலைப் போராட்டம் இந்திய மக்கள் தொகையில் எட்டு சதவிகிதமிருந்த ஆதிவாசிகளை மறந்தேவிட்டது. மற்ற அரசியல் சிந்தனையாளர்களும் செயல்வீரர்களும்கூட அவர்களுக்காக ஒன்றும் செய்யவில்லை. இதைப்பற்றிக் கேட்டபோது டாக்டர் அம்பேத்கர் சொன்ன பதில் இதுதான்: 'நான் கஷ்டத்தில் வாடும் அனைத்து மக்களுடைய

தலைவன் என்று ஒரு நாளும் சொல்லிக்கொண்டதில்லை. ஹரிஜனங்களுடைய பிரச்னைகளில் கவனம் செலுத்தவே எனக்கு நேரம் பத்தவில்லை''. இது சரியாக இருக்கலாம். இருப்பினும் பழங்குடிகள் என்ற கணிசமான அளவில் இருந்த நலிந்த பிரிவு ஒன்றின் குரல் மைய நீரோட்டத்தில் ஒலிக்காமலே இருந்தது. வெரியர் எல்வின் அந்தக் குறையைத் தீர்க்க முயன்றார்.

1940களில் இந்தியாவின் ஒவ்வொரு ஆதிவாசி இனத்தைப்பற்றியும் எல்வின் புத்தகங்கள் எழுதினார். செய்தித்தாள்களிலும் வேறு இதழ்களிலும் அரசின் ஆதிவாசிக் கொள்கையைப்பற்றிக் கட்டுரைகள் எழுதினார். இவருடைய ஆய்வு முடிவுகள் யாரையும் புண்படுத்தாத வகையில் மென்மையான மொழியில் எழுதப்பட்டிருந்தன.

சுதந்தரத்துக்குப் பிறகு எல்வின் இந்திய பிரஜையாக ஆனார். 1952-ல் ஜவாஹர்லால் நேரு நேஃபா (இந்திய வட கிழக்கு எல்லைப்புற அமைப்பு - North East Frontier Agency) நிர்வாகத்துக்கு ஆதிவாசிகளைப்பற்றி யோசனை கூறும் ஆலோசகராக எல்வினை நியமித்தார். இந்தியா, சீனா, பர்மா ஆகிய மூன்று நாடுகள் சந்திக்குமிடத்திலிருந்தது நேஃபா. அங்கு பலவிதமான இனங்களைச் சேர்ந்த ஆதிவாசிகள் வசித்து வந்தனர். அவர்களைப்பற்றி நிர்வாகத்துக்கே ஒன்றும் தெரியாமலிருந்தது. அந்த ஆதிவாசிகளைக் கலாசாரரீதியாக இந்திய மக்களுடன் இணைப்பதற்கான வழிகளைக் கண்டுபிடிக்கும்படி எல்வின் கேட்டுக்கொள்ளப்பட்டார்.

இந்தியாவின் வடகிழக்குப் பகுதிகளில் பத்து வருடங்கள் செலவழித்த எல்வின் நேஃபாவில் நாகாலாந்து, அஸ்ஸாம் ஆகிய இடங்களில் பரவலாகப் பயணம் செய்தார். ஆதிவாசிகளின் கலை, கலாசாரம்பற்றியும் அங்கு நடைமுறைப்படுத்தப்படவேண்டிய நிலம் மற்றும் காடு தொடர்பான கொள்கைகளைப்பற்றியும் விரிவாக எழுதினார்.

அனைவராலும் மதிக்கப்பட்ட, அதேநேரம் தத்தெடுத்துக்கொண்ட தேசத்தில் ஒருவிதமான சர்ச்சைக்குரிய பிரமுகராக இருந்த எல்வின் 1964ல் காலமானார்.

இந்தப் புத்தகத்தில் வெரியர் எல்வினைப்பற்றி எழுதக் காரணம் அவருடைய கட்டுரைகளின் தரம்; இரண்டாவதாக இந்தியாவிலுள்ள இரு பெரிய ஆதிவாசிப் பிரதேசங்களைப்பற்றியும் அங்கு நிலவிய பிரச்னைகளைப் பற்றியும் இந்தியர்களுக்கு எடுத்துச் சொல்லியிருக்கிறார். அந்த ஆதிவாசிகள் மத்திய இந்தியாவின் மலைப்பிரதேசங்களிலும் வடகிழக்கிலும் வசிக்கிறார்கள். மத்திய பிரதேசம் இப்போது மாவோயிஸ்டுகளின் வன்முறை மையமாகவும், வடகிழக்குப் பகுதிகள் தீவிரவாதிகளின் பிராந்தியமாகவும் மாறிவிட்டன. ஆதிவாசிகளைப்பற்றி எல்வின் வெளியிட்ட கருத்துகள் இன்றைக்கும் பொருந்தும் என்பதாலேயே அவர் நவீன இந்தியாவின் சிற்பியாகத் திகழ்கிறார்.

பழங்குடியினருக்குச் சுதந்தரம்

(1940களின் முற்பகுதியில் 'சுதந்தரம்' என்ற வார்த்தை பலரால் பல அர்த்தங்களில் உபயோகிக்கப்பட்டுவந்தது. காந்திஜி இந்திய மக்களுக்குச் சுதந்தரம் வேண்டுமென்றார்; ஜின்னா, முஸ்லிம்களுக்கு சுதந்தரம் வேண்டுமென்றார்; பிரிட்டிஷ் பிரதமர் அப்போது நடந்துகொண்டிருந்த இரண்டாம் உலகப் போர் சுதந்தரத்துக்கும் சர்வாதிகாரத்துக்குமிடையே யானது எனவும், அமெரிக்க ஜனாதிபதி ஃப்ராங்களின் ரூஸ்வெல்ட் நான்கு வகையான சுதந்தரங்களுக்காகப் போராடவேண்டுமென்றார்; பேச்சு சுதந்தரம், வழிபாட்டு சுதந்தரம், பசி, பட்டினியிலிருந்து சுதந்தரம், அச்ச உணர்விலிருந்து சுதந்தரம். இதே வார்த்தைகளை உபயோகித்து வெரியர் எல்வின் பல காலமாக ஒரு மூலையில் தள்ளி வைக்கப்பட்டிருந்த ஆதிவா சிகளுக்குச் சுதந்தரம்வேண்டுமென்று கோரிக்கை விடுத்தார். அந்தக் கட்டுரையிலிருந்து சில பகுதிகள் கீழே தரப்படுகின்றன.)

ஒரு காலத்தில் சுதந்தரமாகவும் மகிழ்ச்சியாகவுமிருந்த ஆதிவாசிகள் இப்போது பெரும் இன்னல்களை அனுபவித்துக்கொண்டிருக்கிறார்கள். அதன் காரணங்களைச் சுருக்கமாக ஆராயலாம். இவற்றில் முக்கியமானது அவர்களுடைய நிலம் பறிபோனது. மலைவாழ் ஆதிவாசிகள் உடலை வருத்திக்கொள்ளாமல் சுகவாழ்வு வாழ்ந்தவர்கள். இதுவே புத்திகூர்மையும் தந்திரமும் நிறைந்த சமவெளிவாசிகளுக்கு சௌகரியமாகப் போயிற்று. இந்த ஆதிவாசிகளின் வாழ்க்கையை மேம்படுத்துவதாகக்கூறி அவர் களுடைய சொந்த இடங்களிலிருந்து சமவெளிப் பிரதேசங்களுக்குப் புலம் பெயரச் செல்வதும் அவர்களை மேற்குறிப்பிட்ட ஏமாற்றுக்காரர்களுக்கு இரையாக்குவதும் சரியல்ல; அவை கண்டிக்கத்தக்கவையாகும். நாடோடி களாக, ஒருமுறை பயிர் செய்த இடத்தில் மீண்டும் பயிர் செய்யாமல் புதிது புதிதாக நிலம் தேடிச் செல்லும் விவசாய முறையில் (Shifting Cultivsation) வாழ்ந்து வந்த ஆதிவாசிகள் சுதந்தரமாக அலைந்து திரிந்து நடந்த காடுகளை இழந்து, சொந்தமாக நிலமில்லாமல், வெறும் கூலிகளாக வாழ்கிறார்கள்.

வனங்களைப் பாதுகாக்க ஒரு வனத்துறையை அமைத்தது சரியான செயல் தான். ஆனால் தங்களுடைய உணவுக்காகக் காட்டையே நம்பி வாழ்ந்து வந்த ஆதிவாசிகளுடைய சுதந்தரம் பறிபோய்விட்டது. திருவிழாக்களுக்கு முன்பாக நடத்தப்பட்டு வந்த வேட்டையாடும் சடங்குகள்- இப்போது நிறுத்தப்பட்டுவிட்டன. அவர்களுடைய மீன் பிடிக்கும் உரிமை பறிக்கப் பட்டுவிட்டது. இதையெல்லாம் பார்த்த ஆதிவாசிகளின் மனதில் தாங்கள் தொன்றுதொட்டு பின்பற்றி வந்த பழக்க வழக்கங்களுக்கு இன்றைய நாகரிகம் எதிராக இருக்கிறது என்ற பயம் உருவாகியுள்ளது. ஆதிவாசிகளின் அனைத்து சமூக, மதச் சடங்குகளிலும் மது அருந்துவது ஒரு முக்கியமான சடங்கு. இந்த விஷயத்தில் காங்கிரஸ் கட்சி தாராள மனப்பான்மையுடன் நடந்துகொண்டிருக்கிறது. ஆதிவாசிகளை மதுவிலக்குச்சட்டம் கட்டுப்படுத் தாது என்று அறிவித்துவிட்டது. ஆனால் வழக்கம்போலச் சில 'பரிசுத்த'

சீர்திருத்தவாதிகள் இந்த விஷயத்தில் அரசைக் கட்டாயப்படுத்தப் பார்க்கிறார்கள். மது அருந்தக்கூடாது என்பதுதான் நம் அனைவரின் எண்ணமும். ஆனால் அதை முழுவதாக நிறுத்தினால் மலைவாழ் மக்களுக்குத் தேவையான உற்சாக பானம் அவர்களுக்குக் கிடைக்காமல் போய்விடும். அதற்குப் பதிலாக அவர்கள் ஓப்பியம் அல்லது அதைப்போன்ற கூடுதல் ஆபத்தான போதைப் பொருட்களைத் தேடிப்போய்விடுவார்கள்.

எழுதப் படிக்கத் தெரியாதவர்களுக்குக் கல்வியறிவைப் புகட்ட நாம் எடுத்த முயற்சிகள் வெற்றியடையவில்லை. ஆதிவாசிப் பிரதேசங்களில் ஆரம்பக் கல்வி ஜில்லா கௌன்ஸிலர்களுடைய பொறுப்பாக இருக்கிறது. அவற்றில் நிலச் சொந்தக்காரர்கள், வழக்கறிஞர்கள், வணிகர்கள் ஆகியோர்கள் உறுப்பினர்களாக இருக்கிறார்கள். இவர்களே ஆதிவாசிகளை ஏமாற்றித்தான் கௌன்ஸில் உறுப்பினர்களாக இருக்கின்றனர். அவர்கள் தங்களுடைய சொந்த நலனைப் பாதுகாக்கும் பொருட்டு ஆதிவாசிகளுக்கு எந்தவிதமான நன்மையும் செய்துதர முன்வர மாட்டார்கள். பள்ளிக்கூடங்களிலோ கேட்க வேவேண்டாம். அங்கு கற்பிக்கப்படும் விஷயங்கள் உபயோகமற்றவை; அங்குள்ள ஆசிரியர்களின் தரம் மிக மோசம்; அங்கு ஆதிவாசிகள் தங்களுடைய கலாசாரத்தை வெறுக்கவும், தங்களுடைய எளிய ஆடைகளை அணியக்கூடாதென்றும், அவர்கள் வழக்கமாக ஈடுபடும் ஆட்டம், பாட்டம், கொண்டாட்டத்தைக் கைவிட்டுவிடவேண்டுமென்றுதான் அறிவுறுத்தப் படுகிறார்கள். இந்தப் பள்ளிக்கூடங்களும் எங்கோ ஒரு மூலையில் நடத்தப் படுகின்றன.

காந்திஜியும் காங்கிரஸ் கட்சியும் இத்தகைய கல்வி புகட்டப்படுவதை எதிர்த்தாலும்கூட ஒரு சில அரசியல்வாதிகளின் கட்டாயத்தால் அது கட்டாயமாகக் கற்பிக்கப்படுகிறது. தச்சு வேலை, விவசாயம் போன்ற விஷயங்களை அங்கு கற்பித்தால் மாணவர்களுக்கு அது மிகப் பயனுள்ளதாக இருக்கும். ஆனால் யாருக்கும் தேவையில்லாத, ஒரு கட்டுப்பாடுமில்லாத இன்றைய கல்விமுறை ஆதிவாசி கலாசாரத்தைப் பரப்புவதற்குப் பதிலாக அவற்றை அழிக்க முற்படுகின்றன. அத்தகைய பள்ளிகள் ஆதிவாசிகள் வசிக்காத பிரதேசங்களில் தொடங்கப்பட்டுள்ளன. அங்கு படிக்கும் மற்ற மாணவர்கள் ஆதிவாசி மாணவர்களை இளக்காரமாகப் பார்க்கிறார்கள். இப்படியெல்லாம் நடக்கவில்லையென்றாலும்கூட அந்தப் பள்ளிகளில் பணிபுரியும் ஆசிரியர்கள் நகர் வாழ் மக்களாகையால் தாங்களும், தங்களுடைய கலாசாரமும் அந்த 'காட்டுமிராண்டி'களுடையதைவிட மேலானது என்று கருதுகிறார்கள். ஆதிவாசிகளின் இடையே வசிப்பதையே வெறுக்கும் அவர்கள் தங்களுடைய பள்ளியைக் குறைகூறுகிறார்கள். அல்லது புறக்கணிக்கிறார்கள். இந்து, முஸ்லிம் மற்றும் கிறிஸ்தவ மத விழாக்களுக்கு விடுமுறை அளிக்கும் போது ஆதிவாசித் திருநாள்களுக்கு விடுமுறை தரப்படுவதில்லை. குழந்தைகள் செயற்கையான குரலில் பாடக் கற்றுக் கொள்கிறார்கள். தங்கள் பெற்றோர்கள் போற்றி வணங்கிய தங்களுடைய சொந்தத் தெய்வங்களை வணங்குவதற்கு பதிலாக வேறொரு தெய்வத்தை வணங்குகிறார்கள். தங்க

ளுக்குத் தெரியாத ஒரு வேற்று மொழியில் பாடங்களைப் படிக்கிறார்கள். இந்தியத் தலைவர்கள், ஆங்கிலேய வைஸ்ராய்கள் ஆகியோருடைய வாழ்க்கை வரலாற்றைப் படிக்கும் அவர்கள் தங்களுடைய சொந்த இனத் தலைவர்களைப்பற்றிக் கற்பதில்லை. எத்தனை கோந்த் இன மாணவர் களுக்குத் தங்களினத்தை ஸ்தாபித்த லிங்கோலைப்பற்றித் தெரியும்? எத்தனை கோந்த் அரசர்கள் இந்தியாவிலிருந்தனர் என்று அவர்களால் சொல்ல முடியுமா?

இன்றைய கல்விமுறை மாணவர்களுடைய கலை, அழகு ரசனையைக் கெடுக்கிறது. ஒரு முரியா அல்லது உரான் இனப்பையன் எத்தனை அழகாக இருப்பான்! அவனுடைய நீண்ட, சுருண்ட கேசம், அவன் அணியும் நெக்லஸ், அவன் தலையில் சூடியிருக்கும் இறகுகளும் பூக்களும் எத்தனை அழகாக இருக்கின்றன! ஆனால் அந்த மாணவர்களுடைய ஆசிரியரோ அவர்கள் தலையிலிருந்து சிறகுகளைப் பிடுங்கி எறிகிறார்; அவர்களுடைய நீண்ட கேசத்தை வெட்டிக் குறைக்கிறார்; அவர்கள் அணிந்திருக்கும் அணிகலன்களைக் கேலி செய்கிறார். வழக்கமாக அணியும் தலைப்பாகைக்குப் பதிலாக அவர்கள் தொப்பியை அணியவேண்டியிருக்கிறது. அழுக்கடைந்த காக்கி அரை டிராயரையும் கோட்டுகளையும் அவர்கள் அணியவேண்டியிருக்கிறது.

ஆங்கில நாவலாசிரியர் சார்லஸ் டிக்கன்ஸின் Great Expectations நாவலில் மிஸ்டர் பம்பிள்சுக் என்ற ஒரு ஆசிரியர் வருவார். அவர் ஒரு மாணவனைப் பார்த்தாலே போதும், உடனே அவனிடம் மனக்கணக்குப் போடச் சொல்லு வார். இன்றைய இந்தியாவிலும் நிறைய பம்பிள்சுக்குகள் இருக்கின்றனர். ஆதிவாசிகளை 'நல்லவர்'களாக மாற்ற அவர்கள் முயற்சிப்பார்கள். ஆனால் அவர்களோ மந்த புத்தியினராகிவிடுவார்கள். ஆதிவாசியின் வாழ்க்கையில் இருக்கும் மகிழ்ச்சியும் கற்பனை வளமும் தொடர்ந்தால்தான் அவர்களுடைய இனமும் தொடரும் என்று சொன்னாலும் அதை கிறிஸ்துவப் பாதிரிகளோ வேறு மதத்தைச் சேர்ந்த சீர்திருத்தவாதிகளோ ஒப்புக்கொள்வதில்லை. ஆனால் அதுதான் உண்மை. 'ஆட்டமும் பாட்டமும் இல்லையேல் அந்த இனமே அழிந்துவிடும்.'

அதேசமயம் இன்றைய உலகுக்குப் பொருந்தாத மூட நம்பிக்கைகளும் பழக்க வழக்கங்களும் அழிந்துபோனால் நாம் வருத்தமடைவோமா? அவற்றைவிடச் சிறந்த ஏதாவதொன்று அந்த ஆதிவாசிகளுக்குக் கிடைத்தால் நிச்சயமாக வருந்தமாட்டோம். துரதிர்ஷ்டவசமாக ஒரு கட்டுப்பாடு மில்லாமல் நடந்துகொண்டிருக்கும் கலாசார மாற்றம் என்பது முன்னேற்ற மல்ல, அழிவுதான். ஆதிவாசிகளின் வாழ்க்கை முறையிலும் சில தீய அம்சங்கள் உள்ளன என்பதை ஒப்புக் கொள்வோம் (அவை இந்தியாவின் மற்ற பாகங்களிலும் உலகிலும் காணப்படுவதைவிட ஒன்றும் மோசமாக இல்லை என்பது வேறு விஷயம்). ஆனால் அவர்களிடம் நாம் போற்றிப் பாதுகாக்கவேண்டிய பல அம்சங்கள் இருக்கின்றன என்பதையும் ஒப்புக் கொள்ளவேண்டும். நாம் அவர்களிடமிருந்து நிறையவே கற்றுக்கொள்ள வேண்டியிருக்கிறது.

பொழுதுபோக்கு என்ற கலையை ஆதிவாசிகள் மிக உயர்ந்த நிலைக்குக் கொண்டு சென்றுள்ளனர். நாகர்கள், காட்டெருமைக் கொம்புகளை அணியும் மரியா இனத்தினர் ஆகியோரின் நடனம் கண்ணைக் கவரக்கூடியது. ஜில்யாங் இனத்தவரின் 'பாலே' நாட்டியம், பைக்ரகர் மக்களின் வசீகரிக்கும் பாடல்கள் ஆகியவற்றைப்பற்றி நாம் அறிந்திருக்கவேண்டும். இந்தியாவின் எல்லா ஆதிவாசிப் பிரதேசங்களிலும் மிக இனிமையான பாடல்களைக் கேட்கலாம். ஒரு சில இனங்களைச் சேர்ந்த குழந்தைகளின் விளையாட்டுகள் மிகச் சிறந்த நிலையிலுள்ளன. முரியா இனத்தவரின் ஐம்பதுக்கும் மேற்பட்ட பாடல்கள் ஒலிநாடாவில் பதிவு செய்யப்பட்டுள்ளன.

ஆதிவாசிகள் இறந்தவர்களுக்குக் கொடுக்கும் மரியாதை, நிலத்தின்மீது அவர்களுடைய பற்று, அவர்களுடைய வண்ணமயமான திருவிழாக்கள், கடுமையான ஆதிவாசிச் சட்டங்கள் ஆகியவற்றை நாம் அழிந்துபோக விடக்கூடாது. பொருளாதார விஷயங்களில் ஆதிவாசிகளிடம் காணப்படும் ஒற்றுமை, கூடி வாழும் வழக்கம் ஆகியவற்றில் நவீன மனிதர்களாகிய நாம் தான் அவர்களிடமிருந்து வெகுவாகப் பின்தங்கி இருக்கிறோம். காடுகளில் கூட்டமாக வாழும் அவர்கள் தங்களுடைய மகிழ்ச்சியையும் துக்கத்தையும் சமமாகப் பங்கிட்டுக்கொள்ளும் வழக்கம் நம்மை வியக்கவைக்கும். தற்காலக் கல்வியும் 'முன்னேற்ற'த் திட்டங்களும் இவற்றை முழுவதாக அழித்துவிடக்கூடும். அதைப்போலவேதான் அவர்களுடைய கள்ளங் கபடமற்ற தன்மை, நாணயம், ஒளிவு மறைவில்லாத தன்மை, நகைச்சுவை உணர்வு ஆகியவையும் அழிந்துபோகக்கூடும்.

தற்காலச் சூழ்நிலைகளால் கெட்டுப்போகாத ஆதிவாசிகளின் அழகுணர்வு குறிப்பிடத்தக்கது. கிடைக்கும் பொருட்களை உபயோகித்து அழகு மிளிரும் கைவினைப் பொருட்களைத் தயாரிக்கிறார்கள். தங்களை அழகுபடுத்திக் கொள்வதிலும், தங்கள் வீட்டை அழகுபடுத்துவதிலும், முகமூடிகள், சீப்புகள், மூக்குப்பொடி டப்பாக்கள், சிப்பிகள், பாசி மணிகள் ஆகியவற்றை உபயோகிப்பது ஆகிய அனைத்திலும் அவர்கள் கை தேர்ந்தவர்கள். அவர்கள் நெசவில் ஈடுபடாமல் இருந்தது வருந்தத்தக்கது. அதைப்போலவே அவர்கள் சிறந்து விளங்கியிருக்கக்கூடிய மண் பாண்டத் தொழில் இந்து மதத்தில் ஒரு குறிப்பிட்ட இனத்தவர்களுடைய குலத்தொழிலாக இருக்கிறது. ஒரு ஆதிவாசி படிப்பறிவு பெற்றுவிட்டால் அவனுக்கு அவனுடைய கைவினைத் திறன் மறந்தே போய்விடுகிறது. இது மிகவும் துரதிஷ்டவசமானது.

கணவன் - மனைவி உறவு மற்றும் குடும்ப வாழ்க்கை ஆகியவற்றைப் பொறுத்தவரை ஆதிவாசிகள் உலகுக்கே சிறந்த முன்னுதாரணமாகத் திகழ்கிறார்கள். பஸ்கரில் வாழும் மூரியா இனத்திலுள்ளவர்களின் குடும்ப வாழ்க்கை முறையைப்பற்றி ஓர் ஆய்வு நடத்தினேன். நான் ஆய்வு செய்த 2000 திருமணங்களில் நாற்பத்தி மூன்று கணவன்மார்கள்தான் தங்கள் மனைவியரை விட்டுப் பிரிந்து வாழ்ந்து வந்தனர். மற்ற பெண்களுடன் வாழும் வழக்கம் இல்லையென்றே சொல்லலாம். விவாகரத்து மிக மிக அரிதாக இருந்தது. பல

ஆதிவாசி இனங்களில் பெண்களுக்கு ஒரு உயர்ந்த மரியாதைக்குரிய ஸ்தானம் இருந்தது. அவர்கள் தங்களிஷ்டம்போல எங்குவேண்டுமானாலும் போகலாம். அவள் தன் கணவனுடன் சேர்ந்து வயல்களிலும் காடுகளிலும் வேலை செய்கிறார்கள். இளம் வயதிலேயே அவள் குழந்தை பெற்றுக்கொள்வதில்லை; வயதுக்கு வந்த பின்னர்தான் அவள் திருமணம் செய்துகொள்வாள். ஒருவேளை அவளுடைய திருமணம் முறிந்துபோனால் (அது மிக அரிதாகவே நடக்கும்) அவளுக்குத் தனது கணவனை விவாகரத்து செய்யும் அதிகாரம் உண்டு. அவளுடைய கணவன் இறந்துவிட்டால் அவள் மறுமணம் செய்துகொள்வதில் யாதொரு தடையுமில்லை. பல ஆதிவாசி இனங்களில் அவளுக்குச் சொத்துரிமையுமுண்டு. அவள் சுதந்தரமாகக் கட்டுப்பாடின்றி வாழ்வதால் அவள் மனது விசாலமடைகிறது; அறிவு வளர்கிறது. ஒரு தோழியென்ற நிலையில் அவள் நகைச்சுவையுணர்வு கொண்டவளாக, மற்றவர்களுடன் நன்கு பழகுபவளாக இருக்கிறாள். ஒரு மனைவியாக அவள் தனது குடும்பத்தின் பேரில் உயிரையே வைத்திருப்பாள். ஒரு தாயாக, தனது குழந்தைக்குச் சிறந்த சேவை புரிகிறாள். அவளுடைய தைரியம் நிறைந்த, வேலையில் ஈடுபாடும் நம்பிக்கையூட்டும் வாழ்க்கை முறையும் மற்றவர்களுக்கு முன்னுதாரணமாகத் திகழ்கிறது.

மூட நம்பிக்கைகளும் அதைப்போல வேறு சிலவேண்டாத பழக்க வழக்கங்களும் ஆதிவாசிகளின் வாழ்க்கையில் பெரும் பங்கு வகிப்பதை மறுக்க முடியாது. உதாரணமாக, ஐரோப்பாவிலுள்ள சில வளர்ச்சிபெற்ற நாடுகளைப்போலவே இந்தியாவின் நாகர்களும் மனித வேட்டையிலும் நரபலியிலும் ஈடுபடுகிறார்கள். ஒரே ஒரு வித்தியாசம்தான்; நாகர்கள் தமது தெய்வங்களுக்கு ஒன்றோ இரண்டோ மனிதர்களை மட்டுமே பலி கொடுப்பார்கள். ஆனால் முன்னேறிய நாடுகளோ தங்களுடைய சாம்ராஜ்யத்துக்காக லட்சக்கணக்கானவர்களைப் பலி கொடுக்கிறார்கள். பில்லி சூனியத்தில் அவர்கள் வைத்துள்ள நம்பிக்கை காரணமாக ஆதிவாசிகள் எல்லைமீறி ஏதாவது செய்துவிடுகிறார்கள். இந்தியாவில் மற்ற பல இடங்களைப்போல ஆதிவாசிகளும் மூட நம்பிக்கைகொண்டிருப்பது வருந்தத்தக்கது. முடிந்தால் நாம் அவற்றைப் போக்கவேண்டும். ஆனால் கடந்த பத்து வருடங்களாக இவர்களுடன் நெருங்கிப் பழகியவன் என்ற நிலையில் இதை மட்டும் சொல்வேன். இவர்களிடம் காணப்படும் தீய பழக்கவழக்கங்கள் நாகரிகமடைந்த சமூகத்தில் கூடுதல் தீவிரமாகப் பின்பற்றப்படுகின்றன. ஆதிவாசிகள் அடிப்படையிலேயே மோசமானவர்கள் என்ற எண்ணத்தை நாம் கைவிடவேண்டும்.

ஆதிவாசிகளுக்காக நான் வகுத்துள்ள திட்டம் சரியானதென்று சொல்ல மாட்டேன். ஒரு கோந்த் கிராமத்தில் பன்னிரண்டு ஆண்டுகள் வசித்து வந்த சமயத்தில் நான் கண்டவற்றிலிருந்து உதித்தது இந்தத் திட்டம். இதற்காக ஆதிவாசிகளைப் பல குழுக்களாகப் பிரித்திருக்கிறேன். சுமார் இரண்டு கோடி ஆதிவாசிகள் ஏற்கெனவே முன்னேற்றமடைந்த மக்களுடன் தொடர்பு கொண்டிருக்கிறார்கள். அடுத்த சில ஆண்டுகளில் அவர்கள் சமூகத்தின் பாகமாக ஆகிவிடுவார்கள். ஆகவே அவர்களால் நமக்குப் பிரச்னை இல்லை.

ஆதிவாசிகள் எதிர்கொள்ளும் பிரச்னைகளை ஒரு சாதாரண கிராம மக்கள் எதிர்கொள்ளும் பிரச்னைகளைப்போலவேதான் கையாளவேண்டும். இந்தியாவின் பெரும்பாலான மக்களுக்கு இன்னமும் எழுத்தறிவில்லை. அவர்கள் இப்போதும் மிகப் பழைய, பொருளாதாரரீதியாக அவர்களைப் பாதிக்கக்கூடிய சமூக, மத, விவசாயப் பழக்கவழக்கங்களைப் பின்பற்று கிறார்கள். அவர்களுக்குக் கல்வி வசதியும் மருத்துவ வசதியும் பரஸ்பரம் தொடர்புகொள்ளும் வசதியும் மிகக் குறைவாகவே உள்ளன. அவர்களையும் மற்றவர்கள் ஏமாற்றுகிறார்கள்; காலடியில் போட்டு நசுக்குகிறார்கள். என்னைவிட விஷயமறிந்தவர்கள் இவர்களுக்கான திட்டங்களை வகுப் பார்கள். இவர்களுக்காக எடுக்கப்படும் அரசியல், பொருளாதார நடவடிக் கைகள் இவர்களுடைய தலைவிதியை நிர்ணயிக்கும். மேற்சொன்ன இரண்டு கோடி ஆதிவாசிகளும் இந்தப் பின்தங்கிய கிராமவாசிகளுடன் இணைந்து தங்களுடைய நிலைமையை மேம்படுத்திக்கொள்ளவேண்டும். அவர்களை வெளியாரிடமிருந்து பாதுகாப்பது நடக்காத செயல். ஒருசில இடங்களில் அவர்களுடைய நிலைமையை மேம்படுத்த சிறப்பு நடவடிக்கைகளை எடுக்கலாம். மற்ற இந்தியக் கிராமங்களுக்குத் தேவையான அத்தனையும் இந்த இரண்டு கோடி ஆதிவாசிகளுக்கும் தேவை; சுதந்தரம், வளமான வாழ்க்கை, சமாதானம், தரமான கல்வி, மருத்துவ வசதி, புதிய விவசாய முறைகள், தொழில் மயமாக்கல் ஆகியவை.

மீதமுள்ள ஐம்பது லட்சம் ஆதிவாசிகளின் பிரச்னைகள்தான் நமக்குச் சவாலாக அமையும். இவர்களுடைய பிரச்னைகளுக்குத் தீர்வு காணமுடியவில்லை யென்பது மட்டுமல்ல, பிரச்னையே இல்லையென்று பலர் வாதிடவும் செய்கிறார்கள். உலகின் மற்ற பாகங்களில் கண்மூடித்தனமாகச் செயல்படுத் தப்பட்ட 'கலாசாரமயமாக்கல்' காரணமாக ஏற்பட்ட தீய பின்விளைவுகளை அவர்கள் மறந்துவிட்டனர் அல்லது அறியவில்லை. 'முன்னேற்றப் பாதை'யில் செல்வது நமது அனைத்துப் பிரச்னைகளையும் தீர்க்குமென்ற அவர்களுடைய நம்பிக்கை பரிதாபத்துக்குரியது. ஆதிவாசிகளுடைய நிலைமையை மேம்படுத்தவேண்டுமென அனைவரும் எளிதாகச் சொல்லிவிடலாம். அவர்களைப் பார்க்காமலேயே, அவர்களுக்காக ஒன்றும் செய்யாமலேயே மக்கள் தங்களுடைய அபிப்பிராயங்களை அநாயாசமாக அள்ளிவீசுகிறார்கள்.

நமது நகரங்களிலுள்ள தொழிலாளர்களுக்கும் கிராமங்களிலுள்ள விவசாயி களுக்குமே இன்றைய நாகரிகத்தின் பலன்கள் இனியும் எட்டாதபோது அவை நமது ஆதிவாசிகளைச் சென்றடையவேண்டுமெனச் சொல்வதில் ஒரு பலனுமில்லை.

ஆகவே ஆதிவாசிகள் ஒரு நாகரிக வாழ்வில் பிரவேசிக்கும்போது கவனிக்கப் படவேண்டியவை என்னவென்று நமது சமுதாய வல்லுனர்கள் தீர்மானிக்கும் வரை, சரியான பயிற்சி பெற்ற தொண்டர்கள் கிடைக்கும்வரை, நாணய முள்ள, ஆர்வமுள்ள ஆசிரியர்கள் கிடைக்கும்வரை, நாம் அந்த ஐம்பது லட்சம் ஆதிவாசிகளை மேம்படுத்துவதற்கான பணம் கிடைக்கும்வரை, அவர்களை இப்போதுள்ள நிலையிலேயே விட்டுவிடுவோம். அவர்களுக்கு

அரசு தன்னாலான பாதுகாப்பை அளிக்கவேண்டும். இதைவிட்டால் வேறு வழியில்லை என்பதை ஒப்புக்கொள்கிறேன். இந்த யோசனையை மக்கள் தவறாகப் புரிந்துகொள்ளலாம்; தவறான விளக்கங்களையும் தரலாம். ஆனால் இதுதான் சரியான வழி. இதன் பின் பெரிய கொள்கைகள் ஒன்றுமில்லை. ஆதி வாசிகள் ஒருபோதும் வளர்ச்சியடையக்கூடாதென்று சொல்லவில்லை. நாம் அவர்களைச் சரியான வழியில்கொண்டு செல்லும்வரை அவர்களுடைய வாழ்க்கை முறையில் குறுக்கிடவேண்டாம் என்றுதான் சொல்கிறேன். அவ்வப்போது எடுக்கும் நடவடிக்கைகளால் ஆதிவாசிகளுக்கு ஒரு பயனு மில்லை. அது அவர்களை அழிக்கக்கூடும். ஒரு நிரந்தரமான முன்னேற்றம் வேண்டுமானால் நாம் எப்போதும் அவர்களிடம் அன்பு காட்டவேண்டும்; அவர்களுக்காகப் பாடுபடவேண்டும்.

உண்மை நிலை தெரியாதவர்கள் நான் செல்வதை ஏற்க மறுக்கிறார்கள். ஆதிவாசிகளுடன் பல நாட்கள் தங்கி அவர்களுடைய வாழ்க்கை முறையைப் படித்தவர்கள் இப்படி விமர்சிக்கமாட்டார்கள். ரேடியோவும் சினிமாவும் இல்லாமலேயே ஆதிவாசி சந்தோஷமாக இருப்பார் என்பதையோ, பென்சி லின் போன்ற மருந்துகள் இல்லாமலேயே அவர் உடல் நலத்துடன் இருப்பார் என்பதையோ சர்ச்சுக்குப் போகாமலேயே அவர் நல்லவராகவும் மரியாதைக் குரியவராகவும் இருப்பார் என்பதையோ அவர் அமைதி நிறைந்த சுதந்தர மான வாழ்க்கை வாழ்கிறார் என்பதையோ ஒரு நகரவாசி நம்ப மறுக்கலாம். அதேசமயம் நவீன நாகரிக மனிதரைவிட ஆதிவாசி மனிதர் சிறந்தவர் என்று நான் சொல்லவில்லை. ஆனால் என்னுடைய பரந்த அனுபவத்தில் இந்த மலைவாழ் ஆதிவாசிகள் சுதந்தரக் காற்றைச் சுவாசிக்கிறார்கள். இந்தியாவின் மற்ற இடங்களில் வசிக்கும் அரைவேக்காடு 'நாகரிக' மனிதர்களைவிட, உபயோகமற்ற குமாஸ்தாக்களையும் கூலிகளையும்விடச் சிறந்த நிலையிருக் கின்றனர். ஆனால் பெரும்பான்மையான ஆதிவாசிகளுக்குப் பயன்படும் வகையில் கிராம மறு மலர்ச்சி, கல்வி ஆகியவற்றுக்காகச் சிறந்த திட்டங் களை வகுத்து, நடைமுறைப்படுத்தவேண்டும். நாம் எளிதில் சென்றடைய முடியாத இடங்களில் வசிக்கும் மற்றவர்களைக் குறைந்தபட்சம் அவர் களுடைய பாதுகாப்புக்கும் அவர்களை மற்றவர்களிடமிருந்து தனித்து நிறுத்தவும் தாற்காலிகத் திட்டங்களை வகுக்கவேண்டும். அவர்களுக்குப் பாதுகாப்பு கொடுப்பதாலேயே எல்லாம் முடிந்துவிட்டது என்று நினைக்கக் கூடாது. அவர்களுக்காக நாம் செய்யவேண்டியது இன்னும் எவ்வளவோ இருக்கிறது.

ஆதிவாசிகளுடைய மூன்று சுதந்தரங்களுக்காக நாம் போராடவேண்டும்! அச்ச உணர்விலிருந்து, பசியிலிருந்து, வெளியாரின் குறுக்கீடுகளிலிருந்து அவர்களுக்கு விடுதலை கிடைக்கவேண்டும். அவர்களுக்குப் போதுமான உணவு கிடைக்க வழி செய்யவேண்டும்; ஏமாற்றுப் பேர்வழிகளிடமிருந்து அவர்களைக் காப்பாற்றவேண்டும்; அவர்களை நசுக்கிப் பிழியும் நிலச் சொந் தக்காரர்களிடமிருந்தும், பணம் கடன் கொடுப்பவர்களிடமிருந்தும், பேராசை பிடித்த அரச ஊழியர்களிடமிருந்தும் அவர்களைக் காப்பாற்ற

வேண்டும். அவர்களுக்கு மருத்துவ வசதி அளிக்கக் கடமையுணர்வு மிகுந்த மருத்துவர்கள் நியமிக்கப்படவேண்டும். பள்ளிக்கூடங்களில் தச்சு வேலை, விவசாயம் போன்றவை கற்பிக்கப்படவேண்டும். எழுதப் படிக்கத் தெரிந்தால் மட்டும் போதாது. மற்றவர்கள் முன்பு அவர்களுடைய மதிப்பையும் மரியாதையையும் உயர்த்தவேண்டும். அவர்களுடைய ஆட்டம், பாட்டம், திருவிழாக்கள், மகிழ்ச்சியுணர்வு ஆகியவற்றை வெளியார்கள் அழித்து விடாமல் பாதுகாக்கவேண்டும்.

நாம் முக்கியமாகக் கவனிக்கவேண்டியது ஆதிவாசிகளுக்கு ஒவ்வாத சூழ்நிலைக்கு அவர்களை உயர்த்தக்கூடாது. அவர்களுக்குப் பழக்கமான கிராமப்புற வாழ்க்கையை அவர்களுக்குத் திருப்பித்தரவேண்டும்.

நாம் என்ன செய்தாலும் அதைக் கவனத்துடனும் மனித நேயத்துடனும் பணிவுடனும் செய்யவேண்டும். ஆதிவாசிகளே நம் நாட்டின் உண்மையான குடிமக்கள். அவர்களுக்கு இந்த மண்ணின் மேலுள்ள உரிமையும் தார்மிக முன்னுரிமையும் ஆயிரக்கணக்கான வருடங்கள் பழமையானது. அவர்கள்தான் இந்தியாவின் முதல் குடிமக்கள். நாம் அவர்களுக்கு முதலிடம் கொடுக்க வேண்டும்.

ஒதுக்குதலும் அல்ல;
உள் இழுத்தலும் அல்ல

(வயதாக ஆக எல்வினின் எழுத்துகளில் நிதானமும் எதிர்ப்பு குணமும் குறைந்தது. 1959ல் வெளிவந்த அவருடைய ஒரு புத்தகத்திலிருந்து இது தெரியவருகிறது. இந்தப் புத்தகத்தில் ஆதிவாசிகளின் பிரச்னைகளை எல்வின் மீண்டும் ஆராய்கிறார். அவருடைய எழுத்துகளில் எதிர்ப்பு குணம் குறைந்துபோனதற்கு முன்புபோல் சுதந்தரமான புரட்சிகர எழுத்தாளராக அல்லாமல் இப்போது அவர் ஒரு அரசு அதிகாரியாக இருந்ததும் காரணமாக இருக்கக்கூடும். ஆதிவாசிகளுடைய கலாசாரம், உரிமை ஆகியவற்றுக்காக இப்போதும் வாதிடுகிறார். ஆனால் சற்றே மென்மையாக. ஆதிவாசிகளைப்பற்றி அவருடைய நிலைப்பாட்டில் ஒரு மாற்றமுமில்லை. அந்தப் புத்தகத்திலிருந்து சில பகுதிகள் கீழே தரப்படுகின்றன.)

ஆதிவாசிகளுடைய வாழ்க்கை முறையில் தலையிடாமல் அவர்களை அவர்களுடைய மலைப்பிரதேசங்களிலேயே வசிக்க அனுமதித்தால் அவர்கள் கூடுதல் மகிழ்ச்சியாக இருப்பார்கள் என்பதை நாம் உணரவேண்டும். வாழத் தேவையான பல வசதிகள் அவர்களுக்கில்லையென்றாலும் அவர்கள் சுதந்தரமாக வாழ்கிறார்கள்; அவர்களுடைய வாழ்க்கை முறையில் யாரும் குறுக்கிடுவதில்லை. தங்களுடைய மத ஆசாரங்களையும் பழக்கவழக்கங்களையும் பின்பற்றி அவர்கள் வாழ்கிறார்கள். ஃப்ரஞ்ச் நாவலாசிரியர்

வால்டேரின் காண்டிட் (Candide) உலகின் பல கலாசார வாழ்க்கையையும் வாழ்ந்து பார்த்தபின் தனது சொந்தத் தோட்டத்தில் பயிர் செய்து வாழ்வது போல் மகிழ்ச்சி தரும் விஷயம் வேறொன்றுமில்லை என்ற முடிவுக்கு வருகிறான். நமது ஆதிவாசிகளையும் அந்த மனநிறைவோடு வாழவிடு வோமே?

ஆனால், வேறு சிலர் அவர்களை 'நாகரிகப்படுத்துவதுதான்' நல்லது எனச் சொல்கிறார்கள். அவர்களுடைய இப்போதைய வாழ்க்கை இன்னல் நிறைந்தது. அவர்களுடைய கலைகள் ஒரே கிறுக்கலாக இருக்கின்றன; அவர் களுடைய மதம் மூட நம்பிக்கைகள் கொண்டது; அவர்களுக்கு சுதந்தரம் போதாது, அவர்கள் வியாதி பிடித்து அலைபவர்கள் என்றெல்லாம் அந்தச் சீர்திருத்தவாதிகள் சொல்கிறார்கள். நேஃபாவில் ஆரம்பகாலத்தில் பணி புரிந்த அரசு ஊழியர்கள் போட்டி போட்டுக்கொண்டு அந்தப் பிரதேசத்தைப் பலவாறாக விமர்சித்தனர். 'ஆதிவாசிகளில் சிங்ஃபோ இனத்தவர்கள் ஏமாற்றுப் பேர்வழிகள்; காம்ப்ட்டி இனத்தவர்கள் ஒன்றிலும் ஒருபோதும் திருப்தியடையாதவர்கள்; நாகர்கள் நாகரிகமில்லாதவர்கள்; கறுப்பு நிறத் தினர்; அவர்கள் முகங்கள் பார்க்கச் சகிக்காது. அபோர் இனத்தவர்கள் மற்றவர் களுடன் சரியாகப் பழகமாட்டார்கள். சுத்தம் என்னவென்று தெரியாதவர்கள். இத்யாதி இத்யாதி.

இம்மாதிரியான அநாகரிகமான வர்ணனைகளை நாம் இன்று நிச்சயமாக ஏற்றுக்கொள்ளமாட்டோம். ஆனால், கடந்த ஐம்பது வருடங்களில் மேலே சொல்லப்பட்ட இரண்டு யோசனைகளும் - அவர்களை அப்படியே விட்டு விடுவது அல்லது அவர்களை நாகரிகப்படுத்துவது- நம்முன் வைக்கப் பட்டன; நடைமுறைப்படுத்தப்பட்டன.

பிரிட்டிஷ் அரசு ஆதிவாசிகள் பக்கமே செல்லவில்லை. இதற்கு ஒரு காரணம் தூரப்பிரதேசங்களிலிருந்த அவர்களை ஆள்வது கடினம். பயனற்றது என்ற எண்ணம்; இரண்டாவது காரணம் அரசியல் என்ற வியாதி ஆதிவாசி களையும் பிடித்துவிடவேண்டாம் என்ற எண்ணம். மூன்றாவது காரணம் தங் களுடைய அப்போதைய நிலையிலேயே அவர்கள் மகிழ்ச்சியாக இருக்கி றார்கள் என்று பெரும்பாலான அதிகாரிகள் நினைத்தனர்.

ஆதிவாசிகளை அவர்களுடைய போக்கிலேயே விட்டுவிடவேண்டும் என்ற கொள்கையால் ஏற்பட்ட தீய விளைவுகளை இப்போது பார்க்கலாம். உண்மையில் அது மிக அரிதாகவே நடைமுறைப்படுத்தப்பட்டிருக்கிறது. இந்தியாவில் சுமார் இரண்டு கோடி ஆதிவாசிகள் உள்ளனர். சுதந்தரத்துக்கு முன்பு அவர்களுக்காகப் பெரிதாக ஒன்றும் செய்யப்படவில்லை. ஆனால், அதற்காக அவர்கள் தனித்து விடப்படவுமில்லை.

நான் முன்பே சொன்னபடி நிலச்சொந்தக்காரர்கள் அவர்களை ஏய்த்துப் பிழைத்தனர்; கடன் கொடுத்தவர்கள் அவர்களைக் கொள்ளையடித்தனர்; வியாபாரிகள் அவர்களை ஏமாற்றினர்; வெளியிலிருந்து வந்த கிறிஸ்தவ பாதிரிகள் அவர்களுடைய கலாசாரத்தைப் பெருமளவில் அழித்தனர்.

இரண்டாவதாக, ஆதிவாசிகளின் வாழ்க்கை மகிழ்ச்சி நிறைந்தது என்பது கற்பனைதான். நேஃபாவைப் பொறுத்தவரையில் அவர்களுக்குப் போதுமான உணவு கிடைக்கவில்லை; வியாதிகள் அவர்களை வாட்டியெடுக்கின்றன. அவர்கள் இளம் வயதிலேயே மரிக்கிறார்கள்; அவர்களுடைய வாழ்க்கை பிரச்னைகள் நிறைந்ததாக இருந்தது. உலகப் போர், ஆட்களைக் கடத்திச் செல்வது, அடிமைத்தனம், கடுந்தண்டனைகள் ஆகியவற்றால் அவர்களுடைய வாழ்க்கை உருக்குலைந்தது. அவர்கள் அனைவருமே சுதந்தரமாகவும் இருக்கவில்லை. பலவீனரான இனங்கள் மற்றவர்களுக்குக் கப்பம் கட்டி வந்தார்கள். செல்வாக்கு மிகுந்த அவர்களுடைய இனத் தலைவர்கள் மற்றவர் களுடைய உழைப்பால் பணக்காரர்களாக ஆனார்கள். கிராம மக்களுக்கிடையே நிலவிய ஒற்றுமையின்மை காரணமாக ஆதிவாசிகளுக்குத் தங்களுடைய கிராமத்திலிருந்து வேறு கிராமங்களுக்குச் செல்ல முடியவில்லை.

மூன்றாவதாக, ஆதிவாசிகள் மற்றவர்களுடன் இணைந்து வாழாமல் தனித்து வாழ்வது சென்ற நூற்றாண்டில் நடந்திருக்கலாம். ஆனால், இப்போது அப்படி இருக்கமுடியாது. இன்றைய நவீனத் தொழில்நுட்ப முறைகள் உலகையே மாற்றியமைத்துக்கொண்டிருக்கின்றன. நமது அரசு பின்பற்றி வரும் மக்கள் நலக்கொள்கையால் அனைத்து மக்களும் கவனிக்கப்படுவர். அரசியல் காரணங்களுக்காக வடகிழக்கு எல்லைப் பிரதேசங்களை நாம் பாது காத்தே ஆகவேண்டும். ஆதிவாசித் தலைவர்களுக்குக் கூடுதல் வசதிகளும் வாய்ப்புகளும் அளிக்கப்படவேண்டுமெனக் கோருகிறார்கள். இனிமேலும் அவர்களை வெறும் காட்சிப் பொருளாக வைத்திருக்கமுடியாது.

மேற்சொன்ன தனித்து வாழும் கொள்கைக்கு நேர்மாறானது ஆதிவாசிகளை சமூகத்துடன் ஒன்றிணைப்பது. இதனை மற்றவர்களும் வரவேற்கிறார்கள். கிறிஸ்துவ மிஷனரிகளும் சீர்திருத்தவாதிகளும் கிராம மேம்பாட்டில் முனைந்துள்ளவர்களும் இதற்கு ஆதரவளிக்கிறார்கள். இதுவும் வரவேற் கத்தக்கதுதான். கிறிஸ்து மிஷனரிகள் பெருமளவில் ஆதிவாசிகளுக்குக் கல்வியறிவு அளித்துள்ளனர். அவர்கள் நேஃபாவுக்கும் தேசத்துக்கும் பெரும் உதவியாக இருக்கின்றனர். இந்து சமூகத்துடன் இணைந்ததும் சில நேரங் களில் அவர்களுடைய வாழ்க்கை முறை, பொருளாதாரம் ஆகியவை முன் னேற வழிவகுத்திருக்கின்றன.

பொதுவாகப் பார்த்தால் இணைப்புக் கொள்கையை ஆதரிப்பவர்களுக்கு ஆதிவாசிகளின் வாழ்க்கை முறை பிடிக்கவில்லை. தங்களுடைய இயற்கை வழிபாட்டை விட்டுவிட்டு கிறிஸ்தவ மதம் அல்லது இந்து மதக் கொள்கை களைப் பின்பற்றவேண்டுமென ஒரு சிலர் விரும்புகிறார்கள். அவர்களுடைய சமூக அமைப்பைக் கலைத்துவிடவேண்டும், அவர்களுடைய ‘கெட்ட குணங்களை’க் கைவிடவேண்டும்; மூட நம்பிக்கைகள் ஒழியவேண்டும்; ஆதிவாசி உடைகளை அணிவது அவர்களுடைய அந்தஸ்தைக் குறைக்கிறது; ஆகவே அவர்கள் இனிமேல் தற்கால ஆடைகளை அணியவேண்டும்; மனித நாகரிகம் முன்னேறும்போது ஆதிவாசிகளும் தங்களை மாற்றிக்கொள்ள வேண்டும் என்றெல்லாம் சொல்கிறார்கள்.

ஆதிவாசிகளைத் தற்கால சமூகத்தோடு இணைப்பது, வருங்காலத்தில் இந்தியாவின் ஆதிவாசிப் பிரச்னைகளைத் தீர்க்க உதவும். அதை எளிதாகச் செய்யலாம். சில சமயங்களில் அந்த முயற்சி வெற்றியுமடையலாம். ஆனால் இதற்குச் சில தீய விளைவுகளும் உள்ளன. இது ஆதிவாசிகளின் கடந்தகால வாழ்வின் தொடர்ச்சியாக இல்லாமல் ஒரு புதிய அத்தியாயமாக இருக்கும். இதன் மூலம் ஆதிவாசிகள் தங்களுடைய கலாசாரத்தையும் மதத்தையும்பற்றிப் பேச வெட்கப்படுவார்கள். (தயங்குவார்கள்). அவர்களிடம் ஒரு தாழ்வு மனப்பான்மை உருவாகும். இது அரசியல்ரீதியாகவும் சமூகரீதியாகவும் ஆபத்தானது. புதிய வாழ்க்கை முறையோடு ஒத்துப்போகும் ஒரு சிலருக்கு இது பயனுள்ளதாக இருக்கலாம். ஆனால் பெரும்பாலான ஆதிவாசிகள் தங்களுடைய பழைய கால வாழ்க்கைமுறையைக் கைவிட்டாலும் புதியதாக அவர்களுக்கு ஒன்றும் கிடைப்பதில்லை. ஆதிவாசிகளுடைய சமூக வாழ்க்கை பாதிக்கப்பட்டால் அவர்களுடைய நல்ல குணங்கள் காணாமல் போய், அவர்கள் தற்கால நாகரிகத்தின் தீய விளைவுகளுக்கு அடிமையாகிவிடுகிறார்கள். இதுதான் இன்று உலகில் பல இடங்களில் நாம் காணும் காட்சி.

ஆதிவாசிகளிடையே உள்ள பிணைப்புக் குறைந்தால் இளம் வயது ஆதிவாசிகள் தங்களுக்குப் பழக்கமில்லாத உலகில் என்ன செய்வதென்று புரியாமல் முழிப்பார்கள். அவர்களுடைய கைவினைத் திறன், ஆட்டம், பாட்டம், கொண்டாட்டம், தன்னிறைவு, சுதந்தரம், குடும்ப பந்தம் மற்றும் கட்டுப்பாடு ஆகிய அனைத்தும் மறைந்துபோகும். இந்தியா முழுவதும் ஆதிவாசிகளை சாதிவாரியாகப் பார்க்கும் நடவடிக்கைகள் எடுக்கப் பட்டுவருகின்றன. இந்த 'சாதிகள்' சமூகத்தின் அடித்தட்டில்தான் இருக்கும்.

வெளியிலிருந்து வரும் வியாபாரிகளை அனுமதித்துள்ள இடங்களிலெல் லாம் ஆதிவாசிகள் ஏமாற்றப்படுகின்றனர். ஏனெனில், அனைவரையும் நம்பும் சுபாவமுள்ள அவர்கள் இப்போதுதான் 'பணம்' என்ற பொருளையே பார்க்கிறார்கள்.

இந்த நிலையிலிருந்து எப்படி விடுபட்டு வெளியே வருவது? நேஃபா மக் களை இனிமேலும் தனித்துவிட முடியாதென்பதை ஒப்புக்கொள்கிறோம். நேஃபா எல்லை அரசின் கண்காணிப்பிலேயே இருக்கவேண்டும். ஆதிவாசி இனங்களுக்கிடையேயுள்ள சண்டைகளை நிறுத்தவேண்டும். அடிமைத் தனம், குழந்தைகளைக் கடத்துதல், மிருகங்களைக் கொடூரமான முறையில் பலி கொடுப்பது, ஓபியத்துக்கு அடிமையாவது ஆகிய அனைத்தும் நிறுத்தப் படவேண்டும். இவை மனித வாழ்க்கைக்குத் தேவையே இல்லாதவை. நாம் விரும்புவதெல்லாம் ஆதிவாசிகளுக்கு நல்ல உணவு, நல்ல ஆரோக்யம், நீண்ட வாழ்க்கை, குழந்தைகளின் இறப்பு எண்ணிக்கையைக் குறைப்பது, வசதி நிறைந்த வீடுகள், அதிகப்பயிர் விளைச்சல், அவர்களுடைய கைவினைத் தொழிலுக்குவேண்டிய மேம்பட்ட கருவிகள், தங்களுடைய மலைப்பிரதேசங்களில் கட்டுப்பாடு எதுமின்றி அலைந்து திரிய அனுமதித் தல், இந்தியாவின் மற்றப் பாகங்களைப்பற்றிய விசாலமான அறிவு ஆகியவையே.

எல்லாவற்றுக்கும் மேலாக நமது முயற்சிகளின் பலனாக ஆதிவாசிகள் இந்தியாவை நேசிக்கவேண்டும். இந்தியாவுக்கு விசுவாசமாக இருக்க வேண்டும். இந்திய அரசு அவர்களை ஏமாற்றிவிடும் அல்லது தங்களைத் தனது முழுக் கட்டுப்பாட்டில்கொண்டு வந்துவிடும் என்ற சந்தேகத்துக்கே இடம் கொடுக்கக்கூடாது. அவர்களுடைய உடலும் உள்ளமும் இந்தியா வுடன் முழுவதாக இணையவேண்டும். அவர்களும் அதன் ஒரு பகுதிதான். அவர்களாலும் இந்தியாவின் மேம்பாட்டுக்குத் தங்களாலானதைச் செய்ய முடியும்.

அதேசமயம் மற்ற நாடுகளில் இப்படி நடப்பதால் ஏற்பட்ட தீய விளைவுகள் இந்தியாவிலும் ஏற்படாமல் பார்த்துக்கொள்ளவேண்டும்.

இணைத்துக்கொள்ளுதல், அவர்களைத் தொந்தரவு செய்யாமல் அப்படியே வாழ வைத்தல் என்ற இந்த இரண்டு பாதைகளுக்குமிடையே நாம் மிகக் கவனமாக முன்னேறவேண்டும். நாம் முன்பே பார்த்தபடி ஆதிவாசிகளை நாகரிகப்படுத்தி மைய நீரோட்டத்தில் இணைத்துக்கொள்ளவேண்டும் என்று சொல்பவர்கள் ஆதிவாசிகளின் வாழ்க்கை முறைபற்றி பல எதிர்மறையான கருத்துகளைக்கொண்டிருக்கிறார்கள். ஆதிவாசிகளின் வாழ்க்கை அப்படி ஒன்றும் என்று புகழத்தக்கதாக இல்லை; அது மறைந்து போனால் யாரும் வருத்தப்படமாட்டார்கள். பின்தங்கியவர்கள் முன்னேறவேண்டும்; தாழ்ந்த நிலைமையிலுள்ளவர்கள் உயர்ந்த நிலையை அடையவேண்டும் என்று அவர்கள் சொல்கிறார்கள். இதனை எல்லோராலும் புரிந்துகொள்ள முடியும். இதில் ஒளிவு மறைவு ஒன்றுமில்லை. இதை எப்படியும் செய்தேயாக வேண்டும். அது ஆதிவாசிகளுக்கு சில நன்மைகளை அளிக்கிறது. அவர்கள் அதற்கு ஒரு விலை தரவேண்டியிருக்கிறதென்பதும் உண்மைதான். அதனால் தான் பிரிட்டிஷார் அவர்களைத் தொடாமல் விட்டுவிட்டனர். அதற்கு அவர்கள் கொடுத்த விலை வித்தியாசமானது.

இப்போது நமது உணர்ச்சிகளை மூட்டைகட்டிவைத்துவிட்டு, நடுநிலையில் நின்று ஆதிவாசிகளைப்பற்றிப் பேச முடியும். இன்றைய சமூகத்தில் தனித்து நிற்பதென்பது ஒருவராலும்முடியாது. அப்படியே முடிந்தாலும் அது விரும் பத்தக்கதல்ல. சுற்றுலாப் பயணிகள் ஏதோ மிருகக்காட்சிசாலையிலுள்ள மிருகங்களைப்போலவோ கண்காட்சி சாலைகளிலுள்ள பொருள்களைப் பார்ப்பதுபோலவோ நமது ஆதிவாசிகளைப் பார்ப்பதை நாம் விரும்ப வில்லை. அவர்களுடைய கலையுணர்வு, மத ஆசாரங்கள், கலாசாரம் ஆகிய வற்றைப் பாதுகாக்க வேறு வழிகள் இருக்கின்றன.

ஆதிவாசிகள் காட்சிப் பொருட்களாகவோ, சர்க்கஸ் கோமாளிகளாகவோ இருக்கவேண்டுமென்று நாம் விரும்பவில்லை. அவர்களுடைய முன்னேற் றத்தைத் தடுத்து நிறுத்தவும் விரும்பவில்லை. குறைந்தபட்சம் காலத்துக் கேற்ப அவர்கள் மாறவேண்டும் என்றுதான் விரும்புகிறோம். அவர்களை 'நேர்மையான காட்டுமிராண்டிகள்' என்றோ 'நேர்மையற்ற அடிமைகளா கவோ' பார்க்கவில்லை.

அவர்கள் தங்களுடைய விலைமதிப்பற்ற செல்வங்களை இந்தியாவின் பொது வாழ்க்கைக்குக்கொண்டு வருவதை வரவேற்போம். அவர்கள் நம்மைக் காப்பியடிக்கவேண்டாம். அவர்களுடைய தார்மிக குணங்கள், தன்னிறைவு, தைரியம், கலையுணர்வு, மகிழ்ச்சி நிறைந்த மனநிலை ஆகியவைதான் நமக்குத் தேவை. நம்முடைய நட்புணர்வு, தொழில்நுட்ப அறிவு, உலக அறிவு ஆகியவை அவர்களுக்குத் தேவை. இவை இரண்டையும் எப்படி இணைப்பது என்பதும், அவர்களுடைய வாழ்க்கைமுறையைப் பாதிக்காமல் தற்கால மருத்துவம், விவசாயம், கல்வி ஆகியவற்றை அவர்களுக்கு எப்படிக் கொடுக்க முடியுமென்பதுதான் இப்போது நம்முடைய பிரச்னை.

இந்த விஷயத்தில் சற்று நிதானமாகச் செயல்பட்டால் நமது குறிக்கோளை அடையலாம். புதிய சூழ்நிலைக்குத் தங்களை மாற்றிக்கொள்ள அவர்களுக்கு நேரம் தரவேண்டும். தேவைக்கதிகமாக அரசு அதிகாரிகளை நியமிக்காமல் மிக அவசியமானதை மட்டும் செய்தால், அவர்களிடம் உண்மையான அன்பும் பரிவும் காட்டினால் நம்மால் இந்தப் பிரச்னையை எளிதில் தீர்க்கமுடியும்.

பகுதி 5

வலுவாக்கப்பட்ட பாரம்பரியம்

அறிமுகவுரை

~

ஜவாஹர்லால் நேரு 1964ம் ஆண்டு மே மாதம் காலமானார். அவரைப்பற்றி மனத்தை உருக்கும் அனுதாபச் செய்தியை ராஜகோபாலச்சாரி வெளியிட்டார். அதில் அவர் தனது நண்பராக இருந்து பின்னர் அரசியல் எதிராளியாக ஆன நேருவைப்பற்றி எழுதியது கீழே தரப்படுகிறது.

'என்னைவிட பதினொரு வயது இளையவர்; நாட்டுக்குப் பதினொரு மடங்கு முக்கியமானவர்; 1100 மடங்கு மக்களுடைய அன்பையும் பாசத்தையும் பெற்றவர். திரு.நேரு எதிர்பாராதவிதமாக நம்மிடமிருந்து பிரிந்து சென்று விட்டார். அந்த அதிர்ச்சி தரும் செய்தியைக் கேட்ட பிறகும் உயிருடன்தான் இருக்கிறேன்... சுதந்தர காலகட்டத்து முன்னணிப் படைத்தளபதிகள் அனைவரும் நம்மை விட்டுச் சென்றுவிட்டனர். கடந்த பத்து வருடங்களாகத் திரு. நேருவின் கொள்கைகளில் தவறு என்று நான் கருதியவற்றுக்கு எதிராக அவருடன் சண்டை போட்டிருக்கிறேன். அந்தத் தவறுகளை அவரால் மட்டுமே சரிசெய்ய முடியுமென்பதும் எனக்குத் தெரிந்திருந்தது. வேறு யாருக்கும் அப்படிச் செய்ய தைரியமில்லாமலிருந்தது. இப்போது அவர் நம்மிடையே இல்லை. அந்தச் சண்டை ஒருபுறமிருக்கட்டும். நான் மிகவும் தளர்ந்துபோயிருக்கிறேன். அன்புக்குரிய நண்பர், அனைவரிலும் கண்யமானவர். நம்மை விட்டுப்போய்விட்டார். அப்படிப்பட்டவர்கள் நம்மிடையே அதிகம் இல்லை. இறைவன் நம் மக்களைக் காப்பாற்றட்டும்.'

இந்தியா சுதந்தரமடைந்த சில மாதங்களுக்குள்ளேயே காந்தி உயிரிழந்தார். நேரு காலமான நேரத்தில் நாடு ஓரளவுக்கு நிலையாக இருந்தது. ஆனால், இந்தியாவின் வருங்காலம் எப்படியிருக்குமென்று யாராலும் சொல்ல முடியவில்லை. 1962 இந்திய-சீனப் போரில் இந்தியா அடைந்த தோல்வியால் நாட்டின் தன்னம்பிக்கை ஆட்டம் கண்டிருந்தது. ஆனால் நேரு தனது குறைபாடுகளையும் செய்த தவறுகளையும்மீறி கடைசிக் காலத்தில் நோய்வாய்ப்பட்டிருந்த போதிலும் சமூகத்தில் ஒரு உயர்ந்த ஸ்தானத்தில் இருந்தார். அவருக்குப் பின் அவருடைய இடத்தை யார் நிரப்புவார் என்ற கேள்விக்கு விடை கண்டுபிடிப்பது கடினமாக இருந்தது.

நேருவின் மறைவுக்குப்பின் லால் பஹதூர் சாஸ்திரி பிரதம மந்திரியானார். அவரை யாரும் அதிகம் பொருட்படுத்தவில்லை. வரலாற்றறிஞர்களும் பொது மக்களும்கூட அவருக்குரிய மரியாதையையும் மதிப்பையும் கொடுக்கவில்லை.

சாஸ்திரி அறிமுகப்படுத்திய சீர்திருத்தங்கள் நாட்டின் விவசாய உற்பத்தித் திறனை அதிகரிக்கப் பெரிதும் உதவின. 1965ம் ஆண்டில் பாகிஸ்தான் இந்தியாவை ஆக்கிரமித்தபோது அவர் முன்னின்று நாட்டை நடத்திச் சென்றார். ஆனால், இதற்குப் பிறகு சில நாட்களிலேயே அவர் காலமானார். அவருக்குப் பின் இந்திராகாந்தி பிரதமராகப் பதவியேற்றார். அச்சமயத்தில் அவருக்கு அரசியல் முன்அனுபவமில்லாதிருந்தது. அவர் தன்னம்பிக் கையற்றவராகவும் இருந்தார்.

1960களில் இந்தியாவை அச்ச உணர்வு கவ்வியிருந்தது. காந்திஜியின் அஹிம்ஸை, சகோதரத்துவம் ஆகிய கொள்கைகளைப் பின்பற்றி வந்திருந்த இந்திய மக்கள் சீனா மற்றும் பாகிஸ்தானின் ஆக்கிரமிப்புகளால் நிலை குலைந்துபோனார்கள். நாடெங்கும் பஞ்சம் தலைவிரித்தாடியது. நேருவின் மரணத்துக்குப் பிறகு 'இந்துத்வா' சக்திகள் இணைந்தன. இந்தியாவின் வடகிழக்குப் பிரதேசத்தில் தீவிரவாதமும் நாட்டின் மைய பாகத்தில் மாவோயிஸ்ட் இயக்கமும் மீண்டும் தலைதூக்கின. இப்படிப்பட்ட ஸ்திரமற்ற நிலையில்தான் நாம் இப்போது பார்க்கவுள்ள நவீன இந்திய சிற்பி தனது கட்டுரைகளை எழுதினார். அவற்றின் சுருக்கங்கள் கீழே தரப்படு கின்றன. பத்தொன்பதாம் நூற்றாண்டிலிருந்தே அனைவரையும் வாட்டிக் கொண்டிருந்த விஷயமான இந்து- முஸ்லிம் ஒற்றுமையைப்பற்றியதாக அவருடைய கட்டுரைகள் இருந்தன.

சையது அகமது கானின் வாழ்க்கை வரலாற்றை எழுதியவர் இவ்வாறு கூறு கிறார்: 'முஹம்மதியர்களின் முன்னேற்றத்துக்கு அவர் மட்டும் முயற்சிகள் எடுக்காமலிருந்திருந்தால் இன்று முஹம்மதியர்கள் இந்துக்களைவிட இன்னும் எத்தனையோ தூரம் பின்தங்கியிருப்பார்கள். இன்று நாம் காணும் அவர்களுடைய கல்வி முன்னேற்றம் அதேவேகத்தில் தொடர்ந்தால் அவர்கள் இந்துக்களுக்குச் சமமாக வந்துவிடுவார்கள்.''

இந்த நம்பிக்கை கனவாகத்தான் போயிற்று. தற்காலக் கல்வி மூலம் தங் களுக்குக் கிடைக்கக்கூடிய நன்மைகளைப்பற்றி முஸ்லிம்களைவிட இந்துக்கள் நன்கறிந்திருந்தார்கள். இந்துக்களில் அநேகம் பேர் ஆட்சி மொழியிலும் அறிவியல், பொறியியல் ஆகிய விஷயங்களிலும் சட்டம், மருத்துவம் ஆகிய துறைகளிலும் தேர்ச்சி பெற்றனர். பாகிஸ்தான் கோரிக் கையை எழுப்புவதற்கு இதுவும் ஒரு காரணமாக இருந்தது. இந்தியா முழுவ திலுமிருந்த கல்வியறிவு பெற்ற முஸ்லிம்கள் ஜின்னாவையும் முஸ்லிம் லீகையும் ஆதரித்தனர். பாகிஸ்தானில் இந்து வியாபாரிகள், வக்கீல்கள், டாக்டர்கள், ஆசிரியர்கள், அரசு ஊழியர்கள் ஆகியோருடன் தாங்கள் போட்டி யிடவேண்டியிருக்காது என்று முஸ்லிம்கள் நம்பினார்கள்.

இந்தியாவிலிருந்த படிப்பறிவு பெற்றிருந்த முஸ்லிம்கள் பாகிஸ்தான் உருவானபின் பெரிய எண்ணிக்கையில் அங்கு குடியேறினார்கள்; குறிப்பாக உ.பி. (United Provinces) மற்றும் பிஹார் மாநிலங்களிலிருந்து மட்டுமல்லா மல், பம்பாய் மாநிலத்திலிருந்தும் பலர் புலம்பெயர்ந்தனர். அப்படிப் போக விரும்பாத அல்லது போக முடியாத எழுத்தறிவில்லாத ஏழை விவசாயிகள்,

தொழிலாளிகள், கைவினைக் கலைஞர்கள் ஆகியோர் மட்டும் இந்தியாவில் தங்கினார்கள். இவர்களைச் சரியான முறையில் வழிநடத்திச் செல்ல நல்ல, தகுதி வாய்ந்த தலைவர்கள் இல்லாமல் போய்விட்டனர். இக்காரணத் தாலேயே அவர்கள் பழமைவாத, இஸ்லாமிய மதத் தலைவர்களுடைய கைப்பாவைகளாக மாறினர்.

இப்படி இந்தியாவிலேயே தங்கிவிட்ட முஸ்லிம் சிறுபான்மையினரை நாம் எப்படி நடத்தவேண்டும் என்று ஜவாஹர்லால் நேருவின் சீடர்களுக்கும் எம்.எஸ்.கோல்வால்கரின் சீடர்களுக்குமிடையே வாதப் பிரதிவாதங்கள் நடந்தன. பாகிஸ்தான் நம்மை என்னதான் சீண்டினாலும், முஸ்லிம்களை மற்ற இந்தியக் குடிமக்களுக்குச் சமமாகவேதான் நடத்தவேண்டுமென நேருவின் சீடர்கள் வாதிட்டனர். நேரு வேறு பிரச்னைகளில் கவனம் செலுத்தி வந்ததால் இந்திய முஸ்லிம்களைத் தற்கால வாழ்க்கைப்பாதைக்குக்கொண்டு வர அவரால் முடியவில்லை. காங்கிரஸ் கட்சிக்காரர்களோ தேர்தல் சமயத்தில் முஸ்லிம்கள் தங்களுக்கு ஓட்டுப் போட்டால் போதும் என்று எண்ணினர். இதன் விளைவாக முஸ்லிம்கள் தங்கள் மதத்தலைவர்களுடைய பிடியிலேயே தொடர்ந்திருந்தனர். இதற்கு மாறாக கோல்வால்கரும் ஆர்.எஸ்.எஸ்ஸும் முஸ்லிம்களை இந்தியாவின் இரண்டாம் தரக் குடிமக்களென்றும், தேசத் துரோகிகள் என்றும் முத்திரை குத்தினர். முஸ்லிம்கள் தங்களுடைய நாட்டுப் பற்றை நிரூபிக்கவேண்டுமெனவும், இந்தியாவின் இந்து உணர்வுக்கு அவர்கள் மதிப்புக் கொடுக்கவேண்டுமெனவும் வற்புறுத்தி வந்தனர்.

இந்தப் பகுதியில் நாம் பார்க்கவுள்ள 'சிற்பி' காங்கிரஸ் மற்றும் ஆர்.எஸ்.எஸ்.ஸின் கருத்துகளிலிருந்து மாறுபட்ட கருத்துகளைக்கொண்டிருந்தார். பிறப்பினாலும் வளர்ப்பினாலும் முஸ்லிமாக இருந்த அவர் முஸ்லிம் சமூகச் சீர்திருத்தவாதியாகவும் திகழ்ந்தார். அவருடைய வாதங்கள் மிக வலுவாக இருந்தன என்பது மட்டுமல்ல, பிற்காலங்களில் நடக்கப்போகும் சம்பவங் களைப்பற்றி முன்கூட்டியே அவரால் சொல்லவும் முடிந்தது. முஸ்லிம்கள் தங்களுடைய எண்ணங்களைத் தற்காலச் சூழ்நிலைக்கேற்ப மாற்றிக்கொள்ளா விட்டால் இந்துத்துவவாதம் தலை தூக்கும் என்று அறிவுறுத்தினார்.

இவருடைய கருத்துகள் இந்தியாவிலுள்ள அனைத்து மதத்தினருக்கும் பொருந்துவனவாக உள்ளன. ஒரு நவீன, மதச்சார்பற்ற, ஊக்கம் மிகுந்த, முற் போக்கு மனப்பான்மையுள்ள, எந்த மதத்துக்கும் சாதிக்கும் முக்கியத்துவம் கொடுக்காத மக்கள் அடங்கிய ஒரு சமூகம் உருவாகமுடியும் என்று நம்பினார்; அதற்கான முயற்சிகளையும் மேற்கொண்டார். அவருடைய கட்டு ரைகள் அனைத்து இந்தியர்களுக்கு மட்டுமல்ல; அமெரிக்காவில் நடந்த பெரிய தாக்குதல்களுக்குப் பிறகு (9/11) உலகில் உள்ள அனைத்து மதங் களும், சமாதானமாக இணைந்து வாழ விரும்பும் மக்களும், ஜனநாயகம் நவீனத்துவம் ஆகியவற்றில் ஈடுபாடுள்ள அனைவரும் இந்தச் சிற்பியின் கருத்துகளை வாசித்து நன்மை பெறலாம்.

அத்தியாயம் 21

கடைசி நவீனத்துவர்

ஹமீத் தல்வாய்

~

நாம் கடைசியாகப் பார்க்கப்போகும் சிற்பி தாராபாய் ஷிண்டேயைப்போல மகாராஷ்டிர மாநிலத்தைச் சேர்ந்தவரும் அவரைப்போலவே வெளியுலகில் அதிகம் அறியப்படாதவருமாக இருந்தவர். இவரை இப்போது மக்கள் மறந்தும்விட்டனர். தாராபாயைப்போல இந்தச் சிற்பியுடைய சொந்த வாழ்க்கைபற்றிய விவரங்களும் நம்மிடமில்லை. இவருடைய படைப்புகளைப் பிரசுரம் செய்யவும் மொழிபெயர்க்கவும் உதவியவர்கள் மூலம்தான் இவரைப்பற்றி ஓரளவாவது நம்மால் அறியமுடிகிறது.

திலகரும் கோகலேயும் பிறந்த அதே கொங்கணி பிரதேசத்தில்தான் ஹமீத் தல்வாயும் 1932-ல் பிறந்தார். இது மட்டுமே இவர்களுக்கிடையில் உள்ள ஒற்றுமை. மற்ற இருவரும் நடுத்தர பிராமணக் குடும்பங்களைச் சேர்ந்தவர்கள்; தல்வாய் ஒரு சாதாரண முஸ்லிம் குடும்பத்தில் பிறந்தவர். இவருடைய கல்விபற்றிய விவரங்கள் நமக்குத் தெரியாது. கல்லூரியில் படித்ததாகவும் தெரியவில்லை. இளம் வயதிலேயே ராஷ்ட்ரீய ஸேவாதளம் என்ற இயக்கத்தில் உறுப்பினராகச் சேர்ந்தார். இவருடைய கிராமத்தில் அந்த இயக்கத்தில் சேர்ந்த ஒரே முஸ்லிம் இவர்தான். தனது இருபதாம் வயதில் பம்பாய்க்குக் குடிபெயர்ந்தார்; மராத்தி மொழியில் சிறுகதைகளை எழுதி வெளியிட்டார். சோஷலிஸ்ட் அரசியல் கொள்கைகளில் தன்னை ஈடுபடுத்திக்கொண்டார்.

பம்பாய் வந்த நாள் முதலே மக்களாட்சிபற்றியும், தற்காலப் பழக்க வழக்கங்கள்பற்றியும் முஸ்லிம்கள்கொண்டிருந்த கருத்துகளை மாற்ற தல்வாய் பாடுபட்டார். இதன் பொருட்டு சோஷலிஸ்ட் கட்சியிலிருந்து விலகி தனது முழு நேரத்தையும் சமூகச் சீர்திருத்தத்துக்காகச் செலவிட்டார். 1970-ல் 'முஸ்லிம் ஸத்யசோதக் ஸமாஜ்' என்ற ஸ்தாபனத்தை நிறுவினார். இதற்கு ஒரு நூற்றாண்டுக்கு முன் ஜோதிராவ் ஃபுலே தொடங்கிய ஸ்தாபனத்தின் பெயரையே தல்வாய் வேண்டுமென்றே தனது ஸ்தாபனத்துக்கு வைத்தார். இந்த ஸ்தாபனம் முஸ்லிம் பெண்களுக்குக் கூடுதல் உரிமைகளைப் பெற்றுத் தருவதில் கவனம் செலுத்தியது. முஸ்லிம் ஆண்கள் மூன்று முறை 'தலாக்' என்ற வார்த்தையைச் சொல்லித் தங்கள் மனைவியை விவாகரத்து செய்யும் வழக்கத்தைச் சட்டரீதியாகத் தடைசெய்வதற்கு இந்த நிறுவனம் முயன்றது.

அனைத்து இந்தியர்களுக்கும் பொதுவான சிவில் சட்டம் வேண்டுமென்றும் தல்வாய் வாதிட்டார். மதச்சார்பற்ற ஜனநாயக இந்தியாவில் அனைத்துக் குடிமக்களுக்கும் சம அந்தஸ்து வழங்கும் முயற்சியின் பாகமாக மதத்தின் அடிப்படையில் மக்களிடையே காணப்பட்ட வேறுபாடுகளை முழுதாக நீக்க விரும்பினார் தல்வாய்.

1950களில் தல்வாய் பிரசித்தி பெற்ற மராத்தி மொழி எழுத்தாளரும், கவியுமான திலீப் சித்ரே என்பவருடைய நண்பரானார். பிற்காலங்களில் சித்ரே தனது சொந்த வேலைகளை ஒருபுறம் தள்ளி வைத்துவிட்டு தல்வாயின் படைப்புகளை மொழிபெயர்த்துவெளியிட்டார். அப்போது இந்துக்களுக்கு 'யவன்' ஆக இருந்த தல்வாய் முஸ்லிம்களுக்கு 'காஃபிர்' ஆக மாறிவிட்டார் என்று சித்ரே குறிப்பிட்டார். குரான் புனிதமானது என்ற கருத்தை ஒப்புக் கொள்ளாத தல்வாய், மனிதனின் சமூக, அரசியல் வாழ்வில் அதற்கு இடமில்லை என்று அபிப்ராயப்பட்டார். பொதுவாகவே மதங்களைப்பற்றி அவர்கொண்டிருந்த அபிப்ராயம் இதுவாகத்தான் இருந்தது. மதம் மனிதனின் சொந்த விஷயம். இன்றைய சட்டம், பொருளாதாரம், சமூக உறவுகள் ஆகியவற்றுடன் அதற்கு ஒரு தொடர்புமில்லை.

1977ம் ஆண்டில் தனது நாற்பத்து நான்காம் வயதில் தல்வாய் சிறுநீரகக் கோளாறு காரணமாகக் காலமானார். அவரது நண்பர் சித்ரே 2002-ல் தல்வாயைப்பற்றி எழுதி வெளியிட்ட ஒரு கட்டுரையில் மகாராஷ்டிரத்தில் ஜோதிராவ் ஃபுலேயால் தொடங்கப்பட்டு அம்பேத்கர் காலத்தில் தொடர்ந்து வந்த தீவிர சமூகச் சீர்திருத்தவாதிகளில் ஒருவராக தல்வாய் இருந்தார் எனக் கூறுகிறார். அவருக்கு முன்பிருந்தவர்கள் சாதி முறைக்கெதிராகப் போராடியபோது, தல்வாய் இஸ்லாமின் பழைய பிற்போக்கு எண்ணங்களை எதிர்த்தார். சித்ரே எழுதுகிறார்: 'பிராமணிய இந்து மதமும் அடிப்படைவாத இஸ்லாமும் மக்களுக்குக் கேடு விளைவிக்கும். மனிதரிடையே ஆன்மிக உணர்வை வளர்க்கிறோம் என்ற பெயரில் அவை மக்களிடையே வேற்றுமை உணர்வுகளைத் தூண்டிவிடுகின்றன. தர்மம் அல்லது அதர்மம் என்பதுபோலத்தான் தார்-உல்-இஸ்லாம், தார்-உல்-ஹர்ப் ' என்பவையும்.

பிரதேசரீதியாக ஃபுலே, கோகலே, அம்பேத்கர் ஆகியோரைப்போலவே தல்வாயும் ஒரு மகாராஷ்டிரியராகத்தான் கருதப்பட்டார். மதரீதியாகப் பார்த்தால் அவரை சையது அகமதுகானுடன் ஒப்பிடலாம். ஆனால் தல்வாயோ கல்வியறிவில் முஸ்லிம்கள் இந்துக்களுக்குச் சமமாக வர வேண்டுமென்று மட்டும் விரும்பவில்லை. மதத்தின் கொடும் பிடியிலிருந்து விடுவிக்கவும் விரும்பினார். சையது அகமதுகான் 'அரைமனது சீர்திருத்தவாதி'யாக இருந்தார் என்கிறார் வரலாற்றாசிரியர் ஃபைஸல் தேவ்ஜி. மாறாக தல்வாய் முழுவீச்சாகச் சீர்திருத்த வேலையில் ஈடுபட்டார்.

சையது அகமதைப்போலல்லாமல் தல்வாய் தனது குறிக்கோளை அடைய அதிகமாகப் பாடுபட்டிருந்திருக்கக்கூடும்; ஆனால் இளம் வயதிலேயே மரணம் அவரைத் தழுவியது. 2007-ல் வெளிவந்த ஒரு கட்டுரையில் சித்ரே எழுதுகிறார்: 'பழைய பஞ்சாங்கக் கொள்கைகளைத் தொடர்ந்து பின்பற்ற

விரும்பிய முஸ்லிம் முல்லாக்கள், மக்கள் ஆதரவைப் பெறுவதற்காகவே நடக்கும் அரசியல்வாதிகள், தமது மனைவியரை மோசமான முறையில் நடத்தும் கணவன்மார்கள், பர்தா அணிந்து அடிமையாகிப்போன பெண்கள் இவர்கள் அனைவருடைய எண்ண ஓட்டங்களையும் மாற்ற தல்வாய் அரும் பாடுபட்டார். இதற்காக தல்வாய் செய்த தியாகங்களை நான் செய்திருக்க மாட்டேன்.' இந்த அபிப்பிராயம் ஓரளவுக்குச் சரிதான்.

தல்வாயின் கட்டுரைகளிலிருந்து சில பகுதிகள் கீழே தரப்படுகின்றன.

வரலாற்றின் சுமை

முற்போக்கு எண்ணங்களைக்கொண்ட முஸ்லிம் சமுதாயத்தை சிருஷ்டிப் பதிலுள்ள கஷ்டங்களையும் அவற்றை எப்படித் தீர்க்கலாம் என்பதையும் தல்வாய் இந்தக் கட்டுரையில் விவரிக்கிறார்.

நீண்ட நாட்களாகவே தாங்கள் படும் கஷ்டங்களுக்கெல்லாம் முஸ்லிம்கள் இந்துக்களைப் பழி சொல்வது வழக்கமாகிவிட்டது. இப்படிச் செய்வது சரியா, தவறா என்பதைப்பற்றி இந்திய முஸ்லிம் அறிஞர்கள் ஒரு சுயபரிசோதனை செய்துகொள்ளவே இல்லை. தாங்கள் சந்திக்கும் பிரச்னைகளுக்குத் தங்களுடைய மனப்பான்மைகூடக் காரணமாக இருந்திருக்கலாம் என்பதை அவர்கள் உணரவேயில்லை. தங்களுக்குள்ளேயே ஒரு சுய பரிசோதனை செய்துகொண்டு, தங்களுடைய குறைபாடுகளைக் கண்டறிந்துகொள்ள அவர் களால் முடியவில்லை. இந்துக்களுடன் ஒப்பிட்டால் முஸ்லிம்கள் மேலை நாட்டுக் கல்வியைச்சற்று தாமதமாகத்தான் ஏற்றுக்கொண்டனர். இதனாலேயே அவர்கள் பல விஷயங்களில் பின்தங்கிவிட்டனர். பிரிட்டிஷ் ஆட்சியின் தொடக்க நாட்களில் கொண்டுவரப்பட்ட கல்விமுறைச் சீர்திருத்தங்களுக்கு முஸ்லிம்கள் தெரிவித்த எதிர்ப்புத்தான் அவர்கள் பின்தங்கியதற்குக் காரணம். இந்த எதிர்ப்புக்குக் காரணமும் இருந்தது. பிரிட்டிஷார் இந்தியாவிலிருந்த முஸ்லிம் சாம்ராஜ்யத்தைக் கவிழ்த்துவிட்டுத் தங்களுடைய ஆட்சியை ஸ்தாபித்தனர் என்ற மனக்குறையே அது. மேலைநாட்டுக் கல்வி முறையைப் பின்பற்றும்படி சையது அகமதுகான் முஸ்லிம்களை அறிவுறுத்தியபோது தேவ்பந்திலிருந்த (Deaband) உலேமாக்கள் அவரை ஒரு முஸ்லிம் துரோகி என அழைத்தனர். இதற்கு இந்துக்களை எப்படிக் குறை சொல்ல முடியும்?

தங்களுடைய பழைய மதக்கொள்கைகளை இறுகப் பிடித்துக்கொண்டு, தற் காலத்துக்கு ஏற்ப மாற முஸ்லிம்கள் மறுத்ததால்தான் அவர்கள் பின்தங்கிய நிலையிலேயே இருந்தனர். இந்த நிலைமையை மாற்ற முயன்ற ஸர் சையது அகமதுகான் இந்திய முஸ்லிம்களிடையே ஒரு புது யுகத்தைக்கொண்டு வந்த தீர்க்கதரிசி எனப் பாராட்டப்படுகிறார். அவருடைய அயராத முயற்சியின் விளைவாகத்தான் முஸ்லிம்களுடைய மனப்பாங்கு மெல்ல மாறத் தொடங் கியுள்ளது. கல்வியறிவு பெற்ற முஸ்லிம்கள் காலத்திற்கேற்பத் தங்களை மாற்றிக்கொண்டனர். இந்தியாவை ஒரு இஸ்லாமிய நாடாக மாற்றிவிடலாம்

என்ற எண்ணத்தைக் கைவிட்டனர். படித்த முஸ்லிம்களிடையே ஒரு மாபெரும் எழுச்சி காணப்பட்டது; அவர்களிடையே ஒரு மாற்றம் தெரிந்தது. இந்த மாற்றம்தான் முஸ்லிம்களையும் இந்துக்களையும் இணைத்தது. மனித இனம், சமூகம்பற்றிய அவர்களுடைய கருத்துகள் விரிவடைந்தன. இந்த நிலை தொடர்ந்திருந்தால் இந்துக்களும் முஸ்லிம்களும் சம அந்தஸ்தைப் பெற்றிருப்பார்கள். துரதிருஷ்டவசமாக இந்த முயற்சி முழுவதாக வெற்றி பெறவில்லை. ஏனெனில், தற்கால இந்திய முஸ்லிம்களால் தாங்கள் செய்ய வேண்டியதைச் செய்து முடிக்க முடியவில்லை. அவர்களுடைய எண்ணங் களும் சற்றே பின்தங்கியிருந்தன.

அலிகரில் தொடங்கிய முஸ்லிம் மறுமலர்ச்சியை முழுதாக வெற்றியடையச் செய்வதற்கான தீர்க்கதரிசனம் அவர்களிடம் இல்லாமற் போய்விட்டது. இதன் காரணமாக இந்துக்களும் முஸ்லிம்களும் இணைவதற்குப் பதிலாகத் தனித்தனியாகவே தொடர்ந்தனர். தங்களுடைய பிரச்னைகளுக்கு இந்துக்களைக் குறை கூறும் வழக்கம் தொடர்ந்தது. ஸர் சையது அகமதுகான் மதத் தீவிரவாதத்துக்கு அப்பாற்பட்டவராக இருந்தார். ஆனால் மொகலாய வம்சத்தைச் சேர்ந்தவர் என்ற உணர்வு அவர் மனதில் தொடர்ந்திருந்து வந்தது. அனைவருக்கும் பொதுவான தேசிய உணர்வு உருவாகியிருக்கவேண்டும். அது நடக்கவில்லை. முஸ்லிம்கள் இந்தியாவை வென்றவர்கள் என்ற தவறான எண்ணத்துக்கு சையதுகான் இடம் கொடுத்ததுதான் இதற்குக் காரணம். தனி முஸ்லிம் நாடு வேண்டுமென்ற கோரிக்கைகளை முதலில் விடுத்தவர் அவர்தான். அனைவரும் தவறாக நினைத்துக்கொண்டிருப்பதுபோல ஜின்னா அல்ல. சையதுகானைப் பின்பற்றித்தான் ஜின்னா தனது பாகிஸ்தான் கொள்கையை உருவாக்கினார். பாகிஸ்தான் என்ற தனி நாடு கோரி எழுந்த முஸ்லிம் தேசிய உணர்வு உருவாகக் காரணமே இன்றைய முஸ்லிம்களின் தவறான போக்குதான். இந்து மற்றும் முஸ்லிம் சமுதாயங்கள் வெவ் வேறானவை; இரண்டும் ஒன்றோடொன்று இணையமுடியாது என்ற எண்ணம்தான் இந்த முஸ்லிம் தேசிய உணர்வுக்கு அடிப்படைக் காரணம்.

ஒரு சமுதாயம் தன்னை உயர்த்திக்கொள்ளவோ தாழ்ந்து போவதற்கோ சரியான வழியில் செல்வதற்கோ அல்லது செல்லாமலிருப்பதற்கோ வாய்ப்பு ஒருமுறைதான் வரும். ஆனால் தேவ்பந்த் உலேமாக்களின் சொல்லைக் கேட்டு நடந்த முஸ்லிம்கள் ஆங்கிலக் கல்வியை நிராகரித்ததன் விளைவாக இந்துக்களுக்குச் சமமாகத் தங்களையும் சமூகரீதியாக உயர்த்திக்கொள்ளக் கிடைத்த அருமையான வாய்ப்பை முஸ்லிம்கள் நழுவவிட்டனர். இதன் பின்னர் இந்துக்களுடன் கை கோர்த்து இந்திய தேசிய உணர்வை வலுப் படுத்தும் வாய்ப்புகள் கிடைத்த போதிலும் அதையும் முஸ்லிம்கள் நழுவ விட்டனர். இரு மதங்களும் ஒன்றோடொன்று இணைய முடியாத, வெவ் வேறான சமுதாயங்கள் என்ற பிரசாரத்துக்கு அவர்கள் செவிமடுத்ததுதான் இதற்குக் காரணம். தவிரவும், பூகோளரீதியாக அவர்கள் நேரிட்ட பிரச்னை களையும், தாங்கள் எங்கே வசிக்கிறோம், எங்கே வசிப்போம் என்பது போன்ற விஷயங்களையும்கூட அவர்கள் சரியானபடி கவனிக்கத் தவறிவிட்டனர்.

இன்று இந்திய முஸ்லிம்கள் நேரிடும் பிரச்னைகளுக்கான காரணங்கள் இந்த இரண்டு நழுவவிட்ட வாய்ப்புகள்தான். நூற்றாண்டுக்கு ஒரு முறை மட்டுமே வரும் சந்தர்ப்பத்தைத் தவறவிட்டால் அந்தத் தவறைச் சரிசெய்ய இன்னுமொரு நூற்றாண்டு வேண்டிவரும்.

தாங்கள் நேரிடும் பிரச்னைகளைப்பற்றி ஆழமாகச் சிந்திக்கும் திறனுள்ள முஸ்லிம் இளைஞர்கள் இன்று இந்தியாவில் இல்லாதது வருந்தத்தக்கது. தங்களுடைய மதத் தீவிரவாதத்துக்கு இந்துக்கள் மீது பழி சுமத்தும் சமுதாயத்தில் தன்னை ஒரு சுயபரிசோதனைக்கு ஆளாக்கிக்கொள்ள முடியாது. இந்து மதத் தீவிரவாதம்தான் முஸ்லிம் தீவிரவாதத்துக்குக் காரணம் என்று யாரேனும் சொன்னால் அதைப்போலவே முஸ்லிம் மதத் தீவிரவாதம்தான் இந்து மதத் தீவிரவாதத்துக்குக் காரணம் என்றும் சொல்லலாம். ஆனால் உண்மை நிலை வேறு. முஸ்லிம் சிந்தனைப்போக்கு தாங்கள் மற்றவர்களிடமிருந்து வேறுபட்டவர்கள், ஆகவே அவர்களுடன் சேர்ந்து வாழ முடியாது என்ற எண்ணத்தை இன்னமும் கைவிடவில்லை. அரசியல் வேறு, மதம் வேறு என்பதை அவர்கள் இன்னமும் உணரவில்லை. முஸ்லிம்களைப் பொறுத்தவரையில் மதச் சுதந்தரமென்றால் இந்தியா விலுள்ள முஸ்லிம் சமுதாயம் மாற்றமில்லாமல் பழைய நிலையிலேயே இருக்கவேண்டுமென்பதுதான் அர்த்தம். அவர்கள் இப்போதும் ‘முஸ்லிம் தேசியவாதிகள்’தான். ஆனால் ‘தேசியம்’ என்ற வார்த்தையின் இன்றைய அர்த்தத்தை அவர்கள் ஏற்றுக்கொள்ளவில்லை. அதனால்தான் இன்றைய இந்திய சமூகத்தில் (பழைய கால) முஸ்லிம் தேசிய உணர்வுகளை மாற்ற மில்லாமல் தொடர முயற்சி செய்கிறார்கள்.

இன்றைய இளம் முஸ்லிம் தலைமுறையினர் இந்தச் சவாலை எதிர் கொள்வார்களா? அவர்களால் வெற்றிபெற முடியுமா? தங்களை மற்றவர் களுடைய பிடியிலிருந்து விடுவித்துக்கொள்ளவும், நவீனப்படுத்திக்கொள்ள வும் இதுவே கடைசி வாய்ப்பு. அதை அவர்கள் பயன்படுத்திக்கொண்டால் முன்பு தாங்கள் இருமுறை செய்த தவறுகளை இப்போது திருத்திக்கொண்டு ஒரு புதிய, அறிவு சார்ந்த வாழ்க்கைமுறையைப் பின்பற்றலாம். இந்திய முஸ்லிம்கள் இன்று நேரிடும் பிரச்னைகளைத் தீர்க்க ஒரே வழி அவர்கள் தமது சரித்திரம் சார்ந்த முன்முடிவுகளை அடியோடு தள்ளிவைத்துவிட வேண்டும். அவர்கள் தமது எண்ணங்களையும் பழக்க வழக்கங்களையும் களைந்தால்தான் ஒரு சுதந்தரமான நவீன மனித முன்னேற்றத்துக்கு உதவும் கருத்துகளைக் கொண்ட சமுதாயத்தை உருவாக்க முடியும்.

அனைவருக்கும் பொதுவான இந்திய தேசியம் என்று சொல்லும்போது முஸ்லிம் சமுதாயம் மதச்சார்பற்ற இந்திய சமூகத்தில் இரண்டறக் கலந்துவிடவேண்டும். இதை அடைய ஒரே வழி முதலில் மதச்சார்பற்ற, எதையும் ஏற்றுக்கொள்ளும் மனப்பாங்குள்ள, தற்கால முஸ்லிம்களை உருவாக்குவதுதான். இதைத்தான் என்னைப் போலுள்ளவர்கள் செய்ய முயற்சிக்கிறார்கள். என்னைப் பொறுத்தவரை எந்தவொரு மதத்தாலும்- இஸ்லாம் ஆனாலும் இந்து மதமானாலும்- ஒரு லட்சிய சமூகத்தை

உருவாக்கமுடியாது. இந்து மதத் தீவிரவாதிகளுக்கும் எனக்கும் என்ன வித்தியாசம் என்று பலர் என்னைக் கேட்கிறார்கள். அவர்களுக்கு இப்போது விடை கிடைத்திருக்கும். எங்களுக்கிடையேயுள்ள வேறுபாடுகள் எத்தனை ஆழமானவை என்பதும் புரிந்திருக்கும். ஆனால் மேற்சொன்ன இந்து மதத் தீவிரவாதிகளுடன் நான் சில விஷயங்களில் ஒத்துப்போகிறேன். அவை என்னென்ன என்பதை விவரிப்பது பயனுள்ளதாக இருக்கும். முஸ்லிம் தீவிரவாதம் மிக வலுவாக இருக்கிறதென்பதை ஒப்புக் கொள்கிறேன். மற்றவர்களுக்குச் சமமான உரிமைகளும் சந்தர்ப்பங்களும் சிறு பான்மையினருக்கும் தரப்படவேண்டும். ஆனால் அவர்களுக்கு விசேஷ அந்தஸ்தோ, சலுகைகளோ தரப்படக்கூடாது. காஷ்மீர் இந்தியாவின் ஒரு பகுதி என்பதையும், பாகிஸ்தானின் ஆக்ரமிப்பைத் துரத்தியடிக்கவேண்டும் என்று அவர்கள் சொல்வதையும் ஒப்புக்கொள்கிறேன்.

ஆனால் முஸ்லிம் மதத் தீவிரவாதத்தை எதிர்ப்பதற்காக இந்துக்கள் தங்களு டைய பழைமைவாதக் கொள்கைகளைப் பின்பற்றுவதை எதிர்க்கிறேன். இந்துக்கள் சமூகத்தில் உயர்ந்த இடத்தைப் பிடித்து தங்களை நவீனப் படுத்திக்கொண்டால்மட்டுமே அவர்களால் முஸ்லிம் மதத் தீவிரவாதத்தை எதிர்க்க முடியும். இந்துக்கள் இப்போதைவிடக் கூடுதல் தீவிரமான, பழைய, காலத்துக்குதவாத கொள்கைகளைப் பிடித்துக்கொண்டிருந்தால் அவர்களால் முஸ்லிம் தீவிரவாதத்தை ஒழிக்கமுடியாது. பசுவதைத் தடை இயக்கத்தை எடுத்துக் கொள்வோம். இந்தத் தடையை நான் விவசாய மற்றும் பொருளா தார அடிப்படையில் எதிர்க்கிறேன். பொருளாதாரம் சாராத காரணங்களின் அடிப்படையிலோ மேலும் தீவிரமாக எதிர்க்கிறேன். பசு புனிதமானது என்ற நம்பிக்கையை இந்துக்கள் கைவிடவில்லையானால் அவர்களும் பழைய பாதையிலேயேதான் போய்க்கொண்டிருப்பார்கள். சமூகத்தில் முன் னேறுவது கடினமாக இருக்கும். தங்களுடைய பழைமைவாதக் கருத்து களைத் தொடர்ந்து பின்பற்றுவதன் விளைவாகவே இந்துக்களும் பின்தங் கியிருக்கின்றனர். தனது படைகளுக்கு முன்னால் பசுக்களைக் கேடயமாக நிறுத்தித்தான் கஜினி முஹம்மது இந்துப் படைகளைத் தோற்கடித்தான். இம்மாதிரியான சம்பவங்கள் இனிமேலும் நடக்காதென நம்புவோம். தங் களுடைய முன்னேற்றத்துக்குத் தடைக்கல்லாக இருந்து, தங்களுடைய சுதந் தரத்தை இழக்கக் காரணமாக இருந்த இம்மாதிரியான மதக்கோட்பாடுகளை இந்துக்கள் கைவிடவேண்டும். இந்துக்களானாலும் முஸ்லிம்களானாலும் அனைவருடைய பழைமைவாத மதக்கோட்பாடுகளையும் எதிர்க்கிறேன்.

இதனால்தான் நான் பசுவதைத் தடைக் கோரிக்கையை எதிர்க்கிறேன். நாட்டின் மக்கள் தொகையில் 85 சதவிகிதம் பேர் இந்துக்கள். அவர்கள் ஊக்கமும் உற்சாகமும் கொண்டவர்களாகவும், தற்காலக் கொள்கைகளைப் பின்பற்று பவர்களாகவும், முன்னேற்றப் பாதையில் செல்பவர்களாகவும் இருந்தால் நாடே முன்னேற்றமடையும். இந்த நாடு ஒரு வலுவான, வளம் மிகுந்த, முன்னேற்றமடைந்த நாடாக இருந்தால்தான் தனிமனிதர்களின் எதிர்காலமும் பத்திரமாக இருக்கும். இந்துக்களே தங்கள் மதக் கோட்பாடுகளுக்கு அடிமைகளாக இருந்தால் அவர்களால் தங்களுடைய முஸ்லிம் சகோத

ரர்களை அம்மாதிரியான பழைமைவாதத்திலிருந்து விடுவிக்கமுடியாது என்றுதான் எனது மதவாத இந்து நண்பர்களிடம் சொல்லிக்கொள்ள விரும்புகிறேன். இந்திய முஸ்லிம்கள் தற்கால எண்ணங்களைப் பின்பற்றவேண்டுமென நினைத்தால் முதலில் இந்துக்கள் தங்களுடைய பழைய எண்ணங்களை மாற்றிக்கொள்ளவேண்டும்.

வரலாறு, மக்களிடையே விருப்பு வெறுப்புக்களையும் பரஸ்பர விரோதத்தையும் உருவாக்கி நமது முன்னேற்றத்துக்குத் தடையாக நிற்கிறது. ஆகவே நாம் அவற்றின் பிடியிலிருந்து தப்பித்து வெளிவரவேண்டும். பண்டைய காலத்தில் பிராமணர்கள்தான் தீண்டப்படாதவர்களை மோசமாக நடத்தினார்கள் என்பதற்காக இன்றைய பிராமணர்களைக் குற்றம் சொல்ல முடியாது. அதைப்போலவே கஜினி முஹம்மதுவோ அல்லது ஔரங்கசீபோ இந்துக்களை மோசமாக நடத்தியதற்கு இன்றைய முஸ்லிம்கள் பொறுப்பாகமாட்டார்கள். தங்களுடைய முன்னோர்கள் செய்த பாபச்செயல்களுக்கு பிராயச்சித்தமாகப் பல இந்துக்கள் சமூக சமத்துவத்தைத் தங்களுடைய அடிப்படைக் கொள்கையாக ஏற்றுக்கொண்டு விட்டனர். அதைப்போல ஒருசில முஸ்லிம்களும், ஔரங்கசீப் செய்த பாவச் செயல்களுக்கு வருந்தி, மதச்சார்பற்ற குடிமக்களாக வாழ விரும்புகின்றனர். இம்மாதிரியானவர்களின் எண்ணிக்கை வளர்ந்து வந்தால்தான் இந்து-முஸ்லிம் மதப் பிரச்னைக்கு ஒரு தீர்வு காண முடியும்.

மதச்சார்பின்மையின் சவால்கள்

(அரசும் மதமும் ஒன்றை விட்டு ஒன்று விலகியே இருக்கவேண்டுமென தல்வாய் இக்கட்டுரையில் பலமாக வாதிடுகிறார்.)

அரசியல் மற்றும் சமுதாய வாழ்க்கை முறையிலிருந்து மதத்தை வேறுபடுத்தித் தனியாக வைப்பதுதான் மதச்சார்பின்மைக் கொள்கை. மனிதன் மற்றும் சமூகம்பற்றிய இன்றைய கருத்துகளின்படி அனைத்து அரசியல், சமூகச் செயல்பாடுகளிலிருந்தும் மதம் விலகியே இருக்கவேண்டும். மதத்தை அடியோடு அழிக்கவேண்டுமெனச் சொல்லவில்லை. ஆனால் மதம் தனி மனிதனின் சொந்த விஷயமாகத்தான் கருதப்படவேண்டும்.

இன்றைய சமூகம் எது சரி, எது தவறு என்ற தார்மிகக் கோட்பாட்டின் அடிப்படையிலேயே அமைந்திருக்கிறது. இந்தக் கோட்பாடுகள் எந்தவொரு மதத்தையும் சார்ந்தவையல்ல. மனித உரிமைகளைப்பற்றி இன்று நாம் அறியும் விதத்தில் - மதங்களில் அதிகம் சொல்லப்படவில்லை. நமது சமூகப் பிரக்ஞையைப்பற்றி முழுவதாக அறிந்துகொள்ள மதத்தின் உதவி தேவையில்லை. நாம் அனைவரும் ஏற்றுக்கொண்டுள்ள ஜனநாயகக் கொள்கைகளிலேயே அந்தப் பிரக்ஞையும் அடங்கியிருக்கிறது. இந்த ஜனநாயகக் கோட்பாட்டில் பல்வேறுபட்ட மக்களுக்கும் எண்ணங்களுக்கும் இட

முண்டு. ஒரு நாடு மதச்சார்பற்ற நாடாக, அதாவது ஒரு மதத்துடனும் தொடர்பில்லாத நாடாக இருந்தால்தான் அது ஜனநாயக நாடாகத் தொடரும். அப்படிப்பட்ட நாட்டில் வாழும் அனைத்து மக்களும் அங்கு செயல்படும் ஸ்தாபனங்களும் அடிப்படையான ஜனநாயகக் கோட்பாடுகளுக்குக் கட்டுப் படவேண்டும்.

பல இடங்களில் மனித உரிமைகளுக்கும் மத அடிப்படையில் நாம் கொண்டுள்ள எண்ணங்களுக்குமிடையே வேறுபாடுகள் எழுகின்றன. இவை தவிர்க்க முடியாதவை. இத்தகைய சந்தர்ப்பங்களில் இன்றைய ஜனநாயக வாதிகள் என்ற நிலையில் நாம் செய்யவேண்டியதெல்லாம் இதுதான்: மதத்தின் பெயரால் மக்களாட்சிக்குப் போடப்படும் தடைக்கற்களை நீக்க வேண்டும். இந்தியாவில் இந்துக்கள் பெரும்பான்மையினராக உள்ளனர் என்றும், முஸ்லிம்கள் சிறுபான்மையினர் என்றும் சொல்வதுகூட நாம் இப்போதும் மதத்தைச் சார்ந்திருக்கிறோம் என்பதைத்தான் சுட்டிக் காண்பிக்கிறது. மதத்தினடிப்படையில்தான் நமது சிந்தனை ஓட்டங்கள் தொடர்கின்றன. அரசியல் கட்சிகளோ பெரும்பான்மையினர், சிறுபான்மை யினர் என்ற வர்ணனைகள் சரிதான் என்று நினைக்கின்றன. மதரீதியாக இல்லையென்றால் மக்களை வேறு ஏதாவது ஒரு வழியில் பிரிப்பதுதான் சரியாக இருக்கும். உதாரணமாக, தொழிலாளிகளின் தலைவர் என ஒருவரைக் கூப்பிடும்போது அங்கு மதமில்லை. ஆனால் அவரை இந்துக்களின் தலைவர் என்றால் அங்கு மதத்துக்குத்தான் முதலிடம் தரப்படுகிறது.

மதச்சார்பின்மை நமது அரசியல் சட்டத்தின் ஒரு பாகமென்றாலும் அது இப்போதும் முழுதாக நடைமுறைப்படுத்தவேண்டிய லட்சியமாகத்தான் இருக் கிறது. அது இன்னமும் முழுவதாக நம் ரத்தத்தில் கலந்துவிடவில்லை. பார்க்கப்போனால் அது இப்போது ஆபத்தை நேரிடுகிறது. இந்து சமூகத்தில் பழைமைவாதிகள் இன்னமும் வலுவான இடத்திலுள்ளனர். அவர்களுக் கெதிராக ஒரு சிறிய எண்ணிக்கையிலுள்ள பரந்த மனது படைத்த முற் போக்குவாதிகள் போராடிக்கொண்டிருக்கின்றனர். ஆனால் இந்திய முஸ்லிம் களுக்கிடையே இம்மாதிரிப் போராடக் கூடியவர்கள் யாருமில்லை. இவர் களுக்குப் பதிலாக இந்தியாவிலுள்ள அனைத்து மதங்களிலுமுள்ள முற் போக்குவாதிகள்- அவர்கள் எண்ணிக்கையில் எத்தனை குறைவாக இருந்தா லும்- மதச் சார்பற்ற முறையில் ஒன்று சேர்ந்து போராடவேண்டும். இல்லை யேல் இப்போது போராட்டத்தில் ஈடுபட்டுள்ள இந்துக்களும்கூடத் தங் களுடைய முயற்சிகளில் தோல்வியடைவார்கள். ஒரு மதச்சார்பற்ற இந்திய நாட்டின் பிரிக்கமுடியாத உறுப்பினர்களாக முஸ்லிம்களும் மாறவேண்டு மானால் அவர்களிடையே காணப்படும் மத, பழைமைவாதக் கொள்கை களை எதிர்க்கக்கூடிய முஸ்லிம்கள் நமக்குவேண்டும். இப்படிப்பட்ட முஸ்லிம் தலைவர்கள் இந்துத் தலைவர்களுடன் இணைந்து தேசிய அளவி லான முற்போக்குவாதிகளாக உருவெடுத்து வருவார்கள்.

இது உடனே நடக்காது. எந்த ஒரு சமூகத்திலும் பரந்த மனப்பான்மையுள்ள அறிஞர்கள் நாள்பட்ட, எளிதில் புரிந்துகொள்ள முடியாத சமூக, கலாசார

மற்றும் வரலாறுரீதியான பாதைகளைக் கடந்துதான் உருவாகிறார்கள். இன்று இந்துக்களிடையே படித்த, பரந்த மனப்பான்மையுள்ளவர்கள் இருப்பதற்குக் காரணம் இந்து மதம் பல காலமாகவே வெவ்வேறு அபிப்பிராயங்களுக்கு இடம் கொடுத்திருந்தது. இன்றைய இந்தியாவின் பரந்த மனப்பான்மைக்கு ராம்மோகன் ராய்தான் வித்திட்டார். பின்னர் நேரு போன்ற மதச்சார்பற்ற தலைவர்கள் வழியாக அது இன்றைய நிலைமைக்கு வந்துவிட்டது.

முற்போக்கு இந்துக்களின் குறிக்கோள் பழைமைவாதத்தை ஒழிப்பதுதான். இந்துக்கள் ஒவ்வொரு காலகட்டத்திலும் சுய பரிசோதனை நடத்தி, சமூக சீர்திருத்தங்களுக்கு முதலிடம் கொடுத்ததன் விளைவாக இன்று இந்து சமூகத்துக்குப் பல நன்மைகள் விளைந்துள்ளன. நான் இப்படிச் சொல்வதால் இந்து சமுதாயம் முழுவதாக முற்போக்குக் கோட்பாடுகளை ஏற்றுக்கொண்டு அதுவும் 'நவீன'மாகி விட்டதென அர்த்தமில்லை. ஆனால், இப்படிச் செய்ததன் மூலம் இந்து சமுதாயம் முஸ்லிம்களைவிடக் கலாசாரரீதியாக முன்னேறியிருக்கிறது.

இந்திய முஸ்லிம்களிடையே இப்படிப்பட்ட முற்போக்குச் சிந்தனை கொண்டவர்கள் ஏன் இல்லை? இதற்குப் பல காரணங்கள் உள்ளன. அவற்றில் ஒன்று அவர்களுடைய மனப்பாங்குதான். தங்களுடைய சமுதாயம் குறைகளற்றதென்றும், மற்ற மதங்களைவிடச் சிறந்ததென்றும் இன்றைய முஸ்லிம்கள் எண்ணுகிறார்கள். இப்படி நினைப்பதற்குக் காரணம் இதுதான். ஒருவிதக் குறையுமில்லாத சமுதாயத்தைத்தான் இஸ்லாம் உருவாக்க விரும்புகிறது. ஆகவே குறைபாடுகளில்லாத ஒரு முஸ்லிம் தன்னை மேம்படுத்திக்கொள்ளத் தேவையில்லை என்றுதான் நினைக்கிறார். இந்த வாதம் ஒப்புக்கொள்ளக் கூடியதல்ல.

இரண்டாவதாக, முஸ்லிம்களுக்குத் தாங்கள் சிறுபான்மையினராக இருப்பது பிடிக்கவில்லை. அவர்கள் இந்தியா முழுவதும் தங்கள் மதத்தைப் பரப்ப விரும்புகிறார்கள். அல்லது குறைந்தபட்சம் இந்தியாவை ஆள விரும்புகிறார்கள். தாங்கள்தான் உயர்ந்தவர்கள் என்ற பொய்யான எண்ணம் கொண்டுள்ள அவர்கள் மற்றவர்கள் தங்களைத் துன்புறுத்துகிறார்கள் எனக் கருதுகின்றனர். தாங்கள் மற்றவர்களிடமிருந்து வேறுபட்டவர்களென்றும் யாருக்கும் அடிமைகளில்லையென்றும் அவர்கள் நினைக்கின்றனர். இந்த எண்ணங்களின் அடிப்படையில்தான் அவர்கள் தங்களுக்குத் தனியான இட ஒதுக்கீடு கேட்கிறார்கள். இந்தக் கோரிக்கை ஜனநாயக, சமூகக் கொள்கைகளுக்கு எதிரானது.

இன்று பெரும்பான்மையினருக்கு இணையாக முஸ்லிம்களும் சுயாட்சி உரிமை பெற்ற, தனிப்பட்ட சமுதாயமாக வாழ விரும்புகிறார்கள். இந்தக் காரணத்துக்காகத்தான் அவர்கள் தங்களுடைய மதச் சட்டங்களில் மாற்றங்கள் கொண்டு வரப்படுவதை எதிர்க்கின்றனர். அரசியலில் தங்களுக்கு முக்கிய இடம் கிடைப்பதற்குத் தங்களுடைய எண்ணிக்கையை அதிகரிப்பதுதான் வழி என்ற எண்ணத்தில் அவர்கள் குடும்பக் கட்டுப்பாட்டுத் திட்டங்களையும் எதிர்க்கிறார்கள்.

இந்திய முஸ்லிம்களுடைய இன்றைய தலைவர்கள் மத அடிப்படையில்தான் செயல்படுகின்றனர். இவர்களிலிருந்து முற்றிலும் வேறுபட்ட எம்.சி.சக்ளா* போன்றவர்களுக்கு அங்கு இடமில்லை.

ஒன்றிரண்டு முற்போக்குவாதிகள் இருந்தாலும் நிலைமை மாறப் போவதில்லை. இந்திய முஸ்லிம்களுக்கு இன்று தேவை மிகச் சிறந்த, உயர்ந்த நிலையிலுள்ள முற்போக்குவாதி முஸ்லிம்கள்தான். இவர்கள் இந்தியாவிலுள்ள மற்ற முற்போக்குவாதிகளுடன் இணைந்து இந்து மற்றும் முஸ்லிம் மதவாதத்துக்கெதிராகப் போராடவேண்டும். இப்படிப்பட்ட முஸ்லிம் முற்போக்குவாதிகள் உருவாகவில்லையென்றால் இந்திய முஸ்லிம்கள் பழைமையிலேயே மூழ்கிக் கிடப்பார்கள். கடைசியில் கலாச்சாரரீதியாகவும், சமூகரீதியாகவும் அவர்கள் அழிவைச் சந்திப்பார்கள். இதைவிட மோசமான ஒரு நிலைமையும் எழலாம். இந்து பழமைவாதம் இந்து சீர்திருத்தவாதிகளையே அழித்துவிடலாம். முஸ்லிம்களின் பழைய சிந்தனைகளைப் போக்கி அவர்களை நவீனப்படுத்தும் முயற்சியில் முஸ்லிம் முற்போக்குவாதிகள் தங்களை ஈடுபடுத்திக்கொண்டு அவர்களுக்கு மதச்சார்பின்மைக் கொள்கையைப் பின்பற்றவேண்டியதன் அவசியத்தை வற்புறுத்திச் சொல்வார்கள். இப்படிப்பட்ட முஸ்லிம் முற்போக்குவாதிகளுடன் இணைந்து பணியாற்றினால்தான் இந்து மதவாதத்தை அழிக்கும் முயற்சியில் இந்து முற்போக்குவாதிகள் வெற்றியடைவார்கள். இல்லையேல் பழைமைவாதிகள் இந்து முற்போக்குவாதிகளையே அழித்தும்விடலாம்.

ஒரு சில முஸ்லிம்கள் இந்திய சமூகத்தின் மேல்தட்டில் இருக்கின்றனர். ஆனால், தற்கொலை எண்ணங்களைப்பற்றித் தங்களுடைய மதத்தைச் சேர்ந்தவர்களின் கருத்து என்னவாக இருக்குமோ எனப் பயப்படுகிறார்கள். ஒன்றிலும் பட்டுக்கொள்ளாமலிருக்கும் இவர்களால் ஒரு பிரயோசனமுமில்லை என்பது மட்டுமல்ல, அவர்கள் முஸ்லிம்களின் முன்னேற்றத்துக்குத் தடையாகவுமிருக்கிறார்கள். ஒன்று, அவர்கள் தங்களுடைய கருத்துகளை வெளியே சொல்லப் பயப்படும் கோழைகள் அல்லது இந்திய ஜனநாயகத்தைப் பாதிக்கும் இந்தப் பிரச்னைகளைப்பற்றிக் கவலையேபடாதவர்கள். அவர்கள் இப்போது ஒரு முடிவான தீர்மானத்துக்கு வரவேண்டும். அவர்கள் தாங்களாக முன்வந்து முஸ்லிம்களுக்குச் சரியான வழியைக் காண்பித்துக் கொடுக்கவில்லையென்றால் இன்றைய முஸ்லிம் தலைமுறையினர் இதைச் செய்யவேண்டும்.

இந்து மதவாதத்துக்கு எதிராகத்தான் முஸ்லிம் மதவாதம் உலகத்தில் வந்தது என வாதிடுபவர்கள் உண்டு. இது சரியல்ல. இன்று இந்தியாவில் நாம் காண்பது பழைமைவாதத்துக்கும் முற்போக்குவாதத்துக்குமிடையேயான போராட்டம்தான். இந்திய அரசியல்வாதிகள் குறுகிய நோக்கமுடைய

---

* எம்.சி. சாக்ளா ஒரு சிறந்த வழக்கறிஞராகத் திகழ்ந்தவர். அவர் பம்பாய் உயர்நீதிமன்றத்தின் தலைமை நீதிபதியாகவும் அமெரிக்காவுக்கான இந்தியத் தூதராகவும் பின்னர் மத்திய அரசில் அமைச்சராகவும் பணியாற்றினார்.

வர்கள். சந்தர்ப்பவாதிகள். மதவாதமும் பழைமைவாதமும் ஒழிக்கப்படு வதற்குப் பதிலாக மறைக்கப்படுகின்றன. இதன் காரணமாகவே அனைத்து முற்போக்கு வாதிகளும் கை கோர்த்து மதவாதத்துக்கெதிராக அரசியலுக்கப் பாற்பட்ட ஒரு இயக்கத்தைத் தொடங்கவேண்டும். இதைச் செய்யவில்லை யென்றால் ஜனநாயகமும் முற்போக்குக் கொள்கைகளும் அழிந்துபோகும் நிலைமை சற்று தீவிரமாக உள்ளது. இது எவ்வளவு பெரிய பிரச்னை என்பதைப் பலர் புரிந்துகொள்ளவில்லை. உண்மைநிலைமையைப்பற்றி அவர்களிடமும் யாரும் ஒன்றும் சொல்லவுமில்லை என்பதும் வருந்தத் தக்கது.

முற்போக்குவாதிகளே... ஒன்று சேருங்கள்!

இந்தக் கட்டுரையில் ஒரு நவீன, மதச்சார்பற்ற, இந்தியாவை உருவாக்க இந்து முஸ்லிம் முற்போக்குவாதிகளுக்குத் தல்வாய் அறைகூவல் விடுக்கிறார்.

இந்துக்கள் மட்டும் சற்றே ஊக்கத்துடன் செயல்பட்டால் இந்து-முஸ்லிம் பிரச்னை தீர்க்கப்படுமென நம்புகிறேன். ஏனெனில், இந்துக்கள் அப்படிச் செயல்பட்டால் அவர்கள் இதுவரை இல்லாத அளவுக்கு முஸ்லிம்களுக்கு ஒரு அதிர்ச்சி வைத்தியம் கொடுக்கலாம். முஸ்லிம்கள் மாறவில்லை யென்றால் அவர்களுக்கு ஒரு வழிதான் உள்ளது. அழிவு. எந்த ஒரு சமூகமும் அழிந்து போவதற்குப் பதிலாக மாற்றத்தைத்தான் விரும்பும். இந்துக்கள் ஊக்கமும் மனத்திடமும் உள்ளவர்களாக இருந்தால்தான் அவர்களால் முஸ்லிம்களிடமிருந்து எழும் சவாலைச்சமாளிக்க முடியும். இந்தத் திறனை வளர்க்கவேண்டுமானால் இந்துக்கள் தங்களுடைய பழைமைவாதத்தைக் கைவிடவேண்டும். சாதி முறை ஒழிக்கப்படவேண்டும். இந்து சமுதாயம் நவீனமாக்கப்படவேண்டும். மனிதவளத்தின் அடிப்படையிலும் சமத்து வத்தின் அடிப்படையிலும் சமூகத்தை உருவாக்கவேண்டும். ஆனால், துரதிர்ஷ்டவசமாக இந்துக்கள் ஒரே நிலையில் நிற்காமல் அங்குமிங்குமாக ஊசலாடிக்கொண்டிருக்கிறார்கள்.

நவீனத்துவம், நீதி, சகோதரத்துவம் ஆகியவற்றைத் தங்களுடைய வழி காட்டும் கொள்கைகளாகக் கொண்டவர்களும்கூட முஸ்லிம் மதவாதத்தை ஆதரிக்கின்றனர். ஒரு சிலர் அதற்கெதிராகப் பேசுவதைத் தவிர்க்கிறார்கள். வேறு சிலர் அதை மறைமுகமாக ஊக்குவிக்கிறார்கள். மதவாதத்தை எதிர்க்கக் கடமைப்பட்ட இந்துக்கள்கூட அதைப் பின்பற்றுகிறார்களெனத் தோன்றுகிறது. அவர்கள் பழைமைவாதம், சாதி முறை ஆகியவற்றை ஆதரிக் கிறார்கள். இப்படிச்செய்வதால் இந்துக்களிடம் இப்போதுள்ள கொஞ்சநஞ்ச செயல்திறனும் இல்லாமல் போய்விடும். இந்து சமுதாயத்தை நவீனப்

படுத்தும் முயற்சியிலும் அதே சமயம் முஸ்லிம்களின் கண்மூடித்தனமான மதவாதத்தை எதிர்ப்பதிலும் இந்துக்கள் பெரிய எண்ணிக்கையில் முன்வர வேண்டும். இது நிச்சயமாக நடக்குமென நம்புகிறேன். ஏனெனில், இப்படிச் செய்வதால்தான் இந்து-முஸ்லிம் பிரச்னைகளைத் தீர்க்கமுடியும். இந்து மதவாதிகளுக்கும், இந்து முற்போக்குவாதிகளுக்குமிடையேயுள்ள வேறு பாடுகளை முஸ்லிம் மதவாதிகள் தங்களுடைய லாபத்துக்காகப் பயன் படுத்திக் கொள்கிறார்கள். இந்துக்கள் இப்படி முஸ்லிம் கட்சிகளுக்கு ஆதர வளிப்பது ஒரு விநோதமான காட்சியாகும்.

உத்தரபிரதேசத்திலும் பிஹாரிலும் உருது மொழியை இரண்டாம் அரசு மொழியாக அறிவிக்கவேண்டுமென்ற முஸ்லிம் மதவாதிகளுடைய கோரிக்கையைத் தற்கால இந்துக்கள் ஆதரிக்கின்றனர். இது அவர்களுடைய மதச்சார்பின்மைக்கு ஒரு சான்று போலும்! இந்துக்களுடைய இப்படிப் பட்ட 'மதச்சார்பின்மை'தான் முஸ்லிம் மதத்தை வளர்க்க உதவுகிறது. 'மதச்சார்பற்ற' மக்களனைவருக்கும் பொதுவான ஒரு சிவில் சட்டம் கொண்டு வருவதை மதச்சார்பற்றவர்கள் என்று தங்களைக் கூறிக் கொள்ளும் இந்துக்கள் எதிர்க்கின்றனர். ஏனெனில் அதை முஸ்லிம்கள் விரும்ப மாட்டார்கள்!

அடுத்தபடியாக ஒரு பழைமைவாதி இந்துவைப் பார்க்கலாம். பனாரஸ் இந்து பல்கலைக்கழகத்தின் பெயரிலுள்ள 'இந்து' என்ற வார்த்தையை நீக்குவதை எதிர்க்கிறார். அவருக்கு முஸ்லிம் லீகும் துணைபோகிறது. பசுவதையைத் தடை செய்ய அவர் ஒரு போராட்டத்தைத் தொடங்கினால் முஸ்லிம் மதவாதிகள் அவருக்கு ஆதரவு அளிப்பார்கள். இதற்கென்ன காரணம்? அவர்கள் பரஸ்பரம் இம்மாதிரியான ஆதரவளித்தால் அவர்கள் ஒன்று சேர்ந்து சக்ளாவைப் போன்றவர்களை எதிர்க்கலாம். அதைப் போலவே முஸ்லிம் மதவாதிகள் காணாமல் போன முகம்மது நபியின் புனிதத் தலைமுடியை மீண்டும் பொதுமக்கள் பார்வைக்கு வைக்கவேண்டு மென நாடு தழுவிய போராட்டங்கள் நடத்தலாம். நபிகள் நாயகத்தை விமர் சிப்பவர்களைப் பயமுறுத்தி ஒரு மூலையில் உட்கார வைக்கலாம். சுருக்க மாகச் சொன்னால் அவர் இந்து பழைமைவாதக் கொள்கைகளைத் தனக்குச் சாதமாகப் பயன்படுத்திக்கொள்ளலாம். அதாவது, ஒரு மதத்தைச் சார்ந்தவர் களுடைய பழைமைவாதம் மற்ற மதக்காரர்களுடைய பழைமைவாதத்துக்கு வலுவூட்டுகிறது. இந்து பழைமை வாதத்தை ஒழித்தால் முஸ்லிம் பழைமை வாதமும் தானே அழிந்துவிடும்.

அப்படியானால் முஸ்லிம் மதவாதத்தை யார்தான் எதிர்த்துப் போராடு வார்கள்? ஒரு சிறிய எண்ணிக்கை முஸ்லிம்களால்தான் இதைச் செய்ய முடியும். தற்கால முற்போக்கு முஸ்லிம்களில் திரு.சாக்ளா முதலிடம் வகிக் கிறார். இப்போது அவருடைய நிலைமை என்னவென்று நமக்குத் தெரியும். முஸ்லிம்கள் அவரை எதிர்க்கிறார்கள்; இந்துக்கள் அவருக்கு ஆதரவளிப் பதில்லை.

எனது கருத்துகள் மிகக் கடுமையாக இருக்கின்றன என்பதில் சந்தேகமில்லை. ஆனால் இதுதான் உண்மை. நிலைமை வேறு மாதிரியாக உள்ளது என்று யாராவது நினைத்தால் அவர் தன்னையே ஏமாற்றிக்கொள்கிறார் என்றுதான் அர்த்தம்.

இதுதான் நாம் மேலெழுந்தவாரியாகக் காணும் நிலைமை. முஸ்லிம் சமுதாயம் ஏதோ கற்காலத்தைச் சேர்ந்ததோ என நினைக்கத் தோன்றும். ஆனால், முஸ்லிம் சமுதாயத்தில் மாற்றங்கள் உடனடியாக ஏற்பட்டுக் கொண்டுதான் இருக்கின்றன. அவை உடனடியாக ஏற்படுவதில்லை. மிக மெதுவாகவே நிகழ்கின்றன. அவற்றை நம்மால் உணரக்கூடமுடியாது. அத்தனை மெதுவாக அவை நிகழ்ந்துகொண்டிருக்கின்றன. இது பல வருடங்களுக்கு முன்பு தொடங்கியது. அது முழுமையடைய இன்னும் பல கட்டங்களைத் தாண்டிச் செல்லவேண்டும். இந்த நவீனமயமாதலின் முதற் கட்டத்தை ஸர். சையது அகமதுகான் தொடங்கிவைத்தார். அவர் இந்துக்களுக்கு எதிராக இருந்தார். முஸ்லிம்களை நவீனகால வழியில்கொண்டுவர விரும்பினார். இந்த மாற்றத்தின் இரண்டாவது கட்டத்தில் ஜின்னாவும் இக்பாலும் இருந்தனர். தொடக்கத்தில் இஸ்லாமின் பெயரால் அவர்கள் முஸ்லிம் உணர்வுகளைத் தட்டி எழுப்பியபோது இந்துகளுக்கெதிராகச் செயல்படவில்லை. ஆனால், கடைசியில் இஸ்லாம் உணர்வு இந்துமத எதிர்ப்பு உணர்வாக மாறியது. இதன் காரணமாக முஸ்லிம்களின் நவீனமயமாதல் தடைப்பட்டது. இதற்கு மாறாக இந்துக்கள் வெகுதூரம் முன்னேறிச் சென்றுவிட்டனர்.

இப்போது ஒரு புதிய தலைமுறை முஸ்லிம்கள் வளர்ந்து வந்து கொண்டிருக்கிறார்கள். அவர்களிடையே சிறிதளவு மனிதத்தன்மை காணப்படுகிறது. பெரிய எண்ணிக்கையிலுள்ள முஸ்லிம் பழைமைவாதக்காரர்களுக்கிடையிலும் நவீன எண்ணங்களும், மனிதத்தன்மையும் கொண்ட, சரியாகச் சிந்திக்கும் திறனுமுள்ள ஒரு சில முஸ்லிம்களைப் பார்க்கலாம். இவர்கள் பெரிய எண்ணிக்கையில் இல்லை. அப்படியிருப்பவர்களும் அங்கிங்காகச் சிதறிக்கிடக்கிறார்கள். மாபெரும் கடலின் மத்தியிலுள்ள தீவுகளைப்போல அவர்கள் மற்றவர்களிடமிருந்து வேறுபட்டு நிற்கிறார்கள். அவர்களுடைய தற்கால வாழ்க்கை முறையும் எண்ணங்களும் அவர்களுடைய பேச்சிலிருந்தும் செயல்பாடுகளிலிருந்தும் தெரியவருகின்றன.

கல்வியறிவு பெற்ற முஸ்லிம்கள் பாரபட்சமின்றி நடந்துகொள்வதைச் சில உதாரணங்கள் மூலம் பார்க்கலாம். முஹம்மது யாஸின், அத்தர் ரிஸ்பி, எம்.முஜீப் ஆகியோர் எழுதி வெளியிட்ட புத்தகங்கள் அவர்களுடைய நடுநிலைமையை வெளிப்படுத்துகின்றன. அலிகர் முஸ்லிம் பல்கலைக்கழகப் பேராசிரியர் முஹம்மது ஹபீப், உஸ்மானியா பல்கலைக்கழக அரசியல் பாடத்துறைத் தலைவர் பேராசிரியர் ரஷீத் உத்தீஸ்கான் ஆகியோரின் நூல்களும் அப்படியே. சமீபத்தில் நான் அலிகர் பல்கலைக்கழகத்துக்குச்

சென்றிருந்தபோது அங்குள்ள ஆசிரியர்களையும் மாணவ, மாணவிகளையும் சந்தித்துப் பேச வாய்ப்புக் கிடைத்தது. எந்த ஒரு விஷயத்தைப்பற்றியும், ஆழ்ந்து சிந்திக்கும் வழக்கம் அவர்களிடமிருந்ததைக் கவனித்தேன். வட இந்தியாவில் பல நகரங்களில் பர்தா அணியும் வழக்கம் கைவிடப்பட்டு விட்டது. முஸ்லிம் பெண்களிடையே கல்வியறிவு வளர்ந்து வருகிறது. அவர்களில் பலர் முஸ்லிம் அல்லாதவர்களைத் திருமணம் செய்துள்ளனர். தம் கணவர்கள் இஸ்லாமுக்கு மாறவேண்டுமெனக் கட்டாயப்படுத்தவு மில்லை என்பது குறிப்பிடத்தக்கது. இவையனைத்தும் முஸ்லிம் களிடையேயும் நவீன கால எண்ணங்கள் பரவி வருவதையே சுட்டிக் காண்பிக்கின்றன.

இவற்றை நாம் வரவேற்கவேண்டுமா?வேண்டாமா? ஊக்குவிக்க வேண்டுமா?வேண்டாமா? இந்தக் கேள்விகளுக்கான பதில்களைத்தான் நாம் தீர்மானிக்கவேண்டும். நாம் இப்போது செய்யவேண்டியது இதைத்தான்: பாகிஸ்தான் நம்மை ஆக்ரமிப்பதைத் தடுத்து நமது எல்லைகளைக் காத்துக் கொள்ளவேண்டும். பாகிஸ்தான் தொடர்பாக ஒரு தெளிவான, தொலை நோக்குள்ள கொள்கையைப் பின்பற்றவேண்டும். இந்திய முஸ்லிம்கள் தற் காலக் கொள்கைகளைப் பின்பற்றுவதை ஊக்குவிக்கவேண்டும். இந்தியக் குடிமக்கள் அனைவருக்கும் ஒரு பொதுவான சிவில் சட்டம் இயற்றப்பட வேண்டும். ஒரு பொதுவான சிவில் சட்டத்தின் கீழ் அனைத்து திருமணங் களையும் பதிவு செய்யவேண்டும். வயதுக்கு வந்தவர்கள் விரும்பினால் மட்டுமே மதம் மாற அனுமதிக்கப்படவேண்டும். அப்போதும்கூட ஒரு மாஜிஸ்டிரேட்டின் முன்னிலையில் மட்டுமே அந்த மதமாற்றம் அனுமதிக் கப்படவேண்டும்.

வேறுபட்ட மதங்களைச் சேர்ந்த தாய், தந்தையருக்குப் பிறக்கும் குழந்தைகளுக்குத் தங்களுடைய மதத்தைத் தேர்ந்தெடுக்கும் உரிமை அவர்கள் வயதுக்கு வந்தபின் தரப்படவேண்டும். ஒரு மத ஊர்வலம் கோவில் அல்லது தர்காவின் முன்பு ஒரு தடையுமின்றிச் செல்லவேண்டும். அனைத்து மத ஸ்தாபனங்களின் வருமானமும் அரசின் முழுக் கட்டுப்பாட்டி லிருக்கவேண்டும். அந்த வருமானம் கல்வி மற்றும் பொதுநலனுக்கு மட்டுமே செலவழிக்கப்படவேண்டும். ஒருவரைத் தனது மதம் அல்லது சாதியை வெளிப்படுத்தும்படிக் கட்டாயப்படுத்தக்கூடாது (இப்போது பள்ளிகளில் இந்த விவரம் கேட்கப்படுகிறது).

இது அனைத்தும் உண்மையாகவே நடக்கவேண்டுமென்றால் இந்துக் களிடையே உள்ள வேற்றுமைகள் நீங்கவேண்டும். முஸ்லிம் மதவாதத்தை எதிர்க்கும் இந்துக்கள் இந்துமதவாதத்தைத் தூண்டிவிடுகிறார்கள். இந்துக் களையும் நாட்டையும் புதிய, மாறுபட்ட பாதையில் நடத்திச் செல்ல விரும்பும் இந்துக்கள் முஸ்லிம் மதவாதிகளை ஆதரிப்பது வருந்தத்தக்கது. இந்த நிலைமை மாறவேண்டும். முஸ்லிம் மதவாதத்தை எதிர்க்கும் இந்துக் களுக்கு முழு ஆதரவு அளிக்கிறேன். ஆனால், அதே இந்துக்கள் இந்து மதவா

தத்தை ஊக்குவித்தால் அவர்களை எதிர்ப்பேன். இந்துக்களை தற்காலத்துக்குக் கொண்டுவர விரும்புபவர்களுக்கு எனது ஆதரவுண்டு. ஆனால், அவர்கள் முஸ்லிம் மதவாதத்தை எதிர்க்காமலிருந்தால் அவர்களை எதிர்ப்பேன். இந்துக்கள் ஒரு பாரபட்சமற்ற நிலைப்பாட்டைப் பின்பற்றினால் இப்போது நிலவும் பதற்றநிலை தானாகவே மறைந்துவிடுமென்றுதான் கருதுகிறேன்.

பின்னுரை

உலக அரங்கில் இந்தியா

~

I

இதுவரை நாம் பார்த்ததிலிருந்து இந்தியாவின் அரசியல் பாரம்பரியம் அன்று முதல் இன்றுவரை இடைவெளியேயில்லாமல் தொடர்ந்துவந்திருக்கிறது என்பதையும், அதேநேரம் ஒவ்வொரு காலயளவிலும் பெறப்பட்ட அனுபவங்களையெல்லாம் இணைத்து, அதனடிப்படையில் செயல்பட்டு அந்த அரசியல் பாரம்பரியத்தை வளர்த்திருக்கிறோம் என்பதையும் நாம் தெரிந்து கொள்கிறோம். இந்தப் புத்தகத்தில் தரப்பட்டுள்ள வரலாறுகள் ஒரு குறிப்பிட்ட முறையிலும், வரிசையிலும் உள்ளன என்பதே மேற்சொன்ன 'தொடர்ச்சி'க்குக் காரணம் என்று சொல்லலாம். ஆனால் பழைய காலத்தில் மனித சமூகத்தில் நிகழ்ந்த சம்பவங்கள் அல்லது பின்பற்றப்பட்ட பாரம்பரியங்கள் இந்த நூலாசிரியரின் கட்டுப்பாட்டுக்கு அப்பாற்பட்டவை. ஒரு குறிப்பிட்ட காலயளவில் நாட்டில் வாழ்ந்த சிந்தனையாளர்கள் தங்களுக்கு முன்பிருந்தவர்களை மேற்கோள் காட்டிப் பேசியுள்ளனர்; தங்களுடைய காலத்திலேயே வாழ்ந்த சிந்தனையாளர்களுடைய கருத்துகளை ஆதரித்தோ எதிர்த்தோ பேசியுள்ளனர். இவையனைத்தும் இந்தப் புத்தகத்தில் குறிப்பிடப்பட்டுள்ளன. இதன் மூலம் வெவ்வேறு காலங்களில் காணப்பட்ட அரசியல் பாரம்பரியங்கள் ஒன்றோடொன்று தொடர்புகொண்டிருந்தன என்பது தெளிவாகிறது. இந்தப் பாரம்பரியங்களைப்பற்றித்தான் இந்தப் புத்தகம் பேசுகிறது; தனிப்பட்ட மனிதர்களைப்பற்றியல்ல.

இந்தப் பாரம்பரியத்தைப்பற்றி எழுதியிருப்பது அனைத்தும் சரியாக இருக்க வேண்டுமென்பதில்லை. உதாரணமாக, ராம்மோகன் ராய் இந்தியாவின் முதல் முற்போக்குவாதி' என நான் குறிப்பிட்டுள்ளேன். ஆனால் அவருக்கு முன்பும் முற்போக்குவாதிகள் இருந்திருக்கின்றனர். இந்தியப் பத்திரிகைச் சுதந்தரம், பெண்களுக்குக் கூடுதல் உரிமைகளை வழங்குதல் ஆகியவற்றைப்பற்றி அவர் வாதிட்டபோது அவர் காலத்திலேயே பிரிட்டிஷ் ஆட்சியை எதிர்த்து வெளிவந்த அபிப்பிராயங்களையும் அன்றைய இந்து சமுதாயத்தில் பெரும்பாலானோர்

கொண்டிருந்த கருத்துகளை எதிர்த்துத் தெரிவிக்கப்பட்ட அபிப்ராயங்களையும் தான் ராய் மீண்டும் மக்களுக்கு எடுத்துச் சொன்னார்.

இந்த நூலின் இரண்டாம் பகுதியில் நாம் பார்க்கும் சிற்பிகள் தங்களுக் கிடையிலேயே விஷயங்களைச் சர்ச்சை செய்துகொண்டனர். காங்கிரஸ் கட்சித் தலைவர்களான திலகரும் கோகலேயும் தங்களுடைய கட்சி சுதந்தரப் போராட்டத்தில் எடுக்கவேண்டிய நிலைப்பாட்டைப்பற்றி வேறுபட்ட கருத்துகளைத் தெரிவித்தனர். ஜோதிராவ் ஃபுலேயும், தாராபாய் ஷிண்டேயும் காங்கிரஸ் கட்சி உறுப்பினர்களல்லர்; இருவரும் பூனாவைச் சேர்ந்தவர்கள்; அவர்கள் இருவருக்குமே மராத்திதான் தாய் மொழி. இருவருடைய கலாசாரப் பின்னணியும் ஒன்றேதான். . பிரிட்டிஷ் ஆட்சியில் இந்திய அரசியல் அமைப்பு எப்படியிருக்கவேண்டுமென்பது பற்றி இருவரும் ஒருமித்த கருத்துக்கொண்டிருந்தனர். அவ்விருவரில் ஒருவர் தாழ்ந்த சாதிக்காரர்களுடைய உரிமைகளுக்காகப் போராடியபோது மற்றவர் பெண்கள் சுதந்தரத்துக்காகப் போராடினார். இந்த இரண்டுமே திலகரும் கோகலேயும் அரசு இயந்திரத்தில் இந்தியர்களின்எண்ணிக் கையை அதிகரிக்கவேண்டுமென்று சொன்ன கருத்திலிருந்து சற்று வித்தியாசமாக இருந்தது. சையது அகமதுகான் காங்கிரஸ் கட்சியிருந்தும், இந்துக்களிடமிருந்தும் சற்று விலகியே இருந்தார். காங்கிரஸை எதிர்த்த அவர் இந்துக்களைப்போல முஸ்லிம்களும் தற்காலக் கல்வியைப் பெறவேண்டும் என வற்புறுத்தினார்.

நூலின் மூன்றாம் பகுதி வேறுவிதமான சிற்பிகளைப் பற்றியும் அவர்களுடைய வேறுபட்ட, கூடுதல் வலுவான கருத்துகளையும்பற்றிப் பேசுகிறது. இவற் றுக்கு நடுநாயகமாக இருந்தவர் மகாத்மா காந்தி. திலகர் மற்றும் கோகலேயின் கருத்துகளிலிருந்து முக்கிய பாகங்களை காந்திஜி பின்பற்றினார் என்பதைப் பார்த்தோம். ஆனால், அவற்றை அவர் அப்படியே எடுத்துக்கொள்ளாமல் அவற்றைத் தனது தேவைக்கேற்ப மாற்றிக்கொண்டார். இதன் பிறகு தனது காலத்துக்கேற்ற அரசியல் திட்டங்களுக்கு வடிவம் கொடுத்தார். பிற்காலத்தில் காந்திஜியின் எண்ணங்களை கமலாதேவி சட்டோபாத்யாயா விரிவுபடுத் தினார்; அவற்றை எதிர்த்து தாகூர் கேள்விகள் எழுப்பினார். ஈ.வெ.ரா. அவற்றை எதிர்த்தார். பி.ஆர்.அம்பேத்கரும் ஜின்னாவும் அவற்றை நிராகரித்தனர்.

சில சமயங்களில் இந்தச் சிற்பிகள் தங்களுடைய படைப்புகளில் தங்களுக்கு முன்பு வாய்ந்த மாமனிதர்களை நினைவுகூர்ந்தனர். உதாரணமாக ராம் மோகன் ராயின் கருத்துகளை ரவீந்திரநாத் தாகூர் ஏற்றுக்கொண்டார். ஆனால், பல சமயங்களில் பிற்காலத்தில் வந்த தலைவர்கள் காந்திஜியையே தங் களுடைய முன்னுதாரணமாக வைத்துக்கொண்டனர். அவருடைய கருத்து களைத் தங்களுடைய வாதங்களில் உபயோகித்தனர். விஷயம் இத்துடன் முடி வடையவில்லை. ஏனெனில், காந்திஜி தனக்கெதிராகச் சொல்லப்பட்ட விமர்சனங்களுக்குப் பதிலளிக்கும் வகையில் தனது செயல் திட்டங்களைச் சந்தர்ப்பத்துக்கேற்ப மாற்றியமைத்துக் கொண்டார்.

நூலின் நான்காம் பாகத்துக்கு வருவோம். காங்கிரஸ் கட்சியின் தேசியப் பாரம்பரியத்தை நன்கு பிரதிபலித்தவர்கள் காந்திஜி, திலகர், கோகலே, தாகூர் ஆகியோர். இவர்களுக்குப் பிறகு இந்தப் பாரம்பரியத்தின் நடுநாயகமாக ஜவாஹர்லால் நேரு வீற்றிருக்கிறார். அவருடைய கருத்துகளில் சில சொந்தக் கருத்துகளாக இருந்தன. உதாரணமாக அயல் உறவுக் கொள்கை. இந்து முஸ்லிம் ஒற்றுமை போன்ற சிலவிஷயங்கள் காந்தியிடமிருந்து பெறப் பட்டவையாக இருந்தபோதிலும் நேரு அவற்றை மாறுபட்ட தொனியில் வெளிப்படுத்தினார். உதாரணமாக காங்கிரஸ் கட்சி முஸ்லிம்களுக்கு நல்லதைச் செய்யாது என்ற ஜின்னாவின் வாதத்தையும், இந்துக்கள் மட்டுமே சுதந்தர இந்தியாவின் நம்பிக்கைக்குரிய குடிமகன்கள் என்ற கோல்வால்கரின் வாதத்தையும் நேரு எதிர்த்துப் பேசுகிறார்.

கோல்வால்கரைப் பொறுத்தவரை ஒரு சில முக்கியமான விஷயங்களில் நேருவுக்கு எதிர்மாறாக இருந்தார் என்றுதான் சொல்லவேண்டும். முஸ்லிம் களைப்பற்றிய நேருவின் கருத்துகளையும், இந்திய அரசின் பொருளாதார, வெளியுறவுக் கொள்கையையும் எதிர்த்தார். அல்லது அதைத் தலைகீழாக மாற்றப் பார்த்தார்.

இந்தப் புத்தகத்தில் உட்படுத்தப்பட்டுள்ள மற்ற சிற்பிகள் அரசியலில் சற்றே வித்தியாசமாகச் செயல்பட்டனர். லோஹியா, ராஜாஜி, நேரு ஆகியோர் மீது காந்திஜியின் தாக்கம் நிறையவே இருந்தது. நேருவைப்போலத் தங்களையும் அவர்கள் காந்திஜியின் சீடர்களாகக் கருதிக்கொண்டாலும் அவருடைய கருத்துகளை அவர்கள் தத்தம் நிலைப்பாடுக்கேற்பவும், அரசியல் கோட்பாடு களுக்கேற்பவும் வியாக்கியானம் செய்துகொண்டனர். காந்திஜியைப் போலவே லோஹியாவும் ஆங்கில மொழியைப் பயன்படுத்துவதற்கு எதிர்ப்புத் தெரிவித்தார். காந்திஜியைப்போல ராஜாஜி தற்கலை அரசு மக்களுக்கு நல்லது செய்யுமா என்ற சந்தேகத்தைத் தெரிவித்தார். காந்திஜி யைப்போல ஜே.பி.நாராயண் நாடாளுமன்ற ஜனநாயக முறை நம் நாட்டுக்குச் சரிப்பட்டு வருமா என்று சந்தேகப்பட்டார்.

அதேசமயம் இந்தத் தலைவர்கள் இதுவரை யாராலும் சொல்லப்படாத, வேறுபட்ட கருத்துகளையும் வெளியிட்டனர். சாதியைப்பற்றி லோஹியா, பொருளாதாரத்தைப்பற்றி ராஜாஜி, இந்தியாவின் எல்லைப்பிரதேசங்களில் வாழும் மக்களைப்பற்றி ஜே.பி.நாராயண் ஆகியோர் தெரிவித்த கருத்துகள் நேருவின் கருத்துகளிலிருந்து வேறுபட்டதாகவும், சில சமயங்களில் எதி ரானதாகவும் இருந்தன.

வெரியர் எல்வினும் காந்திஜியை நன்கறிந்திருந்தார். அவர் மீது பெரும் மதிப் பும் வைத்திருந்தார். ஆனால், காந்திஜி தேசிய இயக்கம், பெண்கள் சுதந்தரம், தாழ்ந்த சாதிக்காரர்களின் பிரச்னைகள் ஆகியவற்றில் காண்பித்த அதே தீவிரத்தை ஆதிவாசிப் பிரச்னைகளைக் கையாள்வதில் காண்பிக்கவில்லை என்று எல்வின் கருதினார். இந்தியச் சுதந்தரத்துக்கு முன்பும் பின்னரும் எழுதிய கட்டுரைகளில் அவர் மத்திய மற்றும் வடகிழக்கு இந்தியாவில்

வாழும் ஆதிவாசிகளின் உரிமைகள், அவர்கள் அனுபவித்து வந்த அதிகாரங்கள் ஆகியவற்றைப்பற்றி அரசியல்வாதிகளும் அரசு அதிகாரிகளும் கூடுதலாக அறிந்திருக்கவேண்டுமென விரும்பினார்.

நாம் கடைசியாகப் பார்த்த சிற்பி ஹபீத் தல்வாய். தனக்கு முன்பு விவாதிக்கப்பட்டிருந்த விஷயங்களைப்பற்றி நன்றாகவே அறிந்திருந்தார். ராம் மோகன் ராய், சையது அகமதுகான், மகாத்மா காந்தி, ஜின்னா, ஜோதிராவ் ஃபுலே, ஜவாஹர்லால் நேரு ஆகியோரைப்பற்றி ஒரு சில சமயங்களில் பாராட்டியும், மற்ற சமயங்களில் விமர்சித்தும் அவர் கட்டுரைகளை எழுதினார்.

II

இந்தப் புத்தகம் அனைவருக்கும் பரிச்சயமுள்ள இந்தியப் பாரம்பரியத்தைப் பற்றிப் பேசுகிறது. அதேசமயம் மக்களுக்குத் தெரியாத வேறு சில விஷயங்களும் இதில் உள்ளன. உதாரணமாக 1957ல் இரண்டாம் பொதுத் தேர்தல் சமயத்தில் இந்தியாவின் இரண்டு சிற்பிகளிடையே நடைபெற்ற கருத்துப் பரிமாற்றத்தைப் பார்க்கலாம். தேர்தல் பிரசாரம் நடந்துகொண்டிருக்கும் சமயத்தில் ஜவாஹர்லால் நேருவுக்கு அவருடைய முன்னாள் தோழராக இருந்து பின்னர் அரசியல் எதிராளியாக மாறிய ஜே.பி.யிடமிருந்து யாருமே எதிர்பாராத ஒரு கடிதம் வந்தது. இந்தக் காலயளவில் ஜே.பி. அரசியலிலிருந்து விலகிச் சமூக சேவையில் தன்னை ஈடுபடுத்திக்கொண்டிருந்தார். இருப்பினும் தேர்தல் சமயத்தில் அவர் எதிர்க்கட்சி வேட்பாளர்கள் சார்பில் மேடையேறிச் சொற்பொழிவாற்றினார்.

நேருவுக்கு எழுதிய கடிதத்தில் இந்தியப் பிரதமர் ஒரு குறிப்பிட்ட கட்சியின் தலைவராக அல்லாமல் தேசிய மட்டத் தலைவராகச் செயல்படவேண்டுமென்றும், அரசுப் பதவியில் இருந்தாலும் அவர் எதிர்க்கட்சிகளின் வளர்ச்சியை ஊக்குவிக்கவேண்டுமென்றும் ஜே.பி. யோசனை கூறினார். அப்படிச் செய்தால்தான் இந்தியாவில் வலுவான நாடாளுமன்ற ஜனநாயகத்தை ஸ்தாபிக்க முடியுமென்றும் அவர் கருதினார்.

தேர்தலில் எதிர்க்கட்சிகளிடையில் மும்முனைப் போட்டியைத் தவிர்க்க ஜே.பி. முயற்சி செய்தார். ஏனெனில், இந்த மும்முனைப் போட்டிகளின் விளைவாக வாக்குகள் சிதறியதால் நிலைமை காங்கிரஸுக்குத்தான் சாதகமாக இருந்தது. ஜே.பி. நேருவுக்குக் கீழ்க்கண்டவாறு எழுதினார்:-

'மும்முனைப் போட்டிகளைத் தவிர்க்கவேண்டுமென நாங்கள் சொல்லும்போது நீங்கள் அடிக்கடி சொல்லிவருவதுபோல நாங்கள் காங்கிரஸை வெறுக்கிறோம் என்றோ எதிர்க்கிறோம் என்றோ அர்த்தமில்லை. ஆற அமர பாரபட்சமின்றி யோசித்தபின் தயாரிக்கப்பட்ட அரசியல் கொள்கைகளின் அடிப்படையில்தான் இந்த யோசனையை முன்வைத்தேன். நாடாளுமன்ற ஜனநாயகக் கொள்கைகளின்படி ஆளும் கட்சியைவிட எதிர்க்கட்சி சிறப்பாக இருக்கவேண்டுமென்பதில்லை. மோசமாகச் செயல்படும் எதிர்கட்சிகள்கூட

ஆளுங்கட்சியை ஒருவகையில் கட்டுப்பாட்டில் வைத்திருக்கமுடியும். இதனால் ஜனநாயகம் சரியான பாதையில் செல்ல முடிகிறது. ஒரு சோஷலிஸ்ட் என்ற நிலையில் நான் இங்கிலாந்தில் லேபர் கட்சியை ஆதரிக்கிறேன். ஆனால் அந்தக் கட்சி பதவியிலிருக்கும்போது எதிர்க்கட்சியான கன்சர்வேடிவ் கட்சி தனது ஜனநாயகப் பொறுப்புகளைச் சரிவர நிறைவேற்றுகிறது. அது அப்படிச் செய்யவில்லையென்றால் லேபர் கட்சி தறிகெட்டு ஓடத் தொடங்கும். நான் இந்தியாவிலுள்ள எதிர்க்கட்சிகளுக்குக் கொடுத்த அறிவுரையை அவர்கள் பின்பற்றியிருந்தால் ஒரு விரும்பத்தகாத கட்சிக்கு மெஜாரிட்டி கிடைத்திருக்கும். ஆனால் நான் அதற்கும் தயாராக இருந்தேன். ஏனெனில் (1)ஒரு சில கட்சிகளின் பலம் சற்றே அதிகரித்தாலும் அது சர்வாதிகார ஆட்சியைவிட மேலானதாக இருக்கும்; (2) ஒரு தேர்தலுக்கும் அடுத்த தேர்தலுக்குமிடையேயுள்ள ஐந்து வருட இடைவெளியில் ஒரு நல்ல எதிர்க்கட்சியை உருவாக்க முடியும்.

நேரு ஒரு மேடைப்பேச்சில் 'ஜே.பி.நாராயண் அரசியலுக்கும் சமூக சேவைக்குமிடையே 'கண்ணாமூச்சி' விளையாடிக்கொண்டிருக்கிறார்' என்று விமர்சித்திருந்தார். 'அவர் (ஜேபி) அரசியலிலிருந்து விலகிவிட்டதாகச் சொல்கிறார்; ஆனால் இப்போதும் அவர் அதில்தான் தனது நேரத்தைச் செலவழிக்கிறார்'. இதற்குப் பதில் கூறும் வகையில் ஜே.பி. இவ்வாறு கூறினார்:

'முழுநேர அரசியலில் ஈடுபட்டிருப்பவர்கள் மட்டும்தான் தங்களுடைய அரசியல் அபிப்ராயங்களைச் சொல்லவேண்டுமா? மற்றவர்கள் சொல்லக் கூடாதா? இப்படி நடந்தால் அரசியலில் மக்கள் பங்களிப்பிருக்காது; அது அரசியல் கட்சிகளிடையேயுள்ள ஒரு போட்டியாக மாறிவிடும். பொது மக்கள் அதைப்பற்றிக் கவலைப்படவேமாட்டார்கள்.'

'ஆக்கபூர்வமாகச் செயல்படும் காந்தியவாதிகளுக்குத் தங்களுடைய பயனுள்ள, பாரபட்சமில்லாத விமர்சனங்களைத் தெளிவாகக் கூறி அரசை அதன் தவறான போக்கிலிருந்து திசை திருப்பவேண்டிய பொறுப்பு உள்ளது. தேவைப்பட்டால் இதற்காக அவர்கள் ஒத்துழையாமை இயக்கத்தைக்கூடத் தொடங்கலாம். அவர்கள் இந்தப் பொறுப்பை நிறைவேற்றாவிட்டால் அது அவர்களுடைய லட்சியங்களுக்கு இழைக்கும் துரோகமாகக் கருதப்படும். கட்சி அரசியல் வேண்டாமென்று சொன்னால் தேர்தல்கள் நடத்தப்படும் முறையைப்பற்றியோ அவற்றின் முடிவுகளைப்பற்றியோ நாம் பேசக்கூடாதென்றோ அவற்றில் ஆர்வம் காண்பிக்கக்கூடாதென்றோ அர்த்தமில்லை. பொதுமக்கள், வேட்பாளர்கள், அரசியல் கட்சிகள் ஆகியவர்களுக்குச் சரியான வழியைக் காண்பித்துக் கொடுக்கும் பொருட்டுப் பொதுவான அரசியல்பற்றியோ கொள்கைரீதியான விஷயங்களைப்பற்றியோ பேசுவதில் தவறில்லை.'

தனது கடிதத்தின் முடிவில் ஜே.பி. தன் சந்தேகத்தை வெளிப்படுத்துகிறார். 'தேர்தல் முடிவுகள் என்னவாக இருப்பினும் இன்றைய அரசியல் அமைப்பு ஒரு மாபெரும் தோல்வி என்பதில் சந்தேகமே இல்லை. ஆகவே தேர்தல்

முடிந்த பிறகு நாட்டுத் தலைவர்கள் ஒன்று சேர்ந்து இப்போதுள்ளதைவிடச் சிறப்பான வேறொரு மாற்றுமுறை இருக்கிறதா என்பதை ஆராயவேண்டும். அப்படியொன்று இருக்கிறதென்றுதான் கருதுகிறேன். நாட்டின் ஒட்டுமொத்த நலனை மனதிலிருத்தி நாம் அதைக் கண்டுபிடிக்கவேண்டும். இதில் நீங்களும் பங்கெடுக்கவேண்டும். நீங்களில்லாமல் இதைச் செய்யமுடியாது.''

ஜே.பி.யின் கடிதம் ஆறு பக்கங்களுக்கிருந்தது. நேருவின் பதில் கடிதம் அதைவிட நீண்டதாக இருந்தது. ஒரு கட்சியின் தலைவர் என்றில்லாமல்தான் ஒரு தேசியத் தலைவராகவேண்டும் என்று ஜே.பி. சொன்னதன் அர்த்தம் தனக்குப் புரியவில்லை என்ற நேரு தொடர்கிறார்: 'ஒரு தேசியத் தலைவரின் செயல்பாடுகள் என்னவாக இருக்கவேண்டும்? அவர் பற்பல கட்சிகளிலுமுள்ள முக்கியமானவர்களை ஒன்று சேர்த்து ஒரு அரசை அமைக்கவேண்டுமென்று தாங்கள் சொல்வதாக இருந்தால் இப்படிச் சொல்ல ஒரு முக்கியமான காரணம் இருக்கவேண்டும். அது இல்லையென்றால் ஒரு அரசும் செயல்படமுடியாது. போர் நடக்கும் சமயங்களில் இம்மாதிரியான தேசிய அரசுகள் ஸ்தாபிக்கப்படும்; அவற்றின் ஒரே குறிக்கோள் போரில் வெற்றி. மற்ற அனைத்துக் குறிக்கோள்களும் இதற்குப் பிறகுதான் வருகின்றன. எனினும் இப்படி நிறுவப்பட்ட அரசுகளும்கூட நாடாளுமன்ற ஜனநாயகத்தில் வெற்றிகரமாகச் செயல்படுவதில்லை. காரணம் அவை போர் மட்டுமல்லாமல் தேசிய மற்றும் சர்வதேச அளவில் காணப்படும் அரசியல் மற்றும் பொருளாதாரப் பிரச்னைகளையும் கையாளவேண்டியிருக்கிறது. இவற்றைத் தீர்க்க நாம் ஒரு பொதுவான திட்டத்தை வகுக்கவேண்டும். அனைவரது குறிக்கோள்களும் ஒன்றாக இருக்கவேண்டும். இல்லையெனில் நாடு முன்னேறாது; நாட்டில் இழுபறி நிலைமைதான் உருவாகும்.''தான் ஒரு தேசியத் தலைவராக இருந்திருந்தால் எந்தக் கொள்கைகளைப் பின்பற்றியிருப்பாரோ அவற்றில் ஒன்றையும் கட்சித் தலைவர் என்ற நிலையில் தான் புறக்கணித்துவிடவில்லை என்று நேரு வாதித்தார். தனது அரசு பின்பற்றி வரும் பொருளாதார, வெளியுறவுக் கொள்கைகள் நாட்டுக்கு நல்லதையே செய்யும். அவை கட்சியின் விருப்பு வெறுப்புகளுக்கு ஏற்ப உருவாக்கப்படவில்லை. தனது அரசு எங்காவது தவறு செய்திருந்தால் அதற்குக் கட்சியல்ல காரணம்; நாட்டைச் சூழ்ந்திருக்கும் பிரச்னைகள்தான் காரணம். ஒரு அரசு இந்த விஷயங்களில்தான் கவனம் செலுத்தவேண்டும்; வெறும் கற்பனையில் உதித்த விஷயங்களிலல்ல.

இதன் பிறகு நேரு ஒரு வலுவான எதிர்க்கட்சியைப்பற்றிய தனது கருத்துகளைத் தெரிவிக்கிறார்: 'எனக்குத் தெரிந்தவரை எதிர்க்கட்சிக்குச் செயல்படவும் தனது கருத்துகளை வெளியிடவும், தேர்தல்களில் போட்டியிடவும், மக்களைத் தன் பக்கம் இழுக்கவும் சந்தர்ப்பங்கள் அளிப்பதுதான் நாடாளுமன்ற ஜனநாயகம். எதிர்க்கட்சிக்கு ஒரு சிறப்பான இடம் கொடுத்தால் அது ஒரு பொய்யான எதிர்க்கட்சியாக மாறிவிடும். மக்களிடம் அதற்குச் செல்வாக்கு இருக்காது. வேறு எந்த ஜனநாயக முறையிலும் மேற்கண்ட முறையில்லாமல் வேறுவிதமாக எதிர்க்கட்சிகளை ஊக்குவிக்கவேண்டுமென எங்குமே சொல்லப்படவில்லை.'

நாடாளுமன்றத்திலும் மாநிலச் சட்டசபைகளிலும் எதிர்க்கட்சிகளின் பலம் மிகக் குறைவாக உள்ளது என்ற வாதத்தை நேரு ஏற்கவில்லை. ‘லோக்சபாவிலுள்ள ஐந்நூறுக்கும் மேற்பட்ட உறுப்பினர்களில் சுமார் நூற்றி ஐம்பது பேர் எதிர்க்கட்சியைச் சேர்ந்தவர்கள். அவர்கள் மிகச் சிறப்பான முறையில் செயல்படுகின்றனர். ஆனால், எண்ணிக்கையில் குறைந்தவர்களாக இருப்பதால் அவர்களுடைய வாதங்களுக்கு வேண்டிய ஆதரவு கிடைக்கவில்லை. எதிர்க்கட்சி உறுப்பினர்களுடைய எண்ணிக்கை இன்னும் கூடுதலாக இருக்க வேண்டுமென நீங்கள் விரும்புகிறீர்கள் போலும். அப்படியே இருந்தாலும் அவர்களுக்கு மெஜாரிட்டி கிடைக்காது. அது சரி, உங்களுக்காக நான் எப்படிக் கூடுதல் உறுப்பினர்களைத் தேடித்தரமுடியும்?''

கட்சி முறைகளுக்கப்பால் சிந்திக்கவேண்டுமென்ற ஜே.பி.யின்வேண்டுகோளை ஜே.பி. பக்கமே நேரு திருப்பி விட்டார். ‘சட்டமன்றங்களிலுள்ள எதிர்க்கட்சிகளைத் தவிர, நாட்டைப் பிரித்தாள விரும்பும் வேறு சக்திகளும் இந்தியாவில் உலாவுகின்றன. ராமன் ஆண்டாலென்ன, ராவணன் ஆண்டாலென்ன என்ற மனோபாவம் மக்களிடையே காலம் காலமாக ஊறிப் போயிருக்கிறது. ஒரு சிலர் உறங்கிக் கிடக்கும் மக்களை மதம், மொழி அல்லது பிரதேச அடிப்படையில் தூண்டிவிடலாம். இது நாட்டின் முன்னேற்றத்தைப் பாதிக்கும். இந்தத் தீய சக்திகள்தான் இன்று நாட்டில் உண்மையான எதிர்க்கட்சிகளாக உள்ளன. அவர்கள் மிக வலுவாக இருக்கின்றனர். நீங்கள் அவர்களுக்கெதிராகக் கண்ணை மூடிக்கொண்டிருக்கிறீர்கள் எனத் தோன்றுகிறது. நாம் அவர்களுக்கெதிராக இடையறாது போராடிக் கொண்டே இருக்கவேண்டும்.''

நாடாளுமன்ற ஜனநாயகத்துக்காக வாதிடும் நேரு இதையும் சொல்கிறார்: ‘அந்த முறையிலும் குறைபாடுகள் உள்ளன. ஆனால் எல்லாவற்றையும் சமன் செய்து தூக்கிப் பார்க்கும்போது மற்ற அரசு முறைகளைவிட அதுவே பரவாயில்லை என்பதால்தான் நாம் அதை ஏற்றுக்கொண்டிருக்கிறோம்.'' அந்த முறை வெற்றியடையவில்லை என்ற ஜே.பி.யின் வாதத்தை நேரு ஏற்கவில்லை. மற்ற அரசு முறைகளைப்போல நாடாளுமன்ற ஜனநாயகமும் அதை நடத்திச் செல்பவர்களைப் பொறுத்திருக்கிறது. ‘இப்போதைய அணுகுமுறை தோற்று விட்டதென நான் நினைக்கவில்லை. ஒருவேளை அது வருங்காலத்தில் தோல்வியடையலாமோ என்னவோ? அது அப்படியே தோற்றுப்போனாலும்கூட அந்த முறையே மோசம் என்று அர்த்தமில்லை. அதை நாம் சரியானபடி நடைமுறைப்படுத்தவில்லையென்றுதான் அர்த்தம். அப்படியே அது மோசமென்றால் அதற்கு மாற்றுமுறை என்ன இருக்கிறது?''

நான்கு காரணங்களுக்காக நேரு-ஜே.பி.யின் இந்தக் கடிதப் பரிமாற்றம் முக்கியமானதென நான் கருதுகிறேன். முதலாவது நேரு, ஜே.பி. இருவரும் ஜனநாயகத்தைப்பற்றிய தத்தம் கருத்துகளைத் தெளிவாக விளக்கியிருக்கிறார்கள். இதற்கு அவர்களுடைய நீண்ட கால அரசியல் அனுபவம் மட்டுமல்ல காரணம். இருவருமே மெத்தப் படித்தவர்கள்; வெளிநாடுகளுக்குக் கப்பல் பயணம் செய்ததன் விளைவாக அவர்களுடைய உலகப் பார்வை விரிவடைந்திருந்தது. இருவரும் தத்தம் கொள்கைகளில் முழு

நம்பிக்கை வைத்திருந்தனர். இருவரும் நிறைவான வாழ்க்கை வாழ்ந் தவர்கள்; நாட்டுக்காகவே தங்களை அர்ப்பணித்துக்கொண்டவர்கள். தம் நாட்டின் அரசியல் அமைப்பைப்பற்றியேதான் அவர்களுடைய பேச்சும் மூச்சும் இருந்தன. பொதுமேடைகளில் மட்டுமல்லாமல் தனிப்பட்ட முறை யிலும் அதைப்பற்றிய சர்ச்சைகளில் அவர்கள் ஈடுபட்டனர்.

இரண்டாவதாக இருவருக்குமிடையே நடந்துவந்த சர்ச்சைகள் அறிவுரீதி யாகவும், அரசியல்ரீதியாகவும் நல்ல பலன்களைத் தந்தன.

நாட்டின் முதல் பொதுத் தேர்தல் சமயத்தில் அவர்களிருவரும் எந்த அளவுக்கு காங்கிர கட்சி, பிரதமரின் சோஷலிஸ்ட் கொள்கைகளைப் பிரதிபலித்தது என்ற சர்ச்சையில் ஈடுபட்டனர். இந்தச் சர்ச்சை தேர்தலுக்குப் பிறகும் தொடர்கிறது. நாடாளுமன்ற முறைக்கு மாறாகவே வேறொரு முறையைக் கொண்டுவர நேரு ஜே.பி.க்குச் சவால்விடுத்தார். இதற்கு இரண்டாண்டு களுக்குப் பிறகு ஜே.பி. 'இந்திய சமூகத்தைச் சீரமைக்கவேண்டும்' என்ற தலைப்பில் ஓர் அறிக்கையை வெளியிட்டார். அதிலிருந்து சில பகுதிகள் இந்தப் புத்தகத்தில் தரப்பட்டுள்ளன. நேருவுக்கும் ஜே.பி.க்குமிடையே தனிப்பட்ட முறையில் இப்படிப்பட்ட கடிதப் போக்குவரத்து நடந்திரா விட்டால் இந்த அறிக்கையும் வெளிவந்திருக்காது.

இந்திய வரலாற்றில் ஒரு நாட்டின் சக்தி வாய்ந்த பிரதமருக்கும் அனைவரின் மதிப்பையும் பெற்றிருந்த ஒரு சமூகச் சீர்திருத்தவாதிக்குமிடையே இப்படிப்பட்ட கடிதப் பரிமாற்றம் வேறு பல சந்தர்ப்பங்களிலும் நடந்திருக் கலாம். ஆனால், பொதுவாகப் பார்த்தால் நேரு ஜே.பி. விவாதங்கள் நவீன இந்தியாவில் அரசியல் சர்ச்சைகள் எப்படி நடத்தப்பட்டுவந்தன என்பதைச் சுட்டிக் காண்பிக்கின்றன. இந்தப் புத்தகத்தில் உட்படுத்தப்பட்டுள்ள புத்தகங் களும் கட்டுரைகளும் அரசியல் அதிகாரத்தை எப்படிப் பிரயோகிப்பது அல்லது கைப்பற்றுவது என்பதைப்பற்றியும் எழுதப்பட்டவையாகும். அவற்றில் ஒரு சில இதுவரை யாருமே சொல்லாத கருத்துகளாக இருந்தன. ஆனால் அவை வெறும் ஏட்டுச் சுரைக்காய்களல்ல. மாறாக அரசியல்ரீதியாக அனைவருக்கும் பயன் தரக்கூடியவையாக இருந்தன. இந்தக் கருத்துக ளெல்லாம் இப்போதுள்ளதைவிடச் சிறந்தவை எனக் கருதப்பட்ட கொள்கை அல்லது திட்டத்தை ஆதரித்துச் சொல்லப்பட்டவையாகும்.

நான்காவதாக, நாம் பார்த்த கடிதப் பரிமாற்றம் மேற்சென்ன இரு தலைவர் களுடைய கருத்துகளையும், அன்று நாட்டில் நிலவிய நிலைமையையும் பிரதிபலித்தது. இன்று அவற்றை நாம் பாதுகாத்து வைக்கவேண்டிய அல்லது இன்று பயன்படாத எண்ணங்கள் அடங்கிய ஆவணங்களாகக் கருதலாம். இம்மாதிரியான விவாதங்கள் இன்று நடப்பதே இல்லை. குறிப்பாக முழுநேர அரசியல்வாதிகளுக்கிடையே இல்லவே இல்லை. இந்தப் புத்தகத்தில் நாம் காணும் அந்தப் பாரம்பரியம் இப்போது மரித்துவிட்டது.

இந்திய சமூகம் எந்தத் திசையில் போய்க்கொண்டிருக்கிறது அல்லது போக வேண்டுமென்பதைப்பற்றி இன்றைய அரசியல்வாதிகளுக்குச் சுயமாகச்

சிந்திக்கவோ மக்களைக் கவரும் விதம் எழுதவோ தெரியாது. ஜே.பி. தனது கடிதத்தில் விவரித்த பாரபட்சமில்லாத அரசியல் கொள்கைளைப்பற்றிய விவாதங்களை இன்று நடத்திச்செல்வது அரசியல்வாதிகளல்ல, அறிஞர்கள் தான்.

III

வரலாற்றறிஞர் கெர்ட்ரூட் ஹிம்மல்ஃபார்ப் (GERTRUDE HIMMELFARB) அமெரிக்கா மற்றும் ஃபிரான்ஸிலிருப்பதுபோலவே 'பிரிட்டிஷ் அறிவொளி' (British Enlightenment) என்று ஒன்று இருக்கிறதென்றும் அதை நாம் படித்தறியவேண்டும் என்றும் சொல்லியிருக்கிறார்.

ஒவ்வொரு பாரம்பரியத்துக்கும் அதற்கே உரித்தான சில சிறப்புத்தன்மைகள் உள்ளன. ஒவ்வொன்றும் ஒரு குறிப்பிட்ட விஷயத்துக்கு முக்கியத்துவம் அளித்திருக்கிறது. ஃப்ரெஞ்ச் ஞானம் 'ஐய வாதம்' (எதையும் கேள்விக்குட் படுத்துதல், காரணகாரியம் ஆகியவற்றுக்கு முதலிடம் கொடுத்தது; அமெரிக் காவில் சுதந்தரத்துக்கு முக்கிய இடம் தரப்பட்டது. பிரிட்டனில் சமூக நன்னடத்தை, மனித நேயம், ஈவிரக்கம், சகிப்புத் தன்மை ஆகியவை முக்கிய மானதாகக் கருதப்பட்டன. அதாவது, 'உலக வரலாற்றின் ஒரு முக்கியமான கட்டத்தில் இந்த மூன்று நாடுகளின் 'அறிவொளி' நவீனத்துவத்தை அடைய உதவும் வெவ்வேறு வழிகள், மனதின் வித்தியாசமான செயல்பாடுகள், பிரக்ஞை, மனித உணர்வுகளை அறியும் சக்தி ஆகியவற்றை மனிதன் எப்படிக் கையாள்கிறான் என்பதைக் காண்பித்துத் தந்தன.'

ஹிம்மல்ஃபார்ப் பதினெட்டு மற்றும் பத்தொன்பதாம் நூற்றாண்டுகளில் காணப்பட்ட நிலைமையை விவரித்திருக்கிறார். இப்போது சரித்திரத்தின் ஒரு முக்கிய கட்டத்திலிருக்கும் நாம் நான்காவது தேசிய அனுபவம் ஒன்றை யும் இந்தப் பட்டியலில் உட்படுத்தலாம். 'அறிவொளி' என்ற வார்த்தை தொடர்பாக எனக்குச் சிறிது தயக்கம் இருக்கிறது. முந்தைய சித்தாந்தங்கள் எந்த அளவுக்கு முக்கியமோ அதைப்போலவே இருபத்தொன்றாம் நூற்றாண்டின் தொடக்கத்தில் நிலவும் குழப்ப நிலைமைக்கு இந்தியாவின் அரசியல் பாரம்பரியம் மிகவும் முக்கியமானது. இந்த முக்கியத்துவத்துக்கு முக்கிய காரணம் இந்தப் புத்தகத்தில் விவாதிக்கப்பட்டுள்ள ஒவ்வொரு சிந்தனையாளரின் தனித்தன்மைவாய்ந்த சிந்தனைப்போக்கும் ஓரளவுக்குக் காரணம். ஆனால், இந்திய பாரம்பரியத்தின் பன்முகக்தன்மையே இந்தத் தனித்தன்மைக்கு முக்கியகாரணம். ஏனென்றால், உலகிலேயே முதன்முறை யாக இந்தியா மட்டுமே அஹிம்ஸை முறையில் கத்தியின்றி, ரத்தமின்றி சுதந்தரம் பெற்றது. ஆசிய, ஆஃப்ரிக்கக் கண்டங்களில் இந்தியாவில்தான் ஜனநாயகம் வெற்றிகரமாகச் செயல்பட்டுக்கொண்டிருக்கிறது. தனது கரன்ஸி நோட்டுகளில் பதினேழு மொழிகள் பதினேழு லிபிகளில் அச்சடிக்கப் பட்டுள்ள ஒரே நாடு இந்தியாதான்.

அனைத்தும் உலகமயமாகிக்கொண்டிருக்கும் இந்த வேளையில் நவீன இந்தியாவின் வரலாற்றில் நடந்த இந்தப் பல்வேறு சம்பவங்களின்

எதிரொலி உலகின் மற்ற பாகங்களிலும்- ஆஃப்ரிக்கா, ஐரோப்பா, வட - தென் அமெரிக்கா ஆகிய நாடுகளிலும் கேட்கப்படும். ஏனெனில், அங்கும் பல மதங்களைச் சேர்ந்த, வேறுபட்ட அபிப்பிராயங்களைக்கொண்ட, மக்கள் ஒருவரோடொருவர் இணைந்து வாழக் கற்றுக்கொள்ளவேண்டியிருக்கிறது.. ஏழை மக்களுக்கு உதவும் பொருட்டு அரசு நடவடிக்கைகள் எடுக்கவேண்டி யிருக்கிறது. தனி மனிதனின் சுதந்தரம் தன்மானம் தொடர்பான பிரச்னைகள் நம்மைப்போலவே அங்கும் எழுகின்றன. . ஒரு நாட்டில் ஒரே சுதேசியக்' கலாசாரத்தை வளர்த்தாலே போதுமா? நூறு பூக்களை மலர அனுமதிக்க வேண்டுமா என்பதை அந்த அரசுகளும் தீர்மானிக்கவேண்டியிருக்கிறது.

ஹிம்மல்ஃபார்ப் தொடர்கிறார்: 'ஸ்மித், எட்மண்ட்பர்க், தாக்வில் (Tocqueville), சுதந்தர அமெரிக்க நாட்டின் ஸ்தாபகர்கள் ஆகியோர் மிக அழ காகவும், மக்கள் மனதில் பதியும் படியும் வெளிப்படுத்திய எண்ணங்களைச் சுருக்கிச் சொல்ல முயற்சிப்பது அந்த எண்ணங்களையே இழிவுபடுத்து வதாகும்.'' ஆகவேதான் அவர் தனது புத்தகத்தில் மேற்கண்ட சிந்தனையாளர் களின் கருத்துகளை மிக விரிவாக மேற்கோள் காட்டுகிறார். அவரைப் பின்பற்றித்தான் நானும் இந்த நூலைத் தயாரித்துள்ளேன். இதன் விளை வாகவே ஒரு தனியான ஆசிரியர் அனைத்து சிந்தனைகளையும் படித்து எழுதிய புத்தகமாக இதனைத் தயாரிக்காமல் ஒருவகையான தொகுப் பாளர்-ஆசிரியர் என்ற நிலையிலேயே இந்தப் புத்தகத்தை வடிவமைத் திருக்கிறேன்.

இந்தச் சிற்பிகளின் கட்டுரைகளையே நான் பெரிதும் இந்தப் புத்தகத்தில் இடம்பெறச் செய்திருப்பதால் இந்தச் சிந்தனையாளர்கள்பற்றி உலகத்தினர் அவர்களுடைய வார்த்தைகள் மூலமாகவே அறிந்துகொள்ள உதவியாக இருக்கும். கடந்த காலங்களில் வால்டேர், ஜான் ஸ்டூவர்ட் மில், தாமஸ் ஜெஃ பர்ஸன் அல்லது டாம்பெய்ன் ஆகியோரை அவரவருடைய நாடுகளைச் சேர்ந்தவர்கள் மட்டுமல்ல; உலகம் முழுவதுமே வாசித்தது. அதைப் போலவே ஆசிய, ஆஃப்ரிக்க நாடுகளில் ஜனநாயகம் வேரூன்றத் தொடங் கியிருக்கும் இன்றைய நிலையில் (பல்வேறு போலியான தொடக்கங்கள் இருந்தபோதிலும்) அந்த நாட்டு மக்களுக்கு 18 மற்றும் 19ம் நூற்றாண்டைச் சேர்ந்த மேலைநாட்டினருடைய சிந்தனைகளைவிட காந்தி, நேரு, அம்பேத்கர் ஆகியோரின் கருத்துகள் முக்கியமானதாக ஆகக்கூடும்.

வெவ்வேறு மதங்களைச் சேர்ந்தவர்களும் வெவ்வேறு மொழிகளைப் பேசுபவர்களும் ஐரோப்பாவிலும், அமெரிக்காவிலும் குடியேறும்போது இந்த நாடுகள் பலதரப்பட்ட மக்களைத் தன்னுள்ளேகொண்டுள்ள இந்தியா வின் அனுபவங்களிலிருந்து பாடங்கள் படிக்கலாம். தென் (லத்தீன்) அமெரிக்க நாடுகளுக்கும் இந்திய அனுபவம் உதவியாக இருக்கும். அங்கு ஜனநாயக ஆட்சி முறை ஆஃப்ரிக்க நாடுகளைவிடப் பல ஆண்டுகளுக்கு முன்பே ஸ்தாபிக்கப்பட்டுவிட்டாலும் அவர்களுடைய ஜனநாயகப் பாரம் பரியம் தொடர்ந்து நீடிப்பதில்லை. பெரும்பாலான லத்தீன் அமெரிக்க

நாடுகள் ஜனநாயகக் கொள்கைகளையும் அங்கு வாழும் பலதரப்பட்ட மக்களுடைய கலாசாரங்களையும் இணைக்க முயற்சிக்கின்றன. இந்த வேளையில் இந்தியச் சிற்பிகளுடைய கருத்துகள் இந்த நாடுகளுக்கு மிக உதவியாக இருக்கும்.

ஜனநாயகம் எந்த நிமிஷமும் உடைந்துபோகக்கூடிய நிலையிலுள்ள ஆசியா மற்றும் ஆஃப்ரிக்கா, ஜனநாயகம் பலமாக வேரூன்றியுள்ள ஐரோப்பா மற்றும் அமெரிக்க நாடுகள் இவை இரண்டுக்குமிடையேயுள்ள லத்தீன் அமெரிக்க நாடுகள் ஆகியவற்றைத் தவிர வேறொரு நாட்டையும் இந்தப் பட்டியலில் நாம் சேர்க்கவேண்டும். அதுதான் கம்யூனிஸ்ட் சீனா.

மக்களுடைய பேச்சு சுதந்தரத்தைச் சீனா முழுவதாகத் தடை செய்ததால் சீன சமூகம் பாதிக்கப்படுமெனச் சொன்ன ராம்மோகன் ராய், சீனாவில் ராணுவ தேசியத்தின் மேலாதிக்கம் தொடர்பாகத் தீர்க்க தரிசனமான எச்சரிக்கையை விடுத்த தாகூர், ஜனநாயகத்துக்காகப் போராடிய அம்பேத்கர், மத நல்லிணக்கம் மற்றும் அஹிம்ஸை முறையிலான போராட்டம் ஆகியவற்றை மக்களுக்குச் சொல்லிக் கொடுத்த காந்திஜி, இவர்கள் அனைவரையும்பற்றி அதிகாரத்தில் இருக்கும் சீன அரசியல்வாதிகளும் அதிருப்தியில் இருக்கும் அறிவுஜீவிகளும் படித்துப் பலனடைய முடியும்.

நவீன இந்தியா உலகுக்கு வேறொரு விஷயத்தையும் கற்றுத் தந்திருக்கிறது. அதுதான் பன் மொழி அங்கீகாரம். இந்தியாவில் பல மொழிகள் சட்டபூர்வமாக அங்கீகரிக்கவும்பட்டுள்ளன. சமூக நடைமுறையிலும் அது அமல்படுத்தப்படுகிறது. ஒரு நாட்டை அடையாளம் கண்டுகொள்ள ஒரு மொழியே போதும் என்று முன்பு கருதப்பட்டது. 1950களில் டி.டபிள்யூ ப்ரோகன்(D.W.Brogan) என்பவர் சொன்னது இதுதான்: 'ஒரு மொழிக்கு அதற்குரிய ஸ்தானத்தைக் கொடுத்ததன் மூலமாகவே இன்று தேசிய உணர்வு புத்துணர்ச்சி பெற்றிருக்கிறது. இது ஏதோ எதேச்சையாக நடந்த விஷயமல்ல. பத்தொன்பதாம் நூற்றாண்டில் போலந்து, பொஹிமியா, ஃபின்லாந்து போன்ற ஐரோப்பிய நாடுகளில் மக்களுடைய தேசிய உணர்வுக்கு அவர்களுடைய மொழிகள் புத்துணர்வு பெற்றதுதான் காரணமாக இருந்தது. அதேசமயம் மொழியால் ஒன்றுபடாத நாடுகளில் அரசியல் பிரச்னைகள் தலைதூக்கின. ஏனெனில், ஒரே ஒரு மொழியை மட்டும் பேசும் நாடுகளில் நிர்வாகம் எளிதாக இருந்தது. இதனைத் தொடர்ந்து உருவாகும் மதரீதியான ஒற்றுமை அரசியல் ஆதாயங்கள் பலவற்றைப் பெற்றுத் தரவல்லது..''

ஐரோப்பாவின் வரலாற்றிலிருந்து இரண்டு தெற்காசியத் தலைவர்கள் ஒரே மாதிரியான பாடத்தைப் படித்தனர். அவர்கள் பாகிஸ்தானின் முஹம்மத் அலி ஜின்னாவும், ஸ்ரீலங்காவின் எஸ்.டபிள்யூ ஆர், டி.பண்டாரநாயகேவும் ஆவார்கள். அவர்களிருவரும் தத்தம் நாடுகளில் ஒரு மொழியை மட்டுமே மக்கள்மேல் திணிக்க முயன்றனர். இதற்கு மாறாக, சுதந்தர இந்தியாவின் தலைவர்கள் வெவ்வேறு மொழிகளையும் லிபிகளையும் உபயோகிக்கவும், தத்தம் பிரதேச மொழிகளில் கல்வி கற்கவும் மக்களை அனுமதித்தனர்.

கிழக்கு பாகிஸ்தானில் வசித்த வந்த வங்காளிகள்மீது உருதுமொழியைத் திணிக்க பாகிஸ்தான் அரசு எடுத்த முயற்சிகளின் விளைவாகவே 1971ல் கிழக்கு பாகிஸ்தான் வங்காள தேசம் என்ற ஒரு சுதந்தர இறையாண்மையுள்ள நாடாக உருவெடுத்தது. ஸ்ரீலங்காவில் தமிழ் மொழியைப் புறக்கணித்து, சிங்கள மொழியைத் திணிக்க எடுத்த முயற்சிகள் முப்பதாண்டுகளுக்கு நீடித்த உள்நாட்டுப் போரில் முடிவடைந்தது. அதில் ஒரு லட்சத்துக்கும் மேலான வர்கள் உயிரிழந்தனர். மாறாக இந்தியாவில் பல்வேறு மொழிகளை ஊக்கு வித்ததன் பலனாக நாட்டின் ஒற்றுமை வலுவடைந்திருக்கிறது.

பல மொழிகள் பேசப்படுவதால் ஏற்படும் சிக்கலுக்கு நாம் கண்டுபிடித்த தீர்வு இதுவரை வேறு யாரும் செய்யாததாக இருந்தது. பெரியார் ஈ.வெ. ராவும் ராஜாஜியும் ஒரே ஒரு மொழியை மட்டும் தேசிய மொழியாக்குவ திலுள்ள ஆபத்துக்களைப்பற்றி விரிவாக எழுதினார்கள். மொழிவாரி மாகாணங்களுக்கான வேண்டுகோளை காந்திஜி ஆதரித்தார். ஆனால் 1950களில் மொழிவாரி மாகாணங்களை உருவாக்கிய அரசியல்வாதிகளும் அரசு அதிகாரிகளும் இது தொடர்பாக எதுவும் எழுதியிருக்கவில்லை. அதைப்போலவே 1960களில் தென்னிந்திய மக்கள் மீது இந்தியைத் திணிக் கக்கூடாதென்ற தீர்மானம் பெருவாரியான மக்களின் இந்தி எதிர்ப்புப் போராட்டத்துக்குப் பிறகுதான் எடுக்கப்பட்டது; அதனை எதிர்த்து எழுதப் பட்ட கட்டுரைகளின் விளைவாக அல்ல.

சுதந்தரமடைந்து அறுபது ஆண்டுகளைக் கடந்துவிட்ட இந்தியா ஒரு நாட்டுக்கு ஒரே ஒரு மொழிபோதும் என்று ஐரோப்பிய எண்ணத்தைத் தூக்கி எறிந்தது. இந்த விஷயத்தில் இந்தியாவின் அனுபவம் மிகப் பயனுள்ள ஒன்றாகும். தென் ஆஃப்ரிக்கா தனது இனவெறிக் கொள்கையைக் கை விட்டு இப்போது ஒரு பன்மொழி நாடாக மாறிவிட்டது. ஒரு மொழி மட்டும் போதும் என்று சொல்லும் நாடுகளில் மற்ற மொழிகளை அங்கீகரித்தால் அங்கு பேசப்படும் மற்ற சிறுபான்மை மொழிகளின் மீது அரசின் கவனம் திரும்பும்.

இந்திய அனுபவத்தின் நல்ல அம்சங்கள் காலம் தாழ்த்தித்தான் புரிந்து கொள்ளப்பட்டிருக்கின்றன. பிரிட்டிஷாரின் பிடியிலிருந்து விடுதலை யடைந்த வேறு பல நாடுகளில் இப்போது ராணுவ சர்வாதிகாரிகளோ, ஒரே ஒரு கட்சியோதான் ஆள்கின்றன. இதன் காரணமாகவே பரப்பில் பெரிய, பல்வேறு தரத்திலுள்ள மக்களைக் கொண்ட, ஏழை நாடாகிய, இந்தியாவின் வலுவான பல்கட்சி முறையும், சுதந்தரமான, பாரபட்சமில்லாத தேர்தல் முறையும் உலகின் மற்ற நாடுகளின் கவனத்தை ஈர்த்திருக்கின்றன (உலகில் பனிப்போர் முடிவுக்கு வந்ததும் நல்லதாயிற்று. ஏனெனில் அது இருந்தவரை இந்தியாவின் ஜனநாயகப் பாரம்பரியத்தைவிட மேலை நாடுகளுடன் இந்தியா அணிசேர மறுத்ததுதான் பெரிய விஷயமாகக் கருதப்பட்டது). பேச்சு சுதந்தரமும் தங்களுடைய தலைவரைத் தாங்களே தேர்ந்தெடுக்கும் சுதந்தரமும் அனைவரது பாராட்டையும் பெற்றுள்ளன. நாட்டில் எத் தனையோ வேற்றுமைகளிருந்தும் இந்தியா எப்படி அவற்றையெல்லாம்மீறி

இன்றைய நிலைமையை அடைந்துள்ளது என்பதை உலகம் இன்னமும் முழு வதாகப் புரிந்துகொள்ளவில்லை. இந்தியாவின் ஜனநாயக உணர்வும் ஒரே நாடு என்ற உணர்வும் எப்படித் தொடங்கின என்பதை முன்பைவிடக் கூடுதல் கவனத்துடன் ஆராயவேண்டும்.

இந்திய நாட்டைப்பற்றி வெளிநாட்டினர் படிப்பதைப்போலவே அங்கு நிகழ்ந்த நிகழ்வுகளைப்பற்றி இந்தியர்களும் படித்துப் பயன் பெற்றுள்ளனர். கடந்த காலங்களில் மேலை நாடுகளில் காணப்பட்ட எண்ண ஓட்டங் களையும் லட்சியங்களையும் இந்தியா சிற்சில மாற்றங்களுடன் ஏற்றுக் கொண்டது. உதாரணமாக ரூஸோ, பென்ஹாம் ஆகியவர்களின் படைப்பு களை ராம்மோகன் ராய் ஆர்வத்துடன் வாசித்துப் பயனடைந்தார். பிரிட்டிஷ் பாரம்பரியத்தைப் பின்பற்றி கோகலே ஒரு சிறந்த முற்போக்குவாதியாகத் திகழ்ந்தார். பிரிட்டிஷ் பிரதமராக இருந்த கிளாட்ஸ்டோனின் (Gladstone) வர லாற்றை எழுதிய ஜான் மார்லியின் ஒரு நூலை கோகலே மராத்தி மொழியில் மொழிபெயர்த்தார். ஆசியா, லத்தீன், அமெரிக்கா, ஐரோப்பா, அமெரிக்கா ஆகிய நாடுகளுக்கு விஜயம் செய்த தாகூர், தான் சென்றவிடங்களிலெல்லாம் அந்நாட்டவர்களுடன் பல விஷயங்களைப்பற்றி விவாதித்தது மட்டுமல்லா மல் அவர்கள் சொன்னதையும் கவனமாகக்கேட்டு விஷயங்களை அறிந்து கொண்டார். காந்திஜி மேலைநாட்டுச் சிந்தனையாளர்களான டால்ஸ்டாய், ரஸ்கின் ஆகியோரால் கவரப்பட்டார். அம்பேத்கர் அமெரிக்காவில் கொலம்பியா பல்கலைக்கழகத்தில் படித்தபோது அவருடைய ஆசிரியராக இருந்த ஜான் துவேயால் (John Dewey) ஈர்க்கப்பட்டார். நேரு, கமலா தேவி சட்டோபாத்யாயா, ஜே.பி., லோஹியா ஆகியோர் மீது ஐரோப்பிய சோஷ லிஸக் கொள்கைகள் வெவ்வேறு விதத்தில் தாக்கம் செலுத்தின.

இன்றும் இந்தியா மற்ற நாடுகளிலிருந்து கற்றுக்கொள்ளவேண்டியது நிறைய இருக்கிறது. ஒரு சர்வாதிகார நாடாக இருந்தாலும் மக்களுக்கு நல்ல கல்வியையும் மருத்துவ வசதிகளையும் கொடுப்பதில் சீனா முழுமனதாக ஈடுபட்டிருக்கிறது. இந்தியாவைப்போலவே மேலை நாடுகளில் அரசியல் கட்சிகள் குடும்ப கம்பெனிகளாகச் செயல்படுவதில்லை. மேலும் மேலை நாடுகளில் அரசு நிர்வாகமும் நீதித்துறையும் இந்தியாவைவிடச் சிறந்த முறையில் மனச்சாட்சிக்கு விரோதமில்லாமல் செயல்படுகின்றன.

அமெரிக்காவின் ஜனநாயகப் பாரம்பரியத்தைப்பற்றி ரொனால்ட் ட்வார்க் கின் சொல்வது இதுதான்:

'உலகில் மிகச் சிறந்ததெனக் கருதப்படும் அனைத்தையும் சென்ற இரண்டு நூற்றாண்டுகளில் நல்ல மனம் படைத்த, அறிவாற்றலுள்ள, ஆர்வம் மிகுந்த அமெரிக்கர்கள் உலகுக்கு வழங்கியுள்ளனர். சிறுபான்மையோர், மதரீதியாக நம்மிடமிருந்து வித்தியாசமான அபிப்பிராயங்களைக் கொண்டவர்கள், நாஸ்திகர்கள் ஆகிய அனைவரது உரிமைகளையும் பாதுகாக்கும் ஒரு அரசியல் சட்டம் தேவை என்பதை உலகுக்கு உணர்த்திவிட்டோம். இந்த அரசியல் சட்டத்தை மற்றவர்கள் பாராட்டுகிறார்கள். அது இப்போது அவர்

களுக்கு மறைமுகமாகவாவது ஒரு தூண்டுகோலாகவும் மாறியுள்ளது. இரண்டாம் உலகப் போருக்குப் பிறகு 'மறப்போம் மன்னிப்போம்' என்ற மனப்பான்மையை மற்றவர்கள் மனத்தில் புகுத்தியுள்ளோம். உலகளவில் (ஐ.நா.போன்ற) ஸ்தாபனங்களை நிறுவுவதிலும் சர்வதேசச் சட்டத்தை நிலை நாட்டுவதிலும் நாம் முன் வரிசையிலிருக்கிறோம். இருபதாம் நூற்றாண்டின் மத்தியில் சமூக நீதி என்பது சோஷலிஸ்டுகளுக்கு மட்டுமே சொந்தமானது அல்ல என்பதை உணர்த்தினோம். மற்றவர்களுக்கு உதவும் முதலாளித்துவ முறையை நாம் அறிமுகப்படுத்தினோம். நாம் வகுத்த 'புதிய சீரமைப்புத் திட்டத்'தில் (New Deal) அந்தக் குறிக்கோளை அடையும் வழிகளையும் காண்பித்துக் கொடுத்தோம்.''

அமெரிக்கா, ஃப்ரான்ஸ், பிரிட்டன் ஆகிய நாடுகள் உலகுக்கு மிகச் சிறந்த அரசியல் மற்றும் சமூகரீதியான லட்சியங்களைக் கொடுத்துள்ளன. இந்தியா வும் அப்படியே செய்துள்ளது. ஆகவே ட்வார்க்கினைப் பின்பற்றி நானும் வேண்டுமானால் இவ்வாறு எழுதலாம்: ' பல்வேறு மதங்களையும் மொழிகளையும், மற்ற எந்த நாட்டையும் விடச் சிறப்பாகப் பாதுகாக்கும் ஒரு அரசு முறையையும், அரசியல் சட்டத்தையும் இந்தியாவால் உலகுக்குச் சுட்டிக் காட்ட முடியும். இங்கு நிலவும் ஏழ்மையையும் எழுத்தறிவின்மை யையும்மீறி வயதுக்கு வந்த அனைவருக்கும் வாக்குரிமை அளித்து பல்வேறு கட்சிகள் செயல்படும் ஜனநாயகத்தை வளர்ப்பதெப்படி என்பதை நாம் மற்ற நாடுகளுக்குக் கற்றுக் கொடுத்திருக்கிறோம். நமது தேசிய உணர்வு நாட்டுக்குள்ளேயும், வெளியேயுமுள்ள அனைத்தையும் தன்னுள்கொண்டு, நம்மை முன்பு ஆண்டிருந்தவர்களுடைய எண்ணங்களையும்கூட ஏற்றுக் கொள்ளும் நமது தேசிய உணர்வை நம்மைவிட முதிர்ந்த நாடுகள்கூட நம்மிடமிருந்து கற்றுக்கொள்ளலாம். நமது தேசிய உணர்வும், சர்வதேச உணர்வும் இணைந்து வாழ முடியும் என்பதை நிரூபித்துவிட்டோம். வேறு ஒரு நாட்டுடனும் நாம் போரிடவில்லை. ஆனால் மற்ற நாடுகளில் சமா தானத்தை ஸ்தாபிக்க நம்மாலானதைச் செய்திருக்கிறோம். தென் ஆஃப்ரிக் காவில் பின்பற்றப்பட்ட இனவேறுபாடுக் கொள்கையை (Alartheid) ஒழிக்க தார்மிக முறையிலும், வேறு வழிகளிலும் நமது ஆதரவை அளித்திருக் கிறோம். நமது மக்களிடையே ஏற்றத்தாழ்வுகள் இருந்த போதிலும் சமூகத்தில் ஒடுக்கப்பட்டவர்களுக்கும், சமூகத்திலிருந்து தள்ளிவைக்கப் பட்டவர்களுக்கு உதவும் பொருட்டு மாபெரும் திட்டங்களை வகுத்துத் தந்திருக்கிறோம்.''

IV

இந்தியாவின் அனுபவங்களை உலகறியச் செய்வது இந்த நூலின் ஒரு நோக்கமாகும். இதைவிட முக்கியமான இரண்டாவது நோக்கம் தங்க ளுடைய தற்கால அரசியல் வரலாறு, பாரம்பரியம் ஆகியவற்றை இந்தியர் களுக்கே எடுத்துச் சொல்வதுதான். துரதிர்ஷ்டவசமாக நாம் நினைப்பதற்கு மாறாக இந்தப் புத்தகத்தில் உட்படுத்தப்பட்ட விஷயங்கள்பற்றி மக்களுக்கு அதிகம் தெரியவில்லை.

இதற்கு ஒரு காரணம் இந்திய வரலாற்றைப்பற்றி எழுதுபவர்கள் அதன் பொருளாதார, அரசியல் மற்றும் சமூக வரலாற்றுக்குத்தான் முதலிடம் கொடுக்கிறார்கள் என்பதுதான். இந்திய மற்றும் வெளிநாட்டு அறிஞர்கள் இந்தியாவின் பொருளாதாரத்தைப் பிரிட்டிஷ் ஆட்சி எப்படிப் பாதித்தது என்பதுபற்றியும் இந்திய தேசிய இயக்கத்தின் வேறுபட்ட அம்சங்களைப் பற்றியும், பிரிட்டிஷ் ஆட்சியின் கடைசி நாட்களில் எப்படி பலர் பதவி களுக்குப் போட்டியிட்டனர் என்பதைப்பற்றியும், நாட்டின் விவசாயிகள், ஆதிவாசிகள், பெண்கள் மற்றும் அதிகம் கவனிக்கப்படாத குழுக்களைப் பற்றியும் மிக விஸ்தாரமாக எழுதினார்கள்.

இப்படி எழுதப்பட்ட படைப்புகள் பெரிய எண்ணிக்கையிலிருந்தாலும் அன்றைய தேசியத் தலைவர்களுடைய எண்ணங்கள் எப்படி உருவாயின என்ற பின்னணியைப்பற்றியும், அவற்றின் விளைவுகளைப்பற்றியும் எழுதப் பட்ட நூல்களின் எண்ணிக்கை மிகச் சொற்பமாகவே உள்ளது. காந்திஜியின் எண்ணங்களையும் கருத்துகளையும் மட்டுமே அறிஞர்கள் விரிவாகப் படித்திருக்கின்றனர். ஆனால் இந்தப் புத்தகத்தில் உட்படுத்தப்பட்டுள்ள மற்ற அறிஞர்களுடைய கருத்துகளைப்பற்றி யாரும் அதிகம் எழுதவில்லை. தாகூர், நேரு, அம்பேத்கர் ஆகியோரைப்போல இந்திய மக்களிடையே அறியப்பட்டிருந்த, செல்வாக்குள்ள தலைவர்களுக்கும் இதேகதி என்பது தான் ஆச்சரியத்துக்குரிய விஷயம். அவர்களுடைய வாழ்க்கை வரலாறுகள், அரசியல் வாழ்க்கை, ஆற்றல் மிக்க படைப்புகள் (தாகூரைப் பொறுத் தவரை) ஆகியவற்றைப்பற்றி அநேகம் பேர் எழுதியிருக்கிறார்கள் என்றா லும் அவர்களுடைய அரசியல் அல்லது சமூக எண்ண ஓட்டங்களைப்பற்றி யாருமே ஆழமாகப் படித்து எழுதவில்லை.

இந்திய அரசியல் பாரம்பரியத்தைப்பற்றி நாம் முழுவதாக அறிந்துகொள்ள முடியாததற்கு இன்னுமொரு காரணம் நாம் நமது தலைவர்களை அவரவர் களுடைய மொழி, சாதி மற்றும் பிரதேசம் ஆகியவற்றின் அடிப்படையில் பார்ப்பதுதான். உதாரணமாக ரவீந்திரநாத் தாகூரை ஒரு வங்காளக் கவியாகவும், அம்பேத்கரை தலித்துகளின் தலைவராகவும், ஜவாஹர்லால் நேருவைக் காங்கிரஸ் கட்சியின் தலைவராகவும்தான் பார்க்கிறோம். இந்தத் தலைவர்களை இப்படித் தரம் பிரித்துப் பார்ப்பதால் இந்தியாவின் அறிவு சார்ந்த, அரசியல் வாழ்க்கை முறைக்கு அவர்கள் புரிந்த சேவையை நாம் கணக்கெடுப்பதில்லை. ஒரு தலைவர் தங்களுக்கு மட்டுமே சொந்தம் என்றும், அவர்தான் மற்றவர்களைவிடச் சிறந்தவர் என்றும் பெருமையடித்துக்கொள்கிறோம்.

இன்று காந்திஜிக்கும் அம்பேத்கருக்குமிடையே இருந்த கருத்து வேற்றுமை களை அவர்களுடைய சீடர்கள் பெரிதுபடுத்திக் காண்பிக்கிறார்கள். இவ்விரு வரில் யாராவது ஒருவரை மட்டுமே பின்பற்றவேண்டுமென்றும், மற்ற வரைப் புறக்கணிக்கவேண்டுமென்றும் கோருகிறார்கள். இந்தப் போட்டி யின் காரணமாக நாம் மற்ற பெருந்தலைவர்களின் கொள்கைகளைப் படித்துப் புரிந்துகொள்வதும் முடியாமல் போய்விடுகிறது. உதாரணமாக, இந்தியப்

பொருளாதார நிலைமையைப்பற்றிப் பேசும்போது கட்டுப்பாடற்ற சந்தைக் கொள்கையை ஆதரிப்பவர்கள் ராஜகோபாலச்சாரியை மேற்கோள் காட்டு கிறார்கள், நேருவை விமர்சிக்கிறார்கள். மாறாக அனைத்தும் அரசுக் கட்டுப் பாட்டிலேயே இருக்கவேண்டுமென விரும்புபவர்கள் வேறுவிதமாக வாதாடுகிறார்கள். அதாவது தத்தம் தலைவர்களைப்பற்றி மேலெழுந் தவாரியாக எதையோ படித்துவிட்டுத்தான் இவ்வாறு செய்கிறார்கள்.

இதன் விளைவாக, எந்த விஷயத்தைப்பற்றியும் நன்கு படித்து, இருதரப்பு வாதங்களையும் கேட்டு, ஒரு சரியான, முடிவெடுக்க முடியாமல்போய்விடு கிறது. உதாரணமாக காந்திஜி மற்றும் அம்பேத்கர், ராஜாஜி மற்றும் நேரு ஆகியோரின் கொள்கைகள் சில விஷயங்களில் எதிரெதிர் திசைகளில் சென்றாலும் அவை எல்லாமே முக்கியமானதுதான். இந்திய நிலைமைக்குப் பொருந்தக்கூடியதுதான் என்பதை நாம் உணரமுடியாமல் செய்துவிடுகிறார்கள்.

மூன்றாவதாக, நல்ல கல்வியறிவு பெற்ற இந்தியர்களும்கூட இந்தச் சிந்தனை யாளர்களைப்பற்றி அதிகம் தெரிந்துகொள்ளவில்லை. அதற்குக் காரணம் நாம் இன்னமும் பழைமையிலேயே ஊறிப்போயிருக்கிறோம் என்பதுதான். இந்து சாஸ்திரங்களுக்கு வடிவம் கொடுக்கப்பட்ட நேரத்தில் இந்திய நாகரிகம் மிக உயர்ந்த நிலையிலிருந்தது என்று இந்துக்கள் நம்புகின்றனர். இதன் விளைவாக அவர்கள் புராதன கால ரிஷிகளையும் அரசர்களையும் தேடிப் போகின்றனர். உலகை இந்துக்கள் மீண்டும் ஆள்வதற்கு அவர்கள் உதவியாக இருப்பார்களென நம்புகின்றனர். நாம் இந்து எண்ணங்களையும் லட்சியங்களையும் கூடுதல் தீவிரமாகப் பின்பற்றினால், இந்து தெய்வங் களைக் கூடுதல் சிரத்தையுடன் வழிபட்டால் இந்துக்கள் மீண்டும் உலகை வென்றிட முடியும் என்பதுதான் இவர்களுடைய வாதம். *

இம்மாதிரியான இந்து மறுமலர்ச்சிக் கொள்கைகளைப் பிடிக்காத ஒரு சிலர் இந்து மதமல்லாத புராதன கால அரசர்கள், ஆட்சி முறைகள் ஆகியவற்றைப் பற்றிப் பேசுகிறார்கள். மௌரியர்கள் காலத்தில் செயல்பட்டு வந்த புத்தர்களின் சங்கங்கள் இன்றைய ஜனநாயக முறைக்கு முன்னோடிகளாக இருந்தனவென்றும் அக்பரின் தீன்-ஏ-இலாஹியின் அடிப்படையில்தான் இன்றைய மதச்சார்பின்மைக் கொள்கை வகுக்கப்பட்டுள்ளதென்றும் அவர்கள் சொல்கிறார்கள்.

இந்த வாதங்கள் ஏற்கத் தக்கவையல்ல. இன்று பின்பற்றப்படும் ஜனநாயகம், மதச்சார்பின்மைக் கொள்கைகள் பண்டைய காலத்திலேயே பின்பற்றப்பட்டு வந்திருந்தன என்று சொல்வதையும் ஏற்கமுடியாது. இன்றைய இந்தியத் தேர்தல் முறை இங்கிலாந்திலும் பின்பற்றப்பட்டு வந்தது. மேலும் சமூக அறிவியல் அறிஞர் இம்தியாஸ் அகமது சொல்வதுபோல, 'இந்திய அரசியல் சட்டத்தில் உட்படுத்தப்பட்டுள்ள மதச்சார்பின்மைக் கொள்கை பழங்காலப் பாரம்பரியத்திலிருந்து எடுக்கப்பட்டது என்று சொல்வதற்கோ இந்திய வாழ்க்கை முறையிலேயே மதச்சார்பின்மைக்கு ஓரிடம் தரப்பட்டிருந்தது என்பதற்கோ வரலாறுரீதியாகச் சான்றுகளில்லை. இந்து மன்னர்களின் ஆட்சிக்

காலத்தில் மக்களனைவரும் சமமல்ல என்ற அடிப்படையில்தான் நீதி வழங்கப்பட்டது. முஸ்லிம் ஆட்சிக் காலத்தில் மதவெறியும் அர்த்தமற்ற மதக் கொள்கைகளும்தான் தலைதூக்கியிருந்தன. அக்பர் மதச்சகிப்புக் கொள்கையை ஊக்குவித்தார் என்பதில் சந்தேகமில்லை. ஆனால் இந்து அரசர்களைப் போலவே அக்பரும் அரசு நிர்வாகமும் மதமும் தனித்தனியாக இருப்பதை விரும்பவில்லை. சுருக்கத்தில் இந்திய அரசியல் சட்டத்தில் மதச்சார்பின்மைக் கொள்கையை உட்படுத்தியிருப்பது இந்தியாவின் பழங்காலப் பாரம்பரியத்தி லிருந்து முற்றிலும் வேறுபட்டதாக இருக்கிறது.''

எனது அபிப்பிராயத்தில் பிரிட்டிஷ் ஆட்சிக் காலத்தில் நாட்டில் ஏற்பட்டுள்ள மாபெரும் மாற்றங்களை விளக்கிச் சொல்வதற்கு உதவும் வகையில் இந்தியாவின் பழங்கால வரலாற்றில் பெரிதாக ஒன்றும் நிகழ்ந்துவிட வில்லை. பத்திரிகை சுதந்தரம், பெண்களுக்குச் சம உரிமை, தீண்டாமை ஒழிப்பு, அனைவருக்கும் சமமான சிவில் உரிமைகள், வறுமை ஒழிப்பு- இவையனைத்தையும் பழங்கால ஆட்சியாளர்கள் நினைத்துக்கூடப் பார்த்த தில்லை. இந்த லட்சியங்களும் செயற்திட்டங்களும் பத்தொன்பதாம், இருப தாம் நூற்றாண்டுகளில் நடந்த தேசிய, ஜனநாயகப் புரட்சிகளின் விளைவாக வும், அதேநேரத்தில் நடந்த நகர்ப்புற, தொழில் சமூகப் புரட்சிகளின் விளை வாகவும்தான் உருவெடுத்தன.

எனது முன்னுரையில் நான் குறிப்பிட்டுள்ள புராதன கால வாதப் பிரதிவாத பாரம்பரியத்தில் அறிஞர்கள்தான் ஆர்வம் காட்டுகிறார்கள். ஆனால் 'சமீப காலப் பாரம்பரியத்'தில் சாதாரண மக்களும் ஆர்வம் காண்பிப்பார்கள். நான் முன்பு குறிப்பிட்ட ஐந்து புரட்சிகள் நடந்து முடிந்துவிடவில்லை. அவை இப்போதும் தொடர்கின்றன. இந்தியப் பொருளாதாரம் தொழில்மயமாகும் போது, நகர்ப்புறத்திலுள்ள உற்பத்தியாளர்கள் மற்றும் நுகர்வோர்களுக்கும் கிராமத்தில் வாழும் விவசாயிகள் மற்றும் கைவினைக் கலைஞர்களுக்கும் இடையில் ஒருவித விரோத மனப்பான்மை உருவாகிறது. நமது ஜனநாயக முறை அறுபதாண்டுகளைத் தாண்டியும்கூட நமது கலாசாரத்தில் 'காக்கா பிடித்த'லும், 'பாதம் வருட'லும் தலைதூக்கி நிற்கின்றன. ஆணும் பெண்ணும் சமமென்று சொன்னாலும் தீண்டாமை சட்டபூர்வமாக ஒழிக்கப் பட்டுவிட்டது என்றாலும் இப்போதும் பெண்கள் ஒடுக்கப்படுகிறார்கள்.

---

* எம்.எஸ்.கோல்வால்கர் எழுதுகிறார்: 'ஒவ்வொரு இந்துவும் அவருடைய முன்னோர்கள் இந்த நாட்டை உலகில் அனைத்திலும் சிறந்ததாக லட்சியவாதிகளைக் கொண்ட, ஒரு லட்சிய நாடாக மாற்ற முயற்சித்தனர் என்பதை நினைவில்கொள்ளவேண்டும். நமது ஒளி மிகுந்த கடந்த காலத்தைப்பற்றி நாம் பெருமைகொள்ளவேண்டும். வேறு எங்குமே காணப்படாத இந்தக் கலாசார பாரம்பரியம், நமது பாரத மாதாவை அழகார்ந்த சிம்மாசனத்தில் மீண்டும் உட்கார வைக்கவேண்டும் என்ற நமது ஆவல் இவை அனைத்திலும் நாம் பெருமைகொள்ளவேண்டும். இந்த இருண்ட நாட்களில் நமது மக்கள் புத்துயிர் பெற்றுச் சரியான பாதையில் செல்வதற்குத் தேவையான தைரியத்தைக் கொடுக்கவேண்டுமென்று எல்லாம் வல்ல இறைவனை வேண்டிக்கொள்வோம்.''

தாழ்ந்த சாதிக்காரர்கள் ஒரு மூலையில் ஒதுக்கி வைக்கப்படுகிறார்கள். மதச் சார்பின்மை அரசுக் கொள்கையாக இருந்தாலும் இந்து-முஸ்லிம் கலவரங்கள் அவ்வப்போது நடக்கின்றன.

இப்போது காஷ்மீரிலும் வடகிழக்குப் பகுதியிலும் பிரிவினைவாதிகள் நாட்டின் ஒற்றுமையைக் குலைக்கப் பார்க்கின்றனர். நாட்டின் எல்லைப் பிரதேசங்களில் பதற்றம் நிலவுகிறது. நம்மைச் சுற்றிலுமுள்ள நாடு களிலுள்ள நிலைமையும் இதுதான். பெரும்பாலான இடங்களில் மாவோயி ஸ்டுகள் நாட்டின் அரசியல் அமைப்பை அழிக்க விரும்புகின்றனர். இவர் களுடைய கொள்கைகள் சீனாவிலிருந்து நம் நாட்டுக்கு வந்தன. ஆதிவாசி களின் நிலங்களை மற்றவர்கள் பறித்துக் கொண்டது, வறுமை ஆகியவை மாவோயிஸம் அந்தப் பிரதேசங்களில் வேரூன்ற ஒரு காரணம். அரசியல் வாதிகள், அரசு ஊழியர்கள், காவல் துறை, நீதித்துறை ஆகியோர் லஞ்ச ஊழலில் ஈடுபடுவதாலும் இந்திய ஜனநாயகம் பாதிக்கப்படுகிறது.

இந்தப் பிரச்னைகளைச் சரியானபடி புரிந்துகொள்ள இவற்றைப்பற்றித் தீவிரமாக ஆராய்ச்சி நடத்தியுள்ள இந்தியர்களின் துணையை நாடவேண் டும். இந்தப் புத்தகத்தில் உட்படுத்தப்பட்டுள்ள பத்தொன்பது சிந்தனை யாளர்களில் பதினாறு பேர் இந்தப் பிரச்னைகளைப்பற்றி நேரடியாகவே விவாதிக்கிறார்கள். *

உதாரணமாக இன்று சாதித் துவேஷத்தை எதிர்த்துத் தொடர்ந்து போராடும் ஒருவர் அம்பேத்கர், லோஹியா, ஃபுலே, கோகலே, காந்திஜி ஆகியோர் எழுதியவற்றில் இருந்து தனக்கான உந்துதலைப் பெற முடியும். இஸ்லாமை நவீனப்படுத்த முயற்சி செய்பவர்கள் சையது அகமதுகான், ஹமீத் தல்வாய் எழுதியவற்றில் இருந்து தனக்கான உந்துதலைப் பெறமுடியும். பெண் விடுதலைப் போராட்டத்துக்கு தாராபாய், கமலா தேவி, ராம்மோகன் ராய், நேரு, ஈ.வெ.ரா ஆகியோரின் படைப்புகள் வழிகாட்டும். இந்துக்களுக்கும் முஸ்லிம் சிறுபான்மையோருக்குமிடையே நல்லுறவை உருவாக்க முயற்சி செய்பவர்களுக்கு கோகலே, காந்திஜி, நேரு ஆகியோருடைய படைப்புகள் உதவும். இந்திய அரசுக்கும் அதன் எல்லைகளில் வாழும் மக்களுக்கு மிடையே நல்லுறவை வளர்ப்பதில் ஜே.பி.நாராயண் வழிகாட்டுவார். விவசாயிகளுக்கு சமூகத்தில் ஒரு அந்தஸ்தையும், வாழும் வழியையும் கண்டுபிடித்துக் கொடுக்கவிரும்புபவர்களுக்கு ஃபுலே எழுதியவை வழி காட்டும். கீழ் மட்டங்களுக்கு அதிகார விநியோகத்தை ஊக்குவிக்கப் பாடு படுபவர்களுக்கு காந்திஜியும், ஜே.பி.யும் வழிகாட்டுவார்கள். ஆதிவாசி களுக்கெதிரான அரசுக் கொள்கைகளை எதிர்ப்பவர்கள் வெரியர் எல்வின் எழுதியவற்றில் இருந்து தனக்கான உந்துதலைப் பெற முடியும்; தேர்தல் முறை சீர்திருத்தத்துக்கும் அரசின் வளர்ந்து வரும் அதிகாரங்களைக் கட்டுப் படுத்துவதற்கும் ராஜாஜி எழுதியவை உதவும். மற்ற நாடுகளுடன் திறந்த மனத்துடன் பயனுள்ள வகையில் உறவுகளை வளர்க்கவிரும்புபவர்களுக்கு தாகூர் வழிகாட்டுவார்.

இந்தக் கோணத்திலிருந்து பார்த்தால் இந்த நூலுக்குத் தரப்பட்ட 'சிற்பிகள்' என்ற தலைப்பு எல்லா அர்த்தத்திலும் சரியானதுதான். இந்தத் தலைவர்கள் இந்தியாவை இன்றைய நிலைக்குக்கொண்டு வந்துள்ளனர். அவர்கள் நமக்கு விட்டுச் சென்றிருக்கும் கருத்துகளும், எண்ணங்களும், செயல்பாடுகளும் இந்தியா தனது லட்சியங்களை முழுவதாக அடைய உதவலாம்.

எச்.எல்.மென்க்கென் (H.L.Mencken) ஒரு முறை இவ்வாறு எழுதினார்: 'அரசியல் என்பது வடிவத்தில் மாற்றம்வந்தால் உள்ளடக்கத்திலும் மாற்றம் வரும் என்ற வீணான நம்பிக்கைத் தன்னுள் கொண்டது''. மென்க்கெனின் வாசகம் என்னவோ நன்றாகத்தான் இருக்கிறது; ஆனால், அவருடைய கருத்து சரியல்ல. நமது இந்தியச் சிற்பிகள் தாங்கள் சொன்னதெல்லாம் வெறும் ஆடம்பரமான, அர்த்தமில்லாத வார்த்தைகள் என்று நினைக்கவில்லை. தங்களுடைய செயல்பாடுகளாலும் பேச்சுகளாலும் மனிதரின் இன்னல்களைக் குறைக்கலாம். மத நல்லிணக்கத்தை வளர்க்கலாம், மனிதரின் உரிமைகளைப் பாதுகாக்கலாம் என்று எண்ணித் தங்களைத் தாங்களே ஏமாற்றிக்கொள்ளவில்லை. இன்று இந்தியாவில் ஒற்றுமை நிலவவில்லை; பொருளாதார ஏற்றத்தாழ்வுகள் தொடர்கின்றன; ஜனநாயகத்தின் செயல்பாடுகள் திருப்திகரமாக இல்லை; அனைத்து இடங்களிலும் அமைதி நிலவவில்லை என்பதெல்லாம் சரிதான். நமது லட்சியங்களுக்கும் உண்மை நிலைக்குமிடையேயுள்ள இடைவெளியை இல்லாததாக்க விரும்புபவர்கள் இந்தப் புத்தகத்தில் தரப்பட்டுள்ள விஷயங்களிலிருந்தே தங்கள் கடமையைத் தொடங்கலாம்.

---

* இந்த இடத்தில் நான் திலகர், ஜின்னா மற்றும் கோல்வால்கர் ஆகியோரை உட்படுத்தவில்லை. இந்திய சுதந்தரத்துக்குப்பின் திலகரின் தீவிரவாதக் கொள்கைக்கு இடமில்லாமற் போய்விட்டது; பாகிஸ்தான் உருவானபின் பிரிவினைவாதத்துக்கு இடமில்லை; கோல்வால்கரைப் பொறுத்தவரை அரசையும், மதத்தையும் இணைத்ததன் பலனாக பாகிஸ்தான் மற்றவர்களுக்கு ஒரு எச்சரிக்கையாக அமைந்துள்ளது. இந்து ராஷ்டிரம் ஜனநாயகத்துக்கு ஊறு விளைவிக்கும்; மதங்களுக்கிடையே வேற்றுமையுணர்வை அதிகப்படுத்தும்.

நன்றியுரை

~

2008 கோடைக்காலத்தில், ஒரு பெங்களூரு உணவுவிடுதியில் வைத்து பெங்குயின் புக்ஸ் இந்தியாவின் ரவி சிங்கிடம் இந்தப் புத்தகத்தின் கரு பற்றிப் பேசினேன். ரவி ஆர்வத்துடன் சம்மதம் தெரிவித்தார். சில மாதங்கள் கழித்து ஹார்வர்டு யுனிவர்சிட்டி பிரஸின் ஷர்மிளா சென்னுக்கு மின்னஞ்சல் அனுப்பியபோது அவரும் ஒப்புதல் அளித்தார். அமைதியான ரவியும் துடியான ஷர்மிளாவும் இந்தப் புத்தகத்தின் உருவாக்கத்தில் ஆதி முதல் அந்தம்வரை உடனிருந்து உதவியிருக்கிறார்கள்.

நெருக்கமான இந்த நன்றிக்கடனுக்கு அடுத்ததாகக் கொஞ்சம் தூரத்து நன்றி களைச் சொல்லவேண்டும். இந்திய அரசியல் பாரம்பரியம் குறித்த எனது ஆர்வம் இரண்டு மூலங்களைக் கொண்டது: சமகால நாட்டு நடப்புகள் தொடர்பான பொது விவாதங்களில் செலவிட்ட நேரம், புது தில்லியில் இருக்கும் நேரு நினைவு அருங்காட்சியகம் மற்றும் நூலகத்தில் செலவிட்ட நேரம். நிறுவனங்கள் உங்கள் மீது சுமத்தும் மந்தத்தன்மையையும்மீறி அந்த அருங்காட்சியகத்தின் அர்ப்பணிப்பு மிகுந்த பணியாளர்கள் சுமார் 30 ஆண்டு களாக எனக்கு உதவியும் உற்சாகமும் தந்துவந்திருக்கிறார்கள். இன்னும் பல அறிஞர்களுக்கு இந்த ஆண்டுகாலத்தைவிடக் கூடுதலாகவும் குறைவாகவும் உதவி வந்திருக்கிறார்கள். இந்த அருங்காட்சியகத்தில் பார்த்த அல்லது படித்த பெரும்பாலான படைப்புகளை அடிப்படையாகக் கொண்டே இந்தப் புத்தகம் உருவாக்கப்பட்டிருக்கிறது. அச்சில் தற்போது இல்லாத ஏராளமான படைப்புகளை எனக்குத் தந்து உதவிய குர்காவிலிருக்கும் பிரபு புக்ஸின் விஜய் குமார், பெங்களூரில் இருக்கும் செலக்ட் புக் ஷாப்பின் கே.கே. எஸ்.மூர்த்தி ஆகியோருக்கு நன்றி.

இந்தத் தொகுப்பின் முன்னுரை, பின்னுரையை எழுதியதில் மைக்கேல் அடாஸ், ருகன் அத்வானி, ருக்மிணி பானர்ஜி, மிலிசெண்ட் பென்னெட், தீபா பட்நாகர், டேவிட் கில்மோர், கேஷவ் குஹா, நிரஜா கோபால் ஜாயல், சுனில் குல்கர்னி, எனுகா எஸ்.ரெட்டி, நந்தினி சுந்தர் ஆகியோருடைய ஆலோ சனையும் உதவியிம் பெரிதும் உதவியிருக்கின்றன. இவர்கள் என் நண்பர் களும் ஆலோசகர்களும் ஆவர். வழிகாட்டிகள் என்ற வகையில் பார்த்தால், இந்தியாவில் இருப்பவர்களிலேயே மிகவும் புத்திமானான ஆண்ட்ரே

பெட்டிலி, கேட்லன் போலிமேத், ழான் மார்ட்டீனஸ் அலியர் ஆகியோரைச் சொல்லவேண்டும். இந்திய சமுதாய, அரசியல் குறித்த என் புரிதலை மேம் படுத்தியதில் பேரா.பெட்டிலியின் பங்களிப்பு கணிசமானது. உலகின் பிற பகுதிகளில் நடக்கும் அரசியல் நிகழ்வுகள் குறித்துப் புரிந்துகொள்ள மார்ட் டீனஸ் அலியர் உதவினார்.

ஜி.பி. தேஷ்பாண்டே (ஜோதிராவ் ஃபுலேயின் மொழிபெயர்ப்பு), ரோஸ் லிண்ட் ஓ ஹேன்லன் (தாராபாய் ஷிண்டேயின் மொழிபெயர்ப்பு) ஆகியோர் மொழிபெயர்த்த அல்லது அவர்களுடைய மேற்பார்வையில் உருவான மொழிபெயர்ப்புகளைப் பயன்படுத்திக்கொள்ள அனுமதி தந்ததற்கு நன்றி. இந்தத் தொகுப்பில் இடம்பெற்றிருக்கும் ஈ.வெ.ராமசாமியின் சில பேச்சு களைப் புதிதாக மொழிபெயர்த்துத் தந்த பேரா ஆ.இரா.வேங்கடாசலபதி; ராம் மனோகர் லோஹியா குறித்தும் அவர் எழுதியதுமான மிக அரிய படைப் புகள் சிலவற்றை அனுப்பித் தந்த ரவேலா சோமையா; நூற்றுக்கணக்கான ஒளிநகல் பிரதிகளை எடிட் செய்யத் தோதாக (அச்சாக்கம் பெறவும்) கணினியில் அச்சிட்டுக் கொடுத்த வீணா சோனாஸ் ஆகியோருக்கும் நன்றி. நதினி மேத்தா இறுதி வடிவத்தை மிகவும் கவனத்துடன் எடிட் செய்தார். அதற்கும் அவருடைய நட்புக்கும் அவர் தந்த உற்சாகத்துக்கும் நன்றி.

இறுதியாக என் மனைவி, குழந்தைகள் ஆகியோருக்கு நன்றி. அவர்களுடைய உதவியில்லாதிருந்தால், இந்தப் புத்தகத்தை எழுத ஆரம்பித்திருக்கவே மாட்டேன். விமர்சனபூர்வமான ஆலோசனைகள் வழங்கிவரும் எனது ஏஜெண்ட் கில் கோல்ட்ரிட்ஜ்க்கும் நன்றி.

காப்புரிமை நன்றிகள்

~

வெளியான படைப்புகளில் இருந்து மறுபிரசுரம் செய்துகொள்ள அனுமதி தந்தவர்களுக்கு மனப்பூர்வமான நன்றிகள்.

வெரியர் எல்வின் - தி அபார்ஜினல்ஸ், எ ஃபிலாசஃபி ஃபார் நேஃபா - திருமதி லீலா எல்வின்.

ஹமீது தல்வாய் - முஸ்லிம் பாலிடிக்ஸ் இன் இந்தியா - திருமதி மெஹருன்னிஸாதல்வாய்.

ஜவாஹர்லால் நேரு - இந்தியாஸ் ஃபாரின் பாலிஸி: செலக்டட் ஸ்பீச்சஸ் - தகவல் ஒளிபரப்புத்துறை அமைச்சகம்.

ஜவாஹர்லால் நேரு, ஜி. பார்த்தசாரதி - லெட்டர்ஸ் டு தி சீஃப் மினிஸ்டர்ஸ், 1947-1964 - ஜவாஹர்லால் நேரு மெமோரியல் ஃபண்ட்.

மறுபிரசுரம் செய்த அனைத்துப் படைப்புகளின் காப்புரிமை உரிமையாளர்களிடமிருந்தும் அனுமதி பெற முடிந்தவரை முயற்சி செய்தோம். ஏதேனும் விடுபடல்களை எங்கள் கவனத்துக்குக்கொண்டுவந்தால், அடுத்த பதிப்புகளில் நிச்சயம் அதை இடம்பெறச் செய்வோம்.

மேற்கொண்டு வாசிக்க

பாகம் 1

Penderel Moon, *The British Conquest and Dominion of India* (George Duckworth, 1989)

Tirthankar Roy, *The Economic History of India*, 1857–1947 (Oxford University Press, 2006),

C.A. Bayly, *Indian Society and the Making of the British Empire* (Cambridge University Press, 1988)

John F. Riddick, *The History of British India: A Chronology* (Praeger Publishers, 2006)

P.J. Marshall, *East Indian Fortunes: The British in Bengal in the Eighteenth Century* (Clarendon Press, 1976)

Marshall, *Bengal: The British Bridgehead, Eastern India*, 1740–1828 (Cambridge University Press, 1987)

A.F. Salahuddin Ahmed, *Social Ideas and Social Change in Bengal*, 1818–1835 (E.J. Brill, 1965)

B.S. Kesavan, *History of Printing and Publishing in India: A Story of Cultural Re-awakening - Volume I* (National Book Trust, 1985).

The Life and Letters of Raja Rammohun Roy, edited by Dilip Kumar Biswas and Prabhat Chandra Ganguli (Sadharan Brahmo Samaj)

Bruce Carlisle Robertson, *Raja Rammohan Roy: The Father of Modern India* (Oxford University Press, 1995)

Robertson, *The Essential Writings of Raja Rammohan Roy* (Oxford University Press, 1999)

C.A. Bayly, *'Rammohan Roy and the Advent of Constitutional Liberalism in India, 1800–30', Modern Intellectual History*, Volume 2, Number 1, 2007.

பாகம் 2

Sumit Sarkar, *Modern India*, 1885–1947 (Macmillan, 1983)

S.R. Mehrotra, *The Emergence of the Indian National Congress* (Vikas, 1971)

Anil Seal, *The Emergence of Indian Nationalism* (Cambridge University Press, 1968)

Briton Martin, Jr., *New India*, 1885: *British Official Policy and the Emergence of the Indian National Congress* (University of California Press, 1969)

Ravinder Kumar, *Western India in the Nineteenth Century: A Study in the Social History of Maharashtra* (Routledge and Kegan Paul, 1968)

D.D. Karve, editor and translator, *The New Brahmans: Five Maharashtrian Families* (University of California Press, 1963)

B.G. Gokhale, *The Fiery Quill: Nationalism and Literature in Maharashtra* (Popular Prakashan, 1998)

G.P. Deshpande, *The World of Ideas in Modern Marathi* (Tulika Books, 2009)

M. Mujeeb, *The Indian Muslims* (George Allen and Unwin, 1967)

David Lelyveld, *Aligarh's First Generation: Muslim Solidarity in British India* (Princeton University Press, 1978)

Altaf Husain Hali, *Hayat-i-Javed: A Biographical Account of Sir Sayyid*, translated from the Urdu by K.H. Qadiri and David J. Matthews (Idarah-i Adabiyat-i Delli, 1979);

G.F.I. Graham, *The Life and Work of Syed Ahmad Khan* (1885; reprint Idarah-i Adabiyat-i Delli, 1974).

Faisal Devji's essay '*Apologetic Modernity*', *Modern Intellectual History, Volume 2, Number 1*, 2007

Shan Mohammad, editor, *Writings and Speeches of Syed Ahmad Khan* (Nachiketa Publications, 1972).

Rosalind O'Hanlon, *Jotirao Phule and Low Caste Protest in Nineteenth-Century Western India* (Cambridge: Cambridge University Press, 1985)

Dhananjay Keer, *Mahatma Jotirao Phooley: Father of Our Social Revolution* (Popular Prakashan, 1964)

G.P. Deshpande, editor, *Selected Writings of Jotirao Phule* (Left Word Books, 2002).

B.R. Nanda, *Gokhale: The Indian Moderates and the British Raj* (Princeton University Press, 1977)

Govind Talwalkar, *Gopal Krishna Gokhale: His Life and Times* (Rupa and Co., 2006)

Speeches of Gopal Krishna Gokhale (second edition: Madras: G.A. Natesan, 1916)

D.G. Karve and D.V. Ambekar, edited, *Speeches and Writings of Gopal Krishna Gokhale* (Asia Publishing House, 1967).

D.V. Tahmankar, *Lokmanya Tilak: Father of Indian Unrest and Maker of Modern India* (John Murray, 1956)

Stanley Wolpert, *Tilak and Gokhale: Revolution and Reform in the Making of Modern India* (1961; reprint New Delhi: Oxford University Press, 1989)

Bal Gangadhar Tilak: His Writings and Speeches (Ganesh and Co., 1918)

Rosalind O'Hanlon, editor and translator, *A Comparison between Women and Men: Tarabai Shinde and the Critique of Gender Relations in Colonial India* (Oxford University Press, 1994),

Meera Kosambi, *Crossing Thresholds: Feminist Essays in Social History* (Permanent Black, 2007).

Susie Tharu and K. Lalita, editors, *Women Writing in India,* two volumes (Oxford University Press, 1993).

பாகம் 3

D.A. Low, *Britain and Indian Nationalism: The Imprint of Ambiguity,* 1929–1942 (Cambridge University Press, 2002)

Sumit Sarkar, *Modern India,* op. Cit

D.A. Low, editor, *Congress and the Raj: Facets of the Indian Struggle,* 1917–47 (Oxford University Press, 2006)

Gyanendra Pandey, *The Ascendancy of the Congress in Uttar Pradesh* (Anthem Press, 2002)

David Hardiman, *Peasant Nationalists of Gujarat* (Oxford University Press, 1981)

Gopal Krishna, '*The Development of the Indian National Congress as a Mass Organization,* 1918–1923', *Journal of Asian Studies, Volume 25, Number 3,* 1966;

Ravinder Kumar, *Essays on Gandhian Politics* (Clarendon Press, 1969)

David Page, *Prelude to Partition: The Indian Muslims and the Imperial System of Control* (Oxford University Press, 1982)

Wilfred Cantwell Smith, *Modern Islam in India* (Usha Publications, 1985)

Gene D. Overstreet and Marshall Windmiller, *Communism in India* (University of California Press, 1959).

Basudev Chatterji, *Trade, Tariffs and Empire* (Oxford University Press, 1990)

M.N. Srinivas, *Social Change in Modern India* (University of California Press, 1973)

Geraldine Forbes, *Women in Modern India* (Cambridge University Press, 1995)

Milton Israel, *Communication and Power: Propaganda and the Press in the Indian Nationalist Struggle,* 1921–1947 (Cambridge University Press, 1994)

Louis Fischer, *The Life of Mahatma Gandhi,* (Harper and Row, 1950)

D.G. Tendulkar, *Mahatma: Life of Mohandas Karamchand Gandhi* (Publications Division, Govt of India, 1990)

David Hardiman, *Gandhi: In His Time and Ours* (Columbia University Press, 2004)

Denis Dalton, *Mahatma Gandhi: Non-Violent Power in Action* (Columbia University Press, 1996)

J.T.F. Jordens, *Gandhi's Religion: A Home-Spun Shawl* (St Martin's Press, 1998)

Bhikhu C. Parekh, *Colonialism, Tradition and Reform: An Analysis of Gandhi's Political Discourse* (Sage Publications, 1989)

Rajmohan Gandhi, *The Good Boatman: A Portrait of Gandhi* (Penguin Books India, 1995)

Raghavan Iyer, editor, *The Moral and Political Writings of Mahatma Gandhi* (Clarendon Press, 1987)

Gopalkrishna Gandhi, editor, *The Oxford India Gandhi: Essential Writings* (Oxford University Press, 2008)

Krishna Dutta and Andrew Robinson, *Rabindranath Tagore: The Myriad-Minded Man* (St Martin's Press, 1996)

Sisir Kumar Das, *The English Writings of Rabindranath Tagore* (Sahitya Akademi, 1996)

Sabyasachi Bhattacharya, editor, *The Mahatma and the Poet: Letters and Debates between Gandhi and Tagore* (National Book Trust, 1997)

Tagore, *Nationalism,*(2009, Penguin)

Dhananjay Keer, *Dr Ambedkar: His Life and Mission* (Popular Prakashan, 1971)

Eleanor Zelliot, *From Untouchable to Dalit: Essays on the Ambedkar Movement* (Manohar, 2001)

D.R. Nagaraj, *The Flaming Feet: A Study of the Dalit Movement in India and Other Essays,* (Permanent Black, 2010)

Ambedkar's collected writings (Government of Maharashtra).

Valerian Rodrigues, editor, *The Essential Writings of B.R. Ambedkar* (Oxford University Press, 2002)

Stanley Wolpert, *Jinnah of Pakistan* (Oxford University Press, 1985)

Ayesha Jalal, *The Sole Spokesman: Jinnah, the Muslim League and the Demand for Pakistan* (Cambridge University Press, 1985)

S.S. Pirzada, editor, *The Collected Works of Qaid-e-Azam Mohammad Ali Jinnah* (East and West Publishing Company, 1996).

Marguerite Ross Barnett, *The Politics of Cultural Nationalism in South India* (Princeton University Press, 1976)

Narendra Subramanian, *Ethnicity and Popular Mobilization: Political Parties, Citizens and Democracy in South India* (Oxford University Press, 1999)

V. Geetha and S.V. Rajadurai, *Towards a Non-Brahmin Millennium: From Iyothee Thass to Periyar* (Samya, 1998)

K. Veeramani, editor, *Collected Works of Periyar E.V.R.* (The Periyar Self-Respect Propaganda Institution, 2007).

Reena Nanda, *Kamaladevi Chattopadhyaya: A Biography* (Oxford University Press, 2002)

Sakuntala Narasimhan, *Kamaladevi Chattopadhyay: The Romantic Rebel* (Sterling Publishers, 1999)

Kamaladevi, *Inner Recesses, Outer Spaces: Memoir* (Navrang Publishers, 1986)

Kamaladevi, *Indian Women's Battle for Freedom* (Abhinav Publications, 1983).

பாகம் 4

Ramachandra Guha, *India After Gandhi: The History of the World's Largest Democracy*

Niraja Gopal Jayal and Pratap Bhanu Mehta, editors, *The Oxford Companion to Indian Politics* (Oxford University Press, 2010)

André Béteille, *Society and Politics in India* (Athlone Press, 1987)

André Béteille, *Chronicles of our Times* (Penguin Books India, 2000)

A.M. Shah, editor, *The Oxford India Srinivas* (Oxford University Press, 2009)

Granville Austin, *The Indian Constitution: Cornerstone of a Nation* (Oxford University Press, 1966)

Granville Austin, *Working a Democratic Constitution: The Indian Experience* (Oxford University Press, 1999)

A.H. Hanson, *The Process of Planning: A Study of India's Five-Year Plans,* 1950–1964 (Oxford University Press, 1966)

Francine Frankel, *India's Political Economy: The Gradual Revolution* (Oxford University Press, 2004)

D.E. Smith, *India as a Secular State* (Princeton University Press, 1963)

Rajeev Bhargava, editor, *Secularism and its Critics* (Oxford University Press, 1999)

A.G. Noorani, editor, *The Muslims of India: A Documentary Record* (Oxford University Press, 2003)

Sarvepalli Gopal, *Jawaharlal Nehru: A biography* (Oxford University Press, 1975-1984)

Michael Brecher, *Jawaharlal Nehru: A Political Biography* (Oxford University Press, 1958)

Walter Crocker, *Nehru: A Contemporary's Estimate* (Random House India, 2009)

Sunil Khilnani, *The Idea of India* (Penguin Books India, 1997)

Jawaharlal Nehru, *The Discovery of India* (The Signet Press, 1946)

Jawaharlal Nehru, *Letters to Chief Ministers,* (Jawaharlal Nehru Memorial Fund, 1985-1989)

Sarvepalli Gopal and Uma Iyengar, editors, *The Essential Writings of Jawaharlal Nehru* (Oxford University Press, 2002).

M.S. Golwalkar, *Bunch of Thoughts* (Vikrama Prakashan, 1966)

Jyotirmaya Sharma, *Terrifying Vision: M.S. Golwalkar, the RSS and India* (Penguin Books India, 2007)

Christophe Jaffrelot, *The Hindu Nationalist Movement and Indian Politics: 1925 to the 1990s* (Penguin Books India, 1999)

B.D. Graham, *Hindu Nationalism and Indian Politics: The Origins and Development of the Bharatiya Jana Sangh* (Cambridge University Press, 1990)

Walter K. Andersen and Shridhar D. Damle, *The Brotherhood in Saffron: The Rashtriya Swayamsewak Sangh and Hindu Revivalism* (Vistaar Publications, 1987)

Indumati Kelkar, *Dr. Rammanohar Lohia: His Life and Philosophy* (Anamika Publishers and Distributors, 2009)

Chitrita Chaudhuri, *Rammanohar Lohia and the Indian Socialist Thought* (Minerva Associates, 1993).

Lohia's writings published in thematic volumes (Rammanohar Lohia Samata Vidyalaya Nyas)

Allan and Wendy Scarfe, *J.P.: His Biography* (Orient Longman, 1975)

Ajit Bhattacharjea, *Unfinished Revolution: A Political Biography of Jayaprakash Narayan* (Rupa and Co., 2004)

Madhu Dandavate, *Jayaprakash Narayan: Struggle with Values* (Allied Publishers, 2002)

Bimal Prasad, editor, Jayaprakash Narayan's writings in seven volumes (Nehru Memorial Museum and Library)

Brahmanand, editor, Jayaprakash Narayan, *Nation Building in India* (Navachetna Prakashan, 1975)

Rajmohan Gandhi, *Rajaji: A Life* (Penguin Books India, 1997)

Vasanti Srinivasan, *Gandhi's Conscience-Keeper: C. Rajagopalachari and Indian Politics* (Permanent Black, 2009)

H.L. Erdman, *The Swatantra Party and Indian Conservatism* (Cambridge University Press, 1967)

C. Rajagopalachari, *Satyam Eva Jayate: A Collection of Articles Contributed to Swarajya and Other Journals from 1956 to 1961* (Bharathan Publications, 1961)

C. Rajagopalachari, *Dear Reader: Weekly Colloquy of C. Rajagopalachari with the Readers of Swarajya*, 1961–1972 (Bharatiya Vidya Bhavan, 1993).

Verrier Elwin, *The Tribal World of Verrier Elwin* (Oxford University Press, 1964)

Verrier Elwin, *The Baiga* (John Murray, 1939)

Verrier Elwin, *A Philosophy for NEFA* (Shillong: Adviser to the Governor of Assam, 1959)

Ramachandra Guha, *Savaging the Civilized: Verrier Elwin, His Tribals, and India* (University of Chicago Press, 1999)

G.N. Devy, editor, *The Oxford India Elwin* (Oxford University Press, 2009).

பாகம் 5

Donald E. Smith, editor, *South Asian Politics and Religion* (Princeton University Press, 1966)

Mushirul Hasan, *Legacy of a Divided Nation: India's Muslims Since Independence* (Oxford University Press, 1997)

Hamid Dalwai, edited and translated by Dilip Chitre, *Muslim Politics in India* (Nachiketa Publications, 1968)

Dilip Chitre, edited and translated, *Fuel* - Dalwai's novella (New Delhi: National Book Trust, 2002)

ராமச்சந்திரா குஹா எழுதிய

இந்திய வரலாறு: காந்திக்குப் பிறகு

(இரு பாகங்கள்)

சுதந்தரத்துக்குப் பிறகான இந்தியாவின் கதை அதிகம் சொல்லப்படவில்லை என்னும் குறையை இந்தப் புத்தகம் நிறைவு செய்கிறது. இந்தியாவின் கதை என்பது உலகின் மிகப் பெரிய ஜனநாயக தேசத்தின் கதையும்கூட.

உலகமெங்கும் பல லட்சம் பிரதிகள் விற்பனையாகிக் கொண்டிருக்கும் India After Gandhi என்ற ஆங்கில நூலின் அதிகாரபூர்வ தமிழ் மொழிபெயர்ப்பு.

www.ingramcontent.com/pod-product-compliance
Lightning Source LLC
LaVergne TN
LVHW100413051026
849518LV00004B/1257
* 9 7 8 9 3 5 1 3 5 1 8 1 8 *